ओपन

ओपन

एका विश्वविख्यात खेळाडूचे प्रांजळ आत्मकथन

आंद्रे आगासी

MANJUL

मंजुल पब्लिशिंग हाउस

MANJUL

मंजुल पब्लिशिंग हाउस

पुणे संपादकीय कार्यालय
फ्लॅट नं. 1, पहिला मजला, समर्थ अपार्टमेंट्स,
1031 टिळक रोड, पुणे – 411 002

व्यावसायिक आणि संपादकीय कार्यालय
दुसरा मजला, उषा प्रीत कॉम्प्लेक्स, 42 मालवीय नगर, भोपाळ – 462 003

विक्री आणि विपणन कार्यालय
7/32, अंसारी रोड, दर्यागंज, नवी दिल्ली – 110 002
www.manjulindia.com

वितरण केंद्रे
अहमदाबाद, बंगळुरू, भोपाळ, कोलकाता, चेन्नई,
हैदराबाद, मुंबई, नवी दिल्ली, पुणे

आंद्रे आगासी लिखित *ओपन : ॲन ऑटोबायोग्राफी*
या मूळ इंग्लिश पुस्तकाचा मराठी अनुवाद

Open: An Autobiography by Andre Agassi – Marathi Edition

प्रस्तुत मराठी आवृत्ती पेंग्विन रँडम हाउस, एलएलसीचा विभाग द क्नॉफ डबलडे ग्रुपच्या
अल्फ्रेड ए क्नॉफ या इंप्रिंटच्या सहयोगाने प्रकाशित

प्रस्तुत मराठी आवृत्ती 2020 साली प्रथम प्रकाशित

ISBN : 978-93-89647-90-7

मराठी अनुवाद : सुदर्शन आठवले

मुद्रण व बाइंडिंग : मणिपाल टेक्नॉलॉजीज लिमिटेड, मणिपाल

या पुस्तकात मांडण्यात आलेली मते आणि दृष्टिकोन लेखकाचे स्वत:चे आहेत.
त्यातील तथ्ये त्यांच्या सांगण्यानुसार त्यांनी पर्याप्त स्वरूपात तपासून पाहिली आहेत.
त्यासाठी प्रकाशक कोणत्याही प्रकारे जबाबदार असणार नाही.

स्टेफनी, जॅडेन आणि जॅझ

काय ते सांगता येत नाही; पण कित्येक वेळा आपल्याला काहीतरी जखडून ठेवते आहे, बंद करून ठेवते आहे, अगदी खोल पुरून ठेवते आहे, असे वाटते. त्या स्थितीतसुद्धा आपल्याला भोवतालच्या काही कुंपणांची, भिंतींची आणि काही दारांचीही जाणीव होत राहते. हे मनाचे खेळ असतात का की जागेपणीची स्वप्ने? मला नाही तसे वाटत. त्या स्थितीत मग पुढचा प्रश्न पडतो, 'अरे देवा! हे असे किती काळ चालणार? दीर्घकाळ, सर्वकाळ की अनंतकाळ?' या अशा उमरकैदेतून कोण सोडवते, माहीत आहे? गहिरी माया, गाढे ममत्व, प्रांजल प्रेम, निखळ स्नेहभाव, बंधुभाव, मैत्री. या भावना त्यांच्यातील अलौकिक शक्तीने, महान सामर्थ्याने त्या बंदिवासातून आपली मुक्तता करतात.

– व्हिन्सेंट व्हॅन गॉग,
(त्यांच्या भावाला लिहिलेल्या पत्रातून, जुलै, १८८०)

ओपन

शेवट

मी डोळे उघडले आहेत; पण मला जाग आलेली नाही, पुरती शुद्धही नाही. या क्षणी मी कुठे आहे ते तर मला कळत नाहीच, मी कोण आहे हेही मला उमगत नाही. तसे पाहिले तर त्यात वेगळे निराळे असे काही नाही – माझे अर्ध्याहून अधिक आयुष्य मी याच, स्वतःबद्दलच्या अज्ञानात, संभ्रमित अवस्थेतच घालवलेले आहे; पण तरीसुद्धा आज, या सकाळी मात्र मनात केवळ नेहमीचा संभ्रमित गोंधळ नाही, त्याच्या जोडीला एक निश्चित स्वरूपाचे भय आहे आणि त्याने मनाला ग्रासून टाकले आहे.

मी माझ्या आजूबाजूला नजर टाकली. मी पलंगावर नव्हतो, पलंगालगत, खाली जमिनीवर झोपलेलो दिसलो. मला आठवले – मध्यरात्री कधीतरी मी पलंगावरून उठून खाली येऊन झोपलो होतो. तसे मी बऱ्याच वेळा करतो. जमिनीचा कडकपणा माझ्या पाठीसाठी चांगला पडतो. मऊ गादीवर जास्त वेळ झोपले की, पाठ प्रचंड दुखायला लागते. मनात विचार आला – आता उठायचे! मग मी मनातल्या मनात एक, दोन, तीन असे आकडे मोजून उठण्याच्या प्रदीर्घ, कष्टदायक कृतीला आरंभ केला. लगेच खोकला आला आणि पहिल्या हालचालीबरोबर वेदनेने कण्हलो. मोठ्या प्रयासाने एका कुशीवर वळलो, आईच्या पोटात जसे बाळ पहुडलेले असते, तसे गुडघे पोटाशी घेतले आणि मग हळूच पालथा होऊन पोटावर झोपलो. कानाकोपऱ्यात रक्तप्रवाह पोहोचून पूर्ण शरीरात चेतना येण्याची वाट पाहत काही वेळ तसाच पडून राहिलो.

वय वर्षे छत्तीस म्हणजे मी तसा तरुणच, नाही का? पण सकाळी झोपेतून उठताना मात्र मी शहाण्णव वर्षांचा म्हातारा होतो. गेली तीन दशके रोजचे दीर्घकाळ वेगात धावणे, इशाऱ्याबरोबर ब्रेक लावल्यासारखे कच्कन थांबणे, हवेत उंच उड्या घेऊन धाडकन दोन्ही पायांवर उतरणे, अशा अघोरी; पण अनिवार्य हालचालींमुळे माझे शरीर मला विशेषतः सकाळी झोपेतून उठताना 'माझे शरीर' आहे, असे वाटतच नाही! आणि मग शरीराच्या असहकाराचा परिणाम म्हणून माझे मनही थाऱ्यावर राहत नाही, तेही 'परके' वाटते. माझी अवस्था एरवीसुद्धा जवळपास तशीच असते; पण सकाळी उठताना ती जरा जास्तच स्पष्टपणे जाणवत असते. पालथ्या पडलेल्या अवस्थेत मी एकवार

वस्तुस्थितीचा आढावा घेऊ लागलो, तनमनाच्या बधिर अवस्थेत एकदा मनाशी तात्कालिक परिस्थितीची उजळणी करू लागलो – मी आंद्रे आगासी आहे, माझ्या पत्नीचे नाव स्टेफनी ग्राफ आहे, आम्हाला दोन मुले आहेत – एक मुलगा आणि एक मुलगी, मुलगा पाच वर्षांचा आहे आणि मुलगी तीन वर्षांची. आम्ही नेवाडामधील लास व्हेगास येथे राहतो. सध्या आम्ही न्यू यॉर्क शहरातील फोर सीझन्स या हॉटेलातील एका प्रशस्त, आलिशान सूटमध्ये राहत आहोत. कारण, मी २००६ सालच्या यूएस ओपन टेनिस स्पर्धेत भाग घेतला आहे. ही माझी शेवटची यूएस ओपन असणार आहे. खरे तर हे माझे असे स्पर्धेतलेच अखेरचे खेळणे असणार आहे. यानंतर मी कुठलाही स्पर्धात्मक सामना खेळणार नाही. टेनिस खेळणे हा माझा व्यवसाय आहे, त्यावरच मी माझा आणि माझ्या कुटुंबाचा चरितार्थ चालवतो. मी जगण्यासाठी टेनिस खेळतो; पण तरीही मी मनातून टेनिसचा अत्यंत तिरस्कार करतो. तो तिटकारा अगदी गुप्तपणे, माझ्या अगदी आत, अंतरात, सुप्तपणे, गुप्तपणे, अगदी पहिल्यापासून वास करून आहे.

स्वपरिचयाच्या स्मरणसाखळीतील अखेरचा मणी ओवून झाला, तसा मी अर्धवट उठून दोन्ही हात आणि दोन्ही गुडघे टेकून ओणवा झालो. मनाशी म्हणालो, 'बस, हे सगळे संपू दे आता!'

तोच दुसरे मन म्हणाले, 'नाही, नाही, मी नाही तयार अजून हे संपवायला!!'

दोन्ही मनांना जरा गप्प केले, तसे वास्तवाचे भान आले. शेजारच्या खोलीतून मला स्टेफनी आणि माझी मुले यांचे आवाज ऐकू आले – ते तिघे आपापसात बोलत, मजेत हसत, खिदळत ब्रेकफास्ट करत असले पाहिजेत. त्यांना पाहण्याची, त्यांच्या बरोबर हास्यानंदात सामील व्हायची तीव्र इच्छा आणि जोडीला शरीर व मन उत्तेजित करणाऱ्या कॅफेनची जोरदार तल्लफ यांनी मला उठून उभे राहण्याच्या यातना सहन करण्याची स्फूर्ती आणि शक्ती दिली. मनात खोलवर दडलेला तिरस्कार मला गुडघे टेकायला भाग पाडतो, मनातले खळाळते प्रेम मला माझ्या पायांवर उभे करते!!

पलंगाजवळच्या टेबलावरील घड्याळात साडेसात वाजलेले दिसले. माझी प्रिय पत्नी समजूतदारपणे मला उशिरापर्यंत झोपू देते. अंतिम फेरीत पोहोचण्यासाठी खेळाव्या लागणाऱ्या आधीच्या सामन्यांनी होणारी शारीरिक दमणूक आणि येणारा मानसिक ताण फारच असह्य असतो. त्यातून या वेळी माझ्या खेळातून निवृत्त होण्याच्या निर्णयाने नानाविध भावनांचे आवर्त मनात घोंगावत होते ते वेगळेच! या गोष्टींची स्टेफनीला जाणीव आहे. उठायला लागलो तशी पाठीतून पहिली कळ उठली. तसे झाले की, मी दोन्ही हातांनी दुखरी पाठ धरून ठेवतो. तिने तर कितीतरी आधीपासूनच, जन्मतःच, मला असे काही पकडून, जखडून ठेवलेले आहे की, मला वाटते रात्री कोणीतरी येऊन गाडी चोरीला जाऊ नये म्हणून गाडीच्या स्टीअरिंग व्हीलला जसे कुलूप घालतात, तसे माझ्या पाठीच्या

कण्याला कोणीतरी वेसण घालून जाम करून गेले आहे. अशा 'धरलेल्या' पाठीने मी यूएस ओपनचे सामने कसे खेळणार आहे? माझ्या कारकिर्दीतला अखेरचा सामना मला माझ्या या दुखण्यामुळे मध्येच सोडून द्यावा लागणार आहे का?

हा पाठीच्या कण्यातील दोष, ज्याला वैद्यकीय भाषेत 'स्पॉन्डिलॉलिस्थिसिस' असे नाव आहे, मला जन्मापासूनच आहे आणि त्या पाठीच्या दुखण्याने आजतागायत माझी पाठ सोडलेली नाही! माझ्या पाठीच्या कण्यातील शेवटचा मणका इतर मणक्यांच्या रांगेतून जरा बाहेरच्या बाजूला डोकावलेला आहे. याच जन्मजात दोषामुळे मी पावले थोडीशी आत वळलेल्या कबुतरासारखा चालतो. ओळ मोडलेल्या एका चुकार मणक्यामुळे कण्यांमधून जाणाऱ्या मज्जातंतूंना जागा कमी मिळते आणि पाठ, पाय यांची हालचाल होताना ती जागा आणखी कमी होऊन ते दाबले जातात. त्यातच सूज आलेली मणक्यातील अंतःकूर्चा आणि त्यामुळे झालेले नुकसान भरून टाकण्याच्या उद्देशाने तेथील हाड सतत वाढत असते, त्यामुळे ती जागा अधिकच आकुंचित होत असते आणि ते मज्जातंतू अधिकाधिक कोंडले जातात. जेव्हा एखाद्या विशिष्ट हालचालीने त्यांची फारच कुचंबणा होते, तेव्हा ते मेंदूकडे धोक्याचे, आपत्तीचे संदेश पाठविण्यास सुरुवात करतात आणि माझ्या पायातून, खालून वर आणि वरून खाली तीव्र वेदनांचे प्रवाह वाहू लागतात, माझा श्वास अडकू लागतो. कधी कधी त्या वेदनांचा उद्रेक माझ्या तोंडून शिव्यांच्या स्वरूपात होतो. अशा आणीबाणीच्या वेळी जो उपाय कामी येतो, तो म्हणजे जमिनीवर आडवे पडणे आणि शांतपणे आतील कोलाहल शांत होण्याची वाट पाहणे. कधी कधी दुर्दैवाने ती वेळ सामना ऐन रंगात आला असताना येते. त्या वेळी मात्र तो उपाय अमलात आणता येणे शक्य नसते. मग त्या वेळी खेळाची पद्धतच पूर्णपणे बदलून, धोक्याची हालचाल टाळण्याचा, शक्य तोवर होऊ न देण्याचा प्रयत्न करणे – पळणे, रॅकेट वळवण्याची दिशा, फटक्यांचा वेग, चेंडूची उंची, अंतर – प्रत्येक गोष्ट निराळी करणे. क्वचित प्रसंगी खेळाची लय अशी अचानक बिघडवली की, त्याचे पर्यवसान माझे स्नायू आकसण्यात, त्यात वांब येण्यात होते. अशा बदलाला सर्व बाजूंनी विरोधच होतो, स्नायूही तो सहन करू शकत नाहीत. त्यांना बदलायला सांगितले की, तेही पाठीच्या कण्यातील मज्जातंतूंसारखेच संप पुकारतात आणि परिणामी माझे संपूर्ण शरीरच माझ्याविरुद्ध बंड पुकारते.

या प्रकारचे स्पष्टीकरण माझा साहाय्यक, मित्र, मार्गदर्शक, माझा मानलेला पिता गिल हा असे देतो की, 'तुझे शरीर तुला ओरडून सांगते की, त्याला ते तसले प्रकार मुळीसुद्धा करायचे नाहीत!'

मी गिलला सांगतो, ''गिल, ते तर तसे मला कितीतरी आधीपासून सांगते आहे, मी जेव्हापासून खेळायचे नाही, असे म्हणतो आहे तेव्हापासूनच!''

माझ्या शरीराला नव्याने 'सेवेतून मुक्त होण्याची' आवश्यकताच नाही, त्याने याआधीच, फार आधीच, निवृत्ती पत्करली आहे! पण जानेवारीपासून तर ते फारच तार स्वरात त्याचा विरोध, त्याचा निषेध नोंदवू लागले आहे. त्याने मला फ्लोरिडा येथे एक विशाल, शांत सदनिका आणि खास निवृत्त ज्येष्ठ मंडळींसाठीच्या पांढऱ्या रंगाच्या ढगळ, ऐसपैस विजारीसुद्धा खरेदी करायला लावल्या आहेत. कधीपासूनच सामना खेळायचा म्हटले की, मला त्याची मनधरणी करून, हरप्रयत्नांनी, तेवढ्या वेळेपुरती निवृत्ती बाजूला ठेवून त्याला माझी साथ द्यायला राजी करावे लागते. त्याच्याशी तह करताना शेवटचा उपाय असतो तो सांधे आणि स्नायू यांचा ताठरपणा, सूज आणि वेदना शमविणाऱ्या कॉर्टिसोन या भयंकर इंजेक्शनचा. ते दिले की, काही वेळेसाठी तरी शरीराला यातनांपासून सुटका मिळते, ते सामना कसाबसा पार पाडते; पण त्यासाठी त्या बधिरतेचा पूर्ण अंमल चढेपर्यंतचा थोडा काळ मात्र मरणप्राय वेदना सहन कराव्या लागतात.

काल माझ्या बंडखोर शरीराने एक 'शॉट' घ्यायला लावला होता – एक कॉर्टिसोनचे इंजेक्शन. त्याच्या बळावरच मी आज सामना खेळू शकणार होतो. हे मी घेतलेले या वर्षातील तिसरे आणि माझ्या खेळाच्या कारकिर्दीतले तेरावे इंजेक्शन होते. कालचा डोस सर्वांत जहाल होता. तोही माझ्या नेहमीच्या डॉक्टरांनी दिलेला नव्हता. एक नवाच, उद्धट स्वराचा डॉक्टर होता. त्याने त्याच्या टेबलावर मला पालथे पडायला फर्मावले. त्याच्या नर्सने माझी विजार खसकन् खाली ओढली. डॉक्टर म्हणाले की, मला सूज आलेल्या मज्जातंतूंच्या जास्तीत जास्त जवळ इंजेक्शन द्यायला हवे म्हणून त्याने त्याची सात इंच लांबीची सुई परजली; परंतु माझ्या हाडांवरील चढलेली बांडगुळे आणि मणक्यातील सुजलेल्या कूर्चा यामुळे ती पहिल्या वेळी इच्छित जागी पोहोचू शकली नाही. तिच्या वाटेतील अडथळे चुकवून तिला वाट शोधून देताना कराव्या लागलेल्या भोसका भोसकीने मला अशा काही वेदना झाल्या की, मला मृत्यूच्या अगदी समीप जाऊन आल्यासारखे वाटले. तो सुई खुपसायचा, मग एक छोटेसे मशिन माझ्या पाठीवर ठेवून त्यातून ती योग्य जागी पोहोचली की नाही ते तपासायचा. नसेल तर उपसून काढून दुसरीकडे ठोसायचा. त्याचे म्हणणे असे होते की, सुईवाटे औषध नेमक्या जागी पोहोचले नाही तर हवा तो परिणाम साधला जाणार नाही, इतकेच नव्हे तर त्यामुळे गंभीर धोकाही पोहोचेल म्हणून सुई दुखऱ्या मज्जातंतूच्या जास्तीत जास्त नजिक तर पोहोचायला हवी होती; पण त्यात घुसायला नको होती, त्यांना तिचा स्पर्शही व्हायला नको होता. तसा जर स्पर्श झाला असता, मज्जातंतूला जर ती टोचली असती तर इतक्या तीव्र वेदना होत राहिल्या असत्या की, मला सामना खेळताच आला नसता. काहीतरी आयुष्यभराचे नुकसान झाले असते, त्यामुळे तो भोसकाभोसकी करत राहिला आणि मी घळाघळा रडत राहिलो.

अखेर 'सापडली' असे 'युरेका'च्या स्वरात त्याने त्याचे यश प्रकट केले.

कॉर्टिसोन सुईवाटे शरीरात शिरू लागले, ते जळजळतच! ती आग, तो चटका सहन करण्यासाठी मी खालचा ओठ दातांखाली घट्ट धरून ठेवला. औषध कण्यात पसरू लागले, त्याचा दाब जाणवू लागला. मज्जातंतूनाच अपुरी पडत असलेली कण्यातील जागा ते व्यापू लागले, दाब इतका वाढू लागला की, माझी पाठ आता फुटेल, अशी मला भीती वाटू लागली.

"हा वाढता दाब तुम्हाला सांगतो आहे की, सगळं व्यवस्थित होतं आहे," डॉक्टर म्हणाले.

"तुमच्या शब्दांच्याच भरवशावर जगतो आहे, डॉक्टर!" मी म्हणालो.

औषधाचा परिणाम होणार! आत्ता होणारे दुःख, यातना या काही काळानंतर प्राप्त होणाऱ्या वेदनामुक्तीच्या समाधानाच्या, स्फूर्ती, उल्हास यांच्या आनंदापूर्वीच्या आहेत, या सुखद कल्पनेने सह्य भासू लागल्या, गोड वाटू लागल्या. आपण एरवीही जे दुःख भोगतो तेही मला वाटते, अशाच अपेक्षेने सहन करत असतो!

शेजारच्या खोलीतून येणारे माझ्या कुटुंबीयांचे आवाज वाढू लागले. मी अखेर उठून उभा राहिलो. जरासा लंगडत; पण दोन्ही पायांवर चालत त्यांच्या खोलीत शिरलो. मला पाहताच माझा मुलगा जॅडेन आणि मुलगी जॅझ दोघेही किंचाळलेच- "डॅडी, डॅडी...!" 'डॅडी आले' असे म्हणत ते उड्या मारू लागले. आनंदाच्या आणि उत्साहाच्या भरात ते माझ्या अंगावरही उड्या मारायला, अंगाशी झोंबायला कमी करणार नाहीत हे माहीत असल्याने मी त्यांच्या समोर हात पुढे धरून त्यांना अडवले आणि त्याच स्थितीत एखाद्या मूर्तीसारखा अविचल उभा राहिलो. त्या माझ्या विचित्र कृतीने, अलीकडे डॅडीला काहीतरी झाले आहे, तो असले खेळ खेळू शकत नाही, याचे त्यांना भान आले, ते थबकले, शांत झाले. मग मी पुढे होऊन त्यांना जवळ घेतले, त्यांच्या चेहऱ्यावरून प्रेमाने, मायेने हात फिरवला, त्यांचे पापे घेतले. त्यांच्या हातात हात घालून ते ब्रेकफास्ट करत असलेल्या टेबलाजवळ आलो.

"डॅडी, आजच आहे ना...?"

"होय, जॅडेन."

"खेळणार आहात तुम्ही?"

"होय."

"आणि मग आजच्या नंतर तुम्ही कधीच नाही खेळणार? *रिटायर* होणार?"

ते दोघे जण हा नवा शब्द, गेल्या काही दिवसांत सतत ऐकून, शिकली होती - *रिटायर्ड*; पण ते त्या शब्दाचा *रिटायर* असा उच्चार करायचे. त्यांच्या

दृष्टीने बहुधा तो फक्त 'वर्तमानकालवाचक'च शब्द होता, तो कायमचा – न बदलणारा – भूतकाळ बनणार नव्हता, किंवा कदाचित त्यांना तो तसा बनायला नको होता! जे मला ज्ञात नव्हते, असे काहीतरी त्यांना माहीत होते का?

''आज जर जिंकलो तर नाही रिटायर होणार. असाच खेळत राहीन.''

''आणि जर हरलात तर? मग आपल्याला कुत्रा पाळता येईल ना?''

माझी निवृत्ती म्हणजे घरात कुत्रा आणण्याची मुभा असे एक समीकरण मुलांच्या डोक्यात बसलेले होते – खरे तर मी आणि स्टेफनीनेच ते तसे बसवले होते. आम्ही त्यांना म्हणायचो, 'मी माझा खेळ थांबवला, खेळ शिकवणे सोडून दिले आणि माझे जगभर हिंडणे बंद झाले की, मग आपण कुत्रा पाळायचा! तोपर्यंत नाही!!' मुलांनी त्याचे नावही ठरवून ठेवले होते – 'कॉर्टिसोन'!!

''हो रे राजा, मी हरलो ना तर नक्की कुत्रा आणायचा.''

तो हसला. त्याचा डॅडी हरावा, असेच त्याला वाटत असणार, त्यामुळे डॅडीला जगातील कोणत्याही निराशेपेक्षा अधिक घोर निराशेला सामोरे जायला लागेल, हे त्याला समजणे शक्य नव्हते. त्याच्या डॅडीला खेळण्यानेही प्रचंड यातना होतात आणि हरण्याने भयंकर वेदना सहन कराव्या लागतात, हे मी त्याला कसे समजावून सांगणार होतो? कारण, हे कोडे मलाही सुटले नव्हते, हा विचित्र पेच माझा मलाच नीट समजला नव्हता. माझ्या मनोवृत्तीचे हे अवघड गणित गेली तीस वर्षे माझे मलाही सुटले नव्हते.

''आज तुम्ही काय करणार आहात? कुठे जाणार आहात?'' मी विषय बदलला.

''हाडांचे सापळे बघायला.''

मी प्रश्नार्थक चेहऱ्याने स्टेफनीकडे पाहिले. ती त्यांना 'नॅचरल हिस्ट्री' – 'निसर्गाचा इतिहास' नावाचे जगप्रसिद्ध संग्रहालय पाहायला नेणार होती. मला तेथील डायनॉसोरच्या सांगाड्यांची आठवण झाली, त्यांचा पाठीचा प्रचंड वाकडा कणा डोळ्यांसमोर आला आणि एक विक्षिप्त; पण अघोरी कल्पना मनात चमकून गेली – माझा अस्थिपंजर एखाद्या संग्रहालयात ठेवला गेला आहे आणि त्या टेनिस खेळाडूच्या वाकड्या, दुखऱ्या कण्याच्या सापळ्याला नाव दिले आहे – 'टेनिसोरस रेक्स!'

जॅझने मला माझ्या विकृत कल्पनाविश्वातून बाहेर आणले, तिने माझ्यासमोर तिचे मफिन धरले होते. तिला त्यातल्या ब्लूबेरीज् काढून हव्या होत्या. हे माझे रोज सकाळचे ठरलेले काम होते – एकेका ब्लूबेरीला एखाद्या सर्जनच्या कौशल्याने – फक्त ब्लूबेरीच – मफिनमधून बाहेर काढायची – सुरी हातात घ्यायची, तिचे टोक ब्लूबेरीच्या लगत टेकवायचे आणि तीच केवळ निघेल इतकाच जोर लावायचा. खूप लक्षपूर्वक, काळजीपूर्वक करावे लागे ते शल्यकर्म! मीही त्यात चित्त एकाग्र करत असे. कारण, तेवढा वेळ तरी टेनिसचा विचार

करण्यापासून मला सुटका मिळत असे; पण मन कसे लोचट असते पाहा, ब्लूबेरीज् काढून झाल्यावर ते मफिन जॅझला परत देताना मला ते टेनिसच्या चेंडूसारखे दिसे आणि माझ्या पाठीच्या कण्यातून एक कळ सरसरून खाली वर-जात असे. त्या सकाळीही तसेच झाले. 'तो क्षण' जवळ येत चालला होता!!

काही वेळाने आमच्या भल्या मोठ्या हॉटेल सूटमध्ये मी एकटाच उरलो. एका टेबलाजवळ खुर्चीत बसलो. काही वेळापूर्वीच ब्रेकफास्ट संपवून मुले मला 'मोठ्ठा' पापा देऊन त्यांच्या आईबरोबर संग्रहालयाच्या सहलीला निघून गेली होती. मी बसल्या बसल्या चहू बाजूला नजर फिरवीत होतो. कोणत्याही हॉटेलमधल्यासारखाच होता तोही माझा सूट! आलिशान, दिमाखदार, सर्व सुखसोयींनी युक्त, उत्तम सजवलेला, अगदी स्वच्छ! फोर सीझन्स हे हॉटेल होतेच तसे - सुंदर, आकर्षक; पण या काय किंवा इतर कोणत्याही काय, हॉटेलच्या सूटला घराची सर कधीच येत नाही. मी तर त्यांना 'ना घर' म्हणतो! तेही आम्हा खेळाडूंसारखे 'बेघर!' मी तसल्या अनावश्यक विचारांना आवरून आज रात्रीच्या सामन्यावर विचार केंद्रित करायचा प्रयत्न करू लागलो. डोळे घट्ट मिटून घेतले; पण मन मुलखाचे ओढाळ! ते पुढचा विचार करण्याऐवजी भूतकाळाकडेच वळू लागले. हल्ली बहुतेक वेळा असेच होऊ लागले होते. संधी मिळाली की, मन थेट आरंभाकडे धाव घ्यायला पाहायचे - मी अंताच्या जवळ जवळ चाललो होतो म्हणून असेल कदाचित! परंतु त्यांनी असे गतकाळात रेंगाळणे योग्य नव्हते, त्यांना तसे करू देणे उचित नव्हते - अजून तरी! मी उठलो आणि टेबलाभोवती जलद गतीने एक फेरी मारली. शरीर पूर्ण नियंत्रणाखाली आहे की नाही, तोल व्यवस्थित सांभाळला जातो आहे की नाही, याची खात्री करून घ्यायची होती मला. ती पटली तसा मी, जरा सावधपणे, बाथरूममध्ये शिरलो.

शॉवरमधून येणारा गरम पाण्याचा फवारा प्रथमच अंगाला भिडला तसा मी नकळत विव्हळलो, अस्फुटशी किंकाळीच तोंडातून बाहेर पडली; पण काही क्षणांतच त्या तापमानाची अंगाला सवय झाली. मांड्यांवर हात टेकून मी संथपणे ओणवा झालो आणि पाणी पाठीवर पडू लागले तशी शरीरात चेतना येऊ लागली, इतका वेळ आखडून बसलेले स्नायू पाण्याच्या उबेत सैलावू लागले, रंध्रा रंध्रांनी आ वासून गरम पाणी ओरपले. जणू नशाच चढली. त्वचा रंगली, गुंगली, गाऊ लागली. नसा नसातून उबदार रक्त वाहू लागले. शरीराच्या कणाकणात ऊर्जा आली, तन-मनात जगण्याची जाणीव जागली, आशा प्रवाहित झाली. मावळत्या तारुण्याचे अखेरचे थेंब झेलतो आहे, असे वाटले. शरीर उल्हसित झाले तरी मी त्या उत्साहात कोणतीही जोरदार, जोमदार हालचाल केली नाही. माझ्या पाठीला त्रास पोहोचेल, असे मला काहीही करायचे नव्हते. ती सुखावली होती तिला तसेच ठेवायचे होते, शांत, समाधानी राखायचे होते.

टॉवेलने अंग पुसताना आरशासमोर उभा राहून मी माझ्याकडे पाहू लागलो - जरासे लाल झालेले डोळे, पांढऱ्या होऊ लागलेल्या दाढीचे खुंट. तो चेहरा - तो वेगळाच होता. या चेहऱ्याने नव्हती सुरुवात केली मी माझ्या खेळाच्या कारकिर्दीची! एवढेच कशाला, गेल्या वर्षी मी आरशात पाहिला होता त्याहूनही निराळा होता आजचा चेहरा! ज्या मुलाने टेनिसच्या क्षेत्रातील प्रदीर्घ प्रवासाच्या वाटेवर पहिले पाऊल ठेवले होते त्या मुलाचा नव्हता तो चेहरा. ज्याने तीन महिन्यांपूर्वी तो प्रवास संपविणार असल्याची घोषणा केली होती, त्या माणसाचाही नव्हता. माझी टेनिस रॅकेट धरण्याची पद्धत मी आजवर चार वेळा बदलली आहे आणि रॅकेटच्या तारा सात वेळा. अशा परिस्थितीत त्या रॅकेटला 'तीच रॅकेट' म्हणणे सयुक्तिक ठरेल का? मीही माझ्या टेनिसच्या रॅकेटसारखाच आहे - जीवनावरील पकड आणि ताणाच्या वाद्या वारंवार बदलणारा! त्यामुळे मी तरी तोच, मूळचा कुठे राहिलो असेन? पाहता पाहता आरशातला चेहरा अस्तंगत पावतो आणि त्या जागी मला एका लहानशा मुलाच्या चेहऱ्याचे धूसर दर्शन घडू लागते - ज्या मुलाला मुळातच टेनिस अजिबात खेळायचे नव्हते, खेळ कायमचा सोडून द्यायचा होता, ज्याने तसा प्रयत्न, एकदा नव्हे, अनेक वेळा केलाही होता. त्या छोकऱ्याच्या मनात टेनिसबद्दल कमालीचा तिटकारा होता, तरीही तो सतत टेनिस खेळत होता! माझ्या मनात विचार आला, आजही, अजूनही ज्या मुलाच्या भावना तशाच आहेत - मनात टेनिसबद्दल तिरस्कार आणि तरीही हातात सतत टेनिसची रॅकेट - त्या सोनेरी केसाच्या मुलाला हे आत्ताचे, टक्कल पडलेल्या 'प्रौढ' माणसाचे प्रतिबिंब पाहून काय वाटेल? धक्का बसेल? गंमत वाटेल? त्याची करमणूक होईल की त्याला अभिमान वाटेल? त्या प्रश्नांनी, पर्यायांनी मला दमवले. मला चक्क शीण आला, मी मरगळूनच गेलो! बाप रे - अजून दुपारच झाली होती!!

छे, संपू दे हे सगळे!!

नाही, नाही, मी नाही तयार अजून हे संपवायला!!

कारकिर्दीची अखेर ही कोणत्याही सामन्याच्या अखेरच्या, निर्णायक खेळीपेक्षा काही निराळी नसते! सगळ्याच 'अंतिम क्षणां'मध्ये चुंबकासारखी जबरदस्त आकर्षणशक्ती असते. त्या क्षणांच्या नजिक पोहोचले की, त्या शक्तीची, तिच्यातील जबरदस्त ओढीची सर्वांनाच स्पष्ट जाणीव होते आणि तीच त्यांना त्या क्षणांपर्यंत ओढून घेऊन जाते; पण त्या क्षणांच्या चुंबकीय क्षेत्रात प्रवेश करण्यापूर्वी किंवा प्रवेश केल्यानंतर लगेच त्यांच्यापासून दूर, विरुद्ध दिशेला लोटणाऱ्या एका रहस्यमय ताकदीचाही असाधारण अनुभव येतो. आकर्षणशक्ती त्या अंतिम क्षणांना लवकरात लवकर गाठून आणि ते पार करून तुम्हाला तुमच्या तन-मनावरील निर्णायक क्षणांचा विलक्षण ताण संपवायला प्रवृत्त करते, त्यासाठी लागणारी ऊर्जा पुरवते आणि त्याच वेळी दुसरी विरोधी शक्ती ते

क्षण नाकारायला भाग पाडते, त्यांच्यापासून दूर पळायला उद्युक्त करते, नव्हे, ती तुम्हाला खेचून घेऊन जाते. या दोन परस्परविरोधी शक्ती मला चांगल्याच ठाऊक आहेत. कारण, मी माझ्या टेनिसच्या कारकिर्दीत कित्येक वेळा या दोन शक्तींच्या रस्सीखेचीमध्ये सापडलो आहे. कितीतरी वेळा त्यांच्यापैकी एकीची मनधरणी करून तिला वश केलेली आहे, कधी दुसरीच्या पाशातून सुटण्यासाठी तिच्याशी युद्ध केले आहे आणि बऱ्याच वेळा त्रिशंकूप्रमाणे दोघींच्या मध्ये लटकत राहण्याची जीवघेणी शिक्षाही भोगलेली आहे. कधी दोघींकडून टेनिसच्या चेंडूसारखा फटकारला गेलो आहे, टप्पे पडत होलपटलाही गेलो आहे.

पण आज रात्री – मी माझ्या मनाला बजावीत होतो की, आज रात्री असे काहीही होऊन चालणार नाही. या दोन्हीच काय पण अन्य कोणत्याही चेटकिणींचा अत्यंत कडक निर्धाराने, शिस्तबद्ध पद्धतीने सामना करून, त्यांना पराभूत करून आपण आपला टेनिसचा सामना जिंकला पाहिजे. पाठदुखी, खेळातील हलगर्जीपणा, चुका, बेशिस्त फटके, अनुचित हवामान, स्वतःवरचा राग – कशाकशाचा परिणाम सामन्याच्या निर्णयावर होऊ देता कामा नये, हे असे मनाला बजावणे म्हणजे स्वमग्न होऊन आपल्या मनाशी केलेला गंभीर संवाद असतो, सखोल चिंतन असते; पण त्या बरोबरच ते आपल्याला ग्रासणाऱ्या हुरहुरीची, काळजीची, चिंतेची एक अभिव्यक्तीही असते. माझ्या टेनिसच्या एकोणतीस वर्षांच्या तपश्चर्येने मला एक गोष्ट शिकवलेली आहे : नियती सुरवातीला तुम्हाला दुर्दैवाची खोल खाई वगळून इतर लहानसहान अडचणींच्या, संकटांच्या खाचखळग्यात ढकलत राहते आणि मग शेवटी त्या दुर्दैवाच्या दरीतही ढकलून देते! हा नियतीचा खेळ घडणारच! या अडथळ्यांवर मात करणे यातच तुमचे कर्तृत्व आहे, तेच तुमचे काम आहे. तुम्ही जर त्यांना तुम्हाला तुमच्या वाटेत थांबवू दिलेत, तुमचा मार्ग रोखू दिलेत वा तो बदलायला भाग पाडू दिलेत तर तुम्ही जो 'वसा' घेतला आहे, जे व्रत अंगीकारलेले आहे, त्यापासून उतलात, मातलात असे होईल. ही स्वकर्तव्यापासून ढळण्याची भावना सर्वांत क्लेशकारक असते, ती खंत, तो खेद तुम्हाला असे काही छळतात, इतके काही विकलांग करून टाकतात, हतबल करून टाकतात की, त्या मानसिक छळापेक्षा जीवघेण्या पाठदुखीचा शारीरिक त्रास परवडतो!

या अशा अनुचित विचारांची वावटळ दूर ठेवण्यासाठी मी एक पाण्याचा ग्लास पलंगाजवळ ठेवून, त्यातील घोट घोट पाणी पीत, मन रिकामे ठेवण्याचा आणि शरीर निष्क्रिय ठेवण्याचा प्रयत्न करत अंथरुणावर स्वस्थ पडून राहिलो. काही वेळाने ती रिकामी अवस्था मला मानवेना, ती स्वस्थताही मला अस्वस्थ करू लागली, तेव्हा मी टीव्ही लावला, मोठ्या आवाजात लावला. कोणीतरी बोलत होते – *आज रात्री, यूएस ओपनची दुसरी फेरी! काय होणार या फेरीत? आंद्रे आगासीला अखेरचा निरोप दिला जाणार का?* पडद्यावर माझाच चेहरा

दिसत होता; पण तो माझ्या मघाशी आरशात दिसलेल्या प्रतिबिंबापेक्षा खूपच वेगळा होता! हा टेनिसपटू आंद्रे आगासीचा, मैदानावरील आंद्रे आगासीचा चेहरा होता. टीव्हीच्या पडद्याचा आरसा सदोष होता, माझी विरूप प्रतिमा दाखवणारा होता! माझ्या मनाची तगमग आणखी वाढली, चिंता गहिरी झाली - आजच्या सामन्यानंतर इतके दिवस मला झुकते माप देणारी सीबीएस ही वाहिनीही मला, माझ्या सामन्यांना प्रसिद्धी देणे, त्यांची जाहिरात करणे बंद करेल का? माझी 'किंमत' खाली जाईल का? मी संपून जाईन का?

'मी संपणार!' ही भावना मला सोडेना! त्या कल्पनेने मला घेरून टाकले, पछाडून टाकले!

टेनिसचा सामना हे माणसाच्या - आपल्या आयुष्याचे छोटे प्रतिरूपच असते. त्या दोन्हीत किती साम्य असते पाहा ना - जीवनाची भाषा आणि खेळाची 'परिभाषा' किती जवळच्या असतात! सामन्याचा आरंभच 'लव्ह'ने - 'प्रेमा'ने होतो! कधी कधी 'लव्ह ऑल'ही होतात!! चेंडू टाकण्याला 'सर्व्हिस' - 'सेवा' - तर चेंडू खाली पडण्याला किंवा नियमबाह्य रीतीने मारण्याला 'फॉल्ट' - 'चूक' असे म्हणतात. सारखे गुण झालेले असताना जो खेळाडू प्रथम पुढील गुण मिळवतो त्याला 'ॲडव्हॅन्टेज' - 'लाभ' होतो, प्रतिस्पर्ध्याची सर्व्हिस 'ब्रेक' केली जाते - 'मोडली' जाते किंवा तिला 'ब्रेक' लावला जातो - 'खीळ' घातली जाते. एकेक 'पॉइंट' जमा होत होत 'गेम' होते, गेम्सचा 'सेट' होतो आणि 'सेट्स'ची 'मॅच'. खेळाची ही रचना एकीच्या आत एक बसणाऱ्या रशियन नेस्टिंग बाहुल्यांसारखी असते - अगदी मानवी आयुष्यासारखी! त्यातही क्षण, क्षणांचे तास, तासांचा दिवस, दिवसांची वर्षे, वर्षांचे आयुष्य - असेच होते! जसा कोणताही एखादा क्षण आपले आयुष्य पूर्णपणे बदलून टाकणारा ठरू शकतो, तसेच टेनिसच्या सामन्यातील कोणताही एखादा 'पॉइंट' हा सामन्याचा 'टर्निंग पॉइंट' - सामन्याचे भवितव्य पालटणारा ठरू शकतो. जीवनातील कोणताही क्षण आणि खेळातील कोणताही पॉइंट, आयुष्यातला नशिबाचा झटका आणि खेळातला प्रतिस्पर्ध्याचा फटका, आपला प्रतिफटका सारखाच बरा-वाईट, सुखद-दुःखद, लाभदायक-हानिकारक होऊ शकतो. यशाची माळ घालणारा अथवा पराजयाच्या फासात मान अडकवणारा ठरू शकतो!!

ही तुलना मान्य केली तर मानवी आयुष्य संपल्यानंतरच्या, मृत्यूच्या पलीकडच्या अज्ञात पोकळीचा, मानवी अस्तित्वाच्या पैलतीरावरील स्थितीचा विचार मनात येतो आणि मग हा टेनिसचा खेळ संपल्यानंतर काय, या विचाराने मला धडकी भरते, माझे रक्त गोठून जाते!

खोलीचे दार हळूच उघडल्याचा आवाज आला, स्टेफनी हलकेच आत आली; पण त्या पाठोपाठ दार धडकले गेले आणि जोरजोरात आवाज करत, ओरडत दोन्ही मुले खोलीत घुसली, धावू, पळू लागली, दंगा करू लागली.

माझ्या अंथरुणावर चढून उड्या मारता मारता जेडने मला विचारले, ''डॅडी, कसं वाटतंय आता तुम्हाला?''

''छान... छान. तू सांग, कसे होते हाडांचे सापळे?''

''खूप मज्जा आली.''

स्टेफनीने त्या दोघांना खायला, प्यायला दिले. सँडविचेस खाऊन, ज्यूस पिऊन दोघे जण त्यांच्या आईसोबत परत बाहेर निघून गेले.

जाताना स्टेफनी मला म्हणाली, ''त्यांची खेळायला जायची वेळ झाली.'' माझीही...!

मुले गेली तशी खोलीत परत शांतता पसरली. आता मी एक डुलकी, जराशी विश्रांती घेऊ शकत होतो. ते आवश्यकच होते. नव्हे, सामन्याच्या दिवशी दुपारी एक तासभर झोप घेणे हा छत्तीस वर्षे वयाच्या खेळाडूसाठी, मध्यरात्रीनंतरसुद्धा चालणारा प्रदीर्घ आणि अटीतटीचा सामना खेळण्यासाठी, ताकद, उत्साह टिकवायचा तो एक खात्रीलायक उपाय होता. शिवाय, गेल्या काही तासांत माझी माझ्या स्वतःशी जी नव्याने ओळख झाली होती, त्यानंतर मला डोळे बंद करून त्या निराळ्या आंद्रे आगासीपासून काही काळ तरी लपून राहायचे होते. मी डोळे मिटून घेतले. ते उघडले तेव्हा एक तास उलटून गेला होता. 'ऊठ, वेळ झाली!' मी स्वतःला मोठ्या आवाजात बजावले आणि उठलो. सरळ बाथरूममध्ये गेलो आणि शॉवरखाली उभा राहिलो. सकाळच्या शॉवरपेक्षा हा दुसरा, दुपारचा शॉवर निराळा असतो. जास्त वेळाचा असतो – बावीस मिनिटांचा – एखादे मिनिट फार तर इकडेतिकडे! हा शॉवर शरीराला आणि मनाला जागे करण्यासाठीही नसतो आणि त्यामागे शरीराच्या स्वच्छतेचाही उद्देश नसतो. हा जलवर्षाव माझ्या जागृत तनमनात ऊर्जा, उल्हास, उत्साह भरण्यासाठी, माझ्यातल्या 'स्व'ला प्रोत्साहित, उत्तेजित करण्यासाठी असतो, परीक्षेला जाण्याआधी प्रशिक्षकाने जे शिकवलेले असते त्याचा, केलेल्या अभ्यासाचा मनोमन सराव करण्यासाठी, त्याची उजळणी करण्यासाठी असतो.

टेनिस हा असा खेळ आहे, ज्यात खेळाडू स्वतःशी बोलतो. धावणे, उंच उडी, लांब उडी अशा प्रकारचे खेळ खेळणारे खेळाडू तसे स्वगत करत नाहीत. क्रिकेट, फुटबॉल, बेसबॉल यांतले गोलंदाज, फलंदाज आपल्याशीच पुटपुटतात, कधी गुरगुरतात; पण टेनिसचे खेळाडू स्वतःशी बोलतात, संवाद साधतात, प्रश्न विचारतात आणि त्याची उत्तरेही देतात. टेनिसच्या मैदानावर सामना रंगात आला, वातावरण तापू लागले की, खेळाडूही एखाद्या वेड लागलेल्या माणसासारखे, भर चौकात व्याख्यान देणाऱ्या पुढाऱ्यासारखे तापतात, शिरा ताणून ओरडतात, शिव्याही घालू लागतात, त्यांच्याच मनाशी वाद घालतात. हा फरक का पडतो? कारण, टेनिस या खेळात मैदानावर दोन्ही खेळाडू पूर्णपणे एकटे असतात. तुलनाच करायची झाली, तर दोघा जणांत खेळल्या जाणाऱ्या

मुष्टीयुद्धाशी करता येईल; पण त्या योद्ध्यांचे एकेक सहकारी, मार्गदर्शक अथवा व्यवस्थापक त्यांच्या अगदी नजिकच, दोरांच्या सीमारेषेजवळच हजर असतात, दोघे प्रतिस्पर्धीही सतत एकमेकांपासून केवळ 'मुष्टी'च्या अंतरावर असतात, त्यांना एकमेकांशी भिडता येते, झोंबता येते, एकमेकांवर गुरकावता येते. टेनिस खेळणारे दोघे - एकमेकांचे शत्रू - एकमेकांकडे तोंड करून उभे असतात, एकमेकांकडे चेंडू टोलवत असतात; पण त्यांच्यात खूप मोठे अंतर असते, ना स्पर्श ना संवाद! टेनिसचे नियमही असे आहेत की, खेळाडूंना मैदानावर असताना त्यांच्या प्रशिक्षकांशी बोलण्याचीही मनाई असते. लोक म्हणतात पळण्याच्या शर्यतीतील धावपटू हा अगदी एकटा असतो - मी हसतो त्या लोकांना! पाहा ना, त्याचे प्रतिस्पर्धी त्याच्या अगदी आजूबाजूलाच, त्याच्या पुढे मागेच, काही इंचांवर असतात, त्यांचे सान्निध्य त्याला जाणवत असते, त्याला त्यांच्या घामाचा वाससुद्धा येतो! टेनिसचे मैदान म्हणजे अलिप्त, एकाकी अशा बेटासारखे असते. स्त्रिया आणि पुरुष जे विविध खेळ खेळतात, त्यात टेनिस हा खेळ म्हणजे एकांतवासाची शिक्षा आहे, असे माझे स्पष्ट मत आहे. तो भीषण एकांतच खेळाडूला स्वतःशी बोलायला भाग पाडतो. माझ्या बाबतीत या 'स्वसंवादा'ची सुरुवात दुपारच्या शॉवरच्या वेळी होते. पाणी अंगावर पडत असताना मी स्वतःशी बोलू लागतो, सूचना देऊ लागतो, गोष्टी सांगू लागतो : त्या कधी वेड्या, कधी काहीतरी अफलातून, कधी अगदी अकल्पित, कधी असंबद्धसुद्धा असतात. एकेक गोष्ट परत परत बजावतो, त्यावर पूर्ण विश्वास बसेपर्यंत त्या उगाळतो. उदाहरणार्थ - दुखऱ्या पाठीचा अपंगसुद्धा यूएस ओपन खेळू शकतो, एखादा पस्तिशी ओलांडलेला प्रौढ ऐन भरात असणाऱ्या तरुण खेळाडूलाही हरवू शकतो. माझ्या आजवरच्या कारकिर्दीत ८६९ सामने जिंकून मी गुणवंत टेनिस खेळाडूंच्या यादीत पाचव्या स्थानावर आहे. त्यातले खूपसे सामने मी अशा दुपारच्या शॉवरखालच्या माझ्या उपदेशपर 'प्रवचनां'च्या, सूचनांच्या बळावर जिंकले आहेत.

शॉवरमधून बेबंद कोसळणाऱ्या पाण्याच्या आवाजाने मला वीस हजार उत्साही प्रेक्षकांच्या जयजयकाराची आठवण झाली. त्या बरोबर मी मिळवलेले त्यातले काही विशिष्ट विजयही मला आठवू लागलो. त्यांचे वैशिष्ट्य असे होते की, ते माझ्या चाहत्यांच्या कायम स्मरणात राहिलेल्या माझ्या विजयांपेक्षा सर्वस्वी वेगळे होते. मी जिंकलेले ते असे काही सामने होते की, त्यांच्या आठवणी अजूनही मला रात्री झोपेतून जाग आणत असतात. पॅरिसमध्ये खेळलेला स्किलरी विरुद्धचा सामना, न्यू यॉर्कमधला ब्लेक याच्या बरोबरचा, ऑस्ट्रेलियात पीट सॅम्प्रास याला हरवलेला. माझे काही पराजयही माझ्या स्मृतीत कोरले गेले आहेत. त्या क्षणी कानात शिरणाऱ्या पाण्याप्रमाणे माझ्या मनात शिरून त्याचा ताबा घेऊ पाहणाऱ्या त्यातल्या काही पराभवांच्या निराशाजनक आठवणींना मी

थारा दिला नाही, जोरजोरात मान हलवून, झटकून कानातल्या पाण्यासारख्याच असलेल्या त्या आठवणी मनातून बाहेर टाकून दिल्या आणि केवळ आजच्या रात्रीच्या सामन्यावर माझे सर्व विचार केंद्रित करू लागलो, स्वतःशी बोलू लागलो – 'आजचा सामना हा तू गेल्या एकोणतीस वर्षे केलेल्या अभ्यासाची परीक्षा आहे, तपश्चर्येची कसोटी आहे. ती कदाचित तुझ्या शारीरिक क्षमतेचीही परीक्षा असेल, कदाचित मानसिक शक्तीची, बहुतेक दोन्हींची! काहीही असले तरी आज घडणारे यापूर्वी कधीतरी, निदान एकदा तरी तू अनुभवलेले असेलच! त्यात नवे, अनोळखी काहीच नसेल!

संपून जाऊ दे हे सगळे एकदाचे!

नाही, नाही. नको आहे मला हे संपायला!!

विचारांच्या वावटळीने शॉवरचे पाणी उधळले जाऊन माझ्या डोळ्यात गेले आणि अश्रू होऊन त्यातून वाहू लागले, मला ओक्साबोक्शी रडू येऊ लागले. मी बाजूच्या भिंतीचा आधार घेतला आणि अश्रूंना मनसोक्त वाहू दिले.

दाढी करतानाही माझे स्वतःला सूचना देणे चालूच होते. 'त्या क्षणी चाललेल्या खेळावर लक्ष केंद्रित कर, मागील किंवा पुढील खेळाबद्दल विचार करून, मनाचा गोंधळ उडवून हातातला गुणही घालवू नको. काहीही झाले तरी निराश होऊ नको, मान ताठ ठेव, स्वत्व गमावू नकोस. मुख्य म्हणजे मनापासून खेळ, जीव ओतून. खेळाचा आनंद घे. त्यातले काही क्षण तरी मनापासून उपभोग. सुखाबरोबर दुःख, क्लेश यांचाही स्वीकार कर. जर नशिबात पराभव असेल, तर त्याच्या यातनांचाही!'

माझे विचार माझ्या आजच्या सामन्यातील प्रतिस्पर्ध्याकडे वळले – मारकॉस बगदातीस. पहिला विचार आला की, तो या क्षणी काय करत असेल? तो यूएस ओपनमध्ये प्रथमच भाग घेत असला तरी टेनिसमध्ये नवागत नव्हता. जगातील टेनिसपटूंच्या श्रेष्ठता यादीत तो मानाच्या आठव्या क्रमांकावर होता. धष्टपुष्ट शरीरयष्टीचा तो ग्रीक तरुण सायप्रसचा रहिवासी होता. या वर्षी त्याच्या यशाचा आलेख चढता वाढता होता. ऑस्ट्रेलियन ओपनमध्ये तो अंतिम सामन्यापर्यंत तर विम्बल्डनला उपांत्य सामन्यापर्यंत पोहोचला होता. माझी आणि त्याची चांगली ओळख होती. गेल्या वर्षी यूएस ओपनच्या सामन्यांच्या काळात आम्ही दोघे एक सरावाचा सामनाही खेळलो होतो. ग्रँड स्लॅम म्हणून प्रसिद्ध असलेल्या ऑस्ट्रेलियन, फ्रेंच आणि यूएस ओपन आणि विम्बल्डन या सामन्यांच्या वेळी मी सहसा कोणाबरोबरच सरावाचे सामने खेळत नाही; पण मारकॉसने मला सभ्यतापूर्वक आणि कमालीच्या नम्रतेने विनंती करून नकार देणे अशक्यच करून टाकले होते. सायप्रसमधील एक टीव्ही वाहिनी त्याच्यावर एक कार्यक्रम करत होती. त्यासाठी मी त्याच्या बरोबर एक सेट खेळावा, अशी

त्याने विनंती केली होती. जी मी मान्य केली होती आणि आम्ही खेळलो होतो. मी ६-२ असा तो सेट जिंकला तरीही खेळ संपला, तेव्हा त्याच्या चेहऱ्यावर अत्यंत प्रसन्न असे हास्य होते. बगदातीस हा एक असा खेळाडू होता की, तो त्याचा आनंद, समाधान, शांती या भावना जशा हसून दर्शवायचा तसाच तो चिंतेत, काळजीत, तणावात असतानाही त्याच्या चेहऱ्यावर हास्यच उमटायचे. हे माझ्या लक्षात आले होते. परिणामी, त्याच्या चेहऱ्यावरील हास्य पाहून त्याच्या मनःस्थितीचा अंदाज करताच यायचा नाही. माझ्या माहितीतील आणखी एक जणही असाच होता... पण तो कोण हे त्या क्षणी काही केल्या मला आठवेना!

त्याच्या खेळाचे निरीक्षण केल्यानंतर मी एकदा बगदातीसला म्हणालो होतो की, त्याचा खेळ बराचसा माझ्यासारखाच आहे. त्यावर तो म्हणाला होता की, त्यात काहीच नवल नाही. कारण, त्याने लहानपणापासून मलाच दैवत मानले होते, माझीच चित्रे खोलीच्या भिंतीवर लावून, त्यांची भक्ती करूनच त्याने खेळायला सुरुवात केली आणि माझ्याच खेळाची शैली आत्मसात करण्याचा प्रयत्न केला होता म्हणजे आज रात्री मी माझ्याच प्रतिबिंबाशी खेळणार होतो. माझा प्रतिस्पर्धी माझ्यासारखाच मैदानाच्या अंतिम रेषेजवळून खेळणार होता, चेंडू अपेक्षेपेक्षा जरा आधीच आणि सीमारेषांच्या अगदी लगत पोहोचणारे मारणार होता. खेळ चुरशीचा होणार होता, प्रत्येक चेंडू मारला जाणार होता, दोघेही आपापल्या मर्जीप्रमाणे खेळाचा रोख वळवायचा कसोशीचा प्रयत्न करणार होते, अचूक सीमारेषेवर पडणाऱ्या बॅकहॅन्डच्या फसव्या फटक्यांची आतषबाजी होणार होती. त्याची सर्व्हिस 'अमोघ' नव्हती आणि माझीही नव्हती. दोघांचीही प्रतिस्पर्ध्याचा अचूक वेध घेऊन त्याला हतबल करणारी नव्हती, त्यामुळे गुण मिळविण्यासाठी दोघांचाही भर असणार होता तो अवघडातील अवघड फटके मारण्यावर आणि ते कौशल्याने परतवण्यावर म्हणजेच खेळ शारीरिक आणि मानसिक दमणूक करणारा आणि अनंतकाळापर्यंत चालणारा होणार होता हे निश्चित! याचा अर्थ माझ्या प्रतिस्पर्ध्याने माझे सामर्थ्य खच्ची करून, मला नमवून, माझ्यावर कुरघोडी करण्याचे धोरण ठेवून आखलेल्या योजनाबद्ध, झंझावाती खेळाला मला तोंड द्यावे लागणार होते. आजचा सामना म्हणजे दया, माया, क्षमा, शांती असल्या कोमल भावना दूर ठेवून, 'मारू किंवा मरू' अशा निर्धाराने केलेले कठोर, अमानुष, निर्दय युद्ध असणार होते. मला त्यासाठी कंबर कसणे गरजेचे होते.

आम्हा दोघांचा खेळ सारखा असला तरी आमच्या शरीरयष्टींत, देहबोलीत फरक होता. मारकॉस चपळ होता, चलाख होता, त्याच्यात जोम होता, जोर होता, उत्साह, उल्हास, चैतन्य होते, त्याच्या हालचाली सहज, जलद होत्या. काही काळापूर्वी माझ्या होत्या, अगदी तशाच! स्वतःचे श्रेष्ठत्व सिद्ध करण्यासाठी मला माझ्या सध्याच्या प्रौढत्वाच्या आधारे सोडून गेलेल्या माझ्याच तारुण्याला

टक्कर द्यायची होती. मी माझे डोळे मिटून घेतले, दीर्घ श्वास घेतला आणि मनाशी म्हणालो, 'जे तुझे आहे ते तुझ्यापाशी आहे, त्याचा आत्मविश्वासाने वापर कर.'

मी तेच वाक्य पुन्हा एकदा मोठ्याने म्हणालो. मलाच धीर आला, माझी हिंमत वाढली.

मी शॉवर बंद केला आणि तसाच उभा राहिलो. गरम पाणी अंगावरून निथळून दिले. पाण्याबरोबर उष्णता शरीराला सोडून जाऊ लागली, ते थंड पडू लागले, इतके की मी थरथरू लागलो. तसे लक्षात आले, गरम पाण्याच्या उबेत वल्गना करणे, सोयिस्कर विचारांचे पूल बांधणे, अपेक्षित गोष्टींची कल्पना करत राहणे यात काहीच पुरुषार्थ नाही, वस्तुस्थितीचा सामना करणे हे खरे शौर्य! विचारांपेक्षा कृती महत्त्वाची, तीच तुम्हाला यश देते.

स्टेफनी मुलांना घेऊन परत आली. 'गिलवॉटर' प्राशन करायला सुरुवात करायला हवी.

मला खूप घाम येतो. सामान्यपणे खेळाडूंना येतो त्यापेक्षा कितीतरी जास्त, त्यामुळे मला सामन्याच्या बऱ्याच आधीपासून शरीरातील पाण्याचे प्रमाण वाढविण्याचे बाह्य उपाय करावे लागतात. गेली सतरा वर्षे माझ्याकडून खेळाचा नियमित सराव करून घेणारा माझा मार्गदर्शक मित्र गिल याने सतत वीस वर्षे संशोधन आणि अगणित प्रयोग करून जीवनसत्त्व, पिष्टसत्त्व, क्षार आणि काही अन्य घटकद्रव्ये – ती कोणती याबद्दल तो गुप्तता बाळगून आहे – यांचे मिश्रण असलेले एक बहुरंगी, बहुढंगी, बहुगुणी 'अमृत' बनवलेले आहे, जे शरीराची आर्द्रता तर योग्य पातळीवर राखते शिवाय त्याला ऊर्जाही पुरवीत राहते. तेच, 'गिल'चे अमृत – 'गिलवॉटर!' सामन्याच्या आदल्या रात्रीपासून तो मला त्याची ती 'दिव्यौषधी' पाजायला सुरुवात करतो, ते थेट सामन्याच्या वेळेपर्यंत. सामना चालू असताना मधल्या विश्रांतीच्या काळातही मी त्याचे घोट घेतो. त्याचे तीन प्रकार आहेत. गुलाबी रंगाचे पेय शक्ती निर्माण करते, लाल रंगाचे ती वाढवते आणि तपकिरी रंगाचे खेळताना खर्च झालेली ऊर्जा भरून काढते.

ते 'पेय' तयार करून मला पाजणे, हा माझ्या दोन्ही मुलांचा अतिशय आवडता खेळ आहे. बाटल्यातून तिन्ही प्रकारच्या पावडरी काढणे, त्या फनेलमधून पाण्याच्या बाटल्यात ओतणे या कामांसाठी त्यांच्यात भांडाभांडी चालते; पण तयार झालेल्या बाटल्या बॅगमध्ये घालण्याचे काम मात्र मी स्वतःच करतो. माझे कपडे, टॉवेल्स, गॉगल्स, पुस्तके, मनगटावर बांधण्याचे पट्टे या सर्व लवाजम्याबरोबर त्या बाटल्याही मी बॅगेत भरतो (रॅकेट्स अर्थातच नंतर, सर्वांत शेवटी, त्यांना जराही धक्का न पोहोचेल अशा ठेवतो). माझ्या बॅगेला माझ्याखेरीज कोणीही हात लावायचा नाही, असा नियमच आहे. सर्व मंतरलेल्या तीरांनी, 'रामबाणां'नी भरलेला, युद्धासाठी सज्ज

झालेला माझा तो 'भाता' दाराजवळ उभा करून ठेवला जातो. 'युद्धघटिका' जवळ आल्याची ती खूण एव्हाना सर्वांच्या परिचयाची झाली आहे.

पाच वाजता हॉटेलच्या स्वागतकक्षातून गिलचा फोन आला – ''तयार, आंद्रे? आव्हानाचा क्षण जवळ आला आहे! ऊठ, आंद्रे, ऊठ!''

ऊठ, आंद्रे ऊठ हा गिलच्या मुखातून निघालेला तो हाकारा, युद्धाची ललकारी देणारा तो शंखध्वनी मी गेली कित्येक वर्षे ऐकत आलो आहे. त्याचा तो आदेश माझ्या अंतरातला स्फुल्लिंग चेतवतो, पेटवतो. तो कानांवर पडला की, मला जाग येते, माझ्या नसानसातून रक्त सळसळू लागते, माझे स्नायू फुरफुरू लागतात, एखादी गाडी उचलून फेकून देऊ शकेन इतकी ताकद, शक्ती, स्फूर्ती अंगात संचारते.

फोन कोणाचा आहे हे स्टेफनीने न सांगताच ओळखले. तिने मुलांना गोळा केले, दाराजवळ उभे केले आणि तिने त्यांना नेहमीचा प्रश्न विचारला, ''डॅडी निघाला! काय म्हणणार त्याला?''

''कुस्ती चितपट, डॅडी!'' जॅडेन ओरडला.

''कुस्ती चितपट, डॅडी!'' जॅझने त्याची री ओढली.

स्टेफनीने मला मिठीत घेऊन मायेने माझे चुंबन घेतले. अशा निरोपाच्या क्षणी ती काहीच बोलत नाही, सांगत नाही – सांगण्यासारखे काही नसतेच मुळी!!

गाडीत गिल नेहमीप्रमाणे ड्रायव्हरच्या शेजारच्या आसनावर बसला. काळा शर्ट, काळी पॅन्ट, काळा कोट, काळा टाय. हाच त्याचा सामन्याला जातानाचा ठरलेला पोशाख असतो – अंधारात बुडालेल्या भविष्यासारखा काळा! गाडीतल्या आरशात पाहात, पुढे न आलेले स्वतःचे काळे केस वारंवार मागे सारण्याची त्याची लकब आहे. आजही तो तेच करत होता. माझा प्रशिक्षक, मार्गदर्शक डॅरेन याच्या बरोबर मी मागच्या बाजूच्या आसनावर बसलो होतो. डॅरेन एखाद्या सिनेनटासारखा दिसतो आणि एखादी लॉटरी लागल्याच्या अत्यानंदाचे हास्य त्याच्या चेहऱ्यावर सतत विलसत असते. गाडी धावू लागली. गाडीत शांतता होती कोणीच काही बोलत नव्हते. काही वेळाने गिल आमच्या दोघांचे आवडते, रॉय क्लार्कचे एक गाणे म्हणू लागला. त्याचा खर्जातील आवाज गाडीत भरून उरला.

जस्ट गोइंग थ्रू द मोशन्स अ‍ॅन्ड प्रिटेंडिंग
वुई हॅव समथिंग लेफ्ट टू गेन –

(जीव नसलेल्या, मन उडालेल्या, निर्जीव हालचालींचे आपण सोंग करतो आहोत, अजूनही आपल्यात काहीतरी उरले आहे असे वृथाचे ढोंग करतो आहोत...)

दोन ओळी म्हणून झाल्यावर त्याने मान वळवून माझ्याकडे पाहिले आणि तो अपेक्षेने थांबला. मला माहीत होता त्याचा अर्थ.

मी म्हणालो, ''पावसात अग्नी पेटवता येत नाही हे माहीत असून आपण का उगाच काड्या ओढतो आहोत?''

तो हसला, मीही हसलो. काही काळ तरी त्या गाण्याने, मनमोकळ्या हसण्याने माझ्या मनावरील ताण हलका झाला, चिंतेचा विसर पडला, पोटातील अस्वस्थ गडबड जराशी शमल्यासारखी वाटली.

ही 'पोटातील अस्वस्थता' मोठी गमतीशीर असते. ती सामान्यपणे तुम्हाला संडासाच्या वाऱ्या करायला लावते; पण तिचा एक प्रकार असा असतो जो मनात लैंगिक भावना जागली तरीही पोटात उद्‌भवतो. कधी ती तुम्हाला चिक्कार हसवते, कधी कुणाशी तरी मारामारी करायची खुमखुमी जागवते. सामना खेळायला जाताना तर ती हमखास साथ करते. 'अशा वेळी तिचा मान राखून, तिच्या आगमनाचे नेमके कारण नीट ऐकून घेतलेत, तर ती अस्वस्थाही तुम्हाला साहाय्यक, उपकारक ठरू शकते' – गिलच्या हजारो उपयुक्त उपदेशांसारखाच अत्यंत मोलाचा असा हा सल्ला मला कित्येक वेळा फायदेशीर ठरला आहे.

''बगदातीसबद्दल तुझं काय मत आहे? मला आज कितपत आक्रमक व्हावं लागेल असं वाटतं तुला?'' मी डॅरेनला विचारले. हे आक्रमकतेचे प्रमाण टेनिसच्या खेळात फार फार महत्त्वाचे असते. प्रतिस्पर्ध्याला नामोहरम करून गुण आपल्याला मिळाला पाहिजे, इतकी आक्रमकता दाखवायलाच हवी; पण आपले स्वतःवरील नियंत्रणच कमजोर होऊन अनावश्यक धोका पत्करण्याइतका तिचा अतिरेक मात्र व्हायला नको, असे ते गणित असते. मी बगदातीसबरोबर त्यापूर्वी एकच, तो सरावाचा सेटच फक्त खेळलेलो होतो, त्यामुळे मला त्याचा खेळ पुरेसा परिचित नव्हता. मी डॅरेनला भराभरा आणखीही काही प्रश्न विचारले – ''तो मला नमवायला कुठल्या धोरणाचा वापर करेल? मैदानाच्या एका कोपऱ्यातून तिरका, समोरच्या कोपऱ्यात बॅकहॅन्डचा मारलेला फटका हा खेळातील एक अगदी 'ठरीव' फटका आहे. मी जर तसा फटका मारला तर बगदातीस तो कसा परतवेल?'' अशा तिरक्या फटक्याला प्रत्युत्तर देण्याच्या खेळाडूंच्या पद्धती वेगवेगळ्या असतात. काही तो शांतपणे, विचारपूर्वक, वेळ घेऊन, तत्कालीन परिस्थितीला योग्य असा परतवतात, काहींचे प्रत्युत्तर ठरलेलेच असते, ते तत्क्षणी त्यांच्या त्या ठरीव पद्धतीचाच वापर करतात. काही जोरदार प्रतिफटक्याने चेंडू अंतिम रेषेवर पोहोचवून तातडीने जाळ्याच्या जवळ येऊन उभे राहतात. बगदातीस कोणते धोरण वापरतो, हे मला माहीत करून घ्यायचे होते. ''मी जर तसा 'ठरीव' फटका मारला, तर त्याचे उत्तर म्हणजे अविचारी प्रतिक्षिप्त क्रिया असेल की विचारी, संयमित कृती असेल?''

"मित्रा, मला वाटतं, तू जर तसा फटका मारलास तर बगदातीस पळत जाऊन फोरहॅन्डने तो परतवून तुला निरुत्तर करेल!'' डॅरेनने स्पष्टपणे मला सावध केले.

मी मनात त्याची नीट नोंद घेतली.

''त्याचे बॅकहॅन्डचे प्रत्युत्तर कमकुवत आहे, अंतिम रेषेपर्यंत पोहोचण्याइतक्या जोराने तो फटका परतवू शकत नाही, त्यामुळे तो सहसा बॅकहॅन्डचा वापर करणार नाही; पण जर तो तसे करू लागला तर त्याचा अर्थ असा समज की, तुझ्या फटक्यात ताकद कमी पडते आहे.''

''त्याच्या हालचाली कशा आहेत?''

''उत्तम! जलद! विशेष म्हणजे त्या आक्रमक पवित्र्यात जास्त सहज आणि परिणामकारक असतात, बचाव करताना तो जरा अवघडलेला वाटतो.''

'अस्सं!' मी मनात म्हणालो.

गाडी क्रीडांगणाच्या प्रवेशद्वारापाशी पोहोचली. चाहत्यांची गर्दी होतीच. त्यांना अभिवादन करत, काहींना सह्या देत देत मी गिल आणि डॅरेन यांच्या समवेत एका छोट्याशा दारातून आत शिरलो. एक निमुळता बोगदाच होता. त्यातून खेळाडूंसाठीच्या, त्यांचे सामान ठेवण्यासाठीच्या प्रशस्त हॉलमध्ये गेलो. आम्हाला तेथे सोडून गिल सुरक्षारक्षकांशी बोलायला गेला. त्याची ही नेहमीची प्रथा होती. आम्ही सरावासाठी मैदानावर केव्हा जाणार, केव्हा परतणार हे सर्व तपशील तो त्यांना नीट समजावून सांगतो. मी आणि डॅरेन, दोघांनी हातातल्या बॅगा खाली ठेवल्या, मी तेथील एका टेबलावर पालथा पडलो आणि भिंतीशी उभ्या असलेल्या मालीश करणाऱ्यांपैकी एकाला माझी पाठ रगडून द्यायला सांगितले. माझी सोय लागलेली पाहिली तसा डॅरेन खोलीबाहेर गेला. पाच मिनिटांनी तो परतला, तेव्हा त्याच्या हातात आठ रॅकेट्स होत्या. त्या त्याने काळजीपूर्वक माझ्या बॅगेत नाही, बॅगेवर ठेवल्या. त्या बॅगेत ठेवण्याचे काम माझे मीच करणार हे त्याला पक्के माहीत होते.

माझी बॅग हा माझ्यासाठी एक अतिशय दुखरा विषय आहे. मी माझ्या बॅगेबद्दल अतिशय हळवा, संवेदनशील आहे. ती एका विशिष्ट पद्धतीनेच, अत्यंत काटेकोरपणे भरली जाण्याविषयी मी आग्रही, नव्हे, दुराग्रहीच आहे, त्यामुळे खूप जणांना, खूप वेळा, खूप त्रास सहन करावा लागतो, माझी बोलणी, शिव्याच, खाव्या लागतात; परंतु मी त्याबद्दल मुळीच माफी मागत नाही, शरमिंदा होत नाही. ती बॅग हे माझे सर्वस्व आहे. माझे संपूर्ण विश्व त्यात सामावलेले असते. त्यात कोणाचीही लुडबुड, कुठलीही ढवळाढवळ, जरासाही हलगर्जीपणा मला सहन होत नाही. माझ्या आयुष्यातील दोन कसोटीच्या वेळांना – सामना खेळायला मैदानात प्रवेश करताना म्हणजेच परीक्षा द्यायला परीक्षागृहात शिरताना आणि सामना संपवून, परीक्षा देऊन परतताना तीच माझी सखी, संगिनी माझ्या

बरोबर, माझ्या खांद्यावर असते. त्या दोन क्षणांना माझ्या साऱ्या संवेदना अगदी टोकदार बनलेल्या असतात, त्यामुळे तिचा स्पर्श, तिचा भार यात जरा जरी फरक पडला, बदल घडला तरी मला ते कळते, जाणवते. कुणी त्यात फक्त मोजांचा एक जोड जरी जास्तचा सरकवला असला तरी मला वजनातील फरक बोचतो. माझी बॅग ही माझ्या मनासारखी आहे. मनातील प्रत्येक गोष्ट जशी आपल्याला माहीत असावी लागते तसेच माझ्या बॅगेचे आहे!

बॅग भरण्याच्या पद्धतीचे माझे स्वतःचे एक तर्कशास्त्र आहे. त्यातील गोष्टींच्या उपयोगांवर, त्यांच्या गरजेच्या क्रमावर आधारलेले तर्कशास्त्र. आता रॅकेट्सचेच पाहा ना. त्यांच्या वाद्यांचा ताण कालांतराने कमी कमी होत जातो, त्यामुळे ज्या रॅकेटच्या वाद्या सर्वांत आधी ताणलेल्या असतील ती रॅकेट सर्वांत वर, सर्वप्रथम हाताशी येईल अशी आणि जिच्या सर्वांत शेवटी, अगदी अलीकडे अलीकडे ताणलेल्या असतील ती सर्वांत खाली अशाच त्या ठेवलेल्या असाव्या लागतात. अशा आठ रॅकेट्स क्रमशः ठेवलेल्या असतात. मग मी सर्वांत वरच्या रॅकेटने खेळ सुरू करतो. कारण, मला माहीत असते की, ती सर्वांत कमी ताणाची रॅकेट आहे.

माझ्या रॅकेट्सना वाद्या बसवण्याचे काम करणारा कसबी कारागीर जुन्या पठडीतला आहे. तो झेकोस्लोव्हाकियाचा आहे; पण त्याचे नाव आहे रोमन! तो सर्वोत्तम आहे आणि तो तसा असायलाच हवा, कारण रॅकेट्सच्या वाद्यांच्या ताणावर सामन्याचा ताण, खेळाच्या यशाचे प्रमाण अवलंबून असतात. रॅकेट सामन्याचे भवितव्य बदलू शकते, सामना कारकिर्दीचे. माझ्यासारख्या खेळाडूच्या कारकिर्दीच्या आलेखाच्या चढ-उतारांवर आणखी कित्येक आयुष्येही अवलंबून असतात. मी जेव्हा नवी रॅकेट बॅगेतून बाहेर काढतो आणि तिने सामना खेळतो तेव्हा तिच्या वाद्यांच्या ताणाची किंमत काही लाखांत असते. मी माझ्यासाठी, माझ्या कुटुंबासाठी, कधी एखाद्या सेवाभावी संस्थेसाठी, कधी माझ्याच शाळेच्या मदतीसाठी खेळत असतो. रॅकेटची एकेक वादी विमानाच्या इंजिनातील एकेका वायरइतकी महत्त्वाची, अनमोल असते. खेळातील कित्येक गोष्टी माझ्या नियंत्रणाखाली नसतातच, ज्या काही थोड्या असतात, त्यांच्या अचूकपणाविषयी, निर्दोषत्वाविषयी मी कमालीचा जागरूक असतो, त्याने पछाडलेलाच असतो. रॅकेटच्या वाद्यांचा ताण ही त्यांपैकीच एक गोष्ट आहे.

साहजिकच, रोमन या कलाकाराचे महत्त्व माझ्या दृष्टीने अनन्यसाधारण आहे म्हणूनच मी त्याला सतत माझ्याबरोबरच ठेवतो. मी खेळायला जेथे जेथे जातो, तेथे तेथे मी त्याला माझ्या बरोबर नेतो. त्याचे घर न्यू यॉर्कमध्ये आहे; पण मी विम्बल्डन खेळायला जातो, तेव्हा तो लंडनमध्ये राहतो आणि फ्रेंच ओपनच्या वेळी तो पॅरिसचा रहिवासी होतो. घरापासून दूर, परक्या देशातील शहरा-गावात कधी कधी माझे मन हरवून जाते, मला एकटेपण खायला

उठते, माझ्या हृदयात विचित्र अशी खळबळ माजते. अशा वेळी मी रॅकेटला तारा बसवणाऱ्या रोमनच्या समोर जाऊन बसून राहतो. त्याच्यावर अविश्वास म्हणून नाही, त्याच्या कामावर लक्ष ठेवायला नाही. त्याच्यासारख्या कुशल कलाकाराला पूर्ण एकाग्रतेने, जबाबदारीने, अतिशय काळजीपूर्वक काम करताना पाहून माझे मन भानावर येते, त्याला शांती लाभते. स्वतःला विसरून, जीव ओतून, समरसतेने आपले काम करण्याचे महत्त्व, महात्म्य मनावर ठसते.

एका कारखान्यातून भल्या मोठ्या पेटाऱ्यात भरलेल्या रॅकेट्स रोमनकडे येतात. माझ्या तुमच्या सामान्य नजरेला त्या सगळ्या रॅकेट्स अगदी सारख्याच दिसतात; परंतु रोमनच्या तयार नजरेला, गर्दीतील भिन्न भिन्न चेहऱ्यांसारखी, त्यातली प्रत्येक रॅकेट निराळी दिसते. तो त्यातली एकेक हातात घेतो, मूठ हातात धरून फिरवीत फिरवीत तिचे बारीक निरीक्षण करतो. त्या वेळी त्याच्या भुवया कमी-जास्त आकुंचन पावतात, कपाळावर कमी-जास्त आठ्या पडतात. त्या वेळी तो मनातल्या मनात त्यातील प्रत्येकीची कुंडली मांडीत असतो. त्यांच्या गुणांची परीक्षा करत असतो. रॅकेटवरील त्याची प्रक्रिया मुठीपासून सुरू होते. माझ्या तळहातांचा, बोटांचा आकार, लांबी, कातडीची जाडी, माझ्या हाताच्या मुठीची पकड, तिचा रॅकेटवरील दाब, रॅकेट हाताळण्याची माझी पद्धत या आणि इतर अनेक गोष्टी लक्षात घेऊन त्याने माझे असे खास मुठीचे माप बनवलेले आहे. माझ्या वयाच्या चौदाव्या वर्षांपासून तो रॅकेट्सची मूठ माझ्या वाढत्या मापांनी मला रॅकेट हाताळायला, फटके मारायला सर्वांत सोयिस्कर होईल, अशा प्रकारे योग्य वेळी बदलत आला आहे. माझ्या बोटाचे ठसे जितके 'एकमेव' आहेत तितकीच माझ्या रॅकेटची मूठ, तिची पकड 'अद्वितीय' आहे. माझ्या मुठीचा त्याने एक साचा बनवलेला असतो. लाकडी मुठीवरील कारखान्यात बसवलेली आवरणे तो काढून टाकतो आणि त्यावर वासराचे कमावलेले कातडे गुंडाळतो, ते थापून थापून त्याची जाडी त्याच्या मुठीच्या साचात चपखल बसेपर्यंत कमी कमी करत जातो. ती किती ठेवायची याचे त्याचे स्वतःचे एक खास गणित आहे. तो त्यात एका मिलिमीटरचाही फरक पडू देत नाही. कारण, जरासा जरी फरक पडला तरी चार तासांच्या सामन्याच्या शेवटी शेवटी ती पकड मला त्रास देऊ लागेल, याची त्याला जाणीव असते. त्याकडे लक्ष जाऊ लागले की, माझे खेळाकडे दुर्लक्ष होऊ लागते, चुका होऊ लागतात. बुटात खडा गेलेला असला की, तो कसा खुपतो, टोचतो, बेचैन करतो, अयोग्य, त्रासदायक मुठीने माझे अगदी तसेच होते.

एकदा मूठ मुठीत आली, मनासारखी झाली की, रोमन वाद्या अडकवण्याचे काम सुरू करतो. नंतर त्या ताणतो, त्यांचा ताण सतत तपासून पाहतो. व्हायोलिन पूर्णपणे सुरात वाजण्यासाठी जशी तारांच्या ताणाची अगदी कसून काळजी घेतात, तसेच तोही रॅकेटच्या वाद्यांवर हात आपटून आपटून, त्याचे

पूर्ण समाधान होईपर्यंत, जरुरीप्रमाणे त्या परत परत सैल, घट्ट करून अचूक ताण आला आहे, याची खात्री करून घेतो. ते महत्त्वाचे कार्य उरकले की, नंतर तो त्यावर रंगांनी आकृती काढतो. तो रंग पूर्णपणे कोरडा होईपर्यंत तो ती रॅकेट हवेत धरून हलवीत राहतो. काही लोक रॅकेटच्या वाद्यांवरील रंगकाम सामना सुरू होण्याच्या वेळी करतात. मग रंग वाळत नाहीत आणि खेळताना चेंडूवर काळे, तांबडे डाग पडतात. हा आयत्या वेळचा उद्योग मला अजिबात आवडत नाही. मला तो शुद्ध अविचार वाटतो, मूर्खपणा वाटतो. स्वच्छता आणि टापटीप यांची नुसती आवडच नव्हे, तर वेडच असलेल्या माझ्यासारख्या माणसासाठी निष्काळजीपणाने चेंडू असा रंगीबेरंगी करणाऱ्या बेजबाबदार प्रतिस्पर्ध्याबरोबर तसल्या 'कलंकित' चेंडूने खेळणे याहून वाईट, क्लेशकारक, मनस्ताप देणारी कुठलीच अन्य गोष्ट वाटत नाही. मैदानावर अथवा सामन्याच्या बाबतीतल्या कुठल्याही बाबतीत अव्यवस्थितपणा, गबाळेपणा दिसला, तो मला अनुभवायला लागला तर माझे खेळावरील लक्ष उडते आणि अगदी क्षुल्लक, क्षणिक दुर्लक्षसुद्धा सामन्याचा निर्णय बदलायला कारणीभूत ठरू शकते.

डॅरेनने रॅकेट्सबरोबर चेंडूचे दोन डबेही आणले होते. त्यातील दोन चेंडू काढून त्याने ते खिशात कोंबले. तनमनाची मरगळ दूर सारली जाऊन, सामना खेळायला आवश्यक ती उष्णता, चपलता बाणवली जाऊन 'युद्धा'साठी सिद्ध व्हावे, यासाठी आवश्यक तो सराव करायला आम्ही मैदानावर जाणार होतो. मी गिलवॉटर पिऊन घेतले, बाथरूममध्ये जाऊन आलो आणि आम्ही निघालो. आमच्या पुढे जेम्स - माझ्यासाठी नेमलेला सुरक्षारक्षक चालू लागला. त्याचा पिवळा शर्ट नेहमीप्रमाणे त्याला घट्ट होत होता, त्याच्या शरीराला अगदी धरून बसला होता. त्याने माझ्याकडे पाहून आमची ओळखीची नेत्रपल्लवी केली. तो मला सांगत होता, *आम्हा सुरक्षारक्षकांना खरे तर अगदी निःपक्षपाती असायला हवे; पण तरीही माझ्या मनात तुझ्यासाठी विशेष भावना आहे!*

यूएस ओपनमधील माझ्या पहिल्या सामन्यापासून जेम्स हाच माझा सुरक्षारक्षक म्हणून काम करत आला आहे. खोलीतून मैदानावर पोहोचवणाऱ्या बोगद्यातून येता-जाताना तो प्रत्येक वेळी माझ्या पुढे-मागे असतो. मी जेव्हा जेव्हा नेत्रदीपक विजय मिळवून उंच मानेने मैदानावरून परतलो आहे, तेव्हा त्याचे डोळे आनंदाने, गर्वाने चमकलेले आहेत आणि दुःखद पराभवाने नतमस्तक होऊन आलो आहे, तेव्हा ते पाणावलेले आहेत. दणकट शरीरयष्टीचा, चेहऱ्यावर युद्धातील पराक्रमाच्या खुणा मिरवणारा, बाह्यकारी कठोर; पण मनाचा कोमल, हळवा जेम्स बराचसा गिलसारखाच आहे. स्पर्धेचे नियम ज्या वेळी आणि ज्या ठिकाणी गिलला माझ्या जवळ राहू देत नाहीत त्या ठिकाणी जेम्स सावलीसारखा माझ्या सोबत असतो, तो त्याच्या दक्ष काळजीचे सुरक्षाछत्र सतत माझ्या शिरावर धरून असतो. तसे यूएस ओपन या स्पर्धेचे सगळेच कर्मचारी, मैदानावरील चेंडू

गोळा करणारी उत्साही मुले-मुली, इतर मदतनीस या सर्वांचेच सहकार्य आम्हा खेळाडूंना मोठा दिलासा देणारे असते, त्यावर आम्ही खूप अवलंबूनही असतो, ते सर्व जण आम्हाला आम्ही कोण आहोत, कुठे आहोत याचे भान राखायला मदत करतात. त्या सर्वांच्यात जेम्स अग्रस्थानी आहे. आर्थर ॲश स्टेडियममध्ये शिरलो की, माझे डोळे जेम्सला शोधू लागतात. तो दिसला, त्याचे आश्वासक डोळे माझ्याकडे पाहून हसले की, मी निर्धास्त होतो.

१९९३ साली हॅंबर्ग येथे टेनिसचा सामना चालू असताना विश्रांतीच्या काळात एका माथेफिरूने मैदानात घुसून मोनिका सेलेस हिच्या पाठीत सुरा खुपसल्याची दुर्घटना घडल्यापासून यूएस ओपन या स्पर्धेचे व्यवस्थापन प्रत्येक खेळाडूला एक स्वतंत्र सुरक्षारक्षक पुरवू लागले. तो त्या खेळाडूची पाठ स्पर्धा चालू असेपर्यंत सोडत नाही. कपडे बदलायच्या खोलीत, मैदानावर, सामना चालू असताना, विश्रांतीच्या काळातही तो खेळाडूच्या खुर्चीच्या मागे सतत उभा असतो. कसे कोण जाणे; पण आजवर यूएस ओपनच्या सर्व सामन्यांचे वेळी जेम्सच माझ्या सुरक्षेची जबाबदारी घेत आला आहे. तो ते कसे जमवतो मला माहिती नाही; पण तो माझ्यामागे असण्याची मला आता सवयच झाली आहे. जेम्सला सुरक्षारक्षकाला आवश्यक समजला जाणारा अलिप्त, भावनाशून्य चेहरा राखणे मात्र मुळीच जमत नाही. अनेक वेळा सामना अटीतटीचा होऊ लागला की, मला त्याच्या चेहऱ्यावर चिंता पसरलेली दिसते. मग मी खुर्चीवर येऊन बसलो की, त्याला हळूच सांगतो की, 'जेम्स, काळजी करू नकोस, याला मी गुंडाळणार आहे!' क्षणार्धात त्याचा चेहरा उजळतो आणि तो निर्भेळ, सच्चा आनंद पाहिला की, तो टिकवायला, त्याला दिलेले आश्वासन पुरे करण्यासाठी माझ्या अंगावर मूठभर मांस चढते.

आज आमच्याबरोबर सरावाच्या मैदानावर येताना जेम्स नेहमीसारखा खूश दिसत नव्हता. त्याचा चेहरा गंभीर होता. त्याच्या दुःखाचे कारण माझ्या लक्षात आले - हा माझा अखेरचा सामना होता, ही कदाचित आमची अखेरची भेट होती, तरीसुद्धा तो दर वेळेप्रमाणे मला म्हणालाच,

"द्या, मी घेतो ती बॅग..."

"जेम्स, माझी बॅग दुसरं कुणीही नाही, मीच घेणार! हो ना?"

या बाबतीतील माझी लहानपणातली - सात वर्षांचा होतो मी त्या वेळी - आठवण मी जेम्सला सांगितलेली होती. त्या वेळी मी पाहिलेले एक दृश्य माझ्या मनावर फार खोल परिणाम करून गेले होते. जिम कॉनर्स हा प्रथम दर्जाचा खेळाडू एखाद्या जगज्जेत्याच्या थाटात पुढे चालला आहे आणि एक भारवाहक खांद्यावर त्याची बॅग घेऊन त्याच्या मागे मागे चालला आहे. त्याच दिवशी मी मनाशी खूणगाठ बांधली होती की, माझी बॅग कायम मी स्वतःच उचलेन.

उसने हसू चेहऱ्यावर आणून तो म्हणाला, ''हो, हो. लक्षात आहे माझ्या; पण तुम्हाला मदत करावी म्हणून...''

मग मी त्याला म्हणालो, ''जेम्स, नेहमीसारखं लक्ष राहू दे!''

''तुम्ही मुळीच काळजी करू नका. मी आहे. बस, तुम्ही खेळावर लक्ष द्या.'' मला धीर आला.

बाहेर सप्टेंबर महिन्यातील धूसर संध्याकाळ सरत चालली होती. आकाशातला जांभळा आणि नारिंगी रंग झाकळत चालला होता. प्रेक्षकांच्या बसण्याच्या जागेजवळून सरावाच्या मैदानाकडे जाताना मी काही चाहत्यांच्या अभिवादनाला हात हलवून प्रत्युत्तर दिले, काहींनी सह्या मागितल्या, त्याही दिल्या. सरावाची चार मैदाने होती. त्यातले प्रेक्षकांपासून सर्वांत दूर असलेले मैदानच मला हवे असते. कारण, तेथे मी आणि डॅरेन खेळण्याबरोबर शांतपणे बोलू शकतो, सामन्यातील खेळासंबंधीच्या डावपेचांवर, धोरणांवर चर्चाही करू शकतो. ही माझी पसंती जेम्सला चांगलीच माहिती झाली आहे. तो सरळ तेथे जाऊनच उभा राहिला.

पूर्ण जोर लावून मी बॅकहॅन्डचा एक फटका थेट अंतिम रेषेपर्यंत, डॅरेनच्या फोरहॅन्डला मारला.

''हा असा फटका आज मुळीच मारू नकोस. बगदातीस तुला गारद करून टाकेल.''

''खरंच?''

''हो, माझ्यावर विश्वास ठेव.''

''त्याच्या हालचालीही जलद आहेत, हो ना?''

''होय.''

आम्ही बरोबर अठ्ठावीस मिनिटे खेळलो. हो, बरोबर अठ्ठावीस मिनिटे! हे असे का होते मला कळत नाही. काही गोष्टींमध्ये घालवलेला वेळ नेमका, अगदी मिनिटापर्यंत अचूक, माझ्या लक्षात राहतो – दुपारच्या शॉवरखालच्या बावीस मिनिटांसारखा! काही अगदी क्षुल्लक तपशिलांचीही माझे मन नकळत नोंद घेते – जेम्सच्या पिवळ्या शर्टासारखी!! अशा गोष्टींकडे खरे तर मी मुद्दाम लक्ष देतो असे मुळीच नाही, मला लक्ष द्यायचेही नसते; पण तरीही ते जाते, त्या गोष्टींचे काही एरवी क्षुल्लक, निरर्थक वाटणारे तपशील उगीचच माझ्या डोक्यात पक्क्या बसतात आणि मग ते कायमचे लक्षात राहतात!!

माझी पाठ आता बरीच बरी होती. अजून जरा धरल्यासारखी वाटत होती; पण वेदना नव्हत्या. कॉर्टिसोन चोख काम करत होते. मला छान वाटत होते. अर्थात हे 'छान' गेल्या काही वर्षांत तयार झालेल्या 'छान'च्या व्याख्येनुसार

'छान' वाटत होते. ती व्याख्या कालांतराने बदलत असते; पण हे नक्की की सकाळी डोळे उघडताना माझी जी परिस्थिती होती, त्यापेक्षा त्या वेळची खूपच चांगली – छान – होती. सकाळी मला हे सर्व सोडून पळून जावेसे वाटत होते, तसे त्या वेळी वाटत नव्हते. मी खेळू शकेन असा विश्वास वाटत होता. अर्थात, रात्री खेळल्यानंतर दुसऱ्या दिवशी सकाळी शारीरिक स्थिती, विशेषतः पाठीची अवस्था फारच भीषण झाली असण्याची शक्यता दाट होती; पण 'उद्या'चा विचार करणे, कालचा विचार करण्याइतकेच व्यर्थ, अर्थशून्य होते.

सराव संपवून आम्ही खोलीत परत आलो. घामाने भरलेले कपडे मी ओरबाडून काढून टाकले आणि सरळ शॉवरखाली जाऊन उभा राहिलो. दिवसातला माझा तिसरा शॉवर! हा अगदी जरुरीपुरता, अल्प काळाचा. या वेळी स्वसंवाद नाही, भूतकाळात शिरणे नाही, गतकाळाची सफर नाही, सिंहावलोकन नाही, स्वतःला कोसणे नाही, रडणे नाही. घाम धुतला गेला की बाहेर. मी कपडे घातले आणि पाय वर करून शांत बसून राहिलो. गिलवॉटरचे घुटके घेत राहिलो. साडेसहा वाजले होते, सामना सुरू व्हायला फक्त एक तास उरला होता.

मी हॉलमधील टीव्हीवरच्या बातम्या पाहू लागलो; पण माझे लक्ष लागेना. मी उगीचच इकडेतिकडे हिंडू लागलो. शेजारी ऑफिस होते, कर्मचारी कामात मग्न होते. त्यांना कोणालाच बोलायला वेळ नव्हता. मी दुसऱ्या बाजूच्या एका लहानशा दारातून बाहेर डोकावलो. स्टेफनी मुलांना घेऊन आलेली होती. तेथे लहान मुलांसाठी छोटीशी घसरगुंडी, झोपाळे होते. जॅडेन आणि जॅझ आळीपाळीने घसरगुंडीवरून घसरत होते. सामन्याचे वेळी मैदानावरही मुले बरोबर आणता येतात हे स्टेफनीच्या दृष्टीने फार चांगले असते. माझ्या सामन्याचा ताण माझ्यापेक्षाही तिच्यावर जास्त येतो. मन मुलांच्यात गुंतवून त्या चिंतेपासून तिला जरा तरी सुटका मिळवता येते. त्या क्षणीही माझ्यापेक्षा तीच जास्त अस्वस्थ दिसत होती, त्रासलेली वाटत होती. *बस झालं हे वाट पाहणं! सुरू करा म्हणावं आता!!* तिच्या कपाळावरील फुगलेली शीर हेच सांगत होती. माझ्या पत्नीची ही अगतिकता, काळजी मला खूप आवडते, अगदी मोह घालते.

मी तिच्याशी, मुलांशी थोडा वेळ गप्पा मारत उभा राहिलो; पण आम्ही काय बोलत होतो हे मला कळत नव्हते. माझे मन त्यात नव्हतेच! माझे हरवलेपण स्टेफनीला समजत होते, जाणवत होते. या क्षणी मन तुम्हाला इशारा देत असते. मनाचा आवाज ऐकण्याची, त्याचा संदेश समजून घेण्याची पात्रता असल्याशिवाय कोणी बावीस ग्रॅन्ड स्लॅम्स जिंकू शकत नाही! त्या मनाबरोबरच्या हितगुजाची, सामन्यांपूर्वीच्या या हुरहुरीच्या क्षणांची आणि तिची चांगलीच ओळख होती. ती खेळायची तेव्हा तिची मनःस्थितीही अशीच असायची. तिने समजूतदारपणे

मला परत जायला लावले. म्हणाली, ''तू जा, आम्ही आहोत इथे. तू तुझं काम कर, जा.''

शक्य असूनही स्टेफनी मैदानाच्या अगदी जवळ बसून माझा सामना कधीच पाहत नाही. ती मुलांबरोबर सर्वांत वरच्या रांगेतल्या आसनांवर बसते. बसते कसली, सारख्या फेऱ्या मारते, मनोमन प्रार्थना करते, कधी कधी तर डोळे झाकून घेते!

पीरी, एक अनुभवी मदतनीस... हातात दोन ट्रे घेऊन हॉलमध्ये आला. त्यातला माझ्यासाठी कोणता होता हे मी निश्चित सांगू शकत होतो. दोन भले मोठे मऊ रबराचे डोनट्स – माझ्या तळपायाच्या आकाराच्या छोट्याशा उशा आणि एका विशिष्ट प्रकारच्या चिकटपट्ट्यांचे डझन दोन डझन लांबट तुकडे. त्याला पाहिल्यावर मी खोलीतील सहा टेबलांपैकी एका टेबलावर जाऊन उताणा झोपलो. पीरी ट्रे सकट माझ्या पायापाशी उभा राहिला. शर्यतीच्या घोड्यांना तयार करण्याच्या किचकट, कटकटीच्या प्रक्रियेसारखी ही टेनिस खेळाडूंच्या पायांची काळजी घेण्याची, त्यांचे लाड, कोडकौतुक करण्याची प्रक्रिया तो माझ्या पायांवर करणार होता. पीरी स्वच्छता, टापटीप, शिस्त यांचा भोक्ता होता, त्यामुळे रोमनसारखाच माझा आवडता होता. कचरा इकडेतिकडे, जमिनीवर पडू नये म्हणून त्याने प्रथम पायांखाली एक रिकामा ट्रे सारून ठेवला. नंतर त्याने माझ्या पावलाच्या मधल्या भागात वर-खाली जांभळ्या रंगाची चिकट पेस्ट चोपडली. ही पेस्ट पूर्णपणे कधी निघतच नाही. माझ्या पायाच्या तो भाग पार पुरातन काळापासून जांभळाच झाला आहे. त्या पेस्टवर पीरीने कातडी कडक करणाऱ्या द्रावणाचा फवारा उडवला. ते जरासे कोरडे झाल्यावर त्याने एकेक डोनट – उशी – एकेका पावलावर दाबून बसवले, त्यावर खास चिकटपट्ट्या लावल्या आणि बोटांभोवतीही गुंडाळल्या. सगळी बोटे गाडीच्या स्पार्क प्लगसारखी दिसू लागली. ती सगळी 'पदभूषणे' माझ्या कातडीशी एकजीव होऊन गेली. खेळताना, पळताना, उडी मारून फटका मारल्यावर परत जमिनीवर पाय टेकताना माझ्या तळपायांच्या कुठल्या भागावर किती दाब येतो, याची शास्त्रीय पद्धतीने माहिती गोळा केलेली होती. त्यानुसार माझ्या पायांना रक्षण मिळावे, त्यांची योग्य ती काळजी घेतली जावी आणि त्या दाबामुळे माझे पाठीचे दुखणे आणखी वाढू नये, यासाठी प्रत्येक सामन्याच्या वेळी तळपायांवर राईस पेपरच्या चिकटपट्ट्यांचे निरनिराळ्या जाडीचे थर देणे हा उपाय करणे आवश्यक होऊन बसले होते. पीरीला ते जाडीचे गणित व्यवस्थित माहीत होते. त्याने सराईतपणे तेही काम केले.

मी त्याचे मनापासून आभार मानले. मग माझ्या 'सुशोभित' पायात बूट चढवले; पण त्यांच्या नाड्या मात्र बांधल्या नाहीत. बस, आता यानंतर

सामना सुरू होईपर्यंत त्या हॉलमध्ये, हॉलच्या आजूबाजूला काहीच घडणार नव्हते. या भागात सारे काही संथ, शांत होऊ लागले; परंतु इतका वेळ संथ, शांत असलेला मैदानाचा बाहेरचा भाग मात्र जागा होऊ लागला, गजबजू लागला. प्रेक्षक येऊन जागांवर बसू लागले होते. उत्सुकतेने, उत्साहपूर्वक केल्या जाणाऱ्या त्यांच्या आपापसातील संभाषणाने बाहेरील आवाजाची पातळी वर वर जाऊ लागली. वातावरण तापू लागले. प्रत्येकाला सामना सुरू होण्यापूर्वी सर्वांनी त्यांच्या त्यांच्या आसनांवर बसून घ्यायला हवे होते, आजूबाजूचे सगळे स्थिर स्थावर व्हायला हवे होते. कारण, उशिरा येणाऱ्यांच्या अडथळ्याने अथवा अन्य कोणत्याही कारणाने कोणालाही सामन्यातील एकही क्षण चुकायला नको होता.

मी उभा राहिलो, एकेक करून दोन्ही पाय आखडून आणि झटकून, लांब करून मोकळे केले.

आता सामना सुरू होईपर्यंत मी खाली बसणारच नव्हतो.

मी खोलीतल्या खोलीत हळूहळू पळून बघितले. पाठ दुखली नाही, मोकळी वाटली. शरीरही काही तक्रार करत नव्हते, चांगला प्रतिसाद देत होते. सर्व यंत्रणा व्यवस्थित, क्रियाशील वाटत होत्या.

बऱ्याच अंतरावर, खोलीच्या दुसऱ्या कोपऱ्यात मला बगदातीस दिसत होता. कपडे करून तयार झाला होता, आरशात पाहून केसांशी खेळत होता, पुढे घेत होता, मागे सारत होता, परत परत विंचरत होता. दाट आणि लांब होते त्याचे केस! ते मागे ओढून त्याने पोनी टेल बांधली. ती मनासारखी बसली, तेव्हा त्याने पांढऱ्या रंगाचा एक रुबाबदार हेडबँड चढवला. पोनी टेल एकदा ओढून नीट बांधली गेली असल्याची खात्री करून घेतली. सामन्याच्या आधी तळपायांवर राइसपेपरचे थर चढविण्याचे कर्मकांड करण्यापेक्षा असे 'नटण्या'चे आकर्षक काम किती चांगले, नाही? मला माझे सुरवातीचे दिवस आठवले. माझ्या केसांची आठवण झाली. मलाही त्यांची काळजी घ्यायला लागायची. मला बगदातीसचा, त्यांच्या लांब केसांचा हेवा वाटला; पण क्षणभरच! मी माझ्या टकलावरून हात फिरवला आणि सामन्याआधी काळजी घेण्याच्या, चिंता करण्याच्या गोष्टींच्या लांबलचक यादीतून केस ही एक गोष्ट कमी झाली, याबद्दल समाधान मानून घेतले.

बगदातीस शरीर मोकळे करण्याचे, शरीरात उष्णता निर्माण करण्याचे व्यायाम करू लागला. शरीर ताणणे, कंबरेत वाकणे, एका पायावर उभे राहून दुसरा गुडघा छातीला टेकवणे. तुमचा प्रतिस्पर्धी तुमच्या समोर असे पायलेट्स, योगा, ताइची यांसारखे विविध व्यायामप्रकार करत असताना, त्यातले काहीही करणे तुम्हाला अशक्य असल्याने ते नुसतेच पाहत बसायला लागणे, ही खरोखरच अतिशय अस्वस्थ करणारी गोष्ट आहे. त्या व्यायामांनंतर बगदातीसने त्याच्या

पार्श्वभागांच्या ज्या वेगवान हालचाली केल्या, त्या तर मी वयाच्या सातव्या वर्षीदेखील करू शकलो नव्हतो.

त्याचे व्यायाम प्रकार संपत नव्हते. त्याचा फुललेला श्वास माझ्यापर्यंत ऐकू येत होता – बाहेरच्या आवाजाच्याही वरचढ! तो दबावाखाली होता का? घाबरला होता? चिंतेने त्रस्त होता? काळजीने ग्रस्त होता? त्याचे आणि त्याच्या भोवती वावरणाऱ्या, त्याच्याशी बोलणाऱ्या त्याच्या मार्गदर्शकांचेही चेहरे, हावभाव, त्या सर्वांचीच देहबोली अस्वस्थता, ताण दर्शविणारी होती. आजचा सामना साधासुधा नाही, एखाद्या अटीतटीच्या युद्धाहून कमी नाही, याची त्यांना पुरेपूर जाणीव असावी, ती झुंज खेळणे, त्या लढाईला सामोरे जाणे टळले, तर बरे असे त्यांना वाटत असावे, असे त्यांच्या हालचाली, त्यांच्या चर्चा दर्शवित होत्या. माझ्या प्रतिस्पर्धी खेळाडूला, त्याच्या संपूर्ण गटाला ग्रासणारी अशा प्रकारची नकारात्मक ऊर्जा पाहून मला नेहमीच बरे वाटते. कारण, ती माझ्याविषयीच्या, माझ्या खेळाविषयीच्या त्यांच्या मनातील भीतियुक्त आदराची खूण असते, माझ्यासाठी एक शुभशकुन!

बगदातीसचे माझ्याकडे लक्ष गेले. तो मान लवून हसला. त्याच्या हास्याच्या मी आजवर केलेल्या निरीक्षणातून निघालेल्या निष्कर्षाची मला आठवण झाली – तो आनंदात असला तरी हसतो, दुःखात असला, काळजीत असला तरीही हसतो. त्या वेळचे हास्य कोणत्या भावनेतून चेहऱ्यावर उमटले होते? त्या विचारातून मला आणखी एका व्यक्तीची आठवण झाली; पण काही केल्या तेव्हाही मला ती व्यक्ती कोण हे आठवेना!!

मी हात उंच करून त्याला शुभेच्छा दिल्या.

त्यानेही हात उंचावला. जीव पणाला लावून दोन समरांगणात झुंझायला तयार असणारे वीर... एकमेकांना अभिवादन करत होते.

या मैदानावर सामना असला की, मैदानाकडे जाणाऱ्या अरुंद वळणदार मार्गावरचा एका विशिष्ट कोपरा ही गिलची ठरलेली, खुर्ची टाकून बसायची खास जागा आहे. त्याला तेथून दिसायला हवे ते सर्व काही, दिसायला हव्यात त्या सर्व व्यक्ती स्पष्ट, व्यवस्थित दिसतात आणि तरीही त्याला हवा तसा एकांतही मिळतो. मी त्याला भेटायला त्याच्या त्या जागी गेलो. मला पाहताच तो उठला, त्याने मला मिठी मारली. त्याचे माझ्यावरील प्रेम, त्याला माझ्याविषयी वाटणारा अभिमान त्याने त्याच्या स्पर्शातून व्यक्त केला. त्या नंतर मी स्टेफनीजवळ गेलो. तिला आलिंगन देऊन तिचे चुंबन घेतले. ती स्थिरपणे बसूही शकत नव्हती. तिच्या अस्वस्थ हालचाली तिचा जीव किती वरखाली होत होता, हे दर्शवित होत्या. त्या क्षणी कोणी तिला स्कर्ट चढवून, हातात रॅकेट घेऊन माझ्याबरोबर मैदानावर उतरून खेळायला परवानगी दिली असती तर त्या बदल्यात तिने काहीही दिले असते. माझी पत्नी जात्याच लढाऊवृत्तीची आहे. तिची आक्रमकता तिच्या

चेहऱ्यावर गोडसे स्मित फार वेळ टिकू देत नाही, तिचा चेहरा अल्प काळातच कठोर होतो. तिला खूप काही म्हणायचे असते, सांगायचे असते; परंतु ते तिच्या तोंडातून अजिबात बाहेर पडत नाही. मला मात्र तिचा अबोल चेहरा अचूक वाचता येतो. मनात दाबून ठेवलेले तिने ओठावर आणले नाही, तरी त्यातला प्रत्येक शब्द मला स्पष्ट ऐकू येतो. आत्ताही ती मूकपणे जे मला सांगत होती, ते मला व्यवस्थित ऐकू येत होते – ''जा, आंद्रे, सामन्याचा आनंद घेऊन खेळ, प्रत्येक छोट्या छोट्या गोष्टीकडेही बारकाईने लक्ष दे, त्या नीट समजून घे, त्यातलीच कोणती तरी खूप महत्त्वाची ठरू शकते, हे विसरू नको. आंद्रे, तुला टेनिसबद्दल तिटकारा वाटत असला तरी आजच्या सामन्यानंतर तुला त्यावाचून करमणार नाही, चैन पडणार नाही!''

तिने माझ्याकडे डोळे भरून पाहिले आणि ते सारे शब्दांऐवजी एका दीर्घ चुंबनातून सांगितले. तोंडाने ती फक्त तिचे नेहमीचे एकच वाक्य बोलली, जे ती प्रत्येक सामन्याच्या वेळी म्हणते, जे मला आदल्या रात्रीच्या शांत झोपेहून जास्त मनःशांती, माझ्या श्वासोच्छ्वासाहून जास्त स्फूर्ती आणि गिलवॉटरच्या अमृतपानाहून जास्त तृप्ती प्रदान करते :

''विजयी हो!''

साऱ्या विश्वाची चिंता वाहण्याची जबाबदारी असल्यासारखा गंभीर चेहऱ्याचा, सूट बूट घातलेला यूएस ओपन स्पर्धेच्या व्यवस्थापनाचा एक अधिकारी हातात हातभर लांबीचा वॉकी टॉकी सांभाळत माझ्या जवळ आला आणि दोनच शब्द म्हणाला, ''पाच मिनिटे...''

''किती वाजले?'' मी विचारले.

''मैदानावर जायला पाच मिनिटे वेळ उरला आहे, असं म्हणालो मी.''

''हो; पण आत्ता वाजलेत किती? सात वीस, साडेसात...'' किती वाजले याची मला का चिंता पडली होती, हे माझे मलाही कळले नाही! आजूबाजूला एकही घड्याळ नव्हते!!

त्याने वेळ सांगितली; पण माझे लक्ष नव्हते. मी डॅरेनकडे पाहिले. तो आवंढा गिळत होता हे त्याच्या कंठमण्याच्या हालचालीवरून स्पष्ट कळत होते.

''मित्रा, वेळ झाली. सज्ज हो...'' असे म्हणून त्याने वळलेली मूठ माझ्या समोर धरली. मी माझ्या मुठीने त्यावर एकदा जोराने आघात करायचा होता – एकदाच. होय, एकदाच.

यूएस ओपन स्पर्धेच्या पहिल्या सामन्याच्या वेळी आम्ही एकदाच मुठी आपटल्या होत्या आणि तो सामना मी जिंकला होता म्हणून आता दर सामन्याला एकदाच! मी आणि डॅरेन दोघेही याबाबतीत जरा अंधश्रद्धच आहोत. जे जे जिंकलेल्या सामन्याच्या वेळी केले तेच सगळे शेवटपर्यंत करणार!! मी त्याच्या

मुठीकडे पाहिले, माझी मूठ त्यावर आपटली; पण त्याच्या नजरेला नजर मात्र दिली नाही. त्याचे कारण मला माहीत होते – मला त्याचे अश्रूपूर्ण डोळे पाहायचे नव्हते! ते दृश्य मला सहन झाले नसते.

मैदानावर जायच्या आधीच्या अगदी शेवटच्या क्षणी काही स्वतःच करायच्या गोष्टी मी केल्या – बुटाच्या नाड्या बांधल्या. रिस्ट बॅन्ड बांधला. १९९३मध्ये मनगटाला जी इजा झाली होती, तेव्हापासून रिस्ट बॅन्ड किती घट्ट बांधायचा हे माझे मीच ठरवतो.

संपून जाऊ दे हे सगळे एकदाचे! नाही, नाही, मी नाही तयार अजून हे संपवायला!!

''आंद्रे आगासी, वेळ झाली.''

''मी तयार आहे!''

आम्ही मैदानाकडे निघालो. जेम्स सर्वांत पुढे चालत होता. त्याच्यामागे बगदातीस आणि शेवटी मी. मैदानाच्या अलीकडे थोड्या अंतरावर आम्ही सुरक्षाधिकाऱ्याच्या प्रवेशाच्या इशाऱ्याची प्रतीक्षा करत थांबलो. प्रेक्षकांचा गर्जनांचा आवाज टिपेला पोहोचला होता. माझ्या घराचा प्रवेशमार्ग माझ्या जितक्या परिचयाचा, सवयीचा होता तितकाच हा शीतगृहासारखा थंड बोगदाही होता; पण आज तो नेहमीपेक्षा पन्नास अंशाने जास्त थंड आणि फुटबॉलच्या मैदानापेक्षाही जास्त लांबीचा भासत होता. वाट पाहत, खोळंबून उभे राहिलो असताना मी नवख्यासारखा बोगद्याच्या भिंतींवर लावलेल्या जगप्रसिद्ध टेनिसपटूंच्या फोटोंकडे पाहू लागलो. नवरातिलोवा, लेंडल, मॅकेन्रो आणि स्टेफनीसुद्धा. तीन फूट उंचीचे फोटो, अगदी सारख्या अंतरावर लावलेले. त्यातील अंतर किती काटेकोरपणे सारखे राखलेले होते, हे मी नजरेने तपासू लागलो. निरुपयोगी तपशील! हे काय करत होतो मी? *शांत राहा, भलत्या गोष्टींचा विचार करू नकोस, लक्ष असे विचलित होऊ देऊ नकोस.* मी स्वतःला बजावले, 'या अरुंद बोगद्यासारखे तुझे लक्षही आता सीमित, केंद्रित करायची गरज आहे.'

'शांत राहा. शांतता राखा. खेळ सुरू होत आहे.' – सुरक्षाप्रमुखाने ध्वनिक्षेपकावरून घोषणा केलेली ऐकू आली. आम्हा तिघांची रांग पुढे सरकू लागली. बाहेरचा प्रखर प्रकाश दिसू लागला. त्यात पाऊल ठेवताच एक टीव्ही कॅमेरामन आणि एक वार्ताहर यांनी आमचा मार्ग आडवला. वार्ताहराने बगदातीसला 'कसे वाटते आहे' या अर्थी काहीतरी विचारले. प्रेक्षकांच्या उच्च स्वरातील गलबल्यात बगदातीसने दिलेले उत्तर मला नीटसे ऐकू आले नाही. तो पुढे गेला आणि कॅमेरा माझ्यावर रोखला गेला. मला विचारले, ''हा कदाचित तुमचा अखेरचा सामना ठरू शकेल. काय नेमक्या भावना आहेत या क्षणी?'' उत्तरादाखल मी काय बोलतो आहे, याचे मला नीटसे भान नव्हते; पण अशा मुलाखतींना तोंड देण्याच्या इतक्या वर्षांच्या सरावाने अशा प्रसंगी श्रोत्यांना,

प्रेक्षकांना जे अपेक्षित असते तेच माझ्या तोंडून बाहेर पडले असणार. कारण, टाळ्यांचा कडकडाट झाला. मी पुढे निघालो; पण मला पुढे ढकलणारे पाय माझे नव्हतेच, असे मला वाटत होते!! जसजसे मैदान जवळ येत होते, तसतसा गारवा नाहीसा होऊन बाहेरील तापमान जाणवू लागले. प्रेक्षकांचा आरडाओरडा आणि टाळ्या यांच्या आवाजाने वातावरणही तापले होते. मी बगदातीसला प्रथम मैदानात प्रवेश करण्याचा इशारा केला. आजच्या सामन्याच्या अनोख्या महत्त्वाची त्यालाही जाणीव असावी. ती असायलाच हवी होती. कारण, गेले काही दिवस झाडून सारी वर्तमानपत्रे, मासिके यांतून 'माझी खेळातून निवृत्ती' हाच विषय चर्चिला जात होता. माझ्या निरोपाच्या कहाणीतील खलनायकाची भूमिका विनाकारण बगदातीसच्या वाट्याला आली होती, त्याच्या गळ्यातच पडली होती. पदरी पडलेले पवित्र समजून ते निभावण्याची बहुधा त्याची मानसिक तयारीही झाली असावी. मैदानात पाऊल ठेवताना होत असलेला प्रेक्षकांच्या स्वागताचा गजर आमच्या दोघांच्याही स्वागतासाठी आहे, असा काही वेळ मी त्याचा समज होऊ दिला आणि *मग* मी मैदानात पदार्पण केले. आवाजाची पातळी तिपटीने वर गेली! ती तशी वाढताच बगदातीसने वळून पाहिले. मला मैदानात उतरलेला पाहताच वस्तुस्थितीच्या जाणिवेने त्याचे हावभाव बदलले, आजच्या सामन्यातील खेळाबद्दलच्या प्रेक्षकांच्या अपेक्षांचा अंदाज येऊन त्यांच्या प्रतिक्रियेबद्दलच्या त्याच्या अपेक्षाही बदलल्या असाव्यात. अजून एकही चेंडू खेळला गेला नव्हता; परंतु प्रेक्षकांनी केलेल्या माझ्या या उदंड, विस्मयकारक स्वागताने त्याच्या मनावरचा दबाव नक्कीच वाढवला होता. त्याला प्रथम मैदानात पाठवून प्रतिस्पर्ध्याचे मनोबल खचवण्याची ही एक जुनी, अनुभवसिद्ध चाल होती.

प्रेक्षकांना अभिवादन करून आम्ही दोघे मैदानालगतच्या आमच्या खुर्च्यांवर जाऊन बसलो. प्रेक्षक इतक्या जोराने माझ्या नावाचा गजर करू लागले की, मलाही आश्चर्य वाटू लागले. हा असा प्रतिसाद याआधी न्यू यॉर्कमध्ये मी कधीच अनुभवला नव्हता. प्रेक्षक माझ्यावर प्रेम करत होते, टेनिसवर त्याहून जास्त प्रेम करत होते. त्यांचे ते प्रेम झेलताना 'त्यांना माझे रहस्य कळले तर?' हा विचार माझ्या मनात चमकून गेला. त्या महत्त्वपूर्ण, भावनापूर्ण क्षणी त्यांनी भरभरून दिलेल्या प्रेमादराचा मी मान वरही न उचलता, अत्यंत नम्रपणे स्वीकार केला, स्थिर, अचल नजरेने खाली, मैदानाकडे पाहत राहिलो. हे मैदान म्हणजे माझ्या आयुष्यात असाधारण स्थान प्राप्त केलेले पवित्र तीर्थक्षेत्र! एरवी मैदानावर मला एकटेपणा सतावतो. एक प्रकारची असुरक्षितता मला वेढून टाकते. तेच मैदान आज माझ्याभोवती उसळलेल्या बाहेरच्या उत्तेजित चाहत्यांच्या आणि आतल्या उद्दीपित मनाच्या झंझावातात माझा भक्कम आसरा, सुरक्षित निवारा ठरावे, अशी मी आशा करत होतो.

पहिला सेट मी सहजपणे खेळला आणि ६-४ असा जिंकला. चेंडू पूर्णपणे माझ्या आज्ञेत होता, माझी पाठ पूर्णपणे माझ्या कह्यात होती, माझ्या शरीरात चांगली ऊब होती, माझ्या हालचाली अगदी सहज, लीलया होत होत्या. कॉर्टिसोन आणि अड्रेनलिन अपेक्षित परिणाम घडवीत होते. दुसरा सेटही मी ६-४ असा जिंकला. सामन्याचा शेवट माझ्या दृष्टिपथात आल्यासारखा वाटू लागला.

तिसरा सेट चालू असताना मी थकू लागलो. माझे खेळावरील ध्यान चळू लागले, हालचालीवरील नियंत्रण ढळू लागले. दोन सेट्सच्या नुकसानानंतर बगदातीसच्या खेळाच्या धोरणातही बदल दिसू लागला. तो पराभव पत्करण्यापूर्वीचा निकराचा खेळ खेळू लागला, जिवावर उदार होऊन लढू लागला. कॉर्टिसोनच्या परिणामापेक्षाही जास्त उत्तेजित करणाऱ्या आत्माहुतीच्या वृत्तीने तो फटके मारू लागला, परतवू लागला, मोठमोठे धोके पत्करू लागला आणि त्याच्या धाडसाची फळे त्याला मिळू लागली. चेंडू त्याला वश होऊ लागला, माझी अवज्ञा करू लागला. त्याला हवा तसा, हवा तितका उडू लागला, हवा तिथे पडू लागला, त्यामुळे त्याचा आत्मविश्वास वाढू लागला, मला तो त्याच्या चमकत्या डोळ्यांत स्पष्ट दिसू लागला. पराजयाची निराशा त्याच्यापासून दूर जाऊ लागली आणि तिची जागा जयाची आशा घेऊ लागली. त्याच्या खेळातला माझ्या ज्येष्ठतेविषयीचा, श्रेष्ठतेविषयीचा आदर नाहीसा होऊन त्याच्यावर कडी करणाऱ्या माझ्याविषयीचा क्रोध डोकावू लागला. तो माझा द्वेष करू लागला आणि खेळाचे पारडे त्याच्याकडे झुकताना पाहून मीही त्याचा! आमचा एकमेकांवरील राग, द्वेष हावभावातून, गुरकाव्यातून, क्वचित शब्दांतून प्रकट होऊ लागला. आम्ही दोघेही एकेक गुण झगडून, एकमेकांकडून ओढून, हिरावून घेऊ लागलो. प्रेक्षक टाळ्या वाजवून, पाय आपटून, जोरजोरात ओरडून आमच्या द्वेषाग्नीत तेल ओतू लागले. खेळ नागरी सभ्यता सोडून जंगली पशुत्वाकडे झुकू लागला होता. तिसरा सेट बगदातीसने ६-३ असा जिंकला.

बगदातीसची जोरदार चढाई रोखण्याचा कोणताही मार्ग मला सापडत नव्हता. उलट तो जास्तच आक्रमक होत चालला होता. अखेरीस तो केवळ एकवीस वर्षांचा, ऐन तारुण्यातील सळसळत्या रक्ताचा जवान होता, त्यातून हा त्याचा कस लागणारा सामना होता. त्याने मोठ्या हिमतीने त्याच्या खेळाची अचूक लय शोधली होती, त्याला स्वतःला सिद्ध करायचे होते, त्यासाठी आजच्या अमूल्य संधीचा पुरेपूर वापर करून घ्यायचा होता. त्या उलट मी मला सौभाग्याने लाभलेला आयुष्याचा दुसरा डाव खेळत होतो. मला माझ्या शरीरात टिकटिकत असलेल्या घड्याळात किती वाजले होते, याची जाणीव होती. मला पाच सेट खेळून माझी परीक्षा पाहायची नव्हती. मला चौथा सेटच जिंकायचा होता. मीही जोखीम पत्करू लागलो. धडाडीचा खेळ करून मी ४-० अशी आघाडी मिळवली. त्याच्या दोन सर्व्हिसेस मी मोडून काढल्या. परत एकदा मला

सामन्याचा अनुकूल शेवट आटोक्यात आलासा वाटू लागले. अखेरच्या क्षणांची अजब चुंबकीय शक्ती मला इच्छित दिशेला ओढून नेऊ लागली; पण त्याच वेळी दुसरी कोणती तरी अद्‌भुत शक्ती मला विरुद्ध दिशेला ढकलू लागली. बगदातीस त्याचे सारे कौशल्य पणाला लावून, त्याच्या आजपर्यंतच्या कारकिर्दीतील सर्वोत्तम खेळ खेळू लागला. तो जगातील सर्वश्रेष्ठ टेनिस खेळाडूंच्या यादीत मानाच्या आठव्या स्थानावर विराजमान आहे हे जणू त्याच्या कानात कोणीतरी ओरडून सांगत होते. तो त्याच्या भात्यातील अमोघ बाण बाहेर काढू लागला. त्याच्या साठ्यातील मला सर्वस्वी अज्ञात असणारी अस्त्रे तो माझ्यावर सोडू लागला, माझी शस्त्रे निष्प्रभ करू लागला. माझ्या खेळाची अत्युच्च पातळीही त्याने पार केली, त्याने गेम जिंकली. गुणसंख्या ४-१ झाली आणि ती त्याने त्याच आवेशात झपाट्याने ४-२ वर नेली.

पुढील गेम या सामन्यातील सर्वांत महत्त्वपूर्ण होती. ही गेम मी जिंकली तर माझी सेटवरील पकड परत घट्ट होणार होती, बगदातीसला चाप बसणार होता. त्याने मिळवलेली दोन गेम्सची आघाडी त्याच्या नैपुण्यामुळे, प्रावीण्यामुळे नाही तर केवळ त्याच्या नशिबाने त्याला मिळालेली होती, असे मला त्याच्या मनावर बिंबवता येणार होते आणि जराशा खचलेल्या माझ्या मनावरही! एकमेकांवर मात करत आम्ही दहा फेऱ्या खेळल्या. ही गेम मी पराभूत झालो असतो तर ४-३ अशी स्थिती झाली असती आणि परत एकदा निकराचे युद्ध सुरू झाले असते. तसेच झाले. घनघोर लढाई झाली. बगदातीसने जिवाची बाजी लावली आणि – आणि ती गेम तो जिंकला!

तो सेटही तोच जिंकणार असे दिसू लागले. मलाही ते कळून चुकले, त्यालाही आणि मैदानातील प्रेक्षकांनाही! वीस मिनिटांपूर्वी मी विजयापासून फक्त दोन गेम्स दूर होतो आणि धडाडीने आगेकूच करत होतो; पण त्या गेमने मला रोखून पराजयाच्या काठावर नेऊन उभे केले. त्याने सेट जिंकला, ७-५. पाचवा सेट सुरू झाला. माझी सर्व्हिस होती. माझे अंग थरथर कापत होते. एका नवजवानाशी मी सामना खेळत होतो. तो प्रत्येक फटक्या बरोबर अधिकाधिक बलवान बनत चालला होता आणि प्रत्येक गुणाबरोबर माझ्या शक्ती क्षीण होत चालल्या होत्या. आणखी दहा मिनिटे तरी मी तग धरू शकणार होतो की नाही, याबद्दल मी साशंक होतो. 'नाही, दोन सेट्सची आघाडी देऊन लाजीरवाणी हार पत्करू नकोस, तुझ्या कारकिर्दीचा अंत असा दारुण होऊ देऊ नकोस,' असे मी स्वतःला बजावत होतो. बगदातीसही स्वतःशी काहीतरी बोलत होता, बहुधा 'जिंकू किंवा मरू' अशी प्रतिज्ञा करत होता. प्रत्येक गुणाबरोबर यशाचा लंबक बाजू बदलत होता, विजयाचा सीसॉ वर-खाली होत होता. आम्ही आमच्या जराशा चुकीचेही घोर प्रायश्चित्त देत, घेत होतो, भोगत होतो. तो चेंडू जमिनीवर पडू देत नव्हता आणि मीही. 'ड्यूस' पंचाने घोषणा केली. समान गुण.

माझी सर्व्हिस. फटक्यांची आतषबाजी, एकमेकांवर कुरघोडी. त्याने एक जोरदार बॅकहॅन्ड फटका मारला आणि माझा परतवलेला चेंडू जाळ्यात जाऊन अडकला. मी चिडलो, स्वतःवरच ओरडलो. 'ॲडव्हांटेज, बगदातीस' पंचांच्या या घोषणेने मी प्रथमच त्याच्या मागे पडलो!

मी जोरजोरात मान हलवली. 'आंद्रे, विसर ही पिछाडी. परत खेळावर पकड मिळव' आणि मी पुढचा गुण मिळवला. परत ड्यूस - परत समान गुण. जरासा दिलासा, बराचसा आनंद. माझा बॅकहॅन्ड थेट जाळ्यात! त्याला गुण. 'ॲडव्हांटेज, बगदातीस' घोर निराशा. पुढचा गुणही त्याच्याच पदरात - आणि गेमही! १-०. विश्रांती.

आम्ही मैदानालगतच्या आमच्या आमच्या खुर्च्यांवर जाऊन बसलो. प्रेक्षकातून चिंतित स्वरातील साशंक कुजबुज ऐकू येत होती. ते माझ्या भूतकाळातील विजयी कामगिरीच्या आठवणी काढून तिच्या तुलनेत सांप्रतच्या परिस्थितीबद्दल साशंक झाले असावेत, हळहळत असावेत. मी गिलवॉटरचा एक मोठा घोट प्यायलो. मला गळून गेल्यासारखे वाटत होते आणि तशा हतबल स्थितीबद्दल स्वतःशीच दया येत होती. माझ्या अपयशाने बगदातीस खूश झाला असेल, गर्वाने फुगला असेल, अशा विचाराने माझी नजर त्याच्याकडे वळली; पण तेथे निराळेच चित्र दिसले. तो एका मदतनिसाकडून पायाला मालीश करून घेत होता, एवढेच नव्हे तर पंचांकडे वैद्यकीय उपचारांसाठी काही वेळाच्या विश्रांतीची विनंती करत होता - त्याच्या डाव्या मांडीच्या स्नायूंना ताण आला होता. 'म्हणजे त्याचे पाय त्याची साथ देत नसताना, एवढ्या प्रतिकूल परिस्थितीत त्याने मला मागे टाकले होते!' या जाणिवेने मी अधिकच व्यथित झालो, निराश झालो.

प्रेक्षकांच्यातील कुजबुज वाढत गेली आणि काही वेळाने *लेट्स गो आंद्रे, लेट्स गो आंद्रे* असा पुकारा सुरू झाला. माझ्या यशाची अपेक्षा धरणारे माझे चाहते उभे राहून माझ्या नावाचे फलक उंच धरून माझ्या नावाचा जयजयकार करू लागले. *थँक्स फॉर द मेमरीज, आंद्रे! धीस इज आंद्रेज् हाउस.*

बगदातीस खेळायला तयार झाला. त्याची सर्व्हिस होती. त्याला मिळालेल्या आघाडीचा जबरदस्त जोर त्याच्या सर्व्हिसमध्ये असेल ही माझी अपेक्षा चुकीची ठरली. मध्ये खंड पडल्यामुळे बहुधा त्याची लय बिघडली होती. मी सर्व्हिस तोडली. खेळाला रंग भरू लागला. ओळीने सहा गेम्स आम्ही दोघेही तुल्यबळ ठरलो. त्यानंतर सेट ४-४ अशा गुणसंख्येवर असतानाच्या गेममध्ये एका गुणावर चेंडू जमिनीला टेकण्याचे चिन्हच दिसेना. तो गुण माझ्या कारकिर्दीतला सर्वांत दीर्घकाळ चाललेला गुण होता आणि सर्वांत जास्त दमवणारा. अविश्वसनीय वाटावा असा तो खेळ - फोरहॅन्ड, बॅकहॅन्ड यांची धुमश्चक्री, एकमेकांवर गुरकावून मारलेले जबरदस्त फटके, जोरात ओरडून परतवलेले दमदार प्रतिफटके, दोन कसलेल्या

लढवय्यांच्यातील तुंबळ युद्ध चालले होते. प्रेक्षक उन्मादाने ओरडत होते; पण जसे दोघांपैकी कोणीच मागे हटण्याचे नाव घेईना तेव्हा 'या प्रदीर्घ चाललेल्या गुणाचा शेवट काय होणार' या विचारात ते हळूहळू ओरडायचे विसरले, श्वास रोधून मूक झाले. मैदानात गंभीर शांतता पसरली. इतका वेळ वाहणारा वाराही स्तब्ध झाला. इतका वेळ प्रेक्षकांच्या हातात फडफडणारी रंगीबेरंगी निशाणे मलूल होऊन खांबांना लपेटून पडली. वातावरणात कमालीचा ताण जाणवू लागला. गेमची गुणसंख्या ४०-३० झाली. बगदातीसच्या एका फोरहॅन्डने मला चकवले. वेगाने कोपऱ्यात पळत जाऊन, माझी रॅकेट मी कशीबशी चेंडू जमिनीवर टेकण्याआधी योग्य जागी पोहोचवू शकलो. चेंडू नेटच्या पलीकडे बॅकहॅन्डने परतवताना शरीर अति ताणले गेल्याने मी असह्य वेदनेने ओरडलो. बगदातीसने माझा तो बॅकहॅन्ड एक तडाखेबंद फटका मारून तो दुसऱ्या कोपऱ्यात परतवला. मी विरुद्ध दिशेला झेपावलो. माझ्या पाठीत तीव्र कळ उठली, तरीही मी वेळेवर पोहोचून तो फटकाही परतवू शकलो; पण माझ्या पाठीच्या कण्याला भयंकर इजा झाली. पाठ धरली, कणा ताठरला, मज्जातंतू दुखावले. बगदातीसने मारलेला पुढला चेंडू माझ्या जवळून जाताना मला पाहावा लागला. त्या विजयी फटक्याने त्याने गेम आणि सेट जिंकला! त्या वेळी मला या सत्याचा स्वीकार करणे भाग पडले की, या पुढील माझ्या खेळाला मर्यादा पडलेल्या आहेत आणि या नंतर अशा प्रकारच्या कसोशीच्या प्रयत्नांची पराकाष्टा फक्त भविष्यातील प्रकृती स्वास्थ्य धोक्यात घालून किंवा शरीराच्या हालचालींवरील कठोर बंधनांच्या बदल्यातच शक्य आहे.

माझी ही कठीण परिस्थिती, माझ्या या यातना बगदातीसच्या लक्षात तर आल्या नाहीत ना हे पाहण्यासाठी मी जाळ्यापलीकडे नजर टाकली. ओह, तो तर स्वतःच अडचणीत होता - तो चक्क लंगडत होता! नाही, नाही, तो नुसता लंगडत नव्हता, *त्याच्या पायात वांब आला असावा,* त्याला उभे राहणेही अशक्य झाले असावे. कारण, तो पुढच्याच क्षणी जमिनीवर पडला आणि दोन्ही हातात दुखरा पाय धरून विव्हळू लागला. त्याच्या वेदना माझ्यापेक्षाही तीव्र वाटत होत्या. जुन्या, सवयीच्या झालेल्या माझ्या पाठीच्या दुखण्यापेक्षा त्याचे हे पायाचे स्नायू आखडणे नक्कीच जास्त गंभीर होते. त्याच्याकडे पाहताना माझ्या हे लक्षात आले की, आता यानंतर मला फक्त माझी पाठ जराशी सांभाळून चेंडू चौफेर टोलवला पाहिजे - पुढचे सगळे काम बगदातीसला छळणारा, वांब आलेला त्याचा दुखरा पाय करेल!

खेळाची योजनाबद्ध मांडणी, प्रतिस्पर्ध्याला नमविण्याचे धोरण वगैरे गोष्टी मी माझ्या डोक्यातून हद्दपार केल्या. मी मनाशी म्हणालो, 'बस, केवळ टेनिसचे मूलभूत ज्ञान वापरायचे! अशा जखमी जवानाशी खेळताना अगदी स्वाभाविक क्रिया आणि प्रतिक्रिया एवढेच पुरेसे आहे! असामान्य कौशल्य नाही, पदलालित्य नाही, डावपेच, हल्ला-प्रतिहल्ला असले काही नाही. जिंकण्याच्या पक्क्या निर्धाराने

केलेली जबरदस्त चौफेर फटकेबाजी - चक्क मारामारी!!' बगदातीस उठला. खेळ परत सुरू झाला. त्यानेही जणू माझ्यासारखाच विचार केला असावा. कारण, तोही योजना, धोरण वगैरे गुंडाळून ठेवून बेबंद खेळू लागला, त्यामुळे त्याचा खेळ अधिकाधिक धोकादायक होऊ लागला. आपल्यामधील उणिवेची जाणीव माणसाला, विशेषतः टेनिस खेळणाऱ्याला अविचारी बनवते आणि मग अशा बेभान खेळाडूचा चेंडू कसा येईल, कुठे पडेल, फटका कसा परतवला जाईल, याविषयी अंदाज बांधणे अवघड होऊ लागते, ते चुकू लागतात. बगदातीसच्या बाबतीत माझेही तसेच होऊ लागले. ड्यूस झाला आणि माझी पहिली सर्व्हिस चुकली. चिडून मी दुसरी दणदणीत, जवळ जवळ सत्तर मैलाच्या वेगाची झंझावाती सर्व्हिस केली आणि तरीही त्या वेड्या झालेल्या बगदातीसने ती यशस्वीरीत्या परतवली आणि 'ॲडव्हॅन्टेज बगदातीस' अशी घोषणा मला ऐकावी लागली. 'छे, काय हे? पाय जायबंदी असून, नीट हलता येत नसून हा माझ्या अशा सर्व्हिसची वाट लावतो!' मी हताश झालो.

माझी सर्व्हिस होती. हा गुण त्याने मिळवला असता तर गुणसंख्या ४-५ झाली असती आणि मग बगदातीसला अखेरची निर्णायक सर्व्हिस करायला मिळाली असती. क्षण कसोटीचा होता. मी क्षणभर डोळे मिटले. चित्त एकाग्र करून सर्व्हिस केली, तरीही ती चुकली. दुसरी केली, अशी तशीच होती; पण बगदातीसने नेमका साधा फोरहॅन्डही चुकवला. परत ड्यूस झाला. जेव्हा शरीर आणि मन दोन्ही कसेबसे तग धरून असते, तेव्हा असा नशिबाने मिळालेला गुण म्हणचे वरदान वाटते; पण मी असा करंटा, मिळालेल्या संधीचेही चीज करू शकलो नाही. परत पहिली सर्व्हिस चुकवली. दुसरी पलीकडे गेली आणि बगदातीसने मारलेला चेंडू सीमापार गेला! 'ॲडव्हॅन्टेज आगासी!' - ऐकून बरे वाटले.

५-४ अशा आघाडीपासून मी फक्त एक गुण लांब होतो. बगदातीसच्या चेहऱ्यावर वेदना दिसत होती, तरीही त्याने तिच्यावर मात करून तो गुण मिळवला. तिसरा ड्यूस! 'या वेळी जर ॲडव्हॅन्टेज मिळाला तर चूक करायची नाही,' मी स्वतःला फर्मावले. बगदातीसच्या पायाची स्थिती अधिकच बिघडत चालली होती. तो चांगलाच लंगडत होता. सरळ उभाही राहू शकत नव्हता. माझ्या सर्व्हिसची वाट पाहताना वाकला होता. तशा कठीण परिस्थितीत तो मैदानावर टिकून राहिला होता, एवढेच नव्हे तर जोरदार फटकेही मारीत होता हे खरोखर आश्चर्यजनक होते, अविश्वसनीय होते. मुलगा धडाडीचा होता, त्याची जिगर विलक्षण होती. प्रशंसनीय होती! 'थांब,' मी माझ्या मनाला बजावले. 'हे कौतुक आत्ता तरी कामाचे नाही. ही वेळ त्याच्यावर दया दाखविण्याची नाही.' त्या निश्चयाने मी सर्व्हिस केली, त्याने परतवली. मी फटका मारला; पण तो सरळ सीमापार गेला! 'आउट'!! माझा श्वास अडकला. 'ॲडव्हॅन्टेज

बगदातीस!!' पण तो मिळालेला फायदा टिकवू शकला नाही. त्याचा पुढला फटका बाहेर गेला. चौथा ड्यूस.

पुढच्या सर्व्हिसनंतर फटकेबाजी प्रदीर्घ वेळेपर्यंत चालू राहिली, माना वळवून वळवून प्रेक्षक वैतागले. माझा एक अंतिमरेषेवरील फटका तो परतवू शकला नाही. मला फायदा मिळाला. आता हा दैवयोग मला दवडून चालणार नव्हता; पण दैव माझ्या बाजूला नव्हते. बगदातीसने गुण मिळवला. पाचवा ड्यूस. दोघेही प्राण पणाला लावून, पूर्ण जोर लावून, कण्हत, ओरडत फटके मारत होतो. चेंडू जमिनीवर पडून उसळत होता, मैदानभर फिरत होता, हवेत उडत होता. फोरहॅन्ड, बॅकहॅन्ड, उडी मारून परतवायला लागणारे फसवे फटके. बगदातीसचा एक फटका सीमारेषेच्या अगदी लगत पडून अनपेक्षितपणे एका बाजूला उडाला. मी तो परतवताना इतका जोर लावला की तो पार बगदातीसच्या डोक्यावरून गेला आणि पंचांनी पुकारा केला, 'आउट!' आणि पाठोपाठ 'ॲडव्हॅन्टेज बगदातीस!!'

'आंद्रे, हे असे नाही चालायचे. पळव त्याला, पळव! अरे, तो लंगडा झाला आहे. त्याला एका जागी उभा राहू देऊ नको.' माझी सर्व्हिस बगदातीसने एका साध्या फटक्याने परतवली. नंतर मात्र मी एका बाजूकडून दुसऱ्या बाजूला फटके मारून त्याला पळवायला सुरुवात केली. वेदनांनी कळवळत तो पळत राहिला, चेंडू मारत राहिला; पण त्याचा एक फटका जाळ्यात गेला. सहावा ड्यूस. एखादा वृद्ध जशी आधारासाठी काठी वापरतो तशी माझ्या सर्व्हिसची वाट पाहत उभा असताना बगदातीसने रॅकेट जमिनीवर टेकवून तिच्यावर भार दिला होता. याही वेळी माझी पहिली सर्व्हिस चुकली. बगदातीस रॅकेटच्या साहाय्याने एखाद्या खेकड्यासारखा वळवळत पुढे सरकला आणि त्याने माझी दुसरी सर्व्हिस अशा रीतीने परतवली की, मी चेंडूपर्यंत पोहोचूच शकलो नाही. ॲडव्हॅन्टेज बगदातीस!!

चौथ्यांदा मला दूर सारून त्याने विजयाचे दार खटखटवले होते. मी एक अतिशय सामान्य सर्व्हिस केली. इतकी दुबळी की, सात वर्षांच्या आंद्रे आगासीला, त्या छोट्या बालकालादेखील शरम वाटली असती. बगदातीसने ती सर्व्हिस तितक्याच अशक्तपणे परतवली. त्याच्या उजव्या हाताला मारलेला माझा पुढील फटका परतवताना चेंडू जाळ्यात अडकला. सातवा ड्यूस. माझी पहिली सर्व्हिस बगदातीस जाळ्यापलीकडे पोहोचवू शकला नाही – ॲडव्हॅन्टेज आगासी.

माझी पुढची सर्व्हिस – मला विजयी करू शकली असती, अशी सर्व्हिस. ही मला मिळालेली तिसरी संधी होती. आधीच्या दोन्ही मी गमावल्या होत्या. ही कदाचित अखेरची सुवर्णसंधी होती? माझ्या पाठीतून कळा येत होत्या. मला साधे वळताही येत नव्हते, शरीर तणावून, चेंडू उडवून, एकशेवीस मैलांच्या वेगाने

सर्व्हिस करणे ही फार दूरची, अशक्यप्राय गोष्ट होती. पहिली सर्व्हिस चुकलीच. आता मला आक्रमक व्हायचे होते, दुसरी सर्व्हिस अशी करायची होती की, माझा प्रतिस्पर्धी गारदच झाला पाहिजे; पण माझे शरीर मला जराही साथ देऊ शकत नव्हते. मी स्वतःला समजावले, 'हे पाहा, जसे मारता येतील तसे फटके मार; पण चेंडूंची उंची खांद्यांच्या पातळीवर ठेव आणि ते मैदानाच्या डाव्या उजव्या टोकांजवळ असे पोहोचव की त्याचा आखडलेला पाय घेऊन पळता पळता तो रक्त ओकला पाहिजे! बस, सर्व्हिस चुकू नको, डबल फॉल्ट करू नको.'

जे मनाशी ठरवले ते तसे करणे काही सोपे नव्हते. कारण, माझे तनही थकले होते आणि मनही नीट विचार करेनासे झाले होते. मला भ्रम होऊ लागले. ते मैदान माझ्या नजरेसमोर हळूहळू आकुंचन पावून पत्त्याएवढे लहान झाले. आता या एवढ्याशा मैदानात जाऊन मी चेंडू कसा मारणार आहे? तरीही मी सारे बळ एकवटून चेंडू वर उडवला आणि ॲलिगेटर आर्म्ड सर्व्हिस केली. अर्थातच ती 'आउट' गेली. डबल फॉल्ट झाला. सामन्यातील आठवा ड्यूस झाला. आठवा ड्यूस!! प्रेक्षकांचा विश्वास बसेना! ड्यूसचे सत्र संपतच नव्हते. प्रेक्षक ओरडू लागले.

पहिली सर्व्हिस मी व्यवस्थित केली. बगदातीसने ती यांत्रिकपणे परतवली. तो मैदानाच्या एका कोपऱ्यात होता, जवळ जवळ पाऊण मैदान रिकामे पडले होते. मी चेंडू लांबवर, त्याच्या बॅकहॅन्डला मारला. तो दुडक्या चालीने पळाला; पण दहा फुटांचे अंतर होते, चेंडू हवेत असेपर्यंत तो ते पार करू शकला नाही, त्याची लांबवलेली रॅकेट चेंडूपर्यंत पोहोचली नाही. – ॲडव्हान्टेज आगासी!

त्या गेममधील बाविसावी खेळी होती – बगदातीसचा एक बॅकहॅन्ड जाळ्यात अडकला. ती गेम मला मिळाली.

मैदानाच्या बाजू बदलायच्या होत्या. आम्ही विश्रांतीसाठी खुर्च्यांवर विसावलो. बगदातीसही बसला. फार मोठी चूक! पायात वांब आलेला असताना कधीही खाली बसायचे नसते. तुमच्या शरीराला कधीही अशी विश्रांती घेऊ द्यायची नसते. मग ते एक तर परत उठतच नाही, बळे बळे उठवलेच तर नीट वागत नाही. ते सरकारी शासनासारखे असते. म्हणते, 'काहीही करा; पण जर पकडला गेलात तर त्याचा ठपका आमच्यावर ठेवू नका!' 'आता याला सर्व्हिस करणेच काय खुर्चीवरून उठणेही जमणार नाही' हा माझा अनुभवी अंदाज बगदातीसने खोटा ठरवला. त्याने जोरदार सर्व्हिस केली. हे याला जमते कसे? एवढी शक्ती याला मिळते कोठून? तारुण्य! जवानीचा जोर!!

गुणसंख्या ५-५ झाली. त्याने त्याच्या मते एक न परतवता येणारा 'रामबाण' सोडला; पण मी तो असा परतवला की गुण मला मिळाला. मी ६-५ अशी आघाडी घेतली. त्याची सर्व्हिस होती. पाहता पाहता ४०-१५ अशी स्थिती झाली. त्याने आणखी एक गुण मिळवला असता तर तो सामन्याचा

'टायब्रेकर' ठरला असता. मी तो त्याला मिळू दिला नाही. परत ड्यूस झाला. त्यानंतरचा गुण मी जिंकला आणि मॅचपॉइंट माझ्या हाती आला.

परत एकदा काही जिवाच्या आकांताने मारलेल्या फटक्यांची आतषबाजी. एक जबरदस्त फोरहॅन्ड - त्याने मारला त्या क्षणीच मला कळले की चेंडू सीमेबाहेर पडणार आणि मी सामना जिंकणार! अगदी तसेच झाले!! तसेच झाले तेच बरे झाले. कारण, त्या क्षणी मला हेही कळले होते की, तो आत पडला तर तो परतवायची आपल्या अंगात ताकद उरलेली नाही!! मी सामना जिंकला होता!!

मी जाळ्यापाशी गेलो. बगदातीसचा हात हातात घेतला. तो थरथरत होता हे मला जाणवले; पण मी तेथे थांबलो नाही. *थांबणे मुळीच श्रेयस्कर नव्हते.* शक्य तेवढ्या चपळतेने मी मैदानाबाहेर पडलो. माझी प्रिय बॅग मी डाव्या खांद्यावर लटकवून चालू लागलो; पण माझे शरीर असे काही पिरगळले जात होते की, ती डाव्याऐवजी उजव्या खांद्यावर असल्याचा भास होत होता. मी बोगद्यात शिरलो तेव्हा लटपटत होतो. खोलीत पोहोचलो तेव्हा तर मला चालताही येत नव्हते, उभेही राहता येत नव्हते. माझ्यातले त्राणच गेले आणि मी खाली कोसळलो. तेवढ्यात डॅरेन आणि गिल तेथे पोहोचले. त्यांनी मला सावरले, उचलले आणि टेबलावर झोपवले. बगदातीसची स्थितीही माझ्यापेक्षा वेगळी नव्हती. त्याच्या मदतनिसांनी त्यालाही आणून माझ्या शेजारच्या टेबलावर काळजीपूर्वक निजवले.

''डॅरेन, मला काय झालं आहे?''

''मित्रा, शांत पडून राहा, शरीर मोकळं सोड, आखडून ठेवू नको, थोडा ताण दे.''

''नाही, मी नाही... मी नाही...''

''कुठे दुखतंय? पाठ आखडली गेलीय का?''

''माझा जीव गुदमरतो आहे, मला श्वासच घेता येत नाहीये.''

''काय?''

''होय, डॅरेन, माझा श्वास थांबला आहे...''

डॅरेनने कोणाच्या तरी मदतीने माझ्या अंगावर बर्फ ठेवण्यास सुरुवात केली. तो माझे हात वर उचलू लगला, डॉक्टरांना बोलावू लागला, मला शरीर सतत हलके सोडायला सांगू लगला, ''मित्रा, तुझं शरीर आखडलं आहे, ते मोकळे सोडायचा प्रयत्न कर, धरून ठेवू नकोस, सोडून दे, मित्रा, सोडून दे.'' 'नाही ना, तेच जमत नाही मला. तीच तर अडचण आहे, सोडून देणं, या सगळ्यापासून सुटका करून घेणं शक्यच होत नाही मला!' हे सांगण्याचीही ताकद माझ्यात उरली नव्हती.

खोलीत मी एकटा उरलो. माझे मन माझे शरीर सोडून कुठे तरी जायला पाहत होते. माझ्या बंद डोळ्यांपुढे विविध चेहऱ्यांनी रिंगण धरले. त्यात गिल होता, मला 'गिलवॉटर' पाजत होता. मी त्याला म्हणत होतो, 'गिल, तू मला अतिशय प्रिय आहेस.' माझी प्रिय स्टेफनी, तिने माझ्या कपाळावर ओठ टेकले होते. तिचा चेहरा हसरा होता; परंतु ते हास्य उत्फुल्ल आनंदाचे द्योतक होते की तिच्या मनातील मलूल अस्वस्थतेचे – ते ओळखणे मला जमत नव्हते. *अरे हो, खरंच की मी हे हास्य तिच्या चेहऱ्यावर या आधी पाहिले आहे.* 'डॉक्टर येत आहेत, तोपर्यंत टीव्ही पाहा… ' कोणीतरी आत येऊन माझ्यावर झुकून माझ्या कानात ओरडले, भिंतीवरील टीव्ही चालू झाला. मुक्त होऊ पाहणाऱ्या माझ्या मनाला मी रोखले. त्याला माझ्या डोळ्यांनी टीव्ही पाहायला लावण्याचा प्रयत्न करू लागलो. तेवढ्यात माझ्या कानांनी अगदी जवळून येणारा कण्हण्याचा आवाज टिपला. मी डोळे आवाजाच्या दिशेने वळवले. शेजारच्या टेबलावर बगदातीस विव्हळत होता. त्याच्या पायावर उपचार चालले होते. त्याच्या मांडीचे स्नायू आणि गुडघ्याच्या मागचे स्नायू दुखावले होते. मांडीला ताण दिला की, गुडघ्याच्या मागचे स्नायू दुखायचे, गुडघा ताठ केला तर मांडीत वांब यायचा. त्याला धड उताणे झोपताही येत नव्हते, पाठीवर भार दिला की, जांघेतले स्नायू आकुंचन पावायचे. तो या कुशीवरून त्या कुशीवर तळमळत होता. अखेर 'हे सगळे उपचार थांबवा, मला एकट्याला राहू दे, शांत पडू दे,' अशी त्याने विनंती केली, गळ घातली. सर्व जण मनात नसताना बाहेर गेले. खोलीत मी आणि तो, दोघेच उरलो. मी टीव्हीकडे नजर वळवली.

काही वेळाने मला अशी जाणीव झाली की, कोणीतरी माझ्याकडे पाहते आहे. मी साहजिकच वळून बगदातीसकडे पाहिले. होय, तो माझ्याकडे पाहत होता. आमच्या नजरा मिळताच तो हसला. बगदातीसचे हास्य! त्यामुळे ते आनंदाचे होते की, यातनांचे, सुखाचे होते की मनाच्या अशांतीचे? कळले नाही. मीही त्याच्याकडे पाहून हसलो. टीव्हीवर माझे नाव घेतले जात होते. मी मान वळवली. आत्ताच संपलेल्या सामन्यातील महत्त्वाचे, विशेष खास क्षण दाखवीत होते. टीव्हीवरील निवेदक वर्णन करत होता – 'पहिले दोन सेट्स अगदीच सरळ, सपक होते. तिसरा सेट – ज्यात बगदातीसला खेळाचा सूर सापडला, चौथा सेट – जी अटीतटीची, सशस्त्र लढाईच होती आणि त्यानंतर अखंड चालतच राहिलेल्या, न संपणाऱ्या नवव्या गेमचा चित्तथरारक पाचवा सेट! माझ्या पाहण्यातील आंद्रे आगासीचा अप्रतिम खेळ! मी आजवर पाहिलेल्या सामन्यातील एक अविस्मरणीय सामना!! मी या सामन्याचे वर्णन 'क्लासिक' – अत्युत्कृष्ट, आदर्श – असे करीन'.

माझ्या बाजूला काहीतरी हालचाल झाल्याचे मला जाणवले. मी बगदातीसकडे पाहिले. तोही टीव्ही पाहत असावा. त्याने त्याचा एक हात

शेजारच्या टेबलावरून माझ्या दिशेला पसरला होता. तो हात म्हणत होता, 'आपण दोघांनी घडवला हा इतिहास!' मी हसतमुखाने त्याचा हात हातात घेऊन त्याला मान्यता दिली. टीव्हीवर आमच्यातील युद्धाची क्षणचित्रे झळकत होती आणि आम्ही दोघे तसेच हातात हात घालून पडून राहिलो होतो.

त्या अवस्थेत मात्र माझे अचपळ मन मला आवरता येईना, मला गुंगारा देऊन ते बाहेर पडले. मग मीही त्याला मोकळे सोडले, हवे तेथे जाऊ दिले. ते सरळ भूतकाळात शिरले. माझा भूतकाळ! माझे मन त्यातील लहानसहान तपशीलसुद्धा टिपू लागले, सारे काही विस्मयकारक अशा स्पष्टपणे, अगदी लख्ख दिसू लागले – माझे भूषणास्पद यश, लज्जास्पद अपयश, माझी प्रगती, अधोगती, माझे सुखदायक मित्र, त्रासदायक शत्रू, मी केलेले नसते हट्ट, निर्माण केलेले निंद्य देखावे, मला मिळालेले खेळाचे लठ्ठ मोबदले, भेटलेले बरे–वाईट वार्ताहर, माझ्या मैत्रिणी, प्रेयसी, पत्नी, माझी संतती, माझ्या आयुष्यातील विश्वासघाताचे कटू प्रसंग, चाहत्यांची गोड पत्रे, माझे चित्रविचित्र पोशाख, मनात खुन्नस ठेवून खेळलेले काही सामने, माझ्या डोळ्यांत अश्रू उभे करणारे हृदयस्पर्शी प्रसंग – साऱ्या साऱ्यांनी माझ्या भोवती फेर धरला. जणू समोरच्या टीव्हीच्या पडद्यावर आजच्या सामन्याचे प्रक्षेपण थांबून माझ्या जीवनाचा चित्रपट दाखवला जाऊ लागला होता, माझी गेल्या एकोणतीस वर्षांची कारकीर्द उलगडली जात होती.

मला अगणित लोकांनी आजवर हा प्रश्न विचारलेला आहे की, 'कसे असते हे टेनिसचे आयुष्य?' आणि मला काही त्याचे उत्तर काय आणि कसे द्यावे, कोणत्या शब्दांत त्याचे वर्णन करावे, हे कधी समजलेले नाही; पण त्या दिवशी माझ्या मनाने माझ्या डोळ्यांसमोर त्या टीव्हीच्या पडद्यावर सादर केलेल्या चलच्चित्राच्या रूपात मला त्यासाठीचे शब्द सापडले. माझे आयुष्य म्हणजे एखाद्या जलाशयातील भोवऱ्यात निराधारपणे गरगरत फिरण्याचा, त्यातील आपल्याला सतत बाहेर फेकणाऱ्या शक्तीशी अखंड झगडण्याचा अद्भुत, थरारक, रोमांचक, विस्मयकारक असा अनुभव आहे आणि तो मी तीन दशके घेतलेला आहे. आर्थर ॲश स्टेडियममधील खेळाडूंसाठीच्या खोलीत, माझ्याकडून पराभूत झालेल्या प्रतिस्पर्ध्याच्या हातात हात घालून अतोनात शारीरिक क्लेश आणि मानसिक ताण सहन करत, मदतीची वाट पाहत पडून राहिलेलो असताना, मी त्या शक्तीविरुद्धचा माझा दीर्घकाळाचा झगडा पूर्णपणे सोडून दिला, डोळे घट्ट मिटून घेतले आणि माझे मन दाखवीत असलेले ते चलच्चित्र पाहण्यात स्वतःला पार झोकून दिले.

१

त्या चलच्चित्रात एक सात वर्षांचा मुलगा स्वतःशीच काहीतरी बोलत होता. ओह, तो मुलगा तर मीच होतो. होय, मी लहानपणी अनेकदा एकटाच, स्वतःशी, कोणाला ऐकू जाणार नाही, अशा प्रकारे बोलायचो. कारण, एक तर मी घाबरलेला असायचो आणि दुसरे म्हणजे माझे बोलणे ऐकून घेणारा त्या वेळी जगात मी एकटाच होतो. तो पडद्यावरचा मुलगा अगदी तसाच, अगदी खालच्या आवाजात स्वतःला सांगत होता, 'आंद्रे, पळून जा, हे सगळे इथेच सोडून नाहीसा हो. हातातली रॅकेट इथेच टाकून दे आणि आत्ताच्या आत्ता या टेनिसच्या मैदानावरून पळून जा. घरात जाऊन काहीतरी चमचमीत खा, रिटा, फिली, टामी यांच्याबरोबर खेळ. आई विणत असेल किंवा कोडं सोडवीत बसली असेल, तिच्याजवळ जाऊन बस. आंद्रे, हे टेनिस कायमचं सोडून देऊन भावा-बहिणींशी काहीतरी धमाल, गंमतशीर खेळ खेळायला किती मज्जा येते की नाही? या मैदानावर कष्ट करण्यापेक्षा आईच्या कुशीत बसलं की, स्वर्गात असल्यासारखं वाटतं की नाही?'

पण मी टेनिस सोडू शकत नव्हतो. माझे वडील सतत रॅकेट हातात घेऊन माझ्या मागे लागलेले असायचे. अजून एक गोष्ट होती जी मला टेनिसपासून दूर जाऊ देत नव्हती - माझ्या मनात खोल रुजलेली, अंकुरलेली आणि माझ्या मनाने माझ्या मर्जीविरुद्ध जोपासलेली टेनिसविषयीच्या आवडीची, जवळिकीची, आपुलकीची भावना, त्यामुळेच एका बाजूला मी टेनिसचा आत्यंतिक तिरस्कार करत असूनही, मला त्या खेळाविषयी कमालीचा तिटकारा वाटत असूनही मी तो खेळायचो. मला पर्यायच नव्हता - सकाळ, दुपार, संध्याकाळ टेनिस, टेनिस आणि टेनिस. मला फटके मारणे थांबवायची, रॅकेट फेकून द्यायची कितीही इच्छा असली तरी मी थांबू शकत नव्हतो. 'थांब' म्हणून मी स्वतःच्या अगदी मागे लागायचो; पण तरीही खेळत राहायचो. जे मला करायचे होते ते न करता, जे मला मुळीच करायचे नव्हते, तेच करायला भाग पडत होते. हा जो माझा माझ्याशीच सततचा झगडा होता तोच माझ्या आयुष्याचा स्थायिभाव होता.

माझ्या मनातील टेनिसबद्दलचा तिरस्कार त्या वेळी 'ड्रॅगन'वर केंद्रित झाला होता. रात्रीच्या दाट अंधकारासारख्या गडद काळ्या रंगाची, त्यावर पांढऱ्या रंगाने 'प्रिन्स' अशी अक्षरे रंगवलेली, रबरी चाके लावलेल्या चौकटीवर बसवलेली 'बॉल मशिन्स' अमेरिकेतील लहान-मोठ्या स्पोर्ट्स क्लब्जमध्ये हमखास सापडायची;

पण तोंडातून सतत आग ओकणाऱ्या माझ्या अतीतापट वडिलांनी त्या नेहमीच्या बॉल मशिनमध्ये काही विशिष्ट, अघोरी बदल करून त्यालाही त्यांच्यासारखे क्रूर, रागीट 'ड्रॅगन' बनवले होते. माझ्या चित्रकथांच्या पुस्तकातील एका महाभयंकर राक्षसालाच जणू जिवंत करून माझ्यासमोर ठेवले होते. त्या 'ड्रॅगन'ला दुसऱ्याचे वाईट चिंतणारा तल्लख मेंदू होता, सर्वांना शिव्याशाप देणारे निर्दय हृदय होते आणि कान किटवणारा भयंकर आवाज होता. तो बकासुरासारखा चेंडू गिळायचा. पोटातील चेंडूंची संख्या वाढू लागली की, अपचन झाल्यासारखे त्याच्या पोटातून किळसवाणे आवाज निघायचे, पोट भरल्यावर चेंडू वर येऊन त्याच्या घशात अडकू लागले की, तो गुरगुरायला लागायचा आणि ते त्याच्या तोंडातून बाहेर पडायला लागले की, जोरजोराने किंचाळायला लागायचा. चेंडू बाहेर पडेपर्यंत तो *विली वोन्का अॅन्ड चॉकलेट फॅक्टरी* या सिनेमातील ऑगस्टस ग्लूप या हावरट जर्मन मुलाला गिळून टाकणाऱ्या 'फज मशिन'सारखा खादाड वेडा वाटायचा; पण एकदा का तो माझ्यावर नेम धरून, बंदुकीच्या गोळ्यांसारखे, ताशी ११० मैल वेगाने चेंडू फेकायला लागला की, रक्त गोठवणाऱ्या, कानात दडे बसवणाऱ्या भयंकर डरकाळ्या फोडायचा. रोजचा नित्यक्रम झाला असूनसुद्धा त्यातून चेंडू सुटला की, प्रत्येक वेळी मी दचकायचो.

वडिलांनी सामान्य बॉल मशिनमध्ये मुद्दामच तसे भीतिदायक बदल केले होते. त्यांनी त्याचे इंजिन जास्त शक्तिमान बनवले होते.त्याच्या तोंडाला पुढे निमुळती होत गेलेली एक अॅल्युमिनियमची लांब नळी बसवली होती. दर वेळी चेंडू फेकला गेला की, बंदुकीच्या दस्त्यासारखी ती नळी हिसका बसून मागे जायची. आधीच मी सात वर्षांच्या मुलांच्या मानाने जरा लहानखुरा होतो, गरीब दिसायचो (माझ्या पिताश्रींनी दर दोन महिन्यांनी कापून, वाडगा डोक्यावर पालथा घातल्यासारखे ठेवलेले माझे केस आणि माझा सतत घाबरलेला चेहरा यांचीही त्यात भर पडायची) त्यातच त्यांनी मशिनची उंचीही नेहमीच्या मशिन्सपेक्षा काही फुटांनी वाढवली होती, त्यामुळे तो 'ड्रॅगन' मैदानावरील जाळ्याच्या वरच्या कडेच्याही काही अंतरावरून, जबडा वासून, मी त्याच्या हातात सापडलेले असाहाय्य सावज असल्यासारखा माझ्याकडे पाहायचा. तेवढ्या उंचीवरून माझ्या अंगावर चेंडू फेकून मारायचा. या दोन्ही वेळी तर मी मला स्वतःला अजूनच छोटासा आणि अधिकच केविलवाणा वाटायचो.

अर्थात मशिनची उंची वाढवण्यामागचा माझ्या वडिलांचा हेतू मला त्या 'ड्रॅगन'चे अस्तित्व सतत जाणवावे, त्याचा दरारा वाटावा, मी त्याला दबून असावे एवढाच नव्हता. त्यातून फेकला जाणारा चेंडू विमानातून बॉम्ब पडावा तसा अगदी माझ्या पायांपाशी येऊन पडावा हाही होता. त्याचा प्रक्षेपणाचा मार्ग असा असायचा की, तो जर मी जमिनीवर पडू दिला तर इतका उसळायचा की सरळ माझ्या डोक्यावरूनच निघून जायचा. साहजिकच टेनिसच्या सामान्यपणे सिद्ध

झालेल्या तंत्राने तो परतवताच यायचा नाही. तो खूप आधीच, वरच्या दिशेला जात असतानाच मारायला लागायचा. तेच अपेक्षेपेक्षा आधीच चेंडू परतविण्याचे अनोखे, आक्रमक तंत्र मला आत्मसात झाले पाहिजे हाच वडिलांचा सुज्ञ विचार होता. मी अत्यंत चपळाईने, कितीही लवकर चेंडू परतवला तरीही वडील मागून जोरात ओरडायचेच, 'अरे, याहूनही आधी मारला पाहिजे! अजून आधी मार!! याहून *आधी मार!!*'

माझ्या वडिलांना कोणतीही गोष्ट दोनदा, कधी कधी तर तीनदा सांगायची सवय होती. ते नेहमीच 'जोरात मार, जोरात मार' असे दोनदा सांगायचे; पण कितीही आधी आणि कितीही जोरात मारला तरी चेंडू काही कायमचा नाहीसा व्हायचा नाही, कुठे निघून जायचा नाही. त्यांना हवा तसा मारून मी तो जाळ्याच्या पलीकडे पोहोचवला तरी तो मैदानावर पडलेल्या इतर हजारो चेंडूंमध्ये जाऊन पडायचा – होय, मी शेकडो नाही म्हणालो, हजारो म्हणालो – आणि त्यांच्यासारखाच मशिनमध्ये शिरून पुन्हा पुन्हा किनाऱ्याकडे परतणाऱ्या समुद्राच्या लाटांसारखा त्या 'ड्रॅगन'च्या मुखातून माझ्याकडे परतून यायचाच. चेंडू एकामागून एक, अशा काही वेगाने माझ्याकडे येत राहायचे की, ना मला हालता यायचे, ना वळता यायचे, ना एका जागी उभे राहता यायचे. चेंडूंचा असा सडा पडायचा की, त्यांच्यावर पाय दिल्याखेरीज मला एक पाऊलही टाकता यायचे नाही; पण चेंडूवर पाय देण्याची माझी हिंमतच नसायची. कारण, माझे वडील चेंडूला देव मानायचे, त्यामुळे त्यांना पाय लावणे हे त्यांच्या दृष्टीने महत्पाप होते. ते चेंडू त्यांचे होते आणि त्यांच्या चेंडूवर जर कधी चुकूनही माझा पाय पडला तर ते जणू काही मी त्यांच्या डोळ्यांवर पाय दिल्यासारखा आकांत करायचे.

मैदानावर इतके चेंडू पडलेले असायचे की, मशिनमधून सुटलेला चारातला एक तरी चेंडू जमिनीवर न पडता त्यातल्याच एखाद्या चेंडूवर पडायचा आणि विचित्रपणे उडायचा, तरीसुद्धा चेंडूच्या तशा पूर्णतया अनपेक्षित उसळीचा क्षणार्धात अंदाज घेऊन मी रॅकेट त्याच्यापर्यंत पोहोचवायचो आणि त्याला जाळ्यापलीकडे धाडायचो. आता मला याची जाणीव होते की, अशी अत्यंत जलद प्रतिक्रिया देण्याची क्षमता बाळगणे ही काही सामान्य गोष्ट नाही. जगात हाताच्या बोटांवर मोजण्याइतकीच मुले असतील, ज्यांच्यामध्ये अशा विचित्र प्रकारे येणारा चेंडू पाहून डोळ्याचे पाते लवायच्या आत तो कसा, कुठे जाणार हे ओळखण्याचे कसब असेल. त्यानुसार स्वतः हालून, रॅकेट योग्य जागी नेऊन तो अचूक परतवणे ही तर फारच दूरची गोष्ट झाली. माझ्यात असलेल्या या 'विरळ्या' प्रावीण्याचे श्रेय मात्र मी स्वतःला देत नाही, त्याबद्दल अभिमानही बाळगत नाही, ते निर्विवादपणे माझ्या 'पॉप्स'चेच – माझ्या वडिलांचेच आहे. त्या वेळी 'मी तेच आणि तसेच करायलाच पाहिजेच' हेच माझ्या वडिलांनी लिहून ठेवलेले माझे अटळ प्राक्तन होते, विहित कर्म होते, परम कर्तव्य होते.

चेंडू कसाही आला तरी तो 'अनपेक्षित' ठरता कामा नये, हा नियम आणि चुकीची प्रतिक्रिया किंवा न परतवलेला चेंडू म्हणजे भयंकर संकट, फार मोठा धोक्याचा प्रसंग अशी माझी स्थिती होती.

माझ्या वडिलांचे गणित असे होते - मी रोज जर २५०० चेंडू मारले तर आठवड्यात १७,५०० आणि वर्ष अखेरीस जवळ जवळ दहा लाख चेंडू मारून होतील. त्यांचा फक्त गणितावरच विश्वास होता. आकडे कधीही खोटे बोलत नाहीत, हे त्यांचे तत्त्व होते आणि जो मुलगा दर वर्षी दहा लाख चेंडू खेळेल, त्याला कोणीही हरवू शकणार नाही, तो अजिंक्यच ठरेल, अशी त्यांची खात्री, नव्हे श्रद्धाच होती. ते ओरडत राहायचे, ''मार *लवकर*, मार लवकर, मार *जोरात*, मार जोरात! चेंडूवर तुटून पड, अरे, चेंडूवर पुढे होऊन हल्ला चढव!!''

मी चेंडूंवर आणि ते माझ्यावर तुटून पडायचे, हल्लाच चढवायचे. त्यांचे आग्रही शब्द, कडक आज्ञा माझ्या कानात सतत घुमत राहायच्या. त्यांचा 'ड्रॅगन' जे आणि जसे चेंडू माझ्याकडे फेकून मारायचा ते नुसते परतवणे हे त्यांच्या दृष्टीने मुळीच पुरेसे नसायचे. ते चेंडू अक्षरशः क्षणार्धात आणि जीव खाऊन आणि ड्रॅगनपेक्षाही जास्त *जोराने आणि वेगाने* मारणे यावर त्यांचा सगळा भर असायचा. त्यांच्या 'ड्रॅगन'ला हरवले, मी त्याच्या वरचढ ठरलो की, ते बेहद्द खूश व्हायचे आणि त्याचीच मला भयंकर भीती वाटायची. ड्रॅगनला हरवण्याच्या कल्पनेने मी हवालदिल व्हायचो. मनाशी म्हणायचो, 'जो ड्रॅगन कधीच दमत नाही, थांबत नाही, त्याच्यावर कोणी कसे मात करू शकेल? तो राक्षस वडिलांसारखाच आहे - खरे तर वडीलच त्याच्यापेक्षा जास्त भयंकर आहेत. कारण, ड्रॅगन माझ्या समोर तरी असतो, मला दिसत असतो. वडील अगदी क्वचितच दिसतात. कारण, ते सतत, रात्रंदिवस माझ्या मागे उभे असतात आणि माझ्या कानी कपाळी ओरडत असतात :

'आणखी वरून मार, टॉपस्पिन मार, अजून टॉपस्पिन मार. *जोर लाव, जोर लाव.* जाळ्यात नको मारू, आंद्रे, *चुकूनसुद्धा चेंडू जाळ्यात पडता कामा नये.*' जाळ्यात चेंडू पडला की, वडिलांचा राग अनावर व्हायचा. त्या चुकीइतकी चीड त्यांना दुसऱ्या कोणत्याही चुकीने यायची नाही. मी सीमेपार चेंडू घालवलेला त्यांना अजिबात आवडायचा नाही, मी वाजवीपेक्षा लांब चेंडू मारला, तर ते माझ्यावर संतापून ओरडायचे; पण जर मी वेड्यासारखा चेंडू जाळ्यात मारला, तर मात्र त्यांचा अक्षरशः तीळपापड व्हायचा, ते रागाने लालबुंद व्हायचे. बाकीच्या चुका या त्यांच्या दृष्टीने 'चुका' असायच्या; पण जाळ्यात चेंडू मारणे हा 'अक्षम्य अपराध' होता. 'जाळे हा तुझा सर्वांत मोठा आणि धोकादायक शत्रू आहे' असे ते मला वारंवार बजावायचे.

परंतु त्या प्रथम क्रमांकाच्या शत्रूपासून पळून जाणे मात्र त्यांना अभिप्रेत नव्हते. ते मला त्या जाळ्याला माती चारून पराभूत करायला शिकवत होते. त्यासाठी त्यांनी माझा शत्रू असलेल्या जाळ्याला जास्त 'उंच' बनवले होते -

टेनिसच्या नियमाविरुद्ध जाऊन माझ्या सरावाच्या मैदानावरील जाळ्याची उंची सहा इंचांनी वाढवली होती. त्या वैऱ्याला चुकवणे माझ्यासाठी तेवढे जास्त अवघड केले होते. या 'उंचावलेल्या' जाळ्याला ओलांडून जाणारे चेंडू मारायची मला सवय झाली की, भविष्यात गाठायच्या 'अंतिम ध्येयां'पैकी एक - विम्बल्डन स्पर्धा - जिंकण्याच्यामध्ये मैदानावरील जाळे कधीच अडथळा ठरू शकणार नाही, असे त्यांचे तर्कशुद्ध, पटण्यासारखे तत्त्वज्ञान होते; पण अडचण वेगळीच होती, विम्बल्डनसारख्या स्पर्धेत खेळायची माझी जराही इच्छा नव्हती; पण 'माझी इच्छा' हा मुद्दा त्यांच्या विचारात कुठे नव्हताच मुळी! ती निराळी असूच शकत नव्हती! आणि समजा असली तरी त्यांच्या दृष्टीने माझ्या इच्छेला काडीचीही किंमत नव्हती. काही वेळा मी माझ्या वडिलांबरोबर टीव्हीवर विम्बल्डनचे सामने पाहायचो. त्या वेळी आम्ही म्हणजे अर्थातच माझे वडील, बियॉन बोर्गची बाजू घ्यायचो. कारण, तो सर्वोत्तम होता. तो सातत्याने उत्तम खेळत होता आणि विशेष म्हणजे त्याचा खेळ माझ्या वडिलांच्या आवडत्या 'ड्रॅगन' बरोबर सराव केल्यासारखा वाटायचा, त्यामुळे त्यांच्या विशेष कौतुकास पात्र होता; पण मला बोर्ग व्हायचेच नव्हते! त्याचे खेळातील प्रावीण्य, लालित्य, त्याची वैशिष्ट्यपूर्ण शैली, प्रचंड ऊर्जा, त्याचे स्वतःला खेळात झोकून देणे, या सगळ्या गोष्टींबद्दल मला त्याच्याबद्दल अतिशय आदर होता; पण मी जर त्या सर्व आत्मसात केल्या असत्या तर मी त्यांचा वापर विम्बल्डनची स्पर्धा लढवण्यासाठी केला नसता. त्यासाठी मी माझ्या पसंतीचे, आवडीचे दुसरे एखादे ठिकाण शोधले असते.

'जोरात मार,' चलच्चित्रात माझे वडील ओरडून सांगत होते, *जोरात* मार, 'आता बॅकहॅन्ड, आंद्रे, *बॅकहॅन्ड...*' चेंडू मारून मारून माझा हात तुटून पडेल, असे मला वाटत होते. 'आता आणखी किती जोरात मारू, पॉप्स?' असे त्यांना मला विचारायचे असायचे; पण मी ते कधीच विचारले नाही. ते जे जे सांगत ते ते मी करत राहिलो. मला शक्य तेवढ्या जोराने मी चेंडू मारीत असे आणि त्या पुढला चेंडू त्यापेक्षाही थोडा जास्त जोरात. कधी कधी इतक्या जोराने मी मारू शकतो, तितके बळ माझ्या हातात आहे, याचे माझे मलाच आश्चर्य वाटायचे. मला टेनिस आवडत नसले, मी टेनिसचा तिरस्कार करत असलो तरी निर्दोष, बिनचूक, परिपूर्ण असा फटका मारण्यातील समाधान, त्यातली कृतकृत्यता मला प्रिय वाटायची, मनापासून आवडायची. मनःशांती मनःशांती म्हणतात, ती तीच असावी असे वाटायचे, तिचा मोह पडायचा. तसे 'परिपूर्ण' खेळून क्षणार्धासाठी तरी मी ती मनःशांती मिळवायचो.

पण तसे परिपूर्ण खेळले की, ड्रॅगन काय करायचा? तो पुढचा चेंडू अधिक वेगाने, अधिक अवघड टाकायचा!

'चेंडू मारायच्या आधी रॅकेट अगदी थोडी मागे गेली पाहिजे, अगदी थोडी. बास, बास.' वडिलांच्या सूचना चालूच असायच्या, 'चेंडू हलकेच मार, हलकेच!' रात्री जेवणाच्या टेबलावरही टेनिसच 'वाढले' जायचे. वडील तेथेच मला त्यांच्या काही सूचनांची प्रात्यक्षिके करून दाखवायचे. 'रॅकेट अशी चेंडूच्या खाली सरकवायची..., चेंडू असा हळूच ढकलायचा..., हे बघ, चेंडू असा तरंगत गेला पाहिजे...' चित्रकार जसा ब्रश झोकात फिरवीत चित्र रंगवतो तसे ते रॅकेट फिरवल्याचा अभिनय करायचे. रॅकेटच्या अशा लालित्यपूर्ण हालचाली ही एकमेव गोष्ट अशी होती की, जी माझे वडील अत्यंत नाजूकपणे करायचे!

'चेंडू जमिनीला टेकायच्या आधी मार, आंद्रे. निदान दर वेळेला तसा प्रयत्न तरी असला पाहिजे,' ही आणखी एक ठरलेली सूचना होती, जी ते अर्थातच ओरडून सांगायचे. माझे वडील आर्मेनिअन वंशाचे होते; पण त्यांचा जन्म इराणमध्ये झालेला होता. त्यांच्या इराणी असण्याचा परिणाम त्यांच्या इंग्लिश भाषेच्या उच्चारणात स्पष्ट दिसायचा. त्यांना पाच निरनिराळ्या भाषा बोलता येत होत्या; पण त्यातली एकही ते शुद्ध बोलायचे नाहीत. व्ही आणि डब्ल्यू यांच्या उच्चारात ते नेहमीच गल्लत करायचे, व्हीच्या जागी नेमके डब्ल्यूचा वापर करायचे. 'चेंडू जमिनीला टेकायच्या आधी मार' ही सूचना इंग्लिशमध्ये देताना *वर्क युवर व्हॉलीज्* असे ते ओरडायचे आणि त्यातील 'वर्क' हा शब्द ते 'व्हर्क' आणि 'व्हॉलीज्' 'वॉलीज्' असे उच्चारायचे. *व्हर्क युवर वॉलीज्, व्हर्क युवर वॉलीज्* असे ते ओरडत राहायचे.

ड्रॅगनने पिसाटासारख्या फेकलेल्या पिवळ्या चेंडूंच्या सड्यात खालचे हिरवे सिमेंटचे मैदान कायमच झाकले गेलेले असायचे आणि त्यातच चेंडू जमिनीला टेकण्याच्या आधी तो मारण्याचा सततचा पुकारा होत असायचा - या दोन्ही गोष्टींमुळे मला मैदान, जमीन दिसेनाशीच झाली होती. त्यातून चेंडूंवर पाय पडण्याचे भय! मी धडपडायचो, म्हाताऱ्या माणसासारखा लटपटायचो. माझी त्रेधा तिरपीट पाहून वडिलांनासुद्धा माझी दया यायची, त्यांना हे कबूल करायला लागायचे की, मैदानावर इतके जास्त चेंडू असणे योग्य नाही. कारण, त्यामुळे माझ्या हालचालींवर बंधन येते, त्या हव्या तशा होऊ शकत नाहीत. त्या तशा झाल्या नाहीत तर रोजचा २५०० चेंडूंचा रतीब पुरा होऊ शकत नाही. पावसानंतर मैदान त्वरित कोरडे करण्यासाठी वडिलांनी एक शक्तिशाली ड्रायर आणला होता; परंतु आम्ही जेथे राहत होतो, त्या नेवाडातील लास व्हेगास येथे पाऊस फारच कमी पडायचा, त्यामुळे त्याचा वापर सहसा करायला लागायचा नाही. वडिलांनी जसा बॉल मशिनमध्ये काही बदल करून त्याचा पाशवी ड्रॅगन बनवला होता, तसेच काही बदल त्या ड्रायरमध्येही करून त्यांनी त्याला मैदानावर इतस्ततः पडलेले चेंडू गोळा करून खाणारा बकासूर बनवला होता. माझ्या मनावर कोरल्या गेलेल्या लहानपणीच्या काही आठवणींतील चित्रात एक चित्र असे

आहे : पाच वर्षांचा एक लहानगा मुलगा शिशुशाळेतून थेट त्याच्या वडिलांच्या वेल्डिंगच्या कारखान्यात जाऊन तेथे ते एक अवाढव्य मशिन कुठे कापून, कुठे वेल्डिंग करून, जोडून त्यातून गवत कापायचे मशिन बनवीत असताना उत्सुकता, अचंबा आणि भयमिश्रित चेहऱ्याने पाहत उभा आहे.

चेंडूंनी मैदान भरून गेले की, वडील त्या राक्षसाला घेऊन मैदानावर उतरायचे आणि तो बकाबका चेंडू खायला लागायचा. त्याच्या विशाल जबड्यात नाहीशा होणाऱ्या बिचाऱ्या चेंडूंचीच मला दया यायची. मला नेहमी वाटायचे की, त्यांना गिळून टाकणारा एक आणि त्यांना फेकून देणारा दुसरा असे ते दोन असूर आणि त्यांच्या तावडीत सापडणारे बिचारे चेंडू जर जिवंत झाले तर, मी जसा माझ्या रागीट वडिलांपासून सतत दूर पळून जायचा प्रयत्न करतो, तसेच ते चेंडूंही त्या क्रूर मशिन्सरूपी दानवांचा ससेमिरा चुकवून पळून जातील. वडील आधी सगळे चेंडू एकत्र गोळा करायचे, मग ते बर्फ बाजूला करण्याच्या फावड्याने खास निराळ्या ठेवलेल्या कचऱ्याच्या चार-पाच मोठ्या डब्यात भरायचे आणि नंतर एकेक डबा ड्रॅगनच्या वासलेल्या मुखात उपडा करून सगळे चेंडू त्यात ओतायचे.

ते या कामात मग्न असताना मीही खेळायचा थांबण्याची संधी साधायचो, त्यांच्याकडे पाहत स्तब्ध उभा राहायचो; पण त्यांचे माझ्याकडे लक्ष गेले की, ते ओरडायचे, "ए, शुंभासारखा पाहत काय उभा राहिलास? चेंडू मार, चेंडू मार." 'माझा खांदा दुखतोय! एकही फटका मारायची ताकद नाही माझ्यात,' मी न बोलता मान हलवून, पाय आपटून तक्रार करायचो. पुढचे तीन चेंडू परतवायचो. 'आता आणखी एक मिनिटसुद्धा उभे राहता येत नाही मला' - पुन्हा एकदा माझी विवशता - मूकपणेच, खांदे पाडून व्यक्त करायचो; पण आणखी दहा फटके मारायचो.

मला खरोखरच जर अतिशय थकवा वाटू लागला, खूपच कंटाळा आला तर सुटकेचा एक आडमार्ग मी शोधून ठेवला होता. एखादा चेंडू मी सगळी ताकद एकवटून मुद्दाम इतका जोरात मारायचो की, तो अंगणाच्या कुंपणाच्याही पलीकडे जाऊन पडायचा. मी तो हेतूपूर्वक रॅकेटच्या लाकडी कडेने मारायचो म्हणजे तो त्यामुळेच केवळ चुकीच्या जागी पडला असे वडिलांना वाटायचे. त्यातही आपल्याला हवा तेव्हा, हवा तसा नेमका फटका मारण्याचे कौशल्य मी कमावलेले होते हे समाधान होतेच.

वडिलांचे तिखट कान रॅकेटच्या लाकडी कडेचा आवाज टिपायचे. चेंडू मैदानाबाहेर गेलेलाही पाहायचे. शिवीही घालायचे; पण ती माझी चूक नसून एक अपवादात्मक अपघात आहे, असे त्यांचे कान त्यांना सांगायचे. शिवाय चेंडू जाळ्यात टाकण्याचा महाअपराध झालेला नसायचा. ते पाय आपटीत तो चेंडू आणायला बाहेर जायचे. तेवढी साडेचार मिनिटे मला हवी ती विश्रांती,

सोडवणूक मिळायची. मी रॅकेट खाली टेकवून थंडपणे वर आकाशात घिरट्या घालणाऱ्या बहिरी ससाण्यांकडे पाहत राहायचो.

माझ्या वडिलांकडे एक रायफल होती आणि तिने ते बहिरी ससाणे मारायचे. मी मारलेल्या पिवळ्या चेंडूंनी जसे टेनिसचे मैदान झाकलेले असायचे तसे आमच्या घराचे छत त्यांच्या गोळीबाराला बळी पडलेल्या ससाण्यांनी आच्छादित होते. उंदरांसारख्या 'असुरक्षित' प्राण्यांवर झडप घालून त्यांची शिकार करणाऱ्या ससाण्यांबद्दल त्यांच्या मनात प्रचंड राग होता. कारण, बलवानांनी दीनदुबळ्यांना त्यांचे भक्ष्य बनवावे, ही गोष्ट त्यांना सहन होत नसे (म्हणूनच ते मासे पकडायला जात; पण मासा गळाला लागला की, त्याचे मोठ्या प्रेमाने चुंबन घेऊन त्याला परत पाण्यात सोडून देत); पण त्यांच्या या भूतदयेला एक अपवाद होता – त्यांचा बिचारा मुलगा! ती त्याच्या बाबतीत मुळीच लागू होत नसे. मला गळाला लावून अर्धमेले करण्यात त्यांच्या मनाला जराही टोचणी लागत नसे. हा त्यांच्या विचारसरणीतील विरोधाभास त्यांच्या कधीच लक्षात येत नसे, त्याची त्यांना पर्वाही नसे. आमच्या नेवाडाच्या निर्जन वाळवंटातील सर्वांत गरीब, बोलण्याची हिंमत नसलेला असुरक्षित प्राणी मी होतो, हे जर सुदैवाने कधी त्यांना लक्षात आले असते, कळले असते तर त्यांनी मला त्या उंदरांसारखी, त्या माशांसारखी थोडीशी दया दाखवली असती का?

कुंपणाबाहेरचा चेंडू घेऊन आलेल्या वडिलांच्या पायांचा आवाज मला माझ्या विचारातून जागा करायचा. ते पाय आपटत आत यायचे, चेंडू एका कचऱ्याच्या डब्यात टाकायचे. विचारात गढलेल्या माझ्याकडे ससाण्याच्या शिकारी नजरेने पाहायचे. त्यांचे आग ओकणारे जळजळीत डोळे मला सांगायचे, 'काय चाललंय? विचार करत बसू नका, चेंडू मारा – विचार नको, काम करा!' 'जाळे' हा त्यांचा सर्वांत मोठा शत्रू होता तसेच 'विचार करणे' हे त्यांच्या दृष्टीने सर्वांत मोठे पाप होते. विचार करणे आणि कर्म करणे या दोन परस्परविरोधी गोष्टी आहेत, विचार करत राहणे माणसाला कर्म करण्यापासून परावृत्त करते आणि नाकर्तेपण हे सर्व वाईट गोष्टींचे उगमस्थान असते, असे त्यांचे तत्त्वज्ञान होते. टेनिसच्या मैदानावर मी त्यांना जर चुकूनही विचारात गढलेला, दिवास्वप्ने बघण्यात मग्न दिसलो, तर त्यांच्या पाकिटातील पैसे चोरणाऱ्या चोराला कॉलरला धरून पकडावे तसे ते मला धरून दम द्यायचे. हे विचार करणे कसे थांबवायचे याचा तरी मी सतत विचार करत राहायचो किंवा विचार करणे हा माझा स्वभावधर्म आहे हे त्यांना कळून चुकल्यामुळे ते माझ्यावर असे डाफरतात की त्यांच्या विचार करण्याविरुद्धच्या सततच्या आरडाओरड्यामुळे मी अधिकाधिक विचार करतो हा गुंता सोडवण्यासाठी मी विचारांचा आसरा घ्यायचो का हेच मला कळेनासे झाले होते. टेनिसखेरीज अन्य कशाचाही विचार करणे हा शिक्षापात्र गुन्हा होता; पण टेनिसचा विचार करणेही? तसे मानणे मला बहुधा आवडत होते!

आमचे घर बांधले गेले, तेव्हा मी तीन-चार वर्षांचा असेन. घर म्हणजे एक भली मोठी झोपडीच होती. भिंती पांढऱ्या प्लॅस्टरने आच्छादलेल्या होत्या, त्यांच्या कडांचे प्लॅस्टर निघाल्याने त्या जराशा काळ्या दिसत होत्या. खिडक्यांना गज होते. ससाण्यांच्या प्रेतांनी आच्छादलेल्या छताची लाकडे काही ठिकाणी जागेवरून हलली होती, काही ठिकाणी पडलीही होती. पुढल्या दारावर गायीच्या गळ्यात असते तशी घंटा बांधलेली होती. कोणीही आले गेले की, मुष्टीयुद्धाचा सामना सुरू करताना वाजवली जाते तशी ती घंटा वाजत असे.

घराभोवतीची सिमेंटची उंचच उंच भिंत वडिलांनी हिरव्या रंगाने रंगवली होती. हिरव्याच का? तर टेनिसचे मैदान हिरवे असते म्हणून! त्यामुळे कोणालाही आमच्या घराची खूण सांगताना त्यांना त्या भिंतींचा असाधारण असा हिरवा रंग फारच सोयिस्कर ठरत असे : 'डावीकडे वळा, थोडे अंतर चालून गेलात की, हिरव्या रंगाची भिंत दिसेल. तेच आमचे घर.' आमच्या घरी येणारे कोणीच नसे ही गोष्ट वेगळी!

रिते रिते, रखरखीत, उदास वाळवंट मला कधीच आवडले नाही. त्याच्याकडे पाहताना माझ्या मनात मरणाचेच विचार येत असत. आमच्या घराच्या चहू बाजूंना तर केवळ 'तेच ते' विराण रण पसरलेले होते. आमच्या घराला त्याने का वेढावे, याला काहीही सयुक्तिक कारण नव्हते. रेतीत पसरलेली, डोके वर काढलेली तुरळक काटेरी झुडपे आणि वेटोळे घालून पडलेले साप असलेले ते एक वाळवंट होते. आजूबाजूच्या रहिवाशांना घरातले गचपण - फाटलेल्या चटया, फुटलेले टायर्स (नको असलेले लोकसुद्धा?) - बाहेर काढून फेकून द्यायची बिनपैशाची, हक्काची जागा याखेरीज त्याच्या तेथील अस्तित्वाला अन्य काहीही अर्थ नव्हता. घरापासून दूर अंतरावर लास व्हेगासचे दुसरे, आकर्षक, मोहमयी, भासमान रूप - 'द स्ट्रीप' - कसिनो आणि गगनचुंबी हॉटेल्स यांची गजबजलेली, जगात सर्वांत नावाजलेली लांबच लांब ओळ - रात्र झाली की रंगीबेरंगी दिव्यांच्या प्रकाशात उजळायचे, चमचमायचे. माझे वडील रोजच, दीर्घ अंतर पार करून, त्या झगमगत्या जगात जायचे - ते एका कसिनोमध्ये कॅप्टन म्हणून काम करायचे. रोज एवढा लांबचा प्रवास करणे त्यांना मान्य होते; पण त्या जगाच्या जवळ आपले घर असणे त्यांना मुळीच मान्य नव्हते. त्यांनी वाळवंटाच्या मधोमध, वस्तीपासून दूर घर बांधणेच पसंत केले होते. अर्थात ही अशी 'दूरस्थ' जागा निवडायचे तसेच, अत्यंत महत्त्वाचे कारण होते. त्यांना घराबाहेर टेनिसचे मैदान तयार करायचे होते. इतकी विस्तीर्ण, प्रशस्त जागा त्यांना परवडणाऱ्या पैशात मिळणे फक्त अशा इतरांना नापसंत असलेल्या भागातच शक्य होते.

माझे वडील आणि एक इस्टेट एजंट या दोघांच्या मध्ये गाडीत बसून व्हेगासच्या चहू बाजूंना घराच्या शोधात मारलेल्या चकरा ही माझ्या मनात बिंबलेली आणखी एक आठवण आहे. त्या 'सहली' खरे तर गंमतशीर असायला हरकत नव्हती; पण मी त्या वेळी वडिलांच्या उतावळ्या प्रतिक्रियांनी सतत घाबरलेलाच असायचो. एजंटने एखादे घर दाखवण्यासाठी म्हणून गाडी जरा हळू केली की, ती थांबण्यापूर्वीच माझे वडील दार उघडून, उडी मारून बाहेर पडायचे आणि घराच्या दिशेने चालायला लागायचे. एजंट त्यांच्या मागे मागे जात त्या जागेच्या गुणवत्तेबद्दल, बाजार, शाळा अशा रोजच्या आवश्यक ठिकाणांपासून तिच्या सोयिस्कर अंतराबद्दल, वाढत जाणाऱ्या किमतीबद्दल सांगत राहायचा. वडील घरात शिरून, बाहेरची खोली पार करून स्वयंपाकघरातून मागच्या अंगणाकडे ताडताड चालत जायचे आणि खिशातील टेप काढून त्याची मापे घ्यायला सुरुवात करायचे – ३६ X ७८चे टेनिसचे मैदान. अंगण त्याहून कमी भरले की, 'नाही जमणार!' असे ओरडायचे आणि 'चला, निघा इथून' असे म्हणत उलट – स्वयंपाकघर, पुढची खोली ओलांडून घराबाहेर पडून थेट गाडीत जाऊन बसायचे. एजंट त्यांच्या झपाट्याशी त्याची चाल जुळवीत मागे मागे पळायचा.

असेच एक घर टामीला – माझ्या थोरल्या बहिणीला खूप आवडले होते. ते काहीही करून तिला हवेच होते. ते घ्यावे म्हणून तिने वडिलांचे पाय धरायचेच बाकी ठेवले होते. त्याचे कारण विचित्र होते. त्या घराचा आकार इंग्रजी टी अक्षरासारखा होता – आणि टी हे तिच्या टामी या नावाचे आद्याक्षर होते! वडिलांनीही ते घ्यायचे कबूल केले होते – कारण, टी हे 'टेनिस'चेही पहिले अक्षर होते!! मलाही ते घर आवडले होते आणि माझी आईही त्या घरावर खूश होती; पण आम्ही ते घर घेतले नाही!! का? कारण घरामागील अंगण नीट मोजले तेव्हा ३६ X ७८ला काही इंच कमी भरले!!! 'कमी पडणार! नाही जमणार!! चला!!' आत्ताचे घर आम्ही पाहिले, तेव्हा मात्र त्यांनी लगेच त्यावर शिक्कामोर्तब केले होते. कारण, मागील अंगण मोजायचीही गरज पडली नाही, इतके प्रचंड होते! ते त्या विशाल अंगणाच्या मध्यभागी उभे राहिले होते, त्यांनी एकदा चहू बाजूंनी समाधानी नजर फिरवली होती, जणू ते सुबकपणे आखलेल्या, मध्ये जाळे बांधलेल्या मैदानाचे चित्र पाहत होते आणि ते प्रसन्न हसले होते. सौदा पटला होता! ''घेतले!'' ते शांत स्वरात उद्गारले होते.

अजून आमचे सगळे सामान त्या नव्या घरात पोहोचलेही नव्हते, तोवर वडिलांनी मागच्या अंगणात मापे घेऊन मैदान आखण्याचे काम – त्यांचे 'स्वप्नांगण' निर्माण करण्याचे कार्य सुरूही केले होते. खरे तर त्यांनी अशा प्रकारचे काम कधी केलेले नव्हते, बांधकामाचा त्यांना अनुभव नव्हता, सिमेंट, वाळू, खडी, ड्रेनेज यांच्याशी त्यांचा कधी थेट संबंधही आला नव्हता. त्यांनी त्या विषयावरील पुस्तकेही वाचली नव्हती, कोणा तज्ज्ञांशी सल्ला

मसलतही केली नव्हती. काय निर्माण करायचे आहे, हे त्यांच्या डोक्यात स्वच्छ होते, त्याचे सुस्पष्ट चित्र त्यांच्या डोळ्यांपुढे उभे होते. आडमुठ्या हेकेखोरपणामुळे एकटे पडलेल्या माझ्या वडिलांनी हट्टीपणातून सबल झालेल्या त्यांच्या इच्छाशक्तीच्या आधारावर त्यांचे स्वप्न, त्यांच्या मनातले चित्र घराच्या परसदारी हर प्रयत्नांनी, कमालीच्या कष्टांनी साकार केले. मला वाटते ते माझ्या बाबतीतही तेच करत होते!

पण प्रत्यक्ष कामात त्यांना हातांची तर गरज भासतच होती. विशेषतः वाळू, खडी, सिमेंट यांचे मिश्रण करून ते ओतण्याचे काम करायला त्यांना कामगार लागतच होते. त्यासाठी ते रोज सकाळी मला गाडीत घालून 'द स्ट्रीप'मधील 'सांबोज्' या हॉटेलजवळ नेत. तेथे हॉटेलबाहेर बरेच लोक कामाच्या शोधात उभे असत. त्यातले काही जण ते निवडत. काही जण नेहमीचेच होऊन गेले होते. त्यापैकी रूडी नावाचा एक जण माझा आवडता झाला होता. युद्धातील जखमा अंगावर वागवणारा, कमावलेल्या बलदंड शरीराचा तो राकट माणूस माझ्याकडे पाहून छानसे हसायचा. वडिलांच्या एकछत्री, एककल्ली राज्यातले मी एक असे बाहुले आहे जे स्वतःची ओळख विसरलेले आहे, स्वतःला हरवून बसलेले आहे, ही बाब त्याला कळलेली होती आणि त्याच्या त्या हास्यातून तो मला ते जाणवून द्यायचा. तो आणि आणखी काही कामगार यांना घेऊन आम्ही घरी यायचो. मग वडील त्यांना त्यांची कामे समजावून द्यायचे. सगळ्यांना कामाला जुंपल्यावर, साधारण तीन तासांनी मी वडिलांबरोबर परत गाडीतून 'द स्ट्रीप'च्या बाजूला जायचो ते मॅकडोनल्ड्समध्ये. तेथे वडील सर्व कामगारांसाठी बिग मॅक आणि फ्रेंच फ्राईज् खरेदी करायचे, ते घेऊन आम्ही परत आलो की, वडील मला आमच्या घराच्या दारावरील घंटा वाजवायला द्यायचे. ती वाजली की सगळे कामगार जेवायला एकत्र जमायचे. भुकेल्या लांडग्यासारख्या जेवणावर तुटून पडणाऱ्या रूडीकडे मी पाहत बसायचो. भरपूर काम केले की, त्याचे स्वादिष्ट बक्षीस मिळते या नियमामागील तत्त्व मला पटू लागले होते आणि आवडूही लागले होते. पुढे रुचकर बक्षिसासाठी माझ्यावर जे काम लादले गेले – रोज टेनिसचे चेंडू मारण्याचे – ते मात्र मला आवडलेही नाही आणि पटले तर त्याहून नाही!

ते दिवस फार काळ टिकले नाहीत. लवकरच टेनिसच्या मैदानाने आकार घेतला आणि एक दिवस रूडी आणि इतर कामगार येईनासे झाले. वडिलांनी असे जाहीर केले की, मैदान पूर्ण तयार झाले आहे म्हणजेच 'माझा तुरुंग' तयार झाला आहे!' त्या सर्वांनी माझ्यासाठी कोठडी बांधावी म्हणून मी रोज जाऊन त्या कामगारांसाठी मॅकडोनल्ड्समधून चांगलेचुंगले खायला आणत होतो का? का मी स्वतःच माझे थडगे खणत होतो? अर्थात मला दुसरा पर्यायच नव्हता! तसे मरणे हेच माझ्या जगण्याचे कारण होते!

मला कोणीही, एकदाही, चुकूनसुद्धा असे विचारले नाही की 'बाळा,
तुला टेनिस खेळायचे आहे का?' आणि एकतर्फीच माझ्या जन्मदात्याने तेच
माझे जीवन बनवून टाकले! माझ्या आईचा असा दृढ विश्वास होता की, माझा
जन्म धर्मोपदेशक होण्यासाठी झाला आहे. तिने मला एकदा कबुली देऊन
टाकली होती की, तिचा नाइलाजच होता. कारण, वडिलांनी माझ्या जन्माच्या
आधीपासूनच हे ठरवूनच टाकले होते की, हे नवजात बालक त्याच्या आयुष्यात
व्यावसायिक टेनिस खेळाडूच बनणार! त्यातून, एक वर्षाचा असताना म्हणे,
त्यांना मीच त्यांच्या निर्णयाला पूरक असा पुरावाच दिला होता : टीव्हीवर
पिंगपाँगचा सामना चालला होता. मी माझी मान काही हलवत नव्हतो; परंतु ती
स्थिर असताना माझे डोळे मात्र चेंडूच्या मागे मागे फिरत होते. माझ्या वडिलांनी
हर्षभराने आईला हाका मारून तो अद्भुत चमत्कार दाखवला आणि त्यांच्या
निर्णयावर शिक्कामोर्तब करून टाकले.

'पाहा, पाहा. कसा फक्त डोळे हलवतो आहे! हा जन्मजात टेनिस
खेळाडूच आहे!!' ते तिला म्हणाले. आईने मला हेही सांगितले की, त्यांनी
माझ्या पाळण्यावर टेनिसच्या चेंडूंची हालती माळ बांधली होती आणि माझ्या
इवल्याशा हाताला पिंगपाँगची छोटीशी बॅट. ते सतत मला हाताला बांधलेल्या
बॅटीने चेंडूंना मारायला सांगायचे, ओरडून ओरडून त्यासाठी प्रोत्साहित करायचे.
मी तीन वर्षांचा होताच त्यांनी माझ्या हातात एक मुठीचा भाग कापून लहान
केलेली टेनिसची रॅकेट दिली आणि सांगितले, ''या रॅकेटने कशालाही, तुला हवे
त्याला जीव खाऊन मार!'' जेवणाच्या टेबलावरची वर भोके असलेली मिठाची
काचेची बाटली हा माझा सर्वांत आवडता चेंडू होता. मी तो रॅकेटने उडवून
खिडक्यांच्या काचांवर मारायचो. दुसरे माझे आवडते सावज होते कुत्रे! मी रॅकेटने
त्यांना बडवायचो. इतर बाबतीत लहानसहान कारणांवरून माझ्यावर चिडणारे,
ओरडणारे माझे वडील या माझ्या 'मारामारी'बद्दल चुकूनसुद्धा रागवायचे नाहीत.

आमच्या लास व्हेगासमध्ये अनेक गाजलेले टेनिस खेळाडू यायचे. मी
चार वर्षांचा असल्यापासून माझे वडील, कसे माहीत नाही; पण मला त्यांच्या
बरोबर खेळायला लावायचे. त्यातला जिमी कॉनर्स माझ्या चांगला स्मरणात आहे
– त्याचे केसही माझ्यासारखेच वाडगा पालथा घातल्यासारखे होते. 'हा जिमी
जगातला सर्वांत उत्तम खेळाडू आहे,' असे मला वडिलांनी सांगितले होते. आम्हा
दोघांचा खेळ संपल्यावर जिमी कॉनर्स वडिलांना म्हणाला होता, 'हा मुलगा नक्की
खूप मोठा खेळाडू होईल!' मला खात्री आहे की, माझे वडील त्याचे हे भाकित
ऐकून वैतागले असतील. मनात म्हणाले असतील, 'खूप मोठा? तो तर जगातला
अव्वल क्रमांकाचा, सर्वश्रेष्ठ खेळाडू होणार आहे!' मला कॉनर्सबरोबर खेळायला
लावण्यात त्याच्याकडून माझ्या खेळाविषयीचे प्रमाणपत्र मिळवण्याचा त्यांचा हेतू
नव्हता, ते मला टेनिस शिकवू शकणाऱ्या गुरूच्या शोधात होते.

जिमी कॉनर्स जेव्हा जेव्हा लास व्हेगासमध्ये येई, तेव्हा माझे वडील त्याच्या रॅकेट्सच्या तारा-वाद्या ताणून देण्याचे काम करत असत. ते त्या कलेत अतिशय प्रवीण होते. (ताण देणे, तो वाढवणे या कामात माझ्या वडिलांचा हात नाहीतरी कोणी धरला असता?) सारे कसे ठरल्यासारखे पार पडत असे. सकाळी जिम कॉनर्सकडून रॅकेट्सचा एक गठ्ठा वडिलांकडे यायचा. आठ तासांनी माझे वडील मला हात धरून 'द स्ट्रीप'मधील जिमी उतरलेल्या हॉटेलमध्ये घेऊन जायचे. मलाच पुढे पाठवायचे. माझ्या लहानशा हातात रॅकेट्स सांभाळत मी हॉटेलच्या मॅनेजरसमोर जाऊन उभा राहायचो. कॉनर्स त्याच्या पाच-सहा जणांच्या 'लवाजम्या'सह कायम ज्या भिंतीलगतच्या टेबलाभोवती बसलेला असायचा, त्याकडे तो मॅनेजर निर्देश करायचा. कॉनर्सचे 'सिंहासन' भिंतीच्या बाजूची मधली खुर्ची हे असायचे. त्यावर तो विराजमान झालेला असायचा. त्याच्या दोन्ही बाजूंची एकेक खुर्ची रिकामी सोडलेली असायची. माझी बटुमूर्ती रॅकेट्ससह टेबलाजवळ पोहोचली की, त्यांच्यामध्ये चाललेले संभाषण थांबायचे, शांतता पसरायची, सगळे डोळे माझ्याकडे वळायचे. मी काहीही न बोलता अशा झोकात ताणलेल्या तारांच्या रॅकेट्स त्याच्या समोर धरायचो की जणू मी थ्री मस्केटीयर्सना धार लावलेल्या तलवारीच देतो आहे. तो रॅकेट्स माझ्या हातातून घेऊन एका बाजूच्या रिकाम्या खुर्चीवर ठेवायचा आणि माझ्या केसातून कौतुकाने हात फिरवायचा, ते विस्कटायचा. मला ते बरे वाटायचे; पण त्या वेळी तो जे बोलायचा ते मला नीट कळले नाही तरी त्याच्या स्वरावरून आणि त्या नंतरच्या बाकीच्यांच्या खदखदा हसण्यावरून तो माझ्याबद्दल, माझ्या वडिलांबद्दल काहीतरी चेष्टेचे, उपरोधाचे बोलला आहे, हे मात्र लक्षात यायचे. ते मात्र मला आवडायचे नाही.

जसजशी माझी टेनिसमध्ये प्रगती होत होती, तसतसा मी शाळेत मागे मागे पडत होतो. त्याचा मला त्रास व्हायचा, दुःख व्हायचे. मला पुस्तके आवडायची; पण ती वाचताना आपण खूप लहान, क्षुद्र आहोत, अशी जाणीव होत राहायची. मला माझे शिक्षकही प्रिय होते; पण ते जे सांगत, शिकवत त्यातले मला फारसे काही समजायचे नाही. इतर मुलांसारखे ज्ञान ग्रहण करण्याची, ते उपयोगात आणण्याची माझी क्षमता नव्हती. माझी स्मरणशक्ती अत्यंत धारदार होती; पण त्यासाठी मनाची जी एकाग्रता लागते ती माझ्यापाशी नव्हती. मला प्रत्येक गोष्ट दोनदा, तीनदा समजावून सांगायला लागायची (म्हणूनच माझे वडील मला सगळ्या सूचना पुन्हा पुन्हा, दोन दोनदा, तीन तीनदा, देत असत का?). माझे शाळेत जाणे माझ्या वडिलांना फारसे पसंत नव्हते. तेथे मी जो वेळ घालवीत असे तो त्यांना वेळेचा अपव्ययच वाटतो हेही मला माहीत होते. टेनिसच्या

मैदानावरील तेवढा वेळ कमी होतो ही त्यांची खंत असायची. शाळेबद्दलची नावड, अभ्यासातील पिछाडी हे माझे दोष वडिलांविषयीच्या निष्ठेला पूरक ठरत, त्यांच्या नजरेत माझी किंमत वाढवणाऱ्या ठरत.

ते मला आणि माझ्या भावा-बहिणींना गाडीतून शाळेत सोडायला यायचे. एखादे दिवशी ते वाटेत आमच्यासमोर एक विचित्र प्रस्ताव ठेवायचे - 'मुलांनो, आज आपण शाळेत न जाता केंब्रिज रॅकेट क्लबमध्ये गेलो तर? तुम्हाला सकाळभर खेळत, चेंडू मारत बसता येईल. जाऊ या?' आम्ही त्यांना अपेक्षित असलेले उत्तर द्यायचो, 'हो, जाऊ या!' *'छान!' ते खूश व्हायचे;* पण आम्हाला बजावायचे, 'कोणीही आईकडे चुगली करायची नाही!!'

केंब्रिज रॅकेट क्लब 'द स्ट्रीप'च्या पूर्वेकडे होता. लांबच लांब, छत खूप खाली असलेली एक जुनी पुराणी अडगळीची जागा होती. त्यात टेनिसची दहा मैदाने होती. तेथे सतत घाम, उग्र मलम, जुने पुराणे सामान यांचा आणि ज्याचे उगमस्थान मला कधीही सापडले नाही असा आंबलेल्या पदार्थांचा एक संमिश्र वास येत असे. वातावरणात धूळ असे. माझ्या वडिलांना ती जागा आणि त्याचा मालक श्री. फाँग हे दोन्ही अगदी 'घरच्यासारखी' वाटत. ते श्री. फाँग यांच्या शेजारी उभे राहून आमचा खेळ पाहत. खरे तर 'पाहत' नसत, आम्ही जराही इकडेतिकडे, गप्पा, हसणे यांत वेळ न घालविता फक्त खेळतोच आहोत ना यावर ते देखरेख करत असत. वडिलांची शिट्टी ऐकू आली की, आम्ही खेळ थांबवत असू. तोंडात दोन बोटे घालून वाजवलेली ती कर्कश शिट्टी मी कुठूनही ओळखायचो. गेम संपली, सेट झाला, सामना संपला, खेळ थांबवा, गाडीत जाऊन बसा या सर्व सूचनांसाठी तीच शिट्टी वाजायची.

माझे भाऊ-बहीण माझ्या आधीच खेळ थांबवायचे. सर्वांत मोठी बहीण रिटा, मोठा भाऊ फिली आणि बहिण टामी हे सर्वच जण टेनिस चांगले खेळायचे; पण मी, त्यांच्यातील शेंडेफळ, उत्तम खेळायचो. माझे वडील ही गोष्ट सर्वांना - माझ्या भावाबहिणींना, श्री. फाँगना - सतत सांगत राहायचे - म्हणायचे, 'आंद्रे सर्वोत्तम आहे. त्याचे खेळातील प्रावीण्य देवदत्त आहे!' म्हणूनच ते माझ्याकडे विशेष, जरा जास्तच लक्ष द्यायचे. आगासी वंशात टेनिस या विषयातील मी अखेरची आशा होतो. त्यांच्याकडून मिळणारे हे खास लक्ष कधी कधी मला हवेसे वाटायचे. वाटायचे आपण अदृश्य व्हावे आणि त्यांची उडालेली घाबरगुंडी, त्यांची उलाघाल पाहावी. त्यांच्या काही सवयी भयंकर होत्या. ते चिडले की, स्वतःला त्रास करून घ्यायचे. अंगठा आणि पहिले बोट मिळून नाकपुडीत खुपसायचे आणि इतका जोर लावून केस ओढून काढायचे की, त्या वेदनेने त्यांच्या डोळ्यातून पाणी यायचे! ते दाढी करायचे तेही साबण न लावता! रेझर कोरड्या गालांवरून फिरताना कापायचे. त्यातून येणारे रक्त न पुसता ते तसेच चेहऱ्यावर वाळू द्यायचे. त्यांनी अशा आडमुठेपणानेच स्वतःला घडवले होते.

जेव्हा ते चिंतेने ग्रासलेले असायचे, त्यांच्या मनावर ताण असायचा तेव्हा ते कुठेतरी शून्यात नजर लावून बसायचे. कोणा मार्गारिटची आठवण काढायचे, तिच्याशी बोलायचे, *आय लव्ह यू मार्गारिट,* असं म्हणायचे. मी एक दिवस या त्यांच्या स्वगताबद्दल आईला विचारले की, 'आई, पॉप्स कोणाशी बोलतात गं? ही मार्गारिट आहे तरी कोण?' आईने मार्गारिटची कहाणी सांगितली ती अशी : पॉप्स माझ्या वयाचे असताना कडक हिवाळ्यातील एके दिवशी तळ्यात साठलेल्या बर्फावर स्केटिंग करत होते. मध्येच एके ठिकाणी बर्फ अचानक फुटला आणि ते पाण्यात पडले, डोक्यापर्यंत बुडले, त्यांचा श्वासोच्छ्वासदेखील काही वेळासाठी थांबला. त्या वेळी एका बाईने त्यांना बाहेर काढले, त्यांचा जीव वाचवला. त्या बाईचे नाव मार्गारिट होते. ते त्या बाईला आधीही कधी भेटले नव्हते, त्यानंतरही कधी भेटले नाहीत. त्या प्रसंगानंतर तिला त्यांनी परत कधी पाहिलेदेखील नाही; पण तरीही ते तिला विसरले नाहीत, तिने त्यांच्या मनात अढळ स्थान प्राप्त केले आहे. ते अजूनही मनश्चक्षूंनी तिला पाहतात, ती समोर असल्यासारखे तिच्याशी बोलतात. मनातले तिला सांगतात, अत्यंत मृदू स्वरात तिचे आभार मानतात. तिला पाहताना, तिच्याशी बोलताना ते भानावर नसतात. त्या काळात काय घडते ते त्या वेळीही त्यांना कळत नाही आणि नंतरही केवळ अंधुकसेच आठवते.

माझे वडील स्वभावतःच भांडखोर. सतत बाह्या सरसावून मारामारीचाच पवित्रा. आणि शस्त्रसज्ज! – आमच्या गाडीत कायम एक लोखंडी कांब ठेवलेलीच असे. कुठे रस्त्यात वा अन्यत्र मारामारीचा प्रसंग आलाच तर तयारी म्हणून ते खिशात मीठ आणि तिखटाच्या पुड्या ठेवूनच बाहेर पडत असत. शत्रूच्या डोळ्यांत तिखट-मीठ टाकून त्याला आंधळा करायला बऱ्या! पण त्यांची सर्वांत कडाक्याची भांडणे सहसा स्वतःशीच चाललेली असत. त्याचे त्यांचे मार्ग निरनिराळे होते. मुद्रा तर सतत रागीटच असे. त्यांच्या मानेची हाडे कायमच आखडलेली असत. मान दोन्हीकडे जोशात आणि जोरात वळवून ती कडाकडा मोडणे हा पहिला मार्ग. तेवढ्याने जर भागले नाही, तर मग दुसरा मार्ग– कुत्र्यासारखे शरीर तणावून द्यायचे आणि एक हात डोक्यावर पालथा आणि दुसऱ्या हातात हनुवटी पकडून मान बळेबळेच दोन्ही बाजूंना वळवून लाह्या फुटल्यासारखी मानेची हाडे वाजवायची. त्याच्या पुढचा मार्ग म्हणजे आमच्या घराबाहेर टांगलेल्या पंचिंग बॅगवर थकेपर्यंत मुष्टिप्रहार करत राहून मनातील राग बाहेर काढायचा. त्यांचा स्वतःशी भांडायचा त्याहीपेक्षा अघोरी असा एक मार्ग होता. तो मी प्रथम पाहिला तेव्हा मी सहज घरात हिंडत होतो. एकदम माझ्या डोळ्यांना पंचिंग बॅगच्या जागी माझे वडीलच टांगलेले दिसले! त्यांची मान बॅग ज्या फासात अडकवलेली असे त्याच फासात अडकलेली होती आणि ते लटकत होते. लटकवून घेताना पायाखाली घेतलेली आणि मान

अडकल्यावर लाथाडून टाकलेली खुर्ची काही अंतरावर उलटीपालटी होऊन पडली होती. त्यांचे पाय बुटासकट जमिनीपासून तीन फुटांवर तरंगत होते. ते भयंकर दृश्य पाहून माझी बालंबाल खात्री झाली की, आपल्या वडिलांनी आत्महत्या केली आहे! मी जिवाच्या आकांताने ओरडत आणि सैरभैर होऊन घरभर सैरावैरा पळत सुटलो. ''ए, गप्प बस. उगाच बोंबलून घर डोक्यावर घेऊ नकोस. काही धाड भरलेली नाही मला,'' ते त्याच स्थितीत माझ्यावर खेकसले.

त्यांची दुसऱ्यांशीही भरपूर भांडणे होत. त्याची सुरुवात अचानक आणि नको त्या वेळेला होत असे. कधी कधी तर ते झोपेतच, बहुधा स्वप्नातच, कोणातरी अदृश्य शत्रूशी वादावादी सुरू करत. लवकरच त्याचे पर्यवसान मारामारीत होत असे आणि ते गुद्दे त्यांच्या शेजारी झोपलेल्या माझ्या आईला खावे लागत! गाडीतल्या प्रवासात भांडणांचे, मारामाऱ्यांचे प्रसंग हमखास घडत असत. आमची गाडी टेनिस कोर्टाच्याच रंगाची, हिरवी, डिझेलवर चालणारी ओल्ड्समोबाईल होती. गाडी चालवणे आणि ती चालवताना लॉरा ब्रॅनिगन या गायिकेची गाणी ऐकणे हा त्यांचा खास आवडता छंद होता; पण जर एखाद्या ड्रायव्हरने त्यांच्या गाडीला वळसा घालून त्याची गाडी पुढे घालण्याचा किंवा त्यांना पुढे जाऊ न देण्याचा घोर अपराध केला, तर मात्र गाणे बिणे बाजूला पडत असे आणि कमालीच्या क्रोधाने शिव्यांच्या गर्जना सुरू होत असत.

एक दिवस आम्ही केंब्रिज क्लबला चाललो होतो. वाटेत माझ्या वडिलांना पुरून उरणारा एक माथेफिरू ड्रायव्हर भेटला. त्याने मागून येऊन त्याची गाडी आमच्या गाडीला समांतर चालवण्याचे अक्षम्य 'साहस' केले. दोघांच्यात गाडीच्या खिडक्यातूनच बाचाबाची झाली; पण तोंडाचे पट्टे सोडून त्या दोघांचेही समाधान झाले नाही. पॉप्सनी त्याच्या गाडीपुढे आमची गाडी आडवी घातली. गाडीतून उतरून त्यांनी त्यालाही खाली उतरायचे आव्हान दिले. हातात लोखंडी कांब घेऊन उभ्या असलेल्या माझ्या वडिलांकडे पाहून त्याचा खाली उतरायचा धीर होईना. तेव्हा शिवीगाळ करत वडिलांनी त्याच्या गाडीचे पुढचे आणि मागचे दिवे हातातील शस्त्राने फोडून टाकले आणि सर्वत्र काचांचा सडा पाडला. त्यांच्याशी असाच शहाणपणा करणाऱ्या आणखी एका ड्रायव्हरवर तर त्यांनी सरळ पिस्तूल रोखले! त्यांच्या जागेवरून आमच्या गाडीबरोबर गाडी चालवणाऱ्या ड्रायव्हरवर रोखलेल्या पिस्तुलाची नळी, चाप आणि चापावरील पॉप्सचा अंगठा नेमके शेजारी बसलेल्या माझ्या नाका डोळ्यांसमोर होते. मी भीतीने सुन्न होऊन पापणीही न फडकावता, डोळे न मिचकावता, एकटक समोर बघत होतो. त्या ड्रायव्हरचा अपराध काय होता हे काही मला कळले नव्हते; पण तो चेंडू जाळ्यात मारण्याइतका गंभीर असला पाहिजे, असे मला वडिलांच्या आविर्भावावरून वाटत होते. वडिलांचे चापावर टेकलेले बोट पाहताना माझ्या पोटात गोळा उठला होता. तेवढ्यात एक अगदी क्वचित ऐकायला मिळणारा आवाज ऐकू आला – पॉप्स

चक्क खदाखदा हसत होते! मी बाजूला वळून पाहिले, शेजारी कोणीच नव्हते! तो ड्रायव्हर पॉप्सचा अवतार बघून प्राणाच्या भीतीने वायुवेगाने पळून गेला होता. शत्रूने घाबरून, ढुंगणाला पाय लावून पळ काढल्याने वडील विजयाचे गगनभेदी हास्य करत होते. माझ्या रागीट, तापट वडिलांचा, हातात पिस्तूल धरून हसणारा तो खुनशी चेहरा आयुष्यभर, शंभर वर्षे जगलो तर शंभराव्या वर्षी देखील, माझ्या लक्षात राहील! वडिलांनी पिस्तूल खाली केली, गाडीतल्या ड्रायव्हरसमोरच्या पेटीत ठेवून दिली आणि माझ्याकडे वळून मला परिचित अशा हुकमी आवाजात बजावले, 'आईला सांगायचं नाही, बरं का!'

अशा काही प्रसंगांत ते आईला न सांगण्याची आज्ञा हमखास का देत असत हे काही मला समजत नसे. आईला का नाही सांगायचे? समजा सांगितले तर ती बिचारी काय करणार होती? ती तर त्यांच्यासमोर तोंडही उघडत नसे. विरोध तर लांबच राहिला, कधी 'ब्र'ही काढत नसे. वडिलांना असे वाटायचे का की, प्रत्येक गोष्टीची कधीतरी सुरुवात होऊ शकते?

व्हेगासमध्ये पाऊस अगदी क्वचितच पडत असे. अशाच एका पावसाच्या संध्याकाळी आम्ही दोघे आईला तिच्या ऑफिसमधून घरी आणायला चाललो होतो. मी गाडीत सीटच्या कडेवर उभा राहून, तोंडाने गाणी म्हणत खेळत होतो. वडिलांनी डावीकडे वळण्यासाठी गाडी डाव्या लेनमध्ये घातली. बहुधा वडील लेन बदलताना सिग्नल दाखवायला विसरले असावेत. कारण, एका ट्रकने मागून जोरात हॉर्न वाजवला. तो ट्रक आमच्या गाडीला जवळ जवळ खेटूनच पुढे जात राहिला. वडिलांनी त्या ड्रायव्हरकडे पाहून बोटांनी वाकुल्या दाखवल्या. तो चिडला, त्याने संपूर्ण हात खिडकीबाहेर काढून हवेत फिरवला, तो माझ्या चेहऱ्याच्या अगदी जवळून गेला, जवळ जवळ मला लागलाच. तो त्याचवेळी काहीतरी ओरडलाही. माझ्या वडिलांनी त्याला शिव्यांच्या लाखोलीने प्रत्युत्तर दिले. तत्क्षणी तो ट्रक थांबला आणि ड्रायव्हरने दार उघडले. ते पाहताच वडिलांनीही गाडी थांबवली आणि दार उघडून बाहेर उडी मारली. मी भेदरलेल्या सशासारखा पटकन पुढच्या सीटवरून उडी मारून मागच्या सीटवर अंग चोरून बसलो आणि खिडकीतून डोकावून बघू लागलो. पावसाचा जोर नेमका त्याचवेळी वाढला होता. माझे वडील त्या ट्रक ड्रायव्हरच्या दिशेने चालून गेले. त्याने आक्रमकतेने त्यांच्या तोंडावर एक ठोसा मारला; पण त्यांनी तो चपळाईने डोके बाजूला घेऊन तो चुकवला आणि त्याच्या नाकावर पोलादी प्रहार केला. तो खालीच कोसळला. 'बाप रे, मेला बहुतेक' – मी मनात म्हणालो, 'आत्ताच मेला नसला तरी फार वेळ जगणार नाही.' शिवाय तो रस्त्याच्या मध्यभागी पडला होता, त्यामुळे तो कुठल्या तरी वाहनाच्या खाली येण्याचीही शक्यता होती. त्याला तसाच टाकून पॉप्स सरळ गाडीत येऊन बसले आणि त्यांनी गाडी सुरू केली. आम्ही पुढे निघालो. मी मागच्या खिडकीतून

रस्त्याच्या मध्यभागी पडलेल्या त्या माणसाकडे पाहत होतो. तो बहुधा बेशुद्ध पडला असावा. पावसाचे थेंब त्याचा चेहरा सडकून काढत होते. वडील अजूनही स्वतःशीच काहीतरी बडबडत होते, त्यालाच शिव्या घालीत असावेत. आईच्या ऑफिसपाशी पोहोचण्याआधी त्यांनी एकदा त्यांचे दोन्ही हात नीट तपासले, कोठे जखम, रक्त नाही ना हे पाहिले, हातांची बोटे कडाकडा मोडून, मनगटातून हात फिरवून बघून सर्व हाडे सुरक्षित आणि जागेवर आहेत ना याचीही खात्री करून घेतली. गाडी ऑफिससमोर थांबवण्यापूर्वी ते मागे वळले, त्यांनी माझ्या डोळ्यात डोळे घालून मला त्यांची ठरलेली आज्ञा ऐकवली, 'आईला यातले काही सांगायचे नाही, बरं का!'

जेव्हा जेव्हा माझ्या मनात असा विचार यायचा की, वडिलांना सांगून टाकावे की, 'मला टेनिस खेळायचे नाही' तेव्हा तेव्हा माझ्या डोळ्यांसमोर अशा पद्धतीचे अनेक प्रसंग नाचू लागायचे. माझे माझ्या पॉप्सवर प्रेम होते. मला त्यांना खूश ठेवायचे होते, नाराज करायचे नव्हते. तसे करण्याइतके धाडस माझ्यात नव्हतेच. ते नाराज झाले की, सगळेच बिघडते, सगळे वाईटसाईट घडते, याची मला चांगलीच जाणीव होती. मला तसे होऊन द्यायचे नव्हते. ते जर असे म्हणत असतील की, मी जगातील पहिल्या क्रमांकाचा टेनिस खेळाडू बनणार आहे, तेच माझ्या नशिबात लिहून ठेवले आहे, तर माझ्या हाती फक्त त्यांच्या आज्ञांचे काटेकोर पालन करणे उरते. जिमी कॉनर्ससारख्या इतरांनाही मी तसेच करण्याचा सल्ला दिला असता.

प्रथम क्रमांकाचा खेळाडू बनण्याचा मार्ग हूवर डॅमच्या पलीकडून जात होता. मी आठ वर्षांचा होतच होतो, वडिलांनी फर्मान काढले की, आता घराच्या मागच्या अंगणातील ड्रॅगनबरोबरचा खेळ आणि केंब्रिज रॅकेट क्लबमधील घरगुती सरावही पुरेसा नाही. आता नेवाडा, ॲरिझोना आणि कॅलिफोर्नियाभरातील लहान वयाच्या खेळाडूंबरोबर खरेखुरे सामने खेळण्याची, सर्व स्पर्धांतून भाग घेण्याची वेळ आलेली आहे. मग काय, त्यासाठी प्रत्येक शनिवार-रविवारी आमच्या सबंध कुटुंबाचीच आमच्या गाडीतून, हूवर डॅमच्या पलीकडे वाळवंटातून - कधी यूएस ९५ या महामार्गावरून उत्तरेला 'रेनो' या ठिकाणी तर कधी दक्षिणेला हेन्डर्सनमधून फिनिक्स, स्कॉट्सडेल किंवा टुस्कॉनपर्यंत - वरात निघत असे. मला जेवढे टेनिस कोर्ट अप्रिय होते, तेवढेच किंबहुना कांकणभर जास्त पॉप्सबरोबर गाडीतून लांब लांबचा प्रवास करणे नावडते होते; पण त्या वर्षीपासून त्या दोन क्लेशकारक गोष्टींमध्येच माझे आयुष्य विभागले गेले.

सुरवातीलाच दहा वर्षांखालील मुलांच्या गटातील स्पर्धेत मी एका पाठोपाठ एक असे एकूण सात सामने जिंकले. कौतुक सोडाच, माझ्या वडिलांनी

एका शब्दानेही माझ्या कामगिरीवर प्रतिक्रियाही व्यक्त केली नाही. कर्तव्य पार पाडले तर त्यात विशेष ते काय? विजय संपादनानंतर हूवर डॅमवरून परत येताना मी मूकपणे धरणाच्या उंच भिंतीच्या अलीकडे साठलेल्या कोलोरॅडो नदीच्या पाण्याच्या प्रचंड, गंभीर साठ्याकडे पाहत होतो. त्या 'पाण्याच्या भिंती'त धरणाची भिंत पाडून टाकण्याची अदम्य शक्ती होती, तिचाच मी विचार करत होतो. माझे लक्ष त्या भिंतीवर फडकणाऱ्या निशाणाकडे गेले. तेथून माझी नजर निशाणाच्या खांबावरून उतरून पायथ्याशी असलेल्या एका भल्या मोठ्या शिलेकडे आणि त्या शिलेवर कोरलेल्या संदेशाकडे गेले. मी ती अक्षरे गाडीतूनही स्पष्टपणे वाचू शकत होतो : *ज्या महान व्यक्तींनी त्यांच्या द्रष्टेपणाने येथील उजाड, ओसाड प्रदेशाला लोकोपयोगी, फलदायी बनवले त्यांच्या सन्मानार्थ...* ते शब्द मी मनात घोळवू लागलो, त्यांवर विचार करू लागलो 'हा उजाड, ओसाड प्रदेश? अंत नसलेल्या वाळवंटाच्या मध्येच वसलेल्या आमच्या एकट्याच घरापेक्षा उजाड, उदास, एकटे दुसरे काही असेल?' माझ्या पॉप्सच्या मनातला आशा, अपेक्षाही त्या पाण्याच्या साठ्यासारखाच होत्या, कुठलीही भिंत पाडून टाकण्याची ताकद असणाऱ्या, उंच उंच पोहोचण्यासाठी धडपडणाऱ्या, त्यासाठी काहीही करायला मागे पुढे न पाहणाऱ्या. त्यांना ती उंची गाठून देण्यासाठी, समाधानाच्या शिखरावर पोहोचवण्यासाठी मला टेनिस खेळत राहणे तर अनिवार्य होतेच, शिवाय त्या दिवशीसारखेच जिंकत राहणेही अत्यंत गरजेचे होते - एक दिवसच नाही, वारंवार, सातत्याने, प्रगतीच्या पायऱ्या चढत राहणे, यशाची उंची गाठणे अत्यावश्यक होते!

एकदा सॅन डीॲगोमधील मॉर्ली फील्डमध्ये जाऊन मी जेफ टॅरँगो नावाच्या मुलाशी सामना खेळलो. तो काही माझ्याइतक्या तयारीचा नव्हता; पण तरीही त्याने पहिला सेट ६-४ असा जिंकला तेव्हा मला धक्काच बसला. मी घाबरलो. माझे वडील आता माझा जीवच घेणार अशी मला भीती वाटू लागली. मी सावध झालो, चित्त एकाग्र केले आणि असा खेळलो की, पुढचा सेट ६-० असा जिंकला. तिसऱ्या सेटच्या सुरवातीलाच एक चेंडू परतवताना टॅरँगो एकदम खाली वाकला आणि पायाचा घोटा हातात धरून कळवळला. त्याचा घोटा दुखावला गेलेला लक्षात येताच मी त्याचा फायदा घेऊन त्याला जाळ्याजवळ चेंडू मारून दुखऱ्या घोट्याने पळायला भाग पाडू लागलो; पण तो व्यवस्थित पळत पुढे येऊन माझे चेंडू असे काही परतवू लागला की, त्यालाच गुण मिळू लागले. त्याने घोटा दुखावल्याचे सोंग आणले होते, त्याला काहीही झालेले नव्हते, हे मला फार उशिरा समजले!

माझे वडील बाजूला उभे राहून मला 'जवळ चेंडू टाकू नकोस, जाळ्याच्या इतक्या जवळ टाकू नकोस' असे वारंवार ओरडून सांगत होते; पण मी तर खेळाचे

धोरण ठरवून टाकले होते आणि त्याप्रमाणे खेळत गेलो होतो. आमचे गुण समान झाले – टाय ब्रेकर. आम्ही अहमहमिकेने खेळू लागलो. टाय ब्रेकर नऊ गेम्सचा होता. गुणसंख्या ४-४ अशी झाली. हार-जीतच्या निर्णयाचा, अखेरचा गुण! सामने खेळायला लागल्यापासून मी कधीही पराभूत झालो नव्हतो. आता हा गुण गमावला आणि तसे झालेच तर? तर माझे वडील काय करतील, याची कल्पनाही मला करवेना! माझ्या जीवन-मरणाचा प्रश्न असल्यासारखाच खेळ व्हायला हवा होता. कारण, परिस्थिती खरेच तशीच होती. टॅंगोचे वडीलही माझ्या पॉप्ससारखेच आग्यावेताळ होते की काय? कारण, तोही माझ्याप्रमाणेच, जिवावर उदार होऊन खेळत होता.

शेवटचा फटका – मी रॅकेट सरसावून एक बॅकहॅन्ड मैदानाच्या एका कोपऱ्यातून दुसऱ्या कोपऱ्यात मारला. खरे तर तो निर्णायक ठरेल अशा हेतूने मारलेला नव्हता; पण माझ्या अपेक्षेपेक्षा रॅकेटचा जोर जास्त लागला आणि फटका चांगलाच जबरदस्त आणि सणसणीत बसला, तरीही सीमारेषेच्या आत तीन फूट पडला आणि टॅंगोपासून कितीतरी दूर! त्याला चेंडूपर्यंत पोहोचणे अशक्य झाले आणि... आणि माझ्या नावाचा जयजयकार झाला! मीही जोरात ओरडलो. मैदानाच्या मध्यभागी हतबल होऊन उभ्या राहिलेल्या टॅंगोची मान खाली गेली, चेहरा पडला, तो रडकुंडीलाच आला, जड पावलांनी जाळ्याच्या दिशेने येऊ लागला.

तो मध्येच अचानक थांबला. त्याची मान वर उचलली गेली, डोळे चमकले. त्याने चेंडू जेथे पडला होता त्या दिशेकडे मान वळवून बघितले आणि त्याच्या चेहऱ्यावर चक्क हसू पसरले. "आउट," तो पंचाकडे पाहून ओरडला. मी थबकलो, मी हबकलो! "चेंडू बाहेर पडला..." टॅंगो ओरडला.

आमच्या वयाच्या मुलांच्या सामन्याचे नियम वेगळे आणि जरा विचित्र होते. त्यात चेंडू सीमेच्या आत पडला का बाहेर यावर लक्ष ठेवणारे स्वतंत्र लोक ज्यांना लाइन्समन म्हणतात ते नसायचे. खेळाडूच ते काम करायचे. खेळाडू जो निर्णय देईल, तोच अखेरचा असायचा. त्याला आव्हान देता येत नसायचे. टॅंगोने पराजय टाळायचा कुमार्ग शोधला होता. तो परत एकदा 'आउट' असे ओरडला आणि त्याने तो विजयी झाल्याचे हात उंचावून जाहीरही करून टाकले. मला रडायलाच आले!

प्रेक्षकांच्यात एकच गोंधळ माजला. लोकांनी बाजू घेतल्या आणि आपापसात वादावादी, भांडणे इतकेच नव्हे तर मारामाऱ्याही सुरू झाल्या. टॅंगोने जे केले ते निश्चितच उचित नव्हते, अयोग्यच होते; पण नियमात बसणारे होते, वास्तव होते. टॅंगो विजयी ठरला होता. मी त्याच्याशी हस्तांदोलन करण्यास सरळ नकार दिला आणि तेथून पळून गेलो. बालबोआ पार्कमध्ये गेलो आणि

भरपूर रडून घेतले. तासाभराने मी बाहेर आलो. माझे वडील संतापाने लाल झाले होते. त्यांचा राग मी पराभूत झालो, मी पळून गेलो म्हणून नव्हता. ते चिडले होते ते मी त्यांचे ऐकले नाही म्हणून!

ते माझ्यावर डाफरत होते की, 'मी तुला सारखा ओरडून सांगत होतो, जाळ्याच्या जवळ चेंडू टाकू नकोस. गधड्या, ऐकलं नाहीस माझं! का? का नाही ऐकलंस?'

त्या दिवशी त्यांच्या क्रोधाच्या उद्रेकाचा माझ्यावर नेहमीसारखा परिणाम झाला नाही. कारण, ते माझ्यावर जितके रागावलेले होते त्याहून जास्त मी चिडलेला होतो - त्या महामूर्ख, खोटारड्या टॅंगोवर, कठोर, निष्ठुर दैवावर आणि सर्वांत जास्त स्वतःवर! हो, स्वतःवर सर्वांत जास्त! टॅंगोने बदमाशी केली होती; पण त्याला तसे करायला भाग पाडणारी, उद्युक्त करणारी परिस्थिती मीच निर्माण केली होती. ती मी करायला नको होती. मी ती चूक केली होती आणि माझ्या कपाळावर पराजयाचा लाजिरवाणा शिक्का मारून घेतला होता - कायमचा! आता त्यात बदल होऊ शकणार नव्हता. माझ्या नावाला लागलेला तो बट्टा मला असह्य होत होता; पण तो अटळ होता. दोषी मी होतो, कलंकित! ड्रॅगनबरोबर लाखो चेंडू खेळलो मी! काय उपयोग झाला त्याचा? शून्य!!

इतके दिवस सतत पॉप्सनी माझ्या नावाने शिव्या घातलेल्या मी ऐकत आलो होतो. त्या दिवशी, त्या पराभवाने मलाही त्यांचा वसा घ्यायला लावले होते, मला मला शिव्या द्यायला लावले होते. त्या दिवशी मी माझ्या वडिलांची जागा घेतली - त्यांची असहनशीलता, चिडखोरपणा, अचूकपणाविषयीचा, निर्दोषत्वाचा आग्रह, हट्टच, त्यांचा उतावळा राग, सगळे सगळे माझ्यात उतरले. माझा आवाजसुद्धा त्यांच्यासारखाच ऐकू येऊ लागला. मीच माझा परीक्षक, समीक्षक, टीकाकार बनलो. त्यानंतर त्यांच्या महत्त्वाकांक्षा माझ्या झाल्या, त्यांचे ध्येय माझे झाले, ते माझ्या खेळासाठी, यशासाठी जे जे करत होते, ते सगळे मी करू शकतो, याची मला जाणीव झाली!!

२

माझी आजी, माझ्या पॉप्सची आई आमच्याबरोबर राहायची. त्यांची आई शोभेल अशीच होती ती! ती मूळची तेहरानची. तिच्या नाकाजवळ आक्रोडासारखी एक मोठी चामखीळ होती. माझे लक्ष ती काय बोलते आहे याकडे कधी जायचेच नाही, ते त्या चामखिळीतच अडकून पडायचे. अर्थात त्याने काही फारसा फरक पडायचा नाही, कारण ती सहसा काही नवीन सांगत असण्याची शक्यता जवळ जवळ नसायचीच. ती तिचे रोजचेच चऱ्हाट वळत असायची - ज्यात तिच्या मुलाच्या नावाने लाखोली वाहिली जात असायची. माझ्या वडिलांना - तिच्या पोटच्या सुपुत्राला - छळणे, सतावणे हीच तिच्या आयुष्याची इतिकर्तव्यता होती! पॉप्स आम्हाला नेहमी ती त्यांना लहानपणी कशी सतत टाकून बोलायची, रागवायची आणि झोडपून काढायची याच्या कथा सांगायचे. तिची एक शिक्षा तर फारच भारी होती - चूक फारच मोठी असली, ते फारच वाईट वागले असले तर ती त्यांना मुलीचे कपडे घालून शाळेत जायला लावायची! तिच्या अशा भयंकर, लाजिरवाण्या शिक्षांनीच त्यांना असे आक्रमक, भांडखोर बनवले होते.

आजी जेव्हा तिच्या 'दोडक्या' मुलाचे 'कौतुक' करत नसायची तेव्हा तिच्या लाडक्या जन्मभूमीचे, तिच्या घराचे, ती मागे सोडून आलेल्या तिच्या खास लोकांचे गुणगान करत असायची. माझी आई म्हणायची की, 'ती *घरवेडी* आहे!' मी त्याचा अर्थ विचारला तर म्हणाली की, 'तिला तिच्या तेहरानमधल्या घरी राहायचे आहे. ती तिच्या घरी नाही म्हणून अशी वेड्यासारखे करते.' बाप रे! मी आश्चर्यचकितच झालो! मलाही माझे घर वेडे करते; पण घरापासून दूर असल्यावर नाही तर घरात थांबल्यावर!! तिच्या घरी ड्रॅगन नसला पाहिजे! माझ्या लेखी घर म्हणजे ड्रॅगन, त्याच्या तोंडातून होणारी चेंडूंची आगपाखड आणि मनाविरुद्ध टेनिस खेळत राहण्याची जागा!!

मी मनात म्हणायचो, 'आजीला घरी जायचे आहे ना, मग तिला जाऊ दे ना! मी सर्व मदत करतो. मी आठ वर्षांचा असलो तरी मी स्वतः तिला विमानतळावरसुद्धा पोहोचवून द्यायला तयार आहे.' आधीच आमच्या घरात त्रास काय कमी होते, त्यात आजीच्या तोंडाच्या पट्ट्याची भर. आमच्या घराला तिच्या मुलाच्या वागण्याचा ताणच असह्य झाला होता, त्यात तिची कटकट म्हणजे अगदी एकादशीच्या घरी शिवरात्र असेच झाले होते. ती पॉप्सना छळायचीच;

पण माझ्यावर आणि माझ्या भावंडांवरही 'आजीगिरी' गाजवायची आणि माझ्या आईलाही सासुरवास करायची, तिचा द्वेष करायची. तिला प्रत्येक गोष्टीत आईची बरोबरी करायची खुमखुमी होती. ती काय थराला गेली होती, याची कल्पना आईने सांगितलेल्या एका सत्यकथेने आली – मी तान्हा असताना एकदा आई बाहेरून घरात आली तर स्वयंपाकघरात बसून आजी मला छातीशी धरून दूध पाजत होती! त्या दिवसापासून तर दोघींमधले संबंध फारच तणावपूर्ण बनले होते.

आजीच्या या सर्व त्रासदायक गोष्टीत दिलासा देणारी एक गोष्ट होती ती म्हणजे ती सांगत असलेल्या पॉप्सच्या बालपणीच्या 'सुरस आणि चमत्कारिक कथा!' त्या ऐकून माझे वडीलही कधी कधी भावनावश होऊन बोलते व्हायचे. त्या आठवणी त्यांनी हृदयात दडपून ठेवलेल्या भावना व्यक्त करायला त्यांना विवश करायच्या. ती नसती तर आम्हाला पॉप्सचा भूतकाळ कधीच कळला नसता. ते असे विचित्र वागतात, रागावतात, चिडतात याचे एक संभाव्य कारण इतका दुःखाने भरलेला आणि एकटेपणाने भारलेला त्यांचा भूतकाळ होता हे समजले नसते.

ती भरल्या आवाजात, खोल निःश्वास टाकीत सांगायची, ''आम्ही खूप गरीब होतो. तुम्ही कल्पनाही करू शकणार नाही इतके गरीब.'' ती पोटावरून हात फिरवीत म्हणायची, ''सतत भुकेले असायचो, पोट रिकामं असायचं. ना अन्न, ना पाणी. घरही ओकंबोकं. ना वीज ना काही फर्निचर!'' ''मग तुम्ही झोपत कुठे होता?'' आमच्यापैकी कोणीतरी विचारायचे.

''जमिनीवर! एका खुराड्याएवढ्या खोलीत सगळे जण पडायचो. आमचे घर म्हणजे मध्यभागी एक गलिच्छ जागा सोडून तिच्या भोवताली गोलाकार बांधलेल्या चाळीतले खुराडे होते. एका कोपऱ्यात खड्डे खणलेले होते, ते आमचे शौचालय! सगळ्या भाडेकरूंकरता एकच!''

''पण युद्ध झालं आणि सगळं बदलायला लागलं, सुधारायला लागलं.'' वडील मध्येच बोलायचे, ''ब्रिटिश आणि अमेरिकन सैनिकांनी रस्ते गजबजायला लागले. मला खूप आवडायचे ते सैनिक!''

''का? तुम्हाला सैनिक का आवडायचे?'' कोणाची तरी शंका.

''कारण, ते आम्हाला खाऊ द्यायचे, बूट द्यायचे.''

होय, त्या सैनिकांनी आणखी एक छान गोष्ट केली, माझ्या पॉप्सची इंग्लिश भाषेशी ओळख करून दिली. त्यांनी त्यांना पहिला शब्द शिकवला – *व्हिक्टरी* – विजय – जो माझे वडील *विक्टरी* असा उच्चारायचे.

''असे उंचेपुरे आणि धिप्पाड असायचे सगळे!'' वडील वर्णनात गुंगायचे, ''मी नेहमी त्यांच्या मागे मागे असायचो. त्यांचे निरीक्षण करत राहायचो, काय करतात, कसे करतात – अभ्यासच करायचो त्यांचा. काम संपले की, नंतर ते काय करतात? मला उत्सुकता होती. एक दिवस मी त्यांच्या मागून

गेलो. गावाबाहेर, झाडीच्या मधल्या मोकळ्या जागेत चक्क दोन टेनिसची मैदाने आखलेली होती, जाळी बांधलेली होती. तिथे त्यांचा टेनिसचा खेळ रंगायचा. मैदानाला कुंपण नव्हते. चेंडू मारला की, आजूबाजूच्या झाडीत, लांबवर जायचा. मग मी चेंडूमागे पळायचो आणि त्यांना तो आणून द्यायचो. कुत्रा कसा मालक चेंडू कुठे टाकतो ते पाहत शेपूट हलवीत त्याच्यासमोर उभा राहतो, चेंडू मालकाच्या हातातून सुटला की, जीव खाऊन चेंडूच्या मागे पळत जातो, तो तोंडात धरून मालकापुढे आणून टाकतो आणि परत आपला जीभ बाहेर काढून शेपूट हलवीत पुढच्या चेंडूची वाट पाहतो. मीही तसंच करायचो. हळूहळू सैनिकांना माझ्या या सेवेची सवय झाली, ते माझ्यावर अवलंबून राहू लागले आणि हळूहळू त्यांनी ते काम आणि एकंदर ती मैदानेच माझ्यावरच सोपवली. त्यांच्या मैदानांचा सफाई कामगार, रक्षक, पर्यवेक्षक सर्व काही मीच झालो. मग मीही आपणहून मैदान स्वच्छ झाडायला लागलो, पाणी मारू लागलो, त्याच्यावर रोलरही फिरवू लागलो, त्यांची सर्वतोपरी काळजी घेऊ लागलो.''

''ते किती पैसे द्यायचे तुम्हाला?''

''पैसे? छे, पैसेबैसे काही नाही. हं; पण त्यांनी मला टेनिसची एक रॅकेट दिली. जुनी पुराणीच होती, तिच्या वाद्या म्हणजे धातूच्या तारा होत्या; पण कशीही असली तरी ती 'माझी' होती, मला प्राणापलीकडे प्रिय होती. मी तासन्‌तास त्या रॅकेटने, एकटाच, भिंतीवर चेंडू मारत बसायचो.''

''का? एकटा का?''

''इराणमध्ये कोणीच टेनिस खेळत नाही.''

इराणमध्ये खेळतात बॉक्सिंग. पॉप्सही खेळायचे. त्यासाठी त्यांना कितीही सहकारी मिळायचे. बॉक्सिंगला लागणारी ताकद, जोर, चापल्य, ठोसे देण्याची आक्रमकता आणि मार खाण्याची सहनशक्ती या सगळ्या गोष्टी आपल्यापाशी आहेत आणि त्यात एक प्रकारचा 'और' कैफ आहे, याची जाणीव सर्व प्रथम त्यांना रस्त्यावर झालेल्या दोन तीन मारामाऱ्यानंतर झाली. हळूहळू त्याची गोडीच निर्माण झाली. त्यातूनच मग स्वतःच्या कौशल्याबद्दलचा आत्मविश्वास आला आणि ते एका व्यायामशाळेत जाऊन त्या खेळाचे पद्धतशीर प्रशिक्षण घेऊ लागले, निष्ठेने, नेटाने त्याचे धडे गिरवू लागले. 'हा उपजतच बॉक्सर आहे!' असे त्यांचे प्रशिक्षक म्हणायचे. हातांची जलद हालचाल, पदन्यासात कमालीचे लालित्य आणि जगाशी जन्माचे वैर असल्यासारखा प्रत्येक ठोशातला जबरदस्त जोर आणि त्वेष! आमच्यासाठी शत्रू ठरलेला त्यांचा तो क्षोभ बॉक्सिंगच्या रिंगणात त्यांचा मदतनीस ठरायचा आणि प्रतिस्पर्ध्यांचा कर्दनकाळ! त्यांच्या बॉक्सिंगमधील प्रावीण्यामुळे इराणच्या बँटमवेट या खेळाच्या ऑलिंपिक संघात त्यांची निवड झाली होती. १९४८ची स्पर्धा खेळण्यासाठी ते लंडनला आणि १९५२ साली हेलसिंकीला गेले होते; पण दुर्दैवाने त्या स्पर्धांमध्ये मात्र त्यांना त्यांचा प्रभाव

पाडता आला नाही. ''ही पंचमंडळी! महाकपटी आणि राजकारणी!! सगळं आधीच ठरलेलं हो! सारं जगच इराणच्या विरुद्ध!!!'' ही पॉप्सची तक्रार.

माझे वडील - माईक - अठरा वर्षांच्या आक्रमक बँटमवेट
बॉक्सरच्या रूपात (तेहरान).

"पण पाहाल तुम्ही. एक दिवस टेनिसला ऑलिंपिक्समध्ये स्थान मिळेल आणि माझा मुलगा, हा आंद्रे त्यात सुवर्णपदक मिळवेल! जे मला करता आलं नाही ते हा करून दाखवेल! माझ्या अपयशाची दामदुपटीने भरपाई करेल!!'' हा त्यांचा दुर्दम्य आशावाद आणि माझ्यावरील रोजच्या मानसिक दबावात आणखी भर!!

ऑलिंपिक्सच्या निमित्ताने निराळे, विशाल, झगमगीत जग पाहायला मिळालेल्या माझ्या वडिलांना त्यांचे गलिच्छ घर, टीचभर खोलीच्या चार भिंतीतली गरिबी नकोशी वाटू लागली. त्या संकुचित जगात त्यांना राहवेना. ते इराणमधून पळून गेले. देशातून बाहेर पडायला आवश्यक त्या सर्व 'कारवाया', उचापती – खोटे नाव, पासपोर्टमधील बनावट नोंदी – करून ते विमानात बसून न्यू यॉर्कला पोहोचले. पहिला पंधरवडा त्यांनीही देशादेशांतून अमेरिकेत धाव घेणाऱ्या लाखो परदेशी स्थलांतरितांचे नंदनवन असलेल्या एलिस आयलंड येथेच घालवला. त्या नंतर ते बसने शिकागोला गेले. त्यांनी त्यांच्या 'इमॅन्युअल' या अवघड नावाचे सोपे अमेरिकन रूपांतर करून टाकले. ते 'माइक' आगासी झाले. त्यांना तेथील एका मोठ्या हॉटेलमध्ये लिफ्ट ऑपरेटरचे काम मिळाले. ते दिवसभर काम करायचे आणि रात्री त्यांचा आवडता छंद जोपासायचे – बॉक्सिंग खेळायचे.

त्यांच्या नशिबाने त्यांना एक उत्तम प्रशिक्षक लाभला – बॉक्सिंगच्या मिडलवेट गटातील चॅम्पियन, 'मॅन ऑफ स्टील' – लोहपुरुष – म्हणून ओळखला जाणारा टोनी झेल. रॉकी ग्राझियानो नावाच्या तोडीस तोड असलेल्या बॉक्सर बरोबर तीन तासांचा रक्तरंजित लढा देऊन बॉक्सिंगच्या जगतात प्रसिद्धी पावलेला बेडर मनोवृत्तीचा टोनी झेल. त्यानेही पॉप्सच्या खेळाची 'तुझ्यात भरपूर गुण दडलेले आहेत.' या शब्दात प्रशंसा केली. तो पॉप्सना एकच सूचना करत असे – 'ठोसे अजून जोरात मार, अजून जोरात मार!' पॉप्स पंचिंग बॅगवर सराव करू लागले की, तो ओरडत असे, 'जोरात, जोरात, प्रत्येक ठोसा असा खालून वर मार.'

टोनी झेलच्या पाठिंब्यावर वडिलांनी 'शिकागो गोल्डन ग्लोव्हज' हे बक्षीस मिळवले. त्यांना मॅडिसन स्क्वेअर गार्डन या प्रतिष्ठाप्राप्त ठिकाणी खेळण्याचा मानही मिळाला; परंतु स्पर्धेच्या दिवशी त्यांचा नियोजित प्रतिस्पर्धी आजारी पडला. आयोजकांनी पर्यायी स्पर्धक शोधण्याचा प्रयत्न केला. एक मिळालाही. चांगला खेळणारा होता. वडिलांनी त्याच्याशी खेळायची तयारी दर्शवली. दोघेही रिंगणात समोरासमोर उभे राहिले; पण घंटा वाजण्याआधीच वडिलांना हुडहुडी भरली, ते थरथर कापू लागले. त्यांनी चक्क रिंगणातून पळ काढला आणि स्वतःला बाथरूममध्ये कोंडून घेतले. स्पर्धा सोडली आणि ते गाडी पकडून शिकागोला परत गेले.

आधी स्वतःच्या घरातून, देशातून आणि नंतर आयत्या वेळी स्पर्धेच्या रिंगणातून पळ काढणारे माझे 'पळपुटे' वडील! पण मला मात्र त्यांच्यापासून पळ काढण्याची जराही मुभा नव्हती!! आमच्याशी बोलताना मात्र ते फुशारक्या मारायचे. 'मला प्रतिस्पर्ध्याचा जो सर्वांत बलशाली ठोसा असेल त्याचाच सामना करायला आवडायचा.' एक दिवस त्यांनी मला त्यांचे ते तत्त्वज्ञान टेनिसच्या कोर्टावरच नीट समजावून सांगितले, 'हे पाहा, तुम्ही त्याचा सर्वांत खास, त्याच्या दृष्टीने रामबाण असा ठोसा खाऊनसुद्धा ठामपणे उभे राहता, तो ठणकावून परतवून लावता आणि ही तुमची क्षमता त्याला कळून चुकते, तेव्हा तुम्ही त्याच्यातली हवाच काढून घेतलेली असते. त्याच्या आत्मविश्वासाला तडा गेलेला असतो, तो संपलेला असतो. टेनिसमध्येही तसेच होते. नेहमी प्रतिस्पर्ध्याच्या बलस्थानावर हल्ला चढवला पाहिजे, त्याचा बालेकिल्लाच सर केला पाहिजे. तो सर्व्हिस उत्तम करणारा असेल तर ती तुम्ही भेदून टाकली पाहिजे. तो आक्रमक खेळ करून तुमच्यावर कुरघोडी करू पाहणारा असेल तर तुम्ही त्याचा हल्ला समर्थपणे परतवला, नव्हे उधळून लावला पाहिजे. त्याला त्याच्या फोरहॅन्डचा फार गर्व असेल तर त्याला सारखे फोरहॅन्ड्सच मारायला लावा आणि त्यांना असे चोख प्रत्युत्तर द्या की, त्याच्या गर्वाचे घर खाली झाले पाहिजे, त्याला त्याचा लाडका फोरहॅन्ड नकोसा झाला पाहिजे.'

हे जे त्यांचे 'मानखंडने'चे अपवादात्मक तंत्र होते त्याचे वर्णन ते 'प्रतिस्पर्ध्याच्या मेंदूला झिणझिण्या आल्या पाहिजेत' अशा शब्दांत करत असत. या धोरणाचा, या क्रियेपेक्षा प्रतिक्रियेवर आधारलेल्या 'मारक' तत्त्वज्ञानाचा माझ्यावर सतत मारा करून त्यांनी मलाही प्रतिस्पर्ध्याच्या मेंदूला झिणझिण्या आणणारा बॉक्सिंग खेळणारा खेळाडू बनवून टाकले होते. फरक एवढाच होता की, माझे मुठींचे ठोसे नसायचे, टेनिसच्या रॅकेटचे फटके असायचे! टेनिस खेळणारे बहुतेक सगळे खेळाडू त्यांची सर्व्हिस कशी जोरदार, परतवताच येणार नाही, अशी होईल यासाठी जीव टाकतात; पण माझ्या वडिलांनी माझ्या अंगी समोरून कितीही वेगवान, लांब, आखुड, फसवी, अवघड, कशीही सर्व्हिस आली ती हमखास परतवण्याचे कसब बाणवले होते.

माझे असे कठोर वडीलही कधी कधी हळवे व्हायचे, ते त्यांच्या मायदेशाच्या, तेथे मागे राहिलेल्या त्यांच्या कुटुंबीयांच्या, विशेषतः त्यांचा सर्वांत थोरला भाऊ इसार याच्या आठवणींनी. मला म्हणायचे, 'तुझा काकाही माझ्यासारखाच एक दिवस इराणमधून निसटेल, बघ!'

मग ते इराणमधील सद्यःस्थिती समाजावून सांगायचे की, 'देशात क्रांतीचे वारे जोराने वाहू लागले आहेत. सरकार डळमळले आहे. त्यामुळेच देश सोडून

जाणाऱ्यांवर सध्या विशेष लक्ष आहे. कोणी आपले चंबू गबाळे आवरून, विशेषतः बँकेतील खाती बंद करून पैसा अडका घेऊन देश सोडून पळून जात नाही ना यावर पाळत ठेवली जाते आहे म्हणूनच इसार आधी त्याची गडगंज संपत्ती बाहेर काढायची व्यवस्था करायच्या मागे आहे. तो त्याच्या जवळच्या रोकड रकमेचे दागिने तयार करून घेऊन ते आपल्याकडे मधून मधून ज्या लहान मोठ्या पेट्या येतात ना त्यात घालून पाठवून देतो आहे.' बरोबर, इसारकाकांकडून तपकिरी रंगाची बॉक्स आली की, आमच्याकडे उत्सवच साजरा होत असे. सणाचा दिवस असल्यासारखे आम्ही सगळे एकत्र गोलाकार बसत असू. बॉक्सला बांधलेला रेशमी दोरा कापला जायचा. तर उघडली की त्यातून कधी बिस्किटांचा तर कधी केकचा डबा निघायचा. ते पाहून आम्हा मुलांची भूक उत्तेजित व्हायची आणि त्यांच्या मध्ये लपवलेले हिरे, माणिक मोती, पाचू आणि त्यांचे मौल्यवान जडजवाहीर पाहून आमचे डोळे विस्फारले जायचे, सारे जण स्तिमित व्हायचे, अचंबित व्हायचे. आम्ही आनंदाश्चर्याने किंचाळायचोच. अशा बऱ्याच बॉक्सेस येत राहिल्या आणि एक दिवस वडिलांनी भाकित केल्याप्रमाणे चक्क दस्तुरखुद्द इसारकाकाच दारात हजर झाला!

तो खाली माझ्याकडे पाहत हसत आमच्या घराच्या दारात उभा – मी वर त्याच्याकडे पाहत आ वासून त्याच्या समोर उभा.

"तू आंद्रे? बरोबर?"

"हो."

"हां, मी तुझा काका!"

त्याने हात पुढे करून माझा गाल कुस्करला.

माझा काका म्हणजे माझ्या वडिलांचीच प्रतिकृती; पण ती फक्त शारीरिक ठेवणीच्या बाबतीत – हे माझ्या लवकरच लक्षात आले. स्वभाव अगदी विरुद्ध! वडील कडक, भडक, कर्कश आणि कोपिष्ट. काका मऊ, सौम्य, सहनशील आणि गमत्या. तो बुद्धिमान आणि कर्तृत्ववान होता, इंजिनियर होता. तो मला रोज रात्री शाळेचा गृहपाठ करायला मदत करायचा. वडिलांच्या पंतोजीगिरीपासून मला सुटका मिळायची. ते म्हणजे त्यांनी सांगितलेली कुठलीही गोष्ट समजून घेऊन त्यानुसार काही करायच्या आतच तीच परत एकदा, दोनदा, तीनदा सांगायचे आणि मग 'एकदा सांगून समजत नाही का?' म्हणून आमचे काहीही ऐकून न घेताच शुंभ, मूर्ख अशा पदव्या बहाल करून टाकायचे. इसारकाका त्याच्या अगदी उलट. तो एकदा सांगायचा, शांतपणे समजून घ्यायला वाव द्यायचा, तोपर्यंत वाट पाहायचा, थांबायचा आणि मुख्य म्हणजे या सगळ्या प्रक्रियेदरम्यान त्याच्या मुद्रेवर सौम्य, समजूतदार असे हसू असायचे. समजले नाही तर रागवायचा नाही, शिव्या घालायचा नाही, परत नीट स्पष्ट करून द्यायचा. ना घाई, ना उतावळेपणा. त्याला माझ्यासाठी भरपूर वेळ असायचा.

माझे डोळे सतत इसारकाकाचा पाठलाग करायचे. घरात, घराबाहेरच्या पुढच्या मागच्या आंगणात, सगळीकडे. माझे वडील जसे लहानपणी ब्रिटिश आणि अमेरिकन सैनिकांच्या मागे मागे असायचे, अगदी तसाच मी त्याची पाठ सोडायचो नाही. माझी आणि काकाची चांगलीच दोस्ती झाली. मी त्याच्या खांद्यावर बसायचो, हातांना धरून झोके घ्यायचो आणि त्यालाही ते आवडायचे. एकंदरीतच त्याचे पुतणे पुतण्या यांच्याशी बरोबरीने खेळणे, एकमेकांना गुदगुल्या करून हसवणे, दंगाधोपादेखील करणे हे त्याला खूपच पसंत होते. रात्री तो घरी यायच्या वेळेस दारामागे दडून राहायचे आणि तो येताच त्याला 'भो' करायचे हा माझा परिपाठच होऊन बसला होता. तोही दचकायचा आणि खळखळून हसायचा. माझ्या राक्षसी ड्रॅगनच्या पोटातून येणारा आवाज जेवढा भयकारक होता तेवढाच इसारकाकाच्या मनमोकळ्या हसण्याचा आवाज हर्षदायक होता.

एक दिवस काका काहीतरी आणायला दुकानात गेला होता. मी पाळतीवरच होतो. घराचे बाहेरचे फाटक वाजले – उघडले गेले आणि बंद झाले – तसा मी हॉलच्या दारामागे दबा धरून बसलो. मनात आकडे मोजायला सुरुवात केली. माझे ते गणित पक्के बसले होते. फाटकापासून दारापर्यंत यायला बरोबर बारा सेकंद लागतात. मी बारा आकडे मोजले, दार उघडले तसा मी *भो* करून उडी मारली.

'बाप रे!!' दारात काका नव्हते, पॉप्स होते! ते दचकले, ओरडले आणि त्यांनी प्रतिक्षिप्तपणे डाव्या हाताची मूठ आवळून एक ठोसा लगावला. त्यांनी त्यामागे फारसा जोर लावला नसेलही; पण तोही माझा जबड्याला चाटून जाऊन मला दूरवर फेकून द्यायला पुरेसा ठरला. काही क्षणांआधी मी काकाला घाबरवायचे, चकित करायचे म्हणून उत्तेजित होऊन नाचत होतो आणि क्षणार्धात जखमी होऊन जमिनीवर लोळण घेत होतो! मी धक्क्यातून सावरून डोळे उघडले तर पॉप्स माझ्यावर ओणवे होऊन मला शिवी घालून म्हणत होते की, 'गधड्या, डोकं जाग्यावर आहे का? चालता हो इथून!' मी पळत खोलीत गेलो आणि थरथरत, उशीत डोके खुपसून अंथरुणावर पालथा पडून राहिलो. किती वेळ गेला कोणास ठाऊक! एक तास, तीन तास. दार धाडकन उघडले गेल्याच्या आवाजाने मी दचकून उठलो, दारात पिताश्री उभे होते,

''रॅकेट उचला आणि मैदानावर जा,'' ते गुरकावले.

ड्रॅगनची ड्रॅगनसमोर जाण्याची आज्ञा! मी उठलो, बाहेर गेलो. अर्धा तास चेंडू फटकावीत राहिलो. माझे डोके भणाणत होते, डोळ्यांतून अश्रू गळत होते. ''मार *जोरात*. अरे, खाल्लेलं जातं कुठं? मार *जोरात*. जाळ्यात नको घालवू...'' पॉप्सचे गुऱ्हाळ चालूच होते.

मी वळलो, पॉप्सकडे तोंड करून ठामपणे उभा राहिलो आणि ड्रॅगनने फेकलेला पुढचा चेंडू कुंपणावरून सणसणीत मारला. या वेळी तो चुकून मारला

गेला अशी बतावणीही मी केली नाही. पॉप्सनी माझ्याकडे 'खाऊ की गिळू' अशा नजरेने पाहिले, दोन पावले माझ्या दिशेने टाकलीही. मला वाटले आता काही आपली धडगत नाही, *आपल्यालाही* कुंपणावरून फेकणार बहुतेक! पण का कोण जाणे, ते थांबले, मला एक ठेवणीतली शिवी हासडली आणि म्हणाले, ''चालता हो, काळं कर तुझं तोंड!''

मला तेच हवे होते. मी घरात पळालो. आई तिची आवडती कादंबरी वाचत पलंगावर पहुडली होती. तिचा लाडका कुत्रा तिच्या पायाशी बसला होता. आमच्या आईला प्राण्यांचे भारी वेड. आमचे घर म्हणजे माझ्या गोष्टींच्या पुस्तकातल्या डुलिट्ल नावाच्या प्राणीवेड्या डॉक्टरच्या दवाखान्याचीच जराशी लहान आवृत्ती होती. कुत्रे, मांजरे, पक्षी तर होतेच, सरडे आणि उंदीरसुद्धा होते. त्यातल्या एका आजारी उंदराचे तर आईने 'लेडी बट' असे नामाभिधानही केले होते. मी माझा राग आईच्या पलंगापाशी पडलेल्या कुत्र्यावर काढला. त्याला उचलून दूर भिरकावून दिला आणि आईच्या कुशीत शिरलो.

''काय झालं?''

''पॉप्स बघ ना! इतके कसे निर्दय आहेत गं?''

''काय झालं?''

मी तिला घडले ते सांगितले. तिने माझ्या केसातून ममतेने हात फिरवला. माझा राग त्यामुळेच निम्मा शमला. ''अरे, ते असेच आहेत, माहिती आहे ना तुला? जाऊ दे; पण एवढं पक्कं लक्षात ठेव की ते जे काही करतात ते आपल्या सगळ्यांच्या भल्यासाठीच असतं.''

मला हे कबूल करायला आवडत नाही; पण एका बाजूला माझ्या आईच्या या शांतपणाचा, सोशिकपणाचा मला मोठा आधार वाटत असला तरी दुसऱ्या बाजूला तो मनाला पटायचा नाही. ती पॉप्सचा विरोध कधीच करायची नाही. त्यांच्या वाईट वागण्याचा निषेधही करायची नाही, तिच्या जवळ केलेल्या तक्रारींचा ती त्यांना कधी जाब विचारायची नाही. मला वाटायचे की, हिने वडिलांना बजावून त्यांचे मला वेठीला धरणे बंद करावे, टेनिस हेच माझे आयुष्य बनू शकत नाही, हे त्यांना ठणकावून सांगावे; पण ती, माझ्याच नव्हे तर आम्ही सर्वच भावंडे आणि वडील यांच्यातही कधीच पडायची नाही.

ते तिच्या स्वभावातच नव्हते. वडिलांनी घरातील शांतता बिघडवायची आणि तिने ती परत प्रस्थापित करायची असे गृहीतच होते. ती नेवाडाच्या सरकारी खात्यात नोकरी करायची. रोज सकाळी व्यवस्थित सूट बूट घालून ती जी ऑफिसला जायची ती संध्याकाळी सहा वाजता परत यायची. पार थकून गेलेली असायची; पण कधी त्याबद्दल चकार शब्दाने तक्रार करायची नाही. आल्यावर सर्वांकरिता स्वयंपाक करायची. एकदा सगळे घरकाम आटोपले की,

मग मात्र ती तिच्या लाडक्या प्राण्यांना भोवती जमवून, कुशीत घेऊन आरामात, पलंगावर पहुडून पुस्तकात तरी रममाण व्हायची किंवा तिचे आवडते जिग सॉ पझल – तुकडे जुळवायचे कोडे – सोडवीत बसायची.

अगदी अपवादात्मक प्रसंगात तिची मनःशांती ढळायची, ती चिडायची आणि ती जर अशी तडकली तर मात्र मग रामायणच घडायचे! एकदा असेच वडिलांनी घर अस्वच्छ असल्याबद्दलचा काहीतरी शेरा मारला. झाले, मातोश्री भडकल्या! त्यांनी कपाट उघडले, त्यातले कॉर्न फ्लेक्स आणि चीरिओचे डबे बाहेर काढले, हातात धरून डोक्यावर नाचवले आणि नंतर उघडून ते घरभर उधळून टाकले आणि ती संतापाने किंचाळली, ''घर स्वच्छ हवंय ना? घ्या. करा साफ. ज्याला हवंय त्यांनीच करावं साफ!''

काही क्षणांनंतर ती नेहमीच्या शांतपणाने तिचे तुकडे जुळणीचे कोडे सोडवण्यात मग्न झाली. नॉर्मन रॉकवेलची कोडी तिची विशेष आवडती होती. स्वयंपाकघरातल्या टेबलावर कौटुंबिक जीवनातील कुठला तरी प्रसंग अथवा एखादी घरगुती घटना यासंबंधीतल्या कोड्याचे तुकडे अर्धवट जुळलेल्या स्थितीत पडलेले दिसायचे. आईला या तुकडेजुळणीच्या कोड्यांचे इतके वेड, एवढे आकर्षण का असावे हे मला न सुटलेले कोडे होते! त्या तुकड्यांच्या गुंत्यात ती संसाराच्या जंजाळापासून कशी सुटका शोधायची कोणास ठाऊक? या बाबतीत मी आणि माझी आई सर्वस्वी भिन्न होतो; पण माझ्या स्वभावात ज्या काही – प्रेम, करुणा, सहानुभूती अशा – मृदू भावना टिकून आहेत, त्या मात्र माझ्या आईकडूनच माझ्यात उतरल्या असल्या पाहिजेत हे निश्चित!

मी बराच वेळ तिच्या कुशीत निजून राहिलो होतो आणि माझ्या केसातून हळुवारपणे फिरणाऱ्या तिच्या हातातून वाहणारी ममता अनुभवीत होतो. अशा वेळी मला नेहमी अशी जाणीव व्हायची की, मला माझी आई अजूनही कितीतरी अनाकलनीय राहिली आहे! तिचा सर्वांत न समजू शकणारा पैलू होता तो तिने तिच्या पतीची केलेली निवड! कोणत्या निकषांवर तिने अशा माणसाशी आयुष्याची गाठ मारण्याचा निर्णय घेतला असेल, हा मला सतत पडलेला प्रश्न मी एकदा तिला विचारलाच! तिने त्याचे उत्तर दिले नाही. ती फक्त मलूलसे हसली.

त्यांच्या 'मिलना'ची हकिगत अशी होती : त्या वेळी ती बेट्टी डडली होती. शिकागोतच गर्ल्स क्लबमध्ये खोली भाड्याने घेऊन राहत होती. तिच्या एका मित्राच्या मित्राने माझ्या वडिलांना त्या वेळी तिच्याबद्दल सांगितले, 'ती अगदी तुझ्याच 'टाइपची' आहे!' एका रात्री वडिलांनी तिला फोन केला. ते बराच वेळ बोलत राहिले आणि म्हणे आईला त्यांचे बोलणे 'गोड' वाटले!! वडिलांचे बोलणे आणि गोड!!!

होय; पण तसे झाले खरे! फोनवरील संभाषणाचे पर्यवसान भेटीत झाले. दुसऱ्याच दिवशी आमचे पिताजी नव्या कोऱ्या आकर्षक फोक्सवॅगनमधून अवतरले. दोघेही जोडीने गावभर नुसतेच, गोल गोल फिरले. प्रथम वडिलांनी त्यांची तेहरान, इराण, तेथून पलायन यांची चित्तथरारक कथा रसभरीतपणे वर्णन केली. गावातील एका हॉटेलमध्ये पोटपूजा करताना आईने तिची कहाणी ऐकवली.

आई शिकागोपासून १७० मैलांवरील इलिनॉइसमधील डॅनव्हिले गावात लहानाची मोठी झाली होती. सुप्रसिद्ध लेखक आणि अभिनेता जेने हॅकमन, नट, गायक, नर्तक डोनाल्ड ओ कोनोर, डिक व्हॅन डाइक अशा कलाकारांचे ते गाव. आई जुळ्या बहिणींमधील एक. आईचे वडील इंग्लिश भाषेचे शिक्षक होते. शुद्ध भाषेच्या वापराविषयी पराकोटीचे कडवे होते. इंग्लिशचा खून पाडणाऱ्या माझ्या वडिलांना सासऱ्यांची ही कीर्ती ऐकून कापरेच भरले असेल! पण मला खात्री आहे हे कटुसत्य त्यांनी सोयिस्कररीत्या ऐकलेच नसेल किंवा कानाबाहेर तरी टाकले असेल. आई-वडिलांच्या पहिल्यावहिल्या भेटीत आई तिच्या वडिलांचे गुणगान करत आहे आणि माझे भावी वडील ते ऐकून न ऐकल्यासारखे करत आहेत हे मनोरंजक चित्र माझ्या डोळ्यांसमोर तरळले आणि मला गुदगुल्या झाल्या. त्यांचे चमकदार निळे डोळे आणि तजेलदार तांबूस केस यांनीच त्यांनी आईचे 'दिल' जिंकले असेल अशी माझी खात्री झाली. वडिलांची 'विकेट' पडली असेल ती आईच्या अप्रतिम सौंदर्याने. त्या वेळचे तिचे फोटो पाहिले की, कळायचे की माझी आई खरोखरीच अपवादात्मकरीत्या सुंदर होती; पण त्याहीपेक्षा माझ्या वडिलांना भुरळ पाडली असेल ती तिच्या केसांनी. कारण, तिचे केस तांबूस, टेनिसच्या कोर्टावरील मातीच्या रंगाचे होते! दुसरी शक्यता होती तिच्या उंचीच्या प्रभावाची. ती त्यांच्यापेक्षाही जराशी उंच होती. असे तिचे लोभस दर्शन त्या दिवशी त्यांना नक्कीच आव्हानात्मक वाटले असले पाहिजे आणि त्यामुळेच त्यांनी तिला जिंकायचे ठरवले असले पाहिजे!

आपल्या दोघांच्या जीवनकथा एकत्र गुंफून एक नवी रसाळ कादंबरी लिहिली पाहिजे, हे आईला पटवून द्यायला त्यांना आठ आठवडे कसोशीने प्रयत्न करावे लागले. अखेरीस ते जिंकलेच! आईचे खडूस वडील आणि जुळी बहीण यांना मागे सोडून ते दोघे प्रेमी जीव दूर पळून गेले. थेट फ्लोरिडाला पोहोचले. तेथे काम मिळेना. तेव्हा वडिलांनी वाळवंट ओलांडले आणि जुगाराच्या खेळाने भरभराटीस आलेल्या लास व्हेगास या मरुस्थळाचा त्यांनी आश्रय घेतला. आईला सरकारी नोकरी मिळाली आणि वडिलांना ट्रॉपिकाना नावाच्या हॉटेलमध्ये तेथील अल्प काळाच्या रहिवाशांना टेनिस खेळण्यास शिकविण्याचे काम मिळाले. त्या कामाचे पैसे अगदीच कमी मिळत आणि कामाचे तासही मर्यादित होते म्हणून त्यांनी लॅन्डमार्क नावाच्या हॉटेलमध्ये वेटरची नोकरीही धरली. काही काळाने त्यांना 'एम जी एम ग्रॅन्ड कसिनो' या जुगाराच्या अड्ड्यावर काम मिळाले, तेव्हा

मग त्यांनी या दोन नोकऱ्या सोडून दिल्या आणि कसिनोमध्येच 'कॅप्टन' या हुद्यावर आपला जम बसविला.

माईक आणि बेट्टी आगासी – माझ्या आई-वडिलांची नवविवाहित जोडी, शिकागो, १९५९.

विवाहानंतरच्या पहिल्या दहा वर्षांत त्यांना तीन अपत्ये झाली. १९६९ सालच्या उत्तरार्धात एक दिवस माझ्या आईच्या पोटात दुखू लागले. तीव्रता असह्य होती. हॉस्पिटलमध्ये नेले तर प्रथम तपासणीत डॉक्टरांनी गर्भाशय काढून टाकण्याचा सल्ला दिला. त्या शस्त्रक्रियेपूर्वी केलेल्या तपासणीत असे दृष्टोत्पत्तीस आले की त्यांचे ते निदान चुकीचे होते, पेशंटला गर्भधारणा झालेली होती. तो दुखरा गर्भ माझा होता. द स्ट्रीप या भागापासून दोन मैलांवर असलेल्या सनराइज् हॉस्पिटलमध्ये २९ एप्रिल १९७० रोजी माझा जन्म झाला. माझ्या वडिलांनी कसिनोमधील त्यांचे जे दोन साहेब होते, त्यांची नावे मला देऊन माझे नाव आंद्रे किर्क आगासी असे ठेवले. त्यांचे साहेब हे त्यांचे खास जवळचे मित्र होते किंवा त्यांना आदरस्थानी होते म्हणून त्यांनी त्यांची नावे माझ्या नावात गोवली का या माझ्या कुतूहलाचे कोणीही, अगदी आईही समाधान करू शकली नाही. कदाचित, वडील काही स्पष्टीकरण देऊ शकले असते; पण त्यांना असे काही, खरे तर काहीच, सरळपणे विचारायची सोयच नव्हती, त्यामुळे माझ्या पालकांविषयी माझ्या मनात साचलेल्या अनेक अनुत्तरीत प्रश्नात तो प्रश्नही जाऊन पडला. जुळणीच्या कोड्याच्या तुकड्यात आणखी एका तुकड्याची भर, एवढेच!!

माझे वडील त्यांची नोकरी मन लावून करायचे, त्यांचे कसिनोतील काम अत्यंत चोख करायचे. त्यांना रात्र रात्र जागून काम करावे लागे; पण त्यांचा जीव मात्र टेनिसमध्ये अडकलेला असायचा. रात्री कितीही वेळ जागले असले तरी टेनिससाठी ते सकाळी लवकर उठायचे. त्यांना टेनिसची आवड नव्हती, वेड होते! आमच्या घरभर त्यांच्या टेनिसच्या वेडाच्या खुणा विखुरलेल्या दिसायच्या. त्यातली सर्वांत मोठी, प्रमुख खूण मागच्या अंगणात, त्यांनी तयार केलेल्या टेनिसच्या मैदानावर होती – तोंडातून चेंडू फेकणारा भयंकर ड्रॅगन. स्वयंपाकघर तर एक प्रयोगशाळाच झाली होती. तेथील टेबलावरील बरीचशी जागा रॅकेटच्या वाद्या ताणायचे मशिन आणि इतर काही साधने यांनी व्यापलेली होती. (उरलेल्या जागेत आईच्या नॉर्मन रॉकवेलचे तुकडेजुळणीचे नवे कोडे विराजमान असायचे – एकाच खोलीतल्या एकाच टेबलावर त्या दोघांचे जिवापलीकडचे प्रिय छंद एकमेकांना ढकलत, एकमेकांशी स्पर्धा करत नांदत असायचे.) स्वयंपाकघरातील ओट्यावर रॅकेट्सचे ढीग पडलेले होते. त्यांना टेनिस या खेळात, खेळाच्या प्रत्येक अंगात, त्याच्या साधनसामग्रीत प्रचंड रस होता. त्याबद्दलचे समग्र ज्ञान मिळवायची, त्याच्या तंत्रांवर आणि मंत्रांवर प्रभुत्व संपादन करण्याची, त्याबद्दलचे नवनवे प्रयोग करून पाहण्याची त्यांची सतत धडपड असायची. त्यापोटीच त्यातील काही रॅकेट्सच्या वाद्यांचे, वाद्या बांधण्याच्या आणि ताणण्याच्या पद्धतींचे बारीक निरीक्षण, परीक्षण, विश्लेषण करण्यासाठी त्यातील काहींचे विच्छेदनही केलेले असायचे. ते इतरही काही चित्रविचित्र प्रयोगही करायचे. उदाहरणार्थ, बुटांचे रबर झिजायला लागले, बूट टाचेच्या बाजूला फाटले तर टेनिसचे चेंडू कापून त्याचे रबर वापरून ते आमच्या पादत्राणांचे आयुष्य वाढवीत असत.

मी फिलीला म्हणायचो, 'आपल्याला नुसतं टेनिसच्या प्रयोगशाळेत राहायलाच लागतं आहे असं नाही तर आपल्या पायातसुद्धा टेनिसचेच चेंडू घालायला लागतायत!!'

टेनिसच्या अशा वेडाने वडील पछाडले गेले होते, याचे मला राहून राहून आश्चर्य वाटायचे. बरं, त्यांना या खेळाविषयीचे तसे अमाप प्रेम का होते हा प्रश्न, इतर अनेक प्रश्नांसारखाच मी त्यांना विचारूही शकत नव्हतो; पण त्यांच्या बोलण्या बोलण्यातून कधी कधी त्याबद्दलचे काही धागेदोरे सापडायचे. 'विशिष्ट धोरणांच्या बंधनात बांधलेली अनिर्बंध ऊर्जा आवश्यक असणारा हा खेळ मला मोहात पाडतो,' असे विचारी, भारदस्त विधान ते करायचे. त्यांना परिपूर्णतेचे विलक्षण वेड होते. त्यांच्या आयुष्यात अनेक त्रुटी होत्या, अपूर्णत्व होते म्हणूनच जे परिपूर्णत्व त्यांना त्यांचे जीवन जगताना लाभले नाही ते ज्या खेळात पदोपदी लागते, दिसते, अनुभवायला मिळते त्या टेनिसच्या ते साहजिकच प्रेमात पडले असावेत. टेनिसच्या माध्यमातून ते त्यांचा परिपूर्णतेचा ध्यास जपत असावेत. 'गणित, त्यातल्या त्यात भूमिती माणसाला परिपूर्णतेच्या सर्वांत नजिक घेऊन

जाते. गणितातील आकडेवारी आणि भूमितीतले विविध प्रकारचे कोन या दोन गोष्टी सर्वांत जास्त वापरल्या जातात, अत्यंत महत्त्वाच्या ठरतात त्या टेनिसमध्ये!' असे ते म्हणायचे. ते कित्येकदा पलंगावर उताणे निजलेले असायचे, तेव्हा त्यांना छतावर टेनिसचे मैदान दिसायचे आणि ते त्या काल्पनिक मैदानावर ते अटीतटीचा टेनिसचा सामना खेळत असायचे!! ते त्यांच्या त्या चित्तथरारक 'मनस्वी' सामन्यांचे रसभरीत वर्णनही करायचे. खेळापायी एवढी शक्ती खर्च केल्यावर नोकरीच्या ठिकाणीही भरपूर काम करायला त्यांच्या जवळ कितीशी ताकद उरायची कोणास ठाऊक!

कसिनोमध्ये खेळायला आलेल्यांचे ''या, या, श्री. जॉन्सन, तुमचे हार्दिक स्वागत! अरे वा, मिस जोन्स, आपल्याला परत आललं पाहून आनंद वाटला, या, या, असे इकडून या. बसा, इथे स्थानापन्न व्हा'' असे सौहार्दपूर्ण आदरातिथ्य करून त्यांना त्यांच्या सुयोजित जागांवर व्यवस्थित बसवणे हे त्यांचे काम होते. कसिनोमधून त्यांना फारच अल्प मासिक पगार मिळत असे; पण त्यांना तेथे येणाऱ्या धनवानांकडून चांगल्या लठ्ठ 'टिप्स' मिळत असत. ही टिप्सची मिळकत अर्थातच बेभरवशाची होती, कधी भरपूर, कधी अगदीच कमी. त्या रकमेवर अवलंबून राहता येत नसे. एखाद्या रात्री वडिलांचे खिसे गच्च फुगलेले असत तर एरवी रिकामे. ते घरी आले की, खिशातील रक्कम – जास्त वा कमी – नीट मोजून घरातील त्यांच्या तिजोरीत काळजीपूर्वक ठेवून देण्याचा त्यांचा 'उपक्रम' नेहमीच खूप ताण निर्माण करणारा असे – या ताणाचे प्रमाण खिशातील आणि तिजोरीतील रकमेवर ठरायचे.

माझ्या वडिलांना पैशाबद्दल प्रेम होते, खरे तर हावच होती आणि त्यांनी ती कधी लपवून ठेवली नाही. टेनिसविषयी प्रेम असण्याचे हेही एक प्रमुख कारण होते की त्या खेळात पैसे मुबलक मिळतात, तो 'पैशांचा' खेळ आहे! सुबत्तेचे, चैनीचे, सुखाचे अमेरिकन जीवन जगण्याचे 'खुळखुळते', 'सोनेरी' स्वप्न प्रत्यक्षात आणण्याचा टेनिसचा खेळ हा एक अत्यंत जवळचा मार्ग आहे अशी त्यांची खात्री होती. ॲलन किंग या अतिश्रीमंत विनोदी चित्रपट अभिनेत्याने मी दोन वर्षांचा होतो त्या वर्षीपासून आमच्या शहरात पुरुषांचे टेनिसचे स्पर्धात्मक सामने भरवायला प्रारंभ केला होता. ते सीझर्स पॅलेस या हॉटेलच्या उघड्या टेनिस मैदानावर होत असत. त्याची जाहिरात अतिशय नेत्रदीपक अशी केली जायची. माझे वडील मला ती जाहिरात पाहायला एक दिवस त्या मैदानावर घेऊन गेले. मी त्या वेळी नऊ वर्षांचा होतो. पिळदार स्नायूंच्या, बलदंड शरीरांच्या, रोमन योद्ध्यांच्या वेषातील चार तगड्या जवानांनी राणी क्लिओपात्राचा झगमगता पोशाख परिधान केलेल्या एका सौंदर्यवतीला खांद्यावरून मैदानात आणले. तिच्या पाठीमागे ज्युलियस सीझर बनलेला एक तसाच कसलेला पहिलवान चांदीच्या नाण्यांनी ओतप्रोत भरलेली एक ढकलगाडी ढकलत घेऊन आला. ती

गाडीभर चांदीची नाणी हे त्या स्पर्धेतील विजयी वीराचे बक्षीस होते. सूर्यप्रकाशात झगमगणारी ती संपत्ती पाहून माझ्या वडिलांना नशाच चढली. ते माझा खांदा हाताच्या पकडीत आवळीत म्हणाले, 'ही गाडीभर नाणी हवी आहेत मला! आंद्रे, लक्षात ठेव, ती तू मला मिळवून द्यायची आहेस!!'

त्या अविस्मरणीय प्रसंगानंतर थोड्याच दिवसांनी त्यांनी काहीतरी लटपटी खटपटी करून त्या ॲलन किंग टेनिस स्पर्धेत मला बॉलबॉयचे – सामन्याचे वेळी चेंडू गोळा करणाऱ्याचे – काम मिळवून दिले. माझा त्या स्पर्धेशी बादरायण संबंध जोडून दिला. मला काही त्या चांदीच्या नाण्यांचे जराही अप्रूप नव्हते; पण माझी नजर खिळली होती ती एका छोट्या क्लिओपात्रावर! माझी क्लिओपात्रा माझ्याप्रमाणेच चेंडू गोळा करणारी माझ्याच वयाची एक मुलगी होती, तिचे नाव होते वेंडी. मी प्रथमदर्शनीच तिच्या प्रेमात आकंठ बुडालो होतो. वडील त्या बक्षिसाच्या चांदीच्या नाण्यांचे आणि मी माझ्या निळ्या गणवेषातल्या वेंडीचे स्वप्न पाहत रात्र जागून काढायचो.

सामन्यांचे वेळी इकडून तिकडे पळत सीमेबाहेर गेलेले, जाळ्यात अडकलेले चेंडू गोळा करताना जेव्हा जेव्हा मी आणि ती नजरेच्या टप्प्यात यायचो तेव्हा तेव्हा मी तिच्याकडे पाहून हसायचो, या ना त्या प्रकारे तिचे लक्ष वेधून घ्यायचा प्रयत्न करायचो. तिच्या प्रतिसादाची, एखाद्या हलक्याशा तरी स्मिताची चातकासारखी वाट पाहायचो. दोन सामन्यांच्या मध्ये तिच्यासाठी पेय खरेदी करायचो, तिच्या समवेत पेयपान करायचो, माझ्या टेनिसच्या ज्ञानाचे प्रदर्शन करून तिच्यावर भाव मारायचो. माझी छाप पडावी म्हणून जंग जंग पछाडायचो.

ॲलन किंगच्या स्पर्धेत बडे बडे खेळाडू हजेरी लावायचे. माझे वडील हरप्रयत्नांनी त्यांच्यापैकी बहुतेकांना माझ्याबरोबर थोडे फार चेंडू तरी खेळायला राजी करायचे, त्यांना अगदी मनवायचेच. काही सहजी तयार व्हायचे, काही बेधडक धुडकावूनही लावायचे. बोर्ग पहिल्या प्रकारात मोडणारा होता आणि कॉनर्स दुसऱ्या प्रकारात; पण माझ्या वडिलांना सरळ नकार देणे कॉनर्सला परवडणारे नव्हते. कारण, त्याच्या खेळाची गुणवत्ता – त्याच्या रॅकेट्सच्या वाद्यांचा योग्य ताण ही गोष्ट – माझ्या वडिलांवर अवलंबून होती. ते त्याच्या रॅकेट्सच्या वाद्या ताणून देण्याचे अत्यंत महत्त्वपूर्ण काम करून द्यायचे. त्यांना नाराज करणे आपल्याला महाग पडेल हे तो जाणून होता. विम्बल्डन आणि फ्रेंच ओपन या स्पर्धांतील विजेता, जगातील प्रथम क्रमांकाचा खेळाडू इलिए नस्तासी हा मात्र त्यांना टाळायचा पुरेपूर प्रयत्न करायचा; पण यशस्वी व्हायचा नाही. एक तर ते नकार ऐकू न येणारे बहिरे बनायचे आणि तो हो म्हणेपर्यंत त्याचा पिच्छाच सोडायचे नाहीत.

असाच एकदा नस्तासी नाइलाज म्हणून माझ्याशी खेळत असताना मैदानाच्या कडेला वेंडी बसलेली होती. तिच्या उपस्थितीने माझ्यावर दडपण आले होते, माझी नजर चेंडूऐवजी तिच्याकडेच सारखी सारखी वळत होती. माझ्या टेनिसपेक्षा माझ्या 'नजरेचा खेळ' नस्तासीच्याही लक्षात आला. त्याने वेंडीकडे पाहत मला विचारले, ''काय रे, तुझी गर्लफ्रेंड का? वा, बिलंदर आहेस, किती गोड पोरगी गाठलीयस रे!'' मी खेळता खेळता थबकलो. जळजळीत नजरेने नस्तासीकडे पाहिले. खरे तर मला त्या रुमानियन मूर्खाच्या नाकाड्यावर एक चांगला ठोसा ठेवून द्यायचा होता. मला 'बिलंदर' म्हणाला त्याचे काही नाही; पण माझ्या वेंडीबद्दल बोलतो म्हणजे काय? पण तो होता १०० पौंडाचा आणि आडदांड, मला भारीच पडला असता. तेवढ्या वेळात तो खेळत असल्याची वार्ता चहूकडे पसरली आणि जवळ जवळ त्याच्या दोन एकशे चाहत्यांची गर्दी मैदानाभोवती जमली. त्यांना खूश करण्यासाठी नस्तासी एकदम पद्धतशीर, शैलीदार खेळू लागला, त्याचे खास लोकप्रिय फटके मारून दाखवू लागला. त्याच्या चाहत्यांच्या कौतुकाच्या बोलांनी त्याला अजूनच चेव चढला आणि तो वेंडीवरून माझी अधिकाधिक मस्करी करू लागला. ही त्याची चेष्टा माझ्या जिव्हारी लागत होती, माझ्या वडिलांच्या टोचऱ्या शिव्यांपेक्षाही जास्त!

वयाच्या आठव्या वर्षी माझे दैवत असलेल्या बियॉन बोर्ग यांच्या बरोबर काही बॉल्स मारायच्या मिळालेल्या अपूर्व संधीचा लाभ घेताना.

'अरे निर्दयी माणसा, बास कर माझा उपहास! किती छळशील मला!' असे निदान त्याला ओरडून सांगावे असेही मला वाटले; पण अखेर मी त्याच्यावरील माझा राग चेंडूवर काढू लागलो. माझे फटके असाधारण वेगाने आणि *जोराने* मारले जाऊ लागले; पण तो चेकाळलाच होता. त्याने परत जेव्हा वेंडीबद्दल असे तसे उद्गार काढले तेव्हा मात्र माझा संयम संपला. मी रॅकेट क्रोधातिशयाने, त्वेषाने जमिनीवर फेकली आणि पाय आपटीत तेथून निघून गेलो. 'गेलास उडत, नस्ताशा!!'

जाताना माझे लक्ष माझ्या वडिलांकडे गेले. त्यांचा 'आ' वासलेला होता; पण ते चिडलेले, संतापलेले नव्हते आणि त्यांची मान ताठ होती. त्यांच्या मुलाकडून एका मोठ्या खेळाडूचा अपमान झाला अशा शरमेच्या भावनेने ती झुकलेली नव्हती. स्वाभिमान, अन्यायाबद्दलची चीड हे आपल्याच रक्तातले गुण मुलात उतरलेले आणि ते असे व्यक्त झालेले पाहून त्यांना वाटलेले समाधान त्यांच्या डोळ्यांत दिसत होते. त्यांची ती तशी कौतुकाची नजर मी प्रथमच अनुभवत होतो.

गाजलेल्या, नावाजलेल्या खेळाडूंबरोबरचे असे 'प्रदर्शनीय' खेळ सोडले तर माझ्या खेळाचा प्रमुख उपयोग मी 'धनप्राप्ती'साठी करून घेत असे. हे 'कमाई'चे तंत्र मी व्यवस्थित बसवलेले होते. प्रथम, सहज लक्ष जाईल, असे मध्यवर्ती मैदान निवडून तेथे 'सावजे' आकर्षित होतील असा चमकदार सराव करत राहायचे. मग आजूबाजूने छाती पुढे काढून, नाक फुगवून जाणाऱ्या एखाद्या गर्विष्ठ खेळाडूच्या किंवा उत्साही प्रेक्षकाच्या मागे लागून त्याला माझ्याबरोबर खेळायला भाग पाडायचे. सुरवातीला मुद्दाम चुका करून त्यांना सतत जिंकू द्यायचे. विजयाची धुंदी चढते आहे असे लक्षात आले की, त्यांच्याशी पैज लावायची - एक, दोन किंवा पाच डॉलर्सची! आणि मग पैजेचा सामना मात्र भन्नाट खेळायचा आणि पाहता पाहता त्यांना पराभूत करून, धूळ चारून पैजेचे पैसे खिशात पाडून घ्यायचे. त्या पैशातून वेंडीच्या सहवासासाठी आवश्यक त्या कोक वगैरेचा खर्च त्यातून व्यवस्थित भागायचा.

हे तंत्र 'विकसित' करण्यास मला माझ्या फिली या भावाने खूप मदत केली. तो टेनिस शिकविण्याचे काम करत असे. त्याच्या विद्यार्थ्यांना तो पैसे वाचविण्याची लालूच दाखवून त्यांच्याकडून दुप्पट पैसे लुबाडीत असे. त्याच्याशी खेळताना जो जिंकेल त्याला शिकवणी फुकट; पण हारणाऱ्याला दुप्पट फी - अशी त्याची 'पैसे वाचवा - लुबाडा' योजना असे. त्यानेच मलाही ही पैशाची गुहा उघडण्याचा मंत्र सांगितला. त्याचे तंत्र त्याने मला शिकवले. त्याचा परत परत सराव करायला लावून ते माझ्याकडून घोटून घेतले. लोक पैसे खर्चायला

तयार होते, मी त्यांना तसा वाव देत होतो. हा वाम मार्ग होता हे मनाला जरासे खात असे; पण ते लोक खेळ आणि पैसे हरले तरी नंतर "टेनिसच्या खेळातील अवघ्या नऊ वर्षांचा मूर्तिमंत चमत्कार" अशा शब्दांत माझ्या अचूक आणि कौशल्यपूर्ण खेळाचे तोंड भरून कौतुक नक्की करत आणि तो अनुभव माझ्या मनाला जरासा दिलासा देत असे.

या माझ्या 'छुप्या' व्यवहाराची खबर मी वडिलांना लागू दिलेली नव्हती. त्यांनी कदाचित पैसे मिळवून देणाऱ्या या प्रकाराला हरकतही घेतली नसती; पण टेनिस या विषयावर त्यांच्याशी गरजेपेक्षा एक शब्दही जास्त बोलण्याची माझी इच्छाच नव्हती; परंतु एक दिवस त्यांनीच मला पैशाकरता खेळायला लावले. एक दिवस आम्ही केंब्रिज क्लबमध्ये शिरलो त्या वेळी क्लबचे मालक श्री. फाँग हे एका टेनिसचा पांढरा पोशाख परिधान केलेल्या, पीळदार शरीराच्या माणसाशी बोलत उभे होते. "तो फाँगशी बोलतोय ना, तो जिम ब्राऊन आहे – जगातला पहिल्या क्रमांकाचा फुटबॉलपटू," वडिलांनी मला खालच्या आवाजात सांगितले.

मी त्या माणसाला पूर्वीही क्लबमध्ये पाहिला होता. तो पैसे लावून टेनिस खेळायचा. त्याखेरीज फासे सोंगट्यांनी खेळण्याचे बॅकगॅमन, क्रॅप हे खेळ खेळूनही पैसे कमवायचा. माझ्या वडिलांसारखाच त्या जिम ब्राऊनलाही पैसा फार प्रिय होता आणि त्यांच्यासारखाच त्याच्या बोलण्याचा विषयही सतत पैसा हाच असायचा हे माझ्या लक्षात आले होते. त्या वेळीही तो फाँग यांच्याशी त्याचा एक पैजेचा सामना आयत्या वेळी रद्द झाल्याबद्दल, विशेषतः पैसे मिळविण्याची त्याची संधी हुकल्याबद्दल जोरजोरात तक्रार करत होता. ज्याच्याशी जिमने पैज लावली होती तो 'गडी' आयत्या वेळेला फिरकलाच नाही हा फँग यांचाच अपराध असल्यासारखा तो त्यांना बोल लावीत होता.

"तो महाभाग कुठे तोंड लपवून बसलाय कोणास ठाऊक? मी अजूनही खेळायला तयार आहे," या जिमच्या वाक्यानंतर पॉप्स तत्परतेने पुढे झाले आणि जिमला म्हणाले, "खेळायचंय तुम्हाला?" "होय." जिम त्यांच्याकडे संशयाने पाहत म्हणाला. "मग माझा मुलगा, आंद्रे खेळेल तुमच्याशी," पॉप्स माझे बखोटे धरून मला त्याच्यापुढे करत म्हणाले. जिम एकदा पॉप्सकडे आणि एकदा माझ्याकडे असा आळीपाळीने बघत राहिला.

"हं!" त्याने उपाहासदर्शक हुंकार भरला. "आठ वर्षांच्या 'बालका'शी नाही खेळत मी!"

"नऊ. नऊ वर्षांचा आहे तो!"

"ओह, नऊ का? वा! तरीही नाही!!" जिम ब्राऊन तुच्छतेने हसला. आजूबाजूचे काही अनाहूत, आगाऊ प्रेक्षकही हसले. माझ्या वडिलांचे बोलणे

गंभीरपणे न घेण्याची, हसून त्यांची टर उडविण्याची घोडचूक जिम ब्राऊन करत आहे हे मला जाणवत होते. त्यांचा जबरदस्त ठोसा खाऊन तडफडत, पावसात भिजत रस्त्यावर पडलेला तो त्या दिवशीचा ट्रक ड्रायव्हर माझ्या डोळ्यांसमोर आला!

"महाशय, मी काही मजा म्हणून खेळत नाही, पैशासाठी खेळतो!" तो जराशा मग्रुरीने म्हणाला. "माझा मुलगाही पैसे लावून खेळेल," वडील प्रयत्नपूर्वक शांत स्वरात बोलले. माझ्या काखेत एकदम घाम आला, पोटात गोळा!

"अस्सं! किती लावता?"

"माझं घरच लावतो की!" वडील हसत म्हणाले.

"घर? नको नको, तुमचं घरबीर नको मला. माझं मला पुरेसं आहे. – दहा हजार डॉलर्स?"

"लावले!" वडिलांनी मला मैदानाकडे ढकलले.

"थांबा, थांबा. आधी पैसे दाखवा," जिम म्हणाला.

"एवढे पैसे खिशात घेऊन नाही फिरत मी! आत्ता घेऊन येतो घरून!" असे म्हणत वडील दारातून बाहेर पळाले. 'हे आता घरी जाऊन त्यांच्या तिजोरीतले पैसे काढून आणणार तोपर्यंत आपण बसून घ्यावे' असा विचार करत मी तिथल्या एका खुर्चीवर बसकण मारली. रोज कामावरून घरी आल्यावर खिसा रिकामा करून नोटा मोजून तिजोरीतल्या ठेवीचा हिशेब ठेवणारे माझे वडील आज त्यांच्या घामाच्या कमाईतले इतके प्रचंड पैसे माझ्यावर लावणार होते. माझ्या मनावर एकदम ओझे पडले! माझ्यावरचा त्यांचा एवढा गाढा विश्वास पाहून माझे मन दडपले. खरे सांगायचे तर मला भीतीने कापरे भरले – मी जर त्यांचा विश्वास खोटा ठरवला, त्यांना एवढे पैसे हरावे लागले तर काय होईल? पॉप्सना काय वाटेल? त्यांच्या इभ्रतीच्या सामन्यात माझा पराभव झाला, माझ्यामुळे इतके आर्थिक नुकसान झाले तर आई, माझी भावंडे, इसारकाका या सगळ्यांना काय वाटेल?

आजवर मी दडपणाखाली खेळलो नव्हतो असे नाही. 'चल, आंद्रे, खेळ याच्याशी आणि चार धूळ याला' अशा प्रकारची पॉप्सची आयत्या वेळची आव्हाने पेलली नव्हती असे नाही; पण त्या सगळ्या वेळी माझे प्रतीस्पर्धी माझ्याएवढी किंवा जरा मोठी मुले असायची आणि त्यात अशा पोटात गोळा आणणाऱ्या रकमेचा संबंध नसायचा. दुपारच्या वेळी झोपलो असताना पॉप्सची गर्जना कानात घुसायची, 'आंद्रे, ऊठ, रॅकेट घेऊन ये लवकर. हा बघ, पराभूत करून टाक याला चटकन!' आता नऊ वर्षांची मुले सहसा दुपारी झोपतात का? पण सकाळी ड्रॅगनशी खेळून खेळून कंबरडे ढिले झाले असल्याने बिचाऱ्याने

जरा पाठ टेकली असेल हे त्यांना कळायला नको का? पण नाही. नाइलाजाने डोळ्यांवर पाणी मारून मी बाहेर यायचो तर कारणपरत्वे लास व्हेगासला आलेला फ्लोरिडा किंवा कॅलिफोर्निया येथील 'छोटे आश्चर्य' म्हणून नावाजलेला एखादा 'युवाखेळाडू' वडिलांनी हेरून, धरून आणलेला असायचा. असले खेळाडू बहुतेक करून माझ्यापेक्षा वयाने आणि अंगानेही जरासेच मोठे असायचे. असाच एक नुकताच लास व्हेगासमध्ये राहायला लागलेला एक 'नमुना', म्हणे माझी 'कीर्ती' ऐकून, आपण होऊन आमच्या घरापर्यंत पोहोचला. त्याने घंटा वाजवली. जगप्रसिद्ध रॉसिगनॉल कंपनीचे पांढरे जॅकेट घातलेला, भोपळ्यासारखे मोठे डोके असलेला तो थोराड मुलगा माझ्याहून तीन-चार वर्षांनी नक्कीच मोठा होता. त्याने माझी लहानखोर अशी मूर्ती बघितली आणि तो तुच्छतेने हसला. त्याला चारीमुंड्या चीत करून मी ते छद्मी हास्य निपटून काढले; पण त्याच्याशी खेळताना खाली हूवर धरणाच्या पाण्याच्या साठ्याकडे पाहत पाहत उंचीवर ताणून बांधलेल्या दोरावरून चालत जाताना येईल ते आणि तेवढे दडपण आणि ताण माझ्या मनावर आले होते.

परंतु जिम ब्राऊन यांच्याशी खेळणे ही पूर्णतया निराळीच गोष्ट होती. त्याला कारणेही निरनिराळी होती. एक तर पॉप्सनी माझ्यावर विसंबून त्यांच्या घामाची, कितीतरी वर्षांची कमाई पणाला लावलेली होती. दुसरे म्हणजे जिम ब्राऊन हा पॉप्सना जराही मान देत नव्हता, त्यांचा अपमानच करत होता आणि दुर्दैवाने पॉप्स त्याच्यासारख्या प्रसिद्ध फुटबॉल खेळाडूचा बदला त्यांच्या पद्धतीने घेऊ शकत नव्हते, जो ते माझ्याकरवी घ्यायला बघत होते. त्यामुळे या सामन्यात केवळ पैसाच नाही तर पॉप्सची 'इज्जत' पणाला लागलेली होती आणि प्रतिस्पर्धी एक प्रौढ, नावाजलेला फुटबॉल खेळाडू होता. यापेक्षा मी नस्तासीबरोबर विम्बल्डनमधील एखादा सामना खेळणे – आणि तोही वेंडी बॉलगर्ल म्हणून सतत माझ्या आणि नस्तासीच्या जवळपास असताना – जास्त पसंत केले असते!

वडिलांच्या अनुपस्थितीत, त्यांच्या परतण्याची वाट पाहत खुर्चीवर अशा विचारात गर्क बसलो असतानाच माझी नजर जिम ब्राऊनकडे वळली. तो माझ्याकडेच एकटक निरखून पाहत होता. मग मीही अनवधानाने त्याच्याकडेच बघत राहिलो. तो पुढे झाला, माझ्याजवळ आला. त्याने हात पुढे केला. मी माझा छोटासा हात त्याच्या हातात दिला. घट्ट, कडक कातडीच्या मोठ्या पंजात त्याने तो दाबला. "मी जिम ब्राऊन. तू आंद्रे, बरोबर?" मी दडपून गेलेलो. मान हलवली पण हालली की नाही हेही मला कळले नाही. "कधीपासून खेळतो आहेस? सामने खेळतोस ना? किती जिंकलास आणि किती हरलास?" त्याने विचारले.

''कधीच हरलो नाही!'' मी हळूच म्हणालो.

त्याच्या भुवया वर गेल्या, कपाळाला आठ्या पडल्या.

आमचे बोलणे ऐकून फाँग पुढे झाला आणि त्याने जिमला बाजूला ओढले. ''त्याच्या कशाला नादी लागताय?'' तो त्याच्या कानात बोलला.

''मी नाही, याचा बाप. त्यालाच खाज आहे. पैसे वर आलेत त्याचे.''

''जिम, माझं ऐक. सोडून दे हे. तू पराभूत होशील.''

''काय? तू काय पिऊन आलायस की काय? हा अर्ध्या चड्डीतला पोरगा, मला हारवणार?''

''तो 'पोरगा' नाही. तो...''

''वेड लागलाय तुला, फाँग!''

''हे बघ जिम, तू माझ्या क्लबमध्ये येतोस, खूप छान वाटतं मला. मित्र म्हणून आणि व्यवहार म्हणूनही. तुझ्यामुळे माझा धंदा वाढतो; पण तू माझ्या क्लबमध्ये या पोराशी खेळलास आणि दहा हजार डॉलर्स इतकी प्रचंड रक्कम हरलास तर शरमेने तू परत कधीच इथे फिरकणार नाहीस, नाचक्कीच्या भीतीने तोंडही दाखवणार नाहीस. जिम, मला तसं व्हायला नको आहे, तेव्हा प्लीज...''

फाँग हे बोलत असताना जिमने मला परत एकदा आपादमस्तक न्याहाळले. तो दोन पावलांत परत माझ्याजवळ आला आणि त्याने माझ्यावर प्रश्नांची फैर सोडली -

''काय रे, किती खेळतोस तू?''

''किती? ...रोजच खेळतो.''

''तसं नाही. एका वेळेला सलग किती वेळ खेळतोस? तासभर? दोन तास?''

तो माझ्या ताकदीचा, कुवतीचा, मला दमवून टाकायला किती वेळ खेळवत ठेवायला लागेल यांचा अंदाज घेत होता. खेळाचे धोरण ठरवीत होता. तेवढ्यात माझे वडील परतले, ते हातात शंभर डॉलर्सच्या नोटांचा ढीग नाचवीतच! त्यांना अशा तयारीनिशी आलेले पाहून जिमने पवित्रा बदलला.

''हे बघा, आपण असं करू, आपण आधी दोन सेट्स - तसेच म्हणजे पैसे न लावता खेळू आणि मग तिसऱ्या सेटवर पैसे लावू.''

''ठीक आहे. तुम्ही म्हणाल तसं!'' माझे वडील उद्गारले.

आम्ही दाराजवळच्या सात नंबरच्या मैदानावर 'उतरलो'! आमची जोडी पाहून त्या मैदानाभोवती गर्दी जमू लागली. पहिला सेट सुरू झाला. मी आघाडी घेतलेली पाहून लोक माझ्या नावाने ओरडू लागले, मला प्रोत्साहित करू लागले. मी ६-३ असा सेट जिंकला. जिम ब्राऊन गदागदा मान हलवीत स्वतःशी काहीतरी बोलू लागला. त्याने रॅकेट जमिनीवर आपटली. मी माझ्या पॉप्सच्या

कडक नियमाचा भंग करून चक्क विचार करू लागलो, 'तो नाराज आहे आणि मीही सुखात नाही. माझे डोके गरगरते आहे, पोट डचमळते आहे, कोणत्याही क्षणी ओकारी होईल असे वाटते आहे. खेळ थांबवू या.'

पण या विचारांशी भांडत मी दुसराही सेट ६-३ असाच जिंकला. ब्राऊन खाली वाकून उगीचच बुटाची न सुटलेली नाडी बांधू लागला.

पॉप्स त्याच्याजवळ गेले. ''मग, लावताय ना दहा ग्रॅन्ड?''

''नको. पाचशे लावले तर?'' तो एकदम जमिनीवर आला.

''तुम्ही म्हणाल तसं, पाचशे तर पाचशे!''

माझ्या मनावरील ओझे निम्मे झाले. मन थोडे शांतही झाले. ताठरलेले स्नायू जरासे सैलावले. आता दहा हजार डॉलर्स नव्हते, तेव्हा मागच्या सीमारेषेवर उभे राहून आरामात खेळले, फटकेही जरासे बिनधास्त मारले तर चालणार होते. फार विचार करण्याची गरज उरली नव्हती. मी उगीचच निर्धास्त झालो; पण जिम ब्राऊन मात्र गंभीरपणे खेळू लागला, विचार करून फटके मारू लागला, धोरणीपणाने परतवू लागला. जाळ्याजवळ, चेंडूला कोन देऊन, वळवून, अचानक चेंडूचा वेग कमी जास्त करून खेळात लालित्य आणू लागला, निरनिराळ्या युक्त्या प्रयुक्त्या वापरू लागला. मला मैदानभर पळवून दमवण्याचाही प्रयत्न करू लागला; पण मी अगदी मोकळेपणाने खेळत होतो – पॉप्सच्या तिजोरीचा खड्डा फारसा खोल नसणार होता. मी दमतही नव्हतो, चुकतही नव्हतो. तिसरा सेट मी ६-२ असा जिंकला.

सामना संपला. जिम ब्राऊन घामाने निथळत होता. प्रथम त्याने खिशातून नोटांचे बंडल काढले आणि पाच शंभराच्या कोऱ्या करकरत नोटा पॉप्सच्या हाती ठेवल्या. मग माझ्याकडे वळून तो म्हणाला, ''पोरा, छान खेळलास!'' त्याने माझा हात परत एकदा त्याच्या मोठ्या पंजात घेऊन दाबला. या वेळी तो मला अधिकच कडक लागला. ''मग, पुढे काय योजना आहेत तुझ्या? मोठी स्वप्नं बघतोयस की नाहीस?'' त्याने मला विचारले. मी काही बोलणार तितक्यात पॉप्स मध्ये पडले, ''तो जगातला पहिल्या नंबरचा खेळाडू बनणार आहे.'' ''जरूर, मी काही त्याच्या मध्ये येणार नाही,'' जिम ब्राऊन हसत म्हणाला.

त्या सामन्यानंतर थोड्याच दिवसांनी सीझर्स हॉटेलमधील टेनिसच्या मैदानावर मी पॉप्सबरोबर सरावाचा सामना खेळत होतो. याआधी ज्या ज्या वेळी मी पॉप्सशी सरावाचे सामने खेळलो होतो तेव्हा तेव्हा पॉप्स मला सहजी हारवीत. त्या दिवशी मात्र निराळेच घडले. पहिल्या सेटमध्ये मी ५-२ अशी आघाडी घेतली. आणखी एक सर्व्हिस आणि मी सेट जिंकणार होतो. माझ्यासाठी त्या विजयाची किंमत दहा हजार डॉलर्सपेक्षा कितीतरी अधिक होती!

पण मी सर्व्हिस करणार, त्याआधीच पॉप्स अचानक मैदानाबाहेर पडले आणि 'सगळं सामान आवर आणि चल' असे मला सांगून पुढे निघून गेले! मी बॅग भरली, रॅकेटला कव्हर घालून चेन लावली आणि तीही बॅगेत टाकली. माझ्या मनात विलक्षण खळबळ माजली होती. जिम ब्राऊनला पराभूत केले, तेव्हाही मन इतके उत्तेजित झाले नव्हते. तो क्षण माझ्या आजवरच्या खेळातील सर्वांत उच्च, सर्वांत सुखद, सर्वांत गोड असा क्षण होता. याहून उच्च, याहून सुखद, आनंददायी, याहून गोड, मधुर असे अन्य काहीही नव्हते. त्यापुढे गाडीभर चांदीची नाणीही कवडीमोल होती – त्या नाण्यांच्या ढिगावर इसारकाकांनी पाठवलेल्यातले चार हिरे टाकले असते तरीही! कारण – कारण, पॉप्सवर मी मिळवणार असलेल्या विजयाच्या अशुभ चाहुलीने त्यांना, माझ्या पिताश्रींना, चक्क काढता पाय घ्यायला लावला होता!

३

मी दहा वर्षांचा असताना एकदा राष्ट्रीय पातळीवरील स्पर्धेतील एक सामना खेळत होतो. स्पर्धेची दुसरी फेरी चालू होती. माझ्याहून वयाने आणि शरीरानेही मोठा असलेल्या मागील वर्षीच्या राष्ट्रीय विजेत्याच्या विरुद्ध मी त्या सामन्यामध्ये पराभूत झालो. वाईट रितीने पराभूत झालो. मला परमावधीचे दुःख झाले. ती हार माझ्या मनाला शतशः घरे पाडीत होती. पराभूत होणे किती क्लेशकारक असते याचा मी अनुभव घेत होतो. हे असे पराजित होण्यापेक्षा मी मेलो का नाही, असा पराकोटीचा विचार मान खाली घालून मैदान सोडताना माझ्या मनात येत होता. मी वडिलांबरोबर खालमानेने गाडीपर्यंत जाऊन चटकन गाडीत बसून माझे तोंड लपवले. वडील बरोबरच्या काही अन्य खेळाडू आणि त्यांच्या पालकांशी बोलत उभे होते. मी मागील आसनावर बसून रडत होतो.

गाडीच्या खिडकीत एक अनोळखी चेहरा डोकावला. काळा रंग पण चेहऱ्यावर हसू. ''हॅलो, मी रूडी,'' तो म्हणाला. रूडी – आमच्या घराच्या मागच्या अंगणात ज्या माणसाने टेनिसचे मैदान बनवून दिले होते, त्याचे नाव रूडीच होते. विरळा योगायोग!

''तुझं काय नाव?'' त्याने विचारले.

''आंद्रे.''

त्याने खिडकीतून हात आत घातला. मी भावनाशून्य चेहऱ्याने हस्तांदोलन केले. ''तुला भेटून खूप आनंद झाला मला,'' तो म्हणाला, ''मी पांचो सेगुराकडे काम करतो. पांचो सेगुरा माझ्या वयाच्या मुलांना टेनिसचे प्रशिक्षण देत असे. या अशा मुलांच्या निरनिराळ्या सामन्यांचे वेळी हजर राहून, त्यांच्या क्रीडाकौशल्याचे निरीक्षण करून त्यातील चमक असणारे काही निवडक हिरे पैलू पाडण्यासाठी निवडून काढण्याचे काम मी करतो.'' तो गाडीवर अधिकच रेलला. तोंड माझ्या जास्तीत जास्त जवळ आणून मला म्हणाला, ''तुझा आजचा सामना पाहिला मी. हा उमेदवारीचा काळ फार कठीण असतो, फारच अवघड; पण हे जया पराजयाचे, सुख दुःखाचे क्षणच खेळाडूची मनोवृत्ती घडवतात, त्याला शक्ती देतात.'' त्याच्या आवाजात त्या वेळेला मला आवश्यक असणारा दिलासा होता, सहानुभूती होती, प्रोत्साहन होते.

''तुला हरवणारा तुझ्याहून चांगला दोन वर्षांनी मोठा होता. तू दोन वर्षांत सहज त्याच्यापेक्षा सरस खेळू लागशील. जो कसोशीने प्रयत्न करतो, त्याच्यासाठी दोन वर्षांचा काळ म्हणजे युगाएवढा! हो की नाही? तू करतोस की नाही कष्टांची पराकाष्ठा?'' त्याने विचारले.

''होय, करतो.''

''तुझा भविष्यकाळ खूप उज्ज्वल आहे.''

''पण मला नाही खेळायचं टेनिस! मुळीच आवडत नाही मला टेनिस. राग येतो मला त्याचा.''

''नक्कीच! आत्ता तसंच वाटणार तुला; पण जरा तुझ्या मनात, खोल डोकावून बघ. तेथे नाही दिसणार तुला टेनिसचा राग, टेनिसची नावड. अरे, तू टेनिसचा तिरस्कार करत नाहीस...''

''करतो, करतो मी तिरस्कार.''

''तुला तसं फक्त वाटतंय. ते काही खरं नाही.''

''ते खरंच आहे. मला नाही खेळायचं टेनिस.''

''अरे, तू आत्ता पराभवाने दुखावला गेला आहेस, तुझी हार बोचतीय तुला, खूप टोचतीय. कारण, तुला जिंकायचं आहे, पुढे जायचं आहे. ही मनातली सल आहे ना, ही हताश करणारी निराशा आहे ना तीच तुझी शक्ती आहे. अडथळ्यांवर मात करण्याची ताकद आहे, सामर्थ्य आहे. त्याचा योग्य उपयोग करून घे. हा पराजयाचा दिवस मनात खोल कोरून ठेव. तोच तुला प्रोत्साहन देईल, यातून बाहेर येऊन प्रगतिपथावर पळत सुटण्याचा उत्साह देईल, उत्तेजन देईल. असा शरमेचा प्रसंग परत येऊ नये असं वाटत असेल तर जीव तोडून प्रयत्न कर. जे जे करायला लागेल ते सगळं कर. करशील ना? आहेस ना तयार कष्टांना?''

मी नकळत होकारार्थी मान हलवली.

''छान! आणखी थोडा रडलास तरी हरकत नाही. निचरा करून टाक सगळ्या निराशेचा. झाला जरा त्रास तरी चालेल; पण नंतर मनाला बजाव, आता बास! हे असं परत व्हायला नको असेल तर ऊठ आणि कामाला लाग. कष्ट, कष्ट आणि कष्ट! समजलं?''

मी परत मान डोलावली.

मी शर्टाच्या बाहीने डोळे पुसले. रूडीचे आभार मानले. तो निघून गेला. त्याने मला परत ड्रॅगनबरोबर सराव करायला तयार केले होते – मी पुन्हा तासन्तास, थकून जाईपर्यंत चेंडू मारत बसणार होतो. माझ्या मनात विचार आला, हा रूडी जर असा माझ्यामागे उभा राहून, चैतन्यमय शब्दांत मला प्रोत्साहित करणार असेल, माझ्या थकल्या तन मनावर आशेची, उज्ज्वल भविष्याची, छानशा स्वप्नांची फुंकर घालणार असेल, तर मी त्या निर्दयी ड्रॅगनलाही पराभूत

करू शकेन. त्या विचारात असतानाच धाडकन दार वाजले. पॉप्स गाडीत बसले होते. त्यांनी गाडी सुरू केली आणि प्रेतयात्रेतल्या गाड्यांच्या रांगेमधील गाडीसारखी मरगळलेल्या गतीने ते गाडी पुढे नेऊ लागले. वातावरणात तणाव होता, त्यामुळे गाडीत गंभीर शांतता होती. मी आसनावर अंग टाकून दिले आणि डोळे मिटून घेतले. माझ्या मनात अशी ऊर्मी जागली की गाडीतून उतरून पळून जावे, रूडीला गाठावे आणि त्याला गळ घालावी की, तू माझ्या सोबत राहा, तूच मला शिकव, मला तुझ्या पदराखाली घे.

तसा तर मला सगळ्याच स्पर्धांचा तिटकारा वाटायचा; पण त्यातल्या त्यात राष्ट्रीय पातळीवरील स्पर्धांचा फारच राग यायचा. त्याचे प्रमुख कारण हे होते की, त्या अत्यंत खर्चिक असत. एक तर त्या कुठल्या तरी दुसऱ्या प्रांतात भरविल्या जात म्हणजेच विमानाचे भाडे, हॉटेल्सचा खर्च, गाडी भाडे आणि रोजचे खाणे पिणे. यश आणि अपयश दोन्ही फारच महाग पडायचे. वडील आपल्यावर इतके पैसे खर्च करत आहेत, याचे दडपण यायचे. शिवाय सामना हरला की त्यांची घोर निराशा झालेली पाहणे मला सहन व्हायचे नाही. आपण आगासी घराण्याच्या नावाला काळे पुसतो आहे, कुटुंबाचे नाव धुळीला मिळवतो आहे, अशा लज्जित भावनेने दोषी वाटायचे.

वयाच्या अकराव्या वर्षी मी टेक्सासमध्ये राष्ट्रीय स्पर्धा खेळत होतो. या स्पर्धेत मैदान मातीचे होते, गवताचे अथवा कडक सिमेंटचे नव्हते. मातीचे मैदान माझे आवडते होते, त्यावर मी हरण्याची शक्यताच नव्हती, तरीही मी पराभूत झालो! उपांत्य सामन्यातच पराभूत झालो. अंतिम सामन्यापर्यंत पोहोचलोही नाही. पहिले आणि दुसरे स्थान गमावल्यानंतर मला तिसऱ्या आणि चौथ्या स्थानासाठी एक सामना खेळायला लागणार होता. त्यात दुर्दैवाने माझी गाठ माझा प्रमुख प्रतिस्पर्धी डेव्हिड कॅस याच्याशी पडणार होती. खेळाडूंच्या गुणवत्ता यादीत तो माझ्या खालच्याच स्थानावर होता; पण माझ्या विरुद्ध खेळताना त्याच्या अंगात काहीतरी संचारायचे. तो सर्वस्व पणाला लावायचा आणि मला हारवायचाच. त्या सामन्यातही त्याच इतिहासाची पुनरावृत्ती झाली, मी पराभूत झालो. शरमेने मान खाली गेली, मी वडिलांना निराशेच्या गर्तेत ढकलले. वंशाला लाज आणली; पण त्या वेळेस मी अश्रू गाळले नाहीत, रूडीचे शब्द आठवून ते रोखले.

बक्षीस समारंभात पहिल्या, दुसऱ्या आणि तिसऱ्या स्थानावरील खेळाडूंना विजयचषक दिले गेले. त्यानंतर एका नवीनच, निराळ्याच बक्षिसाची घोषणा झाली. 'मैदानावरील सहजसुंदर आणि डौलदार हालचाली करणाऱ्या, खिलाडूवृत्तीचे प्रदर्शन करणाऱ्या कुमार खेळाडू'ला खास बक्षीस जाहीर करण्यात आले आणि त्याचा विजेता म्हणून माझे नाव घोषित झाले! बक्षीस समारंभ

सुरू झाल्यापासून मी मान खाली घालून नखे खात बसलो होतो, हे तो घोषणा करणारा पाहत होता की काय कोणास ठाऊक! एका हातात चषक धरून तो मला दुसऱ्या हाताने खुणा करून बोलावीत होता. हे अशा प्रकारचे – 'विजयी खेळाडू' याऐवजी 'खिलाडू खेळाडू' म्हणूनचे बक्षीस मला अजिबात नको होते; पण तरीही मी मनाविरुद्ध पुढे जाऊन तो चषक घेतला, घेताना आभाराचे दोन शब्द पुटपुटलो; पण मी आतून हललो होतो. तो चषक चांगला असला तरी त्याला दुःखाची किनार होती. मी खेळही चांगला खेळला होता. आम्ही परत निघालो. चषक छातीशी धरून मी पुढे आणि माझ्या मागेच पॉप्स – माना खाली, बोलणे बंद. गाडीच्या दिशेने जाताना सिमेंटच्या फरशीवर फक्त आमच्या बुटांचा आवाज येत होता. मला ती अस्वस्थ शांतता असह्य झाली. वडिलांना आवडेल असे, त्यांच्या मनातले असे काहीतरी बोलावे म्हणून मी म्हणालो, "हे बक्षीस मला मुळीच नको होते." वडिलांची पुढची कृती सर्वस्वी अनपेक्षित अशी होती. ते मागून पुढे आले, त्यांनी माझ्या हातातला चषक खसकन ओढला, दोन्ही हात वर करून तो डोक्याच्या वर उचलला आणि त्वेषाने खाली आपटला. तो सिमेंटच्या फरशीवर खणखणत दूरवर जाऊन पडला. त्याचे तुकडे तुकडे झाले. ते खाली वाकले, त्यांनी भराभरा ते तुकडे उचलले आणि वाटेतील कचऱ्याच्या पेटीत टाकून दिले. त्यांनी एकही शब्द उच्चारला नाही. मीही गप्प राहिलो, वडिलांना काही न बोलणे हे माझ्या अंगवळणी पडलेलेच होते.

मला खरे तर खेळ हा प्रकारच आवडत नाही; पण 'काहीतरी खेळलेच पाहिजे' हा वडिलांचा हट्ट पुरवायचाच असेल, तर त्यासाठी टेनिसऐवजी सॉकर खेळणे मी पसंत केले असते. आमच्या शाळेत आठवड्यातून तीनदा सॉकर खेळायला देत असत. भल्या मोठ्या मैदानभर वाऱ्याने केस फडफडवीत सुसाट धावायचे, 'इकडे इकडे, इकडे टाक चेंडू' असे बेंबीच्या देठापासून ओरडायचे आणि आपण गोल केला नाही, तरी काही फारसे बिघडत नाही हे माहीत असल्याने बिनधास्त खेळायचे! कारण, टेनिससारखे सगळे ओझे आपल्या एकट्याच्याच डोक्यावर नाही, वडील, घराणे, सगळे जग यांची जबाबदारी आपल्याच एका खांद्यावर नाही हे माहीत असायचे. जे काही करायचे ते अख्ख्या संघाने, संघ जिंकणार किंवा हरणार! यश सगळे जण वाटून घेणार, पराजयाचे खापरही सगळ्यांच्या माथ्यावर फुटणार. कोणी आपल्या एकट्याला फासावर देणार नाही. सांघिक खेळ हा माझ्या दुःखावरचा, ताणतणावावरचा, यातनांवरचा उपाय होता.

वडील माझ्या सॉकर खेळण्याला आडकाठी करत नसत. का? त्या खेळावर त्यांचे प्रेम होते म्हणून नाही. त्यातील चपलतेने टेनिसला आवश्यक ठरणारे पायाच्या हालचालीतील लालित्य सुधारण्याला फार मोठी मदत होते हे

त्यांना माहीत होते म्हणून; पण एक दिवस सकाळी सॉकर खेळताना माझ्या पायातील स्नायू ओढला गेला. झाले, वडिलांचे डोके भडकले - त्या दिवशी दुपारी मी ड्रॅगनसमोर उभा राहू शकणार नव्हतो. त्यांनी माझ्याकडे अशा नजरेने बघितले की, जसे काही टेनिसचा सराव टाळण्यासाठी मी स्वतःच माझ्या पायाला इजा करून घेतली होती आणि ते तिरीमिरीत घराबाहेर निघून गेले.

आईच्या असे लक्षात आले की, सॉकरच्या आंतरशालेय स्पर्धेतील आमच्या शाळेचा सामना नेमका त्याच दिवशी दुपारी होता. आता काय करायचे? मी म्हणालो की, माझ्या संघाच्या फार अपेक्षा आहेत माझ्याकडून, मी खेळणे जरुरीचे आहे. 'तू असा पाय घेऊन खेळू शकशील का?' तिने विचारले. 'मला वाटते, हो. खेळेन मी.' मी असे म्हटल्यावर तिने मला खेळण्याचे कपडे घालून तयार व्हायला सांगितले. मी तिला म्हणालो, 'आई, पॉप्स? ते चिडतील ना!' तिने माझी समजूत काढली, 'अरे तुझ्या पॉप्सना चिडायला एरवीही काही कारण लागतं का? चल तू!'

मी तयार झालो, तिनेच मला मैदानावर सोडले. चार उड्या मारल्यावर, थोडेसे धावल्यावर, मला वाटते ओढलेला स्नायू जागेवर आला असावा. कारण, आश्चर्यकारकरीत्या पाय दुखायचा थांबला. मी माझ्या संघाचा एक घटक बनून जिद्दीने सामना खेळू लागलो. विरुद्ध बाजूच्या संरक्षक फळीत घुसू लागलो, जलद हालचाली करू लागलो, आम्ही सगळे एकमेकांना हाकारून चेंडूवर ताबा मिळवू लागलो, मिळवलेला राखून ठेवू लागलो. आमचे सर्वांचे मिळून एकच, विजयाचे ध्येय होते आणि ते साध्य करण्यासाठी आम्ही सर्वजण एकसंध आणि एकसंघ प्रयत्न करत होतो. हे असे खेळणे मला आवडायचे. हा सांघिक खेळ मला माझा वाटायचा.

सामना रंगात आला होता. कसे कोण जाणे; पण एक चेंडू जोरात मारल्यावर त्याच्याकडे पाहता पाहता माझे लक्ष मैदानाबाहेर गेले आणि मी थबकलो. तेथे पॉप्स उभे होते. गाड्या उभ्या करण्याच्या जागेजवळ, कशाच्या तरी आड, लपल्यासारखे; पण मैदानावर नजर रोखून! आमची नजरानजर झाली. ते तेथून निघाले आणि आमच्या संघाच्या कोचजवळ - मार्गदर्शकाजवळ पोहोचले. त्याच्याशी काहीतरी बोलू लागले. खरे तर हातवारे करून ओरडू लागले. दोघे जण माझ्याच दिशेने हात करत होते. आमच्या कोचने हात हलवून मला खुणावले, त्याच्याकडे बोलावले. जरा जवळ जाताच तो ओरडला, "आगासी, मैदानाच्या बाहेर ये." मी निमूटपणे त्या दोघांपाशी गेलो. पॉप्सनी आज्ञा सोडली, "चल, तो गणवेष उतरवून टाक आणि गाडीत बैस."

मी मान खाली घालून गाडीजवळ गेलो. मागच्या सीटवर माझा टेनिसचा पोशाख आणि रॅकेट ठेवलेली होती. मी सॉकरचा गणवेष उतरवला आणि

टेनिसचा चढवला. काढलेला गणवेष पॉप्सनी माझ्या हातातून ओढून घेतला, ते ताडताड चालत आमच्या कोचजवळ गेले आणि तो पोशाख त्यांनी त्याच्या तोंडावर फेकला. गाडी मैदानाबाहेर पडली तसे ते माझ्यावर गुरकावले, ''यापुढे सॉकर बंद!'' मी त्यांना सांगायचा खूप प्रयत्न केला की, मला असे सगळ्यांसोबत खेळायलाच आवडते. मी एकटाच असलो की मला गांगरून जायला होते. टेनिसच्या मैदानावर मला एकटे पडल्यासारखे वाटते, घाबरायला होते. आजूबाजूला आपले असे कोणीही नसते. काहीही चुकले-माकले त्याची सर्वस्वी जबाबदारी एकट्यावरच पडते. कुणामागे लपता येत नाही, कुणाबरोबर ती वाटून घेता येत नाही. आपल्याला थकायला झाले, तर आपल्या जागी खेळायला दुसरे कोणी नसते. एकटे असले की अगदी उघडे वाघडे, असुरक्षित वाटते.

माझ्या काकुळतीचा अर्थातच काहीही उपयोग झाला नाही. ते तार स्वरात माझ्या अंगावर ओरडले, ''नाही. तू टेनिस खेळाडू आहेस, तुला टेनिसच खेळायचे आहे, नुसते खेळायचे नाही, त्यात अव्वल दर्जाचा खेळाडू व्हायचे आहे, नंबर एकचीच जागा पटकवायची आहे आणि भरपूर पैसे मिळवायचे आहेत. *हे असेच ठरलेले आहे आणि ते तसेच होणार*. लक्षात ठेव, ही काळ्या दगडावरची रेघ आहे!''

ते केवळ आग्रही नव्हते, हटवादी बनले होते. माझी मोठी भावंडे रिटा, फिली, टामी यांच्याबद्दलची त्यांची स्वप्ने धुळीला मिळाली होती. त्यांची घोर निराशा झाली होती, त्यामुळेच तर त्यांच्या सगळ्या अपेक्षा माझ्यावरच केंद्रित झाल्या होत्या. मी त्यांची अखेरची संधी होतो. रिटाने सरळ सरळ बंडच केले. टामीच्या खेळात एका मर्यादेनंतर सुधारणाच होईना. फिली खेळायचा चांगला; पण त्याच्याकडे सामना खेळताना प्रतिस्पर्ध्यावर जीव खाऊन हल्ला चढविण्याची, त्याला पार नामोहरम करून टाकण्याची, त्याच्यावर कुरघोडी करण्याची जी आक्रमक, लढाऊ वृत्ती लागते तिची कमतरता होती. ही गोष्ट ते सतत, मलाच नव्हे तर, आईलाही ऐकवीत असत. इतकेच कशाला, ते फिलीच्या तोंडावर त्यालाही तेच सांगत असत. तो शांतपणे ऐकून घेई, 'आहे हे असं आहे' अशा अर्थाने फक्त खांदे उडवी. त्याच्या या उदास प्रतिक्रियेने पॉप्स अधिकच चिडत आणि मग त्यांच्यात चकमकी झडत :

'तुम्ही जन्मतःच असे कर्मदरिद्री निपजला आहात.' पॉप्स.

'होय, आहे मी कर्मदरिद्री! हरण्यासाठीच जन्माला आलोय मी!' फिलीच्या स्वरात निराशा जाणवे.

'हो ना. आपल्या प्रतिस्पर्ध्याबद्दल दया वाटते तुम्हाला, त्याचा पुळका येतो. तुम्हाला जिंकायची, चमकायची, विजयी व्हायची आसच नाही मुळी.'

फिली कधी त्यांचे म्हणणे खोडून काढत नसे. त्याचाही नाइलाज होता. तो छान खेळायचा, खरेच गुणी खेळाडू होता तो; पण सर्वोत्तम होण्याची जिद्द,

त्यासाठीचे कष्ट उपसण्याची तयारी या गोष्टी त्याच्यात नव्हत्या. सर्वोच्च स्थान प्राप्त करणे हे आमच्या गृहप्रमुखांचे, आमच्या पिताश्रींचे ध्येयच नव्हे, तर तोच आमच्या घराचा कायदा होऊन बसला होता. अधल्यामधल्याला काहीही किंमत नव्हती. पहिलाच नंबर – तो नाही तर मग नापास!

फिली माझ्या वयाचा असताना राष्ट्रीय स्पर्धेत खेळला होता. त्यातील त्याच्या कामगिरीनंतरच त्याच्यावर हा नाकर्तेपणाचा शिक्का बसला होता. त्यातून त्याची वृत्ती नेमस्त. प्रतिस्पर्ध्याने लांडी लबाडी केली, कपटाने गुण मिळवला तरी तो त्याच्यावर धावून जात नसे. त्याला शिव्या घालीत नसे. पॉप्सना तो हरला यापेक्षा तो असा षंढासारखा वागला याची सर्वांत जास्त चीड येत असे. त्याच्या गप्प राहण्यावरून, शिव्या न देण्यावरून ते त्याला त्यांच्या 'आईच्या भाषे'तून शिव्यांची लाखोली वाहत असत.

फिली आईसारखा होता. उलट उत्तर तर सोडाच, तो आईसारखाच वडिलांची सरबत्ती काहीही न बोलता, या कानाने ऐकून त्या कानाने सोडून देत असे; पण आईसारखा अगदी क्वचितच त्याचाही स्फोट होत असे. अगदी अलीकडेच एक दिवस पॉप्स रॅकेटच्या वाद्या ताणत होते, आई इस्त्री करत होती आणि फिली कोचावर बसून टीव्ही पाहत होता. नुकत्याच एका सामन्यात फिली हरला होता त्यावरून वडिलांनी त्याचे निंदापुराण सुरू केले. फिली दुर्लक्ष करत होता; पण ते थांबेचनात. तो एकदम मध्येच तार स्वरात किंचाळला, 'मी का हरतो माहीत आहे? तुमच्यामुळे! कळलं, तुमच्यामुळे. तुम्ही मला सारखं सारखं हिणवता ना हरतो हरतो म्हणून? त्यामुळेच हारतो मी.'

फिली रागाने थरथरत होता. त्याचे डोळे आग ओकत होते. त्याचा अवतार पाहून आई तर रडायलाच लागली. तो वैतागून म्हणाला की, 'यापुढे मी ना एखाद्या रोबोसारखा वागणार आहे. भावनाहीन, यंत्रवत. तुमचा रोबो – तुम्ही म्हणाल तसं हलणारा, तुम्ही सांगाल तसं करणारा. मग तर तुम्हाला बरं वाटेल ना?'

त्यातील उपाहास वडिलांच्या ध्यानातही आला नाही. दुसऱ्यांचा विचार करायची सवयच नसलेल्या पॉप्सनी त्यावर आनंद आणि समाधान व्यक्त केले, 'हं, आता कसं? आत्ता कुठे तुझ्या डोक्यात जरा *प्रकाश पडायला लागलाय!'*

फिलीमध्ये जी ठोशास ठोशाने प्रत्युत्तर देण्याची आक्रमक वृत्ती नव्हती ती माझ्यात होती. मी प्रतिस्पर्ध्यावर तुटून पडत असे. त्याच्याशी वाद घालीत असे. त्याने काही शेरेबाजी केली तर मी रागाने लालबुंद होत असे. तो राग मी त्याला परतवताच येणार नाही, असा फटका मारून व्यक्त करत असे. माझा फटका सीमेपार गेल्याचे खोटे नाटक त्याने केले, तर मीही मैदानाच्या मध्यभागी पडलेल्या चेंडूला 'आउट' ठरवून त्याच्यावर सूड उगवीत असे, हिशेब बरोबर करत असे.

हा माझा स्वभाव होता. वडिलांना आवडावे म्हणून काही मी तसे वागत नसे; पण ते त्यामुळे चांगलेच खूश होत, म्हणत, 'तू त्या फिलीपेक्षा अगदी वेगळा आहेस! तुझ्यात गुण आहेत, *धडक मारून पुढे जाण्यासाठी लागते* ती आग तुझ्या मनात आहे. तू विजेत्याचं नशीब घेऊन आला आहेस.'

माझ्या नशिबाचे गुणगान ते दिवसातून एकदा तरी गायचेच! कधी त्यात कौतुक भरलेले असे, कधी अपेक्षांनी ओतप्रोत गाढा विश्वास तर कधी मधी त्यांच्या बाबतीत घडलेल्या अपेक्षाभंगातून निर्माण झालेला हेवाही डोकवीत असे; पण ते ऐकून मला मात्र अपराधी वाटे. फिलीच्या नशिबात असलेले आपण लुबाडून घेतले, असा न्यूनगंड मला त्रास देत असे. मी जन्मतःच नशिबवान असेन तर सटवाईने त्याच्या कपाळी दुर्दैवच लिहिले होते की काय? बाराव्या वर्षी मोटर सायकल चालवीत असताना फिलीच्या मनगटाला इजा झाली होती. तेथील हाड तीन ठिकाणी मोडले होते. त्या अपघातापासून दुर्दैवाचा ससेमिरा त्याच्या मागे लागला. वडिलांनी त्याला तशाच अवस्थेत खेळायला लावले. त्यांच्या दुराग्रहासमोर त्याचे काही चालले नाही. तो निमूटपणे सामन्यांमागून सामने खेळत गेला. मनगटाची परिस्थिती अधिकाधिक बिघडत गेली आणि त्याचा खेळही! त्याला दोन्ही हातात रॅकेट धरून दमदार फटके, विशेषतः बॅकहॅन्ड, मारता येत नसत, ते एका हातानेच मारावे लागत असत आणि त्यामुळे त्यांचा वेग, जोर, त्यांची परिणामकता कमी होत असे. एका हातावरच विसंबायची लागलेली सवय बरोबर नाही हे कळत असूनही, पुढे त्याचे मनगट बरे झाले तरी त्याला ती सोडवता आली नाही. फिली हरला की मला वाटायचे, वाईट सवय आणि वाईट नशीब यांचा दुर्दैवी संयोग! असा सामना हरून तो घरी यायचा, तेव्हा त्याचा चेहरा निराशेने, दुःखाने पुरता काळवंडून गेलेला असायचा. तो स्वतः वरच चिडलेलाही असायचा आणि त्याहून अधिक काही करता येत नाही या जाणिवेने हताशही झालेला असायचा. एका कोपऱ्यात सुन्न बसून राहायचा. कधी 'मी माझ्या परीने चांगली टक्कर दिली त्याला' असे स्वतःचे समाधानही करून घ्यायचा; पण काही वेळाने वडिलांची स्वारी घरात शिरली की, त्याच्यावर हल्ला चढवला जायचा. ते त्याची निर्भर्त्सना करून त्याच्या स्वतःच्या नजरेतूनच त्याला उतरवून टाकायचे, कावळ्यासारखे टोचून टोचून रक्तबंबाळ करून टाकायचे, शिव्यांच्या लाखोलीबरोबर क्वचित हातांचा प्रसादही द्यायचे. फिली त्या अपमानाने, शरमेने कुचंबून जायचा. मला वाटायचे याचा परिणाम म्हणून तो माझ्यावर चिडेल, संतापेल, वडिलांवरचा राग माझ्यावर काढेल; पण उलट तो माझ्याशी अगदी मऊपणाने वागायचा, माझी काळजी घ्यायचा, मला बऱ्याच वेळा पाठीशी घालायचा. जे आपल्या नशिबी आले आहे, ते आपल्या धाकट्या भावाला भोगायला लागू नये, असा तो प्रयत्न करत असावा असे वाटायचे. या त्याच्या मनाच्या मोठेपणाने तो माझ्या दृष्टीने कधीच पराजित नसायचा, सदैव

विजयीच असायचा. तो माझा मोठा भाऊ आहे, याचा मला अभिमान वाटायचा, मी त्याबद्दल स्वतःला भाग्यवान मानायचो - एक अभागी भाऊ असण्याचे भाग्य? विचित्र वाटतो ना हा विरोधाभास?

फिली आणि मी खूप वेळ एकत्र घालवायचो. तो स्कूटर घेऊन माझ्या शाळेपाशी यायचा आणि माझी शाळा सुटली की, आम्ही दोघे वाळवंटातून घरापर्यंत येईपर्यंत स्कूटरच्या खडखडाटाच्या वरताण आवाजात चिक्कार गप्पा मारायचो, मनमुराद हसायचो. घरातही आम्ही दोघेच एका स्वतंत्र खोलीत राहायचो. ती खोली घराच्या मागील बाजूस होती. टेनिस आणि पॉप्स या दोन ड्रॅगन्सपासूनचे ते आमचे अभयस्थान होते. आमचे एवढे गुळपीठ असूनही आमच्या खोलीत मात्र दोन सवते सुभे होते. आम्ही खोलीचे दोन भाग केलेले होते. ते दर्शविणारी एक पांढरी रेघ खोलीच्या मध्यभागी आखलेली होती. कारण, आम्हाला दोघांनाही आमच्या स्वतःच्या गोष्टींमध्ये जराही ढवळाढवळ चालायची नाही, एकमेकांची लुडबुड खपायची नाही. आम्ही आपापल्या भागांचे राजे होतो. दोन राज्यांतील 'सीमा' ठळक होती. टेनिसच्या मैदानासारखी खोलीतही डावी उजवी अशी दोन वेगळी 'अ‍ॅड कोर्ट' आणि 'ड्यूस कोर्ट' होती. खोलीच्या दाराच्या बाजूच्या अर्ध्या भागात माझी कॉट होती ते माझे राज्य. रोज रात्रीचा आम्हा दोघांचा एक नित्यनियम होता. दिवा मालवायच्या आधी आम्ही दोघे आपापल्या कॉट्सच्या कडेवर बसायचो आणि दिवसभरातील घटनांबद्दल एकमेकाशी बोलायचो, मन मोकळे करायचो. माझ्याहून सात वर्षांनी मोठा असलेला फिलीच जास्त करून बोलायचा. निराशेने आतप्रोत भरून तुंबलेल्या मनाचा निचरा करायचा. 'मी कधीच जिंकू शकणार नाही', 'मी अपयशीच निपजलो आहे', 'मला जर अजून प्रयत्न करून माझे नशीब पालटायचे असेल तर सामने खेळत राहावे लागेल आणि त्यासाठी पॉप्सकडून पैसे उसने घ्यावे लागतील' वगैरे, वगैरे. आपल्या भविष्याचा, भाग्याचा लेख, आपले विधिलिखित पॉप्सच्या हातून लिहिले जाऊ नये, याबद्दल आमचे दोघांचे नेहमीच एकमत होत असे.

फिलीला यापेक्षाही क्लेश देणारे आणखी एक दुःख होते. 'या जगातले माझे केवळ चारच दिवस उरले आहेत' हे वृत्त एखादा ज्या काकुळतीने, उत्कट अशा निराशेने सांगेल, त्या पद्धतीने फिली ती त्याची खोल खंत सतत मला ऐकवायचा - 'आंद्रे, माझ्या डोक्यावरील केस मला अवेळी सोडून चालले रे! मी आता लवकरच टकल्या होणार!!' पण टेनिसमधील विजयाचा विरह तो जसा निमूटपणे स्वीकारायचा तसा केसाचा नाही. त्यांनी सोडून जाऊ नये, यासाठी तो जिवाचे रान करायचा, प्रयत्नांची पराकाष्ठा करायचा. त्यामागच्या कारणांचा तपास करायचा, अभ्यास करायचा. त्याचे एक कारण त्याला पटलेले होते ते

म्हणजे त्याच्या डोक्याला, केसाना रक्तपुरवठा पुरेसा होत नाही. त्यावरचा उपाय म्हणून तो रात्री आमच्या 'संवादतासा'त शीर्षासन करायचा, पाय भिंतीला टेकवून डोक्यावर उभा राहायचा आणि तसाच बोलायचा. मला मनापासून वाटायचे की, त्याच्या या प्रयत्नांना तरी यश यावे. त्याच्यावरील प्रेमापोटी मी कधी कधी त्याला 'तुझा हा उपाय नक्की लागू पडतो आहे,' असे खोटेही सांगायचो, मनोमन देवाजवळ प्रार्थनाही करायचो की, 'देवा, पाहिजे तर मी माझ्या प्रिय भावासाठी रात्रभर डोक्यावर उभा राहतो; पण त्याला टेनिससारखे अपयश याबाबतीत तरी देऊ नकोस.'

खूप वेळ आणि खूप वेळा फिली बोलल्यानंतर कधी कधी मीही माझ्या 'व्यथां'च्या कथा ऐकवायचो. मी बोलायला लागलो की तो त्याचे दुःख बाजूला ठेवून लगेच माझ्या बोलण्यावर लक्ष केंद्रित करायचा. पॉप्स मला काय काय म्हणाले याची यच्चयावत माहिती घ्यायचा, त्यामुळे मी कितपत दुखावला गेलो आहे हे जाणून घ्यायचा. माझ्या मनाला झालेल्या जखमांच्या खोलीवर त्याच्या मानेच्या हेलकाव्यांचे प्रमाण आणि संख्या ठरायची. ठरलेल्या दमबाजीला तो जराशी, अर्धीमुर्धीच मान हलवायचा, जर फारच गंभीर, भीतिदायक शिवीगाळ असेल तर त्याची मान बऱ्याच वेळा, बराच वेळ हालायची आणि शिवाय भुवया वर उचलल्या जाऊन कपाळाला आठ्याही पडायच्या. माझी कैफियत ऐकताना तो जरी शीर्षासनात असला तरीही त्याची मान हालायची आणि त्याचे मोल माझ्या दृष्टीने फार फार जास्त होते.

एका रात्री फिली मला म्हणाला, ''आंद्रे, मला तुझ्याकडून एक वचन हवं आहे.''

''फिली, तू काहीही माग, मी तुला ते दईन.''

''हे बघ, पॉप्सनी तुला जर कधी कसल्या तरी गोळ्या खायला दिल्या तर त्या तू मुळीच खाऊ नकोस.''

''गोळ्या?''

''होय. मी काय सांगतो ते नीट लक्ष देऊन ऐक, कारण हे फार फार महत्त्वाचं आहे.''

''फिली, तू सांगशील ते मी नक्की ऐकेन.''

''पुढच्या वेळी राष्ट्रीय सामने खेळताना जर पॉप्सनी तुला गोळ्या दिल्या तर घेऊ नकोस.''

''फिली, अरे ते मला सामन्याच्या आधी एक्सिड्रिन देतातच. त्यात कॅफिन असतं ना म्हणून!''

''त्या नाही रे. मी म्हणतोय त्या निराळ्या. एकदम छोट्या, गोल आणि पांढऱ्या रंगाच्या असतात. त्या कधीही, काहीही झालं तरी घेऊ नकोस.''

''पण पॉप्सनी घ्यायलाच लावल्या तर? त्यांना कसं नाही म्हणू?''

''हो की! तेही आहेच. काय करावं बरं? काहीतरी वेगळी युक्ती केली पाहिजे,'' फिली विचार करू लागला. वेळ जाऊ लागला तसे त्याचा चेहरा लाल होऊ लागला. रक्त डोक्याकडे वाहत होते.

''हा, सुचलं. असं करायचं, ज्या सामन्याच्या आधी गोळी देतील ना तो सामना हरायचा आणि मैदानाबाहेर येताच त्यांना सांगायचं, ती गोळी घेतली होती ना त्याने तुला सारखं थरथरायला होत होतं, खेळावरचं लक्षच उडत होतं.''

''बरं. करीन मी तसं; पण फिली, तू म्हणतोयस त्या गोळ्या असतात कसल्या?''

''स्पीड''

''म्हणजे?''

''त्यात अमली पदार्थ असतात, नशा आणणारे. अंगात प्रचंड चेतना जागृत होते, शक्ती संचारते. मला खात्री आहे ते तुला त्या नक्की देतील.''

''कशावरून?''

''कारण त्यांनी त्या मलाही दिल्या आहेत.''

फिलीच्या इशाऱ्याचा प्रत्यय लगेच आला. शिकागो येथील राष्ट्रीय स्पर्धेच्या वेळी त्यांनी माझ्या समोर एक गोळी धरली आणि फर्मावले, ''आंद्रे, हात पुढे कर.''

मी पुढे केलेल्या हातावर एक छोटीशी पांढरी, गोल गोळी ठेवून म्हणाले, ''ही घेऊन टाक. छान वाटेल.''

मी घेऊन टाकली. जराशी हुशारी आल्यासारखे, ताजेतवाने वाटले. खरे तर फरक काही विशेष जाणवणारा नव्हता; पण मी दाखवले मात्र खूप फरक पडल्यासारखे. त्या सामन्यातला माझा प्रतिस्पर्धी माझ्यापेक्षा वयाने, शरीराने मोठाच होता; पण त्याचा खेळ काही खास नव्हता, तरीही मी उगाचच त्याचे फटके परतवायला कष्ट पडत आहेत, गुण मिळवायला कठीण जाते आहे असे चित्र उभे केले. बऱ्याच गेम्समध्ये उगीचच पराभूत झालो. फिलीच्या सूचनेप्रमाणे सामना काही मला हरता आला नाही; पण जिंकणे फारच अवघड असल्याचे दाखवीत मी तो जिंकलो. सामना संपल्यावर मैदानाबाहेर पडताना मी सचिंत चेहऱ्याने म्हणालो, ''पॉप्स, मला काही बरं वाटत नाही! मला ना, गळून गेल्यासारखं, चक्कर येईलसं वाटतंय.'' त्यांच्या चेहऱ्यावर मला अपराधी भाव दिसले.

उगीचच स्वतःच्या चेहऱ्यावरून हात फिरवीत म्हणाले, ''अस्सं? बरं, पुन्हा नको घ्यायला ती गोळी.'' संधी मिळताच मी फिलीला फोन करून ही हकिगत कळवली.

''बघ, मी म्हटलं नव्हतं? मला शंका नव्हती, खात्रीच होती!''

''पण फिली, मी तू सांगितलं होतंस तसंच केलं आणि माझ्या 'नाटकाची गोळी' पॉप्सना एकदम लागू पडली!''

माझ्या मनात जन्मदात्या पित्याची जी प्रतिमा होती, तिच्या जास्त जवळ फिलीच होता. मोठ्या भावापेक्षा तो मला वडिलांसारखाच वाटायचा. मुलाबद्दल सार्थ अभिमान; पण सतत त्याच्या भल्याची काळजी, हिताची चिंता. ती स्पर्धा संपवून मी घरी परतलो. त्या रात्री आम्ही दोघांनी आमच्या खोलीतल्या 'सीमा रेषे'वर मनसोक्त गप्पा मारल्या. पॉप्सच्या फजितीचा कपिलाषष्ठीचा योग आनंदात, जल्लोषात साजरा केला.

त्यानंतर काही दिवसांनी, केंब्रिज क्लबच्या ज्या सात नंबरच्या मैदानावर मी जिम ब्राऊनला हरवले होते, त्याच मैदानावर मी माझ्याहून सात वर्षांनी मोठ्या असलेल्या एका खेळाडूला हरवले. तो सामना काही स्पर्धेचा नव्हता, सरावाचाच होता. मी खरे तर सौम्यपणे खेळलो, सोपे सोपे फटके मारून त्याला बऱ्याच संधी दिल्या, त्याच्याशी खेळणे अवघड पडते आहे असा आभासही निर्माण केला. त्या दिवशी हरलेल्या प्रतिस्पर्ध्याचा दुःखी चेहरा, ओले डोळे पाहून, सामना जिंकूनही मी मैदान सोडताना उदास होतो. मला गलबलून आले होते, कारण त्या दिवशीचा प्रतिस्पर्धी माझा प्रिय भाऊ फिली होता. या माझ्या स्थितीवरून हेच सिद्ध होत होते का की माझ्यातही समोरचा प्रतिस्पर्धी कोणी का असेना, त्याच्यावर प्राणपणाने तुटून पडायचे ही निर्दयी आक्रमकतेची उणीव होती? त्या दिवशीच्या माझ्या खेळाने, माझ्या निराशेने मनाचा खूप गोंधळ उडाला होता. सगळे उद्ध्वस्त झाल्यासारखे वाटत होते. वाटत होते, घरामागील टेनिसचे मैदान बनवणारा म्हातारा रूडी किंवा त्या दिवशी सामना हारल्यावर भेटून दिलासा, मोलाचा सल्ला देणारा तरुण रूडी यापैकी कोणीतरी भेटले तर बरे होईल म्हणजे त्यांना या माझ्या मनःस्थितीचा, माझ्या विचारसरणीचा, कृतींचा अर्थ तरी विचारता येईल!

४

आमच्या नेवाडा प्रांतातील सर्वोत्कृष्ट टेनिस खेळाडू ठरविण्यासाठीची एक स्पर्धा जाहीर झाली होती. त्यातील स्पर्धक निवडण्यासाठी लास व्हेगास क्लबमध्ये चाचणी सामने खेळले जात होते. त्यातील एक सामना मी खेळत होतो. माझ्या प्रतिस्पर्ध्याचे नाव जरा विचित्र होते – रॉडी पार्क्स. माझ्या आणि त्याच्यातले एक साम्य माझ्या लगेच लक्षात आले की, आम्हा दोघांचे वडील सारखेच कर्कश, आक्रस्ताळे, वर्चस्व गाजवणारे, हुकूम सोडणारे होते. त्याने बोटात एक अत्यंत वेगळी, वैशिष्ट्यपूर्ण अंगठी घातली होती. पिवळसर तपकिरी रंगाच्या पारदर्शक आवरणाखाली एक मुंगी दिसत होती. मी मोठ्या आश्चर्याने त्याला त्या अंगठीबद्दल विचारले आणि त्याने दिलेल्या स्पष्टीकरणाने मला अधिकच आश्चर्यात, बुचकळ्यात पाडले.

तो म्हणाला, ''हे बघ आंद्रे, अणुशक्ती या जगाचा संहार करेल तेव्हा फक्त एकच सजीव त्यातून वाचणार आहे, तो म्हणजे मुंगी! *माझ्या* आत्म्याने मुंगीच्या शरीरात प्रवेश करावा यासाठी मी तिची उपासना करतो आहे म्हणून ही मुंगी असलेली अंगठी.''

रॉडी तेरा वर्षांचा म्हणजे माझ्याहून दोन वर्षांनी मोठा होता. वयाच्या मानाने जरा थोराडच होता, मिलिटरीतल्या जवानासारखे केस एकदम बारीक कापलेले होते. खेळ काही फार चांगला नव्हता, सहजी हारवण्यासारखा होता. मी लवकरच त्याच्या खेळातले दोष, त्याच्या कमकुवत जागा हेरल्या आणि त्याचा फायदा मिळेल, अशा पद्धतीने खेळू लागलो; परंतु आपल्या उणिवा झाकत, त्यांवर योग्य ते उपाय शोधत त्याने पाहता पाहता पहिला सेट जिंकला!

मी सावध झालो, स्वतःला सावरले, बजावले, जोरदार आणि परिणामकारक खेळ केला आणि दुसरा सेट जिंकला. त्या धुंदीत मी रॉडीला गृहीत धरून फटके मारू लागलो, विजय सहज मिळणारच असे वाटून माझे चित्त भरकटू लागले, रॉडी हे विचित्र नाव, त्याच्या बोटातील मुंगीची आंगठी असल्या गोष्टींचा विचार करू लागले. मी भानावर आलो ते रॉडी हात उंचावून ओरडत असतानाच! तिसरा सेट ७-५ने जिंकून त्याने माझ्या हातातून सामना ओढून नेला होता. मी पराभूत झालो होतो. माझी नजर आपसुकच पॉप्सकडे वळली. त्यांची मान खाली होती, ते सचिंत होते पण चेहऱ्यावर माझ्या परिचयाच्या क्रोधाच्या खुणा

नव्हत्या, काळजीच्या होत्या. मीही चांगलाच काळजीत पडलो होतो, स्वतःवर मनस्वी चिडलो होतो, माझा मलाच कमालीचा तिरस्कार वाटत होता. काय करून बसलो होतो मी? पृथ्वीने पोटात घ्यावे किंवा त्या रॉडीच्या अंगठीतली गोठलेली मुंगी करून टाकावे असे मला वाटत होते.

स्वतःला शिव्यांची लाखोली वाहत मी माझी बॅग भरत होतो. तेवढ्यात, कुठून ते कळलेच नाही, एक तरुण मुलगा माझ्याजवळ उभा दिसला. त्याने माझ्या पाठीवर हात ठेवला आणि तो म्हणाला, ''अरे, एवढा हताश होऊ नकोस. आज नाही झाला तुझा नेहमीसारखा उत्तम खेळ, एवढंच.'' मी चमकून वर पाहिले - माझ्यापेक्षा वयाने आणि उंचीने थोडासा मोठा होता तो. त्याचा चेहराही विरूप होता - नाक ओठांच्या मध्यभागी नव्हते. चेहऱ्यावरील भावही मला आवडले नाहीत आणि *पोलो खेळणाऱ्या* माणसाचे चित्र असलेला त्याचा भडक शर्टही. त्याचे काहीच मला पसंत पडले नाही. त्याचे बोलणे हाही मला आगंतुकपणा वाटला आणि तो सहन न होऊन मी गुरकावलो, ''कोण आहेस तू?''

''पेरी रॉजर्स.''

मी मान फिरवली आणि माझे काम चालू ठेवले. मी त्याच्याकडे दुर्लक्ष करतो आहे, हे स्पष्टपणे दाखवूनही तो तेथेच उभा राहिला, इतकेच नव्हे तर आधीचाच राग आळवीत राहिला - माझा खेळ आज जमला नाही; पण मी रॉडीपेक्षा कितीतरी पटीने चांगला खेळाडू आहे, पुढच्या वेळी रॉडीचा माझ्यासमोर टिकाव लागणारच नाही, वगैरे वगैरे. का ते कळत नव्हते; पण त्याचे वागणे मला दिखाऊ, बेगडी वाटले. आपण सर्वज्ञ आहोत, जणू दुसरे बियॉन बोर्गच आहोत अशा थाटात तो बोलतो आहे असे वाटले. सांत्वनपर कोणी बोलायला लागले की, माझ्या डोक्यातच तिडीक जाते. त्यातून ते इतक्या न आवडणाऱ्या गोष्टी असलेल्या व्यक्तीकडून - मी सरळ बॅग खांद्यावर लटकावली आणि त्याच्याकडे पाठ फिरवून चालू लागलो. जाता जाता मी फणकारलो, ''टेनिसमधलं काही कळतं का तुला?''

मी ताडताड चालत गेलो; पण नंतर मलाच वाटू लागले की, मी त्याच्याशी इतके कठोर, इतके उद्धट वागायला नको होते. चौकशी केल्यावर असे कळले की, तो एक चांगला टेनिस खेळाडू होता. त्याच निवड सामन्यात खेळत होता. नंतर आणखी एक नाजूक माहिती मिळाली ती अशी की, तो माझी बहीण टामी हिच्यावर 'लाइन मारत' होता म्हणजे तिच्या सख्ख्या भावाशी जवळीक साधणे हा तिच्या जवळ जाण्याचा त्याचा एक मार्ग होता! मला वाईट वाटले, पश्चात्ताप झाला; पण मला असे कळले की, माझ्या त्या प्रतिक्रियेमुळे पेरी नुसता दुखावला गेला नव्हता, तर चांगलाच चिडलाही होता. लास व्हेगास क्लबमध्ये अशीही आवई उठली होती की, मी सावध राहायला हवे. कारण, तो माझ्या जीवावर

उठला होता. तो म्हणे सगळ्यांना असे सांगत सुटला होता की 'आंद्रे परत भेटला तर मी त्याला सोडणार नाही!'

त्या प्रसंगानंतर काही आठवड्यांनी टामीने मला विचारले, ''आमची सगळी 'गँग' एक 'हॉरर पिक्चर' बघायला जाणार आहे, तू येतोस का?''

'पेरी येणार आहे?'' मी धूर्तपणे उलट प्रश्न केला.

''बहुतेक.''

''ठीक आहे, येईन मी.''

हो म्हणण्याची दोन कारणे होती - एक, मला हॉरर पिक्चर आवडतात आणि दुसरे, जास्त महत्त्वाचे तेथे पेरी येणार होता. माझ्या डोक्यात एक योजना शिजत होती.

आईने आम्हाला चित्रपट सुरू होण्याच्या वेळेच्या बऱ्याच आधी थिएटरवर सोडले, त्यामुळे आम्हाला सर्वांत चांगल्या, अगदी मध्यभागातल्या जागा मिळाल्या. पॉपकॉर्न, ज्येष्ठमधाचा स्वाद असणारे सरबत हे दोन्ही विकत घ्यायला आणि त्यांचा मनसोक्त आस्वाद घ्यायलाही भरपूर वेळ मिळाला. मी टामीच्या जवळची, तिच्या उजवीकडची खुर्ची पकडली आणि माझ्या उजवीकडची जागा पेरीसाठी धरून ठेवली. तो लांबवर दिसताच मी त्याच्याकडे पाहून जोरजोरात हात हलवून त्याला हाका मारल्या आणि माझ्याकडे येण्याच्या खुणा केल्या. त्याने माझ्याकडे पाहिले. माझे ते उत्साही, मैत्रीपूर्ण स्वागत पाहून तो चमकला आहे, चांगलाच गोंधळला आहे हे माझ्या ध्यानात आले. अगदी सहज लक्षात येईल एवढा वेळ तो काय करावे, याचा विचार करत थबकून राहिला. मग त्याच्या चेहऱ्यावर स्वीकाराचे, सौहार्दाचे हास्य दिसू लागले. त्याने बहुधा मला अपेक्षित असा, भूतकाळातील आमच्या दोघातील अप्रिय प्रसंग विसरण्याचा निर्णय घेतला असावा. तो चेहऱ्यावरील हास्य तसेच ठेवून, खुर्च्यांच्या रांगेतून वाट काढत काढत माझ्या पर्यंत आला आणि मी निर्देश केलेल्या खुर्चीत बसला.

माझ्या पलीकडे झुकून त्याने प्रथम टामीला 'हॅलो' म्हटले आणि मग माझ्याकडे पाहून मान लववली. चित्रगृहातील दिवे अंधुक होऊन अंधार पसरत असताना आम्ही दोघांनी अर्थपूर्ण नजरांनी मूकपणेच एकमेकांना 'समेट?' असे विचारले आणि त्याचे होकारार्थी उत्तरही देऊन टाकले.

त्या दिवशीच्या त्या चित्रपटाचे नाव होते *व्हिजिटिंग आवर्स*. एक विकृत मनोवृत्तीचा, हिंसक बनलेला माणूस एका स्त्री वार्ताहराच्या घरात शिरतो. ती घरात नसते; पण वेडाच्या भरात तो तिच्या घरी काम करणाऱ्या बाईला मारून टाकतो. नंतर आरशासमोर बसून ओठांना लिपस्टिक फासतो. तो घराबाहेर पडत असतानाच ती स्त्री वार्ताहर घरात शिरत असते. त्या दोघांची झटापट होते. त्यात

जखमी झालेली ती स्त्री त्याच्या हातातून निसटून हॉस्पिटलमध्ये पोहोचते. तेथे आपण सुरक्षित आहोत, अशी तिची समजूत असते; पण ती खोटी असते. तो मनोरुग्ण तिचा माग काढत त्याच हॉस्पिटलमध्ये पोहोचलेला असतो. मध्ये येतील त्यांना ठार करत त्या स्त्रीला शोधीत हिंडत असतो. खरे तर चित्रपट यथातथाच होता; पण चांगलाच भीतिदायक, थरकाप उडवणारा होता.

भीती वाटली की, मी गोठून जातो, कुत्र्यांनी भरलेल्या खोलीत सोडलेल्या एकट्या मांजरासारखा मी भेदरून, आक्रसून जातो. तेथेही माझी तशीच स्थिती झाली होती. पेरी माझ्या अगदी उलट होता. रहस्य दाट होऊ लागले, उत्कंठा ताणली जाऊ लागली तसतसा तो चुळबुळ करू लागला, अनियंत्रित हालचाली करू लागला. त्याच्या हातातील सरबताची बाटलीही त्याला नीट धरता येईना, ती हिंदकळू लागली, त्यातले सरबत त्याच्याच अंगावर सांडू लागले. लपून बसलेला तो हल्लेखोर माथेफिरू बाहेर डोकावलेला दाखवला की पेरी घाबरून खुर्चीवरून अर्धवट उठायचा. त्याच्या या विचित्र प्रतिक्रिया पाहून मी आणि टामी एकमेकांना नजरेने खुणा करू लागलो, त्याच्या नकळत हसू लागलो; पण मी पेरीला मात्र काहीही कळू दिले नाही. चित्रपट संपून दिवे लागले तेव्हाही मी पेरीजवळ त्या गोष्टीचा उल्लेखही केला नाही. आमच्यातील सुधारू पाहणारे संबंध मला पुन्हा बिघडू द्यायचे नव्हते.

आम्ही चित्रपटगृहाबाहेर आलो. सर्वानुमताने असे ठरले की, आत झालेले खाणे पिणे काही पुरेसे झालेले नाही, तेव्हा समोरच्या दुकानातून सर्वांचे आवडते डोनट्स विकत घेऊन हादडावेत. प्रत्येकाने आपापल्या पसंतीचे केक्स निवडले – पेरीने चॉकलेटचा थर असलेले केक्स घेतले, मी सप्तरंगी साखरेचे छोटे छोटे कण शिंपडलेले केक्स घेतले. मनपसंत डोनट्सचा आस्वाद घेत घेत आम्ही सगळे तेथेच गप्पा मारीत उभे राहिलो. पेरी चांगलाच गमतीदार, गप्पिष्ट आणि जरा जास्तच बोलका असल्याचे लक्षात आले. त्याचे वैशिष्ट्य म्हणजे तो कोर्टात न्यायाधीशांसमोर आपली केस मांडणाऱ्या वकिलाच्या थाटात न थांबता, अखंड बोलत होता. बोलता बोलता मध्येच थांबून त्याने दुकानदाराला विचारले, 'का हो, हे तुमचं दुकान चोवीस तास उघडं असतं का हो?'

तो 'हो' म्हणताच त्याने विचारले, 'आठवड्याचे सातही दिवस?'

'हो.'

'वर्षाचे तीनशे पासष्ट दिवस?'

'अहो, हो.'

'मग मला सांगा, तुमच्या दुकानाच्या या दाराला तुम्ही एवढी कुलपं का अडकवून ठेवली आहेत?'

आम्ही सगळ्यांनी वळून दारांना लटकवून ठेवलेल्या कुलपांकडे बघितले आणि आम्ही सगळे हसत सुटलो. मला तर त्या त्याच्या विनोदाने इतक्या

जोरात हसायला आले की, माझ्या तोंडातले सप्तरंगी साखरेचे कण फसकन बाहेर उडाले. खरोखरच फारच मस्त आणि हुशारी दाखवणारा विनोद होता तो. निदान त्या दुकानात उभे राहून त्या दुकानावरच केलेला तो सर्वांत भारी 'जोक' होता. दुकानदारालाही हसू आवरेना. तो मनमोकळेपणाने 'वा वा' असे म्हणत हसू लागला.

पेरी एकदम जरासा गंभीर होत म्हणाला, ''आपलं आयुष्यही, ज्यांचं काहीही तर्कशुद्ध स्पष्टीकरण देता येणार नाही अशा, या कुलपांसारख्या अनावश्यक गोष्टींनी भरलेलं असतं, नाही?'' ''कसं बोललास! अगदी बरोबर!!'' मी कौतुकाच्या स्वरात म्हणालो.

ही गोष्ट मलाही खूप वेळा जाणवायची. त्या दिवशी आपल्यासारखीच जाण असणारी आणि शिवाय जे जाणवते ते इतक्या छान पद्धतीने व्यक्त करणारी एक व्यक्ती मित्र म्हणून भेटली याचे मला खूप बरे वाटले. पेरी वरून गमतीदार पण आतून विचारी होता. काही वेळाने मला आणि टामीला न्यायला आई आली त्या वेळी पेरीचा सहवास त्या दिवशीसाठी संपल्याचे मला दुःख झाले. त्याचा निरोप घेऊन निघताना माझ्या असेही लक्षात आले की, त्याचा भडक शर्ट मला आधीइतका वाईट दिसत नव्हता.

एक दिवस मी पॉप्सकडे पेरीच्या घरी रात्रभर राहायची परवानगी मागितली. त्यांनी अपेक्षेप्रमाणे माझी विनंती सरळ धुडकावून लावली. आधीच पॉप्स कुणावर विश्वास ठेवीत नसत, त्यातून त्यांना पेरीच्या कुटुंबीयांबद्दल काही म्हणता काही माहिती नव्हती, त्यामुळे पूर्णतया अनोळखी घरी तर ते मला पाठविणे शक्यच नव्हते. मी त्यांना माझे म्हणणे पटवून द्यायच्या भानगडीत न पडता पेरीला आमच्या घरी रात्रभर राहायला येण्याची परवानगी मागितली आणि त्यांनी ती दिली.

पेरी आला. माझ्या पालकांशी तो फारच नम्रतेने, सज्जनपणे वागला. माझ्या भावा बहिणींशीही त्याचे छान जमले. टामीने त्याच्या पुढाकाराला अगदीच थंड प्रतिसाद दिला होता; परंतु त्या गोष्टीचा कोणताही परिणाम त्याच्या तिच्याबरोबरच्या आणि माझ्याबरोबरच्या वागण्या बोलण्यात दिसला नाही. 'आपण आधी आमचं सगळं घर बघू या' या माझ्या सूचनेचे त्याने उत्साहाने स्वागत केले. प्रथम मी त्याला माझ्या आणि फिलीच्या खोलीत घेऊन गेलो. आमच्या दोघांमधील 'पांढऱ्या सीमारेषे'ची त्याला खूप गंमत वाटली. मग आम्ही मागच्या अंगणात गेलो. तेथील टेनिसचे आखीव मैदान आणि विशेष म्हणजे माझा 'ड्रॅगन' पाहून तर तो खूशच झाला. त्याने लगेच ड्रॅगनसमोर उभे राहून काही चेंडूही मारून बघितले. ते मशिन म्हणजे जिवंत निर्दयी, क्रूर राक्षस आहे

आणि त्याचा मला अत्यंत तिटकारा वाटतो हे सत्य मी त्याला सांगून टाकले. चित्रपटातील निरनिराळ्या रूपांतील भयंकर दुष्ट खलनायक पाहिल्यामुळे की काय त्याने समजूतदारपणे माझे म्हणणे ऐकून घेऊन मला सहानुभूती दाखवली.

व्हिजिटिंग आवर्सच्या वेळची पेरीची उडालेली घाबरगुंडी माझ्या लक्षात होती. त्याची आणखी थोडी गंमत करावी अशा हेतूने मी एक योजना आखली होती. रात्री सर्वत्र निजानीज झाल्यावर मी माझ्याजवळ असलेली द *एक्झॉर्सिस्ट* या भयपटांच्या मालिकेतील सर्वांत भयानक चित्रपटाची कॅसेट लावली. ती पाहताना त्याची कशी भंबेरी उडते ते मला पाहायचे होते; पण माझी घोर निराशा झाली! व्हिजिटिंग आवर्स पाहताना हुडहुडी भरून सरबताची बाटली अंगावर सांडून घेणारा पेरी त्याहून कितीतरी पटीने भीतिदायक असणारा द *एक्झॉर्सिस्ट* मात्र अगदी शांतपणे पाहत होता. भुताने पछाडलेली लिंडा बेअर बेभानपणे डोके हलवायला लागली, तेव्हा माझी चड्डीसुद्धा ओली व्हायची वेळ आली होती; पण पेरी आश्चर्यकारकरीत्या जराही विचलित झालेला दिसला नाही! मी मनात म्हटले, 'ही वल्ली काही औरच आहे!'

नंतर आम्ही दोघे सोड्याच्या बाटल्या उघडून तो पीत पीत गप्पा मारत बसलो. पेरीने आणखी एका रहस्याचा भेद केला. तो म्हणाला, 'आंद्रे, तुझे वडील या चित्रपटातल्या भुतापेक्षा जास्त भयानक आहेत हे मान्य आहे मला; पण तुला म्हणून सांगतो, माझे वडील दुप्पट भयानक आहेत.' त्यांचे वर्णन करताना त्याने वापरलेल्या नरभक्षक, जुलूमशहा, स्वकेंद्रित या विशेषणातील शेवटचे विशेषण मी प्रथमच ऐकत होतो. मी त्याचा अर्थ विचारल्यावर पेरी सांगू लागला, 'म्हणजे ते सदासर्वकाळ स्वतःचाच विचार करतात, त्यांना स्वतःखेरीज अन्य कोणीच दिसत नाही. दुसरे म्हणजे त्यांची अपत्ये त्यांना त्यांची स्वतःची, वैयक्तिक मालमत्ता, जहागीरच वाटते. आपल्या मुलांनी काय करावे, भविष्यात काय बनावे, याबद्दल त्यांच्या स्वतःच्याच निश्चित आणि अटळ अशा कल्पना आहेत. मुलांना काय वाटते याची त्यांना काडीइतकी पर्वा नाही. त्यांना काही वाटत असेल असे त्यांच्या मनातदेखील येत नाही.' तो जे सांगत होता तेच मीही अनुभवत होतो!

आमचे वडील जर इतर मुलांच्या पालकांसारखेच असते, तर आमचे आयुष्य लाख पटीने सुखाचे झाले असते यावर आमचे दोघांचे एकमत होण्यास जराही विलंब लागला नाही; पण पेरीच्या पुढील विधानातील दुःख, ती सल मला कधीच अनुभवायला लागली नव्हती. तो म्हणाला की, त्याच्या वडिलांचे त्याच्यावर मुळीच प्रेम नाही! माझे पॉप्स एरवी कसेही असले तरी त्यांच्या माझ्यावरील प्रेमाविषयी मला कधीच, तिळमात्रही शंका नव्हती. उलट ते माझ्यावर वाजवीपेक्षा जास्त प्रेम करत होते. त्यांचे प्रेम अतिशय तीव्र होते म्हणूनच त्रासदायक होते. त्यांचा स्वभाव इतका आक्रस्ताळा असायला नको

होता. ते थोडे मृदू, समजूतदार, ऐकून घेणारे असायला हवे होते. कधी कधी तर मला वाटायचे पॉप्सचे माझ्यावरचे प्रेम असे टोकाचे नसते, तर बरे झाले असते म्हणजे मला माझ्या मनाप्रमाणे वागायला, स्वतःचा मार्ग स्वतः निवडायला जरा तरी वाव मिळाला असता. आम्ही दोघेही समदुःखी आहोत हे लक्षात आल्यावर मीदेखील माझं मन मोकळं केलं. आपल्या मनाची कवाडे घट्ट बंद करून ठेवणे, मन मारून जगणे मलाही किती क्लेशकारक, यातनादायक होत होते ते मी पेरीला स्पष्टपणे सांगून टाकले. मी म्हणालो, 'मग ज्या काही मोजक्या गोष्टीत पॉप्स फारसे लक्ष घालीत नाहीत म्हणजे कपडे कुठले, कसले घालायचे, खायचे काय किंवा मित्र कुठले निवडायचे, त्या बाबतीत तरी मी सर्वस्वी माझ्या मनाप्रमाणे वागतो, जरा अट्टाहासच करतो.' पेरीलाही माझे म्हणणे स्वानुभवाने पटले असावे, त्याने जोरदार होकार भरला.

त्या रात्री मला पेरी नावाचा एक कायमचा, चांगला मित्र लाभला. ज्याच्याजवळ माझ्या मनात खोल दडलेले सांगता येईल, मनाला पडलले प्रश्न आणि कोडी यांवर चर्चा करता येईल असा जिवलग मिळाला. ज्याचा मी मनस्वी तिरस्कार करतो ते टेनिस मी का आणि कसा खेळतो, पुस्तकांची, वाचायची आवड असली तरी शाळेबद्दल माझ्या मनात नावड का आणि कशी आहे अशा मुद्यांवरही मी त्याच्याजवळ भरपूर बोलू शकत होतो. अगदी फिलीच्या पदरी येणारे दुर्भाग्य; पण त्याच्यासारखा मोठा भाऊ असण्यातील माझे सौभाग्य असे जिव्हाळ्याचे विषयसुद्धा मी त्याच्याकडे काढू शकत होतो. पेरी फार चांगला श्रोता होता. शांतपणे ऐकून घ्यायचा. फिलीपण तसाच होता; पण तो जरा तटस्थ वाटायचा. पेरीच्या ऐकण्यात आपलेपणा, थोडी गुंतवणूक जाणवायची. ऐकणे, होकार देणे, काहीतरी बोलणे एवढ्यावरच तो थांबायचा नाही. तो 'संवाद' साधायचा. जे ऐकेल ते समजून घ्यायचा, त्याचे विश्लेषण करायचा, त्यावर योग्य ती टिपण्णी करायचा, प्रश्नांची उत्तरे शोधायला, कोड्यांची उकल करायला हातभार लावायचा. परिस्थिती सुधारायला मदत करायचा. माझ्या शंका विचारताना, समस्या वर्णन करताना मी खूप गोंधळलेला असायचो. बऱ्याच वेळा वेड्यासारखा बोलायचो; परंतु पेरी ते त्याच्या पद्धतीने नीट, संगतवार लावायचा. त्याला तर्काची जोड द्यायचा आणि मग ते त्याच्या तोंडून ऐकताना त्या शंकांच्या निरसनाची, समस्यांच्या निराकरणांची प्राथमिक चिन्हे मला दिसायला लागायची. जीवनातील अतार्किक 'कुलपां'च्या किल्ल्या मिळतील असा विश्वास वाटायचा. पेरी भेटेपर्यंत मला मी खूप एकटा असल्याची जाणीव व्हायची. वाळवंट असलेल्या निर्जन बेटावर कोणाचीही साथ नसलेल्या, पामच्या झाडांशीच बोलत मार्गक्रमण करणाऱ्या वाटसरूसारख असल्यासारखं मला वाटायचं. पेरी मला न आवडणारे पोलो खेळणाऱ्या खेळाडूचे चित्र असणारा भडक शर्ट घालायचा.

त्याच्या रूपाने फुटलेल्या गलबतावरून पाण्यात पडून त्याच बेटाच्या किनाऱ्याला लागलेला निराधार प्रवासी मला भेटला होता. माझ्या एकांड्या प्रवासात एक संवेदनाशील; पण विचारी आणि तोही समविचारी असा सहप्रवासी मिळाला असेच मला वाटले.

पेरीही माझ्याजवळ मन मोकळे करत असे. एक दिवस त्याने त्याच्या विरूप चेहऱ्याची दुःखद कहाणी मला ऐकवली. त्याचा ओठ जन्मतः फाटलेला होता. त्याच्या या जन्मजात व्यंगाचा त्याला न्यूनगंड होता. तो कधी मोकळेपणाने वावरतच नसे. विशेषतः मुलींसमोर तर तो कमालीचा संकोचत, लाजत असे. त्याला अनेक शस्त्रक्रियांना तोंड द्यावे लागले होते. लवकरच आणखी एक शस्त्रक्रियाही होणार होती. मी त्याची समजूत घातली की, त्याचे व्यंग सहजी लक्षातही येत नाही. त्याचे खरे दुःख होते ते असे की त्याचे वडील या व्यंगाबद्दल त्यालाच जबाबदार धरीत असत, त्यालाच बोल लावीत असत. हे सांगत असताना त्याच्या डोळ्यांतून अश्रू वाहत होते.

आमचा संवाद कुठल्याही विषयावरून सुरू झाला तरी बहुतेक वेळा आमच्यात समान असलेल्या विषयावर – 'आमचे जन्मदाते' यावर – पोहोचायचा. त्यांच्या जुलमांबद्दल बोलताना आम्ही 'एकदा यांच्या कचाट्यातून सुटल्यावर' काय करू, कोण बनू, त्यांच्याविना आमचा भविष्यकाळ कसा असेल यावर चर्चा करायचो, 'आपण कोणीतरी वेगळं व्हायचं, सगळ्यांपेक्षा निराळं! सिनेमातल्या नायकांपेक्षासुद्धा भारी!!' असे मनसुबे रचायचो. 'काही झालं तरी दारू आणि ड्रग्ज यांना स्पर्शही करायचा नाही,' असा करार करायचो. आम्ही खूप खूप श्रीमंत होणार होतो आणि आमच्याजवळच्या पैशातून जगाच्या कल्याणाच्या गोष्टी करणार होतो. या सगळ्या बेतावर आमचे एकमत व्हायचे आणि आम्ही एकमेकांचे हात हातात घेऊन त्यावर शिक्कामोर्तब करायचो.

पेरीच्या खिशात कधीच एक दमडाही नसायचा. काही खर्च करायची वेळ आली तर तो मीच करायचो. माझ्याकडेही काही फार पैसे नसायचे. खाण्या-पिण्यासाठी वडील मला रोज पाच डॉलर्स द्यायचे. त्यातले निम्मे तरी मी पेरीसाठी खर्च करायचोच. वडिलांबरोबर कसिनोमध्ये गेलो की, तिथल्या गिऱ्हाइकांकडूनही माझी थोडी वरकमाई व्हायची. मी तर माझ्यात आणि पेरीत भेदच करायचो नाही. जे माझे ते त्याचे! तो माझा बेस्ट फ्रेंड होता.

आम्ही रोज केंब्रिज क्लबमध्ये भेटायचो. आधी टेनिसचा सराव. भरपूर चेंडू मारून झाले की, आम्ही मागच्या दाराने सटकायचो, भिंतीवरून उडी मारून 'सेव्हन इलेव्हन' या हॉटेलमध्ये जायचो. तेथे माझ्या पैशाने व्हिडिओ गेम्स खेळायच्या, बरोबर आमचे आवडते 'चिपविच' हादडायचे आणि जेलरने तुरुंगात परतायच्या नेमून दिलेल्या वेळेला हमखास घरी पोहोचायचे हा आमचा शिरस्ता होता.

चिपविच हे नवीनच बाजारात आलेले, चॉकलेटचे चविष्ट तुकडे घातलेल्या दोन बिस्किटांच्या मध्ये व्हॅनिला आइसक्रीम घातलेले 'आहाहा' सॅन्डविच पेरीला सापडले होते, आम्हा दोघांनाही ते प्रचंड आवडले होते. पेरीच्या मते तर ते जगातील सर्वांत 'भन्नाट खाद्य' होते. त्याला तर त्याचे वेडच लागले होते! ते खाताना तो बोलणेही विसरून जात असे. ती सॅन्डविचेस कितीही खाल्ली तरी तो थकत नसे आणि माझ्या मित्राची ती आवड पूर्ण करताना मीही दमत नसे. स्वतःची आवड पुरवायला त्याच्याकडे पैसे नसत याचे मला दुःख व्हायचे आणि त्याला ती सॅन्डविचेस मनसोक्त खायला घालण्यात सुख मिळायचे.

असेच एक दिवस आम्ही आमच्या 'अड्ड्या'वर बसलो होतो. चिपविच खाता खाता अचानक पेरी थांबला आणि मला म्हणाला, ''यार आंद्रे, चल लवकर, आपल्याला केंब्रिजमध्ये पोहोचायला हवं. आज माझी आई येणार आहे तिथे मला न्यायला.''

''तुझी आई?''

''हो ना. तिने मला पुढच्या दारात तयार उभं राहायला सांगितलं होतं. ती आलीही असेल, पळ लवकर!''

आम्ही जीव खाऊन पळत सुटलो.

''ती बघ, आलीच ती!'' पेरी ओरडला.

मी पाहिले तर फाटकाच्या दिशेने दोन गाड्या येत होत्या. एक खास गरिबांसाठी तयार केलेली स्वस्त नी मस्त फोक्सवॅगन होती आणि दुसरी अमीरांची शानदार रोल्स रॉईस. फोक्सवॅगन केंब्रिज क्लबच्या दारावरून पुढे गेलेली दिसली तसा मी ओरडलो, ''पेरी, अरे तुझी आई चुकून दाराच्या पुढे गेलीय, आता तिला परत वळून यायला वेळ लागेल तेवढ्यात आपण पोहोचून जाऊ.''

''नाही रे, धाव धाव लवकर...'' असे म्हणत तो रोल्स रॉईसच्या मागून धावत सुटला.

''अरे अरे, असं काय करतोस? तुझी आई रोल्स रॉईसमधून येणार आहे का? तू इतका *श्रीमंत* आहेस का?''

''हो...''

पेरीच्या होकाराने मी थिजलोच. रोल्स रॉईस? म्हणजे पेरी श्रीमंत होता? रोल्स रॉईस परवडण्याइतका श्रीमंत! मी तर त्याला...!!

''म्हणजे तू... तुमची रोल्स रॉईस आहे?'' मी अचंबित झालो होतो. ''तू कधी बोलला नाहीस!''

''तू कधी विचारलं नाहीस!!'' तो म्हणाला.

'बाप रे! म्हणजे पेरी प्रचंड श्रीमंत होता. त्याच्या श्रीमंतीबद्दल मुद्दाम काही बोलण्याच्या पलीकडचा धनवान - ते गृहीतच होतं असं मानणणारा - बहुधा गर्भश्रीमंत!!

तो कल्पनेबाहेर श्रीमंत होता, अति श्रीमंत होता हे मला लवकरच कळले. त्याचे वडील एका कायदा सल्लागार कंपनीचे भागीदार होते. एक टीव्ही केंद्रच त्यांच्या मालकीचे होते. पेरीने जेव्हा मला सांगितले की, ते *शुद्ध हवा* विकतात – तेव्हा माझ्या तोंडची हवाच निघून जायची, माझी शुद्धच हरपायची बाकी होती. *हवा विकायची* म्हणजे ती निर्माणही करायला हवी! 'हवा निर्माण करणारा हा धनिक आपल्या मुलाला त्या हवेचे काही कणच केवळ 'पॉकेट मनी' म्हणून देतो की काय,' असा मला प्रश्न पडला.

बऱ्याच प्रयत्नांनंतर आणि आर्जवांनंतर माझ्या वडिलांनी मला एकदाची पेरीच्या घरी जायची परवानगी दिली. पेरी 'घरा'त राहतच नव्हता. विशाल महालात वास्तव्य करत होता. त्याच्या रोल्स रॉईसमधून जेव्हा त्याच्या आईने आम्हाला एका भव्य प्रवेशद्वारातून आत नेले तेव्हा बंगल्यापर्यंत दोन्ही बाजूंना पसरलेल्या हिरव्या गार हिरवळी, डेरेदार वृक्ष, रंगीबेरंगी फुलझाडे पाहून माझे डोळे दिपले. समोर ब्रूस वेन ऊर्फ 'बॅटमॅन'याच्या 'स्टेटली मॅनॉर'सारखा आलिशान राजवाडा पाहून ते विस्फारले गेले. त्यातला भला मोठ्ठा भाग पेरीसाठी राखून ठेवलेला होता. तेथे गेल्यावर तर 'स्वप्ननगरी'मध्ये प्रवेश केल्यासारखे वाटले. त्याच्या स्वतंत्र साम्राज्यात एका हॉलमध्ये पत्ते, टेबल टेनिस असे खेळ खेळण्यासाठीची स्वतंत्र टेबले, लांब रुंद पडद्याचा टीव्ही, एक छोटासा फ्रिज, एक ड्रमसेटसुद्धा, अशी मनोरंजनाची विविध साधने विखुरलेली होती. त्याची झोपायची खोली तर अवर्णनीयच होती. तिच्या भिंती निरनिराळ्या *खेळांच्या आणि खेळाडूंच्या* चित्रांनी सजवलेल्या होत्या.

चारही भिंतींवरील एकाहून एका प्रसिद्ध खेळाडूंची भित्तिचित्रे पाहून माझे डोके गरगरलेच! मी अवाक झालो.

''ही सगळी चित्रं मी स्वतः जमवलेली आहेत,'' पेरी म्हणाला.

हे त्याचे वेड ओळखून पुढल्या वेळी मी आमच्या दंतवैद्याकडे गेलो असताना, तेथून बाहेर पडताना त्यांच्या दवाखान्यातील प्रतीक्षा खोलीत लावलेली तसलीच खेळाडूंची भित्तिचित्रे मी शिताफीने काढून शर्टाच्या आत लपवून बाहेर आणली. त्यानंतर तडक पेरीकडे जाऊन त्याला मोठ्या उत्साहाने ती दाखवली आणि देऊ केली. एकेक चित्र बघून तो 'हे आहे', 'हे आहे' असे म्हणत बाजूला ठेवत गेला. म्हणाला, 'ही सगळी आहेतच माझ्याकडे. अरे आंद्रे, मी अशा चित्रांसाठी वर्गणीच भरून ठेवली आहे. मी वर्गणीदार असल्यामुळे नवनवीन चित्रं येतच राहतात माझ्याकडे!'

''ठीक आहे मग. सॉरी.''

बाप रे! इतक्या आणि अशा श्रीमंत तरुणाशी माझी याआधी कधी ओळख झाली नव्हतीच; पण त्याच्यासारख्या अशा प्रकारच्या 'वर्गणीदारा'ला तर मी उभ्या आयुष्यात कधी भेटलोही नव्हतो!

मी आणि पेरी - दोघे सतत बरोबर असायचो. केंब्रिज क्लबमध्ये, नाहीतर जास्त करून माझ्या घरापेक्षा त्याच्या आलिशान बंगल्यावर. जेव्हा समोरा समोर नसायचो तेव्हा फोनवर तरी बोलत असायचोच म्हणूनच मी जेव्हा त्याला सांगितले की, मी टेनिसचे सामने खेळण्यासाठी एक महिना ऑस्ट्रेलियाला चाललो आहे, तेव्हा तो खचलाच! अमेरिकेतील टेनिस खेळणाऱ्या निवडक मुलांचा एक संघ ऑस्ट्रेलियाला सामने खेळण्यासाठी पाठविण्याची सर्व जबाबदारी मॅकडोनल्ड्स या जगप्रसिद्ध कंपनीने स्वीकारली होती. त्यात माझी निवड झाली होती.

''एक पूर्ण महिना?'' पेरी रुसला होता, काळजीत पडला होता. ''हो ना, मलाही एवढे दिवस नाही जायचं; पण काय करू? पॉप्स...'' मी त्याची समजूत काढायला म्हणालो.

पण ते पूर्ण सत्य नव्हते. अख्ख्या अमेरिकेतून बारा वर्षे वयाच्या दोनच खेळाडूंची निवड झाली होती. त्यात माझे नाव होते याचा मला अभिमान, खरे तर गर्वच चढला होता. मी त्या सन्मानाने पुरता हरखून गेलो होतो. फक्त एक महिना हा कालावधी मलाही अवघड वाटत होता - घरापासून, इथल्या सगळ्या वातावरणापासून इतके दिवस दूर राहायचे हे काही पटत नव्हते. शिवाय जाता येता प्रत्येकी चौदा तासांचा दीर्घ, कंटाळवाणा, मला न आवडणारा विमानप्रवास होता! पण पेरीला मी यातले काहीच सांगितले नाही. ''महिना हा हा म्हणता जाईल, मी लवकर परत येईन आणि आलो की मस्त चिपविचची पार्टी करू,'' अशी साखरपेरणी करून मी त्याला चुचकारले.

व्हेगासहून मी एकटाच विमानाने प्रथम लॉस एंजलिसला गेलो. तिथे उतरलो, तेव्हा बावचळूनच गेलो. असे वाटले सरळ आलो त्याच विमानात बसावे आणि व्हेगासला परत जावे. काय करायचे, कुठे, कसे जायचे काही सुचेना. घाम फुटला. पाठीवर मॅकडोनल्ड्सची सोनेरी कमान आणि पुढे माझे नाव असलेला टी शर्ट माझ्या अंगाला चिकटू लागला. तेवढ्यात काही अंतरावर माझ्यासारखेच टी शर्ट घातलेली काही मुले दिसली. जीव भांड्यात पडला. माझ्या संघातलीच मुले होती. मी त्यांच्या जवळ जाऊन त्यांच्यातल्या एका प्रौढ दिसणाऱ्या माणसाला गाठले, माझी ओळख सांगितली. तो तोंड भरून हसला. तो संघाचा कोच होता - माझाही. माझा पहिला वहिला 'खरा' कोच! ''आगासी? ओह, व्हेगासचा हिरा!'' माझ्या खांद्यावर हात ठेवून तो म्हणाला, ''संघात तुझं हार्दिक स्वागत!'' छाती इंचभर पुढे आली!

ऑस्ट्रेलियाला जाणाऱ्या विमानात त्या कोचने आसनांच्या मधल्या मोकळ्या जागेत उभे राहून आम्हाला संपूर्ण दौऱ्याची तपशीलवार माहिती दिली. तेथील पाच शहरांत आम्ही एकेका स्पर्धेत भाग घेणार होतो. त्याच्या मते त्यातील तिसरी, सीडनेमधील स्पर्धा सर्वांत जास्त महत्त्वाची होती. तेथे आमची गाठ ऑस्ट्रेलियातील सर्वोत्तम खेळाडूंशी पडणार होती.

"लक्षात ठेवा, त्या स्पर्धेला मैदानात पाच हजार प्रेक्षक जमा होणार आहेत आणि ती स्पर्धा टीव्हीवरून देशभर प्रक्षेपितही होणार आहे," त्याने बजावले. मनावरचे दडपण वाढले. "सामना जिंकलात की माझ्यातर्फे तुम्हाला थंडगार बिअर!" त्याने जाहीर केले.

ॲडेलॅड येथे मी पहिलाच सामना जिंकलो. बसमधून परतताना कोचने खरेच माझ्या हातात थंडगार 'फोस्टर्स लेजर' ही बिअर ठेवली. बारा वर्षांच्या मुलाला बिअर! मला पेरीची आणि आमच्या दोघातील कराराची आठवण झाली; पण बाहेरून पाण्याचे थेंब साठलेल्या, हाताला गोठवणाऱ्या बाटलीतील ते मादक पेय आणि माझ्या सहखेळाडूंच्या माझ्याकडे लागलेल्या कौतुकाच्या नजरा! घरापासून हजारो मैल लांब, शिवाय पाहायला कोणीही नाही – जाऊ दे करारबिरार! मी एक घोट घेतला. वा! भन्नाट! चविष्ट, रुचकर!! चार घोटात मी ती बिअर संपवून टाकली; पण नंतर माझ्या मनाबरोबर माझे जे युद्ध जुंपले ते काही संपेना! मी विश्वासघात केला होता! मी दोषी होतो! विमानाच्या खिडकीतून बाहेर अवकाशात पाहताना मला पेरीचा चेहरा दिसू लागला. त्याला कळले तर त्याची प्रतिक्रिया काय होईल? तो मैत्री तोडणार तर नाही ना?

पुढच्या चारपैकी मी तीन सामने जिंकलो आणि आणखी तीन वेळा बिअर प्यायलो. जिभेला तिची 'चव लागली' होती; पण प्रत्येक घोटाबरोबर अपराधाच्या चवीने तोंड मात्र कडू होत होते!

मी दौऱ्यावरून परतलो. माझा आणि पेरीचा दिनक्रम परत आधीसारखाच सुरू झाला. भुताखेताचे किंवा हिंसक माथेफिरूंचे भीतिदायक चित्रपट, फोनवरील न संपणारी संभाषणे, बराचसा वेळ केंब्रिज क्लब म्हणजे खरे तर सेव्हन इलेव्हन आणि भरपेट चिपविच! फरक एकच होता – पेरीशी नजर भिडली की विश्वासघाताच्या, अपराधाच्या जाणिवेने पोटात गोळा यायचा. ते दडपण बेचैन करणारे होते, अस्वस्थ करणारे होते.

एक दिवस आम्ही केंब्रिज क्लबमधून नेहमीसारखे सेव्हन इलेव्हनच्या दिशेने जात होतो. पेरीच्या वॉकमनचे इयरप्लग दोघांत वाटून घेऊन आम्ही आमच्या लाडक्या प्रिन्सचे पर्पल रेन हे गाणे ऐकत चालत होतो. दडवलेले सत्य माझ्या पोटात मावेना. अगदी सहन होईना, राहवेचना. मी पेरीच्या खांद्यावर हात आपटून त्याचे लक्ष वेधून घेतले. त्याने मानेनेच 'काय?' असे विचारल्यावर मी त्याला कानातून इयरप्लग काढायची खूण केली.

"काय झालं?" त्याने विचारले. तोंडून चटकन शब्द फुटेना. मी त्याच्याकडे नुसताच पाहत राहिलो.

"आंद्रे, काय झालं? बोल ना!"

''पेरी, मी आपला करार मोडला.''

त्याच्या कपाळाला आठ्या पडल्या, त्याने प्रश्नार्थक नजरेने माझ्याकडे रोखून पाहिले.

''मी ऑस्ट्रेलियात बिअर प्यायलो.''

''एकदाच ना?''

''नाही, चार वेळा.''

''चार?'' आठ्यांचे जाळे झाले, भुवया चांगल्याच वर चढल्या.

माझी नजर शरमेने खाली वळली. काही क्षणांनंतर मी डोळे वर करून त्याच्याकडे पाहिले तेव्हा तो मला टाळून इकडेतिकडे, दूरवरच्या टेकड्यांकडे बघत होता.

तो म्हणाला, ''ठीक आहे, आंद्रे. माणसाला स्वतःचे निर्णय घ्यायचे स्वातंत्र्य असते. तू तुझा निर्णय घेतला आहेस. काही हरकत नाही. मीही माझा निर्णय घ्यायला आता मोकळा झालो.'' म्हणजे? साशंकपणे काही अंतर मी त्याच्या सोबत मूकपणे चाललो. मग त्याने मला माझ्या दगाबाजीबद्दलचे तपशील विचारले – का? कुठे? कशी?

''कशी असते रे चव?''

त्याने असे विचारल्यावर मी खोटे बोलू शकलो नाही. 'अप्रतिम!' मी कबूल करून टाकले. माझ्या मनावरील अपराधीपणाचे, पश्चात्तापाचे मळभ हळूहळू हटत होते. पेरी म्हणाला होता ते बरोबरच होते. मी माझा निर्णय घेतला होता. मी आमच्यातला करार मोडायला नको होता हे खरे; पण मी माझ्या मनाप्रमाणे वागण्याच्या हक्काचा वापर केला होता आणि त्याच्या मतेही त्याबद्दल दुःख करण्यात काही स्वारस्य नव्हते.

पण करारभंगाचे वृत्त कळल्यावर पेरीच्या कपाळावरील आठ्या, वर गेलेल्या भुवया या अगदी चूक केलेल्या मुलाच्या जन्मदात्याला शोभणाऱ्या होत्या. त्याची प्रतिक्रिया ना माझ्या पॉप्ससारखी होती, ना त्याच्या डॅडींसारखी. टीव्हीवरील मालिकेतल्या, पुढे बटणे असलेल्या लांब बाह्यांचा स्वेटर घालून तोंडात झोकात पाइप धरणाऱ्या, नमुनेदार, प्रेमळ, मुलाच्या काळजीपोटी चिंतित होणाऱ्या आदर्श वडिलांसारखी होती. आम्ही आपापसात जो करार केलेला होता, त्याच्या मुळाशीही पित्याला पाल्याविषयी वाटणारी, आम्हाला एकमेकांच्या भविष्याची, परस्परांच्या हिताची वाटणारी काळजी, चिंताच होती. मी प्रामाणिकपणे त्याची पुन्हा एकवार माफी मागितली. मी दौऱ्यावर असताना मला पेरीची अनुपस्थिती किती जाचत होती, त्याची किती आठवण येत होती, याची मला त्या क्षणी प्रकर्षाने जाणीव झाली. मी माझ्या मनाशीच एक गोष्ट ठरवून टाकली – मी त्याच्यापासून परत असा लांब जाणार नाही.

पण तसा प्रसंग दुर्दैवाने लगेचच आला. त्याच दिवशी रात्री पॉप्सनी मला हाताला धरून स्वयंपाकघरात नेले आणि जेवणाच्या टेबलाभोवतीच्या खुर्च्यांपैकी एकीत बसवले. ते टेबलाच्या पलीकडच्या खुर्चीत बसले. मला कळेना काय झाले आहे ते! 'यांना आपल्या बिअर प्राशनाच्या पापाची कुणकुण तर लागली नाही ना?' माझ्या मनात संशयाची पाल चुकचुकली. आम्ही समोरासमोर बसलो होतो, दोघांच्या मध्ये टेबलावर आईचे 'नॉर्मन रॉकवेल'चे अर्धवट जोडलेले कोडे पसरून ठेवलेले होते. पॉप्स मला सांगू लागले की, त्यांनी नुकतीच दूरचित्रवाणीवरील *सिक्स्टी मिनिट्स* या कार्यक्रमात फ्लोरिडाच्या पश्चिम किनाऱ्यावर टॅम्पा बे जवळ असलेल्या एका 'टेनिस बोर्डिंग स्कूल'विषयी समग्र माहिती पाहिली, ऐकली होती. माजी पॅराट्रूपर निक बोलेटिरी याने लहान वयातच गुणवान खेळाडू हेरून त्यांची राहण्या-जेवण्याची सोय असलेली, उत्तम प्रतीचे टेनिसचे प्रशिक्षण देऊन यशस्वी टेनिस खेळाडू तयार करणारी एक वैशिष्ट्यपूर्ण शिक्षणसंस्था सुरू केली होती. ती तशा प्रकारची अमेरिकेतील पहिली वहिली संस्था होती.

मला त्यांच्या बोलण्यातील हेतू लक्षात येत नाही, असे माझ्या चेहऱ्यावर दिसत असावे. ते ओरडले, ''अरे गधड्या, तू या टेनिसच्या ॲकॅडमीत जाणार आहेस!''

''मी? टेनिस ॲकॅडमीत?'' संकटाच्या चाहुलीने काळजाचा ठोका चुकला.

''हे बघ, आता लास व्हेगासमध्ये तुझी आणखी प्रगती होणे मला काही शक्य दिसत नाही. *इथल्या सगळ्या पोरांना तू पराभूत करून टाकलं आहेसच*; पण आजूबाजूच्या पंचक्रोशीतही तुझ्या तोडीचं आता फारसं कोणी उरलेलं नाही. शिवाय माझ्या जवळ जे होतं ते सगळं तुला देऊन झालेलं आहे तेव्हा...''

माझ्या हे लक्षात आले की, पॉप्सच्या माझ्यासाठी अगदी निराळ्या योजना आहेत. त्यांच्या इतर मुलांच्या बाबतीतले अनुभव ध्यानात घेऊन त्या चुकांची पुनरावृत्ती त्यांना टाळायची होती. माझ्या भावाबहिणींना कडक शिस्तीच्या बंधनात आणि मर्यादित ज्ञानाच्या चौकटीत फार काळ जखडून ठेवल्याने झालेले नुकसान पॉप्सना कळत होते. त्यांचा खेळ तर अपेक्षित उंचीवर पोहोचला नाहीच; पण नात्यातही तिरस्काराची, दुराव्याची दरी निर्माण झाली होती. त्याचे परिणाम किती गंभीर झाले होते, ते रिटाच्या तिच्याहून तीस वर्षांनी मोठ्या असलेल्या पांचो गोन्झालेझ नावाच्या टेनिसपटूबरोबर घरातून पळून जाण्याने स्पष्ट झाले होते. माझे असे काहीही होऊ देणे हे पॉप्ससाठी अशक्यप्रायच होते म्हणूनच त्यांनी त्यांच्या नात्याच्या बेड्या काढून टाकायचे ठरवले होते. मला बंधमुक्त करायचे योजले होते. त्यांचे स्वप्न पूर्ण करण्याचा सर्वस्वी नवा, निराळा मार्ग शोधला होता. ती वाट त्यांच्यापासून माझे रक्षण करणार होती.

त्यांच्यापासून, त्यांच्या जाचापासून लांब घेऊन जाणारी होती; परंतु ती मला माझ्या घरापासूनही दूर नेणारी होती.

ते म्हणाले, ''आंद्रे, हा रस्ता तुला तुझ्या उज्ज्वल भविष्याकडे नेईल. याचा कधीही विसर पडू देऊ नकोस की टेनिस हेच तुझे जीवन आहे. तेच तुझे अन्न, पाणी आहे, तेच तुझा श्वास आहे. कठोर तपश्चर्या केलीस, तर तुला टेनिसच्या विश्वातील सर्वोच्च स्थान प्राप्त करता येईल. आंद्रे, ती जागा भूषविण्यासाठीच तुझा जन्म आहे!''

'मी तर आत्ताही टेनिसच खातो, पितो आहे, झोपेतही तेच खेळतो आहे!' हे मी मनात म्हणालो.

पण यापुढे ते मला दुसरीकडे अनोळखी जागी खायला, प्यायला, झोपायला पाठवणार होते.

''पॉप्स; पण या शिक्षणासाठी बराच खर्च येईल ना? किती आहे फी?'' मी भीत भीत विचारले.

''वर्षाची १२,००० डॉलर्स.''

''फार आहे. कशी परवडेल आपल्याला?''

''तुला मी आत्ता फक्त तीनच महिन्यांसाठी पाठवतोय म्हणजे ३,००० डॉलर्स.''

''तेही आपल्यासाठी जास्तच आहेत, नाही का?''

''ती तुझ्या भविष्यासाठीची गुंतवणूक आहे, आंद्रे. पुढे पाहू कसं करायचं ते!''

''पण पॉप्स, मला नाही जायचं इतक्या लांब, घरापासून दूर...''

पॉप्सना हे माझे म्हणणे ऐकू गेले नाही. संभाषण संपले होते. ते उठून गेले होते. सगळे ठरलेलेच होते, त्यात बदल संभवतच नव्हता.

जे अटळ आहे त्यात मग त्यातल्या त्यात बरे काय आहे हे मी शोधू लागलो. 'तीनच महिन्यांचा वनवास आहे. तेवढा सहन करीन मी! असे किती वाईट असेल तिथले राहणे, खाणे पिणे? कदाचित चांगलेही असेल. ऑस्ट्रेलियासारखी तेथेही काही अनपेक्षित सुखे वाट पाहत असतील, काही फायदेशीर गोष्टीही सापडू शकतील. बरोबर खूप मुले असतील टेनिस खेळायला. सगळे असले की खेळताना सॉकरसारखी मजा येईल.'

मनात शंका आली, 'शाळेचे काय?' त्या वेळी मी सातवीत होतो.

धीर करून पॉप्सना विचारले. ''तिथून अगदी जवळच शाळा आहे. तिथे तू जायचंस. ती सकाळची असते. तिथून आलं की, दुपारपासून रात्रीपर्यंत टेनिस.''

चांगलाच पिट्टा पडणार होता! काही वेळाने मी आणि आई दोघेच असताना तिने एक 'अंदरकी बात' सांगितली. *सिक्स्टी मिनिट्स* या कार्यक्रमात

निक बोलेटिरी आणि त्याची टेनिसचे विशेष प्रशिक्षण देणारी निवासी शिक्षणसंस्था हे विषय एका वादग्रस्त मुद्याच्या संदर्भात चर्चिले गेले होते - त्या संस्थेत बेकायदेशीररीत्या अल्पवयीन मुलांकडून कष्टाची कामे करून घेतली जात होती!

मी निघण्याआधी काही दिवस केंब्रिज क्लबमध्ये एक निरोप समारंभ आयोजित केला गेला. आम्ही काही जण फुग्यांनी टेनिस खेळलो, नंतर ते टाचण्यांनी फोडून टाकले, केक खाल्ला. श्री. फाँग मात्र उदास चेहऱ्याने वावरत होते. पेरी दुःखात बुडालेला दिसत होता. पॉप्सच्या मुद्रेवरील बिनधास्तपणा जरासा झाकोळलेला दिसत होता. त्याऐवजी चेहऱ्यावर थोडी साशंकता पसरलेली होती. शेवटी प्रत्येकाने माझ्या पाठीवर थाप मारून 'मजा कर' अशा शुभेच्छा दिल्या, तेव्हा मीही 'फ्लोरिडातल्या नव्या मित्रांना भेटायला उत्सुक आहे,' असे हसून म्हटले; पण त्यातला खोटेपणा मला बोचत होता. फटका परतवताना चेंडूला रॅकेट लागलीच नसल्यासारखे किंवा चेंडू रॅकेटच्या लाकडी फ्रेमला आपटल्यासारखे वाटत होते.

जसजसा घर सोडण्याचा दिवस जवळ येऊ लागला, तसतशी माझी झोप उडाली. मी तळमळत पडायचो, दचकून उठायचो, मला दरदरून घाम सुटायचा. अन्नावरची वासना उडाली. घर सोडण्याच्या कल्पनेने मला घेरून टाकले. मला माझी आई, माझे भाऊ बहीण, माझा परमप्रिय मित्र पेरी यांना सोडून जायचे नव्हते. भले मी एरवी घरात तणावाखाली असायचो, दहशत सहन करायचो; पण मला घरापासून दूर जायचे नव्हते. त्यासाठी मी काहीही करायला तयार होतो. पॉप्स मला खूप त्रास देत होते; पण तरीही त्यांच्या सतत 'असण्या'ची सवय झाली होती मला. त्यांचे अस्तित्व माझ्यासाठी गृहीत होते. त्यांच्याशिवाय मी पोरका होणार होतो. ते भोवती असताना मला त्यांच्यापासून लांब जायचे असायचे आणि आता खरेच तसे घडणार होते, तर मला कमालीचे वाईट वाटत होते, माझे मन दुःखाने विदीर्ण झाले होते.

त्या परिस्थितीत खरे तर मी माझी सारी भिस्त माझ्या आईवर ठेवली होती. तीच या संकटातून मला सोडवेल, अशी मी आशा लावून बसलो होतो. जाता येता मी तिच्याकडे अर्थपूर्ण कटाक्ष टाकायचो, डोळ्यांनी तिची विनवणी करायचो; पण तिची प्रतिक्रिया निराळी होती. ती मला सांगत होती, 'तुझ्या पॉप्सनी तिघांचे वाटोळे केले आहे, निदान तुला त्यांच्यापासून लांब जायची संधी मिळते आहे, ती सोडू नको. दूर जा आणि सुखी हो.'

अखेर तो दिवस उजाडला. पॉप्सनीच गाडीतून मला विमानतळावर सोडले. आईला रजा घेता येत नव्हती, त्यामुळे मनात असूनही ती येऊ शकली

नव्हती; पण पेरी आला होता. मिळेल तेवढा वेळ माझ्याशी बोलत होता. मला खूश ठेवण्यापेक्षा स्वतःचे दुःख लपवायचा त्याचा आटापिटा चालला होता – 'हे बघ, फक्त तीन महिन्यांचा तर प्रश्न आहे, हां हां म्हणता निघून जातील आणि आम्ही पत्रं लिहू ना तुला, तूही लिही, सगळं काही व्यवस्थित होईल. तुला खूप खूप शिकायला मिळेल आणि... आणि... जमलं तर मी येऊन भेटीन ना तुला.'

त्याची अस्वस्थ अवस्था पाहून, हावभाव पाहून मला आमच्या मैत्रीची सुरुवात झाली, त्या *व्हिजिटिंग आवर्स* या चित्रपटाच्या वेळची आठवण झाली. त्या दिवशीसारखाच तो भीतीने सतत चुळबुळ करत होता, अनियंत्रित हालचाली करत होता, वारंवार खुर्चीतून अर्धवट उठत होता. माझी स्थितीही मी नेहमीप्रमाणे बावरलो घाबरलो की होते तशीच, कुत्र्यांनी भरलेल्या खोलीत सोडून दिलेल्या मांजरासारखीच झाली होती.

८

सूर्यास्त होण्याच्या जरा आधी विमान फ्लोरिडाच्या धावपट्टीवर उतरले. व्हॅनमधून जाताना 'द निक बोलेटिरी अॅकॅडमी ऑफ टेनिस' दृष्टिपथात आली. आधी टोमॅटोची लागवड असलेल्या जमिनीवर उभारलेल्या एकासारख्या एक अशा ठोकळेबाज इमारतींच्या अनाकर्षक रूपात ती बांधलेली होती. त्यांना ए, बी, सी, डी अशी ठोकळेबाज नावे दिलेली होती. 'हाच आपला तुरुंग' अशा विचाराने त्या इमारतींभोवती तारांचे उंच कुंपण आणि सुरक्षादलाचा 'टेहळणी मनोरा' दिसतो आहे का हेही मी पाहू लागलो. नशीब, ते दोन्हीही दिसले नाहीत; पण त्या इमारतींच्या मागच्या बाजूला काही अंतरावर टेनिसच्या आखीवरेखीव मैदानांच्या रांगा मात्र दिसल्या म्हणजे सक्तमजुरीची व्यवस्था चोख केलेली होती.

सूर्यास्त होऊन गेला, सभोवतालीही मिट्ट काळोख झाला. मनही अंधारून आले. तापमान अचानक घसरले. माझ्या माहितीनुसार फ्लोरिडा हा उष्ण प्रदेश; पण त्या वेळी मला जवळच्या बॅगेतून एक टी शर्ट काढून अंगावर चढवावा लागला. व्हॅनमधून उतरल्यावर एका माणसाने मला माझ्या सामानासकट एका इमारतीत नेले आणि माझी खोली दाखवली. तेथे चिटपाखरू नव्हते. भीतिदायक शांतता होती. ''इतर मुलं कुठे आहेत?'' मी विचारले. ''अभ्यासगृहात,'' तो म्हणाला. ''अभ्यासाचा वेळ संपतच आला आहे. झोपायची वेळ व्हायला अजून एक तास आहे. ते सगळे जण त्या हॉलमध्ये जातील.'' त्याने दुसऱ्या इमारतीतील लांबवरच्या एका हॉलकडे निर्देश केला, ''तेथे मनोरंजनाची, बैठ्या खेळांची साधने आहेत. तू तुझे सामान लाव, ताजातवाना हो आणि सरळ त्या हॉलमध्येच जा. मुलांच्या ओळखी करून घे.'' त्याने सुचवले.

हॉलमध्ये जवळ जवळ दोन एकशे मुलांचा गोंगाट चालू होता. एका कोपऱ्यात जराशा थोराड बांध्याच्या काही मुली एकत्रितपणे बसलेल्या दिसत होत्या. टेबल टेनिसच्या टेबलाभोवती मुलांनी गर्दी केली होती. दोघे जण खेळत होते आणि इतर काही जण आरडाओरडा करून आपापल्या पसंतीच्या खेळाडूला प्रोत्साहित आणि त्याच्या प्रतिस्पर्ध्याला नाउमेद करण्याचे काम करत होते. मी आत हॉलमध्ये शिरून भिंतीला पाठ लावून आतील 'देखाव्या'चे निरीक्षण करत उभा राहिलो. एक दोन चेहरे परिचयाचे वाटले. ऑस्ट्रेलियातल्या मुक्कामात पाहिलेले वाटत होते. मी कॅलिफोर्नियात सामना खेळलेला एक

मुलगाही दिसला. कोपऱ्यात एक उग्र चेहऱ्याचा उंच मुलगा होता, त्याच्याशी मी ॲरिझोनामध्ये तीन सेट्सचा अटीतटीचा सामना खेळलो होतो. या ठिकाणी टेनिसचे पद्धतशीर प्रशिक्षण घ्यायला आलेली ती मुले एकंदरीतच प्रकृतीने ठणठणीत, चालण्या-बोलण्यामध्ये तरतरीत दिसत होती, त्यांच्या चेहऱ्यांवर आत्मविश्वास झळकत होता. काळी, गोरी, उंच, बुटकी, जाड, रोड, स्वदेशी, परदेशी, विविध प्रकारची, साधारणतः सात ते सतरा, फार तर एकोणीस, या वयोगटांतील मुले तेथे जमलेली दिसत होती. आपले सुरक्षित घर आणि लास व्हेगासचा परिसर सोडून त्या आंतरराष्ट्रीय संमेलनात येऊन पडलेल्या माझ्या मनाची स्थिती डबक्यातून एकदम विशाल सागरात येऊन पडलेल्या छोट्याशा माशासारखी झाली होती. या समुद्रात देश-विदेशातील उत्तम खेळाडूंच्या रूपातले मोठे मोठे मासे, विशाल जबड्यांचे शार्क होते. दूरच्या कोपऱ्यात बसलेला एक गट तर त्यातल्या 'सुपरमेन'चा असावा असे वाटत होते.

मी टेबल टेनिसच्या खेळावर लक्ष केंद्रित करण्याचा प्रयत्न केला. मीही टेबल टेनिस खेळत असे आणि कोणाकडून हरत नसे; पण त्या दोघांचा खेळ बघताना मला जाणवले की, इथे आपली डाळ शिजणे कठीण आहे. हे शार्क मासे आपल्याला कच्चं खाऊन टाकणार!

मला भीती ग्रासू लागली. यातले कोणी बोलेल तरी का आपल्याशी? आपल्याला मित्र मिळतील? नकोच, आपले येथे निभणे कठीण आहे! आपण आपले घरी परत जाऊ या - आत्ताच्या आत्ता! निदान फोन करू या; पण पैसे? अगदी आवश्यक असेल तर फोन घेणारा पैसे भरेल अशा अटीवरचा 'कलेक्ट कॉल' करायचा अशा मला सूचना होत्या; पण आपला फोन आहे म्हटल्यावर पॉप्स तो घेणारच नाहीत, नाकारून टाकतील याविषयी मला शंका नव्हती. त्या क्षणी मला नकार नको होता. आई, फिली, पेरी यांपैकी कोणाचा तरी आवाज ऐकायचा होता. माझा गळा दाटू लागला. सुदैवाने माझ्याकडे कोणाचेच लक्ष गेले नाही. तितक्यात झोपायची वेळ झाल्याची सूचना दिली गेली आणि मी बाहेर पडून चुपचाप माझ्या खोलीत येऊन पांघरुणात तोंड खुपसून पडून राहिलो.

'तीन महिने! बस, तीन महिनेच!!' मी मनाची खोटी समजूत काढत झोपेची आराधना करत राहिलो.

'द निक बोलेटिरी ॲकॅडमी ऑफ टेनिस' म्हणजे कडक शिस्तीची पाठशाळा असा तिचा सर्वत्र गवगवा होता; पण ते प्रत्यक्षातल्या कठोर बंधनांच्या कारावासाला दिलेले उदात्त रूप होते. आम्हाला दिले जाणारे जेवण अगदीच बेचव होते. तोंडात घोळणारा भात, त्यावर अर्धवट शिजवलेले मांस आणि भाज्या शोधायला लागतील, अशी फुळकवणी असे ते असायचे. झोपायला आगगाडीप्रमाणे तीन

मजली अरुंद फळ्यांवर घातलेल्या पातळ गाद्या. भल्या पहाटे उठणे आणि रात्री जेवणानंतर लगेच झोपणे सक्तीचे होते. आमचा बाह्यजगाशी संपर्क जवळ जवळ तुटलेलाच होता. आमचे टेनिसचे शिक्षण म्हणजे खरेच सक्तमजुरी होती – सर्व्हिस, बॅकहॅन्ड, फोरहॅन्ड, सीमारेषेवर पोहोचणारे आणि नेटजवळ पडणारे फटके अशा एकेका गोष्टीची अखंड 'आवर्तने' करायला लागायची. अधेमध्ये सामने खेळायला लागायचे. खेळात संपादन केलेले प्रावीण्य, खेळाडूचे कौशल्य यांचे मापन करून एक गुणवत्ता यादी बनवली जायची. त्यातील कितवे स्थान मिळते यावर सगळ्यांचे लक्ष केंद्रित झालेले असायचे. पुरातनकाळी, म्हणे, विस्तीर्ण वर्तुळाकार प्रेक्षागृहातील मधल्या मोकळ्या आखाड्यात गुलामांना आपापसात लढून लोकांचे मनोरंजन करायला लावले जायचे. आम्हीही तसेच गुलाम होतो – आमच्यावर सतत डाफरणाऱ्या, आम्हाला हुकूम सोडणाऱ्या, आम्हाला पिळून काढणाऱ्या आमच्या पस्तीस शिक्षकांचे गुलाम!

या रटाळ कवायतींच्या जोडीला आम्हाला टेनिस या खेळाचे मानसशास्त्र शिकवले जायचे. मनाची शक्ती वाढवणे, सकारात्मक वृत्ती बळकट करणे, प्रतिस्पर्ध्याच्या आगामी खेळींची चित्रे डोळ्यांसमोर आणणे, त्यानुसार आपली प्रतिक्रिया ठरवणे, क्षणार्धात पर्यायाची निवड करणे, निर्णय घेणे अशा मानसिक कृतींचे वर्ग घेतले जायचे. 'आम्ही विम्बल्डनची ट्रॉफी जिंकली आहे, ती डोक्यावर धरून मिरवतो आहे,' अशी कल्पना करून आम्हाला त्या प्रतिमा डोळ्यांपुढे आणायला लावत असत. त्या खेरीज आम्हाला शरीरातील प्राणवायू वाढवण्याचे, श्वासोच्छ्वासाचे, तसेच वजने उचलण्याचेही व्यायाम तासन्तास करायला लागायचे. शिंपल्यांचा भुगा पसरलेल्या पृष्ठभागावर दमून खाली पडेपर्यंत पळायला लागायचे.

डोक्यावर बसून करून घेतले जाणारे अथक श्रम, खेकसणाऱ्या कडक 'मास्तरां'चा नकोसा ससेमिरा, सततचा ताण, दडपण, एकापेक्षा एक खेळाडूंमधील जीवघेणी स्पर्धा आणि त्याच्या उलट मऊपणा, समजूतदारपणा, सुजाण पालकत्व यांचा सर्वस्वी अभाव यामुळे आम्ही सगळेच जण माणसे कमी जनावरे जास्त बनलो होतो. बळजबरी शिस्तीच्या नावाखाली सगळ्याच बाबतीत जंगलाचा कायदा लागू झाला होता. *लॉर्ड ऑफ द फ्लाइज्मधल्या* निर्जन बेटावर अडकलेल्या मुलांप्रमाणे आमच्यातले बरेच जण रॅकेट्स हातात घेऊन *कराटे किड* या चित्रपटातील मारामारीची दृश्ये जिवंत करत असत. गोऱ्या काळ्या कातडींमधले वैरही कधी कधी उग्र रूप धारण करत असे. एकदा एका अमेरिकन मुलाने बाहेर जाता जाता एका आशियाई मुलाला त्याच्या काळ्या रंगावरून चिडवले, काही अपशब्द उच्चारले. झाले, तो आशियाई मुलगा चिडला. बिथरलाच. सूडाची प्रतिज्ञा केलेल्या वीरासारखा तो दोन्ही हातांच्या मुठी वळत, डोळे फिरवीत, शड्डू ठोकीत, दंडाच्या गोट्या दाखवीत, ज्युडोतल्या आक्रमक हालचाली करत, तोंडाने हुंकार देत गुरगुरत त्याला चिडवून पसार झालेल्या

मुलाची वाट पाहत राहिला. त्याच्या अपराध्याने दारात पाऊल ठेवले मात्र, त्याने एक पाय वर उचलला, दुसऱ्या पायावर डौलदार गिरकी घेतली आणि वर उचललेल्या पायाने ज्या थोबाडातून अपशब्द बाहेर पडले होते ते फोडून टाकले.

ॲकॅडमीचे व्यवस्थापन असे अनागोंदी होते की, त्या दोघांनाही काहीही शिक्षा झाली नाही! अशीच जुने वैर असलेली आणखी एक जोडी होती. त्यांच्यातील शत्रुत्व सहसा एकमेकांना शिव्या घालणे, टोमणे मारणे, टोचून बोलणे, गंभीर चेष्टा करणे या पलीकडे जायचे नाही; पण एक दिवस त्यातल्या एकाची सहनशक्ती संपली. त्याने सुडाची एक गुप्त योजना आखली. तो रोज एका बादलीत लघवी करू लागला. ती बादली त्याने लपवून ठेवली. ज्या दिवशी ती बादली भरली त्या रात्री सगळीकडे निजानीज झाल्यावर तो हातात ती पवित्र द्रव्याने भरलेली बादली घेऊन त्याच्या शत्रूच्या गोटात शिरला आणि ती त्याच्या वैऱ्याच्या अंगावर पालथी केली! परिस्थिती ही अशी कायम स्फोटक, हिंसक असायची. सतत चकमकी, मारामाऱ्या व्हायच्या. रोज रात्री दिवे घालवले जायच्या आधी या दहशतीच्या वातावरणाचे गांभीर्य वाढवणारे, भयात भर घालणारे एक पार्श्वसंगीत सर्वत्र निनादायचे.

मी चौकशी केली.

''ओह, तो आवाज होय? अरे तो कोरीयर आहे ना तो ड्रम्स वाजवतो. त्याच्या पालकांनी त्याला दिलेत ते बक्षीस म्हणून.''

''कोण कोरीयर?''

''जिम कोरीयर. इथलाच आहे – फ्लोरिडाचा.''

काही दिवसांनी मला आमच्या त्या ॲकॅडमीचे संस्थापक, मालक, चालक, सर्वेसर्वा निक बोलेटिरी यांचे प्रथमदर्शन घडले. त्यांना तीन गोष्टींचे वेड होते. पहिले, अर्थात टेनिस खेळणे आणि शिकवणे. दुसरे लग्न करणे. त्यांचे पाच विवाह झाले आहेत की, सहा याविषयी वाद होते. तिसरे – उन्हात बसून त्वचेचा रंग जास्तीत जास्त काळपट तपकिरी बनवणे. या त्यांच्या तिसऱ्या वेडाने त्यांचे वय पन्नास वर्षे असून ते दोनशे पन्नास वर्षांचे वाटत. सूर्यप्रकाशातील अल्ट्राव्हायोलेट किरणांच्या अतिरेकाने त्यांची त्वचा जळून तिचा वर्ण कायमचाच बदलून गेला होता – ती वाळवलेल्या मांसासारखी झाली होती. अपवाद होता तो त्यांच्या काळ्या 'काटेकोर' मिशांचा आणि दाढीचा. दाढी बोकडासारखी होती; पण खालच्या ओठाजवळच्या भागात ती नव्हती. तेथील खड्डा कायम पडलेल्या आठीसारखा दिसायचा. मी पाहिले तेव्हा ते डोळे पूर्ण झाकून टाकणारे गॉगल्स घालून ॲकॅडमीच्या परिसराभोवतीच्या भिंतीलगत मोठमोठ्या ढांगा टाकीत चालत प्रवेशद्वाराकडे जात होते. त्यांच्या मागोमाग त्यांच्या वेगाशी जमवून घेण्याचा वृथा प्रयत्न करत, धापा टाकीत जाणाऱ्या एका बिचाऱ्याने माझे लक्ष वेधून घेतले. मनात विचार आला की, आपल्यावर ही अशी शर्यतीची वेळ

कधी येऊ नये! ते दाराजवळ पोहोचले आणि तेथे उभ्या करून ठेवलेल्या लाल रंगाच्या झोकदार फेरारीमध्ये बसून मागे धुळीचा लोट उडवीत निघून गेले.

माझ्याजवळ उभ्या असलेल्या मुलाने मला माहिती पुरवली की, त्यांच्या एकूण चार फेरारी गाड्या होत्या आणि त्या धुऊन, पुसून स्वच्छ राखणे आणि त्यांना पॉलिश करून चकचकीत ठेवणे हे आम्हा विद्यार्थ्यांचे काम होते. हे काम आमचे? छे! हा जुलूम आहे, अन्याय आहे! कुणाला सांगणार? कुणाकडे दाद मागणार?

मी काही जुन्या विद्यार्थ्यांजवळ, प्रशिक्षकांजवळ निक बोलेटिरी या व्यक्तीबद्दल अधिक माहिती मिळवण्याच्या उद्देशाने चौकशी केली. कोण आहेत हे निक बोलेटिरी? त्यांच्या यशस्वितेचे रहस्य तरी काय आहे? मला सांगण्यात आले त्यावरून ते अत्यंत हुशार, खरे तर चलाख होते. या जगात बऱ्या वाईट मार्गांनी आपला खिसा भरण्याचे, 'दुनिया झुकती है' हे वास्तव ओळखून तिला झुकवायचे कसब अंगी असणारे होते. टेनिस या खेळाच्या माध्यमाचा त्यांनी त्यांचे उखळ पांढरे करून घेण्यासाठी उत्तम वापर करून घेतला होता. त्यांना त्या खेळाविषयीचे असणारे प्रेम आणि तो शिकवण्याचे कौशल्य ही त्यांच्या धंद्याची गरज होती. माझ्या वडिलांसारखे त्यांना टेनिस या खेळातील लालित्याने पछाडलेले नव्हते, दिशा, कोन, ताकद यांचे गणित सांभाळून मारलेल्या अचूक फटक्यांनी भारावून टाकले नव्हते. वेडे केलेले नव्हते; पण त्यांना माझ्या वडिलांसारखाच त्या खेळातून मिळणारा अफाट पैसा दिसत होता, तो त्यांना मोहवत होता! त्यांना नौसेनेतील पायलट निवडीच्या परीक्षेत अपयश आले. न झेपल्याने निक यांनी कायद्याचा अभ्यास मध्येच सोडून दिला आणि मग टेनिस या लोकप्रिय खेळाचे प्रशिक्षण देण्याच्या 'धंद्या'चा, त्यातून मिळणाऱ्या संपत्तीचा, भरभराटीचा मार्ग त्यांना गवसला. थोडेसे कष्ट आणि बरेचसे नशीब यांच्या जोरावर त्यांनी टेनिस क्षेत्रात स्वतःचा दबदबा निर्माण केला, त्यातून त्यांना एक महत्त्वाचे स्थान प्राप्त झाले. लहान वयातच आपल्या टेनिस खेळण्यातल्या कौशल्याची, प्रावीण्याची चुणूक दाखविणाऱ्या मुलांना उज्ज्वल भविष्याचे दार खुले करून देणारा देवदूत असा लौकिक मिळाला. अशा प्रशिक्षणाने फायदा होतो, नवलही घडते, अलौकिक प्रतिभेचे काही खेळाडूही तयार होतात, झालेले होते याविषयी दुमत नव्हते; परंतु त्याचे श्रेय वैयक्तिकरीत्या त्यांचे खचितच नव्हते.

माझ्या बाबतीत बोलायचे झाले, तर माझ्या मनातील टेनिसविषयीचा तिरस्कार, नावड नाहीशी करण्याचे सामर्थ्य, साधी क्षमताही त्यांच्यात नव्हती.

प्रशिक्षणाचा भाग म्हणून आम्हाला आपापसात जे सामने खेळायला लावले जायचे त्यातलाच एक सामना मी एका सायंकाळी खेळत होतो. माझ्या

फटक्यांनी प्रतिस्पर्ध्याला मी चांगलेच जेरीला आणले होते. गॅब्रिएल नावाचा निक बोलेटिरी यांचा एक पित्त्या आमचा सामना पाहत होता. तो माझ्या खेळाने प्रभावित झालेला स्पष्ट दिसत होते. काही वेळाने त्याने आमचा एकतर्फी सामना थांबवला आणि मला बाजूला घेऊन विचारले, ''काय रे, तुझा खेळ कधी निक बोलेटिरींनी पाहिलेला आहे का?''

''नाही, सर.''

जरासे आश्चर्य व्यक्त करून तो तेथून निघून गेला. रात्र पडली. काही वेळानंतर ॲकॅडमीतील ध्वनिक्षेपकावरून घोषणा झाली, *आंद्रे आगासी, इनडोअर सुप्रीम कोर्टावर हजर हो.* आपले नाव घोषित केले जाते आहे हे माझ्या ध्यानात यायला जरा वेळ लागला. परत घोषणा झाली, *आंद्रे आगासी, इनडोअर सुप्रीम कोर्टावर ताबडतोब हजर हो.* याआधी मी कधीच त्या इमारतीच्या आतल्या खास मैदानावर गेलेलो नव्हतो. मला तेथे हजर राहण्याचे फर्मान का सुटले आहे, याचा मला जराही अंदाज येईना. मी पळत तेथे पोहोचलो. दिव्यांनी उजळलेल्या त्या कोर्टावर स्वतः निक आणि माझा खेळ पाहिलेला गॅब्रिएल, हे दोघे उभे होते.

मी त्यांच्या समोर गेलो तसा गॅब्रिएल निक यांना म्हणाला, ''निक, मी म्हटलं होतं ना, हाच तो मुलगा. याचा खेळ तुम्ही पाहिलाच पाहिजे.'' त्यांच्यात नेत्रपल्लवी झाली. निक मैदानाच्या बाहेर, लखलखीत दिव्यांच्या प्रकाशाच्या जरासे बाहेर गेले. गॅब्रिएल हातातील रॅकेट सरसावून जाळ्याच्या एका बाजूला जाऊन खेळायच्या तयारीत उभा राहिला आणि त्याने मला विरुद्ध बाजूला जाण्याचा इशारा केला. त्यानंतर जवळ जवळ अर्धा तास माझे खेळातील कौशल्य निक यांच्या नजरेस पडेल अशा प्रकारे गॅब्रिएल मला खेळवत होता. मी मधून मधून हळूच निक यांच्याकडे पाहत होतो, ते मिशा कुरवाळीत लक्षपूर्वक माझा खेळ पाहत आहेत, असे माझ्या लक्षात येत होते.

ते खरेच ठरले. ''आंद्रे, जरा बॅकहॅन्ड मार बघू,'' त्यांनी फर्मावले. त्यांच्या आवाजामध्ये जाणवण्याइतकी खरखर होती.

मी बॅकहॅन्ड मारले. त्यानंतर त्यांनी मला बऱ्याच सर्व्हिसेस करायला लावल्या, जाळ्याजवळ खेळायला लावले.

''ठीक आहे. पुरे आता,'' असे म्हणून ते पुढे आले आणि मला जवळ बोलावून त्यांनी विचारले, ''कुठून आला आहेस तू?''

''लास व्हेगास.''

''राष्ट्रीय क्रमवारीत आहेस ना तू? कितवा आहेस?''

''तिसरा.''

''तुझ्या वडिलांशी कसे बोलता येईल?''

''ते आत्ता कामावर असतील. ते रात्री एमजीएममध्ये काम करतात.''

''तुझी आई?''

''आई? ती... ती आत्ता घरी असेल.''

''माझ्याबरोबर ये,'' असे म्हणून ते मला त्यांच्या ऑफिसमध्ये घेऊन गेले. टेबलामागील उंच पाठीच्या गुबगुबीत काळ्या चामड्याच्या फिरत्या खुर्चीवर बसत त्यांनी मला आमच्या घरचा फोन नंबर विचारला. मी नंबर सांगतानाच त्यांनी तो फिरवायला सुरुवात केली. फोन कानाशी धरून खुर्ची फिरवून त्यांनी माझ्याकडे पाठ करून बोलायला सुरुवात केली. बरे झाले त्यांची पाठ होती, नाहीतर त्यांना माझ्या चेहऱ्यावर माझ्या नकळत पसरलेली लाली दिसली असती. त्यांनी अभिवादनपर बोलून आईकडून वडिलांचा फोन नंबर विचारून घेतला आणि फोन ठेवून दिला. लगेचच त्यांनी तो नंबर फिरवला.

''श्री. आगासी?'' त्यांना जरा ओरडून बोलावे लागत होते. ''मी निक बोलेटिरी बोलतोय. हो, हो, बरोबर ऐकताय तुम्ही, निक बोलेटिरीच बोलतोय. होय, होय, ॲकॅडमीतून बोलतोय. हे पाहा, मला तुमच्याशी जरा महत्त्वाचं बोलायचं आहे. सर, आजपर्यंत या ॲकॅडमीत आलेल्या एकाही मुलाच्यात दिसले नाही, असे असाधारण कौशल्य मला तुमच्या मुलात आढळले आहे. होय, होय. खरंच सांगतोय मी. असा खेळ, अशी गुणवत्ता मी आजवर पाहिलेली नाही. मी दत्तक घेणार आहे त्याला, इथेच ठेवून घेणार आहे आणि या खेळातील सर्वोच्च स्थान मिळवून देणार आहे.''

हे काय बोलत होते ते? मी तर इथे केवळ तीन महिन्यांसाठी आलो होतो. मी रोज मोजत होतो इथले दिवस, अजून चौसष्ट दिवस राहिले होते. हे काय सांगत आहेत की, मला इथेच ठेवून घेणार म्हणून? आयुष्यभर? बाप रे! छे, छे. पॉप्स नक्कीच मान्यता देणार नाहीत यांच्या या योजनेला.

त्यांचे संभाषण चालूच होते, ''नाही, नाही, त्याची चिंता करायचं काही कारणच नाही. मी तुमच्याकडून एक पैसाही घेणार नाही. आम्हीच करणार त्याचा सगळा खर्च. हो हो, राहायचा, जेवायचा, सगळा. तुम्ही जो चेक पाठवला आहे, तोही मी फाडून टाकतो आहे. पैसा हा विषय विसरून जा तुम्ही. तो विषय संपला.''

बाप रे! पैसे न घेता? फुकट काहीही मिळत असेल, तर मग पॉप्स नाही म्हणणं शक्यच नाही! संपलंच सारं! अडकलो इथे कायमचा! त्यांनी फोन ठेवून दिला आणि ते माझ्या बाजूला वळले. काय झाले, काय ठरले यांबद्दल त्यांनी चकार शब्द काढला नाही. ना माझे अभिनंदन केले ना सांत्वन केले! ते एवढेच म्हणाले, ''हे बघ, तू परत मैदानावर जा, मी आलोच!!'' माझी तीन महिन्यांची सक्तमजुरीची शिक्षा जन्मठेपेत बदलण्यात आली होती. बस, आता आयुष्यभर उचला हातोडा आणि फोडत राहा खडी!!

निक बोलेटिरी टेनिस ॲकॅडमीतील प्रत्येक सकाळ स्वतःबरोबर एक विशिष्ट दुर्गंध घेऊन उगवत असे. सभोवतालच्या भागात संत्र्यांवर प्रक्रिया करण्याचे कारखाने होते. तेथे सतत संत्र्यांच्या साली जाळत असत आणि त्याचा घाण वास सर्वत्र भरून राहत असे. रोज सकाळी डोळे उघडले की, तो उग्र दर्प मला एक दुःखद जाणीव करून देत असे. मी माझ्या घरातील अंथरुणावर पडून गोड, सुवासिक स्वप्न बघत नसून कटू, दुर्गंधी वास्तवाला सामोरा जात आहे, असं मला वाटायचं. तसा मला संत्र्याचा रस कधीच फारसा आवडला नाही; पण त्या दुर्गंधामुळे ॲकॅडमीतून परत गेल्यावर केवळ संत्र्यांवर प्रक्रिया करून बनवलेले असते. या कारणामुळे मी 'मिनिट मेड' हे पेय उर्वरित आयुष्यात कधीही पिऊ शकलो नाही.

तसेही तेथे उशिरापर्यंत अंथरुणावर पडून राहण्याचे सुख जरा महागच होते. त्याच्या बदल्यात थंड पाण्याने अंघोळ करण्याचे दुःख पचवायची तयारी ठेवायला लागायची. ते मला मान्य नसल्याने मी सर्वांत आधी उठून इतर कोणी मुलगा जायच्या आत बाथरूममध्ये घुसायचो. कारण, फक्त पहिल्या एक दोन जणांनाच गरम पाणी मिळायचे. त्यानंतर मग थंडच! बाथरूममध्ये शॉवर होता; पण त्यातून पाण्याचा ताजातवाना करणारा फवारा येत नसे. आकाराने सुईएवढ्या आणि सुईसारख्याच अंगाला टोचणाऱ्या बारीक धारा पडत असत. अंग स्वच्छ होणे सोडाच, ते पुरेसे ओलेही होत नसे. न्याहारी हाही एक मोठा गोंधळच होता. तेथेही उशीर झाला की पाव संपलेला असे, लोणी गुप्त झालेले असे, त्यामुळे अंघोळ झाली की, मी तातडीने, तडक न्याहारीच्या ठिकाणी धावायचो.

न्याहारी आटोपली की, बसमधून शाळेत जायला लागायचे. ब्रॅडेन्टन ॲकॅडमी असे त्या शाळेचे नाव होते. सव्वीस मिनिटे लागायची शाळेत पोहोचायला. शाळा हेही एक कारागृहच होते. निक बोलेटिरी ॲकॅडमी हा तसा प्रशस्त तुरुंग होता. तेथे टेनिसमधले काहीतरी शिकायला तरी मिळायचे. ब्रॅडेन्टन ॲकॅडमी हे जीव घाबरवून टाकणारे, गुदमरायला लावणारे खुराडे होते. तेथे एवढेच मनावर बिंबवले जायचे की, आम्ही सर्व जणच कसे आणि किती महामूर्ख आहोत. शाळेत अस्वच्छतेचे साम्राज्य होते, वर्गातली जमीन सपाट नव्हती. सगळीकडे एकाच, उदासवाण्या करड्या रंगाच्याच वेगवेगळ्या छटांनी रंगवलेल्या भिंती होत्या. वर्गांना खिडक्या करण्याचा बहुधा विसर पडलेला होता, त्यामुळे बाहेरच्या ताज्या हवेला आत यायला मनाई होती. तिच्या अभावामुळे आत उबल्यासारखे व्हायचे, वातावरणात शिळेपणा भरून राहायचा. भरीला मूत्र आणि विष्ठा, क्वचित ओकारीही, यांचा घाणेरडा वास यायचा. त्या वासापुढे बोलेटिरी ॲकॅडमीतला संत्र्यांच्या जळलेल्या सालींचा वास परवडायचा.

आमच्या टेनिस ॲकॅडमीतील विद्यार्थ्यांखेरीज आजूबाजूच्या परिसरातील मुले त्या शाळेत शिकायला यायची. या सगळ्या गैरसोयींबद्दल ती मुले आमच्याइतक्या तीव्रपणे तक्रारी करायची नाहीत. त्याचे कारण बहुधा असे होते

की, आमच्याकडे तुलनेला आमची टेनिस ॲकॅडमी आणि तेथे येण्यापूर्वीच्या आमच्या आधीच्या शाळा होत्या, ज्या त्यांच्याकडे नव्हत्या. आम्हाला आमच्या घराची, शाळेची, तिथल्या सवयीच्या वातावरणाची प्रकर्षाने आठवण येत असल्याने आमची नावड, उबग जरा जास्त प्रमाणात व्यक्त व्हायचा. ती मुले त्यांच्या घरून शाळेत यायची, पुरते सात तास शाळेत काढायची आणि परत घरी जाऊन त्यांच्या कुटुंबीयांसमवेत टीव्ही बघत, मजेत वेळ घालवायची. आम्ही 'परदेशी' टेनिसपटू साडेचार तास झाले की, आमच्या टेनिस प्रशालेत परत जाऊन तिथले कष्ट उपसायचो, फटके मारीत, चेंडूशी मारामारी करत श्रमाने थकून खाली पडेपर्यंत टेनिस खेळायचो. त्यानंतरही आम्हाला त्याच एका हॉलमध्ये बसून तेच तेच खेळ खेळत बसावे लागायचे. दिवे घालवले गेले की, नाइलाजास्तव मेल्यासारखे अंथरुणावर पडणे भाग पडायचे. मधला थोडा वेळ काय तो आम्ही शाळेची पुस्तके डोळ्यांसमोर धरायचो, गृहपाठ, अभ्यास करायचो, खरे तर केल्यासारखे दाखवायचो. टेनिस ॲकॅडमीतल्या मुलांच्या गटाची प्रगती शाळेत अगदीच निराशाजनक होती, आम्ही कायमच मागे पडलेले विद्यार्थी होतो. या योजनेची आखणीच अशी केलेली होती की, कमीत कमी वेळात उत्तम क्षमतेचे टेनिस खेळाडू आणि अभ्यासात मागे पडलेले विद्यार्थी तयार केले जावेत.

मला पहिल्यापासून या अशा योजनाबद्ध कटांची फार चीड. मीही मग शाळेत मुळीच अभ्यास करायचो नाही, 'ज्ञानग्रहणा'चा वगैरे जराही प्रयत्न करायचो नाही आणि दिलेला गृहपाठही करायचो नाही. वर्गात शिक्षक शेक्सपियर शिकवीत असोत, पायथोगोरसचे प्रमेय समजावीत असोत किंवा अमेरिकन क्रांती युद्धातील बंकर हिलच्या लढाईची कहाणी सांगत असोत, मी आपला खाली मान घालून 'मी इथे का आहे? काय करत बसलो आहे?' असे क्लेशकारक प्रश्न स्वतःला विचारीत बसत असे.

मी शिकण्याकडे 'लक्ष' देतो आहे की नाही, याकडे शिकवणारे शिक्षकही फारसे 'लक्ष' द्यायचे नाहीत! कारण की, स्वतः निक बोलेटिरी आणि त्यांची ॲकॅडमी या दोन्ही गोष्टी शाळेसाठी अतिशय महत्त्वाच्या आहेत, त्यांना याची पूर्ण जाणीव होती, ॲकॅडमीतून बस भरून येणाऱ्या मुलांवरच प्रामुख्याने शाळा चालते आहे, त्यांचे पगारही त्यामुळेच मिळत आहेत, त्यामुळेच ॲकॅडमीतील टेनिस खेळाडूंना शाळेत जरा खास महत्त्व दिले जात असे. ते लाड करून घेताना त्यांनाही छान वाटत असे; पण त्या 'महत्त्वा'च्या नादात ते 'शिक्षण, ज्ञान' या खऱ्या 'महत्त्वा'च्या गोष्टींपासून वंचित राहत आहेत, याचे त्यांना त्या वेळी भान नसे. मी त्या बेभान खेळाडूंपैकीच एक होतो.

ब्रॅडेन्टन ॲकॅडमी ही शाळा एका पती-पत्नीच्या जोडीने स्थापन केली होती आणि ते दोघेच ती चालवीतही होते. त्यांना आपण डॉक्टर जी आणि सौ. जी असे म्हणू या. शाळेचे प्रवेशद्वार लोखंडी होते आणि आत पाऊल

ठेवले की, समोरच संस्थापक, मुख्याध्यापक पती-पत्नींच्या जोडीचे ऑफिस, वाघ-वाघिणीची 'गुहा' होती. शाळेचा सगळा कारभार ते दोघे - वाघ-वाघीण तेथून चालवायचे. सगळी सूत्रे तेथून हालायची. सगळ्या त्रासांची सुरुवात तेथून व्हायची. परीक्षांची निकालपत्रे, गैरवर्तणुकीबद्दलची ताकीद अशा डरकाळ्या तेथूनच बाहेर पडायच्या आणि खोडसाळ कार्ट्यांची, पापी अपराध्यांची शिकार तेथेच व्हायची. ते दोघे जण जत्रेतील तंबूत विविध खेळ करून दाखवणारे अयशस्वी कलाकार वाटायचे. सौ.जी यांची शरीरयष्टी तर अगदीच विचित्र होती. पोट आणि कंबरेचा भाग त्यांना जवळ जवळ नव्हताच, पायांवर थेट छाती आणि खांदे! हे वैचित्र्य त्या स्कर्ट्स घालून झाकायला बघायच्या; पण ते त्यामुळे अधिकच उठून दिसायचे. त्यांच्या चेहऱ्यावर तीन ठिकाणी लाल रंग दिसायचा - दोन गालांवर आणि मध्यभागी ओठांवर. पाठीच्या पोकाकडे कुणाचे लक्ष जाऊ नये म्हणून कदाचित तो हा उपाय करत असाव्यात. या गोष्टी एखाद्याच्या नजरेतून सुटतही असतील; पण त्यांचे जाडजूड बेढब हात मात्र प्रत्येकाला स्तिमित करत असत. त्यांच्या विशाल पंजांत हात सापडल्यावर, तो त्यांनी दाबल्यावर काय होते, याचा भयंकर अनुभव मी एकदा घेतला होता. मला चक्करच आली होती. 'यांना टेनिस खेळताना रॅकेटची गरजच भासणार नाही. कारण, यांचा पंजाच रॅकेटच्या आकाराचा आहे,' अशी मजेदार कल्पना दर वेळी माझ्या मनात चमकून जायची आणि मी स्वतःशीच हसायचो.

त्यांचे पती डॉक्टर जी हे आकाराने त्यांच्या अर्धे होते; पण वैचित्र्यात कमी नव्हते. ते कसले डॉक्टर होते कोणास ठाऊक, डॉक्टर होते की नाही अशी शंका यावी, असे त्यांचे रंगरूप होते. देहयष्टी किडकिडीत आणि एक हात लांबीला कमी. तो जीवनरसाच्या अभावी सुकलेला दिसायचा; पण ते त्यांचा तो आखुड हात खिशात घालून किंवा पाठीमागे धरून लपविण्याचा प्रयत्न कधीच करायचे नाहीत, उलट तो सतत पुढे खेळवायचे, त्याची हालचाल करायचे, नाचवायचे, तलवारीसारखा फिरवायचे. विद्यार्थ्यांना एकेकटे खोलीत बोलावून त्यांच्याशी अगदी वैयक्तिक चर्चा करणे त्यांना फार आवडायचे. अशा चर्चेच्या वेळी त्यांचा तो आक्रसलेला हात ते त्या बिचाऱ्याच्या खांद्यावर ठेवायचे. त्या निर्जीव हाताचा लिबलिबीत, वळवळता स्पर्श किळसवाणा, शिसारी आणणारा होता. कितीतरी वेळानंतरही त्याच्या आठवणीनेही अंगावर शहारा यायचा.

या द्वयीने विद्यार्थ्यांसाठी एक नियमावली तयार केलेली होती आणि त्या कायद्यांचे काटेकोर पालन होण्यासंबंधी ते अतिशय दक्ष होते. त्यातील एका नियमानुसार विद्यार्थ्यांना शाळेत कोणत्याही प्रकारचे दागिने घालण्यास मनाई होती. तो नियम अत्यंत कडकपणे पाळला जाई, त्याची तपासणी वारंवार होई. मनात राग असला आणि तो दर्शविण्याचा आणि शमविण्याचा कोणताही अन्य मार्ग नाही याची जाणीव असली की चडफडाट होतोच. त्याचा उद्रेक म्हणून

नियमांचे उल्लंघन करण्याची प्रवृत्ती बळावते. माझेही काहीसे तसेच झाले होते. मला माझ्या वडिलांनी या वनवासाची शिक्षा दिली होती. कुठला ना कुठला तरी नियम मोडून मी त्यांच्यावरील राग व्यक्त करायचो, त्यात मोठा पुरुषार्थ मानायचो. अशाच एका तिरीमिरीत मी माझे कान टोचून घेतले. नेमके हेच करण्यामागचे एक कारण होते. मुलांनी कानात काही घातलेले माझ्या वडिलांना अजिबात आवडायचे नाही आणि दुसरे म्हणजे तसे काही न घालणे हा शाळेचा नियम होता. पॉप्स म्हणायचे की, कानांना भोके पाडून त्यात कड्या, कुड्या, डूल असले काहीतरी घालण्याची थेरं फक्त समलिंगी पुरुष करतात! आता मी कान टोचलेले ते कधी पाहतात असे मला झाले होते. (मी काही 'कर्णभूषणे'ही आणून ठेवली होती.) त्या अवतारात मला पाहिल्यावर त्यांना मला माझ्या घरापासून तोडल्याचा, या अशा तुरुंगात पाठवल्याचा आणि तेथे मी पूर्ण बिघडल्याचा पश्चात्ताप झाला असता. त्यांच्या त्या 'दग्ध' स्थितीने माझा क्रोधाग्नी काही प्रमाणात शांत झाला असता. मला विकृत समाधान लाभले असते.

हे माझे 'सूडकृत्य' लपविण्यासाठी कानांच्या पाळ्यांवर चिकटपट्ट्या चिकटवून मी शाळेत गेलो. अर्थातच, सौ.जी यांची घारीची नजर त्यावर गेलीच. त्यांनी लगेच मला वर्गाबाहेर ओढले आणि मला जाब विचारला,

''आगासी, काय आहे हे?''

''कानांना जखम झालीय.''

''जखम? थापा मारू नको. काढ पाहू त्या पट्ट्या.''

कानांची भोके आणि त्यातली कर्णभूषणे पाहून त्या भडकल्याच.

''हे असले दागिने घातलेले चालत नाहीत माझ्या ब्रॅन्डटेन अ‍ॅकॅडमीत, माहीत नाही तुला? ही थेरं बंद कर. उद्या येताना या पट्ट्या तर नकोतच; पण हे दागिनेही नकोत. कळलं?''

पहिले सत्र संपले, तेव्हा ज्या परीक्षा घेतल्या गेल्या त्यात मी सर्व विषयांत जवळ जवळ नापासच झालो होतो. अपवाद होता तो इंग्लिश भाषेचा. का, कसे कोण जाणे, साहित्याकडे, विशेषतः काव्याकडे माझा नैसर्गिक कल असल्याचे मला लक्षात आले होते. कित्येक उत्तम, लोकप्रिय कविता मला सहज पाठ झाल्या होत्या. त्या मी उत्तम रीतीने म्हणून दाखवू शकत होतो, इतकेच नव्हे तर मी स्वतःही कविता लिहायला लागलो होतो. मला ते छान जमायलाही लागले होते. शाळेत एकदा आम्हाला आमच्या रोजच्या जीवनातील प्रसंग, घटनांवर कविता करायला सांगितली होती. मी माझे काव्य मोठ्या अभिमानाने आणि आत्मविश्वासपूर्वक आमच्या शिक्षिकेसमोर ठेवले. त्यांनी ते वाचले. आमच्या बाईंना ते काव्य खूपच आवडले. त्यांनी ती कविता सगळ्या वर्गाला वाचून दाखवली. मुलांनी माझे कौतुक केले, माझा भाव एकदम वधारला. काही जण साहित्य, भाषा या विषयांतील त्यांचे गृहपाठ पूर्ण करायला माझी मदत मागू

लागले आणि मी मोठ्या रुबाबात बसमध्येच ते काम संपवू लागलो. माझ्या इंग्लिश विषयाच्या शिक्षिका तास सुटल्यानंतर मला मुद्दाम थांबवून माझ्यातील प्रतिभेची प्रशंसा करू लागल्या. निकने केलेल्या टेनिसमधील प्रावीण्याच्या स्तुतीपेक्षा हे गुणवर्णन मला खूपच जास्त मोलाचे वाटले. या अभ्यासाच्या, विद्वत्तेच्या मार्गावर पुढे जाणे, प्रगती करणे मला आवडले असते. टेनिस माझ्यावर लादलेले होते. साहित्यक्षेत्र मी स्वतः निवडलेले होते म्हणून मला जास्त प्रिय वाटत होते. या माझ्या क्षणिक सुखाचा, अप्राप्य स्वप्नरंजनाचा फुगा त्या नंतरच्या गणिताच्या तासाच्या वेळी फुटत असे. त्याला बीजगणितांच्या किचकट समीकरणांची टाचणी टोचली जायची. छे! अभ्यास, विद्वत्ता, चार भिंती हे माझ्यासाठी नव्हतेच मुळी. गणिताच्या शिक्षकांचा आवाज खूप दुरून यायचा, अनाकलनीय वाटायचा. त्यानंतर असणाऱ्या फ्रेंच भाषेच्या वर्गातही काही समजायचे नाही. तेथेही मी *मूर्ख ठरायचो*. मी फ्रेंच सोडून स्पॅनिशचाही प्रयत्न केला; पण त्यातही ती *मूर्खपणाची मर्यादा* काही मला पार करता आली नाही. भाषांचा कोलाहल, रटाळ अभ्यास हे प्रकार गोंधळात पाडणारे, कंटाळा आणणारे, मेंदूला थकवून टाकणारे होते. बाकावर, खुर्चीत बसून हे श्रम करता करता त्या बसल्या जागेवरच मी संपून जाईन, याची मला खात्री वाटू लागली.

शाळेत जाणे हे मला मानसिकरीत्या आणि शारीरिकरीत्याही अधिकाधिक कष्टदायक वाटू लागले. रोज सकाळी बसमधून शाळेत जाण्याची धास्ती, सव्वीस मिनिटांचा तो प्रवास, श्री. व सौ. जी यांना तोंड देण्याचे अटळ प्रसंग या सर्वांमुळे मला आजारी पडल्यासारखेच वाटू लागले. सर्वांत असह्य व्हायचे ते प्रत्येक विषयातील अपयशाचे भय. आपल्याला काहीच येत नाही, काहीच जमत नाही या जाणिवेचे भूत सतत पाठीवर बसलेलेच असायचे. हळूहळू माझे मन त्यातल्या त्यात कमी त्रासदायक म्हणून ब्रॅडेन्टन ॲकॅडमीच्या तुलनेत निक बोलेटिरी ॲकॅडमीकडे झुकू लागले. शाळेतील न जमणाऱ्या अभ्यासापेक्षा उत्तम जमणारा टेनिसचा मैदानावरील तासन्तासाचा सराव, घाम काढणारे कष्ट, कस लावणारे सामने मला बरे वाटू लागले. ते मला जमत तर होतेच आणि चांगले, घवघवीत यशही मिळत होते.

आम्ही टेनिस ॲकॅडमीची मुले असल्याचा फायदा असा व्हायचा की, तेथील काही कार्यक्रमांच्या निमित्ताने आम्हाला शाळेतील काही त्रासदायक गोष्टी टाळता यायच्या. अशाच एका महत्त्वपूर्ण टेनिस स्पर्धेची घोषणा झाली. त्यात मी भाग घेत असल्यामुळे शाळेतील इतिहासाची एक अवघड परीक्षा मला चुकवता आली. आपले मरण चुकल्याच्या आनंदात मी स्पर्धेतील सामन्यात माझ्या प्रतिस्पर्ध्यांची पार कातडीच सोलून काढली; पण माझा आनंद फार काळ टिकला नाही. मी स्पर्धेनंतर शाळेत जाताच इतिहासाच्या शिक्षकांनी फर्मान काढले की, मला ती परीक्षा द्यावीच लागेल! हा तर सरळ सरळ अन्याय

होता! पण काहीच करू शकत नव्हतो. निमूटपणे परीक्षेला सामोरा गेलो; पण जाण्याआधी संभाव्य प्रश्नांची उत्तरे लिहिलेला एक कागद शिताफीने शर्टाच्या आत लपवला.

परीक्षा चुकलेले दोघे जण होतो. माझ्या बरोबर एक जाडी, फुगलेल्या चेहऱ्याची आणि लाल केसांची मुलगी होती. तिने माझ्याकडे पाहिलेही नाही. माझी जराही दखल घेतली नाही. ती गुंगीत असल्यासारखीच वागत आणि वाटत होती, त्यामुळे मी बिनधास्त शर्टाच्या आतला कागद बाहेर काढला आणि त्यावरून भराभरा उत्तरे लिहून काढू लागलो. मध्येच माझ्या लक्षात आले की, कोणीतरी माझ्याकडे बघते आहे. मी नजर वर केली तर त्या लाल केसांच्या मुलीचे डोळे माझ्यावर रोखलेले होते. आमची नजरानजर होताच तिने तिची उत्तरपत्रिका उचलली आणि ती शांतपणे बाहेर निघून गेली. डोक्यात धोक्याची घंटा वाजली. स्वसंरक्षणाची तयारी करणे गरजेचे होते. उत्तरांचा कागद चटकन, शर्टाऐवजी चड्डीच्या आत दडवला, दुसऱ्या एका कोऱ्या कागदावर मुलीचे वाटावे अशा तिरप्या अक्षरात, दोन वाक्ये लिहिली, *तू किती छान दिसतोस! मला फोन करशील?* आणि तो कागद घडी करून शर्टाच्या पुढच्या खिशात, सहजी हाती लागेल असा ठेवला. तेवढ्यात, अपेक्षेप्रमाणे सौ. जी खोलीत घुसल्या आणि गरजल्या, 'पेन खाली ठेव आणि उभा राहा!'

'द निक बोलेटिरी ॲकॅडमी ऑफ टेनिस'मध्ये प्रवेश घेतल्यानंतर लगेचच मी बंडखोरी सुरू केली.

“काय झाले, मॅडम?” मी आवाज स्थिर ठेवत विचारले.

“तू कॉपी करतो आहेस.”

“कॉपी? *कशासाठी* मॅडम? हे पाहा ना मी सगळ्या प्रश्नांची उत्तरे व्यवस्थित लिहिली आहेत...” मी पेपर त्यांच्यापुढे धरीत म्हणालो.

“तुझे खिसे दाखव. ते रिकामे कर, इथे काढून ठेव सगळे...”

मी पटापटा खिशातून वस्तू बीहेर काढून टेबलावर ठेवल्या. एक लिमलेटच्या गोळ्यांचे पाकीट, एक दोन नाणी आणि अर्थातच कोणीतरी मला लिहिलेली चिठ्ठी, माझ्यावर खूश असलेल्या कोणाचा तरी संदेश! सौ. जी यांनी तो कागद उचलला आणि त्या तो वाचू लागल्या. तसा मी म्हणालो, “ही चिठ्ठी कोणी लिहिली असेल आणि तिला काय उत्तर लिहावं याचाच विचार करत होतो मी, मॅडम.” सौ. जी यांचा चेहरा रागाने लाल झाला, कपाळावर आठ्या चढल्या. ती चिठ्ठी हातात धरून त्या तणतणत खोलीबाहेर चालत्या झाल्या. मी त्या परीक्षेत उत्तीर्ण झालो. मी माझा तो एक ‘नैतिक’ विजय म्हणून नोंदवला!

शाळेच्या वैराण वाळवंटात मरुस्थल होते ते इंग्लिशच्या तासाचे आणि शिक्षिकेचे. माझे नशीब असे थोर की, त्या शिक्षिका श्री. व सौ. जी यांच्या सुकन्या होत्या. त्या माझे कौतुक तर करायच्याच; पण माझ्या बाजूने चार शिफारसीचे शब्दही त्यांच्या पालकांना ऐकवायच्या. इतर विषयांतील माझे पराक्रम, माझी वर्तणूक या महान दोषांवर पांघरूण घालायच्या, मला अनेक वेळा मोठ्या संकटातून वाचवायच्या. त्यासाठी त्यांनी एकदा माझी ‘आयक्यू टेस्ट’ घ्यायला लावली आणि त्यांचे म्हणणे खरे असल्याचा पुरावाच दिला. मी ती चाचणी उत्तमरीत्या पार पाडली हे विशेष! त्या मला नेहमी म्हणायच्या, “आंद्रे, तू हुशार आहेस, तुझ्या हुशारीचा उपयोग कसा करायचा ते शिक. माझ्या आईला हे सिद्ध करून दे की, तिला वाटते तसा तू नाहीस!”

मी त्यांना म्हणायचो, “बाई, *मी* खरंच खूप, अगदी शक्य ते सगळे प्रयत्न करतो हो; पण काय करू? टेनिस खेळून खेळून मी इतका दमून जातो, त्यातून सामने, स्पर्धा यांचा ताण येतो, सतत दडपण वाटते. ती आव्हाने फार क्लेशकारक असतात हो. विशेषतः महिन्यातून एकदा आम्हाला खेळात आमच्यापेक्षा वरचढ असलेल्या खेळाडूशी सामने खेळायला लावतात. बाई, मला कोणत्याही शिक्षकाने हे समजावून सांगावं की, दुपारी ऑरलॅन्डो किंवा दुसऱ्या कुठल्यातरी प्रांतातल्या अनोळखी ‘चॅम्पियन’शी पाच सेट्सची प्रदीर्घ झुंज देण्यासाठी मनाची तयारी करत असतानाच व्याकरणातील समास सोडवणे किंवा बीजगणितातल्या ‘क्ष’ची किंमत शोधणे हे मी कसे जमवावे?”

अर्थात मी बाईंना सगळेच खरे खरे सांगत नसे, ते मला शक्यच होत नसे. मला अभ्यासावर लक्ष केंद्रित करायला खूप त्रास पडतो. शिक्षक आपल्याला पुढे बोलावतील, काहीतरी विचारतील या नुसत्या विचाराने मला शाळेत किती

आणि कशी भीती वाटते, कित्येकदा वर्गात मला कापरे कसे भरते, दरदरून घाम कसा सुटतो, कधी कधी तर बाथरूममध्ये पळत जावे लागते, तेथेच काही वेळा कोंडून घ्यावे लागते – अशा लज्जास्पद गोष्टींची कबुली मी कशी देणार?

हे झाले अभ्यासाबद्दल. माझा दुसरा धास्तीचा विषय होता इतर मुलांच्या तुलनेत माझा सामाजिक स्तर खालचा आहे या न्यूनगंडाचा. इतरांशी बरोबरी करायची, स्तर जुळवून घ्यायचा तर पैशाचा प्रश्न होता. बरेचसे विद्यार्थी रोज वेगवेगळे, भारी भारी पोशाख घालून यायचे, फॅशन परेडच म्हणा ना! माझ्याकडे जीन पॅन्ट्सच्या तीन जोड्या होत्या आणि पाच टी शर्ट. ज्यावाचून चाललेच नसते, अशा टेनिसच्या बुटांच्या दोन जोड्या आणि चैनच म्हटली तर एक, सुतीच, करड्या आणि काळ्या चौकोनांचे डिझाईन असलेला एकच लांब बाह्यांचा स्वेटर – एवढाच माझा 'वॉर्डरोब' होता. तोच तोच टी शर्ट घालतो हे कळू नये म्हणून मी आठवड्यातून दोन तीन दिवस तो स्वेटरच घालून शाळेत जायचो. आम्हाला द स्कार्लेट लेटर नावाची कादंबरी अभ्यासाला होती. ती वाचताना त्यातील नैतिक दुर्वर्तनाबद्दलची शिक्षा म्हणून छातीवर 'ए' हे अक्षर लावून जगणाऱ्या नायिकेची व्यथा मला त्रास द्यायची नाही तर ती कादंबरी वाचताना, हवेतला उकाडा वाढल्यावर आपण आपला तोच तो टी शर्ट त्यावर स्वेटर घालून कसा झाकणार हा विचारच माझ्या मनाला पोखरायचा.

शाळेतील, अभ्यासातील माझे दारुण अपयश, त्यामुळे निर्माण होणारी घोर निराशा यातून मी स्वतःवरच चिडायचो, रागवायचो. त्याचा उद्रेक होऊ लागला तो काहीतरी विद्रोही, चुकीचे, ज्याच्या वाटेला विद्यार्थ्यांनी चुकूनसुद्धा जाऊ नये अशा गोष्टी करून. मी चोरून मद्याचे घोट आणि मादक पदार्थांचे झुरके घेऊ लागलो होतो. व्यसनांच्या वाटेला जाऊ लागलो होतो. माझे शाळेतील परीक्षातील गुण आणि माझी व्यसने यांचे अगदी व्यस्त प्रमाण होते. मार्क्स कमी कमी आणि व्यसने अधिकाधिक! पण मी माझ्या शाळेतील प्रगती–अधोगतीवर फार खोलवर विचार करायचोच नाही. मी निक यांच्या माझ्याविषयीच्या मताचा आधार घ्यायचो. ते म्हणायचे की, 'याला जग जिंकायचे आहे, त्यामुळे तो शाळेमध्ये नाही फारसे लक्ष देऊ शकत!' ही एकच गोष्ट ते माझ्याविषयी अशी बोलायचे जी अर्धसत्य होती (ते त्यांच्या भाषेत मला 'स्वतःला शहाणा समजणारा, स्वतःला मिरवणारा, सतत लोकांच्या नजरेत राहायला धडपडणारा' म्हणायचे. या बाबतीत माझे वडील मला जास्त चांगले ओळखून होते). माझा अवतार, बोलणे, चालणे, वागणे यात मात्र खरोखरच निक म्हणायचे तसे मी जरा कडवा, वाहवत जाणारा, अनिर्बंध वागणाराच होतो असेच दिसायचे, त्यामुळे मी त्या वेळी माझ्या शरीरात होणाऱ्या अनेक बदलांप्रमाणे हे स्वभाव, वर्तन यातले बदलही अनिवार्य म्हणून स्वीकारायचो. जेव्हा माझ्या अधोगतीची

पातळी तळाला पोहोचली, तेव्हा माझ्या मनाने बंडखोरपणाचे शिखर गाठले. मी ब्रॅडेन्टन मॉलमधल्या सलूनमध्ये गेलो आणि तेथील कारागिराला सांगितले, ''हे बघ, डोक्याच्या मध्यभागी फक्त केसांची एक रेघ सोड आणि बाकी सर्व केस पूर्णपणे कापून टाक, नव्हे वस्तऱ्याने पार सफाचट करून टाक.''

''अरे मुला, तू थट्टा करतोयस का खरंच सांगतोयस?'' त्याने संशयाने विचारले.

''सांगतो तसंच करा. बाजूला अजिबात केस नकोत आणि मधल्या रेषेतले केस मात्र जराही न कापता, टोकदार, ताठ उभे करा. हो आणि ते गुलाबी रंगाने रंगवा. मोहॉक स्टाइल, कळलं?.''

कारागिराने दहा-पंधरा मिनिटे त्याच्या कात्र्या, वस्तरे चालवले, रंगकामही केले. शेवटी ''झालं. बघून घे रे पोरा, तुला हवं होतं तसं तुझं मोहॉक झालंय की नाही!'' असे म्हणत त्याने फिरत्या खुर्चीचे तोंड आरशाकडे केले. 'वा! भन्नाट!' मी उद्गारलो. कानात डूल घालण्यापेक्षाही ही 'हेअरस्टाइल' फारच भारी होती. पहिला विचार आला तो 'माझा हा अवतार पाहून सौ.जी यांचा चेहरा कसा होईल?' याचा. मी तो पाहायला अगदी उत्सुक होतो. माझ्या त्या नव्या रूपात मी जेव्हा मॉलच्या बाहेर येऊन उभा राहिलो तेव्हा माझ्या असे लक्षात आले की, रस्त्याने जाणाऱ्या येणाऱ्या लोकांबरोबरच माझ्या बरोबर रोज खेळणारी, माझ्या बरोबर शाळा चुकवणारी मुलेही माझ्या आजूबाजूने जाता येता 'हा कोण 'हिरो'' अशा नजरेने माझ्याकडे वळून वळून पाहत होती. माझ्या मोहॉक केशरचनेने माझ्या मित्रांनासुद्धा माझी ओळख पटत नव्हती! मी बदललो होतो, माझ्यातला 'सुप्त मी' माझे खरे रूप मी जगासमोर ठेवत होतो.

नाताळच्या सुट्टीसाठी मी घरी चाललो होतो. विमान लास व्हेगासला उतरण्यासाठी कमी उंचीवर घिरट्या घालू लागले, तेव्हा कसिनोच्या लखलखत्या, उघडझाप करणाऱ्या रंगीबेरंगी दिव्यांच्या माळा खाली दिसू लागल्या. विमान कधी उतरते आणि कधी घरी जातो असे झाले होते. तेवढ्यात घोषणा झाली, 'काही अडचणींमुळे विमान उतरायला बराच वेळ लागणार आहे.' सगळे उतारू हळहळले.

'आम्हाला माहीत आहे की, तुम्ही सगळे जण कसिनोमध्ये जायला, आपापले नशीब आजमवायला, पैसे मिळवायला किती उत्सुक आहात. आम्हाला याचीही जाणीव आहे की, आम्ही उशीर करून तुमच्या उत्साहावर विरजण घालतो आहोत. याची भरपाई म्हणून आम्ही इथेच, विमानातच तुम्हाला कसिनोचा एक छोटासा अनुभव देणार आहोत. आम्हाला खात्री आहे की, तो तुम्हाला आवडेल.' प्रवासी खूश होऊन ओरडू लागले.

'ऐका, आम्ही दोन पिशव्या विमानात फिरवीत आहोत. त्यातल्या एका पिशवीमध्ये प्रत्येकाने एक डॉलर घालायचा आहे आणि दुसऱ्या पिशवीत तुमच्या तिकिटाचा तुमच्या जवळचा अर्धा भाग. त्या पिशवीतून कुठले तरी एक तिकीट तुमच्या समोर बाहेर काढले जाईल आणि ज्याचा सीट नंबर त्यावर असेल त्या भाग्यवान उतारूला पहिल्या पिशवीत जमा झालेली सर्व रक्कम देण्यात येईल.'

विमान कर्मचाऱ्यांनी लगोलग पिशव्या फिरवून पैसे आणि तिकिटे जमा केली. एक हवाई सुंदरी विमानाच्या अग्रभागी आसनांच्या रांगांच्या मध्ये उभी राहिली आणि तिने पिशवी वर उंचावत, लोकांची उत्सुकता वाढवत नाटकीपणाने पिशवीत हात घालून एक तिकीट बाहेर काढले. काही वेळ ते तिकीट डोळ्यांसमोर धरून रहस्य ताणत तिने अखेरीस घोषणा केली, 'भाग्यवान उतारूचा सीट नंबर आहे... नाईन एफ!' ओह! तो माझा सीट नंबर होता! मी ती लॉटरी जिंकलो होतो!! मी उभा राहिलो आणि सगळ्यांकडे पाहून जोरात हात उंचावले. सगळ्यांनी ओरडून माझे अभिनंदन केले.

'कोण? कोण जिंकला?'

'तो बघ, मोहॉक स्टाइलच्या गुलाबी केसांचा...' अशा चर्चा ऐकू आल्या. माझे बक्षीस माझ्या हाती ठेवताना, का कोण जाणे, हवाई सुंदरी फारशी आनंदी दिसली नाही; पण मी या अकल्पित अर्थप्राप्तीने बेहद्द खूश होतो. माझी नवी केशरचना 'लकी' ठरली होती! मी विमान खाली उतरेपर्यंत पिशवीतील ९६ डॉलर्स परत परत मोजत होतो!

माझा 'अवतार' – नितळ टकलावर गुलाबी टोकदार केसांची एकच रेघ आणि कानात लोंबते डूल – पाहून अपेक्षेप्रमाणे पॉप्स चकित झाले, चपापलेच. मला एकट्याला, घरापासून दूर, बोलेटिरी ॲकॅडमीत पाठविण्याचा निर्णय त्यांनी घेतला होता; परंतु ही त्यांची चूक होती हे मान्य करायला ते कदापिही तयार झाले नसते, हे मला पक्के माहीत होते. त्यांनी गप्प राहणे पसंत केले. 'माझे घरी येणे' हा विषयच त्यांनी त्यांच्यासाठी वर्ज्य ठरवला. मी माझ्या खोलीकडे जात असताना त्यांनी मला बाजूला घेऊन एकाक्षरी प्रश्न विचारला, ''फॅगट? – समलिंगी?''

मीही 'नाही' असे ठामपणे एकाक्षरी उत्तर दिले आणि खोलीत चालता झालो. माझ्या मागोमाग फिली आला. त्याने माझी नवी 'स्टाइल' स्वीकारली, चक्क प्रशंसोद्गार काढले. मी त्याला विमानातील 'घबाडा'बद्दल सांगितले. ''वा! भन्नाट!! काय करणार आहेस या पैशाचं?'' त्याने विचारले.

माझ्या मनातली गोष्ट मी त्याच्याजवळ उघड केली, ''मी जॅमीसाठी एक ब्रेसलेट घेणार आहे.'' जॅमी ही पेरीच्या वर्गातली मुलगी होती. फ्लोरिडाला जायच्या आधी पेरीच्या घरी एकदा मला भेटली होती आणि तिने मला तिचे

चुंबन घेऊ दिले होते. माझे मनोगत ऐकून फिलीने 'धीट आहेस बुवा!' असा शेरा मारला.

''पण मला आणखी कपडेही घ्यायला लागणार आहेत तिथे ॲकॅडमीत आणि शाळेत घालायला. एकाच स्वेटरवर किती दिवस काढणार मी? आणि जरा बाकीच्या मुलांच्यात शोभले पाहिजे रे! कळत नाही कशावर खर्च करावा! प्रेमावर की गरजेवर!'' मी माझ्या मनातील द्वंद्व त्याच्यापुढे स्पष्टपणे मांडले.

फिलीने माझी समस्या ऐकून घेतली. माझ्या रेड इंडियन अवतारामागील रहस्यही त्याने विचारले नाही. गर्लफ्रेंड की कपडे या समस्येवर गंभीर चर्चा केली. माझ्या विसंगत विचारातील सुसंगती मला दाखवली आणि योग्य पर्याय निवडायला सक्रिय मदत केली. निर्णय असा झाला की, नशिबाची कमाई कपड्यांच्या खरेदीसाठी नाही, गर्लफ्रेंडवरच खर्च करायची. ब्रेसलेट हातात आले; पण मग मला माझ्या निर्णयाचा पश्चात्ताप होऊ लागला. फ्लोरिडात परतल्यावरचे चित्र डोळ्यांपुढे येऊ लागले. अपुरे शर्ट पॅन्ट्स आणि तोच तोच शर्ट झाकण्यासाठी उकाडा असला तरी एकच एक स्वेटर. रात्री झोपताना मी फिलीजवळ पश्चात्तापाचे रडगाणे गायले. त्याने सहानुभूतीदर्शक मान हलवली.

सकाळी मी डोळे उघडले तर फिली माझ्या अंथरुणावर बसून माझ्याकडे पाहून हसत होता. त्याने डोळ्यांनीच मला माझ्या छातीकडे पाहण्याची खूण केली. मी पाहिले तर माझ्या छातीवर नोटांचा एक ढीग! माझ्या आश्चर्याने विस्फारलेल्या डोळ्यांनी विचारलेल्या प्रश्नाला त्याने उत्तर दिले,

''काल रात्री पत्ते खेळलो पैसे लावून आणि सहाशे डॉलर्स जिंकले!''

''सहाशे? बाप रे! मग?''

''मग काय? त्यातले अर्धे तुझे!! जा, मस्त कपडे खरेदी कर. पळ!''

दरवर्षी 'सॅटॅलाइट्स' नावाची एक मानाची समजली जाणारी, ज्यात जगभरातून हजारो खेळाडू भाग घेत अशी एक खुली टेनिस स्पर्धा आयोजित केली जायची. त्यातील कामगिरीच्या बळावर जगातील टेनिस खेळाडूंची त्यांच्या गुणवत्तेनुसार क्रमवारी जाहीर केली जायची. त्या यादीतील स्थानाला टेनिसच्या क्षेत्रात फार महत्त्व होते. त्या वर्षी त्या स्पर्धेच्या वेळी नेमकी माझ्या ॲकॅडमीची आणि शाळेची उन्हाळ्याची सुट्टी चालू होती म्हणून मी घरी आलेलो होतो. त्या स्पर्धेत भाग घ्यायला वयाची किंवा इतर कोणतीच अट नसायची. स्पर्धेचे सामने त्या वर्षी मनरो, लुइझियाना, सेंट जो, मिसुरी यांसारख्या जरा अप्रसिद्ध, पोहोचायला कठीण अशा दूरस्थ गावात आयोजित केलेले होते. पॉप्सची आज्ञा सुटली की, मी त्या स्पर्धेत खेळायचे. मी, चौदा वर्षांचा मुलगा, एकटा या सगळ्या लांबलांबच्या गावी कसा जाणार, कसा राहणार, कसा सामने खेळणार? पॉप्स

बरोबर येणार ही माझी खात्री होती; पण ती खोटी ठरली. या वेळी पॉप्सनी मला स्वतःऐवजी फिलीच्या सोबत पाठवायचे ठरवले. फिलीही त्या स्पर्धेत सामने खेळणार होता. तो टेनिसमध्ये अजूनही काहीतरी करून दाखवू शकेल, ही आशा त्या दोघांच्याही मनात धुगधुगत होती.

आमच्या दीर्घ प्रवासासाठी फिलीने एक तपकिरी रंगाची ओम्नी गाडी भाड्याने घेतली. त्या गाडीतही आम्ही आमच्या खोलीतल्यासारखा एक दुभाजक आखला. गाडीची ड्रायव्हरची बाजू फिलीची आणि दुसरी माझी! आम्ही हजारो मैलांचा प्रवास केला. वाटेवरील धाब्यांवर खाणे, ठिकठिकाणी सामने खेळणे आणि रात्री कुठेतरी पथारी पसरणे या तीन गोष्टी सोडल्या, तर आम्ही बाकीचा सारा वेळ गाडीतच असायचो. पथारीसाठीही पैसे पडायचे नाहीत. गावातील काही कुटुंबांनी या स्पर्धेसाठी बाहेरगावाहून येणाऱ्या खेळाडूंची झोपण्याची व्यवस्था विनामूल्य करण्याची तयारी दर्शवलेली होती. आमची सोय अशाच एखाद्या क्रीडाप्रिय कुटुंबात केली जात असे. यजमान मंडळी हसतमुखाने स्वागत करत; परंतु मलाच अनोळखी लोकांबरोबर वागायला बोलायला अवघडल्यासारखे होत असे. एक बरे होते की, टेनिस आणि त्या खेळावरील त्यांचे प्रेम हाच बोलण्यातला प्रमुख विषय असायचा, त्यामुळे पॅनकेक कॉफी सोबत होणारे संभाषण जरा तरी सुसह्य व्हायचे. फिलीला तसा प्रश्न पडायचा नाही. तो कुणाशीही जमवून घ्यायचा. कधी कधी तर त्याला रंगलेल्या गप्पातून सामन्याची वेळ झाल्याचेही भान राहायचे नाही. अशा वेळी मला त्याला ओढून बाहेर काढायला लागायचे.

हा प्रवासाचा काळ म्हणजे आम्हा दोघा तुरुंगातून पॅरोलवर सोडलेल्या कैद्यांसाठी एक पर्वणीच होती. जेलरची करडी नजर नव्हती, शिक्षांची धास्ती नव्हती. मनाप्रमाणे, जे वाटेल ते करायची पूर्ण मुभा होती. त्या प्रवासात नको त्या गोष्टी आम्ही मुद्दाम मनसोक्त केल्या. खाद्यपदार्थांचे रिकामे पुडे गाडीतच मागच्या सीट्सवर फेकले, जोरजोरात गाणी लावली, येणाऱ्या-जाणाऱ्या गाड्यांतल्या लोकांच्या नावाने उगीचच आरडाओरडा केला. एरवी 'पॉप्स काय म्हणतील', 'शिव्या घालतील' या भीतीपोटी जे जे मनातच दडवून ठेवायचो ते सगळे सगळे एकमेकांशी बोलून टाकले. मनातल्या अनेक गोष्टींचा निचरा करून टाकला! आम्ही दोघांनी या प्रवासात काही विशिष्ट उद्देश ठेवले होते – या स्पर्धेत गुणवत्ता यादीत केवळ प्रवेश मिळण्यासाठी आवश्यक तेवढे तरी यश फिलीला संपादन करायचे होते. त्याला त्याचे नाव गुणवत्ता यादीत, कुठल्याही स्थानावर, आलेले पाहायचे होते. मला माझी एकच इच्छा पूर्ण व्हायला हवी होती. या स्पर्धेत भाग घेऊन माझ्या प्रिय भावाबरोबर – फिलीबरोबर – धमाल करण्याचे अनपेक्षित सुख मला मिळाले होते. त्या

सुखाला त्याच्या विरुद्ध सामना खेळायला लागून फिलीला हरवण्याच्या दुःखाचे विरजण लागायला नको होते.

सामन्याच्या पहिल्या फेरीत मी माझ्या प्रतिस्पर्ध्याला धूळ चारली; पण फिली मात्र सामना हरला. एरवी पराजय फारसा मनाला लावून न घेणारा फिली त्या दिवशी फारच दुखावला गेलेला दिसत होता. त्याच्या मनात स्वतःवरचा राग मावत नव्हता. सामन्यानंतर आम्ही दोघे गाडीत येऊन बसलो तेव्हाही त्याने स्टीयरिंग व्हील दोन्ही हातात घट्ट धरून ठेवले होते. मधूनच मुठी वळून तो व्हीलवर जोरजोरात बुक्के मारीत होता. मग तो स्वतःशीच काहीतरी बोलू लागला. तो इतक्या हळू आवाजात पुटपुटत होता की, शेजारी बसूनही मला त्याचे बोलणे कळत नव्हते; पण लवकरच त्याचा आवाज वाढला. पाहता पाहता तो ओरडू लागला. तो स्वतःलाच दूषणे देत होता, शिव्या घालीत होता, 'जन्मजात अपयशी' असे म्हणून हिणवत होता. आवाजाबरोबर बुक्क्यांचा जोरही वाढू लागला. त्याच्या हातातले एखादे हाड मोडणार अशी मला भीती वाटू लागली. मला पॉप्सची आठवण झाली. त्या दिवशी त्या ट्रकड्रायव्हर बरोबर भांडण झाले तेव्हा तेही असेच स्टीयरिंग व्हीलशी बॉक्सिंग खेळत होते.

मी फिलीला तसे म्हटले तर तो तार स्वरात किंचाळला, ''हो, मोडू दे एकदाचे हाड! म्हणजे टेनिस हा विषय तरी कायमचा संपून जाईल!! आंद्रे, पॉप्सचंच बरोबर आहे, *मी* कधीच जिंकू शकणार नाही. कारण, *मी* अपयशीच जन्माला आलो आहे!'' आणि त्याने डोके व्हीलवर आपटले.

काही वेळ तो तसाच, डोके व्हीलवर टेकून, शांत बसून राहिला. मीही शांततेचा भंग न करता निश्चल बसून राहिलो. काही वेळाने त्याने डोके वर केले आणि माझ्याकडे पाहिले. त्याने त्याच्या भडकलेल्या भावनांवर काबू मिळवला आहे, वादळ शमले आहे हे त्याच्या चेहऱ्यावरील शांत भावाने मला सांगितले. त्याचा चेहरा त्या वेळी मला अगदी आमच्या आईसारखा दिसला. तो मंदसे हसला. नाकाने आवाज करून दीर्घ श्वास घेत ''बरं वाटतंय आता मला'' असे म्हणाला आणि तो हसला. गाडी रस्त्याला लागली तसे त्याने, काहीच झाले नाही, अशा थाटात, माझ्या पुढील सामन्यातील प्रतिस्पर्ध्याच्या गुण दोषांबद्दल मला सांगायला सुरुवात केली.

स्पर्धा संपल्या, सुट्टीही संपली. मी बोलेटिरी ॲकॅडमीत परतलो. काही दिवसांनी ब्रॅन्डेन्टन मॉलमध्ये गेलो असताना मी घरी फोन लावला. नशीब जोरावर होते, फोन फिलीने उचलला. माझा आवाज ऐकून त्याने नाकाने आवाज करून श्वास घेतला आणि तो म्हणाला, ''आंद्रे, तुला माहिती आहे, एटीपी (असोसिएशन ऑफ टेनिस प्रोफेशनल्स)कडून पत्र आलंय.''

"काय?"

"अरे, गुणवत्ता यादीतला तुझा नंबर कळवायला. सांगू तुझा नंबर कितवा आहे ते?"

"कितवा?"

"६१०वा."

"खरंच?"

"होय आंद्रे, तू अख्ख्या जगात ६१०व्या नंबरवर आहेस!"

म्हणजे सबंध जगात, या पृथ्वीतलावरील लाखो खेळाडूत फक्त ६०९ जण माझ्यापेक्षा चांगले खेळणारे होते! माझा आनंद गगनात मावेना, मी चीत्कारलो, टेलिफोन बूथच्या पार्टिशनवर जोरजोराने हात आपटून मी माझा अत्यानंद व्यक्त केला.

पलीकडे शांतता पसरली हे काही क्षण माझ्या लक्षातच आले नाही. किती मूर्ख, अविचारी होतो मी! विजयाच्या ललकाऱ्या मारत होतो ते अपयशाने निराश झालेल्या फिलीच्या कानात! छे, मला मिळालेल्या गुणातले निम्मे गुण मला फिलीला देता यायला पाहिजे होते.

"आंद्रे, कसं वाटतंय नंबर ऐकून?" फिलीने विचारले.

मी वरमलो, नरमलो. आवाजातील खुशी वगळून टाकीत म्हणालो, "सांगू का? फार काही विशेष नाही रे यात! ते जरा अतिशयोक्तीच करतात, नको इतके चढवतात."

६

माझा विरोध, माझी नाराजी, माझा राग भडकपणे जाहीर करण्यासाठी मी बंडखोरपणाच्या अनेक क्लृप्त्या लढवल्या, निरनिराळे चित्रविचित्र प्रकार केले - केसांची वाट तर लावलीच होती, कानात लोंबते डूलही घातले, नखे वाढवली, करंगळीचे नख तर दोन इंच वाढवले आणि ते लाल भडक रंगवले; पण निक, गॅब्रिएल, श्री. जी, सौ. जी यांपैकी कोणीही या चाळ्यांना हरकत घ्यावी, चिडावे, माझ्यावर डाफरावे, त्यावरून मला शिव्या घालाव्यात, ही माझी इच्छा पुरी केली नाही. मी नियम तोडले, संचारबंदी डावलली, उगीचच चिडचिड केली, संतापलो, भांडणे उकरून काढली, मारामाऱ्या केल्या, तासांना दांड्या मारल्या, अगदी रात्रीच्या वेळी मुलींच्या होस्टेलमध्येसुद्धा घुसलो. तंबाखू खाल्ली, खोलीत दारू प्यायचा उद्धटपणा दाखवला. अंथरुणावर बसून दारूच्या रिकाम्या बाटल्यांचा पिरॅमिड रचून निर्लज्जपणाचा कळस गाठला. स्कोल, कोडियॅक यांसारखे मादक पदार्थ बुडवून व्हिस्की प्यायली. अपयश, राग, निराशा, वैताग जेवढे तीव्र, जेवढे जास्त तेवढा मोठा तंबाखूचा बकाणा मी गालात धरीत असे. मला ही कैद नको आहे, मला इथे राहायचे नाही, मला माझ्या घरी जायचे आहे हा माझा आग्रही हट्ट दर्शविण्यासाठी, विद्रोहाचे प्रदर्शन करण्यासाठी आणखी कोणता बंडाचा प्रकार मी आजमवायला पाहिजे होता?

रोज संध्याकाळी भंकस करायला मोकळीक देणारा एक करमणुकीचा तास आणि आठवड्यातून एकदा तुरुंगाच्या बाहेर पडून ब्रॅडेन्टन मॉलमध्ये धुमाकूळ घालायची, पोरींची छेड काढायचीसुद्धा, सुसंधी मिळवून देणारी सवलतीची शनिवारची संध्याकाळ या दोन वेळा सोडल्या तर इतर सगळा वेळ मनाविरुद्ध वागताना मी या ना त्या प्रकारे माझा बंडाचा झेंडा फडकवत ठेवायचो म्हणजे आठवड्यातून फक्त दहा तास मी जरा आनंदात असायचो, निदान त्या काळात मला कायदेभंगाच्या चळवळीचा मार्ग शोधण्यासाठी डोके खाजवण्यापासून जरा तरी सुटका मिळायची. मी चौदा वर्षांचा होतो, तरीसुद्धा अॅकॅडमी मला वारंवार काही मोठ्या मुलांबरोबर फ्लोरिडात इतरत्र आयोजित केल्या जाणाऱ्या टेनिसच्या स्पर्धांत भाग घेण्यासाठी पाठवायची. आमच्यासाठी खास बसची सोय करायची. वर्षातून अशा अनेकविध स्पर्धांत आम्ही अॅकॅडमीतर्फे खेळायला जायचो. निक यांचे असे म्हणणे होते की, अशा स्पर्धाच खेळाडूंच्या कौशल्याच्या खऱ्या

चाचण्या असतात, कसोट्या असतात. त्यांच्या खेळातील गुणवत्तेचे ते मूल्यमापन असते, तेथेच त्यांचा खरा कस लागतो. शिवाय फ्लोरिडा हे टेनिसचे नंदनवन होते. निकच्या मते जो फ्लोरिडात सर्वश्रेष्ठ ठरतो तो टेनिसपटू जगात सर्वोच्च स्थान पटकावतो.

माझ्या वयोगटात अंतिम फेरीपर्यंत पोहोचायला मला मुळीच त्रास पडायचा नाही. इतर जण मात्र फारसा प्रभाव पाडू शकत नसत. ते प्राथमिक फेऱ्यांतच बाद होत आणि मग त्यांना पुढे खेळावेच लागत नसे, त्यामुळे त्या सगळ्यांना माझे सामने पाहायला बसण्यावाचून गत्यंतरच नसे. माझा अखेरचा सामना जिंकून झाला की, लगेच आम्ही बसमध्ये बसून परतीच्या प्रवासाला निघत असू. 'सावकाश खेळ रे,' असं इतर मुलं म्हणत असत.

मंदगतीने चालणाऱ्या, कुबट वासाच्या बसच्या बारा तासांच्या रटाळ प्रवासापेक्षा स्पर्धेच्या ठिकाणीच उंडारायला त्यांना आवडे. एका सामन्याचे वेळी मी जरा जास्तच आगाऊपणा केला. नेहमीच्या टेनिसच्या पांढऱ्या हाफ पॅन्टऐवजी डंगरीज पद्धतीची – पुढून छातीपर्यंत असणारी आणि खांद्यांवरून मागे जाणाऱ्या पट्ट्यांची जीन्स घालून मी मैदानात उतरलो. तीही विटलेली, फाटलेली, कधीही न धुतलेली. शिवाय मी डोळ्यांत काजळ घातले होते आणि कानात डूलही लटकवले होते. या 'स्टंट'चा माझ्या खेळावर, सामन्याच्या निकालावर काहीही परिणाम होणार नाही, याची मला शंभर टक्के खात्री होती. तसाही माझा प्रतिस्पर्धी बावळटच होता. मी एक हात मागे बांधूनही त्याच्याशी खेळू शकलो असतो, डोक्यापासून पायापर्यंत काळा गोरिला सूट घालूनसुद्धा जिंकू शकलो असतो.

तसेच झाले. मी सरळ तीन सेट्स जिंकले, प्रेक्षकांनी मैदान डोक्यावर घेतले, त्यात खेळाबरोबरच माझ्या 'स्टाइल'ला दिलेली पसंतीही होती. बसमध्येही पोरांनी माझ्या नावाचा जयघोष करून, माझ्या पाठीत दणके घालून माझे कौतुक केले. त्या दिवशी सगळ्यांनी मला 'त्यांच्यातला' म्हणून स्वीकारले, 'कूल' या विशेषणाने सन्मानित केले, मोजक्या 'हिरों'मध्ये माझी गणना झाली. आगाऊपणा कामी आला – असे मला वाटले; पण...

दुसऱ्या दिवशी दुपारच्या जेवण संपता संपता निक बोलेटिरी स्वतः हॉलमध्ये आले आणि त्यांनी अनपेक्षितपणे गर्जना केली, "चला, सगळे जण तडक कोर्टावर जमा." या घोषणेने आश्चर्यचकित झालेली ॲकॅडमीतील सर्व दोनशे मुले कोर्टाभोवतीच्या चढत जाणाऱ्या आसनांवर गुपचूप एकत्र जमली. सगळे स्थिरस्थावर झाले तसे निक बोलेटिरी मधल्या मोकळ्या जागेत येरझारे घालीत बोलू लागले. 'निक बोलेटिरी टेनिस ॲकॅडमी' या शिक्षणसंस्थेचे उद्दिष्ट काय, या संस्थेत प्रवेश मिळणे ही कशी सौभाग्याची बाब आहे, आम्ही सगळे जण कसे नशिबवान आहोत, त्यांनी ही संस्था कशी शून्यातून उभी केली आहे, आज या यशस्वी संस्थेला त्यांचे स्वतःचे नाव देताना त्यांना कसा अभिमान वाटतो, वगैरे

उच्च, उदात्त असे बरेच काही ते बोलत होते. त्यानंतर 'एक सर्वोत्कृष्ट, दर्जेदार क्रीडासंस्था असा या ॲकॅडमीचा जगभरात लौकिक पसरलेला आहे' हे वाक्य बोलून ते एकदम गप्प झाले. काही वेळ गंभीर शांतता पसरली.

"आंद्रे, उभा राहा." त्यांनी अचानक आज्ञा सोडली. मी स्तंभित झालो; पण धडपडत उभा राहिलो. ते म्हणाले, "*आंद्रे, मी इतका वेळ ज्या ॲकॅडमीबद्दल गौरवोद्गार काढले तिच्या उज्ज्वल कीर्तीला, तिच्या नावाला तू तुझ्या कालच्या निर्लज्जपणाने काळिमा फासला आहेस!* टेनिसच्या मैदानावर जीन्स, डोळ्यात काजळ आणि कानात लोंबते डूल? हा टेनिसचा, टेनिसच्या मैदानाचाही घोर अपमान आहे. आंद्रे, मी तुला जे सांगतो आहे ते नीट ध्यानात ठेव. ही अशी थेरं जर तू केलीस, मुलींसारखी फॅशन करून खेळायला उतरलास तर मी तुला पुढच्या सामन्याच्या वेळी स्कर्ट घालून, होय, मुलींसारखा स्कर्ट घालून खेळायला लावीन. मी तुझ्यासाठी स्कर्ट्स मागवलेलेही आहेत. तू जर तसाच, स्त्रीलिंगीच आहेस तर आम्हीही तुला तसंच वागवणार आहोत!"

दोनशे मुलांचे चारशे डोळे माझ्यावरच खिळलेले होते. त्यांच्या दबक्या उपेक्षेच्या हसण्याचे आवाजही ऐकू येऊ लागले होते. "आंद्रे आगासी," निक पुढे बोलू लागले, "तुमच्या या पराक्रमामुळे यापुढे तुम्हाला संध्याकाळचा करमणुकीचा एक तास मिळणार नाही. तो तुम्ही मी सांगेन तसा घालवणार आहात. शनिवारची संध्याकाळही तुम्हाला ॲकॅडमीतच काढावी लागेल. शिवाय होस्टेलमधील प्रत्येक संडास आणि बाथरूम साफ करण्याचे काम आजपासून तुम्हाला देण्यात येत आहे. ते सफाईचे काम संपले की, मग तुम्ही इथल्या मैदानांची रखवाली करणार आहात. ही नवीन 'ड्युटी' जर तुम्हाला मान्य नसेल तर तुम्हाला ॲकॅडमी सोडावी लागेल. कळलं? तुमच्या कालच्या प्रकारासारखे लांछनास्पद दुर्वर्तन करणारे विद्यार्थी आम्हाला येथे नको आहेत. ज्यांना या संस्थेचा मान, खेळाचा आदर राखायचा नसेल, उच्छृंखलपणे वागून ॲकॅडमीच्या कीर्तीला कलंक लावायचा असेल, त्या अति शहाण्यांना या संस्थेत जागा नाही. आंद्रे आगासी, *बाय बाय!!*"त्यांचे *बाय बाय* हे शब्द मैदानात घुमले.

ते शेवटी म्हणाले, "मीटिंग संपलेली आहे, सगळे जण आपापल्या कामाला लागा." मुले उठून जाऊ लागली. मी तसाच निश्चल उभा होतो. काय करावे ते मला कळत नव्हते – या निक बोलेटिरीला शिव्यांची लाखोली वाहावी, दूषणांचा भडिमार करावा, त्याला दोन लगावून द्याव्यात, जोरात किंचाळावे – एक ना दोन! फिली आणि पेरी असते तर त्यांनी अशा परिस्थितीत मला काय सल्ला दिला असता? मला आजीची आठवण आली, पॉप्सनी घोडचूक केली म्हणून तिने त्यांना मुलीसारखा स्कर्ट घालून शाळेत जायला लावले होते, त्यांचा असाच घोर अपमान केला होता. त्याच दिवसापासून ते कमालीचे आक्रमक, पट्टीचे भांडखोर, भडक बंडखोर बनले होते! मला विचार करायला, निर्णय

घ्यायला सवड नव्हती. गॅब्रिएल माझ्या जवळ आला. शिक्षेची अंमलबजावणी लगेच केली जाणार होती. म्हणाला, ''चला, आता निमूटपणे गुडघे टेका आणि सफाई सुरू करा!! कचरा आणि घाण!!''

कचऱ्याचे ढीग उचलून, संडास बाथरूम्स साफ करून मी खोलीत परतलो तेव्हा संध्याकाळ होऊन गेली होती. माझ्या मनातली संभ्रमाची जाळीही तोवर साफ झाली होती, माझा निर्णय झाला होता. काय करायचे हे ठरले होते. मी माझे मोजके कपडे बॅगेत भरले आणि सरळ ॲकॅडमीच्या बाहेर पडलो. हमरस्ता गाठला. एकट्यानेच चालताना मनात विचार आला, 'या फ्लोरिडाची ख्याती अशी आहे की येथे अशा हमरस्त्यांवर एखाद्या माथेफिरूशी, लुटारूशी, खुन्याशीही गाठ पडू शकते. तसे घडलेच तर आपले नाव कोणालाच परत ऐकू येणार नाही.' पण दुसऱ्या विचाराने ती भीती बाजूला सारली, 'असल्या निकसारख्या हरामखोरांची गाठ पडण्यापेक्षा तो वेडा माथेफिरू परवडेल आपल्याला.' मी ठाम पावलांनी विमानतळाच्या दिशेने चालत राहिलो. खिशात पॉप्सनी अगदी गंभीर परिस्थितीत, अडचणीच्या प्रसंगात वापरण्यासाठी दिलेले क्रेडिट कार्ड होते आणि ती वेळ नक्कीच गंभीर, अडचणीची, नव्हे, आणीबाणीचीच होती. बस, आता थेट विमानतळ, तेथे लास व्हेगासला जाणारे विमान, उद्या या वेळी घरी नाही, पेरीच्या खोलीत! आम्ही दोघेच, त्याला हीच कहाणी ऐकवत बसलेला मी आणि काळजीपूर्वक, सहानुभूतीपूर्वक ऐकून योग्य सल्ला देणारा तो!

चालता चालता मी मागे वळून मागून येणाऱ्या गाड्यांच्या प्रखर दिव्यांचे झोत डोळ्यांवर घेत, अंगठा वर करून त्यांच्याकडे 'लिफ्ट' मागत होतो. दूर कुठेतरी चोर गुन्हेगारांच्या मागावर असणाऱ्या शिकारी कुत्र्यांच्या भुंकण्याचे आवाज येत होते. माझ्या खुणा बघून एक गाडी माझ्या जवळ येऊन थांबली. मी आभारदर्शक उद्गार काढत, दार उघडून माझी बॅग मागच्या सीटवर टाकून गाडीत चढून बसता बसता आत बघितले तर काय? ड्रायव्हर सीटवर निक बोलेटिरी यांचा आज्ञाधारक सेवक, विश्वासू साहाय्यक ज्युलिओ बसलेला होता. मी थबकलो, हबकलो.

''आत बस, आंद्रे. ॲकॅडमीत तुझ्या वडिलांचा फोन आला आहे, त्यांना तुझ्याशी तातडीने बोलायचं आहे. बस, चल.''

या ज्युलिओऐवजी त्या शिकारी कुत्र्यांची गाठ पडली असती तर ते मला चालले असते.

''पॉप्स, मला घरी परत यायचंय,'' निकने मला दिलेल्या अघोरी शिक्षेविरुद्ध तक्रार नोंदवून फोनवर मी पॉप्सना ठासून सांगितले.

"अरे गधड्या, तू हिजड्यासारखा वागलास, तेही खेळाच्या मैदानावर, त्यांच्या ॲकॅडमीतर्फे खेळताना आणि त्यांनी शिक्षा केली तर त्यांनाच शिव्या घालतोस!" त्यांनी मलाच ऐकवले. मी माझे धोरण बदलले. एक निराळाच सूर लावला.

"पॉप्स, त्याचं काही नाही हो. तुम्हाला सांगतो, इथे निक माझा खेळ फार बिघडवून टाकायच्या मागे आहेत. ते मला जाळ्याच्या जवळ खेळूच देत नाहीत, सतत मागच्या रेषेवरूनच चेंडू मारायला लावतात. सर्व्हिसचा सराव तर जवळ जवळ होतच नाही. टप पडायच्या आधी चेंडू मारणंही बहुधा त्यांना वर्ज्य आहे."

यावर पॉप्स मला म्हणाले की, ते निक यांच्याशी या मुद्यावर बोलतील. निक यांनी त्यांना असे आश्वासन दिले होते की, मला दिलेली शिक्षा ते फार काळ चालू ठेवणार नाहीत. ते सांगून त्यांनी मला दिलासा देण्याचा प्रयत्न केला. निक केवळ त्यांचा मालकी हक्क सिद्ध करण्यासाठीच केवळ एवढे नाटक करत होते, असे पॉप्सचे मत होते. पॉप्सनी मला असेही समजावून सांगितले की, संस्थेत शिस्त पाळणे अत्यावश्यकच असते, एखाद्या मुलाने असे नियम, कायदे धाब्यावर बसवले तर त्याकडे संस्थेच्या चालकांना दुर्लक्ष करता येत नाही म्हणून त्यांनी हे पाऊल उचलले आहे.

माझ्या कोणत्याही ठाम विधानांनाही त्यांनी मान्यता दर्शविली नाही, काकुळतीच्या विनंत्यांनाही धूप घातली नाही. 'तुला तेथेच राहायचे आहे' या कठोर फर्मानाने त्यांनी फोनवरील संभाषणाचा शेवट केला. 'तेथेच राहायचे' अशी शिक्षा ठोठावून, माझे म्हणणे ऐकून न घेता पॉप्सनी फोन ठेवून दिला. मी खोलीच्या बाहेर पडण्याआधी निक यांनी माझ्याकडे माझे क्रेडिट कार्ड मागितले. पॉप्सचीच तशी आज्ञा होती, असे त्यांनी मला सांगितले. माझे क्रेडिट कार्ड देऊन टाकायचे? अशक्य! म्हणजे येथून बाहेर पडायचा मार्ग कायमचाच बंद की! ते नाही जमणार. प्राण गेला तरी नाही!!

निक यांनी मला दम दिला नाही, त्यांचा अधिकारही वापरला नाही. उलट ते माझ्याशी नेमस्तपणे, समजुतीच्या स्वरात बोलत होते. हा बदल मला जाणवला आणि त्यामागचा अर्थही लक्षात येऊ लागला. त्यांना मनातून मी ॲकॅडमी सोडून निघून जायला नको होतो, ॲकॅडमीत राहून खेळायला हवा होतो. तसे नसते तर त्यांचा दूत, ज्युलिओ नेमका त्या वेळी तेथे कसा पोहोचला? त्यांनीच त्याला माझ्या मागावर, मला परत घेऊन यायला पाठवला होता आणि माझी याबद्दलही खात्री पटत चालली की, फोनही पॉप्सनी केला नव्हता, निक यांनी पॉप्सना केला होता. मी येथून निघून जावे ही वेळ त्यांनी कडक सजा देऊन माझ्यावर आणली; पण मला जाऊ मात्र दिले नाही. क्रेडिट कार्ड ताब्यात घेऊन ते माझ्या निघून जाण्याची वाट बंद करू पाहत होते. मी त्यांना हवा होतो, मी त्यांच्यासाठी,

त्यांच्या अ‍ॅकॅडमीसाठी, तिच्या कीर्तीसाठी उपयुक्त होतो, माझी किंमत त्या व्यवहारी माणसाने ओळखली होती.

त्यानंतरचे काही दिवस मी टेनिसच्या कपड्यातला सफाई कामगार बनून संडास, बाथरूम स्वच्छ करायचो, कचऱ्याचे ढीग उपसायचो, निमूटपणे शिक्षा भोगायचो; पण रात्र झाली की, माझे सूडकार्य सुरू करायचो. मी अ‍ॅकॅडमीच्या प्रवेशद्वाराच्या कुलपाची किल्ली चोरली होती. निजानीज झाली की, मी बाहेर सटकायचो आणि माझ्यासारख्याच काही असंतुष्ट आत्म्यांच्या एका गटात सामील व्हायचो. कधी कधी आम्ही सर्व समदुःखी अ‍ॅकॅडमीच्या परिसरातही बंडखोर कारवाया करायचो. त्यातील एक होती भिंती चितारून ठेवणे. निक यांच्या ऑफिसच्या दारावर आम्ही *निक द डिक* असे लैंगिक, अश्लील वाक्य लिहायचो. ते दुसऱ्या दिवशी पुसले जायचे; पण रात्री पुन्हा रंगवले जायचे!

या आमच्या निशाचर 'गँग'मध्ये माझा प्रमुख साथीदार होता, रॉडी पार्क्स. तोच रॉडी पार्क्स ज्याने काही वर्षांपूर्वी एका सामन्यात मला हरवले होते आणि त्या पराजयाचे सांत्वन करण्याच्या सदहेतूने पेरी सर्वप्रथम माझ्या आयुष्यात आला होता. एक दिवस रॉडी निकच्या ऑफिसच्या दारावर *ते* वाक्य लिहिताना 'रंगे हाथ' पकडला गेला. त्याच्याच खोलीत, त्याच्या बरोबर राहणाऱ्या मुलाने फितुरी केली, चहाडी केली. रॉडीला अ‍ॅकॅडमीतून काढून टाकले गेले. हकलून देण्याची शिक्षा मिळविण्याचा मार्ग, तेथून बाहेर पडण्यासाठीचे परवलीचे वाक्य मला कळले – 'निक द डिक'! रॉडी असा उमदा की, त्याने इतर कोणाचीही नावे सांगितली नाहीत, गुन्ह्याची जबाबदारी एकट्याच्या खांद्यावर घेऊन तो निघून गेला.

या सगळ्या प्रकारच्या सूडकृतींबरोबरीने मी आणखी एक निषेधाचा मार्ग चोखाळला होता. मी निक यांच्याशी अबोला धरला होता. माझा अबोला हे मी माझे बंडाचे हत्यार ठरवले होते. 'न बोलणारा' ही मी माझी ओळख बनवली होती. मी माझ्या निश्चयाची सतत जाहिरातही करत असे; पण ज्यांच्याविरुद्ध मी माझा राग व्यक्त करू इच्छित होतो त्या निक यांना माझ्या निषेधाची, माझ्या अबोल्याची सुतराम कल्पना नव्हती. मी त्यांच्याशी बोलत नाही हे त्यांच्या लक्षातही आलेले नव्हते. कित्येक वेळा ते मैदानावर मला काही तरी सांगत, सूचना देत. मी काहीही उत्तर देत नाही, होकार–नकार, काहीच प्रतिसाद देत नाही, याची त्यांना पुसटशी जाणीवही होत नव्हती. त्यांना माझ्या मौनाने काहीच फरक पडत नव्हता. इतर मुले मात्र माझे कौतुक करत, माझा त्यांच्यातला वट वाढत होता. निक यांचे माझ्या विरोधाकडे लक्ष न जाण्याचे आणखी एक कारण असे होते की, ते त्या काळात सबंध अमेरिकेतील कनिष्ठ गटातील टेनिसपटूंची एक फार मोठी स्पर्धा आयोजित करण्यात मग्न होते. उत्तमातील उत्तम खेळाडू या

स्पर्धेत भाग घेतील, नवे 'हिरे' प्रकाशात येतील, अशी त्यांची खात्री होती. मी डोके लढवले आणि त्यांच्या एका साहाय्यकाला सांगितले की, माझ्या शहरात – लास व्हेगासमध्ये एक अविश्वसनीय कौशल्य असलेला एक टेनिस खेळाडू आहे जो या स्पर्धेत चमकू शकेल. मी असेही सांगितले की, त्याच्याशी मी अनेक वेळा खेळलेलो आहे आणि प्रत्येक वेळी त्याने माझा घाम काढलेला आहे.

"काय नाव आहे त्याचं?" साहाय्यकाने मला विचारले. "पेरी रॉजर्स," मी सांगून रिकामा झालो. नव्या प्रतिभेला संधी देणे, झाकलेल्या मोत्यांचे तेज जगासमोर उजळून दाखवणे अशा गोष्टींचे श्रेय घेणे निक यांना फार आवडायचे. त्यांच्या ॲकॅडमीचे तेच ध्येय असल्याचे ते सांगत फिरत. तो मोठेपणा मिरवायची संधी ते सोडत नसत. टेनिस क्षेत्र गाजवणाऱ्या खेळाडूंनी निक बोलेटिरी यांना बहाल केलेले देवत्व त्यांना मोहवत असे. पेरी रॉजर्स नावाच्या खेळाडूला ॲकॅडमीतून फोन गेला. स्पर्धेत सहभागी होण्याचे निमंत्रण दिले गेले, विमानाचे तिकीट पाठवले गेले आणि एक दिवस ॲकॅडमीच्या प्रवेशद्वारात मी पेरीला अत्यानंदाने घट्ट मिठी मारली. निक बोलेटिरी माझ्या कपटाला बळी पडले होते!

"कोणाशी खेळावे लागणार आहे मला?" पेरीने विचारले.

"मर्फी जेन्सन म्हणून आहे एक जण," मी माहिती पुरवली.

"अरे, तो फारच भारी आहे!"

"हे बघ, स्पर्धेला अजून अवकाश आहे. आत्ता मजा करू या ना!!" मी त्याला म्हणालो.

स्पर्धेसाठी जमलेल्या खेळाडूंसाठी करमणुकीचे काही कार्यक्रम आयोजलेले असत. त्यात एक होता टांपा येथील बुश गार्डनला भेट. तेथे जाताना बसमध्ये मी पेरीजवळ माझे मन मोकळे केले. माझा सर्वांदेखत केला गेलेला अपमान, मला दिली गेलेली अघोरी शिक्षा – सगळे सगळे सांगितले. शाळेतील तुरुंगवासाचे, अभ्यासातील सततच्या अपयशाचेही वर्णन केले. मी किती दुःखात आहे, रोजचा दिवस घालवणे माझ्यासाठी किती दुरापास्त झाले आहे, याचे रडगाणे गायले. टेनिस ॲकॅडमीतील त्रास त्याने ऐकून घेतला; पण शाळेतील अधोगतीबद्दल त्याने काही सहानुभूती दाखवली नाही. त्याला शिक्षण, अभ्यास यात चांगलीच गती होती, शाळेत त्याची उत्तम प्रगती होती. आधी ईस्टर्न कॉलेज आणि नंतर लॉ कॉलेज असे स्वप्न त्याने आधीपासूनच पाहिले होते आणि तो ते पूर्ण करण्याच्या मागे होता. माझी शैक्षणिक अधोगती त्याच्या दृष्टीने समर्थनीय नव्हती.

त्याचा तो विरोधी, निराळा स्वर जाणून मी तो विषय बदलला. माझी मैत्रीण जामी हिच्याबद्दल बोलू लागलो. ती आता कशी दिसते, माझी आठवण काढते का, मी दिलेले ब्रेसलेट वापरते का याची चौकशी करू लागलो. मी त्याला असेही सांगितले की, त्याच्या बरोबर मी तिच्यासाठी आणखी एक छानशी भेट पाठवणार आहे आणि कदाचित त्याची खरेदी मी बुश गार्डनमध्येच

करणार आहे. त्याने माझ्या योजनेला उत्साहाने मान्यता दिली. आम्हाला बुश गार्डनमध्ये पोहोचून दहा मिनिटेच झाली होती. बुश गार्डन ही नुसतीच बाग नव्हती, ते करमणुकीचे केंद्रही होते. भेट द्यायला आलेल्यांना आकर्षित करून घेतील अशा विविध स्पर्धात्मक खेळांचे तंबू तेथे उभारलेले होते. पेरी आणि मी त्यातल्याच एका, कापूस भरलेल्या विविध बाहुल्या आणि प्राणी ठेवलेल्या एका तंबूसमोर उभे होतो. तेथे वरच्या फळीवर काळ्या पांढऱ्या रंगांच्या, डावे उजवे पाय पुढे काढून बसलेल्या, लाल जिभा बाहेर काढलेल्या उंच, जाड्याजुड्या, गुबगुबीत पांडांची रांग मांडून ठेवलेली होती.

"ए आंद्रे, जामीला त्यातला एखादा पांडा द्यायला पाहिजेस तू!" पेरी त्या रांगेकडे बोट दाखवून म्हणाला. मलाही ते आवडले असते; पण तेथील माल विक्रीसाठी नव्हता. एक डॉलर भरून तेथील खेळ खेळला तर बक्षीस म्हणून बाहुल्या अथवा प्राणी मिळत होते. मला हे माहीत होते की, अशा प्रकारात खेळ सहसा कोणाला जिंकता येऊ नयेत, अशी काहीतरी मखलाशी केलेली असते म्हणजे फार बक्षिसे न देता चालकांना अर्थलाभ करून घेता येतो; पण तिथला खेळ फारच साधा होता, आमच्यासारख्या खेळाडूंना सहजी जमेल असा होता. रबराच्या दोन रिंग्ज काही अंतरावरील एक कोका कोलाच्या बाटलीभोवती पडल्या की बक्षीस मिळणार होते. अगदीच सोपा खेळ! पण त्या खेळाच्या बाबतीतही माझाच तर्क खरा निघाला. कसे कोण जाणे, अर्धा तास प्रयत्न करूनही आमची एकही रिंग बाटलीचा वेध घेऊ शकली नाही.

अखेरीस पेरी म्हणाला, "आंद्रे, तू काहीही करून त्या तंबूवाल्या बाईचे लक्ष अगदी थोडा वेळ दुसरीकडे गुंतव, मी पटकन आत घुसून दोन्ही रिंगा हातानेच त्या बाटलीभोवती नेऊन ठेवतो." पकडले जाण्याचा धोका नक्कीच होता; पण जामीसाठी काहीही करायची तयारी होती!

मी त्या बाईपाशी गेलो आणि तिला हाक मारली, तिला माझ्याजवळ यायला लावले. ती जवळ आली तसे मी तिला म्हणालो, "अहो बाई, मला तुम्हाला एक प्रश्न विचारायचा आहे." मी डोळ्यांच्या कोपऱ्यातून पेरीच्या हालचालींकडे लक्ष ठेवीत रिंगा टाकण्याच्या खेळाच्या नियमांविषयी उगीचच काहीतरी वेडगळ चौकश्या करू लागलो. पेरीने त्याचे काम बिनबोभाट केले आणि तो ओरडला, "जिंकलो!!"

त्याची आरोळी ऐकताच ती बाई गर्रकन फिरली. तिने पाहिले की बाटलीभोवती दोन्ही रिंगा पडलेल्या होत्या. तिच्या कपाळाला आठ्या पडल्या. तिला हातचलाखीची शंका आलेली दिसत होती.

ती पेरीकडे निर्देश करत म्हणाली, "ए, हे बघ..." तिला पुढे बोलू न देता पेरी ओरडला, "मी जिंकलोय, मला माझे बक्षीस द्या, तो पांडा..."

''मी पाहिलेलं नाही तुला रिंगा टाकताना...''

''तो तुमचा प्रश्न आहे. तुम्ही पाहत असतानाच रिंगा टाकल्या पाहिजेत, असा काही कुठे नियम लिहून ठेवलेला नाही. पटत नसलं तर तुमच्या सुपरवायझरना बोलवा. नाहीतर मी खुद्द बुश गार्डन यांच्याकडेच तक्रार करतो.''

– ''त्यांच्याविरुद्धच दावा लावतो कोर्टात. मी माझ्या पदरचा एक डॉलर खर्च केला आहे या खेळासाठी आणि रिंगा बरोब्बर बाटलीभोवती पडल्या आहेत, तेव्हा मला पांडा मिळालाच पाहिजे. देता का मी माझ्या वडिलांना बोलावू? ते लगेच कोर्टात जातील. हे बघा, बाई, तुम्ही उगाच वेळ घालवू नका. मी तुम्हाला तीन सेकंदांचा अवधी देतो, मी जिंकलेला पांडा मला देऊन रिकाम्या व्हा.''

पेरी अवास्तव कांगावा करत होता, तोंडाची वाफ दवडत होता. अखंड बडबड करणे हे तर त्याच्या आवडीचे काम होते. तेच तो करत होता; पण ती बाई दिवसभर घर सोडून तो तंबू सांभाळण्याचे नावडते काम करत होती, वैतागलेली होती. तिला नसता व्याप नकोच होता. तिने काठी हातात घेतली, वरच्या फळीवरचा एक पांडा काठीच्या टोकाने काढून खाली टाकला. तो पांडा चांगलाच, जवळ जवळ पेरीच्याच उंचीचा होता. पेरीने क्षणार्धात त्यावर झडप घातली आणि त्या बाईकडे न पाहता आम्ही दोघांनी, नव्हे तिघांनी, तेथून सूं बाल्या केला! तो सबंध दिवस आमचे त्रिकूट सतत बरोबर होते. मी, पेरी आणि पांडा! रोलर कोस्टर सारखे खेळ खेळताना, हॉटेलमध्ये खाता पिताना, अगदी बाथरूममध्ये जातानासुद्धा आम्ही त्याची साथ सोडली नव्हती. त्या मुक्या जीवाला आम्ही समवयस्क मित्रासारखे जीवेभावे सतत आमच्याबरोबर ठेवले होते, त्याची सर्वतोपरी काळजी घेतली होती. बाप रे, त्याची काळजी वाहण्याच्या जबाबदारीने आम्हाला दिवसभरात इतके दमवून टाकले होते की, परतीच्या प्रवासात बसमध्ये त्याचे वजन, प्रशस्त घेर आणि आमच्याशी जुळणारी उंची यामुळे त्याला आमच्या कोणाच्या मांडीवर बसवून आणणे अशक्यच झाले. आम्ही सरळ त्याला आमच्या शेजारच्या एका स्वतंत्र सीटवर बसवले.

''ए, जामीला आवडेल ना रे हा गोंडस पांडा!'' मी पेरीला विचारले.

''अरे, नक्की. ती प्रेमातच पडेल!'' पेरी असे म्हणाला, तेव्हा मी मनात म्हणालो, 'फक्त त्याच्याच की माझ्यासुद्धा?' आमच्या मागे एक आठ-नऊ वर्षांची एक छोटी मुलगी बसलेली होती. ती सारखी सीटमधून डोके घालून आमच्या पांडाकडेच पाहत होती, त्याच्याशी गुलूगुलू बोलत होती. मागे बसून अवघड पडत होते तरीही त्याच्या मऊ मऊ अंगावरून हात फिरवल्यावाचून तिला चैनच पडत नव्हते.

''कुठून आणला तुम्ही हा गोड पांडा?'' तिने विचारले.

''आम्ही जिंकलाय तो...'' उगीचच फुशारकी.

''तुम्ही काय करणार आहात त्याचं?''

''मी माझ्या एका मैत्रिणीला देणार आहे.''

''मी त्याला कुशीत घेऊन बसू?'' तिने विनंती केली आणि मी ती खुशीने मानली. बस, माझी एवढीच अपेक्षा होती की, जामीलाही तो पांडा आणि ती भेट देणारा दोघेही त्या मुलीइतकेच आवडू देत!

दुसऱ्या दिवशी सकाळी मी आणि पेरी टिवल्या बावल्या करत मजेत वेळ घालवीत असताना गॅब्रिएल खोलीत आला आणि म्हणाला, ''बोलवलंय!''

''कशाला?''

गॅब्रिएलने खांदे उडवले.

मी सचिंत मनानी आणि जड पावलांनी निक यांच्या ऑफिसच्या दिशेने निघालो. दारापाशी पोहोचलो, तेव्हा मला निक द डिकची आणि रॉडीची आठवण झाली. मला तशाही स्थितीत हसू फुटलं; पण ते दाबून गंभीर चेहऱ्याने मी आत शिरलो. निक टेबलामागे मऊ लेदरच्या उंच पाठीच्या त्यांच्या खुर्चीत बसलेले होते.

''ये ये आंद्रे...'' असे म्हणून त्यांनी मला टेबलासमोरच्या लाकडी खुर्चीत बसण्याची खूण केली. मी बसलो. त्यांनी घसा खाकरला.

''तुम्ही काल बुश गार्डनला गेला होता ना?''

मी काही न बोलता पुसटशी मान हलवली.

''मजा केली की नाही तिथे?''

तरीही मी गप्प. त्यांनी परत घसा खाकरला.

''तुम्ही तिथून एक भला मोठा पांडा आणलात का?''

माझ्या पोटात गोळा आला म्हणजे आमची चोरी यांना...

''अरे, माझी मुलगी आहे ना, तिला भारी आवडलाय तो पांडा, अगदी प्रेमातच पडली आहे ती त्याच्या.''

'ओह, ती बसमधली मुलगी! ती यांची मुलगी होती! लक्षातच आलं नाही काल!' – मी सुटकेचा निःश्वास सोडला; पण निःशब्दच!!

''आल्यापासून तिला दुसरा विषय नाही. त्याचा हट्टच धरून बसलीय ती. तो पांडा देशील का तिला? मी तो विकत घेईन तुझ्याकडून.''

मी गप्प.

''आंद्रे, ऐकतोयस ना?''

मी शांत.

''अरे, समजत नाही का तुला मी कशाबद्दल बोलतोय ते?''

एक नाही दोन नाही.

''गॅब्रिएल, अरे याला काय झालंय काय? बोलत का नाही तो?''

''तो बोलणार नाही. तुमच्याशी अबोला धरलाय त्यानी.'' गॅब्रिएल म्हणाला.

''का? आणि केव्हापासून?''

गॅब्रिएलने खांदे उडवले.

''हे बघ आंद्रे, त्या पांडाचे तुला किती पैसे पाहिजेत ते तरी सांग ना मला.''

मी तरीही त्यांच्याकडे नुसता बघत राहिलो.

''बोलायचे नसले तर या कागदावर लिहून दे तुला हवी ती किंमत,'' असे म्हणून त्यांनी एक कागद माझ्या समोर सरकवला. मी हललो नाही.

''दोनशे डॉलर्स पुरतील?''

मी मौन सोडले नाही.

''जाऊ दे, निक. मी नंतर बोलतो याच्याशी आणि सांगतो तुम्हाला.'' गॅब्रिएलची सूचना निक यांनी मान्य केली. ते म्हणाले,

''ठीक आहे. आंद्रे, विचार करून काय ते कळव मला.''

मी खोलीत परतलो आणि पेरीला आम्हा दोघांच्या अविश्वसनीय भेटीबद्दल सांगितले. ती बसमधली मुलगी निक यांची कन्या होती, तिला आमचा पांडा पाहिजे आहे हे ऐकल्यावर तोही थक्क झाला.

''मग, तू काय सांगितलेस त्यांना?'' त्याने विचारले.

''मी? काहीच नाही.''

''म्हणजे?''

मी त्याला माझ्या निक यांच्या बरोबरच्या अबोल्याच्या निश्चयाची आठवण करून दिली. पेरी काही वेळ विचारात पडल्यासारखा दिसला. म्हणाला, ''आंद्रे, तू चुकलास. तुझं वागणं अगदी अयोग्य आहे. अरे, तू फार चांगली संधी गमावलीस. त्यांना तुझ्याकडून काहीतरी हवं आहे. आंद्रे, अरे लक्षात घे, ते जे तुझ्याकडे मागत आहेत त्याच्या बदल्यात तुला त्यांच्याकडून तुला हवं ते मागता येईल. कळतंय का तुला? जा, परत जा, बरोबर पांडा घेऊन जा. त्यांना म्हणावं, हा घ्या पांडा. मला त्याचा एक पैसाही नको; पण मला जे हवं आहे ते मला द्या, मला इथून बाहेर जाऊ द्या, मला इथले नियम, इथली बंधनं, इथल्या गैरसोयी, निकृष्ट अन्न, घाणेरडा वास हे काही काही नको आहे आणि मला इथल्या बेकार शाळेतही जायचं नाही. मला स्वतंत्र, यशस्वी आयुष्य जगायचे आहे. माझी येथून सुटका करा. आंद्रे, हा तुझ्या मुक्ततेचा हक्काचा मार्ग ठरू शकतो. त्यांना सांग ना की या हाताने घ्या, त्या हाताने द्या!''

''नाही रे, मी त्या नालायक माणसाला माझा हा पांडा मुळीच देणार नाही. मग मी माझ्या जामीला काय देऊ?''

“अरे ते महत्त्वाचं नाही या घटकेला. ते नंतर पाहता येईल. अशी संधी परत येणार नाही. बघ, तुझ्या भविष्याचा प्रश्न आहे. देऊन टाक पांडा त्या निकला.”

मला काही पटत नव्हते. आम्ही कितीतरी वेळ, अगदी दिवेलागणी होईपर्यंत, खालच्या आवाजात वाद घालीत होतो. पेरी मला माझे भविष्य दाखवीत होता, त्याकडे जाण्याचा मार्ग दाखवीत होता. हळूहळू मला त्याचे म्हणणे पटू लागले. आवळा देऊन कोहळा काढता येईल, थोडासा परमार्थ करून आपला फार मोठा स्वार्थ साधता येईल हे मला अखेर पटले.

“चल, बरं झालं, पटलं तुला शेवटी,” पेरीने जांभई देत माझ्या पाठीवर हात ठेवून मला सांगितले, “उद्या सकाळी पहिले काम हे कर.”

“नाही नाही, उद्या नाही, शुभस्य शीघ्रम्! मी आत्ताच्या आत्ता त्याच्याकडे जाणार, माझ्याकडच्या किल्लीने त्याचे ऑफिस उघडणार आणि त्याच्या खुर्चीवर पांडा ठेवून येणार – ढुंगण वर करून!!”

दुसऱ्या दिवशी सकाळी 'बोलावणे' येणार हे अपेक्षितच होते. न्याहारीच्या आधीच गॅब्रिएल मला शोधत आलाच.

“ताबडतोब बोलावलंय, ऑफिसमध्ये.”

मी ऑफिसमध्ये शिरलो. आदल्या रात्री मी निक यांच्या खुर्चीवर ठेवलेला पांडा बाजूच्या कोपऱ्यात भिंतीला टेकवून आणि ढुंगण नाही, तोंड वर करून बसलेला होता. निक त्यांच्या खुर्चीत विराजमान होते. त्यांनी प्रथम पांडाकडे आणि नंतर माझ्याकडे पाहिले आणि त्यानंतर जे घडले ते अनपेक्षित होते. पांडा हा विषय बाजूलाच राहिला. ते माझ्यावर बरसले, “तू माझ्याशी बोलत नाहीस, का? तू वाट्टेल ती थेरं कर – चेहरा रंगव, डोळ्यात काजळ भर, टेनिसचा सामना खेळताना जीन्स घाल, लांब लांब झिपऱ्या वाढव आणि खोटं नाटं सांगून ज्याला काहीही खेळता येत नाही, साधं च्युइंगगम खाणं आणि चालणं एका वेळी जमत नाही, अशा त्या पेरी का कोणातरी तुझ्या मित्राला मला स्पर्धेचं निमंत्रण पाठवून इथे बोलवायला लाव. हे सगळं तू कर आणि मी त्याबद्दल चार कडक शब्द बोललो तर तू माझ्याशीच अबोला धरतोस? आणि हे आणखी एक नाटक – मी काहीतरी मागितलं तुझ्याकडे, ते तू देतोस; पण कसं? रात्री चोरासारखा माझ्या ऑफिसमध्ये शिरून? आणि काय रे, तो पांडा ढुंगण वर करून ठेवतोस होय रे माझ्या खुर्चीवर? बोल, कसा घुसलास रात्री माझ्या ऑफिसमध्ये? बोल. काय, काय झालंय काय तुला? काय प्रॉब्लेम आहे तुझा?”

“माझा प्रॉब्लेम? माझा प्रॉब्लेम काय आहे ऐकायचंय तुम्हाला?”

माझा जो धारदार स्वर लागला त्याने निकही चमकले.

“तुम्ही! *तुम्ही* आहात माझा प्रॉब्लेम! आणि हे जर तुम्हाला एव्हाना कळलं नसलं ना तर डोकं तपासून घ्या तुमचं! ही तुमची ॲकॅडमी म्हणजे काय

आहे हे माहीत आहे तुम्हाला? तुरुंग आहे तुरुंग!! आम्हाला घरापासून हजारो मैल लांब आणून तुम्ही आमच्या नशिबी हा कारावास लिहिला आहे. पहाटे उठा, ती बेकार, बेचव न्याहारी करा, घाणेरड्या वासाने भरलेल्या बस नावाच्या खटाऱ्यातून चार तासांसाठी शाळा नावाच्या आणखी एका जेलमध्ये जाऊन तेथे सक्तमजुरी करा, परत येऊन आळणी कदान्न खाऊन कशीबशी पोटाची खळगी भरा आणि मग थकून जाईपर्यंत, श्रमाने मरेपर्यंत टेनिस खेळा, दिवसेंदिवस, रोज रोज तीच ठरलेली चाकोरी! त्यात झापडं लावून फिरणारी, घाण्याला जुंपलेली ढोरं बनवलंय तुम्ही आम्हाला! आठवड्यातून एकदा, शनिवारी संध्याकाळी मिळणाऱ्या पॅरोलमधल्या ब्रॅडेन्टन मॉलमधल्या काही वेळाची, थोड्या फार मजेची, करमणुकीची वाट पाहत आठवडा काढतो आम्ही. *त्या जराशा सुखालाही मला पारखं केलंत तुम्ही.* हा नरक आहे नरक, जाळून खाक करून टाकायचाय मला तो! त्या नरकातून सुटायचंय मला!!'' मी विचार न करता बोलत गेलो.

ऐकताना निक यांचे डोळे पांडापेक्षा मोठे झाले होते, बुबुळे बाहेर आली होती; पण त्यांच्या चर्येवर राग दिसत नव्हता, मी केलेल्या शिव्यांच्या भडिमारानेही ते चिडलेले दिसत नव्हते आणि त्यांच्या संस्थेवर केलेल्या टीकेने दुःखीही झालेले दिसत नव्हते. मला तर असे वाटले की 'त्यांच्याच', त्यांना समजणाऱ्या भाषेत कोणीतरी त्यांना परखड बोल 'ऐकवले' याचे त्यांना कुठेतरी बरे वाटत असावे. मला *स्कारफेस* या चित्रपटातल्या एका प्रसंगाची आठवण झाली. एक बाई अल पचीनोने जी भूमिका वठवली होती, त्या पात्राला सुनावते की 'ती कोणाबरोबर, का, केव्हा आणि कसे शारीरिक संबंध ठेवते याच्याशी त्याला काहीही देणं घेणं नाही.' तिचे ते ठणकावून सांगणे ऐकून तो तिला म्हणतो, ''हा, आता कसं? तू माझ्या भाषेत माझ्याशी *बोलतीयस*, बघ! आवडलं मला!''

निक यांनाही असेच मी उर्मट भाषेत सुनावलेले 'चार शब्द' आवडले असावेत, असे मला वाटले.

''ठीक आहे, तू तुझं मत सांगितलंस, मी ऐकलं. तुला इथे राहायचं नाही तर काय करायचंय? काय हवंय काय तुला?'' त्यांनी विचारले. पेरीचा आवाज माझ्या कानात घुमू लागला.

''मला ही इथली शाळा सोडायचीय. मला शिकणं नाही सोडायचं. ते कॉरस्पॉडन्स स्कूल असतं ना, पत्रव्यवहाराने शिकता येतं, तशा पद्धतीने शिकायचंय मला म्हणजे रोजचा दिवसाचा पूर्ण वेळ मी माझ्या टेनिससाठी देऊ शकेन. मला या इथल्या घाण्याला नाही जुंपून घ्यायचं. इथल्या रटाळ पद्धतीने नाही शिकत बसायचं. मला सामने खेळायचे आहेत, माझ्यापेक्षा ज्येष्ठ, श्रेष्ठ खेळाडूंबरोबर खेळायचं आहे, त्यांना टक्कर देऊन मला स्वतःला सिद्ध करायचं आहे. त्यासाठी वय, अनुभव, गुणवत्तेची क्रमवारी असल्या निरर्थक अटी झुगारून देऊन 'वाइल्ड कार्ड' वापरून महत्त्वाच्या, मानाच्या स्पर्धांत उतरायचं आहे. या

सगळ्यासाठी मला तुमची मदत हवी आहे. मला अजोड असा व्यावसायिक खेळाडू बनायचं आहे आणि आता मला त्या माझ्या अंतिम ध्येयाच्या वाटेवर ठाम पावलं टाकायची आहेत.''

मी भडाभडा बोलून टाकले खरे; पण वास्तविक हे सगळे, असे काही मला करायचे नव्हते. असला काही विचारही मी कधी केला नव्हता, मला सुचलाही नव्हता; पण पेरीने आदल्या रात्री माझ्या भविष्याचे जे आदर्श चित्र माझ्यासमोर उभे केले होते त्याचेच मी पोपटासारखे वर्णन करत होतो. पेरीचे म्हणणे खरे असेल तर निदान आत्ता आहे त्याहून काहीतरी बरे होईल, या कारावासातून तरी सुटका मिळेल एवढीच माझी अपेक्षा होती. माझा बोलायचा ओघ थांबला त्या वेळी मी पूर्णपणे गोंधळलो होतो. माझ्या मनात खऱ्या खोट्याचा विकल्प निर्माण झाला होता. माझे बोलणे निमूटपणे ऐकून घेणाऱ्या निक यांनी मी बोलायचा थांबलो हे बघितल्यावर वळून गॅब्रिएलकडे पाहिले, गॅब्रिएलने माझ्याकडे पाहिले. कोपऱ्यातला पांडा आम्हा तिघांकडे पाहत होता.

''ठीक आहे, मी विचार करून काय ते सांगतो,'' निक म्हणाले.

दुसऱ्या दिवशी भल्या सकाळी पेरी व्हेगासला परत गेला. त्यानंतर थोड्याच वेळाने गॅब्रिएल निक यांचे निरोप घेऊन आला. होय, बरेच निरोप होते : एक, ला क्विंटा येथील टेनिस स्पर्धेत मला वाइल्ड कार्ड एंट्री देण्यात आली होती. दोन, पुढल्या फ्लोरिडा सॅटेलाइट स्पर्धेतही मला खेळायचे होते आणि तिसरा, सर्वांत महत्त्वाचा, ब्रॅडेन्टन स्कूलमधून माझे नाव कमी करण्यात आले होते आणि लवकरच एका कॉरस्पॉन्डन्स कोर्सची व्यवस्था करण्यात येत होती. गॅब्रिएल गंभीर चेहऱ्याने निक यांच्या संदेशवहनाचे काम करत होता तरी 'बेटा, तू जिंकलास' हे त्याच्या मनातले भाव त्याला यशस्वीपणे लपवता येत नव्हते.

त्या दिवशी ब्रॅडेन्टन ॲकॅडमीत मुलांना घेऊन जाणारी बस आली आणि त्यात मेंढरे भरली गेली त्या वेळी मी बाहेरच एका बाकावर बसून अंगावर ऊन घेत, धूर ओकत निघून जाणाऱ्या बसकडे अलिप्तपणे पाहत होतो. मी मलाच सांगत होतो, 'हे चौदा वर्षांच्या घोड्या, यापुढे तुला परत कधीही शाळेत जायला लागणार नाही. आता प्रत्येक सकाळ तुझ्यासाठी नाताळची सकाळ असेल, प्रत्येक दिवस उन्हाळ्याच्या दीर्घ सुट्टीच्या पहिल्या दिवसासारखा असेल.' कित्येक दिवसांनंतर खुशीचे हास्य माझ्या चेहऱ्यावर पसरले. 'आता पुस्तके नाहीत, पेन पेन्सिली नाहीत, शिक्षकांचे खडूस चेहरे नाहीत, त्यांचे नावे ठेवणे नाही. बस, आंद्रे, आता तू पिंजऱ्यातून सुटलेला, मुक्त पक्षी आहेस!!'

७

बस गेली तसा मी मोठ्या झोकात कानात डूल अडकवून, हातातल्या रॅकेटला झोके देत सकाळच्या मस्त उन्हात प्रसन्न मनाने टेनिसचा सराव करण्यासाठी कोर्टावर धावलो. आजपासून सकाळ अशीच हसरी आणि माझी, फक्त माझी असणार होती. मी उल्हासाने मोठ्या उत्साहात चेंडू मारू लागलो. माझ्या फटक्यात आज नवा, निराळा जोर होता, अनिर्बंधतेचा, स्वातंत्र्याचा जोम होता. फटके माझ्या मनासारखे बसत होते, अचूक, निर्दोष, लालित्यपूर्ण. दोन तास झालेले मला कळलेही नाहीत. निक येऊन काही वेळ माझा 'मुक्त' खेळ पाहत उभे राहिले. जाताना म्हणाले, 'तुझ्या प्रतिस्पर्ध्याचे काही खरं नाही! देवच वाचवू शकेल त्याला!!'

तिकडे व्हेगासमध्ये माझ्या आईने कॉरस्पॉन्डन्स स्कूलमध्ये माझे नाव नोंदवले. माझ्या शिक्षणासाठी आवश्यक ते सगळे तीच; पण माझ्या नावाने, करत होती. तिने मला एक पत्र लिहिले. त्यात तिने लिहिले होते की ती तिच्या मुलाला कदाचित कॉलेजमध्ये प्रवेश मिळवून देऊ शकणार नाही पण तेथपर्यंत पोहोचण्यासाठी आवश्यक तितके शालेय शिक्षण निश्चित पूर्ण करून देईल. त्याला उत्तर देताना माझ्या वाटणीचे गृहपाठ करण्याबद्दल, सगळ्या चाचण्या देण्याबद्दल मी तिचे शतशः आभार मानले. तिला हेही सांगितले की, जेव्हा ती तिच्या मुलाला एखादी पदवी तर नक्कीच मिळवून देईल आणि ती पदवी त्या वेळी तिचीच असेल आणि तिच्याजवळच राहील.

फिली त्या काळात लॉस एंजलिसमध्ये टेनिस प्रशिक्षक म्हणून काम करत होता. एका बंगल्याबाहेरील भागात बांधलेल्या एका लहानशा खोलीत राहत होता. त्याला अजूनही त्याच्या आयुष्याची नेमकी वाट सापडली नव्हती. मार्च, १९८५मध्ये मी ला क्विंटा या स्पर्धेसाठी तेथे त्याच्याकडे जाऊन राहिलो. ती त्या वर्षातील एक महत्त्वपूर्ण स्पर्धा होती आणि तो त्यासाठी माझी तयारी करून घेत होता. त्याची खोली आमच्या व्हेगासमधील घरातल्या आम्हा दोघांच्या खोलीहूनही छोटी होती. इतकी की आम्ही बरोबर प्रवास केलेली आमची भाड्याची ऑम्नी ही गाडी देखील तिच्यापेक्षा मोठीच असेल! पण तरीही आम्हाला ती गैरसोयीची वाटत नव्हती. आम्हा दोघांना बऱ्याच काळानंतर एकत्र राहण्याची जी संधी मिळाली होती त्यानेच आम्ही अगदी खूश होतो.

माझ्यासाठी उघडलेल्या उज्ज्वल भविष्याच्या, नुकताच प्रवेश मिळालेल्या नव्या जगातल्या प्रगतीच्या शक्यतेने उत्तेजित झालो होतो; पण एक समस्या सतावीत होती, पैशाची फार तंगी होती! रोज दोन बटाटे आणि मसूराच्या सुपाचा एक छोटा डबा – एवढेच परवडत होते. मग काय – बटाटे उकडायचे, सूप गरम करून त्यांवर ओतायचे आणि तेच सकाळ, दुपार, संध्याकाळ पुरवायचे. रोजचा अन्नखर्च एकोणनव्वद सेंट्स!

स्पर्धेच्या आधी एक दिवस आम्ही फिलीच्या मोडकळीला आलेल्या गाडीतून ला क्विंटा येथे गेलो. गाडी इतका काळा धूर सोडत होती की, सतत ढगातून गेल्याचाच भास होत होता! "फिली, गाडीच्या मागच्या पाइपमध्ये एक बटाटाच खुपसून ठेवला पाहिजे!" मी फिलीला म्हणालो.

आम्ही सर्वप्रथम एका दुकानासमोर थांबलो. भाजी, वाणसामान वगैरे विकणारे दुकान होते ते. फिली जरुरीचे सामान घेत असताना मी इकडे तिकडे हिंडू लागलो. समोर बटाट्याचा ढीग दिसला तसे मला पोटात डचमळलेच, ओकारी होईलसे वाटले. रोज फक्त बटाटेच खाऊन खाऊन त्याची शिसारी बसली होती. मी तेथून पळालो. गोठवून ठेवलेल्या अन्नपदार्थांच्या विभागात गेलो. तेथील पदार्थ पाहून माझ्या तोंडाला पाणी सुटले. ओरीओचे आइसक्रीम सॅन्डविचेस दिसले आणि मला मोह आवरलाच नाही. मी एक बॉक्स उचलला आणि पळत जाऊन फिली पैसे घेणाऱ्या माणसासमोर खरेदी केलेले जिन्नस ठेवीत होता, त्यात तो सरकवून टाकला. फिलीने त्या बॉक्सकडे पाहिले, माझ्याकडे पाहिले, म्हणाला, "आंद्रे, हे परवडणार नाही रे आपल्याला!"

"मला बटाटे नकोत, त्याच्याऐवजी मी यावर भागवीन."

त्याने बॉक्सवरची किंमत बघितली. "आंद्रे, नाही रे, दहा बटाट्यांइतके पैसे पडतात याला."

मी मनातल्या मनात शिवी हासडली, बॉक्स उचलून तरातरा जाऊन जिथून घेतली तेथे ठेवून दिली. 'हा फिली किती वाईट आहे...' असा विचार मनात आला; पण टिकला नाही. 'नाही, नाही, तो खूप खूप चांगला आहे..., ते बटाटेच वाईट आहेत...'

तेथून आम्ही सरळ सामन्याच्या जागी गेलो. भुकेने कळवळलेल्या पोटाने खेळताना मला असा काही चेव आला की, मी पहिल्या फेरित ब्रॉडरिक डाइकला ६-४, ६-४ अशा दोन सेट्समध्ये पराभूत करून टाकले, रिक बॅक्स्टरला धूळ चारून ६-२, ६-१ अशी दुसरी फेरी जिंकलो. त्यानंतर प्रमुख फेरी सुरू झाली. त्यातही जॉन ऑस्टीनविरुद्ध ६-४ आणि ६-१ असा विजय मिळवला. पहिल्या सेटमध्ये त्याने एकदाच माझी सर्व्हिस तोडली; पण मी अशा जोरात

त्याला प्रत्युत्तर दिले की तो हबकलाच. पंधरा वर्षांचा आंद्रे आगासी नावाचा मुलगा वयाने, ताकदीने जास्त असलेल्या प्रतिस्पर्ध्यांना सहजी धूळ चारीत होता, चारीमुंड्या चीत करत होता ही गोष्ट तिथल्या प्रत्येकाच्या तोंडी घोळत होती. प्रेक्षक माझ्यावर कौतुकाचा वर्षाव करत होते. माझ्याकडे बोट दाखवून लोक 'तो बघा, *तोच तो. मी सांगत होतो ना तुम्हाला एका लहान वयातील मोठ्या खेळाडूबद्दल? हाच तो!*' असे गौरवोद्गार काढत होते. 'उद्याचा नंबर एक खेळाडू' हे लोकांनी बहाल केलेले 'अव्वल'पद मला गुदगुल्या करत होते, मी छाती फुगवून रुबाबात चालत होतो.

दुसरे महत्त्वाचे म्हणजे अंतिम फेरीत पोहोचणाऱ्याला मिळणारे बक्षीस २,६०० डॉलर्सचे होते! परंतु मी व्यावसायिक खेळाडू नव्हतो, 'हौशी' या प्रकारात होतो, त्यामुळे मला ते रोख बक्षीस मिळणार नव्हते. फिलीने अशी खात्रीलायक बातमी काढली होती की, स्पर्धेला येण्या-जाण्याचा आणि तेथे जेवण्या–राहण्याचा आमचा सर्व खर्च आम्हाला दिला जाणार होता. खर्चाची यादी व्यवस्थापनाकडे नेऊन द्यायची होती. आम्ही मग खुशीत फिलीच्या खटाऱ्यात बसून कोणकोणते खर्च यादीत घालायचे ते लिहून काढत बसलो. त्यातले बरेचसे काल्पनिक होते म्हणजे व्हेगासपासून पहिल्या वर्गाचा विमानप्रवास, गावातील आलिशान हॉटेलमधील खोली, तेथील जेवणांची चंगळ. या प्रत्येक खर्चाची नोंद केली गेली. यादी तयार झाली, तेव्हा आम्ही स्वतःचीच पाठ थोपटून घेतली. कारण, आमच्या मनोरथांतील खर्चाची बेरीज बरोबर २,६०० डॉलर्स झाली होती, केली होती! आम्ही दोघे व्हेगासचे होतो, त्यामुळे पैशासाठी काहीही करणे हे आमच्या रक्तातच होते. आमचे बालपण कसिनोमध्ये गेले होते. आम्ही जन्मजात धूर्त, खरे म्हणजे थापेबाज, ठक होतो, त्यामुळेच असा, एवढा, आम्ही न केलेला भरमसाट खर्च दाखवण्याचे धाडस आमच्यात होते. आम्ही स्वतःला 'लॉर्ड फॉकलंड'च समजत होतो. आम्हाला शेंबूड पुसता येत नव्हता तेव्हापासून पैसे लावून ते दुप्पट कसे करायचे ही 'कला' मात्र अवगत होती. फ्लोरिडाला येण्याच्या जरा आधी मी आणि फिली आमच्या व्हेगासमधल्याच सीझर्स या कसिनोंच्या माहेरघरात हिंडत होतो. तेथील एका 'पैसे टाका, पैसे मिळवा' (किंवा सगळे घालवा!) या तत्त्वावर चालणाऱ्या 'स्लॉट मशिन' जवळ आम्ही पोहोचलो तेव्हा पन्नास वर्षांपूर्वीचे 'वुई आर इन द मनी' हे जुने गाणे ऐकू येऊ लागले. ते गाणे आमच्या चांगल्याच परिचयाचे होते कारण पॉप्स नेहमी ते जुने गाणे आवडीने म्हणत असत. तेच गाणे नेमके त्या वेळी त्या ठिकाणी लागणे हा आपल्यासाठी शुभशकूनच आहे असे समजून आम्ही तातडीने पुढच्याच 'ब्लॅकजॅक टेबल'वर पत्त्यांच्या जुगारात पैसे लावले आणि कित्येक पटीने जिंकले! आम्हाला नंतर कळले की त्या स्लॉट मशिनमधून ते गाणे दिवसभर वाजत असते!! असो.

तर फिली बाहेर गाडीतच बसून राहिला आणि मी या आमच्या 'वारशा'त मिळालेल्या, जन्मजात लालची निर्लज्जपणाला बरोबर घेऊन स्पर्धेचे व्यवस्थापक दस्तुरखुद्द चार्ली पासारेल यांच्यासमोर थेट जाऊन उभा राहिलो. शुभशकुनांची एक मालिकाच लागली होती : चार्ली पासारेल हे स्वतः उत्तम आणि नावाजलेले टेनिस खेळाडू होते. १९६९ साली त्यांनी पांचो गोन्झालेझ याच्या विरुद्ध विम्बल्डन येथे खेळलेला एकेरी सामना हा 'सर्वांत दीर्घकाळ चाललेला सामना' म्हणून टेनिसच्या इतिहासात नोंदला गेलेला होता. तो पांचो गोन्झालेझ हा माझा मेहुणा होता – तो आणि माझी बहीण रीटा यांनी नुकतेच लग्न केले होते. व्हेगास येथील ज्या अशाच प्रकारच्या स्पर्धांत मी बॉलबॉयचे काम करता करता वेंडी ही माझी पहिली वहिली 'गर्लफ्रेंड' मिळविली होती. नंतर टेनिस सामन्यांच्या रिंगणात स्पर्धक म्हणून अधिकृतरीत्या प्रवेश केला होता त्या स्पर्धेचा आयोजक ॲलन किंग हा चार्ली पासारेल यांचा अगदी जिवश्चकंठश्च मित्र होता! त्या साऱ्या शुभचिन्हांना मनोमन नमस्कार करून मी आमच्या खर्चाची यादी खिशातून काढून आत्मविश्वासपूर्वक चार्ली पासारेल यांच्यासमोर टेबलावर ठेवली.

त्यांनी यादी वाचली. नीट वाचली. डोळे वर करून माझ्याकडे पाहत, भुवया वर उचलून म्हणाले, "वा, छान! हुशार!!"

'हुशार?' मी कोड्यात पडलो. "काय म्हणालात?"

"नाही, इतक्या व्यवस्थित पद्धतीने मांडलेले खर्च आणि इतकी अचूक बेरीज! असं फारच क्वचित पाहायला मिळतं म्हणून म्हटलं!!" मी चमकलो, कपाळावर घाम साठू लागला.

"आंद्रे, बघ ना! तू व्यावसायिक खेळाडू असतास तर तुला जेवढी रक्कम बक्षीस म्हणून मिळाली असती, बरोबर त्या रकमेइतकाच तुझा खर्च झालेला आहे. हो की नाही?" चार्ली त्यांच्या चष्म्याच्या वरून माझ्याकडे रोखून बघत होते. माझ्या हृदयाचा ठोका चुकला. एक क्षण वाटले, तेथून पळून जावे. ही लबाडी मला आणि फिलीला आमचे उरलेले आयुष्य त्याच, ऑम्नीपेक्षा लहान खोलीतच काढायला भाग पाडणार याबद्दल खात्री वाटू लागली; पण चेहरा गंभीर ठेवण्याच्या त्यांच्या प्रयत्नांना न जुमानता एक हलकेसे स्मित त्यांच्या चेहऱ्यावर झळकलेले मला दिसले. त्यांनी वाकून टेबलाखालचे ड्रॉवर उघडले आणि आतून नोटांचा एक जुडगा काढून माझ्या हाती ठेवला.

"हे दोन हजार आहेत. आता उरलेल्या सहाशे डॉलर्ससाठी माझ्या मागे लागू नकोस."

निम्म्या नोटा एकात आणि उरलेल्या निम्म्या दुसऱ्या खिशात कोंबता कोंबता मी शंभर वेळा त्यांचे आभार मानले आणि पैसे व्यवस्थित ठेवल्याची खात्री करून घेऊन बाहेर पळत सुटलो. गाडीचे दार उघडून आत उडी मारली. फिली गाडी चालू ठेवूनच माझी वाट पाहत तयार बसला होता, जसे काही

आम्ही ला क्विंटामधील एखादी बँकच लुटायचा कट रचला होता! माझा श्वास जोरजोरात चालला होता. एका खिशातल्या नोटा बाहेर काढल्या आणि ते एक हजार डॉलर्स नोटा फिलीच्या हातात ठेवल्या आणि जोरात ओरडलो, ''फिली, घे! लुटीतला तुझा अर्धा हिस्सा!!''फिली स्तिमित झालेला होता. काही क्षण तो अवाक होऊन नोटांकडे बघत राहिला आणि त्या माझ्या हातात परत देत म्हणाला, ''नाही, आंद्रे, तू तुझ्या कष्टाने, मेहनतीने, कौशल्याने मिळवले आहेस हे बक्षीस, यावर सर्वस्वी तुझाच हक्क आहे!'' ''चूक!'' मी त्याला थांबवीत म्हणालो, ''मी एकट्याने नाही, आपण मिळवलं आहे, आपण दोघांनी! तुझ्याशिवाय मी काहीच करू शकलो नसतो, फिली. अशक्यच होतं ते मला एकट्याला. हे आपणा दोघांचं बक्षीस आहे, कळलं? दोघांचं!''

हे बोलत असताना माझ्या डोळ्यांसमोर ती सकाळ दिसत होती – त्या सकाळी मी डोळे उघडले तेव्हा फिली माझ्या अंथरुणावर बसला होता आणि माझ्या छातीवर तीनशे डॉलर्सच्या नोटा ठेवलेल्या होत्या. त्या क्षणी मला आणि फिलीलाही आमची खोली दुभागणाऱ्या रेषेच्या दोन बाजूंना, पलंगांवर बसून एकमेकांची सुख–दुःखे वाटून घेत घालवलेल्या अनेक रात्रीही आठवत होत्या. फिली माझ्या बाजूला झुकला आणि त्याने मला मिठी मारली. दोघांच्याही घशात आवंढे आणि डोळ्यांत अश्रू आले होते. ''बोल, कुठे जायचं जेवायला?'' फिलीने मला विचारले. रेस्टॉरंटच्या निवडीवर आम्ही बराच वेळ चर्चा केली, त्या भागातील उत्तमोत्तम रेस्टॉरंट्सच्या नावांची उजळणी केली. अखेरीस एकमत झाले की, हा असा प्रसंग कदाचित आयुष्यात एकदाच येईल, तेव्हा तो साजरा करायला सर्वोत्तम, अगदी 'स्पेशल' जागाच पाहिजे. सिझलर!! दोघांनी तेच नाव घेतले. फिली म्हणाला, ''मला आत्ताच तिथल्या रिब आय स्टीकच्या चवीने तोंडाला पाणी सुटले आहे!''

''आणि तिथला सॅलड बार! आहा, मी त्यात तोंडच खुपसणार आहे...'' मी म्हणालो.

''आणि तिथे अमर्यादित, तुम्ही खाल तितकी कोळंबी देतात म्हणे...'' फिली.

''मग आज काही त्यांचं खरं नाही! त्यांना पश्चात्ताप होणार आज!!'' मी.
''अगदी बरोबर!!'' फिली ओरडला.

प्रत्येक पदार्थ डिश चाटून पुसून, पोटाला तडस लागेपर्यंत खाऊन झाल्यावर आम्ही खोलीवर परतलो. उरलेल्या नोटा अंथरुणावर पसरल्या, त्यांच्याकडे डोळे भरून पाहत राहिलो, त्या परत परत मोजत राहिलो, हातात घेऊन प्रेमाने कुरवाळत राहिलो. प्रत्येक नोटेवरचा बेंजामिन फ्रँकलिन आम्हाला आमचा अगदी जवळचा मित्र वाटत होता. इस्त्री गरम करून ती नोटांवर फिरवून आम्ही त्याच्या चेहऱ्यावर पडलेल्या सुरकुत्यासुद्धा साफ केल्या! आम्ही स्वर्गात होतो!!

८

निक यांच्या मार्गदर्शनाखाली मी बोलेटिरी ॲकॅडमीत प्रशिक्षण घेत राहिलो. गावोगावी जाऊन सामने खेळत राहिलो. काही सामन्यांच्या वेळी निक स्वतः माझ्या बरोबर येत असत. आमच्यातील संबंध नुसते सुधारलेलेच नव्हते, तर ते वेगळ्या पातळीवर पोहोचले होते. निक यांच्याशी मी मोकळेपणाने बोलू शकत होतो, चर्चा करू शकत होतो, आम्ही आपापसात नव्या कल्पनांची देवाण-घेवाण करू लागलो होतो. ते मला ॲकॅडमीचे संचालक, प्रशिक्षक कमी मित्रच जास्त वाटू लागले होते. विचित्र परिस्थितीत आमच्यात झालेल्या 'समेटा'चे रूपांतर आश्चर्यकारकरीत्या, हळूहळू एका छानशा नात्यात झाले होते. आमच्यात चक्क सुसंवाद निर्माण झाला होता, आमचे संबंध सलोख्याचे बनले होते. मी त्यांच्यासमोर दाखवलेल्या (उसन्या) धैर्या, धाडसामुळे त्यांचे माझ्याविषयीचे मत बदलले होते आणि त्यांनी त्यांचा शब्द विनाविलंब खरा केल्याने माझाही त्यांच्यावरील राग निवळला होता, त्याचे रूपांतर आपलेपणात, जवळजवळ आदरातच झाले होते. टेनिस या विषयावरील आमच्या मतात, विचारात आणि 'टेनिसचे जग जिंकण्या'च्या, 'आपले स्थान निर्माण करण्या'च्या आमच्या ध्येयातही साम्य, साधर्म्य होते. त्या ध्येयाच्या सिद्धीसाठी आम्ही दोघेही एकदिलाने प्रयत्न करत होतो, झटत होतो. त्यांनी मला अगदी मांडीवर बसवून घ्यावे असे माझे मुळीच म्हणणे नव्हते. त्यांनी माझ्या बाजूने, माझ्या पाठीमागे उभे राहावे, मला सहकार्य करावे एवढीच माझी रास्त अपेक्षा होती आणि तसे करण्यात मी त्यांच्या ॲकॅडमीचे आणि पर्यायाने त्यांचे नाव गाजवावे, माझ्या यशाने प्रसारमाध्यमांत त्यांचा उदोउदो व्हावा, हा त्यांचा स्वार्थ होता. ते माझ्यासाठी जे काही करत होते, त्याचा आर्थिक मोबदला मी त्या वेळी देत नव्हतो. देऊ शकतच नव्हतो. माझी आर्थिक परिस्थितीच तशी नव्हती; पण भविष्यात व्यावसायिक खेळाडू झाल्यावर मी खेळातून पैसा कमावू लागलो की, मात्र त्यांना माझ्या प्राप्तीतला हिस्सा देणार होतो. या गर्भित व्यवहाराची दोघांनाही पूर्ण कल्पना होती. मी ही जाणीव ठेवणे हेच त्यांच्या दृष्टीने खूप होते.

१९८६चा उन्हाळा संपल्यावर फ्लोरिडाच्या आसमंतात - किसीमी, सरसोटा, टांपा इत्यादी गावांत - जेवढ्या स्पर्धा, सामने झाले, त्या सर्वांत मी घवघवीत यश मिळवले. फ्लोरिडा प्रांत पादाक्रांत करून टाकला. टेनिसवर लक्ष

केंद्रित करून एक वर्षभर केलेल्या कष्टांनी, एकचित्ताने केलेल्या सरावाने माझ्या खेळाच्या दर्जामध्ये लक्षणीय सुधारणा झाली होती. टेनिस जगतातील पाचव्या स्थानावर असलेल्या 'मास्टर्स' या मानाच्या स्पर्धेत मी भाग घेतला आणि अंतिम सामन्यापर्यंत मजल गाठली. अंतिम सामना काही मी जिंकू शकलो नाही; पण १,१०० डॉलर्सच्या बक्षिसाचा मानकरी मात्र ठरलो. मला असे पैसे हवे होते, खरे सांगायचे तर मला त्यांची ओढच लागली होती. मी आणि फिली त्या पैशात चैन करू शकलो असतो; पण मी जर ते बक्षीस स्वीकारले असते तर मी व्यावसायिक खेळाडू गणला गेलो असतो, मग मला परत कधीही हौशी खेळाडू म्हणून कोणत्याही स्पर्धेत उतरता आले नसते. मी पॉप्सना फोन केला. त्यांना सल्ला विचारला.

त्यांची प्रतिक्रिया भारीच होती! ते म्हणाले, "त्यात विचारण्यासारखं काय आहे? तुला प्रश्न का पडावा? जा आणि पैसे घेऊन ये!!"

"पण पॉप्स, मी हे बक्षीस स्वीकारले, तर मग व्यावसायिक हा शिक्का बसेल आणि तो परत कधीच पुसता येणार नाही."

"हो, बरोबर. मग?"

त्यातील फायद्या-तोट्यांवर मी बोलू लागलो तसे त्यांना माझे बोलणे ऐकू येईनासे झाले. संवाद काही वेळ एकतर्फी सुरू राहिला.

काही वेळाने मला थांबवून ते बोलू लागले, "हे बघ, जरा वस्तुस्थितीचे भान ठेव. तू शाळा सोडून दिलेली आहेस. शिक्षण फक्त आठवीपर्यंत झालेलं आहे. एक टेनिस सोडलं तर दुसरं काय येतं तुला? कोणते पर्याय आहेत तुझ्यासमोर? काय करणार आहेस तू? डॉक्टर होणार आहेस? का इंजिनियर?..." हे सगळे खरे असले तरी ते पॉप्स त्या सत्याची ज्या पद्धतीने त्याची चिरफाड करत होते, त्यामुळे ते मला टोचत होते, बोचत होते.

मी व्यवस्थापकांकडे जाऊन मी ते पैसे स्वीकारणार असल्याचे सांगितले. त्या माझ्या निर्णयाने अनेक भावी शक्यतांचे 'मनोरे' कोसळून पडले. त्या शक्यता काय होत्या हे मला त्या क्षणी माहीत नव्हते; पण माझा मुद्दा तोच होता, त्या माहीत नसताना बाकीची दारे बंद करून टाकणे कितपत योग्य होते? मी चेक हातात घेतला आणि बाहेर पडलो. माझ्यासमोर एकच रस्ता होता - लांबच लांब, शेवटी दाट अंधार असणारा, अनोळखी, कदाचित अमंगळ अशा जंगलात नेणारा.

तो दिवसही वैशिष्ट्यपूर्ण होता - २९ एप्रिल, १९८६ - माझा सोळावा वाढदिवस!! मी दिवसभर स्वतःला बजावीत होतो, 'तू आता 'व्यावसायिक टेनिस खेळाडू' आहेस, सटवाईने आज तुझ्या कपाळी तोच लेख कोरून टाकला आहे, आता तुला अन्य भविष्य नाही, दुसरी ओळख नाही.' वारंवार तेच तेच सांगूनही ते कानातून मनात काही उतरत नव्हते. बाकीचे दोर कापले गेल्यावर या 'एकेरी' मार्गावर चालण्याचा अटळ पर्यायच फक्त उरला. याचा एक निर्विवाद फायदा हा

झाला की आता माझ्या त्या नव्या प्रवासात माझा सहकारी म्हणून पॉप्सनी प्रिय फिलीची नेमणूक करून टाकली. मी जेथे जाईन तेथे माझा फिली, माझा सखा, सचिव, हितचिंतक बनून माझा सांगाती असणार होता. मला सर्व गोष्टीत साहाय्य करणार होता. आम्हाला एकमेकांचा भरपूर सहवास लाभणार होता. माझा खेळ आणि त्यासाठीचा प्रवास या दोनही गोष्टीत तो मला मदत करणार होता, सगळी व्यवस्था तोच बघणार होता. प्रवासासाठीचे वाहन, स्पर्धेच्या ठिकाणचे राहणे, जेवणे, खाणे, अगदी माझ्या रॅकेट्सच्या वाद्यांचे ताणसुद्धा.

'तुला तुझ्या या नव्या व्यवसायात फिलीची गरज पडेल,' असे पॉप्स म्हणाले ते व्यवहारी दृष्टीने असले तरी आम्हा तिघांनाही ही गोष्ट चांगलीच माहीत होती की, फिलीचा असा कायम सहवास ही माझी फार मोठी मानसिक गरज होती. हा प्रसंग घडला त्याच्या दुसऱ्याच दिवशी फिलीला 'नाइकी' कंपनीतून फोन आला. त्यांची उत्पादने पुरस्कृत करण्यासंबंधी चर्चा करण्यासाठी त्यांना माझ्याशी बोलायचे होते. न्यूपोर्ट बीचवरील रस्टी पेलिकन नावाच्या एका हॉटेलमध्ये त्यांचे इयान हॅमिल्टन या नावाचे एक प्रतिनिधी आम्हाला येऊन भेटले.

सुरवातीलाच 'श्रीयुत हॅमिल्टन' या माझ्या संबोधनाला हरकत घेऊन मी त्यांना नुसते 'इयान' म्हणावे असे त्यांनी सुचवले. त्यांच्या चेहऱ्यावरील प्रसन्न हास्य पाहून मला त्यांच्यावर पूर्ण विश्वास टाकावासा वाटला; परंतु फिली मात्र योग्य अंतर ठेवून, सचिवाच्या सावधानतेने वागत होता.

''मी तुम्हाला खात्रीलायकरीत्या सांगतो की, आंद्रेचे भविष्य खूपच उज्ज्वल आहे.''

या इयानच्या विधानाबद्दल आम्ही त्याचे आभार मानले.

''नाइकीला आंद्रेच्या यशाचा, त्याच्या भविष्याचा भाग व्हायला आवडेल. खरं तर नाइकीला त्यात भागीदारीच हवी आहे.''

आम्ही परत एकदा आभार मानले.

''माझी कंपनी तुमच्याशी दोन वर्षांसाठीचा करार करू इच्छिते.''

आम्ही तो पुढे काय सांगतो ते ऐकू लागलो.

''आंद्रे, या करारांतर्गत नाइकी तुला मैदानावरील पोशाख, बूट मोजे, खेळासाठी लागणारा सगळाच जामानिमा पुरवेल आणि शिवाय रोख २०,००० डॉलर्स देईल.''

फिलीने वेळेवर मला दाबले नसते तर मी आनंदाश्चर्याने ओरडलोच असतो.

''दोन वर्षांचे मिळून का?'' फिलीने थंडपणे, व्यवहारी कोरडेपणाने विचारले.

''नाही, दरवर्षी २०,०००.''

मी परत काहीतरी खुशीचे उद्गार काढणार एवढ्यात फिलीने त्याला विचारले, ''या सगळ्याच्या बदल्यात नाइकीची आंद्रेकडून काय अपेक्षा आहे?''

इयानला तो प्रश्न अपेक्षित नसावा, तो जरा गोंधळल्यासारखा वाटला. म्हणाला, ''वेगळं काहीच नाही. तो जे गेले वर्षभर करत आला आहे तेच. त्याने आंद्रे आगासीच राहायचं आहे, भरपूर खेळायचं आहे. फक्त खेळताना कायम नाइकीने दिलेल्या गोष्टीच वापरायच्या.''

फिली आणि मी एकमेकांकडे पाहिले. व्हेगासने रक्तात भिनवलेल्या फसवाफसवीची आता पैसे मिळवायला गरज पडणार नव्हती. तसे पाहायला गेले, तर ती प्रवृत्ती आम्ही आदल्या दिवशीच सिझलरमध्ये मागे ठेवूनच आलो होतो. या नव्या मार्गावर सगळे निराळेच घडत होते, विश्वास ठेवणे अवघड जावे, असे काहीतरी घडत होते. आमच्या चेहऱ्यावर आमचा विस्मय दिसायच्या आत, आम्ही 'आ' वासायच्या आत फिलीने समयसूचकता दाखवीत इयानला म्हटले, ''आम्हाला विचार करायला जरा वेळ हवा आहे. आलोच आम्ही.'' त्याला तसे सांगून फिलीने मला हॉटेलच्या मागील बाजूस, बाहेर आणले. आम्ही पॉप्सचा सल्ला घ्यायचे ठरवले. त्यांना फोन केला आणि सांगितले की, मी आणि फिली नायकी कंपनीच्या एका प्रतिनिधीबरोबर आहोत आणि तो माझ्याशी एक करार करायचा म्हणतो आहे. मग मी त्यांना कराराच्या अटी सांगितल्या. काय करावे या प्रश्नाला त्यांचे पहिले उत्तर होते, ''पैसे कमी आहेत, वाढवून मागा.''

''पण पॉप्स...''

''बस, पैसे वाढवायला सांगा.''

बस! त्यांनी फोन ठेवून दिला.

बस? पैसे! पैसे! अधिक पैसे! त्यांना बाकी कशात जराही रस नव्हता.

फिली आणि मी इयानला काय सांगायचे, कसे सांगायचे याची तयारी करू लागलो. समोरासमोर उभे राहून आम्ही दोघे संवाद म्हणू लागलो. मी फिलीचे आणि फिली इयानचे. टॉयलेटला येणारे-जाणारे आमचे नाटुकले कुतूहलाने पाहत होते. आम्ही आत जाऊन खुर्च्यांवर बसलो. फिलीने आमची जास्त पैशांची मागणी मांडली. इयान गंभीर झाला. त्याने आम्हा दोघांकडे पाहिले. 'आम्ही आमच्या मागणीवर ठाम आहोत' असा भाव चेहऱ्यावर राखत आम्ही त्याच्याकडे पाहिले.

''ठीक आहे.'' इयान म्हणाला, ''दुसऱ्या वर्षीची रक्कम आपण २५,००० करू. ओके?'' त्याने हात पुढे केला आणि आम्ही आळीपाळीने त्याच्याशी हस्तांदोलन केले. आम्ही हॉटेलच्या बाहेर आलो. इयान त्याच्या गाडीत बसून जाईपर्यंत आम्ही कसाबसा दम धरला. त्याची गाडी दिसेनाशी होताच आम्ही एकमेकांना मिठ्या मारल्या, आनंदातिशयाने दोन्ही हात वर उंचावून उड्या मारल्या, ओरडलो, आरोळ्या मारल्या.

"फिली, हे सगळं खरंच घडतंय ना?"

"हो; पण विश्वास नाही बसत! शप्पथ, हे स्वप्नच वाटतंय."

"चल, मी चालवू गाडी?"

"नको, मुळीच नको. लेका, तुझे हात अजून थरथरतायत. गाडी घालशील खड्ड्यात! आणि आता ते अजिबात परवडणार नाही. कारण, तू आता खूप महाग झाला आहेस – वीस हजार डॉलर्स!!"

"हो आणि पुढच्या वर्षी पंचवीस हजार!!"

फिलीच्या खुराड्याकडे जाताना पैसे मिळाले की, करायच्या चैनींची यादी चालली होती. यादीत पहिली होती, स्वस्त पण मस्त गाडी! मी म्हणालो, "कोणतीही चालेल; पण तिच्या धुराड्यातून काळा धूर येता कामा नये!" सर्वांत मोठी चैन म्हणजे तशा, काळा धूर न सोडणाऱ्या, भन्नाट गाडीतून सिझलरला जायचे आणि मनसोक्त जेवायचे!!

व्यावसायिक खेळाडू म्हणून मी पहिली स्पर्धा न्यू यॉर्क राज्यातील स्नेनेक्टडी या शहरी खेळलो. अंतिम फेरीपर्यंत पोहोचलो. स्पर्धेतील विजेत्याला घसघशीत १००,००० डॉलर्स मिळणार होते. मी अंतिम सामन्यात रमेश कृष्णनकडून ६-२ ६-३ असा पराभूत झालो. मला वाईट वाटले पण फार नाही. रमेश कृष्णन हा श्रेष्ठ आणि ज्येष्ठ खेळाडू होता. जागतिक गुणवत्ता यादीत चाळिसाव्या स्थानावर होता. माझ्यासारख्या अगदी लहान, अननुभवी, क्षुल्लक खेळाडूला पहिल्याच पदार्पणात अशा कीर्तिमान खेळाडूबरोबर खेळायला मिळणे, तोही अंतिम सामना आणि एका महत्त्वपूर्ण स्पर्धेतला, हा अगदी विरळा असा भाग्ययोगच होता म्हणूनच असा सामना हरणे हे जरा कमी क्लेशकारक होते. मला तर माझ्या पराजयाचाही अभिमान वाटत होता. खरे तर मी खेळलो त्याहून चांगला खेळू शकलो असतो हे माझे मला कळले होते आणि तेच कृष्णनलाही जाणवले होते हेही मला समजले होते. माझ्या भविष्याबद्दलच्या माझ्या आशा त्या स्पर्धेने पालवल्या होत्या.

त्यांनतरचे सामने स्ट्रॅटॉन माउंटन, व्हरमॉन्ट येथे होते. तेथे प्राथमिक फेरीतच मी गुणवत्ता यादीत बाराव्या स्थानावर असणाऱ्या टिम मेयॉटी याला पराभूत केले. उपांत्य सामन्यात माझी गाठ जॉन मॅकेन्रोशी पडली. जॉन मॅकेन्रो! टेनिस जगतातले एक तळपते नाव! विशेष म्हणजे मी या तेजस्वी खेळाडूची वाटचाल माझ्या लहानपणापासून अगदी जवळून पाहत आलो होतो. मी त्याच्या विरोधात होतो. कारण, त्याचा कडवा प्रतिस्पर्धी बियॉन बोर्ग हा माझा आदर्श होता. जॉन मॅकेन्रोच्या खेळात काही कारणाने खंड पडला होता. आमचा सामना हा त्याचा पुनर्प्रवेश ठरणार होता. विश्रांतीने तो ताजातवाना झाला होता. त्याचा

दरारा पुन्हा नव्याने सिद्ध करायला उत्सुक होता. त्या वेळी तो जागतिक गुणवत्ता यादीत प्रथम क्रमांकावर, अत्युच्च स्थानी होता. मैदानावर उतरण्याच्या तयारीत असताना माझ्या मनात प्रश्न उभा राहिला की, जॉनसारख्या सफाईदार आणि कुशल खेळाडूवर मध्येच अशी विश्रांती घेण्याची वेळ का आली असेल? माझ्या त्या प्रश्नाचे उत्तर मला मिळाले नाही; पण त्याच्या विश्रांतीचा परिणाम मात्र भोगावा लागला. ६-३, ६-३ असा कचकचीत पराभव पत्करावा लागला. त्याच्या चौफेर माऱ्याच्या झंझावातात माझ्या एकाच जबरदस्त फटक्याने मला समाधान दिले होते. त्याची एक सर्व्हिस मी अशा जोरदार आणि अति वेगवान फोरहॅन्डने परतवली होती की, तो गोंधळलाच होता. तो नुसता पाहत राहिला होता. सामन्यानंतरच्या पत्रकारपरिषदेत त्याने चक्क माझ्या त्याच फटक्याचा विशेषत्वाने उल्लेख केला. तो म्हणाला, ''मी आजवर बेकर, कॉनर्स, लेन्डल अशा रथी-महारथींबरोबर खेळलेलो आहे; पण आजच्यासारखा फटका त्यापैकी कोणीही मारलेला मला आठवत नाही. मला चेंडू दिसलाही नाही!''

मॅकेन्रोच्या तोडीच्या खेळाडूच्या या वाक्याने, त्याने माझ्या खेळाच्या केलेल्या जाहीर स्तुतीने मला देशभरात प्रसिद्धी मिळाली. जवळ जवळ सगळ्या वृत्तपत्रांनी माझी नोंद घेतली. माझ्याबद्दल लिहिले. काही उत्साही चाहत्यांनीही मला कौतुकाची पत्रे पाठवली. फिलीचा फोन सतत वाजत होता. माझ्या मुलाखतीच्या मागण्यांचा ओघ लागला होता. फोन घेताना फिली अधिकाधिक खूश होत होता. माझ्या प्रशंसेने त्याच्या अंगावरही मूठभर मांस चढत होते.

''आंद्रे, ही प्रसिद्धी, हे लोकांचे कौतुक मस्त वाटतंय रे!!''

माझ्या लोकप्रियतेचा आलेख वर जात होता आणि त्याबरोबर माझे गुणवत्ता यादीतील स्थानही वरवर चढत जात होते.

१९८६ साली मी पहिल्यांदा 'यूएस ओपन' या जागतिक पातळीवरील बहुमानाच्या स्पर्धेत भाग घेतला. मी खूप उत्साहित होतो, उत्तेजित होतो. आजवरील स्पर्धांपेक्षा ही स्पर्धा फारच वरच्या दर्जाची होती, माझा दर्जाही वाढवणारी होती. विमान न्यू यॉर्क विमानतळावर उतरण्यासाठी खाली जाऊ लागले, तसे त्या स्वप्ननगरीच्या, गगनचुंबी इमारतींनी नटलेल्या 'विहंगदर्शना'ने माझ्यासारख्या उजाड वाळवंटामधून आलेल्या तरुणाच्या मनाचा थरकाप उडवला. शहरातील प्रचंड जनसागर पाहून मी बावरलो. मनावर दडपण आले, मी घाबरलो. माझा उत्साह मावळला, मनात भीतीचा उदय झाला.

जितकी माणसे तितकी मते! न्यू यॉर्कच्या रस्त्यांपर्यंत पोहोचल्यावर असे लक्षात आले की, तेथील वातावरण मनात धाक उत्पन्न करणारे कमी, चीड उत्पन्न करणारे जास्त होते. कान किटवणारा आवाज, शिसारी आणणारा दुर्गंध,

अविश्वसनीय महागाई आणि जिथे तिथे 'टिप्स'- वरकमाईसाठी पसरलेले हात. लास व्हेगासमध्येही 'टिप्स'चा सुकाळ होता, नाही असे नाही. 'टिप्स'वरच आमच्या कुटुंबाची गुजराण होत होती; पण न्यू यॉर्कमध्ये 'टिप्स'ला एक निराळेच परिमाण लागू झालेले होते. विमानतळावरून हॉटेलमधल्या माझ्या खोलीपर्यंत पोहोचायला मला शंभर डॉलर्स मोजावे लागले होते – टॅक्सी ड्रायव्हर, हॉटेलच्या दारातील रखवालदार, सामान खोलीपर्यंत घेऊन जाणारा आणि खोलीत सेवा पुरवणारा कर्मचारी या सर्वांचे हात ओले करता करता माझा खिसा कोरडा झाला.

आणखी एक चीड आणणारी गोष्ट म्हणजे तेथील रहदारी. सुरवातीला मी प्रत्येक ठिकाणी उशिरा पोहोचत होतो. कारण, प्रवासाचे अंतर आणि ते जायला लागणाऱ्या वेळेचा माझा अंदाज पूर्णपणे चुकत होता. फ्लशिंग मेडोज् येथील मैदानावर मला सामन्याच्या सरावासाठी जायचे होते. वेळ दुपारी दोनची दिलेली होती. माझ्या अंदाजानुसार मी भरपूर लवकर निघालो होतो. हॉटेलच्या दारातच मी खेळाडूंच्या येण्याजाण्यासाठी राखून ठेवलेल्या एका बसमध्ये बसलो. ती बस शहरातील प्रचंड गर्दीतून वाट काढत मैदानावर पोहोचली तेव्हा इतका उशीर झाला होता की तेथील व्यवस्थापिकेने, आता काही मी येत नाही असा निष्कर्ष काढून माझी जागा अन्य कुणाला तरी देऊनही टाकली होती. मी खूप अजीजी केली, पुढची वेळ देण्याची विनंती केली, तिला गळच घातली.

'काय नाव तुमचे?' तिने विचारले.

मी तोंडावर हसू आणत माझे ओळखपत्र दाखविले. तिने भिंतीवरील तक्ता बघितला – मैदानाचा क्रमांक, वेळ, खेळाडूंच्या जोडीचे नाव. भरगच्च भरलेल्या तक्त्यावरून बोट फिरवीत फिरवीत ती एका जागी थांबली, तेथे दोनाऐवजी एकच नाव होते. ती मला म्हणाली, 'मैदान क्रमांक आठ, चार वाजता.'

मी हळूच माझ्या सहखेळाडूचे नाव बघितले. मी तिला म्हणालो, 'याच्याबरोबर मला नाही खेळता येणार. मी दुसऱ्याच फेरीत त्याच्या विरुद्ध सामना खेळणार आहे.' नशीब, तिला पटले. ती परत तक्त्यावरून बोट फिरवू लागली. तिचा त्रासलेला चेहरा, कपाळावरील आठ्या आणि एकंदरीतच आविर्भाव बघून मला ब्रॅडेन्टन ॲकॅडमीतील सौ.जी यांची आठवण होत होती. त्यांना बहुधा जुळी बहीण असावी! मिसेस जी यांना चीड आणणारी माझी शाळेत असतानाची भयानक केशरचना एव्हाना मी बदललेली होती, नाहीतर त्यांच्या त्या जुळ्या बहिणीने मला समोर उभेही केले नसते. अर्थात ही केशरचनाही काही कमी धक्कादायक नव्हती – बीस्टी बॉइज् या ग्रुपने लोकप्रिय केलेली, दोन रंगांत रंगवलेल्या, डोक्यावर कमी उंचीच्या, मऊ पण टोकदार केसांची 'जुल्फे' आणि मागे लांब, मानेपर्यंत रुळणाऱ्या केसांची होती.

'ठीक आहे, मग मैदान क्रमांक १७, संध्याकाळी पाच वाजता.' तिने पर्याय दिला. 'पण तुला एका बरोबर नाही, तिघांबरोबर म्हणजे दुहेरीत खेळावे

लागेल,' तिने बजावले. छे! हे काही खरे नव्हते! इथे सगळेच कठीण होते!! न्यू यॉर्क म्हणजे 'दुरून डोंगर साजरे' असेच होते. मी हे माझ्या मनातले निक यांच्याजवळ बोललो तेव्हा 'सगळं काही ठीक होईल. अरे, सगळंच लांबून चांगलं, सोपं, सरळच दिसतं' असे सांगून त्यांनी माझी समजूत काढली.

पहिल्या फेरीत मी इंग्लंडच्या जर्मी बेट्स याच्या विरुद्ध खेळलो. सामना प्रेक्षकांपासून सर्वांत दूर असलेल्या, गडबड गोंगाट सर्वांत कमी असलेल्या शेवटच्या मैदानावर खेळला गेला; पण माझ्या मनात भावनांचा चांगलाच कल्लोळ उडाला होता. एका बाजूला मला माझा अभिमान वाटत होता, उकळी फुटेल असा उत्साह मनात दाटला होता; पण दुसऱ्या बाजूला मी घाबरलोही होतो, गोंधळलोही होतो आणि बावरलोही होतो. पहिलाच सामना अंतिम लढतीसारखा वाटत होता, पोटात गोळाच आला होता.

आजपर्यंत मी काही कमी स्पर्धांत भाग घेतला नव्हता; पण ही स्पर्धा अत्युच्च श्रेणीची होती कारण ती 'ग्रॅन्ड स्लॅम'मधील चार स्पर्धांपैकी एक होती. तिथल्या वातावरणात आजवरील स्पर्धांपेक्षा अगदी निराळी, विलक्षण उत्तेजित करणारी ऊर्जा भरून वाहत होती. त्यात एक प्रकारचा आवेश होता, उन्माद होता. खेळाला वेगळाच वेग होता, अतिशय जलद अशी लय होती – अगदी अपरिचित! त्यातच नेमका सामन्याच्या वेळीच जोराचा वारा सुटला. चेंडू चॉकलेटच्या वेष्टनासारखा भरकटत होता. काय घडत होते, काही कळतच नव्हते. तो टेनिसचा खेळ वाटतच नव्हता. खरे तर बेट्स हा काही माझ्यापेक्षा चांगला खेळणारा खेळाडू नव्हता; पण त्या दिवशी, कसे कोण जाणे, त्याला सगळेच जमत गेले. त्याने सरळ चार सेट्स घेतले. फिली आणि निक प्रेक्षकात बसले होते, त्यांना हेरून त्यांच्याकडे पाहून त्याने 'कसा ठेचला तुमच्या पित्याला' अशा अर्थाची खूण करण्याचा उद्धटपणाही दाखवला. मला राहून राहून वाटत होते की, निक आणि बेट्स यांचे काहीतरी पूर्वीचे 'हिशेब' होते.

मी निराश झालो होतो, लाजेने मान खाली गेली होती. मला माझ्यातील उणिवांची जाणीव होत होती. माझ्यात आणि यूएस ओपनमध्ये बरीच मोठी दरी होती. माझे हात त्या उंचीपर्यंत अजून पोहोचत नव्हते; पण मी जिद्द सोडणार नव्हतो. माझी खात्री होती की, मी तेथपर्यंत पोहोचणार होतो, नक्कीच पोहोचणार होतो. फिलीने मला तोच विश्वास दिला. माझ्या खांद्याभोवती हात टाकून तो मला म्हणाला, 'काळजी करू नकोस. फक्त थोडी कळ काढ.' मला तसे उत्तेजन हवेच होते. मी त्याचे मनोमन आभार मानले.

मी पुढे जाणार, मी स्पर्धा जिंकणार, नाव कमावणार हे मला माहीत होते पण...; पण मी एकामागून एक सामने हरत होतो, स्पर्धा गमवीत होतो. नुसते हरत नव्हतो, नामुश्कीचे पराजय स्वीकारत होतो, जोरदार मार खात होतो. मेंफिसमध्ये पहिल्याच फेरीत स्पर्धेबाहेर फेकला गेलो, बिस्केन येथेही तेच झाले.

'फिली, हे काय होतंय रे? मला काही कळेनासंच झालं आहे. मी खेळाडू आहे की कोणी बाजारबुणगा आहे? मी सगळ्यांकडून हरतोय आणि स्वतःला हरवतोय!'

फिलाडेल्फियातील स्पेक्ट्रम येथे तर हद्दच झाली. एक तर तेथील मैदाने मूलतः टेनिससाठी तयार केलेली नव्हती. बास्केटबॉलसाठीची मैदाने कशीबशी टेनिससाठी वापरली जात होती. प्रकाशयोजनाही निकृष्ट होती. पुरेसा प्रकाशच नव्हता. दोन मैदाने अगदी जवळ जवळ, पाठीला पाठ लावून होती. त्या दोन्ही मैदानांवर एकाच वेळी दोन निरनिराळे सामने खेळले जायचे. म्हणजे मी सर्व्हिस घेत घेत मागे मागे गेलो आणि त्याचवेळी शेजारच्या मैदानावरील खेळाडूही सर्व्हिस परतवायच्या नादात मला येऊन धडक मारायची शक्यता होती. अशा प्रतिकूल परिस्थितीत खेळताना माझे लक्ष अधिकच विचलित होत होते. अशा गोष्टींनी न बिघडणारी एकाग्रता अजून माझ्याजवळ नव्हती. तेथील पहिल्या सामन्यातील पहिल्या सेटच्या अखेरीस माझ्या हृदयाची धडधड इतकी वाढली होती की मला मैदानावरील इतर काहीही ऐकू येईनासे झाले होते.

त्यातच भर म्हणून की काय, माझा प्रतिस्पर्धी अत्यंत वाईट खेळणारा होता. समोरचा कसाही खेळू दे आपण आपलाच खेळ खेळायचा हे मला कळत असून वळत नव्हते. मीही समोरच्या इतका बेकार खेळायचो. या माझ्या सवयीचा कधी कधी फायदा व्हायचा. प्रतिस्पर्धी उत्तम खेळणारा असला की मीही जीव तोडून, त्याच्या तोडीस तोड खेळायचो, त्याला जोमाने टक्कर द्यायचो; पण असे प्रतिस्पर्ध्याच्या श्वासात श्वास मिसळून खेळणे बरोबर नव्हतेच. अशा खेळण्याला 'दबून' खेळणे अशी संज्ञा प्रचलित आहे आणि असे 'दबून' खेळणे ही टेनिसमधील सर्वांत धोकादायक पद्धत समजली जाते.

निराश, हताश, हतबुद्ध असा मी लटपटत्या पायाने फिलीबरोबर अखेर व्हेगासला परतलो. मानसिक स्थिती बिघडलेली होतीच; पण त्याहून गंभीर होती आर्थिक परिस्थिती! कफल्लक होतो! हरलेल्याला कोण काय देणार? नाइकी कंपनीकडून मिळालेले पैसेही इतक्या दिवसांचा प्रवास, हॉटेल, जेवणखाण, गाडी घोडा यात संपून गेले होते. व्हेगासला उतरल्यावर विमानतळावरून मी थेट पेरीच्याच घरी गेलो. आमच्या आवडत्या सोड्याच्या दोन-तीन बाटल्या बरोबर घेऊन आम्ही दोघेच त्याच्या खोलीत जाऊन बसलो. खोलीचे दार घट्ट लावून घेतले तेव्हा माझ्या जिवात जीव आला, डोके शांत झाले, मन थाऱ्यावर आले. खोलीच्या भिंतींवरील स्पोर्ट्स इलस्ट्रेटेडच्या मुखपृष्ठांची गर्दी वाढलेली दिसत होती. त्या श्रेष्ठपदी पोहोचलेल्या यशस्वी खेळाडूंचे चेहरे पाहताना मी पेरीला म्हटले, 'माझ्या कपाळी खेळाडू होण्याचंच भविष्य कोरलं गेलं आहे. मला वाटो न वाटो, आवडो ना आवडो, मला खेळाडूच झालं पाहिजे आणि मी तसा होईन असा मला पक्का विश्वास वाटतो आहे. मला जायचं नसलं तरी तीच

माझ्या जीवनाची वाट आहे, तीच मला चोखाळली पाहिजे. काहीही झालं तरी ती वाट मला यशाप्रत घेऊन जाणार या अटळ विधिलिखिताबद्दलची बालंबाल खात्री हाच काय तो सांप्रत परिस्थितीत मला दिलासा आहे. कारण या क्षणी नजिकचे भविष्य अंधारमय आहे. जे मला चांगलं जमतं आहे, असं वाटत होतं ते जमत नाही हे सिद्ध होतं आहे. स्वतःबद्दलच्या भ्रमाचं, गैरसमजुतीचं निराकरण झालंय. पेरी, सुरुवात होण्याआधीच सगळं संपतंय का रे? काय करणार आहोत मी आणि फिली?''

''पेरी, मला नाही रे असं आयुष्य जगायचं. मलाही इतर सोळा वर्षांच्या मुलांसारखं साधं, स्वच्छंदी, अनिर्बंध, मनमोकळं राहायचंय; पण बघ ना, सगळं अधिकाधिकच विचित्र, अवघड होत चाललंय. यू एस ओपनसारख्या स्पर्धेत इतक्या वाईट पद्धतीने अपमानित होणं, स्पेक्ट्रमच्या मैदानावर खेळाऐवजी कोणा आडदांड रशियन खेळाडूची धडक बसेल याची चिंता सतावणं हे तारुण्यात पाऊल ठेवणाऱ्या माझ्यासारख्याच्या नशिबी यावं हे साध्या, सोप्या, सरळ आयुष्याचं लक्षण आहे का? मी एकटा पडलो आहे रे, मैदानावर एकटा, लॉकर रूम्समध्येदेखील एकटा!'' मी मनातले बोलतच सुटलो.

''बाकी सगळं कळलं; पण तू एकटा का पडला आहेस?'' पेरीने विचारले.

''बरीच कारणं आहेत. एक तर इतर खेळाडू माझी गणना 'लहान पोर' अशी करतात. सोळा वर्षांचा असलो तरी ते सगळे मला बहुतेक लिंबुटिंबु समजतात; पण माझे नाव पहिल्या शंभर खेळाडूंच्या यादीत झळकते आहे, मला सतत मागणी असते, याचा त्यांना प्रचंड हेवा वाटतो. निकचा 'शिष्य' असल्याचाही मला तोटा होतो. निक या ना त्या कारणांनी बऱ्याच जणांना आवडत नाही. अशा रीतीने मी बिचारा सगळ्यांच्यात एकटा पडतो. कोणाच्याच 'ग्रुप'मध्ये नाही, कोणी मित्र नाही आणि... मैत्रीण – गर्लफ्रेंडही नाही!''

होय. जॅमीचे आणि माझे बिनसले होते. तिच्यानंतर पेरीच्या वर्गातली जिलियन नावाची एक मुलगी मला आवडली होती; पण काही केल्या ती 'पटत' मात्र नव्हती. काहीच प्रतिसाद देत नव्हती, फोनदेखील करायची नाही. अर्थात यात तिचा फारसा दोष नव्हता. सारखा गावोगावी हिंडणारा, कधीतरीच फक्त भेटणारा 'बॉयफ्रेंड' कुणाला आवडेल? माझी ही 'एकटेपणा'ची व्यथा पेरीला अगदीच नवीन होती. काळजीत पाडणारी होती; पण मी त्याला म्हणालो, ''सर्वांत काळजी करण्याची गोष्ट जर कुठली असेल तर ती 'आर्थिक टंचाई' ही आहे.''

''का? नाइकीच्या वीस हजार डॉलर्सचं काय झालं?'' पेरीने विचारले.

''अरे, इतका प्रवास, राहणं, जेवणं – आणि तिघांचा खर्च! मी, फिली आणि निक. होय, निकचाही खर्च मलाच करावा लागतो! एवढा प्रचंड खर्च आणि सारखं सारखं हारल्यामुळे जमा शून्य!''

''तुझ्या वडिलांकडून तात्पुरतं कर्ज...''

''कदापि नाही! त्यांची मदत फार महाग पडते. मी त्यांच्या कचाट्यातून कसं सुटता येईल हे पाहतो आहे.''

''हं!'' पेरीने सुस्कारा सोडला; पण लगेच माझ्या पाठीवर हात ठेवून म्हणाला, ''आंद्रे, काळजी करू नकोस. सगळं सुरळीत होईल.''

मी हताशपणे मान हलवली ते पाहून तो पुढे म्हणाला, ''अरे, खरंच. हे काही फार दिवस नाही टिकणार. बघता बघता तू एकामागे एक सामने जिंकायला लागशील आणि मग एक दिवस तुझा फोटोसुद्धा या *स्पोर्ट्स इलस्ट्रेटेडच्या* मुखपृष्ठावर झळकेल.'' मी फसकन हसलो.

''हसू नकोस. माझं म्हणणं खोटं ठरणारच नाही. बघशील तू आणि गर्लफ्रेंड वगैरे विसर. जिलियन बिलियन कसल्या रे? चार दिवसांच्या मैत्रिणी! तुझ्यासारख्या वाघाला असल्या मांजऱ्या काय कामाच्या? तुला वाघीण मिळेल वाघीण – ब्रुक शील्ड्ससारखी!!''

''ब्रुक शील्ड्स? ती ब्ल्यू लगूनवाली ब्रुक शील्ड्स? ती कुठून आठवली तुला?''

''काही नाही रे, *टाइमच्या* अंकात वाचत होतो तिच्याबद्दल. अरे यार, जगातली सर्वांत सुंदर, सर्वांत लोकप्रिय, कीर्तीच्या शिखरावर असणारी ही नटी तितकीच हुशारही आहे, प्रिन्स्टन युनिव्हर्सिटीमधून पदवी मिळवणार आहे या वर्षी, माहीत आहे का तुला? तूही लवकरच जगातील सर्वोत्तम, सर्वांत प्रसिद्ध असा टेनिस खेळाडू, प्रेक्षकांच्या गळ्यातला ताईत बनणार आहेस. त्या वेळी तुला शोभेशी गर्लफ्रेंड म्हणजे ब्रुक शील्ड्सच हवी! तुला जरा जगावेगळं, विचित्र वाटेल पण आंद्रे, मला काय वाटतं माहीत आहे का? तुझ्यासारख्या असाधारण खेळाडूचं आयुष्य सरळ साधं असणारच नाही मुळी. जरासं गुंतागुंतीचं, काहीसं खासच असणार. तुला सवय होऊन जाईल बघ तशाच निराळ्या जगण्याची!''

पेरीच्या या स्वप्नरंजक बोलण्याने, खोट्या वाटणाऱ्या प्रोत्साहनाने मी चांगलाच फुगलो, चढून गेलो. जवळ उरलेल्या पैशातून आता मी आणि फिली दोघांचाच खर्च कसाबसा करता येणार होता, त्यामुळे आम्ही दोघेच 'जपान ओपन' या स्पर्धेत भाग घेण्यासाठी जपानला गेलो. पहिले काही सामने खरेच मी सहजगत्या जिंकले; पण आंद्रे गोमेझ याच्या विरुद्ध मी पराभूत झालो. तेथून आम्ही सेऊलला गेलो. तेथे मी अंतिम सामन्यापर्यंत मजल गाठली. त्या सामन्यामध्ये मी पराभूत झालो; पण खिशात ७,००० डॉलर्स पडले. निदान पुढील तीन महिने तरी स्वतःचा सूर गवसण्यासाठी सतत खेळत राहता येणार होते.

आशियाचा तो दौरा संपवून मी आणि फिली व्हेगासला परत आलो तेव्हा माझ्या मनावरील ताण जवळ जवळ नाहीसा झाला होता. मला मोकळे मोकळे

वाटत होते, तरंगत असल्यासारखे. आमचे वडील विमानतळावर येणार होते. मला काय ऊर्मी आली माहीत नाही; पण मी फिलीला म्हटले, ''फिली, आज मी पॉप्सना मिठी मारणार आहे!''

''पॉप्सना आणि मिठी? का रे बाबा?'' फिलीने विचारले.

''*खूश* आहे मी आज म्हणून! का नाही मारायची मिठी? बस, मिठी मारणार म्हणजे मारणार.'' मी जाहीर करून टाकले. डोक्याला बेसबॉलची कॅप आणि डोळ्यांवर काळे गॉगल्स घालून पॉप्स आमच्या 'स्वागता'स उभे होते. मी धावत त्यांच्याजवळ गेलो आणि दोन्ही हात पसरून हसतमुखाने त्यांना घट्ट मिठी मारली; पण – पण ते जरासुद्धा 'हलले' नाहीत!! माझ्याभोवती हात आवळणे तर लांबच, त्यांनी शरीर अधिकच आक्रसून घेतले, ते चक्क ताठरले. त्यांच्या भुवयाही आकुंचन पावल्या असणार. जणू काही मी आमच्या विमानाच्या अनोळखी पायलटलाच मिठी मारत होतो, असे वाटत होते मला!! मी बाजूला झालो आणि असला मूर्खपणा, अविचार परत न करण्याची मनोमन शपथ घेतली.

१९८७च्या मे महिन्यात मी आणि फिली रोमला गेलो. मला 'इटालियन ओपन'च्या थेट स्पर्धाफेरीत प्रवेश दिला गेला होता म्हणजे मला चाचणी फेऱ्या खेळून माझी योग्यता सिद्ध करायची नव्हती. अशा खेळाडूंच्या राहण्याचा खर्च आयोजकांतर्फे केला जाणार होता हे कळल्यावर फिलीने आरक्षित केलेले टीव्हीदेखील नसलेले 'खुराडे' आम्ही तातडीने बदलले आणि कॅव्हालिएरी नावाच्या 'पॉश' हॉटेलमध्ये मुक्काम ठोकला. हे हॉटेल एका छोट्याशा टेकडीवर होते आणि तिथून शहराचे विहंगम दृश्य दिसत होते.

आम्ही स्पर्धेच्या बरेच आधी पोहोचलो होतो. त्या वेळात आम्ही थोडे 'पर्यटन' केले. रोममधील जगप्रसिद्ध सिस्टीन चॅपेलमध्ये जाऊन स्वर्गाच्या प्रवेशद्वाराच्या किल्ल्या येशू ख्रिस्त सेंट पीटर याच्या हाती देतो या प्रसंगाची अप्रतिम भित्तिचित्रे पाहिली. मायकल एंजेलो या श्रेष्ठ कलावंताने रंगवलेली चॅपेलच्या छतावरील बहुचर्चित, अवर्णनीय अशी चित्रे बघितली. आमच्या मार्गदर्शकाने आम्हाला सांगितले की, हा कलाकार त्याच्या कलाकृतीच्या निर्मितीतील प्रत्येक लहानसहान गोष्टीच्या अत्युच्च दर्जाविषयी, अचूकतेविषयी पराकोटीचा कमालीचा आग्रही, हट्टीच होता.

एक दिवस आम्ही मिलानमध्येही घालवला. अनेक चर्च आणि संग्रहालये पालथी घातली. लिओनार्दो दा विन्सी या अद्वितीय चित्रकाराच्या *द लास्ट सपर*समोर अर्धा तास उभे राहून त्याच्या सौंदर्याचा आकंठ आस्वाद घेतला; पण समाधान झाले नाही. आम्हाला अशी विस्मयकारक माहिती मिळाली

की, मानवी शरीराच्या एकेका अवयवाचे सूक्ष्म निरीक्षण करून काढलेल्या रेखाचित्रांच्या त्याच्या वहीत आदर्श स्वच्छतागृहांचीही आरेखने होती. त्याला पक्षी फार प्रिय होते. त्यांच्या चोची, पंख, पिसारे यांचे निरीक्षण करताना त्याने त्यांच्या उडण्याच्या क्रियेचाही सखोल अभ्यास केला होता. त्याचा परिपाक म्हणजे त्याच्या द्रष्टेपणाची साक्ष पटवणारी हेलिकॉप्टरसदृश वायूयानाचीही कल्पनाचित्रे त्याने त्याच्या वहीत काढलेली होती. त्या चित्रकाराची अलौकिक क्षमता पाहून आम्ही दोघेही थक्क झालो, भारावून गेलो. ''खरंच, प्रेरित आत्मा हा असा असतो. अशी मनःशक्ती हवी,'' मी फिलीला म्हणालो.

इटालियन ओपनचे सामने रेड क्ले कोर्ट्सवर खेळले जाणार होते. विटांच्या चुऱ्याचा थर देऊन तयार केलेली चेंडूचा वेग आणि उंची वाढू न देणारी संथ मैदाने माझ्या अजिबात सवयीची नव्हती. त्यापेक्षा वेगवान अशा बेसॉल्टच्या चुऱ्याच्या ग्रीन क्ले कोर्ट्सवर मी खेळलेलो होतो. या रेड क्ले कोर्ट्सबद्दल मी निक यांच्याकडे पहिल्यापासूनच तक्रार करत असे. ''हे वाळूच्या चिखलावर गरम सरस आणि डांबर यांचा थर दिल्यासारखं चिकट कोर्ट असतं. याच्यावर प्रतिस्पर्ध्याला हव्या त्या जागेवर नेणं किंवा खिळवून ठेवणं शक्यच होत नाही.'' सरावाच्या सामन्यांच्या वेळीच मी परत एकदा त्यांच्याजवळ तेच रडगाणे गायलो. ते निरर्थक हसले आणि काहीतरी बोलायचे म्हणून म्हणाले, ''अरे, सगळं ठीक होईल. त्या कोर्टांचीही लवकरच सवय होईल तुला.'' त्यांनी एक सल्लाही दिला, ''निर्णायक फटका मारायची घाई करू नकोस. फटके परतवित राहा.''

त्यांचा सल्ला मला समजलाच नाही. मी दुसऱ्याच फेरीत पराभूत झालो. तेथून आम्ही 'फ्रेंच ओपन'साठी पॅरिसला गेलो. तेथेही तसलीच मैदाने होती. कसाबसा पहिली फेरी जिंकलो; पण दुसऱ्या फेरीच्या पुढे काही जाऊ शकलो नाही. निराश मन रमवायला मी फिलीबरोबर पॅरिसची सहल केली. लुव्र हे संपन्न असे प्रचंड मोठे कलासंग्रहालय बघायला गेलो. एका छताखाली अगणित चित्रे आणि शिल्पे यांचा साठा पाहून आम्ही हबकूनच गेलो. काय पाहू आणि काय नको असे होऊन गेले. एकाहून एक उत्तमोत्तम कलाकृती बघताना मनाचा गोंधळ उडत होता. काहीच नीट समजत नव्हते. स्तिमित होऊन, अवाक होऊन दालनांमागून दालने पालथी घालत फिरत होतो. एका चित्रापाशी थबकलो. त्यात एक नग्न पुरुष पर्वतकड्याच्या टोकाशी लटकला होता. खाली खोल दरी. त्याने एका हाताने झाडाच्या फांदीचा आधार घेतला होता. त्याचा दुसरा हात एक स्त्री आणि दोन बालकांभोवती गुंफलेला होता. एका वृद्धाने त्याच्या खांद्यावर बसून त्याच्या मानेला एका हाताने घट्ट विळखा घातला होता. ते बहुधा त्याचे जन्मदाते वडील असावेत. त्या वृद्धाने दुसऱ्या हातात एक फुगलेले गाठोडे धरले होते, ते नक्कीच पैशांनी भरलेले होते. आणखीही काही जण त्या पुरुषाला लटकलेले असावेत. कारण, ते सगळे त्याचा आधार नीट धरून न ठेवता आल्याने म्हणा,

सुटल्याने म्हणा, कड्याखालच्या खोल दरीत पडलेले दिसत होते. कितीतरी जण त्या एका नग्न पुरुषाच्या ताकदीवर, ती एकुलती एक फांदी घट्ट धरून ठेवण्याच्या त्याच्या क्षमतेवर, वजन पेलण्याच्या सहनशक्तीवर अवलंबून होते!

''फिली, त्या तरुणाच्या मानेभोवतीचा वृद्धाच्या हाताचा फास जास्त जास्तच आवळत चालला आहे, असं वाटतं, नाही?'' मी त्या चित्राकडे पाहता पाहता फिलीला म्हटले. फिलीने मान हलवली आणि चित्रावरील नजर न हलवता तो चित्रातील तरुणाला म्हणाला, ''मित्रा, असाच घट्ट उभा राहा रे बाबा. पकड ढिली पडू देऊ नकोस!''

सन १९८७चा जून उजाडला. आमचा पुढचा मुक्काम विम्बल्डन होता. माझा पहिलाच सामना अनेक भल्याभल्यांना स्पर्धेबाहेर फेकून देणाऱ्या, 'ग्रेव्हयार्ड' – 'कब्रस्तान' – म्हणून कुप्रसिद्ध असलेल्या दोन नंबरच्या मैदानावर होता. प्रतिस्पर्धी होता फ्रान्सचा हेन्री लेकॉन्टे. प्रत्येक टेनिस खेळाडूसाठी मक्का मदिना असणारी, अत्युच्च मानाची विम्बल्डन स्पर्धा प्रथमच खेळण्याचा माझ्या मनावर प्रचंड दबाव होता. त्यातच आल्यापासून सगळेच विपरीत घडत होते. माझ्यासारख्या लास व्हेगास येथील छोट्याशा, सुरक्षित जगात लहानाचा मोठा झालेल्या, बाहेरील जग नुकतेच पाहायला लागलेल्या अशिक्षित तरुणाला लंडन या प्रदीर्घ परंपरा असणाऱ्या, रीतिरिवाजांचे काटेकोर पालन करणाऱ्या ब्रिटिशांच्या इतिहासप्रसिद्ध शहरात काहीच आपले, जवळचे, स्वीकारार्ह वाटत नव्हते. लांब लांब दुमजली बसेस, वेगळेच अन्नपदार्थ. मैदानावरील 'ग्रास कोर्ट्स'चा गंधसुद्धा परिचित वासांहून निराळा. सगळेच अनोळखी, दूरचे, 'परके' वाटत होते.

स्पर्धेचे व्यवस्थापनही स्वतःला अतिशहाणे आणि बाहेरच्यांना तुच्छ लेखणारे होते. सर्व अधिकारी खेळाडूंना 'हे करा, हे करू नका' अशा आज्ञा सोडणारे, कायदे नियमांचे धाक दाखवणारे होते. मला कायदे नियम यांचा आधीच तिटकारा होता – रागच होता! काहीतरीच नियम. काय तर म्हणे खेळाडूंनी पांढऱ्या रंगाचाच पोशाख घातला पाहिजे. का रे बाबांनो? मला नाही घालायचा पांढरा पोशाख. तुम्ही कोण सांगणार? मी काय परिधान करतो याच्याशी तुम्हाला काय देणे घेणे आहे?

वागणूक अशी दिली जात होती की, मी त्यांना तेथे यायला नको होतो आणि तरीही मी आगंतुकासारखा आलो होतो, कोणीतरी घुसखोर होतो. लॉकररूममध्ये जायला ओळखपत्र दाखवायला लावायचे आणि तीही प्रमुख लॉकररूम नाहीच! ती खास खेळाडूंसाठी राखीव ठेवली होती. ज्या खुल्या मैदानांवर मी सामने खेळणार होतो त्या मैदानांवर सराव करायला परवानगी नव्हती. रस्त्याच्या बाजूच्या बंद मैदानांवरच फक्त सराव करायचा. त्यामुळे मी ग्रास

कोर्टावर पहिला चेंडू खेळलो तो थेट मानाच्या विम्बल्डनच्या पहिल्या सामन्याचा पहिला चेंडूच! आणि त्या क्षणी जो काही धक्का बसला तो वर्णनातीतच!! चेंडूने हवी तितकी, हवी तशी उसळी घेतलीच नाही, खरे तर तो वर उसळलाच नाही. कारण? कारण, मैदानावर जणू हिरवळ नव्हतीच, बर्फावर व्हॅसलीनचा जाड थर दिला होता. मला त्यावर घसरून पडण्याची इतकी धास्ती वाटू लागली की, मी सांभाळून सांभाळून चवड्यांवरच वावरू लागलो. आपली फजिती शिष्ठ ब्रिटिश प्रेक्षकांच्या लक्षात तर आली नाही ना याचा अंदाज घेण्यासाठी मी प्रेक्षागारात चोरटी नजर फिरवली आणि मी घाबरलोच! त्यांना सगळेच कळले आहे हे मला अगदी स्पष्ट दिसून आले. मैदान माझ्या अंगावर येऊ लागले. माझी स्थिती हेन्री लेकॉन्टेच्याही लक्षात आली असावी, तो मला धीर देऊ लागला, दिलासा, प्रोत्साहन देऊ लागला; पण मी तर आशा सोडलीच होती. 'या कबरस्तान नावाच्या मैदानावर जिवंत पुरल्या गेलेल्यांच्या यादीत माझेही नाव खुशाल घालून टाका' असेच मी मनात म्हणत होतो. मी निक यांना सांगून टाकले, 'मी या विम्बल्डनच्या वाटेला परत कदापि जाणार नाही!' मी फिलीला म्हणालो, 'एक वेळ मी पॉप्सना परत मिठी मारीन; पण इथे पाऊल ठेवणार नाही!!'

अशाच बिघडलेल्या मनःस्थितीत काही आठवडे घालवल्यानंतर मी वॉशिंग्टन डी. सी. येथे सामने खेळायला गेलो. पहिली फेरी पॅट्रिक कुन्हेन याच्याविरुद्ध खेळलो. पराभूत झालो. युरोपात पाठोपाठ खेळलेल्या स्पर्धा, कंटाळवाणे, प्रदीर्घ प्रवास आणि एका मागून एक पराजयांचा मारा याने माझी शारीरिक आणि मानसिक ओढाताण झाली होती, शारीरिक आणि मानसिक शक्तिपात झाला होता, मी जणू रिताच झालो होतो. त्यातून सामन्याच्या दिवशी कमालीचा उकाडा होता, तापमान चांगलेच चढलेले होते. खेळायची इच्छाच उरली नव्हती. मी केवळ शरीराने मैदानावर हजर होतो, मन तेथे नव्हते. ते स्पर्धेचा परिसर सोडून लांब कुठेतरी भरकटले होते. तिसऱ्या सेटमध्ये तर मी ६-० अशा नामुश्कीने पराभूत झालो. सामना संपला तसा यंत्रवत जाळ्याजवळ जाऊन मी कुन्हेनशी हस्तांदोलन करण्याचा उपचार पार पाडला. तो मला दिसला नाही, काहीतरी म्हणाला तेही मला ऐकू आले नाही. आम्ही दोघे एका लांब बोगद्याच्या दोन्ही टोकांना उभे असल्यासारखे वाटत होते. मी माझी बॅग उचलली आणि मैदान सोडले. थेट बाहेरच पडलो आणि रस्ता गाठला. रस्त्याच्या पलीकडे रॉक क्रीक पार्क होते, त्यात घुसलो. नाव 'पार्क' असले तरी तेथे बाग वगैरे नव्हती, चौफेर झाडे होती, बाकी कोणीच नव्हते, उदास एकांत होता. मी माझा राग, संताप बिचाऱ्या मुक्या झाडांवर काढला. 'बास झाले, नाही सहन होत आता! संपलो आहे मी, खलास झालो आहे. पुरे झाला हा खेळ!'

खेळ सोडून देण्याच्या विचारांच्या भरात भराभरा चालत किती लांबवर पोहोचलो मला कळलेच नाही. झाडांची गर्दी कमी होऊन एक मोकळी जागा दिसली. तेथे बरेच लोक जमलेले होते. काही जण एकत्र बसून चकाट्या पिटत होते, काही झाडांच्या फांद्यांवर निवांत लवंडले होते. दोघे पत्ते खेळत होते. एकंदरीत ते सर्व जण बेकार, बेघर असावेत असे वाटत होते. परीकथेतील खलनायकांसारखे दिसत होते. आपल्यातच दंग होते. मी त्यातल्या त्यात सजग दिसणाऱ्या एका माणसाजवळ गेलो, माझ्या बॅगेची चेन उघडली आणि त्यातून माझ्या 'प्रिन्स रॅकेट्स' बाहेर काढल्या आणि त्याला विचारले,

''ए, या रॅकेट्स पाहिजेत का तुला? मला आता याचा काही उपयोग नाही. पाहिजेत?'' तो गोंधळलाच. त्याने माझ्याकडे अशा नजरेने पाहिले की, 'हा माझ्यापेक्षा 'येडा' दिसतोय!' आमचे संभाषण ऐकून बाकीचे नमुने आमच्याभोवती गोळा झाले. 'या, या. बघा सगळे नीट. कडक उन्हात नाताळची संध्याकाळ उगवलीय. राजा उदार झालाय.' मी शंभर डॉलर किमतीच्या रॅकेट्स भलत्यांच्या हाती सोपवत होतो. 'घ्या, घ्या, चैन करा. अरे, मला नको आहेत त्या आता!'

तेथून परतलो तेव्हा बॅग हलकी झाली होती आणि डोकेही. हॉटेलमधल्या खोलीत मी आणि फिली आमच्या नेहमीच्या प्रथेनुसार एकमेकांसमोर, एकेका पलंगावर बसलो. मध्ये पांढरी रेष नव्हती इतकेच! मी माझे मन मोकळे करून टाकले, 'फार झालं आता, फिली. संपवून टाकणार आहे मी आता. नाही जमणार यापुढे मला, शक्यच नाही!' फिलीने माझ्या जाहीरनाम्यावर काही भाष्य केले नाही. समजूतदारपणे म्हणाला, 'मला समजते आहे तुझी मनःस्थिती.' मग आम्ही माझ्या यक्षप्रश्नांवर सविस्तर चर्चा केली. प्रश्न बरेच होते – निक यांना हा निर्णय कसा सांगायचा? पॉप्सचे काय करायचे? यापुढे निर्वाह कशावर चालवायचा?

''टेनिस खेळायचे नाही तर दुसरं काय करणार आहेस तू?'' फिलीने मला विचारले.

मलाही त्या प्रश्नाचे उत्तर माहीत नव्हते. रात्री जेवतानाही तोंडी लावायला तोच विषय होता. सांप्रतच्या आर्थिक स्थितीचा आढावा घेतला. पैशांचा साठा तीन आकडी रकमेपर्यंत पोहोचला होता. 'लवकरच परत एकदा बटाटे आणि मसुराचे सूप यावर गुजराण करण्याची वेळ येणार!' असाही विनोद करून झाला. जेवून खोलीत परतलो तर फोनवरील दिवा उघडझाप करत कोणाचा तरी फोन येऊन गेल्याचे सांगत होता. माझ्यासाठी निरोप ठेवलेला होता. नॉर्थ कॅरोलिना येथे टेनिसचे सामने खेळले जाणार होते. त्यातील एका खेळाडूने आयत्या वेळी माघार घेतली होती. मी खेळू शकेन का हे विचारण्यासाठी फोन या स्पर्धेच्या आयोजकांकडून फोन आला होता. ते २,००० डॉलर्स देणार होते. यापुढे खेळायचे

नाही असे ठरवले असतानाच हे निमंत्रण आले होते. फिलीने असा तोडगा काढला की, निर्णय अमलात आणताना निदान खिसा जरा तरी गरम करून घ्यावा म्हणजे पर्याय शोधायला थोडा अवधी मिळेल. 'हे शेवटचेच!' असे म्हणून मी होकार कळवून टाकला. आता थोड्या तरी रॅकेट्स जमा करणे भाग होते.

पहिल्या सामन्यातील माझा प्रतिस्पर्धी मायकेल चँग याच्या बरोबर मी कनिष्ठ गटात अनेकदा खेळलो होतो. सर्वच्या सर्व सामने जिंकलो होतो आणि त्याला अगदी विनासायास, सहजी पराभूत केले होते. तो माझ्यापेक्षाही दोन वर्षांनी लहानच होता. माझ्या कंबरेला लागत होता. सगळीच परिस्थिती मला अनुकूल होती. गेल्या काही सामन्यांच्या निकालांना अपवाद ठरणारी होती. विजय निश्चित करणारी होती. मी मैदानावर उतरलो, तेव्हा माझ्या चेहऱ्यावर हसू होते!

परंतु माझ्या लवकरच लक्षात आले की, माझ्या समोरचा चँग आमच्या या आधीच्या सामन्यांच्या वेळचा चँग नव्हता. त्याच्यात आमुलाग्र बदल झालेला होता. त्याच्या खेळात आश्चर्यकारक प्रगती झाली होती. त्याच्या खेळण्याला विलक्षण वेग प्राप्त झाला होता आणि त्यात आक्रमकताही आली होती. माझा कसच लागणार होता. प्रतिस्पर्ध्याच्या खेळाशी स्वतःचा खेळ जुळवण्याची सवय उपयोगी पडली. मी तसेच, कस लावून, जिद्दीने खेळलो आणि जिंकलो! होय, जिंकलो! कित्येक महिनांनंतरचा माझा विजय होता तो. त्या विजयाने माझ्यात बदल घडवला. मनातील निवृत्तीचा निराश विचार पुढे ढकलला. तसे मी फिलीला सांगून टाकले. स्ट्रॅटन माउंटन येथील सामने खेळायला जाण्याचा माझा निर्णयही मी त्याला कळवला. मागच्या वेळी मी तेथे उत्तम यश संपादन केले होते. तसेच घवघवीत यश परत एकदा मिळवून उजळ माथ्याने खेळाला निरोप द्यावा, असा मी पुनर्विचार केला होता. आम्ही तेथे गेलो त्या वेळी आमच्याच विमानात पीटर डूहान आणि केली एव्हरडन हे दोघे खेळाडूही होते. कोण कोणाविरुद्ध खेळणार आहे, याबद्दल आमच्यात चर्चा सुरू होती. केलीला त्याविषयी आगाऊ माहिती मिळाली होती. माझा पहिला सामना ल्युक जेन्सन बरोबर होता.

ल्युक जेन्सन हा कनिष्ठ गटातील जगातील प्रथम क्रमांकाचा गणला गेलेला खेळाडू होता. या स्पर्धेचा विजेता म्हणून त्याच्याकडे पाहिले जात होते. त्याच्याशीच प्रथम गाठ! मी माझ्या आसनावर मागे रेललो आणि डोळे मिटून घेतले. गाढवपणा झाला होता. चँगशी जिंकलो होतो, तेव्हाच खेळ सोडायला हवा होता. आता अखेरीस निवृत्तीला पराजयाचे गालबोट लागणार होते.

ल्युक जेन्सन 'सव्यसाची' म्हणून प्रसिद्ध होता म्हणजे तो दोनही – उजव्या तसेच डाव्या हातानेही खेळू शकत असे. तो १३० मैल वेगाची सर्व्हिस कोणत्याही

हाताने करू शकत असे; पण आमच्या सामन्यात त्याची पहिलीच सर्व्हिस मैदानाबाहेर गेली आणि दुसरी मी अशी काही धमाकेदारपणे परतवली की, त्याला काहीही करता आले नाही. मी सामना तीन सेट्समध्ये सरळ जिंकलो याचे आम्हा दोघांपैकी कोणाला अधिक आश्चर्य वाटले हे सांगता येणे कठीण होते.

पुढील सामन्यात माझी गाठ पॅट कॅश याच्याशी पडली. ग्रेव्हयार्ड कोर्टावर माझा बळी गेल्याच्या बाराव्याला याच पॅट कॅशने विम्बल्डनचे विजेतेपद जिंकले होते. पॅट कॅश हा मशिन होता. आखीव रेखीव, लयबद्ध हालचालींनी तो मैदान गाजवीत असे.तो दहा तोंडे, वीस हातांच्या राक्षसासारखा संपूर्ण जाळे अडवीत असे, लढवत असे. त्याला हरवण्याची मी कल्पनाही करू शकत नव्हतो. आपली लाज जाणार नाही इतपत तरी खेळ करावा, अशी अपेक्षा मी ठेवून होतो; परंतु सुरवातीपासूनच त्याचे चेंडूवर फारसे नियंत्रण नसल्याचे माझ्या लक्षात आले. माझे चेंडू उत्तम रीतीने पडत होते, खेळ स्वच्छ होत होता आणि मला चक्क गुण मिळत होते. कदाचित, जिंकायची सुतराम शक्यता नसल्याचे गृहीत धरल्यामुळे मी दबावरहीत खेळत होतो, बिनधास्त मारत होतो. माझ्या मोकळ्या खेळाने, मी मिळवीत चाललेल्या गुणांनी पॅट चकित आणि चिंतित होत गेला. त्याच्या पहिल्या सर्व्हिसेस चुकू लागल्या. तसतसे माझे परतीचे फटके सुधारू लागले. मी नकळत गंभीरपणे खेळू लागलो, सर्वस्व पणाला लावून त्याला निष्प्रभ करू लागलो. माझ्या चेंडूने त्याची रॅकेट चुकवली की तो अशा नजरेने जाळ्यावरून माझ्याकडे पाहायचा की जणू तो मला म्हणायचा, 'ए, हे असं करणं मुळीच अपेक्षित नाही तुझ्याकडून!'

तो सारखाच तसे करू लागला. परिस्थितीचा नीट विचार करून खेळाचे योग्य धोरण ठरवण्याऐवजी, मागील सीमेवर डटून खेळण्याऐवजी, तो अविचारीपणाने जाळ्याजवळच जास्त वेळ घालवू लागला. माझ्या एका उत्तम फटक्यानंतर तर तो पुढे येऊन, दोन्ही हात कंबरेवर ठेवून, 'हा अन्याय होतो आहे' अशा अर्थाचा कटाक्ष माझ्याकडे टाकीत काही वेळ निश्चल उभाच राहिला! त्याच्या जळजळीत कटाक्षाला धूप न घालता मी अधिकच विचारपूर्वक, अचूक मारा करू लागलो. शेवटी शेवटी तर तो मला मुद्दाम केल्यासारखे, लोण्यासारखे सहजी मारण्यासारखे सोपे चेंडू देऊ लागला. इतके सोपे की, मलाच विचित्र वाटू लागले. एखाद दोन वार तरी कौशल्याने परतवून आपला काहीतरी पुसट ठसा सोडण्याची किमान अपेक्षा ठेवून सुरू केलेल्या खेळाचे पारडे असे झुकले होते की माझ्याच वारांनी त्याला जखमा होत होत्या, तरीही सामना अटीतटीचा झाला आणि मी तो ७-६, ७-६ असा जिंकलो.

विम्बल्डन माझ्यासाठी अपयशाची दरी ठरले तसे स्ट्रॅटन 'माउंटन' माझ्या यशाचे शिखर ठरलं. आधीच्या वर्षीही मी येथे उल्लेखनीय कामगिरी केली होती,

खेळाचा दर्जा उंचावला होता, त्याही वर्षी मी उत्तम यश मिळवले होते. विम्बल्डन जितके कडवे, गर्विष्ठ इंग्लिश तितकेच स्ट्रॅटन मोकळे ढाकळे अमेरिकन. तिथले लोक मला मानतात, निदान ओळखतात. त्यांनी माझ्यातल्या कुशल खेळाडूला ओळखावे, असे मलाही मनापासून वाटते. त्यांना माझी गेल्या एका वर्षातील परवड माहीत नव्हती. मी पराजयांनी खचून जाऊन निवृत्तीचा निर्णय घेतला होता. डोके फिरल्यासारख्या माझ्या रॅकेट्स काही बेघर बेकारांना वाटून टाकल्या होत्या, याची त्यांना जरासुद्धा माहिती नव्हती. त्यांनी जेन्सनच्या विरुद्ध खेळताना मला मनापासून प्रोत्साहन दिले होते आणि पॅट कॅशला पराभूत केल्याल्यावर तर त्यांनी मला त्यांच्यातलाच मानलं होतं! मीही मनःपूर्वक 'त्यांचा' झालो होतो. मी मस्त खेळावं असं त्यांना वाटत होतं. त्यांच्या शुभेच्छांनीच मला उपांत्य फेरीपर्यंत पोहोचवले. तेथे माझा प्रतिस्पर्धी होता, जगातील गुणवत्ता यादीतील प्रथम क्रमांकाचा मानकरी – इव्हान लेंडल! तो सामना माझ्या कारकिर्दीतील सर्वांत महत्त्वपूर्ण सामना होता, इतका की, माझे वडील त्यासाठी व्हेगासहून स्ट्रॅटनला विमानाने आले.

सामन्याची वेळ होण्याच्या एक तासभर आधी मी लॉकररूममध्ये बसलो असताना लेंडलही तेथे होता. पायातले टेनिसचे शूज् सोडले तर त्याच्या अंगात अन्य काहीही कपडा नव्हता. नग्नावस्थेत तो अगदी शांत, अगदी आरामात माझ्यासमोर वावरत होता. त्याच्याविरुद्ध जिंकायची मला काडीमात्र, तिळमात्र आशा नव्हती. माझा पराजय मी निश्चित धरला होता. तसेच झाले; पण तरीही सामना संपला तेव्हा मी निराश नव्हतो, उल्हसित होतो. कारण, जगातील सर्वश्रेष्ठ खेळाडूशी खेळताना मी एक सेट जिंकला होता! अर्धा तास किल्ला जिद्दीने लढवून बलाढ्य प्रतिस्पर्ध्याकडून एक सेट खेचून आणला होता. मी खूश होतो. हे मिळवलेले भांडवल फार किमती होते, त्या तारणावर मी बरेच काही मिळवू शकत होतो.

माझ्या आनंदाला खंडग्रास का होईना, ग्रहण लागले ते लेंडलची वर्तमानपत्रातील मुलाखत वाचल्यावर. 'तुमच्या प्रतिस्पर्ध्याची वैशिष्ट्ये?' या प्रश्नाला त्याने केशरचना आणि फोरहॅन्ड असे उत्तर दिले होते!

१

सन १९८७ सालाची सांगता अशा तऱ्हेने धडाक्यात झाली. मी आता व्यावसायिक खेळाडूंच्या यादीत झळकू लागलो. त्यानंतरचा पहिला सामना मी ब्राझिलमध्ये इटापारिका या बेटावर जिंकला – माझ्या बाबतीत खुन्नस बाळगणाऱ्या ब्राझिलवासियांच्या नाकावर टिच्चून जिंकला. त्यांचा सर्वोच्च खेळाडू लुइझ मट्टर यालाच मी जेव्हा पराभूत केले तेव्हा तेथील प्रेक्षकांनी माझ्यावर राग न धरता उलट, त्यांच्या खास पद्धतीने अगदी मनापासून माझे कौतुक केले. मैदानावर धावत येऊन खांद्यावर उचलून घेऊन मिरवले, जयजयकार करून उंच उडवले देखील. बरेचसे रसिक समुद्रकिनाऱ्यावरील 'पिकनिक' संपवून तसेच थेट सामना पाहायला आले होते. त्यांच्या हातांना लागलेले कोको मिसळलेले लोणी पुसायचीसुद्धा तसदी त्यांनी घेतली नव्हती. ते माझ्या अंगालाही लागते आहे, यात त्यांना काही वावगे वाटत नव्हते. बिकिनी घातलेल्या स्त्रिया निःसंकोचपणे मला मिठ्या मारून माझी चुंबनेही घेत होत्या. इंग्लंड, अमेरिका यांहून ब्राझिल अगदीच निराळे, स्वतःचे वैशिष्ट्य जपणारे होते. मैदानावर उडत्या चालीचे संगीत वाजत होते, उत्साही प्रेक्षक गात, नाचत होते. एकाने तर माझ्या हाती शॅम्पेनची बाटली दिली. ती उघडून मद्याचा पाऊस पाडायला लावला आणि सगळे जण त्या मनमुराद वर्षावात धुंद झाले. माझा स्वभावही मूलतः अशीच उन्मुक्त मौज, मजा करण्याचा, त्यामुळे त्या तशा उत्सवाच्या, उल्हासाच्या वातावरणाने माझे मन उमलले, फुलले. सारी निराशा, मरगळ झटकून टाकून मी नव्या जोमाने खेळलो आणि धडाधड पाचही सामने जिंकलो. मी खूश झालो. (नंतर जरा खुशी कमी झाली. कारण, लक्षात आले की ग्रॅन्ड स्लॅम जिंकायला पाच नाही सात सामने सातत्याने जिंकावे लागतात.)

एका अधिकाऱ्याने माझ्या हातात 'विजेत्या'चे बक्षीस – एक चेक ठेवला. त्यावरील रक्कम मी पाहिली – परत एकदा पाहिली – परत परत पाहिली. माझा विश्वासच बसेना – ९०,००० डॉलर्स!!! दोन दिवसांनी तो चेक माझ्या जीन्सच्या खिशात ठेवून मी लास व्हेगासमध्ये आमच्या घराच्या हॉलमध्ये, पॉप्ससमोर उभा होतो. रुबाब करायचे टाळून मी जरा खुशामतीचा सूर लावला होता. कारण,

त्यांच्याकडून मला एक काम करून घ्यायचे होते. मी विचारले, ''पॉप्स, काय अंदाज आहे तुमचा, या वर्षी किती कमाई होईल?'' ते खुदखुदून हसत म्हणाले, ''काही लाखांत!''

''बरोबर. मग मी एक गाडी घेऊ?'' मी गळ टाकला. कपाळावर आठी पडली; पण क्षणार्धात लुप्त झाली. मान होकारार्थी हालली. काम झाले होते!! कोणती गाडी घ्यायची हे माझे आधीच ठरले होते. पांढरी कॉर्व्हेट, सर्व सुविधांसह. 'गाडीखरेदीला जाताना मी आणि तुझी आई, दोघेही जण तुझ्याबरोबर येणार. तिथल्या विक्रेत्याने तुला गंडवायला नको' ही पॉप्सची अट मान्य करणे भाग होते आणि फारसे जडही नव्हते. तेच माझे पालनकर्ते, हितकर्ते होते. आता काही मी पूर्ण वेळ बोलेटिरी अॅकॅडमीत राहत नव्हतो. त्यांच्याच मालकीच्या घरात आसऱ्याला होतो, त्यामुळे त्यांच्याच नियंत्रणात होतो. मी जगभर हिंडत होतो. चांगले पैसे कमावीत होतो, प्रसिद्धीही बरी मिळायला लागली होती; पण तरीही पॉप्सनी दिलेल्या मासिक भत्त्यावरच अवलंबून होतो. हे बरोबर नव्हते; पण काय करणार, माझे काहीच, कधीच बरोबर नव्हते! सगळेच अर्धवट. वय अडनिडे, केवळ सतरा – ना बालक ना प्रौढ, अर्धे जग पाहिलेला, अनेक बरे वाईट अनुभव घेतलेला पण अजून कोवळा असा तरुण. रिओ डी जानेरो येथे एका बगलेत बिकिनीतली मादक तरुणी आणि दुसऱ्या हातात ९०,००० डॉलर्सचा चेक अशा 'पोज'मध्ये वृत्तपत्रातून फोटो झळकलेला मी; पण बँकेत माझे स्वतंत्र खातेही नव्हते!

गाडी घ्यायला गेलो. तेथे पॉप्सनी तिथल्या विक्रेत्याची उलटतपासणीच सुरू केली. मुख्य चर्चा अर्थात किमतीबद्दलच होती. घासाघीस लवकरच वादावर पोहोचली आणि त्याबद्दल मला मुळीच आश्चर्य वाटले नाही. दर वेळी पॉप्सनी किंमत कमी करायला सांगितली की, तो विक्रेता पळत त्याच्या साहेबाकडे जात होता. पॉप्सचा पारा चढला आहे हे त्यांच्या वळलेल्या मुठींवरून माझ्या लक्षात येत होतं. अखेर किमतीवर एकमत झाले. आता माझे स्वप्न पुरे होणार अशी मला खात्री पटली. विक्रेत्याने करून आणलेल्या बिलावरून पॉप्स त्यांची करडी नजर फिरवू लागले आणि त्यातील प्रत्येक ओळ आणि त्यासमोरील किंमत यावर बोटही ठेवू लागले. ''हे काय आहे?'' त्यांनी चष्म्यातून वर पाहत विचारले, ''हे ४९.९९ डॉलर्स कसले लावले आहेत?''

''ते गाडीचे कागदपत्र तयार करण्याचे पैसे आहेत.''

''काय? कागदपत्र? ते तयार करायचे पैसे? मी नाही करायला सांगितले कागदपत्र. ते तुमचे आहेत. त्याचे पैसे मी का भरू?''

विक्रेता बधत नव्हता, दोघांचेही सूर चढे लागले होते. पॉप्सच्या नजरेत मला ती चीड दिसू लागली जी त्या दिवशी आमच्या गाडीपुढे ट्रक घालणाऱ्या

ड्रायव्हरकडे पाहताना दिसली होती. मी हळूच म्हणालो, ''जाऊ दे ना पॉप्स. ३७,००० डॉलर्सची गाडी घेतली आहे आपण. ही ५० डॉलर्सची किरकोळ रक्कम...''

''नाही! आंद्रे, तो तुला गंडवतोय आणि मला फसवतोय. हे जग असंच आहे, लुबाडणारं!!''

ते ताडकन उठले, दाणदाण पावले टाकीत तेथील साहेब लोक बसले होते त्या भागात घुसले. ''इथे काय बसला आहात? उठा, बाहेर या. काय चालले आहे ते पाहा जरा.'' ते गरजले. मी आणि आई त्यांच्या मागोमाग गेलो होतो; पण तेथील त्यांचा अवतार बघितल्यावर आई माझ्या खांद्यावर हात ठेवून हळूच म्हणाली, ''आंद्रे, आपण बाहेरच थांबलेलं बरं!''

आम्ही बाहेर गेलो; पण काचेतून आत पाहत राहिलो. पॉप्स एकाच्या टेबलाजवळ जाऊन टेबलावर जोरजोरात मूठ आपटून ओरडत होते. मूकचित्रपट बघितल्यासारखे वाटत होते. उत्कंठावर्धक प्रसंग चालला होता. मला जरा शरमल्यासारखे वाटत होते; पण त्याबरोबरच असाही विचार मनात डोकावत होता की पॉप्स समोरच्यावर जसे चिडतात, रागावतात, त्यांच्यावर आक्रमक होऊन धावून जातात, त्यातला थोडा राग, थोडी रग आपल्यात यायला पाहिजे. काही वेळा सामना खेळताना ती हवीशी वाटते, तो जोर, जोम उपयोगी पडतीलसे वाटते. असे प्रतिस्पर्ध्यावर चिडून, जिगर लावून फटके मारले तर किती गुण मिळवता येतील! नाही तर मी! जो काही रागावतो, चिडतो तो स्वतःवरच!!

''आई, तू इतकी वर्षं कसं निभावलंस गं?'' मी आईला विचारले.

''मलाही माहीत नाही! कदाचित नाइलाज! न बदलता येणारं प्राक्तन!! नशीब एवढंच की, अजून कधी हातात बेड्या पडलेल्या नाहीत आणि भांडण यांच्या जीवावर बेतलेलं नाही. आपण भाग्यवानच आहोत असंच म्हणायला पाहिजे. आजही सर्व काही सुरळीत होईल, सर्व जण सुखरूप राहतील अशी आशा करू या,'' आई म्हणाली. तिचे बोलणे ऐकल्यावर वाटले, वडिलांच्या क्षोभासारखा आईचा शांतपणा, त्यांच्या चिडकेपणासारखा तिचा सहनशीलपणा, सोशिकपणाही आपल्यात यावा.

दुसऱ्या दिवशी मी आणि फिली गाडी घेऊन येण्यासाठी तेथे गेलो, तेव्हा गाडीच्या किल्ल्या माझ्या हाती देताना तो विक्रेता मला म्हणाला, 'तू तुझ्या वडिलांसारखा नाहीस हे किती चांगले आहे!' माझी स्तुतीमुळे मी सुखावलो नाही, याउलट पॉप्सवरील टीकेमुळे मी चांगलाच दुखावलो. नव्या गाडीतून घरी जाताना उत्साह थोडा झाकोळला होता. रहदारीतून वाट काढताना, गाडीच्या स्टेअरिंगवर नीट ताबा ठेवीत मी फिलीला म्हणालो, ''फिली, आता माझ्या आयुष्याच्या गाडीचंही चक्र माझ्या हाती घेण्याची वेळ आली आहे.''

सामना तासन्तास चालला की घाम निघायचा, शक्तिपात झाल्यासारखे पार थकून जायला व्हायचे. माझा जवळ जवळ प्रत्येक सामना दीर्घकाळ चालायचाच, कारण माझी सर्व्हिस. ती अगदीच सामान्य दर्जाची होती. माझी सर्व्हिस परतवायला सोपी होती. तिच्यातून सरळपणे गुण कधी मिळायचेच नाहीत, त्यामुळे एकेका गुणासाठी खूप वेळ धडपडायला लागायचे. शरीर दमून जायचे. खेळातील वाढता अनुभव माझ्या खेळाविषयीच्या ज्ञानात भर घालीत होता; परंतु माझी शारीरिक क्षमता घटत होती. मी रोड होत चाललो होतो. माझे पाय दुखण्याचे प्रमाण वाढत होते. शारीरिक पीडेमुळे मी चिडचिडा झालो होतो. मी निकजवळ पायाच्या दुखण्याची तक्रार केली, 'उत्तम खेळाडूला टक्कर देऊ शकेन इतका काही मी तंदुरुस्त नाही.' तेव्हा तेही म्हणाले, 'होय, पायच तर या खेळाचे सर्वस्व आहेत.'

मला व्हेगासमध्ये एक प्रशिक्षक सापडला. लष्करातील निवृत्त कर्नल होता, लेनी त्याचे नाव. गोणपाटासारखा दणकट, बळकट आणि चिवट. मुलांच्या गोष्टीत 'सागरी चाचा' असतो ना तसा होता. युद्धात पायाला गोळी लागल्याने कृत्रिम पाय लावल्याप्रमाणे पाय ओढत चालायचा. त्या युद्धाबद्दल बोलणे त्याला वर्ज्य होते; पण इतर वेळी सागरी खलाशासारखा तोंडाने जबरदस्त शिव्या घालायचा. त्या अर्वाच्य शिव्या त्याच्या बोलण्याचा अविभाज्य भागच होत्या. विशेषतः माझ्यावर त्यांचा वर्षाव, नव्हे मारा, करण्याइतके त्याला अन्य काहीही सुखदायक वाटायचे नाही. आई माईचा उद्धार ऐकत, अश्लील उद्गार झेलत त्याच्याबरोबर एक तास काढला की मला 'यापेक्षा कोणीतरी गोळी घालून मारून टाका रे मला' असे ओरडावेसे वाटायचे. १९८७च्या डिसेंबरमध्ये व्हेगास थंडीने पार गारठून गेले होते. त्या वर्षीचा हिवाळा वाजवीपेक्षा जास्तच कडक होता. जुगाराच्या अड्ड्याचे मालकसुद्धा सांताक्लॉजसारख्या कानटोप्या घालून धंदा करत होते. नाताळच्या निमित्ताने पामची झाडे दिव्यांच्या माळांनी सुशोभित केली होती. 'स्ट्रीप'चा परिसर नटला होता. नवे वर्ष दारात उभे होते. त्या वर्षाच्या स्वागतासाठी मी विशेष उत्साहाने सज्ज होतो. मला त्या वर्षात खूप खेळायचे होते, उत्तम कामगिरी करायची होती. मी पेरीला म्हणालोदेखील, 'पेरी, टेनिस भिनलंय बघ माझ्या तनमनात. हे वर्ष गाजवणार मी!'

नव्या वर्षातील, १९८८ सालातील, पहिलीच स्पर्धा मी मेंफिस येथे जिंकली. रॅकेटवर आदळणारा चेंडू सजीव भासत होता. आज्ञाधारक वाटत होता. माझे ऐकत होता, माझ्याशी बोलत होता. माझा फोरहॅन्ड अधिकच परिणामकारक होतो आहे, असे मला जाणवत होते. माझे चेंडू प्रतिस्पर्ध्यांना भेदून जात होते, त्यांना धक्का देत होते, थक्क करत होते. ते कोड्यात पडत होते, भांबावत होते.

प्रेक्षक माझे चाहते बनत होते. माझा खेळ बारकाईने पाहणारे त्यांचे डोळे, माझ्या अचूक फटक्यांनी खुललेले आणि चुकांनी हळहळलेले त्यांचे चेहरे, मी मैदानावर येताच होणारा आरडाओरडा या सर्वांमधून व्यक्त होणाऱ्या त्यांच्या वाढत्या अपेक्षा माझ्या मनावर दडपण आणत होत्या, मला अस्वस्थ करत होत्या; पण त्याच वेळी आत, मनात कुठेतरी अतिशय समाधानाची भावना होती. या प्रशंसेची, कौतुकाची भूक कुठेतरी आपल्याही मनात जागती आहे आणि ती हजारो प्रेक्षकांकडून शमवली जाते आहे हे लक्षात येऊन छान वाटत होते. माझा स्वभाव लाजरा बुजरा, संकोची असला तरी मला मिळणारी नवी ओळख, महत्त्व यांनी मी सुखावत होतो. माझे चाहते अनेक बाबतीत – केशरचना, कपडे – माझे अनुकरण करत आहेत हे दृश्य माझ्यावर ओझेही टाकीत होते आणि मला गुदगुल्याही करत होते.

१९८८ साली आंद्रे आगासी म्हणजे डेनिमच्या अर्ध्या चड्ड्या असे समीकरणच झाले होते. प्रसिद्धीमाध्यमे माझ्या त्या वैशिष्ट्याचा सर्वत्र उल्लेख करत. खरे तर ती काही माझी निवड नव्हती. त्या डेनिमच्या चड्ड्यांनीच मला निवडले होते म्हणजे त्याचे असे झाले – १९८७ साली ओरेगॉनमधील पोर्टलॅन्ड येथे 'नाइकी'तर्फे आयोजित केल्या गेलेल्या 'नाइकी इंटरनॅशनल चॅलेंज' या आंतरराष्ट्रीय स्तरावरील स्पर्धेत अनेक नामांकित खेळाडूंबरोबर मीही खेळत होतो. तेथे नाइकीने एका आलिशान हॉटेलच्या खोलीत कंपनीकडून पुरस्कृत नवे पोशाख आणि खेळाडूंना उपयुक्त अशा काही अन्य वस्तू यांच्या नमुन्यांचे एक छोटेखानी प्रदर्शन मांडले होते. त्यांच्या कंपनीशी करार असलेल्या माझ्यासारख्या खेळाडूंना ते पाहण्यासाठी आमंत्रित केले होते. मी तेथे गेलो तेव्हा जॉन मॅकेन्रोही आला होता. नमुने पाहत हिंडत असताना त्याने त्यातील डेनिमच्या अर्ध्या चड्ड्या हातात घेतल्या, क्षणभर त्यांच्याकडे पाहिले आणि 'शी! काय बेकार आहेत या!' असे म्हणून फेकून दिल्या.

त्याने नाकारल्या म्हणून की काय कुणास ठाऊक; पण मला त्या एकदमच आवडून गेल्या. 'भलत्याच भारी' वाटल्या. *वा! भन्नाट!* मी मनाशी म्हणालो, 'मॅक, तुला नको आहेत ना त्या? मग त्या आता माझ्या झाल्याच!' मी त्या उचलल्या आणि तेव्हापासून प्रत्येक ठिकाणी त्याच वापरू लागलो. त्या माझे खास वैशिष्ट्य बनल्या. माझ्या अनुकरणप्रिय चाहत्यांच्याही ते लक्षात आले आणि ज्या प्रकारच्या चड्ड्या मी अंगात घालू लागलो त्याच त्यांनीही 'अंगीकार'ल्या.

काही वार्ताहर या माझ्या 'फॅशन'ला नावेही ठेवीत! 'वेगळेपणाचा, वेडेपणाचा हव्यास' म्हणत. खरे तर मला वेगळे, उठून दिसेल असे राहायचेच नव्हते. केसांची, पोशाखाची आपली निवड आम तरुणांसारखी असावी, आपण

त्यांच्यातलेच एक दिसावे, व्हावे अशीच माझी इच्छा असायची. वार्ताहर म्हणायचे, 'आंद्रे आगासी खेळाचे, खेळाडूंचे परंपरागत नीतिनियम, रीतिरिवाज बदलू पाहतो आहे'; पण वस्तुस्थिती अशी होती की, मी माझ्यामुळे खेळात नाही तर खेळामुळे माझ्यात बदल घडवू पाहत होतो. ते माझे वर्णन 'बंडखोर' असे करायचे; पण वयात आलेले सगळेच तरुण सामान्यपणे जितपत 'बंडखोर' असतात तेवढाच मीही होतो. त्यापलीकडे काही 'विद्रोह', 'क्रांती' वगैरे करायची माझी मुळीच इच्छा नव्हती; पण मी जे फरक करत होतो ते थोडे होते; पण महत्त्वपूर्ण होते. मी माझ्यासारखाच राहायचा, जगायचा प्रामाणिक प्रयत्न करत होतो. फक्त मूळ मुद्दा हा होता की, 'मी कोण' हेच, माझे मलाही, नीटसे कळलेले नव्हते! कदाचित, ते शोधायच्या नादात माझ्या अनेक गोष्टी जरा विचित्र, विसंगत आणि म्हणूनच चर्चेच्या, टीकेच्या विषय बनत होत्या. मी बोलेटिरी ॲकॅडमीमध्ये असतानाही सक्तीने करायला लावल्या गेलेल्या निवडींविरुद्ध बंड पुकारीत होतो. उच्चपदस्थांचे अधिकार धुडकावून लावणे, नियमांचा भंग करणे, उगीचच लोकांचे लक्ष जाईल, अशी काहीतरी थेरं करणे या गोष्टी मी तेथेही करतच होतो. आता त्याच गोष्टींना जरा व्यापक स्वरूप येत होते, जास्त प्रसिद्धी मिळत होती.

कारणाने वा विनाकारण, मी जे जे करत होतो, जसा लोकांपुढे येत होतो, मैदानांवर आणि बाहेर जसा वागत होतो त्या प्रत्येकाचे जनमनात बरे-वाईट पडसाद उमटत होते, ते चर्चेचे विषय बनत होते. मला जी विशेषणे बहाल केली जात होती त्यात एक होते 'अमेरिकन टेनिसचा उद्धारकर्ता'! याचा नेमका काय अर्थ ते देणाऱ्यांना अभिप्रेत होता हे मला कधीच कळले नव्हते. एवढे खरे की, माझ्या सामन्यांच्या वेळचे वातावरण इतर सामन्यांपेक्षा वेगळेच असे. माझ्यासारखे कपडे, माझ्यासारखी केशरचना केलेल्या प्रेक्षकांची संख्या मैदानात प्रचंड असे. मुलांनीच नव्हे तर मुलींनीही माझ्यासारखी केशरचना करायला सुरुवात केली होती (आणि तरुणींना ती जास्त चांगली, शोभून दिसत होती). या अनुकरणाच्या अतिरेकाने मी एकीकडे खूशही होत असे, दुसरीकडे लज्जित होत असे आणि गोंधळूनही जात असे. मला स्वतःला ज्या आंद्रे आगासीसारखे व्हायचे नव्हते, त्याच्यासारखे लोक का व्हायला पाहतात याचा मला उलगडाच होत नव्हता.

माझ्या मुलाखतीत हा विषय निघत असे; पण मला जे मनापासून म्हणायचे, सांगायचे होते ते काही मला नीट सांगता येत नसे. कधी कधी मी गंभीरपणे बोलायचो; पण ते माझे मलाच निरर्थक वाटायचे. कधी विनोदाचा आश्रय घ्यायचो पण ते परिणामशून्य तरी व्हायचे, त्यातून कोणी तरी दुखावले तरी जायचे किंवा मग वाद तरी निर्माण व्हायचे. शेवटी मी ते प्रयत्न सोडून दिले.

वार्ताहरांना, पर्यायाने लोकांना, हवी असलेली, मुलाखत मसालेदार, लोकप्रिय होईल, अशी ठरीव साचांची उत्तरे देऊ लागलो. माझे ध्येय, माझी धारणा, माझी तत्त्वे ही जोपर्यंत माझी मलाच स्पष्ट होत नाहीत तोवर त्यासंबंधी जाहीर विधाने करण्यात काय अर्थ होता?

अशा मुलाखतीत बोलताना कमालीची काळजी घ्यावी लागायची. कारण, वार्ताहर तोंडातून निघालेला शब्दन्शब्द तसाच्या तसा उतरवून घेऊन छापायचे. डोक्यात विचार पक्का होता होता बोलताना जर एखादा शब्द जरी इकडचा तिकडे झाला तरी पंचाईत व्हायची. मला त्यांना सांगावेसे वाटायचे की, 'बाबांनो, जरा दमाने घ्या. हे नुसते विचार आहेत, ही विधाने नाहीत. 'मी' हा मलाच सर्वांत कमी समजलेला विषय आहे आणि तुम्ही सतत त्याच्याबद्दलच प्रश्न विचारीत आहात. मला जरा सवड द्या. माझा माझ्याशीच वाद चालू आहे. तो संपू द्या, निर्णय होऊ द्या.' पण नाही, त्यांना मुलाखतीची मुलखाची घाई! त्यांना त्यांच्या बातम्यांची, रकान्यांची चिंता. पटापट उत्तरे हवीत, कशी का असेनात – बरी वाईट; पण अगदी थोडक्यातही नकोत, जास्त लांबणही नको. शब्दमर्यादा त्यांच्या डोक्यात पक्की! ही मुलाखत संपवून पुढचे सावज गाठायला पळायची तयारी.

त्या वेळी त्यांनी मला जर थोडा शांत वेळ दिला असता आणि मलाही जरा जास्त समज असती, विवेक असता तर मी त्यांना हे समजावून सांगितले असते की, 'मी स्वतःच अजून 'मी कोण आहे' याचा शोध घेतो आहे; परंतु 'मी कोण नाही' हे मला कळले आहे. मी म्हणजे हे माझे 'फॅशनेबल' कपडे नव्हेत, माझा हा खेळही नव्हे. मी जो लोकांना दिसतो आहे तो खरा मी नाही. मी व्हेगाससारख्या जुगारी गावातून आलो आहे, मी जरासे भडक, फॅशनेबल कपडे घालतो म्हणून काही मी 'हिरो' झालेलो नाही. तुम्ही प्रत्येक ठिकाणी माझ्याकरता जी दोन खास विशेषणे वापरता ना – *आनफान टेरिबल* – कलंदर कारटा – (ज्या फ्रेंच शब्दाचा धड उच्चारही करता येत नाही, तो कसा असेन मी?) आणि दुसरे *पंक रॉकर* – भलभलत्या केशरचना, रंगीबेरंगी विचित्र कपडे, कानात डूल अशा अवतारात हातात गिटार घेऊन रॉक शैलीतील संगीतावर गाणी गाणाऱ्या बंडखोर वृत्तीचा कलाकार – ती दोन्ही विशेषणे न शोभणारा आहे मी. मला बेधडक बोलता येत नाही. वागता येत नाही. पुढेपुढे करता येत नाही. मी रॉक संगीत ऐकत नाही; पॉप संगीत ऐकतो. तेही बॅरी मॅनिलो किंवा रिचर्ड मार्स यांचे, अगदी कोमल, शांत, संथ.'

वय वर्ष १८. डोक्याच्या वरचे, बाजूचे लहान; पण पाठीमागचे मात्र मानेच्याही खालपर्यंत, अस्ताव्यस्त पसरलेले केस आणि डेनिमची आखुड पँट – माझे मैदानावरचे लोकांच्या लक्षात राहिलेले पहिले रूप.

सगळ्यांच्या डोळ्यांत भरणाऱ्या किंवा डोळ्यांवर येणाऱ्या माझ्या केशरचनेचे गुपित फारच निराळे होते, जे मी कोणालाही सांगू इच्छित नव्हतो, वार्ताहरांना तर नाहीच नाही! दुःखद वस्तुस्थिती अशी होती की, माझे केस वेगाने गळत होते! हे रहस्य फक्त फिली आणि पेरी या दोघांनाच माहीत होते. 'अंदरकी बात' अशी होती की त्या दोघांचीही तीच चिंताजनक स्थिती होती. आम्ही तिघेही समदुःखी होतो. फिलीने वर्षानुवर्षे धरलेला शीर्षासनांचा नाद नुकताच कंटाळून सोडून दिला होता. तो न्यू यॉर्कमधील 'हेअर क्लब फॉर मेन' या केशरचनेच्या शास्त्रात ख्यातनाम अशा सलूनच्या मालकाची भेट घेऊन स्वतःसाठी केसांच्या टोपांच्या निवडीविषयी चर्चा करत होता. त्याने मला अशी खळबळजनक बातमी दिली की त्या 'हेअर क्लब'मध्ये, 'सिझलर' या आमच्या आवडत्या हॉटेलमधील 'सलाड बार'मधील पदार्थांपेक्षाही जास्त प्रकारचे, जे पाहून डोळे आणि डोकेही फिरतील इतक्या विविध प्रकारचे केसांचे टोप उपलब्ध होते! मी त्याला माझ्यासाठीही एक निवडायला सांगितला. कारण, त्याची गरज किती आणि किती लवकर पडणार होती ते मला माहीत होतं. रोज झोपून उठताना उशीवर पडलेल्या केसांचे पुंजके रोज सकाळी मला ते सांगत होते. मी स्वतःलाच प्रश्न विचारायचो, 'तू काय टोप घालून मैदानावर *सामने* खेळायला उभा राहणार आहेस?' आणि मी प्रश्नानेच मला उत्तर द्यायचो, 'दुसरा पर्याय काय आहे?'

१९८८च्या फेब्रुवारी महिन्यात मी कॅलिफोर्नियातील 'इंडियन वेल्स' या गावात आयोजित केल्या गेलेल्या स्पर्धेत खेळलो. उपांत्य सामना पश्चिम जर्मनीच्या जगप्रसिद्ध बोरीस बेकर याच्याविरुद्ध खेळायचा होता. सुडौल देहयष्टी, तांबूस रंगाचे केस असलेला बोरीस बेकर त्या वेळी त्याच्या कारकिर्दीच्या शिखरावर होता; पण तरीही त्याच्याविरुद्ध मी पहिला सेट जिंकला. पुढच्या दोन सेट्समध्ये पराभूत झालो. तिसरा सेट फारच अटीतटीचा झाला, मी तो अगदी थोडक्यात गमावला. एकमेकांकडे माजलेल्या बैलांच्या सुडाने पेटलेल्या नजरेने पाहत मैदान सोडतानाच मी मनाशी निश्चय केला की, 'पुढच्या भेटीत मी याच्याकडून हार पत्करणार नाही!'

मार्च महिन्यात 'की बिस्केन' येथे मी बोलेटिरी ॲकॅडमीतील माझा सहकारी ॲरन क्रिक्स्टीन याच्याविरुद्ध खेळलो. 'मॅरेथॉन मॅन' या नावाने प्रसिद्ध असलेला ॲरन आणि मी, दोघेही निक यांचेच शिष्य होतो. आम्ही दोघांनीही अगदी अल्पवयापासून मैदान गाजवायला प्रारंभ केला होता. या साम्यांमुळे आमची नेहमी तुलना केली जायची. मी दोन सेट्सची आघाडी मिळवली; पण त्यानंतर मी दमलो. त्याने पुढचे दोन सेट्स जिंकले. पाचवा निर्णायक सेट

खेळताना माझे स्नायू आखडू लागले. माझी शारीरिक स्थिती ठीक राहिली नाही. खेळ वरच्या पातळीवर नेण्यासाठी माझे शरीर साथ देत नव्हते. मी सामन्यामध्ये पराभूत झालो.

त्यानंतरची स्पर्धा चार्ल्सटन जवळील 'आयलंड ऑफ पाम्स' येथे होती. त्या स्पर्धेतील एक सामन्यादिवशी माझा अठरावा वाढदिवस होता. व्यवस्थापकांनी औचित्य दाखवून अगदी मधल्या मैदानावर सामना ठेवला. मैदानावर केक आणून वाढदिवस साजरा केला. सर्वांनी सामुदायिकरीत्या गाणे म्हणून मला वाढदिवसाच्या शुभेच्छा दिल्या. वाढदिवस साजरा करणे मला कधीच आवडले नाही. जेव्हा मला त्याचे कौतुक होते, अप्रूप होते तेव्हा म्हणजे माझ्या लहानपणी, कधीच, कुणालाच माझ्या वाढदिवसाची आठवण नसायची. कोणाकडूनही तो साजरा केला जायचा नाही. त्या वर्षी प्रत्येक जण मला आवर्जून सांगत होता की अठरावे वर्ष लागले म्हणजे मी 'कायदेशीररीत्या 'मोठा' झालो होतो. आता 'कायदा' मला 'सज्ञान' मानणार होता. कायदा गाढवच असतो!! ज्या स्पर्धेत जगभरातील उत्तम खेळाडू एकमेकांविरुद्ध उभे ठाकतात आणि आपापल्या क्रीडाकौशल्याचे प्रदर्शन घडवतात अशा न्यू यॉर्क येथे खेळल्या जाणाऱ्या 'टूर्नामेंट ऑफ चॅम्पियन्स' या स्पर्धेत मी भाग घेतला होता. तेथे परत मला मायकेल चँग याच्याच विरुद्ध सामना खेळावा लागला. चँगची एक नवीच लकब, समोरच्याला खटकावी अशी एक नवी सवय त्या सामन्याचे वेळी माझ्या लक्षात आली. एखादा चेंडू मारून समोरच्या प्रतिस्पर्ध्याला निष्प्रभ केले, झगडून एखादा गुण मिळवला किंवा अखेरीस सामना जिंकला की तो मान वर करून आकाशाकडे पाहत दोन्ही हात उंचावत असे. जसे काही तो 'आकाशातील देवा'चे आभारच मानीत असावा. टेनिसच्या सामन्यात परमेश्वर अशा पद्धतीने एका कोणाची तरी बाजू घेत असेल, माझ्या विरुद्ध चँगला झुकते माप देत असेल हे एक तर मला पटायचे नाही आणि आवडायचे तर त्याहून नाही. मी उपाहासाने हसायचो; पण त्याबरोबरच मला तो त्याचा आविर्भाव अपमानास्पद वाटायचा. मी जिद्दीने चँगला हारवले. त्याच्या देवभक्तीला फटकारणारे फटके मारले. त्या नंतरच्या सामन्यात मी ॲरन क्रिक्स्टीनला पराभूत करून बिस्केन येथील पराभवाचा वचपा काढला. अंतिम सामना स्लोबोडन झिवोजिनोव्हिक या दुहेरी सामने खेळणाऱ्या, कुशल, यशस्वी खेळाडू म्हणून प्रसिद्ध असणाऱ्या सर्बियाच्या खेळाडूशी होता. मी त्याला सरळ तीन सेट्समध्ये पराभूत करून टाकले.

आता जिंकणे हे माझ्या अंगवळणी पडू लागले होते. याचा खरे तर मला आनंद व्हायला पाहिजे होता; पण नाही. माझे मन सतत अस्वस्थ असायचे. हे सर्व यश मला मुख्यत्वे 'हार्ड कोर्टां'वर खेळताना मिळाले होते. माझे शरीर, माझे

पाय हार्ड कोर्टांवर छान साथ द्यायचे; पण पुढील स्पर्धा 'क्ले कोर्टां'वर खेळायच्या होत्या. क्ले कोर्टांचे आणि माझे काही सूत जमायचे नाही. मैदान बदलले की सगळेच बदलते. खेळही खूपच बदलावा लागतो. शरीराच्या हालचाली निराळ्या पद्धतीने कराव्या लागतात. क्ले कोर्टांवर हार्ड कोर्टांसारखे एका बाजूकडून दुसऱ्या बाजूला वेगाने पळत जाता येत नाही. पळताना मध्येच जागच्या जागी थबकून, चेंडूचा अंदाज घेऊन परत पळायला लागणे जमत नाही. जरासे घसरत जावे लागते. शक्य तो मैदानाच्या जवळ राहावे लागते, पाय सतत नाचल्यासारखे एका जागी द्रुत गतीने हलवत ठेवावे लागतात. स्नायूंच्या भूमिकाही बदलतात. प्रमुख पात्रे असणारे स्नायू साहाय्यक बनतात आणि कधीमधी कामास येणारे स्नायू एकदम नायक, सहनायक होतात. या सगळ्याचा खूप त्रास होतो, बदल क्लेशकारक ठरतात. आधीच पुरती ओळख नसलेला मी आणखीनच कोणी तरी वेगळा होतो. वैफल्य आणि चिंता यात अधिकच भर पडते.

माझा एक मित्र टेनिसच्या चार प्रकारच्या मैदानांना चार ऋतूंची उपमा देतो. प्रत्येक ऋतूची निराळी गरज असते. तो काहीतरी विशेष, वेगवेगळे देतो आणि त्याची किंमतही वेगवेगळ्या प्रकारे वसूल करतो. प्रत्येक ऋतू केवळ तुमचा जगाकडे पाहण्याचा दृष्टिकोनच नाही तर तुम्हालाच आमूलाग्र बदलून टाकतो. मे महिन्यात 'इटालियन ओपन' या स्पर्धांच्या ठिकाणच्या क्ले कोर्टांनी तीन फेऱ्यातच आंद्रे आगासीला होत्याचा नव्हता केला, सरळ बाहेरचाच रस्ता दाखवला. तेथून मी आणखी एक वाताहत पचविण्यासाठी परत एकदा क्ले कोर्टांवर खेळल्या जाणाऱ्या 'फ्रेंच ओपन'मध्ये भाग घेण्यासाठी पॅरिसला पोहोचलो. रोलाँ गेरॉस या स्पर्धेच्या ठिकाणी तेथील लॉकररूममध्ये शिरलो. तेव्हा तेथे क्ले कोर्टावर खेळण्यात पटाईत, सराईत असलेल्या खेळाडूंचीच जास्त गर्दी होती. निक त्यांना 'कचऱ्यातले किडे' म्हणून हिणवत असत. ते सगळे खेळाडू क्ले कोर्टावर खेळण्याचा खच्चून सराव करता यावा, यासाठी महिनो न् महिने तेथेच मुक्काम ठोकून होते आणि आमच्यासारख्या 'हार्ड कोर्टां'वरील स्पर्धा संपवून 'त्यांच्या' क्ले कोर्टांवर खेळायला येणाऱ्यांची वाट पाहत होते.

क्ले कोर्ट्स जेवढी तन मनाचा गोंधळ उडवून टाकतात त्याहीपेक्षा जास्त गोंधळ पॅरिस नगरी उडवते. ती धक्केच देते. राहणे, खाणे, पिणे, अंतर्गत प्रवास, खरेदी या सर्व बाबतीत पॅरिस हे शहर लंडन आणि न्यू यॉर्कपेक्षा जराही कमी अडचणींनी भरलेले नाही. उलट तेथे त्यात 'भाषा' या आणखी एका गहन समस्येची भर पडते; पण माझ्या दृष्टीने पॅरिसमध्ये सर्वांत त्रासदायक, भीतिदायक गोष्ट असते ती म्हणजे तेथे हॉटेल्समध्ये कुत्री आणण्याची सर्रास सवलत असते. ती रीत तेथे जनमान्य आणि कायदेशीरही आहे, त्यावर कुठलीच आडकाठी अथवा बंधन नाही, त्यामुळे ती पद्धत तेथे चांगलीच बोकाळलेली आहे.

पॅरिसच्या पहिल्याच भेटीत मी तेथील चँम्प्स एलिसीस या 'कॅफे'मध्ये गेलो असताना एका श्वानश्रेष्ठाने एक पाय वर उचलून माझ्या शेजारच्याच टेबलाचा पाय 'पावन' केला होता, तेव्हापासून मी हॉटेलमधील 'त्या' पाहुण्याचा धसकाच घेतला होता.

रोलाँ गेरॉस हे 'स्थान'ही विचित्रपणात थोडेही कमी नाही. जगातील ती एकच जागा अशी आहे की, जेथील मैदानांवर धूम्रपान वर्ज्य नाही. तेथे सतत सिगारेट आणि पाइपमधून सुटणाऱ्या 'धूम्रा'चा दर्प येत असतो. सामन्यातील महत्त्वपूर्ण क्षणी सर्व्हिस करताना एकाग्र होऊन दीर्घ श्वास घेतला की, नेमके नाकातून धुराचे एखादे वलय आत शिरते. मला तर त्या क्षणी तो धूर सोडणारा महाभाग शोधून काढून त्याला गळा दाबून त्याला ठार मारावासे वाटते; पण लगेचच मी तो अविचार आवरतो, बाजूला सारतो. कारण सामना पाहताना खुशाल 'धूम्रपान' चालू ठेवणाऱ्या समंधाचे दर्शन तर त्या दुर्गंधाहूनही चीड आणणारे असेल, अशी मला भीती वाटते.

एवढ्या सगळ्या विविध गैरसोयी सहन करूनही मी माझ्या तीन प्रतिस्पर्ध्यांना धूळ चारली. त्यातला एक तर क्ले कोर्टांवरील 'दादा' समजला जाणारा अर्जेंटिनाचा ग्युलेर्मो पेरेझ रोल्डन होता. उपांत्य सामन्यात मी जगातील गुणवत्ता यादीतील तिसऱ्या क्रमांकावरच्या मॅट्स विलँडरशी खेळलो. तो माझा अत्यंत आवडता खेळाडू होता. तो एक अनुकरणीय खेळाडू होता. त्याचा सामना टीव्हीवर दाखवीत असतील, तेव्हा मी हातातील कोणतेही काम बाजूला ठेवून त्याचा खेळ नीट लक्ष देऊन बघायचो. त्या वर्षी तर त्याच्या यशाचा आलेख चढता होता. तो नुकताच 'ऑस्ट्रेलियन ओपन' जिंकून आला होता आणि सर्व जण त्याच्याकडे फ्रेंच ओपनचा विजेता म्हणूनच पाहत होते; पण तरीही मी त्याला सहजी विजय मिळू दिला नाही. पाच सेट्स खेळायला भाग पाडले. शेवटचा सेट मात्र माझ्या स्नायूंनी असहकार पुकारल्याने मी ६-० असा वाईट पराभूत झाला.

मी निक यांना कितीतरी आधीच सतर्क केले होते की, मी त्या वर्षी विम्बल्डन चुकवणार होतो. उगाचच ग्रास कोर्टावर खेळून शक्तीचा अपव्यय करण्यात आणि पराजय पत्करण्यात मला रस नव्हता. त्याऐवजी एखादा महिना विश्रांती घेऊन, ताजेतवाने होऊन उन्हाळ्यातील हार्ड कोर्टावरील सामने खेळण्यास सज्ज होणे चांगले असा मी विचार केला होता आणि त्यांच्या समोर मांडला होता. त्यांनीही लगेच त्या बेताला संमती दर्शवली. त्यांनाही विम्बल्डन बद्दल माझ्याइतकीच नावड होती. लंडनला जायचे नाही या गोष्टीचे त्यांना बरेच वाटले. त्याऐवजी त्यांना लवकरात लवकर अमेरिकेला परत जाऊन माझ्यासाठी उत्तम, योग्य असा नवा प्रशिक्षक शोधायचा होता.

तो त्यांना सापडला एका चिली या देशात जन्मलेल्या अमेरिकेत स्थायिक झालेल्या एका बलदंड माणसात. त्याचे नाव होते पॅट. त्याची एक गोष्ट मला आवडायची. जे तो स्वतः करायला तयार नसायचा ते तो मला कधीही करायला सांगायचा नाही; पण त्याच्या काही सवयी मात्र असह्य होत्या, शिसारी आणणाऱ्या होत्या. एक – बोलताना त्याच्या तोंडातून थुंकी उडायची आणि दुसरी – मी वेटलिफ्टिंग करत असताना तो माझ्या इतक्या जवळ यायचा की, त्याच्या घामाचे थेंब ओघळून माझ्या चेहऱ्यावर पडायचे. मला तर वाटायचे की, त्याच्याशी बोलताना, तो जवळ असताना चेहऱ्यावर एक प्लॅस्टिकचा मुखवटा चढवावा.

शारीरिक तंदुरुस्तीसाठी पॅटने जे व्यायामाचे वेळापत्रक तयार केले होते, त्यात त्याचा मुख्य भर व्हेगास गावाबाहेरच्या एका उंच टेकडीवर पळत चढणे आणि उतरणे यावर होता. टेकडीवर भरपूर ऊन यायचे. जसजसे शिखराजवळ पोहोचायचो तसतसे तापमान अधिकाधिक वाढत जायचे. जिवंत ज्वालामुखीजवळ गेल्यासारखे वाटायचे. शिवाय आमच्या घरापासून टेकडीच्या पायथ्याशी पोहोचायचे म्हणजे एक तासाचा प्रवास करायला लागायचा. तेवढा वेळ तसा फुकट घालवण्याऐवजी नेवाडामधील सर्वांत आकर्षक, करमणुकीचे केंद्र असणाऱ्या रेनो येथे जाऊन जिवाची चैन का करू नये, असे मला वाटायचे; पण तसे बोलायची माझी हिंमत नव्हती. पॅटच्या मते हे 'गिर्यारोहण' माझ्या सगळ्या शारीरिक तक्रारींवरील रामबाण उपाय होता. गाडी टेकडीच्या पायथ्याशी पोहोचायचा अवकाश, पॅट खाली उतरून पळत टेकडीचा चढ चढू लागायचा आणि 'आंद्रे, पळ माझ्या मागोमाग' असे फर्मावायचा. काही वेळातच मी घामाने निथळायला लागायचो, वर पोहोचेपर्यंत माझा श्वास नुसताच फुलायला नाही, मला श्वास घ्यायला त्रास व्हायला लागायचा. 'हं, छान, अशानेच सगळे सुधारेल!' माझ्या कोणत्याही प्रकारच्या विरोधाला पॅटचे हे उत्तर असायचे.

एक दिवस पॅट आणि मी टेकडी चढून वर पोहोचलो असताना एक ट्रक येऊन पायथ्याशी उभा राहिला आणि त्यातून एक आदिवासी, भिल्ल वाटावा असा 'पुराणपुरुष' खाली उतरला, भराभरा टेकडी चढून आमच्यापर्यंत पोहोचला. हातातील सोटा परजत त्याने आम्हाला विचारले, "इथे काय करताय?" "आम्ही व्यायाम करतोय. तुम्ही?" मी त्याच्या जंगली अवताराकडे पाहत भीत भीत विचारले.

"मी? साप पकडायला आलोय – खडखडे नाग."

"काय?' मी ओरडलोच. 'नाग? इथे?"

"होय. 'नागटेकडी'च आहे ही आणि इथे तुम्ही व्यायाम करताय?" तो उग्र चेहऱ्याचा माणूस हसू लागला. मीही मग त्याच्या हसण्यात सामील झालो.

"तुमचं धाडस भारीच आहे. अहो, नाग–नागिणींचं घरच आहे हे. मी इथे रोज दहा–बारा नाग सहज पकडतो."

बाप रे! इतक्या दिवसांत आमचा पाय एखाद्या नागावर पडला नाही आणि आमचा जीव गेला नाही हे आमचे नशीब होते. मी नागासारखा फूत्कार टाकीत पॅटकडे बघितले!!

माझी 'यूएस डेव्हिस कप' टीममध्ये निवड झाली. मी त्या टीममधील सर्वांत लहान वयाचा खेळाडू होतो. जुलै महिन्यात त्या टीमबरोबर मी अर्जेंटिनात सामने खेळायला गेलो होतो. मार्टिन जेट या अर्जेंटिनाच्या खेळाडूबरोबर मी चांगला खेळत होतो. मी दोन सेट्सची आघाडी घेतलेली होती. प्रेक्षक माझे चांगले स्वागत करत होते, मला प्रोत्साहन देत होते. तिसऱ्या सेटमध्ये ४–० अशी गुणसंख्या होती. जेटची सर्व्हिस होती. ती घेण्यासाठी मी तयार होतो. अर्जेंटिनात त्या वेळी कडक हिवाळा होता. तापमान खूपच कमी होते. माझे हात–पाय पार गारठून गेले होते. आवश्यक त्या जलद हालचाली करणे कष्टदायक होत होते. जेटची पहिली सर्व्हिस जाळ्यात गेली. दुसरी सर्व्हिस त्याने अशी काही केली की, चेंडू वेगाने माझ्या डाव्या बाजूला आला, मी रॅकेट हलवूच शकलो नाही. कसा कोण जाणे, मी चेंडू माझ्या डाव्या हातातच पकडला. माझ्या या कृतीने प्रेक्षकांमध्ये एकच दंगा उसळला. ती कृती त्यांना मुळीच आवडली नाही. ते आरडाओरडा करू लागले. त्यांना तो त्यांच्या देशाच्या माननीय खेळाडूचा अपमान वाटला. त्यांनी माझा जोरदार निषेध केला, मला शिव्याच घातल्या.

दुसऱ्या दिवशीच्या वर्तमानपत्रांनीही माझ्या विरोधात आघाडीच उघडली. मीही, सुज्ञपणे क्षमा मागायची सोडून, वेड्यासारखे आक्रमक धोरण स्वीकारले, 'त्यात काय झाले?' 'मला तसेच करायचे होते' अशा मूर्खासारख्या बेजबाबदार प्रतिक्रिया दिल्या, त्यामुळे आगीत तेलच ओतले गेले. खरे तर तो केवळ अति थंडीचा, रॅकेट वेळेवर हवी तशी न उचलली गेल्याचा दुष्परिणाम होता. त्यात अपमानाचा, शिष्टपणाचा जराही भाग नव्हता. तो ठार वेडेपणा होता. काहीही असले तरी त्याने माझ्या लोकप्रियतेला धक्का नक्कीच पोहोचला होता.

पण स्ट्रॅटन माउंटन येथील माझ्या चाहत्यांना माझ्या त्या 'आगाऊपणा'ने काही फरक पडलेला दिसला नाही. थोड्या दिवसांनंतर मी तेथे पोहोचलो तेव्हा त्यांनी आधीच्याच अदम्य उत्साहात माझे स्वागत केले, कोणतीही कंजुषी दाखवली नाही. मीही ते बेहद्द खूश होतील असाच खेळ त्यांना दाखवला. अर्जेंटिनातील वाईट प्रसंगाची आठवण त्यांनी पूर्णपणे पुसून टाकल्याबद्दल मी माझ्या उत्तम खेळाने त्यांचे मनःपूर्वक आभार मानले. स्ट्रॅटन माउंटन ही जागा काहीतरी

निराळीच होती. तेथील भव्य पर्वतराजी, सुखद हिरवाई, व्हरमॉन्टची ओलावा असलेली गार हवा आणि येथील लोकांचे भरपूर प्रेम - या सगळ्या गोष्टी मला शुभकारक, माझ्या यशासाठी अनुकूल ठरत होत्या. मी - नेहमीसारखाच - स्पर्धा जिंकलो. लवकरच मला आणखी एक आनंददायक बातमी समजली - मी टेनिस खेळाडूंच्या जागतिक गुणवत्ता यादीत चौथ्या क्रमांकाचे स्थान पटकावले होते! पण पॅटच्या अघोरी प्रशिक्षणाचा धोशा, डेव्हिस कपचे सामने आणि न संपणारा प्रवास या धबडग्यात रात्रीची झोप कमालीची आवश्यक आणि अटळ होऊन बसली होती, ती बारा-बारा तासही पुरायची नाही, त्यामुळे तो आनंद जोरात साजरा करायला रिकामी रात्रच सापडत नव्हती.

लवकरच १९८८च्या यूएस ओपनचे वेध लागू लागले. त्या मानाच्या, महत्त्वाच्या स्पर्धेचा सराव म्हणून न्यू जर्सी येथे एक जराशी किरकोळ अशी स्पर्धा खेळायला मी न्यू यॉर्कला गेलो. सहजतेने अंतिम फेरी गाठली. अंतिम सामन्यात माझ्या समोर होता माझा जुना वैरी जेफ टॅरँगो. मी त्याला खुन्नस ठेवून धुतला. कारण मी आठ वर्षांचा असताना मला फसवून, कपटाने त्याने मला माझ्या आयुष्यातील पराभवाची पहिली चव चाखवली होती. त्या अपमानजनक सामन्याची आठवण माझ्या मनात ताजी होती. प्रत्येक बिनतोड फटका मारताना मी भूतकाळातील त्याच्या अक्षम्य अपराधासाठी त्याला शिवी घालायचो. टॅरँगोविरुद्धच्या त्या दिवशीच्या यशाची गोडी काही औरच होती.

यूएस ओपनचे शिंग - रणशिंग - वाजले. त्या वर्षी मी उपांत्य फेरीपर्यंत मजल गाठली. उपांत्यपूर्व सामन्यात माझी गाठ पडली जिमी कॉनर्सशी! मी लहान म्हणचे चार-पाच वर्षांचा असताना माझे वडील मोठमोठ्या खेळाडूंच्या मागे लागून, अगदी खनपटीलाच बसून, त्यांना माझ्याशी थोडा वेळ तरी खेळायला भाग पाडायचे. त्यात मी जिमी कॉनर्सशीही एकदा खेळलो होतो. ती आठवण मनात जागवीत, तो लॉकररूममध्ये बसललेला असताना मी अत्यंत नम्रपणे त्याच्या जवळ गेलो. व्हेगासमधील सीझर्स पॅलेस येथे आम्ही जे काही थोडे चेंडू खेळलो होतो, त्याचा उल्लेख केला. त्यांना त्याचे स्मरण आहे का अशी विचारणा केली. 'मला नाही आठवत.' त्याने उडवून लावले.

'त्यानंतरही, मी सहा-सात वर्षांचा होतो तेव्हाही आपण बऱ्याच वेळा भेटलोय. तुम्ही व्हेगासला आलात की, माझे वडील तुमच्या रॅकेट्सच्या वाद्या आवळायचे काम करायचे. त्या रॅकेट्स घेऊन मी 'स्ट्रीप' हॉटेलमध्ये तुम्हाला द्यायला यायचो, ते आठवतंय?' मी विचारले. त्यालाही त्याने नकार दिला आणि माझी दखलही न घेता, ज्या बाकावर बसला होता, त्यावरच तो आडवा झाला, पायांवर एक टॉवेल पांघरला आणि त्याने शांतपणे डोळे बंद करून घेतले! त्या बरोबरच संवादही बंद झाला. मुलाखत संपली!!

इतर सहकारी खेळाडू वेळोवेळी कॉनर्सबद्दल जे सांगायचे त्याच्याशी हे त्याचे वर्तन अगदी जुळणारेच होते – तो उद्धट आहे, गर्विष्ठ आहे, शिष्ठ आहे, सगळ्यांनाच तुच्छ लेखतो वगैरे वगैरे. मला आपली अशी एक आशा होती की, आमचे अगदी जुने संबंध लक्षात घेऊन तो मला तरी जरा प्रेमाने, थोड्यातरी आपुलकीने वागवेल. 'त्याने माझा अपेक्षाभंग केला आहे, आता मी त्याचा अपेक्षाभंग करणार, त्याला सरळ सरळ तीन सेट्समध्ये बाहेर काढणार,' अशी मी पेरीजवळ 'घोर प्रतिज्ञा' केली. त्यातही 'त्याला मी जास्तीत जास्त नऊ गेम्स जिंकू देईन,' अशी पुस्तीही जोडली होती.

सामन्याचे वेळी, अर्थातच, प्रेक्षक कॉनर्सच्या बाजूनेच ओरडत होते. स्ट्रॅटन माउंटनच्या अगदी विरुद्ध परिस्थिती होती. त्यांच्या दृष्टीने मी कॉनर्ससारख्या 'वाघा'विरुद्ध खेळण्याचे धाडस दाखवणारा एक मच्छर होतो – उपटसुंभ! त्यांची इच्छा अशी होती कॉनर्सने माझ्यासारख्या सर्व क्षुद्र चिलटांना चुटकीसरशी मारून टाकून, मार्गातील सगळे अडथळे ओलांडून, त्याच्याचसाठी असलेले, त्यालाच शोभणारे अंतिम विजेतेपद ग्रहण करावे, 'कालपुरुष' बनावे. दरवेळी प्रेक्षकांनी कॉनर्सच्या नावाने जयघोष केला की, माझ्या मनात विचार यायचा, 'केवळ बाह्यरूप पाहणाऱ्या या लोकांना हा माणूस खरा कसा आहे, आत्ता तो लॉकररूममध्ये कसा वागला हे माहीत आहे का?, त्याचे सहकारी त्याच्याविषयी काय बोलतात, नम्र अभिवादनाला, 'हॅलो'ला हा कसा उद्धट प्रतिसाद देतो हे या लोकांना कळले तर?'

मी पहिल्या चेंडूपासूनच माझे सर्वस्व पणाला लावून खेळत होतो. त्याचा परिणामही दिसला. पहिला सेट मी जिंकला. दुसरा सेट चालू असताना एक प्रेक्षक मध्येच, आकाशात तरंगणाऱ्या गुडइयर कंपनीच्या हेलियम बलूनच्या आवाजापेक्षासुद्धा जोरात ओरडला, *जिमी, अरे हे तर शेंबडं पोर आहे, तू बाप आहेस बाप! काढ बाहेर त्याला!* इतर प्रेक्षकांनीही त्याला उच्च स्वरात दुजोरा दिला. जिमी हळूच हसला. त्यानंतरचा चेंडू त्याने त्याच्या 'चाहत्या'ला भेट म्हणून असा अचूक मारला की तो गुण त्याला मिळाला. दुसरा सेटही त्याने घेतला. सर्व प्रेक्षकांनी उभे राहून त्यांच्या 'हिरो'ला सलामी दिली.

मी चिडलो, माझे रक्तच खवळले. मी असा जिद्दीला पेटलो की तिसरा सेट ६–१ असा तडाखेबंद जिंकला आणि माझी 'घोर प्रतिज्ञा' पूर्ण केली. जिमी कॉनर्स या माझ्या दुप्पट वयाच्या, जगातील उच्चतम प्रतीच्या खेळाडूला, नव्हे, माझ्या भावनांना लाथाडणाऱ्या, उद्दाम माणसाला मी चीतपट केला. त्या असाधारण विजयानंतरच्या माझ्या मुलाखतीत मी वार्ताहरांना माझ्या 'प्रतिज्ञे'बद्दल सविस्तर सांगितले. त्यांनीही ते तत्परतेने कॉनर्सच्या कानावर घातले.

'हो, हो. माझ्या मुलांच्या वयाच्या लहानग्यांशी खेळायला पहिल्यापासूनच आवडते मला. मी व्हेगासला बऱ्याच वेळा जायचो. हाही तसाच कधीतरी

खेळला असेल माझ्याशी!' असे सांगून कॉनर्सने सावरून घेतले. उपांत्य फेरीत मात्र मी पुन्हा एकदा इव्हान लेंडलकडून हार पत्करली. मी सामना जोमाने लढवला होता. त्याला चौथा सेट खेळायला लावला होता; पण इव्हान फारच भारी होता. त्याला दमवता दमवता मीच थकून गेलो. पराभूत झालो. माझे दोन्ही प्रशिक्षक – पाय ओढत चालणारा निवृत्त कर्नल लेनी आणि सतत शिव्या घालताना तोंडावर थुंकी उडवणारा चिलीचा बलदंड पॅट –हे दोघेही इव्हानच्या ताकदीच्या खेळाडूविरुद्ध मैदानावर दटून राहता येईल इतका दम, इतकी कुवत माझ्यात निर्माण करू शकले नव्हते. व्हेगासला परतल्यावर इव्हान लेंडलच्या दर्जाच्या शत्रूशी जबरदस्त युद्ध खेळण्यासाठी मला सक्षम बनवू शकेल, असा प्रशिक्षक शोधणे मला भागच होते.

मैदानावरील युद्ध खेळण्याची तयारी करणे एक वेळ शक्य झाले असते; पण प्रसार माध्यमांबरोबरची लढाई – बाप रे! ते नुसते 'वाग्युद्ध' नसते, ती भीषण कत्तलच असते!! रोजच्या रोज कोणत्या ना कोणत्या वृत्तपत्रात, मासिकात आंद्रे आगासी या विषयावर काही ना काही छापून येतच होते. कधी कोणा खेळाडूचा बरा वाईट शेरा, कधी क्रीडाक्षेत्रातील एखाद्या लेखकाने किंवा कोणी तज्ज्ञाने टीकास्त्राने केलेला हल्ला, कधी एखादे छोटेसे खुसपट, कधी विश्लेषणात्मक दोषदर्शन, तर कधी थेट बदनामी. कोणी मला 'नटवा बाहुला' म्हणत असे तर कोणी 'विदूषक'. कोणाला मी 'लबाड', 'फसवा' वाटत असे, तर कोणाला 'नशीबवान'. माझे गुणवत्ता यादीतील स्थान हेही वाया गेलेले काही तरुण आणि प्रसारमाध्यमे यांनी रचलेल्या डावाची फलश्रुती आहे, असाही प्रवाद पसरवला गेला होता. काही का असेना, मी सतत प्रसिद्धीच्या झोतात होतो हे मात्र खरे; पण जोपर्यंत ग्रॅन्ड स्लॅमच्या विजेतेपदाचा शिरपेच डोक्यावर चढत नाही, तोवर या सगळ्याकडे फारसे लक्ष द्यायचे नाही, असे मी ठरवून टाकले होते.

एकीकडे माझे कपडे, माझी केशरचना, माझे वर्तन यावर प्रसारमाध्यमे, वार्ताहर, तज्ज्ञ, टीकाकार हे मल्लीनाथी, टीका करत होते. दुसरीकडे मला रोज पोते भरभरून चाहत्यांची पत्रे येत होती. स्तुती, प्रशंसा या बरोबरच अनेक तरुणींचे नग्न फोटो, कोपऱ्यात खरडलेले त्यांचे फोन नंबर्सही मिळत होते. चाहत्यांनी मला काही 'लेबल्स' कायमची चिकटवलेली होती. मी हे सगळे पचवायला शिकलो होतो. त्यातूनच माझे व्यक्तिमत्त्व विकसित होत होते. हा आपल्या व्यवसायाचा एक अविभाज्य घटक आहे हे मान्य करून त्याचा मी स्वीकार केला होता.

पेरी त्या वेळी जॉर्जटाउनमध्ये 'बिझिनेस मॅनेजमेंट' शिकत होता. तणावपूर्ण यूएस ओपननंतर मी विश्रांती, विरंगुळा यासाठी सरळ त्याच्याकडे राहायला गेलो.

तेथे आम्ही रोज धमाल करत होतो. रात्री मोठमोठ्या हॉटेल्समध्ये मस्त जेवणे घेत होतो. कधी तो मला त्याच्या आवडत्या 'टॉम्ब' नावाच्या पबमध्ये घेऊन जात होता. आमच्या गप्पांना अंत नव्हता. त्यात 'मन मोकळे करणे' हा माझा महत्त्वाचा उद्देश होता. माझी नाखुशी, माझ्या समस्या, माझ्या मनाचा गोंधळ पेरी शांतपणे ऐकून घेई. या समस्यांबाबत मला समजेल, तर्काला पटेल असे विश्लेषण करी, ते नीट सुसूत्रपणे मांडी. त्याच्या मते, सध्या मी आणि माझ्या सभोवतालचे जग यांच्यात वाटाघाटी चालू होत्या. आमच्यात चांगले संबंध जुळावेत, आमच्यात समझोता व्हावा, यासाठी आमच्यात चालू असलेल्या चर्चांमधूनच माझ्या मनात जळमटे निर्माण झाली होती. त्या समझोत्याच्या ठरावातील कलमेही त्याने मला समजावून सांगितली. त्याने हे कबूल केले की, जग ज्याची रोजच कातडी सोलते, ज्याला सतत जखमा करते त्याने संवेदनशील असणे ही खरोखरच महाभयंकर गोष्ट आहे; पण त्याचा निष्कर्ष असे सांगत होता की, ही काळजीची परिस्थिती तात्पुरती, काही काळापुरतीच राहणार होती. त्याला निश्चितपणे मर्यादा होती. ती मर्यादा 'मी ग्रॅन्ड स्लॅम जिंकण्याचीच' होती. त्याच्या निष्कर्षावर आमचे एकमत होते.

यश! यश हे लोकांची एखाद्या व्यक्तीबद्दलची मते बदलायला का कारणीभूत व्हावे? तो यश प्राप्त करतो की, त्याच्या पदरी अपयश पडते, यावर ती व्यक्ती कशी आहे, स्तुतीस योग्य आहे की निंदेस पात्र आहे, हे कसे ठरते? जय वा पराजय- व्यक्ती तीच असते ना? मी का यशस्वी व्हायचे? अनेक अनोळखी लोकांची माझ्याबद्दलची मते बदलावीत म्हणून? मला न जाणणाऱ्या, जाणून घेण्यात जराही रस नसलेल्या टीकाकारांची तोंडे बंद व्हावीत म्हणून? हा कसला समझोता? ही कसली वाटाघाटींची कलमे?

फिलीलाही माझी ही मनःस्थिती समजत होती. तोही माझी तडफड पाहून व्यथित होत होता. मी स्वतःचा शोध घेत होतो हेही त्याला कळत होते. कारण, तो समदुःखी होता. तोही किती तरी काळ 'त्या'ला स्वतःला शोधतच होता. त्याने त्याच्या शोधाची व्याप्ती वाढवली होती, असे नुकतेच त्याने मला सांगितले होते. त्याने 'आत्म्या'चा, अध्यात्माचा मार्ग धरला होता. व्हेगासच्या पश्चिमेला एक चर्च - जेथे धर्म, पंथ, जाती यांची बंधने पाळली जात नव्हती, असे एक धार्मिक स्थान होते. तेथील धर्मगुरूवर फिलीचा विश्वास बसला होता. तो नियमितपणे तेथे जाऊ लागला होता.

एकदा त्याने मलाही बळेबळे तेथे खेचून नेले. मला हे मान्य करावेच लागले की, ती जागा खरोखरीच निराळीच होती. धर्मगुरू जॉन पारेन्टी हे खरोखरच वेगळेच होते. जीन्स आणि टी शर्ट असा पोशाख, मानेपर्यंत रुळणारे

तपकिरी रंगाचे केस – ते धर्मगुरू वाटलेच नाहीत, एखादे जलतरणपटू भासले; पण त्यांच्या बाह्य रूपातच केवळ त्यांचे वेगळेपण नव्हते. त्यांचे अंतरंगही निराळे होते. ते जराही उथळ नव्हते, सखोल होते, आदरणीय होते. त्यांचे वागणे, त्यांचे बोलणे, त्यांचा सहवास – मनात सुखद स्पंदने निर्माण करणारे होते. लवकरच मनात त्यांचा एकच ठसा उमटला आणि कायम राहिला – 'विद्रोही!' – माणसांना नवा, हिताचा, कल्याणाचा, माणुसकीचा मार्ग दाखवणारे, नव्या विचारांचे 'विद्रोही'. त्यांच्या विचार, वर्तनाइतकेच त्यांचे कोणताही आव न आणता हृदयाला भिडणारे सहज, मृदू बोलणे, त्यांचे मैत्रीपूर्ण डोळे आणि लक्षवेधी गरूडनाक ही वैशिष्ट्येही मला भावली. त्यांनी बायबल अगदी सोपे करून सांगितले. अहंकार नाही, आग्रही मते नाहीत. स्वच्छ विचार आणि माझ्यासारख्या सामान्यांनाही रुचेल, पटेलसे मौलिक मार्गदर्शन.

त्यांना धर्मगुरू ही उपाधीही जड वाटायची. त्यांना 'जे.पी.' या 'जवळिकी'च्या नावाने संबोधावे, असा त्यांचा आग्रहच होता. तेथे आलेल्या लोकांच्या मनावर चर्च हे देवस्थान, पूजास्थान आहे, मनावर दबाव आणणारी, गंभीरपणे वावरण्याची जागा आहे, याचे ओझे येऊ शकते. हे टाळून त्यांना त्यांच्या सग्यासोयऱ्यांबरोबर, मित्रपरिवाराच्या संगतीत काही काळ आनंदात, चांगल्या विचारात, चांगल्या कृतीत घालवण्याचे ठिकाण वाटावे, असे चर्चचे स्वरूप राखण्यावर त्यांचा कटाक्ष होता. ते नेहमी सांगायचे, 'माझ्याजवळ प्रश्नांची उत्तरे नाहीत, समस्यांवरचे उतारे नाहीत. मी बायबल अनेक वेळा आरंभापासून अखेरपर्यंत वाचले आहे, वाचताना काही गोष्टी मला रुचल्या आहेत, मनात रुजल्या आहेत इतकेच!'

पण माझा अनुभव असा होता की, ते नाही म्हणत होते तरी त्यांच्यापाशी उत्तरे होती आणि मला उत्तरेच हवी होती. मी स्वतःला ख्रिश्चन म्हणवून घेत होतो; पण येशूचे अस्तित्व, त्याचे सान्निध्य मला जे.पीं.च्या चर्चमध्येच, त्यांच्या पवित्र सहवासातच लाभले.

मी दर आठवड्याला फिलीसमवेत जे.पीं.च्या चर्चमध्ये जाऊ लागलो. त्यांचे प्रवचन चालू होण्याची वेळ ठरलेली आणि अचूक पाळली जाणारी होती. ती आम्हीही बरोबर गाठायचो. सगळे लोक जागांवर बसलेले असताना आम्ही हळूच, लोकांचे लक्ष जाणार नाही अशी दक्षता घेत, अगदी आयत्या वेळी आत शिरायचो आणि आमच्या शेवटच्या रांगेतल्या ठरलेल्या जागांवर जाऊन बसायचो. एका रविवारी फिलीला जे.पीं.ना भेटायचेच होते. मी भिंतीपाशी गप्प उभा राहिलो. मलाही खरे तर त्यांना भेटायची खूप इच्छा होती; परंतु तेथे चाहत्यांची गर्दी माझ्याभोवती जमलेली मला नको होती. आधीच मला लोकसंपर्काचे वावडेच होते. विशेषतः त्या काळात प्रसारमाध्यमांनी माझा जो

काही 'उदो उदो' चालवला होता, त्या दुष्कीर्तीच्या माऱ्याने तर माझा संकोच धास्तीत परिणत झाला होता. लोकांना भेटायची मला भीतीच वाटू लागली होती.

एक दिवस असाच एक वृत्तपत्रीय 'आघात' माझ्या वर्मी लागला होता. त्या रात्री तो ताण मला इतका असह्य झाला की, मी गाडी काढली आणि एकटाच वेड्यासारखा, निरुद्देश हिंडू लागलो. बराच वेळ भरकटत होतो. एका ठिकाणी मन म्हणाले, 'बस झाले हिंडणे, थांब इथे!' मी ब्रेक दाबला. काही वेळाने खिडकीतून बाहेर डोकावलो तर गाडी जे.पीं.च्या चर्चसमोर होती! मला त्या आश्चर्यकारक योगायोगाचा धक्काच बसला. मी खाली उतरलो. मध्यरात्रीचा सुमार झालेला होता म्हणजे खूपच उशीर झाला होता. सर्वत्र शांतता होती, सामसुम होती. परिसर निर्मनुष्य होता. दिवे बंद झाले होते. फक्त जे.पीं.च्या ऑफिसच्या एका उघड्या खिडकीतून प्रकाश बाहेर येत होता. मी खिडकीतून आत डोकावलो. त्यांची सेक्रेटरी काम करत बसली होती. मी दारावर टकटक करून आत शिरलो. ''मी जे.पीं.ना भेटू शकतो का?'' मी तिला विचारले. ''ते या वेळी घरी असतात,'' ती म्हणाली. तिला बहुधा तुम्हीही या वेळी तुमच्या घरीच असायला हवे होतात असेच सुचवायचे होते. मी धीर करून म्हणालो, ''कृपा करून तुम्ही त्यांना फोन करू शकाल? त्यांच्याशी बोलणं फार गरजेचं आहे हो माझ्यासाठी!'' तिला अशा संत्रस्त गरजूंची सवय असावी. तिने फोन लावला आणि माझ्या हातात दिला.

''हॅलो...'' मी जे.पीं.चा आवाज ओळखला.

''हॅलो, आपण मला ओळखत नाही. माझे नाव आंद्रे आगासी आहे. मी टेनिस खेळतो. मला... म्हणजे... तुमच्याशी थोडं...''

''माहिती आहे मला. गेले सहा महिने तुम्ही चर्चमध्ये येता आहात, पाहिलेलं आहे मी तुम्हाला; पण तुमच्या उत्साही चाहत्यांच्या गर्दीने तुम्हाला होणाऱ्या त्रासात मला भर घालायची नव्हती म्हणून मी कधी मुद्दाम ओळख दाखवून तुमच्याशी बोललो नाही.''

माझे खाजगीपण जपण्याच्या या त्यांच्या विवेकाला मी मनोमन दाद दिली. अशी वागणूक मिळणे ही अपवादात्मक गोष्ट झाली होती. मी त्यांना म्हणालो, ''आपण मला थोडा वेळ देऊ शकाल का? थोडं बोलायचं होतं आपल्याशी.''

''केव्हा?''

''आत्ता?'' मी जरासे चाचरत विचारले.

''ठीक आहे. मी तिथे, ऑफिसमध्ये येतो, मग बोलू या आपण.'' त्यांनी मनाचा मोठेपणा दाखवला होता. त्यांना येथे येण्याचा त्रास देणे उचित नव्हते.

''आपण नका त्रास घेऊ. आपण जेथे आहात तेथे मी येऊ शकतो.''

दोन क्षणांच्या विचारानंतर ते म्हणाले, ''बरं. मग... या तुम्ही माझ्या घरी.''

मी तेराव्या मिनिटाला त्यांच्या घरासमोर होतो. त्यांनी माझे दारातच स्वागत केले. मी म्हणालो, ''क्षमा करा, आपल्याला अशा अवेळी तसदी देतो आहे; पण... पण... मला इतर कोणी नाही हो असं बोलायला...''

''बोला. काय बोलायचंय?''

''मी... म्हणजे... आपण एकमेकांची जरा जवळून ओळख करून घेऊ या... मला जरा मार्गदर्शन...''

''खरं सांगू का? मला प्रौढ, पितासदृश, उपदेशकाराची, मार्गदर्शकाची भूमिका फारशी चांगली वठवता येत नाही...''

एका चर्चच्या धर्मगुरूचे, प्रवचनकाराचे हे विधान ऐकून मी मान हलवीत स्वतःशीच हसलो, म्हणालो, ''पण आपण मला काहीतरी मार्ग दाखवाल, काहीतरी कामे नेमून द्याल, आयुष्यभर पुरेल असे काहीतरी...''

''म्हणजे... विश्वास टाकावा असा सल्लागार हवा आहे तुम्हाला...''

''अगदी बरोबर.''

''तेही काम मला तितकेसे...''

माझा चिंताग्रस्त चेहरा पाहून ते पुढे म्हणाले, ''मी फार तर गप्पा मारू शकतो, तुमचे ऐकून घेऊ शकतो, तुमचा मित्र बनू शकतो, विश्वासू, जवळचा मित्र. ते जमते मला... चांगले जमते.''

माझ्या कपाळावर सूक्ष्मशी आठी चढली.

''काय आहे, मीही काही कोणी कृपावंत, भाग्यवंत नाही. माझेही आयुष्य सगळ्यांसारखेच उंचवट्या खळग्यांचे आहे. जरा जास्तच उबडखाबड आहे, त्यामुळे मी आदर्शही नाही आणि मार्गदर्शकही नाही. धर्मगुरू असलो तरी उपदेश करू शकत नाही. हा, मी चांगला, विसंबून राहता येईल, असा मित्र, तुमचा सहयात्री बनू शकतो. ते कदाचित जमेल मला.''

माझ्या चेहऱ्याने त्यांना काय सांगितले माहीत नाही; पण त्यांनी एका हाताने दार उघडून धरले आणि मला आत यायला सांगितले; पण मी दारातच थांबलो, म्हणालो, ''आपली हरकत नसेल तर चार भिंतीत बसण्यापेक्षा बाहेर पडू या?'' मी माझ्या गाडीकडे निर्देश करून म्हणाले, ''आपण माझ्या गाडीतून चक्कर मारायला जाऊ या? तिच्या वेगाबरोबर माझे विचार चांगले चालतात.''

जे.पीं.नी वळून त्यांच्या घरासमोरचा सगळा परिसर व्यापून टाकलेल्या माझ्या विशाल पांढऱ्या कॉर्व्हेटकडे पाहिले. त्यांना माझी कल्पना फारशी पटलेली नसावी पण ते तयार झाले. आम्ही व्हेगासभर फिरलो. शहराचा गजबजलेला भाग, 'स्ट्रीप', तेथून शहराभोवतीच्या घाटाचे रस्ते. मी त्यांना गाडीच्या काही तांत्रिक करामतीही दाखवल्या. वाटेत एके ठिकाणी थांबून बॉनेट उघडून गाडीचे 'खास' इंजिनही दाखवले आणि मग मी मनही उघडले. माझी जीवनकहाणी

त्यांना ऐकवली - खूप विस्कळितपणे, तुकड्या तुकड्यात. जे.पी. यांनाही पेरीचे कौशल्य अवगत होते. ते मला माझेच कथन नीट जोडून, सुसंगतपणे, योग्य शब्दांत सांगत गेले. काही विरोधाभासही त्यांच्या लक्षात आले आणि त्यांनी त्यांचा चांगला मेळही घातला.

ते म्हणाले, ''तुम्ही अजूनही तुमच्या पालकांच्या छायाछत्राखाली वाढणारे मूल आहात; पण त्याच वेळी तुम्ही जगभरात प्रसिद्धीही पावला आहात. तुमच्या क्षेत्रात तुमचे स्वतःचे असे स्थान, तुमची स्वतःची अशी स्वतंत्र ओळख निर्माण झाली आहे. ही परिस्थिती पचवून तिच्याशी जुळवून घेणे खूप अवघड आहे. एका बाजूला तुम्ही स्वतःच्या चालीने, स्वतःच्या डौलात, स्वतः ठरवलेल्या वाटेवरून चालायला पाहत आहात. त्याच वेळेला तुमच्यावर अंकुश चालवला जातो आहे, हे खरंच कठीण आहे.''

मी त्यांना माझे खेळातील यश-अपयश, हार-जीत, जागतिक गुणवत्ता यादीतील माझी कूर्मगतीने होणारी प्रगती यांविषयीही सांगितले. मी अभिमान बाळगावा, उंच मानेने, आवर्जून सांगावे अशा कोणालाच पराभूत करून मी असाधारण असे यश संपादन केलेले नाही. कौशल्यापेक्षा नशीब माझ्या कामी येते आहे. खडतर तपश्चर्येविना मला फळ मिळालेले आहे, ही प्रांजल कबुलीही देऊन टाकली. त्यांनी त्याचा अर्थ मला असा सांगितला की, एखाद्या कृतीचा आनंद, त्यामुळे प्राप्त होणारे सुख पुरेसे अनुभवण्याआधीच मला त्याच्या परिणामांना सामोरे जावे लागते आहे. त्यांनी माझी परिस्थिती इतक्या मार्मिकपणे मांडल्याने मला मनापासून हसू आले.

सामान्य प्रेक्षक, चाहते आणि प्रसारमाध्यमे, वार्ताहर, टीकाकार यांच्याबद्दल चर्चा झाल्यावर ते म्हणाले, ''काही जण तुम्हाला खरं, पुरेसं ओळखतही नाहीत; पण तरीही तुमच्यावर विनाकारण जिवापाड प्रेम करतात. ते प्रेम मनापासून व्यक्त करतात आणि त्याचवेळी दुसरे काही शहाणे तुम्हाला पूर्णपणे ओळखल्याच्या थाटात, पुन्हा विनाकारणच, तुमच्यावर रागावतात. तुम्हाला नावे ठेवतात. हे अतिशय विचित्र आहे. जास्त विचित्र हे आहे की, त्यांच्यासारखेच तुम्ही स्वतःही तुम्हाला पूर्णपणे ओळखलेले नाही!''

''त्याहूनही पुढची, विकृतच म्हटली पाहिजे, अशी गोष्ट सांगतो तुम्हाला. माझे सगळे आयुष्य ज्या टेनिसशी जोडले गेले आहे, माझी सुख दुःखे, माझे प्रश्न, समस्या ज्या टेनिसभोवती फिरत आहेत त्या टेनिसबद्दल मला मुळीच, थोडंसुद्धा प्रेम नाही. टेनिस मला मुळीच आवडत नाही, मी त्याचा तिरस्कारच करतो!!'' मी म्हणालो.

काही वेळ थांबून ते म्हणाले, ''तुम्हाला तसं वाटतं आहे; पण ते सत्य नाही. सत्य हे आहे की, तुमच्या मनात टेनिसविषयी तिरस्कार नाही.''

''आहे. तिरस्कार आहे,'' असे म्हणून मी माझ्या वडिलांबद्दल बोलू लागलो. त्यांनी माझे आधी हिरावून घेतलेले बालपण आणि नंतर माझ्यापासून तोडलेले माझे घर, कुटुंब, माझ्यावर केलेली जबरदस्ती, सक्ती, माझा केलेला शारीरिक आणि मानसिक छळ, त्यांचा विलक्षण संताप, त्यांनी मला दिलेला मनस्ताप, त्यांचे अव्याहत शिव्याशाप, आरडाओरडा, सततची भीती, दरारा, दडपण – सगळे सगळे सांगितले. माझ्या मनात साचलेल्या रागाचा निचरा होऊ दिल्यावर जे.पी. चेहऱ्यावर मिस्किल भाव आणून म्हणाले, ''तुला हे माहीत आहे ना की, आपल्या हृदयात कायम वास करणारा तो प्रेमळ परमेश्वर जरासुद्धा, अजिबात तुमच्या वडिलांसारखा नसतो.''

भावनेच्या भरात वेडीवाकडी, धोकादायकरीत्या रस्त्याच्या कडेवरून धावणारी माझी गाडी त्या त्यांच्या वाक्याने क्षणार्धात 'मार्गा'वर आली!

''आंद्रे, देव तुमच्या वडिलांच्या अगदी विरुद्ध वागतो. तो तुमच्यावर सतत रागावलेला नसतो, तुमच्यावर वैतागलेला नसतो, तुमच्यातले दोष, उणिवा सारख्या सारख्या तुमच्या कानात ओरडून सांगत नसतो. तुमच्या कानात आजही जो रागीट आवाज दुमदुमतो आहे ना, तो ईश्वराचा नाही, जो तिरस्कार घुमतो आहे ना, तो टेनिसविषयीचा नाही, तो तुमच्या वडिलांचा आहे, वडिलांविषयीचाच आहे.''

मी त्यांच्याकडे वळून म्हणालो, ''काय म्हणालात? परत म्हणा!''

त्यांनी अक्षरशः तीच वाक्ये मला पुन्हा एकदा ऐकवली. मी परत एकदा तेच सत्य ऐकवण्याची विनंती केली. लहान मुलाचा हट्ट पुरवावा तशी त्यांनी तीच वाक्ये परत एकदा मला ऐकवली. मी साश्रुनयनांनी त्यांचे आभार मानले. मला साक्षात्कार झाला होता, जे.पीं.नी घडवला होता. काही वेळ निरव शांततेत गेला. माझे मनही शांत झाले होते.

मग मी त्यांना त्यांच्याबद्दल विचारले. त्यांच्या आयुष्याबद्दल सांगायला सांगितले. त्यांनी मला आश्चर्यातच पाडले. ते म्हणाले की, त्यांनाही त्यांचे आयुष्य आवडत नाही, त्याचा तिरस्कार वाटतो. धर्मगुरू ही उपाधी चिकटवून घ्यायला ते राजी नव्हते. लोकांच्या आत्म्यांची जबाबदारी घेण्याची जबाबदारी त्यांना नको होती आणि तरीही ती डोक्यावर पडली आहे. खूप जड झाली आहे. चोवीस तास, अठरा प्रहर ते ओझे वाहता वाहता त्यांना स्वतःसाठी वेळच उरत नाही. ना वाचन ना लिखाण. ना विचार ना मनन. (हा मला टोमणा होता अशी मला शंका आली). अनेक वाट चुकलेले, पापाच्या मार्गाला लागलेले, गैर धंदे करणारे स्त्री-पुरुष, शरीरविक्रय करणाऱ्या स्त्रिया त्यांच्या चर्चमध्ये येऊन, त्यांच्या सहवासात येऊन सुधारत असत. लांच्छनास्पद जीवनाचा त्याग करून सन्मार्गाचा स्वीकार करत असत. या त्यांच्या निर्णयामुळे त्यांच्या पैशांवर मजा मारणारे

आयतोबा, ज्यांना तोटा सोसावा लागे असे वेश्यांचे दलाल, धंद्यातील अडते – हे सगळे जे.पीं.वर चिडत. त्यांच्यावर डूक धरीत, त्यांना जिवे मारण्याची धमकी देत. तसा प्रयत्नही करत, त्यामुळे जे.पी. सतत मृत्यूच्या भीषण छायेखाली वावरत असत.

मी त्यांना विचारले, ''आपल्याला कोणत्या प्रकारचे जीवन जगायला आवडेल?''

''मी कवी आहे, गीतकार आहे आणि संगीतकार आहे. गीत संगीताच्या विश्वात विहार करण्याचे माझे स्वप्न होते. ते मला पूर्ण व्हायला हवे आहे. तेच माझं उपजीविकेचंही साधन बनावं अशी माझी इच्छा आहे.'' 'व्हेन गॉड रॅन' – जेव्हा परमेश्वर पळाला – हे ख्रिश्चन धर्मगीतांच्या लोकप्रियतेच्या यादीत झळकलेले गीत त्यांनी लिहिलेले होते. त्यांनी सांगितलेली ही माहिती हा मला सुखद आश्चर्याचा धक्का होता. त्यांनी मला त्या गाण्याच्या ओळी म्हणूनही दाखवल्या. त्यांचा आवाज सुरेल होता, श्रवणीय होता आणि गीताचे बोलही अंतर्मुख करणारे होते.

''तुमची इच्छाशक्ती आणि अथक प्रयत्न यांनी तुमचे स्वप्न नक्की पूर्ण होईल'' अशी मी त्यांना ग्वाही दिली. इतक्या गंभीरपणे आणि अशा नाजूक विषयावर बराच वेळ बोलायला लागले की, मला उगीचच थकल्यासारखे वाटायला लागते. मनावर दबाव आल्यासारखे वाटते, तेव्हाही तसेच झाले. मी घड्याळाकडे पाहिले. तीन वाजले होते. पहाट व्हायला फारसा अवकाश नव्हता. मी एक दीर्घ जांभई दिली आणि जे.पीं.ना म्हटले, ''माझ्यासाठी थोडा त्रास घ्याल? मला माझ्या पालकांच्या घरी सोडाल? मी खूप कंटाळलो आहे. आता माझ्या हातून काही ड्रायव्हिंग व्हायचे नाही. इथेच, अगदी जवळ आहे इथून माझं घर. मला सोडा आणि हीच गाडी घेऊन तुम्ही तुमच्या घरी जा. तुमच्या सवडीने कधीही गाडी परत करा मला.''

''नाही. मी नाही नेणार तुमची गाडी.''

''का हो? अहो, फार छान आहे गाडी. वाऱ्यासारखी धावते.''

''ते मी पाहिलेलंच आहे; पण नको. मी ती कुठे आदळवली तर?''

''तुम्हाला काही झालं नाही, तुम्ही सुखरूप राहिलात, तर मग मला गाडीचं काहीही झालं तरी वाईट वाटणार नाही. गाडीची मुळीच काळजी करू नका तुम्ही.''

''ठीक आहे. कधी परत आणू मी गाडी?''

''कधीही आणा.''

ते दुसऱ्या दिवशीच गाडी घेऊन आले.

''नको, चर्चमध्ये या असल्या गाडीतून जाणं बरं नाही वाटत आणि आंद्रे, मला प्रेतयात्रांमध्येही भाग घ्यावा लागतो. तेथे कॉर्व्हेटसारख्या गाडीतून जाणं

प्रशस्त नाही, नाही का?'' 'इतकी का घाई केलीत? ठेवायची आणखी काही दिवस!' या माझ्या प्रश्नाचे असे स्पष्टीकरण देत त्यांनी गाडीच्या किल्ल्या माझ्या हाती ठेवल्या.

त्या वर्षीचे डेव्हीस कपचे सामने जर्मनीत, म्युनिकला होते. डेव्हिस कपच्या स्पर्धेला निराळे महत्त्व असते. त्यात केवळ खेळाडूंचा वैयक्तिक सहभाग नसतो. ते त्यांच्या त्यांच्या देशाचे प्रतिनिधित्व करत असतात. राष्ट्राच्या इभ्रतीचा भार त्यांच्या खांद्यावर असतो. प्रत्येक जण राष्ट्रीय 'टीम'चा सदस्य असतो. असा सांघिक दौरा हा एखाद्या सहलीसारखा असतो. सामनेही इतर स्पर्धांच्या तुलनेत जरा कमी ताणाचे असतात असे मला वाटते. अशा सहलीत एखादा चांगला मित्र बरोबर असेल, तर तिची मजा खूपच वाढते म्हणूनच त्या वर्षी मी माझ्या त्या आनंदात सहभागी होण्यासाठी माझ्या नव्या मित्राला, जे.पीं.ना बरोबर येण्याचे आमंत्रण दिले आणि त्यांनी ते स्वीकारलेही.

पश्चिम जर्मनीत लाखो टेनिसवेडे ज्याला देव मानतात, त्या बोरीस बेकरशी माझा पहिला सामना होता. बारा हजार जर्मन लोक प्रेक्षागारात बसून सातत्याने त्यांच्या देवाच्या आरत्या गात होते, त्याचा जयजयकार आणि माझा धिक्कार करत होते; पण त्याचा माझ्यावर काहीही परिणाम होत नव्हता. ते मला माझ्या खेळापासून जराही विचलित करू शकत नव्हते. कारण, मी माझे चित्त स्वतःवर पूर्णपणे केंद्रित केले होते. 'मी परत कधीही बोरीस बेकरकडून हार पत्करणार नाही,' असा मी जो ठाम निश्चय केला होता, त्याची आठवण माझ्या मनात जागती होती, धगधगती होती. ते निश्चयाचे बळ माझ्याकडून तसाच तेजस्वी खेळ करून घेत होते, मला फळही देत होते. मी दोन सेट्सची आघाडी मिळवली. प्रेक्षकांच्या विरोधी कोलाहलातूनसुद्धा माझ्या खेळाचे, मी मिळवलेल्या प्रत्येक गुणाचे कौतुक करणारे तीन आवाज मला स्पष्ट ऐकू येत होते – एक फिलीचा, दुसरा निक यांचा आणि तिसरा जे.पीं.चा. प्रसन्न दिवस होता तो माझ्यासाठी!

पण का कोणास ठाऊक, निश्चयपूर्वक सांभाळलेले माझे मानसिक संतुलन मध्येच जरासे बिघडले, आत्मविश्वास जरासा ढळला. मी एक गेम घालवली आणि हताशपणे खुर्चीवर येऊन बसलो. तेवढ्यात स्पर्धेचे काही जर्मन अधिकारी माझ्याभोवती जमले आणि मला मैदानावर परतायला सांगू लागले. गेम पूर्ण झालीच नव्हती! मी, कसा कोण जाणे, गेम पूर्ण झाली असे समजून सरळ मैदान सोडून बाहेर येऊन बसलो होतो!! कुठल्या तंद्रीत होतो मी?

'आंद्रे आगासी, मैदानावर या, आंद्रे, *मैदानावर या*' ध्वनिवर्धकही मला सूचना देऊ लागला. प्रेक्षक मला जोरजोरात हसत होते, माझी चेष्टा करत होते. बोरीसही मला हसत होता. मी मैदानावर परत गेलो. माझा गोंधळ उडाला होता.

माझ्या डोक्यात घण पडत होते. बोलेटिरी ॲकॅडमीतील सर्व विद्यार्थ्यांच्या देखत निक यांनी केलेला झोंबरा पाणउतारा मला त्या क्षणी आठवत होता. सगळी प्रसारमाध्यमे माझी हुर्ये उडवीत होती, माझ्यावर आग पाखडत होती ते मी सहन करत होतो; पण हा, असा, वैयक्तिक, थेट अपमान... छे, ते सहन करणे मला अशक्यच झाले. मी गेममध्येही पराभूत झालो आणि ती मॅचही!! शॉवरच्या पाण्याने शरीरावरील घाम धुतला गेला; पण मनावरील मळभ दूर झाले नाही. गाडीत जे.पीं.कडे पाहण्याचेही धैर्य मला झाले नाही. मी निक आणि फिली यांच्याकडे बघत गुरकावलो, 'लक्षात ठेवा, 'टेनिसचा खेळ' हा विषय आत्ता वर्ज्य आहे!'

मी एकटाच, म्युनिकमधील हॉटेलच्या खोलीच्या बाल्कनीत बसलो होतो. समोर पसरलेल्या शहराचे दृश्य बधिरपणे बघत होतो. मन जळत होते. ती आग बाहेर काढण्याचे, तणावातून सुटका करून घेण्याचे माझे ठरलेले तंत्र मी माझ्याही नकळत तेथे, त्या हॉटेलमधल्या खोलीच्या बाल्कनीतच उपयोगात आणले. काडेपटीतील काड्या ओढून पेटवल्या आणि जे हाताला लागेल ते जाळीत सुटलो. 'शेकोटी' पेटलेली असतानाच जे.पी. तेथे आले. त्यांनी चाललेला प्रकार काही क्षण न्याहाळला. नंतर शांतपणे टेबलावरील हॉटेलचे मेनू कार्ड उचलले आणि शेकोटीत टाकले. त्या नंतर पेपर नॅपकिन्स, मग लेटर पॅड्स, टेलिफोन नंबर्सची यादी असे काही बाही ते त्या आगीत टाकत राहिले. आम्ही दोघेही एकमेकांशी काहीही बोलत नव्हतो. पूर्ण शांततेत तो 'यज्ञ' काही काळ चालू राहिला.

आग विझली तसे जे.पीं.नी मला विचारले, "बाहेर हिंडून येऊ या?"

म्युनिकमधील प्रसिद्ध 'बिअर गार्डन्स'मधून आम्ही चालत होतो. आजूबाजूला फसफसणाऱ्या बिअरबरोबरच लोकांचा उत्साहही उतू जात होता. बिअरच्या नशेत लोक गात होते, नाचत होते, हसत होते. तो उल्हास मला मात्र त्रास देत होता. तो गजबजाट मागे टाकून एक छोट्या छोट्या दगड गोट्यांच्या रस्त्याने आम्ही एका रुंद पुलावर आलो. पुलाच्या मध्यभागी उभे राहिलो. पुलाखाली नदी वेगाने वाहत होती. आता लोकांचा आरडा ओरडा, गाणी, हसणे काही काही ऐकू येत नव्हते. नदीच्या पाण्याचा अखंड खळाळ कानावर पडत होता. बाकी सारा आसमंत शांत होता. मी आणि जे.पी. पुलाच्या कठड्याला धरून उभे होतो. मी खाली पाण्याकडे पाहत होतो. "हरल्यावर काही ना काहीतरी सबबी सांगत राहतो मी. जर असं झालं असतं किंवा जर असं घडलं नसतं, जर मी मनाशी ठरवलं असतं, जर माझा नेहमीचा 'बेस्ट' खेळ झाला असता, जर मला आणखी थोडे चांगले चेंडू मिळाले असते – आजचा दिवसच

धड नव्हता - एक ना दोन! पण आज तर सगळं चांगलं होतं, मी उत्तमच खेळलो, माझा निश्चयही ठाम होता तर मग मी का पराभूत झालो? का नाही मी जगातला सर्वोत्तम खेळाडू ठरू शकत?''

''सगळा जर तरचा खेळ!''

''मला तर या क्षणी मरून जावंसं वाटतंय!''

मी कठड्यावर डोके ठेवून हुंदके देऊन देऊन रडू लागलो. जे.पी. फक्त माझ्या जवळ उभे होते. शांत होते. त्या वेळी माझ्याशी काहीही न बोलण्याची समज, सुजाणता त्यांच्यामध्ये होती. माझ्या मनातली आग अश्रूंनी विझू दिली पाहिजे, हे त्यांना कळत होते.

दुसऱ्या दिवशी कार्ल उवे स्टीब नावाच्या आणखी एका जर्मन खेळाडूशी माझी गाठ पडली. माझ्या शरीरावरची आणि मनावरची कालची निराशेची मरगळ अजून तशीच होती. माझा खेळ पहिल्यापासूनच चुकत गेला. त्याचा बॅकहॅन्ड कमकुवत होता हे ओळखून मी त्याला तसेच चेंडू देत होतो; पण माझा वेग जरा जास्त होत होता. मी जर वेग कमी केला असता तर त्याला फटक्यातील जोर वाढवावा लागला असता, त्यामुळे त्याचा आधीच दुबळा असलेला बॅकहॅन्ड आणखीच क्षीण झाला असता. त्याच्या दोषाचा मला फायदा मिळाला असता; पण घडत होते उलटेच. मी वेगाने मारलेल्या फटक्यांचा त्या वेगवान मैदानावर त्यालाच प्रचंड फायदा मिळत होता. मी माझ्या खेळाने त्याचा खेळ सुधारित होतो. याचे खरे कारण हे होते की, मी अवाजवी काळजी घेण्याच्या नादात, अचूकपणाच्या मागे लागून नेमके नको तसे खेळत होतो. माझा मूर्खपणा लक्षात येऊनच बहुधा स्टीब ओठातल्या ओठात हसत होता. मी देत असलेल्या 'भेटी' स्वीकारत होता. आगासीच्या कृपेने परिणामकारक ठरणारे बॅकहॅन्ड्स खुशीत मारीत होता, गुण मिळवीत होता. त्याने खुशीने सामना जिंकला, विजयाचा हसत - मला हसत - स्वीकार केला. आमच्या डेव्हिस कप टीमच्या कॅप्टनने माझ्या आत्मघातकी धोरणांवरून मला भरपूर नावे ठेवली. दुसऱ्या दिवशीच्या वर्तमानपत्रात क्रीडासमिक्षकांनीही त्याच मुद्यावरून मला झोडपले.

सन १९८९मध्ये माझ्या खेळाचा दर्जा घसरायला आणखी एक कारण झाले - माझी रॅकेट... मी तोपर्यंत कायम 'प्रिन्स' कंपनीच्या रॅकेट्स वापरीत होतो. निक यांनी मला भरीला घालून 'डॉने' नावाच्या रॅकेट बनवणाऱ्या कंपनीबरोबर करार करायला लावला. त्यात त्यांचा स्वार्थ होता. एक तर त्यात त्यांच्या आर्थिक टंचाईचे काही प्रमाणात निवारण झाले होते आणि डॉनेबरोबरच्या एका निराळ्या स्वतंत्र कराराचा लाभही झाला होता. मी त्यांना जेव्हा म्हणालो की, 'निक, मला

माझी प्रिन्सच आवडते' तेव्हा ते मला म्हणाले, 'अरे, रॅकेटचं काय एवढं? तू झाडूनेसुद्धा खेळू शकशील!'

डॉनेच्या रॅकेटने मात्र मला खरोखरच झाडूने खेळल्यासारखे वाटत होते. ती रॅकेट हातात असली की, मी डाव्या हाताने खेळतो आहे किंवा माझ्या मेंदूला इजा तरी झाली आहे असे मला वाटायचे. चेंडू माझे काहीही ऐकायचा नाही, मला हवा तेथे, हवा तसा, हवा तेव्हा कधीच जायचा नाही.

मी न्यू यॉर्क मध्ये होतो. जे.पी. माझ्या सोबत होते. एका रात्री, मध्यरात्र उलटल्यानंतर आम्ही एका रस्त्या लगतच्या छोट्याशा उपेक्षित, त्यामुळे गजबजाट नसलेल्या हॉटेलमध्ये बसलो होतो. हॉटेलच्या काउंटरवरील माणूस कोणाशीतरी पूर्व यूरोपमधल्या कुठल्या तरी भाषेत बराच वेळ बोलत होता. आमच्या समोर कॉफीचे कप होते पण मी डोके हातात धरून बसलो होतो. जे.पीं.कडे माझ्या रॅकेटबद्दलच तक्रार करत होतो. परत परत तेच सांगत होतो, 'या रॅकेटनी चेंडू जिथे मारलेला असतो तिथे पोहोचतच नाही...'

जे.पी. मला म्हणत होते की, 'यावर मला नक्की उपाय सापडेल' आणि मी 'तो कसा, केव्हा मिळेल,' असे विचारीत होतो.

जे.पी. म्हणाले, ''ते मला आत्ता सांगता येत नाही; पण सापडेल याबद्दल माझी खात्री आहे. आंद्रे, माझ्या मते इतर अनेक समस्यांसारखी हीही एक तात्पुरती अडचण आहे. आपल्यासारख्या इथे जमलेल्या कितीतरी जणांना असेच लहान मोठे, अनेक प्रकारचे प्रश्न सतावीत असतील. ही तुमची अल्पकालीन अडचण ही भविष्यातील एखाद्या गंभीर समस्येला तोंड देण्याची रंगीत तालीम असेल, असं तुम्ही समजावं असं मला वाटतं.''

तसेच झाले. काही दिवसांनी मी फ्लोरिडात होतो म्हणून माझ्या बोलेटिरी ॲकॅडमीत खेळायला गेलो. तेथे कोणीतरी माझ्या हातात एक नवी कोरी 'प्रिन्स' रॅकेट ठेवली. मी त्या रॅकेटने तीनच चेंडू मारले, फक्त तीन! आणि मला अक्षरशः साक्षात्कार घडला. त्यातला प्रत्येक चेंडू लेझर किरणासारखा अचूक जागी जसा हवा तसा, हवा तेथे नेमका जाऊन पोहोचला. ॲकॅडमीतील ते मैदान त्या वेळी मला इच्छापूर्ती करणारे सुंदर नंदनवन भासले.

मी निक यांना सांगून टाकले, ''बस, एका करारासाठी मी माझे जीवन बरबाद करू शकत नाही. डॉने विसरा. प्रिन्सच हवी! कराराचं काय करायचं ते तुम्ही बघा!!'' त्यांनी कट रचला. प्रिन्सची रॅकेट घेतली आणि ती डॉनेच्या रॅकेटसारखी दिसेल अशी व्यवस्था केली. त्या नंतर त्या वेषांतर केलेल्या रॅकेटने इंडियन वेल्समध्ये काही सामने मी पाठोपाठ जिंकलो. त्या स्पर्धेत मी उपांत्य सामन्यामध्ये पराभूत झालो; पण मला त्याची चिंता वाटली नाही. संकट टळले होते, माझी प्रिय रॅकेट मला मिळाली होती आणि तिच्या बरोबरीने माझा खेळ मला परत 'गवसला' होता.

पण दुसरे संकट दुसऱ्या दिवशी डॉने कंपनीच्या अधिकाऱ्यांच्या रूपात समोर ठाकले. चलाखी त्यांच्या लक्षात आली होती. त्यांनी त्याला जोरदार हरकत घेतली. 'तुम्ही आमची कंपनी बुडवणार आहात. तिच्या सत्यनाशाचे खापर तुमच्या माथी फुटणार आहे.'

मी त्यांना म्हणालो, ''तुमच्या रॅकेटने माझ्या जीवनाचा सत्यानाश केला असता त्याचे काय?''

मी त्यांचे काहीही ऐकून घेत नाही, हे पाहिल्यावर त्यांनी त्यांच्या रॅकेटमध्ये काही बदल करण्याचा प्रस्ताव माझ्यासमोर ठेवला. त्याप्रमाणे त्यांनी जी रॅकेट माझ्या हातात ठेवली ती निक यांनी 'बनवलेल्या' प्रिन्सच्या रॅकेटसारखीच; पण नक्कल लक्षात न येईल, रॅकेट डॉनेचीच वाटेल अशा बेमालूमपणे तयार केलेली होती. त्या 'प्रिन्स डॉने' रॅकेटने मी लगेचच इटलीतील रोम येथे एक स्पर्धा खेळलो आणि जिंकलो. मी दहा वर्षांचा असताना नऊ वर्षांच्या एका मुलाबरोबर सामना खेळलो होतो. त्याच मुलाशी मी इतक्या वर्षांनी तेथे खेळणार होतो. त्याचे नाव पीट होते आणि मला वाटते, आडनाव होते सॅम्प्रास. त्या वेळी मी त्याला सहजपणे पराभूत केले होते. काही महिन्यांपूर्वी, कुठल्या ते मी विसरलो; पण एका स्पर्धेत माझी त्याच्याशी परत गाठ पडली होती. तोही सामना मी जिंकलो होतो.

स्पर्धेचे नाव विसरले असले तरी मला त्या सामन्याच्या दिवशी संध्याकाळी घडलेला एक प्रसंग मात्र स्पष्टपणे आठवत होता. त्या सायंकाळी आम्ही, मी, फिली आणि निक, आमच्या हॉटेलच्या बाहेर हिरवळीवर माझ्या यशाच्या धुंदीत, आरामात पहुडलो होतो. तेथून हॉटेलमधील टेनिसचे मैदान स्पष्ट दिसत होते. सामना हरलेला पीट तेथे सराव करत होता. त्याच्या प्रत्येक चेंडूत मला दोष दिसत होता. त्याचे चारातले तीन चेंडू चुकत होते. त्याचे बॅकहॅन्डचे फटके अवघडलेले वाटत होते. एक नवीनच गोष्ट बघायला मिळत होती, तो बॅकहॅन्डचे फटके रॅकेट एकाच हातात धरून, दुसऱ्या हाताचा आधार न घेता, मारत होता. कोणीतरी त्याचा बॅकहॅन्ड बिघडवला होता आणि त्यामुळे त्याची कारकीर्द धोक्यात येणार होती हे स्वच्छ दिसत होते.

''या पोराचे काही खरे नाही,'' फिली म्हणाला.

''या स्पर्धेत त्याची निवड झाली हेच त्याचे नशीब म्हणायचे,'' मी शेरा मारला.

''ज्याने कोणी त्याच्या खेळाचा असा खेळखंडोबा केला आहे त्याला शरम वाटायला हवी,'' निक यांनीही एक वेगळे मत व्यक्त केले.

''शरम? खटला भरला पाहिजे त्या अपराध्यावर! बाकी सगळ्या गोष्टी किती योग्य आहेत – सहा फूटांपेक्षा जास्त उंची आहे, सडसडीत आहे, हालचाली

जलद, लयबद्ध आहेत. कोणीतरी फार मोठा घोटाळा करून ठेवला आहे. त्याला *त्याच्या कृत्याची किंमत मोजायला* लावली पाहिजे.'' फिली चांगलाच चिडला होता. त्याचा राग आधी मला अनाठायी वाटला; पण माझ्या लगेच लक्षात आले की, तो पीटमध्ये त्याला स्वतःला पाहत होता. दौऱ्यात प्रयत्नांची शिकस्त करूनही यश न मिळणे, विशेषतः केवळ कोणीतरी शिकवले म्हणून एका हाताने बॅकहॅन्ड मारून हार पत्करणे किती क्लेशकारक, अपमानास्पद असते हे त्याने स्वतः अनुभवले होते. त्याचेच कमनशीब, त्याचीच दुरवस्था त्याला पीटमध्ये दिसत होती.

इटलीमधील रोम येथील स्पर्धेत त्याच्या खेळात अगदीच थोडी सुधारणा झालेली दिसत होती. सर्व्हिसमध्ये जोर आला होता; पण ती बोरीस बेकरइतकी दमदार झाली नव्हती. त्याच्या फटक्यांना वेग होता, हालचालीत सहजता होती. फटके परतवल्यावर परत नेमकी जागा धरून ठेवण्यातील कौशल्यही चांगले होते. परतवता येणार नाही अशी लांबवर सर्व्हिस करायचा त्याचा प्रयत्न असायचा. त्यात कधी चूक व्हायची; पण अगदी थोडी. काही जण मैदानाच्या सीमेलगत सर्व्हिस करायला जातात आणि सरळ अंगावरच करतात, पीट तितका वाईट खेळाडू नक्कीच नव्हता. तो अडचणीत यायचा तो सर्व्हिस केल्यानंतरच्या त्याच्या खेळाने. त्याच्या फटक्यात सातत्य नव्हते. चार फटके काही तो मैदानाच्या सीमांच्या आत ओळीने मारायचा नाही. मी त्याला ६-२, ६-१ असा पराभूत केला. मैदान सोडून जाताना माझ्या मनात त्याच्याबद्दलच विचार होते - याचा पुढचा प्रवास खूप लांबवरचा आहे. मार्ग फारच कष्टप्रद आहे. माणूस चांगला आहे; पण परत असल्या स्पर्धांत याची भेट होणे कठीण दिसते आहे, अशक्यच वाटते आहे.

त्या स्पर्धेत मी अंतिम सामन्यापर्यंत पोहोचलो. तो अखेरचा सामना बुटक्या, दणकट, झाडाच्या बुंध्यासारख्या पायांच्या अल्बर्टो मॅन्सिनी याच्याशी होता. अल्बर्टोचे चेंडू जबरदस्त जोराने येत होते. ते फिरते कमालीचे भेदक होते. व्यायामासाठी वापरल्या जाणाऱ्या चेंडूप्रमाणे ते रॅकेटवर येऊन आदळायचेच. चौथ्या सेटमध्ये सामना मॅचपॉइंटपर्यंत येऊन पोहोचला आणि तो मी गमावला आणि मी सामन्यात पराभूत झालो.

हॉटेलमध्ये परतलो आणि मी निराशेपोटी खोलीत शेकोटी पेटवली. त्यात कागदांच्या आहुत्या टाकीत मी समोरच्या टीव्हीवर इटालियन वाहिनीवरील कार्यक्रम पाहत राहिलो. अंतिम सामन्यात पराभूत होण्यातले दुःख लोकांना कळणारच नाही. अथक सराव, कसून केलेली तयारी, प्रदीर्घ प्रवास, आठवडाभरात, चार चार सामन्यात ओळीने मिळवलेले विजय (ग्रँड स्लॅमच्या स्पर्धांत तर दोन आठवडे आणि सहा सामन्यांतले यश) हे सगळे झाल्यानंतर

जेथे पोहोचतो, त्या अंतिम सामन्यात स्पर्धतून बाहेर फेकले जायचे, विजेत्याच्या पदकावर, इतिहासातील नोंदींच्या पानांवर आपले नाव दिसणार नाही हे वास्तव सहन करायचे. हा किती कमालीचा दुर्दैवी, क्लेशकारक प्रकार आहे हे 'जावे त्याच्या वंशा' तेव्हाच कळते!! असे एकदा मिळालेले अपयशही तुमच्या कपाळी 'अपयशी' हा कायमचा शिक्काच बसवते.

सन १९८९च्या फ्रेंच ओपन स्पर्धेतही अपयशाने माझी पाठ सोडली नाही. तिसऱ्या फेरीत माझी गाठ माझा बोलेटिरी ॲकॅडमीतील सहाध्यायी कोरीयर याच्याशी पडली. खरे तर तेथे माझी चांगली लोकप्रियता होती, माझे चाहतेही बरेच होते; पण कोरीयरने अनपेक्षितपणे त्याच्या खेळाने मला काळजीतच टाकले. नाकच घासायला लावले. तेवढे करून तो थांबला नाही, सामना जिंकल्यावर त्याने डाव्या हाताची मूठ वळून माझ्याकडे जळजळीत नजरेने पाहिले आणि तीच नजर निक यांच्याकडेही वळवली. त्यांनाही त्याचे वर्चस्व जाणवून दिले. लॉकररूममध्ये परतल्यावर त्याने मुद्दाम गाजावाजा करून त्याचे टेनिसचे बूट काढून पळण्याचे बूट चढवले आणि तो सरळ 'जॉगिंग'ला निघून गेला. त्याला सगळ्यांना हे दाखवून द्यायचे होते ते आंद्रेला हारवण्यात जराही दमायला झाले नाही, काहीच कष्ट पडले नाहीत, तेव्हा मला आणखी थोडे पळून आले पाहिजे!

त्या स्पर्धेचा अंतिम विजेता चँग ठरला. त्याने पदक स्वीकारताना जे भाषण केले त्यात त्याने यशाचे श्रेय येशू ख्रिस्ताला दिले. कारण, त्याच्या मते येशूच्याच कृपेने त्याचा शेवटचा चेंडू जाळ्यात न अडकता पलीकडे पडला होता!! या त्याच्या भोंदूपणाने मला अगदी शिसारी आली आणि विशेषतः इतर कोणाही खेळाडूच्याऐवजी चँग सारख्याला माझ्या आधी स्लॅम जिंकता आली याचे मला कमालीचे वैषम्य वाटले. त्याही वर्षी मी विम्बल्डन चुकवली. प्रसारमाध्यमांनी माझ्या उपाहासाची ही संधी मुळीच सोडली नाही. 'ज्या स्पर्धात आगासी भाग घेतो त्यात तो पराभव पत्करतो आणि सर्वांत महत्त्वपूर्ण स्पर्धांपासून तो पळ काढतो!' या असल्या चेष्टेचा, टीकेचा हळूहळू माझ्यावर परिणामच होईनासा झाला होता - सभोवतालच्या खवळलेल्या समुद्रात आणखी एक थेंब पडला, एवढेच!!

क्रीडाविषयक वार्ता, सदर लिहिणाऱ्यांचे मी 'गिऱ्हाईक'च झालो होतो. माझ्याबद्दल लिहून त्यांना वाचकांना भरपूर मसाला पुरवता येत होता. माझ्यावरील टीकेला उधाण आले होते, कशा का कारणाने होईना माझे नाव सतत चर्चेत होते, लोकांच्या तोंडी होते. त्याचमुळे त्यांच्या उत्पादनांचा खप वाढविण्यासाठी अनेक कंपन्या माझा, माझ्या नावाचा नाना पद्धतींनी, प्रकारांनी उपयोग करून घ्यायला

उत्सुक होत्या. १९८९च्या मध्यावर ‘कॅनन’ या कंपनीने माझे निरनिराळ्या ठिकाणी, निरनिराळ्या पद्धतीने फोटो काढून घेतले होते. त्यातील काही नेवाडा येथील वाळवंटात वसलेल्या ‘व्हॅली आफ फायर’ येथे काढले गेले होते. तेथे वाळूपासून बनलेल्या लाल आणि तांबूस रंगांचे विविध आकर्षक आकारातील खडक होते. त्यांच्यावर सूर्यकिरण पडले की, अतिशय विलोभनीय दृश्य दिसत असे. त्या निमित्ताने मी त्या राष्ट्रीय उद्यानात त्या लखलखत्या सौंदर्याचा आस्वाद घेत मनसोक्त भटकायचो.

‘कॅनन’ कॅमेरे बनवणारी कंपनी आहे. त्याच्या जाहिरातींची ही मोहिम जो दिग्दर्शक करत होता, त्याला त्यासाठी अगदी आगळी वेगळी, सुंदर, रंगीत, चमचमणारी, छायाचित्रात अप्रतिम दिसेल अशी पार्श्वभूमी हवी होती. म्हणून त्यांनी त्या उद्यानाची निवड केली होती. त्याने त्या उद्यानात एक टेनिस कोर्टही बनवून घेतले होते. तेथे कामगारांना काम करताना मी पाहायचो तेव्हा माझ्या लहानपणी आमच्या घराच्या परसदारी तसेच कोर्ट बनवून घेणाऱ्या, मला टेनिसपटू बनविण्याच्या स्वप्नाने पछाडून गेलेल्या, माझ्या वडिलांची मला राहून राहून आठवण यायची. त्या घरातील मैदानापासून लांब जाता जाता आमच्यातील अंतर खूप वाढले होते. वाढले होते?

एक पूर्ण दिवस त्या दिग्दर्शकाने मला तेथे तयार करून घेतलेल्या टेनिस कोर्टावर खेळायला लावले. सूर्यप्रकाशात आगीच्या ज्वालेसारख्या झळकणाऱ्या डोंगर टेकड्या आणि चित्तवेधक आकारांच्या, रचनांच्या लाल, तांबूस खडक यांची रमणीय पार्श्वभूमी वापरून त्याचे चित्रण केले. कितीतरी वेळ त्याचे काम चाललेलेच होते. मी दमून गेलो, कंटाळलो, उन्हात रापलो, घामाने न्हालो; पण तो काही थांबायला तयार नव्हता. त्याने आणखी एक कल्पना लढवली. सामना जिंकल्यावर विजयाच्या जोषात, अंगातला शर्ट काढून तो प्रेक्षकात फेकणे हा माझा ‘स्टंट’ तरुणांमध्ये अत्यंत लोकप्रिय होता आणि तो मी बऱ्याच वेळा करत असे. त्याने मला त्या जाहिरातीतही तोच करायला सांगितला.

त्यांनतर त्याने एका खडकातील नैसर्गिक गुहेत चित्रीकरण केले. तेथे त्याने मला अशा रीतीने चेंडू मारायला लावला की त्यामुळे तो चेंडू थेट कॅमेऱ्याच्या लेन्सवरच आदळतो आहे असा भास निर्माण झाला. तेथून आमची वरात लेक मीड या सरोवराच्या काठी गेली. तेथे विशाल जलाशयाची पार्श्वभूमी वापरून त्याने माझी बरीच दृश्ये घेतली. हा सगळा प्रकार मला वेडेपणाचा, निरर्थक आणि हास्यास्पद वाटत होता; पण एक गोष्ट चांगली होती की त्यात वाईट, नुकसानकारक असे काहीही नव्हते. तसे पाहायला गेले तर मजाच होती!

व्हेगास शहरातही ‘स्ट्रीप’च्या परिसरात काही प्रसंग चित्रित झाले. त्यानंतर त्यांनी ज्या जलतरण तलावाकडे मोर्चा वळवला, तो नेमका माझ्या जुन्या

केंब्रिज रॅकेट क्लबमधला होता. जुन्या आठवणींच्या सहवासात चित्रीकरण छान पार पडले. अखेरचे एक दृश्य व्हेगास कंट्री क्लबमध्ये घेतले गेले. त्यासाठी दिग्दर्शकाने मला पांढऱ्या रंगाचा दिमाखदार सूट आणि डोळ्यांवर 'फॅशनेबल' गॉगल्स घालायला लावले. दृश्य असे होते : मी पांढऱ्याच रंगाच्या आलिशान लॅम्बोर्गिनी गाडीतून येतो, क्लबच्या प्रवेशद्वारात गाडीतून ऐटीत उतरतो, कॅमेऱ्याकडे पाहून डोळ्यांवरील गॉगल्स खाली करतो आणि म्हणतो की, *तुमची प्रतिमा सर्वांत महत्त्वाची आहे!* कॅमेरा कंपनीच्या जाहिरातीत 'प्रतिमा' हा शब्द दोन अर्थांनी वापरलेला होता. कॅमेऱ्यातून टिपली जाणारी तुमची छबी हा एक अर्थ आणि समाजात तुम्ही निर्माण करत असलेली, लोकांच्या मनांवर बिंबली जाणारी तुमची प्रतिमा हा दुसरा.

'तुमची 'प्रतिमा' सर्वांत महत्त्वाची आहे!'

चित्रीकरणाचे वेळी उत्साही बघ्यांची गर्दी होत होती. मी त्यांच्या नजरांतील कौतुक आवर्जून पाहत होतो आणि मनोमन खूश होतो. त्या गर्दीत मला एक ओळखीचा चेहरा दिसला – माझ्याबरोबर चेंडू गोळा करण्याचे काम करणारी, माझी लहानपणची मैत्रीण, माझे हृदय चोरलेली, माझी प्रिय वेंडी! तीही मोठी झाली होती. ॲलन किंगच्या सामन्यांनंतर पुलाखालून कितीतरी पाणी वाहून गेले होते!! मी तिच्याशी बोललो. तिच्या हातात एक सूटकेस होती. कॉलेज मध्येच सोडून देऊन ती घरी परतत होती. मला म्हणाली, 'घरी यायचे ठरल्यावर पहिला विचार आला तो तुझा! सर्वांत आधी तुझी भेट व्हावी! असे मनाने घेतले!'

माझे मन मोहून घेतलेले तिचे तांबूस रंगाचे, कुरळे केस, माझ्यावर जादू केलेले तिचे हिरवे डोळे – ती त्या वेळेपेक्षा जास्तच सुंदर दिसत होती. दिग्दर्शक मला सूचना देत होता, दृश्ये चित्रित होत होती; पण मी वेंडीकडेच पाहत होतो, तिचाच विचार करत होतो. सूर्य अस्ताला गेला आणि दिग्दर्शकाने अखेरीस चित्रीकरण थांबवले. त्या क्षणी मी वेंडीचा हात धरला, आम्ही दोघे माझ्या बिन दारांच्या, बिन छताच्या नव्या जीपमध्ये उड्या घेतल्या आणि 'बॉनी ॲन्ड क्लाइड' या जोडगोळीसारखे सुसाट सुटलो.

वेंडी मला विचारत होती, 'ए, तुला ते सारखे कुठले वाक्य म्हणायला सांगत होते रे?'

'तुमची 'प्रतिमा' सर्वांत महत्त्वाची आहे!'

'याचा अर्थ काय?'

'मलाही माहीत नाही. अगं, ते त्या कॅमेरा कंपनीसाठी आहे!'

काही आठवड्यांनी ती जाहिरात प्रदर्शित झाली आणि ते वाक्य, त्या जाहिरातीचे घोषवाक्य, दिवसातून दोन वेळा, तीन वेळा, मग सहा वेळा आणि शेवटी दहा

दहा वेळा, सततच ऐकू येऊ लागले. व्हेगासमधली झंझावाती वादळे अशीच यायची. सुरवातीची पानांची मंद सळसळ बघता बघता सूं सूं करत घोंघावणारा सुसाट वारा बनायची आणि तीन तीन दिवस थैमान घालायची.

पाहता पाहता मी आणि 'ती महत्त्वपूर्ण प्रतिमा' यांचा अन्योन्य संबंध जळवला जाऊ लागला. क्रीडाक्षेत्रातील लेखक, समीक्षक माझा स्वभाव, वर्तन, व्यक्तीत्त्व यांच्यात त्याच विधानाचे प्रतिबिंब शोधू लागले. त्यातील साम्य दाखवू लागले. 'ही प्रतिमा' माझी ओळख बनली. काहींनी, कुठलीही ग्रँड स्लॅम न जिंकलेल्या माणसाची नुसतीच 'प्रतिमा' अशी टीकाही केली. 'टेनिस खेळाडू म्हणवणाऱ्याची टेनिस सोडून इतर सर्व गोष्टींच्या जोरावर प्रसिद्धी मिळवून देणारी, पैसे मिळविण्यासाठी निर्माण केलेली पोकळ, खोटी प्रतिमा' हे सिद्ध करणारी ही घोषणा आहे अशीही हाकाटी झाली. मी जिंकलो, मी पराभूत झालो, माझ्या हातून कधी भावनांचे किंवा भावनाशून्यतेचे प्रदर्शन घडले यांपैकी कुठल्याही कारणाने प्रेक्षकसुद्धा *आंद्रे, प्रतिमा जप, बाबा, प्रतिमा जप. प्रतिमा महत्त्वाची आहे, आंद्रे, प्रतिमा महत्त्वाची आहे,* असेच ओरडत असत.

त्या घोषवाक्याने माझे जिणे हराम केले. त्यातून व्यक्त होणाऱ्या माझ्यावरील छद्मी निंदेने, माझ्या विरोधात एक प्रचंड लाटच उसळली. या जाहिरातीने, कॅनन कंपनीने माझा विश्वासघात केला आहे अशी माझी ठाम समजूत झाली. मला पॉप्सनी बोलेटिरी अ‍ॅकॅडमीत पाठवून दिले होते त्या वेळी जी एकटे पाडले गेल्याच्या, 'आपल्या' माणसातून हाकलून दिल्याच्या ज्या अत्यंत क्लेशकारक भावनेने माझ्या मनाला वेढून टाकले होते तीच भावना परत माझ्या मनात धुमसू लागली.

या उपरोधी अपमानाची परीसीमा ही होती की, लोक असे म्हणायचे की 'आंद्रेने *स्वतःच्या तोंडानेच* कबूल केले आहे की दिसणारी 'प्रतिमा', निर्माण केलेला भासच महत्त्वाचा आहे'! का? तर त्या जाहिरातीत ते विधान मीच, माझ्याच तोंडाने करतो म्हणून!! तो माझा कबुलीजबाब ठरला! *गॉडफादरमध्ये* मार्लन ब्रॅन्डोच्या एका वाक्याने जशी त्याला अटक होते तसेच त्या जाहिरातीतील त्या वाक्याने मला लोकन्यायालयात आरोपीच्या पिंजऱ्यात उभे केले गेले होते. कॅननच्या जाहिरात मोहिमेला जोर चढू लागला, त्याची व्याप्ती वाढू लागली तसतसे ते वाक्यही प्रत्येकाच्या तोंडी झाले, माझ्याविषयीच्या बोलण्याचा, लिहिण्याचा एक अविभाज्य घटक बनले. ते जळूसारखे मला चिकटले, माझे रक्त शोषू लागले. त्याचे विष माझ्या नसानसात भिनू लागले. ते मला बदलू लागले. माझे वागणे, माझी दृष्टी दूषित करू लागले. मी चिडखोर होऊ लागलो, सतत ताणाखाली राहू लागलो. विनाकारण लोकांवर डाफरू लागलो. मैदानावरही त्याचे प्रत्यंतर येऊ लागले. बिचारी चेंडू देणारी मुलेही माझी बोलणी खाऊ

लागली. कधी कधी प्रतिस्पर्ध्यावर, पंचांवर मी राग काढू लागलो. वार्ताहर इतकेच नव्हे तर कौतुक करणारे माझे चाहतेही त्यातून सुटले नाहीत. मी काही चुकीचे वागतो आहे, गैर करतो आहे असेही मला वाटत नव्हते. मी माझ्या 'प्रतिक्रिये'चे समर्थनच करत होतो. जग माझ्याविरुद्ध कट करते आहे, माझा अपमान, उपाहास करते आहे ही भावना माझ्या मनात खोल रुजू लागली. मी माझ्या वडिलांसारखा होऊ लागलो – जगावर चिडलेला, जगाशी दोन हात करायला सरसावलेला.

मी दिसलो की, लोक तुमची प्रतिमा सर्वांत महत्त्वाची आहे या वाक्याचा गजर करायचे, मग मीही जोरात ओरडायचो. लोक कदाचित त्या अर्थाने ओरडत नसतीलही; पण मला वाटायचे की मी त्यांना नको आहे. मी म्हणायचो, *तुम्हाला जितका मी नको आहे तितकेच तुम्ही मला नको आहात!* इंडियानापोलीस येथे मी एका सामन्यात अगदी वाईट पद्धतीने पराभूत झालो, लोकांनी 'प्रतिमे'चा गजर केला. त्यानंतर एका बातमीदाराने मला विचारले, "काय बिघडले आहे? आज तुम्ही नेहमीप्रमाणे वाटत नाही, काय झाले आहे?" तो हसतमुखाने विचारीत होता; पण मला ते हास्य हेटाळणीचे वाटत होते, छद्मी भासत होते.

"काही काळजी, काही त्रास आहे का?" या त्याच्या प्रश्नाला उत्तर म्हणून मी त्याला चक्क एक वाईट शिवी हासडली. हे माझे वागणे, विशेषतः वार्ताहरांशी बोलताना अपशब्द वापरणे हे चुकीचे आहे, ते टाळलेच पाहिजे, असा सल्ला मला कोणीही दिला नाही. त्यांच्यावर खेकसणे, बोचणारे शब्द वापरणे याने ते अधिकच पिसाळतात, डूक धरतात. सगळ्याच गोष्टी बिघडवून टाकतात हे कोणी समजावून सांगितले नाही. त्यांनी तुमच्यावर हल्ला चढवला तर तुम्ही घाबरून जाऊ नका, माघार घेऊ नका; पण तुम्हीही शस्त्रे बाहेर काढून अंगावर धावून जाऊ नका ही 'रणनीती' मला कोणीच शिकवली नाही. अर्थात त्या माझ्या मनःस्थितीत असला सल्ला मी मानला असता की नाही हीही शंकाच होती.

शेवटी मी कोशात गेलो. पळपुट्यासारखा तोंड लपवून बसलो. लोकांना, वार्ताहरांना टाळू लागलो. माझ्या 'अज्ञातवासा'तील माझे सहकारी होते फिली आणि जे.पी. आमचे त्रिकूट 'स्ट्रीप' जवळच्या एका जुन्या पुराण्या, कोणाचे लक्ष जाणार नाही, अशा छोट्याशा 'पेपरमिल' नावाच्या हॉटेलमध्ये जाऊन कॉफीचे कप रिचवीत बसायचो. अखंड बोलायचो आणि हो, गायचोही! जे.पीं.नी एव्हाना धर्मगुरूचा झगा उतरवून ठेवून संगीतकाराचा 'साज' चढवला होता. संगीताला जीवन वाहून घेण्याचे त्यांचे स्वप्न त्यांनी पुरे केले होते, त्यासाठी ते ऑरेंज काउंटी येथे स्थलांतरितही झाले होते. आम्ही तिघेही अहमहमिकेने अशी गाणी म्हणायचो की, त्या हॉटेलमधली इतर गिऱ्हाइके आमच्याकडे – कोणी कौतुकाने, कोणी चिडून – पाहत राहायची.

जे.पी. त्यांचे आणखी एक वेड जोपासू लागले होते. ते जेरी लुईस या विनोदवीराचे असीम भक्त होते. ते मधून मधून त्यांच्या आदर्शाच्या खास शैलीत विनोदी हालचाली करायचे, बोलायचे. ते पाहता पाहता माझी आणि फिलीची हसून हसून मुरकुंडी वळायची. मग आम्ही पण त्याची भ्रष्ट नक्कल करायचो, जे.पीं.वर कडी करायला बघायचो. त्यातूनच कधी हॉटेलमधील स्त्री कर्मचाऱ्यांच्या भोवती फेर धरणे, नाचणे असे प्रकारही व्हायचे. आम्ही तिघे जण इतका दंगा करायचो आणि पोट धरधरून हसायचो की, आमचे श्वास फुलायचे. मी आयुष्यात कधी हसलो नसेन इतका त्या काळात हसलो. त्या हसण्यात आनंद नव्हता, क्षोभ होता. उल्हास कमी होता, उन्माद जास्त होता; पण हसता हसता तो क्षोभ, तो उन्माद ओसरत होता, कमी होत होता. त्यात एक अशी नशा होती, अशी जादू होती की मला, थोडासा अनोळखी का असेना; पण 'मूळचा आंद्रे' परत मिळायचा!

१०

'युनिव्हर्सिटी ऑफ नेवाडा - लास व्हेगास म्हणजे यूएनएलव्ही'च्या सिमेंट कॉंक्रीटमध्ये बांधलेल्या इमारती आणि विद्यापीठाचा विस्तीर्ण परिसर आमच्या घरापासून फार लांब नव्हते. १९८९ साली त्या विद्यापीठाने क्रीडाक्षेत्रात चांगले नाव कमावले होते. त्यांचा बास्केटबॉलचा संघ दमदार होता, त्यात नॅशनल बास्केट बॉल लीग मध्ये - म्हणजे 'एनबीए'मध्ये - खेळायची क्षमता असलेले अनेक उत्तमोत्तम खेळाडू होते, त्यांच्या फुटबॉल संघानेही लक्षणीय प्रगती केली होती. त्यांच्या 'रन-इन-रेबेल्स'चा जबरदस्त वेग, त्यांची शारीरिक आणि मानसिक तयारी यांची सर्वत्र चर्चा, प्रशंसा होत होती. ते 'बंडखोर' होते, माझाही त्या वेळी तोच 'किताब' होता. पॅटचे असे म्हणणे होते की, मला माझ्या त्या वेळच्या परिस्थितीतून बाहेर काढून परत पूर्वपदावर न्यायला मदत करेल, असा कोणीतरी यूएनएलव्हीमध्ये नक्की भेटेल.

एक दिवस आम्ही गाडी काढली आणि यूएनएलव्हीच्या आवारात शिरलो. सरळ तेथील व्यायामशाळेत म्हणजे 'जिम'मध्ये गेलो. त्याची इमारत नव्याने बांधलेली होती. तेथे गेलो आणि माझ्या मनावर 'सिस्टीन चॅपेल'मध्ये शिरताना येते त्यापेक्षाही जास्त दडपण आले. आजूबाजूला शरीरसौष्ठवाचे पुतळे वाटावेत, अशा पिळदार बांध्याच्या उंच, परिपूर्ण पुरुषांची गर्दी होती. मी सहा फुटाला एक इंच कमीच, केवळ १४८ पौंडाचा, 'नाइके'ने दिलेले कपडे अंगाखांद्यांवरून लोंबत असणारा काडीपहेलवान! 'इथे येण्यात तुझी काहीतरी चूक होते आहे,' असे मी स्वतःला बजावू लागलो. मी तेथे शोभून तर दिसत नव्हतोच; पण त्याहीपेक्षा त्या व्यायामशाळेत माझ्या मनाची जबरदस्त घालमेल होत होती. 'शाळेत' व्हायची ना अगदी तशीच!

"पॅट, मी कुणाला फसवतोय? ही जागा माझ्यासाठी नाही!"

"गप्प बैस. आपण आता आलोय इथे!"

आम्ही तेथील शक्ती प्राप्तीचे मार्ग शिकवणाऱ्या प्रशिक्षकाचे म्हणजेच 'स्ट्रेंथ कोच'चे ऑफिस शोधून काढले. मी पॅटला दारातच थांबायला सांगितले. मी एकटाच आत जाऊन त्या मार्गदर्शकाशी बोलायचे ठरवले. मी दारातून हळूच आत डोकावलो. ऑफिसच्या शेवटच्या टोकाला माझ्या कॉर्व्हेट गाडीएवढ्या आकाराच्या टेबलामागे एक राक्षसप्राय अंगकाठीचा माणूस बसलेला होता. मी

पहिल्यांदा यूएस ओपन खेळायला गेलो असताना रॉकफेलर सेंटर बघायला गेलो होतो. तेथे समोरच शिरावर पृथ्वीचा गोल पेलणाऱ्या 'ॲटलास'चा पुतळा पाहिला होता. त्याची मला आठवण झाली. फक्त या ॲटलासचे केस काळे आणि लांब होते आणि डोळे व्यायामशाळेत भिंतीपाशी रचून ठेवलेल्या वजनांच्या थाळ्यांसारखे भले मोठे होते. जो कोणी त्याला ऑफिसमध्ये येऊन त्रास देईल, त्याला तो क्षणात आकाशातले तारे मोजायला लावेल असाच त्याचा आविर्भाव होता.

मी उडी मारून दारातून मागे आलो.

"पॅट, तू जा..."

तो गेला. तो काहीतरी बोलला एवढे मला ऐकू आले. त्यानंतर मला ट्रकच्या इंजिनासारखी खालच्या आवाजातील घरघर ऐकू आली. पॅटने मला आत बोलावले. मी जीव मुठीत धरून आत गेलो.

"हॅलो..." मी पुटपुटलो.

"हॅलो.." समोरून प्रतिसाद ऐकू आला.

"मी... माझं नाव आंद्रे आगासी. मी खेळतो... म्हणजे... मी टेनिस खेळतो आणि... इथेच... म्हणजे व्हेगासमध्येच राहतो..."

"मी ओळखतो तुला!"

ते उभे राहिले. सहा फूट उंची, कमीत कमी छप्पन इंच छाती! मला वाटले उभे राहताना ते पुढ्यातले टेबल लोटून देणार! पण तसे काही घडले नाही. ते टेबलामागून पुढे आले, माझ्याजवळ आले आणि त्यांनी हस्तांदोलनासाठी हात माझ्यापुढे केला. मी पाहिलेला सर्वांत विशाल पंजा! तो पंजा शरीरसौष्ठवात विक्रमी ठरावे, अशा त्यांच्या रुंद, बळकट, गोलाई असलेल्या खांद्यांना, शर्टाच्या बाह्यांमधून बाहेर येऊन उठून दिसणाऱ्या गोट्टीबंद दंडांना आणि जाडजूड, लांब पायांना अगदी शोभेल असाच होता!

"गिल रेयस," ते म्हणाले.

"आपल्याला भेटून खूप आनंद झाला... श्रीयुत गिल रेयस!"

"मला गिल म्हटलं तर बरं होईल."

"बरं... गिल, मला कल्पना आहे, आपण खूप कामात असाल... मी काही आपला फार वेळ घेणार नाही... मी असं... म्हणजे मी आणि पॅट असं विचारायला आलो होतो की, मी मधून मधून तुमच्या या जिममध्ये आलो तर चालेल का? मी माझी तब्येत सुधारण्यासाठी म्हणजे सर्वांगीण सुधारणाच घडवून आणण्यासाठी बरेच प्रयत्न करतो आहे, जंग जंग पछाडतोच आहे म्हणा ना!"

"जरूर!" त्यांचा अगदी खालच्या पट्टीतला आवाज समुद्राच्या तळातून, पृथ्वीच्या गर्भातून आल्यासारखा वाटत होता. त्यांनी आम्हा दोघांना व्यायामशाळा पूर्ण हिंडून दाखवली. काही कसरतपटू विद्यार्थ्यांची ओळख करून दिली. आम्ही

टेनिस, बास्केट बॉल, त्या दोन्ही खेळातील साम्य आणि फरक यांसारख्या विषयांवर बोललो. त्या वेळी त्यांचा फुटबॉलचा संघ आत आला.

त्यांना पाहताच गिल आम्हाला म्हणाले, ‘‘मी आलोच, मला जरा या लोकांना कामाला लावलं पाहिजे! तुम्ही पाहिजे ती मशिन्स, वजनं वापरू शकता. फक्त जरा काळजी घ्या आणि मुख्य म्हणजे उगीच वाच्यता करू नका. तसं ते नियमात बसत नाही.’’ आम्ही त्यांचे आभार मानले.

पॅट आणि मी थोडे बेंच प्रेसेस केले, लेग लिफ्ट्स, सिट अप्सही केल्या; पण माझे लक्ष गिल यांच्याकडे होते. फुटबॉल खेळाडू त्यांच्या भोवती गोल करून उभे होते आणि त्यांच्या नजरेत गिल यांच्याविषयी आदर - भीतियुक्त आदर दिसत होता. गिलही जेता सम्राट ज्या दिमाखात त्याच्या अंकित राजांना आज्ञा सोडतो त्याच थाटात त्या खेळाडूंपैकी प्रत्येकाला सूचना देत होते. ‘तू बेंचवर जा’, ‘तू ते मशिन धर’, ‘तू वजनं घेऊन बैठका काढ’. ते बोलत असताना सगळे जण त्यांच्याचकडे पाहत होते. त्यांना कोणालाच ‘लक्ष दे’ असे सांगावे लागत नव्हते, त्यांचा आबच असा होता की, सगळ्या खेळाडूंचे लक्ष त्यांनी वेधूनच घेतले होते. शेवटी त्यांनी सर्वांना जवळ यायला सांगितले, वर्तुळ लहान झाले. ते म्हणाले, ‘लक्षात ठेवा, कष्ट केलेत तरच फळ मिळेल. कष्टाला पर्याय नाही.’ सर्व खेळाडूंनी एकमेकांचे हात धरले. आणखी पुढे सरकून धरलेले हात एकाच वेळी वर उंचावले. सगळ्यांचे हात एकत्र आले आणि एक दोन तीन म्हणताच सर्वांनी *रेबेल्स, रेबेल्स* असा जयघोष केला. खेळाडू पांगले, त्यांच्या गुरूच्या आज्ञेनुसार योग्य जागी जाऊन व्यायामाला लागले. मी भाग्यशाली होतो, मी ‘चांगल्या घरी’ पडणार होतो!

यूएनएलव्हीच्या व्यायामशाळेत जाणे हा माझा आणि पॅटचा रोजचाच दिनक्रमच होऊन बसला. तेथे वजने उचलण्याचे निरनिराळे प्रकार करताना गिल यांचे आमच्याकडे लक्ष असल्याची जाणीव सतत असायची. माझा शारीरिक कमकुवतपणा त्यांना जाणवत असणार, इतर खेळाडूंनाही जाणवत असणार हा विचार मला त्रास द्यायचा. मला तेथून निघून जावे असे वाटायचे; पण पॅट मला थांबवायचा.

काही आठवड्यांनंतर पॅटच्या काही कौटुंबिक अडचणींमुळे त्याला त्याच्या गावी जावे लागले. तो जिममध्ये येणार नसल्याचे मी गिल यांना सांगितले. पॅटने जाण्यापूर्वी माझ्यासाठी व्यायामाचे एक वेळापत्रक करून दिले होते. ते मी त्यांना दाखवले आणि ‘मला मार्गदर्शन कराल का,’ असे विचारले. त्यांनी लगेच होकार दिला; पण ते वेळापत्रक त्यांना फारसे आवडले नसावे असे वाटले. त्यातला एकेक व्यायामप्रकार वाचताना त्यांच्या भुवया वर जायच्या, तो कागद हातात चाळवत ते कपाळाला आठ्या घालायचे. मी त्यांना विचारायचोही; पण ते काही बोलायचे नाहीत, आठ्यांचे जाळे मात्र गडद व्हायचे.

अखेर ते बोलू लागले. वेळापत्रकातील एका व्यायामप्रकाराच्या नावावर बोट ठेवून म्हणाले, "हा प्रकार कशासाठी दिलाय तुला?"

"मला खरं तर माहीत नाही..."

"मला सांग, तू या पद्धतीने किती दिवस व्यायाम करतो आहेस?"

"खूप दिवस."

मी त्यांना त्यांचे म्हणणे स्पष्ट सांगायची गळ घातली.

ते म्हणाले, "हे बघ, मला काही कोणाच्या कामात हस्तक्षेप करायचा नाही किंवा कोणावर टीकाही करायची नाही; पण त्याचबरोबर मला तुझ्याशी खोटंही बोलायचं नाही. तुला जे या कागदावर लिहून दिलं आहे त्याची किंमत त्या कागदाच्या तुकड्याइतकीही नाही. तुला तू जसा आहेस, जिथं आहेस त्या शारीरिक आणि मानसिक स्थितीतून बाहेर यायचं आहे, त्या बदलायच्या आहेत. या दिलेल्या पद्धतीने तो *बदल* घडून येणार नाही."

"मान्य आहे मला. तुम्ही मला मदत करू शकाल? काही बदल, काही सूचना..."

"ठीक आहे. मग पहिल्यांदा मला हे सांग, तुझं उद्दिष्ट काय आहे? तुला कुठे पोहोचायचं आहे?"

त्यांना मी अर्जेंटिनाच्या अल्बर्टो मॅन्सिनीविरुद्ध नुकत्याच हरलेल्या सामन्याविषयी सांगितले. त्याच्या शारीरिक क्षमतेसमोर मी कसा निष्प्रभ ठरलो, त्याने मला कशी माती चारली याचे वर्णन केले. "मी सामना जिंकत आणला होता. त्याची मान चांगलीच अडकवली होती; पण शेवटच्या पॉइंटला त्याने मला रोखले, टायब्रेक जिंकला, पाचव्या सेटमध्ये तीन वेळा माझी सर्व्हिस मोडली. त्याने मला अन्य काही पर्यायच ठेवला नाही, मी पराभूत झालो. मला परत असं व्हायला नको आहे. मला खूप खूप शक्ती कमवायची आहे, माझा दम मला वाढवायचा आहे. खेळात हार-जीत होतेच; पण शारीरिक क्षमता कमी पडली, दम कमी पडला म्हणून पराभूत होणे नको आहे मला. ती कमीपणाची भावना मला सहन होत नाही, ती परत कधी सहन करायची वेळ येणं मला परवडणारं नाही."

गिल माझे बोलणे शांतपणे, गंभीरपणे ऐकून घेत होते, एकदाही मध्ये न बोलता नीट समजावून घेत होते.

मी त्यांना म्हणालो की, चेंडू कधी कधी अनपेक्षित उसळ्या मारतो, कधी हवा तसा, हवा तितका उडत नाही, त्याच्यावर कधी कधी आपलं नियंत्रण राहू शकत नाही; पण माझं स्वतःचं शरीर, माझं आरोग्य, माझी क्षमता मी नक्कीच सांभाळू शकतो, त्यावर नियंत्रण ठेवू शकतो म्हणजे जर मला त्याचा योग्य, परिणामकारक मार्ग सापडला, माहीत झाला तर मी तो चोखाळू शकतो, मी तो

चोखाळीनच. गिल यांनी एक प्रदीर्घ श्वास घेतला, छातीत भरून घेतला आणि अगदी सावकाश सोडला. ''आता तुझा पुढचा कार्यक्रम कसा आहे?''

''मला पुढचे पाच आठवडे सामने खेळायचे आहेत. उन्हाळ्यातले कडक मैदानावरचे सामने आहेत. ते संपले की, त्यानंतर मात्र मग मी इथेच आहे. त्या वेळी मला तुमचं मार्गदर्शन मिळालं, तर मी स्वतःला भाग्यवान समजेन.''

''ठीक आहे. तू ये परत, मग करू आपण काहीतरी. तुला तुझ्या या दौऱ्यासाठी खूप साऱ्या शुभेच्छा. परत आल्यावर भेटू.''

सन १९८९च्या यूएस ओपन स्पर्धेच्या उपांत्य सामन्यापूर्वीच्या एका सामन्यात कॉनर्सशी माझी गाठ पुन्हा एकदा पडली. ओळीने पाच पराजय पचवल्यानंतरचा पाच सेटमध्ये जिंकलेला तो माझा पहिला सामना ठरला, तरीही क्रीडालेखकांनी त्या विजयावरही एक नवेच टीकास्त्र सोडले – मी तो सामना तीन सेटमध्येच जिंकायला हवा होता! कोणीतरी असेही लिहिले की, त्या वार्ताहराने मी फिलीला असे ओरडून सांगताना त्याने ऐकले की, 'मी कॉनर्सला पाच सेट खेळायला लावून, दमवून, पुरेसा त्रास देऊन सामना जिंकणार आहे!!'

न्यू यॉर्कच्या *डेली न्यूज*चा वार्ताहर माइक ल्युपिका यानेही असे तारे तोडले की, मी माझा चिवटपणा, वरचढपणा सिद्ध करण्यासाठी, मी कितीही वेळ कॉनर्सला खेळवू शकतो, हे दाखवून देण्यासाठीच केवळ तिसऱ्या सेटमध्ये एकोणीस फालतू, सहज टाळता येण्यासारख्या चुका केल्या म्हणजे मी हरलो की तेही मी मुद्दाम करतो असे म्हणायचे आणि जिंकलो तर उगीचच सामना ताणून जिंकलो असे म्हणायचे असा प्रकार झाला!

मी परत यूएनएलव्हीच्या व्यायामशाळेत गेलो, तेव्हा मला गिल यांच्या चेहऱ्यावर अपेक्षापूर्तीचा आनंद दिसला. मी येणार अशी त्यांना खात्री, निदान अपेक्षा, असावी असे स्पष्ट दिसले. आम्ही हस्तांदोलन केले, एक शुभारंभ होत होता.

मला वजनांजवळ नेताना ते मला म्हणाले की, मी करत असलेल्या व्यायामप्रकारातील बरेच पूर्णपणे चुकीचे आहेत. ते व्यायाम मी साफ चुकीच्या पद्धतीने करतो आहे, मी माझ्या हातानेच स्वतःचे नुकसान करून घेतो आहे आणि मला त्यामुळे अपायही होऊ शकतो. त्यानंतर त्यांनी मला शरीराची रचना, त्यातील निरनिराळ्या क्रिया, प्रतिक्रिया, आरोग्य अनारोग्य, त्याची कारणे, लक्षणे, उपाय, परिणाम इत्यादी विषयांवर एक भाषणच दिले. आपल्या शरीराची गरज काय, त्याला काय हवे असते आणि काय नको असते हे पूर्णपणे जाणून घेणे सोपे नाही, त्यासाठी माणसाला यंत्र, तंत्र, मंत्र या तिन्हीचे थोडे थोडे ज्ञान असावे लागते.

भाषणे मला कधीच धार्जिणी नव्हती, शाळेपासूनच नव्हती; पण गिल बोलत होते तसे जर शाळेतील शिक्षक बोलत असते तर मी परत शाळेत जायलाही तयार झालो असतो. त्यांनी सांगितलेल्या माहितीतील प्रत्येक गोष्ट, त्या मागचा विचार, मूळ शास्त्रीय सिद्धान्त, त्यातले मर्म हे सगळे मी कान आणि ध्यान देऊन ऐकले. ते माझ्या मनाने, बुद्धीने टीपकागदासारखे शोषून घेतले. त्यातली एकही गोष्ट मी कधीही विसरणार नाही, असा माझा मलाच पक्का विश्वास वाटू लागला.

ते सांगत होते की, आपलेच शरीर; पण त्याविषयी एक तर आपल्याला फारच कमी माहिती असते आणि शिवाय कितीतरी गैरसमजुती असतात. त्यांनी उदाहरण दिले ते लोक छाती आणि खांदे यांच्यामधील स्नायूंसाठी वजनांचा व्यायाम करताना तिरक्या बाकाचा वापर करतात त्याचे. गिल यांच्या मते ते मुळीच योग्य नव्हते, उपयोगाचे नव्हते. त्यांनी स्वतः तीस वर्षांत कधीही तसे केलेले नव्हते. 'तसे केले असते तर माझी छाती आत्ता आहे, त्यापेक्षा मोठी झाली असती का?' असे त्यांनी विचारले.

मी 'नाही' म्हणालो. ते म्हणाले, ''तू 'स्टेप अप' करतोस, जड वजनं खांद्यावर घेऊन पायऱ्या चढतोस. साफ चुकीचं आहे ते. फार मोठ्या अरिष्टाला आमंत्रण आहे. नशीब अजूनपर्यंत तुझे गुडघे शाबूत राहिलेत!''

''का? असं का म्हणता?''

''आंद्रे, हे कोनांचं गणित आहे. तुम्ही वजनं खांद्यावर घेता त्या वेळी तुम्ही तुमच्या मांड्यांना एक कोन दिलेला असतो आणि पायरी चढताना गुडघ्यांना निराळा कोन मिळतो, त्याच कोनात त्यांच्यावर वजन पडतं. तेच परत परत होत राहतं आणि या कोनातल्या फरकामुळे मांड्या आणि गुडघे यातला जोड सुटतो, तुटतो.''

गुरुत्वाकर्षणाच्या शक्तीचा जास्तीत जास्त उपयोग करून घेतला पाहिजे असे त्यांचे मत होते. गुरुत्वाकर्षणाच्या दिशेने आणि तिच्या विरुद्ध दिशेने हालचाली करून आधी स्नायूला जरा त्रास देऊन त्याला जास्त बळकट कसा बनवायचा हे त्यांनी मला नीट समजावून सांगितले. दंडातील बेटकुळ्यातील जोर वाढवायला दोन्ही हातांनी वजने लावलेला बार धरून हात कोपरात वाकवणे आणि सरळ करणे – बायसेप कर्ल – हा व्यायामप्रकार योग्य रीतीने, सुरक्षित पद्धतीने कसा करायचा याचे त्यांनी मला प्रात्यक्षिकच करून दाखवले. त्यांनी फळ्यावर मला हात पाय, हाडे, स्नायू, सांधे यांच्या आकृत्या काढून त्यांची सर्व रचना समजावून सांगितली. धनुष्यबाण हातात धरून प्रत्यंचा खेचली जाते, तेव्हा कोणत्या स्नायूंवर किती, कसा ताण पडतो याचे उदाहरण देऊन त्यांनी सामने खेळल्यावर, व्यायाम केल्यावर माझी पाठ का दुखते हेही मला विशद करून सांगितले.

मीही मग त्यांना माझा पाठीचा कणा, त्यातील मणके, त्यांचे जागेवरून सरकणे याबद्दलच्या त्रासांची अगदी तपशीलवार माहिती दिली. ती त्यांनी नुसती ऐकली नाही, व्यवस्थित लिहून घेतली आणि मला म्हणाले, ''मी याचा वैद्यकीय ग्रंथांच्या साहाय्याने नीट अभ्यास करतो आणि तुला उपाय सांगतो.''

थोडक्यात त्यांनी मला याची स्पष्ट जाणीव दिली की, मी जे काही आणि ज्या पद्धतीने करतो आहे तसेच करत राहिलो तर माझी टेनिसमधली कारकीर्द फार लवकर संपुष्टात येईल. पाठ, गुडघे आणि कोपरे यांचा खूप त्रास सुरू होईल.

गिल यांनी मला सगळ्या गोष्टी अगदी नीट, तपशिलात जाऊन समजावून सांगितल्या. नावे, त्यांचे अर्थ, शब्दांच्या व्युत्पत्त्या, त्यांचे पृथक्करण, आत दडलेला अर्थ उकलून दाखवले. ज्या शब्दावर जोर द्यायचा असेल जो शब्द विशेष महत्त्वाचा असेल, ठासून सांगायचा असेल त्या वेळी त्या शब्दापाठोपाठ त्या शब्दाचे स्पेलिंग, एकेक अक्षर सुटे म्हणायची त्यांची एक गमतीदार शैली होती. उदाहरणार्थ कॅलरी हा शब्द मूळ लॅटीन कॅलर या शब्दापासून बनला. कॅलर हे उष्णतेचे परिमाण आहे. अन्नातून मिळणाऱ्या जोमाचे नाही. लोक म्हणतात जास्त 'कॅलरी' वाईट. त्या जास्त नकोत. हे सगळे सांगताना त्यांनी 'कॅलर'च्या उल्लेखानंतर लगेच सी ए एल ओ आर असे त्याचे स्पेलिंगही म्हणून दाखवले. गिल यांचे म्हणणे कॅलरीज् हव्यातच कारण कॅलरी म्हणजे उष्णता आणि ती शरीराला हवीच. अन्नातून तुम्ही तुमच्या 'पोट' नावाच्या शरीराच्या नैसर्गिक भट्टीला उष्णता पुरवीत असता, ते वाईट कसे असेल? पण खाताना तुम्ही काय खाता, किती खाता याला फार महत्त्व आहे. योग्य ते आणि योग्य तितके खाणे याने फार मोठा फरक पडू शकतो.

ते म्हणाले, ''लोक खाण्यालाही नावे ठेवतात; पण अन्न ग्रहण करून आपण आपली आतली आग प्रज्वलित ठेवत असतो. इंजिनात कोळसा घालतात ना, तसं.''

मला ते पटले. आगीला इंधन हे हवेच! आमचे उष्णतेविषयी बोलणे चालले होते तेव्हा गिल सहज म्हणाले की त्यांना गरम हवा आवडत नाही. ती त्यांना सहनच होत नाही. त्यांना जास्त तापमानाचा त्रासच होतो. थेट उन्हात बसणे, वावरणे ही त्यांना सर्वांत मोठी शिक्षा वाटते. त्यांना थंड हवा लागते. एअर कंडिशनिंग सतत चालू लागते. मी त्यांच्या या आवडीची, नावडीची नोंद घेतली. मी आणि पॅट रोज रॅटलस्नेक हिल वर पळायला जातो आणि त्यामुळे मला किती बरे वाटते ते मी त्यांना सांगितले. त्यांनी विचारले की आम्ही रोज किती अंतर पळतो?

''पाच मैल,'' मी म्हणालो.

त्यांनी विचारले, ''का?''

मी त्या प्रश्नाने गोंधळलो. म्हणालो, ''मला नाही माहीत!''

''तू टेनिसच्या एका सामन्यात पाच मैल पळतोस का?'' त्यांचा प्रश्न.

''नाही.'' माझे उत्तर.

''मला सांग तू खेळताना मैदानावर एका दिशेने, न थांबता, जास्तीत जास्त किती पावलं टाकत असशील?''

''काही फार नाहीत.''

''मला टेनिसमधलं फार काही कळत नाही; पण मला तरी असं वाटतं की जास्तीत जास्त तिसऱ्या पावलाला तू थांबायचा विचार करत असशील. नाहीतर चेंडू मारून झाल्यावरही तू पळतच राहशील आणि मग पुढचा चेंडू घ्यायला, मारायला तू जागेवरच नसशील. पावले वेगात टाकायची, वेग कमी करायचा, चेंडू मारायचा, मारताना ब्रेक लावल्यासारखे जागेवर थांबायचे आणि मग परत वेगाने पुढच्या चेंडूसाठी योग्य ती जागा गाठायची – हेच तंत्र असतं ना तुमच्या खेळायचं? म्हणजे तुमचा खेळ हा खूप अंतर पळायचा नसून थोडं पळ, पटकन थांब, परत थोडं पळ असा आहे. अशा लहान पण जलद हालचालींना योग्य अशी स्नायूंची जडणघडण केली पाहिजे तुला.''

मला त्यांच्या ग्रहणशक्तीची, विचारपद्धतीची कमाल वाटली. ''खरंच, टेनिसचं इतकं चपखल वर्णन मी पहिल्यांदा ऐकलंय,'' मी हसत हसत म्हणालो.

व्यायामशाळा बंद व्हायच्या वेळेपर्यंत आम्ही बोलत बसलो होतो. मग मी गिल यांना व्यायामशाळा झाडून साफ करायला, दिवे घालवायला मदत केली. आम्ही माझ्या गाडीत बसलो तरीही आमच्या गप्पा चालूच होत्या. काही वेळाने मला थंडी सहन होईना, माझे दात वाजायला लागले.

''तुझ्या एवढ्या भारी गाडीत हीटर नाही का?'' त्यांनी विचारले.

''आहे ना,'' असे मी उत्तर दिल्यावर त्यांनी आश्चर्याने विचारले, ''मग तो सुरू का नाही करत?''

''कारण, तुम्हाला उष्णतेचं वावडं आहे ना. तुम्हाला त्रास होतो.''

ते अवाक झाले. त्यांनी सहज उल्लेख केलेली गोष्ट मी एवढी लक्षात ठेवली, गैरसाय सोसून ती पाळण्याचा प्रयत्न केला याचे त्यांना आश्चर्य वाटले. त्यांनी हीटर जोरात सुरू केला. आमच्या गप्पा पुढे जात राहिल्या. थोड्याच वेळात गिल यांच्या कपाळावर, ओठावर घामाचे थेंब जमलेले दिसले. मी तातडीने हीटर बंद केला आणि गाडीच्या खिडक्यांच्या काचा खाली केल्या. अर्ध्या तासाने मी गारठू लागलो, अंगावर काटा येऊ लागला. त्यांनी परत हीटर जोरात सुरू केला. असे गार गरम, अंगावर काटा, घाम अनुभवीत, एकमेकांची काळजी घेत आम्ही पहाटेपर्यंत बोलत राहिलो.

मी गिल यांना थोडक्यात माझी जीवनकथाच ऐकवली – माझे वडील, आमचा ड्रॅगन, फिली, पेरी. मला बोलेटिरी ॲकॅडमीमध्ये धाडून देण्याची शिक्षा कशी दिली गेली तेही मी त्यांना सांगितले. मग तेही स्वतःबद्दल बोलले. न्यू मेक्सिको मधले लास क्रूसेस हे त्यांचे गाव. त्यांचे घराणे शेतकऱ्यांचे. गावाबाहेर राहायचे. कापूस आणि तेथील खास जाड कवचाचे पीकन्स पिकवायचे. हिवाळ्यात पिकन्स, उन्हाळ्यात कापूस. अत्यंत कष्टप्रद जीवन; पण त्यांचे कुटुंब तेथून बाहेर पडले आणि पूर्व लॉस एंजलिसला येऊन राहिले. तेथील गल्लीबोळात गिल लहानाचे मोठे झाले.

तो युद्धाचा काळ होता. त्यांना एकदा गोळी लागली होती. ते म्हणाले त्यांच्या पायात गोळी घुसली होती ते भोक अजूनही तसेच आहे. त्या वेळी त्यांना इंग्लिश बोलता येत नव्हते, फक्त स्पॅनिश. त्यामुळे शाळेतही ते गप्प गप्प असायचे, आपल्यातल्या कमीपणाच्या जाणिवेने पछाडलेले. *लॉस एंजलिस टाइम्स* या वृत्तपत्रातल्या जिम मरे या सिद्धहस्त क्रीडालेखकाची सदरे, लेख वाचून आणि 'डॉजर' या बेस बॉलच्या सुप्रसिद्ध टीमच्या सामन्यांची विन स्कली याने रेडिओवरून केलेली रसभरीत, चित्तथरारक समालोचने ऐकून ते इंग्लिश शिकले. इंग्लिश भाषा आत्मसात केल्यानंतर आत्मविश्वास वाढलेल्या गिल यांनी त्यांच्या देवदत्त शरीराकडे लक्ष पुरवायचे ठरवले.

''या जगात फक्त बलवानांचाच निभाव लागतो, बरोबर?'' असे विचारून ते पुढे सांगू लागले, ''त्या वेळी आम्हाला वजनं कुठून मिळणार होती? परवडलीच नसती. मग आमची आम्हीच वजनं बनवली. कॉफीच्या मोठ्या डब्यात सिमेंट भरले आणि तसे दोन डबे एका जाड काठीच्या दोन्ही टोकांना बांधले. आमच्याकडे बाकही नव्हते. दुधाचे मोठे पेटारे असायचे. ते गोळा केले आणि त्यांचा बाक केला. पेटाऱ्यांच्या बाकावर उताणे पडायचे, काठीला बांधलेल्या सिमेंटच्या डब्यांची वजने छातीवरून वर उचलायची. असे आमचे 'बेंच प्रेस' असायचे.''

त्यांनी पुढे कराटे शिकून 'ब्लॅक बेल्ट' मिळवला. ते व्यावसायिक कराटे खेळाडू होते. त्यांनी त्यांच्या बावीस सामन्यांचे वर्णन केले. त्यातल्याच एका सामन्यात त्यांचा जबडा तुटला होता. ''पण तरीही त्या सामन्यात मी पराभूत झालो नाही,'' त्यांनी मोठ्या अभिमानाने सांगितले. उजाडू लागले तेव्हा आम्ही 'गुड नाइट' म्हणालो आणि नाखुशीनेच एकमेकांचा निरोप घेतला.

''उद्या येतो,'' मी म्हणालो.

''माहितीय मला,'' ते म्हणाले.

त्या १९८९ सालातील सप्टेंबर ते डिसेंबर हे चार महिने मी गिल यांच्या समवेत घालवले. तो काळ माझ्यासाठी अत्यंत फायदेशीर ठरला. शरीरासाठी आणि मनासाठीही. मी आणि गिल - आम्हा दोघांच्यातले संबंध चांगलेच घनिष्ट बनले, नाते खूप जवळचे झाले. माझ्यापेक्षा अठरा वर्षांनी मोठे असलेले गिल - माझ्या असून नसलेल्या वडिलांची जागा त्यांनी घेतली आणि त्यांना नसलेल्या मुलाची मी. (त्यांना तीन मुलीच होत्या) आमच्यातील संवाद नेहमीच स्पष्ट, सडेतोड असायचा, नाते फक्त नाजूक होते आणि ते नाते कधी ओठांवर यायचे नाही. त्याची खोली, त्याचे मोल आम्हा दोघांना पूर्ण माहीत होते म्हणूनच कधी बोलून दाखवायला लागायचे नाही.

गिल आणि त्यांची पत्नी गे यांनी एक छान प्रघात पाडला होता. गुरुवारी रात्री कुटुंबातला प्रत्येक जण त्याची खायची फर्माईश जाहीर करत असे आणि गे स्वयंपाकघरात खपून ती पुरी करत असे. एका मुलीला हॉट डॉग्ज तर दुसरीला चॉकलेट चिप्स पॅनकेक्स. तिसरीला अजून काही! जिला जे हवे ते! या चविष्ट आकर्षणाने दर गुरुवारी रात्री गिल यांच्या घरी जायची मला हळूहळू सवयच लागली; पण लवकरच माझे त्यांच्या घरी रात्री जेवायचे आठवड्यातले दिवस वाढू लागले. जेवण, गप्पा यात रात्र बरीच उलटली आणि गाडी चालवत घरी जायचा कंटाळा आला की, मी तेथेच पथारीही पसरू लागलो.

गिल यांची आणखी एक सवय होती. त्यांचे असे मत होते की, माणूस झोपेत कितीही अस्वस्थ वाटला तरी तो दिसतो तितका अस्वस्थ नसतो, तेव्हा त्याला कधीही झोपेतून उठवू नये. त्यामुळे तेही कधीही कोणालाही झोपेतून उठवत नसत. मलाही. मी सकाळी उशिरापर्यंत त्यांच्या घरी झोपलेलो असायचो, कोणी मला उठवायचेच नाही...

एक दिवस गिल मला म्हणाले, "अरे, तू आमच्या घरी आलेला आम्हा सर्वांना खूपच आवडतं. ते तुलाही चांगलंच माहितीय; पण मला हे विचारलंच पाहिजे - तू एवढा श्रीमंत, सुस्वरूप, तुला अनेक सुखकारक जागा उपलब्ध आहेत आणि तरीही तू आमच्याकडे येतोस, जेवतोस, हॉट डॉग्ज खातोस, खाली फरशीवर झोपतोस..."

"अहो, मला फरशीवर झोपायला आवडतं. माझ्या पाठीला छान वाटतं."

"अरे, फक्त फरशीवर झोपायचा मुद्दा नाही, तुझ्यासारख्याने आमच्यासारख्यांच्या घरी येणं हा मुद्दा आहे. तुला नक्की चालतं ना ते? तुला काय इतर अनेक छान छान जागा आहेत जायला..."

"नाही हो, तुमच्या घरासारखी कोणतीच नाही. मी त्यांचा विचारही करू शकत नाही. मला तुमचंच घर..."

त्यांनी मला प्रेमाने, मायेने मिठीच मारली. मला मिठीचा अनुभव नव्हता, असे काही नाही; पण त्या क्षणी छप्पन इंच छातीच्या, तितक्याच मोठ्या

हृदयाच्या माणसाने मला मिठीत घेईपर्यंत खरे मिठीचे सुख काय असते हे आपल्याला कळलेच नव्हते, असेच मला वाटले.

१९८९च्या ख्रिसमसच्या आदल्या संध्याकाळी गिल यांनी मला विचारले की, मला त्यांच्या घरी त्यांच्या कुटुंबासमवेत ख्रिसमस साजरा करायला आवडेल का? असे ते विचारतील हेच मला अपेक्षित नव्हते! रात्री उशिरापर्यंत गे स्वयंपाकघरात केक, बिस्किटे बनवीत होती, तिन्ही मुली झोपी गेल्या होत्या. मी आणि गिल दोघे जण मुलींच्या नकळत त्यांच्या ख्रिसमस भेटी – आगगाडी, अन्य अनेक खेळणी – सांतालॉजकडून आल्याप्रमाणे छानशा रंगीबेरंगी कागदात गुंडाळत बसलो होतो. मी गिलला उत्स्फूर्तपणे मनातली गोष्ट बोलून दाखवली, ''मला इतकं शांतचित्त या आधी कधीच वाटलं नव्हतं!''

''का? मित्रांच्या गर्दीत, मोठ्या पार्टीत...''

''नाही. अगदी जिथं मी असायला हवा होतो मी आत्ता तिथंच आहे!!''

मी गुंडाळत असलेले खेळणे हातात तसेच ठेवून काही क्षण गिलकडे एकटक पाहत राहिलो. माझ्या तोंडून शब्द बाहेर पडले, ''गिल, माझं आयुष्य या आधी एकही दिवस माझं नव्हतं. ते दुसऱ्या कुणाच्या तरी हातातच होतं. आधी माझे वडील मग निक आणि नंतर माझं सगळं आयुष्य व्यापून टाकणारं माझं टेनिस! गिल नावाचा एक देवदूत भेटेपर्यंत माझं शरीरही माझं नव्हतं. जे जे एका जन्मदात्याने पोटच्या पोरासाठी करायला हवं ते ते सगळं तो देवदूत करतो आहे. तो मला सशक्त बनवतो आहे, मजबूत बनवतो आहे.''

''गिल, आज तुमच्या घरात, तुमच्या कुटुंबाबरोबर असताना मला प्रथमच असं वाटतं आहे की, मी अगदी योग्य अशाच जागी आहे!''

''कळलं, समजलं. मी हा प्रश्न तुला परत कधीच विचारणार नाही. माझ्या मुला, तुला ख्रिसमसच्या खूप खूप शुभेच्छा!!''

११

मला हे पुरते लक्षात आले होते की, मला जर टेनिस खेळत राहायचे असेल तर मैदानावर अगदी एकटे राहणे याला पर्यायच नाही. तेथे एकटेपणाची शिक्षा जर अनिवार्य असेल तर ती भोगायची तयारी ठेवायला हवी. मग त्याची भरपाई मैदानाबाहेर जास्तीत जास्त लोकांच्या सहवासात राहायला हवे, आपल्या भोवती जास्तीत जास्त लोकांचा - हितचिंतक, प्रशिक्षक, मदतनीस यांचा ताफाच बाळगायला हवा. मात्र प्रत्येकाने काय करायचे, काय मदत करायची ते स्पष्ट, स्वच्छ असायला हवे. पेरी - त्याने माझे भरकटणारे विचार काबूत ठेवायला मला मदत करायची, जे.पी. - त्यांनी माझे अशांत मन शांतवायला मदत करायची, निक - त्याने माझा खेळ शाबूत ठेवायला मदत करायची, फिली - त्याने बाकी खेळाची, सामन्यांची व्यवस्था सांभाळायची, सर्व लहान सहान गोष्टींची काळजी घ्यायची आणि हो, सतत माझ्या सोबत राहायचे.

माझ्या या लवाजम्यावरून वार्ताहर, क्रीडालेखक कायम मला फाडून खायचे. त्यांचे म्हणणे मी भाव खातो, माझा मोठेपणा जपायला मी हे 'लटांबर', हा 'लवाजमा' बरोबर घेऊन दौऱ्यांवर जातो. मला एकटे राहणे शक्यच नसते म्हणून मला सभोवती लोकांचा गराडा लागतो. खरे तर त्यांचे म्हणणे निम्मे बरोबर होते. मला एकटे राहणे मुळीच आवडत नाही हे सत्य होतेच पण हे सगळे लोक काही माझे लटांबर नव्हते, तो आमचा एकसंध संघ होता - एक टीम. त्यांची सोबत ही तर माझी गरज होतीच; पण त्याबरोबरच ते माझे मार्गदर्शक, माझे सल्लागार, माझ्या ज्ञानात सतत भर घालणारे माझे साहाय्यक होते. अमेरिकेत एखादा महत्त्वाचा प्रश्न सोडवायचा असला, समस्येचा अभ्यास करून त्याची उकल करायची असली की विशेष तज्ज्ञांचे एक मंडळ नेमत, ज्याला 'ब्ल्यू रिबन पॅनेल' असे म्हणत. ते सगळे माझे 'ब्ल्यू रिबन पॅनेल' होते. माझे मित्र, माझे गुरू. मी त्यांच्या नकळत त्यांचे निरीक्षण करून त्यांचे गुण चोरत होतो, त्यांच्यापासून अनेक गोष्टी शिकत होतो. पेरीकडून मी भाव कसे व्यक्त करायचे ते शिकलो, जे.पीं.कडून विचार नेमके शब्दांत कसे मांडायचे ते शिकलो, निककडून विचार करून दृष्टिकोन कसा बनवायचा, हालचालीत, हावभावात तो कसा सपष्ट करायचा ते शिकलो. मी स्वतःला शोधत, जाणून घेत, घडवत होतो. निरीक्षणातून, संवादातून, अनुकरणातून. तोच एकमेव मार्ग होता

माझ्यासाठी. मी काही संस्कारातून घडलो नव्हतो. माझे बालवय एकांतवासात आणि किशोरवय नरकवासात गेले होते.

खरे तर मी माझा संघ कमी करायच्याऐवजी त्यात आणखी एक महत्त्वपूर्ण भर घालायचा विचार करत होतो – गिल. मला गिल यांची औपचारिकरीत्या, पूर्ण वेळ, पगार देऊन माझे आरोग्यरक्षक म्हणून नेमणूक करायची होती. पेरी त्या वेळी जॉर्जटाऊनमध्ये होता. मी माझा बेत त्याला फोनवर सांगितला.

तो म्हणाला, ''मग अडचण काय आहे? तुला गिल हवे आहेत ना? घेऊन टाक त्यांना कामावर.''

पण मग पॅट? तो त्याचसाठी होता ना! त्याला काढून टाकणे कसे शक्य होते? कोणालाच कामावरून कमी करणे मला जमले नसते. शिवाय गिल यांना 'तुम्ही यूएनएलव्हीची लठ्ठ पगाराची, मानाची नोकरी सोडून द्या आणि माझ्याकडे काम करा' असे तरी कसे सांगायचे? कोणत्या तोंडाने? मी कोण असा लागून गेलो होतो?

पेरीने मला सल्ला दिला. 'निक बऱ्याच इतर टेनिस खेळाडूंना मार्गदर्शन करतो. त्याला सांगून पॅटला दुसऱ्या एखाद्या खेळाडूकडे काम मिळते का ते पाहायला सांग. तशी शक्यता दिसली की गिल यांच्याशी बोल, त्यांच्यासमोर तुझा प्रस्ताव ठेव आणि निर्णय त्यांच्यावर सोपव.'

१९९०च्या जानेवारीत अखेर मी गिल यांना विचारले की ते माझ्यासाठी काम करू शकतील का, मला सातत्याने प्रशिक्षण देऊ शकतील का, माझ्या समवेत प्रवास करून सामन्यांचे वेळीही माझ्याबरोरच राहू शकतील का?

''इथलं, यूएनएलव्हीतलं माझं काम सोडून देऊन?''

''होय.''

''पण मला टेनिसमधलं काहीच कळत नाही.''

''त्याची नका काळजी करू. मला तरी कुठे कळतंय?''

ते हसले.

''गिल, मी बरंच काही मिळवू शकतो, मी खूप काही करू शकतो; पण मी जो थोडा काळ तुमच्या सहवासात घालवला त्यावरून मला असं खात्रीलायकरीत्या वाटू लागलं आहे की, ते सगळं मी तुम्ही जर माझ्या सोबत असलात तरच करू शकेन, मिळवू शकेन.''

त्यांना राजी करायला मला फार काही करावे लागले नाही. त्यांनी माझ्या प्रस्तावाला होकार दिला. ते माझ्याबरोबर काम करायला तयार झाले. त्यांनी पैशाचा उल्लेखही केला नाही. 'मी किती पैसे देणार' असे एका शब्दाने विचारले नाही. उलट ते म्हणाले की, हे असे होणार हे त्यांना माझ्याबरोबरच्या पहिल्या भेटीतच जाणवले होते. त्यांच्या मते अदृश्य, अतूट नात्याने बांधले गेलेले दोन जीव सहप्रवासी बनून एका साहसी प्रवासाला निघणार हे आमच्या प्राक्तनातच

लिहून ठेवले होते. माझा भविष्यकाळ फार उज्ज्वल आहे असे त्यांना निश्चितपणे माहीत होते. मी त्यांना सर लान्सलॉटसारखा वाटत होतो.

"हा कोण सर लान्सलॉट?" मी विचारले.

"तुला किंग आर्थर माहीत आहे ना? 'नाइट्स ऑफ राउंड टेबल'वाला? लान्सलॉट हा किंग आर्थरचा सर्वांत लाडका, सर्वांत शूर सरदार होता."

"तो 'ड्रॅगन्स'ना मारून टाकत होता की नाही?"

"हो तर. सगळेच शूर सरदार ड्रॅगन्सना मारतात."

आमच्या योजनेत एक अडचण होती. गिल यांच्या घरी व्यायामशाळा नव्हती; पण ती त्यांच्या गॅरेजमध्ये तयार करायचे त्यांनी लगेचच ठरवले. त्याला थोडा जास्त वेळ लागणार होता. कारण, वजने उचलायची मशिन्स गिल स्वतः बनवणार होते.

"तुम्ही बनवणार आहात?"

"हो. मी माझ्या हातांनी वेल्डिंग करणार आहे. दोर, कप्प्या सगळं मला स्वतः तयार करायचं आहे. बाहेरून काही तरी तयार आणून मला कोणताही धोका पत्करायचा नाही. तुला काही इजा झाली नाही पाहिजे, तुझा व्यायाम माझ्या अखत्यारीत असताना तर नाहीच नाही."

मला माझ्या वडिलांची आठवण झाली – ड्रॅगनची, वेगाने चेंडूंचा मारा करणाऱ्या बॉल मशिनची, चेंडू बकाबका खाणाऱ्या ब्लोअरची. माझ्या मनात विचार आल्यावाचून राहिला नाही, 'वडील आणि गिल यांच्यामध्ये स्वहस्ते सर्व करण्याच्या वेडाखेरीज दुसरं काही तर समान नसेल ना?'

गिल यांची घरातली व्यायामशाळा त्यांच्या मनासारखी सज्ज होईपर्यंत आम्ही यूएनएलव्हीची व्यायामशाळा वापरत होतो. त्यांनी त्यांची नोकरीही सुरू ठेवली होती. बेसबॉलचा तो 'सीझन' त्यांच्या 'रेबेल्स'ला फारच जोरदार विजय मिळाल्यामुळे अगदी उत्तम गेला. रेबेल्सने 'ड्यूक' संघाविरुद्ध सामना जिंकून राष्ट्रीय विजेतेपद पटकावले. तोवर व्यायामशाळेचे कामही आटोक्यात आले होते. गिल यांनी व्यायामशाळा तयार असल्याचे जाहीर केले आणि मला विचारले,

"आंद्रे, तू तयार आहेस ना? एकदा अखेरचं ठरव, खरंच तुला हे करायचं आहे?"

"गिल," मी म्हणालो, "आज आहे तेवढी पक्की खात्री मला या आधी इतर कोणतीही गोष्ट करण्याविषयी नव्हती."

"मलाही!" ते म्हणाले, "मग सकाळी कॉलेजमध्ये जाऊन मी किल्ल्या सुपूर्द करून येतो."

नोकरतून मुक्त होऊन गिल विद्यापीठाच्या बाहेर पडले, तेव्हा दारातच मी त्यांची वाट पाहत उभा होतो. मला पाहून ते प्रसन्न हसले. तो शुभारंभ आम्ही दोघांनी मिळून चीजबर्गर खाऊन साजरा केला.

गिल यांच्याबरोबर व्यायामाचा काळ कधी कधी फक्त संवादात जायचा. दोघे बाकांवर बसून बोलत राहायचो. वजनांना हातही लावायचो नाही. बोलायचा विषय ठरलेला नसायचा. जे मनात असेल ते बोलायचे, मन मोकळे करायचे. गिल म्हणायचे की, अनेक उपायांसारखा कधी कधी 'बोलणे' हाही शारीरिक मजबुती वाढवण्याचा उत्तम मार्ग असतो. कधी ते मला मानवी शरीराविषयी माहिती द्यायचे तर कधी मी टेनिसबद्दल बोलायचो, आम्हा खेळाडूंच्या सामन्यांच्या दौऱ्यातल्या निराळ्याच आयुष्याविषयी सांगायचो. सामन्यांचे संयोजन कसे करतात, लहान-मोठ्या स्पर्धा कशा भरवल्या जातात, जागतिक पातळीवरील महत्त्वाच्या चार स्पर्धा कोणत्या, ग्रँड स्लॅम काय असते, त्यातील यशावरून खेळाडूंचा दर्जा कसा ठरतो, त्यातील तुमचा खेळ, हार-जीत हे तुमच्या मोठेपणाचे मोजमाप कसे असते - एक ना दोन! टेनिसचे वर्ष जगाच्या आग्नेय टोकाला 'ऑस्ट्रेलियन ओपन' या स्पर्धेने होते, तेथून मग सूर्यासारखेच पश्चिमेकडे गमन सुरू होते. पुढले सामने युरोपमध्ये खेळले जातात आणि त्याची अखेर पॅरिसमधील 'फ्रेंच ओपन' या स्पर्धेने होते. या स्पर्धा क्ले कोर्टांवर होतात. जून आला की ग्रास कोर्टांवरील सामन्यांचा हंगाम सुरू होतो. 'विम्बल्डन' स्पर्धेचे नाव घेताना मी जीभ बाहेर काढून चेहरा वेडावाकडा करून माझी विम्बलडनबद्दलची भीती, धास्ती व्यक्त करायचो. त्यानंतर कडक मैदानांवरील सामने, ज्यांचा शेवट 'यूएस ओपन' या मानाच्या स्पर्धेने होतो. हे सगळे सामने खुल्या मैदानांवर खेळले जातात. स्टुटगार्ट आणि पॅरिस येथे बंदिस्त कोर्टावरचे सामने असतात. शिवाय 'वर्ल्ड चँपियनशिप'साठीची - जागतिक विजेतेपदाची स्पर्धा होते. 'नेमेची येतो मग पावसाळा'सारखे हे स्पर्धाचक्रही ऋतुचक्राप्रमाणेच अविरत फिरत असते. तीच ती ठिकाणे, तीच मैदाने, तेच प्रतिस्पर्धी खेळाडू. वर्ष वेगळं, गुणसंख्या निराळ्या. आता तर गुणसंख्यासुद्धा फोन नंबरांसारख्या आठवणीत राहतात.

माझ्या मनात टेनिसचे स्थान काय आहे, याबद्दल मी गिलना सांगितले. अगदी पहिल्यापासून सुरुवात केली. मनाच्या गाभ्यातले गुपित उघड केले.

ते हसले, म्हणाले, ''नाही नाही, खरं हे आहे की, तू मनापासून टेनिसचा तिरस्कार करतच नाहीस.''

''नाही हो, करतो, खरंच करतो.''

क्षणभर त्यांच्या चेहऱ्यावर चमकून गेलेले भाव बघून मला वाटले, बहुतेक यूएनएलव्हतली नोकरी सोडण्यात घाई केली, असे त्यांना वाटले की काय! त्यांनी मला विचारले, ''तसं जर खरंच असेल तर मग खेळायचं का?''

''इतर काही जमत नाही म्हणून! मला इतर काहीच करता येत नाही, माहीतच नाही. फक्त टेनिस. मी इतर काही केलं असतं तर माझ्या वडिलांना रागाचा तीव्र झटकाच आला असता.''

गिल कान खाजवू लागले त्यावरून हे त्यांना सर्वस्वी नवीन होते, पचायला आणि पटायला अवघड होते हे लक्षात येत होते. त्यांना शेकड्यांनी खेळाडू माहीत होते; पण खेळत असलेल्या खेळाचा मनस्वी तिरस्कार करणारा त्यांच्या पाहण्यात एकही नव्हता. या जगावेगळ्या तिरस्काराच्या पायावर उभ्या असलेल्या घट्ट 'नात्या'बद्दल काय बोलावे हेच त्यांना समजेना. 'अहो, काहीच बोलला नाहीत तरी चालेल. मला तरी हे आहे ते असं का आणि कसं आहे हे कुठं कळलंय? मी जे आहे ते तुम्हाला सांगितलं. बस.'' मी म्हणालो.

नंतर मी त्यांना *तुमची प्रतिमा महत्त्वाची* आहे, या घोषणेने घातलेल्या धुमाकुळाविषयीही सांगितले. त्यांनी मला स्वीकारताना काय काय स्वीकारले आहे याची त्यांना एकदाच काय ती पूर्ण कल्पना यावी अशी माझी इच्छा होती म्हणूनच तोही बोचरा विषय मी बोलून टाकला. ती घोषणा, त्यावरील जगाची प्रतिक्रिया आणि त्या प्रतिक्रियेवरील माझी संतापाने धगधगलेली प्रतिक्रिया हे सर्व मी सांगितले. तो राग कसा मनात खोल रुतून बसला आहे, या विषयावर बोलणेही कसे क्लेशकारक होते, कोणीतरी पोटात जहाल तेजाब ओतल्यासारखी आग कशी उसळते याचे वर्णनही केले. त्यांना माझा संताप कळला, पटलाही. तेही संतप्त झाले; पण ते धुमसत राहिले नाहीत. त्यांना त्यावर उपाय करायचा होता आणि तोही त्वरित. प्रसारमाध्यमातल्या दोघा तिघांच्या नाकावर ठोसे लगवायचे होते. त्यांचे म्हणणे, 'अमेरिकन जाहिरात जगताचा बालेकिल्ला समजल्या जाणाऱ्या 'मॅडिसन ॲव्हेन्यू'वरचा कोणीतरी सोम्या गोम्या एक जाहिरातपट तयार करतो, त्यात तुला एक वाक्य अगदी कॅमेऱ्यात बघून म्हणायला लावतो आणि सगळं जग ते वाक्य तुझं स्वतःचं, तुझ्या तोंडचं विधान समजतं आणि त्यावरून तुला छळतं, नावं ठेवतं याला काहीही अर्थ नाही.'

''हो; पण तसं होऊन बसलंय! लाखो लोकांना तसंच वाटतं आहे, ते तसं बोलून दाखवीत आहेत, संधी मिळेल तेव्हा त्या विरुद्ध लिहीत आहेत!!''

''ते तुझा फायदा घेत आहेत. साधं आणि सरळ आहे! यात खरं म्हणजे तुझा काहीही दोष नाही. जाहिरात चित्रित करताना तुला जे वाक्य म्हणायला सांगितलं ते तू म्हणलंस, इतकंच. त्याबद्दल तू जराही विचार केला नव्हतास. असं तर तुझ्या मनात मुळीच आलं नव्हतं की हे वाक्य लोक ऐकतील तेव्हा त्याचा असा अर्थ काढून अनर्थ घडवतील, ते वाक्य तुझं मत, तुझं विधान म्हणून तुलाच चिकटवतील.''

माझी आणि गिल यांची चर्चा व्यायमशाळेतील वेळात कधीच पूर्ण व्हायची नाही. आम्ही सकाळी ब्रेकफास्टला, रात्री जेवायला बाहेर जायचो, इतकेच काय दिवसात पाच-पाच, सहा-सहा वेळा फोनवर बोलायचो. एका रात्री तर खूप उशिरा मी गिल यांना फोन केला आणि आम्ही कितीतरी तास बोलत राहिलो. शेवटी गिल मला म्हणाले, ''उद्या सकाळी येतोस का? व्यायामाच्या वेळी बोलू...''

''मला नक्कीच आवडलं असतं; पण मी आत्ता टोकियोत आहे.''

''काय? अरे, आपण गेले तीन तास फोनवर बोलतोय आणि तू टोकियोत आहेस म्हणून सांगतो आहेस? मला वाटलं तू गावातच काही अंतरावर आहेस! काय हे? सॉरी हं... मी तुला टोकियोतून इतका वेळ फोनवर... मला अपराधी असल्यासारखं वाटतंय रे...''

ते वाक्य तसेच अर्धवट ठेवून थांबले, काही क्षण काहीच बोलले नाहीत आणि मग म्हणाले, ''खरं तर ना, अपराधी नाही वाटत... उलट अभिमान वाटतो आहे. तुला माझ्याशी इतक्या अंतरावरूनसुद्धा, या अवेळी बोलावंसं वाटतं आहे... माझा गौरवच आहे त्यात! चल, कुठेही अस – टोकियोत असं नाही तर टिंबक्टूत असं... कळतंय मला... कळतंय...''

गिल यांनी माझ्या व्यायामाची तपशीलवार नोंद ठेवली होती. ते तपकिरी रंगाचे कव्हर असलेल्या जाडजूड वह्या आणत. त्यात प्रत्येक दिवशी मी केलेला व्यायामाचा प्रकार, तो कसा, किती वेळ केला हे सर्व तपशील लिहून ठेवत. माझे वजन, माझा आहार, माझी नाडी, माझा प्रवास याच्याही नोंदी ठेवत. कधी कधी पानाच्या बाजूच्या समासात ते काही आकृत्या, काही चित्रे काढत. त्यांना या सगळ्या नोंदींमधून भविष्यात कधीही उपयोगी पडेल अशी माहिती लिखित स्वरूपात एकत्र करायची होती, प्रगतीवर लक्ष ठेवायचे होते. ते माझ्या तनमनाचा अभ्यास करत होते. त्यावरून ते माझी नव्याने जडणघडण करणार होते. मायकेल एंजेलो जसा संगमरवरी दगडाचे अभ्यासपूर्ण निरीक्षण करायचा तसे ते माझे निरीक्षण करायचे. माझ्यातले दोष, उणीवा यांनी ते नाउमेद होत नसत. लिओनार्दो द विन्सीसारखे ते प्रत्येक गोष्ट लिहून ठेवत होते. त्या त्यांच्या वह्या, त्यातील बारीकसारीक नोंदी, ते माझी घेत असलेली काळजी, एकही दिवस न चुकवता ते करत असेले कष्ट, त्यांचा वक्तशीरपणा, सातत्य, माझ्याकडे बघून त्या सगळ्या कष्टांसाठी त्यांना मिळणारी ऊर्जा हे पाहून, अनुभवून त्यातून मलाही प्रयत्नांच्या पराकाष्ठेची प्रचंड स्फूर्ती, जोरकस उमेद मिळत होती.

हे निराळे सांगायला नकोच की, लवकरच बाहेरगावी, परदेशातही बऱ्याच सामन्यांच्या वेळी गिल माझ्या सोबत येऊ लागले. त्यांना माझे सामने, माझा खेळ, त्यातील माझी शारीरिक आणि मानसिक स्थिती, मनोवृत्ती यांचे निरीक्षण करायचे असे. शिवाय ते माझ्या खाण्यापिण्यावर लक्ष ठेवीत. माझे शरीर आतून कधीही कोरडे पडत नाही, याची खबरदारी घेत. (आणि तो ओलेपणा ते केवळ वारंवार पाणी पिऊन आणू देत नसत. त्यांनी त्यासाठी त्यांच्या खास पद्धतीने एक आगळे वेगळे पेय बनवले होते. त्यामध्ये पाण्याबरोबरच कार्बोहायड्रेट्स, क्षार, इलेक्ट्रोलाईट्स यांचाही योग्य प्रमाणात समावेश केलेला होता. ते 'गिलवॉटर' प्रत्येक सामन्याच्या आदल्या रात्री पिणे हे तर मला सक्तीचेच होते.) प्रवासाला बाहेर पडले की, त्यांचे आणि माझेही, शिक्षण थांबत नसे, तेथे ते अधिक महत्त्वाचे ठरत असे.

आम्ही पहिला 'सहप्रवास' १९९०च्या फेब्रुवारी महिन्यात केला. आम्ही स्कॉट्सडेलला गेलो. सामने सुरू होण्याच्या दोन दिवस आधी तेथे पोहोचायचे आहे. त्या दोन रात्री थोडी गंमत आणि थोडे 'उत्सव' यात घालवायच्या आहेत, असे मी त्यांना सांगितले.

''काय? उत्सव?''

''होय. काही प्रसिद्धीप्राप्त व्यक्ती एकत्र येऊन एका लोकापयोगी कार्याला मदत मिळवून देणार आहेत, त्या कार्यक्रमात त्यांना भाग घ्यायचा आहे. असं करावं लागतं, प्रायोजकांचा फायदा, चाहत्यांचे समाधान आणि थोडा परोपकारही – यासाठी हे असं करावं लागतं.''

त्यांना मजा वाटली. प्रवासही आम्ही माझ्या नव्या कोऱ्या कॉर्व्हेटमधून करणार होतो. माझी गाडी हाय–वेवर कशी तीरासारखी सूं सूं जाते ते त्यांना कधी दाखवतो, असे मला झाले होते; पण त्यांच्या घरासमोर ते जेव्हा गाडीत बसले, तेव्हा माझ्या लक्षात आले की, मी काही गोष्टींचा विचार केला नव्हता. गिल यांच्या महाकाय शरीराला ती गाडी फारच छोटी होती. त्यात बसल्यावर ते दुप्पट आकाराचे आहेत असे वाटे. माझ्या बाजूच्या सीटवर बसताना त्यांना शरीर आखडून घ्यावे लागे. जरा झुकूनच बसावे लागे. कारण, त्यांचे डोके वर छताला लागे. कोणत्याही क्षणी ती गाडी दुभंगेल असे वाटे.

त्यांची गैरसोय पाहून प्रवास लवकर संपवायच्या प्रयत्नात वेग अधिकच वाढवावासा वाटे. अर्थात त्यासाठी निराळे काही करायला लागत नसे. ती गाडी सुपरसॉनिकच होती, आवाजाच्या वेगाहून अधिक वेगाने धावणारी. जोडीला संगीतही होतेच. आमच्या पहिल्या प्रवासाला, स्कॉट्सडेलला जायला, आम्ही सकाळी लवकर निघालो. व्हेगासच्या बाहेर पडलो, हूवर धरणावरून ॲरिझोनाच्या वायव्येकडील अणकुचीदार टोकांच्या पानांच्या जोशुआ झाडांच्या रानातून पुढे गेलो. किंगमन ओलांडून गावाबाहेरच्या एका हॉटेलमध्ये जेवायला थांबायचे ठरले. गाडीतले उसळते संगीत, गिल यांचा सहवास आणि पोटपूजेचे लागलेले वेध यामुळे वेगवर्धकावर पाय अधिकच जोरात दाबला जाऊ लागला. गाडी विमानवेगाने पळू लागली. गिल यांचा चेहरा आक्रसला, ते बोटाने मला काहीतरी खूण करू लागले. माझे लक्ष आरशाकडे गेले. मागून पोलिसांची गाडी येत होती! वेगमर्यादा ओलांडल्याबद्दल मला दंड ठोठावला गेला.

''काळजी करू नका,'' मी गिल यांना म्हणालो, ''ही काही पहिलीच वेळ नाही.''

त्यांनी काहीही न बोलता फक्त चेहरा वाकडा केला. ठरल्याप्रमाणे आम्ही किंगमन ओलांडून बाहेर पडलो आणि कार्ल्स ज्युनियर नावाच्या हॉटेलमध्ये तुडुंब जेवलो. आम्ही दोघेही खाण्यात पटाईत, मसालेदार चविष्ट फास्ट फूडचे भोक्ते, त्यामुळे प्रकृती, पोषण वगैरे गोष्टी बाजूला ठेवून आम्ही फ्रेंच फ्राइज्नी

सुरुवात करून हवे ते आणि हवे तितके व्यवस्थित चापले. सोडा प्यायलो. गिल यांना गाडीत कोंबून निघालो तेव्हा लक्षात आले की, आम्हाला बराच उशीर झाला होता. अजून दोनशे मैलांचा प्रवास होता आणि दोनच तास हाताशी होते. काय करणार, परत वेगवर्धकावर पाय जोराने दाबला.

वीस मिनिटे झाली असतील, गिल यांचे बोट मला खुणावू लागले.

दुसरी पोलिसांची गाडी! त्यांनी माझे लायसेन्स मागितले, गाडीचे कागदपत्रही. विचारले, ''इतक्यात कधी वेगमर्यादा ओलांडल्याबद्दल दंड झालाय का?''

मी गिल यांच्याकडे बघितले. त्यांच्या कपाळावर आठी चढली.

''इतक्यात म्हणजे एक तास असेल तर हो,'' मी कबुली देऊन टाकली.

मला थांबायला सांगून तो त्याच्या गाडीपाशी गेला. एका मिनिटातच परत आला आणि म्हणाला, ''तुम्हाला माझ्याबरोबर किंगमनला यावे लागेल. चला.''

''अहो; पण माझी गाडी...''

''हवी तर तुमच्या मित्रांना चालवत आणायला सांगू शकता.''

''पण मी माझ्या गाडीतून तुमच्यामागे आलो तर नाही का चालणार?''

''सर, मी जे सांगेन ते तुम्ही ऐकाल, करायला सांगीन तेच आणि तसंच कराल असं समजून मी तुम्हाला बेड्या घातलेल्या नाहीत. तुम्ही माझ्या गाडीत मागच्या सीटवर बसा. तुमचे मित्र आपल्या मागून येतील. चला, बाहेर निघा.''

आमची वरात निघाली. मी पोलिसांच्या गाडीत मागच्या सीटवर, गिल कॉर्व्हेटमध्ये ड्रायव्हर सीटमध्ये. मनात अनेक संदेह, जबरदस्त तणाव त्यामुळे गाडीत माझ्या कानात 'डिलिव्हरन्स'चा बांजोचा कडक ताल वाजू लागला. पाऊण तासांनी आम्ही किंगमनच्या म्युनिसिपल कोर्टात पोहोचलो. त्या पोलिसाबरोबर मी एका बाजूच्या दारातून आत गेलो. काऊबॉय हॅट घातलेल्या, भले मोठे बक्कल असलेला पट्टा लावलेल्या एका वयस्कर पण लहान चणीच्या न्यायाधीशासमोर उभा राहिलो. कानातला बांजोचा आवाज अधिकच वाढला.

ते कोर्टच आहे आणि समोर न्यायाधीशच बसलेले आहेत हे सिद्ध करणारा एखादा पुरावा, एखाही पाटी, एखादे फ्रेम केलेले प्रमाणपत्र मी मागच्या, बाजूच्या भिंतींवर शोधू लागलो; पण प्राण्यांच्या मुंडक्यांखेरीज तेथे इतर काहीच दिसेना.

प्रश्नोत्तरे सुरू झाली.

''स्कॉट्सडेलला खेळायला चालला आहात तुम्ही?''

''होय.''

''या स्पर्धेत या आधी भाग घेतला होता का?''

''होय.''

''कोणाशी खेळला होता पहिला सामना?''

''काय?''

"पहिल्या सामन्यात कोणाशी गाठ पडली होती?"

न्यायाधीश महाराज टेनिसचे वेडे होते. एवढेच नव्हे तर त्यांचे माझ्या खेळावर लक्ष होते. फ्रेंच ओपन स्पर्धेत मी कोरीयरला हरवायला पाहिजे होते, असे त्यांचे म्हणणे होते. कॉनर्स, लेंडल, चँग अशांच्या खेळाविषयी, टेनिस या खेळाच्या सद्यःस्थितीविषयी त्यांची स्वतःची मते होती. अमेरिकेत उत्तम टेनिस खेळाडूंचे दुर्भिक्ष्य त्यांना जाणवत होते. त्यांच्या आवडत्या विषयावर सुमारे पंचवीस मिनिटे चर्चा केल्यानंतर त्यांनी मला त्यांच्या मुलांसाठी सही द्याल का असे विचारले.

"हो, अगदी नक्की. काहीच अडचण नाही."

त्यांनी पुढे केलेल्या वही डायरी, कागद यांवर मी सह्या ठोकल्या. माझ्यावरील आरोपाच्या निकालपत्राची वाट पाहत राहिलो.

टेनिसवेडया न्यायाधीशांनी शिक्षा ठोठावली, "स्कॉट्सडेलला सगळ्या प्रतिसपर्ध्यांना चांगली धूळ चारायची!"

"काय?" मी गोंधळलो होतो. "न्यायाधीश महाराज, मी तीस चाळीस मैल उलटा प्रवास करून इथे आलो, मला वाटले तुरुंगातच रवानगी होणार किंवा निदान सज्जड दंड तरी..."

"छे छे. मला तुम्हाला भेटायचं होतं म्हणून बोलावलं इथं; पण एक करा, स्कॉट्सडेलला पोहोचेपर्यंत तुमच्या मित्रांनाच गाडी चालवू द्या. कारण, आणखी एकदा जर पकडले गेलात तर मात्र तुम्हाला मला इथंच, किंगमनमध्येच ठेवावं लागेल."

अपेक्षाभंगाचे सुख उपभोगून त्या धुंदीतच मी कोर्टातून बाहेर पडलो आणि पळतच कॉर्व्हेटजवळ पोहोचलो. गिल वाट पाहत होते. "तो न्यायाधीश टेनिसवेडा निघाला, मला भेटायचं होतं म्हणून इथे बोलावून घेतलं होतं त्याने." मी खरे ते सांगितले; पण बहुधा गिल यांचा त्यावर विश्वास बसला नसावा. "चला, इथून लवकर दूर निघून जाऊ या," मी गाडीत बसताना गिलना म्हणालो. त्यांनी विचारांच्या भरात अगदी धीम्या गतीने गाडी कोर्टाच्या प्रांगणातून बाहेर काढली आणि मग काय झाले कोणास ठाऊक, एरवी पूर्ण सावधगिरीपूर्वक, वेग कह्यात ठेवून गाडी चालवणाऱ्या गिल यांनी एकदम गाडी सहाव्या गीयरमध्ये टाकली आणि ताशी चोपन्न मैलांच्या वेगाने स्कॉट्सडेलच्या दिशेने सोडली.

तरीही मान्यवरांच्या उपस्थितीतील सेवाभावी कार्यक्रमाला मी साहजिकच खूपच उशिरा पोहोचलो. नंतर सामन्यांच्या जागी, स्टेडियमकडे गेलो. पार्किंग लॉटच्या तोंडाशी सुरक्षा कक्ष होता. रखवालदाराने गाडी आडवली. मी नाव सांगितले, मी स्पर्धक असल्याचेही सांगितले. त्याचा विश्वास बसेना. मी माझे ड्रायव्हिंग लायसेन्स दाखवले. नशीब, ते माझ्याजवळ परत आलेले होते! त्याने ते नीट बघून खात्री करून घेतली आणि गाडी आत सोडली.

मैदानांच्या प्रवेशद्वारात मला उतरायला लावून गिल म्हणाले, ''तू पुढे चल. मी गाडी लावून येतो.''

मी माझी बॅग उचलली आणि पळतच मैदानाकडे गेलो. मी आत शिरलो तेव्हा प्रेक्षकांनी मात्र मला ओळखले. टाळ्यांचा कडकडाट झाला, माझ्या नावाचा पुकारा झाला. गिल यांनी मला नंतर सांगितले की, कॉव्हेंटच्या काचा वर उचललेल्या असूनही प्रेक्षकांनी केलेले प्रचंड स्वागत त्यांना नीट ऐकू आले. एक चाहता म्हणून न्यायाधीशाने घडवून आणलेला प्रकार आणि माझ्या प्रवेशाला मिळालेला प्रेक्षकांचा प्रचंड प्रतिसाद यामुळे माझ्या लोकप्रियतेची, माझ्या 'प्रतिमे'ची त्यांना चांगलीच कल्पना आली आणि मी जे त्यांना सांगत होतो त्याचा अर्थ त्यांना पुरेपूर पटला, प्रतीत झाला. त्यांनी माझ्याजवळ हे मान्य केले की सामने, खेळ, खेळाडू, प्रेक्षक, त्यांचे वेड, सामन्यांचा थरार या गोष्टी त्या दौऱ्यात प्रत्यक्ष अनुभवेपर्यंत त्यांना आम्हा खेळाडूंचे, माझे जीवन किती वेडे, किती विचित्र असते याची नीटशी कल्पनाच नव्हती म्हणूनच माझी जबाबदारी घेणे म्हणजे काय आहे याची तोवर खरी जाणीवही नव्हती. 'माझ्यापुढे काय वाढून ठेवले आहे ते आत्ता मला कळतंय,' असे ते म्हणाले, तेव्हा मी त्यांना म्हणालो, ''तुम्हा एकट्यापुढे नाही, आपल्या दोघांपुढे!''

आमचा स्कॉट्सडेलचा मुक्काम फार छान झाला. प्रवासात, परक्या ठिकाणी एकत्र राहत असताना माणसे एकमेकांना जास्त चांगली ओळखतात. आमचे तसेच झाले. एक सामना सुरू होता. ऊन कडक होते. गिल जेथे बसून माझा खेळ पाहत होते तेथे सावलीचा मागमूस नव्हता, ऊन थेट त्यांना पोळत होते. उष्णतेचे वावडे असलेले गिल घामाने थबथबलेले मला दिसत होते. मी मध्येच एका अधिकाऱ्याला खूण करून जवळ बोलावून घेतले आणि त्याला गिल यांना एक छत्री तातडीने द्यायला सांगितली. त्याने त्यांच्या हातात छत्री दिली तेव्हा ते गोंधळलेच. त्यांनी माझ्याकडे पाहिले तेव्हा मी त्यांच्याचकडे पाहत हात हलवताना दिसल्यावर त्यांना उलगडा झाला. त्यांच्या चेहऱ्यावर भावपूर्ण हसू उमटले. आम्ही दोघेही समजुतीचे हसलो!

एका रात्री आम्ही 'व्हिलेज इन' नावाच्या हॉटेलमध्ये जेवायला गेलो होतो. मध्यरात्र उलटून गेली होती. आम्ही जेवणाची थाळी आणि न्याहारी एकदमच मागवली होती. चार तरुण जरा जास्तच आवाज करत आत शिरले. आमच्या शेजारच्याच खोलीत बसले. माझे कपडे, माझी केशरचना यावर त्यांची बडबड चालू झाली. एकाने नाकपुडीवर बोट टेकवून 'त्यातला दिसतोय' असे म्हटल्यावर सगळे गडगडाटी हसले. 'तृतीयपंथी असेल' दुसरा उद्गारला तसा हास्याचा आणखी एक कल्लोळ उठला.

गिल यांनी जोरात खाकरून घसा साफ केला, हातातल्या रुमालाने तोंड साफ केले आणि मला म्हणाले, ''माझं झालं. तू संपव सगळं.''

''झालं? इतक्यात?''

''हो. मला आत्ता पोट फार भरलेलं नकोय.''

माझे जेवण झाले. गिल मला म्हणाले, ''तू पुढे हो. मी आलोच. काही झालं तरी काळजी करू नकोस. मला कुठे यायचं ते माहीत आहे. मी पोहोचेन बरोबर.''

ते शेजारच्या खोलीत घुसले, टेबलावर हातांनी भार देत ओणवले तसे टेबल जोरात करकरले. त्यांनी पुढे झुकून त्या चार पोरांच्या जवळ तोंड नेले. त्यांची छप्पन इंच छाती त्या चार जणांच्या चेहऱ्यांलगत होती. ''तुम्हाला दुसऱ्यांचं जेवण बरबाद करायला आवडतं का? वेळ त्यात चांगला जातो का तुमचा? मला बघायलाच हवं कसं वाटतं ते! काय खाताय? हॅम्बर्गर? वा! मी पण जरा चव बघतो की!!''

असे म्हणून त्यांनी टेबलावरील हॅम्बर्गर उचलून अर्धा घास तोडला.

भरल्या तोंडाने ते म्हणाले, ''केचअप पाहिजे याच्या बरोबर.'' दोन घास चावून जरा तोंड रिकामे करून त्यांनी टेबलावरील सोड्याची बाटली उचलली, ''तहान लागलीय प्रचंड. आता मी एक मोठा घोट सोडा पिणार आहे आणि उरलेला इथे ओतून टाकणार आहे. तुमच्यातल्या कोणीतरी मला थांबवून दाखवा, चला...''

गिल यांनी म्हटल्याप्रमाणे सोड्याची बाटली उचलली, एक मोठा घोट घशाखाली रिचवला आणि बाटली टेबलावर सगळीकडे उपडी केली. चार जणांपैकी एकही जण हललाही नाही. रिकामी बाटली टेबलावर आपटून ते मला म्हणाले, ''आंद्रे, चल, जाऊ या आपण?''

मी ती स्पर्धा काही जिंकू शकलो नाही; पण त्याचे मला फारसे काही वाटले नाही. व्हेगासला परतताना मनात असमाधान नव्हते, मी खुशीत होतो. स्कॉट्सडेल सोडायच्या आधी रात्री आम्ही 'जो मेन इव्हेंट' नावाच्या हॉटेलमध्ये जेवलो. तेथे बसून आम्ही आधीच्या बहात्तर तासांचा आढावा घेतला. 'ही एका प्रदीर्घ आणि लांबच्या सहप्रवासाची सुरुवात आहे,' यावर दोघांचेही एकमत झाले. गिल यांनी त्यांच्या लिओनार्दो द विन्सीच्या चोपडीत या प्रवासाची नोंद करताना समासात माझे एक चित्र काढले – त्यात माझ्या हातात बेड्या घातलेल्या दाखवल्या होत्या!!

जेवून हॉटेलबाहेर येऊन गाडीजवळ उभे होतो. स्वच्छ आकाशात चांदण्या चमकत होत्या. आकाशाकडे पाहताना माझे मन गिल यांच्याविषयीच्या प्रेमाने आणि कृतज्ञतेने भरून आले. त्यांनी देऊ केलेल्या सोबतीबद्दल मी त्यांचे

मनापासून उघडपणे आभार मानले. त्यांनी मला बजावले, ''आत्ता एकदा मानलेस, परत कधीही आभाराचे शब्द तोंडून निघता कामा नयेत!''

त्यानंतर त्या हॉटेल बाहेरच्या मोकळ्या पटांगणात, ताऱ्यांनी भरलेल्या विशाल आभाळाखाली उभे राहून त्यांनी मला एक अविस्मरणीय भाषण ऐकवले. स्पॅनिश ही मातृभाषा असलेले, केवळ रेडिओवरील कार्यक्रम ऐकून इंग्लिश शिकलेले गिल अस्खलितपणे, जागोजागी काव्याची पखरण करून, लयबद्ध आवाजात मला जे सांगत होते ते लाख मोलाचे होते. माझ्या आयुष्यातील ज्या काही गोष्टींबद्दल मला राहून राहून पश्चात्ताप वाटतो त्यात त्या रात्री माझ्या जवळ टेप रेकॉर्डर नव्हता ही एक गोष्ट आहे; पण त्या त्यांच्या बोलण्यातला शब्द न् शब्द आजही माझ्या समरणात आहे.

''आंद्रे, मी तुला बदलण्याचा अजिबात प्रयत्न करणार नाही. तसा मी कोणालाच कधी बदलायला गेलेलो नाही. जर कोणाला बदलायचंच असेल तर ते माझं मलाच बदलायचं आहे! पण तरीही तुला आयुष्यात जेथे पोहोचायचं आहे, जे मिळवायचं आहे त्यासाठीचा एक नकाशा, एक आराखडा मी तुला देऊ शकतो. एक गोष्ट लक्षात ठेव. टांग्याला जोडलेला घोडा आणि शर्यतीत पळणारा घोडा हे दोन सर्वस्वी भिन्न असतात. त्यांना कधीही एका मापाने मोजून चालत नाही. 'सर्वांना समानतेची वागणूक दिली पाहिजे,' असे म्हणणाऱ्यांना 'समानते'तून काय अभिप्रेत असते मला काही माहीत नाही. समान, सारखे म्हणजे तेच, एकच नसावे, असे मला वाटते. माझ्या दृष्टीने तू एक शर्यतीतला घोडा आहेस आणि मी तुला तशीच वागणूक देणार आहे – ठामपणाची, कडक शिस्तीची पण तरीही प्रेमाची, यथायोग्य, न्याय्य. मी तुझ्यापुढे राहून तुला मार्ग दाखवेन; पण तुला कधी मागून ढकलणार नाही. मला काय म्हणायचंय ते नेमक्या, अचूक शब्दात, सुसंगत अशी सांगण्याची कला असणाऱ्यांपैकी मी नाही. मी तुला एवढं निश्चितपणे सांगू शकतो की आपली 'साथ' आता जुळली आहे आणि ती तशीच कायम राहणार. मला काय म्हणायचंय ते तुला कळतंय ना? शर्यतीला, स्पर्धेला प्रारंभ झालेला आहे आणि मी अखेरपर्यंत तुझ्या बरोबर राहणार आहे. तू माझ्यावर बेलाशक विसंबून राहू शकतोस. वर पाहा. त्या अगणित ताऱ्यांमध्ये एक तुझ्या नावाचा तारा आहे. तो मला नेमका तुला दाखवता येणार नाही पण माझे खांदे चांगले रुंद आणि बळकट आहेत. त्यांच्यावर उभे राहून तुझा तुला तो निश्चित शोधता येईल. ऐकतोयस ना तू? या खांद्यांवर कितीही काळ पाय देऊन उभा राहा तू; पण तुझ्या नावाचा तारा शोध आणि त्याच्यापर्यंत पोहोच! त्याला हातात पकड!''

१२

१९९० सालच्या 'फ्रेंच ओपन'च्या सामन्यात मी वृत्तपत्रांच्या पहिल्या पानावर, क्रीडाविषयक पुरवण्यात जोरदार झळकलो ते माझ्या गुलाबी रंगाच्या पोशाखामुळे – *आगासी इन द पिंक* – आगासी – गोड गुलाबी! खरे तर मी गुलाबी रंगाच्या अंगालगत घट्ट बसणाऱ्या पँट्सवरून ॲसिड वॉश्ड जीन्सची अर्धी पँट घातलेली होती. मी वार्ताहरांना समजावून सांगत होतो की ती गुलाबी नसून 'हॉट लाव्हा' रंगाची आहे. वार्ताहरांना माझ्या एवढ्या तेवढ्या गोष्टीत इतका रस आहे याचे मला राहून राहून आश्चर्य वाटत होते. नेमके काय आहे याविषयी जाणून घेण्याची त्यांची धडपडही विस्मयकारकच होती. मला एवढेच वाटत होते की, त्यांनी माझे कपडे, त्याचे रंग यांबद्दल लिहिणेच बरे, माझ्या चारित्र्यावर शिंतोडे उडवायला नकोत, माझ्या खाजगी आयुष्यात ढवळाढवळ करायला नको.

मी, फिली आणि गिल – तिघांनाही प्रसिद्धीमाध्यमांशी कोणताही संबंध ठेवायची मुळीच इच्छा नव्हती. बातमीदार आणि इतर चाहत्यांची गर्दी यापासून लांबच राहायचे होते. फ्रेंच भाषा येत नाही, इंग्लिश बोलतो म्हणून अस्पृश्यांसारखी वागणूक देणाऱ्यांच्या, आमच्याकडे टवकारून बघणाऱ्यांच्या गर्दीत पराभूतपणे जाण्याची आमची जरासुद्धा तयारी नव्हती. आम्ही स्वतःला हॉटेलमधल्या खोल्यांत कोंडून घेतले होते. एअर कंडिशनर लावून थंड हवेत मॅकडोनल्ड किंवा बर्गर किंगचे हॅम्बर्गर मागवून खाणेच पसंत केले होते.

निकला मात्र खोलीत कोंदाटल्यासारखे वाटत होते. त्याला बाहेर हिंडायचे होते, जगप्रसिद्ध प्रेक्षणीय स्थळे पाहायची होती. 'अरे, पॅरिसमध्ये आहोत आपण – जगातील सात आश्चर्यातील एक – आयफेल टॉवर, चकित करून सोडणारे लुव्र हे संग्रहालय आणि कलादालन बघितलंच पाहिजे...'' तो म्हणाला.

''आम्ही ते सगळं कधीच पाहिलेलं आहे, कळलं?'' फिलीने त्याला झिडकारले.

मला तर त्या लुव्रच्या आसपासही फिरकायचे नव्हते, आत पाऊल ठेवणे लांबच. मी डोळे मिटले तरी ते भयंकर चित्र माझ्या समोर येऊन मला भिववते – कड्याला लटकलेला माणूस, त्याच्या मानेला विळखा घातलेले त्याचे जन्मदाते आणि त्याच्या इतर अवयवांना धरून लोंबणाऱ्या त्याच्या काही प्रिय व्यक्ती...

मी निकला सांगून टाकले, ''मला कुठेही यायचं नाही, जायचं नाही. बस, मला ही स्पर्धा जिंकायचीय आणि घरी परतायचंय!''

सुरवातीचे सामने मी उत्तमरीत्या खेळून पार केले आणि पुनश्च कोरीयरसमोर उभा राहिलो. त्याने टायब्रेकरमध्ये पहिला सेट जिंकला. ६-० असा तो मला मिळाला. कोरीयर लालबुंद झाला, लाव्हारसासरखा उसळू लागला. त्याला एक विचारायचे माझ्या तोंडावर आले होते, 'एवढा धक्का पुरे ना?' पण मी गप्प राहिलो. मला वाटते मी शहाणा झालो होतो, जरा प्रगल्भ बनलो होतो आणि मुख्य म्हणजे मी अगदी निःसंदेहपणे जास्त ताकदवान बनलो होतो.

माझा पुढचा प्रतिस्पर्धी होता चँग - मागच्या स्पर्धेचा अंतिम विजेता. त्याने विजेतेपद मिळवले होते हे मला पटूच शकत नव्हते. मला माझ्या आधीच्या पराभवाचा बदला घ्यायचा होता, त्या ईर्षेनेच मी मैदानात उतरलो होतो. मला त्याच्या नैतिकतेचा हेवा वाटायचा, त्याच्या मैदानावरील शिस्तबद्ध वावराचे मला कौतुक वाटायचे - पण तरीही तो मला मुळीच आवडायचा नाही. तो अजूनही वारंवार ख्रिस्ताला मध्ये आणत होता, त्याला साद घालीत तो त्याच्या बाजूला आहे असे दाखवीत होता. हा त्याचा धर्माशी जोडलेला अहंकार पाहून मी चडफडायचो. त्या सामन्यात मी त्याला चार सेट्समध्ये बाहेर काढला.

उपांत्य फेरीत मी जोनास स्वेन्सनशी खेळलो. त्याची सर्व्हिस जबरदस्त होती - घोड्याच्या लाथेसारखी सण्कन यायची आणि तो जाळ्यापाशी येऊन खेळायला जराही घाबरायचा नाही. त्याचा खेळ हार्ड कोर्टवर जास्त परिणामकारक ठरायचा, त्यामुळे त्याची गाठ क्ले कोर्टवर पडली हे मला बरेच वाटले. त्याचा फोरहॅन्ड अतिशय जोरदार असल्याचे मला आधीच माहीत होते म्हणूनच मी त्याला बॅकहॅन्ड जास्त वापरायला लावायचा असे आधीपासूनच ठरवले होते. त्याच धोरणाचा सतत वापर करून त्याच्या कमकुवत बॅकहॅन्डचा फायदा घेऊन मी ५-१ अशी आघाडी मिळवली. त्याला ती तोडता आली नाही आणि 'सेट आगासी' अशी घोषणा झाली. दुसऱ्या सेटमध्येही ४-० अशा गुणसंख्येने मी त्याच्या पुढे होतो. त्याने ओळीने तीन गेम्स जिंकून ती ३-४ वर नेली; पण मी त्याला तेथेच रोखला; पण त्या आघाडीमुळे त्याचा आत्मविश्वास एकदम दुणावला आणि त्याने तिसरा सेट जिंकला. असे झाले की खरे तर मी गळाठायचो, नाउमेद व्हायचो; पण त्या दिवशी गिल माझ्याबरोबर होते. मी त्यांच्याकडे नजर टाकली, त्यांचा त्या दिवशीचा पार्किंग लॉटमधला उपदेश आठवला. मी जोमाने खेळलो, चौथा सेट ६-३ असा जिंकला आणि सामनाही.

मी अंतिम फेरीत पोहोचलो. ग्रॅन्ड स्लॅम स्पर्धेमधील माझा पहिला अंतिम सामना! समोर होता इक्वेडोरचा गोमेझ. मी त्याला काही आठवड्यांपूर्वीच पराभूत

केले होते. तो तीस वर्षांचा होता, निवृत्तीच्या दारात उभा होता. मला तर वाटले होते की तो निवृत्त झालेलाच होता! या सामन्याच्या आधी वृत्तपत्रेही अखेर माझ्या बाजूने बोलू लागली, 'आगासीला अखेर सूर सापडला' असे म्हणू लागली.

अंतिम सामन्याच्या आदल्या रात्री एक अरिष्ट ओढवले. मी अंघोळ करत असताना माझ्या लक्षात आले की, फिलीने खास माझ्यासाठी आणलेला विग उसवला होता. त्याची वीणच सुटली होती. बहुतेक चुकीचा कंडिशनर वापरला गेला होता.

मी घाबरलो, धास्तावलो, खचलो, हवालदिल झालो. मी फिलीला तातडीने खोलीत बोलावून घेतले.

''हे बघ, काय झालं! सत्यानाश झालाय!''

त्याने विग हातात घेऊन नीट तपासला.

''जरा कोरडा होऊ दे, आपण जोडू परत.''

''कसा?''

''हेअर पिन्स वापरून...''

तो पिनांच्या शोधार्थ बाहेर पडला; पण त्याला त्या कुठेच मिळेनात. मला फोन करून म्हणाला, ''काय शहर आहे रे हे! हेअर पिन्स मिळत नाहीत!!''

त्याला हॉटेलच्या स्वागतकक्षात ख्रिस एव्हर्ट भेटली. त्याने तिला विचारले, तिच्याकडेही हेअरपिन्स नव्हत्या. त्याला हेअर पिन्स कशाला हव्या आहेत, असे साहजिकच तिने कुतूहलापोटी विचारले. त्याने उत्तर दिले नाही, टाळले. अखेर त्याला माझ्या बहिणीची - रिटाची - एक मैत्रीण भेटली आणि तिच्याकडे पिशवीभर पिना होत्या! फिलीने माझा विग व्यवस्थित बसवून दिला - त्याला वीस पिना वापरल्या!!!

''बसेल ना नीट?''

''हो, हो. नाही हालायचा, जोराजोरात हलू नको म्हणजे झालं...''

दोघेही साशंकतेने हसलो.

खरे तर विग न लावताही मी खेळू शकत होतोच; पण महिनोन्‌महिने सोसलेला कटू उपाहास, टीका, कुचेष्टा याने हैराण झाल्याने मी स्वतःविषयी जरा जास्तच जागरूक बनलो होतो - *माझी प्रतिमा!* आज जर मी विनाविगचा खेळलो तर इतके दिवस सांभाळलेले रहस्य उघडकीला येईल! म्हणजे एक नवा विषय - चर्चा, टवाळी! नाहीतरी त्यांना माझा खेळ सोडूनच काहीतरी लागत होते लिहायला आणि बोलायला! आजवर बोलेटिरी ॲकॅडमीतल्या माझ्या बरोबरच्या काही मुलांना आणि जर्मनीतला माझा डेव्हिस कपचा सामना बघितलेल्या बारा हजार प्रेक्षकांना माहीत असलेली गोष्ट सगळ्या जगासमोर

येईल, नव्हे आणली जाईल आणि जगभरातले लोक मला हसतील! छे छे, मी ते सहन करू शकत नव्हतो.

सामन्याच्या आधी शारीरिक हालचाली करून शरीरातला ताठपणा घालवण्यासाठीचे, शरीरात उष्णता निर्माण करण्यासाठीचे व्यायामप्रकार करताना मी मनोमन प्रार्थना करत होतो – सामना जिंकण्यासाठी नाही, सामनाभर डोक्यावरचा पिनांनी बसवलेला विग जागेवरून हलू नये म्हणून!! तसेही ग्रँड स्लॅममधला अंतिम सामना खेळायचे म्हटले की माझ्या मनावर विलक्षण दडपण येतच असे. मी चांगलाच तणावाखाली असे. त्यात आज विगची भर पडली होती. माझे स्नायूच आखडल्यासारखे झाले होते, शंकेची पाल मनात सतत चुकचुकत होती. त्या आवाजाने वृत्ती बधिर झाल्या होत्या. सामना सुरू झाल्यावरही, तो चेंडू घेताना प्रत्येक उडीबरोबर, झेपेबरोबर तो खाली मातीत पडला आहे असे मला सारखे वाटत होते – माझ्या वडिलांच्या रायफलमधल्या गोळीने आकाशात उडणारा ससाणा धाड्कन खाली पडायचा – तसाच! ते अनोखे 'पतन' पाहून मैदानावरील प्रेक्षकांचा आश्चर्योद्गारही माझ्या कानांना ऐकू येत होता. माझ्या डोळ्यांसमोर अनेक दृश्ये तरळत होती – जगभरातील विविध देशातील टीव्ही पाहणारे लोक डोळे विस्फारून टीव्हीकडे झेपावले असतील, विविध बोलीतून, भाषांतून अचंबा व्यक्त करत असतील, 'अरे, अरे, आगासीचे *केस* गळून पडले बघा...!'

गोमेझबरोबरच्या माझ्या खेळात मनाची ही अस्वस्थता, हालचालीतला गोंधळ, अवयवांचा आखडलेपणा स्पष्ट दिसत होता. त्याचे पाय आता थकले आहेत. तो पाचव्या सेटलाच दमून जाईल हे माहीत असल्याने मी सहेतुकपणे खेळ लांबवायचे, निर्णायक मारा करून गुण घेणे टाळून, एकेका गुणासाठी बराच वेळ घालवण्याचे, त्याला दमवायचे धोरण आखले होते. सामना सुरू झाला तसे गोमेझलाही त्याच्या वाढलेल्या वयाची, कमी झालेल्या दमाची जाणीव आहे हे दिसून येऊ लागले म्हणूनच तो सामना आवरता घेण्याचा प्रयत्न करत होता, त्यासाठी वेगाने खेळत होता, धोके पत्करत होता. त्याचा परिणाम दिसलाच. त्याने पाहता पाहता पहिला सेट जिंकलाही! पण तशीच घाई केल्याने दुसरा सेट हरलाही. अशा पद्धतीने खेळल्यावर मैदानावरील मुक्काम काही चार तास टिकणार नाही, तीन तासांतच आवरेल हे माझ्या लक्षात आले आणि मी हेही ओळखले की आता 'रॅलीज्'चे लांबण लागणार नाही, वेगवान, निर्णायक शॉट्सचा मारा होणार. म्हणजेच गोमेझची बलस्थाने त्याला लाभदायक ठरणार – तो नेहमी जिंकतो तसा सामना होणार! दोन सेट्स झालेले होते, माझा प्रतिस्पर्धी दमणार नव्हता, ताज्यातवान्या गोमेझशीच मला दोन हात करायला लागणार होते.

माझे धोरण मुळातच चुकीचे होते, दोष देण्यासारखेच नव्हे तर कीव करण्यासारखे होते. ग्रॅण्ड स्लॅमचा अंतिम सामना कितीही वेळ चालला तरी तो खेळताना 'आपण सामना हारायचा नाही' किंवा 'आपला प्रतिस्पर्धी हारण्याची वाट बघायची' असली पुचाट धोरणे कामी येत नाहीत. रॅलीज् लांबवण्याचे माझे धोरण गोमेझच्या पथ्यावरच पडत होते, त्याला आक्रमक खेळ करायला प्रवृत्त करत होते, धीट बनवत होते. तो मुरलेला खेळाडू होता. ग्रॅण्ड स्लॅमची ही आपली अखेरची संधी आहे याची त्याला जाणीव असणारच होती त्यामुळे तो प्राण पणाला लावून, त्या संधीचे सोने करण्याची जिद्द बाळगून, यशाची आस मनात ठेवून खेळणार हे उघड होते. त्याच्या त्या जिद्दीला, अपेक्षेला सुरुंग लागेल असा अत्यंत आक्रमक खेळ मी करणेच गरजेचे होते. तोच एक योग्य मार्ग होता. मी नेमस्तपणे खेळतो आहे, लांबण लावतो आहे हे लक्षात आल्यावर तर त्याला चेवच चढणार होता.

तसेच झाले. त्याने तिसरा सेट जिंकला. चौथा सेट सुरू झाला. बरेच खेळाडू जे सामना लांबला तर दमतात, त्यांची सर्व्हिस कमजोर होत जाते. सर्व्हिस करताना पायांना ताण देणे त्यांना जमेनासे होते. गोमेझचेही तसेच होईल ही माझी समजुतही एक फार मोठी चूक ठरली. कारण गोमेझची सर्व्हिस 'स्लिंग शॉट' सर्व्हिस होती म्हणजे त्याला पायांना ताण द्यावाच लागत नसे. त्याऐवजी तो चेंडूवर झुकत असे. दम जास्त लागत जाईल तसतसे चेंडूवर जास्त जास्तच झुकल्याने सर्व्हिस अधिकाधिक प्रभावशालीच होत जात असे. त्यामुळे त्याच्या सर्व्हिसमधला जोर कमी कमी होत जाईल हा माझा अंदाज सर्वस्वी चुकीचा ठरला.

गोमेझसारखा परिपक्व खेळाडू सामना जिंकल्यावरही उत्तेजित झाला नाही, भान विसरला नाही, त्याने यश विनम्रपणे, प्रसन्न चेहऱ्याने स्वीकारले. तो भावना आवरू शकला नाही, अश्रू थोपवू शकला नाही. ग्रॅण्ड स्लॅम जिंकलेल्या विजेत्यावर रोखल्या गेलेल्या कॅमेऱ्यांना त्याची शांतपणे हात हलवून यश स्वीकारणारी छबी दिसली. दक्षिण अमेरिकेच्या पश्चिम किनाऱ्यावरील त्याच्या इक्वेडोर या देशात तर तो 'देशाचे भूषण'च ठरणार होता. 'कसा असेल त्याचा तो लहानसा देश?' 'लाजेने, शरमेने काळा ठिक्कर पडलेला आपला चेहरा लपवायला तीच जागा योग्य ठरेल,' असे विचार माझ्या मनात गर्दी करत होते. लॉकररूममध्ये खाली मान घालून बसलो असताना उद्याची वृत्तपत्रे माझ्याबद्दल काय लिहितील, पहिल्याच पानावरील मथळे काय असतील हे माझ्या डोळ्यांसमोर नाचत होते. रेडिओ, टीव्हीवरचे निवेदक, क्रीडातज्ज्ञ, लाखो प्रेक्षक, माझे सहकारी खेळाडू कोणत्या शब्दांत माझी निर्भर्त्सना करत असतील ते माझ्या कानात घुमत होते. 'प्रतिमे'चे काय होईल? 'आगासी संपला!' 'कसला 'हॉट लाव्हा', 'हॉट मेस' आहे नुसता!' 'नालायक, नेभळट, नाकर्ता...'

फिली आत आला. त्याच्या डोळ्यांत सहानुभूती नव्हती, अपयशाची खोल जखम होती, ओले दुःख होते. तो त्याचाच पराभव असल्याची वेदना होती. तो मला जे म्हणाला ते अगदी उचित होते, योग्य स्वरात सांगितलेले होते, मला तो सल्ला आणि सल्लागार मनापासून आवडले होते, "या क्षणी इथून बाहेर पडू या!"

चार्ल्स द गॉल विमानतळावर आमच्या सर्वांच्या बॅगा ठेवलेली ट्रॉली गिल ढकलत घेऊन चालले होते. मी त्यांच्यापुढे चालत होतो. 'अरायव्हल', 'डिपार्चर'च्या पाट्या पाहायला मी क्षणभर थबकलो. ते गिल यांच्या लक्षात आले नाही, ते तसेच पुढे जात राहिले. ट्रॉलीच्या पुढचे धारदार टोक माझ्या टाचेला धडकले. मी मोजेही घातले नव्हते आणि टाचा झाकणारे बूटही घातले नव्हते. साधे सॅण्डल्स घातले होते. रक्त विमानतळाच्या चकाकत्या फरशीवर ओघळले. बरोबर टाचेच्या नाजूक भागालाच इजा झाली होती, रक्त येतच आणि वाहतच राहिले. गिल त्वरेने, अपराधी भावनेच्या घाईने त्यांच्या बॅगेतून बॅण्डेज काढू लागले. मी त्यांना सबुरीचा सल्ला दिला. म्हणालो, "अकिलिजच्या हळव्या टाचेतले रक्त या पॅरिसच्या भूमीवर ओघळूच दे!"

त्याही वर्षी मी विम्बल्डन टाळले आणि संपूर्ण उन्हाळा गिलबरोबर 'आरोग्यवर्धना'त घालवला. त्यांच्या गॅरेजमधले 'जिम' पूर्णपणे तयार झाले होते. स्वहस्ते बनवलेली डझनभर मशिन्स आणि काही खास 'गिल टचेस'! खिडकीत एक शक्तिशाली एअर कंडिशनर, जमिनीवर मर्यादित क्षेत्रात कृत्रिम हिरवळ, एका कोपऱ्यात बिलियर्डचे नऊ पॉकेट्सचे टेबल. व्यायामाच्या खडतर वेळापत्रकात मध्ये मध्ये आम्ही विरंगुळ्याचा नऊ पॉकेट्सचा खेळ खेळायचो. बऱ्याच रात्री जिममध्येच जायच्या, पहाट तेथेच उगवायची. माझे शरीर सुदृढ होईल, दीर्घकाळाच्या तणावपूर्ण खेळासाठी शरीराबरोबर माझ्या मनाचीही पक्की जडण घडण होईल, माझा आत्मविश्वास बळावेल याचीही गिल काळजी घेत होते. फ्रेंच ओपनच्या सामन्यातील माझी दारुण - शारीरिक आणि मानसिक दुस्थिती त्यांनी प्रत्यक्ष पाहिली होती, अनुभवली होती. अशाच एका पहाटे त्यांनी त्यांची आई त्यांना जे एक वाक्य नेहमी ऐकवायची ते मला सांगितले, *पूर्ण जागे असताना स्वप्नं पाहा!*

गिल म्हणाले, "बघ, आंद्रे, जागा असताना स्वप्नं बघ. गाढ झोपेत कोणीही स्वप्नं बघतं पण ज्यांना आयुष्यात काहीतरी करायचं आहे, बनायचं आहे ते सतत - जागेपणी आणि उघड्या डोळ्यांनीही स्वप्नं बघतात. आणि ती नुसती बघू नको, ती नेमकी काय आहेत ते मोठ्याने स्वतःला नीट समजावून सांगत राहा आणि सर्वांत महत्त्वाचं - त्यांच्यावर शंभर टक्के विश्वास ठेव, पूर्ण श्रद्धा ठेव."

म्हणजे अंतिम, अटीतटीचा, निर्णायक सामना खेळताना मी विजयाचे, यशाचे स्वप्न पाहिले पाहिजे आणि त्यावर दृढ विश्वास ठेवून खेळले पाहिजे.

या त्यांच्या मौलिक सल्ल्याने मी खूप खूश झालो. मी त्यांना एक नेकलेस दिला, त्यात एक सोन्याचा पिरॅमिड होता आणि त्याच्या आत तीन चक्र होती – पुत्र, त्याचा जन्मदाता पिता आणि सर्वांचा जन्मदाता, सर्वांचा पिता, परमेश्वर. या पिरॅमिडची कल्पना माझी स्वतःची होती आणि ती फ्लोरिडामधल्या एका कारागिराला समजावून सांगून मी ते त्याच्याकडून अगदी मला हवे तसे बनवून घेतले होते. त्या नेकलेसशी जुळणारे एक कर्णभूषणही करून घेतले आणि ते दोन्ही मी गिल यांना भेट म्हणून दिले. त्यांनी ते अलंकार चढवले आणि मला खात्री पटली की, स्वर्गात जातानाही ते माझी ती आठवण अंगावर घालूनच जातील!

मी आणि गिल – लास व्हेगास बाहेरच्या वाळवंटात – १९९० साली आम्ही एकमेकांबरोबर पूर्ण वेळ काम करायला सुरुवात केल्यानंतर लगेच.

व्यायाम करताना गिलही माझ्यावर ओरडायचे; पण ते माझ्या वडिलांसारखे तुसडे गुरकावणे नसायचे. प्रेमळ, काळजीयुक्त रागावणे असायचे. मी जर

आधीपेक्षा काही जास्त चांगले करायचा प्रयत्न करत असलो, जसे की तोपर्यंत उचललेल्यापेक्षा जास्त वजन उचलत असलो तर ते माझ्यामागे उभे राहायचे आणि *कम ऑन, आंद्रे, उचल, उचल... शाब्बास... शाब्बास रे पठ्ठ्या...* असे ओरडून माझ्या उत्साहात भर घालायचे. त्यांच्या मनःपूर्वक उत्तेजनाने मलाही चेव चढायचा; पण हृदय धडधडायचे, घाम फुटायचा. अशा वेळी ते म्हणायचे, ''बाजूला सरक...'' स्वतः पुढे यायचे आणि मी कधी पाहिले नसेल इतके प्रचंड वजन, कधी कधी ५५० पौंडही – लीलया उचलून दाखवायचे. त्यांच्यासारखा वयस्कर माणूस तेवढे ओझे छातीवर वागवताना पाहिले की, थक्क तर व्हायला व्हायचेच; पण हा एक विश्वास मनात उत्पन्न व्हायचा की, 'काहीही शक्य आहे – ठरवले, निश्चय केला, पराकाष्ठा केली की काहीही जमते – स्वप्न पाहिले की ते पुरे करता येते. किती छान असते असे स्वप्न पाहणे – सुंदर! पण एकदा आम्ही दोघेच शांत बसलो असता मी त्यांना असेही म्हणालो होतो की 'गिल; पण स्वप्नं बघणं किती दमवून टाकतं, नाही?'

ते हसले होते. म्हणाले होते, ''होय. मी असं कधीच म्हणणार नाही की स्वप्नं दमवत नाहीत, दमवतात; पण त्या थकव्याच्या बोगद्यापलीकडे ऊन असतं, प्रसन्न प्रकाश असतो. दम, आंद्रे, खूप दम. त्या अंधाऱ्या बोगद्यातच तुझी तुला ओळख पटणार आहे, तुझं अंतर तुझ्या जवळ येणार आहे – तो ओलांड आणि मग पाहा तो लखख प्रकाश!''

गिल यांच्या अशा जिव्हाळ्याच्या मार्गदर्शनाखाली मी ऑगस्ट १९९०पर्यंत दहा पौंड वजन कमावले. आम्ही यूएस ओपनसाठी अमेरिकेला गेलो, तेव्हा मी तनमनाने तरतरीत होतो. पूर्ण तणावरहित, ताजा तवाना आणि म्हणूनच प्रतिस्पर्ध्यांसाठी धोकादायक. रशियाच्या आंद्रे चर्कासोव्हला मी सरळ तीन सेट्समध्ये बाहेर काढला. उपांत्य सामन्यांपर्यंत धडक मारली, बोरीस बेकरलाही सनसनाटी चार सेट्समध्ये पराभूत केले आणि तरीही मी थकलो नव्हतो. शक्ती, उत्साह, धडाकेबाज आक्रमकता जागी होती. त्या सामन्यानंतर मी आणि गिल हॉटेलवर परतलो आणि टीव्हीवर इतर उपांत्य सामने बघत बसलो, अंतिम सामन्यात कोणाशी टक्कर घ्यायची आहे ते मला पाहायचे होते – मॅकेन्रो की सॅम्प्रास.

ज्या सॅम्प्रासविषयी मी जराही आशावादी नव्हतो, तो परत कधी समोर येईल, असे वाटलेही नव्हते त्याने अनपेक्षितरीत्या खेळात सुधारणा घडवून आणली होती. तो मॅकेन्रोविरुद्ध जीवघेणी झुंज देत होता. खरे तर चित्र असे होते की मॅकेन्रोलाच झुंजावे लागत होते, झगडावे लागत होते आणि तरीही हारावे लागत होते. माझा अंतिम सामन्यातला प्रतिस्पर्धी निश्चित होता – पीट, पीट सॅम्प्रास.

सामना सुरू असताना कॅमेरा पीटच्या पायांजवळ नेण्यात आला होता. त्याच्या पायांना चिकटपट्ट्या लावल्या होत्या. कारण, त्याचे पाय फोडांनी भरलेले होते, असे निवेदक सांगत होता. रात्री झोपण्याआधी गिल यांनी मला 'गिलवॉटर' प्यायला दिले आणि अगदी घशाशी येईपर्यंत प्यायला लावले. मी झोपायला गेलो, तेव्हा माझ्या चेहऱ्यावर हसू फुटत होते, ते दुसऱ्या दिवशी सामन्यात पीटला त्याच्या जखमी पायांनी पळता भुई थोडी करण्याच्या विचाराने! मी त्याला मैदानभर, इकडून तिकडे, पुढे मागे, डावे उजवे, पार सॅन फ्रान्सिस्को ते ब्रॅडेन्टन, त्याचे फोड फुटेपर्यंत पळवणार होतो. मला अचानक माझे वडील वापरायचे तो वाक्प्रचार आठवला - *त्याच्या मेंदूला फोड आण!* मी झोपलो - गिल यांच्या डंबबेल्ससारखा शांत, ठाम, निवांत.

सकाळी उठलो तेव्हा दहा सेट्स खेळायचा जोर अंगात संचारला होता. आता विगचाही ताण नव्हता - कारण मी विग वापरणे सोडून दिले होते. टक्कल झाकण्यासाठी एक निराळाच मार्ग अवलंबला होता - एक रुंद, जाडसा, जरा भडक रंगाचा, डोळ्यात भरणारे तारे, ठिपके असे काहीतरी असणारा हेअरबॅन्ड बांधू लागलो होतो. आणि प्रतिस्पर्धी होता - पीट - गेल्या वर्षी ज्याला चेंडू मैदानात ठेवणे जमत नव्हते, मी ज्याची कीव केली होती, तो बिचारा, वेंधळा पीट.

मैदानावर जो पीट आला, खेळायला लागला तो पीट निराळाच होता! एकही चेंडू न सोडणारा, लांबच लांब रॅलीज् खेळणारा, ठणकावून गुण घेणारा, प्रत्येक चेंडूपर्यंत हमखास पोहोचणारा आणि परतवणारा, अचूक शॉट्स मारणारा, मैदानावर हरिणाच्या दिमाखदार चपळतेने मागे पुढे, डावी उजवीकडे हालणारा. दोष काढायला जागाच नसणारा. तो बंदुकीतून सुटणाऱ्या गोळ्यांसारखी सर्व्हिस करत होता, क्षणार्धात जाळ्यापर्यंत झेपावत होता. त्याचा खेळ माझ्यावर लादत होता. माझी प्रत्येक सर्व्हिस तुडवून काढत होता. मी रागावलो, चिडलो. मला निराधार वाटायला लागले. मी स्वतःला बजावत होतो, हे असे घडू शकत नाही... शक्य नाही...

हो, तसेच घडत होते!

नाही, नाही, तसे घडणे शक्य नाही!!

'सामना जिंकायचा, तो कसा जिंकायचा' या मनातल्या विचाराची जागा हळूहळू 'सामन्यामध्ये पराभूत होण्यापासून स्वतःचा कसा बचाव करायचा, त्यासाठी काय काय करायचे' हा विचार घेऊ लागला. गोमेझ विरुद्ध खेळताना जी चूक केली होती, तीच मी पुन्हा केली. त्याचा परिणामही तोच झाला! सगळे संपले. वार्ताहरांशी बोलताना मी माझ्या पराजयाला 'पीटने न्यू यॉर्कच्या रस्त्यावरच्या उचल्या गुंडाच्या हातचलाखीने, सराईतपणे मला लुटले आहे!'

अशी उपमा दिली; पण ती मुळीच योग्य नव्हती. मी लुटला गेलो होतो, माझे असलेले माझ्यापासून हिरावले गेले होते; पण मी त्याबद्दल तक्रार गुदरू शकत नव्हतो, मला न्याय मिळण्याची सुतराम शक्यता नव्हती आणि लुटीचा दोष सर्वस्वी लुटल्या गेलेल्यावरच होता!

एका युगानंतर माझे डोळे उघडले, तेव्हा मी हॉटेलच्या खोलीतल्या पलंगावर होतो – मी स्वप्न पाहत होतो का? क्षणभर मला वाटले की, निक आणि फिली पीटच्या टाकाऊ खेळाला हसत असताना मंद वारा वाहत असलेल्या टेकडीवर मला झोप लागली होती. त्या झोपेत मला स्वप्न पडले होते की ग्रॅन्ड स्लॅमच्या अंतिम सामन्यात सगळे रथी महारथी सोडून पीटने मला पराभूत केले होते. ते स्वप्न नव्हते. ते सत्य – प्रत्यक्ष घडून गेलेले सत्य होते. डोळ्यांपुढची खोली प्रकाशात उजळत होती आणि माझे मन अंधारात बुडून जात होते, माझा आत्मा खोल गर्तेत जात होता.

१३

कॅनन कॅमेरा कंपनीने जी *इमेज इज एव्हरीथिंग* नावाची फिल्म बनवली होती, तिच्या चित्रीकरणाचे वेळी वेंडी माझ्या बरोबर होती. ती साथ मग तिने सोडलीच नाही. आम्ही सगळीकडेच बरोबर येऊ जाऊ लागलो, आमची 'जोडी' जमलीच तेव्हापासून! मी बाहेरगावी गेलो तरी ती माझ्या सोबतच असे, माझी काळजी घेई. लहानपणापासूनची आमची ओळख छान मैत्रीत बदलली होती. आम्ही जन्मलो होतो एकाच गावात, आमचे बालपणही एकत्र गेले होते, आवडीनिवडीही मिळत्याजुळत्या होत्या. पुढेही एकमेकांच्या सहवासात छानसे आयुष्य कंठू असे आम्हाला वाटत होते. कारण, आम्ही एकमेकांच्या प्रेमात आकंठ बुडलो होतो; पण आम्ही दोघांनी हे मान्य केले होते की, 'आपलं प्रेमाचं नातं आहे पण ते बंधन नाही!' वेंडीच्या शब्दांत सांगायचे तर 'मुक्त नातं!' तिचे म्हणणे असे की, आपण अजून लहान आहोत, कोणत्याही बंधनात, जबाबदारीत अडकण्याइतकी समज आपल्याला अजून आलेली नाही. ती म्हणायची की, तिलाही तिची ओळख अजून पूर्णपणे पटलेली नाही. ती ज्या मॉरमॉन पंथामध्ये जन्माला आली होती, त्याची तत्त्वे तिला मान्य नव्हती. ती ज्या कॉलेजमध्ये गेली तेही तिला आवडले नव्हते, 'आपण चुकीच्या ठिकाणी येऊन पडलो आहोत,' अशी तिची भावना होती. ही संभ्रमित अवस्था संपून तिला जेव्हा 'आत्मज्ञान' प्राप्त होईल, त्यानंतरच ती 'सर्वस्वाने माझी होईल' असे तिने मला सांगितले होते.

सन १९९१मधली गोष्ट आहे. आम्ही अॅटलांटामध्ये होतो. मी, वेंडी आणि गिल. माझा एकविसावा वाढदिवस साजरा करायला बकहेडमधल्या एका जुन्या, उदासवाण्या बारमध्ये जमलो होतो. जळत्या सिगरेटच्या खुणा वागवणारी टेबल्स, बिअरसाठी प्लॅस्टिकचे मग्ज; पण आम्ही खुशीत होतो, पित होतो, हसत होतो. कधी नव्हे ते दारूला स्पर्शही न करणाऱ्या गिल यांनीसुद्धा 'घेतली' होती आणि त्याना ती जराशी 'चढली'ही होती. वेंडीने माझ्या वाढदिवसाचा 'सोहळा' कॅमेऱ्यात बंदिस्त करायचे ठरवले होते. ती कॅमकॉर्डर घेऊन आली होती. बारमध्ये निरनिराळे खेळ खेळायची सोय होती. असाच एक नेमबाजीचा खेळ खेळताना तिचे चित्रीकरण करण्यासाठी तिने कॅमेरा माझ्या हातात दिला. मी कॅमेऱ्यातून तिच्याकडे बघू लागलो. 'बघ, हा खेळ कसा खेळायचा ते मी तुला शिकवणार आहे,' असे म्हणत असताना मी तिच्यावर कॅमेरा रोखला; पण

काही सेकंदांतच माझी कॅमेऱ्यातली नजर तिच्या आकर्षक डौलदार शरीरावर फिरू लागली. ते तिच्या लक्षात आले आणि ती ओरडली,

''आंद्रे, कॅमेरा बाजूला कर...''

त्याच वेळी आरडाओरडा करत एक माझ्याच वयाच्या तरुणांचा एक गट बारमध्ये शिरला. फुटबॉल किंवा रग्बीचा संघ असावा, असा एकंदर अवतार होता. बारमध्ये येण्याआधीच सगळे जण भरपूर प्यायलेले दिसत होते. मला पाहिल्यावर त्यांनी आपापसात माझ्याविषयी असभ्य, अपमानकारक शेरे मारले. तेवढ्यात त्यांचे लक्ष वेंडीकडे गेले. मग तर त्यांना चेवच चढला. तिच्या समोर त्यांनी माझी टवाळी सुरू केली. मला चौदा वर्षांपूर्वीची अ‍ॅलन किंग टेनिस स्पर्धा आठवली, त्या वेळी नस्तासीनेही खेळता खेळता वेंडीवरून माझी टर उडवली होती, माझा अपमान केला होता.

त्यांच्यापैकी काही जण आमच्या टेबलाजवळ आले, एकाने नाण्यांचा एक ढीग टेबलावर आपटला, ते ओरडले, ''चैन करा...'' आणि चेकाळल्यासारखे हसत, एकमेकांच्या गळ्यात हात टाकून आमच्यापासून काही अंतरावरच्या टेबलांवर बसले. आरडाओरडा सुरूच होता. गिल यांनी हातातला बिअरचा मग खाली ठेवला. नाणी उचलली, व्हेंडिंग मशिनजवळ गेले, काही नाणी टाकून एक शेंगदाण्याचे पाकीट घेतले, परत जागेवर येऊन बसले, पाकीट उघडून त्यातले दाणे एकेक करून तोंडात टाकू लागले. हे सगळे करत असताना त्यांनी त्यांची नजर सतत त्या मवाली मुलांच्या गटावर रोखलेली होती. त्या मुलांना 'मूक संदेश' कळला, ते आपापसात कुजबुजले आणि त्यांनी बारमधून काढता पाय घेतला.

ते जाताच इतका वेळ तो सगळा 'संवादाविना चाललेला वादप्रसंग' पाहत असलेली वेंडी मनमुराद हसली आणि म्हणाली, ''आंद्रे, गिल यांना तुझ्या अंगरक्षकाचंही पद देऊ कर!''

मी तिला म्हणालो, ''वेंडी, ते माझे रक्षक आहेतच; पण केवळ अंगरक्षक नाहीत, ते माझा खेळ, माझे आचार-विचार, माझं शरीर आणि माझं मन या सर्वांचंच रक्षण करतात आणि हो, आता तर माझ्या मैत्रिणीचंही! वेंडी, ते माझ्या जीवनाचे एक अविभाज्य घटक आहेत, माझे प्राणरक्षकच आहेत!!'' सावलीसारखे माझ्या बरोबर असणाऱ्या गिल यांना बऱ्याच वेळा वार्ताहर, माझे चाहते, काही भोचक प्रेक्षक जेव्हा प्रश्न विचारीत, 'तुम्ही आंद्रेचे अंगरक्षक आहात का?' तेव्हा एक हलकेसे स्मित त्यांच्या चेहऱ्यावर झळकायचे आणि ते उत्तर द्यायचे, ''त्याच्या अंगाला हात लावून पाहा म्हणजे कळेल!!''

१९९१ सालची फ्रेंच ओपन. सुरवातीचे सर्व सामने जिंकून मी परत एकदा अंतिम सामन्यापर्यंत पोहोचलो. ग्रँड स्लॅम सामन्यातला तो माझा तिसरा अंतिम सामना

होता. प्रतिस्पर्धी - कोरीयर. त्याच्या विरुद्ध माझं पारडं जड होतं. प्रत्येक जण 'मीच जिंकणार' असंच म्हणत होता. मीही तसेच म्हणत होतो. त्याला पराभूत करणे *गरजेचेच* होते. दुसरा पर्यायच नव्हता. ग्रँड स्लॅमचा सलग तिसरा अंतिम सामनाही हारण्याची नामुश्की सहन करणे मला कल्पनेतसुद्धा शक्य नव्हते.

एक चांगली गोष्ट होती की, कोरीयरला याच मैदानावर याच स्पर्धेत पराभूत करण्याचा अनुभव ताजा होता, एकाच वर्षापूर्वीचा. वाईट गोष्ट ही होती की, कोरीयर बरोबरचे माझे संबंध फारच जुने, वैयक्तिक होते आणि त्याचे मला दडपण येत होते. आम्ही दोघांनीही एकाच ठिकाणी आमची कारकीर्द सुरू केली होती. बोलेटिरी ॲकॅडमीमध्ये असताना मी आणि तो काही फुटांच्या अंतरावर राहत होतो, झोपत होतो. तो निक बोलेटिरीचा आवडता होता; पण माझा खेळ त्याच्यापेक्षा कितीतरी पटीने चांगला होता. ग्रँड स्लॅमच्या अंतिम सामन्यात त्याच्याकडून हार पत्करायची म्हणजे सशाने कासवाला शर्यत जिंकू देण्यासारखे होते! या आधीचे दोन अंतिम सामने - एक चँग जिंकला होता आणि दुसरा पीट; पण तिसरा कोरीयर? छे, छे, मी तसे घडू देणे अशक्यच होते.

या वेळी माझा विजयाचा इरादा पक्का होता. मागल्या दोन सामन्यांत माझ्या हातून घडलेल्या चुकांमधून मी शिकलो होतो म्हणूनच पहिला सेट मी ६-३ असा जिंकला. दुसऱ्या सेटमध्ये गुणसंख्या ३-१ असताना एक ब्रेक पॉइंट मिळाला. तो जर मी मिळवला असता तर तो सेट आणि तो निर्णायक अंतिम सामना मी जिंकला असता, ग्रँड स्लॅमचे विजेतेपद मी भूषविले असते. त्याच वेळी अचानक पाऊस सुरू झाला. तो चांगलाच जोरात होता. प्रेक्षकांची पांगापांग झाली. मी आणि कोरीयरही लॉकर रूम्समध्ये गेलो. सामन्याची धग अजून तशीच होती, हार-जीतचा फैसला होण्याच्या क्षणाचा ताण होता. पिंजऱ्यात येरझारा घालणाऱ्या सिंहाप्रमाणे आम्ही दोघेही फेऱ्या मारत होतो. निक आत आले. ते काहीतरी म्हणतील, काही सल्ला देतील, उत्साहवर्धक चार शब्द बोलतील, अशा अपेक्षेने मी त्यांच्याकडे बहात होतो; पण ते गप्प होते. काही बोलले नाहीत, काहीही नाही! गेले काही दिवस निक यांच्या वागण्यात बदल झालेला दिसून येत होता. मार्गदर्शन, खेळाविषयी चर्चा, सुधारणा या गोष्टी थांबल्याच होत्या. केवळ माझी त्यांच्याविषयीची निष्ठा आणि गेल्या काही वर्षांचे वळण म्हणूनच निक माझ्या सोबत होते; पण ती वेळ अशी होती की मला मार्गदर्शनही नको होते, खेळासंबंधी सूचना किंवा मतही नको होते. मला दिलाशाचे दोन शब्द, निदान पाठीवर आपुलकीची एक थाप हवी होती, जे देणे हे कोणत्याही प्रशिक्षकाचे, मार्गदर्शकाचे कर्तव्यच असते. हृदयाची धडधड वाढलेल्या त्या क्षणी मी त्यांच्याकडून तेवढीही अपेक्षा करणे अनुचित होते का?

पाऊस थांबला. आम्ही मैदानावर परतलो. कोरीयर मैदानाच्या अगदी मागच्या सीमारेषेवर उभा राहिला. मला वाटते की, त्याला माझ्या फटक्यातील

जोर काढून घ्यायचा होता. त्याला विश्रांती मिळाली होती, विचार करायला, मनःशक्ती एकवटायला वेळ मिळाला होता. तो ब्रेक पॉइंट त्याने मला जिंकू दिला नाही, तो सेटही त्याने माझ्या हातून खेचून घेतला. मी रागावलो, अतिशय चिडलो. तिसरा सेट ६-२ असा तडाखेबंद जिंकला. मी मला आणि कोरीयरलाही बजावले की, दुसरा सेट हा अपवाद होता. मला शेवट समोर दिसू लागला होता, माझा ग्रँड स्लॅममधला पहिला वहिला विजय फक्त सहा गेम्सच्या अंतरावर होता!

चौथा सेट सुरू झाला आणि पहिल्या तेरा गुणांपैकी बारा गुण मी गमावले! काय झाले काय? माझा ताल हरवला की कोरीयरला सूर सापडला? मला काहीच उमगेना आणि ते कधी उमगेल असे वाटतही नव्हते. माझ्या मनाची जी अवस्था झाली होती ती माझ्या परिचयाची होती. नक्कीच, मन झपाटून टाकणारी ती स्थिती मी अनेक वेळा अनुभवली होती. होय, तीच थरारक जाणीव! होय, तशीच अटळ अशी परिस्थिती. डोके हलके, शक्ती सोडून चालल्याचा जीवघेणा प्रत्यय... कोरीयरने तो, चौथा सेट जिंकला. पाचवा सेट. ४-४ अशी बरोबरी. त्याने माझी सर्व्हिस भेदली आणि त्या क्षणी त्या अशुभ इच्छेची पाल मनात चुकचुकली, 'हा सामना सोडायचा!'

माझे मलाच कळत नव्हते काय होत होते ते! त्याचे काय स्पष्टीकरण देणार होतो मी? चौथ्या सेटमध्ये माझी मनःशक्ती ढासळली, पाचव्याला माझी इच्छाशक्तीच मेली! विजयावरची वासनाच उडली! सामन्याच्या प्रारंभी माझे मन यशाची जेवढ्या ठामपणे खात्री देत होते, तेच आता तितक्याच भक्कमपणे अपयशाचीही हमी देत होते. आता मला विजयाचा हार नकोच होता, अपमानकारक हारच हवी होती. त्यासाठी फार काळ वाट पाहायचीही माझी तयारी नव्हती. मी आसुसलो होतो पराजयासाठी. मी स्वतःलाच सांगत होतो, 'लवकर, लवकर, संपव सगळं! पराजयाचं मरण जितकं लवकर येईल तेवढं बरं!!'

मी स्वमग्न झालो. ना मला प्रेक्षकांचा आरडाओरडा ऐकू येत होता ना माझ्या मनातला हलकल्लोळ! बस, एक सूं... असा आवाज कानात घोंघावत होता. पराभूत होण्याच्या इच्छेने माझी अशी पकड घेतली होती की, माझ्या संवेदनाच बधिर झाल्या होत्या. पाचव्या सेटमधली दहावी निर्णायक गेम मी कोरीयरला देऊन टाकली आणि त्याचे अभिनंदन करायला जाळ्याजवळ धावलो. नंतर मला माझ्या स्नेही मित्रांनी सांगितले की, त्या वेळी माझ्या चेहऱ्यावर जी भकास विषण्णता त्यांनी पाहिली तशी त्याआधी कधीच पाहिली नव्हती.

काही वेळानंतरही मी मला शिव्या घालत नव्हतो, स्वतःची निर्भर्त्सना करत नव्हतो. मी मला पटवून देत होतो की, 'अरे, असाध्य ते साध्य करायला जे लागतं ना ते तुझ्यात मुळातच नाही. तू स्वतःशीच हार मानतोस मग सामन्यातही हार मानावीच लागते तुला!'

त्या अपयशाच्या जखमेचा व्रण बरेच दिवस वागवीत होतो मी. 'अपयश दिसतंय चेहऱ्यावर. वीज कोसळल्यासारखा काळवंडला आहेस!' व्हेगासला परततानाच्या विमान प्रवासात वेंडी एवढे एकच वाक्य बोलली.

घराच्या दारातून आत शिरलो आणि समोर आले साक्षात जन्मदाते! मला पाहिल्या पाहिल्या त्यांचा तोफखाना आग ओकू लागला, 'पावसानंतर खेळात बदल नको होता करायला? त्याच्या बॅकहॅन्डला का नाही मारलेस चेंडू?' एक ना दोन. मी काहीच उत्तर दिले नाही. हाललो नाही, बोललो नाही. ते तोफा डागणार हे मला माहितीच होते, त्यामुळे मी काहीही प्रतिक्रिया व्यक्त न करता तो हल्ला सहन केला; पण वेंडी – तिला नाही सहन झाले ते. माझ्या आईने जे करावे असे मला नेहमी वाटायचे ते वेंडीने केले. ती आमच्या दोघांच्या मध्ये उभी राहिली आणि म्हणाली, ''आपण टेनिस या विषयावर पुढचे दोन तास तरी बोललो नाही तर चालेल का?'' दोन तास! टेनिसवर चर्चा नाही!!

माझे वडील थक्क! गप्प! अवाक! मला वाटले आता वेंडीची काही खैर नाही; पण नाही, वडील फक्त धुमसले आणि ताडताड त्यांच्या खोलीकडे चालते झाले. मी वेंडीकडे पाहिले. त्या क्षणाइतकी ती मला कधीच आवडली नव्हती, त्यापुढेही तितकी कधी आवडली नाही.

मी माझ्या रॅकेट्सना स्पर्शही केला नाही. माझी टेनिसची बॅग उघडलीदेखील नाही. गिल यांच्याकडेही गेलो नाही. खोलीत वेंडीजवळ पहुडलो आणि चित्रपट पाहत राहिलो. तेही फक्त भीतीने थरकाप उडविणारेच. कोरीयरविरुद्धच्या पाचव्या सेटच्या वेळी ज्या भावनेने मनात घर केले होते तिला बाजूला सारण्याचे सामर्थ्य त्या आत्यंतिक भीतीमध्येच होते.

निक मला विम्बल्डन स्पर्धा खेळायचा आग्रह करत होते. मी तो हसण्यावारी नेला.

''अरे, घोड्यावरून एकदा पडलं तरी परत मांड चढवलीच पाहिजे त्याच्यावर. तोच एक मार्ग आहे परतीचा,'' ते म्हणत राहिले.

''गेला खड्ड्यात तुमचा घोडा!'' मी त्यांना टाळत राहिलो.

पण वेंडीही म्हणाली, ''खरं आहे त्यांचं, आंद्रे. जास्तीत जास्त काय होईल? पुन्हा पराभूत होशील, त्याहून वाईट तर काही होणार नाही ना? चल, चल...''

त्या दोघांनी मिळून मला परत घोड्यावर – लंडनच्या विमानात – बसवले. त्या वेळी आम्ही लंडनमध्ये, मुख्य रस्त्यापासून आत, ऑल इंग्लंड लॉन टेनिस अॅन्ड क्रोके क्लबच्या जवळ एक छानसे दोन मजली घर भाड्याने घेतले. त्या घराच्या मागे एक रमणीय बाग होती. सुंदर गुलाबाची फुले आणि

विविध प्रकारची गाणी गाणारे पक्षी. जेथे बसून मी इंग्लंडला का आलो आहे हे विसरून जाता यावे अशी प्रसन्न, शांत जागा. वेंडीने त्या जागेला घरकुलाची ऊब आणली. मंद तेवणाऱ्या मेणबत्त्या, गरजेच्या सामानाने भरलेले सुसज्ज स्वयंपाकघर आणि ती लावत असलेल्या सेंटचा सुमधुर वास - बस, स्वर्गसुख! ती रात्री चविष्ट जेवण बनवीत असे आणि मी सकाळी सरावाला निघालो की, बरोबर डबा भरून देत असे.

पावसामुळे सामने तर पाच दिवस उशिरा सुरू झालेच; पण घर सुखकारक असूनही चार भिंतीत जीव कोंडायला लागला. मला मैदानावर कधी जातो असे झाले. मला फ्रेंच ओपनचे उट्टे काढायचे होते. त्यातल्या अपयशाची कटुता पळवून लावायची होती किंवा मग परत एकदा अपयश घेऊन खालमानेने घरी परत जायचे होते. काही तरी घडायला हवे होते. अखेर पावसाने कृपा केली. मी पहिला सामना ग्रँट कॉनेलशी खेळलो. जोरदार सर्व्हिस आणि टप्पा पडू न देता मारलेले फटके ही त्याची बलस्थाने होती. तो जलदगती मैदानांवर प्रभावी ठरलेला खेळाडू होता. मी दीर्घकाळानंतर हिरवळीच्या मैदानावर खेळत होतो आणि पहिलाच सामना अशा जरा निराळ्या प्रतिस्पर्ध्याशी खेळायला लागणार होता. तो मला धो धो मारेल अशीच अपेक्षा होती पण ती खोटी ठरली. मी सरळ पाच सेटस जिंकले आणि सामना खिशात घातला.

उपांत्यपूर्व सामना डेव्हिड व्हीटनविरुद्ध होता. पहिल्या तीन सेट्सपैकी दोन मी जिंकले होते. चौथ्या सेटमधले दोन ब्रेक पॉइंट्सही मी मिळवले होते. मोठ्या आत्मविश्वासाने खेळत होतो. अचानक कंबर आणि पाय यांतील सांध्यातून जीवघेणी कळ उठली. थेट डोक्यापर्यंत पोहोचली. मी कळवळलोच; पण तसाच खेळत राहिलो. अर्थात त्या नंतरच्या हालचाली म्हणजे केवळ लंगडणेच होते. व्हीटनने सामना अगदी सहजगत्या जिंकला हे वेगळे सांगायला नकोच. स्नायूने दगा दिला नसता तर सामना मी नक्कीच जिंकू शकलो असतो, तसे मी वेंडीला म्हणालोदेखील. खेळताना माझ्या चित्तवृत्ती फ्रेंच ओपनपेक्षा खूपच जास्त प्रफुल्लित, उत्साहित होत्या. मुख्य म्हणजे चांगला बदल हा होता की, सामना जिंकायचाच हे मनाने पक्के घेतले होते. माझी वृत्ती निश्चितपणे सकारात्मक बनली होती, मन योग्य दिशेने, यशप्राप्तीचाच विचार करू लागले होते.

सांधा पूर्वस्थितीमध्ये यायला फारसा वेळ लागला नाही. माझे शरीर असल्या गोष्टींना वेगाने पळवून लावते; पण मन? मी म्हटले की, विचारात सुधारणा होती पण नाही, अजून मैदानावर हृदयाची धडधड काही थांबत नव्हती. मी यूएस ओपनमधला *पहिलाच सामना* हरलो - अगदी सलामीचाच सामना. तोही अतिशय वाईट पद्धतीने. प्रतिस्पर्धी होता क्रिकस्टाइन. खरे तर पराभूत होण्याचे

एकही सबळ कारण नव्हते, मी त्याला सहजगत्या पराभूत करू शकत होतो; पण मनाने पुन्हा असहकार पुकारला. शरीराला आवश्यक त्या हालचालीही करू दिल्या नाहीत. प्रतिस्पर्ध्याला यश मिळू देण्यासाठी ते उदार झाले होते. अगदी सरळ होते, मनात जिंकायची इच्छाच, तिला विजिगीषू वृत्ती म्हणतात, ती जागी होत नव्हती. मन अशी भलती थेरे करत असताना मी त्याला खडसावत नव्हतो, जाब विचारीत नव्हतो, तो विचारांचा पगडा, अकलेवरचा पडदा झुगारून देत नव्हतो. क्रिकस्टाइन प्रत्येक चेंडूमागे धावत होता, झेपावत, मुसंड्या मारीत होता. मी त्याची धडपड अलिप्तपणे पाहत होतो. सामना संपला आणि आपण पराभूत झालो हे जेव्हा मनाला प्रतीत झाले तेव्हा मग लाज वाटायला लागली, मन शरमले, मान खाली वळली.

हे अपयशाचे भूत, त्याची 'मनमानी' थांबवायलाच हवी होती. काहीतरी जालीम उपाय करायला हवा होता. मनावरचे हे मळभ दूर करायलाच हवे होते. एका ऊर्मीसरशी मी घर सोडायचे ठरवले. व्हेगासच्या नैर्ऋत्य भागात एकसारख्या घरांच्या रांगेतील एक तीन बेडरूम्सचे घर तडकाफडकी घेऊन टाकले. घराची सजावट ते घर अविवाहित पुरुषाची मठी शोभेल अशीच; पण तरीही जरा 'हटके' केली. एका बेडरूममध्ये ॲस्टेरॉइड्स, स्पेस इनव्हेडर्स, डिफेंडर अशा खेळांची सोय केली. मला खरे तर ते खेळ अजिबात खेळता येत नव्हते पण मला ते खेळायचे होते, त्यात पटाईत व्हायचे होते. मधल्या हॉलचे मी थिएटर बनवून टाकले - त्या वेळी सर्वांत उत्तम म्हणून गणली गेलेली साउंड सिस्टिम, खणखणीत आवाजाचे सोफ्यातच बसवलेले ध्वनिवर्धक. भोजनकक्षात डायनिंग टेबलाऐवजी बिलियर्डचे टेबल ठेवले. सगळ्या खोल्यात एकदम रुबाबदार, भारी किमतीच्या लेदरच्या खुर्च्या मांडल्या. त्याला अपवाद होता हॉलचा. तेथे भले मोठे, जोडता सोडवता येणारे, सुरवंटाच्या अंगावरची मऊ लव असते तशा कापडाचे, चांगले भरीव, मऊ मऊ कोच ठेवले होते. स्वयंपाकघरात कोणत्याही क्षणी, एका क्षणात सोडा देणारे मशिन बसवले होते. त्याला छोटे छोटे नळ होते. त्यामधून हवा तेव्हा, हवा तेवढा, माझा आवडता माउंटन ड्यू सोडा मिळत होता. मागच्या अंगणात मी एक फवाऱ्यांची सोय असलेला, अंघोळीसाठी आणि मसाजसारख्या उपचारांसाठीही वापरता येईल, असा गरम पाणी भरलेला आरामदायी टब बसवला होता. काळ्या रंगाचा तळ असलेला एक पोहोण्याचा छोटा तलावही बनवून घेतला होता.

घरातील सर्वांत खास होती ती माझी स्वतःची बेडरूम. एखाद्या गुहेसारखी - काळ्या रंगाच्या भिंती, खिडक्यांवरचे पडदेसुद्धा काळेकभिन्न! प्रकाशाच्या एका कवडशालाही आत यायला मज्जाव होता. जगाकडे पाठ

फिरवून, स्वतःला अंधारात डांबून घेतलेल्या, पौगंडावस्था संपून पौरुषावस्थेत प्रवेश केलेल्या एका तरुणाची अंधारकोठडी. माझ्या उच्च श्रेणीच्या, सर्व सुखसोयींनी युक्त अशा पिंजऱ्यात मी मोठ्या रुबाबात, कर्तबगार पुरुषाचा आब आणून येरझारे घालत असे.

सन १९९२ उजाडले. ऑस्ट्रेलियन ओपन मी चुकवली. याआधीही मी ती स्पर्धा कधीच खेळलो नव्हतो आणि त्याची सुरुवात करायला त्या वर्षाचा मुहूर्त मला काही योग्य वाटला नाही; परंतु डेव्हिस कपच्या टीममध्ये मात्र मी खेळलो. कदाचित, ती हवाईमध्ये होती म्हणून असेल. आमच्या टीमची गाठ अर्जेंटिनाशी पडली. मी माझे दोन्ही सामने जिंकले. स्पर्धेचा शेवटचा दिवस रविवार होता. शनिवारची रात्र मी आणि वेंडीने मॅकेन्रो आणि त्याची पत्नी टेटम ओ'नील यांच्या बरोबर घालवली. मद्यपान जरा प्रमाणाबाहेरच झाले. झोपायला पहाटेचे चार वाजले. रविवारी जे सामने खेळले जातात ते केवळ उपचार म्हणूनच खेळले जातात. त्यांना 'डेड रबर'च म्हणतात. मी असा विचार केला की, मी नाही म्हटल्यावर टीममधले कोणीतरी त्या कमी महत्त्वाच्या सामन्यात खेळेल आणि उशिरापर्यंत झोपून राहिलो.

पण तसे झाले नाही. मद्याच्या अमलाखाली असूनसुद्धा, शरीरातील पाण्याचे प्रमाण कमी झालेले असूनसुद्धा मलाच मैदानावर उभे राहावे लागले. परिस्थिती इतकी वाईट होती की माझा प्रतिस्पर्धी जेट याची एक सर्व्हिस मी रॅकेटऐवजी हाताने अडवली! एक बरे होते की जेटही माझ्याच अवस्थेत होता. 'डेड रबर' खेळणारे दोघेही 'डेड'च होते आणि 'रबर'च होते – अर्धवट जागृतावस्था आणि तनमन बधिर. मद्यप्राशनाने लाल झालेले डोळे लपविण्यासाठी मी 'ओले' कंपनीचे गॉगल्स घालून खेळत होतो. सामन्याचे गांभीर्य मनाला जाणवतच नव्हते म्हणूनच असेल कदाचित, मनावर कोणताच ताण नसल्याने, मन कोणताच ताण घ्यायच्या स्थितीतच नसल्याने, माझा खेळ चांगला होत गेला. मी चक्क विजेता ठरलो! नंतर विचार केला यातून धडा शिकण्यासारखा आहे का? अटीतटीच्या सामन्यात, आणीबाणीच्या वेळी, ग्रँड स्लॅमच्या अंतिम सामन्यातही मी जर असाच ताणविरहित खेळलो तर यश मिळेल मला? प्रत्येक सामना असाच मद्याच्या धुंदीत खेळावा का?

डोळ्यांवर ओले कंपनीचे गॉगल्स चढवून तो 'डेड रबर' सामना खेळतानाचा माझा फोटो पुढच्या आठवड्याच्या *टेनिस* या नियतकालिकाच्या मुखपृष्ठावर झळकला. मी आणि वेंडी माझ्या व्हेगासमधल्या शाही पिंजऱ्यात परतलेलो होतो. एका सकाळी दारात एक प्रचंड मोठी व्हॅन येऊन उभी राहिली. आम्ही उत्सुकतेने बाहेर गेलो तर ड्रायव्हर व्हॅनमधून खाली उतरून एक कागद घेऊन माझ्याजवळ आला आणि म्हणाला, ''आंद्रे आगासी, इथे सही करा.''

''का? काय आणलंय तुम्ही?''

"भेट. गॉगल्सचे उत्पादन करणाऱ्या ओले कंपनीचे संस्थापक, मालक जिम जानार्ड यांनी भेट पाठवलीय तुम्हाला, आंद्रे आगासी!"

व्हॅनचे मागचे दार उघडले, एक उतार खाली आला आणि त्यावरून घरंगळत खाली आली - एक कोरी करकरत लाल रंगाची डॉज कंपनीची 'व्हायपर' गाडी!! सामन्यामध्ये जिंको अथवा पराभूत होवो, मी उत्पादनांना लोकप्रियता मिळवून देऊ शकतो, त्यांची जाहिरात करू शकतो, खप वाढवू शकतो हे लक्षात आल्याने बरे वाटले!

गुणवत्तायादीतील माझे वरच्या क्रमांकांवर असणारे नाव खाली कोसळले - दहाव्या क्रमांकाच्याही खाली गेले! त्या काळात मी जे काही सामने खेळलो त्यांपैकी फक्त डेव्हिस कपच्या सामन्यातील खेळ मला स्वतःला पटला होता. मी यूएसच्या टीमच्या यशात झेकोस्लोव्हाकियाच्या संघाविरुद्ध दोनही सामने जिंकून भर घातली होती. तेवढा अपवाद सोडला तर टेनिसपेक्षा घरातील ॲस्टेरॉइड्सच्या खेळातच मी 'नेत्रदीपक' प्रगती केली होती.

त्या वर्षीच्या - १९९२ सालच्या - फ्रेंच ओपनमध्ये मी पीटला पराभूत केले या गोष्टीने मला जरा तरी समाधान दिले. उपांत्य सामन्यात परत एकदा कोरीयरशी गाठ पडली. आदल्या वर्षीच्या क्लेशकारक आठवणी मनात ताज्या असतानाच मी पुन्हा एकदा एकही सेट न मिळवता सामन्यात सपशेल पराभूत झालो. पुन्हा एकदा कोरीयरने माझा अपमान केला - लिंबूटिंबू खेळाडूशी खेळल्याने जराही दमायला झाले तर नाहीच; पण पुरेशा कॅलरीजही जळल्या नाहीत, हे दाखविण्यासाठी तो सामना संपल्यावर त्याने मैदानावरच टेनिसचे बूट काढून टाकून त्याचे पळायचे बूट पायात चढवले आणि तो पळायचा व्यायाम करायला गेला.

निराश, मलूल अवस्थेत मी फ्लोरिडाला निक यांच्या घरी जाऊन थडकलो. तिथल्या मुक्कामात मी एकदाही रॅकेटला हातही लावला नाही. विम्बल्डनला जाण्याच्या आधी, एकदाच, अगदी थोडाच वेळ, तेही मनाविरुद्धच, बोलेटिरी ॲकॅडमीच्या मैदानावर मी सराव केला आणि आम्ही सर्वजण लंडनला जाणाऱ्या विमानात बसलो. त्या वर्षी विम्बल्डनला जमलेल्या खेळाडूंच्या गुणवत्तेचा दर्जा चकित करणारा होता - दोन ग्रँड स्लॅम स्पर्धा नुकत्याच जिंकलेला वीर कोरीयर, खेळात सातत्याने सुधारणा दाखवणारा पीट, सुसाट खेळ केलेला स्टीफन एडबर्ग - एकाहून एक अव्वल दर्जाचे खेळाडू! मला गुणवत्ता यादीत बारावे स्थान होते; पण खरे तर माझा खेळ पाहता मला त्याहूनही खाली ढकलून द्यायला हवे होते.

माझा पहिला सामना रशियाच्या अँन्द्रे चेस्नोकोव्ह याच्याविरुद्ध होता. मी निकृष्ट दर्जाच्या खेळाडूचा खेळ खेळत होतो. पहिला सेटमध्ये पराभूत

झालो. मी माझ्यावर चिडलो, स्वतःला वाईटसाईट शिव्या घातल्या, मी चांगला जोरात, सर्वांना ऐकू जाईल, अशी लाखोली वाहत होतो. अंपायरने मला निषिद्ध भाषा वापरल्याबद्दल जेव्हा औपचारिकरीत्या ताकीद दिली तेव्हा, खरे तर, त्याच्याचकडे तोंड करून तेच अपशब्द त्यालाच वारंवार ऐकवावेत अशी इच्छा झाली होती; पण मी ते शब्द आणि चीड गिळून टाकली. स्वतःला आवरले, सावरले, भानावर आणले. त्यानंतर असा खेळ केला की, पुढचे तीनही सेट्स सरळ जिंकून सामनाही जिंकला.

उपांत्यपूर्व चार फेऱ्यांमधील एका फेरीत माझ गाठ बेकरशी पडली. बेकर– मागील सातपैकी सहा वर्षी अंतिम सामन्यापर्यंत पोहोचलेला तरबेज खेळाडू. विम्बलडनचे मैदान एव्हाना त्याच्यासाठी त्याच्या परसदारचे अंगण झाले होते. दरवर्षी नियमित वारी करण्याचे, हमखास 'फळणारे' तीर्थस्थान; परंतु या वेळी सगळेच पालटले! इतकी वर्षे मी त्याच्या खेळाचे, सर्व्हिसेसचे केलेले बारीक निरीक्षण कामी आले. आमचा सामना अटीतटीचा झाला, एक नाही दोन दिवस चालला आणि मी पाच सेट्स खेळून सामना अखेर जिंकला. म्युनिकच्या आठवणींना तिलांजली दिली!

उपांत्य सामना झाला मॅकेन्रोशी – तीन वेळा विम्बल्डन विजेता ठरलेला मॅकेन्रो. माझ्या कचखाऊ मनाला मी वेळीच आवरले, बजावले. तीन सेटमध्ये सामना जिंकून टाकला! मी अंतिम फेरीत प्रवेश केला होता!! पीटशी सामना होईल असे वाटत होते; पण तो गोरान इव्हानिसिविच याच्या विरुद्ध उपांत्य सामन्यामध्ये पराभूत झाला. गोरान हा क्रोएशियाचा एक बलदंड खेळाडू, वेगवान सर्व्हिससाठी प्रसिद्ध. त्याच्याशी मी त्याआधी दोनदा खेळलो होतो आणि दोन्ही वेळा पराभूत झालो होतो. त्याने सरळ सरळ माझा धुव्वा उडवला होता. त्याच्याचकडून हरलेल्या पीटबद्दल मला सहानुभूती वाटली; पण त्या बरोबरच उपविजेतेपदासाठी पीटशीच गाठ पडेल की काय अशी धास्तीही निर्माण झाली. माझ्याहून पाच इंचाने उंच असलेल्या महाकाय गोरानशी खेळताना इतिहासाची पुनरावृत्ती होणार असेच वाटत होते. चारीमुंड्या चीत झाल्यामुळे मला मैदान सोडण्याची वेळ येईल की काय अशीच काळजी पडली होती.

गोरानची सर्व्हिस नेहमीसारखी प्रचंड वेग आणि जोर घेऊन येत होतीच. त्या दिवशी तर ती क्रीडाकौशल्याचा नमुनाच बनली होती. त्याने माझ्या डाव्या उजव्या बाजूंना १३८ मैलाच्या अविश्वसनीय वेगाने केलेल्या सर्व्हिसेस परतवता येणे मला अशक्यच होते. वेगाबरोबरच चेंडूचा हवेतील मार्गही जबरदस्त होता. ७५ अंशाच्या कोनात चेंडू येत होते. मी मनाचे समाधान करून घेऊ लागलो, 'काळजी करू नको, अशा काही सर्व्हिसेस येणारच, सारख्या सारख्या नाही

येणार. त्या बाकीच्या सर्व्हिसेससाठी तयार राहा. त्याच सामन्याचे भवितव्य ठरवतील!'

त्याने पहिला सेट ७-६ असा घेतला. सबंध सेटमध्ये मी एकदाही त्याची सर्व्हिस भेदू शकलो नव्हतो. मी संयम बाळगत होतो, तीव्र प्रतिक्रिया उमटू देत नव्हतो, दीर्घ श्वसन करून शांत राहायचा प्रयत्न करत होतो. ग्रँड स्लॅम स्पर्धेतला चौथा अंतिम सामना - तोही पराभूत होण्याचा अशुभ विचार मी मनात येऊ देत नव्हतो, ठरू देत नव्हतो, दूर झिडकारून टाकत होतो. दुसऱ्या सेटमध्ये मला संधी मिळाल्या, त्याने काही चुका केल्या, मीही त्याचे आक्रमण मोडून काढले. सेट चक्क मी जिंकला! आणि पाठोपाठ तिसराही! त्या यशाने माझ्या उरात धडधडायला लागले. पुन्हा एकदा ग्रँड स्लॅममधील अंतिम सामना, अखेरचे कसोटीचे क्षण, आशा निराशेचे, अनिश्चिततेचे - पुन्हा पराभूत होण्याचे? की अपवाद घडवण्याचे?

चौथा सेट. गोरानने पुन्हा उचल खाल्ली. त्यातच मीही आक्रमक खेळ करून त्या क्रोएशियनला भडकवला. त्याने सूड घेतला आणि सेटही. माझा सत्यानाश! मला दुसऱ्या दिवशीच्या वर्तमानपत्रातले मथळे माझ्या हातातल्या रॅकेटइतके स्पष्ट दिसायला लागले. पाचवा सेट सुरू होण्यापूर्वी मी एका जागी शांत बसलो. मी मनाला समजावले, 'मना, हे बघ, या आधीच्या अंतिम सामन्यांच्या वेळी तूच यशासाठी आसुसलेला नव्हतास, पुरेसा तळमळला नव्हतास, तुझी इच्छाशक्ती कमी पडली होती; पण या वेळी तसे नाही. तुलाच यश हवे आहे, इजा बिजा तिजा होऊन गेला. आता पुन्हा नाही. तुला हा सामना जिंकायचाच आहे, तेव्हा तुला तुझी आस, तुझा ध्यास स्पष्टपणे तुझ्या प्रतिस्पर्ध्याला, इथे बसलेल्या सर्वांनाच उघड करून दाखवलाच पाहिजे. चल, ऊठ...'

पाचवा सेट, अखेरचा! गुणसंख्या समान होती, दोघांनीही ३-३ गेम्स जिंकल्या होत्या. ब्रेक पॉइंट होता, मी सर्व्हिस करत होतो. त्या सेटमध्ये मी एकदाही पहिली सर्व्हिस बरोबर करू शकलो नव्हतो; पण ब्रेक पॉइंटची पहिलीच सर्व्हिस अचूक झाली. गोरानने ती मैदानाच्या मध्यभागी परतवली. मी चेंडू त्याच्या बॅकहॅन्डला मारला. त्याने चेंडूला उंची दिली. आता तसा चेंडू दोन पावले मागे जाऊन मारणे अगदी सोपे आणि हमखास गुण मिळवून देणारे. मला ग्रॅन्ड स्लॅमचे विजेतेपद मिळवून देणारी आदर्श संधी! पण असे सहज सोपे काही पदरात पडलेले नाही पसंत पडत मला. घेऊ का नेहमीसारखा आणि टिकवू का सर्व्हिस? मी मारला, जसा टेनिस या खेळाच्या तंत्रशिक्षणात शिकवतात तसाच मारला आणि सर्व्हिस टिकवली.

गेम्सची स्थिती ४-५ अशी होती. गोरान सर्व्हिस करत होता. दोनदा डबल फॉल्ट झाला. त्या गेमची गुणसंख्या ०-३० झाली. तो दमलेला दिसत होता,

तणावाखाली वाटत होता. मी तर त्याला गेल्या तासा दीड तासात फारसा काही त्रास दिलेला नव्हता. पळवलेलाही नव्हता. त्याचा तोच थकला होता. नक्कीच त्याच्या अंतर्मनात खळबळ माजली होती, संदेह निर्माण झाला होता, पराभूत होण्याची शक्यता प्रतीत झाली होती. पुढचे चित्र मनात स्पष्ट होऊ लागले होते – हे सगळे मी इतक्या स्पष्टपणे जाणू शकत होतो. कारण, माझा दीर्घ स्वानुभव. या 'मोडलेपणा'चा मी अनेकदा अनुभव घेतला होता. त्या वेळी त्याचे शरीर कशा प्रतिक्रिया देत असेल हेही मला कळत होते. त्याचा घसा कोंडला असेल, पाय डळमळत असतील; पण त्याने स्वतःला सावरले असावे कारण दुसरी सर्व्हिस बंदुकीतून सुटलेल्या गोळीसारखी आली आणि चेंडूने सीमारेषेवरील पांढरी फक्की उडवली. पुढली सर्व्हिसही त्याने तशीच जोरदार, परतवण्यापलीकडची केली. गुणसंख्या ३०-३० अशी झाली.

त्याची पहिली सर्व्हिस पुन्हा चुकली, दुसरी केली. मी तडाखेबंद परतवली. चेंडू जमिनीला टेकल्याबरोबर त्याने तो मारला. मी तो पुढे पळून घेतला. मागच्या सीमारेषेकडे चालत जाताना मी मनाला बजावले, 'आता एक हाताचा झोका आणि विजय हातात. बस, एक छानसा, झोकदार फटका. तू यशाच्या इतक्या जवळ कधीच पोहोचला नव्हतास आणि कदाचित पुन्हा कधी पोहोचणारही नाहीस. चल...'

झाले! मनाने शंका काढलीच! 'इतक्या जवळ पोहोचूनही नाहीच यश मिळाले तर? दिलीच त्याने झुकांडी तर?' मी मनाची निर्भर्त्सना केली. मी थबकलो. तो उपाहास मनाला झटकून टाकायला लावला. गोरानचा विचार मनात आणला – 'तो पुढची सर्व्हिस कशी करेल या परिस्थितीत? न परतवण्यासारखी? माझ्या डावीकडे करेल? सामान्यपणे अशा निर्णायक क्षणी जशी अगदी कोपऱ्यात चेंडू टाकून प्रतिस्पर्ध्याला पळायला लावणारी करतात तशी करेल? पण गोरान काही सामान्य खेळाडू नाही. तो बहुधा त्याची ती खास – मैदानाच्या मध्यभागी समांतर – सर्व्हिसच करेल. तो तशीच करणे का पसंत करतो? देवालाच ठाऊक! खरे तर त्याने तशी करू नये आत्ता; पण तो तशीच करणार. मी ओळखतो त्याला.' मला वाटले होते तसेच झाले. गोरानने तशीच सर्व्हिस केली..; पण चेंडू जाळ्यात अडकला. बरे झाले जाळ्यात अडकला – नाहीतर तो असा उल्कापात झाल्यासारखा अचूक सीमारेषेवर पडला असता की मी बरोबर अंदाज घेऊन, योग्य प्रकारे हालचाल केली असती तरी चेंडूला काही माझ्या रॅकेटचा स्पर्श होऊ शकला नसता!

प्रेक्षकांच्यातील उत्कंठा शिगेला पोहोचली, ते उठून उभे राहिले. प्रत्येक क्षण महत्त्वाचा होता. मला स्वतःशी बोलणे गरजेचेच होते. मी पंचांकडून वेळ मागून घेतला. माझा माझ्याशी संवाद, तोही मोठ्याने, सुरू झाला, 'हे बघ

आंद्रे, हे असेच होईल असे समजू नको. दर वेळी दोनदा सर्व्हिस चुकेल, चेंडू जाळ्यातच जाईल असे मुळीच नाही. जे तुझ्या हातात आहे ते तू नीट, काळजीपूर्वक कर. आलेली सर्व्हिस व्यवस्थित, जीव लावून परतव. त्यातही ती बरोबर नाही परतवली गेली तरी लगेच गडबडून जाऊ नको. त्यातून मार्ग निघू शकतो. चिंता सोड.'

जोरात मार, आंद्रे, जोरात मार... जुना, ओळखीचा घोष कानात घुमू लागला.

गोराननने चेंडू वर उडवला आणि माझ्या बॅकहॅन्डला सर्व्हिस केली. मी वर उसळी मारली, सगळा जोर लावून चेंडू त्याच्या बॅकहॅन्डला टाकला; पण त्याचा वेग फारच कमी होता, तरीही कसा कोण जाणे, तो सोपा चेंडूही जेव्हा गोराननने मारला तेव्हा तो सरळ जाळ्यात अडकला! होय, मला गुण आणि यश आणि विजेतेपद - बावीस वर्षांनी, रॅकेटच्या बावीस दशलक्ष फटक्यांनंतर - मला - आंद्रे आगासी याला - ग्रॅन्ड स्लॅममधील विम्बल्डन स्पर्धेचे विजेतेपद - मिळाले!!

मी गुडघे टेकून खालीच बसलो. काही क्षणातच मैदानावर पालथा पडलो. माझा भावनावेग अनावर झाला होता. केवळ अविश्वसनीय! भावनांचा भर ओसरतच नव्हता अखेर तो ओसरला. जेव्हा रिता झालो आणि उठलो, उभा राहिलो, तेव्हा गोरान इव्हानिसिविच माझ्या बाजूला उभा होता. मी उठलेला पाहिल्यावर त्याने मला मिठी मारली, म्हणाला की, 'अभिनंदन! आज विम्बल्डनचे विजेतेपद तुलाच मिळायला हवे होते, तुझाच हक्क होता त्याच्यावर!'

''तुझा प्रतिकारही कडवा होता, गोरान!''

त्याने माझ्या खांद्यावर थोपटले, तो माझ्याकडे बघून प्रसन्न हसला. त्याच्या खुर्चीवर जाऊन बसला आणि त्याने डोक्याभोवती टॉवेल गुंडाळून घेतला. त्याच्या मनातील भावनांशी मी जास्त, अधिक जवळून परिचित होतो. मी खुर्चीवर बसून मनातील आनंदाच्या लाटांना शांत करत असतानाही त्याच्या मनात नेमके काय वादळ उठले असेल हे मला पूर्णपणे समजत होते.

एक नखशिखांत ब्रिटिश राजघराण्यातील वाटावा असा एक रुबाबदार पुरूष माझ्या समोर आला. त्याने मला उभे राहायला सांगितले आणि माझ्या हातात झोकदार झाकण असलेला एक भला मोठा सोनरी पेला ठेवला - माझे सुवर्णपदक! विजेतेपदाचा चषक! तो नेमका हातात कसा धरायचा हेही मला नीटसे माहीत नव्हते आणि त्याचे काय करायचे तेही. त्यानेच तो माझ्या हातात व्यवस्थित, सुरक्षित ठेवला आणि मला सांगितले, 'चषक डोक्यावर उंच धरा आणि मैदानाला एक फेरी मारा.'

मी तसे केले. प्रेक्षक माझ्या नावाचा जयजयकार करत होते. मी परत जागेवर येताच दुसरा तसाच एक स्पर्धाधिकारी आला आणि माझ्या हातातील

चषक घेऊ लागला. मी हात आखडता घेतला. मला म्हणाला, 'याच्यावर तुमचे नाव कोरून तुम्हाला परत देणार.' माझे नाव, ग्रँड स्लॅममधील विम्बल्डन या प्रतिष्ठेच्या स्पर्धेतील विजेतेपदाच्या सोनेरी चषकावर!

मी प्रेक्षकातील 'माझ्या' लोकांकडे पाहिले. निक, वेंडी, फिली – तिघेही आनंदातिशयाने उड्या मारीत होते, टाळ्या वाजवीत होते. मी पाहतो आहे हे लक्षात आल्यावर फिलीने निकला, निकने वेंडीला मिठी मारली. मीही वेंडीला फ्लाइंग किस दिला. त्या राजबिंड्या पुरुषाला अभिवादन करून मी मैदान सोडले. लॉकररूममध्ये माझा चषक पुन्हा माझ्या समोर होता. मी त्यात पडलेल्या माझ्या वाकड्यातिकड्या प्रतिबिंबाकडे पाहत होतो. मी त्या चषकाला आणि माझ्या वक्र प्रतिबिंबाला म्हणालो, 'किती त्रास, किती यातना सहन करायला लावल्यास रे!'

माझे डोके अजूनही गरगरत होते, मन ताळ्यावर नव्हते. एवढे काही सुखात डुंबायला नको होते, आनंदात तरंगायला नको होते; पण भावनांचे आवेगामागून आवेग येत होते. मनावरील दबाव नाहीसा झाला होता, मन हलके झाले होते. मन शांतही झाले होते; पण त्यात एक प्रकारचा उन्माद होता, अपार अभिमान होता. आजवर माझ्यावर टीका करणाऱ्यांचे तोंड मी बंद केले होते आणि त्याहीपेक्षा माझा सतत उपाहास करणाऱ्या माझ्या 'जवळच्यांना'ही मी गप्प बसवले होते.

दुपारी लंडनमधील आमच्या निवासस्थानी गेल्यावर मी गिल यांना फोन लावला. मधल्या काळात बराच काळ घरापासून दूर राहिल्याने ते या वेळी माझ्या बरोबर दौऱ्यावर न येता त्यांच्या कुटुंबासमवेतच राहिले होते. अर्थातच ते या क्षणाचे साक्षीदार व्हायला इथे माझ्या बरोबर नाहीत याची त्यांना रुखरुख लागली होती. त्यांनी फोनवरून अंतिम सामन्याचा तपशीलवार वृत्तांत माझ्याकडून जाणून घेतला. खेळातले बारकावे खोदून खोदून विचारून घेतले. अल्पावधीत त्यांचे टेनिसबद्दलचे ज्ञान इतके वाढलेले पाहून मला आनंदाश्चर्याचा धक्काच बसला. त्यांच्यानंतर मी पेरी आणि जे.पी. या दोघांनाही फोन केले आणि अखेरीस जरा धडधडत्या हृदयाने, थरथरत्या बोटांनी मी माझ्या वडिलांचा नंबर फिरवला.

''पॉप्स, मी बोलतोय... ऐकू येतंय ना?... कसं वाटलं?''

शांतता.

''पॉप्स...''

''चौथ्या सेटमध्ये पराभूत होण्याचं काहीही कारण नव्हतं!!''

मी चकित! काही वेळ दोन्हीकडे शांतता. मीच बोललो, ''हो; पण पाचवा जिंकला ते बरं झालं की नाही?''

पॉप्स काहीच बोलत नव्हते; पण या खेपेस ती शांतता अस्वीकाराची, अमान्यतेची रागीट शांतता नव्हती. हलक्या हुंदक्यांचा आवाज येत होता. ते रडत होते! मला समजले, त्यांना आनंद झाला होता, अभिमानाने त्यांचा ऊर भरून आला होता; पण त्यांना त्यांच्या भावना व्यक्त करता येत नव्हत्या, करायच्या नव्हत्या. मी त्यांना त्याबद्दल दोष देणारच नव्हतो, मनातले ओठावर न येण्याचा आमच्या कुटुंबाला शापच होता.

त्या रात्री जगप्रसिद्ध 'विम्बल्डन बॉल'चा कार्यक्रम होता. त्या नृत्याच्या विशेष कार्यक्रमाविषयी मी कित्येक वर्षे ऐकून होतो. त्याला उपस्थित राहण्याची माझी कधीची इच्छा होती. प्रघात असा होता की, पुरुष विजेत्या खेळाडूने महिला विजेत्या खेळाडूबरोबर नृत्य करायचे आणि त्या वर्षीची महिला विजेती होती स्टेफी ग्राफ! मी तिला पहिल्यांदा फ्रेंच टीव्हीवर मुलाखत देताना पाहिले होते त्या क्षणापासून मी तिच्यावर 'मरत' होतो! तिचे सहजसौंदर्य, तिचा नम्र नखरा, झळाळता डौल. तिच्या प्रथमदर्शनातच मी गारद झालो होतो. वीज अंगावर पडावी तसे तिचे पहिले दर्शन मला आतून बाहेरून हलवून गेले होते. तिला टीव्हीवर पाहत होतो तरी मला असे वाटत होते की, तिच्या भोवती एक मंद मोहक सुवास पसरलेला असावा. तिच्यात आब होता, रुबाब होता, सोज्वळ सौजन्य होते, शांत, भारदस्त प्रतिष्ठा होती. मला बालंबाल खात्री होती की ती सर्वार्थाने चांगली असणार – दिसायला, बोलायला, वागायला, असायला, सगळीच. क्षणभर तर मला असाही भास झाला की, तिच्या मागे एक तेजोवलय होते. मागच्या वर्षी फ्रेंच ओपन खेळायला गेलो असताना मी तिला एक संदेशही पाठवण्याचे धाडस केले होते; पण तिने काहीच प्रतिसाद दिला नव्हता; पण आता ती मला दिसणार होती, भेटणार होती, माझ्याबरोबर नृत्य करणार होती. मला नृत्यातले ओ का ठो येत नसूनही तिच्या हातात हात घालून, कदाचित कमरेभोवती हात लपेटूनही, गिरक्या घ्यायला माझ्या तनमनातला प्रत्येक अणूरेणू उत्सुक झाला होता, बेचैन झाला होता.

स्टेफी ग्राफविषयीचे माझे हे जबरदस्त आकर्षण वेंडीलाही माहीत होते आणि त्याबद्दल तिच्या मनात मत्सरही नव्हता. उलट तीच मला आठवण करून द्यायची की, मला तसे आकर्षण असायला काहीच हरकत नव्हती. कारण, आमचे नाते दोघांनाही मोकळीक देणारे होते. त्यात कोणतीच बांधिलकी नव्हती. आम्ही दोघांनीही विशी ओलांडलेली होती. आम्ही दोघे लंडनमधील प्रसिद्ध 'हॅरॉड्स' या स्टोअरमध्ये जाऊन रात्रीच्या कार्यक्रमाला योग्य असा 'टक्सेडो' – काळ्या रंगाचा रेशमी सूट, जॅकेट आणि टाय असा सरंजामही – खरेदी केला होता. वेंडीने तेथील विक्रेतीशी असा विनोदही केला होता की, 'स्टेफीबरोबर नृत्य करायला मिळावं म्हणूनच मला विजेतेपद हवे होते!'

२५८

तेव्हा अस्मादिक, आयुष्यात प्रथमच, सूट बूट जॅकेट टाय अशा जामानिम्यासह, वेंडीच्या हातात हात गुंफून नृत्यदालनात पोहोचले. पांढऱ्या केसांच्या वयस्कर स्त्री–पुरुषांच्या जोडगोळ्या इकडेतिकडे हिंडत होत्या. प्रौढ पुरुषांच्या कानात पांढऱ्या केसांचे पुंजके होते आणि स्त्रियांभोवती मुरलेल्या वाईनचा गंध पसरला होता. माझ्या यशाने ते खूश झाले होते; पण त्या निमित्ताने त्यांच्या क्लबमध्ये तरुण रक्ताने प्रवेश केला याचा त्यांना विशेष आनंद झाला होता. 'त्याच त्याच चेहऱ्यांशी त्याच त्याच चोथा झालेल्या विषयांवर चर्चा करण्यापेक्षा तरुण, नवखे चेहरे आणि काहीतरी नवा निराळा विषय' असाही एका स्त्रीने शेरा मारला. मी आणि वेंडी शार्क माशांच्या गर्दीत सापडलेल्या स्कुबा ड्रायव्हर्ससारखे पाठीला पाठ लावून उभे राहून खोटे खोटे हसत त्या ज्येष्ठांशी बोलत होतो. त्यांच्या ब्रिटिश शैलीतल्या बोलण्याचा अर्थ लावायचा प्रयत्न करत होतो. त्यातल्या एका पुरुषी चेहऱ्याच्या, बेनी हिल शो या टेलिव्हिजनवरील लोकप्रिय कार्यक्रमाचा नायक बेनी हिल याच्यासारख्या दिसणाऱ्या बाईला मी म्हणालो, 'मी तुमच्या या क्लबच्या परंपरेनुसार महिला विजेत्या खेळाडूबरोबर नृत्य करायला अतिशय उत्सुक आहे.'

तिने बॉम्ब टाकला, ''या वर्षी नृत्य नाही होणार!''

काय?

''होय, गेल्या काही वर्षांत असे दिसून आले की, खेळाडूंना नृत्यात काही फारसा रस नसतो म्हणून या वर्षीपासून नृत्य वगळले आहे.''

माझा चेहरा पडला, इतका की माझी घोर निराशा त्या बाईच्याही लक्षात आली. वेंडी तर माझ्या काळवंडलेल्या चेहऱ्याकडे बघून हसायला लागली. माझ्या स्वप्नदेवतेबरोबर नृत्य करण्याचे माझे स्वप्न तर भंग झाले! या जखमेवर तिच्या प्रत्यक्ष भेटीचे, औपचारिक ओळखीचे आणि जरा दीर्घ अशा हस्तांदोलनाचे मलम लावले गेले. मी स्टेफीच्या आगमनाची वाट पाहत राहिलो. अखेर तो क्षण आला. स्टेफी आली, माझा आणि तिचा परिचय करून दिला गेला. मी तिचा हात हातात घेतला. तो तसाच ठेवून मी तिला गेल्या वर्षी फ्रेंच ओपन स्पर्धेच्या वेळी तिला पाठवलेल्या निरोपाची आठवण करून दिली. त्याबद्दल कोणताही गैरसमज नसावा, अशी विनंतीही केली. तिच्याशी गप्पा मारण्याची संधी मिळावी, अशी इच्छाही प्रकट केली.

माझ्या भावावशतेचा तिच्यावर काही परिणाम झालेला दिसला नाही. ती फक्त हसली! पण त्यात खुशी डोकावत नव्हती, औपचारिक कोरडेपणाच होता. तिच्या भेटीने मी गलबललो होतो; पण माझ्या भेटीने तिची चलबिचल झालेली असावी असेसुद्धा दिसत नव्हते. याउलट तिला अनपेक्षित असलेल्या माझ्या सलगीबद्दलची नाराजीच डोकावत होती असे मला वाटले.

१४

ग्रँड स्लॅम स्पर्धेचा, विम्बल्डन या प्रतिष्ठित स्पर्धेचा विजेता – आंद्रे आगासी. त्या विजेतेपदाने जगाच्या नजरेत माझे रूप बदलून टाकले. काही काळ मला सतावलेल्या *प्रतिमेने* माझी पाठ सोडली. वार्ताहर, क्रीडासमीक्षक विजेत्या आंद्रे आगासीकडे पाहू लागले. माझ्या 'यशा'चा उदोउदो करू लागले. दोन वर्षे माझा खेळ सोडून बाकी सर्व गोष्टींवर – कपडे, फॅशन – टीका करणारे, मला विदूषक ठरवणारे, 'ऐन लढाईच्या वेळी राजीनामा देणारा' 'गळाठणारा' सैनिक, ध्येयशून्य बंडखोर म्हणून हिणवणारे माझी वाखाणणी करू लागले. विजेता, महत्त्वपूर्ण खेळाडू, मौल्यवान असे आशास्थान! काहींनी असेही लिहिले की, 'या यशाने आंद्रे आगासी याने आम्हाला आमची दृष्टी, आमची मते नव्याने तपासायला लावली आहेत.'

कोणी काहीही म्हणाले तरी विम्बल्डनच्या विजयाने माझ्यात काही फरक घडवला आहे, असे मला तरी मुळीच वाटत नव्हते. उलट एक दोन स्पर्धा जिंकल्या की जग बदलते असे म्हणणारे नुसता देखावाच करत असतात हे रहस्य माझ्या लक्षात येऊ लागले होते. आता मीही ग्रँड स्लॅमचा विजेता होतो, त्यामुळे जगातील हाताच्या बोटांवर मोजता येतील एवढ्याच लोकांना माहीत असलेले ते रहस्य मलाही समजले होते, 'अपयशाच्या दुःखापुढे यशाचा आनंद फारच छोटा असतो आणि दुसरे म्हणजे, जिंकल्याचा कैफ हरण्याच्या वेदनेपेक्षा फारच, इतरेजन कल्पनाही करू शकणार नाहीत इतका अल्पजीवी असतो' हे सत्यही मी स्वानुभवाने सांगू शकत होतो.

१९९२चा उन्हाळा माझ्या जीवनातील सुखद हिवाळा ठरलाच; पण तो विम्बल्डनच्या यशामुळे नाही, तर वेंडीच्या सुखद सहवासामुळे. लंडनच्या मुक्कामात आम्ही दोघे एकमेकांच्या खूप जवळ आलो. आम्ही आधी ठरवलेले नात्यातील अंतर विसरून एकमेकांच्या कानात काही वचनेही कुजबुजलो. स्टेफी हे केवळ स्वप्न होते, अल्पकाळचे आकर्षण – हेही मी मान्य केले. माझे आयुष्य वेंडीशीच बांधलेले होते आणि तिचेही माझ्याशीच. त्या वेळी ती काही कामही करत नव्हती आणि कुठलेच कॉलेज पसंत न पडल्याने शिकतही नव्हती, सारा वेळ ती माझ्याच बरोबर असायची.

पण त्या काळात आम्हा दोघांना बाहेर कोठेही एकत्र वेळ घालवणे फरच अवघड होऊन बसले होते. थिएटरमध्ये सिनेमाला गेले, हॉटेलमध्ये गेले तरी आम्हाला 'आमचा वेळ' मिळेनासाच होऊ लागला होता. लोक आमच्या एकांतावर खुश्शाल अतिक्रमण करायचे. कोणाला माझ्या बरोबर फोटो काढून घ्यायचा असायचा तर कोणाला सही हवी असायची. या ना त्या कारणाने माझे लक्ष वेधून घ्यायची, माझ्याशी बोलायची संधी हवी असायची. माझ्या वयाच्या सहाव्या वर्षी मी माझ्या चाहत्याला पहिली सही दिली होती, त्यामुळे मला तर असे वाटतच होते की मी प्रसिद्ध आहेच! पण ते तसे नव्हते. मला मिळत होती ती बहुतांशी कुप्रसिद्धी होती. आता विम्बल्डनमधील विजयाने मला खरी प्रसिद्धी प्राप्त झाली होती. माझी लोकप्रियता सवंग राहिली नव्हती, ती 'मान्यताप्राप्त' बनली होती. वाढली तर होतीच, समाजाच्या सर्व थरात पसरली होती. या माझ्या मताला आधार होता तो मी त्या काळात सातत्याने भेटत असलेल्या वार्ताहरांच्या, जाहिरात क्षेत्रातील अधिकारी, तज्ज्ञ, मध्यस्थ यांच्या दुजोऱ्याचा. लोकांना माझी भेट हवी असायची, माझ्या निकट यायचे असायचे आणि तेही तो त्यांचा हक्कच असल्याच्या आविर्भावात! अमेरिकेत प्रत्येक गोष्टीवर कर लागू केला जात असतो असे मी ऐकले होते. लोकांचा हक्क हा तुमचे यश, विशेषतः क्रीडाक्षेत्रातील चमकदार कामगिरी, यावरील हा कर असतो असा मला त्या वेळी शोध लागला - पंधरा सेकंद प्रती चाहता! ती 'करआकारणी' माझ्या तर्काला पटलेली होती, मला मान्यही होती फक्त करवसुलीचे ठिकाण आणि वेळ प्रिय मैत्रिणीच्या समवेत असतानाचे नसावेत एवढीच माझी माफक अपेक्षा होती!

वेंडीला असल्या व्यत्ययाचे काही वाटायचे नाही. ती चाहत्यांचे अतिक्रमण, आक्रमण खिलाडू वृत्तीने स्वीकारायची. ही गोष्ट, खरे तर सगळ्याच गोष्टी, अगदी तिला स्वतःलासुद्धा, फार गंभीरपणे न घेण्याचा सल्ला ती मलाही द्यायची. हळूहळू तिच्या म्हणण्याचा माझ्यावर परिणाम होऊ लागला. आपण लोकप्रिय आहोत, प्रसिद्ध आहोत हे विसरून जाण्याची मी सवय लावून घेतली. प्रसिद्धीची हवा डोक्यात शिरू नये म्हणून मी मुद्दाम प्रयत्न करू लागलो; पण ते भूत काही तुमची पाठ सोडत नाही. त्याचा दबाव प्रचंड असतो, खिडक्या बंद केल्या तर दाराच्या खालून घुसणाऱ्या वादळासारखा. त्या प्रसिद्धीने आपली कितीतरी मान्यवरांशी ओळख करून दिली हे कधी कधी आठवते; पण त्यातल्या निम्म्या लोकांना आपण कुठे, कसे भेटलो हे लक्षातही राहत नाही. मला अनेक जाहीर कार्यक्रमांची, मोठ्या मेजवान्यांची, 'व्हीआयपीं'च्या घरी अथवा हॉटेलमधील अगदी खास 'पार्टी'ची आमंत्रणे यायची. तेथे बडी बडी धेंडे जमलेली असायची, कोणी माझा फोन नंबर मागायचे, त्यांचा माझ्या हातात कोंबायचे. विम्बल्डनचा विजेता म्हणून मला प्रतिष्ठित 'ऑल इंग्लंड क्लब'चे आजीव सभासदत्व मिळाले होते, नव्याने

सुरू होणाऱ्या 'फेमस पीपल्स क्लब'मध्ये मला प्रवेश दिला गेला होता. माझ्या परिचितांमध्ये सेक्सोफोनवादक केनी जी., चित्रपट निर्माता, दिग्दर्शक, अभिनेता, संगीतकार आणि गायक असा बहुपैलू व्यक्तिमत्त्वाचा केव्हिन कोस्टनर, लोकांच्या हृदयावर कित्येक दशके अधिराज्य गाजवणारी, सुप्रसिद्ध चित्रपट निर्माती, गायिका, गीतकार, अभिनेत्री बार्बार स्ट्राइसंड यांसारख्या दिग्गजांचा समावेश झाला होता. मला व्हाइट हाउसमध्ये एक रात्र मुक्कामाला बोलावण्यात आले होते. प्रेसिडेंट बुश यांनी रशियाचे राष्ट्राध्यक्ष मिखाईल गोर्बाचेव्ह यांच्याबरोबरच्या शिखरपरिषदेस जाण्यापूर्वी माझ्याबरोबर जेवण घेतले होते आणि रात्री मी जगप्रसिद्ध, मानाच्या 'लिंकन बेडरूम'मध्ये झोपलो होतो.

हे सगळे मला आधी स्वप्नवत वाटायचे पण मग त्यातले असामान्यत्त्व लोपले आणि ते रोजचे, सवयीचे झाले. हा बदल मलाही आश्चर्य वाटावे इतक्या जलद घडून आला. प्रसिद्धीतली खळबळ किती लवकर नाहीशी होते, धुंदी किती वेगाने उतरून जाते, प्रसिद्धीच्या झोतातले लोकही किती सामान्य असतात याचा माझा अनुभव खूपच नवलाईचा होता; पण मस्त होता! त्यातले बरेच जण गोंधळलेले असतात, संभ्रमित अवस्थेत असतात, अस्थिर असतात, त्यांना सतत असुरक्षित वाटत असते आणि काहींना तर ते जे काही करत असतात त्याबद्दल तिटकारासुद्धा वाटत असतो. नेहमी एक म्हण ऐकवली जाते, 'पैशाने सगळी सुखे विकत घेता येत नाहीत'. काही गोष्टी त्या म्हणीसारख्याच असतात. त्या अनुभवसिद्ध सत्य असतात; पण जोवर आपण स्वतः त्याचा अनुभव घेत नाही तोवर त्यांच्यावर आपला विश्वास बसत नाही. १९९२ हे साल मला बरेच काही शिकवून गेले आणि माझ्या आत्मविश्वासात मोलाची भर घालून गेले.

मी आणि वेंडी, आम्ही दोघे डेव्हिड फोस्टर या माझ्या संगीताच्या क्षेत्रात काम करणाऱ्या नव्या मित्राच्या विहारनौकेवर सुट्टीचा आनंद उपभोगण्याच्या उद्देशाने पोहोचलो. नौका व्हॅंकुव्हर बेटाच्या आसमंतात होती. थोड्याच वेळाने कोस्टनर तेथे आला. त्याचीही एक विहारनौका जवळच नांगर टाकून उभी होती. मला पाहिल्यावर तो आम्हाला त्याच्या नौकेवर येण्याचे आमंत्रण घेऊन आला होता. आम्ही ते स्वीकारले आणि अगदी अल्प वेळात आमचे त्या संगीतकाराशी खूपच छान सूर जमले. स्वतःची विहारनौका असलेला तो अमीर अभिजात रुची असलेला रसिक निघाला. मनमोकळा, मिस्किल, शांत. त्याला खेळाचीही आवड होती आणि त्यासंबंधीची माहितीही अद्ययावत होती. मी तर स्वतःच खेळाडू, त्यामुळे मीही त्याच्यासारखाच खेळांमध्ये रस घेत असणार अशी त्याची साहजिक अपेक्षा. मी त्याला तसे नसल्याचे, मला खेळांची फारशी आवड नसल्याचे सांगितले तेव्हा तो म्हणाला, ''काय सांगतोयस काय?''

''होय. मला नाही खेळांची आवड.''

तो हसला. विचारले, ''टेनिसखेरीज बाकी कुठलेच खेळ आवडत नाहीत?''

''टेनिसही आवडत नाही. त्याचा सर्वांत जास्त तिरस्कार करतो मी!''

''हां, अतिपरिचयात अवज्ञा, तसे काहीतरी होत असेल, होय ना? खरंच तिरस्कार नसशील करत...''

''करतो, खरंच करतो...''

कोस्टनरची तीन मुले नौकेवर होती. प्रसन्न, वागण्याबोलण्याची रीत उत्तम आणि दिसायला अतिशय देखणी. मला तर ती माझ्या आईच्या आवडत्या नॉर्मन रॉकवेलच्या कोड्यातून उठून आल्यासारखीच वाटत होती. माझा आणि वेंडीचा बराचसा वेळ त्यांच्या लीला पाहण्यातच जात होता. आम्हाला भेटून फारसा वेळ झालेला नव्हता, त्यातला चार वर्षांचा जो कोस्टनर माझ्या गुडघ्याला लगटून त्याचे सुंदर निळे माझ्यावर रोखून मला म्हणाला, ''चल, कुस्ती खेळू या!'' मी त्याला चटकन वर उचलला आणि पायांना धरून उलटा केला. तो हसू लागला, खिदळू लागला. त्याच्या हसण्याचा तो निरागस आवाज मी आजवर ऐकलेल्या आवाजातील सर्वांत गोड आवाज होता! त्या चार बालचमूंनी मला आणि वेंडीला वेडच लावले होते. आम्हाला त्यांचा विलक्षण लळा लागला होता. ही गोष्ट आम्ही वारंवार एकमेकांना सांगत होतो. त्यांचे पालकच असल्यासारखे जास्तीत जास्त वेळ त्यांच्याच सहवासात घालवीत होतो. आम्ही मोठे लोक गप्पा मारत बसलो असतानाही वेंडी मध्येच काहीतरी कारण काढून त्या मुलांना बघून यायची. लहान मुलांविषयीची तिची आवड पाहून ती उत्तम आई होईल याविषयी मला खात्रीच पटली. त्या बछड्यांसारख्या छान हिरव्या डोळ्यांच्या तीन मुलांचे ती मायेने संगोपन करत असताना मीही तिला आपण होऊन, मोठ्या आवडीने, आनंदाने सक्रिय साहाय्य करतो आहे असे चित्रही मी मनाशी रंगवू लागलो होतो. त्या विचाराने मी सुखावत होतो, उत्तेजित होत होतो – आणि तीही! आम्ही दोघेच असताना मी तो विषय काढला तेव्हा तिने तो टाळला तर नाहीच, उलट तिलाही त्यावर बोलायचे होते. तिलाही माझ्याप्रमाणेच वाटत होते!

त्या जलप्रवासानंतर काही महिन्यांनी कोस्टनरने आम्हा दोघांना त्याच्या लॉस एंजलिस येथील घरी त्याचा *द बॉडीगार्ड* हा नवा कोरा चित्रपट प्रदर्शित होण्यापूर्वी पाहायला बोलावले. मला आणि वेंडीला चित्रपट काही खूप भावला नाही; पण त्यातील गाण्याने मात्र आम्ही दोघेही वेडे झालो. – आय विल ऑल्वेज् लव्ह यू– 'प्रीत तुजवरी करीन मी... या जन्मी अन् जन्मोजन्मी...'

''हेच असेल आपलंही जीवनगीत!'' वेंडी भावनावश होऊन म्हणत राहिली. आम्ही ते गाणे एकमेकांना ऐकवायचो, एकत्र गायचो, रेडिओवर लागले

तर हातातले काम सोडून एकमेकांच्या नजरेत नजर गुंतवून 'डोळ्यात वाच माझ्या हे गीत भावनांचे' असे मूकपणे सांगायचो. आमच्या या वेडाने आजूबाजूचे वैतागायचे; पण आम्ही त्याची जराही पर्वा करायचो नाही!

माझे मन मी फिली आणि पेरी यांच्याजवळ उघडे केले. 'भावी जीवन मी वेंडीबरोबरच व्यतीत करीन असे मला वाटते आहे आणि मी लवकरच तिच्या समोर लग्नाचा प्रस्ताव ठेवीन,' असेही मी त्यांना सांगितले. दोघांनीही मला तोंड भरून पाठिंबा दिला.

जे.पी.यांनाही मी वेंडीची निवड केल्याचे सांगितले.

'मग स्टेफी ग्राफ?'

'छे, छे, तिने मला उडवून लावले, मीही तिला. आता बस, आता फक्त वेंडी...'

मी माझी नवी खरेदी वेंडीला आणि जे.पीं.ना दाखवत होतो.

''काय नाव सांगितलंस तू या गाडीचं?'' जे.पीं.नी विचारले.

''हमर. ही गाडी गल्फच्या युद्धात वापरली गेलीय.''

युद्धात वापरल्या गेलेल्या भक्कम ट्रकवजा गाडीची नागरी आवृत्ती असलेली माझी नवी कोरी 'हमर' अमेरिकेत जनरल मोटर्सकडून विकल्या जाणाऱ्या अगदी पहिल्या काही गाड्यांमधली एक होती. एक दिवस आम्ही – मी, वेंडी आणि जे.पी. – हमरमधून व्हेगासभोवतीच्या वाळवंटात भटकत होतो. आम्ही दिशाहीन वाळवंटात भरकटलो. हमर एके ठिकाणी वाळून रुतून बसली! जे.पीं.नी भारी विनोद केला, 'अरे, ही गाडी गल्फच्या युद्धात कधी वाळवंटात वापरलीच नसेल!' नाइलाजास्तव आम्ही खाली उतरलो. मदत शोधणे भाग होते. आम्ही चालू लागलो. त्या दिवशी दुपारी मला विमानाने जायचे होते, दुसऱ्या दिवशी माझा सामना होता; पण वाळवंटात काहीच समजत नव्हते. तेथून वेळेवर बाहेर पडलो नाही तर पुढचे सगळेच बिनसणार होते, अनेकांचा रोष ओढवून घ्यायला लागणार होता; पण हरवलेला रस्ता सापडत नव्हता. काही वेळाने मला माझ्या दुसऱ्या दिवशीच्या सामन्यापेक्षा त्या 'रणचक्रा'तून बाहेर पडणे हेच महत्त्वाचे, काळजीचे वाटू लागले. पुढे नजर पोहोचत होती तेथपर्यंत पसरलेल्या वाळूखेरीज बाकी काहीच दिसत नव्हते. वाळूत पाय आणि मनात चिंता रूतत होते. त्यातच अंधार पडू लागला.

''मला वाटतंय आजचा हा दिवस आपल्या आयुष्यातील फार महत्त्वाचा ठरणार आहे!'' जे.पी. म्हणाले. मला ती भविष्यवाणी शुभवाणी वाटली नाही. वा! जे.पीं.नी अशा काळजीच्या प्रसंगी असे उद्गार काढावेत? त्यांच्या 'सकारात्मकते'बद्दल मी जे.पीं.चे मनोमन आभार मानले!

अखेर एक खोपटे दिसले. एका संन्याशासारख्या दिसणाऱ्या वृद्धाने फावडे दिले. आम्ही हमर शोधली, मी ताकद लावून चाकांभोवतीची वाळू उपसू लागलो. मागच्या चाकाजवळ उकरत असताना 'खण्' असा जोरात आवाज झाला, फावडे नेमके नेवाडाच्या वाळवंटात वाळूच्या खाली हमखास सापडणाऱ्या नैसर्गिक सिमेंटच्या खडकावर आपटले होते. त्याच क्षणी माझ्या मनगटातून जोराची कळ उठली. मी ओरडलो.

"काय झालं रे?" वेंडीने विचारले.

"माहीत नाही."

मी दुखऱ्या मनगटाकडे पाहिले, काहीच दिसले नाही.

"थोडी वाळू चोळ त्यावर..." जे.पी. म्हणाले.

मी तसेच काम पूर्ण केले. हमर निघाली, आम्ही निघालो. मला विमानही गाठता आले आणि सामनाही खेळता आला. बऱ्याच दिवसांनंतर एका सकाळी मला जाग आली ती त्याच मनगटातून उठणाऱ्या कळांनी. मनगट पिचल्यासारखे वाटत होते. मला तळवा पुढे मागे वाकवता येत नव्हता. खूप सूया आणि ब्लेड्स आत ठासून भरल्यासारखे टोचत होते. काहीतरी भयंकर झाले होते, गंभीर!

पण काही वेळात वेदना पूर्णपणे शमल्या. चिंता दूर झाली; पण परत काही वेळाने मनगट दुखू लागले. मी काळजीत पडलो. मधून मधून दुखायचे. मधून मधून थांबायचे. लवकरच ते सतत दुखू लागले. सकाळी जरा कमी असायचे, सहन करता यायचे पण दिवसअखेरीस ते परोकोटीला जायचे.

डॉक्टरांनी निदान केले – टेन्डिनिटिस, त्यातला *डॉरसल कॅपश्युलिटिस.* आत चिरा पडलेल्या होत्या आणि त्या भरत नव्हत्या. डॉक्टर म्हणाले, मनगटावर फार जास्त भार पडला आहे. यावर दोन उपाय आहेत – एक विश्रांती किंवा शस्त्रक्रिया. मी विश्रांतीचा पर्याय निवडला. स्वतःला कोंडून घातले, मनगटाचे लाड केले. बरेच आठवडे दुखरे मनगट एखाद्या जखमी पक्षासारखे हळुवारपणे वागवूनही मी त्याच्याकडून इतर काहीही काम करून घेऊ शकत नव्हतो. व्यायाम तर सोडाच, दार लावतानासुद्धा तोंड वाकडे करत होतो.

दुःखात सुख म्हणजे मी तो सारा वेळ वेंडीच्या सहवासात घालवू शकत होतो. १९९३ सालचा टेनिसचा हंगाम 'वेंडीचा मोसम' ठरला आणि मी तो मनापासून उपभोगला. तिला 'केंद्रबिंदु' होणे आवडलेच, ती खूश होती. फक्त तिला तिच्या अभ्यासाकडे दुर्लक्ष होत असल्याचे थोडेसे दुःख वाटत होते. तिने नुकतेच आणखी एका नव्या निराळ्या कॉलेजमध्ये नाव नोंदवले होते – तिचे पाचवे, नाही नाही, सहावे ... कितवे कॉलेज ते लक्षात ठेवणेही अवघड झाले होते.

रेनबो बुलेवार्डच्या रस्त्यावरून गाडी भरधाव धावत होती. मी डाव्या हाताने स्टीयरिंग धरले होते, उजवे मनगट पूर्ण सुरक्षित होते. गाडीतला रेडिओ

तार स्वरात गात होता. खिडक्यांच्या काचा खाली केलेल्या होत्या, वारा भणाणत होता, वेंडीचे केस उडत होते. तिने मध्येच रेडिओचा आवाज कमी केला आणि ती म्हणाली, ''आंद्रे, मला आयुष्यात काय हवंय ते शोधायचा मी किती काळ प्रयत्न करते आहे...''

मी मान डोलावली आणि रेडिओचं बटन पुन्हा पिरगाळलं. तिने पुन्हा रेडिओचा गळा दाबला. ''इतकी कॉलेजेस बदलली, इतक्या वेगवेगळ्या ठिकाणी राहिले ... आयुष्याचा अर्थ, जगण्याचा हेतू शोधत राहिले... काहीच बरोबर नाही रे आंद्रे... काय चाललंय? कोण आहे मी? काही कळत नाही...''

मी पुन्हा मान डोलावली त्या संभ्रमित अवस्थेशी माझा जुना परिचय होता. विम्बल्डनच्या विजेतेपदाने त्यात काही ठोस फरक पाडला नव्हता. मी सहानुभूतीने वेंडीकडे पाहिले. तिचा विचारात बुडलेला चेहरा पाहिला. माझ्या लक्षात आले की ती सहज बोलत नव्हती. खूपच गंभीर झाली होती. दूरवरचा विचार करत होती. आमच्या भविष्याशी तिच्या त्या अवस्थेचा संबंध जोडू पाहत होती. ती माझ्याकडे वळली, माझ्या डोळ्यांत डोळे घालून म्हणाली, ''आंद्रे, मी खूप विचार केलाय याबद्दल. तुला सांगू का, मी जोपर्यंत मला स्वतःला शोधत नाही, मला आयुष्यात काय करायचंय हे मला जोपर्यंत स्पष्ट होत नाही ना तोवर मी सुखी होऊ शकेन असं नाही वाटत मला!...'' तिचा स्वर ओलावला, ''आणि आंद्रे, आपण दोघं एकमेकांबरोबर राहत असताना मी तो शोध कसा सुरू ठेवू शकेन? नाही ठेवू शकणार...''

ती रडत होती.

''आंद्रे म्हणूनच तोवर म्हणजे किती काळ कोणास ठाऊक, कदाचित यापुढे कधीच... मी तुझी सहप्रवासी नाही होऊ शकणार... तुझी दोस्त, तुझी मदतनीस, तुझी पाठराखीण होऊन नाही राहू शकणार... तुझी चाहती नक्कीच राहीन, तुझं कौतुक कायमच वाटत राहील मला... तुला कळतंय ना मला काय म्हणायचंय ते?''

तिला स्वतःची ओळख पटायला हवी होती आणि त्यासाठी तिला मोकळे, बंधमुक्त राहायचे होते.

''तुलाही स्वतःला शोधायचं आहे... आयुष्यात बरंच काही मिळवायचंय... आपली ध्येये निराळी आहेत, मार्गही भिन्न आहेत. आपण एकमेकांबरोबर राहून आपापल्या वाटा नाही चालू शकणार, आपापली ध्येये नाही गाठू शकणार.''

''अगदी मोकळ्या नात्याचेही बंध नाही परवडणार आपल्याला.''

मी काय बोलणार होतो? कसे पटवणार होतो तिला? तिची मते ठाम दिसत होती, तिचा विचार पूर्ण झालेला, तिने निर्णय जवळ जवळ घेतलेलाच वाटत होता. मला तिला सुखात ठेवायचे होते, आनंदी पाहायचे होते. याच विचारात

मी तिच्याकडे पाहत होतो आणि रेडिओवर आमचे गाणे लागले – *आय विल ऑल्वेज लव्ह यू* – 'प्रीत तुजवरी करीन मी... या जन्मी अन् जन्मोजन्मी...' माझे डोळे चमकले; पण वेंडीने मान वळवली, नजर टाळली. मीही मान वळवली आणि गाडीही वळवली... उलटी फिरवली आणि सरळ तिच्या घरासमोर नेऊन उभी केली. आम्ही दोघेही खाली उतरलो, दोघेही दारापर्यंत चालत गेलो. तिने मला मिठी मारली... प्रदीर्घ मिठी... अखेरची मिठी...!

गाडी सुरू केली, निघालो, थोडेच अंतर गेलो असेन, गाडी थांबवली आणि पेरीला फोन केला. त्याने फोन उचलला; पण मी काहीच बोलू शकत नव्हतो, मला रडू आवरत नव्हते.

त्याने 'हॅलो हॅलो' म्हटले, काही वेळ कोणी बोलेल म्हणून वाट बघितली आणि फोन ठेवून दिला.

मी पुन्हा फोन केला, पुन्हा तसेच झाले. मी रडत राहिलो, त्याने फोन ठेवून दिला.

मी भूमिगत झालो. माझ्या मठीत, दारूच्या सहवासात, भुकेला राहून किंवा नको ते नको तितके खात, रात्रंदिवस जागा राहत किंवा दिवस रात्रीचे भान विसरून निद्राधीन होऊन, धुंदीत, गुंगीत. माझ्या छातीत दुखू लागले. कळा येऊ लागल्या. मी गिलना सांगितले. ते म्हणाले, ''भग्न हृदयाच्या कळा आहेत! फार ताण पडल्यामुळे मनगट मोडलं होतं, भरून न येणाऱ्या चिरा पडल्या होत्या. हृदयाचंही तसंच झालं आहे!!''

मग त्यांनी हळूच विम्बल्डनचा विषय काढला. 'बराच काळ लोटला, देशाबाहेर जायला हवं. आंद्रे, ये बाहेर आता, खूप झालं..., पुन्हा लढाई सुरू करायला हवी...''

मला अजून हातात फोनसुद्धा नीट धरता येत नव्हता, रॅकेट कशी धरणार होतो? पण मला जावेसे वाटत होते. मला बदल उपयुक्त ठरू शकला असता. प्रवासात या वेळी गिल यांचा सहवास लाभणार होता, वेगळे विषय, ध्येय, कारकीर्द यांसारख्या निराळ्या पण महत्त्वाच्या विषयांवर चर्चा. शिवाय मी विम्बल्डनचा आधीच्या वर्षीचा विजेता होतो. मला माझे पद टिकवायचे होते, त्यामुळे खरे तर मला पर्याय नव्हताच. विम्बल्डन खेळणे क्रमप्राप्तच होते. प्रवासाला जायच्या आधी गिल यांनी सर्वोत्तम डॉक्टरबरोबर माझी भेट ठरवली. तो सिॲटलमध्ये होता. त्याने मला कॉर्टिसोन नावाचे अत्यंत जालीम पण परिणामकारक इंजेक्शन दिले. त्याने त्याचे काम अचूक केले. मी युरोपला पोहोचलो तेव्हा हात मनगट लीलया वाकवू शकत होतो, कसाही हलवू शकत होतो, कोणत्याही प्रकारच्या वेदनेशिवाय!

आम्ही सर्वप्रथम जर्मनीमध्ये हॅले येथे एक स्पर्धा खेळायला गेलो. विम्बल्डनसाठीचा सराव. निक आम्हाला तेथे येऊन मिळाले. त्यांनी आल्याबरोबर माझ्याकडे पैशाची याचना केली. त्यांनी कुठले तरी कर्ज चुकवण्यासाठी बोलेटिरी ॲकॅडमी विकून टाकली होती. आता त्यांना त्याचा पश्चात्ताप होत होता. ती त्यांची आयुष्यातील सर्वांत मोठी चूक असल्याचा साक्षात्कार होत होता. कारण, त्यांनी ती फारच कमी किमतीला विकण्याचा वेडेपणा केला होता. त्यांना तातडीने पैसे हवे होते आणि तेही रोख. मला ते नेहमीचे निक वाटले नाहीत. वास्तविक असेच म्हणावे लागेल की, त्या वेळी खरे निक, निक बोलेटिरी यांचे खरे रूप मला बघायला मिळत होते! माझ्याकडून त्यांना त्यांच्या योग्यतेपेक्षा कितीतरी कमी मोबदला मिळत होता असा त्यांनी माझ्यावर आक्षेप घेतला. पुढे जाऊन ते असेही म्हणाले की, माझ्यावर त्यांनी जो हजारो डॉलर्सचा खर्च केला होता तेवढा करण्याची माझी पात्रताच नव्हती, लायकीच नव्हती. ती त्यांची चुकीची, तोट्यातील गुंतवणूक ठरली होती. मी त्यांना आजवर लाखो डॉलर्स दिले होते. त्याहून कितीतरी पट अधिक त्यांना मिळायला हवे होते. कारण, त्यांची पात्रता, त्याची लायकी मात्र त्याहून कितीतरी अधिक होती! मी त्यांना शांतपणे म्हणालो, ''क्षमा करा, सध्या माझ्या मनावर काही निराळीच ओझी आहेत, आपण या विषयावर येथून परत गेल्यावर चर्चा केली तर चालेल का?''

ते 'हो' म्हणाले, ''अमेरिकेला परतल्यावर बोलू.''

कॉर्टिसोनने शरीरस्वास्थ्य दिले; परंतु निक यांनी मनःस्वास्थ्य बिघडवले. इतके की हॅले येथील स्पर्धेत पहिल्याच सामन्यात स्टीब नावाच्या जर्मन खेळाडूकडून मी लाजिरवाणी हार पत्करली. त्याने मला सरळ तीन सेटसमध्ये बाहेर काढले. विम्बल्डनची पूर्वतयारी तर 'जोरात' झाली!

मागील विम्बल्डननंतर मी फारसा खेळलेलोच नव्हतो. जो काही थोडा खेळलो होतो तेही अत्यंत निकृष्ट दर्जाचे खेळलो होतो. मी कदाचित विम्बल्डनच्या इतिहासातील सर्वांत खालच्या दर्जाचा माजी विजेता असेन. पहिल्या फेरीतील माझा सामना मधल्या प्रतिष्ठेच्या मैदानावर जर्मन खेळाडू बर्न्ड कार्बाचर याच्याशी होता. त्याचे दाट केस हा साहजिकच माझ्या हेव्याचा विषय होता. सामन्याच्या सुरवातीला चोपून चोपून बसवलेले त्याचे केस सामनाअखेरीपर्यंत जराही न हालता जसेच्या तसे राहत असत. मला त्याचा चक्क त्रास होत असे. त्याच्या दृष्ट लागणाऱ्या केसांव्यतिरिक्तही इतर अनेक गोष्टी अशा होत्या की, माझे लक्ष हमखास विचलित होत असे. त्याच्या पायांना गुडघ्यात बाक आलेला होता. गुडघ्यात कायम अंतर पडलेले दिसे. त्याला चालताना पाहिले की, तो पूर्ण दिवस घोड्यावर मांड ठोकून खूप लांबवर रपेट मारून येऊन नुकताच घोड्यावरून खाली उतरला असावा, असे वाटायचे. त्याचा खेळही जरा विचित्रच होता.

त्याचा बॅकहँड जबरदस्त होता, त्याचे खास वैशिष्ट्य ठरणारा. पण पळणे टाळण्यासाठी तो त्याचा फारसा वापर करत नसे. त्याला पळण्याचा अत्यंत कंटाळा होता. तो हालचालही कमीत कमी करायचा. सर्व्हिस करतानाही हवी तेवढी काळजी घ्यायचा नाही. त्याची पहिली सर्व्हिस नेहमीच आक्रमक असे; पण दुसरी सर्व्हिस करावी लागली तर ती मात्र तेवढी जोरदार नसायची.

माझ्याही जखमी मनगटामुळे मला सर्व्हिस नीट जमत नव्हतीच. मला माझ्या नेहमीच्या हालचालींमध्ये काही बदल करायला लागले होते, काही हालचाली टाळाव्या लागत होत्या. रॅकेट जास्त मागे नेता येत नव्हती. त्यामुळे बऱ्याच अडचणी येत होत्या. पहिल्या सेटमध्ये मी २-५ अशी पिछाडी घेतली होती. 'पहिल्याच फेरीत स्पर्धेबाहेर गेलेला पहिलाच, कदाचित एकमेव, माजी विजेता' असा माझा लौकिक पसरण्याची शक्यता निर्माण झाली होती; पण मी वेळीच कंबर कसली. मनगटाला झेपेल पण तरीही परिणामकारक ठरेल अशा सर्व्हिसचे तंत्र बसवले. सामना जिंकायच्या निश्चयाने लढू लागलो. कार्बाचर लवकरच घोड्यावरून रपेट मारायला परत निघून गेला!

ब्रिटिश प्रेक्षक फारच सज्जन आणि दयाळू स्वभावाचे. ते ओरडून उत्तेजन देतात, चांगली लढत दिली की, जोरदार गर्जना करतात, गुण मिळवण्यासाठी केलेल्या खडतर प्रयत्नांचे मनःपूर्वक कौतुक करतात; पण ब्रिटिश वृत्तपत्रे, वार्ताहर हे मात्र निराळेच रसायन असते. त्यांचे कान तिखट असतात, वृत्ती खट असते, त्यांची नजर गिधाडाची असते, लेखणीत सापाचे विष असते. त्यांच्या तावडीतून काहीही सुटत नाही. लहानसहान गोष्टींच्या मोठ्या सनसनाटी कथा कहाण्या बनवण्यात तरबेज असतात. अगदी अलीकडे मी माझ्या छातीवरील केस काढून टाकले हाही त्यांच्या लिखाणाचा विषय बनला! मी माझा एक अवयवच कापून टाकला असावा इतक्या गंभीरपणे त्यांनी त्याचे वर्णन केले. माझे मनगट जखमी होते त्याचे काही नाही, छातीवरील केस हाच 'हॉट' विषय झाला. माझी वार्ताहर परिषदही 'मॉंटी पायथॉन' या विनोदी मालिकेचा भाग वाटावी, अशी माझ्या केशरहित, गुळगुळीत छातीवरील चर्चेतच अडकायची. मला वाटायचे की ब्रिटिश वार्ताहरांना 'केस'विषयक गोष्टींचे फारच आकर्षण असावे. नशीब, त्यांना माझ्या डोक्यावरील केसांचे रहस्य समजले नव्हते! वृत्तपत्रात माझ्यावर 'लठ्ठ' असल्याचाही आरोप व्हायचा, मला 'बर्गर किंग' हा किताब बहाल करताना त्यांना आसुरी आनंद व्हायचा. तो लठ्ठपणा नसून कोर्टिसोनमुळे आलेली सूज आहे असे स्पष्टीकरण गिल द्यायचे; पण त्यांवर कोणी विश्वास ठेवीत नसे.

ब्रिटिशांना सर्वांत वेडे करायची ती माझ्या सामन्यांच्या वेळची मैदानावरील प्रेक्षकातील बार्बरा स्ट्राइसंड हिची उपस्थिती. ती आली की, सर्वत्र खळबळ माजायची. तसे अनेक प्रसिद्धीप्राप्त, लोकप्रिय मान्यवर विमबल्डनच्या

सामन्यांना हजेरी लावायचे; पण बार्बराच्या येण्याने जो हंगामा व्हायचा तसा एरवी कधीच पाहायला मिळायचा नाही. वार्ताहर तिलाही बेजार करायचे आणि नंतर तिच्यावरून माझ्यावर प्रश्नांची सरबत्ती करायचे. साहजिकच वृत्तपत्रात, केवळ घट्ट मैत्री याखेरीज काहीच 'मसालेदार' नसलेल्या आमच्या नात्याविषयी चविष्ट चर्चा झडायच्या.

आम्ही कुठे, कधी, कसे भेटलो हे त्यांना जाणून घ्यायचे असायचे; पण त्या विषयावर मी बोलणेच टाळायचो कारण मला माहीत होते की, बार्बरा अतिशय संकोची होती, प्रसिद्धीपराङ्मुख होती. त्याची सुरुवात गोल्फ क्लबवर झाली. व्हेगासमधील कसिनोचा मालक असलेल्या स्टीव्ह वेनला मी लहानपणापासून ओळखत होतो. आम्ही दोघे एक दिवस गोल्फ खेळत असताना मी त्याला सहज सांगितले की मला बार्बरा स्ट्राइसंडचे संगीत अतिशय आवडते. मी तिचा चाहता आहे. ती स्टीव्हची चांगली मैत्रीण होती. मग काय, फोनाफोनी सुरू झाली. एक दिवस मी आणि बार्बरा एकमेकांशी प्रथमच फोनवर बोललो. नंतर बोलत राहिलो. सूर जुळले असावेत.कारण, मी विम्बल्डनचे विजेतेपद मिळवले तेव्हा तिने मला तार पाठवून माझे अभिनंदन केले. त्यात तिने म्हटले होते, आजवर नुसत्याच ऐकत आलेल्या आवाजामागचा चेहरा पाहून छान वाटले!'

त्यानंतर काही आठवड्यांनी तिने मला तिच्या मलिबू येथील रँचवर तिच्या मित्रपरिवाराचे एक संमेलन भरणार होते त्याचे आमंत्रण पाठवले. 'नक्की ये, डेव्हिड फोस्टरही येणार आहे, इतरही काही मित्र आहेत. आपली भेट होईल!' अखेर आम्ही त्या दिवशी भेटलो. तिच्या रँचवर अंतरा अंतरावर छोटी छोटी घरे होती. त्यातील एक चित्रपटगृह होते. दुपारच्या जेवणानंतर हिंडत हिंडत आम्ही तेथे गेलो. तेथे *द जॉय ऑफ लक क्लब* हा अजून प्रदर्शित न झालेला चित्रपट दाखवण्यात येणार होता. तो खास तरुणींना पसंत पडणारा चित्रपट होता. मला प्रचंड कंटाळा आला. त्यानंतर आम्ही संगीतदालनात गेलो. तेथे एका खिडकीखाली भव्य पियानो ठेवलेला होता. साहजिकच डेव्हिडने पियानोचा ताबा घेतला. आम्ही सर्व जण भोवती उभे राहून त्याचे संगीत आणि काही चविष्ट पदार्थांचा आस्वाद घेत होतो. डेव्हिड प्रेमगीते, त्यातही विरहगीते वाजवीत होता. तो बार्बराला गायचा आग्रह करत होता; पण ती नकार देत होती. तो काही त्याचा हट्ट सोडायला तयार नव्हता. तो प्रकार जरा अडचणीचा होत गेला. मलाही वाटत होते की, त्याने तिच्या मागे लागणे थांबवावे. बार्बरा पियानोवर कोपरे टेकून उभी होती, तिची माझ्याकडे पाठ होती; पण तरीही तिच्या देहबोलीतून मला तिचा नकार आणि विरोध स्पष्ट जाणवत होता. तिला इतक्या लोकांसमोर गायचे नसावे.

परंतु तिच्या संकोची स्वभावानुसार तिने अखेर डेव्हिडचा आग्रह मानला आणि पाच मिनिटांनंतर ती गायली. तिच्या गळ्यातून वरच्या पट्टीतील स्वर

उमटला आणि ते दालन थरारले. बोलणारी तोंडे थांबली, खाणारे हात थबकले. दालनातील कणाकणात तिचा उच्च स्वरातील मंजुळ आवाज भरून उरला. माझे मन आणि शरीर कंपित होऊन उठले. पहिला स्वर कानी आला तेव्हा तर मला वाटले कोणीतरी तिच्या गीतांच्या एखाद्या जुन्या अल्बममधील गाणे 'बोस'सारख्या अप्रतिम ध्वनियंत्रावर लावून ध्वनीमान जास्तीत जास्त वाढवले आहे. मानवी कंठातूनच असा उच्च तरीही गोड स्वर निघू शकतो आणि विस्तीर्ण दालनातील इंचन्‌इंच कंपायमान करू शकतो यावर माझा विश्वासच बसेना.

त्या दिवशी तिचा आवाज प्रत्यक्ष ऐकल्यापासून तर मी तिच्याकडे अधिकच आकर्षित झालो. एवढा स्वर्गीय आवाज, अत्युच्च दर्जाची वाद्ये आणि ध्वनियोजना – हे सर्व असूनही ती तिच्या अप्रतिम कलेचा आविष्कार करण्याचे सुख नाकारत होती ही गोष्ट मला बुचकळ्यात पाडणारी होती. कुठेतरी खूप जवळचीही होती आणि म्हणूनच मनावर थोडेसे मळभ आणणारी होती. त्यानंतर आम्ही लगेच पुन्हा भेटलो. तिने मला एकट्यालाच बोलावले. पिझ्झा खात खात आम्ही चिक्कार गप्पा मारल्या. तिने कबुली दिली की तिलाही जे उत्तम येत होते त्यात चमकून उठायला, आपले असाधारण प्रावीण्य सिद्ध करायला आवडत नसे. तिचेही मन तिला छळत असे, बंड करून उठत असे. निर्विवाद श्रेष्ठत्व दाखवू देत नसे; पण तरीही काही काळाच्या निवृत्तीनंतर, मनाच्या कुशंका, भीती यांना बाजला सारून ती पुनश्च संगीताच्या क्षेत्रात पुनर्प्रवेश करण्याचा गंभीरपणे विचार करत होती. ही 'मनातली गोष्ट' तिने मला सांगितली. मी तिच्या विचारांना पुष्टी दिली, आग्रहच केला. मी म्हणालो की या विस्मयकारक, स्वर्गीय आवाजापासून जगाला वंचित ठेवणे हे अगदी चुकीचे आहे. मनातील भयाला, धास्तीला शरण जाणे किती धोकादायक असते ते मी तिला समजावून सांगितले, पटवून दिले. ही अशी भीती मादक द्रव्यासारखी असते, आपण सहजपणे तिच्या आधीन होऊन जातो. तिच्या आहारी जाऊन आपण एखादा लहान त्याग करतो आणि मग ती अधिकाधिक त्यागाची भुणभुण लावते. नाही, तसे होता कामा नये. कितीही वाटले, मनाने सांगितले की जाहीरपणे गाऊ नको म्हणून काय झाले? ते काही नाही, तिला गायलेच पाहिजे!

खरे तर हे तत्त्वज्ञान तिला सांगणारा मी कोण होतो? माझा दांभिकपणा मला टोचत होता. मीही तोच संघर्ष करत होतो – माझ्या कुशंका काढणाऱ्या, उत्तम खेळ करण्यापासून मला परावृत्त करणाऱ्या, घाबरणाऱ्या मनाला शरण जाऊन मी फारच कमी प्रमाणात जिंकत होतो. जास्त प्रमाणात पराभव पत्करत होतो. मी वार्ताहरांशी बोलताना जसा मनाला गप्प बसवून शूरपणाचा आव आणत असे तसाच बार्बराशी बोलतानाही आणला होता. माझ्या दृष्टीने मी जसा वागायला हवा होतो, तसेच वागायचा सल्ला मी बार्बराला देत होतो. प्रत्यक्षात मी स्वतः तसं वागत नव्हतो, तरी जे खरोखरच योग्य होते, सत्य होते, जे मलाही

स्वीकारणे आणि त्याप्रमाणे कृती करणे गरजेचे होते तेच मी बार्बराला करायला सांगत होतो.

वसंत ऋतूतली प्रसन्न दुपार आम्ही टेनिस खेळण्यात घालवली. मी बार्बराला एका नव्या गायिकेबद्दल सांगितले, तिचा बार्बरासारखाच वरच्या सुरातला आवाज व्हेगासमध्ये मी नुकताच ऐकला होता. 'तुला ऐकायचं आहे तिचं गाणं?' मी बार्बराला विचारले, ती 'हो' म्हणाली, 'नक्कीच ऐकेन मी!' आम्ही दोघे बाहेरच्या दारात लावलेल्या माझ्या गाडीत बसलो. मी गाडीतल्या नव्या ध्वनियंत्रणेवर त्या वेळी खळबळ उडवून दिलेल्या 'कॉम्पॅक्ट डिस्क' -'सीडी'वर त्या गायिकेचे गाणे लावले. ती कॅनडाची होती आणि तिचे नाव होते सेलीन डियान. बार्बरा एकतानतेने गाणे ऐकत होती. ती त्यात रंगून गेली असावी. कारण, नकळत तिच्या हाताच्या बोटाचे नख तिच्या दातांखाली गेले. मला वाटले तिच्या मनात हाच विचार आला असावा की, असे तर मीही गाऊ शकेन! बहुतेक ती तिलाच रंगमंचावर पाहत होती! तिच्या या 'पुनरागमनाला' माझा थोडासा हातभार लागला याचा मला आनंद होत होता; पण माझ्या दांभिकपणाचे शल्यही टोचत होते.

ज्या दिवशी मी पहिल्या रांगेत बसून बार्बराच्या पुनरागमनाचा कार्यक्रम पाहत होतो त्या वेळी मात्र माझ्या दांभिकपणाची हद्द झाली. त्या रात्री मी डोक्यावर काळी बेसबॉल कॅप घातली होती कारण माझ्या टोपाने मला पुन्हा दगा दिला होता. तो न घालता कार्यक्रमाला येण्याचे धैर्य, भीतीवर विजय मिळवण्याचा उपदेश करणाऱ्या माझ्यापाशी नव्हते. टकलाचे रहस्य उघडे पडले तर लोक काय म्हणतील या भीतीचा मी शिकार होतो. दांभिक तत्त्वज्ञ आणि मुलखाचा घाबरट!

प्रसारमाध्यमांच्या ससेमिऱ्यामुळे माझ्या आणि बार्बराच्या वाढत्या भेटी हा लवकरच धक्कादायक अफवांचा विषय बनला. त्या अफवा हा आमच्या करमणुकीचा विषय बनला. आम्ही एकमेकातील मैत्रीची कबुली देत होतो. होय, बार्बरा माझ्यापेक्षा अठ्ठावीस वर्षांनी मोठी असली तरी! आमचे स्वभाव मिळते जुळते होते, आमच्या आवडीनिवडी सारख्या होत्या. आम्ही एकमेकांना आवडत होतो, आमचे संबंध मैत्रीचे होते. त्यासंबंधीच्या मसालेदार चर्चेमुळे आम्हाला मजा येत होती. सर्वांचे रोखलेले डोळे त्या मैत्रीवर प्रतिबंध आणत होते, त्यामुळे ज्याला मज्जाव केला जाईल ते आवर्जून करायची माझी बंडखोर वृत्ती उफाळून येत होती. बार्बरा बरोबरच्या भेटी 'हॉट लाव्हा' पँट्स घालण्याइतक्या हॉट बनल्या!

परंतु जेव्हा मी प्रचंड दमलेला असे, तणावाखाली असे, माझी मनःस्थिती बिघडलेली असे, जसे विम्बल्डनच्या वेळी झाले होते, त्या वेळी मला कोणाचीही टीका, थट्टा, अपमानास्पद शब्द डंख मारीत असत. अतिशय राग आणत असत.

बार्बरा वार्ताहरांच्या सापळ्यात सहजी अडकत असे. तिने एका वार्ताहराला सांगितले की, मी 'झेन मास्टर' आहे. झाले, वार्ताहरांच्या हातात कोलीतच मिळाले. 'झेन मास्टर'चा घोष सुरू झाला. त्या पदवीने काही काळ *इमेज इज एव्हरीथिंगची* पातळी गाठली. या नव्या प्रसिद्धीच्या परिणामाविषयी मी अनभिज्ञ होतो. कारण, 'झेन मास्टर' म्हणजे काय हेच मला माहीत नव्हते. मला एवढी खात्री होती की, त्यात काही वाईट नसणार कारण मला बार्बराच्या चांगुलपणाविषयी खात्री होती. ती माझी सच्ची मैत्रीण होती. ती चांगलेच बोलली असणार!

कार्बाचरविरुद्धच्या पहिल्या सामन्यानंतर मी बार्बराचा विषय बाजूला सारला, वार्ताहर, टीव्ही यांना संपूर्णपणे टाळले आणि '१९९३ची विम्बल्डनची स्पर्धा' या एकाच गोष्टीवर लक्ष केंद्रित केले. कार्बाचरच्या पाठोपाठ मी पोर्तुगालचा जोआ कुन्हा-सिल्व्हा, ऑस्ट्रेलियाचा पॅट्रिक राफ्टर, नेदर्लंडचा रिचर्ड क्रॅजिसेक यांना पराभूत करून उपांत्यपूर्व फेरीत पोहोचलो. आणि माझी गाठ पडली पीटशी! पुन्हा पीटच! त्याने त्याची सर्व्हिस अधिकच जोरदार आणि भेदक बनवली होती. त्या वेळी माझे मनगट नेमके दुबळे बनले होते. त्याच्या सुधारित सर्व्हिसला मी कसा तोंड देणार होतो कोणास ठाऊक! खरे खोटे माहीत नाही; पण वार्ता अशी होती की पीटही यातनापीडितच होता. त्याचा खांदा दुखावला होता आणि खेळ जरासा घसरलेलाच होता, त्यामुळे तो माझ्या विरुद्ध कसा खेळेल हे सांगणे अवघडच होते. तो चांगलाच खेळला. मला सामन्यापूर्वी जामानिमा करायला जेवढा वेळ लागायचा त्यापेक्षाही कमी वेळात त्याने पहिला सेट घेतला आणि पाठोपाठ तसाच दुसराही.

'संपणार लवकरच!' मी स्वतःशी पुटपुटलो. प्रेक्षकात माझ्या माणसांकडे नजर टाकली तर बार्बरा येऊन बसली होती, छायाचित्रकारांच्या कॅमेऱ्याचे फ्लॅशेस उडत होते. 'हेच माझे नशीब आहे का?' मी स्वतःला विचारले.

तिसरा सेट सुरू झाला आणि पीट अडखळू लागला. मी जोर धरला. माझा विश्वास दुणावला. तिसरा सेट तर माझ्या पदरात पडलाच, चौथाही पडला. पारडे माझ्या दिशेला झुकू लागले होते. पीटच्या चेहऱ्यावर मला चिंता दिसू लागली. दोघांची गुणसंख्या सारखी झाली होती २-२. दुपार उलटू लागली होती, विम्बल्डनच्या हिरवळीवर पडलेल्या सावल्या लांबत चालल्या होत्या तसे पीटच्या चेहऱ्यावरचे काळजीचे सावटही गडद होत होते. अपवाद घडत होता. या वेळी मी नाही पीट स्वतःला शिव्या घालत होता.

पाचवा सेट सुरू असताना पीट मधूनच कळवळत होता, वारंवार हाताने खांदा दाबत होता. मध्ये त्याने त्याच्या प्रशिक्षकाला पाचारण केले. खांद्याची तपासणी आणि उपचार चालू असताना मी माझ्या मनाला बजावले की, हा

सामना माझाच आहे, निश्चितपणे माझाच! पाठोपाठ दोन वेळा विम्बल्डनसारख्या स्पर्धेचे विजेतेपद – नक्कीच विशेष होते! या यशानंतर बघू वार्ताहर मला काय म्हणतात आणि हो, मी त्यांना काय म्हणतो! *काय? कसा वाटला 'बर्गर किंग'?*

काही वेळाच्या विश्रांतीनंतर खेळ सुरू झाला आणि पीटमध्ये कुठली तरी अज्ञात शक्ती संचारली! तो आधीचा पीट नव्हता. विश्रांतीने ताजातवाना झालेला नव्हता की, उपचाराने सावरलेला नव्हता. सर्वस्वी निराळाच होता. सापाच्या कातीप्रमाणे त्याने वेदना, चिंता, काळजी, शंका टाकून दिल्या असाव्यात, असे वाटत होते. त्या टाकलेल्या चिंता माझ्याकडे येऊ लागल्या होत्या. पाचवा सेट, ५-४ अशा आघाडीवर त्याने दहावी गेम सुरू झाली. पहिल्या तीन 'एस' सर्व्हिसेस – मी अर्थातच परतवू शकलो नाही. त्या 'एस' सर्व्हिसेस नेहमीच्या नव्हत्याच. तोफेतून गोळा सुटावा तसा चेंडू सणाणत आला त्याचा आवाजही कानात दुमदुमला होता. त्याला सामना जिंकायला फक्त एक तशीच जीवघेणी सर्व्हिस हवी होती.

तो यशस्वी होऊन जाळ्याजवळ आलासुद्धा! त्याने हस्तांदोलनासाठी हात पुढे केला. यशस्वी खेळाडूचे अभिनंदन, अपयशी खेळाडूचे सांत्वन! मी उजवा हात पुढे केला. हात मिळवला तेव्हा खोल वेदना झाल्या; पण त्या माझ्या दुखऱ्या मनगटामुळे नव्हत्या!! निराशेचे ओझे घेऊन मठीत येऊन पडलो. पीटकडून पराभूत झाल्यानंतरच्या दिवसात मला एकच गोष्ट करायची होती – खरं तर करायची नव्हती, टेनिस या विषयावर विचार! सात दिवस टेनिस हा विषय वर्ज्य! बस, मी कमालीचा कंटाळलो होतो, माझे मनगट आणि मन दुखावलेले होते, मला काहीही न करता नुसते बसायचे होते – शांत! एस सर्व्हिसेस नकोत, सामन्याचा निर्णायक क्षण नको, वार्ताहर नकोत, वृत्तपत्रातले फोटो नकोत, गायक नकोत, कोणी कोणी नको! एकटाच, कडक कॉफी पित, हातात वर्तमानपत्र घेऊन बसलो होतो. यूएसए टूडेच्या त्या अंकातल्या एका बातमीच्या मथळ्याने माझे लक्ष वेधून घेतले – माझे नाव होते त्यात! – *बोलेटिरी पार्ट्स वेज् विथ आगासी* – बोलेटिरी यांनी घेतली आंद्रे आगासीशी फारकत! – निक यांची मुलाखत होती. त्यांनीच ते विधान केले होते. त्यांनी माझ्याशी संबंध संपवले होते. त्यांना म्हणे यापुढे त्यांच्या कुटुंबासमवेत अधिक वेळ घालवायचा होता. दहा वर्षांचे संबंध – असे संपवले होते त्यांनी आणि त्यांचा निर्णय कळवला होता, वार्ताहरांना दिलेल्या मुलाखतीतून, वर्तमानपत्रातल्या बातमीतून! माझ्या खुर्चीत एक पांडासुद्धा ठेवण्याची तसदी घेतली नव्हती!

वर्तमानपत्र बाजूला ठेवतच होतो, फेडेक्सचा माणूस आला. त्याने एक पत्र दिले. निक यांचे होते. त्यातही वर्तमानपत्रातल्यापेक्षा काहीच जास्त, निराळे

लिहिलेले नव्हते. मी ते परत परत वाचले. कितीही पारायणे केली, तरी त्याने माझ्यावर काहीच परिणाम केला नाही. मी पत्र फेकून दिले. आरशासमोर उभा राहिलो – तोच होतो मी! काही बिघडलेले नव्हते. बाहेरही आणि आतही! मला वाईट वाटले नव्हते, काहीच वाटले नव्हते! बधिरता आली होती मला. जणू कोर्टिसोन मनगटातून तनमनात पसरले होते आणि त्याने माझ्या वेदनाच नव्हेत तर संवेदनाही संपवून टाकल्या होत्या.

मी उठलो, गाडी काढली, गिल यांच्या जिममध्ये गेलो. त्यांना सगळे सांगून टाकले. त्यांनाही वाईट वाटले आणि रागही आला, माझ्याइतकाच! 'मला वाटतं, सगळ्यांनाच आंद्रेशी संबंध तोडायचेत! आधी वेंडी... आता निक!' 'माझे' लोक कमी कमी होत चालले होते – माझ्या केसांपेक्षाही वेगाने!!

काही अर्थ नाही हे कळत असूनसुद्धा मला परत मैदानावर उभे राहायचे होते. मला त्याच वेदना, यातना अनुभवायच्या होत्या ज्या फक्त टेनिसच्या मैदानावरच अनुभवायला मिळतात.

पण माझ्या मनगटातल्या वेदनांइतक्या त्याही तीव्र नसतात. कोर्टिसोनचा परिणाम पूर्ण नाहीसा होऊन मनगट परत ठणकायला लागले होते. आत सुया टोचल्यासारखे वाटत होते. एक नवा डॉक्टर गाठला तर तो म्हणाला की, ऑपरेशन करावे लागेल. मग दुसऱ्याकडे गेलो. तो म्हणाला दीर्घ विश्रांतीने ठीक होईल. मी त्याचे ऐकले. चार आठवडे मनगटाला पूर्ण विश्रांती दिली. त्यानंतर मैदानावर उभा राहून पहिला फटका मारला आणि मनगट असे काही दुखले की, ऑपरेशनच केले पाहिजे हे पटवून घ्यावेच लागले.

या सर्जन लोकांवर माझा मुळीच विश्वास नाही. एका सर्वस्वी अनोळखी व्यक्तीवर, ज्याला आपण काही क्षणांपूर्वीच भेटलो आहोत, भरवसा टाकायचा, त्याच्या हाती सगळे सोपवून द्यायचे, ही कल्पनाच मला असह्य होते. आपण टेबलावर पडायचे, शुद्ध गमवायची आणि त्या परक्या माणसाने ज्यावर आपले आयुष्य अवलंबून आहे, अशा मनगटावर सुरी फिरवायची, छे, धडकीच भरते! त्या दिवशी त्याचे काही बिनसले असले तर? जरा लक्ष विचलित झाले तर? हात हालला तर? मैदानावर तसेच नाही का होत? मी इतक्या वेळा पाहतो, जास्त वेळा माझ्याच बाबतीत होते ना तसे!! माझी गणना पहिल्या दहा उत्तम खेळाडूत होते; पण मैदानावर कधी कधी मी नवख्यापेक्षाही नवखा होतो. माझे मनगट उघडणारा तो सर्जनही वैद्यकीय क्षेत्रातला आंद्रे आगासी असला तर? त्या दिवशी त्याचा खेळ उच्च दर्जाचा नाही झाला तर? तो जर मद्याच्या अथवा मादक पदार्थांच्या अमलाखाली असला तर?

मी गिल यांना ऑपरेशन थिएटरमध्ये माझ्या सोबत राहण्याची विनंती केली. ते मला तेथे निरीक्षक, पर्यवेक्षक, रक्षक म्हणून हवे होते. ते जे माझ्यासाठी एरवी करत तेच त्यांनी तेथेही करायला हवे होते – माझी काळजी घ्यायला हवी होती. फक्त त्या वेळी त्यांना त्यांचे काम हॉस्पिटलचा गाऊन आणि मास्क घालून करावे लागणार होते. त्यांच्या कपाळाला आठ्या पडल्या, त्यांची मान जोरजोरात हालली. 'छे, शक्य नाही!'

गिल यांच्या काही सवयी खूप मजेशीर होत्या. त्यांच्या प्रेमात पाडणाऱ्या, हळव्या लकबी. ते उन्हाने, उकाड्याने हैराण व्हायचे तसे इंजेक्शनच्या सुईने गर्भगळीत व्हायचे. फ्ल्यूची लस टोचायची म्हटली तरी त्यांचा थरकाप व्हायचा; पण तरीही – माझ्यासाठी त्यांनी कंबर कसली, धीर एकवटला. ''मी राहीन तुझ्या बरोबर!'' ते म्हणाले.

''हे तुमचे ऋण कायम माझ्यावर असेल...''

''आपल्यात ही अशी ऋणाची भाषा अजिबात चालणार नाही!'' त्यांनी बजावले.

१९ डिसेंबर १९९३. मी आणि गिल सांता बार्बराला गेलो. मी हॉस्पिटलमध्ये भरती झालो. हॉस्पिटलचे वातावरण, नर्सेसची धावपळ – ऑपरेशनसाठी मला तयार करायला लागल्यावर मी गिलना म्हणालो, 'मला कमालीचं अस्वस्थ वाटतंय... शुद्ध हरपेल बहुतेक माझी...'

''बरं होईल, तुला गुंगीचं औषध नाही द्यायला लागायचं!''

''गिल, मला वाटतंय संपलं माझं टेनिस...''

''नाही, मुळीच नाही!''

''मग? काय करणार आहे, मी असं मनगट घेऊन?''

माझ्या नाका-तोंडावर मास्क चढवला गेला. 'दीर्घ श्वास घ्या...' मला सूचना ऐकू येत होत्या; पण माझे डोळे जड होऊ लागले, मी ते उघडे ठेवायची शर्थ करू लागलो, शुद्ध पकडून ठेवू लागलो. 'गिल, मला सोडून जाऊ नका...' मास्कच्या वरून माझ्याकडे टक लावून पाहणाऱ्या त्यांच्या डोळ्यांत मी खोल बघत होतो. 'गिल आहेत आपल्या बरोबर... नेहमीसारखे – सावध, दक्ष. ते असल्यावर सगळं चांगलंच होणार...' मी स्वतःलाच समजावत होतो. मनाला समजलं तसे डोळे मिटले, भोवती धुक्यासारखं काहीतरी जमायला लागले. मला ते गिळून टाकणार...; पण नाही, मी जागा झालो, डोळे उघडले... गिल जवळ उभे होते. माझ्यावर ओणवून मला सांगत होते, 'वाटलं होतं त्याच्यापेक्षा वाईट परिस्थिती होती मनगटाची, फारच वाईट...; पण आता सगळं छान आहे. आंद्रे, सगळं छानच होणार आहे, अशी आशा करू या... या क्षणी तरी तेवढंच आपल्या हाती आहे...!'

मी माझ्या मठीत असणाऱ्या सुरवंटाच्या अंगावरची मऊ लव असते तशा कापडाच्या भरीव, मऊ मऊ कोचावर मुक्काम ठोकला होता. एका हातात रिमोट आणि दुसऱ्या हातात फोन. सर्जनने दुखरे मनगट सतत वर उचललेल्या स्थितीत ठेवायला सांगितले होते. म्हणून एका जाड, टणक उशीवर तो हात ठेवून मी पहुडलो होतो. वेदनाशामक गोळ्यांचा मारा सुरू होता तरीही मनाची जखम भरून येत नव्हती, काळजी शमत नव्हती. मी फार हळवा झालो होतो. एक विरंगुळा होता – एका स्त्रीची सोबत होती – केनी जी या माझ्या मित्राच्या बायकोची, लिंडीची मैत्रीण.

केनी जी हा मायकेल बोल्टनचा मित्र आणि मायकेल माझा डेव्हिस कपच्या टीममधला सहखेळाडू. मी, मायकेल, केनी जी आणि लिंडी – आम्ही सगळे डेव्हिस कपच्या सामन्यांचे वेळी एकाच हॉटेलमध्ये राहत होतो. त्या नंतर एक दिवस अचानक मला लिंडीचा फोन आला. ती मला म्हणाली, ''तुझ्यासाठी सर्वतोपरी अनुरूप अशी मैत्रीण भेटलीय मला! अगदी सर्वोत्तम!!'' सर्वोत्तम असलेले सगळेच आवडते मला!

''तुम्हा दोघांची जोडी खरंच छान जमेल!'' तिने सांगून टाकले.

''कशावरून म्हणतेस?''

''ती सुंदर आहे, हुशार आहे, सुसंस्कृत आहे, आधुनिक आहे आणि तिला विनोदबुद्धीही आहे.''

''पण... मी अजून तयार नाही... वेंडी... आणि मी असं ठरवून काही करत नाही...'' मी आढेवेढे घेतले.

''हे करशील. तिचं नाव आहे ब्रुक शील्ड्स.''

''हे नाव ऐकलंय...''

''आंद्रे, बोलायला काय हरकत आहे?''

''आहे...''

''आंद्रे...''

''मी विचार करून सांगतो... तिचा फोन नंबर देऊन ठेव...''

''आत्ता तिला फोन नाही करता येणार... ती दक्षिण आफ्रिकेत आहे सध्या... एका चित्रपटाच्या चित्रीकरणात गुंतलीय...''

''काही झालं तरी तिच्याकडे फोन तर असलेच...''

''पण ती अशा जागी आहे की, जिथं फोनने संपर्क होऊच शकत नाही. तंबूत राहतीय? की झोपडीत? की झाडाखाली? ... काहीच सांगता येत नाही. हा, फक्त फॅक्स करता येतो. तो नंबर देते मी तुला...''

तिने मला तिच्या त्या 'अनुरूप' मैत्रिणीचा फॅक्स नंबर दिला आणि माझा विचारला.

"तेवढं एक उपकरण नाही बसवलं मी माझ्या घरात..."

मी तिला फिलीचा फॅक्स नंबर दिला.

माझ्या मनगटाच्या ऑपरेशनच्या थोडे दिवस आधी मला फिलीचा फोन आला, "अरे, तुला त्या ब्रुक शील्ड्सचा फॅक्स आलाय..."

मग फॅक्सची देवाणघेवाण सुरू झाली. न पाहिलेल्या, न भेटलेल्या एका तरुणीशी दूरसंपर्क! जरा विचित्र पद्धतीने सुरू झालेला हा संवाद जास्तच विचित्र होत चालला होता, अती संथ गतीने पुढे सरकत होता. अर्थात ते एका दृष्टीने बरेच होते. आम्हा दोघांनाही घाई नव्हतीच; पण भौगोलिक अंतर प्रचंड असले तरी आम्हा दोघांच्या मनातील अंतर अनपेक्षित वेगाने कमी होत होते. औपचारिकपणा कधी ओघळून पडला आणि मनातले सहजपणे, विनासायास बाहेर येऊन व्यक्त होऊ लागले ते कळलेच नाही. आम्ही लवकरच आमची 'गुपिते' एकमेकांना सांगू लागलो. आमच्या संदेशांनी आवड, आकर्षण यांच्या सीमा पार केल्या. ते जवळीक, सलगी, प्रेम अशा वाटेवर एखाद्या प्रवाही सुरावटीसारखे जराही बेसूर न होता प्रवास करू लागले. जिला भेटलो नाही, जिच्याशी एक शब्दही बोललो नाही, तिच्याशी सूर जुळल्यासारखे वाटू लागले, तशी खात्रीच पटली आणि मी बार्बराला फोन करणे थांबवून टाकले.

ऑपरेशननंतर तर एका जागी जखडलोच गेलो होतो, एक हात उशीवर ठेवून पडूनच राहत होतो. मग मनाला एकच व्यवधान - ब्रुकचा फॅक्स, ब्रुकला फॅक्स! मनातले शब्दात गुंफायला मदत करायला गिल यायचे. मी काहीतरी लिहायचो, खाडाखोड करायचो, ते सुधारणा सुचवायचे. ब्रुकच्या शैक्षणिक कारकिर्दीने मी धास्तावलोच होतो. तिने प्रिन्स्टन विद्यापीठातून फ्रेंच साहित्य या विषयात पदवी मिळवली होती आणि मी नववीत शाळा सोडली होती! माझा ढळता आत्मविश्वास गिल परत आणायचे. असल्या बाबींकडे लक्ष द्यायचे कारण नसते असे ते समजवायचे.

त्यांनी मला एक मोलाचा सल्ला दिला होता, तू तिला आवडतोस का याची चिंता करू नकोस, तुला ती नक्की आवडते ना याची खात्री करून घे.

"*बरोबर आहे तुमचं म्हणणं.* पटतंय मला," मी म्हणायचो.

मी गिलना ब्रुक शील्ड्सच्या सर्व चित्रपटांच्या कॅसेट्स आणायला सांगितल्या आणि आम्ही दोघांनी तिच्या चित्रपटांचा महोत्सव साजरा केला. घरातल्या मशिनमध्ये पॉप कॉर्न बनवायचे, प्रकाश मंद करायचा आणि एक कॅसेट लावायची. पहिला चित्रपट होता 'ब्ल्यू लगून.' एका स्वर्गीय बेटावर एका तरुणाबरोबर अडकून पडलेली यौवनाच्या उंबरठ्यावरील जलपरी - ब्रुक शील्ड्स. ॲडम आणि ईव्हचीच कथा. आम्ही चित्रपट पाहिला, कॅसेट पुढे मागे करून ब्रुकची विविध रूपे डोळ्यांत साठवली, पुन्हा पुन्हा पाहून ती माझ्या योग्य आहे का यावर उलटसुलट चर्चा केली. तात्पर्य - होय, योग्य आहे.

''अरे, छान आहे. नक्कीच छान आहे. आणखी एक फॅक्स पाठवायला तर काहीच हरकत नाही!'' गिल म्हणाले.

फॅक्सद्वारे प्रणयाराधन बराच काळ सुरू राहिले. अखेर एका फॅक्समध्ये तिने कळवले की तिचे तेथील चित्रीकरण पूर्ण झाले असून ती दोन आठवड्यांच्या कालावधीत अमेरिकेला परतत आहे. योगायोग असा की, ती ज्या दिवशी लॉस एंजलिसच्या आंतरराष्ट्रीय विमानतळावर उतरणार होती त्याच्या दुसऱ्याच दिवशी जिम रोम माझी मुलाखत घेणार होता त्याच्या चित्रीकरणासाठी मी लॉस एंजलिसलाच जाणार होतो.

आमची भेट तिच्या घरी झाली. मुलाखतीचे चित्रीकरण संपताक्षणीच मी थेट तिच्या घरी पोहोचलो, मेकअपसुद्धा पुसला नाही! तिने दार उघडले. ती परिपक्व चित्रपट अभिनेत्री दिसत होती. गळ्याभोवती एक झुळझुळीत स्कार्फ गुंडाळलेला होता, चेहरा मेकअप विना होता (निदान माझ्यापेक्षा तरी निश्चितच कमी मेकअप होता). तिचे एकदम कमी केलेले केस हा मला फार मोठा धक्का होता. माझ्या मनातली तिची छबी छान लांब केस असलेली होती. 'आत्ताच्या चित्रपटासाठी कापले' असे तिने सांगितले.

आम्ही बोलतच होतो तेवढ्यात कुठूनशी तिची आई तेथे अवतरली. आम्ही हस्तांदोलन केले. बाई हसल्या; पण त्यांच्यातील ताठरपणा तरीसुद्धा जाणवलाच. मला एक आतून अशी ऊर्मी आली की, आम्हा दोघांचे काहीही होवो; पण या बाईचे आणि माझे कधीच पटणार नाही!

आम्ही दोघे जेवायला बाहेर पडलो. गाडीत मी तिला विचारले, 'आईबरोबर राहतेस?'

'हो... खरं म्हणजे नाही. ते थोडंसं गुंतागुतीचं आहे...'

हं, पालकांबरोबर गुंतागुतच असते! आम्ही सॅन व्हिसेंट रोडवरच्या एका छोट्याशा इटालियन हॉटेलमध्ये गेलो. जरा एकांत मिळावा म्हणून कोपऱ्यातले टेबल निवडले. थोड्याच वेळात मी सर्व अप्रिय गोष्टी – तिची आई, तिचे कापलेले केस – विसरून गेलो. तिचा आब, तिचा डौल, तिची उच्च दर्जाची विनोदबुद्धी – या सगळ्याची मोहिनीच पडली माझ्यावर. वेटरने मात्र आम्हाला जबरदस्त हसवले. तो टेबलाजवळ आला, त्याने लवून विचारले, 'दोघी जणींनी ठरवलं का काय ऑर्डर करायचं ते?'

दोघी जणी? आता मात्र मला केस कापणे भागच होते! मी तिला तिने नुकत्याच संपवलेल्या चित्रपटाविषयी विचारले. तिला अभिनेत्री म्हणून जगणे मनापासून आवडते का असे विचारल्यावर ती चित्रपट जगतातील नित्य नव्या साहसांविषयी, आव्हानांविषयी, प्रतिभावान सहकलाकार, दिग्दर्शक यांच्या

बरोबर काम करण्यातल्या आनंदाविषयी बोलली. ती मनापासून, भरभरून बोलत होती. तिची उत्कटता शब्दाशब्दांतून प्रतीत होत होती. मला एकदम वेंडी आणि ब्रुक यांच्यातला फरक जाणवला. जमीन अस्मानाचा फरक होता दोघींमध्ये. एकीला स्वतःची नीटशी ओळख झालेली नव्हती, आयुष्याचा अर्थ गवसला नव्हता आणि दुसरीला आपल्याला काय हवे आहे हे नेमके माहीत होते. ते ती मिळवतही होती. तिची स्वप्ने पूर्ण कशी होतील याची तिला स्पष्टता नव्हती; पण ती स्वप्ने कोणती होती हे सांगताना मात्र ती जराही अडखळत नव्हती. माझ्यापेक्षा पाच वर्षांनी मोठी होती ती. सतर्क होती, जग माझ्याहून चांगले ओळखत होती; पण तिच्या बोलण्या वागण्यातून निरागसपणाचे, निष्पापपणाचे जे दर्शन घडत होते, त्याने मला मी तिला या निष्ठुर जगापासून वाचवले पाहिजे, मी तिचे रक्षण केले पाहिजे याची प्रकर्षाने जाणीव करून दिली. मी तिचा 'गिल' व्हायला पाहिजे होतो!

पास्ताची चव घेता घेता आम्ही जे बोलत होतो त्यातले बरेचसे फॅक्समधून जे लिहीत होतो तेच होते; पण समोरासमोर बसून ते एकमेकांना सांगताना काहीतरी निराळेच वाटत होते. लिखित शब्दांना चेहऱ्यावरील भाव, देहबोली, डोळ्यांची भाषा यामधून झरणारे भावनांचे स्राव वेगळाच अर्थ प्रदान करत होते. शिवाय आमच्या संभाषणाला खुल्या, निरोगी हास्याच्या देवघेवीची छानशी साथ होती. ती मलाही हसवीत होती आणि स्वतःही हसत होती. तिचे हसणे खूपच गोड होते. मनगटाच्या ऑपरेशनच्या वेळी गुंगीत जसे तीन तास क्षणात संपल्यासारखे वाटले तसेच तिच्या सहवासातही वेळाचे परिमाणच बदलले होते!

तिने माझे मनगट तिच्या हातात घेऊन ऑपरेशनच्या एक इंच लांब गुलाबी खुणेवरून हलकेच हात फिरवला. काय झाले होते, ऑपरेशन कसे झाले, अजून दुखते का असे आपुलकी आणि काळजीच्या स्वरात प्रेमळ चौकशी करणारे अनेक प्रश्न विचारले. तीही लवकरच अशाच एका ऑपरेशनला तोंड देणार होती. वर्षानुवर्षे नृत्याचे शिक्षण, सराव आणि कार्यक्रम करून तिच्या टाचांना अशा प्रकारची इजा पोहोचली होती की, त्या पूर्वपदावर आणण्याचा ऑपरेशन हा एकमेव पर्याय असल्याचे डॉक्टरांनी सांगितले होते. माझ्या ऑपरेशनच्या वेळी गिल कसे सतत माझ्या बरोबर राहून मला आधार, धीर देत होते याचे मी वर्णन केल्यावर ती म्हणाली, "तुझा आधार मला उधार देशील का?"

आम्ही दोघे अगदी भिन्न प्रकारचे जीवन जगत होतो; पण बोलण्याच्या ओघात आम्हाला आमच्यातले एक साम्य लक्षात आले. आमचे दोघांचे बालपण अत्यंत कडक, कठोर, अती महत्त्वाकांक्षी, भय वाटावे इतके आक्रमक असणाऱ्या पालकांच्या धाकात गेले होते – माझे वडील तसे होते, तिची आई तशी होती. केवळ अकरा महिन्यांची असल्यापासूनच तिच्या आईने ब्रुकचा ताबा

घेतला होता. फरक हा होता की, ब्रुकची आई अजूनही तिच्यावर हक्क गाजवीत होती. अलीकडे त्यांची आर्थिक परिस्थिती बिकट होती कारण, ब्रुककडे बराच काळ काम नव्हते. हा आफ्रिकेतील चित्रपट ही तिला दीर्घकाळानंतर मिळालेली संधी होती. घरासाठी घेतलेल्या कर्जाचे हप्ते भरता यावेत म्हणून ती युरोपमध्ये कॉफीच्या जाहिरातीसुद्धा करत होती. आमची खूप जुनी ओळख असल्यासारखी, आपल्या जवळच्या माणसाजवळ मनापासून आणि मनमोकळेपणाने बोलावे तसे ब्रुक मला तिच्या खाजगी गोष्टी निःसंकोचपणे सांगत होती. दूर अंतरावरून पाठवलेल्या फॅक्समधून आमच्यातील अंतर कमी झाले होते; पण तरीही तिच्या अभिव्यक्तीतून तिच्या मोठ्या मनाचेच दर्शन घडत होते. ती तशी उमद्या मनाची होती हे मला प्रतीत झाले होते. मी हिच्या निम्म्याने तरी मोकळा असायला हवा होतो म्हणजे मीही तिला माझ्या अंतरातील दुःखे, यातना सांगितल्या असत्या, असे मला वाटू लागले होते; पण तेव्हाही मी त्या ओठांवर आणू शकलो नव्हतो. फक्त एक गोष्ट मात्र मी तिला सांगितली – मी टेनिसचा तिरस्कार करतो.

ती हसली. म्हणाली, ''नाही. तुला वाटतय तसं; पण तू प्रत्यक्षात नाही तिरस्कार करत तुझ्या खेळाचा!''

''करतो.''

''त्या *तिरस्काराचा* तुला त्रास नाही होत?''

''बरोबर, त्यामुळेच मी तिरस्कार करतो!''

आम्ही आमच्या ठिकठिकाणच्या प्रवासांविषयी बोललो. खाद्यपदार्थ, संगीत, चित्रपट यातील एकमेकांच्या आवडीनिवडी जाणून घेतल्या. सी.एस. ल्युईस नावाच्या एका ब्रिटिश लेखकाच्या जीवनावर नुकताच शॅडोलँड्स नावाचा चित्रपट प्रदर्शित झाला होता. तो आम्हा दोघांनाही खूप आवडला होता. त्याच्या आणि माझ्या आयुष्यात बरीच साम्यस्थळे होती. त्याची त्याच्या भावाशी खूप जवळीक असते, तो जगापासून दूर, संरक्षित आयुष्य जगणे पसंत करत असतो, त्याचे मन कोणताही धोका पत्करायला भीत असते आणि त्याचे मनही प्रेमात दुखावले गेलेले असते; पण त्याच्या आयुष्यात एक अविस्मरणीय अशी निर्भय, धीट स्त्री येते आणि त्याला सांगते की दुःख, यातना, पीडा सहन करणे ही माणूस म्हणून जगण्याची अटळ अशी किंमत आहे जी चुकवावीच लागते. चित्रपटाच्या अखेरीस ल्युईस त्याच्या विद्यार्थ्यांना सांगतो, *'दुःख, पीडा, यातना हा बहिऱ्या विश्वाला हलवून जागे करण्यासाठी परमेश्वर वापरीत असलेला ध्वनिवर्धक आहे. आपण सगळे जण पाषाण आहोत आणि 'तो' आहे पाथरवट, शिल्पकार. तो छिन्नीचे घाव घालतो तेव्हा इजा होते, दुखापत होते, यातना होतात पण त्याचमुळे आपण घडतो, आकाराला येतो, परिपूर्ण बनतो.'* मी आणि पेरीने तो चित्रपट दोनदा पाहिला असल्याचे मी ब्रुकला सांगितले. त्यातले काही संवाद तर

मला मुखोद्गत होते! ब्रुकलाही तो चित्रपट अत्यंत आवडला हे समजल्यावर माझे मन गलबलले; पण तिने ल्युईस या लेखकाची बरीच पुस्तके वाचलेली होती, हे समजले तेव्हा मात्र मला तिच्याविषयी आदर वाटला आणि स्वतःविषयी शरम.

मध्यरात्र उलटून गेली, कॉफीचे बरेच रिकामे कप टेबलावर साठले. आमच्या बोलण्याला खंड नव्हता. वेटर्स टेबलाभोवती वारंवार फेऱ्या मारू लागले, हॉटेलचा मालकही एक दोनदा येऊन गेला तेव्हा आम्ही उठलो. मी ब्रुकला तिच्या घरी सोडले तेव्हा निरोप घेताना तिची आई वरच्या मजल्यावरच्या खिडकीच्या पडद्याआडून आमच्याकडे रोखून पाहत होती, आमच्यावर लक्ष ठेवून होती असे मला सारखे वाटत होते. माझी पुनर्भेटीची विनंती तिने स्वीकारली. मी स्नेहभावाने तिचे ओझरते चुंबन घेतले आणि वळून चालू लागलो. अचानक माझ्या पाठीच्या कण्याच्या कमरेखालच्या मणक्याला नख लागले. मी वळलो तर ब्रुक हवेत तिचे टोकदार नख असलेले बोट हलवीत घरात हसत हसत पळून जाताना दिसली. मी वळलो तेव्हा तिला माझ्या जीनला पडलेले एक भोक दिसले होते आणि तिने त्यातून बोट घालून माझ्या उघड्या पाठीच्या मणक्याला नख लावले होते!!

मी गाडी भाड्याने घेतली होती. ब्रुकच्या भेटीनंतर सरळ विमान गाठून व्हेगासलाच जायचे असे जेव्हा ठरवले होते तेव्हा आमची भेट इतकी सुखदपणे लांबेल अशी कल्पनाही केली नव्हती. फारच उशीर झाला होता, तेव्हा सनसेट बुलेवार्डवरून जाताना जे बरे हॉटेल दिसेल तेथे रात्र काढायची असे मी ठरवले. सुदैवाने त्या काळी व्यवस्थापनातील सुधारणांमुळे ऊर्जितावस्थेला आलेले 'हॉलिडे इन' हेच हॉटेल समोर आले. दहाच मिनिटात मी दुसऱ्या मजल्यावरील कुंद खोलीत सनसेट आणि ४०५ नंबरचा महामार्ग यावरील रहदारीचे आवाज ऐकत पडलो होतो. डोक्यात अर्थातच ब्रुकच्या भेटीचे विचार होते. जे घडले त्याचा माझे मन आढावा घेत होते. काही आडाखे बांधीत होते, काही निष्कर्ष काढायचा प्रयत्न करत होते. डोळे जड होऊ लागले, पापण्या मिटू लागल्या. मी ते उघडे ठेवायचा प्रयास करू लागलो, इच्छाशक्तीचा झगडा सुरू झाला; पण नेहमीप्रमाणे पर्याय उरला नाही. जे अटळ होते ते मान्य करावेच लागले.

१५

माझी आणि ब्रुकची तिसरी भेट तिच्या टाचांच्या ऑपरेशनच्या आधीच्या रात्री झाली, मॅनहॅटनमधल्या तिच्या घरी. आमच्यातले अंतर कमी झाले होते. आम्ही आलिंगन आणि चुंबनापर्यंत पोहोचलोही होतो; पण मला आधी एका गोष्टीची कबुली देऊन मनातले अंतर कमी करायचे होते – माझ्या केसांचे रहस्य सांगून टाकायचे होते!

मला काहीतरी सांगायचे आहे हे तिलाही जाणवले. ''आंद्रे, काय झालंय?'' तिने विचारले.

''अं? काही नाही...''

''हे बघ, तू मला अगदी विनासंकोच सगळं सांगू शकतोस.''

''मला तुझ्यापासून काहीच लपवायचं नाही...''

आम्ही सोफ्यावर पहुडलो होतो. मी उठलो, अस्वस्थपणे एका उशीला ठोसा मारला. एक दीर्घ श्वास घेतला, धीर एकवटला, नेमके शब्द शोधू लागलो. उगीचच इकडेतिकडे, छताकडे, भिंतीकडे बघू लागलो. भिंतींवर लावलेल्या आफ्रिकन मुखवट्यांनाही डोळे आणि केस नव्हते. ते भीतिदायक दिसत होते, गूढ पण तरीही परिचित.

''आंद्रे, अरे, सांग मला.''

''ब्रुक, हे जरा विचित्र आहे; पण गेल्या बऱ्याच दिवसांत माझ्या डोक्यावरचे सगळे केस गळून गेले आहेत आणि मी टक्कल झाकायला टोप वापरतो.''

मी तिचा हात हातात घेऊन माझ्या टोपावर टेकवला.

''मला अंदाज आलाच होता...'' ती मंदसे हसत म्हणाली.

''हो? कळलं होतं तुला?''

''अरे, यात विशेष आणि विचित्र काय आहे? ठीक आहे ना, टोप वापरतोस तू...''

''हे तू मला बरं वाटावं म्हणून म्हणत आहेस ना?''

''आंद्रे, मला तुझे डोळे आवडतात, आकर्षक वाटतात आणि त्याहीपेक्षा तुझं मन! केसांचं काही नाही रे...''

मी भिंतीवरच्या बिनकेसांच्या, बिनडोळ्यांच्या मुखवट्यांकडे पाहिले. मी स्वतःलाच विचारले, मी तिच्या प्रेमात पडत होतो का?

मी दुसऱ्या दिवशी ब्रुकबरोबर हॉस्पिटलमध्ये गेलो. तिचे ऑपरेशन होईपर्यंत तिच्या खोलीत तिची वाट पाहत बसून राहिलो. तिला खोलीत आणले तेव्हा सामन्याच्या आधी जशी माझी पावले गुंडाळून ठेवली जात असत तशीच तिची पावले बँडेजमध्ये घट्ट गुंडाळलेली होती. ती शुद्धीवर आली तेव्हा मी तिच्या समोर होतो – तिचा आस्थेवाईक रक्षणकर्ता, तिची काळजी वाहणारा. त्या कोमल भावनेने माझे मन भरून आले. तेवढ्यात तिला फोन आला. तिची प्रेमळ चौकशी करणारा तो पहिलाच फोन मायकेल जॅक्सनचा होता हे कळल्यावर मनाचा भर ओसरून गेला. त्याच्याविषयी ज्या कथा कहाण्या, जे दोषारोप ऐकले होते ते लक्षात घेता तिची त्याच्याशी इतकी जवळीक कशी हे अनाकलनीयच होते; पण ब्रुक म्हणाली की, तो अगदी तुझ्या माझ्यासारखाच आहे! बालपण कोमेजून, करपून गेलेला, आम्हा दोघांसारखाच अलौकिक प्रतिभेचा कलाकार.

मी ब्रुकबरोबर तिच्या घरी गेलो आणि ती बरी होत असताना तेथेच राहिलो. एका सकाळी मी तिच्या पलंगाजवळच खाली जमिनीवर झोपलेलो असताना तिच्या आईने पाहिले. तिला धक्काच बसला. जमिनीवर पथारी? मी तिला समजावून सांगितले की माझी पाठ दुखते आणि जमिनीवर झोपले की मला बरे वाटते. ती घुश्शातच खोलीबाहेर निघून गेली.

जाग्या झालेल्या ब्रुकला मी गोड चुंबनाने 'शुभ प्रभात' म्हणालो. मी तिला सांगितले की तिच्या आईच्या आणि माझ्या संबंधांचे पहिले पाऊलच चुकीचे पडले आहे. असे म्हणताना माझे लक्ष तिच्या जखमी पावलांकडे गेले आणि मी वाक्प्रचार चुकीचा निवडल्याचे माझ्या लक्षात आले!

त्या सकाळीच मला स्कॉट्सडेलला एका स्पर्धेत भाग घेण्यासाठी निघायचे होते. ती स्पर्धा महत्त्वाची होती. कारण, माझ्या मनगटाच्या ऑपरेशननंतर मी प्रथमच खेळणार होतो. मी तिला आलिंगन आणि चुंबनांनी गुदमरवून टाकीत, लवकरात लवकर भेटण्याचे आश्वासन देत घेत तिचा निरोप घेतला.

स्कॉट्सडेलच्या स्पर्धेत माझे प्रतिस्पर्धी अगदीच सामान्य होते; पण तरीही माझ्या मनावर भीतीचा पगडा होता. माझ्या ऑपरेशनच्या निर्णयाची, डॉक्टरांच्या मते नीट झालेल्या मनगटाची खरी परीक्षा होती. ते जर बरे झालेलेच नसले, अधिकच बिघडलेले असले तर? सामना सुरू असताना माझा हात मनगटातून तुटूनच पडल्याच्या भयानक स्वप्नांनी माझी झोप उडवली होती. हॉटेलमधल्या खोलीत

पलंगावर डोळे मिटून पडून मी 'मनगटाने चांगली साथ द्यावी, सामना सुरळीत पार पडावा अशी प्रार्थना करत होतो' तोच दार वाजले...

''कोण आहे?''

''ब्रुक...''

ब्रुक??

होय, ब्रुक!! ब्रुक! तिच्या जखमी, दुखऱ्या पायांवर चालत!! माझ्यासाठी!!!

माझे मनगट एकदाही, जराही दुखले नाही. मी स्पर्धा जिंकली.

काही आठवड्यांनंतर एका नियतकालिकाच्या वार्ताहराला मी आणि पीट सॅम्प्रास संयुक्त मुलाखत देणार होतो. एका हॉटेलच्या खोलीमध्ये मुलाखतीचा कार्यक्रम होणार होता. पीट खोलीत आला आणि माझ्या खांद्यावरील पोपटाला पाहून थक्कच झाला.

''काय रे हे?''

''पीचेस नाव आहे तिचे. व्हेगासमधले एक पेट स्टोअर धंदा बंद करणार होते, तेथून मी हिला घेऊन आलो.''

''वा! भूतदया...'' तो जरा उपाहासानेच म्हणाला.

''अरे, फार मस्त, हुशार पोपटीण आहे ही. अजिबात चावत नाही आणि हुबेहूब नकला करते.''

''हो? कुणाच्या?''

''माझ्या. अगदी माझ्यासारखी बोलते, शिंकतेसुद्धा. शब्दसंपत्ती अफाट आहे तिची. फोन वाजला की, मी वैतागतो आणि ही फोन... फोन म्हणून किंचाळत सुटते.''

मी पीटला माझ्या व्हेगासमधल्या घरातल्या इतर मित्रांबद्दल सांगितले – किंग नावाचे मांजर, बडी नावाचा ससा. 'एकटेपणा छळतो रे, मग असे सखेसोबती लागतात' असे म्हणून – कुठलाच माणूस स्वयंपूर्ण नसतो – हे जगप्रसिद्ध सुभाषितही ऐकवले. त्याने मान हलवली त्यावरून त्याला माझ्यासारखी 'टेनिस ही एकांतवासाची शिक्षा' वाटत नसावी.

वार्ताहराने मुलाखत घेतली. इतके दिवस मला वाटत होते की, मी मुलाखतीत बोलताना जरा जास्तच भडक, नाटकी बोलतो; पण त्या दिवशी माझ्याबरोबर पीट होता तेव्हा मला खोलीत दोन पोपट असल्यासारखे वाटत होते. पीट पोपटपंची केल्यासारखेच, पूर्णपणे नाटकी, यांत्रिक बोलत होता. पीटची प्रतिक्रिया पाहिल्यानंतर मी त्याला माझ्या पीचेसबद्दल अधिक काही सांगायच्या भानगडीत पडलो नाही; पण पीचेस माझ्या टीमची सदस्य बनली

होती. माझे टीम सदस्य बदलत होते, काही जात होते – निक आणि वेंडी गेले. काही नवे येत होते, मी निवडून आणीत होतो – ब्रुक आणि स्लिम तसे सामील झाले. स्लिम हा व्हेगासचाच रहिवासी, माझ्या बरोबर शाळेत असलेला गोड, हुशार आणि अक्षरशः समवयस्क तरुण होता – अक्षरशः म्हणण्याचे कारण, त्याचा आणि माझा जन्म एकाच हॉस्पिटलमध्ये फक्त एका दिवसाच्या अंतराने झाला होता. बिचाऱ्याला आयुष्याची वाट सापडत नव्हती, चाचपडत होता. मी त्याला जवळ केला आणि माझा पर्सनल सेक्रेटरी नेमून टाकला. तो घर सांभाळायचा, पडेल ती कामे करायचा, पत्रव्यवहार बघायचा, चाहत्यांच्या पत्रांनुसार त्यांना माझ्या सह्या, फोटो पाठवायचा.

अलीकडे मला असे वाटू लागले होते की, आणखी एक मॅनेजर टीममध्ये असायला हवा. मी माझ्या टीमचा त्या दृष्टीने, प्रत्येकाची कामे आणि मोबदला यांचा विचार करून पेरीला स्वतंत्रपणे आढावा घ्यायला सांगितले. त्याने सर्वांशी झालेले करार तपासून माझ्या कल्पनेला दुजोरा दिला. मी त्याचे आभार मानले; पण मग मी विचार केला की, तो जास्तीचा मॅनेजर पेरीच का असू नये? जवळचा, सर्वांत विश्वसनीय. मला माहीत होते की, तो त्या वेळी मोकळा नव्हता, ॲरिझोना विद्यापीठाच्या लॉ स्कूलमध्ये दुसऱ्या वर्षाला होता. भरपूर कष्ट करत होता; पण तरीही मी त्याला विनंती केली. थोडा वेळ माझ्यासाठी देऊ शकेल का असे विचारले.

त्याने मुळीच आढेवेढे घेतले नाहीत. त्यालाही काम हवे होते. तो कॉलेज सांभाळून काम करायला तयार झाला – दिवसभरातील काही वेळ आणि शनिवार रविवार पूर्ण दिवस. लॉ स्कूलला जाण्याआधी एक दिवस पेरी माझ्या समोर बसला आणि त्याने मला त्याचे वडील पैशाच्या जोरावर लोकांना कसे गुलामासारखे वागवतात हे सांगितले. तो म्हणाला होता की, ते त्यालाही तसेच त्यांच्या वर्चस्वाखाली ठेवू पाहत होते म्हणूनच त्याला लॉ स्कूलसाठी त्याच्या वडिलांकडे पैसे मागायचे नव्हते. तो कळवळून म्हणाला, "आंद्रे, मला माझ्या वडिलांचं वर्चस्व कायमचं झुगारून द्यायचं आहे. मला बंधमुक्त व्हायचं आहे." तो असे म्हणाल्यावर समदुःखी आंद्रेने त्याला फीचे पैसे दिले. माझे काम ही त्याच्यासाठी एक नवी, आगळी वेगळी संधी तर होतीच पण माझे पैसे मला परत करण्याचा त्याचा वाजवी हट्ट पूर्ण करण्याचा तो एक चांगला उपायही होता.

मी लगेचच त्याची नेमणूक करून टाकली, एक चेक त्याच्या नावाने लिहून त्याच्या स्वाधीन केला. माझा मॅनेजर म्हणून मी त्याच्यावर पहिली कामगिरी सोपवली ती निकची जागा भरून काढण्याची. माझ्यासाठी नवा, उत्तम प्रशिक्षक शोधण्याची. त्याने थोडा अभ्यास करून एक छोटीशी यादी बनवली. सर्वांत पहिले नाव होते ते *विनिंग अगली* नावाच्या, टेनिस याच विषयावरील

पुस्तकाच्या लेखकाचे. पेरीने ते पुस्तक माझ्या हातात ठेवले आणि ते मला वाचायला सांगितले.

मी त्याच्याकडे कपाळावर आठ्या घालून बघितले आणि म्हणालो, ''ए, परत शाळेत नको हं जायला लावू मला! वाचनबिचन नाही जमणार आणि शिवाय पुस्तक वाचायची गरजही नाही. मला चांगला माहीत आहे हा लेखक – ब्रॅड गिल्बर्ट. अरे, मी अनेक वेळा खेळलोय त्याच्याबरोबर. आत्ता नुकताच काही आठवड्यापूर्वी देखील खेळलोय. त्याचा खेळ माझ्या अगदी विरुद्ध आहे. त्याचे काहीच ठरलेले नसते. वेग बदलतो, अंतरं बदलतो, चेंडू चुकीच्या दिशेला मारतो आणि लबाडीही करतो. त्याचे कौशल्य मर्यादित आहे आणि त्याचाच तो खास अभिमान बाळगतो. मी जसा नेहमीच अपेक्षेपेक्षा कमी दर्जाची कामगिरी करणारा आहे ना, त्याच्या विरुद्ध तो न चुकता अपेक्षेपेक्षाही जास्त यश मिळवणारा आहे. त्याचे तंत्र प्रतिस्पर्ध्याला नमविण्याचे नसून त्याला हताश करून टाकण्याचं आहे, त्याच्याच दोषांनी, त्याच्याच हातांनी त्याचे नुकसान करण्याचे आहे. त्याने माझ्यावरही या तंत्राचा अनेकदा वापर केलेला आहे, मला त्याचे सावज बनवलेलं आहे. मला त्याच्या या हातोटीबद्दल खूप कुतूहल वाटतं; पण ती साधणे अशक्य आहे हेही मला समजतं. तो आजही त्याचं स्थान टिकवून आहे. खरं तर माझ्या या मनगटाच्या दुखण्यामुळे माझ्या खेळात जो खंड पडला आहे त्याचा त्याला फायदा मिळालेला आहे, त्याचं नाव गुणवत्ता यादीत माझ्याही वर पोहोचलेलं आहे.''

पेरीने मला निराळीच बातमी दिली. तो म्हणाला की, ब्रॅड आता बत्तीस वर्षांचा आहे आणि निवृत्त व्हायचा विचार करतो आहे. प्रशिक्षक म्हणून काम करण्याच्या कल्पनेचा विचार करायला तो तयार आहे. पेरीने मला सांगितले की ब्रॅडच्या लिखाणाने तो अतिशय प्रभावीत झाला आहे आणि त्याचे असे मत आहे की त्याच्यासारखा खेळातील व्यवहारी सुज्ञपणा मला खूपच उपयुक्त ठरेल, मला त्याचीच गरज आहे.

सन १९९४च्या मार्च महिन्यात आम्ही सगळे फ्लोरिडामधील के बिस्केन येथे सामने खेळायला गेलो असताना पेरीने ब्रॅडला एका रात्री जेवणाचे आमंत्रण दिले. आम्ही फिशर आयलंड येथील आमच्या अतिशय आवडत्या, पाण्यावर तरंगत्या पोर्टे चेर्व्हो या इटालियन रेस्टॉरंटमध्ये भेटणार होतो. रम्य संध्याकाळ. पाण्यावर तरंगणाऱ्या हॉटेलमधून पाण्यावर तरंगणाऱ्या बोटी, नावा, छोटी मोठी जहाजे यांच्या हालत्या शिडांच्या डोलकाठ्यांच्या मागे, पाण्यात उतरायला तयार असलेले, मावळतीचे लाल भडक सूर्यबिंब. मी आणि पेरी ठरलेल्या वेळेच्या जरा आधीच येऊन थांबलो होतो. दिलेली वेळ गाठण्यासाठी ब्रॅड मोठ्या घाईघाईने; पण बरोबर वेळेवर आला. त्याला भेटून, बघून बराच काळ लोटला

होता. स्मरणातून पुसटलेले त्याचे वैशिष्ट्यपूर्ण व्यक्तिमत्त्व पुन्हा ठळकपणे जाणवले. रापलेला गोरा रंग, दणकट, कणखर शरीरयष्टी. सुंदर नाही म्हणता येणार पण देखणा, रुबाबदार. शिल्पकाराने मोठ्या कौशल्याने मुशीतून काढून साकार केलेल्या; परंतु छिन्नी हातोडा चालवून फारशी कलाकुसर न केलेल्या शिल्पासारखा दिसत होता तो. त्याचे रूप, त्याची लगबग, जलद चालणारा श्वास आणि त्याच्या चेहऱ्यावरील उत्तेजित भाव पाहताना माझ्या मनात एक विचित्र चित्र उभे राहिले – एका आदिमानवाने टाइममशिनमधून उडी मारली आहे आणि समोर त्याला अग्नीचे प्रथमदर्शन झालेले आहे! आदिमानवाची कल्पना मनात यायला आणखी एक कारण होते ते म्हणजे त्याचे मुबलक केस – त्याच्या डोक्यावर तर भरपूर केस होतेच; पण त्याच बरोबर हात, खांदे, चेहरा यांवरही केस होते. त्याचा मला हेवा वाटत होता. त्याच्या भुवयाही अत्यंत आकर्षक होत्या, इतक्या दाट होत्या की, एका भुवईचे केस वापरून मला माझ्यासाठी एक छोटासा टोप बनवता आला असता.

रेनॅटो नावाच्या हॉटेल मॅनेजरने आम्हाला आजूबाजूचे सुंदर दृश्य दिसेल अशी वरच्या मजल्यावरील जागा देऊ केली.

मी त्याचे आभार मानीत असतानाच ब्रॅड म्हणाला, ''पण आपण उघड्यावर नको बसायला. आतच बसू.''

मी आश्चर्याने त्याला कारण विचारले.

''मॅनीसाठी.''

''मॅनी? कोण मॅनी?''

''डास... मॅनी नावाचे डास! त्यांना फार आवडतो मी! आणि इथे तर ते फारच जोरात आहेत. बघा, बघा ना तुम्ही, घोंघावतायत कसे! त्यांचं मोठं सैन्य आहे इथं! आपण आतच बसू, त्यांच्यापासून दूर!!''

प्रचंड उकाडा असूनसुद्धा त्याने हाफ पँट न घालता जीन्स घातली होती, त्याचेही कारण डासांची धास्ती हेच असल्याचे त्याने सांगितले. त्याचे अंग थरारत होते, मान हालत होती आणि तो तोंडाने पुन्हा पुन्हा त्या मॅनी डासांचेच नाव घेत होता. मी आणि पेरीने एकमेकांकडे पाहिले.

''बरं, बरं, आपण आतच बसू या,'' पेरी म्हणाला.

वातानुकूलित दालनात मॅनेजरने आम्हाला खिडकीजवळचे टेबल दिले. आम्ही स्थानापन्न झालो. त्याने आमच्या हाती मेनूकार्ड ठेवले. मेनूकार्डवर नजर टाकताना ब्रॅडच्या कपाळावर आठ्या पडल्या.

''पंचाईत आहे...'' तो म्हणाला.

''काय झालं?''

''बिअर नाही यांच्याकडे – बड आईस...''

''असेल ना... विचारू आपण...''

''बड आईस हवीच. तिच्याखेरीज मी इतर कोणतीच बिअर पीत नाही.''

तो उठून उभा राहिला, म्हणाला, ''मी शेजारच्या दुकानातून बड आईस घेऊन येतो.''

तो गेला. आम्ही रेड वाईनची बाटली मागवली. मी आणि पेरी दोघेही गप्प होतो. पाच मिनिटांनी ब्रॅड बरोबर सहा बड आईसच्या बाटल्या घेऊन आला. त्याने मॅनेजरला बोलावले आणि म्हणाला, ''या बाटल्या बर्फात ठेवा. बर्फातच हं. रेफिरजरेटरमध्ये नकोत. त्यात पुरेशा थंड होत नाहीत. बर्फात नाहीतर मग थेट डीप फ्रीझरमध्ये.'' ब्रॅड स्थिरस्थावर झाला, अर्धी बाटली बिअर त्याच्या पोटात गेल्यावर सुखावला. नंतर पेरीने विषयाला हात घातला.

''ब्रॅड, आज तुला इथे बोलावण्याचं एक कारण हे होतं की आम्हाला आंद्रेच्या खेळाबद्दल तुझं मत जाणून घ्यायचं होतं.''

''कशाबद्दलचं मत?''

''आंद्रेच्या खेळाबद्दलचं. तुला काय वाटतं त्याविषयी ते ऐकायचंय आम्हाला.''

''माझं मत?''

''होय, तुझं मत.''

''मला याच्या खेळाविषयी काय वाटतं ते ऐकायचंय तुम्हाला?''

''होय.''

''अगदी खरं सांगू? प्रामाणिक मत?''

''होय, कुठलाही आडपडदा न ठेवता, विनासंकोच...''

त्याने बिअरचा आणखी एक मोठा घोट घेतला आणि नंतर काही वेळ तो माझ्या खेळाचे अत्यंत काळजीपूर्वक निरीक्षण केल्याचे सिद्ध करत सखोल विश्लेषण, बरेचसे दोषदिग्दर्शनच करत राहिला.

''टेनिस हे काही रॉकेट सायन्स नाही. रॅकेट सायन्सही नाही! मी जर तुझ्याजागी असतो, तुझं क्रीडापटुत्व, तुझी असामान्य प्रतिभा, तुझे कुशल फटके, परतावे, तुझे पदलालित्य माझ्याजवळ असतं तर टेनिसच्या जगावर माझं राज्य असतं, माझं वर्चस्व असतं; पण तुझ्या खेळामधलं तेज तू सोळा वर्षाचा असतानाच अस्तंगत झालं. कुठे गेला तो चुणचुणीत बालक, जो चेंडू जमिनीला टेकायच्या आत परतवण्यात पटाईत होता, ज्याचा खेळ विलक्षण आक्रमक होता? तो कुठे नाहीसा झाला?''

ब्रॅडच्या मते माझी कारकीर्द अशी अवेळी संपुष्टात आणायला जबाबदार आहे तो आहे माझा – माझ्या वडिलांकडून वारशात मिळालेला – अचूकपणाचा, परिपूर्णतेचा आग्रह, दुराग्रह.

''आपल्या खेळात एकही दोष असता कामा नये, एकही चूक होता कामा नये असा तू अट्टाहास धरतोस आणि मग जरा जरी खेळ कुठे कमी पडला की तुझं डोकं फिरतं, तुझा आत्मविश्वास डळमळतो. तू प्रत्येक चेंडूवर बिनतोड, विजयी फटका मारायचाच प्रयत्न करतोस, जो वृथा असतो. साध्या भात भाजीने काम भागते तेथे तू पंचपक्वान्नांच्या मेजवानीच्या मागे लागतोस. दहातल्या नऊ वेळा आलेल्या चेंडूशी सुसंगत असा एखादा सोपा पण अगदी शांत, स्थिर चित्ताने मारलेला फटका गुण जिंकायला पुरेसा असतो.''

तो ताशी साठ मैल वेगाने बोलत होता, अगदी एकसुरी बोलत होता, त्याच्या नावडत्या डासांच्या गुणगुणण्यासारखा! टेनिससंबंधी बोलताना तो इतर अनेक क्रीडाप्रकारातील उदाहरणे अत्यंत सहजपणे आणि तीही अलंकारिक भाषेत देत होता. त्यावरून त्याचे खेळाबद्दलचे ज्ञान आणि भाषेवरचे प्रभुत्व स्पष्ट होत होते.

''प्रत्येक फटका न परतवता येण्यासारखाच मारणं सोडून दे, जाळ्याच्या जवळ चेंडू टाकणं थांबव. ठामपणा बाळग खेळात, बस. एकेरी आणि दुहेरी, दोन्ही प्रकारचे सामने खेळत पुढे जात राहा. आपण आणि आपला खेळ एवढाच विचार करत बसू नको. आणि एक गोष्ट पक्की लक्षात ठेव, पलीकडे जो तुझ्याविरुद्ध खेळणारा आहे त्याच्या खेळात काही त्रुटी आहेत, त्याच्यात काही कमतरता आहेत, त्यांच्यावर हल्ला चढव. अरे, प्रत्येक वेळी मैदानावर उतरलं की, आपण जगातील सर्वोच्च खेळाडूच ठरलं पाहिजे असं नसतं. सामन्यातला जो आपला प्रतिस्पर्धी असतो ना त्या एका खेळाडूपेक्षा जरासं चांगलं, खेळलं, त्याच्यापेक्षा थोडं सरस असलं की पुरतं. आपण जिंकायचं नाही, समोरच्या प्रतिस्पर्ध्याला पराभूत व्हायला भाग पाडायचं. त्याला त्याच्याच करणीने पराभूत होऊ दिलं तर आणखी चांगलं. हा सगळा शक्याशक्यतेचा आणि टक्केवारीचा खेळ आहे. तू तर व्हेगासचा आहेस, तुला कसिनोमधली पद्धत माहितच आहे. तिथल्या गेम्सचं सूत्र काय असतं? कॅसिनोच नेहमी जिंकणार! बरोबर? का? कारण खेळाची रचनाच अशी केलेली असते कॅसिनोचा फायदा व्हावा. खेळातही तू कॅसिनो हो. यशाची संधी, शक्यता कायम तुझ्या बाजूला झुकलेली ठेवायची. सध्या तुझं काय होतय, तू प्रत्येक चेंडू निर्दोष, बिनचूक मारायला जातोस आणि त्यामुळे ती यशाची शक्यता दोलायमान होते, प्रतिस्पर्ध्याच्या बाजूला झुकते. तू तुझ्या या परिपूर्णतेच्या धोरणाने फार मोठी जोखीम अंगावर घेतोस. नको करू तसं. त्याची गरज नाही. बस, चेंडू मारत राहा, पुढे मागे, व्यवस्थित, सहजपणे, शांतपणे पण खंबीरपणे. पाय जमिनीवर राहू देत, घट्ट.

तू जेव्हा परिपूर्णतेचा ध्यास घेतोस ना तेव्हा काय होतं? जे अस्तित्वातच नसतं त्याच्यामागे लागतोस तू! असं परिपूर्ण, बिनचूक, निर्दोष, सर्वोच्च असं

काही व्यवहारात नसतं. त्याच्या मागे लागून तू स्वतः तर दुःखी, हताश होतोसच पण त्याबरोबरच तुझ्या आजूबाजूच्यांनाही निराश करतोस. पूर्णत्व! वर्षातल्या पाच सकाळीसुद्धा तुझं ते 'पूर्णत्व' घेऊन उजाडत नाहीत! तेवढ्याच कमी वेळा तूही 'पूर्णत्वा'च्या पदाला म्हणजे विजेतेपदाला स्पर्श करू शकतोस; पण तीनशे पासष्टातल्या पाच दिवसांच्या यशाने टेनिस खेळाडूची किंमत नाही ठरत किंवा तो खेळाडू माणूस म्हणून कसा आहे तेही नाही कोणी ठरवत. ते ठरते उरलेल्या तीनशे साठ दिवसांच्या कामगिरीवर. आंद्रे, डोक्याचा वापर अत्यंत महत्त्वाचा आहे, डोक्याचा. तुझं खेळातलं कौशल्य केवळ पन्नास टक्केच असेल; पण तू जर डोकं पंचाण्णव टक्के वापरलंस तर तुला शंभर टक्के यश मिळेलच पण त्याविरुद्ध, खेळ जरी पंचाण्णव टक्क्यांचा केलास आणि डोकं मात्र पन्नास टक्केच वापरलंस तर तू एकशे दहा टक्के हरणार... हरणार... हरणार!! तुला पुन्हा व्हेगासच्या भाषेत सांगतो. एक स्पर्धा जिंकायला एकवीस सेट्स जिंकावे लागतात. सात सामने, प्रत्येक सामन्यात जो तीन सेट्स आधी जिंकेल तो विजेता. एकवीस - पत्त्यातल्या ब्लॅकजॅकमध्ये कसा एकवीस हाच आकडा महत्त्वाचा, तसाच टेनिसमध्येही एकवीसच. त्या आकड्यावर लक्ष केंद्रित केलं ना तर मग चूक होणारच नाही. सरळ साधा हिशेब ठेवायचा. प्रत्येक वेळेला सेट जिंकला की, एकदा स्वतःशी हिशेब करायचा, एकूण एकविसातला एक सेट कमी झाला, माझ्या खिशातला एक वाढला. उलटे मोजायचे, एकवीसपासून खाली. याला काय म्हणतात? सकारात्मक विचार. आता मी जेव्हा ब्लॅकजॅक खेळतो तेव्हा तर मी सोळातच समाधान मानतो, एकवीसपर्यंत जातही नाही. मी मगाशी काय सांगितलं? परिपूर्णतेचा हव्यास धरायचा नाही...''

ब्रॅड अखंड पंधरा मिनिटे बोलत होता आणि मी आणि पेरी ऐकत होतो – एक शब्दही न बोलता, प्रश्न न विचारता, कोणताही व्यत्यय न आणता, सतत त्याच्याचकडे पाहत – एकमेकांकडेसुद्धा न बघता, समोरच्या वाईनचा एकही घोट न घेता – ऐकत होतो. ब्रॅडच्या मात्र त्या पंधरा मिनिटांत दोन बिअरच्या बाटल्या संपल्या होत्या. शेवटचा घोट घेऊन त्याने बाटली खाली ठेवली आणि विचारले, ''टॉयलेट कुठे आहे?''

तो गेला तसे मी पेरीला म्हणालो, ''हाच हवा आपल्याला!!''

''अगदी बरोबर!''

ब्रॅड परत आला. वेटर ऑर्डर घ्यायला आला. ब्रॅडने त्याची पसंती सांगितली. पेरीने त्याला हवे असलेले पदार्थ सांगितले, तसा ब्रॅड त्याला म्हणाला, ''छे छे, ते तसं नको मागवू...'' मग त्याने त्यातले गुण दोष, फायदे तोटे तपशीलवार वर्णन करून पेरीला योग्य आणि चविष्ट काय तेही सांगितले. त्याचे खाद्याच्या विषयातील ज्ञान आणि मार्गदर्शनाची पद्धत फारच प्रभावशाली होती, तरीही पेरीने तो बदल स्वीकारला नाही. वेटरने माझ्याकडे पाहिले. मी

म्हणालो, ''ब्रॅडने जे मागवले आहे तेच माझ्यासाठीही आण.'' ब्रॅड हसला. वेटर गेला. पेरीने घसा खाकरला आणि तो ब्रॅडला म्हणाला, ''तुला आंद्रेचा कोच म्हणून काम करायला आवडेल?''

दोन तीन क्षण शांततेत गेले, ''होय, मी करीन ते काम. मला आवडेल. माझी कदाचित काही मदत होऊ शकेल...''

मी विचारले, ''कधीपासून सुरुवात करणं शक्य होईल?''

''उद्या. सकाळी दहा वाजता मैदानावर भेटू.''

''नको... दहा नको... मी दुपारी एकच्या आधी कधीच...''

''आंद्रे, सकाळी दहा वाजता!'' माझा नवा कोच बोलला!

सकाळी मला मैदानावर पोहोचायला अर्थातच उशीर झाला. ब्रॅड वाट पाहत उभा होता. मी दिसताच त्याने घड्याळात पाहिले, ''मला वाटतं आपण दहा ठरवलं होतं...''

''ब्रॅड, सॉरी... मला दहा कधी वाजतात आणि कसे असतात ते माहितीच नाही...''

आम्ही खेळाला सुरुवात केली. ब्रॅडने बोलायला. काल रात्रीचे लांबलचक स्वगतच जणू पुढे सुरू झाले होते. तो माझ्या खेळाचे, प्रत्येक फटक्याचे व्यवस्थित विश्लेषण करत होता, त्यातले दोष, उणिवा दाखवीत होता. मी एखादा चेंडू कसा परतवणार हे तो आधीच सांगायचा आणि मग ते जर त्याच्या मते बरोबर नसले तर कसा परतवायला हवा तेही समजावून सांगायचा. त्याचा भर अप द लाइन बॅकहॅन्डवर होता.

''तुला जेव्हा जेव्हा अप द लाइन बॅकहॅन्ड मारायची संधी मिळेल तेव्हा तेव्हा तो तू मारच. ती संधी कधीच सोडू नको. तो फटका म्हणजे हमखास लाभदायी फटका आहे. पक्षपात मुळीच करत नाही तो! तो तुला न्याय देतोच. सगळी देणी चुकवता येतात त्या फटक्याने!''

आम्ही सराव म्हणून जेवढे सामने खेळलो ते खेळताना ब्रॅडने माझी प्रत्येक चूक खेळ थांबवून, जाळ्याजवळ येऊन, जशी मला समजावून सांगितली, तसेच, त्याच्या मते मी 'वेड्यासारख्या' मारलेल्या प्रत्येक फटक्यामागचे माझे तर्कशास्त्रही समजावून घेतले आणि ते कसे अयोग्य आहे तेही समजावले.

''मला माहीत आहे तो फटका बिनतोड असतो; पण आंद्रे, लक्षात ठेव, प्रत्येक फटका बिनतोडच असून चालत नाही. काही फटके असे हवेत की जे सामान्य वाटतील, सहज मारण्यासारखे वाटतील. म्हणजे प्रतिस्पर्धी ते सहजपणे परतवायला जातो, हमखास चुकतो आणि आपल्याला गुण मिळतो. दुसऱ्या खेळाडूलाही खेळायला द्यावं.''

ब्रॅडचे विचार, त्याच्या कल्पना मला आवडत होत्या, पटत होत्या. मी त्याच्या उपयुक्त, व्यवहारी सूचनांना छान प्रतिसाद देत होतो. मुख्य म्हणजे त्याची ऊर्जा, त्याचा जिवंत उत्साह मला फारच भावत होते. खेळात पूर्णत्व असणे, आपण दरवेळेलाच अत्युत्तमच असणे हे सक्तीचे नसते, बंधनकारक नसते. ते खरे तर ऐच्छिक असते, आपल्याला ते ठरवता येते हा त्याचा सिद्धांत मला मनापासून पटला. त्या सिद्धांताने आणि ब्रॅडच्या तो सिद्धांत पटवून देण्याच्या कौशल्याने मला एका गोष्टीची जाणीव करून दिली. मी अत्युत्तमाच्या मागे लागून स्वतःचे नुकसान करून घेत होतो. मी माझी निवड बदलायला हवी होती. ब्रॅडने मला जे सांगितले ते आजवर मला कोणीही सांगितलेले नव्हते. हा सर्वोत्तम असण्याचा, परिपूर्णतेचा ध्यास हा माझ्या झडणाऱ्या केसांप्रमाणे, सुजलेल्या पाठीच्या कण्याप्रमाणे माझाच एक अविभाज्य परंतु त्रासदायक, क्लेशकारक, सतत दुखरा असा भाग झाला होता.

नव्या प्रशिक्षकाच्या सकाळभराच्या, नव्या धाटणीच्या, अत्यंत लाभदायी 'प्रशिक्षणा'नंतर आम्ही दुपारचे, अगदी हलकेफुलके जेवण घेतले. दुपारी मी तंगड्या वर टाकून आरामात वर्तमानपत्रे वाचली. टीव्ही बघितला. एका मस्त डेरेदार झाडाच्या गार सावलीत काही वेळ बसलो – आणि मग सामना खेळायला गेलो. नवे ज्ञान वापरून माझ्याच वयाच्या मार्क पॅची या ब्रिटिश खेळाडूविरुद्धचा सामना सहजी जिंकून आलो. माझा त्यानंतरचा सामना बोरीस बेकरशी होता. माझ्यापासून दूर गेलेले निक बोलेटिरी आता बोरीसचे नवे प्रशिक्षक बनले होते. ''आंद्रेच्या कुठल्याच प्रतिस्पर्धी खेळाडूला प्रशिक्षण देण्याची मी कल्पनाही करू शकत नाही,'' असे जाहीररीत्या विधान केलेले निक माझ्या कट्टर प्रतिस्पर्ध्यालाच प्रशिक्षण देत होते. त्या दिवशी ते प्रेक्षागृहात बेकरसाठी आरक्षित केलेल्या जागेतच बसले होते. त्यांना पाहिल्यापासून माझे रक्त उसळले होते, सळसळू लागले होते. बेकर नेहमीप्रमाणे त्याच्या १३५ मैल वेगाच्या जबरदस्त सर्व्हिसेस करत होता; पण आज मी त्याला धूप घालत नव्हतो. माझी आक्रमकता आणि त्याचे कारणही बहुधा बेकरच्या लक्षात आले होते. तो जिंकण्यापेक्षा प्रेक्षकांना खूश करायच्या दृष्टीने खेळू लागला. नुसताच खेळून तो थांबला नाही तर पहिल्या सेटनंतरच्या विश्रांतीच्या काळात त्याने त्याची रॅकेट एका चेंडू गोळा करणाऱ्या मुलीला देऊ करण्याचा प्रेक्षकांना आकर्षित करून घेणारा देखावाही केला. त्याचा आव असा होता की, 'या सामन्यात मी जे करणार आहे ते इतके सोपे आहे की ते ही चेंडू गोळा करणारी मुलगीही करू शकेल!'

मी त्याचे आव्हान स्वीकारले आणि त्याला चोख उत्तरही दिले.

बेकरला घालवून देऊन मी अंतिम फेरीत प्रवेश केला. पुन्हा एकदा माझी गाठ माझ्या ठरलेल्या प्रतिस्पर्ध्याशीच पडली – पीट सॅम्प्रास.

अंतिम सामना नॅशनल टीव्हीवर दाखवणार होते. मी आणि ब्रॅड लॉकररूममध्ये जाताना जराशा दबावाखालीच होतो. आत पाहतो तर पीट खाली उताणा पडलेला होता, डॉक्टर आणि एक प्रशिक्षणार्थी त्याच्यावर ओणवे झालेले होते. स्पर्धेचे अधिकारी असवस्थपणे येरझारे घालीत होते. दोन्ही पाय गुडघ्यात मुडपून छातीजवळ आणताना पीट विव्हळत होता.

''अन्नातून विषबाधा झाली आहे...'' डॉक्टरांनी निदान केले.

ब्रॅड माझ्या कानात म्हणाला, ''जिंकलास तू ही के बिस्केनची स्पर्धा...''

स्पर्धेच्या अधिकाऱ्याने आम्हा दोघांना बाहेर बोलावले आणि विचारले, ''पीट बरा होईपर्यंत थांबू शकाल?''

ब्रॅडची देहबोली जे उत्तर देत होती ते मला कळले; पण मी म्हणालो, ''जरूर. हवा तेवढा वेळ द्या पीटला बरं व्हायला.''

अधिकाऱ्याने सुटकेचा निश्वास टाकला. माझ्या खांद्यावर हात ठेवून माझे मनापासून आभार मानले. ''चौदा हजार लोक आहेत बाहेर! शिवाय प्रसारमाध्यमे...''

मी आणि आणि ब्रॅड टीव्ही बघत, वाहिन्या बदलत वेळ काढत बसलो. मी काही फोनही केले, ब्रुकलाही केला. ती म्हणाली की, ती सामने पाहायला येणारच होती; पण त्याच वेळेला नेमके तिला 'ग्रीस' या संगीतनृत्यमय कार्यक्रमाच्या चाचणीसाठी जावे लागले होते.

काही वेळाने ब्रॅड वैतागला.

''शांत राहा, पीट एखादे वेळेला बरा होणारही नाही...''

डॉक्टर पीटला शिरेत इंजेक्शन देऊन त्यातून औषधे देत होते. काही वेळानंतर त्यांनी पीटला आधार देऊन उभे केले; पण पीटला तोल सावरता येत नव्हता, तो शिंगरासारखा लटपटला. तो खेळू शकेल असे मुळीच वाटत नव्हते; परंतु स्पर्धेच्या अधिकाऱ्याने येऊन आम्हाला धक्का दिला. 'पीट तयार आहे खेळायला'.

ब्रॅडने एक शिवी हासडली. ''सामना संपायला फार रात्र नाही होणार,'' मी त्याला म्हणालो; पण माझा फार मोठा गैरसमज होता. जो मैदानावर आला आणि खेळू लागला तो लॉकररूममध्ये कण्हत पडलेला, शिरेत सुई खुपसलेला, उभा राहतानाही लटपटणारा पीट नव्हता. जो मैदानावर आला होता तो तरी पीटचा जुळा भाऊ होता किंवा काही वेळापूर्वी लॉकररूममध्ये पडलेला होता तो तरी त्याचा जुळा भाऊ होता. चमत्कार घडला होता. मैदानावर मूर्तिमंत चैतन्य विहरत होते, तोच जोर, तेच चापल्य. सर्व्हिसचा वेग कमी झाला नव्हता, घाम पुसायलाही थांबण्याची गरज भासत नव्हती. पीट त्याचा सर्वोत्तम खेळ खेळत होता. पाहता पाहता त्याने ५–१ अशी आघाडी घेतली.

माझे आश्चर्य ओसरले आणि रागाचा पारा चढला. मी चिडलो. जखमी पक्ष्याला उचलून घरी आणावे, त्याची शुश्रूषा करून त्याला बरा करावा, कशासाठी? पंख फडफडवून त्यानेच आपल्याला चोच मारावी म्हणून? मी खेळ उलटवला, सेट जिंकला. त्याने आणलेले अवसान मी निपटून काढले. मला वाटले, आता त्याच्यात काहीही उरले नसणार!

पण त्याने परत एकदा मला खोटे पाडले. दुसऱ्या सेटला तो अधिकच चांगले खेळू लागला. तिसऱ्यात तर त्याने शिखरच गाठले. तीन सेट्समधले दोन जिंकून त्याने सामना जिंकला. मी लॉकररूममध्ये शिरलो तेव्हा ब्रॅड रागाने खदखदत होता. ''मी तुझ्या जागी असतो तर मी पीटला सामना सोडायला लावला असता. विजेत्याच्या बक्षिसाची रक्कम विभागायला लावली असती. तरी मी त्या वेळी सांगत होतो तुला...''

मी ब्रॅडला समजावले. ''मी असे कधीच वागणार नाही. मला असं यश नको आहे. काही वेळापूर्वी विषबाधा होऊन पडलेल्या रोग्यापुढे जर माझा टिकाव लागत नसेल, त्यालासुद्धा जर मी पराभूत करू शकत नसेन तर विजेता बनण्याची लायकी नाहीच माझी!''

ब्रॅड गप्प झाला. त्याचे डोळे विस्फारले गेले. क्षणात त्याने मान हलवली. ''मी तुझ्या या तत्त्वांची कदर करतो. मला ती पटत नसली तरी!''

कॅसाब्लँका या चित्रपटाच्या अखेरीस एका नव्या मैत्रीच्या बंधनात अडकलेले बोगार्ट आणि क्लॉड रैन्स एकत्र, हातात हात घालून जसे धुक्यात निघून जातात, तसे मी आणि ब्रॅड स्टेडियममधून बाहेर पडलो. आमच्यातही एका सुंदर मैत्रीच्या नात्याचे बंध निर्माण झाले होते. माझ्या टीममध्ये एक नवा, महत्त्वाचा सदस्य सामील झाला होता.

नव्या सदस्याची भर पडली; पण यशाला उतरती कळा लागली. पराभूत होण्याचे सत्रच सुरू झाले. ब्रॅडची शिकवण अंगी बाणवायची म्हणजे डाव्या हाताने लिहिणे शिकण्यासारखे होते. तो त्याच्या शिक्षणपद्धतीला 'ब्रॅडटेनिस' म्हणायचा, मी 'ब्रॅडिट्यूड' – ब्रॅडवृत्ती – म्हणायचो. नाव काहीही दिले तरी तो जे सांगत असे ते आचरणात आणणे फारच कठीण होते. मला परत शाळेत गेल्यासारखे, शिकवलेले काहीही कळत नसल्यासारखे, तेथून पळून जावेसे वाटायचे. त्याचा एकच धोशा – सातत्य राख, पाय जमिनीवर राख. घट्ट राहा, ठाम राहा, प्रतिस्पर्ध्यावर दबाव टाक, त्याला हताश कर, छळ, त्याच्यावर कुरघोडी कर आणि यश खेचून घे. तो त्याचे 'कुमार्गी यशा'चे तत्त्वज्ञान माझ्या गळी उतरवायचा प्रयत्न करायचा. मार्ग महत्त्वाचा नाही, ध्येय गाठणे महत्त्वाचे. विचारांची दिशाही तीच हवी. मला त्या पद्धतीने हार पत्करायची सवय होती;

पण त्याच मार्गाने जिंकणे माहीत नव्हते! तरीही मी ब्रॅडवर पूर्ण विश्वास टाकला. मला पटले होते की, त्याचा सल्ला अचूक होता, शंभर टक्के बरोबर होता आणि मी तो शंभर टक्के आचरणात आणला; पण तरीही मला यश गवसत नव्हतेच. तो म्हणाला, पूर्णत्वाचा, निर्दोषत्वाचा ध्यास सोड, मी तो आटापिटा करणे सोडून दिले. मग मी सर्वोत्तम का ठरत नव्हतो?

मी ओसाकाला गेलो, तेथे पुन्हा एकदा पीटकडून पिटलो गेलो. तो जमिनीवर पाय कसले घट्ट रोवतो. त्याने माझा फुगा बनवून वर उडवून लावला! नंतर मी मॉंटे कार्लोला गेलो आणि पहिल्याच फेरीत येवजेनी कॅफेल्निकॉव्हकडून मार खाल्ला. त्या जखमेवर मीठ चोळले गेले ते त्याने विजयोत्तर वार्ताहर परिषदेत दिलेल्या उत्तरामुळे. त्याला विचारण्यात आले की, आंद्रेच्या बाजूने इतके प्रेक्षक ओरडत असताना त्याला पराभूत करून कसे वाटले?

तो म्हणाला, ''अवघड होते, कारण आंद्रे जीझससारखा आहे!'' त्याच्या या अजब तुलनेचा अर्थ मला जराही उमगला नाही; पण ती प्रशंसा नव्हती, उपाहासच होता हे नक्की!

जॉर्जियातील डुलुस येथे मॅलिवै वॉशिंग्टनने मला पराभूत केले. मी निराश अवस्थेत लॉकररूममध्ये परतलो, तर ब्रॅड हसत हसत आत आले आणि म्हणाले, ''छान, लवकरच चांगले घडायला सुरुवात होणार आहे!'' मी त्यांच्याकडे अविश्वासाने पाहत राहिलो.

ते म्हणाले, ''सुरवातीला असा त्रास सहन करावाच लागतो. असे हातातोंडाशी आलेले काही सामने हारावेच लागतात आणि एक दिवस तू असाच अटीतटीचा सामना जिंकशील आणि मग यशाचं आकाशच तुझ्यापुढे खुलं होईल!! बस, एक जोरदार धडक... नंतर मग कोणीच तुला जगातील सर्वोत्तम खेळाडू होण्यापासून अडवू शकणार नाही!''

''ब्रॅड, तू वेडा आहेस!''

''तू बच्चा आहेस! अजून बरंच शिकायचंय तुला!''

''डोकं फिरलंय तुझं!''

''पाहशील तू!!''

१९९४ फ्रेंच ओपन. मी थॉमस बस्टरविरुद्ध सामना खेळत होतो. पाच सेट्सची अक्षरशः धुमश्चक्री झडली होती. मी एकच सेट जिंकू शकलो होतो. १-५ अशी सेट्सची स्थिती होती. शेवटचा सेट सुरू होता. इतके दिवस कानांनी ऐकलेले ब्रॅडचे तत्त्वज्ञान त्या वेळी डोक्यात चढले, मनात उतरले, चांगलेच धुमसले. माझ्या वडिलांचा आवाज जसा माझ्या कानामनात भिनला होता अगदी तसेच. मी पकड घेतली. पाच गेम्सवर टाय झाला. मस्टरने माझी सर्व्हिस

भेदली. सामन्याच्या निर्णायक गुणासाठी त्याने सर्व्हिस केली. त्या गेमधली गुणसंख्या ३०-४० अशी होती. अजून आशा होती. मी सतर्क होतो, दक्ष. जीव लावून खेळत होतो. मी सर्व्हिस परतवली. त्याने बॅकहॅन्डचा फटका मारला, मी झेपावलो, हात लांब ताणून फटका मारलाही; पण तो सीमेपार गेला!

सामना मस्टरने जिंकला. तो जाळ्याजवळ आला. त्याने एकदम दोन्ही हातांनी माझे डोकेच घुसळले. ते कौतुक होते की मला 'पोर' लेखायचा आविर्भाव होता, याचा विचार करण्यापेक्षा आपल्या विगचे काय होईल याची मला काळजी पडली होती. त्याच्या आगाऊपणाचा प्रचंड राग आला होता.

''छान! चांगला प्रयत्न केलास,'' तो म्हणाला. मी त्याच्याकडे तिरस्काराने पाहिले. ''मस्टर, एकदा केलीस ती केलीस, परत माझ्या केसांना हात लावायची चूक करू नकोस. केसांना स्पर्शही करायचा नाही, कळलं?'' मी त्याला तेथेच बजावले. लॉकररूममध्ये अनपेक्षितपणे ब्रॅडने माझे मनापासून अभिनंदन केले.

''चांगले दिवस येऊ घातलेत.''

''काय?''

''होय. माझ्यावर विश्वास ठेव. यापुढे चांगलंच घडणार आहे, चांगल्या गोष्टीच घडणार आहेत.''

त्याला माझ्या अपयशाच्या दुःखाचे काहीच वाटत नाही असे दिसल्यावर त्यासंबंधी त्याच्याशी अधिक काही बोलणे व्यर्थच होते. १९९४च्या विम्बल्डनमध्ये मी चौथ्या फेरीपर्यंत पोहोचलो; पण टॉड मार्टिनबरोबरचा शेवटच्या घटकेपर्यंत निकालाची अनिश्चितता कायम राहिलेल्या चुरशीच्या सामन्यात मी पराभूत झालो. तो खेळताना मला जरा इजा झाली होती, मी घाबरलो होते आणि अर्थातच खूप निराशही, तरीही लॉकररूममध्ये ब्रॅड हसऱ्या चेहऱ्याने उज्ज्वल भविष्याचेच गोडवे गायला!

कॅनेडियन ओपन खेळायला गेलो. सामन्यांमधील प्रतिस्पर्ध्यांच्या जोड्या जाहीर झाल्या. त्या पाहिल्या आणि सामने सुरू होण्याआधीच ब्रॅडने त्याचा आशावादी सूर बदलून मला धक्का दिला. 'चांगल्या गोष्टी नाही घडणार!' त्याने जाहीर केले. 'वाईट गोष्टींचीच स्पष्ट चाहूल लागतीय!'

''हे काय म्हणतो आहेस आता?'' मी विचारले.

''वाईट गोष्टी. तुझे प्रतिस्पर्धी भयंकर आहेत,'' तो म्हणाला.

मी त्याच्या हातातील कागद ओढून घेतला. त्याचे बरोबर होते. पहिल्या सामन्यातला प्रतिस्पर्धी, स्वित्झर्लंडचा जेकब लेझेक, याच्याशी खेळणे डाव्या हातचा मळ होता; पण त्यापुढील फेरीत माझी गाठ डेव्हिड व्हीटनशी पडणार होती. त्याने मला त्याआधी बऱ्याच वेळा त्रास दिला होता; पण म्हणून आधीपासूनच आशाच सोडून देणे मला पसंत नव्हते. 'हे तुला जमणारच नाही'

ही निराशा मी नेहमी आव्हान म्हणून स्वीकारतो. ''मी ही स्पर्धा जिंकून दाखवणार आहे.'' मी ब्रॅडला जोरात सांगितले.

पुढे असेही सांगितले, ''जर मी जिंकलो तर तुला मला कानात घालायचे डूल द्यावे लागतील.''

''मला दागिने मुळीच पसंत नाहीत,'' असे तो प्रथम म्हणाला; पण जरासा विचार करून त्याने माझी पैज आणि मागणी स्वीकारली.

कॅनेडियन ओपनचे मैदान अशक्य लहान वाटायचे आणि त्यामुळे प्रतिस्पर्धी महाकाय दिसायचा. व्हीटन आधीच उंचापुरा होता, तो त्या मैदानावर दहा फूट ताडमाड दिसत होता. तो दृष्टिभ्रम होता हे कळत होते पण तरीही तो माझ्या तोंडाच्या अगदी जवळ उभा आहे असेच वाटत होते. शेवटी माझे लक्ष विचलित झालेच. तिसऱ्या सेटच्या टायब्रेकचे वेळी मी पराजयापासून केवळ दोन गुण दूर होतो.

त्या वेळी मी माझ्या नेहमीच्या स्वभावापेक्षा अगदी निराळा वागलो, मी भरकटलेले लक्ष एकाग्र केले. दृष्टिभ्रम बाजूला सारून टाकला. मनाशी चक्क डाव पलटायचे ठरवले. जबरदस्त प्रतिकार केला, सामना उलटवला. ब्रॅडच्या उपदेशाप्रमाणे वागलो, 'ब्रॅडवृत्ती' वापरली आणि मी जिंकलो. नंतर मी ब्रॅडला म्हणालो, ''तू म्हणाला होतास ना तोच हा अटीतटीचा सामना, जो माझे दिवस बदलणार आहे!'' तो हसला. मी रेस्टॉरंटमध्ये नुकताच येऊन बसलो होतो. मी चिकन पार्म आणि चिकन ब्रेस्ट मागवलं. त्याबरोबर सॉस आणि चीजपण मागवलं. मस्त. मी छोट्या छोट्या गोष्टींतून मोठमोठे धडे शिकत होतो.

माझे मन शांत होत गेले, खेळ वेगवान होत गेला. मी वादळासारखा घमासान खेळलो आणि कॅनेडियन ओपनचा विजेता ठरलो. ब्रॅडने मला कानात घालायला हिरे घेतले.

यूएस ओपन १९९४. गुणवत्तायादीत मी विसाव्या क्रमांकावर होतो, त्यामुळे मला स्पर्धेत मानांकन नव्हतेच. इतिहास असे सांगत होता की, १९६०च्या दशकापासून मानांकन नसलेल्या एकाही खेळाडूने यूएस ओपन स्पर्धेचे विजेतेपद मिळवलेले नव्हते. ब्रॅड खूश होता. त्याच्या दृष्टीने मला मानांकन नसणे हे चांगलेच होते. ''पट्टीचे खेळाडू अशांना गंभीरपणे घेत नाहीत. पत्त्याच्या कॅटमधल्या जोकरसारखे तुच्छ लेखतात, त्यामुळे पहिल्या काही फेऱ्यात जर तुझी गाठ काही बड्या धेंडांशी पडली आणि तू जर त्यांना पराभूत केलंस तर पुढे जाऊन तू ही स्पर्धा नक्की जिंकशील,'' असे ब्रॅडचे म्हणणे होते.

नुसते म्हणणे नव्हते, त्याची तशी बालंबाल खात्रीच होती. त्याने माझ्याशी पैजच घेतली. त्याच्या शरीरावर सगळीकडेच जरा जास्त केस होते म्हणून मी नेहमी त्याला 'केसाळ' म्हणत असे. 'तू त्या टीव्ही मालिकेतला टकला, गुप्त पोलीस अधिकारी, लेफ्टनंट कोजॅक आहे ना त्याच्या 'गोरीला माकडा'चा अवतार दिसतोस,' असे खिजवून त्याला छातीवरचे, हातापायावरचे केस, त्याच्या दाट, झुपकेदार भुवया सगळं सफाचट करून टाकायचा वारंवार आग्रह करत असे.

मी त्याला म्हणत असे, ''माझ्यावर विश्वास ठेव, साफ कर सगळं, तुला कल्पनातीत असं सुख लाभेल, बघ तू, आगळं वेगळंच वाटेल.''

''तू यूएस ओपन जिंक, मी तुझं ऐकेन,'' ब्रॅड म्हणाला.

मला मानांकन नसून मी प्रसारमाध्यमांचे लक्ष्य बनलो होतो. त्यांचे माझ्यावर बारीक लक्ष होते (अर्थात ब्रुकपेक्षा कमीच. ब्रुक नसती आणि तिच्या मानेची प्रत्येक हालचाल कॅमेऱ्यात टिपण्याची अहमहमिका लागली नसती तर मी आणखीच प्रसिद्धीच्या झोतात असतो). मी तेथे व्यावसायिक खेळाडूची भूमिका चोख बजावीत होतो, पोशाखही तसाच करत होतो - काळी शॉर्ट्स, काळी हॅट, काळे पांढरे बूट. पहिल्याच फेरीच्या पहिल्याच सामन्यात रॉबर्ट एरिकसनशी खेळताना माझे जुने मनोदौर्बल्य मला त्रास देऊ लागले. पोटात गोळा येऊ लागला; पण मी ब्रॅडचे, 'ब्रॅडवृत्ती'चे स्मरण केले, निर्दोष खेळाच्या, पूर्णत्वाच्या अट्टाहासाला दूर सारले. पाय जमिनीवर ठेवून ठामपणे खेळू लागलो. एरिकसनच्या चुकांनी त्याला पराभूत व्हायला लावले आणि तो हरला. त्याने माझा दुसऱ्या फेरीचा रस्ता खुला केला.

त्या फेरीमध्येही असाच जुन्या वृत्तीने गुदमरलो होतो; पण नंतर ती बाजूला सारून भानावर येऊन ब्रॅड टेनिस खेळलो. फ्रान्सच्या गाय फरगेटला पराभूत केले, तसेच दक्षिण आफ्रिकेच्या वेन फरेराला सरळ सेट्समध्ये बाहेर काढले. पुढला सामना होता चँगशी. त्या दिवशी सकाळी उठलो तोच बिघडलेल्या पोटाने. सतत जुलाब होत होते. सामन्याच्या सुरवातीलाच मी सामना खेळून झाल्याप्रमाणे जाम थकून गेलो होतो, गळून गेलो होतो, लिबलिबित फळासारखा दिसत होतो. गिल यांनी मला गिलवॉटरचा एक जास्त ग्लास प्यायला लावला. त्यावेळचे गिलवॉटर जरा जास्तच दाट, घट्ट होते, तेलासारखे दिसत होते. मी नेटाने ते प्यायलो, घशातून बाहेर पडेल असे वाटत असून निग्रहाने प्यायलो. गिल म्हणाले, ''माझ्यावर विश्वास दाखवल्या बद्दल आभार!''

मी चँग नावाच्या परिचित संकटासमोर उभा राहिलो. चँगसमोर उभे राहिले की असे प्रकर्षाने वाटायचे की आम्हा दोघांच्याही मनात सामना जिंकायची एकाच तीव्रतेची इच्छा आहे, ती जराही कमी नाही, जास्त नाही. समान

महत्त्वाकांक्षेच्या खेळाडूंची टक्कर. त्या दिवशीही पहिल्या सर्व्हिसपासूनच हे स्पष्ट दिसू लागले की, झुंज अखेरच्या चेंडूपर्यंत जोरदार चालणार, सामना कमालीचा अटीतटीचा होणार. पाचवा सेट सुरू होता. टाय होणारच अशी पक्की समजूत; पण मला खेळाची अशी काही लय सापडली की मी आधीच त्याची सर्व्हिस भेदली. त्यानंतर मी माझी नेहमीची शैली बदलून जरा अद्वातद्वा फटके मारू लागलो, त्यामुळे त्याची चलबिचल होऊ लागली होती हे माझ्या लक्षात आले. खेळावरील पकड सैलावली. खरे तर तोवरच्या शास्त्रशुद्ध, शैलीदार खेळानंतर हा असा लक्ष विचलित करणारा खेळ करणे हे खिलाडूवृत्तीत न बसणारे होते. मी डावपेच खेळत होतो हे मलासुद्धा पटत नव्हते. त्यामुळे सामन्याच्या शेवटी शेवटी मीच अडचणीत येण्याची शक्यता होती; पण जरासा कपटाचा खेळ अखेरीस फायद्यातच पडला.

वार्ताहर परिषदेत चँगने सामन्याचे निराळेच चित्र उभे केले. तो म्हणाला की, 'आंद्रेला नशिबाने साथ दिली, नाहीतर मी आणखी दोन सेट्स नक्की खेळलो असतो.' त्याने सांगितले की त्याला या गोष्टीचा अभिमान वाटतो की, तो माझ्या खेळातील कमकुवत जागा हेरून त्या उजेडात आणू शकला. त्याने पुढे असेही विधान केले की स्पर्धेतील इतर खेळाडू त्याबद्दल त्याचे आभारच मानतील! त्याने माझे वर्णन 'सोपे सावज' असे केले.

माझा पुढील सामना मस्टरशी झाला. मस्टरशी मी कधीही हारणार नाही ही माझी प्रतिज्ञा मी खरी केली. त्याला त्याच्या जाळ्याजवळच्या 'बालेकिल्ल्या'पासून दूर ठेवायला मला संयमाची शर्थ करावी लागली; पण मी ती केली आणि यश मिळवले. मी उपांत्य फेरीत पोहोचलो. तो सामना शनिवारी होता, प्रतिस्पर्धी होता टॉड मार्टिन. शुक्रवारी दुपारी मी आणि गिल आमच्या आवडत्या पी. जे. क्लार्क या हॉटेलमध्ये जेवायला गेलो होतो. तेथे गेले की आमचा पदार्थ ठरलेला असे - टोस्टेड इंग्लिश मफिन्स आणि त्यावर चीजबर्गर. तसेच जागाही ठरलेली असे. त्या हॉटेलमध्ये एक तल्लख वेटरेस होती. ती ज्या टेबलांवर असेल त्यातलेच टेबल आम्ही निवडायचो. तिच्याकडे नेहमीच काहीतरी छान 'कहाणी' असायची. फक्त ती आपण होऊन कधीच काही सांगत नसे, तिला बोलते करायला लागायचे. ती मफिन्स घेऊन येईपर्यंत आम्ही न्यू यॉर्कमधली वर्तमानपत्रे चाळत होतो. ल्युपिका या क्रीडावार्ताहराच्या एका लेखाकडे माझे लक्ष गेले. तो वाचायची चूक मी करायला नको होती; पण मी ती केली. त्याने लिहिले होते की, मी यूएस ओपनमध्ये निश्चितपणे पराभूत होणार. तेही माझ्याच चुकीने, माझ्याच हाताने माझ्या स्वतःच्या पायावर कुऱ्हाड मारून घेणार!

त्याने लिहिले होते, 'आगासी हा विजेता होऊच शकत नाही!'

मी वर्तमानपत्र मिटले आणि डोळेही! माझ्याभोवती जग फिरू लागले. निराशा मला घेरू लागली. ल्युपिका तर त्याला भविष्य दिसत असल्याच्या थाटात खात्रीलायक विधान करत होता! त्याचे भविष्य खरे ठरले तर? माझ्या आयुष्यातील महत्त्वाच्या प्रसंगी, कसोटीच्या क्षणी मी कचरलो, कमी पडलो, तोंडावर आपटलो तर? त्या वेळी, विजेतेपद केवळ दोन सामने अंतरावर असताना, यूएस ओपनसारखी प्रतिष्ठेची स्पर्धा जिंकण्याची ती सुसंधी मी गमावली असती तर मला ती पुन्हा केव्हा मिळाली असती? असे योग काही झाडाला टांगलेले नसतात, ते दुर्मीळ असतात. कितीतरी गोष्टी जुळून याव्या लागतात. मग मी यूएस ओपन कधीच जिंकू शकलो नाही तर? हा पराभव सतत माझी सोबत करत मला छळत राहिला तर? माझे मन भरकटू लागले, सगळ्या नकारात्मक विचारांनी मनात गर्दी करायला सुरुवात केली. मला माझे सगळेच चुकीचे, अयोग्य वाटू लागले. वाटले, ब्रॅडनीतीचा दुरुपयोग झाला तर? ब्रॅडची नेमणूक हीच चूक ठरली तर? ब्रुक हीदेखील चुकीची निवड ठरली तर? माझ्या मते सर्वोत्तम म्हणून जी टीम इतक्या काळजीपूर्वक एकत्र गोळा केली होती तीच निष्प्रभ ठरली असती तर? चिंतेने माझ्या चेहऱ्यावरचा रंगच उडला.

पांढरा फटक पडलेला माझा चेहरा गिल यांच्या लक्षात आला.

''काय झालं?

मी त्यांना ल्युपिकाचा लेख वाचून दाखवला. त्यांनी काहीच प्रतिक्रिया व्यक्त केली नाही. फक्त म्हणाले, ''मला एकदा भेटलं पाहिजे या ल्युपिकाला!''

''त्याचं म्हणणं खरं ठरलं तर?'' मी विचारले.

''हे बघ, जे आपल्या हातात असतं ते आपण उत्तम करावं...''

''बरोबर...''

''कळलं ना मी काय म्हणतोय ते? तुझे काम तू चोख कर...''

''हो...''

''हे बघ... आपले मफिन्स आले...''

टॉड मार्टिनने मला विम्बल्डनमध्ये पराभूत केले होते. तो एक खतरनाक प्रतिस्पर्धी होता. साडेसहा फूट उंचीचा अवाढव्य खेळाडू. स्वतःची सर्व्हिस टिकवून धरण्यात आणि प्रतिस्पर्ध्याची सर्व्हिस तोडण्यात पटाईत. सर्व्हिस परतवायचा तो दोन्ही – डाव्या उजव्या दोन्ही – बाजूंना, सफाईदारपणे, अचूकपणे आणि दृढ विश्वासाने. त्याच्याकडे आलेली सर्व्हिस जरा जरी कमी प्रतीची असली की तो ती अशी झोडपून काढायचा की माझ्यासारख्या सामान्य सर्व्हिस करणाऱ्यावर त्याचा प्रचंड दबाव यायचा. त्याची सर्व्हिस मात्र तो प्रत्येक वेळेला, कशी कोण जाणे पण शंभर टक्के बिनचूकच करायचा. चुकून चूक झालीच तर तीही अगदी तसूभरच असायची. त्याचे सीमारेषेवरील फटकेही

इतके काटेकोर असायचे की चेंडू फक्कीने आखलेल्या सीमारेषेच्या चार बोटे रुंदीतील आतल्या निम्म्या भागात कधीच पडायचा नाही, तो नेहमीच, हमखास बाहेरच्या अर्ध्या भागातच पडायचा. काही खेळाडू असे होते की, त्यांची सर्व्हिस बरोबर झाली तर जबरदस्त असायची; पण ते बऱ्याच वेळा चुका करायचे. अशा खेळाडूंशी, काही कारणाने, माझा खेळ खूपच छान व्हायचा. सर्व्हिस कुठे पडणार याचा मला बरोबर अंदाज यायचा आणि त्यानुसार मी आधीच पुढे जाऊन सर्व्हिस उत्तम रीतीने परतवायचो; पण मार्टिनसारख्या खेळाडूंच्या बाबतीत माझा अंदाज बऱ्याच वेळा चुकायचा आणि मग माझी पंचाईत व्हायची. माझ्या पद्धतीने खेळणाऱ्या खेळाडूसाठी मार्टिन हा फार निर्दय प्रतिस्पर्धी होता. त्याचा प्रत्यय आमचा उपांत्य सामना सुरू झाल्या झाल्या मला येऊ लागला. त्याने सामना जिंकण्याची आणि ल्युपिकाचे भाकित खरे होण्याची शक्यता जास्त असल्याचे मला जाणवू लागले.

परंतु पहिल्या काही गेम्समध्ये माझ्या लक्षात येऊ लागले की, बऱ्याच गोष्टी मला अनुकूल होत्या. मार्टिन हार्ड कोर्टावर हिरवळीच्या मैदानाइतका परिणामकारक सिद्ध होत नव्हता आणि मी हार्ड कोर्टावरचा खेळाडू होतो. माझ्या असेही लक्षात आले की तो माझ्यासारखाच कुवत असूनही कमी पडणारा, अपेक्षित उंची न गाठणारा, भावनांच्या आहारी जाणारा खेळाडू होता, त्यामुळेच कदाचित मला त्याच्या मनाचा आणि पर्यायाने खेळाचा बरोबर अंदाज येत गेला. आपल्या शत्रूला ओळखणे हे फार मोठे फायद्याचे ठरले.

या सगळ्यापेक्षा एक गोम होती – मार्टिनची एक विशेष लकब होती. काही खेळाडू सर्व्हिस करण्यापूर्वी त्यांच्या प्रतिस्पर्ध्याच्या डोळ्यात पाहतात. काही जण शून्यात बघतात म्हणजे नेमके कुठेच न पाहता सर्व्हिस करतात. मैदानाच्या मध्य रेषेच्या ज्या बाजूला – डाव्या वा उजव्या – सर्व्हिस पडावी लागते त्या भागातील एका विशिष्ट जागेकडे पाहणे ही मार्टिनची सवय होती. जर त्याने एका विशिष्ट जागेकडे क्षणभर, नुसती नजर टाकून लगेच सर्व्हिस केली तर चेंडू निश्चितपणे त्याच जागी पडायचा; पण जर तो त्या जागेकडे बराच वेळ पाहत राहिला आणि मग त्याने सर्व्हिस केली तर मात्र चेंडू हमखास त्या चौकोनातच पण त्या जागेच्या विरुद्ध बाजूला पडायचा. गेममधील पहिल्या, म्हणजे ०-०, १५-० या गुणसंख्येपर्यंत ते त्याचे वैशिष्ट्य फारसे लक्षात यायचे नाही, जाणवायचे नाही. गेम संपत आली किंवा ब्रेक पॉइंट असला की तो संमोहनविद्या जाणणाऱ्या माणसासारखा किंवा भीतिदायक चित्रपटातील खुन्यासारखा, गूढ, खुनशी नजरेने एकाच जागेकडे टक लावून पाहत असलेला तरी दिसायचा. नाहीतर मग पोकरच्या टेबलावर खेळणारे जसे पत्त्यांकडे चोरटी नजर टाकून ती लगेच फिरवतात, त्या प्रमाणे क्षणभर नजर टाकून तो सर्व्हिस करायचा.

पण त्या दिवशी मार्टिनची जादू कामच करत नव्हती. तो पहिल्यापासूनच अस्थिर होता, कारण कळणे शक्यच नव्हते पण उपांत्य सामन्याचे गांभीर्य त्याच्या खेळात सुरवातीपासूनच अभावानेच होते. या उलट, प्रतिक्रिया म्हणून की काय माहीत नाही; पण मी मात्र विलक्षण आत्मविश्वासाने, निश्चयीपणाने खेळत होतो. त्याचा आत्मविश्वास ढळलेला जाणवत होता. संदेहाचा स्वर प्रत्येक फटक्यातून ऐकू येत होता. मला त्याच्याबद्दल सहानुभूती वाटत होती. चार सेट्स खेळून मी सामन्याचा विजेता म्हणून मैदानावरून बाहेर पडलो तेव्हा माझ्या मनात विचार आला, मार्टिनने आज यापेक्षा परिपक्वतेने खेळायला हवे होते आणि मी मलाच गदगदा हलवून विचारले, 'कोण हे म्हणते आहे? स्वतःच्या डोळ्यात मुसळ असलेला दुसऱ्याच्या डोळ्यातल्या कुसळाबद्दल बोलतो आहे?

अंतिम सामना मी मायकेल स्टिच या जर्मन खेळाडूविरुद्ध खेळणार होतो. तो टॉडसारखा नव्हता, तिन्ही स्लॅम स्पर्धांच्या अंतिम सामन्यात खेळलेला सिद्धहस्त खेळाडू होता. कोणत्याही प्रकारच्या मैदानावर सारख्याच कुशलतेने खेळणारा. तो एक कसलेला कसरतपटू होता. त्याचा आवाका मोठा होता. त्याची पहिली सर्व्हिस अत्यंत शक्तिशाली आणि वेगाने व्हायची. जेव्हा तो 'पेटलेला' असायचा त्या वेळी तो तुम्हाला पुढच्या आठवड्यापर्यंत खेळवत ठेवू शकायचा. पहिलीच सर्व्हिस हमखास जबरदस्त आणि वेगवान करण्याबद्दल त्याचा लौकिक होता. ती नेहमीच बिनचूक असायची, चुकली तरच आश्चर्याचा धक्का बसायचा. मग दुसरी सर्व्हिस यायच्या आत भानावर येता येता अक्षरशः तंतरायची. कारण, मग तो त्याचे ठेवणीतील सर्व्हिसचे हत्यार बाहेर काढायचा - नकलबॉल. A Knuckleball that leaves you with your jock on the ground. आपला सरळसोट चेंडू दाणकन येऊन पडायचा. स्टिचच्या खेळाचा कोणताही ठरलेला साचा नव्हता. तो केव्हा कोणत्या प्रकारची सर्व्हिस करेल, कधी अंतिम सीमारेषेवरच थांबून राहील काहीच सांगता यायचे नाही आणि त्यामुळे आपला तोल सांभाळणे अधिकाधिक अवघड होऊन बसायचे.

त्याच्या खेळाची अशी प्रसिद्धी ज्ञात असल्यामुळे मी अजिबात घाबरलेलो नाही हे दाखविण्याची धडपड करत होतो. नमनालाच घडाभर तेल मुळीच न दवडता मी पहिल्या चेंडूपासूनच तडफदार फटके मारायला सुरुवात केली. रॅकेटवर चेंडू आदळल्यावर येणारा आवाज मला मी योग्य रीतीने खेळतो आहे हे सांगत होता. प्रेक्षकांमधून येणारे आवाजही उत्साह वाढवणारे होते. स्टिच अस्वस्थ झाल्याचे जाणवत होते. पहिला सेट ६-१ असा गमावल्यावर काय होणार म्हणा! त्या अनपेक्षित दणक्याने तो चांगलाच हडबडला होता हे त्याच्या देहबोलीवरून लक्षात येत होते.

दुसऱ्या सेटला त्याने जोराची लढत दिली. तो सेट मी जिंकला पण तो ७-६ असा अटीतटीचा झाला. नशीब माझ्या बाजूने होते हेच खरे!

तिसरा सेट. दोघेही जिगर लावून खेळत होतो. विजय समोर अगदी थोड्या अंतरावर दिसत होता; पण स्टिच तो सहजासहजी मिळू देणार नाही हेही दिसत होते. याआधी माझ्याविरुद्ध खेळताना त्याने काही वेळा शरणागतीही पत्करली होती, स्वतःवर विश्वास नसल्याप्रमाणे तो अनेक धोके पत्करून खेळलेला होता; पण त्या दिवशी त्याचा प्रतिकार जोरदार होता, त्याच्या खेळातून तो मला बजावीत होता, 'मी तुला सहजासहजी विजयश्री मिळून देणार नाही, ती तुला खेचूनच आणावी लागेल.' मीही गरज पडेल तेवढा घोर संघर्ष करून ती खेचून आणायचा निश्चय केलेला होता. खेळ रंगू लागला, चेंडू जमिनीवर पडायचे नाव घेत नव्हता. मी जोश आणि जोर कायम राखला होता. जरूर पडली तर दिवसभरही खेळायची माझी तयारी त्याला जाणवली आणि त्याची दमछाक होऊ लागली आहे हे मला जाणवले. माझ्या व्हेगासमधल्या मठीत यूएस ओपनची ट्रॉफी कशी दिसेल याचे चित्र माझ्या मनश्चक्षूंसमोर येऊ लागले.

तिसऱ्या सेटमध्ये एकदाही सर्व्हिस भेदली गेली नाही. गुणसंख्या ५-५ अशी झाली. अखेर मी त्याची सर्व्हिस भेदण्यात यशस्वी झालो. मी सामन्यातील अखेरची सर्व्हिस करत होतो. माझ्या कानात ब्रॅडचा आवाज घुमला, '*फोरहॅन्ड... फोरहॅन्ड... जरा जरी शंका वाटत असली तर चेंडू फोरहॅन्डला द्यायचा...*' मी तसेच केले. मी मारत गेलो, स्टिच चुकत गेला. अटळ होते तेच घडले, मी जिंकलो, मी जिंकलो!

मी गुडघे टेकून बसलो, माझे डोळे भरून आले होते. मी वळून पाहिले - पेरी, फिली, गिल आणि विशेषतः ब्रॅड - त्या यशस्वी क्षणी त्यांचे चेहरे पाहून त्यांची मने मला कळत होती. ब्रॅडचे ज्ञान, त्याचे कौशल्य याविषयी मला खात्री होतीच; पण त्या क्षणी त्याच्या चेहऱ्यावरील शुद्ध, निर्मळ, निर्भेळ आणि अमर्याद आनंद पाहून माझी त्याच्यावर पूर्ण श्रद्धा बसली.

'१९६६ सालापासून मानांकन न मिळालेल्या एकाही खेळाडूला जे करता आले नव्हते ते आंद्रे आगासीने करून दाखवले' या शब्दात वार्ताहरांनी माझा गौरव केला. योगायोग असा होता की, १९६६पूर्वी तो विक्रम ज्यांनी केला होता ते फ्रँक शील्ड्स हे माझ्या टीमधील पाचव्या सदस्याचे, ब्रुकचे आजोबा होते! तीही माझे यश पाहायला हजर होती. तिच्या चेहऱ्यावरील आनंदही ब्रॅडइतकाच खरा होता. माझी नवी मैत्रीण, माझा नवा मार्गदर्शक, माझा नवा मॅनेजर, माझे मानलेले वडील... त्या यशाने, अखेर, माझी टीम घट्ट एकत्र बांधली गेली.

१६

टक्कल झाकलं जावं म्हणून विग घालणे, मागच्या केसांची पोनी टेल बांधणे या दोन्ही गोष्टी मी सोडून द्याव्यात आणि उरलेले केस कापून एकदम छोटे करून टाकावेत यासाठी ब्रुक माझ्या मागे लागली होती.

''छे, छे, ते अशक्य आहे,'' मी सूचना झटकून टाकली, ''मला नागडं झाल्यासारखं वाटेल!''

''नाही, तुला अगदी मोकळं मोकळं वाटेल.''

''नाही, मोकळं मोकळं नाही, उघडं, उघडं वाटेल.''

सगळे दात काढून टाकायला सांगितल्यासारखेच वाटले मला, तोंडाचे बोळके! मी तिला 'हे असलं भलतं काहीतरी विसरून जा,' असे सांगून टाकले, तरीही नंतर काही दिवस ती गोष्ट माझ्या मनात घर करून राहिली होती. झडणाऱ्या केसांचा त्रास, विगमुळे वेळोवेळी झालेली पंचाईत, उभी राहिलेली संकटे, पेचप्रसंग, खरे लपवण्याची यातायात, थापेबाजी, बतावण्या... मी विचार करू लागलो तसतशी मला ब्रुकची सूचना बरी वाटू लागली, नव्हे चांगली वाटू लागली, पटू लागली. बरेच दिवस सुरू ठेवलेले खूळ निरर्थक वाटू लागले. भलती नाटके, नसती थेरं सोडून देऊन साधे, समंजस आयुष्य जगायच्या दिशेने टाकलेले ते एक महत्त्वाचे पाऊल ठरले असते अशी जाणीव झाली.

एक दिवस सकाळी मी ब्रुकसमोर उभा राहिलो आणि म्हणालो, ''चल, करून टाकू!''

''काय? काय करून टाकू?''

''कापून टाकू *सगळे* केस!''

त्या केशकर्तनाच्या सोहळ्याला आम्ही मृतात्म्यांना भेटण्यासाठी किंवा बेभान होऊन नाच गाण्यासाठी राखून ठेवलेला मध्यरात्रीनंतरचा मुहूर्त ठरवला. कार्यक्रम ब्रुकच्या घरी, स्वयंपाकघरात, ती रात्री उशिरा नाटकाचा प्रयोग संपवून (तिला *ग्रीसमध्ये* भूमिका मिळाली होती) घरी परत आल्यावर संपन्न होणार होता. ब्रुक म्हणाली, ''आपण हा समारंभ 'साजरा' करू, मित्रांना बोलावून पार्टी करू.''

पार्टीला पेरी होता. आमचे नाते संपले होते तरीही वेंडी आली होती. तिची उपस्थिती ब्रुकला चांगलीच खटकली होती हे दिसत होते. वेंडीही

ब्रुकला मिळणाऱ्या प्राधान्याने नाराजच होती. पेरीचा गोंधळ उडाला होता. मी ब्रुक आणि पेरी या दोघांनाही हे स्पष्ट केले होते की, 'आमचे प्रेमसंबंध जरी संपुष्टात आले असले तरी वेंडीही माझी जवळची मैत्रीण आहे आणि आमची मैत्री आयुष्यभर राहणार आहे. माझे केशकर्तन आणि विगशी कायमचा वियोग ही माझ्या आयुष्यातील महत्त्वपूर्ण घटना होती. माझ्या मनगटावरील शस्त्रक्रियेच्या वेळी जसा मला गिल यांचा नैतिक आधार हवासा वाटला तसाच तो या प्रसंगी माझ्या जिवलग मित्र-मैत्रिणींकडून हवा असल्याने मी तिला बोलावले आहे.' त्या शस्त्रक्रियेच्या वेळी मला गुंगीचे औषध दिले होते, या 'केशशल्यचिकित्से'च्या वेळीही मला गुंगीची आवश्यकता वाटल्याने आम्ही भरपूर वाईनचीही सोय केली.

ब्रुकचा केशभूषाकार मॅथ्यू वेळेवर हजर झाला. त्याने मला वॉश बेसिनजवळ बसवले, माझे केस धुतले, सगळे एकत्र मागे ओढून धरले.

"आंद्रे, नक्की कापायचे?" त्याने अखेरचे विचारले.

मी गप्प, मनात 'नाही' म्हणालो.

"आंद्रे, तयार?"

मनातून नकार; पण पुन्हा गप्प.

"आरशासमोर करू या?"

त्याला मात्र मी नाही म्हणालो. "मला नाही बघायचं माझं केशवपन!"

त्याने आरशापासून लांब, मला एका खुर्चीवर बसवले. आणि 'कर्र...' कात्री चालली. पोनी टेल गळून पडली. उपस्थितांनी टाळ्या वाजवल्या. मग मॅथ्यूची कात्री माझ्या उरलेल्या केसांवर चालू लागली - खट्‌ खट्‌ खट्‌... मला ब्रॅडेन्टन मॉलमध्ये केलेला बंडखोरपणा आठवला. मी तेथील केशकर्तनालयातील कारागीराला सांगितले होते, "हे बघ, डोक्याच्या मध्यभागी फक्त केसांची एक रेघ सोड आणि बाकी सर्व केस पूर्णपणे कापून टाक, नव्हे वस्तऱ्याने पार सफाचट करून टाक." त्याची मला आठवण झाली. मी चूक तर करत नव्हतो ना? चूकच! आयुष्यातली सर्वांत मोठी चूक! जे.पीं.नीही मला ही चूक करू नको, असेच सांगितले होते. ते मला म्हणायचे, 'आंद्रे, जेव्हा जेव्हा मी तुझा सामना पाहायला येतो तेव्हा तेव्हा प्रेक्षक तुझ्या केसांबद्दल चर्चा करत असतात, सगळ्या मुली तुझ्या या केशभूषेचं कौतुक करतात आणि मुलं तुझा हेवा करतात.' जे.पी. त्या वेळी धर्मोपदेशकाचे काम सोडून देऊन ते पूर्ण वेळ संगीतक्षेत्रात काम करू लागले होते. रेडिओ आणि टीव्हीवरील जाहिरातींसाठी ते छोटी छोटी गाणी करत, त्यामुळे त्यांचा संबंध मोठमोठ्या कंपन्यांच्या प्रसिद्धी अधिकाऱ्यांशी येई. ते मला नेहमी म्हणत की, त्या अधिकाऱ्यांशी बोलताना माझा विषय निघाला की, ते अधिकारी म्हणत की 'उद्योगजगतात आंद्रे आगासीची ओळख म्हणजे

त्याची केशभूषा. त्याचे केसच त्याला इतके प्रायोजक मिळवून देतात. असा केशसंभार नसेल तर प्रायोजकही नसतील!'

ते मला वारंवार बायबलमधील, केसात शक्ती साठवलेल्या 'सॅमसन'ची आणि त्याला फशी पाडून त्याचे केस कापून त्याला शक्तीहीन बनवणाऱ्या 'डिलायला'ची गोष्ट वाचायला सांगत.

मॅथ्यू त्याचे *काम* करत होता. मला सारखे वाटत होते की, मी जे.पीं.चे ऐकायला हवे होते. जे.पीं.नी कधीतरी मला चुकीचा सल्ला दिला होता का? मग मी माझ्या केसांचे पुंजके खाली पडताना का पाहत होतो? त्या केसांबरोबर माझे मीपणही खच्ची होत असल्यासारखे वाटत होते. अकरा मिनिटे! मॅथ्यूचा कार्यभाग अकरा मिनिटांत उरकला. त्याने कात्री खाली ठेवली आणि तो हसतमुखाने म्हणाला, ''झालं!!''

मी उठलो आणि आरशासमोर जाऊन उभा राहिलो. समोर कोणीतरी अनोळखी व्यक्ती उभी होती. माझेच प्रतिबिंब; पण ते मी नव्हतो. मी स्वतःला न्याहाळत होतो. 'काय वाईट झालंय? खरंच, काय गमावलंय मी? उलट, आता सगळं कसं सरळ, सोपं होऊन जाईल! इतके दिवस ब्रॅडकडून डोक्याच्या आतले गुंते सोडवीत होतो, त्या वेळी हे कधी सुचलेच नाही की डोक्याच्या वरचे गुंतेही एकदाचे सोडवून टाकावेत!' या विचारांनी माझेच मला खूप बरे वाटू लागले, ब्रुक म्हणाली तसे 'मोकळं मोकळं' वाटत होते, 'उघडं उघडं' नव्हतं वाटत! मी माझ्याकडे पाहून खुशीत हसलो, माझ्या टकलावरून झोकात हात फिरवला, मनात म्हणालो, 'हॅलो! टकलू!! तुला भेटून आनंद वाटला!!'

रात्र सरत होती, वाईन संपत होती, पोटात शिरून मनाला उल्हसित करत होती. ब्रुकने फार मोठे उपकार केले होते माझ्यावर! तसे मी तिला परत परत सांगत होतो की, 'खरंच, माझा विग म्हणजे एक बंधन होतं, एक अडचण! तीन रंगात रंगवलेले उरलेले केस, त्यांचंही ओझं झालं होतं माझ्या नकळत! त्यांनी मलाही बांधून घातलं होतं. क्षुल्लक केस; पण तेच माझ्या सार्वजनिक जीवनातील माझी प्रतिमा बनले होते, तसेच माझी खाजगी आयुषयातलीही! ते सगळं ढोंग होतं, ढोंग. कृत्रिम, बेगडी, खोटं!!'

तो मुखवटा गळून पडला होता, ब्रुकच्या घरातल्या फरशीवर केसांच्या पुंजक्यांच्या रूपात. मी खरा झालो होतो, खरा, बंधमुक्त, स्वतंत्र! आणि माझा खेळही अनिर्बंध झाला, खरा झाला. १९९५च्या ऑस्ट्रेलियन ओपन स्पर्धेत मी लहान मुलांच्या चित्रकथेतील हल्क या अवाढव्य शरीराच्या आणि तशाच प्रचंड शक्तीच्या 'हिरो'सारखा प्रतिस्पर्ध्यांवर 'ब्रॅडवृत्तीने बरसलो'. त्या स्पर्धेतील एकाही प्रतिस्पर्ध्याची मी गय केली नाही. एकाही सामन्यातला एकही सेट मी पराभूत झालो नाही. मी आयुष्यात प्रथमच ऑस्ट्रेलियात जाऊन खेळत होतो.

तेथील मैदाने मला आवडली, स्पर्धेची जागा पसंत पडली, हवेतील गरमीही व्हेगाससारखी परिचित, छान वाटली. मी उगीच इतके दिवस तेथे जायचे टाळले असे मला वाटले. ऑस्ट्रेलियातील उष्णता इतर खेळाडूंना खरोखरच त्रासदायक वाटत असे; पण मला व्हेगासच्या हवेची सवय होती. ते उच्च तापमान आणि दमटपणा हेच ऑस्ट्रेलियाचे वैशिष्ट्य होते. फ्रेंच ओपन खेळल्यानंतर जसा बराच काळ सिगार आणि पाइपमधल्या धुराचा वास रेंगाळत राही तसे ऑस्ट्रेलियन ओपन खेळले की मेलबोर्न सोडून गेल्यावरही कित्येक आठवडे तेथील भट्टीसारखी उष्ण झळ अंगाला भाजत राही.

ऑस्ट्रेलियातले क्रीडारसिक प्रेक्षकही मला आवडले, मीही त्यांना पसंत पडलो. मी 'मी' नव्हतो तरीही! माझा टोप गेला होता, पोनी टेल नाहीशी झाली होती. एक टक्कल असलेला, त्याच्या भोवती एक भडक रंगाचा, त्यावर काळ्या पांढऱ्या टिकल्या असलेला रुमाल गुंडाळलेला, शेळीसारखी दाढी ठेवलेला आणि कानात हिऱ्यांचे डूल घातलेला, एक नवाच आंद्रे आगासीही त्यांनी स्वीकारला होता. वृत्तपत्रे माझ्या नव्या अवतारावर उत्साहाने, भरभरून लिहीत होती. प्रत्येकाचे त्याविषयी निराळे, अनुकूल – प्रतिकूल मत होते. माझे चाहते गोंधळून गेले होते, माझ्या विरोधकांना चर्चेला, टीकेला आणखी एक नवा मुद्दा मिळाला होता. माझी स्तुती, टीका, माझ्या वरील गमतीदार विनोद यांनी माझी चांगली करमणूक होत होती. एकाच विषयावर इतके विनोद तयार होताना पाहून मी चकित झालो होतो. मी मनात म्हणालो, 'करा चेष्टा; पण हाच टकला हातात ट्रॉफी घेऊन उभा राहील ना तेव्हा कळेल तुम्हाला!'

अंतिम सामन्यात पुन्हा एकदा पीटशीच गाठ पडली. पहिल्या सेटमध्ये मी वाईट रितीने पराभूत झालो. अगदीच सपक खेळलो. त्यातच डबल फॉल्ट केले. दुसरा सेट सुरू झाला.

त्यापूर्वी मी जरा स्वतःला सावरले. प्रेक्षकांमधील माझ्यासाठी आरक्षित असलेल्या जागेकडे नजर टाकली. ब्रॅडचा वैतागलेला, हताश चेहरा दिसला. 'पीट तुझ्यापेक्षा चांगला खेळाडू मुळीच नाही' हे त्याचे मत तो मला वारंवार ऐकवायचा. आत्ताही तो मला मूकपणे तेच सांगत होता, 'लक्षात ठेव, तू त्याच्यापेक्षा चांगला आहेस, त्याला भाव देऊ नकोस, कचरा कर त्याचा...'

बंदुकीतून गोळ्या सुटाव्यात तशा पीटच्या सर्व्हिसेस पाठोपाठ येत होत्या; पण सेट साधारण मध्यावर आला असताना मला त्याच्या माऱ्यातील जोर कमी झालेला जाणवला. तो दमला होता, थकला होता. फटक्यातला, सर्व्हिसमधला जोर कायम ठेवण्याचा तो आटापिटा करत होता; पण त्याचा आवेगच कमी झाला होता. हालचाली मंदावत तर होत्याच; पण मानसिक थकवा जाणवत होता. गेले काही दिवस तो कठीण परिस्थितीतून जात होता. कित्येक वर्षे त्याचे

कोच असलेले टिम गलिकसन यांना हृदयविकाराचे दोन झटके आले होते. त्यातून ते बाहेर येतात न येतात तोच त्यांच्या मेंदूत गाठ असल्याचे निदान झाले होते. या आघाताने पीटला फार मोठा धक्का बसला होता. त्याच्या चिंतित मनःस्थितीचा फायदा मला मिळू लागला आणि मलाच अपराधी वाटू लागले. सामना थांबवावा, पीटला विश्रांती द्यावी, त्या दिवशीसारखे शिरेत इंजेक्शन देऊन औषधे द्यावीत म्हणजे नवा, ताजातवाना, पृष्ठभागावर लाथ घालून मला हाकलून देणारा पीट मैदानावर उतरेल असे मला वाटू लागले.

मी त्याची सर्व्हिस दोनदा भेदली. त्याने झुकलेल्या खांद्याने तो सेट मला देऊन टाकला. तिसरा सेट पीटने लढवला. सेट तणावपूर्ण ठरला. टाय ब्रेकरपर्यंत पोहोचला. मी ३-० अशी बढत मिळवली आणि अचानक पीटने मुसंडी मारून ओळीने चार गुण कमावले, ६-४ अशी आघाडी घेतली. सेटची शेवटची सर्व्हिस पीटने केली. मी आदिमानवासारखी आरोळी ठोकली. गिलबरोबर जिममध्ये अवाच्या सवा वजन उचलताना जसा ओरडून जोर लावून ते वजन उचलतो तसाच जबरदस्त जोर लावून ती परतवली. चेंडू नेटला चाटून गेला आणि तरीही सीमारेषेच्या आत पडला. पीट पाहतच राहिला, आधी चेंडूकडे आणि मग माझ्याकडे!

पुढच्या वेळी त्याने शैलीदार फोरहॅन्ड मारला आणि गुणसंख्या ६-६ झाली. चेंडू इकडून तिकडे लीलया येत जात होता, जमिनीवर पडायचे नाव घेत नव्हता. तेवढ्यात मी जाळ्याजवळ येऊन एक हलका बॅकहॅन्ड टाकला. त्याने अचूक काम केले, पुन्हा एकवार तोच प्रयोग केला आणि 'सेट - आगासी' असा पंचाचा आवाज घुमला. चौथा सेट - निकाल ठरल्यातच जमा होता. मी खेळावरील पकड जराही सैल होऊ दिली नाही आणि ६-४ असा सेट जिंकला. पीटने पराजय स्वीकारण्याची मानसिक तयारी केलेली दिसली. सामना संपल्यावर तो जाळ्याजवळ आला तेव्हा आतून धुमसत होता हे स्पष्ट दिसत होते पण चेहऱ्यावर शांत भाव राखण्यात तो यशस्वी झाला होता.

यूएस ओपन आणि पाठोपाठ ऑस्ट्रेलियन ओपन - स्लॅम स्पर्धेतील ओळीने दुसरा आणि एकूणातला तिसरा विजय. सगळ्यांनी माझ्या खेळाला 'सर्वोत्तम खेळ' म्हणून गौरवले. स्लॅम स्पर्धेच्या अंतिम सामन्यातला पीटविरुद्धचा पहिला वहिला विजय म्हणून विशेषत्वाने प्रशंसा केली; पण तो विजय माझ्या मात्र लक्षात राहिला. वीस वर्षांनंतरही पक्का स्मरणात राहिला तो विगविना, टक्कल दाखवीत खेळून मिळवलेला माझा पहिला विजय म्हणून!

त्या यशानंतर चर्चेचा विषय होता माझे मानांकन यादीतील स्थान. त्या आधी सलग सत्तर आठवडे पहिल्या स्थानावर पीट सॅम्प्रास हेच नाव झळकत होते.

माझ्या टीममधील सदस्यांचे असे म्हणणे होते की मी त्याला आता शिखरावरून खाली ढकलून देणार होतो आणि त्या अत्युच्च पदावर विराजमान होणार होतो. कारण, तसा दैवयोगच होता! मी त्यांना सांगत होतो की टेनिस या खेळात दैवयोग वगैरे काही नसते, प्रारब्धाला असोसिएशन ऑफ टेनिस प्रोफेशनल्सच्या – एटीपीच्या – मानांकन यादीपेक्षा इतर अनेक महत्त्वाचे विषय हाताळायचे असतात; पण तरीही माझ्या टीम सदस्यांच्या अपेक्षा पूर्ण करण्याचा, खरोखरच एटीपीच्या मानांकन यादीतील पहिले स्थान पटकावण्याचा मी निश्चय केला.

मी स्वतःला गिल यांच्या जिममध्ये कोंडून घेतले आणि त्यांच्या देखरेखीखाली भरपूर मेहनत सुरू केली. त्यांना माझा निश्चय सांगितल्यावर त्यांनी तपशीलवार 'युद्धनीती' तयार केली. आम्ही शारीरिक क्षमता वाढवण्याच्या तयारीस लागलो. त्यांनी त्यांच्या स्वतःसाठी एक निराळाच अभ्यासक्रम बनवला – जगप्रसिद्ध क्रीडावैद्य, आहारतज्ज्ञ यांची नावे, पत्ते आणि फोन नंबर्स यांची एक यादी केली. त्यांच्याशी संपर्क साधला, सल्लामसलत सुरू केली. कोलोरॅडो स्प्रिंग्ज येथील यूएस ऑलिंपिक्स ट्रेनिंग सेंटरमधील तज्ज्ञांशी चर्चा केली. गिल स्वतः अमेरिकेच्या पूर्व किनाऱ्यापासून पश्चिम किनाऱ्यापर्यंत फिरले. प्रकृती आणि आरोग्य या विषयातील हुशार आणि तल्लख संशोधकांच्या त्यांनी मुलाखती घेतल्या. त्यांनी जी मौलिक माहिती दिली त्यातील शब्दनूशब्द त्यांनी त्यांच्या लिओनार्दो द विन्सीच्या चोपडीत लिहून घेतला. व्यायाम, शरीरशास्त्र या विषयावरील अनेक ग्रंथ, पुस्तके, नियतकालिके, वैद्यकीय अहवाल वाचून काढले. ते *न्यू इंग्लंड जर्नल ऑफ मेडिसिन* या नियतकालिकाचे वर्गणीदार झाले. खेळाडूचे आरोग्य, त्याची शरीरसंपत्ती याविषयावरील ते एक चालते बोलते विद्यापीठच बनले. त्या भारदस्त विद्यापीठात विद्यार्थी एकच होता – मी!

मिळालेल्या ज्ञानाचा वापर करून, समीकरणे मांडून, आकडेमोड करून त्यांनी माझ्या शारीरिक क्षमतेची 'कमाल मर्यादा' निश्चित केली आणि ती गाठण्याचा मार्ग आखला. माझ्या वजनाच्या जवळ जवळ दुप्पट, सुमारे तीनशे पौंड वजन घेऊन बेंचप्रेस करायचे, त्याचे पाच ते सात सेट्स मारायचे, पन्नास पौंड वजनाच्या डंबेल्स वापरून तीन प्रकारचे व्यायाम करायचे – एक, खांद्यातील स्नायूंसाठी, दोन, दंडातील द्विशिरस्क स्नायूंसाठी आणि तीन, त्रिशिरस्क स्नायूंसाठी. गिल म्हणायचे की, इतका व्यायाम करायचा की, 'शरीरात आग भडकली पाहिजे!' माझी एक वाईट सवय होती. माझे डोके फिरलेले असले, मला निराशेने घेरले असले की त्या उन्मादात मी जे हाताला लागेल ते जाळून टाकायचो. तो माझा 'दहनोन्माद' गिल यांनी व्यायामाने शरीरातील आग पेटवून, माझे डोके आणि शरीर ठिकाणावर आणून, विधायक कार्यासाठी वापरायला लावला याचा मला खूप आनंद होत होता.

त्या नंतर गिल यांनी माझ्या शरीराच्या मधल्या भागाकडे – छाती ते कंबर – लक्ष पुरवायचे ठरवले. त्यासाठी त्यांनी त्यांच्याच कल्पनेनुसार एक खास मशिन तयार केले (त्यांच्या लिओनार्दो द विन्सीच्या चोपडीत काढलेल्या त्या मशिनच्या आकृत्या थक्क करणाऱ्या होत्या). त्यांचा असा दावा होता की संपूर्ण जगात त्या पद्धतीचे ते एकमेव मशिन होते कारण त्यात माझ्या दुखऱ्या पाठीला ताण न पडता, त्रास न होता पोटाचे स्नायू बळकट होणार होते. त्यांनी मला सांगितले की ते माझ्या पोटावर प्रचंड वजन ठेवणार आहेत, असे व्यायाम प्रकार करून घेणार आहेत की, 'पोटातही आग भडकेल!' ते मला 'रशियन ट्विस्ट' करायला लावणार होते. हातात पंचेचाळीस पौंड वजनाचे एक लोखंडी चाक घेऊन डावीकडे, उजवीकडे वळायला लावणार होते. त्याने माझे ऑब्लिक नावाचे दोन – फासळ्यांच्या खालपासून ओटीपोटापर्यंत जाणारे दोन – एक डावीकडचा आणि एक उजवीकडचा – स्नायू सुदृढ होणार होते.

शेवटी लॅट मशिनवर बसून मी वजने ओढायचो. साखळीच्या एका बाजूला वजने अडकवायची सोय आणि दुसऱ्या बाजूला वजने ओढण्यासाठीची दांडी. साखळी एका कप्पीवरून गेलेली. दांडीसमोर बसायचे आणि दांडी खाली ओढली की कप्पीवरून जाणाऱ्या साखळीमुळे मागील बाजूची वजने उचलली जातात. जगातील प्रत्येक जिममध्ये लॅट मशिन असतेच; पण आमच्या जिममधले मशिन बनवताना गिल यांनी पुन्हा एकदा माझ्या दुखऱ्या पाठीची – बसून दांडी खाली ओढताना म्हणजेच वजने वर ओढताना, माझ्या पाठीला जराही हानी पोहोचणार नाही याची – काळजी घेतलेली होती.

माझा व्यायाम सुरू असताना गिल माझ्या अन्नग्रहणावरही लक्ष ठेवायचे. दर वीस मिनिटांनी ठरलेला खुराक भरवायचे. काय खायचे, कार्बोहायड्रेट्स किती, प्रोटिन्स किती – त्यांनी त्याचे प्रमाण चारास एक असे ठरवले होते – किती खायचे, कधी खायचे, इतकेच नव्हे तर कसे खायचे याचेसुद्धा शास्त्र बसवले होते. त्यानुसार सेकंदा–सेकंदाचे अचूक वेळापत्रक तयार केले होते. ते स्वतः काटेकोरपणे त्याचे पालन करत, त्यांच्या हाताने खायला घालीत. 'तुम्ही केव्हा खाता याच्या इतकेच ते कसे खाता हेही महत्त्वाचे आहे' असे ते म्हणत. खायची वेळ झाली की प्रोटिन्सयुक्त ओटमील, बेकन सॅन्डविच किंवा पीनट बटर आणि मध लावलेले बेगल – त्यांच्या हस्ते माझ्या तोंडात जायचेच.

जिममधील व्यायामाने श्रमलेला शरीराचा वरचा भाग जेव्हा 'आता पुरे' अशी दयेची याचना करू लागायचा तेव्हा आम्ही बाहेर पडून गिल यांच्या घरामागच्या टेकडीवर चढ उतार सुरू करून पायांना दमवायचो. त्या टेकडीला आम्ही 'गिल हिल' असे नाव दिले होते. वायुवेगाने वर खाली करता करता पाय आणि शरीराइतकेच मनसुद्धा थकून गेले की मी थांबायचो. मग त्यानंतर त्या मनाच्या थकावटीकडे दुर्लक्ष करून आणखी काही वेळा वर खाली पळायचो.

संध्याकाळी जेव्हा मी माझ्या गाडीत बसायचो, तेव्हा गाडी घरापर्यंत चालवत नेता येईल की नाही याची शंका वाटायची. कधी कधी तर मी तो धोका पत्करायचोच नाही. सरळ किल्ली काढून घ्यायचो, परत जिममध्ये जायचो आणि तिथल्याच एखाद्या बाकावर गाढ झोपून जायचो.

गिल यांच्या कडक शिस्तीत कसून केलेल्या मेहनतीने जणू माझा कायाकल्प झाला होता. आत्म्याने जुन्या शरीराचा त्याग करून एका नव्या शरीरात प्रवेश केला होता; पण तरीही गिल यांच्या मते सुधारणेला वाव होता. कारण, जिमच्या बाहेर मी अरबट चरबट खात होतो – हादडत होतो – कुपथ्य करत होतो. टॅको बेल्स, बर्गर किंग असल्या हॉटेलातले खाणे गिल यांना मुळीच पसंत नव्हते; पण त्यांनी कधी माझ्या या पापांना कठोर शिक्षा फर्मावल्या नाहीत. माझ्यावर चाबुक उगारला नाही. ते सहिष्णुपणे 'एवढ्या कष्टांनंतर थोडी चैन लागतेच' असे म्हणून तिकडे कानाडोळा करायचे. ते माझ्या मागे असेही म्हणायचे की, 'त्याचं मन त्याच्या पाठीपेक्षा नाजूक झालं आहे, मला त्याचं मन दुखवायचं नाही, मनावर ताण येईल असं काही करायचं नाही आणि माणसाला अशा एखाद दुसऱ्या चैनीच्या सवयी आवश्यक असतातच!'

गिल हे खरोखरच एक विरोधाभासाचा नमुना होते. ते मला पौष्टिक आहाराविषयी प्रवचन देत असायचे; पण त्या वेळी मी खुश्शाल मिल्कशेक पीत असायचो, तो ग्लास काही ते माझ्या हातातून काढून घ्यायचे नाहीत. उलट स्वतःच त्यातला एखादा घोट प्यायचे! वागण्यात अशी विसंगती असलेली माणसे मला आवडायची. मुख्य म्हणजे मी ज्यांच्या अनुभवाने होरपळलो होतो त्यांच्याप्रमाणे ते जुलमी हुकूमशहा नव्हते. ते मला समजून घेणारे होते. माझ्यावर माया करणारे होते, खरे तर मधून मधून लाडच करणारे होते. इतके की केवळ मला आवडते म्हणून तेसुद्धा माझ्याबरोबर नको त्या जागी बसून नको ते खाद्यपदार्थ खाण्याचे कुपथ्यसुद्धा करायचे.

'इंडियन वेल्स' या कॅलिफोर्नियातील टेनिस स्पर्धेत पुन्हा माझी गाठ पीट सॅम्प्रासशीच पडली. त्या स्पर्धेत जर मी त्याला पराभूत केले असते तर मी मानांकन यादीत अत्युच्च पदाच्या जवळ पोहोचणार होतो; पण तो सामना कमालीचा गचाळ झाला. दोघांकडून मूर्खासारख्या चुका झाल्या. दोघांचेही खेळात म्हणावे तसे लक्ष नव्हते. त्याच्या कोचच्या मृत्यूच्या धक्क्यातून पीट पुरता सावरलेला नव्हता. माझ्या वडिलांच्या हृदयविकाराच्या आजाराने मीही सचिंत होतो. थोड्याच दिवसात त्यांच्या हृदयावर शस्त्रक्रिया होणार होती. तरीही आपापल्या काळज्यांवर मात करण्यात आम्हा दोघांपैकी पीट यशस्वी झाला. म्हणूनच तीन सरळ सेट्समध्ये तो सामना जिंकू शकला.

मी यूसीएलए मेडिकल सेंटरमध्ये शिरलो तेव्हा वडील मशीन्सच्या आणि नळ्यांच्या जाळ्यात अडकून पडले होते. मला माझ्या बालपणी त्यांनीच तयार

केलेल्या बॉल मशिनची – 'ड्रॅगन'ची आणि *'ड्रॅगनला कधीच हरवता येत नाही...'* या गर्जनेची आठवण झाली. माझ्या आईने मला भावावेगाने मिठी मारली. मला म्हणाली, ''काल तुझा खेळ पाहिला तुझ्या वडिलांनी...'' माझ्या पोटात गोळा उभा राहिला. 'बाप रे! मी पीटकडून पराभूत झालो हे पाहिले त्यांनी!!'

''माफ करा, पॉप्स मला...''

पॉप्स औषधांच्या अमलाखाली होते, असाहाय्य वाटत होते; पण माझा आवाज ऐकला आणि त्यांच्या पापण्या फडफडल्या, हात हलला. ते मला जवळ बोलावीत होते हे मला समजले.

मी पुढे झुकलो. तोंडात घातलेल्या नळीमुळे त्यांना नीट बोलता येत नव्हते. ते तसेच काहीतरी म्हणाले.

''पॉप्स, तुम्ही काय म्हणताय ते कळत नाही...''

डोळ्यांनी, हातांनी जमेल तसे सांगत राहिले. काय सांगायचे होते ते काही कळेना. त्यांच्या असाहाय्यतेमुळे ते अधिकाधिक चिडत होते, हेही जाणवत होते. त्यांना जर उठता येत असते तर मला वाटते त्यांनी मला एक सणसणीत ठोसा लगावला असता!

त्यांनी खुणांनी पॅड आणि पेन मागितले.

''पॉप्स, नंतर सांगा ना...'' मी म्हणालो.

त्यांनी जोरजोरात मान हलवली, ते म्हणत होते, 'नाही नाही, नंतर नाही, *आत्ताच!'*

नर्सने पॅड आणि पेन दिले. त्यांनी काहीतरी खरडले आणि मग माझे लक्ष वेधून घेऊन पेन अलगदपणे कागदावर फिरवत राहिले. त्यांच्या हाताच्या हालचालीवरून मी ताडले.

'बॅकहॅन्ड!' ते मला तेच सांगत होते जे लहानपणापासून सांगत आले होते – 'बॅकहॅन्ड! *पीटच्या बॅकहॅन्डला जास्त चेंडू टाकायला हवे होते!' व्हर्क ऑन युअर वॉलीज्!'* छोट्या आंद्रेला पॉप्स बजावत होते.

तीच जुनी रेकॉर्ड! पण त्या क्षणी मला त्यांचा राग नाही आला, मला त्यांना माफ करून टाकावेसे वाटले. त्यांची काही चूक नव्हती, ते तसेच होते, तसेच राहणार होते. त्यांचा नाइलाजच होता. ते स्वतःलाही नीट उमजून घेऊ शकले नव्हते. त्यांचे त्यांनाच कळत नव्हते की, त्यांचे माझ्यावर प्रेम होते की टेनिसवर! कोणावरही असो, त्यांचे मन प्रेमाने भरलेले होते. फार थोड्या लोकांना स्वतःची ओळख पटण्याचे शहाणपण लाभते. तो सुज्ञपणा येईपर्यंत निदान आपण आपल्या मनाप्रमाणे वागताना त्यात काटेकोर सातत्य नक्कीच राखू शकतो. माझे वडील तसे होते – आचार विचारात सातत्य राखणारे, कधीच न बदलणारे!

मी त्यांच्या हातातून पॅड पेन काढून घेतले, दोन्ही हात बाजूला काढून अंथरुणावर ठेवले आणि त्यांना म्हणालो, ''पॉप्स, समजलं मला... बॅकहॅन्ड... बॅकहॅन्डला द्यायला हवे होते चेंडू पीटच्या... तसंच करीन मी, तसंच करीन... के बिस्केनला खेळणार आहे मी त्याच्याविरुद्ध... त्या दिवशी नक्की बॅकहॅन्डला देईन चेंडू त्याला... नक्की... आणि पराभूत करून टाकीन त्याला... तुम्ही मुळीच काळजी करू नका, बघाल तुम्ही... आता जरा आराम करा, विश्रांती घ्या...''

माझ्या आश्वासनाने त्यांचे समाधान झालेले दिसले. हात हालायचे थांबले, मान स्थिर झाली, डोळे मिटले गेले. त्यांना झोप लागली असावी. पुढच्या आठवड्यात मी के बिस्केनला अंतिम सामना पीटशी खेळलो आणि त्याला पराभूत केले. आम्ही दोघेही डेव्हिस कपचे सामने खेळायला एकत्र युरोपला जाणार होतो. त्यासाठी सामन्यानंतर लगेच आम्ही दोघे एकाच विमानाने न्यू यॉर्कला गेलो. तेथे उतरल्यावर मी पीटला बळेबळेच यूजीन ओ'नील या थिएटरमध्ये ओढून नेले. तेथे ब्रुकच्या *ग्रीस* या नाटकाचा प्रयोग होता. त्यात ब्रुक ही रिझोची भूमिका करत होती. पीटने तोवर एकही नाटक बघितलेले नव्हते. न्यू यॉर्कमधील सुप्रसिद्ध ब्रॉडवे या नाट्यगृहांचे माहेरघर असलेल्या रस्त्यावर आणि नाट्यगृहातदेखील तो गेलेला नव्हता. मी मात्र *ग्रीस* हे नाटक सहज पन्नासाव्यांदा पाहत होतो. त्यातल्या 'वुई गो टूगेदर' या गाण्याचा शब्दन्शब्द मला पाठ होता. *लेट शो विथ डेव्हिड लेटरमन* या एनबीसीवरील लोकप्रिय कार्यक्रमात मला बोलावले असताना मी हे गाणे, तेही अगदी मख्ख चेहऱ्याने म्हणून प्रचंड हशा मिळवला होता.

मला रंगभूमी, तेथील वातावरण, रंगमंचावर घडणारे नाट्य खूप आवडायचे. त्यात काम करणाऱ्या अभिनेत्यांना करावे लागणारे शारीरिक कष्ट, सोसावा लागणारा मानसिक ताण, प्रत्येक रात्री प्रेक्षकांसमोर करावे लागणारे भावदर्शन या सगळ्या गोष्टी मला आव्हानात्मक वाटायच्या. मी मनातल्या मनात नेहमी त्यांची आणि आम्हा खेळाडूंची तुलना करायचो. त्यांनी कायम त्यांच्यातील उत्तमच दिले पाहिजे या जबाबदारीची दोघांनाही सतत बोचरी जाणीव असते. एखादे वेळी ते तसे दिले नाही तर ते त्यांचे त्यांनाच कळते आणि जर यदाकदाचित नाही समजले तर प्रेक्षक ते त्यांच्या आवर्जून लक्षात आणून देतातच. रंगभूमीवरील या 'नाट्या'विषयी पीट पूर्णपणे अनभिज्ञ होता. तो सुरवातीपासूनच खुर्चीत चुळबुळ करत होता, जांभया देत होता, थोड्या थोड्या वेळाने घड्याळ पाहत होता. त्याला रंगमंच, अभिनय हे काहीच आवडत नव्हते. कदाचित जीवनात त्याने कधी काही खोटे, कृत्रिम केलेच नसावे. त्याने कधीच कोणती 'नाटके' केली नसावीत. रंगभूमीवरील प्रखर दिव्यांमुळे भेदल्या जाणाऱ्या प्रेक्षागृहातील अंधारात होत असलेली त्याची पंचाईत पाहून मी हसत होतो. के बिस्केनच्या

स्पर्धेत त्याला पराभूत करण्यातील समाधान त्याला *ग्रीसचा* संपूर्ण प्रयोग बघायला लावण्याच्या समाधानाइतके गमतीचे, भारी नव्हते! 'वुई गो टूगेदर लाइक रामा लामा लामा ...'

दुसऱ्या दिवशी सकाळी आम्ही दोघे जण पॅरिसला जाणाऱ्या कॉन्कॉर्ड विमानात बसलो. पॅरिसहून एका खाजगी विमानाने पालेर्मोला गेलो. मी हॉटेलवर पोहोचून माझ्या खोलीत सामान लावतच होतो तेवढ्यात फोन वाजला.

"पेरी बोलतोय."

"बोल."

"माझ्या हातात आज प्रसिद्ध झालेली मानांकन यादी आहे आणि..."

"आणि?"

"आणि पहिले नाव आहे आंद्रे आगासी!!!"

अखेर... मी पीटला शिखरावरून खाली ढकलले होते. सतत ब्याऐंशी आठवडे पहिल्या क्रमांकावर विराजमान होऊन इतरांकडे पाहताना मान खाली करणारा पीट आज माझ्याकडे मान वर करून पाहणार होता! संगणकाच्या साहाय्याने मानांकन यादी तयार करून ती प्रसिद्ध करायला लागल्यापासून म्हणजे गेल्या दोन दशकाच्या काळात पहिल्या क्रमांकावर झळकणारा मी बारावा खेळाडू होतो. पेरीने फोन ठेवला आणि पुढचा फोन वृत्तपत्राच्या वार्ताहराचा होता. 'कसं वाटतंय या स्थानावर पोहोचल्यावर?' 'छान वाटतंय. सर्वोत्तम ठरल्याचा आनंद होतो आहे.'

पण वार्ताहराला मी जे सांगितले ते खरे नव्हते म्हणजे मला तसेच वाटायला हवे होते, मला तसेच वाटणे अपेक्षित होते, मी स्वतःला तसेच वाटायला हवे असे बजावीत होतो; पण... पण वास्तवात मला काहीच वाटत नव्हते, काहीच वाटत नव्हते!!!

१७

खरे तर जे मी मिळवले होते त्यामुळे मन भरून जायला हवे होते पण का कोणास ठाऊक, ते रितेरितेच झाले होते. मी एकटाच पालेर्मोच्या रस्त्यावरून कडक कॉफी पित, 'मला काय झालंय' या प्रश्नाचे उत्तर शोधत दिशाहीनपणे हिंडत होतो. मी टेनिसच्या जगातील सर्वोच्च पद मिळवले होते आणि तरीही मी – काय झाले होते मला? मी असमाधानी होतो? हे मिळवले, आता पुढे काय? – असे वाटत होते मला? का 'बस, मिळवले जे मिळवायचे ते, आता सरळ निवृत्त व्हावे,' असा विचार मनात येत होता?

होय, तोच विचार मूळ धरत होता. मी माझ्या निवृत्तीची घोषणा करत असलेल्या वार्ताहर परिषदेचे चित्र माझ्या डोळ्यांसमोर तरळू लागले; पण पाठोपाठ अवाक झालेले, निराशेने झाकळलेले चेहरे दिसू लागले – ब्रॅड, पेरी, पॉप्स... आणखी एक विचार मनाला छळू लागला, 'निवृत्त झाल्यावर पुढे काय? मला जीवनात काय करायचे आहे? निवृत्ती घेतली तर आयुष्याचे पुढे काय करायचे? नाही, निवृत्तीने या मूळ प्रश्नांची उत्तरे मिळणार नाहीत. वयाच्या पंचविशीत निवृत्ती घेणे म्हणजे नवव्या इयत्तेत शाळा सोडण्यासारखे आहे. निवृत्तीच्या विचाराआधी मला माझे नवे ध्येय, नवे लक्ष्य ठरवायला हवे. आजवर मी चुकीच्या ध्येयामागे धावत होतो. मला स्वतःला टेनिस खेळाडूंच्या मानांकन यादीत पहिले स्थान पटकवायचे नव्हते, दुसऱ्या काही जणांना मात्र मी ते मिळवायलाच हवे होते आणि ते मी मिळवले. संगणकाला माझे काम आवडले, त्याने मला ते स्थान दिले! पण मला काय हवे होते? मी लहान मुलगा असताना काय हवे होते आणि आज काय हवे आहे? या प्रश्नाचे उत्तर अवघड होते. मला बरेच काही हवे होते, बरेच काही जास्त मोठे, भव्य, भरीव! आज मला फ्रेंच ओपन जिंकायची होती – म्हणजे चारही स्लॅम स्पर्धातले विजेतेपद, अत्युच्चपद माझ्याकडे असते. ते यश मिळवणारा मी जगातील पाचवा खेळाडू ठरलो असतो – आणि अमेरिकेचा पहिला!

संगणकाने दिलेल्या श्रेणीची मला पर्वा नव्हती. मी किती स्लॅम्स जिंकलो याचेही महत्त्व नव्हते. रॉय इमर्सनने बारा स्लॅम्स जिंकल्या होत्या; पण तरीही तो रॉड लेव्हरपेक्षा श्रेष्ठ आहे, त्याच्यापेक्षा चांगला खेळतो असे कोणीच मानत नव्हते. ज्या इतर खेळाडूंविषयी मला आदर होता असे टेनिसमधील तज्ज्ञ,

इतिहासकार, कोणीच तसे म्हणत नव्हते. सर्वांच्या मते रॉड लेव्हरच सर्वोत्तम खेळाडू होता, तोच 'टेनिसचा राजा' होता – कारण तो चार स्लॅम्सचा विजेता होता. इतकेच नव्हे तर त्याने ते विजेतेपद एकाच वर्षात दोनदा मिळवले होते. त्याच्या काळात मैदाने दोनच प्रकारची होती, क्ले आणि ग्रास; पण तरीही चारही स्लॅम्स जिंकणे – केवळ दैवीच होते! तो अद्वितीय होता!! मी इतिहास आठवू लागलो. सगळ्यांचा आदर्श तोच होता – रॉड लेव्हर, सगळ्यांचे ध्येय, स्वप्न तेच होते – त्याच्यासारखे चारही स्लॅम्स जिंकण्याचे; पण त्या काळी लोकांना आकड्याचे महत्त्व कळायचे नाही, खेळाडू चारपैकी एखाद्या स्लॅम्समध्ये खेळायचेच नाहीत. त्यांना चतुरस्त्र खेळाडू होण्यात जास्त रस असायचा. भाग घेतला आणि विजेतेपद मिळाले नाही तर त्यांचे श्रेष्ठत्व कमी लेखले जाईल, अशी त्यांना भीती वाटायची.

चारही स्लॅम्स जिंकण्याबद्दल मी जितका जास्त विचार करू लागलो तितका मी जास्त उत्तेजित होऊ लागलो. हे नवे वेड मलाही आश्चर्यात टाकणारे, नव्हे धक्का देणारेच होते. मला असे अधिकाधिक प्रतीत होऊ लागले होते की, मला हेच करायचे होते; पण एवढ्या उच्च ध्येयाला हात घालण्याचे धैर्यच होत नव्हते. विशेषतः दोन वर्षे ओळीने फ्रेंच ओपनच्या अंतिम फेरीपर्यंत पोहोचूनही अपयश चाखल्यावर तर ते अशक्यच वाटत होते. प्रेक्षकांचे निराशाजनक उद्‌गार आणि वार्ताहरांच्या, समीक्षकांच्या टीका यांनीही मला विचलित केले होते. केवळ किती स्लॅम्स जिंकल्या यावरूनच खेळाडूची लायकी जोखणाऱ्या त्या अज्ञानी लोकांची मी पर्वा करत राहिलो होतो; पण नाही, आता नाही! मी निश्चय करून टाकला. १९९५ साली पालेर्मोमध्ये मी मनाशी हे ठरवून टाकले की चारही स्लॅम्स जिंकणे यातच खेळाडूच्या जीवनाचे सार्थक आहे आणि काहीही झाले तरी मी माझे आयुष्य सार्थकी लावणारच!

ब्रुकही तिकडे तिच्या कलाक्षेत्रातील यशाच्या पायऱ्या चढत होती. रंगभूमी तिने जिंकली होती; पण तिला मात्र माझ्यासारखे रितेपण जाणवत नव्हते. तिचे रितेपण निराळे होते, ती यशाची भुकेली होती. तिला अधिकाधिक यश हवे होते. यशाची नवी, उत्तुंग शिखरे सतत गाठायची होती; पण तेवढ्या नव्या संधीच मिळत नव्हत्या. मी माझ्याकडून होता होईल ती मदत करत होतो. तिला धीर देत होतो. तिला सांगत होतो की लोकांना अजून तिच्यातील गुणांची पूर्ण पारख झालेली नाही. त्यांना जेवढे वाटते आहे त्यापेक्षा कितीतरी जास्त गुण, क्षमता तिच्यामध्ये आहे. लवकरच त्यांना ते कळेल. माझ्या बाबतीतही असेच काहीसे घडते आहे, असा मी तिला दिलासा देत होतो. फारच थोडे जण तिला अभिनेत्री मानत होते. बरेच जण तिला केवळ 'मॉडेल'च समजत होते. तिला तिची प्रतिमा ठसवण्यासाठी खास प्रयत्न करणे गरजेचे होते. मी पेरीला तिच्या कारकिर्दीचा आढावा घेऊन तिच्या उन्नतीचे मार्ग शोधायला सांगितले.

त्याने फार वेळ न घेता त्याचे काम केले. त्याच्या मते ब्रुकला एका चांगल्या टीव्ही शोची आवश्यकता होती. टीव्ही हे तिचे भविष्यातील प्रगतीचे क्षेत्र असणार होते. तिने पेरीच्या सूचनेचे स्वागत केले आणि ती त्या दिशेने प्रयत्न करू लागली. १९९५ सालच्या फ्रेंच ओपन स्पर्धेच्या आधी काही दिवस मी आणि ब्रुक दोघेजण फिशर आयलंडवर गेलो होतो. दोघांनाही आरामाची, शांत झोपेची आवश्यकता होती; पण फ्रेंच ओपन स्पर्धेच्या विचाराने मला दोन्हीचे सुख उपभोगता आले नाही. रात्री अंथरुणावर पडल्यावर ताठरलेल्या स्नायूंनी, तारवटलेल्या डोळ्यांनी मी खोलीच्या छतावर हिरिरीने टेनिसचे सामने खेळत जागा राहायचो.

फिशर आयलंडहून पॅरिसला जाताना विमानात, ब्रुक माझ्या बरोबर असूनसुद्धा मी सामन्याच्या भवितव्यानेच पछाडलेला होतो. ब्रुकला त्या वेळी कामातून थोडी सवड काढता आली होती, त्यामुळे ती स्पर्धेचा पूर्ण वेळ माझ्या बरोबर असणार होती. पॅरिस दिसू लागले तसे प्रेमभराने माझे चुंबन घेऊन ब्रुक म्हणाली, ''आंद्रे, आपल्या दोघांचीच पॅरिसमधली पहिली सहल...''

मी तिच्या हातावर थोपटून तिला रूकार दिला. कारण, मी तिला असे कसे सांगू शकत होतो की 'बाई गं, ही सहल नसणार आहे, आपल्या दोघांचीच तर मुळीच नसणार आहे? आमच्या टीमचे वास्तव्य सुप्रसिद्ध आर्क डी ट्रियॉम्फ या वास्तूपासून अगदी जवळ असलेल्या हॉटेल रॅफेलमध्ये होते. तेथील हाताने उघडायचे, बंद करायचे लोखंडी जाळीचे दार असलेली, वर खाली जाताना कुरकुरणारी लिफ्ट ब्रुकला फार आवडली होती. मला लॉबीमधला मेणबत्त्यांच्या मंद प्रकाशाने उजळलेला छोटासा बार आवडला होता. खोल्या लहान होत्या; पण त्यात टीव्ही नसल्याचे पाहून ब्रॅड हवालदिल झाला होता. टीव्हीविना राहणे त्याला अशक्य वाटत होते. काही मिनिटातच त्याने ते हॉटेल सोडले आणि खोलीत टीव्ही असलेल्या एका अद्ययावत हॉटेलमध्ये तो राहायला गेला.

पॅरिसचे दर्शन या मुक्कामात पूर्वीपेक्षा अधिक चांगले झाले. अर्थपूर्ण आणि सुकर झाले. कोणत्याही गोंधळाच्या, कोठेही हरवून जाण्याच्या भीतीविना झाले, कारण ब्रुकला उत्तम फ्रेंच बालता येत होते, समजत होते. इंग्लिशमध्ये भाषांतरही करून सांगता येत होते. मी तिला फिलीबरोबरच्या पहिल्या पॅरिसभेटीचे किस्से ऐकवले. लुव्र कलासंग्रहालयातील मला आणि फिलीला खिळवून ठेवणाऱ्या पर्वतकड्याच्या तोंडाशी उभ्या राहिलेल्या नग्न तरुणाच्या चित्राविषयी सांगितले. तिलाही ते चित्र पाहण्याची उत्सुकता लागली. ती मला तेथे घेऊन जायचा आग्रह करत होती. 'पुन्हा कधी तरी' असे म्हणून मी तो टाळला.

आम्ही निरनिराळ्या आकर्षक अशा हॉटेल्समध्ये जेवणे घेत होतो. ज्या कानाकोपऱ्यातल्या जागा बघायला जाण्याचे धाडस मी एकट्याने कधीच केले नसते अशा रमणीय ठिकाणांना, ब्रुकच्या फ्रेंच भाषेच्या ज्ञानाच्या जोरावर,

आम्ही भेटी दिल्या. काही मला आवडल्या, काही ठिकाणी मीच उदासीन होतो. माझे चित्त सामन्यांकडे लागले होते. एका कॅफेचा मालक आम्हाला मुद्दाम त्याचे मद्याचा साठा असलेले अतीप्राचीन, कुबट वास येत असलेले तळघर दाखवायला घेऊन गेला. वर्षानुवर्षे साठवलेल्या मद्याच्या बाटल्यांवर धूळ साठलेली होती. त्याने एक बाटली ब्रुकला भेट म्हणून देऊ केली. त्यावरील बाटली भरल्याचे वर्ष लिहिलेली चिठ्ठी वाचून आम्ही थक्क झालो – १७८७! ब्रुकने ती ऐतिहासिक ठेव लहान अर्भकासारखी जपून धरून, मोठ्या कौतुकाने माझ्या समोर धरली.

मी अरसिक, शंकेखोर. मी शुष्कपणे म्हणालो, ''काय पाहायचंय त्यात? बाटली आहे, धुळीने माखली आहे!''

ब्रुक चिडली, रागाने माझ्याकडे पाहू लागली. ती बाटली तिला माझ्या डोक्यावर फोडायची होती! एका रात्री बऱ्याच उशिरा आम्ही सीन नदीवर असलेल्या पुलावर फिरायला गेलो होतो. त्या दिवशी ब्रुकचा तिसावा वाढदिवस होता. एके ठिकाणी नदीकडे उतरून जाणाऱ्या पायऱ्यांच्या वरच्या टोकापाशी आम्ही थांबलो. तेथे मी तिला ख्रिस एव्हर्टसारख्या महिला टेनिसपटूंनी प्रसिद्धी मिळवून दिलेले 'टेनिस ब्रेसलेट' या नावानेच ओळखले जाणारे हिऱ्याचे नाजूक ब्रेसलेट भेट म्हणून दिले. तिच्या हातावर ते बांधताना त्याचा फासा काही मला नीट अडकवता येईना. मी धडपड करत होतो, ब्रुक हसत होती. त्यातले हिरे चंद्रप्रकाशात विलक्षण चमकत होते. ब्रुक, तिच्या वाढदिवसाची शुभरात्र, तिच्या हातातील चमचमत्या हिऱ्यांचे ब्रेसलेट, चंद्रप्रकाशात सीन नदीच्या काठी आम्ही दोघे – असं ते स्वप्नरम्य दृश्य होतं. त्याला दृष्ट लागावी असा एक प्रसंग घडला – ब्रुकच्या मागे, नदीकडे जाणाऱ्या पायऱ्यांवर उभा राहून एका मद्यधुंद फ्रेंच पुरुषाने सीन नदीच्या पाण्यात पोहोचेल अशा रीतीने लघवीची धार सोडली. तो कोठून आला होता कोण जाणे? माझा शकुनांवर विश्वास नाही; पण त्या रात्री, त्या वेळी, मला ते दृश्य अपशकुन वाटले. ती अमंगळाची पूर्वसूचना फ्रेंच ओपनच्या संबंधात होती की, माझ्या आणि ब्रुकच्या नात्याविषयी होती हे मात्र मला त्या क्षणी कळले नाही.

अखेर स्पर्धेचे शिंग वाजले. पहिले चार सामने मी एकही सेट न गमावता जिंकलो. क्रीडासमालोचक, वार्ताहर यांच्या दृष्टीने 'मी एक बलशाली, एकाग्रचित्त, ध्येयप्ररित खेळाडू' ठरलो; पण अशा वेळी स्पष्ट फरक जाणवतो तो सहखेळाडूंच्या दृष्टीत. खेळाडू त्यांच्यामधल्या विजेत्याला अंतःस्फूर्तीने बरोबर हेरतात, त्याला विशेष स्थान देऊ लागतात, त्याच्यापासून अंतर राखू लागतात, त्याला एकटा सोडतात. असे माझे निरीक्षण आहे. त्या स्पर्धेत ते स्थान मला प्रथमच मिळत होते. लॉकररूममध्ये वा इतरत्रही त्यांच्या नजरा सतत माझे निरीक्षण करत होत्या. ते माझ्या लहान लहान गोष्टी कुतूहलाने, कौतुकाने

न्याहाळत होते. अगदी मी माझी बॅग कशी भरतो तेसुद्धा! मी कुठे जात असलो की ते तत्परतेने बाजूला होऊन मला वाट देत. जेवणाच्या टेबलावरून घाईघाईने उठून जात. मला आजवर अनोळखी असलेला एक आदरभाव त्यांच्या नजरेत वाचता येत होता. कितीही मनावर घ्यायचे नाही, खरे मानायचे नाही म्हटले तरीही ती खास वागणूक सुखवायची, आवडायची, हवीहवीशी वाटायची. इतर कोणाला नाही, ती आपल्याला मिळते आहे हे पाहून बरेच वाटायचे!

हा माझ्यामधला फरक, मला दिल्या जाणाऱ्या वागणुकीतला बदल ब्रुकच्या लक्षात आला नव्हता. ती काही मला निराळे वागवीत नव्हती. मी जेव्हा रात्री हॉटेलच्या खोलीतल्या खिडकीतून पॅरिसचे विहंगावलोकन करत उभा राहायचो तेव्हा ती इकडच्या तिकडच्या गप्पा मारायची. ती काम करत असलेल्या *ग्रीसविषयी*, नुकत्याच पाहिलेल्या पॅरिसविषयी बोलायची, कोणीतरी कोणाविषयी, एखाद्या विषयी काय म्हणाले, काय बोलले हे सांगत बसायची. मी या स्थानापर्यंत पोहोचण्यासाठी केलेल्या तपश्चर्येची – गिल यांच्या बरोबर व्यायाम करताना घेतलेले अपार कष्ट, हे यश, हा आत्मविश्वास कमावण्यासाठी एकतानतेने केलेला प्रचंड सराव, त्यासाठी केलेले त्याग याबद्दलची तिला जराही जाणीव नव्हती. या स्थानाने माझ्यावर टाकलेल्या फार मोठ्या जबाबदारीविषयीही ती अनभिज्ञ होती. त्याविषयी काही माहिती करून घ्यायची, माझे सर्वस्व असलेल्या टेनिसच्या जगाविषयी जाणून घ्यायची जरासुद्धा इच्छाही ती दर्शवित नव्हती. आजचे, उद्याचे जेवण कोणत्या हॉटेलमध्ये घेणार, कोणत्या नव्या मद्यशालेला भेट देणार यातच तिला जास्त रस होता. मी ही स्पर्धा जिंकणार असे जणू तिने गृहीतच धरले होते. ते 'कार्य' लवकरात लवकर आटपून आपण ते यश साजरे करायला, मनसोक्त मजा करायला कधी, कुठे जातो याकडे तिचे लक्ष होते. यात काही तिचा स्वार्थ नव्हता. तिची अशी गैरसमजूत होती की, स्पर्धा जिंकणे हे अध्याहृतच आहे, पराभव हा अपवाद!

उपांत्यपूर्व सामन्यात मी कॅफेल्निकोव्हच्या विरुद्ध खेळलो. तोच कॅफेल्निकोव्ह, जो मला येशु ख्रिस्तासारखा वाटायचा. सामना सुरू होताना जाळ्यापलीकडून येशू ख्रिस्त आपल्याला छडी मारणार आहे अशा कुचेष्टापूर्ण नजरेने मी त्याच्याकडे पाहिले. त्याला मी पराभूत करणार हे मला माहीतच होते. ते त्यालाही माहीत होते हे त्याच्या चेहऱ्यावरच लिहिलेले होते; परंतु पहिल्या सामन्याच्या सुरवातीलाच मी एक चेंडू झेप घेऊन परतवला तेव्हा काहीतरी मोडल्याचा आवाज आला. कंबर आणि पाय यांच्यामधल्या पार्श्वभागातील एका स्नायूला इजा पोहोचलेली होती. मी तिकडे दुर्लक्ष केले, काही झालेच नाही असे स्वतःला बजावले; पण त्या भागातून कळा येऊ लागल्या, पायांना वेदना जाणवू लागल्या.

मला वाकता येईना की हालता येईना. मी वैद्यकीय मदत मागितली. मला ॲस्पिरिनच्या दोन गोळ्या देऊन तो डॉक्टर डोळे मोठे करून मला म्हणाला की, तो त्यापेक्षा अधिक काही करू शकत नाही. त्या सेटमध्ये मी पराभूत झालो. दुसऱ्या सामन्यातही पराभूत झालो. तिसऱ्यामध्ये जरा बऱ्यापैकी फटकेबाजी झाली. मी ४-१ अशी आघाडी मिळवली होती. *'ॲले आगासी... ॲले आगासी...'* अशा घोषणांनी प्रेक्षक मला प्रोत्साहित करत होते; पण माझ्या हालचाली मंदावत चालल्या होत्या. कॅफेल्निकोव्हने सराईत हालचाली करून सेट जिंकला. माझ्या हाता पायातून, सगळ्याच अवयवांतून शक्तीच निघून गेली. रशियन येशू ख्रिस्तानेच मला क्रूसावर चढवून त्याचा पवित्र पेला न देता 'ओ रे-व्हॉर' म्हणून निरोप दिला होता. मी रॅकेट्ससुद्धा न घेता मैदान सोडले.

माझी खरी कसोटी कॅफेल्निकोव्हशी खेळण्यात नव्हतीच. क्ले कोर्टावर प्रचंड दबदबा असलेल्या मस्टरच्या विरुद्ध खेळण्यात मात्र चांगलीच कसोटी होती. त्यामुळे कॅफेल्निकोव्हच्या विरुद्ध जरी समजा कसाबसा जिंकलो असतो तरी मस्टरविरुद्ध माझा कसा निभाव लागला असता याबद्दल शंकाच होती; पण मी स्वतःला वचन दिले होते की, मी पुन्हा कधीही मस्टरविरुद्ध पराभूत होणार नाही. मी माझ्या त्या वचनाच्या बाबतीत पक्का होतो. ते पूर्ण होण्याची शक्यताही खूपच होती; पण पॅरिस सोडताना माझी भावना अशी होती की, मी हरलो नव्हतो, फसलो होतो. मला कळून चुकले होते की ती माझी अखेरची संधी होती आणि तिने मला हूल दिली होती. मी ज्या नव्या ताकदीनिशी, नव्या उत्साहानिशी, आत्मविश्वासानिशी पॅरिसला आलो होतो, तसा पुन्हा कधीच येऊ शकणार नव्हतो. या वेळेला सहखेळाडूंच्या नजरेत, माझ्याबरोबरच्या वर्तनात जो नवा भाव होता, माझ्याबरोबर लॉकररूममध्ये असताना जी आदरयुक्त भीती होती ती मला पुन्हा अनुभवायला मिळणार नव्हती.

चार स्लॅम्स स्पर्धा ओळीने जिंकण्याची सुवर्णसंधी माझ्या हातातून गेली होती. ब्रुक आधीच गेल्यामुळे मी आणि गिल विमानात दोघेच एकत्र होतो. माझ्या इजा झालेल्या स्नायूवर काय, कसे उपचार करायचे? तसे पुन्हा होऊ नये म्हणून काय काळजी घ्यायची आणि पुढची स्पर्धा हिरवळीच्या मैदानावर खेळली जाणार असल्याने काय काय तयारी करायची या सर्व विषयांबद्दलच गिल बोलत होते. व्हेगासला पोहोचल्यानंतरचा आठवडा दुखावलेला स्नायू बरा होण्यात, पूर्ण विश्रांतीत आणि सिनेमे पाहण्यात गेला. एमआरआय काढला त्यात इजा गंभीर नसल्याचे कळले. तो भाग थंड ठेवला की पुरेसे होते. सुधारणेला फारसा अवधी लागणार नव्हता.

आम्ही इंग्लंडला गेलो. १९९५ सालची विम्बल्डन स्पर्धा. मी त्या स्पर्धेतील खेळाडूंमध्ये सर्वोच्च स्थानावर होतो आणि आंतरराष्ट्रीय मानांकन यादीतील माझे प्रथम क्रमांकाचे स्थानही तोवर अबाधितच होते. मीच जरा

निराश मनःस्थितीत होतो; पण माझे चाहते मात्र मोठ्या आनंदाने, उत्साहाने माझे स्वागत करत होते. नाइके कंपनीचे लोक कितीतरी आधीपासून तेथे पोहोचले होते. ते वातावरणनिर्मिती करत होते. 'आगासी किट'ची जोरदार विक्री करत होते – दोन्ही गालांवर चिकटवायचे कल्ले, ओठांच्या कडांपासून सुरू होऊन दोन्ही बाजूंना हनुवटीच्याही खालपर्यंत ओघळलेल्या बारीक, खाली निमुळत्या होत जाणाऱ्या 'फू मांचू' या नावाने प्रसिद्धी पावलेल्या मिशा आणि भडक रंगाचा डोक्याभावती गुंडाळण्याचा रुमाल अशी ती 'किट' होती. तोच माझा नवा अवतार होता. आधी समुद्री चाच्यासारखा दिसणारा मी त्या वेळी लुटारू डाकूसारखा दिसत असे. अनेक तरुण नाइकेची किट घेऊन अथवा खरेखरेच सर्वथा माझे अनुकरण करताना पाहून आश्चर्य वाटायचे. तसेच मजाही वाटायची. जेव्हा काही तरुणीसुद्धा त्या किटचा वापर करायच्या तेव्हा मात्र थक्क व्हायला व्हायचे! कल्ले आणि मिशा लावलेल्या मुली! माझी निराशा विसरून मला हसायला यायचे!

रोज पाऊस पडत होता, तरीही प्रेक्षकांचा उल्हास अवर्णनीय होता. रोज गर्दी जमायचीच. टेनिसचे प्रेमी, वेडेच म्हटले पाहिजेत, थंडी, पावसाची पर्वा न करता चर्च रोड भरून जाईल एवढी लांब ओळ लावायचे. कधी कधी इच्छा व्हायची, बाहेर जावे, त्यांच्याबरोबर ओळीत उभे राहावे, त्यांच्याशी बोलावे, त्यांना विचारावे, 'का एवढं प्रेम करता तुम्ही टेनिसवर?' वाटायचे, कसे एवढे प्रचंड वेड निर्माण होते टेनिसबद्दल! माझे रूप घेतलेल्या चाहत्यांकडे पाहून मला प्रश्न पडायचा, हे खोटे कल्ले, या खोट्या फू मांचू मिशा पावसात भिजल्यावर त्यांचे काय होत असेल? माझ्या विगसारख्या खराब होत असतील का?

पहिले दोन सामने मी सहजगत्या जिंकले, व्हीटनला सरळ चार सेट्समध्ये बाहेर काढले. पुढील सामना टॅरँगोशी होता पण त्याने एक भलतीच भानगड करून ठेवली, तो स्पर्धेतून बाहेरच गेला. तो एक सामना हरला तेव्हा त्याने मैदान सोडण्यापूर्वी पंचांबरोबर भांडण केले. तेवढ्याने प्रकरण मिटले नाही, त्याच्या पत्नीने पंचांच्या थोबाडीत मारली. विम्बल्डनच्या इतिहासात नोंद होईल अशी लाजीरवाणी दुर्घटना घडली. त्याच्याऐवजी मी जर्मनीच्या अलेक्झांडर म्राँझ याच्याविरुद्ध खेळलो. वार्ताहरांनी मला विचारले की टॅरँगो आणि म्राँझ यांच्यापैकी कोणाशी खेळायला मला जास्त आवडले असते? त्या वेळी माझ्या लहानपणी, मी आठ वर्षांचा असताना, टॅरँगोने मला कसे फसवले होते ती कथा सांगायचा मला मोह होत होता, जो अर्थातच मी आवरला. मला टॅरँगोशी जाहीर दुश्मनी स्वीकारायची नव्हती आणि हो, मला त्याच्या पत्नीच्या हातून मार खाण्याचीही भीती वाटत होती! मी मुत्सद्दीपणाने उत्तर दिले, 'कोणाविरुद्धही खेळले तरी मला फरक पडत नाही; पण तरीही टॅरँगोविरुद्ध खेळणे जास्त धोक्याचे होते.'

मी म्राँझला तीन सोप्या सेट्समध्ये पराभूत केले. उपांत्य सामन्यात मी बेकरशी खेळलो. याआधी मी त्याला ओळीने आठ वेळा पराभूत केले होते. पीटने आधीच उपांत्य सामना जिंकून अंतिम फेरीत प्रवेश केला होता. आगासी – बेकर यांच्यामधला विजेता आणि पीट असा अंतिम सामना होणार हे ठरलेलेच होते म्हणजेच तो अंतिम लढतीसाठी माझीच वाट पाहत होता. बहुतेक सर्वच स्लॅम स्पर्धांच्या अंतिम सामन्यातील स्पर्धक जणू काही ठरूनच गेले होते – पीट सॅम्प्रास आणि आंद्रे आगासी!

बेकरविरुद्ध पहिला सेट जिंकायला काहीच अडचण आली नाही. दुसऱ्या सेटमध्येही मी ४–१ अशी आघाडी घेतली. मी मनातल्या मनात पीटला अंतिम सामन्याचे आमंत्रण देऊनही टाकले; पण अचानक बेकर जरा आक्रमकतेने, ताकदीने खेळू लागला. त्याने माझ्याकडून काही गुणही हिरावून घेतले. माझ्या आत्मविश्वासाला नखाने हलकेच कुरतडत त्याने त्यावर आघातच करायला सुरुवात केली. तो त्याची नेहमीची जागा सोडून, मैदानाच्या मागच्या अंतिम रेषेवर उभा राहून दमदारपणे खेळ खेळू लागला. माझ्यावर वर्चस्व प्रस्थापित करायला लागला. त्याने एक गेम जिंकली : ४–२ आणि मला काहीतरी मोडल्याचा आवाज ऐकू आला. कुठलाही स्नायू तुटला नव्हता, मनातल्या विश्वासाला तडा गेला होता. माझे माझ्यावरचे नियंत्रण सुटले, मनात नसत्या, विसंगत विचारांनी गोंधळ घालायला सुरुवात केली. यानंतर एकदम मन भरकटले. 'पीट वाट बघत थांबला आहे' या विचारानंतर माझे मन 'माझी बहीण रिटा हिचा नवरा पोटाच्या कॅन्सरशी झगडत आहे' या विचारापाशी पोहोचले. निक बोलेटिरी अजूनही बेकरबरोबर आहे, त्याची कातडी भाजक्या मांसाच्या तुकड्यासारखी काळवंडली आहे आणि तो प्रेक्षकात बेकरसाठी राखीव असलेल्या जागी बसलेला आहे हे मला आठवू लागले. निकने त्याला माहीत असलेली माझी काही रहस्ये बेकरला सांगून टाकली असतील, का असा प्रश्नही मनात उद्भवला. उदाहरणार्थ, बेकरची सर्व्हिस कुठे पडणार हे मी आधीच ओळखू शकतो (चेंडू उडवण्याआधी बेकर जीभ बाहेर काढत असे आणि तिचे लाल बाणासारखे टोक त्याच्या सर्व्हिसची नेमकी दिशा दाखवीत असे). तेथून मन एकदम ब्रुकचा विचार करू लागले. डेलेना मलकाही नावाची पीट सॅम्प्रासची मैत्रीण होती. ब्रुक आणि ती त्या दिवशी लंडनमधील सुप्रसिद्ध हॅरॉड्स या दुकानात खरेदीसाठी जाणार होत्या. या विचित्र विचारांच्या कोलाहलाने माझे खेळावरील लक्ष विचलित केले, बेकरने अर्थातच माझ्या मूर्खपणाचा फायदा तत्परतेने उठवला. त्याने सामना जिंकला.

त्या भीषण, नामुश्कीच्या पराभवाने मी उद्ध्वस्त झालो. त्या नंतर मी कोणाशीही – ब्रुक, गिल, ब्रॅड कोणाशीही – एक शब्दही बोललो नाही, बोलू शकलोच नाही – मी खचलो होतो, मोडून पडलो होतो, घाव जिव्हारी लागला होता!

मी आणि ब्रुक किती दिवसांपासून एखाद्या शांत जागी, जेथे लोकांचा त्रास नसेल, फोनसुद्धा नसतील अशा जगापासून दूर असलेल्या ठिकाणी जाऊन राहण्याची योजना आखत होतो. अखेर आम्हाला तशी एकांतातील जागा सापडली – इंडिगो आयलंड, बहामाची राजधानी नासाउपासून दीडशे मैलांवरील छोटेसे सुंदर बेट. आम्ही विम्बल्डनहून थेट तेथेच जाणार होतो; परंतु माझ्या दारुण अपयशाच्या धक्क्यानंतर मला तो कार्यक्रम रद्दच करून टाकावासा वाटत होता; पण ब्रुकने मला व्यावहारिक अडचण समजावून सांगितली. आम्ही ते संपूर्ण बेटच आरक्षित केले होते, प्रचंड रक्कम आगाऊच भरली होती आणि ती परत मिळणार नव्हती.

'तो स्वर्गच आहे दुसरा, आंद्रे. खूप छान वाटेल आपल्याला तिथे...' ब्रुकने असे म्हटल्यावर माझ्या कपाळाला आठ्या पडल्या. माझी भीती खरी ठरली. त्या संपूर्ण बेटावर फक्त एक बंगला होता; पण त्यात मी, ब्रुक आणि माझे कमालीचे निराश, उदास मन हे तिघे काही सुखाने राहू, जगू शकत नव्हतो. या तिसऱ्या आगंतुकाने त्या बंगल्याची काळकोठडी, स्वर्गाचा नरक बनवून टाकला होता. ब्रुक मी काहीतरी बोलायची वाट पाहत समुद्रकिनाऱ्यावर ऊन अंगावर घेत पडून राहायची. मला वाटतं तिला माझ्या मनातील सुप्त पण धुमसत्या ज्वालामुखीची धग जाणवतच नव्हती. माझ्या मौनाची धास्तीही वाटत नव्हती. तिचे जग निराळे होते. त्यात केवळ अभिनयच होता, सोंगे होती आणि माझ्या जगात बहाणा करायला वावच नव्हता. दोन दिवसांच्या प्रदीर्घ घुसमटीनंतर मी जरा सैलावलो. तिची क्षमा मागितली. तिच्याशी बोललो.

मी तिला म्हणालो, ''ब्रुक, मी जरा किनाऱ्यावर पळायला जाऊन येतो.'' आधी संथ गतीने, दुडक्या चालीने पळता पळता मी वेग वाढवला. आणखी वाढवला. उन्हाळ्यातील हार्ड कोर्टांवरील स्पर्धांसाठी तयार होऊ लागलो.

'द लेग मॅसन टेनिस क्लासिक' या स्पर्धेसाठी मी वॉशिंग्टन डी सी येथे गेलो. वॉशिंग्टनमध्ये कडाक्याचा उन्हाळा होता. तेथील तापमानाशी जुळवून घेण्यासाठी मी आणि ब्रॅड भर दुपारच्या तळपत्या उन्हात खेळायचा सराव करत होतो. खेळ संपल्यावर अनेक लोक जमायचे, बोलायचे, स्वाक्षऱ्या घ्यायचे, उत्सुकतेने अनेक प्रश्न विचारायचे. फार थोडे खेळाडू अशा चाहत्यांना भेटायचे, बोलायचे; पण मी आवर्जून भेटायचो, प्रश्नांना उत्तरे द्यायचो. वार्ताहरांपेक्षा मला चाहते बरे वाटायचे.

एक दिवस खेळ संपल्यावर असाच भेटीचा, स्वाक्षऱ्यांचा कार्यक्रम पार पडला. शेवटच्या प्रश्नाला उत्तर देऊन झाले, अखेरची स्वाक्षरी देऊन झाली. ब्रॅडने थंडगार बिअर प्यायची इच्छा व्यक्त केली. मागणी अनपेक्षित होती. त्याचा चेहरा विचारमग्न दिसत होता. मनात काहीतरी होते. पेरी जॉर्जटाऊनला असताना

आमचे टॉम्ब्स नावाचे आवडते हॉटेल होते. मी ब्रॅडला तेथेच घेऊन गेलो. अरुंद दार, दारातून आत शिरले की लगेच खाली जाणारा जिना, जरासा दमट अंधार. अस्वच्छ बाथरूम्सचा जरासा दुर्गंध. आतले स्वयंपाकी काम करताना दिसतील असे उघडे स्वयंपाकघर परंतु आतले दृश्य काही फारसे आकर्षक नाही असे टॉम्ब्स. आम्ही एका छोट्याशा खोलीत जाऊन बसलो आणि बिअर मागवली. ब्रॅडची आवडती 'बड आइस' नव्हती, त्यामुळे तो जरासा खट्टू झाला. त्याने नुसत्या 'बड'वर तडजोड केली. उन्हातील जोरदार सरावानंतर मला छान, तरतरीत वाटत होते. बेकरचासुद्धा विचार मनात आला नव्हता; पण ब्रॅडने नेमका तोच विषय काढला. काळ्या स्वेटरच्या खिशातून काही वृत्तपत्रीय कात्रणे बाहेर काढून टेबलावर ठेवीत तो म्हणाला, ''बेकर...''

''त्याचे काय?''

''विम्बल्डनच्या सामन्यानंतर तो वार्ताहरांशी बोलताना काय म्हणाला बघ...''

''जाऊ दे ना, मी कशाला पर्वा करू?''

''तो गरळ ओकलाय...''

ब्रॅडने एक कात्रण उचलून हातात घेतले आणि तो वाचू लागला.

विम्बल्डन सामन्याचे व्यवस्थापन इतर खेळाडूंपेक्षा आगासीला जास्त उचलून धरतं. ते त्याला अनेक बाबतीत झुकते माप देतात. सामन्यानंतरच्या वार्ताहर परिषदेत बेकरने हे विधान केले होते. माझे जास्तीत जास्त सामने 'सेंटर कोर्टा'वर होतील, यासाठी ते इकडचे जग तिकडे करतात. त्याने अशी तक्रार केली की, जवळ जवळ सगळ्याच प्रमुख स्पर्धांमध्ये माझीच मर्जी राखली जाते, माझी हांजी हांजी केली जाते. त्यानंतर त्याने वैयक्तिक टीका केली. तो मला 'शिष्ट' म्हणाला. मी इतर खेळाडूंशी मिळून मिसळून वागत नाही, स्वतःला श्रेष्ठ समजतो. मी खेळाडूंमध्ये लोकप्रिय नाही. मी आतल्या गाठीचा आहे. मी जरा आढ्यतेखोरपणा सोडून, जमिनीवर येऊन वागत असतो तर इतर खेळाडूंनी मनात भीती बाळगली नसती. वगैरे वगैरे...

थोडक्यात, त्याने युद्धाचीच जाहीर घोषणा केली होती. ब्रॅडला बेकर कधीच आवडत नव्हता. तो त्याला 'बी. बी. सॉक्रेटिस' म्हणायचा. त्याच्या मते बेकर हा ताड माड वाढलेला, जगाला आपण खूप शहाणे, सुसंस्कृत असल्याचे दाखवीत फिरणारा; पण मुळात एक गांवढळ अडाणी होता. बेकरने उधळलेली मुक्ताफळे वाचल्यापासून तर ब्रॅड रागाने धुमसत होता. मला ती मुलाखत वाचून दाखवीत असताना तो शांत बसूही शकत नव्हता.

''आंद्रे, हा माणूस माझ्या डोक्यात जातो रे! पण माझे शब्द ऐकून ठेव, हा हरामखोर लवकरच पुन्हा तुझ्या समोर येणार आहे. यूएस ओपनलाच त्याची

आणि तुझी गाठ पडणार आहे. त्या वेळी त्याचा सूड कसा घ्यायचा याची योजना आपण आत्तापासून आखणार आहोत. त्यासाठी प्रचंड तयारी करणार आहोत, लागतील तितके कष्ट घेणार आहोत.''

मी बेकरची मुलाखत पुन्हा एकदा वाचली. तोच हे असे बोलला आहे यावर माझा विश्वास बसेना. त्याला मी आवडत नाही, तो माझा तिरस्कार करतो हे मला माहीत होते; पण ही अशी विधाने! माझ्या असे लक्षात आले की, मीही ब्रॅडइतकाच चिडलो होतो, माझ्या नकळत हाताच्या मुठी वळत होतो. ब्रॅड अजूनही मला ओरडून सांगत होता, ''ऐकतोयस ना तू, आंद्रे? *माझा चेला असशील तर या नालायकाला धूळ चारशील... बाहेर काढशील...''*

''निघाला बाहेर म्हणून समजाच...'' मीही हट्टाला पेटलो होतो.

आम्ही दोघांनी हातातल्या बिअरच्या बाटल्याच एकमेकांवर हलकेच आपटून आमच्या सूडयोजनेवर शिक्कामोर्तब केले. त्याहीपुढे जाऊन मी मनाशी निश्चयच करून टाकला की, बेकरविरुद्धच काय, मी आता कोणाविरुद्धच हार पत्करणार नाही, मी पराजयाने, अपयशाने कंटाळलो होतो. माझ्या बेकार खेळाचा मी वारंवार अपमान करत होतो; पण तो तेवढाच बेकरनी केलेला, इतर लोकांनी केलेला मला सहन होत नव्हता. बस, यापुढे मी फक्त जिंकतच जाणार, जिंकतच जाणार.

१९९५चा उन्हाळा सुरू झाला. सुरू झाला माझा सूडाचा आणि विजयाचा प्रवास. अंगात चेव तर असा चढला होता की, डीसी स्पर्धेत धडाधड सामने जिंकत, मी अंतिम फेरी गाठली. तो सामना स्टीफन एडबर्गविरुद्ध होता. सामन्याच्या दिवशी तापमान शंभर अंशाच्याही पलीकडे पोहोचले होते. मी एडबर्गपेक्षा निश्चितच वरचढ होतो; पण उष्णतेचा अतिरेक दोघांनाही सारखाच त्रास देत होता. दोघेही सारखेच वैतागलेलो होतो. सामन्याच्या सुरुवातीपासूनच मी धड विचार करू शकत नव्हतो. मला खेळाचा सूरच सापडत नव्हता. नशिबाने एडबर्गची स्थितीही निराळी नव्हती. मी पहिला सेट जिंकला, त्याने दुसरा जिंकला. तिसरा सेट सुरू झाला. मी ५-२ अशी आघाडी घेतली. त्या तापमानातही सामना बघण्याची क्षमता आणि उत्साह असणारे प्रेक्षक ओरडून मला प्रोत्साहित करू लागले. प्रेक्षकांमधील कोणाला ना कोणाला तरी वैद्यकीय मदत देण्याची गरज पडत होती, त्यामुळे सामना वारंवार थांबवलाही जात होता.

मी अखेरची, सामन्याची निर्णायक सर्व्हिस करत होतो, निदान तसे जाहीर तरी केले जात होते. नीट समजत नव्हते. कारण, अतिउष्णता माझ्यावरही अनुचित परिणाम करत होती, मला भास होऊ लागले होते. आम्ही काय खेळत होतो हेही मला कळत नव्हते. पिंगपाँग? पिवळा चेंडू? हा नेटपलीकडे

मारायचा? कुणीकडे टाकायचा? इतक्या गरम हवेतही मला हुडहुडी भरत होती, दात एकमेकांवर आपटत होते. मला एकाच्या जागी तीन-तीन चेंडू माझ्या दिशेने येताना दिसत होते. मी अंदाजाने त्यातला मधला मारत होतो.

मी मनोमन एवढीच प्रार्थना करत होतो की, एडबर्गलाही माझ्यासारखेच भास होत असावेत. माझ्याआधी त्याच्या डोळ्यांसमोर अंधारी यावी, तो कोसळावा आणि मला विजेता घोषित केले जावे. त्याच भ्रमात, सर्व्हिस करायच्या तयारीत उभा असताना मी बराच वेळ एडबर्गकडे बघतच राहिलो. तेवढ्यात माझ्या पोटात ढवळले. मी तशीच सर्व्हिस केली; पण त्याने ती भेदली. तो सर्व्हिस करायला सिद्ध झाला. मी वेळ मागून घेतला आणि मैदानाच्या मागच्या टोकाला जाऊन तेथे ठेवलेल्या एका फुलझाडाच्या कुंडीत सकाळी केलेली न्याहारी ओकून टाकली. पुन्हा जागेवर येऊन उभा राहिलो. एडबर्गने तो गुण मिळवला.

परत चेंडू माझ्याकडे आला. सामना जिंकू देणारी सर्व्हिस. काही वेळ चेंडू इकडून तिकडे येत जात राहिला. जोर नव्हता, वेग नव्हता. दोघेही कसेबसे फटके मारीत होतो. दहा-बारा वर्षांच्या मुली बॅडमिंटन खेळताना मारतात तसे बायकी फटके आम्ही मारीत होतो, त्यामुळे बहुतेक सगळे चेंडू मैदानाच्या मध्यभागीच पडत होते. एडबर्गने पुन्हा माझी सर्व्हिस भेदली. गुणसंख्या ५-५ अशी झाली आणि मी हातातील रॅकेट खाली टाकून देऊन अडखळत मैदानाबाहेर चालता झालो.

नियम असा आहे की - लिखित आहे की अलिखित मला नक्की माहीत नाही - तुम्ही खेळ मध्येच सोडून देऊन तुमच्या रॅकेटसकट जर मैदान सोडून गेलात तर तुम्ही शरणागती पत्करली आहे, असे समजले जाते. प्रतिस्पर्ध्याला विजेता घोषित केले जाते म्हणूनच मी सहेतुकपणे रॅकेट मैदानातच टाकून बाहेर गेलो म्हणजे सर्वांना हे कळेल की, मी खेळ सोडलेला नाही, मी परत येणार आहे. मला नीटशी शुद्ध नव्हती; पण खेळाचे नियम पाळण्याची गरज मी विसरलो नव्हतो. त्या क्षणी मात्र मला शरीराची गरज तातडीने भागवणे भाग होते. उष्णतेमुळे पोटात गेलेले काहीच आत ठरत नव्हते, बाहेर पडायला बघत होते. लॉकररूमपर्यंत पोहोचेपर्यंतच अनेक वेळा मला ओकाऱ्या आवरता आल्या नाहीत. लॉकररूममध्ये पोहोचताच मी तडक शौचालय गाठले आणि पोट पूर्ण रिकामे करून टाकले. कित्येक दिवसांत, नव्हे वर्षात, मी काही न खाल्ल्यासारखे पोट एकदम खपाटीला गेले. मी बेशुद्ध पडणार अशी मला भीती वाटू लागली; पण पोटातील ढवळाढवळ थांबली आणि लॉकररूममधील सुखद थंडाव्यानेही उचित परिणाम घडवला. मी हळूहळू भानावर, जागेवर येऊ लागलो. लॉकररूमच्या दारावर टकटक झाली. पंच दार वाजवीत होते.

"आंद्रे, तुम्ही जर ताबडतोब मैदानावर आला नाहीत तर तुम्ही गुण गमावाल..." पंचांनी निर्वाणीचा इशारा दिला. मी रिकाम्या पोटाने, गरगरत्या डोक्याने बाहेर आलो. रॅकेट उचलली. एडबर्गची सर्व्हिस तर भेदलीच, सामनाही जिंकून टाकला. जाळ्याजवळ पोहोचलो, तेव्हा हस्तांदोलन करताना दोघेही ताठ उभे राहू शकत नव्हतो. ट्रॉफी प्रदान करण्याच्या कार्यक्रमाला मैदानावर उभे राहणे दोघांनाही अशक्य झाले होते. हातात मिळालेल्या ट्रॉफीवरही मला ओकारी होणार होती. मी ती प्रयत्नपूर्वक आवरली. मी सर्वांचीच क्षमा मागितली. विशेषतः मैदानाच्या टोकाच्या कुंडीजवळ बसलेल्यांची. ही स्पर्धा इथल्याऐवजी कुठेतरी अन्य जागी, शक्य झाले तर आइसलॅन्डला, घ्यावी अशी सूचना व्यवस्थापनाला करायचा माझा विचार होता; पण मी तेवढेही बोलू शकलो नाही. मी माझ्या हातातील ध्वनिवर्धक घाईघाईने कोणाच्या तरी हातात खुपसून लॉकररूमकडे पळालो.

ब्रुकने मला विचारले, 'एवढे काय आडले होते तशा स्थितीत खेळायचे? सोडून द्यायचा सामना..."

नाही. ते शक्य नव्हते. माझा सूडाचा आणि विजयाचा प्रवास सुरू झाला होता. त्या सामन्यानंतर टॅरँगोने सामना सुरू असताना माझ्या अशा मैदान सोडून जाण्यावर आक्षेप घेतला. 'मी कारण जाहीर करावे' अशी मागणी केली. आमच्या सामन्यानंतर त्याच मैदानावर त्याचा दुहेरी सामना खेळला जाणार होता. मी घालवलेल्या वेळामुळे तो सुरू व्हायला विलंब झाला होता, याचा त्याला राग आला होता. माझ्यामुळे त्याला त्रास झाला हे ऐकून मी खूश झालो होतो. मला असाही मोह झाला की, मैदानाच्या टोकाला ठेवलेली 'ती' कुंडी आकर्षक वेष्टणात बांधून टॅरँगोला भेट म्हणून पाठवावी आणि त्या बरोबर एक कार्डही : "अरे लबाड माणसा, शोध कारण या कुंडीत!!!"

मी विसरलो नव्हतो, मला बेकरला धडा शिकवायचा होता.वॉशिंग्टनहून मी मॉन्ट्रीयलला गेलो. तेथील हवा वॉशिंग्टनपेक्षा खूपच छान होती, गार. मी अंतिम सामन्यात पीटला पराभूत केले. तीन अटीतटीचे सेट्स. पीटला हारवण्यात नेहमीच एक वेगळे समाधान मिळायचे; पण त्या स्पर्धेत त्या सामन्यातल्या विजयाकडे फारसे लक्ष नव्हते. कारण मला बेकर हवा होता. सिनसिनाटीतल्या अंतिम सामन्यात मी चँगला नमवले. प्रतिज्ञापूर्तीच्या वाटचालीतील प्रगतीबद्दल परमेश्वराचे आभार मानले आणि तेथून न्यू हेवनला गेलो. पुन्हा भट्टीत! ईशान्येकडचा उन्हाळाही भाजत होता. तेथेही मी अंतिम फेरी गाठलीच. सामना होता रिचर्ड क्रायॅकशी. प्रचंड उंच - सहा फूट पाच इंच तर नक्कीच, दणकट शरीरयष्टी पण तरीही पायांची हालचाल मात्र अतीचपळ. मागच्या सीमारेषेवरून असा दोन ढांगात जाळ्यापर्यंत पोहोचायचा की, हृदयाचा ठोकाच चुकायचा.

त्याची सर्व्हिसही चांगलीच जोरदार, जबरदस्त होती. त्याच्या दमदार माऱ्याला तीन तास तोंड द्यायला मला अगदी नको वाटत होते. तीन स्पर्धा पाठोपाठ जिंकल्याचा खरे तर इतका शीण आला होता; पण ब्रॅडला हा असला शिथिलपणा अजिबात पसंत नव्हता.

"ही तयारी आहे लक्षात आहे ना? कठोर साधना! महाअंतिम सामन्यासाठी, जो अशा अजून काही अंतिम सामन्यांनंतर होणार आहे..." ब्रॅडने मला बजावले. तो म्हणाला, "हाही सामना जोरातच व्हायला हवा, कळलं?"

हो, मी जोरात खेळलो; पण क्रायॅकनेही जोरातच खेळायचे ठरवलेले दिसले. त्याने पहिल्या सेटमध्ये मला फक्त तीन गेम्स जिंकू दिल्या. ६-३ अशा गुणसंख्येवर त्याने सेट घेतला. दुसरा सेट अटीतटीचा झाला. त्याला सामना जिंकायची संधी दोनदा चालून आली पण मी ती त्याला सुखासुखी मिळू दिली नाही. त्याच्याकडून ती ओढून घेतली आणि सेटही. तिसरा सेटही टाय झाला. त्याही सेटमध्ये मी त्याच्यावर कुरघोडी केली आणि सलग चौथी स्पर्धा जिंकली. त्या वर्षी मी एकूण सत्तर सामन्यांमधले त्रेसष्ट सामने जिंकले. त्यातल्या हार्ड कोर्टवर खेळल्या गेलेल्या सेहेचाळीस सामन्यांपैकी चव्वेचाळीस जिंकले होते. वार्ताहर मला विचारू लागले की मी त्या घटकेला स्वतःला अजिंक्य खेळाडू समजू लागलो होतो का? मी स्वच्छ, स्पष्ट नकार देत राहिलो. ते त्या नकाराला माझा विनय म्हणायचे पण मी सत्यच सांगत होतो. मला अजिंक्य असण्याचा गर्वच काय पण त्या समजुतीचा वाराही मनाला लागू द्यायचा नव्हता. माझा सूडप्रवास अजून बाकी होता. गर्वाचा, सार्थकतेचा विचार धोकादायक होता, घातक होता. मनावर चांगला ताण हवा होता. तीव्र असमाधान हवे होते. कमालीचा आत्मविश्वास हवा होता. या सर्वांपेक्षा जास्त राग हवा होता, जबरदस्त त्वेष, धुमसता क्रोध!

त्या दौऱ्यात मी आणि पीट सॅम्प्रास यांच्यामधील वैर हाच विषय सर्वांत जास्त चर्चेत राहिला. त्याचे एक कारण नाइकेची नवी जाहिरात मोहिम हेही होते. टीव्हीवर सतत झळकणाऱ्या त्यांच्या जाहिरातीत मी काम केले होते. सॅन फ्रान्सिस्कोमध्ये एका उजाड मैदानात मध्येच मी गाडीतून उतरतो, भराभरा नेट बांधतो आणि खेळायला तयार होतो अशी ती जाहिरात होती. *द न्यू यॉर्क टाइम्सच्या संडे मॅगझिनमध्ये* मी आणि पीट या दोघांची तुलना करणारा एक दीर्घ लेख प्रसिद्ध झाला. आमच्यातील स्पर्धा, जोरदार चुरस, आमच्या खेळामधील आणि व्यक्तिमत्त्वामधलाही फरक लेखकाने दाखवला होता. पीटची खेळातील व्यग्रता, अगदी बुडून जाणे आणि टेनिसवरचे अगाध प्रेम यांचीही त्याने प्रशंसा केली होती. माझ्या त्याच गुणांबद्दल त्याने लिहिलेले वाचताना मात्र मी विचार

करत होतो, 'या लेखकाला माझे टेनिसबद्दलचे खरे मत कळले, मी ते माझ्या तोंडाने त्याला सांगितले तर तो हाच लेख कसा लिहील?'

मी तो लेख वाचत होतो, बाजूला ठेवत होतो, पुन्हा वाचायला घेत होतो. तो लेख वाचणे आवश्यक होते; पण मला तो वाचायचा नव्हता. माझ्या आत्मविश्वासाला मला जराही धक्का लागू द्यायचा नव्हता. शिवाय त्या वेळी माझ्या मनात पीटचा विचार नव्हताच. रात्रंदिवस मी फक्त बेकरचाच विचार करत होतो, फक्त बेकर! लेखातल्या एका प्रश्नोत्तराने मात्र माझी चांगली करमणूक केली. प्रश्न होता, 'पीट सॅम्प्रास, तुम्हाला आंद्रे आगासीच्या बाबतीतील कोणती गोष्ट आवडते?' वार्ताहराने लिहिले होते, 'कोणतीच गोष्ट आवडत नसल्यासारखा पीट काही वेळ काहीच बोलला नाही आणि मग म्हणाला, त्याच्या प्रवासाची पद्धत!'

अखेर ऑगस्ट उजाडला. १९९५ सालच्या यूएस ओपन स्पर्धेचे पडघम वाजले. मी, ब्रॅड आणि गिल न्यू यॉर्कला पोहोचलो. तेथील पहिल्याच सकाळी लुईस आर्म स्ट्राँग स्टेडियमच्या लॉकररूममध्ये ब्रॅड स्पर्धेतील सामन्यांचे तपशील वाचत होता – कधी, कोण कोणाशी खेळणार?

''अगदी हवं तसंच झालंय आंद्रे आगासी! सुरेख! मस्त झालंय!!'

बेकर माझ्याच गटात होता. ब्रॅडचा होरा जर खरा मानला तर त्याची माझी गाठ उपांत्य फेरीत पडणार होती. अंतिम फेरीत परत एकदा पीटच असणार होता. मला वाटते आमच्या जन्माचे वेळीच सटवाईने आम्हा दोघांची गाठ अंतिम फेरीत पडणार असे लिहून ठेवले असावे. प्राथमिक फेऱ्यांमध्ये मी यांत्रिकपणे सामने जिंकत चाललो होतो. प्रतिस्पर्धी येत होते आणि पराभूत होवून जात होते – एडबर्ग, ॲलेक्स कोरेट्जा, पीटर कोर्डा. माझ्या लक्ष्यापर्यंत पोहोचण्यासाठी हे भोज्जे पार करायलाच हवे होते, ते मी करत होतो. या सुरुवातीच्या सामन्यातील माझे यश ब्रॅडने जराही साजरे केले नाही. त्याचा नेहमीचा उल्हास तर सोडाच, त्याच्या चेहऱ्यावर हसूही फुटत नव्हते. त्याचेही लक्ष माझ्या लक्ष्याकडेच होते – बेकर. त्याच्या जवळ असलेल्या वेळापत्रकावर बेकरच्या झालेल्या सामन्यांवर खुणा करून तो बेकरची स्पर्धेतील वाटचाल न्याहाळीत होता. त्याला बेकर ते सर्व सामने जिंकायलाच हवा होता. बेकरने माझ्यापर्यंत पोहोचून मगच पराभूत व्हावे, अशी त्याची इच्छा होती.

असाच एक सामना जिंकून मी लॉकररूममध्ये परतलो. ब्रॅड म्हणाला, 'आणखी एक पाऊल पुढे पडलं, बरं झालं.''

मी आभार मानले तर म्हणाला, ''तुझ्या जिंकण्याबद्दल नाही म्हणालो मी, बी. बी. सॉक्रेटिस आणखी एक घर वर सरकला त्याबद्दल...''

दुसऱ्या गटात पीटने उत्तम कामगिरी बजावली आणि तो अंतिम फेरीपर्यंत पोहोचला. आगासी विरुद्ध बेकर यातील विजेता कोण याची वाट पाहत तो थांबला होता. तो त्याचा अंतिम सामन्यातील प्रतिस्पर्धी असणार होता. विम्बल्डनचीच पुनरावृत्ती घडत होती; पण या खेपेला मी अंतिम सामन्याचा, पीटचा नाही, उपांत्य सामन्याचा, बेकरचा विचार करत होतो. अखेर ती वेळ आली. माझे लक्ष लक्ष्यावर पूर्ण एकवटले गेले. माझे सर्वांग, तनमनातला कणन्कण फक्त बेकरबरोबरच्या खेळाचा विचार करत होता. त्या विचाराच्या तीव्रतेची मलाच धास्ती वाटू लागली.

'खेळातल्या प्रतिस्पर्ध्याबरोबर जर वैयक्तिक वैर असेल, तर तुला कधी हातातली रॅकेट बाजूला टाकून दोन्ही हातांनी त्याचा गळा धरावसा वाटत नाही का?' असं एका मित्राने मला एकदा विचारले होते. खरंच, मनात आकस धरून खेळल्या जाणाऱ्या अशा खुन्नसवाल्या सामन्यात चेंडूने खेळण्याऐवजी सरळ बॉक्सिंग खेळणे मला आवडले असते. मी त्या मित्रालाही सांगितले की, गळा धरण्यापर्यंत नाही; पण टेनिस हे बॉक्सिंगच असते, प्रत्यक्ष स्पर्श न करता खेळले जाणारे बॉक्सिंग. दोनच योद्ध्यांमध्ये, ठरवून दिलेल्या सीमारेषांच्या आतल्या आखाड्यातच, मारू किंवा मरू अशा ईर्षेने खेळले जाणारे तेवढेच हिंसक, तितकेच तुंबळ युद्ध. फक्त बॉक्सिंगमधले वार बाह्यांगावर बसतात, शरीर जखमी करतात, टेनिसमध्ये फटके अंगाला लागत नाहीत, मनात खोल जखमा करतात! व्हेगासमध्ये पूर्वी पैसे कर्जाऊ देणारे सावकार होते. कर्जफेड न करू शकणाऱ्यांना ते गुंडांकरवी मारायचे; पण त्यासाठी संत्र्यांनी भरलेली पोती वापरायचे. मार तर जोरदार पडायचा; पण अंगावर खुणा, वळ मात्र उठायचे नाहीत. टेनिस म्हणजे तसा संत्र्यांच्या पोत्यांचा मार असतो! वळ दिसत नाहीत कोणाला; पण आत खोल वेदना मात्र जबर होतात.

मीही अखेर एक माणूसच आहे! सामन्याच्या आधी आम्ही दोघेही लॉकररूममधून मैदानाकडे नेणाऱ्या बोगद्यासारख्या चिंचोळ्या मार्गावर पंचांनी बाहेर बोलावण्याची घोषणा करण्याची वाट पाहत उभे होतो. माझा नेहमीचा आवडता जेम्स माझा रक्षक म्हणून हजर होता. त्याला मी बजावूनच ठेवले होते, 'हे बघ जेम्स, मैदानावर पोहोचेपर्यंत मला त्या जर्मन माकडाचं तोंडही बघायचं नाही, तेव्हा आम्हा दोघांना लांब ठेवण्याची जबाबदारी तुझी!'

बेकरलाही माझ्या जवळ येण्याची इच्छा नसणारच होती. त्याने माझ्याविषयी काय तारे तोडले होते ते त्याच्याही चांगले लक्षात असणारच होते. त्यातला शब्दन्शब्द मी पुनःपुन्हा वाचला असणार, माझ्या डोक्यात तो पक्का बसला असणार. उन्हाळाभर त्याने ओकलेल्या गरळाची आग मला उन्हापेक्षा जास्त भाजत असणार, मला त्याच्या नरडीचा घोटच घ्यावासा वाटत असणार हे सगळे तो जाणून असणारच होता. त्यालाही पुन्हा एकदा माझ्याबद्दलची त्याची

कमालीची नावड, त्याचे वर्चस्व मला पराभूत करून सिद्ध करायचे असणारच होते. एकमेकांकडे जराही न बघता, प्रेक्षकांच्या स्वागताला जराही प्रतिसाद न देता, खांद्यावरच्या बॅगा उघडून सामान बाहेर काढण्यात दंग असल्याचे दाखवीत आम्ही मैदानावर प्रवेश केला. हव्या असलेल्या पण खरं तर नकोशा सामन्याचाच, प्रतिस्पर्ध्याला कसं चारीमुंड्या चीत करायचे फक्त याचाच विचार करत आम्ही तेथे आलो होतो.

सगळे अपेक्षेप्रमाणेच घडत होते. पहिल्या चेंडूपासूनच दोघेही एकमेकांकडे तुच्छतादर्शक कटाक्ष टाकत होतो, गुरगुरत होतो, आपापल्या भाषांतून शिव्या देत होतो. मी पहिला सेट ७-६ असा काठावरच जिंकला, त्यामुळे बेकर जराही चिडलेला, विचलित झालेला तर दिसला नाहीच, उलट तो अगदी बेफिकिर दिसत होता. ते साहजिकच होते. विम्बल्डनलाही सुरुवात अशीच झाली होती. असे मागे पडण्याची त्याला जराही काळजी नव्हती. कारण, तो नंतर कसा डाव उलटवतो हे त्याने अनेकदा दाखवून दिले होते.

मी दुसराही सेट तसाच ७-६ असा जिंकला, तेव्हा मात्र तो अस्वस्थ झाला. चांगलाच गोंधळलेला दिसू लागला. तो मला चिडवायचा प्रयत्न करू लागला. मी मनाचा तोल घालवतो आणि मग त्या परिस्थितीत चुका करतो हे त्याला अनुभवाने कळून चुकले होते. तो मला खच्ची करण्याचे हर प्रकार शोधू लागला. कोणताही टेनिस खेळणाराच काय कुठलाच खेळाडू ज्या खालच्या थराला जाणार नाही तितक्या नीचपणाची पातळी त्याने गाठली - त्याने ब्रुककडे पाहून चुंबन घेण्याची क्रिया केली!

अर्थातच मी चिडलो, भडकलो. त्याचा हेतू साध्य झाला. माझे खेळावरील लक्ष काही क्षण तरी उडाले. तिसऱ्या सेटमध्ये मी ४-२ असा पुढे असताना त्याने अनपेक्षितपणे एक खूपच लांबचा चेंडू झेप टाकून परतवला. तो गुण मिळवला आणि मग माझी सर्व्हिस भेदून त्याने तो सेट माझ्या हातातून ओढून घेतला. प्रेक्षक वेडे झाले, एकच गदारोळ उसळला. हा दोन तुल्यबळ खेळाडूंमधील सामना नसून दोन वैऱ्यांचा झगडा आहे हे प्रेक्षकांनाही कळले असावे. वैयक्तिक आकस, आपापसातील तिरस्कार आणि जुने हिशेब चुकवण्याचा चंग बांधलेले दोन सूडाने पेटलेले प्रवासी हे आमचे चित्र स्पष्ट झाले असावे. तेही उत्साहाने त्या नाट्यात सामील झाले. त्यांनाही असा 'मसाला' हवाच होता. विम्बल्डनमधील संघर्षाची पुनरावृत्ती प्रेक्षकांना अपेक्षित होती. प्रेक्षकांच्या प्रतिसादाने बेकर अधिकच चेकाळला. त्याने पुन्हा ब्रुकवर चुंबनांची खैरात केली आणि तीही हसत हसत. त्या लांडग्याच्या खुनशीपणाने त्याला जे हवे ते तो साध्य करणार होता. माझा तोल घालवणारा राग. मला राग अनावर झालाच; पण मी ब्रुककडे पाहताना तिच्या शेजारी बसलेल्या ब्रॅडकडे माझी नजर गेली आणि त्यातून मिळालेल्या *संदेशाने*, नव्हे *आदेशाने*, आव्हानाने माझ्या रागाचा रंग बदलला.

चौथा सेट साहजिकच अटीतटीचा ठरला. दोघेही शर्थीने लढत होतो– सर्व्हिस राखताना, सर्व्हिस भेदताना, परतवताना, फटके मारताना. मी घड्याळाकडे पाहिले. साडेनऊ झाले होते. आता कोणालाही रात्री घरी जायला मिळणार नव्हते, दारे बंद करा, कुलपे घाला, खायला प्यायला येथेच मागवा. आम्ही दोघेही सामना हातातून जाऊ देणार नव्हतो. सामन्यातील चुरस वाढत होती, तीव्रता कळसाला पोहोचली होती, वातावरण भारून गेले होते. या सामन्याइतका अन्य कोणताच सामना जिंकायची मला आस लागलेली नव्हती. माझे *सर्वस्व* पणाला लागले होते. मी यशस्वीपणे सर्व्हिस करून गुणसंख्या ६–५वर नेली होती. बेकर मैदानावर राहण्याच्या अट्टाहासाने सर्व्हिस करत होता.

चेंडू वर उडवताना त्याची जीभ बाहेर येऊन उजवीकडे वळली, चेंडू उजवीकडे पडला, मी तो अचूक परतवला. त्याच्या पुढल्या दोन सर्व्हिसेसही मी उत्तमरीत्या परतवल्या. सामना ट्रिपल मॅच पॉइंटवर पोहोचला ०–४० वर तो सर्व्हिस करत होता. पेरी त्याला ऐकू जातील अशा शिव्या घालीत होता. ब्रुकही बेबीच्या देठापासून ओरडून त्याचा निषेध करत होती. बेकर नुसता हसत नव्हता, ‘मिस अमेरिका’ असल्याच्या थाटात नखरेबाजपणे, निर्लज्जपणे त्यांच्या दिशेने हात हलवीत होता. त्याची पहिली सर्व्हिस चुकली. आता दुसरी सर्व्हिस जबरदस्त आक्रमक असणार हे मी ओळखलेच. तो सर्वश्रेष्ठ खेळाडू होता, विजेता. त्या सर्व्हिसच्या वेळी त्याची जीभही मध्यभागीच होती. नक्कीच सर्व्हिस मध्यावर, कमरेइतक्या उंचीवर आणि अत्यंत वेगवान असणार होती. चेंडू जोरात उडून खांद्यांच्या उंचीवर जात असला तर घ्यायला अवघड पडतो. पुढे जाऊन तो वर उडायच्या आतच परतवावा लागतो. मी जागेवरून हालायचे नाही असा जरा धोक्याचा पर्याय निवडला आणि तो कामी आला. चेंडू अशा रीतीने, अशा जागी पडला जो माझा बालेकिल्लाच होता. मी चपळाईने जरासा बाजूला झालो. जणू रामबाणच सोडला! खरे तर चेंडू माझ्या अपेक्षेपेक्षा थोडा जास्त वेगाने आला होता; पण मी सावध होतो, मी माझा फटका त्याच्याशी जुळवला. त्या क्षणी माझ्या अंगात एकाच वेळी वायट अर्प हा अमेरिकेतील अट्टल जुगारी, अतिचपळ स्पायडरमॅन आणि शक्तिशाली स्पार्टाकस संचारलेले होते. माझे सर्व लक्ष त्या चेंडूवर केंद्रित झाले होते. मनावर प्रचंड ताण होता, अंगावरचा केसन्‌केस ताठ उभा राहिला होता. रॅकेटला झोका दिला, चेंडूने रॅकेट सोडली, माझ्या तोंडातून एक डरकाळी बाहेर पडली. त्या चेंडूसारखा चेंडू मी त्याआधी कधीही मारला नव्हता. त्या आरोळीसारखी आरोळी मी त्याआधी कधीच मारली नव्हती. तो चेंडू पलीकडे जाऊन पडला त्याचा आवाज येईपर्यंत माझी आरोळी घुमतच होती. त्या फटक्याने जे केले ते त्याआधी कोणत्याच फटक्याने केले नव्हते. अघटित घडले होते.

चेंडू बेकरला चुकवून लांब जाऊन पडला. ‘‘मॅच आगासी...’’ पंचांचा ध्वनिवर्धकावरील आवाज मैदानात दुमदुमला.

बेकर त्वरेने जाळ्याजवळ आला. त्याला तेथेच थांबायला लावून मी उठून उभे राहून माझा जयजयकार करणाऱ्या उत्तेजित प्रेक्षकांकडे पाहून हात उंचावले. ब्रुक, पेरी, गिल आणि विशेषतः ब्रॅड यांच्याकडे पाहत राहिलो. दारोदारी जाऊन धर्मप्रचार करणाऱ्यांना जसे दाराबाहेर उभे केले जाते तसे मी बेकरला जाळ्यापाशी तंगवून ठेवले होते. 'राहा तेथे उभा...' असे म्हणत मी शांतपणे उभा राहून हातावरचे रिस्टबॅन्ड्स काढले आणि धिम्या गतीने जाळ्याजवळ पोहोचलो. त्याच्याकडे न पाहताच अंदाजाने हात पुढे केला, त्याचा हात हातात आल्याबरोबर मी माझा हात काढून घेतला.

एका टीव्ही वाहिनीचा प्रतिनिधी त्वरेने मैदानातच घुसला. मी फारसा विचार न करताच त्याच्या प्रश्नांना उत्तरे देऊन टाकली. मी त्याच्या कॅमेऱ्यात हसून पाहत म्हणालो, 'पीट, भेटू या आता लवकरच!' मी पळतच मैदानातून बाहेर पडून लॉकररूममध्ये गेलो. गिल माझी वाटच पाहत होते. जीव तोडून सामना खेळल्याने मला खूपच शारीरिक त्रास, ताण पडला असणार हे ओळखून ते मदतीला हजर होते.

''फार वाईट परिस्थिती आहे, गिल,'' मी म्हणालो.

''हो हो, माहितीय मला. इथे आडवा पड जरा शांत...''

माझे डोके गरगरत होते, शरीर घामाने डबडबले होते. रात्रीचे दहा वाजून गेले होते. केवळ अठरा तासांनी मला अंतिम सामना खेळायला उभे राहायचे होते. तेवढ्या अल्पावधीत मला त्या भीषण, खचलेल्या मानसिक परिस्थितीतून बाहेर यायचे होते. स्वतःला सावरायचे होते. हॉटेलवर जाऊन छानसे जेवण करायचे होते, सारखे बाथरूमला जावे लागेल इतके 'गिलवॉटर' प्राशन करायचे होते आणि जमेल तेवढी झोप घ्यायची होती.

गिल यांनी मला ब्रुकच्या ब्राऊनस्टोनवर सोडले. आम्ही जेवलो आणि मी बाथरूममध्ये जाऊन शॉवर सोडला. गरम पाण्याच्या वर्षावाखाली उभे राहिले की, पर्यावरणाच्या रक्षणासाठी काम करणाऱ्या एखाद्या संघटनेच्या नावाने भरीव रकमेचा चेक लिहावासा वाटतो. निदान एक झाड तरी लावावेसे वाटते. पहाटे दोन वाजता अखेर मी ब्रुकशेजारी आडवा झालो आणि निद्राधीन झालो.

पाच तासांनी डोळे उघडले तेव्हा मी कुठे आहे याचाच मला अंदाज येईना. माझ्याही नकळत माझ्या तोंडातून नेमकी तीच डरकाळी बाहेर पडली जी मी बेकरची अखेरची सर्व्हिस परतवताना मारली होती. मला जराही हालता येत नव्हते. मला प्रथम वाटले पोटाचे स्नायू आखडले आहेत; पण नंतर लक्षात आले की, त्याहूनही काहीतरी गंभीर झाले होते. मी पलंगावरून हळूच खाली येऊन हात आणि गुडघे टेकून ओणवा झालो. काय झाले होते ते मला समजले. मला हे

असे आधी एकदा झाले होते. पाठीच्या बरगड्यांच्या मधली कूर्चा फाटली होती. कोणता फटका मारताना ती इजा झाली असावी हेही माझ्या लक्षात आले; पण ती फारच भयंकर असावी. कारण, मला नीट श्वासही घेता येत नव्हता.

मला अंधुकसे लक्षात होते की, हा प्रकार बरा व्हायला तीन आठवडे तरी लागतात; पण माझ्या जवळ फक्त नऊ तास होते. सकाळचे सात वाजले होते आणि दुपारी चार वाजता मला पीटसमोर उभे राहायचे होते. मी ब्रुकला हाका मारल्या. ओ येईना, ती बहुधा बाहेर गेली असावी. मी तसाच, जमिनीवरच, कुशीवर लुढकलो. हताशपणे मी पुन्हा पुन्हा 'हे असं नको व्हायला... नाही, नाही... असं व्हायला नको...' असे जोरजोरात म्हणत होतो. मी डोळे मिटून प्रार्थना केली. 'मला मैदानावर माझ्या पायांनी चालत जाता येऊ दे' अशी करुणा भाकली. हे मागणे अतिच होते. कारण, त्या क्षणी मला उठतासुद्धा येत नव्हते. मी जास्तीत जास्त शर्थीचे प्रयत्न करत होतो; पण काहीच उपयोग होत नव्हता.

'परमेश्वरा, वाचव मला. मी हा असा यूएस ओपनच्या अंतिम सामन्यासाठी कसा जाऊ?'

मी कसाबसा हाता गुडघ्यांवर रांगत रांगत फोनजवळ गेलो आणि गिलना फोन लावला.

'गिल, मला उभंही राहता येत नाही... होय, खरंच, उभंच राहता येत नाही...''

'मी आलो...'

ते येईपर्यंत मी धडपडत उभा तर राहिलो; पण तरीही श्वासोच्छ्वास नीट होतच नव्हता. काय झाले असावे याचा माझा अंदाज मी त्यांना सांगितला. त्यांनाही ते पटले. त्यांनी मला एक कप गरम कॉफी प्यायला लावली. नंतर ते म्हणाले, ''चल, आपल्याला निघायला हवं.''

दोघांनीही आपापल्या घड्याळात बघितले, मग एकमेकाकडे बघितले आणि मग. ... आम्ही दोघे... काय करणार?... हसलो!!

गिल यांनी मला स्टेडियमवर आणले. आम्ही सरावाच्या मैदानावर गेलो. पहिला फटका मारला आणि पाठीतून सणक गेली. दुसरा मारला, मी वेदनेने कळवळलो. तिसरा मारला, दुखले पण बरेच कमी. श्वासही नीट येऊ लागला होता.

''कसं वाटतंय आता?'' गिल यांनी विचारले.

''अडतीस टक्के सुधारणा वाटतीय...''

दोघांनी एकमेकांकडे पाहिले. 'पुरेल तेवढे?'

पीट तर शंभर टक्के देणार हे निश्चितच होते. विशेषतः बेकरशी मी दिलेल्या लढतीनंतर तर तो जय्यत तयारीनिशी येणार हे उघडच होते. त्याने एकामागे एक असे दोन सेट्स घेऊन टाकले - एक ६-४, दुसरा ६-३; पण मी तिसरा सेट

जिंकला. काय होत होते हे मला कळत होते. मी तडजोडी करत होतो, मागल्या दाराचा उपयोग करायला बघत होतो. काही चमत्कार घडवता येईल अशा काही संधी आल्या आणि गेल्या. मला त्यांचे सोने करता आले नाही. चौथा सेट मला ७-५ असा गमवावा लागला. मी सामन्यामध्ये पराभूत झालो.

'सव्वीस सामने ओळीने जिंकताना कसे वाटते?', 'उन्हाळ्यातील स्पर्धांमध्ये सतत यश मिळवून अखेर पीटसारख्या प्रबळ प्रतिस्पर्ध्याविरुद्ध पराभूत होताना कसे वाटते?' या वार्ताहरांच्या प्रश्नांनी मनात प्रश्नच उभे राहिले, 'तुम्हाला काय वाटते, कसे वाटत असेल मला?' मी म्हणालो, 'पुढच्या उन्हाळ्यात मी आधीच काही सामने हरणार आहे! आत्ता माझी स्थिती २६ विरुद्ध १ अशी आहे; पण हा एक जिंकायला मी बाकीच्या सव्वीस सामन्यांमधले यश सोडून द्यायला तयार आहे!!'

ब्राऊनस्टोनमध्ये परतताना मी गाडीत बसलो होतो, तेव्हा हाताने बरगड्या रगडत होतो, खिडकीतून मूकपणे बाहेर बघताना उन्हाळ्यातील सूडप्रवासातील प्रत्येक क्षण डोळ्यांसमोर आणून तो पुन्हा जगत होतो. अपार कष्ट, विजय, यश, व्यायाम, कसरती, घामाच्या आंघोळी, आशा निराशेचे खेळ, वेळोवेळी ग्रासून टाकणारा क्रोध...; पण या सगळ्याच्या अखेरीस मात्र एक निराश रितेपण! ज्याचा शेवट अयशस्वी ते सगळेच व्यर्थ! तुम्ही अंतिम विजेते नसाल तर तुम्ही अपयशीच!! आणि मी अंतिम विजेता कधीच नसणार होतो कारण माझी शेवटची लढाई पीटशीच! नेहमीच पीटशी!!

ब्रुक शांतपणे गाडी चालवीत होती. मधून मधून माझ्याकडे सहानुभूतीने, अनुकंपेने पाहत होती; पण त्यात खरेपणा दिसत नव्हता. या प्रकारच्या भावना समजून घेण्याची तिची कुवतच नव्हती. त्या भावावस्थेतून मी कधी बाहेर येतो आणि नेहमीसारखा हसू बोलू लागतो याची, सगळे सुरळीत, स्वाभाविक होण्याची ती वाट पाहत होती; पण अपयश हे अस्वाभाविकच असते!

ब्रुकने मला एकदा असे सांगितले होते की, मी जेव्हा अशा विमनस्क अवस्थेत असतो, बोलेनासा होतो, दुःखात हरवून जातो तेव्हा एकटीनेच वेळ घालवायचा तिने एक मार्ग शोधून ठेवला होता. ती तिची कपड्यांची सगळी कपाटे शोधायची आणि तिने काही महिन्यात न वापरलेले कपडे बाहेर काढायची. स्वेटर्स, टी शर्ट्स, पायमोजे यांच्या नीट घड्या घालून ठेवायची. मी ज्या दिवशी पीटविरुद्ध अंतिम सामन्यात पराभूत झालो त्या रात्री उशिरा मी ब्रुकचे कपड्यांचे कपाट उघडले. छान लावून ठेवलेले, नीटनेटके, सुव्यवस्थित. आमच्या अल्पकाळच्या नात्यात ब्रुकला एकटीने घालवायला खूप वेळ मिळत असे.

१८

डेव्हिस कप स्पर्धेत मी विलॅन्डरच्या विरुद्ध सामना खेळत होतो. इजा पोहोचलेल्या पाठीच्या बरगड्यांना सांभाळत हालचाली करत खेळत होतो. अशी एक गोष्ट काळजीपूर्वक साधत असताना दुसरे काही तरी हमखास बिघडते! मी एक जरा विचित्र, वेडावाकडा फोरहॅन्ड मारला आणि माझ्या छातीतला एक स्नायू ताणला गेल्यासारखे वाटले. सामना कसाबसा पार पडला; पण सकाळी अंथरुणातून उठता येईना, हालताही येईना.

डॉक्टरांनी मला कित्येक आठवडे तसेच अंथरुणाला जखडूनच ठेवले. ब्रॅड वैतागला. 'इतका काळ खेळापासून लांब राहणे महागात पडेल, मानांकन यादीतील उच्च स्थान गमवावे लागेल,' अशी खंत करत राहिला. मला काही त्याची पर्वा नव्हती. संगणक काहीही म्हणो, मानांकन यादीत पीट सॅम्प्रासचे सर्वोच्च स्थान वादातीत होते. त्याने दोन स्लॅम स्पर्धा जिंकल्या होत्या आणि नुकतीच न्यू यॉर्क मध्येही त्याने मला मान खाली घालायला लावली होती. तसेही 'मानांकन यादीतील सर्वोच्च स्थान' या गोष्टीला मी काडीइतकेही महत्त्व देत नव्हतो. हां, ते मिळाले तर छानच; पण ते मिळवणे हा काही माझा ध्यास नव्हता. ते काही मी माझे ध्येय ठरवले नव्हते. तसे तर पीटला हारवणे हेही माझे लक्ष्य नव्हते; परंतु त्याच्याकडून हार पत्करल्याने मी दुःखाच्या, निराशेच्या, उदासीनतेच्या खोल गर्तेत ढकलला गेलो होतो.

अपयशाचे दुःख विसरणे ही माझ्यासाठी नेहमीच अत्यंत त्रासदायक आणि अवघड गोष्ट असे; पण यूएस ओपनमधील पीटविरुद्धच्या अंतिम सामन्यातील अपयश हे फारच मोठे होते. आजवरच्या अपयशांपेक्षा दारुण होते. त्याच्याचकडून त्या आधी पत्करायला लागलेली हार, कोरीयरविरुद्धचा, गोमेझविरुद्धचा पराजय या जर खरचटलेल्या जखमा मानल्या तर हे अपयश ही हृदयाच्या आरपार गेलेली जखम होती. ती रोज नवी, ताजी वाटायची. रोज मी स्वतःला समजवायचो की 'नको याचा एवढा विचार करू' आणि तरीही तो विचार काही मनातून जायचा नाही. आणि वैतागापोटी टेनिसमधून निवृत्ती घेण्याची कल्पना सतत मनात येत राहायची.

त्या काळात ब्रुक मात्र अखंड कामात बुडालेली होती. तिची अभिनयातील कारकीर्द बहराला येत होती. पेरीच्या सल्ल्यानुसार तिने लॉस एंजलिस येथे घर

घेऊन टीव्हीवर गाजत असलेल्या कार्यक्रमात भूमिका मिळवण्याचे प्रयत्न सुरू केले होते. तिला एक सुवर्णसंधी प्राप्त झाली होती. त्या वेळी सर्वांत प्रसिद्धी पावलेल्या 'फ्रेंड्स' या मालिकेच्या एका भागात तिला पाहुणी कलाकार म्हणून निवडले गेले होते.

'फ्रेंड्स ही मालिका आज टीव्हीवरून प्रक्षेपित होणाऱ्या मालिकांमध्ये पहिल्या स्थानावर आहे!' ब्रुक पुन्हा पुन्हा सांगत होती. – 'पहिले स्थान!'

माझ्या चेहऱ्यावर 'झाले, पुन्हा 'पहिले स्थान'!' अशी प्रतिक्रिया उमटली; पण ब्रुकच्या ते लक्षात आले नाही.

'फ्रेंड्स'च्या निर्मात्यांनी ब्रुकला गुप्तपणे मागावर राहून, लपून, प्रेमाचे नाटक करून आपला कार्यभाग साधणाऱ्या पाताळयंत्री दुष्ट स्त्रीची भूमिका देऊ केली होती. ब्रुकने स्वतः अतिउत्साही चाहते आणि अन्य काही लोकांकडून तशा प्रकारचा छळ सोसल्याचे मला माहीत होते, त्यामुळे मी जरा चरकलो; पण ब्रुक फारच उत्साहित होती. तशा लोकांची मानसिकता तिला माहीत झाली आहे. तिचे कटू अनुभव तिला ती भूमिका करायला उपयुक्तच ठरतील, अशी तिची धारणा होती.

''आंद्रे, हे विसरू नकोस की ही भूमिका मला फ्रेंड्स या मालिकेत मिळालेली आहे, फ्रेंड्स! सर्वांत लोकप्रिय मालिका, पहिल्या स्थानावरची मालिका. अरे, ही सुरुवात ठरू शकते, पुढे आणखी आणखी भूमिका मिळू शकतात. शिवाय ही मालिका 'सुपर बाऊल' या फुटबॉलच्या सामन्याच्या प्रक्षेपणानंतर लगेच दाखवली जाणार आहे. सुपर बाऊल किती प्रेक्षक बघतात माहीत आहे ना? पाच कोटी! ही मालिका म्हणजे *माझ्यासाठी* 'यूएस ओपन' आहे, बघ.''

टेनिसशी तुलना! म्हणजे मी तिचे मन आणि मत समजावून न घेण्याची निश्चितीच! पण तिला मिळालेल्या संधीने मला खूप आनंद झाल्याचेच मी तिला दाखवले. तिला बरे वाटेल असेच बोलत राहिलो. 'खूश झालास की नाही तू?' या तिच्या प्रश्नाला मी 'हो, हो, जबरदस्त खूश झालो' असेच उत्तर दिले. माझा अभिनय चांगलाच वठला असावा. कारण, तिचा विश्वास बसल्याचे दिसले. का तिनेही तसे नुसते दाखवलेच होते कोणास ठाऊक! तिच्या बाबतीत खरे-खोटे नीट कळायचेच नाही!!

या मालिकेतील तिची भूमिका असलेल्या भागाचे चित्रीकरण बघायला मी तिच्या बरोबर हॉलिवूडला जायचे मान्य केले. पेरीही आमच्या सोबत येणार होता. ब्रुक जशी माझ्या सामन्याच्या वेळी माझ्यासाठी राखून ठेवलेल्या जागेत हजर राहून माझा खेळ बघायची तसा मीही हॉलिवूडमधल्या स्टुडिओतील तिच्या पाहुण्यांसाठीच्या खास जागेवर बसून तिचे काम पाहणार होतो.

''मजा येईल, नाही?''

''हो तर, मस्तच वाटेल!''

मला खरे तर जायचे नव्हते; पण घरात एकटेच बसून, स्वतःशीच बोलत राहायचाही मला उबग आला होता. जखम झालेली छाती, दुखावलेला अहंकार – मला नक्कीच एकटे राहायचे नव्हते! मालिकेच्या प्रक्षेपणाच्या दिवसापर्यंत आम्ही ब्रुकच्या लॉस एंजलिस येथील घरात जणू कोंडून घेतले होते. तिचा एक सहकलाकार रोज यायचा. तिचे संवाद म्हणून घ्यायचा. त्यांच्या तालमी जोरात चालायच्या. ब्रुक उत्तेजित झाली होती; पण दबावाखाली होती. खच्चून सराव करत होती, कष्ट घेत होती. माझा सराव, माझे कष्ट, सामन्याआधीचा ताण या गोष्टींशी असलेले साम्य मला जाणवत होते. मला तिचा अभिमान, तिचे कौतुक वाटत होते. मी तिला सांगून टाकले की, 'ती लवकरच फार मोठी कलाकार – स्टार – होणार! सगळे चांगले होणार! हीच त्याची सुरुवात आहे!'

एक दिवस दुपारी आम्ही हॉलिवूडमधल्या स्टुडिओमध्ये गेलो. सहा–सात जणांनी आमचे छान स्वागत केले. ते ब्रुकचे मालिकेतले सहकलाकार होते की शेजारच्या पश्चिम कॉव्हिनातून टीव्हीवर काम मिळवण्यासाठी आलेले होतकरू तरुण–तरुणी होते हे मला कळणे शक्यच नव्हते. कारण, मी काही तोवर 'फ्रेंड्स' ही मालिका कधी बघितली नव्हती; पण ते तिचे सहकलाकारच होते. त्यांच्या बरोबर गेले काही दिवस सराव केलेला असूनसुद्धा ब्रुक लाजत होती. संकोचत होती. त्यांच्या क्षेत्रातील पद्धतीप्रमाणे त्यांना मिठी मारून तिने त्यांच्या स्वागताचा स्वीकार केला; पण त्यांच्याशी बोलताना जरा अडखळतही होती. मी तिला अशी कलाकारांसमोर बुजलेली कधीच बघितली नव्हती. मी तिची बार्बरा स्ट्राइसंडशी ओळख करून दिली तेव्हा मात्र तिची प्रतिक्रिया तशी नव्हती.

स्टुडिओमध्ये मी कायमच ब्रुकपासून थोडे अंतर राखून, अगदी मागे मागेच राहत असे. एक तर माझ्या उपस्थितीमुळे तिच्यावरचे लक्ष कमी झालेले मला चालले नसते आणि मुळातच मला चार लोकांच्यात वावरण्याचे वावडेच होते; परंतु तिच्या सहकलाकारांमध्ये बरेच टेनिसवेडे होते आणि ते माझ्याशी बोलण्याची संधी शोधत असत. मिळाली तर गमावत नसत. कोणी माझे कौतुक करत असे, वर्षभरातील माझ्या यशाबद्दल अभिनंदन करत असे, कोणी छातीला झालेल्या इजेविषयी चौकशी करत असे. मी नम्रपणे, अगदी जुजबी, जेवढ्यास तेवढी उत्तरे देऊन वेळ मारून नेत असे.

पण ते काही मला सोडत नसत. ते यूएस ओपनचा विषय काढत. पीटबरोबरची स्पर्धा हा त्यांच्या आवडीचा विषय होता. 'कसं वाटतं त्या वेळी?' 'टेनिसमधले तुम्ही हिरे...' असे अनेक प्रश्न, अनेक शेरे.

'तुम्ही मैदानाबाहेर मित्र असता का हो?' हा ठरलेला प्रश्न.

'मित्र?' मला पश्न पडायचा की खरेच त्यांना तेच जाणून घ्यायचे असेल का? का ते त्यांच्या 'फ्रेंड्स' या मालिकेतील सतत जोडणाऱ्या आणि मोडणाऱ्या मैत्रीच्या पार्श्वभूमीवर आमची मैत्री जोखत असतील? त्या दृष्टीने बघायला गेले तर मी आणि पीट मित्र होतोच.

अशा वेळी मी पेरीशी चर्चा करायला उत्सुक असायचो; पण तोही त्या वातावरणाने, टीव्हीच्या पडद्यावर दिसणाऱ्या कलाकारांच्या दर्शनाने, सहवासाने भारावून गेलेला होता. तो कलाकारांशी त्यांच्या प्रांतातल्या विषयांवर गप्पा मारायचा. चार प्रसिद्ध, यशस्वी कलाकारांशी ओळख असल्याच्या थाटात त्यांच्या नावांचा उगीचच सहज उल्लेख करायचा. त्यांच्यातलाच व्हायचा, निदान तसा प्रयत्न करत राहायचा.

अखेर ब्रुकला चित्रीकरणासाठी बोलावणे आले. मी आणि पेरी तिच्या बरोबर गेलो. तिच्या भोवती अनेक लोकांचा गराडा पडला होता. मेकअप, केशरचना, कपडे तयारी जोरात चालली होती. ब्रुक वारंवार आरशात पाहत होती. सोळा वर्षांच्या नवतरुणीसारखी कमालीची उत्तेजित झालेली दिसत होती. तिचा आनंद चेहऱ्यावरून ओसंडत होता. मीच त्या सगळ्या वातावरणात वेगळा पडलो आहे, असे मला वारंवार वाटत होते. मी आक्रसून गेलो होतो. वरवर हसत होतो. योग्य ते, योग्य त्या पद्धतीने बोलत होतो. प्रोत्साहन देत होतो पण त्यात खुलेपणा नव्हता. काहीतरी खटकत होते. माझ्या मनात असा विचार सतत रुंजी घालीत होता की मला त्या क्षणी जे वाटत होते, तसेच ब्रुकला मी माझ्या सामन्यापूर्वी जेव्हा उत्तेजित, उतावळा आणि परिणामी तणावग्रस्त बनतो किंवा सामना हारल्यावर कमालीचा निराश, दुःखी होतो त्या वेळी वाटत असेल का? मी जसा त्या वेळी माझी अलिप्तता झाकून ठेवून, उदासीनता लपवून ठेवून समोरील घटनांमध्ये मला रस असल्याचा आव आणत होतो, त्या ठिकाणी योग्य वाटेल असेच, शोभून दिसेल असेच बोलत होतो, वागत होतो – तसेच तिचेही टेनिसच्या बाबतीत बऱ्याच वेळा होत असेल का?

आम्ही चित्रीकरणाच्या जागेवर पोहोचलो. जांभळ्या रंगांच्या भिंतींची खोली तयार केलेली होती. फर्निचर काही नवे कोरे दिसत नव्हते. जोरात तयारी चालली होती. दिवे, कॅमेरा, एका बाजूला दिग्दर्शक आणि लेखक यांच्यातील गंभीर चर्चा, दुसऱ्या बाजूला गप्पा, विनोद, हास्य. आम्ही काही वेळ इकडेतिकडे केले, मग एका जागी उभे राहून तेथील दृश्ये पाहत वेळ काढू लागलो. काही वेळाने ब्रुक ज्या खोट्या खोट्या, तात्पुरत्या उभ्या केलेल्या दारातून प्रवेश करणार होती, त्या बाजूला मांडलेल्या खुर्च्यांच्या रांगांपैकी पहिल्या रांगेतील खुर्ची पकडून बसलो. चित्रीकरणाशी संबंधित असलेल्या सर्वांचीच धांदल,

गडबड चालली होती, तसेच प्रेक्षकांच्यातही कुजबुज, गजबज सुरू होती. सगळ्यांनाच प्रत्यक्ष चित्रीकरण सुरू होण्याची आतुरता होती. मला मात्र जांभया आवरत नव्हत्या. मला पीटची आठवण झाली. त्याला मी ब्रॉडवेवर *ग्रीसचा* प्रयोग बघायला लावला होता, तेव्हा त्याचीही अगदी माझ्यासारखीच अवस्था झाली होती. माझे मलाच आश्चर्य वाटत होते, नाटक, संगीतिका, रंगमंच यांची इतकी आवड असलेला मी त्या टीव्ही मालिकेत, तिच्या चित्रीकरणात मुळीच रमत नव्हतो!

तेवढ्यात कोणीतरी जोरात 'सायलेन्स' असा पुकारा केला. सर्वत्र शांतता पसरली. सुई पडली असती तरी आवाज आला असता इतकी शांतता. नंतर आवाज आला, 'ॲक्शन!' ब्रुक दाराजवळ आली, तिने दारावर टकटक केली. कोणीतरी दार उघडले. ती आत शिरली आणि ती तिचे पहिले वाक्य बोलली. 'कट'– दिग्दर्शकाची आज्ञा आणि मग प्रेक्षकांचा ब्रुकवर अभिनंदनाचा वर्षाव. मागच्या रांगेतून एक बाई ओरडली, 'शाब्बास ब्रुक, फारच छान!!'

दिग्दर्शकानेही ब्रुकजवळ जाऊन तिची प्रशंसा केली. ब्रुक त्याचे बोलणे ऐकताना मान हलवीत होती. तिने त्याचे आभार मानले आणि म्हणाली, 'यापेक्षाही जास्त चांगला होऊ शकेल हा सीन. आपण पुन्हा घेऊ या का?' दिग्दर्शक राजी झाला. पुन्हा चित्रीकरणाची तयारी सुरू झाली त्या अवधीत पेरी ब्रुकजवळ गेला आणि त्याने तिला काही सूचना केल्या. त्याला अभिनयातले काय कळत होते? पण ब्रुकच्या मनात त्या क्षणी बहुतेक अत्यंत असुरक्षितता असावी. तिने कोणाकडूनही काहीही ऐकून घेतले असते. पेरी अभिनयाचा गुरू असल्याच्या थाटात तिला बरेच काही सांगत होता आणि ती मान हलवीत ते ऐकून घेत होती.

'चला, आपापल्या जागा घ्या' – आज्ञा सुटली.

ब्रुक पेरीचे आभार मानून तिच्या दाराबाहेरील जागेवर जाऊन उभी राहिली. पुन्हा शांतता पाळण्याचे आवाहन करण्यात आले. ब्रुकने डोळे मिटून घेतलेले मी पाहिले.

'ॲक्शन...'

ब्रुकने दार वाजवले, पुन्हा एकदा तोच सीन केला गेला.

'कट...'

दिग्दर्शक ब्रुकला म्हणाला, 'अप्रतिम!!'

ब्रुक सरळ घाईघाईने माझ्याजवळ आली आणि तिने मला विचारले, 'कसा वाटला सीन?' 'भन्नाट!' मी म्हणालो. मी खोटे बोलत नव्हतो. खरोखरच तिने तिचे काम उत्तम केले होते. मला टीव्ही वैताग आणत असला, तेथील वातावरण, सगळा कृत्रिमपणा यांचा मला मनस्वी कंटाळा येत असला तरी कष्ट,

परिश्रम, कसून केलेले प्रयत्न यांबद्दल मला आदर होता. त्याचे मला महत्त्व वाटत होते म्हणूनच मला ब्रुकचे प्रामाणिक, मन लावून केलेले काम, तिची सर्वस्व पणाला लावून काम करण्याची वृत्ती अतिशय भावली होती. मी तिचे हलकेसे चुंबन घेतले आणि म्हणालो की, 'मला तुझा अभिमान वाटतो!'

"संपलं का तुझं आजचं काम?" मी चौकशी केली.

'नाही, आणखी एक सीन आहे."

"ओह!!"

आम्ही दुसऱ्या सेटवर गेलो. तेथे एक रेस्टॉरंट उभारले होते. तेथे चित्रित होणारा प्रसंग असा होता की, ब्रुक ज्याच्या मागावर असते त्या जोय नावाच्या तिच्या प्रेमपात्राला ती त्या हॉटेलमध्ये भेटणार असते. ते दोघे एका टेबलावर एकमेकांसमोर बसलेले असतात. बराच वेळ तयारी सुरू होती. पेरी काही ब्रुकला सूचना द्यायचे सोडत नव्हता. नुसतं बसून कंटाळा आला होता. तेवढ्यात 'सायलेन्स', ॲक्शन'चा हाकारा झाला आणि चित्रीकरण सुरू झाले.

जोयचे काम करणारा अभिनेता उमदा तरुण होता, छान वाटत होता. सीन सुरू झाला आणि मला त्याचा राग की हेवा, काहीतरी वाटू लागले. त्या सीनमध्ये ब्रुकला त्याचा हात हातात घेऊन त्यावर ओठ टेकायचे होते; पण ब्रुक त्याचा हात आइस्क्रीम जसे खातात तसा ओठांनी आणि जिभेनेही चुंबत, चोखत होती. 'कट' – दिग्दर्शक ओरडला. जवळ जाऊन ब्रुकला 'ग्रेट' असे म्हणाला; पण 'सीन पुन्हा एकदा घेऊ या' असेही म्हणाला. ब्रुक हसत होती, तो जोयही पेपर नॅपकिनने त्याचा ओला झालेला हात पुसत हसत होता. मी डोळे मोठे करून त्यांच्याकडे फक्त पाहत बसलो होतो. ब्रुकने मुद्दामच मला त्या 'अतिप्रेमळ हस्तस्पर्शा'विषयी आधी सांगितले नव्हते, तिला माझ्या प्रतिक्रियेचा आधीच अंदाज आला असावा!

छे, हे काही खरे नव्हते. ती काही माझी जागा नव्हती. दीड दोनशे लोकांमध्ये बसून त्यांच्यासमोर आपली प्रेयसी एका माणसाच्या हाताचे प्रेमाने चुंबन घेत बसलेली पाहणे... छे, शक्य नव्हते ते माझ्यासाठी!!

मी छताकडे – लखलखणाऱ्या दिव्यांकडे पाहू लागलो, तेव्हाच सीन पुन्हा घेण्यासाठीच्या उद्घोषणा सुरू झाल्या. ब्रुकने या वेळी तर कहरच केला. तिने त्याच्या हातांची बोटे तिच्या तोंडात घेतली, डोळ्यांची मादक हालचाल करत तिने त्यावर जीभही फिरवली. मी तडक जागेवरून उठलो आणि दोन ढांगात बाजूच्या एका दारातून बाहेर पडलो. बाहेर चक्क अंधार पडला होता. चित्रीकरणात पूर्ण दिवस गेला होता... समोरच मी भाड्याने घेतलेली लिंकन गाडी उभी होती. माझ्या पाठोपाठ पेरी आणि ब्रुकही बाहेर आले. पेरी माझ्या त्या अनपेक्षित कृतीने पार गोंधळलेला दिसत होता. ब्रुक घाबरलेली होती, तिच्या

चेहऱ्यावर चिंता पसरली होती. तिने माझा हात घट्ट पकडला. ''कुठे निघालायस तू? तू असा मध्येच...''

''काय झालंय आंद्रे?'' पेरी विचारीत होता.

'तुम्हाला दोघांनाही माहीत आहे मला काय झालंय ते!' मी मनात म्हणालो.

ब्रुक मला थांबायची विनंती करत होती, पेरीही तोच आग्रह करत होता. मी त्यांना सांगून टाकले, ''ते जमणार नाही. हिने त्या माणसाच्या हातांची चुंबने घेताना मी नाही पाहू शकत!!''

ब्रुक मला समजावत होती, माझ्या विनवण्या करत होती. ''असं करू नकोस, आंद्रे...''

''मी? *मी* काय करतोय? मी काहीच करत नाही, तूच करतीयस. जा, जा... चुंबन घेत बैस त्याच्या हाताचं प्रेमाने... मी चाललो...''

मी बेभानपणे वेगात गाडी चालवत, वाहनांमधून वाट काढत चाललो होतो. कुठे ते मलाही माहीत नव्हते; पण एक नक्की की मी ब्रुकपासून दूर जात होतो. काही वेळाने माझ्या लक्षात आले की, मी व्हेगासच्या वाटेवर आहे. मी आनंदलो. आता मी तेथे पोहोचेपर्यंत थांबणार नव्हतो आणि या माझ्या निर्णयाचे माझे मलाच खूप कौतुक वाटत होते. मी वेग अधिकच वाढवला, शहराच्या बाहेर पडलो, वाळवंटातून सुसाट जाऊ लागलो. सगळ्या बाजूंना दृष्टी पोहोचत होती, तेथपर्यंत पसरलेले अमर्याद वाळवंट आणि वर आकाशात अगणित तारे.

रेडिओ काय म्हणत होता याकडे माझे लक्ष नव्हते. मी स्वतःशीच बोलत होतो. मी मत्सराने पछाडलो गेलो होतो. मला असूया वाटत होती. त्याहीपेक्षा मी विस्कळित झालो होतो. माझ्यापासूनच दूर गेलो होतो. ब्रुक जशी एक भूमिका करत होती, तसा मीही एक निराळीच व्यक्ती बनलो होतो – एका मादक पदार्थांचे सेवन करणाऱ्या व्यसनासक्त प्रियकराची भूमिका करत होतो. मला वाटते ती मी बऱ्यापैकी वठवीत होतो; परंतु त्यात आसक्तीपूर्वक हात चुंबण्याचा प्रसंग सुरू झाला आणि मी त्या भूमिकेत काही राहू शकलो नाही. तसे पाहायला गेले तर मी त्यापूर्वी रंगमंचावर ब्रुकचे चुंबनदृश्य बघितले होते. फार पूर्वी मला असाही एक विकृत प्रियकर भेटला होता, ज्याने माझ्याच एका मैत्रिणीबरोबर, ती फक्त पंधरा वर्षांची असताना, एका चित्रपटाच्या चित्रीकरणादरम्यान केलेल्या चाळ्यांबद्दल बोलायचा निर्लज्जपणाही केला होता; पण त्या सगळ्या गोष्टी अगदी वेगळ्या होत्या. लालसेच्या प्रदर्शनाची मर्यादा कोणती हे मला माहीत आहे असा माझा वादा मुळीच नाही, नव्हता; पण हे असे हाताची चुंबने घेणे शारीरिक आसक्तीचे प्रदर्शन करणे हे सर्व मर्यादांचे उल्लंघनच होते!

मी माझ्या मठीत पोहोचलो तेव्हा पहाटेचे दोन वाजले होते. स्वतः गाडी चालवत केलेल्या प्रदीर्घ प्रवासामुळे आणि उत्तेजित भावनांमुळे, विशेषतः आत्यंतिक रागामुळे, मला कमालीचा शीण आला होता. राग पूर्ण ओसरला नव्हता; पण तो व्यक्त करण्याच्या पद्धतीबद्दल, स्वतःच्या जराशा जास्तच जहाल प्रतिक्रियेबद्दल, माझ्या एकंदरच वागणुकीबद्दल पश्चात्ताप वाटू लागला होता. मी फोन उचलला आणि ब्रुकला फोन केला.

मी तिची माफी मागितली, ''सॉरी; पण मी तेथे थांबूच शकलो नाही!!'' ती म्हणाली की, सगळे जण मी कुठे नाहीसा झालो असे विचारीत होते. ती म्हणाली की, माझे वागणे हा तिला तिचा मानभंग वाटला होता. तिच्या टीव्हीवरील पहिल्याच कामाला मी माझ्या वर्तनाने गालबोट लावले होते. मी सोडून प्रत्येकाने तिची, तिच्या अभिनयाची तोंड भरून स्तुती केली होती; पण तिचे हे यश ती सुखाने उपभोगू शकली नाही. कारण, ज्या एका व्यक्तीबरोबर तिला ते साजरे करायचे होते तीच व्यक्ती तोंड फिरवून निघून गेली होती!

ती माझ्यावर चिडली होती हे नक्की. तिचा आवाज चढा लागला होता. ''तू माझ्या कामात फार मोठा व्यत्यय निर्माण केलास. माझं कामावरचं लक्ष उडालं तुझ्यामुळे. मला माझे संवाद नीट आठवेनासे झाले. तू माझं सगळं कामच कमालीचं कठीण करून ठेवलंस! मला सांग, मी तुझ्या सामन्याच्या वेळी असं वागले असते तर तर चाललं असतं तुला? तू चिडला नसतास? सांग ना... सांग...''

''पण तू त्या माणसाचा हात... मला नाही पाहवलं...''

''अरे, मी अभिनय करत होते, आंद्रे! नाटक होतं ते! मी अभिनेत्री आहे हे तू विसरलास का? अरे, ते माझं उपजीविकेचं साधन आहे. ते सगळं खोटं असतं, अगदी खरं वाटेल असं खोटं!!''

''हो... पण... मला ते नाही लक्षात राहत...''

मी स्वतःचा बचाव करू लागलो; पण ब्रुक ओरडली, ''ठीक आहे, मग मला तुझं काहीच ऐकून घ्यायचे नाही...'' तिने फोन आपटला.

माझा राग विकोपाला गेला. मी खोलीच्या मध्यभागी उभा होतो, पायाखालची जमीन हादरते आहे, असे वाटायला लागले. व्हेगासला भूकंपाने हादरा दिला की काय असा संशय आला. काय करावे हे मला कळेना. मी तिरीमिरीत माझ्या सगळ्या ट्रॉफीज ओळीने मांडून ठेवलेल्या शेल्फजवळ गेलो, त्यातली एक हातात घेतली आणि जोरात भिरकावली. वाटेत काही नाजूक गोष्टींचा चुराडा करत ती स्वयंपाकघरात जाऊन पडली. दुसरी उचलून मी ती भिंतीवर फेकली. एकेक करून मी शेल्फवरच्या सगळ्या ट्रॉफीज धडाधड चहू बाजूंना फेकत सुटलो. डेव्हिस कप – दे फेकून... यूएस ओपन – धडाम्... विम्बल्डन... ठाण्... मी माझी टेनिसची बॅग खाली ओढली, त्यातून रॅकेट्स

काढल्या, एक रॅकेट काचेच्या टेबलावर फेकली. ती खडखडत गेली, काच फुटली नाही. मी खाली पडलेल्या ट्रॉफीज उचलून पुनःपुन्हा इकडे तिकडे फेकत सुटलो. त्यांना पोचे पडू लागले, भिंतींवर आपटून भिंतींचे पोपडे पडू लागले. अखेर फेकायला काहीच उरले नाही, तेव्हा मी हताशपणे भिंतीवरच्या पोपड्यांनी भरलेल्या कोचावर अंग टाकून दिले.

अंगातला आवेश ओसरला, भावनांचा भर शमला तेव्हा कित्येक तास उलटून गेले होते. मी उद्ध्वस्त खोलीकडे, ती अवस्था कोणी तरी दुसऱ्याने केली असल्यासारखे, बघितले आणि खरेच होते ते. तो हाहाकार उडवणारी व्यक्ती कोणीतरी दुसरीच होती! माझ्यापेक्षा निम्म्यानेच नुकसान करणारी होती!! कोणीतरी वेगळीच!! फोन वाजला. ब्रुक होती फोनवर. मी पुन्हा क्षमा मागितली. मी घातलेला धुमाकूळ सांगितला. तिचा स्वर जरा खाली आला. मत्सरातून निर्माण झालेल्या माझ्या अतिक्रोधाच्या उद्रेकाबद्दल तिने तिरस्कार दर्शविला. मी इतका त्रागा करायला नको होता, असेही बजावले. मी तिला इतकेच म्हणालो की, 'ब्रुक, मी तुझ्यावर खूप खूप खूप प्रेम करतो...'

त्यानंतर एका महिन्याने मी स्टुटगार्टला बंदिस्त मैदानांवर खेळल्या जाणाऱ्या एका स्पर्धेसाठी गेलो. जगातील ज्या खंडात, ज्या देशात, ज्या शहरात, ज्या खेड्यात, ज्या जागी आयुष्यात मला कधीही जायचे नव्हते अशा जागांच्या यादीत स्टुटगार्टचे नाव सर्वांत वर होते. मी हजार वर्षे जगलो तरी माझ्या आयुष्यात स्टुटगार्टमध्ये काहीही भले घडणार नाही असा माझा दृढ विश्वास होता. मला त्या नावडत्या गावात अजिबात टेनिस खेळायचे नव्हते.

पण तरीही मी तेथे होतो आणि एक महत्त्वाची स्पर्धा खेळणार होतो. त्यात जिंकलो असतो तर मानांकन यादीतले माझे स्थान उंचावणार होते. ब्रॅड त्याबद्दल अतिशय आग्रही होता. मी ज्याच्या विरुद्ध खेळणार होतो तो मॅलिव्हिया वॉशिंग्टन माझ्या चांगल्याच परिचयाचा होता. लहानपणी मी त्याच्याबरोबर अनेक वेळा खेळलेलो होतो. सशक्त, दणकट, मैदानावर चपळ हालचाली करणारा. त्याचे पाय इतके मजबूत होते की, त्याला पळवून, दमवून नमवणे शक्यच नव्हते. त्याला डोक्याने पराभूत करावे लागायचे! तेच मी करायचो. अनपेक्षित पद्धतीच्या फटक्यांनी, अचानक हल्ल्यांनी त्याला गारद करायचो. मी एका सेटची आघाडी मिळवली होती. एक फटका मारला आणि एकदम पाय अडखळला. बघितले तर माझ्या बुटाचा सोलच निघून आला होता!

मी बुटांची एकच जोडी आणली होती. मी सामना थांबवला. माझी अडचण अधिकाऱ्यांना सांगितली. मला नवे बूट हवे होते. ध्वनिवर्धकावरून शुद्ध जर्मन भाषेत 'कोणी मला बूट उसने देऊ शकेल का' अशी विनंतीवजा विचारणा

करण्यात आली. माझ्या बुटांचा साडेदहा हा आकारही सांगण्यात आला. मी पुष्टी जोडली की, ते नाइके कंपनीचे असावेत. माझा त्या कंपनीशी तसा करार होता. प्रेक्षकांमधील अगदी वरच्या, मागच्या रांगेत असलेला एकजण उठला आणि त्याने त्याचे बूट हवेत उंचावून दाखवले. त्याच्या मातृभाषेत, खास स्थानिक उच्चारात तो मला त्याचे बूट उसने द्यायला तयार असल्याचे ओरडून सांगितले. ब्रॅड पळत पळत त्याच्यापर्यंत पोहोचला आणि त्याने त्या उदार प्रेक्षकाकडून बूट घेतले. बूट जरा लहानच होत होते; पण मी त्यातच पाय घुसवले. सिंड्रेलाचा नवा अवतार!!

काय वेळ आली होती! मी माझेच आयुष्य जगत होतो ना? छे, हे माझे आयुष्य नसले पाहिजे!! मानांकन यादीतील पहिल्या स्थानासाठी मी एक प्रतिष्ठित सामना खेळत होतो आणि पायात दुसऱ्याचे, स्टुटगार्टमधल्या कोणा अनोळखी माणसाचे उसने घेतलेले बूट बळेबळे घुसवून खेळत होतो. लहानपणी माझे पॉप्स टेनिसच्या फुटलेल्या चेंडूंनी आमचे फाटलेले बूट शिवायचे त्याची मला आठवण झाली. मला खूपच विचित्र, अवघडल्यासारखे वाटत होते. मी चेष्टेचा विषय झालो होतो. मला कळत नव्हते की मी थांबत का नव्हतो? खेळ सोडून देऊन निघून का जात नव्हतो? काय होते जे मला मैदानावर खिळवून ठेवत होते? त्या गैरसोयीच्या बुटात मी कसा सर्व्हिस करत होतो, सर्व्हिस परतवत होतो, धोरणपूर्वक, विचार करून फटके मारीत होतो हे माझे मलाच समजत नव्हते. माझे शरीर ते सगळे करत होते, मन मात्र केव्हाच दूर गेले होते – मी मनाबरोबर उंच पर्वतांच्या बर्फाळ शिखरांवर पोहोचलो होतो, तेथे एक केबिन भाड्याने घेतली होती, स्वहस्ते एक झकास ऑमलेट बनवून, पाय वर टाकून आरामात खात बसलो होतो. बाहेरून बर्फावरून येणाऱ्या वाऱ्याबरोबर येणारा झाडांचा वास नाकात शिरत होता.

पुन्हा एकदा निवृत्तीच्या विचाराने मनाचा ताबा घेतला – 'हा सामना जिंकला तर सरळ निवृत्तीच घेऊन टाकावी!' आणि पराभूत झालो तर? पराभूत झालो तरीही निवृत्तीच घ्यायची!! मी सामन्यामध्ये पराभूत झालो.

पण मी निवृत्त मुळीच झालो नाही, उलट १९९६ची ऑस्ट्रेलियन ओपन ही स्लॅममधली स्पर्धा खेळायला जाण्यासाठी मी विमान पकडले. मी त्या स्पर्धेचा आधीच्या वर्षीचा विजेता होतो; पण माझी मनःस्थिती मात्र मुळीच ठिकाणावर नव्हती. मी भ्रमिष्टासारखा वागत, बोलत, दिसत होतो. डोळे लाल, चेहरा सुकलेला. मला तशा स्थितीत विमानात चढताना पाहून प्रवाशांचे स्वागत करणारा कर्मचारीही मला बाहेर काढेल असेच मला वाटत होते. खरे तर मलाच विमानात न शिरता पळून जायचे होते. मी आणि ब्रॅड आमच्या जागांशी पोहोचल्यावरसुद्धा मी एकदा दाराकडे जाण्याचा प्रयत्न केला. ब्रॅडने मला थांबवले, सावरले,

चुचकारले आणि जागेवर बसवले. माझा एकंदर अवतार बघून त्याने माझा हातच हातात घट्ट धरून ठेवला.

त्याने मला शांतपणे समजावले की, 'हे बघ, धीर सोडू नको, शांत हो. कोणी सांगावं, पुढे काहीतरी चांगलं वाढून ठेवलं असेल.' मी ग्लासभर व्होडकाबरोबर झोपेची एक गोळी घेतली आणि डोळे मिटून घेतले. ते उघडले तेव्हा विमान मेलबोर्नच्या धावपट्टीवर उतरत होते. ब्रॅडने मला कोमो नावाच्या हॉटेलमध्ये नेले. मी अजूनही शुद्धीत नव्हतोच, डोक्याचा लगदा झाला होता. हॉटेलचा कर्मचारी मला माझ्या खोलीपर्यंत सोडून गेला. ऐसपैस खोली, खोलीत एक पियानो. मध्यभागी झोपायच्या खोलीकडे गोल वळत वर जाणारा जिना, त्याच्या चकाकत्या पायऱ्या. दार बंद झाले. मी पियानोजवळ गेलो, उगीचच त्याच्या पट्ट्यांवरून हात फिरवला आणि मग अडखळत्या पावलांनी तो जिना चढून वर गेलो. पलंगावर जाऊन विश्रांती म्हणून बसायला गेलो आणि कसा कोणास ठाऊक, खालीच पडलो. गुडघा तेथील कठड्यावर जोरात आपटला आणि फुटलाच. रक्त वाहू लागले. मी धडपडत खाली आलो. सगळीकडे रक्ताचे थेंब पडत होते.

मी गिल यांना फोन केला. ते धावत आले. त्यांनी जखमी गुडघ्याची नीट पाहणी केली, ''नेमकी गुडघ्याची वाटीच दुखावलीय. चांगलंच लागलाय...'' असे म्हणून त्यांनी मला कोचावर बसवून काळजीपूर्वक मलमपट्टी केली. सकाळचा सराव करू दिला नाही. ''फार काळजी घ्यायला हवी. सात सामने खेळू दिले या गुडघ्याने तर चमत्कारच म्हणावा लागेल,'' असे म्हणाले.

पहिली फेरी खेळताना मी चांगलाच लंगडत होतो. गुडघ्याला पट्टी बांधलेली होती. माझे ते रूप पाहून माझे चाहते, वार्ताहर, सामन्याचे समालोचक या सर्वांनाच 'ऑस्ट्रेलिया ओपनच्या आदल्या वर्षीचा विजेता आंद्रे आगासी – तो हा नव्हेच!' असेच वाटत होते. मी पहिला सेट गमावलाच, दुसऱ्या सेटमध्येही मागे पडलो. गतवर्षीचा अंतिम विजेता पहिल्याच फेरीतला पहिलाच सामना हारणार – हा लाजीरवाणा इतिहास बऱ्याच वर्षांनंतर, रॉस्को टॅनर नावाच्या खेळाडूनंतर प्रथमच घडणार होता.

मी अर्जेंटिनाच्या गॅस्टन एटलिस नावाच्या अगदी नवख्या, अनोळखी खेळाडूविरुद्ध खेळत होतो. तो कोणत्याच बाजूने टेनिस खेळाडू वाटत नव्हता. तो एक शाळामास्तरसारखा दिसत होता, तोसुद्धा बदली म्हणून आलेला. त्याच्या केसातून घाम गळत होता, दाढीचे खुंट वाढले होते, अवतार जरा गबाळाच होता. खरे तर तो दुहेरी सामने खेळणारा खेळाडू होता. काय चमत्कार घडला, माहीत नाही, त्या स्पर्धेसाठी तो एकेरी सामन्यांसाठी पात्र ठरला होता. त्याचे त्यालाही आश्चर्य वाटत असावे असे एकंदरीत दिसत होते. वास्तविक अशा

खेळाडूंना मी लॉकररूममध्येच एका जळजळीत नजरेच्या कटाक्षानेच गर्भगळीत करून टाकायचो. त्या दिवशी त्याच खेळाडूविरुद्ध मी एका सेटमध्ये पराभूत झाला होतो आणि दुसऱ्या सेटमध्ये मागे पडलो होतो; पण आश्चर्य म्हणजे चेहरा त्याचाच पडलेला होता, खूप क्लेश होत असल्यासारखा दिसत होता. जखमेने गारद झालो होतो मी आणि घाबरलेला होता तो – जणू काही नव्वद पौंड वजनाचा भला मोठा बेडूकच त्याच्या घशात अडकलेला होता! मला वाटत होते की, माझ्या तशा स्थितीत मला पराभूत करायची धमक तो दाखवेल, गतवर्षीच्या विजेत्याला धूळ चारण्याचे श्रेय पटकावेल.

पण तोच कचरत होता, गोंधळत होता, चुकीचे निर्णय घेत होता. मला अगदी गळून गेल्यासारखे वाटू लागले. त्या दिवशी सकाळी मी माझ्या डोक्यावरचे सगळे केस कापून, डोके पार सफाचट भादरून टाकले होते, टकलावर एकही केस ठेवला नव्हता. ते मी माझ्या हातून घडलेल्या पापांचे प्रायश्चित्त घेतले होते! एक तर मी ब्रुकच्या *फ्रेंड्समधल्या* प्रथम प्रवेशालाच अपशकुन केला होता, दुसरे म्हणजे स्वतःवरच्या रागाच्या भरात सगळ्या ट्रॉफीज तोडून, फोडून टाकल्या होत्या आणि या स्लॅम स्पर्धेसाठी मी काहीही तयारी, सराव न करता उतरलो होतो... हो आणि या सगळ्याच्या आधी यूएस ओपनमध्ये पीटकडून हार पत्करण्याचे महत्पापही केले होते म्हणूनही!! गिल नेहमी म्हणत असत, 'तुम्ही सगळ्या जगाला लाख फसवाल; पण आरशात जो दिसतो ना त्याला नाही फसवू शकत!' म्हणूनच मला त्या पाप्याला धडा शिकवायचा होता. मी प्रतिस्पर्ध्याला पार फासावरच लटकवायचो म्हणून आजवर टेनिस जगतामध्ये मला 'द पनिशर' असा किताब बहाल करण्यात आला होता. त्या वेळी मी माझ्या सर्वांत हट्टी, अडेलतट्टू अशा प्रतिस्पर्ध्याला, आरशातल्या आंद्रेला शिक्षा करण्याचा चंग बांधला होता म्हणूनच मी डोक्याची आग होईपर्यंत वस्तरा चालवून घेतला होता.

ऑस्ट्रेलियातील आग ओकणारा सूर्यही माझ्या प्रायश्चित्त मोहिमेत सामील होऊन माझे ताजे टक्कल सडकून जाळत होता. सामन्यामध्ये कधीतरी मी स्वतःला भरपेट शिव्या घालून घेऊन त्या मोहिमेचा शेवट केला. शिक्षा भोगून शुद्ध झालो आणि मग त्या आरशातल्या माणसाला माफ करून टाकले. भानावर आलो आणि पूर्वीचा आंद्रे आगासी बनलो. दुसऱ्या सेटमध्ये टायची स्थिती आणली आणि तो जिंकला.

मनात थोडा कोलाहल सुरू होता. मी आयुष्यात दुसरे काय करू शकणार होतो? मला टेनिस खेळणेच क्रमप्राप्त होते. ब्रुकचे काय करायचे? लग्न करावे का तिच्याशी? विचारात अडकलो आणि तिसऱ्या सेटमध्ये पराभूत झालो; पण एटलीसला मी आपण होऊन त्याच्या पदरात घालत असलेले ते आयते यशही पचवता आले नाही. चौथ्या सेटमध्ये टाय झाला आणि तो मी जिंकला. पाचव्या

सेटमध्ये एटलीस जेरीस आला, दमला, तो सेट आणि सामना मला देऊन रिकामा झाला. मी सामना जिंकला; पण ना मला आनंद झाला, ना अभिमान वाटला, ना माझ्या डोक्यावरचे ओझे उतरले. खरवडलेले डोके उन्हाने लाल मात्र झाले होते. *मी वैतागलो होतो.*

नंतर वार्ताहरांनी मला डोक्यांवरच्या लाल डागांविषयी विचारले, उन्हाचा खूप त्रास झाला का विचारले. मी हसून त्यांना म्हणालो, 'प्रामाणिकपणे सांगायचं तर ती माझ्या डोक्याची सर्वांत कमी काळजीची बाब आहे.' मला असेही म्हणायचे होते की 'माझे मनही आगीत चांगले भाजून, परतून निघते आहे;' पण मी तसे म्हणालो नाही.

उपांत्यपूर्व फेरीत मी कोरीयरविरुद्ध खेळलो. या आधी त्याच्याकडून मी सलग सहा वेळा हार पत्करली होती. मैदानावरच नाही तर बाहेर, प्रसारमाध्यमातही आमची वाग्युद्धे गाजत होती. १९८९च्या फ्रेंच ओपननंतर 'स्पर्धेच्या व्यवस्थापनाकडून मला अवाजवी महत्त्व मिळते' असा त्याने आरोप केला होता. त्याला नेहमीच दुय्यम दर्जाची वागणूक दिली जाते, अशीही त्याची तक्रार होती.

त्यावर माझी टिप्पणी होती, 'हे तर असुरक्षिततेचे लक्षण आहे!'

त्यावर कोरीयर खूपच चिडला होता, '*मी* आणि असुरक्षित?'

मी माझ्या रूपात करत असलेले बदल, माझे विचित्र कपडे, केशरचना आणि वागण्यातली नाटके यावरूनही तो चिडत असे. एकदा त्याला कोणीतरी विचारले की, 'नव्या आगासीबद्दल तुमचे काय मत आहे?' तो म्हणाला की, 'नव्या म्हणजे पहिल्या नव्या की आत्ताच्या नव्या *नव्या?*' अर्थात त्यानंतर आम्ही आमच्यात समेट घडवून आणला होता. मी कायमच त्याच्या यशाची इच्छा करतो आणि त्याला माझा मित्र मानतो असे मी त्याला समजावले होते. तोही तसेच म्हणाला होता. असे सगळे असले तरीसुद्धा आम्हा दोघांतला तणाव काही पूर्णपणे लयाला गेलेला नव्हता आणि तो जाणारही नव्हता. निदान आमच्यापैकी एक जण निवृत्त होईपर्यंत तरी नक्कीच! ती दुश्मनी फार जुनी होती, अगदी लहानपणापासूनची, निक बोलेटिरी याच्यापासून सुरुवात झालेली होती.

आधीचा महिलांचा दुहेरी सामना लांबल्यामुळे आमचा सामना उशिरा सुरू झाला. आम्ही मैदानात उभे राहिलो तेव्हा मध्यरात्र जवळ आली होती. आम्ही नऊ गेम्स खेळल्या. हे असेच चालणार होते. त्यातच भर म्हणून पाऊस सुरू झाला. मैदानावर छप्पर ओढून घेऊन सामना सुरू ठेवणे शक्य होते; पण मध्यरात्रही उलटून गेली होती त्यामुळे अधिकाऱ्यांनी दुसऱ्या दिवशी सामना पुढे खेळण्याचा पर्याय सुचवला आणि आम्ही दोघांनीही तो मान्य केला. झोप मिळणे नेहमीच फायद्याचे ठरते. मी तर सकाळी खूपच ताजातवाना होतो. कोरीयरला

पराभूत करण्यासाठी उत्सुक होतो; पण जाळ्यापलीकडला कोरीयर नेहमीचा कोरीयर नव्हता. कोणीतरी निस्तेज, फिकटलेला माणूस होता. त्याने पहिले दोन सेट्स घेतले; पण तो अस्थिर वाटत होता, खूप दमलेला वाटत होता. मला त्याचे डोळे बरोबर वाचता आले. ते माझ्या परिचयाचे होते, मी आरशासमोर उभा असताना ते बऱ्याच वेळा बघितलेले होते. मी आक्रमक झालो. निर्णायक हल्ले चढवले. मी सामना जिंकलो. होय, मी कित्येक वर्षांनंतर कोरीयरविरुद्ध सामना जिंकलो होतो.

वार्ताहरांनी कोरीयरच्या खेळाविषयी मला विचारले, तेव्हा मी म्हणालो की, 'आज कोरीयर त्याच्या स्वतःच्याच अपेक्षेइतका खेळू शकला नाही.' आजूबाजूला बरेच काही घडते, असे मला म्हणायचे होते. त्या यशाने मला माझे मानांकन यादीतले पहिल्या क्रमांकाचे मानाचे स्थान परत मिळवून दिले. पुन्हा एकदा मी पीटला पदच्युत केले होते; पण ती पदोन्नती मला त्याच्याविरुद्ध मी किती वेळा पराजय पत्करला होता, त्याला कसा पराभूत करू शकलो नव्हतो, याचेच स्मरण करून देत होती.

मला उपांत्य सामना चँगविरुद्ध खेळायचा होता. मी जिंकू शकतो हे मला जितके माहीत होते तितकेच मी पराभूतही होऊ शकतो, याचीही मला जाणीव होती. खरे म्हणजे मला पराभूतच व्हायचे होते. कारण, अंतिम सामन्यात मला पुन्हा बेकरशी लढायचे नव्हते. त्याच्याविरुद्धच्या युद्धाची माझी तयारीच नव्हती, तसला समर प्रसंग हाताळणे मला अशक्य होते म्हणजेच मी त्याच्याविरुद्ध पराभूत होणार हे मला माहीत होते. कोणाकडून पराजय पत्करायचा याची निवडच करायची वेळ आली, तर बेकरपेक्षा चँगच बरा असे माझे मत होते. शिवाय अंतिम सामन्यातली हार उपांत्य सामन्यातील अपयशापेक्षा मानसिकदृष्ट्या खूपच जास्त हानिकारक ठरते, याचीही मी जाणीव ठेवली होती, तेव्हा मी उपांत्य सामन्यामध्ये पराभूत होणार होतो. मीच चँगला जिंकू देणार होतो पण तो मात्र त्या आयत्या यशाबद्दल त्याच्या 'मसीहा'ला धन्यवाद देणार होता.

ठरवून पराभूत होणेसुद्धा अवघड असते. जिंकण्यापेक्षा जास्त कठीण! पराभूत व्हायचे; पण मुद्दाम ठरवून पराभूत झाला आहे असे प्रेक्षकही म्हणता कामा नयेत, अशा पद्धतीने पराभूत व्हायचे म्हणजे स्वतःलाही तसे वाटता कामा नये याचीही काळजी घ्यायची. आपल्याला हेतुपुरस्सर पराभूत व्हायचे आहे, ही गोष्ट सामन्याच्या ऐन भरात तुमच्या स्वतःच्यासुद्धा सतत, प्रत्येक क्षणी लक्षात राहत नाही, निम्मा वेळही आपल्याला आपल्या निश्चयाचे स्मरण राहत नाही. नुसता मनाचा इरादा पक्का असूनही भागत नाही. कारण, शरीर सवयीने योग्य तीच, प्रतिकारात्मक हालचाल करतेच. शरीरासाठी त्या प्रतिक्षिप्त हालचाली असतात आणि त्या आपोआप घडतात. बरे, मनसुद्धा पूर्णपणे तुमची साथ देत

नाहीच. बचाव करायला, एखादा निर्णायक फटका मारायला शरीराला तुमच्या नकळत प्रवृत्त करते. मनाचाच एखादा हिस्सा अचानक फुटून फितूर होतो; पण जर असे सहेतूक कट मनात खूप खोलवर कुठेतरी शिजलेले असले की, मग शरीर काही लहान लहान गोष्टी मुद्दाम करते. कधी कधी काही करतही नाही. चेंडूपर्यंत पोहोचायला उशीर करते. आवश्यक तेवढीही पावले टाकत नाही. चेंडू मारताना आवश्यकतेनुसार खाली वाकायला, झेप घ्यायला तक्रार करते. हालचाली करायला विलंब करते. हात जास्त हलवते; पण पाय, कंबर यांचा वापर कमी करते. शरीर कधीतरी कमालीचा निष्काळजीपणा दाखवते आणि मग त्यामुळे झालेले नुकसान एखाद्या जबरदस्त, प्रेक्षणीय फटक्याने भरून काढले असेही दाखवते; पण थोड्याच वेळाने तशा आणखी दोन चुका करते. अशा रीतीने हळूहळू, सहजी कोणाच्या लक्षात येणार नाही अशा पद्धतीने माघार घेते. एखादा चेंडू जाळ्यात पाडायचा असे मुद्दाम ठरवून मारलेला नसूनही तो अडकतो. सगळेच मोठे गुंतागुंतीचे, अवघड असते. फार मोठे कपट कारस्थान असते.

ठरवल्याप्रमाणे पराभूत झालेल्या सामन्यानंतरच्या वार्ताहर परिषदेत ब्रॅडने माझ्या पराजयाचे कारण 'अचानक आलेला थकवा' असे सांगितले. खरेच होते ते. अगदी खरे! पण ब्रॅडला मी हे सांगू शकत नव्हतो की, मी प्रत्येक दिवशी दमत होतो. उलट आजचे दमणेच खरे नव्हते, ते जाणून बुजूनचे दमणे होते. आजच्या पराजयाने मला बरेच वाटलेले आहे. बोरीस बेकर ऊर्फ बी. बी. सॉक्रेटिस याच्याशी सामना खेळून पुन्हा एकदा लाजीरवाणी हार पतकरण्यापेक्षा मी सुखाने आजच विमानात बसून येथून निघून जाईन. कुठेही जाईन; पण इथे राहणार नाही. लॉस एंजलिसला जाईन, हॉलिवूडला जाईन. जरा आधीच निघाल्यामुळे मला फुटबॉलचे सुपर बाउल सामने बघायला मिळतील आणि त्यानंतर मी खास एक तासाचा *फ्रेंड्स* या मालिकेचा भाग पाहिन - ज्यात माझ्या ब्रुकने काम केले असेल!!

११

पेरी मला रोज विचारायचा, छेडायचा, टोकायचा, 'काय झालंय?' 'काय घडलंय?' 'काय बिघडलंय?' मी त्याला काहीच सांगू शकायचो नाही. कारण, मलाही ते नेमके माहीत नव्हते. त्याहीपेक्षा मला ते जाणून घ्यायचेच नव्हते. पीटविरुद्धच्या पराजयाचा परिणाम इतका दीर्घकाळ राहू शकतो, हे मला पेरीजवळ तर नाहीच, स्वतःजवळही कबूल करायचे नव्हते. पहिल्यांदाच असे घडत होते की मला पेरीसमोर बसून माझ्या अंतर्मनातील गुंता सोडवावासा वाटत नव्हता. स्वतःला समजावून घेण्याचा अट्टाहास मी सोडून दिला होता. मला स्वतःच्या मनाचे विश्लेषण करण्यात रसच उरला नव्हता. कारण, या दीर्घकाळच्या स्वतःविरुद्धच्या झगड्यात मी हरत होतो, मी अधिकाधिक खोलात रुतत होतो.

मी सॅन होजेला जाऊन पुन्हा एकदा पीटकडून माझा लाजीरवाणा पराजय करून घेतला. सामना सुरू असताना मी अनेक वेळा चिडलो, रॅकेटवर नाहक राग काढला, तिला आणि जोरजोरात ओरडून स्वतःलाही नको नको त्या शिव्या घातल्या. पीट माझा तो मूर्खपणा पाहून गोंधळून जातो आहे, कोड्यात पडलेला दिसतो आहे हे मला समजत होते. नियमबाह्य वर्तनाबद्दल पंचांनी मला ताकीदही दिली. आवडते आहे वाचायला तुम्हाला माझ्या घोर अधःपतनाबद्दल? मग ऐका, मी चिखलात दगड टाकला, अंगावर चिखल उडवून घेतला.

मी इंडियन वेल्सला गेलो, चँगकडून उपांत्यपूर्व फेरीतच मार खाल्ला. सामन्यानंतरच्या वार्ताहर परिषदेच्या वेळी दोन्ही खेळाडूंनी उपस्थित राहणे सक्तीचे असते. तरीही मी ती टाळली आणि नियम मोडल्याबद्दल भरमसाट दंडही भरला.

माँटे कार्लोला जाऊन मी ५४ मिनिटांत स्पेनच्या अल्बर्टो कोस्टाविरुद्ध सामन्यामध्ये पराभूत झालो. मैदान सोडताना प्रेक्षकांनी शिट्ट्या मारून, शिव्या घालून माझी खिल्ली उडवली, मानहानी केली. मला त्यांना ओरडून सांगावेसे वाटत होते, 'बरोबर आहे तुमचे, माझी हीच लायकी आहे. आंद्रे आगासी नावाच्या खेळाडूच्या निषेधात मीही तुमच्या बरोबरच आहे! माझे मनही तेच करते आहे!!'

"आंद्रे, काय आहे हे?" गिल यांनी मला विचारले.

आणि मी प्रथमच मनातले गरळ ओकून टाकली. ‘‘यूएस ओपनमध्ये पीटविरुद्ध पराभूत झाल्यापासून माझी जिंकायचीच काय खेळायचीही इच्छा मेली आहे!’’

‘‘असं करून नाही चालणार, आंद्रे. जरा डोकं जागेवर ठेव, डोळे उघडे ठेव आणि तू काय करतो आहेस ते नीट तपासून पाहा.’’ ते म्हणाले.

‘‘मला हे सगळं सोडून द्यायचंय, गिल, निवृत्त व्हायचंय; पण कसं आणि कधी ते उलगडत नाही...’’

सन १९९६ सालच्या फ्रेंच ओपन स्पर्धेत मी अस्वस्थ होतो, विमनस्क होतो, माझा माझ्यावर ताबा नव्हता, मी बेभान होत होतो. पहिला सामना खेळताना मी स्वतःवरच चिडत, ओरडत होतो. मला अधिकृतपणे ताकीद दिली गेली. त्याउपरही मी अधिकच जोरात किंचाळलो. माझा एक गुण काटण्यात आला. माझ्यासारख्या *महामूर्खाला, माथेफिरूला अपात्र* ठरवून स्पर्धेतून हाकलून देण्याचेच बाकी उरले होते. तेवढ्यात पाऊस सुरू झाला. आम्हाला लॉकररूममध्ये परतावे लागले. खेळ सुरू होईपर्यंतचा सगळा वेळ मी एकटाच, कोणीतरी संमोहित केल्यासारखा, शून्यात नजर लावून बसलो होतो. पाऊस थांबला, खेळ पुन्हा सुरू झाला. मला माझा प्रतिस्पर्धी जॅकोबो डायझ नीट दिसेनाच. पावसाने मैदानाबाहेर जी डबकी साठली होती त्यात पडणाऱ्या प्रतिबिंबासारखा तो मला अस्पष्ट दिसत होता. तरीही मी त्याच्यावर कुरघोडी केली, सामना जिंकला.

जे अटळ होते ते थोडे पुढे गेले; पण पुढच्याच फेरीत घडले. मी ख्रिस वुड्रफ याच्या विरुद्ध पराभूत झालो. ख्रिसकडे पाहिले की, मला एखाद्या गावातल्या दारूच्या गुत्त्यात ठेकेबाज लोकगीते गाणाऱ्या गायकाची आठवण व्हायची. क्ले कोर्टावर खेळताना त्याची खूपच गडबड उडायची, पंचाईत व्हायची आणि त्यामुळे तो अधिकच जोशात, आक्रमक पद्धतीने खेळायचा. विशेषतः त्याचा बॅकहॅन्ड जबरदस्त असायचा. त्याच्या धडाडीपुढे मी टिकू शकलो नाही. माझ्या हातून संपूर्ण सामन्यात त्रेसष्ट चुका झाल्या. त्या सगळ्या माझ्याच मूर्खपणामुळे, हलगर्जीपणामुळे झालेल्या होत्या. माझ्या प्रत्येक चुकीबद्दलचा आनंद त्याने बिनधास्तपणे, नाचून, उड्या मारून प्रकट केला. मला त्याची जीत बघायला आवडली नाही; पण त्याचा तो जिवंत उल्हास मात्र बघत बसावा असं वाटलं.

क्रीडासमीक्षकांनी आणि वार्ताहरांनी मी स्वतःच्याच हाताने अपयश ओढवून घेतल्याचा आरोप केला. प्रत्येक चेंडू परतवण्याचाही प्रयत्न केला नाही अशी टीका केली. या लोकांना खरे काय ते कळतच नाही. मला त्यांना हे ओरडून सांगायचे होते की, ‘माझ्या जेव्हा हे लक्षात येते की, एखादा सामना जिंकायला मी लायकच नाही, पूर्णपणे अपात्र आहे त्या वेळी मी स्वतःलाच त्रास करून घेतो, स्वतःचे हाल करून घेतो. तुम्ही या आधीचे सामने तपासून पाहू

शकता!' पण मी काहीच बोललो नाही. पुन्हा एकदा मी प्रत्येक खेळाडूसाठी अनिवार्य असलेली वार्ताहर परिषद टाळून स्टेडियममधून निघून गेलो आणि नियम मोडल्याबद्दल दंड भरला – पैशांचा सदुपयोग!!

एक दिवस ब्रुक मला मॅनहॅटनमधल्या एका हॉटेलमध्ये घेऊन गेली. आत शिरल्याबरोबरची खोली अगदीच छोटी, फोनचा बूथ असतो तेवढी होती. मुख्य जेवणाचा हॉल चांगला प्रशस्त होता, छान उबदार होता, प्रसन्न पिवळ्या रंगात रंगवलेला होता. 'कॅम्पाग्नोला' हे त्या हॉटेलचे नाव ब्रुक इतके छान 'घेत' होती की, मी तिला पुन्हा पुन्हा ते 'नाव घ्यायला' लावले. तिथला मंद सुवासही मला आवडला. बाहेरून आत शिरल्याबरोबर जो एक सुखकर अनुभव आम्हा दोघांनाही आला तोही अभिनव होता. कोट टांगून ठेवण्याच्या जागेत भिंतीवर माझ्या आवडत्या फ्रँक सिनात्राचा, त्याची सही असलेला, लक्षवेधी फोटो लावलेला पाहून तर तो दुणावलाच.

'ही माझी न्यू यॉर्कमधली *खूप आवडती* जागा आहे,' असे ब्रुक मला पुन्हा पुन्हा सांगत होती आणि मीही त्या हॉटेलला माझ्या आवडत्या जागेचा दर्जा देऊन टाकला होता. आम्ही एका कोपऱ्यातले टेबल निवडले आणि मागवलेल्या हलक्याशा जेवणाचा आरामात आस्वाद घेत बसलो. वेळ अशी होती की, दुपारच्या जेवणाची गर्दी ओसरून गेली होती आणि संध्याकाळचे ग्राहक यायची वेळ अजून व्हायची होती. खरे तर त्या मधल्या वेळात तेथे जेवण मिळतच नसे; पण तेथील मॅनेजरने 'तुमच्यासाठी आम्ही नक्कीच अपवाद करू' असे आम्हाला सांगितले.

कँपाग्नोला हे हळूहळू आमचे दुसरे जेवणघरच बनले आणि त्या आवडत्या हॉटेलमधील सुखद वातावरणात आमचे नातेही खुलले, घट्ट झाले. तेथील टेबलावरच मी आणि ब्रुकने 'आम्ही एकमेकांना कसे अनुरूप आहोत,' याची सबळ कारणे देऊन ते एकमेकांना पटवून दिले. कोणताही विशेष प्रसंग तर आम्ही तेथे साजरा करायचोच; पण आठवड्यातले काही सामान्य, नीरस होऊ घातलेल्या दिवसांनाही तेथे जाऊन खास लज्जत आणायचो. आम्ही एरवीही तेथे वारंवार जायचो पण यूएस ओपन स्पर्धेतला सामना संपला की आम्ही तेथे हमखास हजेरी लावायचोच. फक्त मॅनेजर आणि वेटर्सच नाहीत, तर तेथील शेफ्सनाही ते इतके माहीत झाले होते की, ते सगळे जण आमची वाटच पाहत असायचे. 'सामना संपला की कँपाग्नोला' हे समीकरण डोक्यात पक्के बसले होते. पाचवा, अखेरचा सेट सुरू झाला की, माझ्या डोक्यात कँपाग्नोलाचा विचार सुरूच व्हायचा. हॉटेलचा मॅनेजर, वेटर्स त्या वेळी टीव्हीवर माझा सामना पाहताना 'पाचवा सेट सुरू झाला' असे म्हणून आमचे खास टेबल लावायला सुरुवात करत असतील, आमच्या 'पेटंट' मोत्सारेल्ला टोमॅटोज् आणि प्रोशिट्टोची तयारी करायला लागले असतील असे

माझ्या मनात यायचे. सर्व्हिस करताना चेंडू वर फेकला की, त्याच्याकडे पाहताना, कँपाग्नोलातले आमचे टेबल आणि टेबलावर लोण्यात घोळलेले, व्हाइट वाईनमध्ये तरंगणारे मृदू झिंगे, बाजूला मऊ, मिठाईचा गोडवा असणारी रॅव्हियोली दिसायला लागायची. सामन्याचा निकाल काहीही लागो, मी आणि ब्रुकने हॉटेलात प्रवेश केला की, आमचे स्वागत टाळ्यांनीच होणार हेही मला आठवायचे.

कँपाग्नोलाचे वयस्कर मॅनेजर फ्रँकी हे कायम कडक पोशाखात असायचे. अगदी गिल यांच्यासारखेच! इटालियन पद्धतीचा सूट, फुलाफुलांचा टाय, कोटाच्या खिशातून वर डोकावणारा रेशमी रुमाल. मधला एक दात पडलेला असला तरी चेहऱ्यावर छानसे स्वागतपर हसू. जवळ अनेक गमतीदार गोष्टींचा खजिना, ताज्या बातम्यांचा साठा. ब्रुकने अगदी प्रथम त्यांची आणि माझी ओळख करून दिली तेव्हा ती म्हणाली होती, 'हे मला माझ्या वडिलांसारखेच आहेत!' बस, त्या शब्दांनी जादूच केली. 'वडिलांसारखे' या नात्याचा मलाही विशेष आदर होताच, त्यामुळे मीही फ्रँकी यांच्या प्रेमात पडलो. ते आम्हाला मायेने, आग्रहाने रेड वाईन पाजायचे. हॉटेलमध्ये येणाऱ्या काही प्रसिद्ध, मान्यवर व्यक्तींचे मजेदार किस्से ऐकवायचे. तसेच गोड बोलून गंडा घालणारे भामटे, सराईत डाकू यांच्याही प्रचंड विनोदी कहाण्या सांगायचे. ब्रुकला इतके हसवायचे की, तिच्या गालांवर मोहक लाली चढायची. केवळ ब्रुकच्या शिफारसीमुळे नव्हे तर मी आपण होऊन फ्रँकींच्या प्रेमात पडलो होतो.

कुप्रसिद्ध असलेल्या जॉन गोट्टी याच्याबद्दल सांगताना फ्रँकी सांगायचे, 'अहो, तो जॉन, आमच्याच हॉटेलमध्ये यायचा आणि कायम त्या तिथल्या खिडकीजवळच्या टेबलावर बसायचा. का माहितीय? कोणी त्याच्या मागावर आलं तर आधीच कळावं म्हणून!'

'मला पण खिडकीजवळच्याच टेबलावर बसावंसं वाटतं,' मी म्हणायचो.

फ्रँकी हसायचे आणि मान डोलावून म्हणायचे की, मला माहितीये. फ्रँकी प्रामाणिक होते, समजूतदार होते, कामसू, कष्ट करणारे होते. अगदी माझ्याच पंगतीत बसतील असे. हॉटेलमध्ये शिरलो की, माझे डोळे त्यांनाच शोधायला लागायचे. त्यांच्या सहवासात माझ्या चिंता, पीडा, यातनांची धार जरा बोथट होते, असे माझ्या लक्षात आले होते. दोन्ही हात फैलावून हसतमुख चेहऱ्याने ते समोर आले आणि आम्हाला प्रेमाने, आपुलकीने आमच्या नेहमीच्या, ठरलेल्या टेबलाकडे नेऊ लागले की छान वाटायचे. कधी कधी आमच्या त्या टेबलावर आधीच कोणी इतर ग्राहक बसलेले असायचे. अशा वेळी फ्रँकी हरतऱ्हेने त्यांना तेथून उठवायचे. त्या वेळी त्या ग्राहकांच्या चेहऱ्यावरील नाराजी पाहण्याचे, त्यांचा तक्रारीचा सूर ऐकण्याचे आम्ही टाळायचो; पण त्यामुळे फ्रँकींशी जास्त चांगला सूर जुळायचा.

माझ्या दृष्टीने फ्रँकी यांचा सर्वांत भावणारा गुण होता, तो त्यांचे त्यांच्या मुलांविषयीचे कमालीचे प्रेम. ते सतत त्यांच्या मुलांबद्दल बोलत राहायचे, त्यांचे गुणगान करायची संधी शोधत राहायचे. ती मिळताच त्यात भर म्हणून खिशातून त्यांचे फोटो काढून मोठ्या कौतुकाने आम्हाला दाखवायचे. त्यांना त्या मुलांच्या भविष्याविषयी भारी चिंता वाटायची. एका रात्री उशिरा आमच्याशी बोलताना त्यांनी त्यांच्या चिंताग्रस्त चेहऱ्यावरून हात फिरवीत त्यांच्या मनातील चिंता आम्हाला सांगितली. त्यांची मुले अजून शाळेत आहेत; पण त्यांना आत्तापासूनच त्यांच्या कॉलेजमधील प्रवेशाच्या विचाराने ताण येतो आहे, असे ते म्हणाले. शिक्षणाच्या वाढत्या खर्चाविषयीही त्यांना काळजी वाटत होती आणि ती व्यक्त करताना ते ती जबाबदारी कशी पार पाडू शकणार आहेत हेही माहीत नसल्याचे ते गंभीरपणे सांगत होते.

काही दिवसांनी मी पेरीला माझ्याकडे असलेल्या नाइकेच्या रोख्यांमधले काही रोखे फ्रँकी यांच्या नावावर करायला सांगितले. त्यानंतर मी आणि ब्रुक जेव्हा कँपाग्रोलामध्ये गेलो तेव्हा त्याबद्दल मी फ्रँकींना सांगितले. त्यांना त्या रोख्यांना दहा वर्षे हात लावता येणार नव्हता. ती मुदत संपल्यावर मात्र त्यातून कॉलेजची फी भरण्याची तरतूद होईल एवढी रक्कम त्यांना मिळण्याची सोय केलेली होती. फ्रँकी भावनावश झाले. त्यांचा खालचा ओठ थरथरू लागला. डोळे भरून आले. ते भरल्या आवाजात म्हणाले, ''आंद्रे, तू माझ्यासाठी असं काहीतरी करशील यावर खरंच माझा विश्वासच बसत नाही!'

त्यांची ती भावपूर्ण प्रतिक्रिया पाहून मला आश्चर्यच वाटले. त्यांना मुलांच्या कॉलेजच्या फीची काळजी वाटत होती. मी ती दूर केली एवढाच माझ्या त्या कृतीमागचा विचार, तिचा अर्थ होता. मला ना शिक्षणाचे मोल माहीत होते, ना त्यासाठी खाव्या लागणाऱ्या खस्तांची कल्पना होती. मुले आणि विशेषतः त्यांचे पालक यांना करावे लागणारे प्रचंड कष्ट, भोगावा लागणारा ताण या गोष्टीचा मी कधी विचारच केला नव्हता. 'जेथून पळून जायचे ती जागा म्हणजे शाळा' ही माझी धारणा. मी मदत करताना फार गंभीरपणे विचार वगैरे केलेला नव्हता. मी शाळेत असताना काहीच शिकलो नव्हतो; पण माझ्या हातून सहजपणे घडलेल्या कृतीचा परिणाम पाहून मात्र मी बरेच काही शिकलो.

१९९६च्या सबंध वर्षात घडलेल्या सर्व घटनांमध्ये ज्या घटनेने मला आगळे समाधान दिले, वेगळी जाणीव दिली, एक निराळा भावबंध निर्माण करून दिला, स्वतःशी जवळिकीचे नाते जोडून दिले ती ही घटना फ्रँकी यांना केलेल्या निर्हेतुक मदतीची होती. मी स्वतःला म्हणालोसुद्धा, 'बघ, हे लक्षात ठेव. जीवनाला अर्थ प्राप्त करून द्यायचा असेल, ते परिपूर्ण बनवायचे असेल तर अशी सत्पात्री, निःस्वार्थी मदत करायला हवी. एकमेकांना साहाय्य करायला,

सुरक्षिततेची भावना निर्माण करायला तर आपण या जगात एकत्र येतो. हे सोडू नकोस.' १९९६ साल सरत चालले. त्या वर्षांच्या अखेरच्या दिवसात ब्रुकची आणि माझी सुरक्षितता हा फार लक्षणीय, महत्त्वाचा मुद्दा बनला. ब्रुकला आणि कधी कधी मलाही, धमकीची पत्रे येऊ लागली. कधी भयंकर नुकसान पोहोचवण्याच्या तर कधी जीव घेण्याच्या धमक्या. पत्रे थरकाप उडवणारी, अंगावर काटा आणणारी, तपशीलवार वर्णनांनी भरलेली, विकृत मनोवृत्तीची दर्शक असत. आम्ही ती एफबीआय कडे पाठवीत असू. तेथील अधिकाऱ्यांशी बोलून त्यांचा पाठपुरावा करण्याची जबाबदारी आम्ही गिल यांच्यावर सोपवली होती. काही पत्रांचे स्रोत हाती लागत असत. अशा वेळी गिलही 'दादा' बनत. सरळ पत्रलेखकाकडे जाऊन धडकत, गरज पडली तर त्यासाठी विमानप्रवाससुद्धा करत. त्या गुंडाची हमखास गाठ पडावी, यासाठी सहसा पहाटेची वेळ निवडत. त्याच्या घरी किंवा अड्ड्यावर जात, त्याच्यासमोर त्यानेच लिहिलेले पत्र धरीत आणि अत्यंत सौम्य शब्दात त्याला दम देत, 'हे बघ, तुझ्याबद्दलची सगळी माहिती माझ्याकडे आहे. माझ्याकडे एकदा नीट बघून घे. कारण, पुन्हा जर ब्रुक किंवा आंद्रे यांना अशी पत्रे लिहिलीस तर पुन्हा एकदा तुला माझे तोंड बघायला लागेल आणि मला वाटते ते तुला आवडणार नाही, परवडणार नाही!'

काही पत्रांचा काहीच छडा लागायचा नाही. ती फारच भयंकर असली आणि त्यात दुर्घटनेची तारीख, वेळ यांचा नेमका उल्लेख असेल तर गिल त्या वेळी, जरूर पडली तर रात्रभरही, ब्रुकच्या ब्राऊनस्टोन या निवासस्थानाबाहेर पहारा द्यायचे. चहूबाजूंना डोळ्यात तेल घालून लक्ष ठेवायचे. मी पहारा म्हणतो तेव्हा ते खरोखरच रात्रभरसुद्धा 'खडा' पहाराच द्यायचे.

कधी कधी रात्रीपाठोपाठ रात्रीही जागायचे. निनावी पत्र पाठवणाऱ्या नीच लोकांच्या कारवायांनी गिल यांच्यावर प्रचंड ताण येत होता. आपण प्रयत्नात, खबरदारी घेण्यात कमी पडत नाही ना, एखादी गोष्ट दुर्लक्षित तर राहत नाही ना या काळजीने हैराण होत होते. पाहारा देत असताना त्यांचे डोळे तारवटून जायचे. आपण जरा इकडे तिकडे पाहत असताना, डोळ्यांची उघडझाप करत असताना कोणी नराधम आत घुसेल आणि नको ते घडेल अशी त्यांना सतत भीती वाटायची. त्यांना या चिंतेने पछाडूनच टाकले होते. त्यांची मानसिक स्थिती बिघडू लागली होती. त्यांना औदासीन्य घेरू लागले होते आणि त्यांच्याबरोबर मलाही. कारण, त्यांच्या या स्थितीला कारण मी होतो! मला अपराधी वाटत होते. काहीतरी भयंकर घडणार अशा भीतीने, अशुभाच्या कल्पनेने मलाही भारून टाकले होते. मी दुःखी झालो होतो.

मी स्वतःला समजवायचो, धीर द्यायचो. 'तुला दुःख करायचं काय कारण? तुझ्या बँकेत भरपूर पैसे आहेत, स्वतःच्या मालकीचं विमानसुद्धा आहे!' पण

माझे समाधान व्हायचे नाही, मला उदासीनता यायचीच, निराशा ग्रासायचीच. जे आयुष्य मी स्वतः निवडलेले नव्हते त्याच आयुष्यात मी अडकून पडलो होतो. दृष्टीस न पडणाऱ्या, सर्वस्वी अनोळखी दुष्टांनी माझा पाठलाग मांडला होता. या आणि अशाच अनेकविध विचारांनी मनाला विवशता यायची. ही अस्वस्थता मी कोणाजवळ बोलूनही दाखवू शकत नव्हतो, ब्रुकबरोबरही नाही कारण मला माझीच दुर्बलता जाहीर करायची लाज वाटत होती. एक विशिष्ट गोष्ट गमावली आहे म्हणून शोक करणे निराळे आणि प्रत्यक्षात काहीच विपरीत घडले नसताना, अशुभाच्या शक्यतेने एकंदरीत आयुष्याविषयीच उदासीनता येणे निराळे. 'मला असे कसे उगीचच खचून गेल्यासारखे वाटते आहे? आणि का? छे, मी नाही हे स्वीकारणार!' असे म्हणून मी सगळेच नाकारत होतो.

समजा, मला ब्रुकशी याबद्दल चर्चा करायची असती तरीही आणखी एक अडचण होतीच. आमच्यातील संभाषण रोडावले होते. आमच्या ताराच जुळेनाशा झाल्या होत्या, सूर हरवला होता. ताल बिघडला होता. मी अगदी फ्रँकीबद्दल, त्याला केलेल्या मदतीबद्दल बोलायला गेलो तरीही ती ऐकते आहे असे काही वाटायचे नाही. त्यांच्या बाबतीतला तिचा सुरवातीचा उत्साह मावळलेला होता. 'रंगमंचावरील त्याचे काम संपलेले आहे, आता त्याने 'एक्झिट' घ्यावी' असेच जणू तिला वाटत होते. हा तिचा स्वभाव आता मला लक्षात येऊ लागला होता. तिच्या ओळखीचे जे लोक माझ्या संपर्कात आले होते, तिच्या जीवनातील ज्या गोष्टींचा माझ्याशी संबंध आला होता, तिच्यामुळे ज्या काही नव्या ठिकाणांशी माझ्या ओळखी झाल्या होत्या त्या सर्व बाबतीतही तिने तसाच दृष्टिकोन दाखवलेला होता. तिने बरोबर नेऊन दाखवलेली संग्रहालये, कलादालने, तिने ओळख करून दिलेल्या ख्यातनाम व्यक्ती, काही लेखक, दाखवलेले चित्रपट, नाटके, काही उत्तम कार्यक्रम, तिच्या मित्रपरिवारातील काही सदस्य या सगळ्या बाबतीत असेच व्हायचे. सुरवातीला ती रस घेऊन मला एखाद्या गोष्टीशी जोडून द्यायची; पण मी त्यात रस घेऊ लागलो, त्या व्यक्तींशी संपर्क वाढवू लागलो, त्यातून काही नवीन शिकू लागलो, अनुभवू लागलो की, तो रस कमी कमी होत जायचा. ती स्वतः त्या व्यक्ती, त्या गोष्टींपासून दूर व्हायची. त्यांना दूर सारायची.

आमच्या दोघांच्या अनुरूपतेबद्दलच माझ्या मनात संदेह निर्माण होऊ लागला होता. खरे तर आम्ही अनुरूप नाही, असेच मला वाटू लागले होते; पण मला माझा विचार मांडता येत नव्हता. आपण माघार घ्यावी, संबंध संपवावेत असे सुचवता येत नव्हते. कारण, त्या सुमारास मी टेनिसपासून दूर झालो होतो. जर ब्रुकही नाही आणि टेनिसही नाही अशी स्थिती झाली असती तर मी एकटा पडलो असतो. सभोवतीच्या अंधाराचा मी आधीच धसका घेतला होता. त्यातच भावी भीषण पोकळीच्या धास्तीची भर पडली असती तर माझा काही निभाव

लागला नसता म्हणूनच मी ब्रुकला धरून होतो आणि काहीही असले तरी तीही मला धरून होती. तो प्रेमबंध आहे असेच मला वाटत होते; पण त्याहीपेक्षा लुव्र कलासंग्रहालयातील चित्रात त्या पर्वतकड्यावर उभ्या असलेल्या नग्न तरुणाच्या चित्रातील त्याच्या गळ्याभोवती पडलेल्या अनेक पाशांपैकी तो एक जीवनपाश असावा असेही वाटत होते.

माझे आणि ब्रुकचे नाते जुळले त्याला दोन वर्षे पूर्ण झाली होती. असा स्नेहसंबंध इतका दीर्घकाळ टिकून राहणे ही गोष्ट माझ्या आयुष्यात प्रथमच घडत होती. आता त्याला एक औपचारिक, समाजमान्य रूप द्यावे असे मी ठरवले. या आधीच्या प्रेमसंबंधांच्या बाबतीत नेहमीच दोन वर्षांच्या आतच 'त्याचे काय करायचे' हा निर्णय घ्यायची वेळ आली होती. दरवेळी तो संपवलाच गेला होता. दोन वर्षे पूर्ण व्हायच्या आसपास मला तरी माझ्या प्रेयसीचा कंटाळा यायला लागायचा नाहीतर तिला तरी माझा. जणू माझ्या हृदयातील प्रेमकोषाला दोन वर्षांचा 'कालनियंत्रक'च लावून ठेवलेला होता. वेंडीबरोबरही मी दोन वर्षे होतो, आधी प्रेम, मग मैत्री आणि नंतर संबंधांचा जाणीवपूर्वक अंत. वेंडीच्या आधी मी मेंफिसमधल्या एका मुलीच्या प्रेमात होतो, तेव्हाही दोन वर्षे झाली आणि मी तिच्यापासून दूर पळालो. प्रेमाचे हे दोन वर्षांचे घड्याळ पेरीने माझ्या नजरेला आणून देईपर्यंत मला लक्षातही आले नव्हते.

का ते माहीत नाही; पण मी बदलायचे ठरवले होते. आयुष्याचे पाव शतक पार केल्यावर, वयाच्या सव्विसाव्या वर्षी तरी हा साचा बदलायला हवा. अन्यथा, छत्तीसाव्या वर्षीही मागे वळून पाहताना अशा आणखी बऱ्याच दोन वर्षांच्या अल्पकालीन, अपयशी प्रेमसंबंधांची नुसतीच निराशापूर्वक उजळणी करायची वेळ आली असती. मला माझे स्वतःचे कुटुंब, माझा परिवार हवा असेल, मला सुखी गृहस्थ व्हायचे असेल तर ही दोन वर्षांची सीमारेषा ओलांडणे गरजेचेच होते. मला काही जबाबदारी स्वीकारणे, बंधने मान्य करणे भाग होते.

तसे पाहायला गेले, तर ब्रुकच्या चित्रीकरणाच्या कामाची धामधुम आणि माझ्या खेळाचे भरगच्च कार्यक्रम यातून आम्ही एकमेकांबरोबर घालवलेले दिवस मोजले तर ते काही महिन्यांपेक्षा जास्त भरले नसते. तेवढ्या काळात आम्ही एकमेकांना पुरते ओळखायलाही लागलो होतो, असेही म्हणता आले नसते. अशा स्थितीतही माझे मन मला सांगत होते की, ब्रुकवर कोणताही निर्णय लादला जाऊ नये. इतक्या लवकर लग्नाच्या बंधनात अडकायलाही माझे मन तयार नव्हते; पण मला काय वाटते, मला काय हवे याचा विचार आजवर माझ्या जीवनात कधी आणि कोणी केला होता? मी काय करावे हे माझ्या मर्जीने कधी ठरले होते? आणि जेव्हा केव्हा मी आपण होऊन एखादी गोष्ट केली होती, एखाद्या स्पर्धेत मी स्वतःच्या मनाने, विजेतेपद मिळवायचेच या जिद्दीने उतरलो

होतो तेव्हा पहिल्याच फेरीत पराभूत झालो होतो. जेव्हा केव्हा पूर्ण मनाविरुद्ध, अगदी नाखुषीने स्पर्धेत भाग घेतला होता तेव्हा नेमका थेट अंतिम यशापर्यंत पोहोचलो होतो, तेव्हा आयुष्यातील अत्यंत महत्त्वाचा, दुसरी फेरी नसलेला हा विवाहाचा खेळही मी तसाच, अनिश्चिततेतच खेळणार होतो का असा प्रश्न मला पडला होता.

आणखी एक गोष्ट घडत होती – माझ्या भोवतीचे बरेच जण लग्नबंधनात अडकत होते – पेरी, फिली, जे.पी. सगळेच. फिली आणि जे.पी. हे दोघे तर त्यांच्या जीवनसंगिनींना एकाच रात्री, एकाच ठिकाणी भेटले होते. क्रीडाजीवनातील 'सूडाच्या उन्हाळ्या'नंतर वैयक्तिक जीवनात 'विवाहाचा हिवाळा'च जणू अवतरत होता. मी पेरीचा सल्ला घ्यायचे ठरवले. आम्ही व्हेगासमध्ये वारंवार भेटलो, चर्चा केल्या, फोनवर तासन्तास बोललो. त्याचा कल लग्न करण्याकडे होता. त्याच्या मते ब्रुक ही अचूक निवड होती. 'प्रिन्स्टनसारख्या कॉलेजमधून पदवी मिळवलेल्या इतक्या यशस्वी मॉडेलपेक्षा चांगली सहचारिणी मला आणखी कोणती मिळणार?' असा त्याचा प्रश्न होता. काही काळापूर्वी आम्ही दोघांनी मिळून माझी मैत्रीण, सखी म्हणून तिची स्वप्ने पाहिली होती. ती माझ्या जीवनात एक ना एक दिवस नक्की येणारच असे भविष्यही त्याने त्या वेळी वर्तवले होते. तो म्हणाला की, 'त्या वेळी तसे प्राक्तन होते आता असे आहे! त्या वेळी ती तुझ्या जीवनात आलीच! आता...' त्याने मला *शॅडोलॅन्ड्स* या चित्रपटाचा नायक, 'क्रॉनिकल्स ऑफ नॉर्निया'सारख्या लहान मुलांच्यात अतिशय लोकप्रिय झालेल्या पुस्तकांचा लेखक, लिखाण, व्याख्याने यात मग्न झालेला, प्रेमाचा विचारही कधी मनात न उमललेला, प्रेम, लग्न या गोष्टींना घाबरणारा, ऑक्सफर्ड विद्यापीठातील प्राध्यापक, धर्मशास्त्राचा अभ्यासक सी. एस. लुईस याची आठवण करून दिली. त्याच्या आयुष्यात प्रेम जरा उशिराने प्रवेश करते. तो त्याला स्वीकारतो. नकळत प्रेमातच पडतो आणि त्याच्या आयुष्याला अर्थ प्राप्त होतो. तो खऱ्या अर्थाने आयुष्य जगू लागतो. तो चित्रपट प्रेमाच्या त्या सामर्थ्याचेच दर्शन घडवतो. त्यानंतर प्राध्यापक लुईस त्याच्या विद्यार्थ्यांना संदेश देतो की, *आपण असे अर्थपूर्ण आयुष्य जगावे ही परमेश्वराचीच इच्छा असते!*

पेरी लगेच पुढल्या गोष्टी बोलू लागला. लॉस एंजलिसमध्ये त्याच्या माहितीचा एक सराफ होता. त्याने त्याच्या नियोजित वधूसाठी तेथूनच अंगठी खरेदी केली होती. मला कशा प्रकारची अंगठी हवी आहे हे तो मला ठरवायला सांगू लागला. 'ब्रुकला लग्नाबद्दल विचारायचे की नाही ते पाहिजे तर नंतर ठरव, अंगठी तर निवडून ठेव,' असा सल्ला त्याने मला दिला.

ब्रुकला कशी अंगठी हवी होती हे मला पूर्णपणे माहीत होते. ते तिने मला कितीतरी वेळा निरनिराळ्या संदर्भात सांगितलेलेच होते – तिला टिफनी या

कंपनीची गोल आकाराचा, पैलू पाडलेला हिरा बसवलेली अंगठी हवी होती. तिने अंगठीचे अगदी तपशिलवार वर्णन केलेले होते. दागिने, कपडे, गाड्या, पादत्राणे असल्या गोष्टींमधील तिची आवडनावड आणि निवड हा तिच्या आवडीचा विषय होता. ती त्या बाबतीतली मते अगदी निःसंकोचपणे सांगायची. खरे म्हणजे फक्त याच विषयावरचे आमचे बोलणे झकास रंगायचे. चर्चेत चैतन्य झळकायचे. सुरवातीला आम्ही आमचे बालपण, आमचा गतकाळ, भविष्यकाळ, आमच्या भावी भव्य दिव्य योजना, हृदयाजवळ जपलेली आमची स्वप्ने, मनातील भाव भावना यांविषयी बोलायचो. अलीकडे अलीकडे मात्र बाजारातील उत्तम सोफासेट, सर्वांत चांगली स्टीरिओ सिस्टिम, विशिष्ट हॉटेलमधले चीजबर्गर्स असल्या विषयांवरच्या चर्चाच रसभरीत व्हायच्या. मीही त्या चर्चांमध्येच रस असल्याचे दाखवायचो. कारण, तशा चर्चा हाच सुखी जीवनाचा मार्ग होता हे मला कळून चुकले होते. मला ब्रुकच्या खुशीची चिंता वाटायची. तिच्या नाराजीची भीती वाटायची आणि त्यामुळे मी नेहमीच त्या तशा, तिच्या प्रिय विषयांवरील बोलण्यावरच जास्त भर द्यायचो.

असो, तर मी मनाची तयारी केली, धीर एकवटला आणि त्या टिफनी नावाच्या सराफाच्या दुकानात फोन केला आणि मला वाङ्‌निश्चयासाठी अंगठी हवी असल्याचे सांगितले. हा क्षण खरा तर रोमहर्षक, अत्यंत आनंदाचा. हो की नाही? पण का कोणास ठाऊक, माझे हृदय धडधडत होते, आवाजही जरा घोगरा येत होता. फोनवरील विक्रेतीने प्रश्नांची सरबत्तीच सुरू केली – आकार? किती कॅरेटची? रंग? शुद्धता? तिला सगळे स्पष्ट, स्वच्छ हवे होते आणि ती निःसंदिग्धता, ती निश्चिती तिला माझ्याकडून अपेक्षित होती – माझ्याकडून!

मी मनात म्हणालो, *'बाई गं, तू चुकीच्या माणसाकडून चुकीची अपेक्षा करते आहेस!'*

फोनवर म्हणालो, ''मला एवढंच माहितीय की 'टिफनी कट' म्हणून जी असते ती हवी आणि हिरा गोल हवा...''

''केव्हा हवी आहे तुम्हाला?''

''...शक्य तितक्या लवकर...''

''मिळेल. मला वाटतं तुम्हाला जशी हवी आहे, तशी अंगठी *तयार* आहे माझ्याकडे.''

काही दिवसांतच कुरियरने अंगठी माझ्या हातात पडली. बॉक्स जरा मोठाच हाता. नंतरचे दोन आठवडे मी तो बॉक्स खिशात ठेवून तसाच हिंडत होतो. ती चांगलीच जड होती आणि मला तिची भीती वाटत होती आणि माझीही!

ब्रुक त्या वेळी एका चित्रीकरणासाठी बाहेरगावी गेलेली होती. आम्ही रोज रात्री फोनवर मात्र हमखास बोलत होतो. बरेचदा मी फोन खांद्याच्या आधाराने

कानाला लावून बोलायचो आणि हात मोकळे ठेवून त्या मोकळ्या हातांनी ती अंगठी कुरवाळायचो. तिचे चित्रीकरण कॅरोलिनामध्ये चाललेले होते. तेथे प्रचंड थंडी होती; पण चित्रपटातील ज्या प्रसंगांचे चित्रीकरण सुरू होते ते उबदार हवेत घडणारे होते. ब्रुक सांगायची की दिग्दर्शक तिला आणि सगळ्याच कलाकारांना बोलताना तोंडातून वाफ बाहेर पडू नये, यासाठी बर्फ चोखायची सक्ती करायचा.

मी मनात म्हणायचो, 'कोणाचा तरी हात चोखण्यापेक्षा बर्फ चोखणे बरे!'

ती कधी कधी तिचे चित्रपटातले संवाद मला म्हणून दाखवायची आणि आम्ही खूप हसायचो. कारण, ते खोटे, कृत्रिम वाटायचे.

कधी कधी आमचा फोन झाला की, मी गाडी काढायचो, हीटर सुरू करायचो आणि लांब चक्कर मारायचो. मी मनात आमच्या फोनवरच्या संभाषणाची उजळणी करायचो. त्या वेळी तिचे खरे बोलणे कोणते आणि तिने म्हणून दाखवलेले चित्रपटातील संवाद कोणते याबद्दल गोंधळ उडायचा. त्यातला फरक लक्षात यायचा नाही. मी खिशातून बॉक्स काढायचो, अंगठी बाहेर काढून गाडीच्या डॅशबोर्डवर माझ्या डोळ्यांसमोर ठेवायचो आणि तिच्याकडे पाहत राहायचो. रस्त्याच्या दुभाजकावरचे दिवे हिऱ्यांसारखे चमकायचे. अंगठीतला हिरा दिव्यांच्या प्रकाशात चमकायचा.

'चमकती निःसंदिग्धता!'

ब्रुकचे चित्रीकरण संपले. मीही ओळीने झालेल्या तीन महत्त्वाच्या स्लॅम स्पर्धांमधून थोडा रिकामा झालो. माझा खेळ अधिकाधिक वाईट होत होता. काही क्रीडासमीक्षकांनी खऱ्या निराशेने तर काहींनी आसुरी आनंदाने 'आगासी संपला' अशी हाकाटी करून 'तीन स्लॅम स्पर्धा जिंकल्या म्हणजेच खरे म्हणजे डोक्यावरून पाणी गेले, एवढे झाले हेच खूप झाले... आता नाही...' असा निष्कर्षही काढून रिकामे झाले. या सगळ्यावरचा तोडगा म्हणून ब्रुकचा प्रस्ताव असा होता की आम्ही दोघांनी काही काळ कुठे तरी दूरवर जाऊन राहावे. आम्ही हवाई बेटांची निवड केली. निघताना मी माझ्या प्रवासी बॅगेत आठवणीने अंगठीचा बॉक्स ठेवला.

खाली पसरलेल्या लहान मोठ्या ज्वालामुखींच्या दिशेने विमान झेपावले, तेव्हा माझ्या पोटात ढवळलेच. लवकरच पाम वृक्षांची गर्दी, फेसाळलेल्या लाटांनी सजलेले लांबच लांब समुद्रकिनारे, धुक्याने आच्छादलेली उंच झाडांची घनदाट जंगले दिसू लागली. मी मनात म्हणालो की, 'आणखी एक स्वर्गद्वीप! दर वेळी जगापासून दूर, समुद्राने वेढलेल्या बेटावरच का यावं लागतं आपल्याला? ब्रुकच्या मनावर अजूनही तिने एकेकाळी गाजवलेल्या 'ब्ल्यू लगून' या चित्रपटाचा परिणाम नसेल ना?' खाली जाणाऱ्या विमानाच्या इंजिनाचा घोगरा आवाज

ऐकताना ते एखाद्या ज्वालामुखीच्या उघड्या तोंडात शिरेल का, अशा शंकेने मी उत्तेजित झालो; पण माझी निराशाच झाली. विमान अगदी अलगद, सुखरूप धावपट्टीवर उतरले.

मौना लानी नावाच्या रिसॉर्टमध्ये मी एक बंगलाच घेतला होता. दोन शयनगृहे, स्वयंपाकघर, जेवणघर, पोहण्याचा तलाव आणि सेवेला पूर्ण वेळेचा स्वयंपाकी. बंगल्याच्या बाहेर लांबच लांब, फक्त आमच्यासाठी आरक्षित असलेला सुंदर समुद्रकिनारा. पहिले एक-दोन दिवस आम्ही बंगल्यात आणि बंगल्याभोवती विहार करण्यात, बंगल्यातील तलावात पोहण्यात, तलावाच्या काठावर आराम करण्यात घालवले. त्या दिवसात ब्रुक एक पुस्तक वाचण्यात गढून गेली होती. त्याचा विषय होता, 'तिशीतही विवाहबंधनात न अडकता स्त्रीने अविवाहित जीवन सुखाने कसे घालवावे'. पुस्तक तोंडासमोर धरायचे, बोटाला थुंकी लावून त्या बोटाने आवाज करून पान उलटायचे ही तिची सवय. नेमके त्या विषयावरील पुस्तक ही माझ्यासाठी अप्रत्यक्ष सूचना असू शकते हे त्या वेळी माझ्या मनातही आले नाही. तिला कधी, कसे 'प्रपोज' करायचे याच विचाराने मला सतत घेरून टाकले होते.

''आंद्रे, काय झालंय तुला? कुठे हरवलायस तू?''

''काही नाही. इथंच तर आहे...''

''सगळं ठीक आहे ना?''

मी ''हो हो'' म्हणालो; पण मनात म्हणत होतो की, 'मला एकट्यालाच सोड काही वेळ! मला ठरवू दे तुझ्यासमोर लग्नाचा प्रस्ताव कधी, कुठे, कसा ठेवायचा ते...'

मी एखाद्या खुन्यासारखा 'सावजा'ला एकटे गाठून आपला महत्त्वपूर्ण कार्यभाग उरकण्यासाठी योग्य वेळ काळ आणि जागा यांचा अखंड विचार करत होतो. मनाशी योजना आखीत होतो. फरक हा होता की, खुन्याला परिणाम माहीत असतो. माझा जीव टांगणीला लागलेला होता.

तिसऱ्या रात्री घरीच जेवायचा बेत होता; पण त्याआधी मी बाहेर कुठेतरी छानपैकी 'चक्कर' मारायचो. तोही अगदी खास पोशाखात, असा प्रस्ताव मांडला. ब्रुकने तो 'फारच छान कल्पना' असे म्हणून उत्साहने स्वीकारला आणि खरोखरच एका तासाने ती नटून थटून, पांढऱ्या शुभ्र पायघोळ झग्यात बाहेर आली. मी शर्ट-पँटच घातली होती आणि मूर्खासारखी पँटची निवड पण चुकीची केली होती. कारण, तिचे खिसे अंगठीचा बॉक्स त्यात न मावण्याइतके लहान होते. मी एक हात खिशात घुसवलेल्या बॉक्समुळे फुगलेल्या खिशावर ठेवूनच चालत, वावरत होतो.

मी सामन्याच्या आधी करतो तसे हात पाय लांबवून, शरीर ताणून कंटाळल्याचा, अवघडल्याचा अभिनय करून समुद्रकिनाऱ्यावर 'विहार' करायला

जाऊ असे सुचवले. ब्रुकने वाईनचा एक मोठा घोट घेतला आणि ती 'हो, मस्त, जाऊ या, चल' असेही म्हणाली. तिच्या चेहऱ्यावरील हास्यात 'हे सगळं काय चाललंय?' असा भाव होता. आम्ही दहा मिनिटे किनाऱ्यावर चालत चालत बंगल्यापासून बरेच लांब पोहोचलो. सर्वत्र नीरव शांतता, कुठे आसमंतात चिटपाखरूही नाही. मी एकदा मान वळवून खात्री करून घेतली. कोणी वाट चुकलेला प्रवासी, बातमीच्या शोधातला वार्ताहर... नाही. किनारा मोकळा, आसमंत स्तब्ध. मला *टॉप गन* या चित्रपटातला तो संवाद आठवला, 'संधी समोर दिसतीय, धोका मुळीच दिसत नाही, घेऊन टाक.'

मी ब्रुकला दोन पावले पुढे जाऊ दिली आणि एक गुडघा टेकून वाळूत बसलो. ब्रुकने वळून पाहिले.

'ब्रुक क्रिस्ता शील्ड्स' मी म्हणालो.

तिच्या चेहऱ्यावरील रंग उतरला. मागच्या सूर्यास्ताचे रंग स्पष्ट दिसू लागले.

त्याआधी तिच्या बोलण्यात ही गोष्ट बऱ्याच वेळा आली होती. जो कोणी तिला लग्नाबद्दल विचारेल त्याने तिचे पूर्ण, कायदेशीर नोंदणी केलेले नावच घेतले पाहिजे. का ते मला कधी कळले नाही आणि कारण विचारण्याची गरजही भासली नाही; पण त्याची आठवण ठेवून मी पुन्हा तिचे पूर्ण नाव घेतले,

''ब्रुक क्रिस्ता शील्ड्स...''

तिचा एक हात तिच्या कपाळाकडे गेला. 'थांब जरा... अरे तू... तू... थांब जरा... मी... मी तयार नाही अजून...'

आपण दोघेही तयार असलो पाहिजे...

मी खिशातून बॉक्स आणि बॉक्समधून अंगठी बाहेर काढली. ब्रुकच्या डोळ्यांतून अश्रू वाहत होते ते ती एका हाताने पुसत असतानाच मी अंगठी तिच्या दुसऱ्या हाताच्या बोटात सरकवली.

''ब्रुक क्रिस्ता शील्ड्स, तू माझ्याशी लग्न करशील?''

तिने दोन्ही हातांनी मला वर उठवले. मी तिचे चुंबन घेतले; पण माझे मन मला 'अरे, उतावळ्या, आणखी थोडा विचार करायला हवा होतास' असे सांगत होते. विचारीत होते, 'जिच्या बरोबर आंद्रे किर्क आगासी याने त्याचे उर्वरित आयुष्य घालवायचे आहे ती व्यक्ती नक्की हीच आहे का?'

ब्रुक मला त्रिवार होकार देत होती आणि मी खूप उशीर झाला आहे हे कळूनही मला थोडे थांबायला सांगत होतो!

दुसऱ्या दिवशी ब्रुकला आदल्या दिवशीचा 'सीन' पुन्हा करून हवा होता! 'रिटेक!' ती म्हणाली की, किनाऱ्यावर मी जेव्हा तिच्यासमोर बसून लग्नाची मागणी घातली तेव्हा तिला इतका जोराचा धक्का बसला होता की, तिला मी

३६४

काय बोलत होतो हे नीट कळतच नव्हते. तिला माझ्या तोंडून सगळे तसेच्या तसे, त्यातला शब्दन्‌शब्द पुन्हा ऐकायचा होता.

तिने हट्टच धरला, ''आंद्रे, खरंच, पुन्हा एकदा बोल ना... अरे, जे घडलं त्यावर माझा विश्वासच बसत नाही...''

'माझाही बसत नाही!' मी मनात म्हणालो.

हवाई बेटावर असतानाच ब्रुक लग्नाच्या तयारीला लागली. आम्ही लॉस एंजलिसला परतलो. मी परत कोणत्याही योजनेविना, माझ्या टेनिसच्या कारकिर्दीच्या वेगाने जवळ येत चाललेल्या शेवटाच्या दिशेच्या प्रवास करू लागलो. मी प्राथमिक फेऱ्यांतच एकामागून एक स्पर्धांमध्ये पराभूत होत होतो आणि त्यामुळे जास्त वेळ घरीच राहत होतो. ब्रुक त्यामुळे खूश होती; पण मी घरीही गप्प गप्प असायचो – घुमा. मला एक प्रकारची बधिरता आली होती. लग्नाला बोलावायच्या लोकांच्या याद्या, निमंत्रण पत्रिका, केक या विषयावर बोलायला ब्रुकला खूप वेळ मिळत होता.

१९९६च्या विम्बल्डनसाठी आम्ही इंग्लंडला गेलो. स्पर्धेला प्रारंभ होण्याआधीच्या दिवसातच एके दिवशी दुपारी ब्रुकने तेथील डॉर्चेस्टर या सर्वांत महागड्या, जगप्रसिद्ध, पंचतारांकित हॉटेलमध्ये जाण्याचा हट्ट धरला. मी तिला खूप समजावले; पण ती बधली नाही. जेवणाची वेळ कधीच उलटून गेलेली होती, संध्याकाळ अजून व्हायची होती. जाड लोकरीचे सूट, शर्टाच्या कॉलरभोवती बांधलेला बो अशा औपचारिक वेषातील वृद्ध आणि त्यांच्या वयस्कर सहचारिणी यांचीच हॉटेलात गर्दी होती. बरेच जण बसल्या बसल्याच पेंगत वामकुक्षी घेत होते. बाजूच्या कडक कडा काढून टाकलेल्या पांढऱ्या लुसलुशीत, लोण्याने माखलेल्या पावाचे सॅन्डविचेस आम्ही मागवले. त्याच्या बरोबर उकडलेली अंडी, कच्ची काकडी, टोमॅटो, कोबी यांचे तुकडे यांनी भरगच्च भरलेली प्लेट आणि जॅम आणि लोणी फासलेले केकही आले. सगळेच चरबीयुक्त. सर्वस्वी सत्वहीन आणि कमालीचे चवहीन! भोवतालचे वातावरण आणि समोरचे अन्न दोन्हीही अस्थानी, त्रासदायक, उबग आणणारे. मी वैतागून गेलो. बिल आणायला सांगावे असा विचार आला; पण गिळून टाकावा लागला. कारण, ब्रुक अतिशय खुशीत होती, पदार्थांचा मजेत आस्वाद घेत होती, आणखी जॅम मागवून आवडीने खात होती.

पहिल्या फेरीत मी डग फ्लॅच याच्या बरोबर सामना खेळलो. तो मानांकन यादीत कुठल्या कुठे, २८१व्या क्रमांकावरचा खेळाडू होता पण माझ्याविरुद्ध खेळताना मात्र तो इतक्या खालच्या स्थानावरचा खेळाडू मुळीच वाटत नव्हता. तो सामान्य खेळाडू रॉड लेव्हर या दोन दशकांपूर्वीच्या महान ऑस्ट्रेलियन टेनिसपटूच्या आवेशात खेळत होता. मी, तीन स्लॅम स्पर्धांचा विजेता, त्याच्याशी,

टेनिस कशाशी खातात हेही माहीत नसलेल्या राल्फ नाडर या राजकारणी कार्यकर्त्यासारखा खेळत होतो! त्यातून आम्ही नेमके भल्या भल्या विजेत्या खेळाडूंना हार पत्करायला लावणाऱ्या 'ग्रेव्हयार्ड कोर्ट' म्हणून प्रसिद्ध असलेल्या दोन नंबरच्या मैदानावर खेळत होतो. तेथील एका थडग्यावर नक्कीच माझे नाव लिहिले जात होते. मी लवकरात लवकर स्पर्धेतील माझा अवतार संपवला आणि ब्रुकबरोबर लॉस एंजलिसला परतून तिच्या लग्नाच्या पोशाखाबद्दलच्या गहन चर्चेत अडकलो.

उन्हाळा आला. मला एका भव्य सोहळ्याचे वेध लागले होते - नाही, माझ्या लग्नाचा सोहळा नाही. मी अधीर झालो होतो 'ॲटलांटा ऑलिम्पिक्स'मध्ये खेळण्यासाठी. का कोणास ठाऊक, काहीतरी नवे म्हणून असेल, मी वैयक्तिक खेळाडू म्हणून नाही तर माझ्या देशाच्या टीमचा सदस्य, तीस कोटी अमेरिकन जनतेचा प्रतिनिधी म्हणून खेळणार होतो म्हणून असेल; पण मला त्या स्पर्धेचे जबरदस्त आकर्षण वाटत होते. आणखी एक खास कारण होते - एक फार पूर्वीपासून अपूर्ण राहिलेले वर्तुळ पूर्ण होणार होते - ऑलिम्पिक्स खेळाडू वडिलांचा मुलगा ऑलिम्पिक्समध्येच खेळणार होता.

मी गिल यांच्याबरोबर व्यायाम सुरू केला. अगदी ऑलिम्पिक्समध्ये भाग घेणारा करतो तितका जोरदार व्यायाम करू लागलो. सर्वस्व पणाला लावून सराव करू लागलो. रोज सकाळी गिल यांच्या देखरेखीखाली दोन तास व्यायाम, मग ब्रॅडबरोबर दोन तास जोरदार खेळ, नंतर भर उन्हात 'गिल टेकडी'वर चढ-उतार. मला उन्हाळा पचवायचा होता, मला माझा दम, माझी सहनशक्ती वाढवायची होती.

ऑलिंपिक गेम्सचा उद्‌घाटन समारंभ मी चुकवला आणि वार्ताहरांच्या शिव्या खाल्ल्या. पेरीनेही नावे ठेवली; पण मी तेथे समारंभ साजरे करायला नाही, सुवर्णपदक मिळवायलाच आलो होतो. मला माझे खेळावरचे लक्ष जराही विचलित होऊ द्यायचे नव्हते. गेल्या काही दिवसांत एकत्र गोळा केलेली सर्व शक्ती फक्त खेळासाठीच साठवून ठेवायची होती. उद्‌घाटन समारंभ मुख्य शहरात होता आणि टेनिसचे सामने त्या भागापासून एक तासाच्या अंतरावरील स्टोन माउंटन या जागी खेळले जाणार होते. त्या जॉर्जियाच्या कडक उन्हात, दमट हवेत सूट घालून दीर्घ प्रवास करून समारंभाच्या ठिकाणी जायचे, तेथे अनंत काळपर्यंत वाट पाहत उभे राहून अखेरीस सर्व खेळाडूंच्या गर्दीत रांगेत गोल फिरायचे आणि मग विनाकारण दमून, घामेजून पुन्हा एक तास परतीचा प्रवास करून स्टोन माउंटनला पोहोचून सर्व ताकद आणि कौशल्य पणाला लावून सामना खेळायचा - छे, मला हे असले जमणे शक्यच नव्हते आणि मला तसे करायचेही नव्हते. मी सोहळे पाहणार होतो, इतर खेळही पाहणार होतो पण ते

माझे सामने खेळून झाल्यावर, आधी नाही! मला खेळावरच लक्ष केंद्रित करायचे होते. मी ठरवले होते, बाह्यरूप, नसते देखावे महत्त्वाचे नाहीत. आपले काम, आपले कर्तव्य, आपला खेळ महत्त्वाचा.

रात्रभर शांत झोप घेऊन, उत्तम शरीरस्वास्थ्य आणि मनःस्वास्थ्य यांच्या मदतीने मी पहिली फेरी स्वीडनच्या जोनास जोर्कमन याच्याविरुद्ध लीलया जिंकलो. दुसऱ्या फेरीत स्लोव्हाकियाच्या कॅरोल कुसेराला पराभूत केले. तिसऱ्या फेरीत इटलीच्या आंद्रेया गाउडेन्सी याने जरा कडवी लढत दिली. तो ताकदीवर खेळणारा खेळाडू. सर्व शक्ती पणाला लावून फटके मारणारा. समोरचा खेळाडू त्याच्या जोराला जरा जरी दबतो आहे असे लक्षात आले की, वरचढ होणारा; पण मी त्याच्या दमदार फटक्यांना जराही भीक घातली नाही; पण का कोण जाणे चेंडूही मला भीक घालत नव्हता. मी चुकांवर चुका करत होतो. बघता बघता मी एका सेटमध्ये पराभूत झालो. दुसऱ्या सेटमध्येही टाय झाला. मी हताशपणे ब्रॅडकडे पाहिले. त्याने खूण केली, '*प्रत्येक गुणासाठी भरपूर खेळव त्याला,* निर्णायक फटके मारण्याचा अट्टाहास करू नको.'

बरोबर! अचूक सूचना. मी ती पाळली. एकेका गुणासाठी दीर्घकाळ फटकेबाजी सुरू ठेवली. गाउडेन्सीवर दबाव आला, तो गांगरला, गोंधळला. महत्प्रयासाने का होईना मी सामना समाधानकारकरीत्या जिंकला. उपांत्यपूर्व सामन्यातही फरेराने मला जवळ जवळ स्पर्धेतून बाहेरच काढले होते. दोन सेट जिंकून तिसऱ्या सेटमध्येही तो ५-४ असा आघाडीवर होता. त्याची अखेरची सर्व्हिस होती आणि तो सामना जिंकू शकत होता. त्याने मला या आधी कधीच पराभूत केले नव्हते त्या वेळीही मला पराभवाचे तोंड पाहायचे नव्हते. त्या उत्तेजक क्षणी त्याच्या आत काय चालले असेल, किती आणि कशी आग पेटली असेल याचा मला अचूक अंदाज होता. मला माझ्या वडिलांचे बोलणे आठवले. ते या तणावपूर्ण निर्णायक क्षणी शरीरात पेटलेल्या आगीचे वर्णन त्यांच्या खास भाषेत असे करायचे, 'त्याच्या ढुंगणात कोळशाचा तुकडा खुपसला ना तर तो हिरा होऊन बाहेर पडेल बघ!' (तोही 'टिफनी कट, गोल!' ही माझी भर!!) मला फरेराच्या शरीरातील प्रत्येक स्नायूवर आणि अर्थातच मनावर आलेल्या विलक्षण ताणाची कल्पना आली. तो ताण माझ्या चांगलाच परिचयाचा होता, मला फायदेशीर होता, मला संधी देणारा होता. ती संधी मी घेतली. निर्णायक सर्व्हिस तर मी भेदलीच; पण आत्मविश्वासपूर्वक आक्रमक खेळ करून सामना उलटवला, जिंकला.

उपांत्य सामना भारताच्या लिअॅन्डर पेस याच्याशी होता. प्रचंड ऊर्जा आणि सळसळते चापल्य! लाह्यांसारखा टणाटण उडायचा. त्याच्याइतकी हातांची जलद हालचाल त्या स्पर्धेतील अन्य कोणताच खेळाडू करू शकायचा नाही; पण

त्याच्या या गुणांचा वापर टेनिसचा चेंडू मारताना कसा परिणामकारक करायचा हे तो नीटसे शिकला नव्हता. तो चेंडू एकदम कमी वेगाने परतवायचा, कधी नको इतकी घाई करायचा, कसातरी मारायचा, कधी एकदम उंच, डोक्यावरून मारायचा. या मारामारीखेरीज त्याचे आणखी एक वैशिष्ट्य म्हणजे तो अचानक जाळ्याजवळ झेप घ्यायचा आणि शिताफीने चेंडू मारून गुण मिळवायचा. तो 'बॉम्बेचा ब्रॅड' होता! तासाभराच्या खेळानंतर असे जाणवायचे की या पठ्ठ्याने एकही चेंडू नीट, रीतसर खेळलेला नाही आणि तरीही त्याने तुम्हाला दमवले आहे, नमवले आहे; पण मी सतर्क होतो, तयार होतो. जराही विचलित न होता, न भरकटता मी शांतपणे त्याच्या सुसाट माऱ्याला तोंड दिले आणि सामना ७-६, ६-३ असा जिंकला.

स्पेनचा सर्जी ब्रूगेरा माझा अंतिम सामन्यातला प्रतिस्पर्धी होता. तो सामना वादळी पावसामुळे लांबला. तज्ज्ञांच्या मते पाच तास तरी पावसाचे थैमान चालणार होते. खरे तर सामन्याच्या दिवशी मी इतका ताणाखाली असतो की सहसा मला भूकच लागत नाही, त्यामुळे जर चुकून कधी लागलीच तर मग मी तिचा चविष्ट पद्धतीने उपयोग करून घेतो. त्या वेळी मी कॅलरीज्, पौष्टिकता असल्या गोष्टींचा मुळीच विचार करत नाही, काहीतरी मस्त खातो, पोट मागेल ते त्याला देतो. त्या दिवशी मी वेंडीज्चे चिकन सॅन्डविच हाणले! चमचमीत सॅन्डविच खाऊन संपवले आणि पाऊस उघडला, ढगही पांगले, आभाळ स्वच्छ झाले. हवेत उकाडा मात्र विलक्षण वाढला. तापमानतीस अंशाच्या वर गेले. वातावरण कुंदच होते. त्या सगळ्यामुळे तोंडात घोळलेले चिकन सॅन्डविच पोटात गडबड करू लागले, मला जडत्व आले, धड हालता येईना आणि मला सुवर्णपदकाचा सामना खेळायचा होता.

पण मी त्या सगळ्याकडे दुर्लक्ष करायचे ठरवले. गिल यांनी 'कसा आहेस?' असे विचारले तेव्हा मी 'एकदम छान!' असे सांगितले. मी म्हणालो, 'मी प्रत्येक चेंडूसाठी झगडणार आहे, मी सर्जीला पळता भुई थोडी करणार आहे, त्याला जर असे वाटत असेल की, सुवर्णपदक तो स्पेनला घेऊन जाणार आहे तर मी त्याचा भ्रमनिरास करणार आहे!'

गिल खूश झाले, तोंड भरून हसले, 'शाब्बास रे पठ्ठे!' म्हणाले. गिल यांनी असेही अपवादात्मक निरीक्षण नोंदवले की, त्या सामन्यासाठी मैदानात उतरताना त्यांना माझ्या डोळ्यांमध्ये भीतीचा, संदेहाचा मागमूसही दिसला नव्हता.

पहिल्याच चेंडूपासून मी सर्जीला मैदानाच्या एका कोपऱ्यापासून दुसऱ्या कोपऱ्यापर्यंत पळवत होतो. फटके असे चौफेर मारत होतो की ते आडवायला त्याला त्याच्या स्पेनच्या राजधानीएवढे - अख्ख्या बार्सिलोनाभराचे अंतर धावावे लागत होते. नेम धरून चेंडू परतवण्यासाठी खेळाडूच्या कंबरेच्या उंचीवरची जागा

सर्वांत अवघड असते. मी चेंडू त्याच जागी मारत होतो. दुसऱ्या सेटच्या मध्यावर आमची एक प्रदीर्घ रॅली रंगली. तो गुण त्याने जिंकला आणि आमच्या गुणांची बरोबरी झाली. त्यानंतरच्या त्याच्या सर्व्हिससाठी त्याने इतका वेळ घेतला की मला वाटले की, सरळ पंचांकडे तक्रार करावी. ते नियमातही बसणारेच होते; पण मी मुळीच तसे केले नाही. मी मैदानाबाहेर गेलो, बॉलबॉयकडून टॉवेल घेतला, आरामात घाम पुसला आणि सर्जीकडे इशारा करत गिलना विचारले, 'काय? काय म्हणतोय आपला मित्र?'

गिल चक्क हसले! अगदी पुसटच! पण एरवी, विशेषतः सामन्यामध्ये गिल कधीच हसलेले मी पाहिले नव्हते!! सर्जीने तो एक गुण मिळवला; पण त्यानंतरचे सगळे गमावले, तो पुढच्या सहाही गेम्स हरला आणि सामनाही! गिल सहर्ष ओरडले, ''शाब्बास रे गब्रू!!''

पदक वितरणासाठी तीन चौथऱ्यांचा स्टॅन्ड होता. दोन कमी उंचीचे चौथरे दोन बाजूंना आणि मध्ये सुवर्णपदक विजेत्यासाठी असलेला जास्त उंचीचा चौथरा. मी मध्यभागी, सर्वांत उंच चौथऱ्यावर उभा होतो. ऑलिंपिक गेम्सच्या सुवर्णपदकाचा मानकरी! टीव्हीवर हा पारितोषिक वितरण सोहळा मी अनेक वेळा पाहिला होता. ते सर्वोच्च मानाचे पदक स्वीकारताना काय वाटेल, कसे वाटेल आपल्याला? मी स्वतःलाच विचारीत होतो. खूप काहीतरी अनोखे, अपेक्षेबाहेरचे, भारी, अविस्मरणीय वाटेल की बुडबुडा फुटून गेल्यासारखी भावनारहित अवस्था होईल? अपेक्षाभंग, निराशाच पदरी येईल?

मी डावी उजवीकडे वळून बघितले. कांस्यपदक विजेता पेस एका बाजूला आणि रौप्यपदक विजेता ब्रूगेरा दुसऱ्या बाजूला उभे होते. मधल्या फूटभर उंच चौथऱ्यावर उभा असल्याने मी माझ्या प्रतिस्पर्ध्यांपेक्षा उंच असल्याचा दुर्मीळ अनुभव घेत होतो; पण त्या क्षणी मी त्यांच्यापेक्षा, सगळ्यांच्यापेक्षा दहा फूट उंच - श्रेष्ठ - होतो, मी सुवर्णपदक विजेता होतो! माझ्या गळ्यात रंगीत रेशमी रिबिनीत गुंफलेले पदक अडकवले गेले आणि माझ्या देशाचे राष्ट्रगीत वाजू लागले. त्या सुरांनी माझी छाती फुगली. तो टेनिसचा अभिमान नव्हता, स्वतःचाही मान नव्हता; पण तो क्षण माझ्या अपेक्षेपेक्षा कितीतरी महान होता!

मी प्रेक्षकांमधून नजर फिरवली. गिल, ब्रुक आणि ब्रॅड यांना शोधून काढले. नंतरही माझी नजर फिरतच राहिली. ती अभावितपणे माझ्या वडिलांना शोधू लागली; पण ते कुठेच दिसत नव्हते... आदल्या रात्री त्यांनी मला सांगितले होते की, 'मी अशी एक गोष्ट प्राप्त करण्याचा प्रयत्न करतो आहे जी एकेकाळी त्यांना हूल देऊन गेली होती.' ती मला मिळाली होती, मी मिळवली होती; पण तरीही, त्या प्रसंगीही ते मात्र माझ्या समोर येणार नव्हते, अदृश्यच राहणार होते.

तो अनमोल क्षण फक्त आणि फक्त माझा असायला हवा, अशी त्यांची इच्छा होती. फक्त माझा! पण त्यांना हे माहीत नव्हते आणि ते त्यांना समजणेही शक्य नव्हते की, तो क्षण खास होता, अमूल्य होता. कारण, तो माझा नव्हता... माझा नव्हता!

का ते मलाही समजले नाही; पण काही दिवसांतच ऑलिंपिक्सचा ज्वर ओसरला आणि त्याबरोबर ते गांभीर्यही ओसरले. तो विचारी सुज्ञपणाही आटला, खेळापुढे स्वतःला बाजूला ठेवण्याचा शहाणपणा विसरला. मी परत 'माझ्या'त अडकू लागलो. मैदानावर वेडे चाळे करू लागलो, चिडू लागलो. सिनसिनाटीच्या स्पर्धेत रागाच्या भरात मी मैदानावर रॅकेट फेकून दिली. मी स्पर्धा जिंकली; पण एकंदर प्रकार हास्यास्पद झाला, खेळ पुन्हा नुसताच करमणुकीचा प्रकार वाटू लागला, थिल्लर विनोद!

ऑगस्ट महिन्यात मी इंडियानापोलीस येथे आरसीए चॅम्पियनशिपची स्पर्धा खेळायला गेलो. पहिल्या फेरीचा सामना, मूळचा सर्बियाचा पण कॅनडात स्थायिक झालेला डॅनीयल नेस्टर याच्याशी होता. मी पहिल्यापासून आघाडीवर होतो. खेळ छान चालला होता. त्याने माझी एक सर्व्हिस भेदली. झाले. का कोणास ठाऊक, मी एकदम चिडलो. वैतागून आकाशाकडे पाहिले. मला नेस्टरला उडवून दूर फेकून द्यायचे होते किंवा मला स्वतःलाच उंच उडून जायचे होते; पण ते दोन्ही शक्य नसल्याने मी अंगात आल्यासारखा सर्वशक्तिनिशी बिचाऱ्या चेंडूलाच रॅकेटने असा काही उंच आणि लांब उडवला की, तो थेट स्टेडियमच्या बाहेर गेला!

अर्थातच पंचांनी तंबी दिली. डॅना लॅकोंटो नावाचे पंच होते. ते ध्वनिवर्धकामधून म्हणाले, 'नियमाचे उल्लंघन, चेंडूचा गैरवापर, सक्त ताकीद.'

मी त्यांना एक सणसणीत शिवी हासडली. ती त्यांनी पाहिली आणि ऐकलीही. त्यांनी माझी गैरवर्तणूक वरिष्ठ अधिकाऱ्यांच्या निदर्शनाला आणून दिली. 'आगासी यांनी अपशब्दाचा वापर केला आहे.' अधिकारी माझ्याकडे आले आणि त्यांनी मला विचारले की, 'तुम्ही अपशब्द उच्चारले?' मी बेदरकारपणे 'हो' म्हणालो. त्यांनी सामना रद्द केला. मी त्यांना आणि पंचांना दोघांनाही अतिशय वाईट शिव्या दिल्या.

प्रेक्षकांमध्ये दंगल उसळली. मी आणि सामना अधिकारी यांच्यात वाद सुरू आहे हे त्यांना समजत होते; पण त्यांना काही ऐकू जात नव्हते. सामना रद्द केला तसे ते चिडले. कारण, सामना पाहण्यासाठी त्यांनी पैसे मोजले होते. आरडाओरडा सुरू झाला, काही चवताळलेल्या प्रेक्षकांनी आसनांमधील कापूस बाहेर काढून फेकला, त्याला आग लावली, पाण्याच्या बाटल्या मैदानावर

फेकल्या. थोड्याच वेळात मैदानावर पाण्याच्या बाटल्यांचा आणि फाडलेल्या आसनांचा खच पडला. स्पड्स मॅकेन्झीच्या जाहिरातीमध्ये असतो त्या जातीचा कुत्रा आरसीए चॅम्पियनशिपच्या स्पर्धेचे शुभचिन्ह म्हणून वापरण्यात आला होता. तसा एक खरा कुत्रा मैदानावर आणला होता. या सगळ्या गडबडीत तो सरळ मैदानात उतरून आला, बाटल्या, कापसांचे पुंजके यातून वाट काढत सैरावैरा धावत सुटला. जाळ्याच्या मध्यभागी आला आणि त्याने एक पाय वर करून ती जागा 'पवित्र' केली!

मी खूश झालो.

कार्यभाग उरकल्यावर तो श्वानश्रेष्ठ मोठ्या दिमाखात मैदानाबाहेर निघाला. मीही माझा सरंजाम उचलला आणि त्याच्या पाठोपाठ मैदानाबाहेर चालता झालो. रोमन ग्लॅडिएटरचा चित्रपट पाहताना जसे प्रेक्षक उत्तेजित होऊन चित्रपटगृह डोक्यावर घेतात तसाच प्रकार चालला होता. प्रेक्षक चवताळले होते, चिडले होते, हाताला येईल तो कचरा मैदानावर फेकत होते.

मी लॉकररूममध्ये पोहोचलो तेव्हा ब्रॅड तेथेच होता. त्याने मला विचारले आणि मी सत्य सांगून टाकले. त्याने हताशपणे मान हलवली. स्पड्स मॅकेन्झी भर मैदानात जाळ्याजवळ जाऊन मुतला म्हणून आणि आपल्या आगासीकाकावर लोक चिडले म्हणून ब्रॅडचा सात वर्षांचा मुलगा झॅक रडत होता. मी त्या दोघांनाही लॉकररूममधून बाहेर जायला सांगितले. दोन्ही हातांनी डोके धरून मी एकटाच तासभर बसून राहिलो. मी त्या दिवशी अधोगतीचा तळ गाठला होता. 'ठीक आहे, हेही निभावून नेईन मी! एका अर्थी बरेच आहे, आता इथून अजून खाली जायला नको, काही काळ तरी इथे तळाला छान स्थिरावता येईल.'

पण तळ अजून खोल होता! १९९६ च्या यूएस ओपनसाठी गेलो, तेथे निराळाच वाद भडकलेला होता. सर्व फेऱ्यांमधील सामन्यांसाठी ज्या खेळाडूंच्या जोड्या निवडल्या गेल्या होत्या त्यातील माझ्या प्रतिस्पर्ध्यांच्या निवडीद्दल बऱ्याच सहखेळाडूंचा आक्षेप होता. त्यांचे म्हणणे असे होते की, स्पर्धेचे संयोजक आणि सीबीएस ही दूरचित्रवाणी वाहिनी यांनी संगनमताने माझ्यावर मेहेरबानी केली आहे. त्यांनी असे षडयंत्र रचले आहे की, अंतिम फेरीत मी आणि पीट सॅम्प्रास हीच लोकप्रिय जोडी समोरासमोर यावी. ऑस्ट्रियाच्या थॉमस मस्टर याला मला दिले जाणारे महत्त्व खुपत होते, त्यामुळे मी त्याला उपांत्यपूर्व फेरीतच डच्चू दिला आणि असुरी समाधान मिळवले. त्याच्याविरुद्ध मी कधीही पराभूत होणार नाही हे माझे वचन मी पुन्हा एकवार सिद्ध केले.

उपांत्य फेरीत चँगशी गाठ पडली. इंडियन वेल्स स्पर्धेतील पराजयाचा सूड घ्यायच्या संधीची मी वाट पाहत होतो. ब्रॅडच्या मते त्या वेळी ती मला नक्की मिळणार होती कारण त्याआधी काही काळ चँग फारसा चांगला खेळत

नव्हता. माझ्याबद्दलही लोक असेच म्हणत होते हे मला नक्की माहीत होते; पण मी सुवर्णपदक विजेता होतो. तरीही चँगने त्याची पर्वा न करता सोळा सर्व्हिसेस अशा तडफदारपणे केल्या की, ज्यातली एकही मी परतवूही शकलो नाही. तीन वेळा त्याने माझी सर्व्हिस भेदली आणि मी माझ्याच हातांनी खेळताना, थोड्या थोडक्या नाही, पंचेचाळीस चुका केल्या. याच्या आधीची स्लॅम स्पर्धा जिंकून चँगला सात वर्षे झाली होती; पण तरीही तो तितकाच महान, सर्वशक्तिमान खेळाडू राहिला होता. तो निर्विवादपणे वरचढ होता, तो वरचढच राहिला, मी दबलो, पराभूत झालो.

दुसऱ्या दिवशीच्या वृत्तपत्रात माझ्यावर टीकेचा भडिमार करण्यात आला. 'आगासी गाळात गेला, संपला.' सगळेच रागावले होते, चिडले होते. त्याचे एक कारण हेही होते की आता अंतिम सामन्यात पीटच्या विरुद्ध त्यांना माझ्याऐवजी चँगला खेळताना पाहावे लागणार होते; पण मी कशाचीच फिकीर केली नाही.

मी अंतिम सामना टीव्हीवर पाहिलाही नाही; पण पीटने चँगला सरळ सेट्समध्ये पराभूत केले हे मी वर्तमानपत्रात वाचले. सगळ्याच क्रीडासमीक्षकांनी एकमताने हे कबूल केले होते की, पीट सॅम्प्रास हाच निर्विवादपणे या पिढीचा सर्वोच्च, सर्वोत्तम खेळाडू आहे!

वर्ष संपता संपता मी म्युनिकला गेलो. तेथेही ज्या मार्क वुडफोर्डला मी दोनच वर्षांपूर्वी ६-०, ६-० असे पराभूत केले होते, त्याच्याचकडून मी पराजित झालो. माझ्यावर नाराज झालेल्या, चिडलेल्या प्रेक्षकांची हुर्ये कान बधिर करणारी होती. ब्रॅड प्रचंड चिडला. तो माझ्या खनपटीलाच बसला, ''काय झालंय? काय बिघडलंय?''

''मला माहीत नाही.''

''नको असं करू, सांग मला. खरं खरं काय ते सांग...''

''मला माहीत असतं तर मी नक्की सांगितलं असतं...''

अखेर ऑस्ट्रेलियन ओपन स्पर्धा खेळायची नाही, असा आम्ही दोघांनी निर्णय घेतला.

ते म्हणाले, ''घरी जा आणि विश्रांती घे. तुझ्या प्रेयसीबरोबर छान, आरामात वेळ घालव म्हणजे सगळं काही ठीक होईल.''

२०

लॉस एंजलिसच्या पश्चिम दिशेला असलेल्या पॅसिफिक पॅलिसाडेस या धनवानांच्या आलिशान निवासांनी गजबजलेल्या भागात मी आणि ब्रुकने एक घर विकत घेतले. खरे तर ते मला हवे तसे घर नव्हते. मला एक हात पाय पसरलेले, कुटुंबाने एकत्र उठा–बसायची खोली एका बाजूला आणि स्वयंपाकघर दुसऱ्या बाजूला असे ऐसपैस फार्म हाउस हवे होते; पण ब्रुकला एका कड्याच्या टोकावर वसलेले, तीन मजल्यांचे, दर्शनी भागात, दारा खिडक्यांवर वर निमुळते होते गेलेले त्रिकोण असलेले एक फ्रेंच कंट्री हाउसच आवडले, त्यामुळे मग साहजिकच आम्ही तेथेच राहायला गेलो. ते घर सूर ताल लय नसलेल्या गाण्यासारखे, केवळ एकत्र आलेल्या शब्दसमूहासारखे, कोरडे, शुष्क होते. आपापल्या स्वतंत्र खोल्यांमध्ये बराच वेळ घालवणाऱ्या, मुला बाळांनी घर गजबजणे पसंत नसलेल्या जोडप्यासाठी आदर्श असे ते घर होते.

घर विकणाऱ्या मध्यस्थाने कड्याच्या टोकावरील त्या घरातून दिसणाऱ्या, स्तिमित करून टाकणाऱ्या देखाव्यांचे आणि नयनरम्य क्षितिजरेषेचे सतत, तोंड फाटेपर्यंत वर्णन करूनच घर आमच्या गळ्यात बांधले. घराच्या पुढ्यातच 'सनसेट बुलेवार्ड' – ज्यावरून प्रवास करताना सूर्यास्ताचे रमणीय दर्शन घडायचे असा प्रचंड लांब, रुंद, भव्य रस्ता होता. रात्री घरातून 'हॉलिडे इन' हे हॉटेल दिसायचे. मी ब्रुकला पहिल्यांदा भेटायला आलो, तेव्हा त्याच 'हॉलिडे इन'मध्ये राहिलो होतो. त्याच हॉटेलकडे बघताना मनात खूप वेळा विचार यायचा की, त्या पहिल्या भेटीच्या दिवशी मी 'हॉलिडे इन'मध्ये न थांबता सरळ व्हेगासलाच निघून गेलो असतो तर? पुन्हा ब्रुकला फोन केलाच नसता तर? घराच्या बाहेर धुके किंवा धूर साठून ते 'हॉलिडे इन' दिसेनासे झालेले असले की, मला तो देखावा जास्त आवडायचा.

१९९६ सालच्या अखेरीस आम्ही आमचे नवे घर आणि येणाऱ्या नव्या वर्षाच्या स्वागताची एकत्रच एक जंगी मेजवानी दिली. व्हेगासहून आलेली जुनी स्नेहीमंडळी आणि ब्रुकचे हॉलिवूडमधले सहकारी, मित्र. आम्ही आधीच गिल यांच्याशी चर्चा करून पार्टीच्या दिवशीच्या सुरक्षेची विशेष योजना तयार केली होती. टपालातून येणाऱ्या भीतिदायक, जीवघेण्या धमक्यांच्या पत्रांचा ओघ

बघता ते गरजेचेच होते. कोणीही अनोळखी, आगंतुक आत घुसत नाही ना याची काळजी घेणे आवश्यकच होते. गिल ती संपूर्ण रात्र दारात ठाण मांडून होते, प्रत्येक पाहुण्याची कसून तपासणी करत होते. जॉन मॅकेन्रो आला होता पार्टीला. 'अरे, गिलच्या हातातून सुटून तू आत कसा येऊ शकलास?' असा मी विनोदही केला. पार्टीत तो माझ्याशी साहजिकच टेनिस या विषयावरच सतत बोलत होता; पण त्याला हे माहीत नव्हते की, तो माझा सर्वांत नावडता विषय होता, त्यामुळे मी सारखा त्याला एकट्याला सोडून मद्याचे पेले भरून इतरांना दे, खोलीत पेटवलेल्या शेकोटीपाशी घुटमळ, बडी रिच या प्रसिद्ध ड्रमरच्या शैलीत ड्रम वाजवणाऱ्या जे.पीं.जवळ जाऊन उभा राहा असा वेळ घालवीत होतो. जुने, 'विस्मरणीय' वर्ष संपता संपता मी मनाशी अशी प्रार्थना केली की, नवे, १९९७चे वर्ष जास्त चांगले, अधिक उज्ज्वल असो आणि अशी मनोमन प्रतिज्ञा केली की 'मी ते 'माझे वर्ष' ठरवीन.'

मी आणि ब्रुक गोल्डन ग्लोब अॅवॉर्ड्स वितरणाच्या कार्यक्रमाला गेलो असताना गिल यांचा फोन आला. त्यांच्या केसी नावाच्या बारा वर्षांच्या मुलीला अपघात झाला होता. व्हेगासच्या उत्तरेला एका तासाभराच्या अंतरावर माउंट चार्ल्स्टन नावाच्या पर्वतावर ती सहलीला गेली होती. तेथे बर्फावर घसरगाडीवरून घसरताना एका बर्फाच्छादित खडकावर आदळून तिची मान मोडली होती. ती भयंकर बातमी ऐकताच मी एकटाच सरळ व्हेगासला परतलो. कार्यक्रमाला घातलेल्या सुटाबुटात, तसाच हॉस्पिटलमध्ये दाखल झालो. गिल आणि त्यांची पत्नी दोघे जण हवालदिल झाले होते, कसेबसे तग धरून उभे होते. मी दोघांना मिठीत घेऊन धीराचे चार शब्द बोललो; पण त्यांनी जे सांगितले त्यावरून स्थिती फारच गंभीर होती. केसीला तातडीच्या शस्त्रक्रियेची गरज होती, त्यामुळे तिचा जीव वाचला असता; पण डॉक्टरांनी तिला अर्धांगवायू होण्याची शक्यता व्यक्त केली होती.

पुढचे काही दिवस आम्ही सगळेच जण हॉस्पिटलमध्येच होतो. विवंचनेत होतो. डॉक्टरांशी चर्चा करत होतो आणि केसीला जास्तीत जास्त आराम कसा मिळेल, याची तजवीज करण्यात गुंतलो होतो. गिलना खरे तर विश्रांतीची, थोड्यातरी झोपेची गरज होती. आम्ही त्यांना आग्रह करत होतो; पण ते मुलीचा चेहरा क्षणभरही नजरेआड करायला तयार नव्हते. रोग्याच्या भेटीचा नेमून दिलेला वेळ संपला की ते खोलीबाहेर उभे राहात. मला एक कल्पना सुचली. मी पेरीच्या वडिलांकडून एक मिनिव्हॅन विकत घेतली होती. त्यात बऱ्याच सोयी करून घेतल्या होत्या – एक घडीचा पलंग बसवला होता, एक टीव्ही आणि त्यावर सगळे कार्यक्रम दिसावेत म्हणून सॅटेलाईट डिशही. ती व्हॅन

मी सरळ हॉस्पिटलच्या आवारात आणून उभी केली. ती तेथे दिवस रात्र ठेवता यावी यासाठी पुरेसे भाडेही भरून ठेवले. मग मी गिलना सांगितले की, आता त्यांना भेटीची वेळ संपल्यावर खोलीबाहेर उभे राहण्याची आवश्यकता नाही आणि मुलीपासून दूर, घरीही जायची गरज नाही. ते आवारात उभ्या केलेल्या व्हॅनमधल्या पलंगावर विश्रांती घेऊ शकणार होते.

गिल जेव्हा जेव्हा माझी प्रेमाने, मायेने काळजी वाहत तेव्हा तेव्हा माझ्या डोळ्यांत जे कृतज्ञतेचे भाव उभे राहत असत, नेमके तेच भाव त्या दिवशी मला त्यांच्या डोळ्यांत दिसले. प्रथमच आम्ही दोघे एकमेकांच्या भूमिका बजावीत होतो!!

एका आठवड्यानंतर केसीला हॉस्पिटलमधून सोडताना डॉक्टरांनी सुवार्ता दिली. केसीवर केलेली शस्त्रक्रिया कमालीच्या बाहेर यशस्वी झाली होती. अपंगत्त्व तर सोडाच, ती लवकरच पूर्वीसारखी हालती, चालती, बोलती होणार होती; पण तसे प्रत्यक्ष घडेपर्यंत मी त्यांच्या घरी येत जात राहणार होतो, व्हेगासमध्येच ठिय्या देऊन राहणार होतो. ती व्यवस्थित बरी होते, याची खात्री करून घेणार होतो; पण गिल यांनी मला विरोध केला. कारण, त्यांना माहीत होते की मला सॅन होजे येथे स्पर्धा खेळायला जायचे होते.

''मी स्पर्धेतून नाव काढून घेतले आहे,'' असे मी त्यांना सांगितले.

''अजिबात नाही!'' त्यांनी बजावले. ते म्हणाले, ''हे बघ, आता करायचे असे काहीच उरलेले नाही, फक्त काळजीच घ्यायची आहे, तिच्या प्रगतीवर फक्त लक्ष ठेवायचे आहे. ते आम्ही करू आणि तुला रोज फोन करून कळवत राहू. तू जा आणि खेळ. हे बघ, तुला गेलंच पाहिजे आणि खेळलंही पाहिजे!''

मी गिल यांचे सांगणे कधीच कानाबाहेर टाकले नव्हते, ना त्यांच्या म्हणण्याला कधी विरोध केला होता. त्या वेळीही मला अपवाद करायचा नव्हता. मी मनाविरुद्ध, अगदी नाखुशीनेच सॅन होजेला गेलो आणि तीन महिन्यांच्या खंडानंतर पहिला सामना खेळलो तो मी बोलेटिरी ॲकॅडमीत असताना माझ्याच खोलीत, माझ्याच सोबत राहणाऱ्या मार्क नॉल्झ याच्याशी. तोवर दुहेरी सामने खेळलेल्या मार्कने नुकताच एकेरी सामन्यात प्रवेश केला होता. तो उत्तम कसरतपटू होता; पण मला काही त्याच्यापासून धोका नव्हता. त्याला स्वतःचा खेळ जेवढा नीट माहीत नसेल तेवढा तो मला माहीत होता; पण तरीही त्याने मला तीन सेट खेळायला लावले. मी सामना जिंकलो; पण यश वाटले होते तेवढे सहजी पचनी पडले नव्हते, घशात अडकलेच होते. मी स्पर्धेत पुढे जात राहिलो; पण पीटपर्यंत पोहोचू शकलो नाही. वाटेतच कॅनडाच्या

ग्रेग रुझेड्स्की याने उपांत्यपूर्व सामन्यात मला आडवले. मी अडखळलो, पराभूत झालो. स्पर्धेतून बाहेर पडताच पहिला विचार आला तो केसीचा, माझे मन माझ्या आधीच व्हेगासला जाऊन पोहोचले होते.

मी माझ्या व्हेगासमधल्या 'मठी'त कसातरी, टीव्ही बघत, वेळ काढत होतो. सोबतीला माझा मदतनीस स्लिम होता. चित्त थाऱ्यावर नव्हते. केसीच्या प्रकृतीत डॉक्टर्सनी सांगितल्यासारखी काहीच सुधारणा होत नव्हती. डॉक्टर्सही बुचकळ्यात पडले होते. ते काहीच नीट सांगू शकत नव्हते. गिल काळजीत बुडून गेले होते. त्यातच माझ्या आणि ब्रुकच्या लग्नाचेही चित्र अस्पष्टच होते. ते लांबणीवरच पडावे असेच मला वाटत होते. क्वचित ते रद्दच करावे असाही विचार मनात येत होता. काही नीट कळत नव्हते, मन संदिग्धतेत होते.

माझा सोबती स्लिम हाही प्रचंड मानसिक ताणाखाली होता. त्याची मैत्रीण गरोदर राहिली असल्याचे लक्षात आले होते, तेही खूप उशिरा! तिच्याबरोबर संभोग करत असताना कधीतरी कंडोम फाटल्याचे निमित्त झाले होते. फार मोठी चूक घडली होती. आम्ही दोघेही घोर चिंतेत होतो, मनस्वी ताणाखाली होतो. एक दिवस टीव्ही पाहता पाहता कोणती तरी जाहिरात लागली होती तेव्हा अचानक स्लिम उठला आणि त्याने जोरात ओरडून घोषणा केली की या परिस्थितीतून तरुन जायचे असेल, या ताणातून थोडी तरी सुटका हवी असेल तर एकच उपाय आहे – वास्तवाचा विसर पाडणारी नशा, गुंगी, धुंदी, मस्ती!

"तुला यायचंय माझ्या बरोबर उंच, मस्तीत तरंगायला?" त्याने मला विचारले.

"उंच? तरंगायला?"

"हो. उंच, आभाळात..."

"कसं?"

"गॅक."

"गॅक? ते काय आहे?"

"क्रिस्टल मेथ– एकदम पारदर्शक, स्फटिकासारखं असतं."

"मग त्याला गॅक का म्हणतात?'

"अरे, ते घेतलं ना की आपलं विमान इतकं वेगाने वर जातं ना की डोकं हलकं होतं, मान गॅक गॅक अशी हलते म्हणून..."

"माझी स्थिती बऱ्याच वेळा तशीच असते..."

"नाही रे, हे खास असतं... एकदम सुपरमॅन बनवून टाकतं बघ ते आपल्याला... ऐक माझं... एकदाच घे... एकदाच..."

स्लिम बोलत होता; पण मला कोणीतरी अज्ञात शक्तीही प्रभावीत करत होती, माझ्या मागे उभी राहून मला आग्रह करत होती, 'घे रे... जा उंच... अनुभव ती धुंदी...'

स्लिमने पांढऱ्या पावडरीचा एक लहानसा ढीग टेबलावर रचला. त्याने ती जोरात हुंगली, मीही हुंगली. मी कोचावर रेललो आणि शुद्धीच्या सीमा ओलांडून एका वेगळ्याच विश्वात प्रवेश केला. सुरवातीला सीमोल्लंघनाचा पश्चात्ताप, पाप केल्याचा खेद मनात दाटून आला, दुःखाचे ढग दाटले; पण मग विमान त्या ढगांच्या पल्याड पोहोचले... आणि सर्वत्र आनंदाचा प्रकाश पसरला, मनातले मळभ सरले, नकारात्मक विचारांचे ढग विरले, त्यांचा मागमूसही राहिला नाही. मन विलक्षण उत्तेजित झाले. मेंदू तल्लख झाला. आशा पल्लवित झाल्या, एका अनामिक शक्तीचा तनमनात संचार झाला. एक असे अनोखे चैतन्य सळसळले जे मी त्याआधी कधीच अनुभवले नव्हते. मन स्वच्छ, लख्ख झाल्यासारखे वाटले. आपला आसमंतही तितकाच स्वच्छ असावा अशी ऊर्मी मनात उसळली. मी घरातली प्रत्येक गोष्ट स्वच्छ करायच्या मागे लागलो. सगळे फर्निचर पुसून काढले, बाथटब घासून लख्ख केला, पलंवरच्या चादरी, पांघरुणे बदलली, जमिनीपासून छतापर्यंत स्वच्छता अभियान राबवले. घर स्वच्छ झाले तरीही दमणूक नाही की थकावट नाही; पण समाधानही नाही. मग धोबीघाट सुरू केला. शोधून शोधून सगळे कपडे धुवायला काढले. धुतलेल्या कपड्यांच्या घड्या करून ते कपाटात लावले. मला एका जागी बसायचीच इच्छा होत नव्हती. टेबलाला पॉलिश करून ते चमकवले, सगळे बूटही पॉलिश केले. बऱ्याच वेळाने मला स्लिमची आठवण झाली. तो कुठेच दिसेना. शोधत फिरू लागलो, अखेर गॅरेजमध्ये सापडला. त्याने गाडीचे इंजिनच खोलले होते! मी त्याला म्हणालो, 'स्लिम, मी आत्ता काहीही करू शकतो, काहीही. जराही न दमता, *न थकता काहीही करू शकतो, अगदी काहीही.* गाडी काढून पाम स्प्रिंग्जला जाऊन चार-पाच तास गोल्फ खेळून परत येऊन पोटभर खाऊन नंतर पोहूही शकतो...' मी दोन दिवस असाच दमायचा प्रयत्न करत होतो. त्या दोन दिवसात मी जराही झोपलो नाही; पण नंतर मात्र जो झोपलो तो लहान मुलासारखा, गुडुप, अगदी मेल्यासारखा... आणि अनंत काळपर्यंत...!

काही आठवड्यांनंतर मी मैदानावर होतो. स्कॉट ड्रेपरशी खेळत होतो, खरे तर झगडत होतो. स्कॉट चांगला खेळायचा, गुणी होता. त्या डावखुऱ्या खेळाडूला मी कित्येक वेळा सहजी पराभूत केले होते. त्याच्याशी खेळताना काहीच कष्ट पडायला नको होते पण त्या दिवशी तो माझा चांगलाच घाम काढत होता, नाकी

नऊ आणत होता. त्याला पराभूत करणे तर दूरच, त्याला त्या आधी हारवणारा मीच होतो का, काही काळापूर्वी मीच इतका चांगला खेळत होतो का असल्या अनेक मूलभूत शंका माझ्या मनात येऊ लागल्या होत्या. तो खेळाच्या प्रत्येक बाबीत मला वरचढ ठरत होता, माझ्यावर कुरघोडी करत होता.

सामन्यानंतर वार्ताहरांनी थेट शिव्या नाही घातल्या पण 'मला काय झाले आहे?' असे मात्र विचारले. त्यांनाही पेरी आणि ब्रॅड या दोघांप्रमाणेच माझ्या खेळाला लागलेल्या उतरत्या कळेविषयी काळजी वाटत असलेली दिसली. 'माझे काय बिघडले आहे?' या बद्दल तेही सचिंत दिसले.

मी स्पर्धेतून माघार घेतली तरच मला अपयशाचा टिळा लागत नव्हता. तो अपवाद सोडला तर एरवी हारणे हाच माझ्यासाठी नियम बनत चालला होता; पण ब्रुकच्या चेहऱ्यावर त्यामुळे ना काळजी दिसत होती ना चिंता. तिला माझ्या हारण्यातील सातत्याबद्दल काही वाटत असावे अशी कोणतीही खूण तिच्या वागण्या बोलण्यात दिसत नव्हती. उलट ब्रुकला आनंदच होत होता. तसे ती स्पष्ट कबुलच करायची. तिच्या खुशीची ती दोन कारणे सांगायची - एक - मी स्पर्धेतून लवकर बाहेर पडत असल्याने तिच्या बरोबर जास्त वेळ असतो आणि दोन - खेळत नसलो की, माझा लहरीपणा खूपच कमी होतो, 'मूड' छान राहतो.

त्या काळात तिला तसाही बाकी जगाचा विसरच पडल्यासारखा झाला होता. कारण, ती आमच्या लग्नाच्या तयारीत मग्न होती. लग्नाच्या खास पांढऱ्या पोशाखात 'छान' दिसण्यासाठी तिचा आटापिटा चालला होता, त्यासाठी ती गिल यांच्या देखरेखीखाली 'स्लिम अॅन्ड ट्रिम' राहण्यासाठी खास व्यायाम घेत होती. धावणे, वजने उचलणे आणि खाताना कॅलरी कॅलरीचा हिशेब ठेवणे! एक दिवस तिने शरीरसौष्ठवाचा एक 'आदर्श' समोर आणून ठेवला - समोर म्हणजे खरेच समोर - रेफ्रिजरेटरवर एका हृदयाच्या आकाराच्या फ्रेममध्ये एका स्त्रीचा फोटो लावून ठेवला - तिच्या भाषेत ती स्त्री 'परफेक्ट वुमन' होती आणि त्या फोटोतल्या स्त्रीसारखे सुदृढ, सुडौल पण सडसडीत पाय ब्रुकला हवे होते.

'हा आदर्श कोण' या कुतूहलाने मी फोटो बघितला -

''ही आहे तुझा आदर्श?'' मी आश्चर्याने विचारले.

ब्रुक म्हणाली, ''होय, हीच - स्टेफी ग्राफ!!'

एप्रिल महिन्यात मी डेव्हिस कपचे सामने खेळायला गेलो. या वेळेस मला पराभूत व्हायचे नव्हते. चमकायचे होते. मी मन लावून, भरपूर तयारी केली होती - व्यायामही आणि सरावही. आम्हाला नेदरलँड्स विरुद्ध खेळायचे होते. पहिला सामना न्यू पोर्ट बीच येथे होता. प्रतिस्पर्धी होता शेंग साल्केन. सहा फूट

पाच इंच उंचीचा ताडमाड; पण सर्व्हिस पाच फूट सहा इंच उंच असल्यासारखा करायचा. फटके अगदी न अडखळता, सहजपणे मारायचा. माझ्यासारखाच, प्रतिस्पर्ध्याची चूक कधी माफ न करणारा. तिचे फळ त्याला भोगायलाच लावणारा आणि शक्यतोवर अंतिम रेषेवरून खेळून प्रतिस्पर्ध्याला पळवणारा. अशा तऱ्हेने प्रतिस्पर्ध्याविषयी सर्व माहिती चोख असल्याने मी जाणीवपूर्वक खेळत होतो. दिवसही खूप छान होता, लख्ख ऊन, सुखद वारा; पण डच लोक विचित्र! पायात खडावा आणि हातात ट्युलिपच्या फुलांचे गुच्छ घेऊन आले होते. खूश झाले की गुच्छ हलवून दाद द्यायचे. मी पळून पळून थकून गेलो पण साल्केनला तीन सेट्समध्ये पराभूत केले.

दोन दिवसांनी मी जॅन सीमेरिंक ऊर्फ 'गार्बेज मॅन'शी खेळलो. अगदी 'कचरा' खेळायचा, म्हणून 'गार्बेज मॅन!' डाव्या हाताने खेळायचा. चेंडू खाली पडू द्यायचा नाही, आधीच मारायचा. चपळाईने जाळ्याजवळ यायचा आणि मधले किंवा कडेचेही चेंडू शिताफीने घ्यायचा; पण या दोन गोष्टी सोडल्या तर बाकी सगळा आनंदच होता. फोरहॅन्ड हमखास चुकायचे, बॅकहॅन्ड भलतीकडे जायचे. सर्व्हिस लोंबल्यासारखी, विचित्र करायचा. म्हणूनच 'कचरा' खेळ! मी सुरुवात जोरदार, आत्मविश्वासपूर्वक केली; पण लवकरच त्याचा बेभरवशाचा खेळच त्याला फायदेशीर ठरू लागला. त्याचे अत्यंत वाईट फटके माझीच परीक्षा बघू लागले, माझे अंदाज खोटे ठरवू लागले. दोन तासांनी मी दमलो, श्वासोच्छ्वास जोरात सुरू झाला, सगळेच चुकू लागले, ताण वाढू लागला आणि त्याचे पर्यवसान - माझे डोके प्रचंड दुखू लागले. मी दोन सेट्स गमावले, तरीदेखील २४-४ने मी डेव्हिस कप जिंकलो. एखाद्या अमेरिकन खेळाडूने केलेला सर्वोच्च विक्रम. क्रीडासमीक्षकांनी डेव्हिस कपमधल्या माझ्या कामगिरीपुरतीच माझ्या खेळाची प्रशंसा केली; पण तेवढ्या कौतुकानेही मला बरे वाटले. मी डेव्हिस कपचे मनोमन आभार मानले.

पण त्या डेव्हिस कपने ब्रुकने माझ्यासाठी आखलेल्या 'हस्तचिकित्से'च्या वेळापत्रकाचे बारा वाजवले. लग्नाच्या आधी ब्रुकला माझ्याकडून काही गोष्टी करून हव्या होत्या. त्यातली एक होती माझ्या नखांची मरम्मत. त्या एका मागणीबाबत ती कोणतीही तडजोड करायला तयार नव्हती. माझ्या बोटात अंगठी घालताना तिला ते बोट सुंदरच दिसायला हवे होते आणि मला तर नखे कुरतडायची सवय होती! गार्बेज मॅन बरोबरच्या सामन्याच्या आधी आणि नंतर अशा दोन हप्त्यांत माझी हस्तचिकित्सा पूर्ण झाली. एका स्त्रीचा माझ्या नखांशी खेळ सुरू असताना मला गार्बेज मॅनबरोबर खेळताना जसे होत होते तसेच होऊ लागले - तोल ढळू लागला, डोके दुखू लागले. माझी 'गार्बेज'ची व्याख्याच बदलली!

१९ एप्रिल १९९७. कॅलिफोर्नियातील, पॅसिफिक महासागराच्या किनाऱ्यावर वसलेल्या माँटेरी या गावातील एक छोटेसे चर्च. तेथे मी आणि ब्रुक विवाहबंधनाने बांधले गेलो. त्या दिवशी उकाडा तर होताच; पण त्यातच चर्चची दारे खिडक्या घट्ट बंद करून घेतल्या होत्या. कारण, वर आकाशात घिरट्या घालणाऱ्या प्रसारमाध्यमांच्या प्रतिनिधींनी भरलेल्या चार हेलिकॉप्टर्सचा आवाज कानठळ्या बसवीत होता. जराशा थंड वाऱ्याच्या झुळकेसाठी, हवेच्या एका झोतासाठी मी काहीही द्यायला तयार होतो, इतका श्वास कोंडणारा उकाडा होता.

मला घाम फुटला होता याला अर्थातच ते कोंदटलेले चर्च एवढे एकच कारण नव्हते. माझ्या शरीराचा कणन्‌कण, मनाचा कानाकोपरा उत्तेजित, उद्दीपित झाला होता. वेदीसमोर विवाहाचे संस्कार चालले होते. धर्मगुरू बरेच काही बोलत होते. पती-पत्नी यांचे नाते, विवाहबंधन यांच्या पवित्रतेविषयी सांगत होते. ते बायबलमधील प्रार्थना म्हणत होते आणि माझ्या शरीरातून घामाच्या धारा वाहत होत्या. भुवया, कान, हनुवटी - सगळीकडून घामाचे थेंब निथळत होते. सर्व जण पाहत होते. तेही घामेजले होते; पण मला घाम 'फुटला' होता. माझा नवा कोरा डनहिलचा सूट भिजला होता, बूट मोजेही ओले झाले होते, चालताना चिखलातून चालल्यासारखा आवाज करत होते. माझ्या बुटांना खालून जाड जोड लावून माझी उंची वाढवण्यात आली होती. तो ब्रुकचा आणखी एक हट्ट होता ज्यावर ती मुळीच तडजोड करायला तयार नव्हती. ती सहा फूट उंच! दोघांच्या फोटोमध्ये ती माझ्यापेक्षा उंच दिसता कामा नये असा तिचा आग्रह होता. त्यासाठी तिनेही उंच टाचांच्या फॅशनेबल बुटांऐवजी जुन्या पद्धतीचे, सपाट टाचांचे बूट घातले होते.

ब्रुकची प्रचंड लोकप्रियता लक्षात घेऊन, प्रसारमाध्यमांच्या प्रतिनिधींच्या माऱ्याला तोंड देण्याची एक अजब क्लृप्ती योजण्यात आली होती. चर्चमधून ब्रुकऐवजी एक 'तोतया' नववधू बाहेर पडून तो 'हल्ला' सहन करणार होती. त्यांच्या उत्साहाचा पहिला जोर ओसरल्यावर शिताफीने आम्ही निसटणार होतो. या योजनेबद्दल मी पहिल्यांदा जेव्हा ऐकले तेव्हा मी त्याकडे संपूर्ण दुर्लक्ष केले होते; परंतु ज्या क्षणी ती खोटी नववधू बाहेर पडत होती, त्या क्षणी एक विचित्र विचार माझ्या मनात सारखा येत होता. असा विचार जो कोणत्याही 'वरा'च्या मनात आणि तोही विवाहाच्या दिवशीच, चुकूनसुद्धा डोकावूही नये. मला वाटत होते की, मी स्वतः त्या तोतया नववधूबरोबर बाहेर पडावे आणि माझी जागा माझ्याऐवजी माझ्या एखाद्या 'तोतया'ने घ्यावी!!

स्टोनपाईन नावाच्या मळ्यात विवाहानिमित्तचा शाही स्वागतसमारंभ आणि भोजन साजरे होणार होते. वधू-वरांना तेथपर्यंत घेऊन जाण्यासाठी एक शृंगारलेली घोडागाडी सज्ज ठेवलेली होती; पण त्या घोडागाडीपर्यंचा छोटासा प्रवास एका

आलिशान गाडीतून करायचा होता. गाडीत ब्रुकच्या शेजारी बसलो असताना माझी मान खाली झुकलेली, नजर माझ्याच पायांवर खिळलेली होती. घामाच्या अंघोळीने मी अतिशय लज्जित झालो होतो. मला माझ्या 'ओलेपणा'ची शरम वाटत होती. माझी स्थिती ओळखून ब्रुक मला दिलासा देत होती. माझी समजूत काढत होती की, 'अरे, ठीक आहे रे! उगीच काळजी करू नकोस, काही बिघडलेले नाही.' तो तिचा चांगुलपणा होता; पण खरे तर सगळेच बिघडलेलेच होते, ठीक नव्हते. काहीच ठीक नव्हते!!

आम्ही स्वागतसमारंभाच्या जागी पोहोचलो. प्रचंड गर्दी आणि उच्च स्वरातला गोंगाट! गोल नजर फिरवली. सर्वत्र ओळखीचे चेहरे दिसत होते - फिली, गिल, जे. पी., ब्रॅड, स्लिम, माझे आई-वडील आणि कितीतरी अन्य लोक. इतर अनेक प्रसिद्ध व्यक्तीही दिसत होत्या. प्रत्यक्ष भेटलेलो नसलो, तरी चेहरे परिचित होते. त्यातले बहुतेक सगळे ब्रुकचे पाहुणे होते. तिचा मोठा मित्रपरिवार हजर होता. तिच्या *फ्रेंड्स* या मालिकेतील तिचे 'फ्रेंड्स!' पेरीला तर एका क्षणाची उसंत नव्हती! त्याने अनेक जबाबदाऱ्या स्वतःहून अंगावर घेतल्या होत्या. कितीतरी भूमिका तो एका वेळी बजावत होता. तोच माझा 'बेस्ट मॅन'ही होता, तोच सर्व कार्यक्रमाचा आयोजक, संयोजक, सूत्रधारही होता. त्याने कानाला मॅडोना हेडसेटच लावून ठेवला होता. छायाचित्रकार, वार्ताहर, फुले, खाद्यपदार्थ यांसारख्या गोष्टी पुरवणाऱ्या सेवासंस्था यांच्याशी सतत संपर्क साधून होता. मला तसे होईल असे वाटले नव्हते; पण खरोखरच त्याची लगबग, त्याचा कामांचा उरक, उसळता उत्साह हे सगळे पाहून मला अतिशय अस्वस्थ व्हायला होत होते!

मी आणि ब्रुक आमच्यासाठी राखून ठेवलेल्या हॉटेलमधील विशाल प्रासादात पोहोचलो, तेव्हा रात्र जवळ जवळ उलटायला आली होती. मी मोठी कल्पकता दाखवून शंभर मेणबत्त्यांनी शयनगृह उजळून टाकायची व्यवस्था केली होती; पण ती कल्पना पार फसली. त्या मेणबत्त्यांमुळे खोलीत प्रचंड उकडत होते, चर्चमधल्यापेक्षाही जास्त! पुन्हा मी घामाघूम! मी भराभरा त्या फुंकून विझवू लागलो तर 'स्मोक डिटेक्टर्स' शंख करायला लागले. ते बंद केले आणि सरळ खिडक्या उघड्या टाकल्या. खोली पुन्हा थंड होईपर्यंत आम्ही परत स्वागतसमारंभाच्या ठिकाणी जाऊन तेथे अजूनही रेंगाळलेल्या गर्दीत सामील झालो आणि आमच्या विवाहाची 'पहिली रात्र' अनेक लोकांबरोबर, चॉकलेट मूस खात घालवली!!

दुसऱ्या दिवशी दुपारी आमचे कुटुंबीय, आप्तजन आणि निवडक स्नेही यांच्यासाठी बार्बेक्यूची पार्टी ठेवली होती. तेथे मी आणि ब्रुक, आम्ही दोघांनी नाट्यमयरीत्या प्रवेश केला. ब्रुकच्या योजनेनुसार आम्ही दोघांनीही डेनिमचे

शर्ट, डोक्यावर काउबॉय हॅट्स असा खास पोशाख केला होता आणि पार्टीच्या ठिकाणी उमद्या घोड्यांवरून आलो होतो. माझ्या घोडीचे नाव 'शुगर' ठेवले होते; पण तिच्या डोळ्यात साखरेचा गोडवा नव्हता. एक आर्त, दुःखी भाव होता. तिला पाहून मला पीचेस या प्रसिद्ध गायिकेची आठवण झाली.

पार्टीला आलेली मंडळी माझ्याभोवती जमत होती, माझ्याशी गप्पा मारीत होती, माझ्या पाठीवर थाप मारून माझे अभिनंदन करत होती; पण मी मनाने तेथे नव्हतो, मला तेथे थांबायचे नव्हते, दूर पळून जायचे होते; पण तरीही मी तेथे रमलो. माझी बहीण रिटा आणि मेहुणा पांचो यांचा मुलगा स्कायलर तेथे आला होता. बहुतेक वेळ मी त्याच्याचबरोबरच घालवला. धनुष्यबाण घेऊन लांबच्या ओक वृक्षांवर नेम धरून बाण मारायचा खेळ मी खेळत बसलो. एकदा धनुष्यांची प्रत्यंचा खेचताना माझे मनगटच लचकले!

१९९७ सालच्या फ्रेंच ओपन स्पर्धेत मी भाग घेतला नाही. लचकलेल्या मनगटाने खेळणे अवघड होतेच. त्यातल्या त्यात क्ले कोर्टावर खेळणे तर फारच कठीण. मी माझे सौंदर्य वाढवण्यात, काउबॉय बनून 'शुगर'वर स्वार होण्यात वेळ घालवीत होतो त्या वेळी त्या क्ले कोर्टांवर अनेक खेळाडू दिवस रात्र खच्चून सराव करत होते. त्या खेळाडूंविरुद्ध त्या लचकलेल्या मनगटाने पाच सेट्स खेळणे केवळ अशक्यप्रायच होते. त्यांच्यासमोर माझा टिकाव लागलाच नसता.

पण मी विम्बल्डनला मात्र जायचे नक्की केले. एक तर मला विम्बल्डन स्पर्धेमध्ये खेळायचेच होते. त्यातच योगायोगाने ब्रुकला इंग्लंडमध्येच एक काम मिळाले होते म्हणजे तीही माझ्याबरोबर असणार होती. नवविवाहित पती-पत्नीची जोडी, लग्नानंतरची पहिलीच सहल, जागाबदल, हवाबदल आणि मुख्य म्हणजे ब्रुकच्या नेहमीच्या, जगापासून दूरवरच्या छोट्याशा बेटाऐवजी निराळी, नवी जागा; पण तसे पाहायला गेले, तर इंग्लंड हेही बेटच होते की!!

लंडनमध्ये आम्ही मजेत वेळ घालवला. मित्रांसोबत पार्ट्या, जेवणे, एक प्रायोगिक नाटकाचा प्रयोगसुद्धा. शिवाय थेम्स नदीच्या काठावर फेरफटका. आकाशात चमकते तारे, स्पर्धेतही चमकते तारे... त्या 'ताऱ्यां'चा विचार मनात आला आणि मला थेम्समध्ये उडी मारावीशी वाटू लागली. छे! आधी दमवणारा सराव, मग ताण आणणारा खेळ, अटीतटीचे सामने... मला ते सारे अशक्य वाटू लागले. मी ब्रॅड आणि गिल यांना सांगून टाकले, "मी नाही खेळणार विम्बल्डन!! वाफ कोंडलीय माझ्या आत!" ब्रॅडना 'कोंडलेल्या वाफे'चे गूढ उकलेना.

"मी आजवर टेनिस खेळत आलो ते इतरांसाठी, माझ्यासाठी नाही. अनेक कारणांनी खेळलो मी टेनिस; पण त्यात माझं असं एकही कारण नव्हतं..."

आधी काहीही न ठरवता, मी बोलत होतो, भडाभडा बोलत होतो. त्या रात्री 'उंच' पोहोचल्यावर स्लिमशी अखंड बोलत सुटलो होतो तसाच; पण जे बोलत होतो ते सत्य होते, खरे खरे, अगदी मनातले होते. कधी कधी मी तो तसला उद्रेक कागदावर लिहून काढायचो. कधी वार्ताहरांशी बोलताना तसलेच काही बोलून जायचो आणि आरशासमोर तर कित्येक वेळा स्वतःलाच स्वतःचे गाऱ्हाणे सांगायचो.

माझ्याविना स्पर्धा सुरू झाली आणि संपलीही. ब्रुकचे काम संपेपर्यंत मी लंडनमध्येच राहिलो. ब्रुकला लंडनमधील 'द आयव्ही' नावाच्या एका हॉटेलमध्ये जायची फार इच्छा होती. एका रात्री आम्ही तिच्या काही कलाकार सहकाऱ्यांबरोबर तेथे गेलो. त्यांच्यामधल्या गप्पा चांगल्याच रंगल्या. मी टेबलाच्या एका टोकाला एकटाच गप्प बसून होतो. समोरच्या प्लेटमधले चरत वेळ काढत होतो. आणखी आणखी मागवीत होतो. शेवटी तर मी तीन कॉफी पुडिंग्ज फस्त केली.

उपस्थितांपैकी एका अभिनेत्रीचे, कसे कोण जाणे, माझ्या अनियंत्रित खादाडीकडे लक्ष होते. न राहवून तिने मला विचारले की, 'का हो, तुम्ही नेहमीच इतकं खाता?'

मी डेव्हिस कप स्पर्धेत पुन्हा फ्लॅचविरुद्ध खेळणार होतो. ब्रॅडने लगेच मला विम्बल्डनमधील पराभवाचा सूड उगवायला सांगितला. पुन्हा सूड? एक 'सुडाचा उन्हाळा' साजरा केला होता की! नको ते सूड वगैरे. ब्रॅडच्या सुडाच्या वेडाने मला थकवा आणला, मनावर मळभ साठले. मला काय वाटते ते ब्रॅडलाही कळू नये, ते जाणून घेण्याचेही त्याला सुचू नये, याचे मला आश्चर्य वाटले. ब्रॅडही ब्रुकसारखाच झाला होता का? मी फ्लॅचविरुद्ध पुन्हा पराभूत झालो. मी ब्रॅडला सांगून टाकले की 'मी उन्हाळाभर कुठेच खेळणार नाही.'

"संपूर्ण उन्हाळा?'' त्याने वैतागून विचारले.

"होय, आता हिवाळ्यातच भेटू!'' असे म्हणून मी त्याला निरोप दिला.

ब्रुक कामासाठी लॉस एंजलिसला गेली होती; पण मी तिच्या बरोबर गेलो नाही. व्हेगासमध्येच राहिलो. माझ्या बरोबर स्लिम होता. मग काय? सतत 'आकाशातच विहार!' छान वाटत होते, बदल आवडत होता. उत्तेजना आनंद देत होती, कोंडलेली वाफ बाहेर निघून जात होती, कसे मोकळे मोकळे वाटत होते. 'रसायना'मुळे का होईना सर्वांगात चैतन्याचे वारे वाहत होते. कित्येक रात्री मी जागून काढत होतो. ना कोणाचा फोन, ना फॅक्स. सारे कसे शांत शांत! ती शांतता मी सुखेनैव अनुभवीत होतो. बस, घरभर उन्मनी अवस्थेत नाचायचे, बागडायचे, सारखे काहीतरी काम करत राहायचे,

कपड्यांच्या घड्या मोडून पुनःपुन्हा घालत राहायचे आणि सतत विचार करायचा... विचार, विचार आणि विचार!

''मला रितेपण आलंय आणि ते मला भरून काढायचंय,'' मी स्लिमला म्हणायचो. त्याला कळत होते की नाही माहीत नाही; पण तो मला 'नाक भरून' होकार द्यायचा आणि मलाही पावडर हुंगायला द्यायचा.

मादक पदार्थाच्या सेवनाने हवीहवीशी वाटणारी नशा तर येत होतीच; पण मी माझ्याच हाताने माझे शारीरिक आणि मानसिक, दोन्ही दृष्टींनी नुकसान करून घेऊन माझी टेनिसमधली कारकीर्द संपुष्टात आणतो आहे, या गोष्टीचे एक असुरी समाधानही मला लाभत होते. गेली कित्येक वर्षे पराकोटीचे क्लेश मुकेपणाने सहन करून मोठा पुरुषार्थ गाजवीत राहिलो. आता तो संपवायचा हेच ध्येय मी ठरवले होते.

अल्पकाळची नशा उतरली की, फार त्रास व्हायचा. ती धुंदी, झोपेविना काढलेल्या रात्रीमागूनच्या रात्री – परग्रहावर असल्यासारखे वाटायचे. कळून सवरूनदेखील मी निर्लजपणे 'असं का बरं होतंय मला?' असा प्रश्न स्वतःलाच विचारायचो. मला वाटायचे 'माझे व्यायामाचे शरीर आहे, एवढे तर सहज पेलले पाहिजे त्याने! स्लिम सारखा नशा करतो; पण त्याला काही होत नाही, मग मला तर काहीच वाहायला नको!!'

पण नाही, स्लिमही गाळात जात होता, ओळखू न येण्याइतका खालावत चालला होता. अर्थात त्याला ड्रग्ज् हे एकच कारण नव्हते. पितृत्वाची चाहूल त्याला कानठळ्या बसवीत होती. एक दिवस मला त्याचा फोन आला. तो हॉस्पिटलमधून बोलत होता. अखेर ज्याची त्याला धास्ती वाटत होती ते घडले होते! तो बाप झाला होता!

''काय?'' मला आश्चर्याचा धक्काच बसला.

होय. दिवस पूर्ण भरायच्या आधी काही महिने मूल जन्माला आले होते. त्याची मैत्रीण अपुऱ्या दिवसाची बाळंतीण झाली होती. मुलगा झाला होता, केवळ एक पौंड आणि सहा औंस वजनाचा! जगेल की नाही याची डॉक्टरांनाही शाश्वती नसलेला अशाश्वत जीव!

मी धावत पळत सनराइज हॉस्पिटलमध्ये पोहोचलो. तेच हॉस्पिटल, जेथे माझा आणि स्लिमचा जन्म एका दिवसाच्या अंतराने झाला होता. इनक्युबेटरमध्ये ठेवलेल्या, माझ्या तळहाताएवढ्या आकाराच्या इवल्याशा जीवाकडे मी काचेतून पाहत होतो. डॉक्टरांनी मला आणि स्लिमला बोलावून बाळ जीवन मरणाच्या सीमारेषेवर असल्याचे सांगितले. ते त्याला शिरेतून अँटीबायोटिक्स देणार होते.

दुसऱ्या दिवशी सकाळी आणखी एक आक्रीत घडले. शिरेतून सुई बाहेर पडली. औषध बाळाच्या पायावर सांडले. पाय भाजून निघाला. डॉक्टरांनी

सांगितले की, बाळाचा श्वासही नीट चालत नव्हता. ते त्याला व्हेंटिलेटरवर ठेवणार होते. दुहेरी धोका होता. बाळाची फुप्फुसे अजून व्हेंटिलेटरमधून हवा घेण्याइतके काम करत नव्हती; पण व्हेंटिलेटरविना बाळ जगणारही नव्हते. स्लिम तर अवाकच झाला होता, दुःखातिरेकाने सुन्न झाला होता. मीच डॉक्टरांना 'तुम्हाला जे योग्य वाटेल ते करा' असे सांगून टाकले.

काही तास व्हेंटिलेटरमधून प्राणवायू घेऊन बाळाचे एक फुप्फुस निकामी झाले. दुसरेही होणारच होते. आता काय करायचे? एक उपाय होता. फुप्फुसांना त्रास न देता रक्त शुद्ध करण्याचे काम करू शकणारे एक मशिन होते. बाळाच्या शरीरातून रक्त बाहेर काढून, त्याला प्राणवायू पुरवून, ते शुद्ध करून शरीरात परत पाठवू शकणारे ते मशिन होते; पण तसे मशिन त्या हॉस्पिटलमध्ये तर नव्हतेच; पण सर्वांत जवळ म्हणजे फिनिक्समध्ये होते.

मी दोन विमानांची व्यवस्था केली. डॉक्टर्स आणि नर्सेस यांच्या एका गटाने बाळाला व्हेंटिलेटरपासून सोडवले. एखादे अंडे हाताळावे तसे काळजीपूर्वक हातात घेऊन एका विमानातून फिनिक्सला नेले. त्या नंतर काही वेळाने मी, स्लिम आणि त्याची मैत्रीण दुसऱ्या विमानातून गेलो. आम्हाला एक फोन नंबर देण्यात आला. विमानतळावर पोहोचल्यावर त्या नंबरवर फोन केला की, बाळाने ते उड्डाण तरी निभावले की नाही ते आम्हाला कळणार होते. विमान जमिनीला टेकल्याबरोबर मी फोन केला.

''काय झाले?''

''बाळ जिवंत आहे, मशिन जोडतो आहोत...''

आम्ही हॉस्पिटलमध्ये जाऊन बसलो. तासामागून तास जात होते. निकाल हाती येत नव्हता. स्लिम एकामागून एक सिगारेट ओढत होता. त्याची मैत्रीण एक दिवसाची बाळंतीण, तोंडासमोर मासिक धरून सतत अश्रू गाळत होती. मी बाजूला जाऊन गिलना फोन केला. केसीच्याही वेदना कमी होत नव्हत्या. गिल हे गिल राहिलेच नव्हते. त्यांची अवस्थाही स्लिमसारखीच झाली होती.

मी परत आलो तर एक डॉक्टर बाहेर आले. ते काय सांगणार? माझ्या मनाच्या सहनशक्तीविषयी मलाच शंका वाटत होती. आणखी किती वाईट बातम्या ते सहन करणार होते?

तोंडावरील मास्क काढत डॉक्टर म्हणाले, ''मशिन तर लावलंय. आत्तापर्यंत सगळं सुरळीत चाललंय. पुढचा सहा महिन्यांचा काळच काय ते ठरवील!''

स्लिम आणि त्याची मैत्रीण या दोघांना तेथे राहण्यासाठी मी हॉस्पिटलजवळच एक घर भाड्याने घेतले. त्यांची व्यवस्थित सोय लावल्यानंतर मी लॉस एंजलिसला गेलो. विमानात प्रयत्न करूनही मला झोप लागेना. मी डोळे सताड उघडे ठेवून शून्यात पाहत बसलो होतो. सगळे जग नश्वर भासायला

३८५

लागले होते. 'पुढचे सहा महिने काय ते ठरवतील!' त्या बाळालाच नाही, तर प्रत्येक सजीव प्राणइमात्राला तेच भविष्य लागू नसते का?

संध्याकाळी मी ब्रुकला सर्व हकिगत सांगितली. तिने तन्मयतेने ती भीषण, दुःखद, नवलपूर्ण कहाणी ऐकून घेतली; पण फक्त ऐकलीच. ती आतून जराही हलली नाही, अलिप्त वाटली.

उलट तिने मला विचारले की, 'तू यात इतका का आणि कसा गुंतवून घेतोस स्वतःला?'

'मग? काय करू? तुझ्यासारखा अलिप्त कसा राहू?' मी म्हणालो; पण मनात!

काही आठवडे मध्ये गेले आणि ब्रॅडने पुन्हा टेनिस खेळायचा विषय काढला. सिनसिनाटी येथे एटीपी चॅम्पियनशिप ही स्पर्धा खेळली जाणार होती. मी खेळलो; पण पहिल्याच सामन्यात ब्राझीलच्या गुस्तावो युर्टन याने मला अवघ्या शेहेचाळीस मिनिटांत पराभूत केले. पहिल्याच फेरीत लाजीरवाणा पराजय पत्करायची माझी सलग तिसरी वेळ. परिणामी अमेरिकेच्या डेव्हिस कपच्या टीमचा कॅप्टन गलीकसन याने मला, अमेरिकेच्या एका उत्तम टेनिस खेळाडूला, देशाच्या टीमधून काढून टाकल्याचे जाहीर केले. अर्थात त्याबद्दल मी काही त्याला दोष दिला नाही. तसेही गलीकसनला कोण दोष देऊ शकणार होते?

१९९७च्या यूएस ओपन स्पर्धेत मानांकन यादीत माझे नाव खूप खाली कुठेतरी होते; पण लोकप्रियतेच्या यादीतील माझे वरचे स्थान अबाधित होते. मी पिवळसर तांबड्या रंगाचा शर्ट घातला होता तर तेथील स्टेडियममधल्या दुकानातून त्या रंगाच्या शर्टांचा साठा त्वरित संपला, त्या रंगाच्या शर्टाचा पुरवठा करता करता विक्रेत्यांच्या नाकीनऊ आले. लोकांना अजूनही माझ्यासारखा पोशाख करायचा होता. माझ्यासारखे दिसायचे होते; पण त्यांनी अगदी अलीकडे माझा अवतार नीट बघितला होता की नाही कोणास ठाऊक! स्पर्धेच्या सोळाव्या फेरीत मी ऑस्ट्रेलियाच्या पॅट्रिक राफ्टरशी खेळलो. ते वर्ष त्याच्या दृष्टीने फार महत्त्वाचे वर्ष होते. फ्रेंच ओपनमध्ये तो उपांत्य फेरीपर्यंत पोहोचला होता. मला खात्रीने असे वाटत होते की, त्या वर्षीची ती यूएस ओपनही तोच जिंकणार होता. राफ्टरची उत्तम सर्व्हिस आणि चेंडू जमिनीला टेकायच्या आत फटका मारण्याची त्याची शैली अगदी पीट सॅम्प्राससारखीच होती; पण मला पीटपेक्षा राफ्टरविरुद्ध खेळायला जास्त आवडायचे. त्याचे कारण होते त्याच्या खेळातील सातत्य. पीटच्या खेळात अनाकलनीय अशी विसंगती असायची. त्याच्या खेळाचा अंदाजच यायचा नाही. तो सलग अडतीस मिनिटे भिकार खेळायचा आणि अचानक एकोणचाळिसाव्या मिनिटाला असा काही चमत्कार घडवायचा

की पाहता पाहता तो सामन्याचा रंग पालटून टाकायचा आणि सामना जिंकून टाकायचा. राफ्टरचे तसे नव्हते. तो सतत चांगला खेळायचा. त्याच्या सहा फूट दोन इंच उंचीमुळे राफ्टरला गुरुत्वाकर्षणाचा जोर फारसा त्रास द्यायचा नाही. तो अत्यंत चापल्याने, शर्यतीत धावणाऱ्या गाडीसारखा, मैदानावर जलद हालचाली करायचा. माझ्या मते राफ्टर ही ओलांडायला सर्वांत अवघड असलेली पायरी होती; पण त्याचा खेळ आणि त्याचे व्यक्तिमत्त्वही कोणालाही सहज आवडावे, त्यांच्या प्रेमात पडावे असे होते. हार किंवा जीत त्याच्या सभ्यतेत, सौजन्यपूर्ण वर्तणुकीत कधी काही फरक घडवून आणू शकायची नाही. त्या दिवशीही मी त्याच्याविरुद्ध पराभूत झालो तरी त्याने हसतमुखाने, उमदेपणाने माझ्याशी हस्तांदोलन केले. मला त्याचे हसणे आवडले पण त्याच्या डोळ्यातली माझ्याविषयीची दया मला स्पष्ट दिसून आलीच! तो नक्कीच माझी कीव करत होता!

यूएस ओपननंतर लगेच, दहाच दिवसांनी मी स्टुटगार्टला एका स्पर्धेत खेळणार होतो. त्यासाठी मला सराव तर करायला हवाच होता, शिवाय ते दिवस शांतपणे, विश्रांती घेण्यात घालवायचे होते; पण मला नार्थ कॅरोलीनामधल्या माउंट प्लेझंट नावाच्या एका लहानशा गावात जायला लागले. कारण, ब्रुकला मी तेथे तिच्याबरोबर हवा होतो. त्या काळात *सडनली सुसान* नावाच्या एका टीव्हीशोमधील तिचा सहकलाकार डेव्हिड स्ट्रिकलँड याच्याशी तिची फार घट्ट मैत्री झाली होती. त्याच्या वाढदिवसाला आम्ही दोघांनी हजर असावे, अशी तिची इच्छा होती आणि तो त्याचा वाढदिवस त्या छोट्याशा गावात त्याच्या कुटुंबीयांच्या सोबत साजरा करणार होता. तेथील निसर्गरम्य परिसर आणि ताजी, स्वच्छ हवा यांचे तिला आकर्षण वाटत होते. तिचे ते सार्थ म्हणणे मीही टाळू शकलो नाही.

माउंट प्लेझंट हे दक्षिणेकडचे, शहरी वातावरणाचा संसर्ग न झालेले एक गाव होते. ते तसे फारसे 'प्लेझंट'ही नव्हते आणि गावात एखादा 'माउंट'ही नव्हता! स्ट्रिकलँड यांचे जुन्या पद्धतीचे घर मात्र छान होते. घरातील जमीन लाकडाची होती. पलंगवर जाड, मऊ गाद्या होत्या. घरात भाजलेल्या मांसाचा रुचकर आणि दालचिनीचा मसालेदार वास सुटलेला असायचा. ती वास्तू प्राचीन संस्कृतीतली असली तरी एका गोल्फच्या मैदानाच्या शेजारी होती. गोल्फचा चेंडू घालवायच्या अनेक भोकांपैकी एक घराच्या परसदारापासून केवळ पन्नास साठ फुटांवर होते. बहुतेक वेळा चेंडू मारण्यावर लक्ष केंद्रित केलेला एखादा तरी खेळाडू अगदी जवळच दिसायचा. डेव्हिडची म्हातारी आजी ही स्ट्रिकलँड कुटुंबाची प्रमुख होती. तिची शरीरयष्टी जाडजूड होती. वय झालं असलं तरी

गालांवर अजूनही सफरचंदाची लाली टिकलेली होती. ती एका गाजलेल्या टीव्हीशोमधील मेबेरी या जमातीची प्रतिनिधी वाटायची. जेव्हा बघावे तेव्हा स्वयंपाकघरात स्टोव्हसमोर उभी राहून काहीतरी ढवळत तरी असायची किंवा स्पॅनिश पद्धतीचा एखादा भाताचा प्रकार तरी शिजवीत असायची. मी तिने बनवलेले पदार्थ आवर्जून, दुसऱ्यांदा मागून घेऊन, वाखाणत खायचो. पाहुणा असून सगळ्यांप्रमाणे माझे ताट धुऊन ठेवायचो.

ब्रुक तर स्वर्गातच होती! ते निसर्गाचे सान्निध्य, सभोवतालचे सुंदर डोंगर, प्राचीन वृक्षांची गर्दी, पानगळीपूर्वी नऊ निरनिराळ्या केशरी, तांबूस रंगाच्या छटा ल्यालेली पाने - या सर्वांनी तिला वेडावून टाकले होते आणि सर्वांत महत्त्वाचे - तिला अत्यंत प्रिय असलेल्या डेव्हिडचा सुखद सहवास. त्यांच्यामध्ये घनिष्ट मैत्रीचा घट्ट आणि नाजूक बंध निर्माण झाला होता. त्यांची दोघांची खास भाषा होती. विशेष अर्थ प्राप्त झालेले शब्द, संदर्भ असलेले विनोद होते. ते दोघे जण पाहता पाहता त्यांच्या शोमधील भूमिकांमध्ये शिरायचे. एखाद्या प्रसंगातील संवाद साभिनय म्हणायचे आणि अर्थपूर्ण हसायचेही. तसे घडले की दोघेही लगेच त्यामागचा अर्थ मला विशद करून सांगायचा आटापिटा करायचे. मलाही त्यांच्यामध्ये सामील करायचा प्रयत्न करायचे. त्या 'दोघांचेच' असे काही नसल्याबद्दल माझी खात्री पटवायचा प्रयत्न करायचे; पण जे माझ्यापर्यंत यायचे ते 'बऱ्याच काही'मधले थोडेसे असावे, ती बरीचशी सारवासारव असावी, असे मला वाटायचे. मी दोघांमधला 'तिघाडा, काम बिघाडा' होतो हे मला जाणवायचे.

रात्री थंडी पडायची. गार वारा पाईन वृक्षांना चाटून येताना एक विशिष्ट गंध घेऊन यायचा आणि माझ्या मनावर मळभ साठायचे. खिन्नता मनाला विनाकारण ग्रासून टाकायची. मी स्ट्रिकलँड यांच्या घराच्या परसदारी उभा राहून आकाशातील ताऱ्यांकडे बघता बघता माझे काय बिघडले आहे, बिनसले आहे, याचा शोध घ्यायचो. तो रमणीय निसर्ग मला का भावत नाही, मोहवीत नाही, याचा विचार करायचो. जुना काळ आठवायचा. फिलीबरोबरचा एक प्रसंग वारंवार मनात घिरट्या घालायचा. त्या दिवशी दीर्घकाळ चर्चा करून दोघेही या निर्णयाप्रत येऊन पोहोचलो होतो की, मी टेनिस खेळणे सोडून द्यायचे आणि त्याच वेळी मला उत्तर कॅरोलिनामधून खेळण्याचे आमंत्रण आले आणि... आणि मी ते स्वीकारले! झाले, सगळा इतिहासच बदलून गेला!! मी पुन्हा पुन्हा मनाला विचारायचो, 'मी जर निर्णय बदलला नसता तर?'

त्या संभ्रमित अवस्थेतून, विचित्र अस्वस्थतेतून बाहेर येण्याचा एकच सिद्ध झालेला हमखास उपाय होता - पुन्हा टेनिस खेळणे. स्टुटगार्टची स्पर्धा अगदी जवळ आलेलीच होती. त्या स्पर्धेत जर मला सध्या दुर्मीळ झालेले यश

मिळाले असते, तर फार फार फरक पडला असता. मी ब्रॅडला फोन केला आणि माउंट प्लेझंटच्या आसपासच्या भागातील एखाद्या टेनिस कोर्टाबद्दलची माहिती मागवली. एक तासाच्या अंतरावरील मैदान तर ब्रॅडने शोधलेच; पण माझ्या बरोबर सरावापुरते खेळण्यासाठी एका उत्साही, नवागत खेळाडूचीही निवड केली. रोज सकाळी माझ्या बरोबर खेळण्याच्या संधीमुळे तो बेहद्द खूश झाला. मी लगेचच भल्या सकाळी धुक्यात गाडी काढून ब्ल्यू रिज माउंटन्स येथील मैदानावर जाऊन त्या सहकाऱ्याबरोबर खेळायला सुरुवात केली. पहिल्या दिवशी मी त्या खेळाडूचे आभार मानायला गेलो तर तोच उलट 'आंद्रे आगासी, तुमच्यासारख्या अद्वितीय खेळाडूने अशा बाजूला पडलेल्या भागातील माझ्यासारख्या कष्टाळू खेळाडूमधले गुण हेरून मला अशी सोन्यासारखी संधी दिली. माझं भाग्यच उजळलं. मीच तुमचे आभार मानतो,' असे म्हणत राहिला. आम्ही खेळाला सुरुवात केली. एवढ्या उंचीवरील जागी, कदाचित गुरुत्वाकर्षणाचा परिणाम कमी होतो म्हणून की काय, चेंडू अपेक्षेपेक्षा जास्त उंच उडत होता. अवकाशात खेळल्यासारखे वाटत होते. अशा खेळाचा काही फारसा उपयोग होणार नाही, हे माझ्या लगेचच लक्षात आले.

त्यातच त्या तरुणाने खेळताना खांदा मोडून घेतला. पुढचे दोन दिवस पुन्हा स्ट्रिकलँड आजींच्या हातचे स्पॅनिश पदार्थ हादडण्यात, परसदारातल्या गोल्फच्या मैदानात जाऊन गोल्फचा चेंडू भोकात घालवण्याच्या प्रयत्नात घालवले; पण मी इतका कंटाळलो की मला एखाद्या पाईन वृक्षाच्या खोडावर डोके आपटून घ्यावेसे वाटू लागले होते. मी कुढत होतो.

अखेर माझा तेथून निघायचा, निसटायचा, तेथून सुटायचा दिवस उगवला. मी ब्रुकला चुंबन देऊन तिचा निरोप घेतला, तसाच स्ट्रिकलँड आजींचाही घेतला. दोघींच्या प्रतिसादाच्या चुंबनातील आर्ततेत काही फारसा फरक जाणवला नाही! मी मियामीला गेलो आणि तेथून थेट स्टुटगार्ट गाठले. स्पर्धेच्या मैदानाच्या दारात पहिलेच दर्शन कोणाचे घडले असेल? पीट सॅम्प्रासचे, दुसऱ्या कोणाचे? त्याच्याकडे पाहताना हे अगदी स्पष्ट दिसत होते की, तो गेला पूर्ण महिना खेळाच्या जबरदस्त सरावाखेरीज इतर काहीही करत नव्हता. एकटा विश्रांती घेत असताना फक्त 'मला धूळ चारणे' या एकाच गोष्टीचा विचार करत होता. अमर्याद सराव, पुरेशी विश्रांती, अन्य कोठेही विचलित न होता खेळावरच एकचित्त झालेले मन. वार्ताहर, क्रीडासमीक्षक, अभ्यासक जेव्हा मी आणि पीट यांच्यामधला फरक वर्णन करायचे तेव्हा ते फार अतिशयोक्ती करतात, असे मला वाटायचे. अर्थात आम्ही दोघे असे दोन ध्रुवांवर असणे हे सगळ्यांच्याच दृष्टीने – चाहते, प्रेक्षक, प्रसार माध्यमे, एवढेच नव्हे तर नाइकेसारख्या खेळाशी संबंधित कंपन्यांनाही आणि टेनिस या खेळाच्या

दृष्टीनेही - आवश्यक होते. सोयिस्कर होते. सॅम्प्रास आणि मी या दोघांमधील टेनिसमधली स्पर्धा ही बेसबॉल या खेळातल्या न्यू यॉर्कचा यांकी हा संघ आणि बोस्टनचा रेड सॉक्स संघ यांच्यामधल्या स्पर्धेइतकाच चुरशीचा, सर्वांच्या चर्चेचा विषय होता. सर्वोत्तम सर्व्हिस करणारा आणि सर्वोत्तम परतवणारा यांच्यातील स्पर्धा. कॅलिफोर्नियाचा भिडस्त सज्जन आणि व्हेगासचा तोंडाळ, उद्धट, आक्रमक दुर्जन यांच्यातील स्पर्धा. सगळी चिखलफेक होती. पीटच्या आवडत्या शब्दात सांगायचे तर 'सगळा धादांत मूर्खपणा' होता; पण काहीही असले तरी समोरासमोर आल्यावर हसऱ्या चेहऱ्याने काहीतरी निरर्थक बोलणे तर भागच होते. त्या वेळी तर आम्हा दोघांमधली दरी खरोखरच, अधिकच रुंदावलेली, भयानक वाटली - चांगले आणि वाईट यामधली दरी! मी नेहमी ब्रॅडला म्हणायचो, 'पीटचे आयुष्य जितके टेनिसने भरलेले आणि भारलेले आहे, तेवढे माझे नाही. त्याच्या आयुष्यात टेनिसला जे स्थान आहे, ते माझ्या आयुष्यात नाही आणि पीटसारखे असणेच जास्त उचित आहे. टेनिस हे त्याचे 'विहित कर्म' आहे. तो ते अत्यंत प्रामाणिकपणे, गंभीरतापूर्वक, संपूर्ण ताकद लावून आणि जबरदस्त उत्साहाने पार पाडतो आणि मी? सतत टेनिसपासून दूर पळायच्या गोष्टी करतो. टेनिसशिवाय माझे आयुष्य जगण्याविषयीच्या बाता मारतो, नुसत्या पोकळ बाता! चाळवलेल्या मनाच्या वल्गना! त्याची आणि माझी ओळख झाल्या दिवसापासून, त्याच्याकडून लाजीरवाणा मार खातानाही मला त्याच्या संथपणाचा, निर्विकारपणाचा हेवाच वाटत आला होता. मला खूप वेळा अगदी त्याच्या निरुत्साहाचे, अलिप्त उदासीनतेचे, खेळ सोडून कशातच उत्साह न दाखवण्याचे, रस न घेण्याचे, इतकेच नव्हे तर तशी सुतराम गरजही नसल्याचे आपल्या वर्तनातून खुशाल दाखवण्याच्या धीटाईचे अनुकरण करावेसे वाटायचे.

स्टुटगार्टलाही वेगळे काहीच घडले नाही. या वेळी मी पहिल्या फेरीतच, मार्टिनविरुद्ध पराभूत झालो. स्टेडियममधून हॉटेलवर परत जाताना ब्रॅड साहजिकच उदास होता; पण त्याच्या चेहऱ्यावर निराळेच गांभीर्यही होते आणि डोळ्यात माझ्याबद्दलची कीव - यूएस ओपनमधील सामना मी हारल्यावर राफ्टरच्या डोळ्यात दिसली होती तशीच! आम्ही हॉटेलवर पोहोचलो. त्याने मला त्याच्या खोलीत नेले.

फ्रिज उघडून, हाताला आल्या त्या दोन बिअरच्या बाटल्या त्याने बाहेर काढून टेबलावर आदळल्या. उघडून दोन ग्लास भरले. बिअर जर्मन आहे का हेही त्याने बघितले नाही. ती प्यायल्यावरही तोंडातून शिवी बाहेर पडली नाही, तेव्हाच ही गोष्ट स्पष्ट झाली की त्याचे मन थाऱ्यावर नव्हते, काहीतरी

विशेष घडणार होते. बिअर पिताना गहन विचारात गढून गेलेल्या ब्रॅडकडे मी पाहत होतो. जीन्स, काळ्या रंगाचा, गळा झाकणारा स्वेटर, चेहऱ्यावरही काळी उदासीनता; पण त्याच बरोबर चेहरा कठोरही दिसत होता आणि खूप थकलेला. मी, मी वृद्धत्व आणले होते त्याला!

''आंद्रे, आपल्याला एक फार महत्त्वाचा निर्णय घ्यायचा आहे आणि तो या खोलीबाहेर पडायच्या आधी घ्यायचा आहे.''

''ब्रॅड, काय झालंय?''

''जे काही चाललंय ते आपण तसंच चालू देणार नाही आहोत. तू यापेक्षा कितीतरी पटीने चांगला खेळाडू आहेस, निदान काही काळापूर्वीपर्यंत तरी नक्कीच होतास; पण आता निर्णय घ्यायची वेळ आली आहे – खेळणं सोडून द्यायचं की पुन्हा नव्याने सुरुवात करायची. एक गोष्ट निश्चित आहे की, हे आत्ता जे चालले आहे, तू जे स्वतःलाच लाजीरवाणे वाटण्यासारखे खेळतो आहेस, ते ताबडतोब थांबले पाहिजे...''

''नाही; पण...''

''थांब, माझं बोलून झालेलं नाही. मला वाटतंय की, तू तुझ्या बाजूने पराभूत व्हायचंच ठरवलेलं दिसतं आहे; पण मला वाटतंय की अजूनही वेळ गेलेली नाही, तू अजूनही जिंकू शकतोस, यश अनुभवू शकतोस. बदल घडू शकतो, चांगल्या गोष्टी घडू शकतात; पण मी म्हटलं तसं, इथेच थांबून, तुला पुन्हा पहिल्यापासून, पूर्णपणे नव्याने सुरुवात करावी लागेल. गाडीचं इंजिन पूर्ण खोलून, स्वच्छ करून जोडतात ना तसं. तुला काही काळ बाकी सगळ्या गोष्टींमधून अंग काढून घेऊन आयुष्याची नव्याने जुळणी करावी लागेल. मला अभिप्रेत आहे ती अगदी बे एके बेपासून पाढ्यांची उजळणी!''

ब्रॅड स्पर्धेतून माघार घ्यायला सांगतो आहे म्हणजे मामला फारच गंभीर आहे, हे मी ओळखले.

तो म्हणाला, ''म्हणजे काय ते समजावून सांगतो. या आधी कधीच काही प्रशिक्षण घेतलेलेच नाहीस असे धरून पहिल्यापासून धडे गिरवायचे. अगदी मुळापासून. शरीर आणि मन स्वच्छ करायचं आणि पहिल्यापासून श्रीगणेशा करायचा. ज्यांना त्यांच्या स्वप्नातही कधी त्यांना तुझ्याशी खेळायची संधी मिळेल, इतकंच काय, तुला कधी भेटता येईल असंही आलं नसेल अशा नव्या; पण आव्हानात्मक खेळाडूंशी खेळायला लागायचं.''

तो थांबला. त्याने बिअरचा एक मोठा घोट घेतला. मी गप्पच होतो. गेले कित्येक महिने, काही वर्षे म्हटले तरी चालेल, ज्या क्षणाकडे आमची वाटचाल सुरू होती तो क्षण अखेर आला होता. मी खिडकीतून बाहेर स्टुटगार्टच्या रहदारीकडे पाहत होतो. माझे मन टेनिसविषयीच्या तिरस्काराने तर भरलेले होतेच;

पण त्याहीपेक्षा मला जास्त घृणा माझी वाटत होती. मी स्वतःला बजावत होतो, 'तुला टेनिस आवडत नाही. ठीक आहे, नाही आवडत. तू मनापासून टेनिसचा तिरस्कार करतोस तर कर, इथे कोणाला त्याचे काही सोयरसुतक आहे? मुद्दा हा आहे की, अरे, जगात असे लक्षावधी लोक आहेत जे त्यांच्या नशिबी आलेल्या कामाचा, त्यांचे उपजीविकेचे साधन असलेल्या गोष्टीचा तुझ्यासारखाच तिरस्कार करतात. तरीही, मनाविरुद्ध असले तरी ते काम आयुष्यभर करत राहतात. आवडत नसले, नापसंत असले तरी अतिशय व्यवस्थितपणे, हसतमुखाने, उसन्या का होईना; पण आनंदाने, उत्साहाने करतात, तेव्हा तुला टेनिस नाही ना आवडत? नको आवडू दे. तुला खूप खूप तिरस्कार वाटतो ना टेनिसचा? वाटू दे; पण तरीही तुला ते खेळले पाहिजे, खेळत राहिले पाहिजे. त्या टेनिसबद्दल मनात आदर बाळगला पाहिजे आणि हो, स्वतःविषयीही!

"ठीक आहे, ब्रॅड, टेनिस सोडण्याची माझ्या मनाची तयारी अद्याप झालेली नाही. मला तेच करायचंय, टेनिस खेळायचंय. तू म्हणशील तसं करू या. तू मला सांग काय करायचं ते, मी तेच, तसंच करतो."

२१

बदल–परिवर्तन.

मी स्वतःला वारंवार सांगत होतो, 'आंद्रे, बदल... हीच वेळ आहे बदलायची, परिवर्तन घडवून आणण्याची, बदल, आंद्रे, बदल...!' सकाळी दात घासताना, टोस्टला लोणी लावताना, पदोपदी मी तेच म्हणत होतो – ताकीद म्हणून नाही, धोक्याचा इशारा म्हणूनही नाही. मनाला समजावण्यासाठी, शांतिमंत्रासारखा जपच करत होतो मी बदलाचा! परिवर्तनाच्या कल्पनेने मला निराशही केले नव्हते, लाजीरवाणेही बनवले नव्हते. माझ्यात आमूलाग्र बदल घडवून आणला पाहिजे, या विचाराने मला जागेवर आणले होते. माझा ढळलेला तोल सावरून मला नीट, दोन्ही पायांवर ठामपणे उभे केले होते. या आधी जेव्हा जेव्हा मी वैयक्तिकरीत्या काहीतरी महत्त्वाचा निर्णय घ्यायचो, तेव्हा तेव्हा मला, त्याबद्दलच नाही तर, स्वतःबद्दलही संशय यायचा; पण ती वेळ अपवाद ठरली. मी या वेळी मनाने पक्का होतो, या वेळी मी निश्चयापासून ढळणार नव्हतो. परिवर्तनाची ती अखेरची संधी होती – त्या क्षणी नाहीतर मग कधीच नाही! आणि म्हणूनच मला ती संधी दवडायची नव्हती. 'तोच आंद्रे' होऊन जगत राहण्याची, अपयशाच्या, नामुश्कीच्या डबक्यात डुंबत पडायची कल्पना महाभयंकर होती, लाजीरवाणी होती, मन विषण्ण करून टाकणारी होती.

पण... पण! हा असा एखादा 'पण' मध्ये कडमडतोच. आपले नेक इरादेही काही बाह्यशक्ती, आपणच आपल्या हाताने निर्माण केलेले काही ब्रह्मराक्षस उधळून लावतात. एका बाजूला आपण मार्ग बदलण्याची प्रतिज्ञा करतो. झालेल्या चुकांबद्दल प्रामाणिक दुःख व्यक्त करून, जमेल तेवढी त्यांची भरपाई करून सुधारणेच्या वाटेवर पुढे जायचे ठरवतो. दुसऱ्या बाजूला आपला भूतकाळ, स्वतःच घेतलेले निर्णय, विशेषतः चुकीचे निर्णय, अशा वेळी त्यांचे जबरदस्त ओझे मनावर लादतात, कधी जोर लावून सन्मार्गावरची गती रोखतात किंवा कुमार्गाकडे वेगाने ढकलतात. हे कुकर्मांचे ओझे विश्वव्यापी आहे. ते म्हणते की, 'फार जोरात जाऊ नका, थांबा, मी आहे तुमच्या राशीला!' माझा एक मित्र नेहमी होमर या महान ग्रीक तत्त्ववेत्त्याच्या कवितेतली ओळ ऐकवायचा, त्याचा आशय असा होता, 'शाश्वत अशा दैवी शक्ती त्यांचे निर्णय अकस्मातपणे बदलत नाहीत!'

स्टुटगार्टहून परत आल्यावर काही आठवड्यांनी, ला गार्डिया विमानतळावर मला एक फोन आला. बोलणाऱ्याचा आवाज अगदीच कोरडा, काहीसा उद्धट होता. आवाजात अधिकाराची, शिक्षा ठोठावल्याची जरब होती. त्याने तो एटीपीचा डॉक्टर असल्याचे सांगितले. (माझ्या माहितीनुसार एटीपी ही 'असोसिएशन ऑफ टेनिस प्रोफेशनल्स' या संस्थेच्या नावाची आद्याक्षरे होती) तो माझा अंत जवळ आला असल्याचे सांगणार असावा असे त्याच्या बोलण्याच्या पद्धतीवरून वाटले आणि तसेच झाले!

कोणत्याही स्पर्धेत भाग घेताना आम्हा खेळाडूंच्या मूत्राची तपासणी केली जात असे. फोनवरील डॉक्टर ते मूत्र तपासणीचे काम करणारा होता. नुकत्याच झालेल्या एका स्पर्धेच्या वेळी घेतलेल्या माझ्या मूत्राचा नमुना असोसिएशनच्या नियमात न बसणारे दोष दाखवीत होता हे सांगायलाच त्याने मला फोन केला होता. माझ्या मूत्राच्या नमुन्यात क्रिस्टल मेथिलीन या मादक पदार्थाचे अंश सापडले होते.

मी जवळच्याच एका खुर्चीत कोसळलो. माझ्या खांद्यावरची बॅग ओघळून खाली पडली.

''आगासी... आगासी...'' फोनवरचा डॉक्टर ओरडत होता.

''हां, हां, मी आहे, मी आहे. बोला तुम्ही...'' मी कसेबसे त्याला सांगितले.

''हे पाहा, तुम्हाला असोसिएशनला एक पत्र लिहावे लागेल – सापडलेला दोष मान्य असल्याचे अथवा तुम्ही निर्दोष असल्याचे.''

''हं...''

''तुम्हाला कळतंय ना की, तुमच्या मूत्रात सापडलेला अमली पदार्थ नियमबाह्य आहे आणि तो तुम्ही सेवन केल्याचं सिद्ध झालं आहे...''

''हं... हं''

''पत्रात या बेकायदेशीर वर्तनाचे स्पष्टीकरण द्यावे लागेल...''

''आणि मग... पुढे?''

''तुमचे लिखित स्पष्टीकरण असोसिएशनच्या अधिकाऱ्यांच्या एका मंडळासमोर ठेवण्यात येईल.''

''...आणि...''

''जर आरोप सिद्ध झाला तर तुमच्यावर कायदेशीर *कारवाई* केली जाईल.''

''कारवाई?...''

त्याने मला असोसिएशनच्या नियमांची आठवण करून दिली. अशा प्रकारच्या मादक, अमली पदार्थांचे तीन प्रकार केलेले होते आणि प्रत्येक प्रकाराच्या पदार्थसेवनासाठी शिक्षा निरनिराळ्या मुदतीच्या होत्या... एक – तनामनाला उत्तेजित करून खेळात अधिक जोर आणणारी जहाल औषधे – दोन

वर्षे स्पर्धांमधून भाग घेण्यास बंदी. दोन – धुंदी चढवणारे नशिले पदार्थ – तीन महिने बंदी. तो मध्येच म्हणाला, ''तुमच्या मूत्रात सापडलेले अंश या दुसऱ्या प्रकारच्या अमली पदार्थांचे आहेत...''

म्हणजे तीन महिने बंदी...

''मी पत्र कुणाला लिहू?''

''मी पत्ता देतो तुम्हाला, लिहून घेता?''

मी माझ्या बॅगेतून एक डायरी काढली. त्याने मला पत्ता सांगितला, मी तो लिहून घेतला. मी पत्र लिहिणार होतो का? तो डॉक्टर पुढे आणखीही काही बोलत राहिला; पण ते फक्त माझ्या कानांवर पडत होते, आत पोहोचत नव्हते. तो थांबला तसे मी त्याचे आभार मानून फोन बंद केला. मी कसातरी विमानतळाच्या बाहेर आलो, टॅक्सीत बसलो, खिडकीच्या धूसर काचेतून बाहेर बघत राहिलो. मॅनहॅटनला उतरलो, उरलेले पैसे परत न घेताच टॅक्सीतून बाहेर पडलो.

सरळ ब्रुकच्या घरी ब्राऊनस्टोनला गेलो. सुदैवाने ती त्या वेळी लॉस एंजलिसला होती. नाहीतर तिच्यापासून मनातली धास्ती लपवणे मला जमलेच नसते. तिच्या जवळ मन मोकळे केल्याशिवाय मला चैनच पडत नसे; पण त्या क्षणी मला तिला काहीच सांगायचे नव्हते. मी अंथरुणावर पडलो आणि मनावरच्या ताणामुळे शरीर निद्राधीन झाले. एक तासाने जाग आली. जे घडले ते स्वप्न होते का? ओह... तसे असेल तर...! पण तसे नव्हते. सगळे सत्य होते. तो फोन, तो असोसिएशनचा डॉक्टर आणि माझ्या मूत्रात सापडलेला अमली पदार्थांचा अंश...सगळे खरे होते.

माझे नाव, माझी कारकीर्द, माझी इभ्रत – सगळेच वेशीवर टांगले जाणार होते. हमखास पराभूत होणाऱ्या खेळात माझी पत पणाला लागणार होती. जे इतक्या वर्षांत कमावले होते ते सर्व मी गमावणार होतो. माझ्या दृष्टीने टेनिस हा खेळ निरर्थकच होता. आता मला त्याची अर्थहीनता खऱ्या अर्थाने जाणवणार होती. जे घडत होते ते योग्यच होते, तीच माझी लायकी होती! मी लायक नव्हतोच, नालायकच होतो... नालायक!!

काय करावे, कोणाला हाक मारावी, कोणाला सांगावे या विचारात मी पहाटेपर्यंत तळमळत पडलो होतो. मी लोकांच्या चर्चेचा विषय होणार होतो; पण या वेळी माझा खेळ, माझा विक्षिप्तपणा, माझा विचित्र पोशाख, जाहिरातीतील एखादी वादग्रस्त घोषणा हे विषय ऐरणीवर नसणार होते. माझी नाचक्की होणार होती. लाज निघणार होती. मला वाळीत टाकले जाणार होते. या क्षेत्रात येणाऱ्यांना माझी कथा 'धोक्याचा इशारा' म्हणून सांगितली जाणार होती. पुढचे काही दिवस मी सतत त्या बद्दलच्याच चिंतेत होतो; पण मी काही आततायी कृती केली नाही. त्याच वेळी इतर अनेक संकटांनी मला घेरले होते. मला प्रिय असलेल्या लोकांवरची अरिष्टे मला जास्त त्रस्त करत होती.

केसीच्या मानेवर आणखी एक शस्त्रक्रिया करावी लागणार होती म्हणजेच पहिली शस्त्रक्रिया बरोबर झालेलीच नव्हती. पुन्हा तसाच हलगर्जीपणा होऊ नये म्हणून मी सर्वांत उत्तम डॉक्टर शोधला. तो लॉस एंजलिसला होता म्हणून तिला आणि तिच्या आई वडिलांना मी विमानाने तेथे पाठवले. शस्त्रक्रियेनंतर ती अनेक दिवस हॉस्पिटलमध्ये निपचित पडून होती. तिला तीव्र वेदना होत होत्या. तिला डोके जराही हलवता येत नव्हते, त्या भागातील त्वचेची आग होत होती. त्यातच तिच्या खोलीत कमालीचे उकडत होते. तीही तिच्या वडिलांसारखीच होती, गरम काहीही न चालणारी. मला तिचे हाल बघवत नव्हते. मी तिच्या गरम कपाळावर हलकेच थोपटले, गालाचा पापा घेतला आणि तिला म्हणालो की, 'केसी, मी आलोच!'

गिल तर मुलीच्या दुःखाने झुरत होते, पार आक्रसून गेले होते. मी दुकानात गेलो. सर्वांत मोठा एअर कंडिशनर विकत घेऊन केसीच्या खोलीच्या खिडकीत बसवला. बटण दाबल्यावर गार हवेच्या झोताने ती आणि गिल सुखावले. केसी छानसे हसली. मी आणि गिल, दोघांनी टाळ्या वाजवल्या.

नंतर मी दुसऱ्या दुकानात गेलो. लहान मुलांना पोहणे शिकवण्यासाठी हवा भरून फुगवायच्या रबरी नळ्यांमधली एक नळी निवडली, जी केसीच्या मानेखाली उशीसारखी व्यवस्थित ठेवल्यावर तिची मान जराशी वर उचलली जाईल; पण मानेला त्रास मात्र होणार नाही. त्या नळीमध्ये हवा भरून ती जेव्हा तिच्या मानेखाली ठेवली तेव्हा तिच्या चेहऱ्यावर एक हसू उमलले. त्यात वेदनेतून सुटका झाल्याचे सुख होते, त्याबद्दलची निरागस कृतज्ञता होती. यातना वेदनांना धाडसाने सामोरे जाणाऱ्या त्या निर्भयेच्या डोळ्यात मला त्या क्षणी जे दिसले त्यात मला जीवनाचा अर्थ गवसला. तत्त्ववेत्ते जे अनेक ग्रंथांमधून नीट सांगू शकले नसते ते त्या मुलीच्या दुःखाने मला शिकवले. त्याचबरोबर ते दुःख विसरून फुलणाऱ्या हास्याने आणि तिचे दुःख कमी करण्यासाठी, ते हास्य तिच्या चेहऱ्यावर आणण्यासाठी माझी जी खारीची मदत झाली होती, त्यामुळे मनाला लाभलेल्या अनोख्या समाधानाने मला बरेच काही शिकवले. त्या समाधानात, त्या निरपेक्ष साहाय्यामध्ये आयुष्यातला आनंद होता. परमसुख होते. इतिकर्तव्यता होती, सार्थक होते. याचसाठी मला जगायला हवे होते, दुसऱ्याचे दुःख हलके करण्यासाठी खेळायला हवे होते. कळायला अवघड पण करायला सोपे!

मी गिल यांच्याकडे पाहिले. मला आयुष्याचा अर्थ गवसला, जीवनरहस्य समजले, उद्देश सापडला, अनेक क्लिष्ट प्रश्नांचे उत्तर मिळाले हे त्यांना जणू कळले होते. त्यांच्या डोळ्यातून अश्रू ओघळत होते, त्यांच्या ओल्या गालांवर चमकत होते. रात्री उशिरा केसी झोपी गेली. गिल कोपऱ्यात डोळे मिटून खुर्चीत

बसले होते, त्यांच्या मनाविरुद्ध त्यांना झोप लागली होती. मी एक खुर्ची केसीच्या पलंगाजवळ ठेवून त्यावर बसलो. एक पॅड मांडीवर ठेवले आणि त्या डॉक्टरने फोनवर नाव सांगितलेल्या एटीपीच्या अधिकाऱ्यांना पत्र लिहायला घेतले. सत्य असत्याचे मिश्रण केलेले एक पत्र लिहू लागलो.

अमली पदार्थ घेतल्याचे मी मान्य करून टाकले. ते अजाणतेपणाने घेतले गेले होते असे मी लिहिले. त्याचा दोष मी स्लिमवर ढकलला. तो माझ्याकडे कामाला होता. तो अमली पदार्थांचे सेवन करणारा होता. तो नेहमीच्या सोड्यात मेथिलीन मिसळून प्यायचा हे सत्य मला कळल्यावर मी त्याला कामावरून काढून टाकले अशी मी थाप मारली. तो कामावर असताना मी एकदा अगदी अनवधानाने त्याने मेथिलीन मिसळलेला सोडा प्यायला. त्यातून अभावितपणे त्या अमली पदार्थांचा माझ्या शरीरात प्रवेश झाला. ही मी मारलेली आणखी एक थाप. मला नंतर त्याचा परिणाम जाणवला; पण माझा असा समज होता की, जे शरीरात शिरले आहे ते उत्सर्जनावाटे शरीरातून बाहेर पडून जाईल. दुर्दैवाने तसे घडले नसावे.

मी समजूतदारपणाची अपेक्षा नोंदवली, दयेची याचना केली आणि पत्राखाली 'आपला नम्र, दयाभिलाषी' असे लिहून सही ठोकली. तो खोटेपणाचा पुरावा मांडीवर ठेवून मी कितीतरी वेळ केसीच्या निरागस, निष्पाप, शांत चेहऱ्याकडे पाहत बसलो होतो. मला साहजिकच स्वतःची लाज वाटत होती. मी खोटे बोलत असे; पण ते फक्त स्वतःशीच. दुसऱ्याशी खोटे बोलायचो तेव्हा ते चुकून, केवळ अज्ञानापोटी असायचे. या बाबतीत जर मी पूर्णपणे खरे बोललो असतो तर गोंधळ झाला असता. आपल्या आंद्रेकाकावर अमली पदार्थसेवनाचा आरोप सिद्ध झाला आहे आणि त्याला तीन महिने न खेळण्याची शिक्षा फर्मावली गेली आहे हे कळल्यावर केसीची जी भयंकर अवस्था झाली असती, त्याची मी कल्पनाही करू शकत नव्हतो. तीच अवस्था थोड्या कमी अधिक प्रमाणात माझ्या लाखो चाहत्यांचीही झाली असती. ते सहन होण्यासारखे नसल्याने माझ्याजवळ खोटे बोलण्याखेरीज अन्य कोणताच पर्याय नव्हता – मी खोटे बोललो!

त्या क्षणी मी निश्चय केला की, हे माझे अखेरचे असत्य कथन असेल. मी पत्र पाठवून देणार होतो, माझ्या वकिलांना सर्व हकिगत व्यवस्थित कथन करून पुढील कारवाई त्यांच्यावर सोपवून गप्प बसणार होतो. मी त्या मंडळासमोरही जाणार नव्हतो आणि त्यांच्यासमोर पुन्हा खोटेही बोलणार नव्हतो. कोणतेही जाहीर विधान करणार नव्हतो. सर्व काही नशिबावर आणि काळे सूट घालणाऱ्या वकीलांवर सोडणार होतो. त्यांनी जर हे प्रकरण सामोपचाराने मिटवले असते तर ठीकच; पण नसते तर जे काही भोग प्राक्तनात लिहून ठेवलेले असतील ते मी निमूटपणाने भोगणार होतो.

गिल जागे झाले. मी चटकन पत्राची घडी घालून, ते खिशात ठेवून त्यांच्या बरोबर खोलीच्या बाहेर आलो. बाहेरच्या दिव्यांच्या प्रकाशात गिल यांचा चेहरा अधिकच ओढलेला दिसत होता. ते *निस्तेज* दिसत होते आणि... माझा विश्वासच बसत नव्हता... गिल, माझे व्यायामशिक्षक, माझे आरोग्याचे आदर्श, शक्तिहीन झाले होते, अशक्त झाले होते!! हॉस्पिटलच्या आवारात, मृत्यूशी सामना देतानाच जीवनाची खरी किंमत समजते हे मी विसरत होतो. मी त्यांना मायेने मिठी मारली. मी त्यांच्यावर किती प्रेम करतो हे त्यांना सांगितलं. त्यांच्या खांद्यावर थोपटून त्यांना 'सगळं काही ठीक होईल,' असं आश्वासनही दिलं.

ते क्षीण हसले, मान हलवून 'हो' म्हणाले, काहीतरी न कळणारे पुटपुटले. आम्ही दोघे कितीतरी वेळ काहीही न बोलता तेथेच उभे राहिलो. त्यांचे खोल गेलेले डोळे विचारात बुडले होते. बऱ्याच वेळाने ते विचारातून जागे झाले. त्यांना बहुधा त्या काळजीतून, चिंतेतून, भीतीतून बाहेर पडायचे होते, काहीतरी निराळे करायचे, वेगळ्या विषयावर बोलायचे होते. ते माझ्या खांद्यावर हात ठेवून म्हणाले की, 'तुझं कसं चाललंय?'

मी त्यांना ब्रॅडबरोबर पुन्हा टेनिसला वाहून घेण्याचा निर्णय सांगितला. पहिल्यापासून नव्याने आरंभ करण्याचा, साध्या, सामान्य स्पर्धांमधून भाग घेऊन स्लॅम्सपर्यंत पोहोचण्याचा, प्रगतीचे शिखर पादाक्रांत करण्याचा ठाम निश्चय सांगितला. मी त्यांना म्हणालो की, 'केसीने मला स्फूर्ती दिली आहे, वाट दाखवली आहे.'

गिल म्हणाले की, 'मलाही तुला जमेल तेवढी सर्व मदत करायची आहे.'

मी त्यांना म्हणालो की, 'तुम्ही या सगळ्या संकटातून आधी बाहेर पडा, मग...'

''पण माझे खांदे अजूनही चांगले रुंद आणि बळकट आहेत. त्यांच्यावर उभे राहून तुला तुझा तारा निश्चित शोधता येईल. लक्षात आहे ना तुझ्या? या खांद्यांवर कितीही काळ पाय देऊन उभा राहा, तुझ्या नावाचा तारा शोध आणि त्याच्यापर्यंत पोहोच! त्याला हातात पकड!'' स्कॉट्सडेलमधील 'जो मेन इव्हेंट' या हॉटेलच्या बाहेर रात्री ताऱ्यांनी भरलेल्या आकाशाखाली उभे राहून मला दिलेल्या आश्वासनाची त्यांनी आठवण करून दिली.

त्यांना माझ्या क्षमतेविषयी, प्रामाणिक हेतूविषयी, सचोटीविषयी शंका येईल असे अनेक प्रसंग घडूनसुद्धा त्यांचा माझ्यावरील विश्वास तितकाच दृढ आहे यावर माझा विश्वास बसेना! मी पंचविशी ओलांडली होती. सत्तावीस हे टेनिसखेळाडूच्या कारकिर्दीला उतरती कळा लागण्याचे वय आणि मी त्या वयात दुसऱ्या संधीच्या गोष्टी करत होतो. त्या ऐकून गिल यांनी ना कपाळाला आठ्या घातल्या ना भुवया उंचावल्या, उलट मदत देऊ केली!

म्हणाले, ''चल, घे उडी! मी आहे तुझ्या बरोबर!!'

आम्ही खरोखरच पहिल्यापासून सुरुवात केली. मला अजून मिसरूडही फुटलेले नसल्यासारखी, मी या आधी कधी पद्धतशीर व्यायाम न केल्यासारखी, कधी सामने न खेळल्यासारखी ती सुरुवात होती! खरेच, मी तसाच दिसत होतो – स्थुल; पण क्षीण आणि मंद! मी आधीच्या वर्षभरात एकदाही हातात डंबबेलदेखील घेतलेला नव्हता. वजने उचलली नव्हती. मी अलीकडे उचललेली सर्वांत जड वस्तू म्हणजे केसीच्या खोलीत बसवललेला एअर कंडिशनर होता! मला माझे शरीर नव्याने बळकट बनवायचे होते. काळजीपूर्वक, बेताबेताने, पद्धतशीरपणे माझी ताकद, माझा दम वाढवायचा होता.

श्रीगणेशा अर्थातच गिल यांच्या व्यायामशाळेत झाला. बाकावर झोपून वजने उचलायला सुरुवात करण्याआधी माझ्या पायाच्या बाजूला येऊन उभ्या राहिलेल्या गिल यांना मी आधी माझ्या सर्व पापांची कबुली दिली. मादक पदार्थांचे बेबंद सेवन, त्यांचा मूत्रतपासणीत सापडलेला अंश, मला मिळालेली खेळावरील बंदीची ताकीद – सगळे सगळे खरे खरे सांगून टाकले. पाटी स्वच्छ केल्याखेरीच पुन्हा श्रीगणेशा लिहिण्यात काही अर्थच नव्हता. मी अधोगतीच्या दरीत किती खोल गेलेलो आहे हे त्यांना नीट कळल्याशिवाय मला त्या गर्तेतून वर काढायची गळ मी त्यांना कसा घालू शकणार होतो? माझा कबुलीजबाब ऐकल्यावर त्यांचा चेहरा हॉस्पिटलमधील केसीच्या खोलीत दिसत होता तसा झाला. गिल यांना पाहिले की, मला पृथ्वीचा गोल खांद्यावर घेतलेल्या ॲटलासच्या पुतळ्याची आठवण व्हायची; पण त्या क्षणी खरोखरच ते संपूर्ण जगाचे ओझे खांद्यावर असल्याप्रमाणे शिणलेले दिसत होते. त्यांचा गळा भरून आला, त्यांना बोलणेही अशक्य झाले. त्या क्षणी मला स्वतःची जितकी घृणा वाटली तेवढी कधीही वाटली नव्हती.

माझ्या हातून घडलेल्या पापांच्या वाऱ्यालाही मी पुन्हा कधी फिरकणार नाही असे वचन मी त्यांना तत्क्षणी दिले. याविषयी त्यांनाही खात्री होती. त्यांनी जोरात घसा खाकरला, प्रांजलपणे सगळे काही सांगून टाकल्याबद्दल माझे आभार मानले आणि म्हणाले, ''जे झालं ते भूतकाळात जमा झालं, संपलं. या नंतरची तुझी वाट स्पष्ट आहे...''

''आपली वाट म्हणा, गिल... तुम्ही माझ्या सोबत...''

''... आपली वाट स्पष्ट आहे, ध्येयावर नजर ठेवून त्या वाटेवर चालायला सुरुवात करू या.''

त्यांनी 'पुनश्च हरी ॐ' म्हणून माझ्या व्यायामाचे शिस्तबद्ध वेळापत्रक बनवले. खाण्यापिण्याचे कडक नियम घालून दिले. ''यापुढे लाड बंद, फास्ट फूड वर्ज्य, दारूचा थेंबही नाही, वेळापत्रकात जराही हयगय नाही!'' त्यांनी बजावले. घड्याळाच्या ठोक्यावर दिवस सुरू होऊ लागला आणि घड्याळाच्या काट्यांवरच खाणे, व्यायाम वगैरेही घडू लागले.

नव्या लष्करशिस्तीच्या जीवनक्रमात मी स्वतःला बांधून घेतले आणि साहजिकच माझा ब्रुकसोबतचा वेळ अगदीच कमी झाला. हे तिला जाणवले की नाही हे मात्र मला कळले नाही.

सन १९९५ सालात जितक्या धडाडीने, जितक्या कणखरपणे मी गिल यांच्या 'तालमी'त कष्ट घेतले होते, तितकाच जीव ओतून मी चक्क एक महिना राबलो. महिन्यानंतर मी एटीपीच्या 'चॅलेंजर' या नावाने प्रसिद्ध असलेल्या सर्वांत कनिष्ठ दर्जाच्या टेनिस स्पर्धेत भाग घेतला. आंतरशालेय सामन्यांइतके मोजके प्रेक्षक, विजेत्याला ३५०० डॉलर्सचे बक्षीस.

स्पर्धा व्हेगासमधील नेवाडा विद्यापीठाच्या मैदानावर खेळली जाणार होती. मी आणि गिल दोघे तेथे पोहोचलो. गाडी लावली. मनात आठवणींची गर्दी उसळली. दोघांसाठीही सुपरिचित जागा पण अपरिचित प्रसंग! याच जागी मी सातव्या वर्षी खेळलो होतो. गिल याच विद्यापीठाच्या व्यायामशाळेत नोकरी करत होते. त्यांनी त्यांची नोकरी सोडली त्या दिवशी मी तेथेच, त्यांच्या ऑफिसबाहेर त्यांची वाट पाहत थांबलो होतो. ते बाहेर येईपर्यंत धीर निघत नव्हता. दोघांनी मिळून ठरवलेल्या वाटेवरील थरारक प्रवासाच्या कल्पनेने मन त्या दिवशीही याच जागी असेच अस्वस्थ झाले होते. आज वीस वर्षांनी मी तेथेच मानांकन यादीत प्रवेश मिळवण्यासाठी धडपडणाऱ्या, बहराला यायच्या अथवा बहर ओसरलेल्या खेळाडूंमध्ये खेळणार होतो.

वेगळ्या शब्दांत सांगायचे, तर माझ्या बरोबरीच्याच खेळाडूंशी खेळणार होतो! चॅलेंजर म्हणजे थाटमाट नाही, सगळेच साधे, सामान्य दर्जाचे. त्याचा प्रत्यय खेळाडूंसाठीच्या विश्रामकक्षात येतो. सामन्यापूर्वी जे जेवण दिले जाते ते विमानात देतात त्या पद्धतीचे असते. त्यामध्ये रबरासारखे चिवट चिकन, शिळ्या वाटणाऱ्या भाज्या आणि न फसफसणारा सोडा असले पदार्थ असतात. मला आठवले ते स्लॅम स्पर्धांमधले वाफाळते, रसरशीत, टेबलावर ओळीने मांडून ठेवलेले जेवण, मोठी रांग, पुढे मागे जाताना मला हवे ते पदार्थ – ताजे ताजे फुगलेले आम्लेट आणि पौष्टिक पास्ता. हे सगळं वाढायला उत्सुक असलेले, पांढऱ्या उंच टोप्या घातलेले, लगबग करणारे शेफ्स. ते सगळेच संपले होते... इतिहासजमा!!

जेवणाचा सामान्य दर्जा इतर अनेक गोष्टींतही प्रत्ययाला येतो. बॉलबॉइज्‌ची गर्दी अजिबात नसते. ते अगदी मोजके असतात. कारण, चेंडूही कमीच असतात – प्रत्येक सामन्याला फक्त तीन. तुमच्या मैदानाच्या डाव्या व उजव्या बाजूंना मैदानांची रांग असते. सर्व मैदानांवर एकाच वेळी सामने खेळले जात असतात. सर्व्हिस करताना चेंडू वर उडवला की दोन्ही बाजूच्या मैदानांवरचे खेळाडू दिसतात. त्यांच्यातील भांडणांचे आवाज ऐकू येतात. खेळावरील एकाग्रता भंग

पावते; पण या सगळ्याचे त्यांना काहीही सोयरसुतक नसते. 'मला काय त्याचे?' ही बेपर्वा वृत्ती. इतकेच काय मधून मधून शेजारच्या मैदानावरील चेंडूसुद्धा पायात येतो. पाठोपाठ 'अहो, प्लीज् चेंडू द्या ना! अहो... अहो...' असा पुकाराही होतो आणि आपले लक्ष जाईपर्यंत तो थांबत नाही. मग तुम्ही जे काही करत असाल ते थांबवायचे, त्यांचा चेंडू त्यांच्याकडे फेकायचा - बॉलबॉय व्हायचे... लहानपणानंतर पुन्हा एकदा मी ते काम केले... बॉलबॉयचे!!

सामन्याची गुणसंख्याही तुम्ही तुमची मोजायची, लक्षात ठेवायची. लहान मुलांसारखे गुणफलकावर प्लॅस्टिकचे आकडे बदलायचे! 'स्लॅम विजेता' या पदावरून चॅलेंजरच्या पातळीवर पोहोचलेल्या माझ्यासारख्यांची टर उडवायचे काम मोजके प्रेक्षकही व्यवस्थित करतात. माझ्या जुन्या जाहिरातीतील *तुमची प्रतिमा महत्त्वाची आहे* या घोषवाक्यावरून माझी लाजीरवाणी चेष्टा करायला ते मागे पुढे पाहत नाहीत. तेथील एका अधिकाऱ्याने जाहीरपणे असे विधान केले की, 'आंद्रे आगासीचे चॅलेंजरमध्ये खेळणे हे ब्रूस स्प्रिंगस्टीन या महान गायकाने गल्लीतल्या बारमध्ये गाण्यासारखे आहे!' पण काय हरकत आहे ब्रूसने बारमध्ये गायला? मी तर म्हणतो की, त्याने मधून मधून असे लहान मोठ्या बारमध्ये गायले तर चांगलेच होईल!

त्या वेळी प्रसिद्ध झालेल्या मानांकन यादीत मी १४१व्या स्थानावर होतो, आजवरचे माझे सर्वांत खालचे स्थान! ज्याची मी कधी स्वप्नातही कल्पना केली नव्हती इतके खालचे!! 'चांगला नक्षा उतरला' - क्रीडासमीक्षक आणि वार्ताहरांचा हा शेरा होता. त्या लोकांना असे झाले की आवडतेच; पण ते काही चुकीचे बोलत नसतात. यश डोक्यात गेल्यासारखे, बेबंद वागलोच होतो मी. ब्रॅडबरोबर हॉटेलात, स्लिमबरोबर व्हेगासमधल्या मठीत... आणि परिणाम? मी चॅलेंजरमध्ये खेळत होतो.

ब्रॅडलाही मी चॅलेंजरमध्ये खेळणे अप्रतिष्ठेचे, कमीपणाचे वाटत नव्हते. त्याच्यामध्ये पुन्हा नव्याने उत्साह संचारला होता. तोही कंबर कसून, जीव लावून माझ्यासाठी कष्ट घ्यायला सिद्ध झाला होता. त्यामुळे मला तो अधिकच आवडू लागला होता. मी खेळत होतो चॅलेंजर पण त्याचे सराव करून घेण्याचे काम अशा जोराने चालले होते की मी जणू विम्बल्डन खेळत होतो. मानांकन यादीत पुन्हा प्रथम क्रमांकावर पोहोचण्याच्या बिकट चढाची चॅलेंजर ही पहिली पायरी होती याबद्दल माझ्याप्रमाणेच त्यालाही संदेह नव्हता; पण मी असा करंटा की त्याची परीक्षाच बघत होतो. तो त्याच्या देखरेखीखाली माझ्या हाता पायातली शक्ती, कौशल्य परत आणत होता पण माझे मन? ते अजूनही मधून मधून चांगलेच भरकटत होते, आधीच्या आंद्रेसारखा आत्मघातकी विचार करत होते. मी अंतिम सामन्यापर्यंत पोहोचलो आणि तो खेळताना परत मनाने चकवले,

मी ताणाखाली थरथर कापू लागलो, प्रेक्षकांच्या हुल्लडबाजीने खचू लागलो, सामन्यामध्ये पराभूत झालो.

पण माझ्या अपयशाने ब्रॅड मुळीच नाउमेद झाला नाही, खचलाही नाही. माझ्या खेळाचे निःपक्षपातीपणाने विश्लेषण करून मला म्हणाला की, 'कुठला फटका कधी मारायचा यासारखी काही तंत्र पुन्हा शिकावी लागतील. ऐन युद्धाच्या धामधुमीतही डोके शांत ठेवून उचित अनुचित धोरण ठरवण्याचा सराव करावा लागेल. हे लक्षात ठेवायला हवे की, प्रत्येक वेळी काही अचूक, सर्वोत्तम, निर्णायक फटका मारण्याची गरज नसते. क्षण अवघड असला तर फटका सोपा साधा मारला तरी चालतो, नव्हे तसाच मारावा लागतो.'

खरे तर प्रत्येक फटका मारताना स्थिर मनाने केलेला विचार, अनुभवसिद्ध अंदाज यांचा वापर करावा लागतो; पण त्या क्षणी मी पुन्हा नवागत होतो, शिकाऊ होतो. स्लॅम स्पर्धेत पहिले अंतिम विजेतेपद मिळवायला मला बावीस वर्षे लागली होती... आणि ते घालवायला फक्त दोन!

व्हेगासमधील स्पर्धेनंतर एका आठवड्याने मी बरबँक येथे दुसरी चॅलेंजर स्पर्धा खेळलो. एका सार्वजनिक उद्यानात तयार केलेल्या मैदानांवर सामने खेळले जाणार होते. मधले मैदान एका वीस फूट उंचीच्या वृक्षाच्या छायेत होते. मी कित्येक वेगवेगळ्या प्रकारच्या मैदानावर खेळलो होतो; पण ते मैदान सगळ्यात 'उदास' होते. जवळच लहान लहान मुले फुटबॉल, डॉजबॉल खेळत होती. त्यांची कलकल, गाड्यांच्या इंजिनांची घरघर, संगीत, गाणी वाजवणाऱ्या ध्वनिवर्धकांची खरखर – असे विविध आवाज खेळताना कानांवर पडत होते.

तो थँक्स गिव्हिंगचा आठवडा होता. माझा तिसऱ्या फेरीतला सामना थँक्स गिव्हिंगच्या दिवशीच होता. नेहमीप्रमाणे घरी टर्कीच्या मांसाचा आस्वाद घेण्याऐवजी मी बरबँकमधील सार्वजनिक उद्यानात होतो. दोन वर्षांपूर्वीच्या थँक्स गिव्हिंगच्या काळात त्या दिवशीपेक्षा १२० क्रमांक वर असेलेले माझे मानांकन यादीतले स्थान परत मिळवण्यासाठी झगडत होतो, धडपडत होतो. मी चॅलेंजर स्पर्धेत झटापट करत असताना तिकडे गोथेनबर्गमध्ये डेव्हिस कपचे सामने खेळले जात होते. चँग आणि पीट सॅम्प्रास स्वीडनविरुद्ध खेळत होते आणि मी मात्र तेथे नव्हतो – दुर्भाग्य पण योग्य! माझी लायकी नव्हतीच तेथे असायची, ते सामने खेळायची! माझी जागा इथे, सार्वजनिक उद्यानातील विशाल वृक्षाच्या छायेखालील मैदानावरच होती! वास्तव स्वीकारून त्यावर मात केल्याखेरीज मला तेथे, चँग आणि पीट यांच्या बरोबर जागा मिळणारच नव्हती.

सामन्याआधी मी हात पाय मोकळे करण्यासाठी चेंडू मारीत होतो. मला अचानक जाणीव झाली की, ज्या स्टुडिओमध्ये *सडनली सुसान* या टीव्ही

मालिकेचे चित्रीकरण चालले होते - पेरी त्या मालिकेचा निर्माता होता आणि ब्रुक त्याची नायिका होती - तो स्टुडिओ मैदानापासून फक्त चार मिनिटांच्या अंतरावर होता. ती मालिका अल्पावधीतच प्रचंड लोकप्रिय झाली होती आणि ब्रुकला रोज बारा बारा तास तिच्या चित्रीकरणात घालवावे लागत होते; पण तरीसुद्धा ती एकदाही मैदानावर डोकावत नव्हती हे मला खटकत होते. त्यापेक्षाही विचित्र वाटत होते ते ती घरीसुद्धा माझ्या खेळाविषयी, माझ्या पुनरागमनाच्या प्रयत्नांविषयी बाळगून असलेल्या मौनाचे, तिच्या उदासीनतेचे.

पण हेही विचित्रच होते की, मीही तिच्या *सडनली सुसानचा* विषय चुकूनही काढत नव्हतोच! आम्ही इतर कशाबद्दल तरी बोलायचो... खरे म्हणजे... कशाबद्दलच बोलायचो नाही!

मी माझा नियमित व्यायाम आणि खडतर सराव यातून फक्त पेरी आणि मी दोघांनी मिळून सुरू केलेल्या माझ्या 'सेवाभावी संस्थे'च्या स्वरूपाविषयी, तिचे उद्देश, तिची कार्यपद्धती यावर चर्चा करण्यासाठी वेळ काढायचो. ही कल्पना आमच्या मनात पंधरा वर्षांपूर्वी, आम्ही दोघे 'पौगंडावस्थे'त असताना सुचलेली होती. ती चिपविच नावाचे, चॉकलेटचे चविष्ट तुकडे घातलेल्या दोन बिस्किटांच्या मध्ये व्हॅनिला आइस्क्रीम घातलेले 'आहाहा' सॅन्डविचेस 'हाणता हाणता' सुचलेली आणि रुजलेली होती. 'आपण अशी एक आर्थिक पातळी गाठायची जेथे पोहोचल्यावर आपल्याला समाजातील गरजूंना मदत करून समाजाचे देणे फेडता येईल' असा ध्येयवादी विचार आम्ही दोघांनी मिळून केलेला होता. ती वेळ आलेली होती. मी नाइके कंपनीबरोबर एक दीर्घकालीन करार केला होता. त्यानुसार नाइके मला पुढील दहा वर्षांत एक कोटी डॉलर्स देणार होती. तो करार कार्यान्वित झाला होता. मी त्या पैशातून प्रथम माझ्या पालकांसाठी एक घर खरेदी केले होते. माझ्या टीममधील प्रत्येकाची मी यथायोग्य पद्धतीने काळजी घेतली होती. आता मी 'बाकीच्यां'साठी काहीतरी करायचा, जरा मोठ्या प्रमाणावर खर्च करायचा विचार करू शकत होतो. १९९७ साली मी टेनिसमध्ये अधोगतीच्या तळाशी होतो परंतु समाजाच्या सर्वांगिण प्रगतीसाठी, कदाचित तळाशी पोहोचलेल्या स्थितीचा अनुभव घेत होतो म्हणूनच ठोस पावले उचलायचे ठरवीत होतो.

माझा पहिला रोख होता संकटात असलेल्या लहान मुलांच्या कल्याणावर. मोठी माणसे मदत मागू शकतात, दयेची याचनाही करू शकतात; पण अजाण बालके - ती अव्यक्त असतात, असाहाय्य असतात म्हणूनच मी प्रथम अनाथ, दुर्लक्षित, पालक वा अन्य कोणाकडूनही छळ सोसत असलेल्या, काही कारणाने कोर्टाने ताबा घेतलेल्या मुलांसाठी आश्रयस्थान निर्माण केले होते. त्यात

त्यांच्यासाठी आम्ही एक तात्पुरती शाळा सुरू केली होती आणि आजारी, रोगग्रस्त मुलांची काळजी घेणारे हॉस्पिटलही. त्यानंतरच्या योजनेत आम्ही दरवर्षी झोपडपट्टीत राहणाऱ्या तीन हजार गरीब बालकांना कपडे पुरवणे, व्हेगासमधील नेवाडा विद्यापीठातील गरजू विद्यार्थ्यांना शिष्यवृत्ती देणे, मुलामुलींना शिक्षणेतर क्षेत्रात काम करायला प्रोत्साहन देणारा एक क्लब स्थापन करणे अशा काही गोष्टींना आर्थिक मदत पुरवली होती. शिवाय आम्ही एक २२०० चौरस फूट क्षेत्रफळ असलेली पडकी इमारत खरेदी केली होती. ती पाडून त्या २५,००० चौरस फुटांच्या जमिनीच्या तुकड्यावर आम्ही आमच्या संस्थेची वास्तू उभारलेली होती. त्यात एक संगणक प्रयोगशाळा, एक ग्रंथालय, एक उपाहारगृह आणि अर्थातच टेनिसची मैदानेही होती. तिच्या उद्घाटनासाठी समाजकार्यात हिरिरीने भाग घेणारे, माजी सेक्रेटरी ऑफ स्टेट कॉलिन पॉवेल आले होते.

मी अनेक वेळा, फावल्या वेळात आमच्या संस्थेच्या मुलामुलींच्या क्लबमध्ये जाऊन चिंतारहित काळ घालवीत असे. तेथील मुला-मुलींना भेटत असे, त्यांच्या कथा कहाण्या ऐकत असे, काही मुलांबरोबर टेनिस खेळत असे. रॅकेट कशी धरायची ते त्यांना शिकवीत असे. आपल्याला आयुष्यात कधी टेनिसची रॅकेट हातात धरायला मिळेल, असे स्वप्नातही न आलेल्या मुलांच्या डोळ्यातील चमक पाहून धन्य होत असे. संगणकाच्या प्रयोगशाळेत मुलामुलींची तोबा गर्दी उसळलेली असे. इंटरनेटवर काम करायला मिळावे म्हणून दीर्घकाळ, शांतपणे रांगा लावून उभी असलेल्या मुलांची मला कीव येत असे. त्यांची शिकण्याची आस, ज्ञानाचा ध्यास पाहून मला – शाळा, अभ्यास यांची नावड असलेल्या मला – आश्चर्य वाटत असे आणि धन्यताही. इतर वेळी मी क्लबमध्ये मुला-मुलींबरोबर पिंगपाँग खेळत असे. तेथे गेले की मला हटकून बोलेटिरी ॲकॅडमीमधील खेळाच्या हॉलमध्ये पहिल्याच दिवशी तेथील दांडग्या मुलांचा दंगा पाहत भिंतीला पाठ लावून घाबरून उभा असलेला आंद्रे आठवत असे. त्या आठवणीने प्रत्येक घाबरलेल्या, बावरलेल्या मुलाला आपण जवळ घ्यावे, प्रेम, माया द्यावी असे मला वाटायचे.

एक दिवस मी असाच त्या क्लबचे काम पाहणाऱ्या स्टॅनबरोबर बसलो होतो. मी त्याला विचारले, "स्टॅन, या मुलांच्या आयुष्यात आनंद आणायला, त्यांच्यामध्ये मोठ्या प्रमाणावर बदल घडवून टाकण्यासाठी आपल्याला आणखी काय करायला पाहिजे?"

"त्यांचा पूर्ण दिवस भरून टाकला टाकला पाहिजे. ती मुले दिवसातला बराच वेळ त्यांच्याच दूषित जगात असतात. त्यामुळे इथे त्यांचे एक पाऊल पुढे पडते आणि ती त्या जगात गेली की दोन पावले मागे जातात अशी परिस्थिती होते म्हणूनच जर कायम स्वरूपाचा परिणाम घडवायचा असेल, टिकणारा बदल व्हायला हवा असेल तर त्यांचा *पूर्ण* दिवस आपल्याला मिळायला पाहिजे."

या चर्चेचा परिपाक म्हणून १९९७ सालातच मी आणि पेरी दोघांनी पुन्हा एकदा एकमेकांशी डोकी घासली आणि शिक्षणक्षेत्रात प्रवेश करायचे ठरवले. कसे? एक खाजगी शाळा सुरू करायची; पण तसे करण्यात शासनयंत्रणेच्या बाजूने असलेल्या अनंत अडचणी आणि आर्थिक गुंतवणुकीवरील बंधने यामुळे ती कल्पना काही जोर धरेना. त्याच सुमारास टीव्हीवरील 'सिक्स्टी मिनिट्स' या कार्यक्रमात मी 'चार्टर स्कूल्स' या कल्पनेविषयी ऐकले आणि मार्ग सापडला. चार्टर स्कूल सरकारी आणि खाजगी अशा दोन्ही क्षेत्रातील गुंतवणुकीतून उभे राहत असे; पण त्यावरील नियंत्रण सरकारचे नसे. ते खाजगी गुंतवणूक करणाऱ्याकडे असे आणि त्याला त्या बाबतीत पूर्ण स्वातंत्र्य असे. या चार्टर स्कूलच्या माध्यमातून आम्हाला आमचा उद्देश सफल करता येणार होता. काहीतरी खास, वैशिष्ट्यपूर्ण उभे करता येणार होते. आमची कल्पना जर यशस्वी झाली तर ती वणव्यासारखी देशभर पसरू शकणार होती, एक आदर्श ठरू शकणार होती, शिक्षण क्षेत्रात क्रांती घडवून आणू शकणार होती.

योगायोग कसा विचित्र असतो पाहा! टीव्हीवरील 'सिक्स्टी मिनिट्स' हाच कार्यक्रम पाहून माझ्या वडिलांनी मला घरापासून दूर, बोलेटिरी ॲकॅडमीत पाठवण्याचा निर्णय घेऊन माझे जीवन उद्ध्वस्त करून टाकले होते आणि त्याच कार्यक्रमाने मला माझ्या जीवनाचा नवा अर्थ शोधून दिला होता. लहान लहान मुलांची आयुष्ये उद्ध्वस्त होण्यापासून वाचवण्याचा मार्ग दाखवला होता. माझ्या आयुष्याला नवे, उमदे, उन्नत ध्येय प्रदान केले होते! मी आणि पेरी दोघांनी मिळून अमेरिकेतील सर्वोत्तम चार्टर स्कूलची स्थापना करायचा निश्चय केला. सुयोग्य, समर्पित वृत्तीचे शिक्षक नेमायचे, त्यांना समाधानाने जगता येईल असे वेतन द्यायचे आणि मग विद्यार्थ्यांच्या गुणवत्तेसाठी त्यांना जबाबदारही धरायचे असे आम्ही ठरवले. जर डोळ्यापुढे अत्युच्च ध्येये ठेवली आणि त्यासाठी हवा तेवढा पैसा पुरवला की, काय उंची गाठता येते हे आम्ही जगाला दाखवून देणार होतो. मी आणि पेरी दोघांनी या प्रकल्पाला वाहून घ्यायचे ठरवले.

मी शक्य तेवढा पैसा पुरवायला तयार होतो, बांधीलच होतो; पण कितीतरी अधिक भांडवलाची गरज होती. त्यासाठी आम्ही चार कोटी डॉलर्सचे रोखे विक्रीला काढले. त्यासाठी माझी प्रसिद्धी पणाला लावली. माझ्या लोकप्रियतेचा फायदा उठवला. माझ्या माहितीतल्या, मला पार्ट्यांमध्ये भेटणाऱ्या लोकांना, ब्रुकच्या क्षेत्रातील श्रीमंतांना मी मदतीची, साहाय्याची विनंती केली. त्यांचे कौशल्य, त्यांचा अमूल्य वेळ, पैसा मी माझ्या शाळेसाठी मागितला. त्यांना घेऊन करमणुकीचे कार्यक्रम करून त्यातून पैसे जमवले. त्या प्रसिद्ध, सिद्धहस्त कलाकारांनी भाग घेतलेल्या, वर्षातून एकदा होणाऱ्या भव्य दिव्य कार्यक्रमाला आम्ही 'ग्रँड स्लॅम फॉर चिल्ड्रेन' असे नाव दिले.

मी आणि पेरी शाळेसाठी योग्य जागा शोधायचे काम करत असताना मला दक्षिण आफ्रिकेत राहणाऱ्या, उत्तम टेनिस खेळाडू आणि प्रशिक्षकही असलेल्या गॅरी म्युलर याचा फोन आला. तो केप टाऊन येथे 'नेल्सन मंडेला फाउंडेशन'च्या मदतीसाठी एक टेनिस स्पर्धा भरवीत होता. मला त्याने त्यात भाग घेण्याबद्दल विचारले.

''नेल्सन मंडेला येणार आहेत स्पर्धेच्या ठिकाणी?'' माझा पहिला उत्स्फूर्त प्रश्न हा होता.

''ते निश्चितपणे नाही सांगता येणार.''

'त्यांना भेटता येणार असेल, तर मी नक्की येईन.''

काही वेळातच त्याचा पुन्हा फोन आला. ''ते येणार आहेत, तुला त्यांना भेटता येईल.''

''चेष्टा तर करत नाहीस ना?''

''नाही, खरंच त्यांची भेट होऊ शकेल.''

मी फोन हातात घट्ट धरला, माझे हृदय धडधडत होते. नेल्सन मंडेलांची भेट! ज्यांची मी कित्येक वर्षांपासून पूजाच करत आलो होतो. त्यांनी लढलेला संघर्ष, त्यांनी भोगलेला प्रदीर्घ तुरुंगवास, त्यांची आश्चर्यजनक, आनंददायक सुटका आणि त्यानंतरची त्यांची उजवल कारकीर्द – प्रत्येक गोष्टीचा मी अगदी जवळून मागोवा घेत होतो. अशा आदरणीय, दैवतासमान, अलौकिक व्यक्तीशी प्रत्यक्ष, समोरासमोर भेट – मी आतून हालललो, हरखून गेलो, हरवून गेलो.

मी ही सुवार्ता ब्रुकला सांगितली. त्या वेळी माझ्या चेहऱ्यावर जो अतीव आनंद दिसला तसा तिला कित्येक दिवसांत पाहायला मिळालेला नव्हता. तीही बेहद्द खूश झाली आणि उत्सुकतेने माझ्याबरोबर निघालीही! तिला आफ्रिकेतली ती जागा माहीत होती. आम्ही दोघे जेव्हा एकमेकांना फॅक्स पाठवून प्रेमात पडत होतो, तेव्हा ती आफ्रिकेत जेथे तिच्या चित्रपटाचे चित्रीकरण करत होती त्या जागेच्या अगदी जवळच होती.

ती तातडीने आम्हा दोघांसाठी 'मॅचिंग' सफारी सूट्स खरेदी करण्यासाठी धावली. मंडेलांचा भक्त असलेल्या जे.पीं.नासुद्धा मी सपत्निक आमंत्रण दिले. मी आणि ब्रूक या दोघांनाही अत्यंत प्रिय असलेली त्यांची बायको जोनीही उत्साहात तयार झाली. आम्ही चौघे विमानाने दक्षिण अमेरिकेत गेलो आणि तेथून जोहान्सबर्गला पोहोचलो. नंतर एका छोट्या डळमळत्या विमानात बसून आफ्रिकेच्या अंतर्भागात, स्पर्धेच्या ठिकाणी जायला निघालो.

अचानक वादळ सुरू झाले. आधीच डगमगणारे विमान मध्येच, एका अनोळखी प्रदेशात, निर्मनुष्य जागी, गवताळ प्रदेशात उतरवावे लागले. मध्येच उभ्या असलेल्या एका झावळ्याचे छप्पर असलेल्या झोपडीत आम्हाला आसरा घ्यावा लागला. वादळ, पाऊस, विजा यांच्या आवाजांच्या जोडीला, आमच्यासारखाच वादळ पावसापासून आडोसा शोधण्यासाठी धावणाऱ्या निरनिराळ्या प्राण्यांचे

आवाज ऐकू येत होते. मी आणि जे.पी. झोपडीबाहेर डोकावून वेगाने धावणाऱ्या ढगांचा प्रवास पाहत होतो. हातात नेल्सन मंडेलांच्या स्वातंत्र्यलढ्याच्या दीर्घ प्रवासाचे वर्णन असलेले – *लाँग वॉक टू फ्रीडम* हे पुस्तक होते ते वाचत होतो. त्या अजब वातावरणात आम्ही हेमिंग्वे याच्या कथाकादंबऱ्यातील नायक वाटत होतो; पण मनात मंडेलांचाच विचार सुरू होता. त्या अत्यंत बिकट परिस्थितीला अनुरूप अशी त्यांचीच काही वचने आठवत होती. 'तुम्ही जीवनयात्रेच्या कोणत्याही टप्प्यावर असा, पुढे कितीतरी प्रवास शिल्लक असतोच,' असे ते एका मुलाखतीत म्हणाले होते. एके काळी त्यांना त्यांच्या जिवंत राहण्याचाही भरवसा वाटत नव्हता – जसा त्या क्षणी त्या वादळाने आणि वन्य प्राण्यांनी घेरलेल्या आम्हालाही वाटत नव्हता. तेव्हाही त्यांची जीवनेच्छा जागी होती. त्यांच्या लाडक्या 'इनव्हिक्टस' या कवितेतील ओळी होत्या, *'मी माझ्या प्रारब्धाचा शिल्पकार आहे, माझा आत्मा अजेय आहे, मीच त्याचा स्वामी आहे'*.

काही वेळाने वादळ शमले. आमचे विमान आम्हाला घेऊन उडाले. आम्ही आधी एका अभयारण्याला भेट देणार होतो, तेथे ते आम्हाला घेऊन गेले. आम्ही तीन दिवस मोकळेपणाने हिंडणारे प्राणी पाहणार होतो. पहाटे, दिवस उजाडायच्या आत, गडद अंधारातच, एक जीप आम्हाला घेऊन जंगलात, खूप आत आत जायची आणि एकदम थांबायची. वीस वीस मिनिटे आम्ही जीपमध्ये काळोखात नुसते बसून राहायचो, पहाट व्हायची वाट बघत असायचो. मग हळूहळू उजाडायचे; पण धुके पसरलेले असायचे. नीट बघितले की लक्षात यायचे की, आमची जीप एका पाणथळ प्रदेशाच्या काठावर उभी आहे आणि... आणि जीपला निरनिराळ्या प्रकारच्या शेकडो प्राण्यांनी वेढा घातला आहे. बाप रे!! शेकडो चपळ हरणे, डौलदार शिंगांची काळवीटे, पट्ट्यापट्ट्यांचे सत्तर-पंचाहत्तर झेब्रा. दोन मजले उंचीचे, उंच मान हलवीत नाचत असलेले पंधरा-वीस जिराफ आजूबाजूच्या झाडांच्या सर्वांत वरच्या फांद्यांवरची पाने, पांढरे तुरे कुरतडत असायचे. अनोखे दृश्य, मुक्या जीवांचे पण बोलके! 'जीवो जिवस्य जीवनम्' हा नियम असलेल्या धोकादायक जगातही, शांतपणे, आपल्या स्वतःच्या लहानशा विश्वात मग्न होऊन जगत असलेले ते चतुष्पाद जणू आम्हा हुशार, श्रेष्ठ द्विपादांना विचारत असायचे, 'तुम्ही का नाही आमच्यासारखे शांतपणे, स्वतःच्या विश्वात जगू शकत?'

त्या तीन दिवसांत जीपचा ड्रायव्हर आणि एक उत्तम शिकारी असलेला रक्षक हे आमचे सततचे सोबती होते. रक्षकाचे नाव होते जॉन्सन. एरवी जसा गिल यांचा भक्कम आधार वाटायचा तसाच तेथे हिंस्र प्राण्यांनी भरलेल्या जंगलात जॉन्सनचा आधार वाटायचा. आमच्यामध्ये छान प्रेमादराचा बंध निर्माण झाला होता. तो त्याच्या हसऱ्या मुद्रेवर आणि बोलक्या, सतर्क डोळ्यांत दिसायचा. जंगलाची, जनावरांची खडान्खडा माहिती असलेला जॉन्सन कधी कधी

आजूबाजूच्या झाडांच्या शेंड्यांच्या दिशेने हवेत हात फिरवायचा आणि हजारो छोटी छोटी माकडे, कोणीतरी हात करून बोलावल्यासारखी, पानगळ व्हावी तशी पटापट झाडावरून उड्या मारून खाली यायची आणि जीपभोवती गोळा व्हायची.

मी आणि ब्रुक – दक्षिण आफ्रिकेतील वनयात्रा, १९९७.
(नेल्सन मंडेला यांच्या भेटीच्या आधी).

एका भल्या सकाळी असेच आम्ही जीपमधून चाललो होतो. जीप अचानक कशाला तरी अडखळली, एकदम वळली आणि उजवीकडे कलंडू लागली. ड्रायव्हरने वेळेवर ब्रेक दाबून उभी केली.

'काय झाले?' प्रत्येकाला हाच प्रश्न पडला होता.

मागे पाहिले तर आमची जीप रस्त्याच्या मध्ये पहुडलेल्या एका विशाल वनराजाच्या धुडावरून गेली होती. तो सिंह तोवर उठून बसला होता आणि त्याला त्रास देणाऱ्या जीपकडेच गुरकावून बघत होता. 'का उठवलं मला?' विचारत होता. प्रचंड मोठे डोके, आम्हा खेळाडूंना 'गॅटोरेड' नावाचे एक पौष्टिक पेय प्यायला देतात, त्या पेयाच्या रंगाप्रमाणे असलेले पिवळ्या रंगाचे डोळे. त्याच्याकडे पाहत असतानाच कस्तुरीचा डोकं हलकं करणारा दर्पही नाकाला जाणवला. त्याची आयाळ पाहून मला माझ्या कापून टाकलेल्या अस्ताव्यस्त लांब केसांची आठवण झाली.

''अजिबात आवाज करू नका,'' ड्रायव्हरने अगदी खालच्या आवाजात इशारा दिला.

''आणि काहीही झालं तरी उठून उभे राहू नका,'' जॉन्सनने सूचना दिली. ''का?''

''आत्ता तो सिंह त्याच्या समोर उभ्या असलेल्या जीपला एक प्रचंड मोठा धोकादायक प्राणी समजतोय. आपण जर उभे राहिलो तर त्याच्या लक्षात येईल की, आपण छोटे छोटे जीव आहोत आणि मग तो...''

तर्क सुसंगत होता, अंगावर काटा आणणारा होता.

झोपमोड झालेला एक त्रस्त सिंह समोर बसून आमच्याकडे स्थिर नजरेने पाहतो आहे, आमचा अंदाज घेतो आहे हे दृश्य ताण निर्माण करणारे असले तरी मोठे आकर्षक होते. आम्हीही ते एकटक बघत होतो. किती वेळ गेला कळले नाही. अचानक तो सिंह उठला आणि शांतपणे, आमची दखलही न घेता बाजूच्या घनदाट जंगलात शिरून दिसेनासा झाला. जीप पुढे निघाली.

अभयारण्यातील आमच्या निवासस्थानी पोहोचल्यावर मी जे.पीं.ना एकट्याला गाठले आणि म्हणालो, ''मला तुम्हाला काही सांगायचंय.''

''सांग ना.''

''मी कठीण काळातून चाललो आहे, भूतकाळातील काही वाईट भाग विसरायचा प्रयत्न करतो आहे...''

''काय झालंय?''

''मला नीट सांगता येणार नाही; पण माझे बोलणे, वागणे विचित्र वाटले तर माफ करा...''

''तूच विषय काढलास म्हणून सांगतो, गेले काही दिवस खरंच विचित्र वाटतंच आहे तुझं सगळं वागणं. काय झालंय?''

''ते मला नीट कळलं की तुम्हालाही सांगेन...''

ते हसले.

पण क्षणभरच! मी गंभीरपणे बोलतो आहे हे लक्षात येऊन त्यांनी पुन्हा विचारले, ''तू बरा आहेस ना?''

''जे.पी., खरंच सांगतो, माझं मलाच समजेनासं झालंय!''

मला त्यांना सगळं सांगून टाकायचे होते. मला घेरून टाकणारे औदासीन्य, माझा उडालेला गोंधळ, स्लिमबरोबर मी केलेले पाप, मला मिळालेली एटीपीची तंबी... सगळे सगळे; पण मी सांगू शकत नव्हतो. त्या क्षणी तरी नाहीच. कदाचित, सगळे घडून गेल्यावर, भूतकाळ बनल्यावर. त्या क्षणी ते सगळे त्या त्रस्त सिंहासारखे अगदी जवळून माझ्याकडे रागाने, रोखून पाहत होते. माझ्या मनात साचलेले शब्दांत मांडता येत नव्हते. समस्या बिकट होत्या, प्रकट करताना त्या माझ्यावर झडप घालतील, अशी भीती वाटत होती; पण तरीही त्या माझ्याभोवती घोंगावत आहेत हे मला जे.पीं.ना कळू द्यायचे होते, माझ्या स्थितीची त्यांना कल्पना तरी असावी असे वाटत होते.

मी त्यांना दिलासा दिला की, मी नव्या जोमाने, दुप्पट उत्साहाने खेळायला सुरुवात करून माझ्या कठीण काळावर मात करतो आहे. मला माझा जुना खेळ, माझे जुने यश पुन्हा गवसले की, सर्व काही ठीक होईल. परिस्थिती बदलेल, मी बदलेन; पण जर दुर्दैवाने तसे झाले नाही, माझी कारकीर्दच संपुष्टात आली, तरीसुद्धा माझ्यात, वैयक्तिकरीत्या नक्की बदल होईल, चांगला बदल होईल.

"कारकीर्द संपुष्टात? म्हणजे?"

"म्हणजे काही नाही. मला फक्त तुम्हाला हे सांगायचे होते..."

जे.पीं.मधल्या धर्मगुरूसमोर मला माझा कबुलीजबाब द्यायचा होता. न्यायाधीशांसमोर अपराधांची जबानी द्यायची होती. त्यांच्या नजरेत दुःख भरून आले, तरीही त्यांनी माझी स्थिती समजवून घेतली. काहीही न बोलता, न विचारता मला घट्ट मिठी मारली. त्यांच्या माझ्या पाठीवरील थोपटण्यातून ते मला हेच सांगत होते की, 'तूच तुझ्या जीवनाचा शिल्पकार आहेस, तुझ्या जीवननौकेचा कॅप्टन आहेस.'

अभयारण्याची सहल संपवून आम्ही केप टाउनला गेलो. तेथे मी टेनिस खेळलो; पण लक्ष सगळे नेल्सन मंडेलांच्या भेटीकडे लागले होते. अखेर तो क्षण आला. आमचे हेलिकॉप्टर उतरले, आम्ही बाहेर पडलो आणि आमच्या स्वागताला खुद्द मंडेला समोर उभे होते. वार्ताहर, छायाचित्रकार, मान्यवर, प्रतिष्ठित यांच्या गर्दीत उठून दिसणारे सहा फूट चार इंच उंचीचे नेल्सन मंडेला. माझ्या कल्पनेपेक्षाही अधिक उंच, सशक्त आणि सतेज. अनन्वित छळ, खडतर तुरुंगवास सहन करत त्यांनी घालवलेली कित्येक वर्षे लक्षात घेता एखाद्या कसरतपटूसारखे त्यांचे ते तडफदार रूप खरोखरच आश्चर्यजनक होते. अर्थात तारुण्यात ते खेळाडू होतेच, उत्तम बॉक्सरही होते. त्यांनी त्यांच्या आठवणींमध्ये असे लिहिले होते की, तुरुंगातही ते जागच्या जागी पळण्याचा व्यायाम करत. थोड्याशा मोकळ्या जागेत टेनिसही खेळत. त्यांच्या व्यक्तिमत्त्वाचा सर्वोच्च बिंदू होता त्यांच्या मुद्रेवरील प्रसन्न हास्य! एखाद्या देवदूताचे, प्रेषिताचे दैवी हास्य!!

'ते एखाद्या संतासारखे दिसले' या शब्दांत मी जे.पीं.जवळ त्यांचे वर्णन केले, 'अगदी महात्मा गांधींसारखे, कटुतेचा अंशही नसलेले.' तुरुंगात वर्षानुवर्षे चुनखडीच्या खाणीतल्या प्रखर प्रकाशात काम करून त्यांचे डोळे खराब झाले होते. त्या डोळ्यांमध्ये जे भाव होते त्यात अनुभवाने आलेले शहाणपण होते. जीवनाचा अर्थ समजल्याची जाणीव होती, आगळे समाधान होते. त्यांनी माझे हात हातात घेतले, माझ्या नजरेशी नजर मिळवली आणि म्हणाले की, 'मला तुझा खेळ आवडतो.' मला काय बोलावे, काय प्रतिक्रिया व्यक्त करावी हे कळेचना. मी काहीतरी ऐकू न येण्यासारखे पुटपुटलो.

आम्ही सर्व जण एका भव्य हॉलमध्ये गेलो. तेथे जेवणाचा कार्यक्रम होता. मला व ब्रुकला त्यांच्या जवळ बसण्याचा बहुमान देण्यात आला होता. मी, माझ्या उजव्या बाजूला ब्रुक आणि तिच्या उजव्या बाजूला मंडेला. पूर्ण वेळ ते बोलत होते, अनेक गोष्टी सांगत होते. मला खरे तर त्यांना खूप प्रश्न विचारायचे होते; परंतु त्यांना थांबवून माझे घोडे दामटण्याचा मला धीर झाला नाही. त्यांच्या एकूण सत्तावीस वर्षांच्या तुरुंगवासापैकी अठरा वर्षे त्यांनी ज्या 'रॉबिन आयलंड'वर काढली होती त्याविषयी ते बोलले. तेथील पहारेकऱ्यांना त्यांनी कसे जिंकून घेतले होते. त्यांच्या मेहेरबानीने ते कधी कधी तेथील सरोवराच्या काठी बसून मासे पकडून त्यांचे रुचकर जेवण बनवीत असत याची चविष्ट कहाणी त्यांनी ऐकवली. मागे सोडलेल्या क्लेशकारक भूतकाळाच्या आठवणींनी कधी त्यांच्या चेहऱ्यावर हसू फुलत होते कधी गांभीर्य पसरत होते!

जेवणानंतर मंडेलांनी एक मन अस्वस्थ करून टाकणारे भाषण केले. त्यांनी हा संदेश दिला की, आपण सर्वांनी एकमेकांची काळजी घेतली पाहिजे, मनात सहानुभूती रुजवली पाहिजे - तेच आपल्या मानवी जीवनाचे इतिकर्तव्य आहे. ते असेही म्हणाले की, आपण आपल्या प्रत्येक वैयक्तिक गोष्टीचीही काळजी घेतली पाहिजे - आपले निर्णय, आपले नातेसंबंध, आपली विधाने या सर्वच बाबतीत *सावध, सतर्क* असले पाहिजे. आपल्यावर कोणी अन्याय करत नाही, आपला बळी घेत व देत नाही याची खबरदारी आपणच घेतली पाहिजे. त्यांच्या पोटतिडिकीने केलेल्या भाषणातून जणू ते थेट माझ्याशीच बोलत आहेत, मला वैयक्तिक सल्ला देत आहेत असेच मला वाटत होते. मी निष्काळजीपणाने वागलो आहे, माझी शारीरिक व मानसिक स्थिती मी माझ्याच हाताने बिघडवून घेतली आहे, माझ्या अंगच्या गुणांविषयी मी बेपर्वाई दाखवली आहे हे जणू त्यांना कळले होते!

ते वंशद्वेषाविषयीही बोलले. केवळ दक्षिण आफ्रिकेतच नव्हे, तर जगभरात दिसून येणारी भेदभावाची वृत्ती ही अज्ञानापोटी निर्माण होते आणि त्यावर शिक्षण हाच उपाय आहे असे त्यांनी जोरदारपणे प्रतिपादन केले. तुरुंगातही ते ज्ञानार्जन करत, ते आणि इतर तुरुंगवासी एकमेकांत स्वतःजवळच्या ज्ञानाची देवाण-घेवाण करत. त्या काळातील जीवघेणा एकांत त्यांनी पुस्तकांच्या सहवासातच सुसह्य केला होता. टॉलस्टॉय हा त्यांचा आवडता लेखक. मध्येच चार वर्षे त्यांना सक्तमजुरीपेक्षाही क्रूर आणि कडक शिक्षा देण्यात आली होती. त्या वेळी त्यांची पुस्तके वाचण्याची, अभ्यास करण्याची सवलत काढून घेण्यात आली होती! त्यांच्या शब्दांना स्वानुभवाची झळाळी होती. ते ज्ञान, शिक्षण यांविषयी बोलत होते, तेव्हा माझ्या मनात मी आणि पेरीने मिळून व्हेगासमध्ये चार्टर स्कूल सुरू करण्याची जी योजना आखली होती त्याचा विचार आला. अंगावर मूठभर मांस चढले; पण त्या बरोबरच लहानपणी मी शिक्षणाकडे केलेलं दुर्लक्ष आठवून शरमही वाटली. माझ्यातल्या या कमीपणाचे मला ओझे वाटू लागले. अशिक्षित

राहणे हा मला गुन्हाच वाटू लागला आणि माझ्याच जन्मगावातील हजारो मुले शिक्षणापासून वंचित राहत आहेत, त्यांचे फार मोठे नुकसान होते आहे हा त्याच गुन्ह्याचा भाग असल्याची खंत वाटू लागली.

मंडेला यांनी त्यांच्या जीवनप्रवासाविषयी सांगितले. प्रत्येकाच्या आयुष्याच्या प्रवासात अडचणी, संकटे असतातच असे सांगून प्रत्येकाने हा प्रवास उमदेपणाने आणि निःसंदिग्धपणे केला पाहिजे असा अनुभवसिद्ध सल्ला दिला. भाषण संपवून ते खाली बसले, तेव्हा मला त्यांच्या तुलनेत माझा जीवनप्रवास किती क्षुल्लक, तुच्छ आहे याची जाणीव झाली. त्यांनी सांगितलेल्या दोन गोष्टींची मी खूणगाठ बांधून घेतली... एक : प्रत्येक जीवनप्रवास हा महत्त्वाचाच असतो आणि दोन : कोणताच प्रवास अशक्य नसतो.

आम्ही नेल्सन मंडेला यांचा निरोप घेतला. त्यांच्या भेटीने मी प्रभावीत झालो होतो. मला आयुष्याची दिशा सापडल्याची जाणीव झाली होती. माझ्या एका मित्राने मला पुढे एकदा पुलिट्झर प्राइझ मिळालेल्या *ए डेथ इन द फॅमिली* या कादंबरीतील एक उतारा दाखवला होता. मृत्यूचा एक प्रचंड मोठा आघात सहन करून त्यातून तावून सुलाखून बाहेर पडलेल्या एका स्त्रीचे विचार लेखकाने या शब्दात मांडले होते :

> 'या आघाताने मला एक परिपक्व माणूस बनवले आहे...'
> माणसामध्ये किती प्रचंड सहनशक्ती साठवलेली असते, याची तिला याआधी कधी जाणीवच झाली नव्हती. दुःख, यातना सहन करून आपला जीवनप्रवास निग्रहपूर्वक सुरू ठेवणाऱ्या सर्वांविषयीच नव्हे तर तसा प्रयत्न करूनही जे लोक ते ओझे सहन करू शकले नाहीत त्यांच्याविषयीही तिला आदरयुक्त प्रेम आणि आपलेपणा वाटायला लागला होता.

मंडेला यांच्या भेटीनंतर आमचे हेलिकॉप्टर वर उडाले, तेव्हा माझीही स्थिती बरीचशी त्या स्त्रीसारखीच झाली होती. मलाही तिच्यासारखाच, नशिबाचे भोग भोगलेल्या आणि भोगणाऱ्या सर्वच माणसांबद्दल आदर, आपलेपणा वाटायला लागला होता. मीही परिपक्वतेच्या नजीक पोहोचलो होतो. परमेश्वराची हीच इच्छा असते की, माणसामध्ये प्रौढत्व यावे, परिपक्वता यावी.

१९९७ या भयंकर वर्षाच्या अखेरच्या रात्रीही ब्रुक आणि मी, दोघांनी एक जंगी पार्टी दिली. नव्या वर्षाच्या प्रथम दिनी मी लवकर जागा झालो; पण न उठता डोक्यावर पांघरूण ओढून घेतले. मला एकदम आठवण झाली की, व्हिन्स

स्पेडिया नावाच्या एका मुलाला मी सकाळी त्याच्याशी खेळणार असल्याचे कबूल केले होते. ते रद्द करावे, असा विचार मनात आला; पण मी स्वतःवरच रागावलो. मी काही तो जुना आगासी नव्हतो. या १९९८ या नवीन वर्षाचा प्रारंभ नवा, प्रबुद्ध आंद्रे आगासी त्याने दिलेले आश्वासन मोडून, खेळाचा सराव डावलून, जाग येऊनही पुन्हा झोपून राहून करणार नव्हता.

मी उठलो, तयार झालो आणि स्पेडियाला भेटलो. आम्हा दोघांनाही सारख्याच तीव्रतेने सराव करायचा होता. स्पेडियाने जोरदारपणे खेळून त्याचे अटीतटीचे युद्धच करून टाकले. मीही लढाऊपणाने खेळलो आणि ते जिंकल्यामुळे अधिकच खूश झालो. मैदान सोडताना मी जरा धुंदावलो होतो; पण मला एकदम सशक्त वाटत होते. जुन्या आगासीसारखे सशक्त!

'१९९८ हे वर्ष माझे असणार आहे!' मी निरोप घेताना स्पेडियाला म्हणालो.

मी ऑस्ट्रेलियन ओपन खेळायला गेलो, तेव्हा ब्रुक माझ्या बरोबर आली होती. माझ्या पहिल्या तीन प्रतिस्पर्ध्यांना मी धूळ चारली ते तिने पहिले. दुर्दैवाने मी स्पेनच्या अल्बर्टो बेरासातेगी याच्याशी दिलेली पराजयी झुंजही तिला बघावी लागली. पहिले दोन सेट्स मी जिंकले होते; पण तरीही अखेरीस मी विनाकारण पराभूत झालो. हा पराजय सर्वस्वी अनपेक्षित होता. दोन शून्य अशी आघाडी मिळूनसुद्धा सामन्यामध्ये पराभूत होण्याचे प्रसंग माझ्या बाबतीत फारच क्वचित घडले होते. हे अपयश माझ्या पुनरागमनातील केवळ एक वळसा होता की, त्याने ते कायमचे खुंटणारच होते?

सॅन होजेतील स्पर्धेतसुद्धा मी अंतिम फेरीपर्यंत पोहोचलो. तेथे पीटशी गाठ पडली. बऱ्यांच दिवसात माझ्या विरुद्ध खेळायला न मिळाल्याने त्याला चुकल्या चुकल्यासारखे वाटत असावे. मला समोर बघून तो खूश झालेला दिसत होता. मलाही त्याच्यासारखेच वाटत होते. मी तो सामना चक्क ६-२, ६-४ असा जिंकलो! शेवटी शेवटी तर त्याचा खेळ बघून त्यालाही मी जिंकावे, असे वाटत होते की, काय अशी मला शंका येत होती. त्याच्यापासून काही माझी स्थिती लपलेली नव्हती, त्याला माहीत होते मी कुठून कुठे जाण्याचा प्रयत्न करत होतो ते! सामन्यानंतर आम्ही दोघे लॉकररूममध्ये एकत्र आलो, तेव्हा मी त्याची चेष्टाही केली की, 'पीट, आज फार सहज हरलास रे तू! मानांकन यादीत पहिल्या शंभरातसुद्धा नसलेल्या खेळाडूकडून हार पत्करायला कसं वाटतं रे?'

''मला फारसं काही वाटत नाही; पण हे असं पुन्हा घडणार नाही हे लक्षात ठेव!'' तो गंभीर चेहऱ्याने म्हणाला.

अलीकडेच त्याच्या वैयक्तिक जीवनातील घडामोडीसंबंधी प्रसार माध्यमात चर्चा सुरू झाली होती. मी त्याविषयीही त्याला टोकले. कायद्याचा अभ्यास

करणाऱ्या एका मुलीशी असलेले त्याचे प्रेमसंबंध संपुष्टात आले होते. तो म्हणाला की, नुकताच तो ते एका उगवत्या अभिनेत्रीशी नातं जुळवू पाहत होता. 'एक अभिनेत्री? सांभाळ रे बाबा! ही निवड काही तितकीशी चांगली नसते!!' मी त्याला सल्ला दिला – अनुभवसिद्ध?

वार्ताहर परिषदेत मला प्रश्न विचारला की, 'सध्या पहिल्या क्रमांकासाठी स्पर्धा सुरू असलेल्या पीट आणि मार्सेलो रियॉस यांच्यापैकी कोण ते मानाचे स्थान जिंकेल?' मी म्हणालो की, 'दोघेही जिंकणार नाहीत!'

श्रोत्यांमध्ये आश्चर्य! अर्थ कळल्यासारखे तुच्छतेचे हास्य.

''ते स्थान मी मिळवणार आहे.''

छान विनोद ऐकल्यासारखा हास्याचा गडगडाट!!

''चेष्टा करत नाही मी! खरंच सांगतोय!!''

माझ्या विधानातील गांभीर्याने सर्वांचे हसणे लोप पावले. वार्ताहरांनी माझे विधान त्यांच्या नोटपॅडवर लिहून घेतले.

मार्च महिन्यात स्कॉट्सडेलमध्ये मी सलग दुसरी स्पर्धा जिंकली. ऑस्ट्रेलियाच्या जेसन स्टोल्टनबर्ग याच्या विरुद्ध मी अंतिम सामना जिंकला. अष्टपैलू खेळाडू. बळकट शरीरयष्टी, शांत, स्थिर व्यक्तिमत्त्व. प्रतिस्पर्ध्याचा कस लावणारा जबरदस्त खेळ. त्याच्या विरुद्ध खेळणे म्हणजे माझे कौशल्य, माझा दम, माझी हिंमत, धाडस या सगळ्याचीच परीक्षा होती आणि मी ती चांगल्या मार्कांनी उत्तीर्ण झालो! मी पूर्ण भरात होतो, जोरात होतो. माझ्या विरुद्ध खेळणे त्या वेळी कोणीच पसंत केले नसते.

इंडियन वेल्स येथे मी राफ्टरला पराभूत केले; पण जॅन मायकेल गॅम्बिल नावाच्या टेनिस जगतातील उगवत्या ताऱ्याकडून पराभूत झालो. नव्या तरुण खेळाडूंमध्ये तो सर्वांत उत्तम असल्याचे बोलले जात होते. त्याच्याकडे पाहताना माझ्या मनात विचार आला, 'याला कल्पना असेल का की याच्या पुढ्यात काय वाढून ठेवलंय ते? आणि तो त्यासाठी तयार असेल का?' भविष्याचा सामना करण्याची तयारी आधीपासून करता येते का?

केन बिस्केनला गेलो ते जिंकायची ईर्षा मनात घेऊनच. याआधी विजयाची इतकी तहान मला कधीच लागली नव्हती. हारायचे नाही असे तीव्रतेने वाटायचे; पण त्या स्पर्धेच्या वेळी पोटात काहीतरी निराळीच आग पेटली होती. का ते मलाही नीटसे कळत नव्हते. पहिला सामना खेळण्यापूर्वी मी सराव करत होतो. मी स्वतःला बजावत होतो की, मला जिंकलेच पाहिजे. मला ही इच्छा इतक्या तीव्रतेने का होते आहे हे अचानक समजले. मला माझ्या पुनरागमनाची चिंता वाटत नव्हती. मला माझ्या नव्या जबाबदारीची काळजी वाटत होती. ती पार पाडण्यासाठी मला जिंकायचे होते. मला माझी शाळा, माझे 'चार्टर

स्कूल' उभारायचे होते, त्यासाठी भांडवल गोळा करायचे होते. इतक्या वर्षांनंतर खेळण्यासाठी मला चांगले कारण सापडले होते. मी आता माझ्यासाठी खेळणार नव्हतो, वैयक्तिक कारणासाठी, कोणत्याही स्वार्थासाठी खेळणार नव्हतो. मला फार वरच्या दर्जाचे काम सापडले होते, जे माझ्याशी संबंधित असणार होते, माझे नाव त्याच्याशी जोडले जाणार होते; पण ते माझ्यासाठी नसणार होते - द आंद्रे आगासी कॉलेज प्रीपरेटरी ॲकॅडमी.

यातही माझे नाव घालण्याच्या मी विरुद्ध होतो; पण सगळ्यांनीच त्यासाठी आग्रह धरला. त्यांचे म्हणणे होते की, त्यामुळे शाळेला प्रसिद्धी मिळेल, विश्वासार्हता लाभेल आणि मुख्य म्हणजे माझ्या नावावर पैसे गोळा करणे सुलभ होईल. त्या नावातील *ॲकॅडमी* हा शब्द पेरीने निवडला. त्या शब्दामुळे माझी शाळा माझ्या अप्रिय भूतकाळाशीही जोडली गेली - ब्रॅडेन्टन ॲकॅडमी आणि बोलेटिरी ॲकॅडमी - माझे दोन तुरुंग!!

लॉस एंजलिसमध्ये माझे अगदी हाताच्या बोटावर मोजण्याइतके मित्र होते. ब्रुकच्या परिचितांची संख्या प्रचंड होती, त्यामुळे रोज रात्री ती बाहेर, तिच्या स्नेहीपरिवरात मग्न आणि मी घरात, एकटाच!

नशिबाचा भाग असा की, जे.पी. हे ऑरेंज कंट्रीमध्ये राहत होते. तेथून माझ्या घरी येणे सहज शक्य होते आणि ते बऱ्याच वेळेला येत. माझ्यासोबत बसत, एखादा सिगार शिलगावून आयुष्याबद्दल बोलत. त्यांचे चर्चमधील दिवस मागे पडले होते; पण थंडीत खोलीतील फायरप्लेसच्या उबेत बसून माझ्याशी गप्पा मारताना त्यांच्यातला धर्मगुरू जागा होत असे. ते 'सर्मन' देत आणि मलाही ते ऐकणाऱ्या चर्चमधल्या एकमेव श्रोत्याची भूमिका बजावायला आवडत असे. १९९८ सालच्या पूर्वार्धातील आमच्या भेटीत ते दैव, जागृती, अंतःप्रेरणा, पुनर्जन्म, वारसा अशा अनेक विषयांवर बोलत असत. त्यांचे बोलणे ऐकून नेल्सन मंडेला यांच्या भेटीत जी नवी दृष्टी लाभली होती, नवे क्षितिज गवसले होते, त्याची आठवण सतत जागी राहायची.

एकदा मी जे.पीं.ना मला माझ्या खेळासाठी सापडलेल्या नव्या हेतूविषयी सांगितले. माझ्यामध्ये द्विगुणित झालेल्या आत्मविश्वासाविषयी सांगितले आणि नंतर मी त्यांना मला छळणारी शंका विचारली की, 'जे.पी. असं सगळं असूनसुद्धा माझ्या मनात अजून भीतीचा वास का आहे? ती कधीच मला सोडून जाणार नाही का?'

''तिने जाऊच नये असं मला वाटतं,'' ते म्हणाले, ''ती भीतीच तुझ्यातली आग पेटती ठेवते आहे. ती आग विझलेली, भीती तुला सोडून गेलेली बघायला मला कधीच आवडणार नाही.''

त्यानंतर जे.पीं.नी सिगार शिलगावला, सभोवर नजर फिरवली आणि ते म्हणाले, ''आंद्रे, एक सतत जाणवणारा प्रश्न आज विचारतो. मी इतक्या वेळा इथे येतो; पण ब्रुक एकदाही घरात दिसत नाही. ती तिच्या मित्रमंडळींसमवेत, बाहेरच असते का?''

मी उत्तर दिले नाही.

''तुला त्रास नाही होत?'' त्यांनी विचारले.

तरीही मी गप्पच राहिलो.

एप्रिल महिन्यात माँटे कार्लो येथे मी पीटविरुद्ध पराभूत झालो. त्याने त्याचे वर्चस्व पुन्हा सिद्ध केले. आमच्यातील चुरस पुन्हा जोरात सुरू झाली. रोमला गेलो. सामने खेळून परतल्यावर हॉटेलमध्ये आराम करत होतो.

फोनवर फोन.

प्रथम फिलीचा. तो रडत होता; पण आनंदाने. त्याची पत्नी मार्टी बाळंतीण झाली होती, त्यांना छानशी मुलगी झाली होती – कार्टर बेली! फिली सद्गदित झाला होता. देवाच्या कृपावंत आशीर्वादाने नम्र झाला होता. सद्भाग्याच्या ओझ्याखाली दबून गेला होता. मीही आनंदाने फुलून गेलो होतो. ''मी लवकरात लवकर परत येतो आणि माझ्या लाडया पुतणीला बघायला ब्रुकसकट तिकडे धावत येतो,'' हे सांगताना मला भरून आले होते, रडू आवरत नव्हते.

मी त्या सुखसमाधीत असतानाच परत फोन वाजला. मध्ये किती वेळ गेला होता ते मला आज आठवत नाही. एक तास? तीन तास? कदाचित दिवस! फोनवर माझे वकील बोलत होते.

''आंद्रे, ऐकू येतंय का? आंद्रे...''

''हो हो, बोला तुम्ही...''

''आंद्रे, तू एटीपीला पाठवलेला तुझा प्रांजल कबुलीजबाब, निरपराधित्वाचं प्रतिपादन त्यांनी मान्य केलं आहे. तुझ्यावरील आक्षेप मागे घेतलेला आहे. हे प्रकरण आता कायमचं मिटलेलं आहे...''

''मला बाद ठरवलेलं नाही?''

''नाही.''

''मी खेळत राहू शकतो? माझं आयुष्य मी निर्वेधपणे जगू शकतो?''

''होय.''

''खरंच? तुम्ही खरं सांगताय? नक्की खात्री करून घेतलीय तुम्ही?'' मी वारंवार विचारत राहिलो.

''होय. एटीपीने निर्दोष मुक्त केलं आले. बस, झालं ते सगळं विसरून जा आणि पुढे जात राहा. शुभेच्छा!!''

फोन ठेवल्यावर मी कितीतरी वेळ शून्यात बघत राहिलो होतो – मला नवजीवन मिळाले होते!!

१९९८ सालची फ्रेंच ओपन स्पर्धा. रशियाच्या मरात साफिनशी खेळताना मी माझा खांदा दुखवून घेतला. क्ले कोर्टावर चेंडू गोळाफेकीच्या गोळ्यासारखा येऊन धडकतो. वेदना असह्य झाल्या. इतक्या की, मी खूणगाठच बांधली की पुन्हा मैदानावर जखमी होण्याचा प्रसंग येऊ द्यायचा नाही. डॉक्टर म्हणाले की, शीर दुखावली गेली आहे. दोन आठवडे सक्तीची विश्रांती. सराव नाही, सामने तर नाहीतच नाहीत. मला चुकल्या चुकल्यासारखे वाटत होते; पण त्याचीही मजा मी अनुभवली. सक्तीची सुट्टी आनंदात साजरी केली.

मात्र मी विम्बल्डन खेळू शकलो. जर्मनीच्या टॉमी हासविरुद्ध खेळताना तिसऱ्या सेटमध्ये टाय झाला. त्या वेळीच लाइन्समनने एक भयंकर मोठी चूक केली. टॉमीने चांगलाच सीमारेषेच्या बाहेर मारलेला चेंडू त्यांनी बरोबर, रेषेच्या आत पडल्याचा निर्णय दिला. त्याला ६–३ अशी आघाडी मिळाली. माझ्या संपूर्ण कारकिर्दीतला पंचांनी दिलेला तो सर्वांत वाईट निर्णय होता. मला खात्री होती की, चेंडू बाहेर पडला होता. कोणतीही, अंधुकशीही शंका नव्हती; पण माझे म्हणणे सर्वांनीच डावलले. मी तो सेट हरलो. हसला एका सेटची, २–१ अशी आघाडी मिळाली; परंतु त्या दिवशी अपुऱ्या प्रकाशामुळे सामना मध्येच थांबला, दुसऱ्या दिवसावर ढकलण्यात आला. टीव्हीवर सामना दाखवला, तो गुण दाखवला. चेंडू निर्विवादपणे सीमारेषेच्या बाहेर पडलेला दिसला. मी हसण्यापलीकडे काहीच करू शकलो नव्हतो.

दुसऱ्या दिवशी मैदानावर उभा राहिलो तरीही मी हसतच होतो; पण हताशपणे हसता हसता कसे खेळायचे ते मला माहीत नव्हते. हासने चौथा सेट आणि सामनाही जिंकला. सामन्यानंतर त्याने वार्ताहरांना सांगितले की, 'तो माझा आदर करतो, माझा आदर्श डोळ्यांपुढे ठेवूनच तो लहानाचा मोठा झाला आहे. हे यश त्याच्यासाठी खास आहे. कारण, तो यानंतर असे अभिमानाने सांगू शकेल की ज्या आंद्रे आगासीने १९९२ साली विम्बल्डनचे विजेतेपद मिळवले होते, ज्याने एक दोन ग्रॅन्ड स्लॅम्स जिंकल्या होत्या त्या आंद्रे आगासीला त्याने पराभूत केले आहे!'

तो जणू श्रद्धांजलीच अर्पण करत होता! त्याला काय वाटत होते? त्याने मला पराभूत केले आहे की मारून टाकले आहे?

आणि एकाही वार्ताहराला त्याला ही आठवण करून द्यावीशी वाटली नाही की, मी एक दोन नाही *तीन* ग्रॅन्ड स्लॅम्स जिंकलेल्या आहेत!!

ब्रुकला *ब्लॅक अॅन्ड व्हाइट* नावाच्या चित्रपटात भूमिका मिळाली होती. तो चित्रपट नेहमीच्या चित्रपटांसारखा निव्वळ गल्लाभरू, करमणूकप्रधान नव्हता. त्याचा विषय सामाजिक वादाचा, वंशभेदाचा होता, त्याचे चित्रीकरण स्टुडिओत नव्हे, तर नैसर्गिक स्थळांवर होणार होते. दिग्दर्शकही एक अतिशय प्रतिभाशाली कलाकार होता. चित्रपटाचे संवाद आधी लिहून न ठेवता, ते उत्स्फूर्तपणे, आयत्या वेळी म्हणायचे असा एक अभिनव प्रयोग त्यात केला जाणार होता. तिने मला फोन करून सांगितले की, त्या चित्रपटात तिची केशरचना म्हणजे निव्वळ जटा असणार आहेत. केसांचे जंगल असणार आहे आणि ती जवळ जवळ एक महिना तिच्या सहकलाकारासोबत एका जंगलात राहत आहे. ती म्हणाली की, ते सगळे कलाकार दिवस रात्र त्यांच्या त्यांच्या भूमिकेमध्येच वावरत आहेत. तिने विचारले, ''मजा आहे की नाही?''

''हो ना!'' मी डोळे फिरवीत म्हणालो.

चित्रीकरण संपवून ती परत आल्यावर पहिल्याच सकाळी ब्रेकफास्ट घेताना ती त्याबद्दलच्याच कथा कहाण्या सांगण्यात, रॉबर्ट डाउनी ज्युनियर, माईक टायसन, मार्ला मेपल्स आणि इतर अनेक कलाकारांविषयी बोलण्यात गुंग होती. ती जे सांगत होती त्यात मलाही रस आहे असे दाखवण्याचा मी पुरेपूर प्रयत्न करत होतो. तिनेही टेनिसविषयी काही प्रश्न विचारून माझ्या खेळात तिलाही रस असल्याचे दाखवले. आम्ही एकमेकांशी बोलत होतो; पण तो 'संवाद नव्हता, त्यात जीव नव्हता, औपचारिकता होती. पार्टीत अनोळखी पाहुण्यांशी बोलल्यासारखे वाटत होते. सौजन्यपूर्ण, नम्र, सभ्य; पण कृत्रिम, दिखाऊ, खोटे खोटे, ठिसूळ, कधीही भुगा होऊन जाईल असे.

मी फायरप्लेसमध्ये एक लाकूड सारले. काही वेळाच्या अस्वस्थ शांततेनंतर ब्रुक मला म्हणाली, ''आंद्रे, आणखी एक गोष्ट सांगायची... आणि दाखवायची होती तुला...''

मी उत्सुकतेने मागे वळून तिच्याकडे बघितले.

''मी तिकडे असताना एक टॅटू काढून घेतलाय...'' ती म्हणाली.

''काय?''

तिने मला बाथरूममध्ये नेले. तिथल्या लख्ख उजेडात तिने तिची जीन्स खाली ओढली. तिच्या एका नितंबावर टॅटू होता - एक कुत्रा!!

''याला मी रोज फिरवायला घेऊन जायचं आहे का?'' मी नको तो, अतिशय चुकीचा प्रश्न विचारून बसलो.

माझा रोख ओळखून तिनेही स्पष्टपणे चुकीचाच प्रश्न विचारला, ''माझ्या शरीराचं काय करायचं हे ठरवायला तुझी परवानगी लागते का?'' मी तेथून बाहेर पडलो, स्वयंपाकघरात गेलो, फायरप्लेससमोर उभा राहिलो आणि *आतल्या ज्वालांकडे* एकटक पाहत राहिलो.

आमच्या लग्नानंतर आमची वेळापत्रके न जुळल्याने आम्ही दोघे मधुचंद्र साजरा करू शकलो नव्हतो; पण त्या वेळी तिचा 'ब्लॅक ॲन्ड व्हाइट' हा एक चांगला चित्रपट तिने संपवला होता. मी माझे सामने संपवले होते त्यामुळे आम्ही दोघांनी तिच्या आवडत्या बेटावर काही काळ घालवायचे ठरवले. इंडिगो बेटाच्या आग्नेयेला ब्रिटिश व्हर्जिन आयलंड्समधील नेकर आयलंड नावाचे बेट करोडपती रिचर्ड ब्रॅन्सन याच्या मालकीचे होते. त्यांनी आम्हाला तेथे आमंत्रित केले होते.

''तुम्हाला नक्की आवडेल, ती जागा म्हणजे पृथ्वीवरचा स्वर्ग आहे स्वर्ग!'' या शब्दांत त्यांनी त्या बेटाचे वर्णन केले होते.

पण तो स्वर्ग आम्हाला काही 'लाभला' नाही. आमचे काहीच जुळेना! कोणत्याच गोष्टीबद्दल एकमत होईना!! मला आराम करायचा होता, ब्रुकला स्कुबा डायव्हिंग करायला जायचे होते. तिच्या जाण्याला माझी मुळीच हरकत नव्हती; पण तिला मी तिच्याबरोबर हवा होतो. स्कुबा डायव्हिंग करायचे म्हणजे आधी त्याच्या 'प्रशिक्षणवर्गा'त बसणे होते. मधुचंद्रासाठी येऊन वर्गात बसून काहीतरी शिकायचे, ही कल्पना मला आतड्यात नळी घालून केल्या जाणाऱ्या 'कोलोनोस्कोपी' इतकी भयंकर वाटत होती.

आलिया भोगासी मी निमूटपणे सामोरा गेलो. एका तलावाच्या काठावर आम्ही एका शिक्षकासमोर बसून वेट सूट्स, टँक्स, मास्क आणि इतर बऱ्याच गोष्टींविषयीचे प्रशिक्षण घेत तासन्‌तास घालवले. पाण्यात उतरल्यावर माझ्या मास्कमधून पाणी आत शिरायचे. माझ्या वाढलेल्या राठ दाढीमुळे मास्क चेहऱ्याच्या लगत बसतच नव्हता. मी खोलीत परतलो, दाढी करून परत गेलो.

त्या वेळी आमचा शिक्षक उत्तम स्कुबा ड्रायव्हरची व्याख्या सांगत होता – 'पाण्याच्या तळाशी जाऊन एकत्र बसून शांतपणे पत्त्याचा खेळ खेळू शकणारे, एक डाव संपेपर्यंत वर यायची गरजही न पडणारे ते खरे स्कुबा ड्रायव्हर!' झाले, काही वेळातच मी, कॅरेबियन समुद्राच्या मध्यावर, तलावाच्या तळाशी बसून, इतर सर्व विद्यार्थ्यांबरोबर, आमचा संपूर्ण स्कुबा ड्रायव्हिंगचा जामानिमा चढवून 'गो फिश' हा पत्त्याचा खेळ खेळत होतो!! मला त्या वेळी मी स्कुबा ड्रायव्हर नाही तर द *ग्रॅज्युएट* या चित्रपटातील सतत तलावाच्या आजूबाजूला घोटाळणारा डस्टिन हॉफमन असल्यासारखे वाटत होते! मी सरळ तलावाच्या बाहेर पडलो. मला अडवू पाहणाऱ्या ब्रुकला मी म्हटले, ''हे काही माझ्याच्याने व्हायचे नाही!''

''तुला ना, काही नवीन करायलाच नको असतं!'' ब्रुक वैतागून म्हणाली.

'तू कर. महासागराच्या मध्यावर जा, तळ गाठ, हवी तर जलपऱ्यांनाही भेटून ये! ते सगळे तुला लखलाभ होवो, मी चाललो आपला खोलीत!' असे मी तिला मनात म्हणालो आणि तेथून सटकलो.

खोलीत आलो, येता येता हॉटेलच्या किचनमधून फ्रेंच फ्रायची एक मोठी डिश घेतली. बूट भिरकावून देले, कोचावर ताणून दिली आणि दिवसभर फ्रेंच फ्रायबरोबर टीव्ही बघत बसलो.

ठरल्यापेक्षा तीन दिवस आधीच आम्ही 'स्वर्गा'तून परत आलो! मधुचंद्र संपला!!

१९९८, जुलै महिना, वॉशिंग्टन डीसीमध्ये उष्णतेची लाट आलेली. त्या काळात 'लेग मॅसन टेनिस क्लासिक' या नावाने ओळखली जाणारी 'वॉशिंग्टन ओपन' स्पर्धा खेळण्यासाठी मी तेथे गेलो होतो. सर्वच खेळाडू उष्ण हवेविषयी तक्रार करत होते. मीही तेच केले असते; पण मी मनाचा पक्का निग्रह करून आलो होतो. माझे ध्येय ठरवून आलो होतो. रोज सकाळी अगदी लवकर उठून ते ध्येय कागदावर लिहून काढत होतो, स्वतःला मोठ्याने वाचून दाखवत होतो आणि हेही जोरात म्हणत होतो की, 'यात कोणतीही तडजोड नाही!' तरीही स्पर्धेच्या आदल्या दिवशी ब्रॅडबरोबर सराव करताना मी मनापासून, जीव लावून खेळत नव्हतोच. सराव झाल्यावर पेरी मला हॉटेलवर सोडायला आला होता. गाडीत मी खिडकीतून बाहेर, शून्यात बघत, अगदी गप्प बसून होतो.

"गाडी रस्त्याच्या बाजूला लाव." रॉक क्रीक पार्कजवळ येताच मी पेरीला म्हणालो.

"का?"

"मी सांगतो म्हणून..."

त्याने गाडी बाजूला घेतली.

मी खाली उतरलो आणि त्याला म्हणालो, "सरळ दोन मैल पुढे जाऊन माझी वाट बघत थांब."

"तुला काय वेड लागलंय का?"

"सांगतो तसं कर. आज मी नीट खेळलेलो नाही. कुचराई केलीय, मला शिक्षा भोगली पाहिजे."

मी खाली उतरलो. पेरी पुढे निघून गेला. ज्या पार्कमध्ये १९८७ साली मी वैतागाच्या भरात माझ्या रॅकेट्स लोकांना देऊन टाकल्या होत्या, त्याच पार्कमधून मी पळू लागलो. उष्णता छळत होती, मी पार दमलो होतो, प्रत्येक पावलाबरोबर खाली पडेन, असे वाटत होते; पण मी थांबणार नव्हतो. हार्टअॅटॅक आला तरी थांबणार नव्हतो. अपराधाची भरपाई केल्याशिवाय माझ्या मनाला शांतीच लाभली नसती. रात्री झोपण्यापूर्वीच्या दहा मिनिटांत मनाने सर्व काही ठीक असल्याचा कौल दिलाच नसता. ती दहा मिनिटे माझ्यासाठी सर्वांत महत्त्वाची झाली होती. त्या दहा मिनिटांत जर मनाने आनंदी, सर्व काही आलबेल

असल्याची प्रतिक्रिया दिली तर हजारो प्रेक्षकांनी केलेल्या जयजयकारापेक्षाही जास्त समाधान मिळते. जर मन अशांत असले, असमाधानी असले, मला दोष देत असले तर त्याच प्रेक्षकांनी केलेल्या माझ्या जाहीर धिक्कारापेक्षाही जास्त वाईट वाटते. मी गाडीजवळ पोहोचलो, तेव्हा माझा चेहरा प्रचंड थकावटीने काळा निळा पडला होता. मी गाडीत बसलो, एअर कंडिशनर सुरू केला आणि सीटच्या पाठीवर डोके टेकले. काही क्षणांनंतर पेरीकडे पाहून हसलो. तोही हसला, पाठीवर हात ठेवला. थोड्या वेळाने त्याने माझ्या हातात टॉवेल कोंबला आणि गाडी सुरू केली.

मी अंतिम फेरीत पोहोचलो. पुन्हा स्कॉट ड्रेपर. काही काळापूर्वीच मी त्याला धूळ चारली होती, या आठवणीने माझे मलाच आश्चर्य वाटू लागले. स्वतःवरच विश्वास नसल्याप्रमाणे मी जोरजोरात मानही हलवली. मी मोठ्या फरकानं स्पर्धा जिंकली. त्या दिवशी मी त्याला पन्नास मिनिटात ६-२, ६-० असे पराभूत केले. मी ती स्पर्धा चौथ्यांदा जिंकली.

'मर्सिडीज बेंझ कप' या स्पर्धेत मी एकही सेट न हारता उपांत्य फेरी गाठली आणि ती स्पर्धाही जिंकली. टोरांटो येथे झालेल्या द मॉरीयर ओपन स्पर्धेत पुन्हा एकदा पीट सामोरा आला. पहिला सेट तो जोरदारपणे खेळला; पण दुसऱ्या सेटला तो दमलेला दिसला. मी त्याला पराभूत केल्यामुळे त्याने मानांकन यादीतील त्याचे तोवर अढळ असलेले पहिले स्थान गमावले आणि मला नवव्या स्थानावर चढवले.

त्याच स्पर्धेत उपांत्य फेरीत माझा प्रतिस्पर्धी होता क्रॅजिसेक. विम्बल्डन जिंकलेला एकमेव डच खेळाडू. ती स्पर्धा त्याने १९९५मध्ये जिंकली होती. त्या वेळी त्याने उपांत्यपूर्व फेरीतल्या सामन्यात पीटला पराभूत केले होते. विम्बल्डन स्पर्धेत त्याआधी पीट एकही सामना हरलेला नव्हता. जे तोवर कोणालाही जमले नव्हते ते क्रॅजिसेकने करून दाखवले होते; पण मी म्हणजे पीट नव्हतो आणि त्या वेळचा मी म्हणजे जुना आंद्रे आगासीही नव्हतो. पहिला सेट मी जिंकला. दुसऱ्या सेटमध्ये ३-४ अशी गुणसंख्या झाली. त्या नंतरच्या गेममध्ये ०-४० या गुणसंख्येवर क्रॅजिसेकची सर्व्हिस होती. ट्रिपल ब्रेक पॉइंट. मी त्याची ती सर्व्हिस अत्यंत कौशल्याने परतवली, माझ्या मते माझ्या अलिकडच्या कारकिर्दीतला तो सर्वांत उत्तम परतावा होता. चेंडू जाळ्याच्या फक्त एक सेंटिमीटर वरून गेला. त्याच्या मागोमाग एक धुराची रेषा उमटल्याचा क्षणभर भास झाला. चेंडू जमिनीला टेकायच्या आतच क्रॅजिसेकने डोळे बंद करून तो जोरात मारला. तो कोठे जाऊन पडणार होता ते क्रॅजिसेकलाही माहीत नव्हते, मला तर नव्हतेच नव्हते! क्रॅजिसेकला गुण मिळाला. त्याची रॅकेट जर अजून अर्धा अंश जरी वळलेली असती तरी चेंडू थेट पहिल्या रांगेतल्या प्रेक्षकाला लागलाच असता. त्याची सर्व्हिस भेदली गेली असती, सामना माझ्या ताब्यात आला असता; पण

तसे झाले नाही. तो गुणही त्यालाच मिळाला, सर्व्हिस त्याच्याच हाती राहिली, तो सेट तर त्याने जिंकलाच, पुढचाही जिंकला आणि मला तीन सेट्समध्ये पराभूत करून माझी सामन्यांमधली अखंड विजयमालिका पंधराव्या सामन्याला तोडून टाकली. जुना आंद्रे आगासी अशा धक्क्याने खचून गेला असता, तो पराजय पचवू शकला नसता; पण त्या दिवशी मी ब्रॅडला म्हणालो की, 'हा खेळ आहे. टेनिसमध्ये असं होतं कधी कधी!!' आणि त्यालाच विचारले की, 'काय, बरोबर आहे की नाही?'

त्याच वर्षीच्या 'यूएस ओपन स्पर्धे'त मी उतरलो, तेव्हा माझे जागतिक मानांकन यादीतील स्थान आठवर पोहोचले होते. चाहते खूश होते, माझा उत्साह वाढवीत होते. सोळाव्या फेरीत स्लोव्हाकियाच्या कॅरोल कुसेराने मला त्याच्या सर्व्हिस करण्याच्या विचित्र शैलीने फार त्रास दिला. तो सर्व्हिस करायची म्हणून चेंडू वर फेकायचा; पण रॅकेट वर न करताच हात वर करून पुन्हा हातातच झेलायचा. मग परत उडवायचा. मी वैतागलो. त्यातच त्याने पहिले दोन्ही सेट्स ओळीने घेतले. मला एकदम आठवण झाली – कुसेराशी खेळाची युक्ती मला माहीत होती. तुम्ही जितके कौशल्यपूर्वक खेळाल तेवढेच तोही खेळेल आणि तुम्ही जर वाईट खेळलात तर त्याचाही खेळ बिघडत जाईल. मी बहुतेक फारच चांगला खेळत होतो, माझ्या सर्व्हिसेसही चांगल्या पडत होत्या. मग मीही त्याच्यासारखाच सर्व्हिस करताना चेंडू वर उडवून तो लगेच न मारता हातात झेलू लागलो. मी त्याची नक्कल करतो आहे हे प्रेक्षकांच्याही लक्षात आले. ते हसू लागले. नंतर मी विचित्र खेळू लागलो, चेंडूला अवाजवी उंची देऊ लागलो, कुसेराला सतावू लागलो आणि सामन्यावर पकड मिळवू लागलो. तेवढ्यात पाऊस पडायला लागला आणि सामना त्या दिवसापुरता स्थगित करण्यात आला.

रात्री मी आणि ब्रुक तिच्या मित्रांबरोबर खूप उशिरा जेवायला गेलो. मित्र म्हणजे सहअभिनेते. नेहमी फक्त अभिनेतेच. तोवर पाऊस थांबून आकाश स्वच्छ झाले होते. आम्ही हॉटेलच्या वरच्या उघड्या गच्चीत मांडलेल्या टेबलांवर जेवलो. जेवणानंतर रस्त्याच्या कडेला बराच दीर्घ निरोप समारंभ झाला. टॅक्सीत बसून जाताना त्या नटमंडळींनी मला दुसऱ्या दिवसासाठी शुभेच्छा दिल्या. त्यांचा बहुतेक पुन्हा मद्यपानाचा कार्यक्रम असावा. ब्रुक जाणाऱ्या टॅक्सींकडे पाहत होती. तिने माझ्याकडे वळून पाहिले. तिच्या चेहऱ्यावर संभ्रम दिसत होता, काय करावे? जे मनातून करावेसे वाटत होते ते करावे का? हा प्रश्न दिसत होता, तिचा खालचा ओठ विलग होऊन मला प्रश्न विचारत होता. मी हातातल्या बाटलीतून माझ्या 'टॉनिक'चा - गिलवॉटरचा - एक मोठा घोट घेतला आणि तिला म्हणालो, ''तू जा, तुला जायचं असलं तर...''

‘‘खरंच? तुला काही...’’

‘‘नाही...’’ मी खोटे बोललो, ‘‘जा, जा तू, मजा कर...’’

मी एकटाच टॅक्सी पकडून ब्रुकच्या नव्या अपार्टमेंटमध्ये आलो. तिने ब्राऊनस्टोन विकून अपर ईस्ट साईड या भागात नवी जागा घेतली होती. मला खूप खूप चुकल्या चुकल्यासारखे वाटत होते. ब्राऊनस्टोनच्या आठवणी येत होत्या. पुढच्या प्रवेशद्वाराजवळ आमच्या संरक्षणासाठी पाहारा देत उभे राहणारे गिल, हॉलच्या भिंतीवर पाहारा देणारे बिन डोळ्यांचे बिन केसांचे आफ्रिकन मुखवटे! माझ्या मनात विचार आला, ते मुखवटे तिथे नसते तर कदाचित मी आणि ब्रुक दोघेही तसले मुखवटे घालूनच, एकमेकांना टाळत घरात वावरलो असतो. मी गिलवॉटरची बाटली संपवली आणि अंथरुणावर पडलो. मला झोपही लागली होती, तेवढ्यात ब्रुकच्या चाहुलीने मी जागा झालो.

‘‘झोप, झोप तू...’’ ती कुजबुजली.

पण माझी झोप उडाली होती. शेवटी मी झोपेची गोळी घेतली तेव्हा झोपलो.

दुसऱ्या दिवशी कुसेराबरोबरचे युद्ध घमासान झाले. मी पुढचे दोन्ही सेट्स घेतले आणि सामना बरोबरीला आणून ठेवला; पण कुसेराची धडाडी, जोम माझ्यापेक्षा वरचढ ठरला. पाचव्या सेटमध्ये त्याने माझ्यावर कुरघोडी केली.

लॉस एंजलिसच्या आमच्या घरात मी बाथरूमच्या एका कोपऱ्यात बसलो आहे. ब्रुक बाहेर जायची तयारी करत आहे. ती एकटीच जाणार आहे. मी घरीच थांबणार आहे. - हा असा प्रसंग वारंवार घडू लागला होता. आम्ही त्यावर चर्चाही केली होती की, ‘का होते हे असे नेहमी?’

तिची तक्रार अशी की, मी तिच्या जगात जगायला तयारच नव्हतो. मला नवे लोक, नव्या जागा, नवनवे अनुभव यांचे वावडेच होते. तिच्या मित्रांना भेटण्यात मला जराही रस नव्हता. लेखक, अभिनेते, संगीतकार, दिग्दर्शक अशांसारख्या प्रतिभावान लोकांच्या सहवासाची सुदैवी संधी मी गमावीत होतो. कलादालनांची उद्घाटने, नवनव्या नाटकांचे प्रयोग, चित्रपटांचे शुभारंभ, अगदी निवडक, खास, मोजक्या प्रेक्षकांसाठी केलेले चित्रपटांचे खाजगी सादरीकरण असे कितीतरी, सौभाग्याने हजर राहायला मिळणारे, प्रसंग मी करंट्यासारखा चुकवीत होतो. मला फक्त घरी बसायचे, टीव्ही बघायचा आणि अगदीच चांगला ‘मूड’ असला, जरा कोणाला तरी भेटावे, असा सुविचार मनात डोकावलाच तर जे.पी. आणि जोनी या जोडीला जेवायला बोलवायचे, याच्या पलीकडचे काहीही करायचे नव्हते.

...आणि तिचे बरोबर होते, ती काहीच खोटे सांगत नव्हती. ‘आनंदाच्या रात्री’ची तीच माझी व्याख्या होती!

त्या दिवशी ब्रुक मला म्हणाली, ''आंद्रे, तुला सांगते, जे.पी., पेरी, फिली, ब्रॅड यांतली कोणीच तुझ्यासाठी चांगली नाहीत. ती सगळी जण केवळ तुझे लाड करतात, तुला खूश ठेवतात, अंगावर मूठभर मांस चढवतात. त्यांच्यापैकी कोणालाही तुझ्या भल्याची चिंता नाही.''

मी चिडलो, ''म्हणजे तुला काय म्हणायचंय, माझे सगळे मित्र वाईट आहेत!''

''गिल सोडून.''

''बाकी सगळे?''

''होय, विशेषतः पेरी...''

तिचा पेरीवर का राग होता ते मला माहीत होते. त्याने सडनली सुसानच्या निर्मितीतून अंग काढून घेतलेले तिला मुळीच आवडले नव्हते. त्या वेळी त्यांच्या भांडणात मी तिची बाजू घेतली नव्हती, ही गोष्ट तिला फारच लागली होती; पण म्हणून ती माझ्या सगळ्याच मित्रांना रद्दबातल करून टाकेल, अशी माझी अपेक्षा नव्हती.

आरशासमोर उभी राहून साजशृंगार करत उभी असलेली ब्रुक मागे वळून मला म्हणाली, ''आंद्रे, तुला सांगू का, तू म्हणजे काट्यांमधला गुलाब आहेस!''

''काय? गुलाब... काट्यांमधला?''

''होय. भोळा, भाबडा, निरागस. तुझं रक्त शोषणारे जळू चिकटलेत तुला.''

''मी काही निरागस वगैरे नाही आणि तू ज्यांना काटे, जळू म्हणतीयस ना त्यांनीच माझी फुलासारखीच काळजी घेतलीय, मला फार पूर्वीपासून सांभाळलंय. होय, त्या काट्यांनीच हा गुलाब एवढा फुलवलाय!''

''छे, उलट आहे. ते काटे तुला फुलू देत नाहीत, तुझा विकास होऊ देत नाहीत. तू अविकसित राहिला आहेस त्यांच्यामुळे...आंद्रे,... ऐक माझं...''

माझ्या ॲकॅडमीसाठी मी आणि पेरीने लास व्हेगासच्या पश्चिमेकडील एक जागा निवडली. तो अत्यंत वाईट, बकाल असा भाग होता. तेथे आमची ॲकॅडमी जीवनाच्या सागरात बुडणाऱ्या अनेक गलबतांना योग्य दिशा दाखवणाऱ्या दीपस्तंभाची भूमिका चोख बजावणार होती. गेले कित्येक महिने आम्ही चांगल्या जागेच्या शोधात होतो – आम्हाला अभिप्रेत असलेल्या सर्व सोयीसुविधा उभ्या राहू शकतील, इतका मोठा परिसर आणि तरीही परवडणारी किंमत. ती आठ एकर जागा सगळ्या दृष्टीने योग्य आणि उपयुक्त वाटली. शहराच्या मध्यावरची एक ओसाड, पडीक जमीन होती. कडेची घरे पाडली जात होती. छोट्या छोट्या सावकारांच्या गल्ल्या तेवढ्या सभोवती दिसत होत्या. लास व्हेगास हे

शहर वसायला सुरुवात झाली ती त्या भागापासून. जे भटके मुसाफिर तेथे आले त्यांनी त्याच भागात बस्तान बसवले होते; पण नंतर त्यांनी ती जागा सोडून दिली होती, तेथून मुक्काम हलवला होता. आपला भूतकाळ मागे सोडून प्रगतीमार्गावर पुढे जाण्याचा इतिहास असलेली ती भूमी शाळेसाठी मला आवडली. मुलांच्या आयुष्यातही चांगला बदल घडवून आणणाऱ्या शाळेसाठी त्याहून चांगली जागा अन्य कोठे मिळणार होती?

भूमिपूजनाच्या कार्यक्रमाला राजकीय नेते, शहरातील प्रतिष्ठित लोक हजर होतेच. शेजारपाजारच्या भागातील नेत्यांनीही हजेरी लावली होती. टीव्ही वाहिन्या, वार्ताहर यांचीही गर्दी होती. भाषणे जोरात झाली. कुदळीच्या सोनेरी पात्याने जमिनीवर मुहूर्ताचा घाव घातला. त्या वेळी मला डोळ्यांसमोर माझ्या शाळेतली हसणारी, खेळणारी, हजार प्रश्न विचारून भंडावून सोडणारी, निरागस, लोभस मुले दिसत होती. जडणघडणीची वर्षे येथे घालवून, गरूडझेप घेऊन जगात निघून जाणाऱ्या पक्ष्यांचा थवा माझ्या नजरेसमोर दिसत होता. दुःख यातना यांपासून वाचवलेले जीव येथे विसावतील, विस्तारतील. ती जी लाखो स्वप्ने उराशी बांधून घेऊन ती पूर्ण करायला विशाल जगात जोमाने हात-पाय हलवायला जाणार होती, त्या स्वप्नांची झलक मी पाहत होतो - मला गरगरल्यासारखे झाले. माझ्या पुढील आयुष्यात आणि मी मेल्यानंतरही या पवित्र जागेत काय काय घडेल या विचाराने मला इतके घेरून टाकले की, मला ना समारंभात काय चालले होते ते कळत होते ना भाषणे ऐकू येत होती. भविष्यात वर्तमान बुडून गेला होता!

कोणीतरी मला हलवून माझ्या भविष्यदर्शनातून जागे केले. फोटोचा कार्यक्रम सुरू झाला होता. कॅमेऱ्याचे फ्लॅश चमकले. आनंद होत होता; पण भीतीही वाटत होती. फार मोठा पल्ला पार करायचा होता. सुरवातीची वाट - शाळा बांधणे, सर्व आवश्यक परवानग्या, मान्यता मिळवणे, वेळोवेळी पैसा उभा करणे अवघड होती, खडबडीत होती. परिवर्तनाचा निश्चय, प्रकृती, मनस्थिती आणि टेनिसची कारकीर्द यांची डागडुजी, त्या सर्वच बाबतीत गेल्या काही महिन्यांतील प्रगती - हे सगळे झाले नसते, तर मला हे शाळेचे शिवधनुष्य उचलायचा धीर झाला नसता.

बऱ्याच लोकांनी मला खटकणारा प्रश्न विचारला आणि मी त्यांना खरे उत्तर दिले.

''ब्रुक दिसत नाही. का नाही आली?''

''मला माहीत नाही!''

बघता बघता १९९८ संपले. 'वर्षभरात आपल्या दोघांच्यात काहीही होवो, वर्षअखेरची पार्टी धुमधडाक्यात झाली पाहिजे, आपल्या मित्रांना, कुटुंबीयांना

काही कळता कामा नये,' असा ब्रुकचा हट्ट असे. ती कसलेली अभिनेत्री होतीच. मीही उत्तम अभिनय करायचो. नववर्षाच्या स्वागताची पार्टी जोरात व्हायची. त्याही वर्षी झाली, नाट्यप्रयोग प्रेक्षकांसमोर उत्तम सादर झाला. आधी प्रेक्षकांविना तालमी व्हायच्या त्याही छान पार पडायच्या, प्रेक्षक गेल्यावरही नाटकाचा परिणाम काही काळ राहायचा तसा राहिला.

त्या वर्षी नाट्यप्रयोगाला ब्रुकच्या स्नेहीमंडळींचीच गर्दी प्रचंड होती. त्या मानाने माझी मित्रमंडळी अगदीच नगण्य होती. ब्रुकच्या परिवारात त्या वर्षी एका सॅम नावाच्या अल्बिनो पिट जातीच्या बुलडॉगची भर पडली होती. तो नेमका माझ्या माणसांवर भुंकत होता, जणू त्याला ब्रुकचे त्यांच्याविषयीचे मत माहीत होते! मी आणि जे.पी. हॉलच्या एका कोपऱ्यात बसून ब्रुकच्या पायाशी बसलेल्या सॅमकडे पाहत होतो आणि तोही आमच्याकडे रोखून पाहत होता, आमचा वेध घेत होता, शत्रुपक्षाचा अंदाज घेत होता?

"हा कुत्रा जर या इथे बसलेला असता तर खूपच गरीब असता," जे.पी. माझ्या पायाजवळच्या जागेकडे हात करून म्हणाले. मी जोरात हसलो.

"खरंच. तो कुत्रा मुळीच गरीब वा शांत नाही. तो 'तुझा' कुत्रा नाहीच, हे घरही तुझं नाही आणि आंद्रे, हे आयुष्य तू सध्या जगतो आहेस ना, तेही तुझं नाही!" मी त्यांच्याकडे पाहत राहिलो.

"आंद्रे, बघितलंस का, या खुर्चीवर लाल फुलं आहेत... लाल फुलं!!"

मी खुर्च्यांकडे पाहिले. खरेच, लाल फुलं होती. जे.पी. तोंडाने 'लाल फुलं... लाल फुलं' असे म्हणत राहिले.

१९९९ सालच्या ऑस्ट्रेलियन ओपन स्पर्धेसाठी मी जायला निघालो तेव्हा ब्रुक नाराज होती. कपाळाला आठ्या घालून घरात थयथयाट करत फिरत होती. मी पुन्हा खेळात गुंतत चाललो होतो, माझे पूर्वीचे स्थान मिळवण्याचे प्रयत्न करत होतो. त्यासाठी घरापासून जास्त वेळ बाहेर राहत होतो हे तिला आवडत नव्हते. आमच्यामध्ये असलेल्या 'स्वाभाविक' ताणात त्याने स्वाभाविक भर पडत होती. तिच्या मते, बहुधा, मी वेळ वाया घालवीत होतो. ती खरोखरच एकटी होती का?

मी चुंबन घेऊन तिचा निरोप घेतला. तिने मला शुभेच्छा दिल्या.

मी सोळाव्या फेरीपर्यंत पोहोचलो. सामन्याच्या आदल्या रात्री मी तिला फोन केला.

"फार कठीण आहे रे हे सगळं..." ती म्हणाली.

"काय कठीण आहे?"

"हेच... आपलं..."

"हो, खरं आहे."

''किती लांब आहोत रे आपण एकमेकांपासून...''

''होय... ऑस्ट्रेलिया फारच लांब आहे...''

''आपण एकाच खोलीत असलो तरीसुद्धा किती लांब असतो एकमेकांपासून...''

'माझ्या हृदयाजवळच्या माणसांना तू शिव्या घाल, ते मला खाली खेचतायत असं म्हण... मग कसे जवळ येणार आपण?' मला असे म्हणायचे होते; पण मी ''हो ना!'' एवढेच म्हणालो.

''तू आता घरी परत आलास की आपण बोलू... आपल्याला बोलायलाच लागेल...''

''कशाबद्दल?''

''ते तू घरी आलास की...'' ती पुढे बोलू शकत नव्हती, भावनावश झाली होती... रडत होती बहुतेक!

तिने विषय बदलला. ''कुणाशी आहे मॅच उद्या?''

मी नाव सांगितले; पण मला माहीत होते ते तिला कळणार नव्हते. टेनिस खेळाडूंची नावे तिला कधीच कळत नसत. ती ते लक्षात ठेवण्याचे कष्टही घेत नसे.

''टीव्हीवर दाखवणार आहेत का?''

''हो, बहुतेक...''

''बघेन मी.''

''ठीक आहे.''

''चल मग... गुड नाईट...''

काही तासांनंतर, सकाळी मी स्पाडियाबरोबर खेळलो. स्पाडिया – प्लेझंट माउंटमध्ये माझ्याबरोबर सराव करायला आलेला तरुण! त्याची आणि माझी कुठलीच बरोबरी नव्हती. मी जेव्हा ऐन बहरात होतो, तेव्हा मी त्याच्या सारख्या खेळाडूला डाव्या हाताने खेळून पराभूत केला असता; पण त्या वेळची माझी परिस्थिती – शारीरिक व मानसिक दोन्ही फारच निराळी होती. गेल्या वर्षातील बावन्न आठवड्यांपैकी बत्तीस आठवडे माझ्या पायाला भिंगरी लागली होती. गिल बरोबर कठोर परिश्रम सुरू होते. शाळा उभी करण्यासाठी प्रचंड धावपळ चालू होती आणि त्याउपर ब्रुक बरोबरच्या संबंधातील ताण वाढत होता. खेळत होतो; पण मनात काल रात्रीच्या फोनवरील संभाषणाचेच विचार होते, तरीही मला पराभूत करण्यासाठी स्पाडियाला चार सेट्स खेळावे लागले.

माझ्या पराजयावर वर्तमानपत्रे फारच क्रूरपणे तुटून पडली. या स्पर्धेत मी मागील सहा स्लॅमपेक्षाही लवकर बाहेर पडलो, हे त्यांनी ठासून सांगितले. ते काही खोटे नव्हते. त्यांनी असे विधान केले की, मीच मला लाज आणतो आहे! त्यांच्या मते माझा टेनिस जगतातील मुक्काम फार लांबला होता. मला

कधी चंबुगवाळे आवरायचे ते कळत नव्हते. तीन स्लॅम्स जिंकून झाल्या आहेत, वयाची तिशी जवळ आली आहे, अजून किती काळ हे असे चालणार? अजून काय मिळवायचे आहे त्याला? असे परखड प्रश्न विचारले होते त्यांनी. प्रत्येक लेखात एकच झिजलेली रेकॉर्ड वाजवली होती, 'ज्या वयात त्याचे सर्व सहखेळाडू निवृत्तीचा विचार करत आहेत...'

मी दारातूनच ब्रुकला हाक मारली. काहीच उत्तर आले नाही. दिवस उगवून बराच वेळ झाला होता, ती कधीच स्टुडिओत गेली असणार, असा विचार करून मी दिवस काढला. विश्रांती घ्यायचा प्रयत्न केला; पण तिच्या सॅम नावाच्या श्वान पहारेकऱ्यामुळे ते काही फारसे जमले नाही.

ती परत आली, तेव्हा बरीच रात्र झाली होती, थंडीही वाढली होती आणि त्यातच पाऊसही सुरू झाला होता, तरीही ब्रुकने बाहेर जेवायला जायचा प्रस्ताव ठेवला.

''सुशी?''

''हो, मस्त!!''

आम्ही आमच्या आवडत्या 'मात्सुहिसा' नावाच्या जपानी हॉटेलमध्ये गेलो. बारमध्ये बसलो. तिने साके मागवली. मला प्रचंड भूक लागली होती. मी माझे आवडते पदार्थ मागवले – ब्ल्यू फिन साशिमी आणि द क्रॅब टोरो कुकंबर ॲव्हाकॅडो हॅन्ड रोल. माझ्याकडे पाहत ब्रुकने सुस्कारा सोडला.

''काय तेच तेच मागवतोस रे?'' तिने तिची नापसंती व्यक्त केली.

भुकेने अस्वस्थ झाल्याने मी तिच्या नाराजीकडे लक्ष दिले नाही.

तिने पुन्हा जास्तच खोल, जाणवेल इतका खोल सुस्कारा सोडला.

''काय झालं, ब्रुक?'' मी तिच्याकडे न बघताच विचारले.

''असं काय रे? मी...'' तिच्या स्वराने मला तिच्याकडे पाहायला भागच पाडले. तिचे डोळे भरून आले होते.

''ब्रुक... ब्रुक...''

''मी तुझ्या डोळ्यांत बघून काही सांगूसुद्धा शकत नाही, इतके दूर गेलोय का आपण एकमेकापासून?...''

''हे बघ, शांत हो... एक दीर्घ श्वास घे... हे बघ...प्लीज रडू नको... आपण घरी जाऊ या... चल, घरी जाऊन बोलू...''

मला त्या क्षणी सर्वांत काळजी लागली होती, ती कोणा चलाख वार्ताहराच्या कावळ्याच्या नजरेला हा प्रसंग पडेल याची. काही झाले तरी तसे व्हायला नको होते. कालच माझ्या खेळासंबंधी बरेच छापून आले होते. त्यात वैयक्तिक बाबींची आणि त्यातही बायकोबरोबरच्या भांडणाची भर पडायला नको होती.

गाडीतही ब्रुक सतत रडत होती. ''मीही सुखी नाही आणि तूही! आपण दोघेही सुखी नाही. हे असं कितीतरी दिवस चाललंय आणि आणखी किती दिवस चालणार आहे, कोणास ठाऊक! मला तर हेच कळेनासं झालंय की, आपण दोघे एकमेकांबरोबर कधीतरी सुखी होणार आहोत की नाही!!''

''हं! आहे हे असं आहे खरं!!''

घरात शिरताना मी माझा नव्हतो, माझे मन भरकटले होते. भलत्याच विचारांनी भरले होते, भारले होते. मी वरच्या मजल्यावर गेलो, कपाट उघडले. ब्रुकच्या सामानाने ते भरून वाहत होते. माझी सूटकेस... अगदी एका कोपऱ्यात, कशीबशी अंग चोरून बसली होती. अगदी व्यवस्थित भरलेली, केव्हाही घेऊन घराबाहेर पडायला सोयिस्कर. मन अस्वस्थ झाले. उलट सुलट विचारांचा कल्लोळ माजला - 'खरंच, माझा खेळ, सततचे अपयश, त्यामुळे सततचे मौन, घुसमट, मनःस्थितीतले चढ-उतार... ब्रुकला माझ्याशी जुळवून घ्यायला किती कठीण पडत असेल!...; पण आहे का तिच्या आयुष्यात माझ्यासाठी थोडीतरी जागा? या कपाटात माझ्या सूटकेसला आहे तेवढी? ती कितीशी माझी आहे?' मला जे.पीं.चे नव्या वर्षाच्या पार्टीच्या वेळचे वाक्य आठवले, *'... हे घरही तुझं नाही...'*

मी हँगरवरचे चार कपडे ओढून काढले आणि खाली आलो.

ब्रुक स्वयंपाकघरात होती. गाडीतल्या रडण्याचा भर ओसरला होता; पण चांगलीच मुसमुसत होती. मी पाहिले तर ती स्वयंपाकघराच्या मध्यभागी मांसाचे तुकडे करण्यासाठी राखून ठेवलेल्या छोट्या टेबलावर बसलेली होती... एखाद्या बेटावर बसल्यासारखी... *बेटावर*... माझ्या मनात विचित्र विचार चमकून गेला की, 'सतत बेटावर... तुटक... अलिप्त... आम्ही दोघेही नेहमी बेटावरच जात होतो... दोन बेटं! दोन ध्रुव!! दोन ध्रुवांवर दोघे आपण... अगदी पहिल्यापासून असंच... वियुक्त... विलग...'

तिने माझ्याकडे पाहिले. ''काय रे? बॅग घेऊन कुठे निघालायस?''

''कुठे म्हणजे? मी जातोय...''

''अरे, पाऊस पडतोय बाहेर, सकाळपर्यंत थांब...'' म्हणजे मी जायला हरकत नव्हती.

''कशाला थांबायचं? आहे तो क्षण आपला.''

मी स्वयंपाकघरातून माझ्या आवडीची कॉफी बनवण्याचे खास फ्रेंच प्रेस नावाचे काचेचे भांडे आणि जमैकाच्या कॉफीच्या बियांची बाटली घेतली. जाता जाता ब्रुकने मला नुकतीच दिलेली भेटवस्तूही घेतली. काही वर्षांपूर्वी मी आणि फिली पॅरिसमधील लुव्र या कलादालनात गेलो असताना आम्हाला ज्या एका चित्राने भुरळ पाडली होती - कड्याच्या टोकावर अनेक जबाबदाऱ्यांचे ओझे

घेऊन झाडाच्या फांदीला लटकून राहिलेला एक नग्न पुरुष – त्या चित्राची अचूक प्रतिकृती ब्रुकने एका चित्रकाराकडून काढून घेऊन मला भेट दिली होती. 'अजून हा पुरुष तग धरून आहे... पडला कसा नाही अजून खोल दरीत?' असा विचार करत मी गोळा केलेल्या सगळ्या गोष्टी दोन्ही हातांत सांभाळत घराबाहेर पडलो. गाडीच्या मागच्या सीटवर सर्व सामान ठेवले. माझी चमकत्या पांढऱ्या लख्ख रंगाची, टप मागे सारता येणारी, जुनी, १९७६ सालची एल्डेराडो कॅडिलॅक ही गाडी होती. तिच्याकडे पाहिले की, मला लिलीच्या पांढऱ्या फुलाची आठवण व्हायची म्हणून मी तिचे नावच 'लिली' ठेवले होते. मी आत बसलो, किल्ली फिरवली, डॅश बोर्डावरचे दिवे लकाकले. गाडी फक्त २३,००० मैल चालल्याचे मीटर दाखवीत होता. एवढी जुनी; पण इतकी कमी चाललेली... माझ्यासारखी!!

मी गाडी बाहेर काढली. एक मैलही गेलो नसेन. मला रडायला यायला लागले. डोळ्यांतून अश्रूंच्या धारा लागल्या. बाहेर पावसाच्या धारा कोसळत होत्या. ढग आणि धुके यातून मला दोन हातांवरले गाडीच्या बॉनेटवरचे सुंदर पुष्पचक्रसुद्धा नीट, स्पष्ट दिसत नव्हते, तरीही मी पुढे जात राहिलो. सॅन बर्नार्डिनोपर्यंत पोहोचलो. तेथे प्रचंड बर्फ पडत होता. इतका की डोंगरातून जाणारा रस्ता एके ठिकाणी बर्फामुळे भरून गेला होता. वाहतूक थांबली होती. मी पेरीला फोन केला, व्हेगासला पोहोचायला दुसरा रस्ता कुठला असे त्याला विचारले.

"आंद्रे, या वेळेला... तू कुठे आहेस? काय झालंय?" सतरा प्रश्न.

मी काय झाले ते त्याला सांगून टाकले. 'वेगळं होण्याची चाचणी' – मी म्हणालो. 'काही उरलंच नाही रे आम्हा दोघांत...' वेंडीशी नाते तुटले त्या दिवशीही माझे अंतःकरण तुटले होते. मी असाच एकटाच गाडीतून जाताना रडलो होतो. असाच वाटेतून पेरीला फोन केला होता. दोनदा केला होता आणि दोन्ही वेळा रडणे न आवरल्यामुळे काहीही बोलू शकलो नव्हतो. नुसताच रडत राहिलो होतो – मला त्या प्रसंगाची आठवण झाली. पुन्हा एकदा माझे अंतःकरण तुटले होते, पुढची वाट बंद झाली होती...

"तिथून दुसरा रस्ता नाही, मागे वळ आणि जे पहिले हॉटेल दिसेल तिथे थांब, खोली घे आणि रात्र तिथेच काढ," पेरी म्हणाला. मी संथपणे गाडी चालवत होतो. ती बर्फावरून घसरत होती, सटकत होती. रस्ते बंद झाल्याने रस्त्यालगतची सगळीच हॉटेल्स भरून गेली होती. अखेर कॅलिफोर्नियातल्या नोव्हेअर जवळ एका जुनाट, दुरवस्थेतल्या हॉटेलमध्ये कशीबशी एक खोली मिळाली. कळकट चादरीच्या अंथरुणावर पडल्यावर मनात विचारांची गर्दी उसळली. मी माझी उलट तपासणी घेऊ लागलो. 'या असल्या जागी कसा येऊन पोहोचलास तू? गोष्टी या थराला गेल्याच कशा? असा कसा वागलास

तू? काय बिघडलंय तुझं? लग्न? तू लग्न का केलंस हे तरी तुला नक्की माहिती आहे का? तुला मुळात लग्न करायचं तरी होतं का? मग ते बिघडतंय, संपतंय असं वाटून तू इतका का ढासळतोयस?'

'ढासळतोयस कारण तू हरला आहेस, असं तुला वाटतंय आणि हरणं तुला कधीच आवडत नाही. सहन होत नाही. त्याचा परिणाम तुझ्यावर फार खोल होतो, लवकर सरत नाही.'

'पण यापूर्वी तू याच्यापेक्षा कितीतरी मोठे अपयश सहन केले आहेस, पचवलेले आहेस, हेच तुला इतके का त्रास देते आहे? वेगळे काय आहे या नुकसानात?'

'वेगळे हे आहे की, बाकीच्या अपयशातून वर येताना त्यातून काहीतरी चांगले निघते, सुधारणा घडून येते, नवे काहीतरी मिळते. यातून तसे काही होण्याची जराही शक्यता दिसत नाही.'

दोन दिवसांनी मी ब्रुकला फोन केला. माझा स्वर दिलगिरीचा होता; पण तिचा करडा आणि कोरडा होता.

ती म्हणाली, 'आपण दोघेही थोडा वेळ घेऊ या, विचार करू या. तोवर काही बोलायला नको. आपापल्या मनातच नीट डोकावून बघणं गरजेचं आहे. तोवर एकमेकांच्या मनात ढवळाढवळ करायला नको.'

'...ठीक आहे... किती वेळ...?'

'तीन आठवडे?'

'तीन? तीन का?'

तिने उत्तर दिले नाही.

सरतेशेवटी तिने मला तज्ज्ञाकडून उपचार घ्यायचा सल्ला दिला.

व्हेगासमधले एक जरासे अंधारलेले, मंद प्रकाशाचे ऑफिस, कृष्णवर्णीय, लहान चणीची स्त्री डॉक्टर. पेशंट बसण्याच्या जागेला 'लव्ह सीट' असे नाव. प्रेम गमावलेला मी 'प्रेमस्थाना'वर बसलेलो. केवढा उपरोध! डॉक्टर माझ्यापासून तीन फुटांवर, खुर्चीत मागे रेलून बसलेली. मी बोलतोय, ती जराही व्यत्यय न आणता ऐकते आहे. तिने तो आणावा, चार प्रश्न विचारावेत अशी माझी इच्छा. मला प्रश्न पडले होते आणि त्याची उत्तरे मला तिच्याकडून हवी होती. त्यासाठी मी तेथे गेलो होतो. ती काही विचारत नव्हती, मी बोलायचा थांबत नव्हतो. काही वेळाने माझ्या लक्षात आले की, मी तिच्याशी बोलतच नव्हतो, स्वतःशीच बोलत होतो. दोघांचे लग्न असे एकाच्याच बोलण्याने कसे वाचेल? लग्न वाचवायचा हा मार्गच नव्हे.

रात्री घरात जमिनीवर झोपूनसुद्धा माझी पाठ धरलीच, त्यामुळे मध्येच जाग आली. उठलो, कागद पेन घेतले, हॉलमधल्या कोचावर बसलो आणि धडाधडा लिहू लागलो. पानांमागून पाने भरू लागली. मी ब्रुकला पत्र लिहीत होतो. स्वतःच्या हस्ताक्षरातले भले मोठे, माझी बाजू मांडणारे पत्र. सकाळी ती हस्तलिखित पाने एकामागून एक अशी फॅक्स मशिनवरून ब्रुकच्या घरी पाठवायला सुरुवात केली. पानांमागे पाने सरकत होती, मी भूतकाळात जात होतो. पाच वर्षांपूर्वी अशीच फिलीच्या फॅक्सवरून आमची पत्रापत्री सुरू झाली होती. त्या वेळी हृदयात धडधडतही असायचे आणि आफ्रिकेतील कोणत्याशा झोपडीतून प्रेमळ; पण चेष्टेखोर पत्र येण्याची उताविळी गुदगुल्याही करत असायची.

या वेळी धडधडत्या हृदयाने पत्र गेले; पण उत्तर मात्र आले नाही.

पुन्हा एकदा फॅक्स... उत्तर नाही.

ती आफ्रिकेपेक्षाही खूप खूप लांब होती.

मी फोन केला.

'तू मला तीन आठवडे थांबायला सांगितलं होतंस; पण मला त्या आधीच बोलायचंय तुझ्याशी. मला वाटतं आपण भेटलं पाहिजे. दोघांना मिळून यातून मार्ग काढला पाहिजे...'

'आंद्रे, तुला काही समजत नाही. हा दोघांचा एकत्रित मामला नाही... स्वतंत्रपणे तुझा आणि स्वतंत्रपणे माझा... दोघांचाही वैयक्तिक... कळतंय का तुला...'

'बरोबर आहे तुझं. खरंच मला समजत नाही. हे सगळं असं कसं झालं, हे खरंच नाही कळलं मला. कितीतरी काळ मी सुखी नाहीच आहे. माफ कर मला, मी फार थंडपणाने वागत होतो तुझ्याशी, खूप दूर होतो तुझ्यापासून, दूर राहावं लागत होतं मला. हे माझं टेनिसचं जग आहे ना ते मृत्युगोल आहे, गरागरा फिरतं आणि मलाही फिरवतं. बाहेर फेकतं, मध्याकडे येऊच देत नाही, लांब लांब फेकत राहतं. या चक्रात वारंवार माझी ओळखच हरवते. या वेळी ती सर्वांत जास्त काळ हरवली आहे. मला तर वाटतंय कायमचीच हरवली आहे. ब्रुक, मी सतत स्वतःचा शोध घेत असतो, स्वतःशी बोलत असतो, भांडत असतो, कमालीचा निराश होत राहतो, उदास, खिन्न, विषण्ण.' मी न थांबता बोलत होतो, माझे हृदय मोकळे करत होतो. भावनांचा ओघ बोलण्यात सफाईदारपणा येऊच देत नव्हता, मी जे सांगायचे होते ते नीटपणे सांगू शकत नव्हतो, बोलताना अडखळत होतो, मध्ये मध्ये थांबत होतो, शब्द शोधत होतो. मला कळत होते की, माझ्या बोलण्यात भरपूर गोंधळ होता; पण हेही जाणवत होते की, ते सगळे तिच्यापर्यंत पोहोचणे अत्यंत गरजेचे होते. कारण, मला तिला गमवायचे नव्हते. मी आयुष्यातले इतर कितीतरी गमावले होते. मी जे बोलत होतो त्यात

प्रामाणिकपणा होता. मला मनापासून असे वाटत होते की, माझा प्रांजलपणा मला आणखी एक संधी द्यायला तिला भाग पाडेल.

'आंद्रे, तुझं दुःख कळतंय मला. तू खूपच भोगतो आहेस. खूप त्रास होतो आहे तुला; पण आंद्रे, त्यावरचा उपाय माझ्याजवळ नाही. मी नाही तुझं दुःख दूर करू शकत, कमी करू शकत. ते तुझं तुलाच केलं पाहिजे. फक्त तुला, अगदी एकट्यानेच लढलं पाहिजे तुझं हे युद्ध तुला...'

फोन ठेवून दिल्याचा आवाज झाला. तो आघात मी शांतपणे सोसला. सामन्याचा एकतर्फी निकाल लागल्यावर कशातच बरोबरी नसलेले दोन्ही खेळाडू जाळ्याजवळ येऊन परकेपणाने, मिळवला न मिळवला असा निसटता हात मिळवून हस्तांदोलनाचा उपचार पार पाडतात, तसा मला निरोप दिला गेला होता. मी गळ्यात साठलेला आवंढा गिळून टाकला.

मी पोटभर खाल्ले, पोटभर टीव्ही बघितला, लवकरच अंथरुणाला पाठ टेकवली. सकाळी उठून आधी पेरीला फोन लावला. 'पेरी, मला लवकरातल्या लवकर घटस्फोट हवा आहे, आजवर कुणाला मिळाला नसेल इतक्या लवकर...'

ब्रुकने लग्नात माझ्या बोटात घातलेली प्लॅटिनमची अंगठी मी माझ्या एका मित्राच्या हाती एका सावकाराच्या गल्ल्यावर पाठवली आणि ती विकून जेवढे मिळतील तेवढे रोख पैसे घेऊन यायला सांगितले. ती रक्कम मी शाळेला देणगी म्हणून दिली. देणगीदाराचे नाव लिहिले – ब्रुक क्रिस्ता शील्ड्स. सुखात आणि दुःखात, आरोग्यात आणि अनारोग्यात आम्ही एकमेकांना जन्मभराची साथ देऊ शकलो नाही तरी तिची आर्थिक साथ माझ्या शाळेला तरी कायमची मिळणार होती!

२२

माझ्या आयुष्यातून ब्रुक निघून गेल्यावर पहिली स्पर्धा मी सॅन होजे येथे खेळलो. मला धीर द्यायला, दिलासा द्यायला जे.पी. ऑरेंज कंट्रीहून मुद्दाम तेथे धावत आले. त्यांनी मला सांभाळले, प्रोत्साहन दिले, हसवले, माझा 'मूड' सुधारला, 'पुढे चांगले दिवस आहेत' असा दिलासा दिला. माझ्या मनःस्थितीतील हेलकावे त्यांनी समजून घेतले, मला समजावून सांगितले. मी कधी 'ती उडत गेली' असे बेफिकिरीने म्हणायचो, तर दुसऱ्या क्षणी तिची आठवण काढून हळवा व्हायचो. 'हे नैसर्गिक आहे, या स्थितीतून तू लवकरच बाहेर येशील' असे सांगून ते मला म्हणाले की, 'गेला काही काळ तुझे मन एक डबके झाले होते, एका जागी साचलेले, दुर्गंधी, झिरपणारे; पण आता ते नदी बनले आहे, स्वच्छ, वाहती, खळाळती, दोन किनाऱ्यांच्या मधल्या मार्गाने, निश्चित दिशेने जाणारी नदी.' मला त्यांनी दिलेली उपमा आवडली. 'मी या दोन प्रतिमा सतत डोळ्यांसमोर ठेवीन' असे मी त्यांना आश्वासन दिले. ते खूप बोलत राहायचे आणि ते ऐकत असताना माझाही माझ्यावर ताबा येत असल्यासारखे वाटायचे. त्यांचा प्रामाणिक आणि परखड उपदेश प्राणवायूचे काम करायचा, मोकळा श्वास घेऊ द्यायचा.

ते परत गेले की, मी परत सैरभैर व्हायचो. मैदानावर उभा राहिलो की, सामना, प्रतिस्पर्धी, खेळ हे विषय सोडून बाकी सगळ्याचा विचार करायचो, विशेषतः ब्रुकचा, आमच्या लग्नाचा. मी स्वतःलाच कठीण प्रश्न विचारायचो की, 'तू बायबलवर हात ठेवून चर्चमध्ये शपथ घेतली होतीस, सगळे कुटुंबीय, मित्र यांच्या साक्षीने तिला आयुष्यभर साथ द्यायचे कबूल केले होतेस आणि तू मध्येच... काय म्हणायचंय तुला?'

'खोटारडा, विश्वासघातकी, अपयशी.' खेळताना मी मलाच शिव्या द्यायचो, बाजूला उभ्या असलेल्या लाइन्समेन, बॉलबाइज् यांना ऐकू जातील इतक्या जोरात लाखोली वाहायचो. ते पंचांना जाऊन सांगायचे. पंच मला ताकीद द्यायचा. असाच एक लाइनमन मैदान ओलांडून त्याच्या जागेकडे चालला होता. तो माझ्या अगदी जवळून गेला. मी त्याच्याकडे मोठे डोळे करून पाहिले. बिचारा बावरला, भ्यायला, पळाला. तेवढ्यात माझा तोल गेला. मी फार मोठा अपराध केला. अतिशय महागात पडणारी चूक केली.

त्याला *अभद्र शिवी* घातली. तो थांबला, त्याने गर्रकन वळून माझ्याकडे पाहिले आणि सरळ पंचांजवळ गेला. पंचांकडे तक्रार गेली, मी एक गुण गमावला. तोच लाइन्समन पुन्हा तसाच मैदान ओलांडू लागला. माझ्याजवळून गेला, मी पुन्हा त्याला तीच शिवी दिली. तो उलट पावली पंचाजवळ गेला, त्याचे बोलणे ऐकून पंचाने कपाळाला हात लावला, वरीष्ठ अधिकाऱ्याला बोलावले. त्यानेही सर्व हकिगत ऐकून तेच केले. मला बोलावले.

''तुम्ही याला शिवी दिलीत?'' त्याने मला विचारले.

''खरं सांगू का खोटं?' मी बरळलो.

''तुम्ही शिवी दिलीत की नाही?''

''होय. दिली.'' एवढे बोलून मी थांबलो नाही. तीच शिवी पुन्हा दिली.

त्यांनी मला स्पर्धेतून बाद केले.

मी व्हेगासला परतलो. ब्रॅडचा फोन आला, 'इंडियन वेल्स' जवळ आलीय...' मी ब्रॅडला सांगितले की, मी सध्या दुसऱ्या एका भानगडीत अडकलो आहे. त्याने खोदून विचारले; पण मी काहीच सांगितले नाही. ''इंडियन वेल्स' जमणे शक्य नाही' असे म्हणून विषय संपवला.

मला सावरायचे होते, भानावर यायचे होते, जागेवर यायचे होते. त्यासाठी गिलबरोबर वेळ घालवणे सर्वांत गरजेचे आणि उपयुक्त होते. तेच मी करत होतो. आम्ही दोघे हॅम्बर्गर्सचा एक गठ्ठा घेऊन दिवसभर गाडीतून शहरभर फिरायचो. मी खाण्याबद्दलचे नियम तोडत होतो. गिल समजूतदार होते, या घटकेला ते तसले पदार्थ खाण्याचे समाधान मला कसे आणि किती आवश्यक आहे हे जाणून घेऊन गप्प राहत होते. त्या वेळी माझ्या हातातल्या हॅम्बर्गरला हात जरी लावला तरी हात गमावण्याची भीती आहे, इतक्या टोकाला मी गेलो आहे हे त्यांना माहीत होते.

कधी शांत डोंगर घाटातून, कधी कसिनो आणि हॉटेल्स, मॉटेल्स यांनी गजबजलेल्या 'स्ट्रिप' या भागातून आम्ही हिंडत असायचो. गाडीत गिल यांची आवडत्या गाण्यांची सीडी लावलेली असायची. तिला त्यांनी *बेली क्रॅम्प्स* असे नाव दिले होते. त्यांचे तत्त्वज्ञान असे होते की, 'मानवी जीवन म्हणजेच दुःख' हे चिरकालीन सत्य आहे. दुःख अटळ आहे, तेव्हा त्याचा स्वीकार करावा. त्याच्यापासून लपून बसू नये. दूर जायचा प्रयत्न करू नये. उलट त्याचा अनुनय करावा. ते उपभोगावे. ते दुखावते, दुखवून घ्यावे. अशाच दुःख, यातनांनी विद्ध झालेल्या हृदयाच्या वेदना सांगणारी उत्तमोत्तम शोकगीते त्यांनी *बेली क्रॅम्प्स* या सीडीमध्ये संग्रहित केली होती. ती सीडी आम्ही सर्व गाणी पाठ होईपर्यंत ऐकली. गाणे ऐकून झाले की, गिल त्याचे शब्द म्हणून दाखवायचे. ते ज्या

आर्ततेने गीतातील भाव शब्दांतून व्यक्त करून दाखवायचे ते पार हृदयाला जाऊन भिडायचे. त्यांचे ते 'काव्यकथन' गायकांना लाजवणारे होते. मला ते त्यांचे 'म्हणणे' गायकाच्या 'गाण्या'पेक्षा जास्त आवडायचे. गिल यांचे काव्यकथन की सिनात्राचा कोमल दर्दभरा आवाज असे जर मला कोणी विचारले असते तर मी गिल यांनाच पसंती दिली असती.

ही त्यांची पहिल्यापासूनचीच सवय होती आणि काळ जसजसा पुढे जात होता त्या बरोबर त्यांच्या आवाजात अधिकाधिक स्निग्धता, खोली, जास्त जास्त दर्द भरत चालला होता. 'टॉर्च साँग' या नावाने लोकप्रिय झालेल्या प्रेमगीते, विरहगीते यातील समूहाने म्हणलेल्या ओळी गिल जेव्हा म्हणून दाखवायचे, तेव्हा एल्व्हिस वा मोझेसही फिके वाटायचे. बॅरी मेनिलो या गायक व गीतकाराचे 'प्लीज् डोन्ट बी स्केअर्ड' या गाण्याच्या शब्दकथनासाठी तर गिल यांना ग्रॅमी अॅवॉर्डच मिळायला हवे होते.

कॉज फिलींग पेन्स अ हार्ड वे
टू नो यू आर स्टील अलाइव्ह

('कारण, हृदयाची खोल जखम हीच तुझ्या अस्तित्वाची खूण म्हणून वागवणे हे फारच कठीण आहे!')

रॉय क्लार्क याने गायलेल्या 'वुई कॅनॉट बिल्ड ए फायर इन द रेन' या गीताचे गिल यांच्या दर्दभऱ्या, भावपूर्ण आवाजातील शब्द तर मला घायाळच करून टाकत. विशेषतः त्यातील एक ओळ आम्हा दोघांनाही लागू पडायची :

जस्ट गोइंग थ्रू द मोशन्स अॅन्ड प्रिटेंडिंग
वी हॅव समथिंग लेफ्ट टू गेन

(अजूनही काहीतरी मिळवायचं राहिलंय असं दाखवीत एकमेकांबरोबर जगायचं सोंग वठवत राहायचं...)

गिल माझ्या बरोबर नसले की, मी नव्या घरात स्वतःला बंद करून घ्यायचो. क्वचित कधी आम्ही म्हणजे मी आणि ब्रुक, व्हेगासला आलो तर असावे म्हणून मी एक नवे घर विकत घेऊन ठेवले होते; पण ब्रुकविना आता ती 'ब्रह्मचाऱ्याची मठी क्रमांक दोन' झाली होती. मी आणि ब्रुकने पॅसिफिक पालिसाडेस येथे जे फ्रेंच कंट्री हाउस विकत घेतले होते त्यापेक्षा मला हे नवे घर जास्त आवडले होते; पण तेथील एक गोष्ट मला अजिबात पसंत नव्हती, तेथे फायर प्लेस नव्हती आणि माझे फायर प्लेसशिवाय चालायचेच नाही. मी फायर

प्लेस आणून बसवणारा एक माणूस शोधला आणि त्याला लवकरात लवकर फायर प्लेस बसवायला सांगितले.

ते काम सुरू असेपर्यंत घरात प्रचंड पसारा पडला होता. भिंतीवर प्लॅस्टिकचे मोठमोठे तुकडे टांगले होते. सगळे फर्निचर झाकून ठेवले होते, इथे तिथे धूळ साठली होती. तो सगळा गोंधळ आणि मीही गोंधळलेल्या अवस्थेत. असाच एकदा भकास नजरेने अर्धवट बसलेल्या फायर प्लेसकडे पाहत बसलो होतो. मन दहा दिशांना धावत होते. मला अचानक नेल्सन मंडेलांची आठवण झाली, त्यांची भेट, त्यांचे बोलणे सगळे आठवले. आणि त्यावरून मला स्मरण झाले ते मी आखलेल्या मोठमोठ्या योजनांचे, पाहिलेल्या भव्य स्वप्नांचे. मी तडक फोन हातात घेतला आणि ब्रॅडला फोन केला.

''ब्रॅड, ताबडतोब व्हेगासला ये. मी खेळायला तयार आहे.'

''हा निघालो...''

अविश्वसनीय!! त्याला मी आधी ज्या पद्धतीने डावलले होते, टोलवले होते ते लक्षात ठेवून त्याने जर मला झिडकारले असते तर त्याला कोणीच दोष दिला नसता; पण नाही. त्याने तसे केले नाही. तो हातातले सगळे सोडून माझ्यासाठी धावून येत होता! मला भरून आले, ब्रॅडबद्दलचे प्रेम आणि आदर कितीतरी पटीने वाढला. तो येत होता; पण घर तर अशा भयंकर अवस्थेत होते. त्याची फारच गैरसोय झाली असती. काय करावे? मी स्वतःवरच खूश झालो, मला उत्तम मार्ग सुचला होता. मी मोठ्या पडद्याच्या टीव्हीसमोर दोन लेदरचे प्रशस्त, गुबगुबीत कोच ओढून आणून ठेवले आणि मठीतला बार बड आइस बिअरच्या बाटल्यांनी भरून टाकला. ब्रॅडच्या आवश्यक गरजा भागल्या होत्या!

पाच तासांत तो घरी पोहोचला. आल्याआल्या त्याने एका कोचात अंग टाकले, बिअरचा कॅन उघडला. कोचात रेलून त्याने पहिला घोट घेतला आणि त्याच्या मुद्रेवर आईच्या कुशीत शिरल्याचे समाधान पसरले. मीही बिअर घेऊन त्याच्या शेजारी बसलो. सहा वाजले तसे आम्ही बिअरच्याऐवजी गोठलेले मार्गारिटा पिऊ लागलो. आठ वाजले तरी आम्ही कोचावरच रेललेले होतो, ब्रॅड टीव्हीवरील चॅनेल्स बदलत बसला होता, खेळाबद्दलच्या बातम्या पाहत होता.

''ब्रॅड, मला तुला काही सांगायचंय. खरं तर हे मी तुला या आधीच सांगायला हवं होतं...'' मी एकदम ब्रॅडला म्हणालो. तो एकटक टीव्हीकडे पाहत होता आणि मी अर्धवट बसलेल्या फायर प्लेसकडे पाहत वाक्य जुळवत होतो.

''आंद्रे, तू तो सामना बघितलास त्या रात्री दाखवलेला? ड्यूकला या वर्षीतरी कोणी पराभूत करेल असं वाटत नाही.'' त्याचे माझ्या बोलण्याकडे लक्ष नव्हते किंवा तो मुद्दाम तसे दाखवीत होता.

"ब्रॅड, मी जे सांगणार आहे ते फार महत्त्वाचं आहे..." माझा गंभीर स्वर त्याला जाणवला. "ब्रॅड, मी आणि ब्रुक ... आमच्यातलं नातं संपलंय... संपवलंय ते आम्ही, कायमचं..."

तो वळला, माझ्या डोळ्यांत पाहू लागला. काही क्षण भावहीन डोळ्यांनी मला निरखल्यावर त्याने त्याच्या दोन्ही हातांची कोपरे गुडघ्यांवर ठेवली आणि त्यात आपला चेहरा लपवला. काही वेळ भयाण शांततेत गेला. मग त्याने नजर वर उचलली, माझ्याकडे पाहिले आणि त्याच्या चेहऱ्यावर भले मोठे, प्रसन्न हास्य उमटले.

"आंद्रे, हे वर्ष जोरदार जाणार..."

"काय?"

"होय, आंद्रे, जोरात जाणार हे वर्ष..."

"अरे..."

"तुझ्या टेनिसच्या दृष्टीने उत्तम झालं बघ..."

"ब्रॅड, मी इकडे दुःखात आहे आणि तू..."

"दुःखात? चुकतोयस तू! अरे, मोकळा झालायस तू... बरं, मुलंबाळंही नाहीत... मुक्त पक्षी... हां, मुलं वगैरे असती तर बराच, नव्हे, चांगलाच घोळ झाला असता; पण तुझ्यावर कोणतीच जबाबदारी नाही, पूर्णपणे मोकळा..."

"ते बरोबर आहे... पण..."

"पण काही नाहीच! बस, आता फक्त टेनिस!! एकटा जीव. कुठलंही नाटक करायला नको... बस, टेनिस..."

त्याला बुद्धिभ्रंश झाल्याची शंका येत होती. कसला तरी उन्माद चढला होता. "हे बघ, आता लगेच के बिस्केन आहे आणि पाठोपाठ क्ले सीझन सुरू होतोय. सगळं चांगलं घडायला सुरुवात झालीय... पुढे सगळं चांगलंच घडणार आहे..."

तो बोलतच सुटला, "अरे, तुझ्या मनावरचं, डोक्यावरचं ओझंच उतरलं की! आता इथे व्हेगासमध्ये सुतक करत बसू नकोस, तुला जो काही त्रास होतोय ना तो तुझ्या प्रतिस्पर्ध्यांना भोगायला लाव..."

तो काय चुकीचे बोलत होता? पटण्यासारखेच होते त्याचे म्हणणे. मी काही वेळ विचार केल्यावर त्याला म्हणालोही, "ब्रॅड, मला वाटतं तू काही चुकीचं बोलत नाहीस... पुन्हा एकेक मार्गारिटा होऊन जाऊ दे..."

नऊ वाजता पोट बोलू लागले. ब्रॅड आरामात मार्गारिटाच्या ग्लासच्या कडेवरचे मीठ चाटत टीव्हीवरचा टेनिसचा सामना चवीने बघत बसला होता. इंडियन वेल्समध्ये स्टेफी ग्राफ ही सेरेना विल्यम्स विरुद्ध खेळत होती. ब्रॅड एकदम माझ्याकडे वळला, त्याच्या चेहऱ्यावर हास्य पसरले आणि तो मला म्हणाला, "ती बघ, ती जागा आहे तुझी. स्टेफी ग्राफच्या शेजारी. तिथे असायला हवास तू..."

''पण तिला मी तिथं असायला हवा ना! ती सतत टाळतच आलीय मला...''

मी त्याला आधीच्या हकिगती सांगितल्या. १९९१च्या फ्रेंच ओपनच्या वेळचे माझे एकतर्फी निरोप, १९९२च्या विम्बल्डननंतर तिच्याबरोबरच्या नृत्याची हुकलेली संधी. सगळे फोल गेलेले प्रयत्न. स्टेफी माझ्यासाठी 'फ्रेंच ओपन'च्या विजेतेपदासारखी आहे, लांबून हुलकावण्या देते; पण हाती कधीच लागत नाही.

''तो सगळा भूतकाळ होता... विसरून जा,'' ब्रॅड म्हणाला, ''तूच त्या वेळी बुजरा होतास, आंद्रे नव्हतासच. नवखा, लाजरा, माघार घेणारा होतास. आता तू इतर कोणाला तू कसं खेळायचं ते ठरवू देशील का? कुणाकडून नकार स्वीकारशील?''

तो बरोबर बोलत होता.

''चल, उघडून टाक खिडक्या, येऊ दे प्रकाश आत... बाहेर पड इथून... उजेडात चल...''

आम्ही के बिस्केन स्पर्धा खेळायला गेलो. स्टेफी ग्राफही ती स्पर्धा खेळणार होती. स्टेफीचा प्रशिक्षक हेंझ गुंथार्ट ब्रॅडच्या ओळखीचा होता. तो हेंझसमोर स्टेफीबरोबरच्या सरावाचा प्रस्ताव ठेवून पाहणार होता.

के बिस्केनला पोहोचल्या पोहोचल्या ब्रॅड कामाला लागला. त्याने फोनवर जेव्हा हेंझला तशी विनंती केली तेव्हा हेंझ आश्चर्यातच पडला; पण त्याने प्रस्ताव नाकारला. 'स्टेफी कडक शिस्तीची आहे, ती तिचे वेळापत्रक कधीच बिघडू देणार नाही. ती तशी लाजाळू आहे, एखाद्या अनोळखी खेळाडूबरोबर सराव करायला अजिबात राजी होणार नाही.' ब्रॅड कच्च्या गुरूचा चेला नव्हता. त्याने चिकाटी सोडली नाही. ब्रॅडच्या आवाजात हेंझला वेगळा, कोमल स्वर ऐकू आला की काय कोणास ठाऊक, त्याने एक उपाय सुचवला. स्टेफीच्या सरावाच्या वेळेनंतर लगेच त्याच मैदानावर माझ्या सरावाची वेळ राखून ठेवायची सोय करायची, आम्ही तेथे वेळेच्या आधीच पोहोचायचे आणि मग हेंझने स्टेफीला अगदी सहज माझ्याबरोबर काही वेळ खेळण्याचे सुचवून बघायचे अशी 'योजना' आखली गेली.

''आंद्रे, सगळं ठरलंय. प्रसन्न दुपार. तू आणि मी, स्टेफी आणि हेंझ... म्हणजे तू आणि स्टेफी, मी आणि हेंझ...'' ब्रॅडचा उत्साह ओसंडत होता.

तो कसोटीचा दिवस उगवायच्या आत मला काही गोष्टी उरकणे अत्यावश्यक होते. मी जे.पीं.ना फोन केला आणि त्यांना 'असाल तसे, आत्ताच्या आत्ता फ्लोरिडाला' बोलावले. ज्या वेगाने गोष्टी घडत होत्या, त्या बघता मला त्यावर

त्यांचे मत तातडीने घेणे नितांत गरजेचे वाटत होते. ज्या वाटेने अचानक माझी पावले पडू लागली होती, ज्या लक्ष्याकडे मी अवचितपणे ओढला जात होतो त्या वाटेवर जाणे किती उचित अनुचित आहे याचा न्याय करणारा, सल्ला देणारा उपदेशक, उत्तम मार्गदर्शक मला हवा होता. मार्ग योग्य असेल तर माझा हात धरून चालणारा, मला नैतिक पाठबळ पुरवणारा बळकट आधारस्तंभ हवा होता.

तो दिवस आला. मी आणि ब्रॅड स्टेफीची सरावाची वेळ संपण्याआधी चाळीस मिनिटे मैदानापाशी पोहोचलो. मी आजवर इतका अधीर, इतका बेचैन, इतका अस्वस्थ कधीच झालो नव्हतो. सात वेळा ग्रँड स्लॅम स्पर्धेतील अंतिम सामने खेळूनही नाही. हेंज आणि स्टेफी दोघे जण सरावात पुरते गढून गेले होते. आम्ही त्यांचा खेळ पाहत बाजूला उभे राहिलो. काही वेळाने हेंझ यांनी स्टेफीला जाळ्याजवळ बोलावले, ते तिच्याशी काहीतरी बोलले, त्या वेळी त्यांनी आम्हा दोघांच्याकडे हात केला.

तिने आमच्या दिशेने पाहिले. मी हसण्याचा प्रयत्न केला. तिने नाही केला. ती हेंझना काहीतरी म्हणाली. ते तिला काहीतरी म्हणाले. त्यांच्यामध्ये बोलणे झाले आणि तिने मान हलवली. 'हो की नाही?' ती हळू पळत मागे सीमारेषेवर जाऊन उभी राहिली, हेंझनी मला हात केला, मैदानावर बोलावले. मी चटकन बुटाच्या नाड्या आवळल्या, बॅगेतून रॅकेट उपसली आणि मैदानात शिरलो; पण थांबलो आणि एका ऊर्मीसरशी अंगातला शर्ट काढून टाकला. निलाजरेपणा! कळत होते; पण वळत नव्हते, बेताल झालो होतो. स्टेफीने माझ्याकडे पाहिले, माझ्या बेताल वाटणाऱ्या कृतीने ती चमकलेली दिसली; पण तिने माझ्याकडे पुन्हा पाहिले हेही मला समजले. मी मनातल्या मनात गिल यांचे आभार मानले.

आम्ही दोघे खेळू लागलो. तिचे फटके पूर्णपणे निर्दोष होते. मीच चाचपडत होतो, चेंडू जाळ्यात पडणार नाही यासाठी धडपडत होतो. *जाळे हा खेळाडूचा सर्वांत मोठा शत्रू असतो!* मी स्वतःला सावरले, मनाला धीर दिला, विचार करायचे थांबवून खेळाकडे लक्ष द्यायला सांगितले; पण ते अवघड, नव्हे अशक्य होते आणि त्याला मी काहीच करू शकत नव्हतो. मला मोहवणारे सौंदर्य माझ्या समोर होते. माझी स्वप्नदेवता! चालती बोलती देवी! मूर्तिमंत कविता!! त्या क्षणी मी तिच्याकडे माझी भावी सहचारिणी म्हणून पाहत होतो; पण मी मुळात तिचा निस्सीम चाहता होतो. तासन्तास टीव्हीवर तिच्याकडे बघत राहायचो, तिचा फोरहॅन्डचा फटका परतवताना काय होत असेल याची कल्पना करत बसायचो. तिच्या हातातल्या रॅकेटवर आपटताना त्या चेंडूला काय वाटत असेल अशा वेड्या प्रश्नात स्वतःला अडकवून घ्यायचो. मला नेहमी वाटायचे की प्रत्येक खेळाडूच्या रॅकेटचा स्पर्श निराळा असणार, जोर निराळा, कोन

निराळा...स्टेफीच्याही रॅकेटचा अगदी वेगळाच असेल... त्या क्षणी मी तिचा फोरहॅन्ड, बॅकहॅन्ड सगळे जवळून पाहत होतो. तिच्या खेळातील बारकाव्यांचे निरीक्षण करू शकत होतो. चाळीस फूट लांब होतो पण तरीही तिचा स्पर्श अनुभवीत होतो.

तिने पाठोपाठ बॅकहॅन्डचे फटके मारले. तिच्या सुप्रसिद्ध, लोकप्रिय शैलीत चेंडू वळत होता, मैदानात इथेतिथे पडत होता. मला तिला माझी क्षमता, माझे कौशल्य दाखवून तिच्यावर माझा प्रभाव पाडायला हवा होता. त्यासाठी तिचे कुशलतेने मारलेले फटके तितक्याच प्रावीण्याने परतवायला पाहिजे होते. ते काम फारच अवघड पडत होते; पण करायला हवेच होते. एक फटका मला परतवता आला नाही तेव्हा मी उत्स्फूर्तपणे ओरडलो, 'पुढला असा चुकणार नाही!'

तिने काहीच प्रतिक्रिया व्यक्त केली नाही. पुढलाच तसलाच फटका मी खाली बसून पूर्ण शक्तिनिशी बॅकहॅन्डने परतवला.

तिने तो मारला; पण जाळ्यात पडला!

'अशीच सगळी उधारी चुकवणार आहे मी!' मी ओरडलो.

ती गप्प, काहीही प्रतिक्रिया नाही. फक्त पुढचा फटका अधिक जोरदार, अधिक वळणदार, अधिक खोलवर.

एरवी सरावाच्या वेळी चेंडूमागे धावणारा, सूचना देणारा, सतत तोंड चालवणारा ब्रॅड त्या दिवशी निमूटपणाने जाळ्याजवळच्या पंचाच्या उंच खुर्चीत बसून शार्क माशांचा धोका असलेल्या भागातल्या समुद्रावरील जीवसंरक्षकासारखा सावधपणे निरीक्षण करत बसला होता. मी कधीही त्याच्याकडे नजर टाकली की मात्र तो 'मस्त!' अशी प्रतिक्रिया द्यायचा.

मैदानाच्या कडेला हळूहळू उत्साही, प्रेक्षक, चाहते जमू लागले. काहींच्या हातात कॅमेरे होते, त्यांनी पटापट फोटो घेतले. एक पुरुष आणि एक स्त्री खेळाडू सराव करतात यात काय नवल होते? का गर्दी होत होती? आंद्रे आगासी आणि स्टेफी ग्राफ ही जोडी खेळत होती हे विशेष होते, दुर्मीळ दृश्य होते म्हणून? का स्टेफीच्या चापल्यापुढे माझा मंदपणा नजरेत भरणारा होता म्हणून? का मी प्रत्येक तिसरा फटका परतवू शकत नव्हतो म्हणून? लांबून बघणाऱ्या तिऱ्हाइताला तर असेच वाटत असणार की एक चलाख, चुणचुणीत, उत्तम स्त्री खेळाडू एका उघड्या वाघड्या बावळटाला टेनिसचे धडे द्यायचा वृथा प्रयत्न करते आहे!

एक तास उलटून गेला. तिने खूण करून मला जाळ्यापाशी बोलावले.

''मनःपूर्वक आभार'' ती म्हणाली.

''छे छे, आभार कसले त्यात? माझंच भाग्य! खूप छान वाटले...'' मी म्हणालो.

मी जरा थंडपणानेच वागत होतो; पण त्यानंतर तिने जाळ्याजवळच्या खांबाला धरून हात–पाय ताणण्याचे व्यायाम सुरू केले तेव्हा मात्र मला थंड

राहणे शक्यच होईना. डोके गरम झाले. मला काहीतरी करणे गरजेचेच होते नाहीतर माझी शुद्ध हरपली असती. मी तोवर कधी तसले ताणाताणीचे व्यायाम केले नव्हते पण ते सुरू करायला तो फारच चांगला मुहूर्त होता. मीही खांबाला धरून पाय ताठ करून पाठ लवचीक असल्याचे दाखवू लागलो. हातापायांच्या ताणाताणीत आमच्यातील ताण हरपला, आम्ही एकमेकांशी बोलू लागलो. स्पर्धांमागे स्पर्धा, कंटाळवाणा, दमवणारा प्रवास, भेट दिलेली अनेक शहरे – विषय समान होते, चर्चा रंगत होती.

''सर्वांत आवडते शहर कोणते? टेनिस बंद झाल्यावर कुठे स्थायिक होणे पसंत कराल?'' मी विचारले

''दोन नावे सध्या डोळ्यापुढे आहेत – न्यू यॉर्क आणि सॅन फ्रान्सिस्को.''

'व्हेगास? व्हेगासचा विचार केलाय कधी?' हे माझे स्वगत होते. ''माझीही तीच दोन आवडती आहेत,'' हे माझे प्रकट वक्तव्य होते.

ती हसली. तिने पुन्हा एकदा आभार मानण्याचा उपचार पार पाडला. मीही 'कसचं कसचं' असे म्हणालो.

आम्ही युरोपियन पद्धतीने एकमेकांच्या गालांची चुंबने घेऊन निरोप घेतला.

मी आणि ब्रॅड फेरीबोटीने फिशर आयलंडवरील आमच्या हॉटेलात गेलो. जे.पी. मला तेथेच भेटणार होते. ती सबंध रात्र आम्ही तिघे हॉटेलमध्ये स्टेफी या एकाच विषयावर बोलत होतो. जणू ती माझी प्रतिस्पिर्धी होती! हो, एका अर्थाने होतीच की! ब्रॅड तर तिला राफ्टर वा पीट समजत होता. तिचे गुणदोष, तिची बलस्थाने, तिचे नाजूक कोपरे वर्णन करत होता. तिच्या खेळाचे विश्लेषण करत होता. मला मार्गदर्शन करत होता. जे.पीं.नी त्यांच्या पत्नीला, जोनीला फोन लावला. तिच्या करवी त्यांनी स्टेफीबद्दलचे एका बाईचे मत, एका स्त्रीचा दृष्टिकोन आम्हाला फोनवरून ऐकवला.

पुढचे दोन दिवस त्याच विषयावर चर्चा सुरू राहिली. खोलीत, रेस्टॉरंटमध्ये, मसाज घेताना तिघेही 'स्टेफी'बद्दलच बोलत होतो. आम्ही जणू काही सैनिकी योजना आखत होतो – खडान्‌खडा माहिती, काही गुप्त गोष्टी, संकलन, *टेहळणी, खलबते*. जणू 'जर्मनी'वर जल व खुश्कीच्या मार्गाने आक्रमणच करणार होतो.

''ती चांगली वागत होती माझ्याशी; पण जरा धिमेपणाने, थोडा हात राखून...'' मी माझे मत नोंदवले.

''तिला अजून तू तुझ्या बायकोपासून विभक्त झालायस हे माहीत नाही. अजून बातमी वर्तमानपत्रांपर्यंत पोहोचलेली नाही. कोणालाच अजून त्याविषयी काहीही कल्पना नाही. तुलाच तिला सत्य सांगावे लागेल आणि तुला तिच्याविषयी काय वाटतं तेही...'' ब्रॅड म्हणाला.

''मी तिला फुले पाठवतो, ती सांगतील...''

जे.पीं.नी फुले पाठवायची कल्पना उचलून धरली. ज्यायोगे प्रसारमाध्यमांना शंका येईल, असे मात्र मी स्वतः काही करू नये अशी त्यांनी सूचना केली. फुलांची निवड माझी; पण खरेदी, ती स्टेफीपर्यंत पोहोचवणे हे सर्व जोनीमार्फत करायचे ठरले. त्यानुसार एक गुलाबाची बागच स्टेफीच्या खोलीत सजवली गेली. सोबतच्या कार्डावर तिच्यासाठी 'खूप खूप आभार', 'जेवणाचे आमंत्रण' आणि खाली माझे नाव. सगळे व्यवस्थित पार पडले. आता प्रतिक्रियेची वाट पाहणे! अधीरपणे दीर्घ प्रतीक्षा सुरू झाली. तो सबंध दिवस भाकड गेला. दुसराही दिवस कोरडाच गेला.

फोनकडे कितीही काकुळतीने पाहिले, कितीही चिडून डोळे वटारले तरी तो काही वाजायला तयार नव्हता. खोलीत फेऱ्या मारून मारून थकलो, नखे कुरतडून दमलो. डोळे तारवटले. ब्रॅड मला झोपेचे औषध द्यायला निघाला.

''ठीक आहे, तिला नाही माझ्यात काही रस! समजू शकतो मी; पण नुसती पोच? कोरडे का होईनात, आभार?'' मी त्यांच्यावरच ओरडत होतो, राग काढत होतो. ''आज जर फोन आला नाही तर मीच तिला फोन करणार आहे...'' मी जाहीर करून टाकले.

मी, ब्रॅड आणि जे.पी. आमच्या खोल्यांबाहेरच्या पॅसेजमध्ये येरझारे घालत होतो.

''बाप रे!!'' ब्रॅड ओरडला.

''काय झालं?''

''मला वाटतं, तिकडे त्या बाजूला तू पाठवलेली फुलं दिसतायत.'' जे.पी. म्हणाले.

दुसऱ्या टोकाच्या खोलीबाहेर पडलेल्या फुलांच्या राशीकडे त्यांनी निर्देश केला. होय, ती मी पाठवलेलीच फुले होती आणि ती खोली, साहजिकच, अर्थातच स्टेफीची होती!

''हं! हा काही चांगला कौल नाही...'' जे.पी. म्हणाले.

ब्रॅडनेही दुजोरा दिला.

स्टेफी स्पर्धेतील तिचा पहिला सामना जिंकण्याची – ती तो जिंकणार याविषयी कोणालाच जराही शंका नव्हतीच – वाट पाहायची असे ठरले. त्या तिच्या यशाबद्दल अभिनंदन करण्याच्या निमित्ताने मी तिला फोन करायचा अशी योजना आखली गेली. फोनवर काय बोलायचे, कसे बोलायचे, काय बोलायचे नाही याच्या तालमी सुरू झाल्या. जे.पी. स्टेफीची भूमिका करू लागले. निरनिराळ्या शक्यता आजमावू जाऊ लागल्या. जे.पी. तिची वेगवेगळी प्रतिक्रिया व्यक्त करून मला माझी वाक्ये शिकवीत होते.

स्टेफीने तिच्या पहिल्या बिचाऱ्या प्रतिस्पर्धी खेळाडूला केवळ बेचाळीस मिनिटात बाहेर काढले. मी मधल्या काळात फेरीबोटीच्या कॅप्टनशी सूत जुळवून ठेवले होते. सामना संपवून हॉटेलात परतायला तिने फेरीबोटीत पाऊल ठेवले की, तो मला तातडीने कळवणार होता. सामना संपल्यानंतर पन्नास मिनिटांनी मला फोन आला, 'स्टेफी फेरीवर चढली होती.'

पंधरा मिनिटे फेरी आयलंडवर पोहोचायला, दहा मिनिटे बंदर ते हॉटेल – असा हिशेब करून मी अर्ध्या तासाने हॉटेलच्या फोन ऑपरेटरला तिच्या खोलीत फोन जोडून द्यायला सांगितले. तिच्या खोलीचा नंबर बाहेर पडलेल्या फुलांनी आधीच मला सांगितला होताच!

दुसऱ्या घंटेला तिने फोन उचलला.

''हाय, आंद्रे बोलतोय...''

''ओह!'' तिच्या बाजूने एवढेच!!

''मी म्हटलं तुम्हाला मी पाठवलेली फुलं पोहोचली की नाही विचारावं.''

''पोहोचली ना!''

''ओह!'' माझ्या बाजूने एवढेच!!

शांतता.

तिची सुरवात. ''हे पाहा, आपल्यामध्ये काही गैरसमज नसावेत असं मला वाटतं. माझा प्रियकर सध्या इथे आला आहे, आत्ता इथे आहे...''

''ओह! मी समजू शकतो...''

शांतता.

माझा प्रयत्न. ''स्पर्धेसाठी तुम्हाला शुभेच्छा...!''

''आभार... तुम्हालाही...''

पुन्हा प्रदीर्घ, खोल शांतता.

''बरंय, बाय...''

''बाय.''

मी खाली कोसळलो, आढ्याकडे पाहत राहिलो.

माझ्या निस्तेज, निष्प्राण डोळ्यांकडे पाहत जे.पी. म्हणाले, ''ही खोल निराशा तिच्या कोणत्या वाक्यामुळे आली ज्याची आपण तालीम केलीच नव्हती?''

''तिचा प्रियकर सध्या इथे आलाय!!!''

हे तिचे वाक्य मी पुन्हा... पुन्हा एकदा उच्चारले आणि मी उठून बसलो, माझ्या मुद्रेवर हसू पसरले. मी ब्रॅडच्या 'सकारात्मक विचारसरणी'तून ते वाक्य पुन्हा तपासले. ''*याचा अर्थ* तिचा प्रियकर त्या क्षणी तिच्या समोर – 'इथे' – बसला होता!!'' मी जवळ जवळ ओरडलोच.

"म्हणजे काय?"

"अहो, ती 'माझा एक प्रियकर आहे' किंवा 'मी दुसऱ्या कोणावर तरी प्रेम करते' असं नाही म्हणाली. 'तो' जो कोणी आहे तो नेमका *आत्ता* इथे आहे असं म्हणाली!!"

"नाही कळलं!"

"अहो, 'अजूनही संधी आहे' असं ती सुचवतीय..."

जे.पीं.नी बारमधून एक बिअरची बाटली काढून मला एक पेला भरून दिला. म्हणाले, "तुला आत्ता याची आवश्यकता आहे!!"

स्पर्धेतील सामने 'स्टेफी' या विषयावरील लक्ष काही काळ विचलित करू शकले असते; पण त्यांनाही ते काही जमले नाही. पहिली फेरी खेळताना मी स्टेफी, तिच्या समोर बसलेला तिचा प्रियकर, माझ्याकडून आलेल्या फुलांवरून त्याचे लक्ष उडवण्याचे तिचे प्रयत्न यांचाच विचार करत होतो, त्यामुळेच स्लोव्हाकियाच्या डॉमिनिक हबाटीने मला सरळ तीन सेट्समध्ये हारवले.

माझे तिथले काम संपले होते. फिशर आयलंडचा मुक्काम हलवण्याची वेळ आली होती पण मी तेथून हालायला तयार नव्हतो. तेथेच, इथेतिथे बसून वेळ काढत होतो. ब्रॅड आणि जे.पी. दोघेही थांबले होते, विषय तोच होता.

'तो तिचा प्रियकर बहुधा अचानक तिथे उपटला असेल...'

'तिला अजून तुझा घटस्फोट झाल्याचे माहीत नाही...'

'तिच्या मते तू अजून ब्रुकचा नवराच आहेस...'

'घटस्फोटाची बातमी प्रसिद्ध होईपर्यंत तरी थांबायला पाहिजे...'

'ती एकदा षट्कर्णी झाली की मग पाऊल उचल...'

'बरोबर, घाई काही कामाची नाही...'

चर्चा तात्पुरती थांबली, थांबवली.

'स्टेफी' या विषयावरील चर्चा आणि तिचा विचारही काही काळ थांबवून क्ले कोर्टावरील सामने सुरू होण्यापूर्वी आणखी एक स्पर्धा खेळावी' असे ब्रॅडचे मत. त्याने हाँगकाँगला जाण्याची सूचना केली.

मी काहीही न बोलता त्याच्या मागोमाग विमानात चढलो. सीटसमोरच्या छोट्या पडद्यावर *उड्डाणसमय - १५ तास ३७ मिनिटे* असे दाखवले तसा मी उठलो आणि तडक विमानाबाहेरचा रस्ता पकडला. ब्रॅडने मला कसेबसे थोपवले. सीटवर आणून बसवले. "हे बघ, आततायीपणा करू नकोस... ही स्पर्धा खेळ तू..."

मी मनाविरुद्ध बसलो, दोन व्होडकाच्या बाटल्या मागवल्या आणि एक झोपेची गोळी घेतली. काळझोप लागली, उठलो तेव्हा जगाच्या विरुद्ध टोकाला

होतो. टॅक्सीत बसून हाँगकाँगमधील रुंद हमरस्त्यावरून गगनचुंबी 'इंटरनॅशनल फायनान्स सेंटर' या इमारतीच्या दिशेला चाललो होतो.

मी पेरीला फोन केला, ''घटस्फोटाची बातमी कधी प्रसिद्ध होणार?''

''वकील मंडळी त्याच कामात आहेत. त्याचबरोबर तुला आणि ब्रुकला मिळून एक संयुक्त पत्रक प्रसिद्धीला द्यावे लागणार आहे आणि त्याचा मसुदा तयार करणे जरुरीचे आहे,'' पेरी म्हणाला.

फॅक्सवरून मसुद्याची देवाण घेवाण, दुरुस्त्या, सूचना ही प्रक्रिया सुरू झाली. मी लिहिलेल्या मजकूरातील काही भाग ब्रुक खोडत होती, तिच्या लिहिण्यात मी काही काटछाट करत होतो, भर घालीत होतो, फेरफार होत होते. जी प्रेमकथा फॅक्सद्वारेच सुरू झाली होती तिचा शेवटही फॅक्सद्वारेच होत होता! अखेर पत्रक तयार झाले. पेरी म्हणाला, 'कोणत्याही क्षणी ते प्रसिद्ध होईल!'

माझा आणि ब्रॅडचा रोज सकाळचा परिपाठ ठरून गेला, खाली जायचे, मिळतील तेवढी वर्तमानपत्रे गोळा करायची आणि ब्रेकफास्ट करता करता पानन्पान तपासायचे. माझ्या खाजगी आयुष्याविषयीची बातमी वर्तमानपत्रात प्रसिद्ध होण्याची मी यापूर्वी कधीच अशी वाट बघितली नव्हती. रोज मी प्रार्थना करायचो, 'आज तरी स्टेफीला कळू दे की, मी मोकळा आहे, बंधमुक्त आहे!' दिवसांमागून दिवस जात होते, हवे ते घडत नव्हते. स्टेफीच्या फोनची मी जशी अधीरतेने वाट पाहत होतो, त्याच अधीरतेने बातमीची वाट पाहण्याखेरीज मी काहीच करू शकत नव्हतो. क्रोधाने उपटायला डोक्यावर केसही नव्हते. अखेर २६ एप्रिल १९९९च्या 'पीपल'च्या मुखपृष्ठावर माझा आणि ब्रुकचा फोटो झळकला. खाली लिहिले होते, *अचानकपणे विभक्त!* १९ तारखेला आमच्या विवाहाला दोन वर्षे पूर्ण झाली होती आणि तीनच दिवसांनी, २९ तारखेला माझा २९वा वाढदिवस होता.

विवाहबंधनातून बाहेर पडताना आणि वयाच्या तिशीत शिरताना मी हाँगकाँगची स्पर्धा जिंकली. तेथून परत येताना विमानात मला माझा हातच वर उचलता येईना. विमानतळावरून मी तडक गिल यांच्याकडे गेलो. त्यांनी माझा खांदा तपासला. त्यांच्या चेहऱ्यावर गंभीर चिंता पसरली.

''आपल्याला बहुतेक क्ले सीझन सोडून द्यावा लागेल,'' त्यांनी भीती वर्तवली. ब्रॅडला ते मुळीच मान्य नव्हते. ''नाही, नाही, इटालियन ओपन चुकवून चालणारच नाही, आपण रोमला जायलाच पाहिजे?''

''नको, ब्रॅड. नाहीतरी ती स्पर्धा मी कधीच जिंकत नाही, जाऊ दे...''

''नाही! रोमला जायचंच. बघू या खांदा काय म्हणतो ते. आणि तू हाँगकाँगला तरी जायला कुठे तयार होतास? तरी जिंकलासच ना? अरे, यशाचा पायंडा पडायला नुकतीच सुरुवात झालीय...''

मी ब्रॅडच्या आग्रहाखातर रोमला गेलो. ज्याला मी इंडियन वेल्स स्पर्धेत पराभूत केलं होतं, त्या राफ्टरकडून तिसऱ्या फेरीत पराभव पत्करला. त्यानंतर मात्र मला एकही स्पर्धा खेळायची इच्छा उरली नव्हती; पण ब्रॅड काही ऐकेना. मला बळेबळेच वर्ल्ड टीम कपची स्पर्धा खेळायला जर्मनीला ओढून घेऊन गेला. त्याला विरोध करायचीही माझ्यात शक्ती नव्हती.

जर्मनीत थंडी होती. वातावरणातल्या जडत्वाने चेंडूही जड झाला होता. चेंडू मारायला जास्त जोर लागत होता. दुखऱ्या खांद्याने चेंडू मारताना मी प्रत्येक वेळी ब्रॅडला शिवी घालत होतो. तो मला तशा स्थितीत डसलडॉर्फला घेऊन आला होता. पहिल्या सामन्याच्या पहिल्याच सेटमध्ये ३-४ अशी गुणसंख्या असताना एक चेंडू मला खांद्यातील असह्य वेदनेमुळे मारताच आला नाही. मी सामना मध्येच सोडला. ''ब्रॅड, बस झालं! परत जाऊन आधी खांद्याचं प्रकरण धसाला लावायचं आणि त्या बरोबरच स्टेफीचं!!''

मी ब्रॅडवर चिडलो होतो की, मनात साचलेला राग त्याच्यावर काढत होतो माहीत नाही. फ्रँकफर्ट ते सॅन फ्रान्सिस्को या विमानप्रवासासाठी आम्ही विमानात चढलो, तेव्हा मी त्याच्याशी एक अक्षरही बोलत नव्हतो. माझे डोकेच फिरले होते. विमान सुरू झाले. मी ब्रॅडकडे वळलो आणि म्हणालो, ''हे बघ, या खांद्यामुळे मला रात्रभर झोप लागलेली नाही. मी आता दोन झोपेच्या गोळ्या घेऊन ताणून देणार आहे. पुढचे बारा तास मला उठवू नकोस, माझ्याशी काहीही बोलूही नकोस. कळलं? आणि आणखी एक... उतरल्यावर पहिल्यांदा माझं नाव फ्रेंच ओपनमधून काढून टाक...''

त्याच्यावर काहीही परिणाम झाला नाही. त्याने त्याची भुणभुण सुरूच ठेवली, ''हे बघ आंद्रे, तू आता व्हेगासलाही जायचं नाहीस आणि तुझं नावही स्पर्धेतून काढायचं नाही. तू आता माझ्या बरोबर, माझ्या घरी सॅन फ्रान्सिस्कोमध्येच राहणार आहेस. मी तुझ्यासाठी गेस्ट कॉटेज जय्यत तयार करून ठेवलंय. तुला आवडतात म्हणून चिक्कार लाकडं भरून ठेवलीयत फायरप्लेस जळती ठेवायला. मस्त आराम कर, मग आपण पॅरिसला जाणार आहोत आणि तू फ्रेंच ओपन खेळणार आहेस. तुझी ती एकच स्लॅम जिंकायची राहिलीय. तुला ती जिंकायचीच आहे आणि तू ती खेळल्याशिवाय जिंकू शकणार नाहीस!!''

''फ्रेंच ओपन? उगीच चेष्टा करू नकोस. विसर, ब्रॅड, ते विसर!''

''असं कशावरून म्हणतोस? हे वर्ष तुझं...''

''नाही, ब्रॅड, कुठल्याच दृष्टीने हे वर्ष माझं नाही...''

''अरे, असं काय करतोस? तू आत्ता तर कुठे तू तुझं नवं, बदललेलं, परिवर्तन झालेलं रूप दाखवायला सुरुवात केली आहेस. मला दिसतंय ते तुझ्यात आणि आपण ते जोपासलं पाहिजे, फुलवलं पाहिजे, त्याच्या मागे राहिलं पाहिजे.''

तो दोन तास अखंड बोलत होता. मी त्याच्याकडे पाहत होतो, तो जे बोलत होता त्याच्या पलीकडचा अर्थ माझ्या कानावर पडत होता. मी फ्रेंच ओपन जिंकू शकणार नाही हे त्याला माहीत होते; पण त्याला हेही माहीत होते की, जर मी फ्रेंच ओपनमधून बाहेर पडलो तर मी विम्बल्डनही चुकवणार आणि सबंध वर्ष वाया जाणार! बदल, परिवर्तन, पुनरागमन... सगळ्याला रामराम आणि पुन्हा निवृत्तीला आमंत्रण! सॅन फ्रान्सिस्कोला उतरलो, ब्रॅडच्या गाडीत बसलो. त्याला काही सांगणे, बोलणे अशक्यच होते. तो मला त्याच्या घरी घेऊन गेला, गेस्ट कॉटेजमध्ये माझी व्यवस्था लावली. मी सरळ झोपी गेलो ते बारा तासांनी उठलो. हाडांचा डॉक्टर येऊन बसला होता, उपचार सुरू झाले.

"हे नाही काम करणार..."

"करणार!!"

रोज दोनदा डॉक्टर येऊन उपचार करत होता. उरलेला वेळ मी फायरप्लेसमध्ये लाकडे सारीत, तिच्या उबेत, आरामात वेळ काढत होतो. शुक्रवारपर्यंत माझा खांदा बरा झाला. ब्रॅडच्या चेहऱ्यावर हसू फुलले. आम्ही त्याच्या घराच्या मागच्या मैदानावर चेंडू मारायला सुरुवात केली, वीस एक मिनिटांनी मी सर्व्हिस करू लागलो, खेळ रंगू लागला.

"गिलना बोलव, पॅरिसला जाऊ या..." मी ब्रॅडला सांगितले.

पॅरिसमधील हॉटेलमध्ये ब्रॅड सामन्यांमधील प्रतिस्पर्ध्यांच्या जोड्या पाहत होता.

"काय परिस्थिती?"

तो काहीच बोलला नाही.

"ब्रॅड?"

"अत्यंत वाईट!!"

"खरंच?"

"सत्यानाश! पहिली फेरी – अर्जेंटिनाचा तो डावखुरा, फ्रँको स्क्वीलरी. मानांकन यादीत नावही नाही; पण क्ले कोर्टावरचा सर्वांत जोरदार खेळाडू आहे, राक्षस आहे राक्षस..."

"तुझ्यामुळे अडकलोय मी यात!!"

शनिवार, रविवार आम्ही दणकून सराव केला. सोमवारी स्पर्धा सुरू झाली. लॉकररूममध्ये मी पायाला पट्ट्या बांधून घेत होतो आणि माझ्या लक्षात आले की, मी बरोबर आणलेल्या बॅगेत माझी आत घालायची चड्डीच आणायला विसरलो होतो! चड्डीशिवाय खेळायचं? छे! अशक्य!! सामना सुरू व्हायला फक्त पाच मिनिटे उरली होती.

"माझी घाल..." ब्रॅडने घाणेरडा विनोद केला.

खेळू कसे तरी! नाही तरी जिंकायचं नाहीच आहे... सगळे कसे व्यवस्थित घडते आहे!! मला मुळात इथे यायचेच नव्हते. मी आत्ता इथे नसायला हवा होतो आणि तोच मी, या सेंटर कोर्टावर, या महाभयंकर प्राण्याशी सामना खेळतो आहे आणि तोही बिनचड्डीचा!!

मैदानाभोवती सोळा हजार प्रेक्षकांचा गराडा होता, आरडाओरडा सुरू होता. मला कळायच्या आत मी पहिला सेट हरलो. मी हताशपणे वर बघितले. गिल आणि ब्रॅड माझ्याकडे पाहत होते. *'मला वाचवा...'* दोघांनी लक्ष दिले नाही. ब्रॅड तर मख्ख चेहरा करून बसला होता – 'तुझं तू बघ...!'

मी एक दीर्घ श्वास घेतला, दोन्ही हातांनी हाफ पँट वर खेचली, अगदी सावकाश श्वास सोडला आणि मनाशी ठरवले, 'गाळात जायचेच तर निदान एक तरी सेट जिंकायचाच! एक सेट... लढ, बच्चू, लढ...!' ध्येय जरा लहान, जरा सोपे ठेवले म्हणजे बरे पडते. मी सावरलो, फटक्यांवर लक्ष एकाग्र केले, बॅकहॅन्ड्स जोरदार मारू लागलो, अचूक जागा हेरू लागलो. प्रेक्षक खेळातला बदल हेरू लागले, प्रोत्साहन देऊ लागले. त्यांनी बऱ्याच दिवसांत माझा तसा, जरा बरा, खेळही पाहिला नसावा. माझ्या आत काहीतरी होऊ लागले होते!!

दुसरा सेट चांगलाच मारामारीचा होऊ लागला, कुस्ती जोरदार सुरू झाली, पन्नास पावलांवरून एकमेकांवर गोळीबार होऊ लागला. स्क्वीलरी काही नमत नव्हता. शेवटी ७–५ वर मी सेट ओढून घेतला. आणि पाठोपाठ आणखी एक आश्चर्य घडले – तिसराही सेट मी जिंकला. माझ्या आशा पालवल्या, उत्साह वाढला, पायात बळ आले आणि चापल्यही. बाहू स्फुरण पावू लागले. मी स्क्वीलरीकडे बघितले – तो निराश झाला होता; पण चेहरा भावशून्य होता. त्याचे कौशल्य कामी येत नव्हते. त्या स्पर्धेतील, क्ले कोर्टावरील एक उत्तम खेळाडू; पण संपत चालला होता. चौथ्या सेटमध्ये मी माझ्या कारकिर्दीतील एक अशक्य वाटणारी विजयश्री मिळवली आणि मैदानाबाहेर पडलो.

मातीने भरलेल्या अंगाने मी हॉटेलवर परतलो. गिलना म्हटले, ''पाहत होतात ना त्या उंदराला? पिंजऱ्यात घालून पाठवून दिला त्याला...''

गिल यांनी मान हलवली. लिफ्ट अगदीच लहान होती. पाच माणसांची मर्यादा होती; पण मी आणि गिल आत गेलो तर दुसऱ्या कोणालाच जागा उरत नव्हती. ब्रॅडने आम्हा दोघांना पुढे पाठवले. गिल एका कोपऱ्यात, मी दुसऱ्या. ते माझ्याकडे निरखून पाहत होते.

''काय झालं?''

''काही नाही.''

''सांगा ना. काय पाहताय?''

हसले आणि म्हणाले, ''काही नाही.''

दुसऱ्या फेरीचा सामना खेळतानाही मी हाफ पँटच्या आत चड्डी घातली नाही!! (आता आतली चड्डी घालायचीच नाही, ज्याने यश मिळते ते बदलू नये. अंधश्रद्धा!!) तो सामना मी फ्रान्सच्या अरनॉड क्लेमेंटविरुद्ध खेळलो. पहिला सेट ६-२ असा जिंकला. दुसऱ्या सेटमध्येही मी माझा क्ले कोर्टावरील सर्वोत्तम खेळ खेळत होतो; पण तरीही क्लेमेंटने तो सेट घेतला आणि तिसराही! मला कळेना तसे का होत होते! चौथ्या सेटमध्ये ४-५ अशी गुणसंख्या होती. मी ०-३० वर सर्व्हिस करत होतो. त्या स्पर्धेच्या बाहेर पडायला फक्त दोन गुण बाकी होते!

दोन गुण! *फक्त दोन गुण...!!* त्याने निर्णायक फटका मारला. चेंडू मला घेता आला नाही. तो जेथे पडला तेथे जाऊन मी चेंडूच्या खुणेभावती रॅकेटने एक गोल काढला. लाइनमन आला. ॲगाथा ख्रिस्तीच्या कादंबऱ्यातील गुप्तहेर हर्क्युल पॉयरॉयच्या नजरेने त्याने ती खूण तपासली आणि हात वर करून तो ओरडला, 'आउट!' तो चेंडू जर आत पडला असता तर मी 'ट्रिपल मॅच पॉइंट'ला पोहोचलो असतो, त्या ऐवजी गुणसंख्या १५-३० झाली. जर... केवढा मोठा 'जर'! मी स्वतःला जरतारी भाषेतून बाहेर आणले. 'विचार करू नको, आंद्रे, कृती कर.' मी दोन मिनिटे प्राण पणाला लावून खेळलो, गुणसंख्या ५-५ झाली. क्लेमेंटची सर्व्हिस होती. माझ्याऐवजी दुसरा कोणी खेळाडू असता तर क्लेमेंटची स्थिती वरचढ होती; पण तो माझ्याशी खेळत होता - सर्वोत्तम सर्व्हिस परतवणारा, माझ्या पॉप्सचा मुलगा! मी माझ्या पलीकडे काहीही जाऊ देत नाही. मी सर्व्हिस परतवतो, नुसती परतवत नाही, प्रतिस्पर्ध्याला पुढे-मागे, डावी-उजवीकडे पळवतो. क्लेमेंटही पळून पळून दमला. यापुढे तो आणखी पळू शकणार नाही आणि मी पळवू शकणार नाही, असे त्याला आणि प्रेक्षकांनासुद्धा वाटले. त्यानंतरही मी त्याला आणखी थोडसे पळवले. तो इतका दमला की, त्याची जीभ बाहेर लोंबू लागली. तो ऐकू येईल इतक्या जोरात कण्हू लागला, त्याला हालचाल करणे अशक्य होऊ लागले, त्याच्या स्नायूत पेटके येऊ लागले. त्याने वैद्यकीय मदत मागवली.

तोवर मी पाचवा सेट ६-० असा जिंकला होता. लॉकररूममध्ये ब्रॅड एक मिनिटही गप्प बसू शकत नव्हता. सतत बोलत होता, आत येईल त्याच्याशी, माझ्याशी, नाहीतर स्वतःशी. त्याला भावना आवरत नव्हत्या.

'मोडला तो! बघितलंत तुम्ही? मागचं टायर *फुटलं* त्याचं...'

वार्ताहारांनी मला विचारले, ''क्लेमेंटला पेटके येऊ लागले, त्यामुळे तुम्ही नशिबवान ठरलात असे वाटते का तुम्हाला?''

'नशीबवान? अरे, त्याला पेटके आले नाहीत, मी माझ्या खेळाने, त्याला पळवून, त्याला दमवून ते आणले!'

हॉटेलवर पोहोचलो, गिलबरोबर लिफ्टमध्ये शिरलो. माझ्या चेहऱ्याला सगळीकडे लागलेली माती अजूनही तशीच होती - डोळे, कान, तोंड. ती लाल

रंगाची होती हे मला माहीत होते; पण ती वाळल्यावर रक्तासारखी दिसत होती हे मला त्या दिवशी कळले. चेहऱ्यावरील माती हाताने पुसत मी गिल यांच्याकडे बघितले. ते माझ्याकडे टक लावून पाहत होते.

"काय पाहताय?"

"काही नाही"

"सांगा ना. काय पाहताय?"

हसले; पण म्हणाले, "काही नाही.."

तिसऱ्या फेरीत मी ख्रिस वुड्रफशी खेळत होतो. १९९६ साली मी त्याच्याविरुद्ध, त्याच मैदानावर पराभूत झालो होतो. फार वाईट पद्धतीने हरलो होतो. त्या वेळी जिंकायची शक्यताही कमीच होती; पण या वेळी मला आधीपासूनच माहीत होते की, मीच जिंकणार होतो. त्या पराजयाचा बदला घेणार होतो. ६-३, ६-४, ६-४ असे तीन सेट्स मी सरळ जिंकले. त्या दिवशीचा सामना त्याच, आधी ज्या मैदानावर ख्रिसशी हरलो होतो त्याच, मैदानावर व्हावा यासाठी ब्रॅडने विशेष प्रयत्न केले होते - खास सूड!

१९९५नंतर प्रथमच मी फ्रेंच ओपनच्या सोळाव्या फेरीत पोहोचलो होतो. त्या सामन्यात माझा प्रतिस्पर्धी होता आदल्या वर्षीचा अंतिम विजेता कार्लोस मोया. ब्रॅडच्या मते त्यात काही बिघडले नव्हते. तो खेळाडू जबरदस्तच होता पण त्यालाही दमवून नमवणे शक्य होते. 'जोरदार हल्ला चढवायचा, अगदी मागे उभे राहायचे, चेंडू अपेक्षेपेक्षा आधीच परतवायचा, सतत दबाव ठेवायचा, त्याला बॅकहॅन्डला मारायला द्यायचे; पण फोरहॅन्डला द्यायची वेळ आलीच तर तो हेतुपुरस्सर दिला आहे असे भासवायचे आणि चेंडू दमदारपणे मारायचा. कुठलीही गोष्ट सहज, सरळ करायची नाही, त्याला सतत ठाम विरोध जाणवला पाहिजे.' हे ब्रॅडचे धोरण.

पहिल्या सेटमध्ये माझ्यावरच दबाव आला होता. मी पहिला सेट अगदी थोड्याच वेळात हरलो. दुसऱ्या सेटमध्येही मी दोनदा सर्व्हिस गमावली. मी माझा खेळ खेळतच नव्हतो. ब्रॅडच्या धोरणाचा जराही वापर करत नव्हतो. ब्रॅड ओरडत होता, *"जोर लाव, आंद्रे, जोर लाव."*

मी मन स्थिर केले. खेळावर केंद्रित केले. अगदी मूलभूत तंत्रांची उजळणी केली. मोयाला पळवायला सुरुवात केली. 'पळ, मोया, पळ' असा धोशाच लावला. प्रत्येक चेंडूसाठी त्याला धावायला लावले. एक लय पकडली आणि त्या लयीत त्याला पळवत ठेवला. बोस्टन मॅरेथॉनच पळायला लावली. दुसरा सेट मी जिंकला. प्रेक्षक माझ्या नावाने ओरडू लागले. तिसऱ्या सेटमध्ये मी लय वाढवली. गेल्या तीन सामन्यात मिळून माझ्या प्रतिस्पर्ध्यांना मी जेवढे

पळवले नसेल तेवढे मी मोयाला पळवले. तो शरीराने तर दमलाच; पण मनानेही थकून गेला. हे असे त्याला जराही अपेक्षित नव्हते. असे खेळायला तो आलाच नव्हता.

तो दमत चालला. त्याचा जोर कमी कमी होत गेला तसा माझा आत्मविश्वास वाढत चालला. चौथा सेट सुरू झाला. माझ्या उत्साहपूर्ण उड्यांमधून तो दिसू लागला. त्याचा दम संपत चालला असला तरी माझ्यात अजून किती शक्ती उरलेली आहे हे मी त्याला दाखवीत होतो. तो सुस्कारे सोडू लागला होता. मी लवकरच त्याला संपवला आणि उडत उडतच लॉकररूममध्ये पोहोचलो. ब्रॅडने इतक्या जोरात मुठीवर मूठ आपटली की, माझी बोटे कितीतरी वेळ दुखत राहिली. हॉटेलमधील लिफ्टमध्ये पुन्हा मी आणि गिल, दोघेच. ते माझ्याकडे टक लावून पाहू लागले.

''आज तरी सांगणार आहात की काय पाहताय?''

''मला वाटतंय की, या वेळी तुझी टक्कर फार मोठी आहे.''

''म्हणजे?

''प्रारब्धाशी टक्कर आहे तुझी!''

''मी नाही प्रारब्ध वगैरेवर विश्वास ठेवीत!''

''बघू या, पावसात आग पेटवायला जमतंय का आपल्याला!!!''

मध्ये दोन दिवस खेळामध्ये खंड होता. टेनिसखेरीज दुसरे काहीतरी करायला, जरा मन अन्यत्र रमवण्यासाठी मोकळा वेळ होता. ब्रॅडने बातमी आणली की, सुप्रसिद्ध गायक, संगीतकार, गीतकार ब्रूस स्प्रिंगस्टीन ऊर्फ 'बॉस' आमच्याच हॉटेलमध्ये राहत असून त्याचा पॅरिसमध्ये दुसऱ्या दिवशी जाहीर कार्यक्रम आहे. त्याने त्या कार्यक्रमाला जायचा बेत ठरवला आणि पहिल्या रांगेतली तिकिटेही पैदा केली. मी सुरवातीला या अशा कार्यक्रमांना जावे की नाही याविषयी जरा साशंक होतो. एक तर पॅरिसमध्ये मी सामने खेळायला आलेलो होतो, मजा करायला नाही. त्या दिवशी टीव्हीवरही सारखा मी, माझा सामना हाच विषय होता. त्यामुळे मी जरा वैतागलेलोही होतो. त्यातच एका रसिक क्रीडासमीक्षकाने माझ्या पुनरागमनाविषयी लिहिताना, 'आगासीसारख्या खेळाडूने 'चॅलेंजर' स्पर्धेत खेळणे म्हणजे ब्रूस स्प्रिंगस्टीनने बाजारातील एखाद्या सामान्य बारमध्ये गाण्यासारखे आहे' असे लिहून माझी तुलना ब्रूसशीच केली होती; पण शेवटी मी जायचे ठरवले. 'बॉस'ची गाणी ऐकायचे ठरवले.

ब्रॅड, गिल आणि मी अगदी आयत्या वेळी थिएटरमध्ये शिरलो. आमच्या जागांकडे जातानाच प्रेक्षकातील काही चाणाक्ष लोकांनी मला ओळखले, कुजबुज सुरू झाली, एक जण स्पष्टपणे ओरडलाच ''तो पाहा आगासी!''

थिएटरात *'आगासी, आगासी'* असा पुकाराच सुरू झाला. आम्ही गुपचूप आमच्या जागांवर जाऊन बसलो. प्रेक्षागृहात फिरत फिरत एक प्रकाशझोत अखेर आमच्या चेहऱ्यांवर येऊन थांबला आणि आमचे चेहरे रंगमंचाच्या वर लावलेल्या पडद्यावर दिसू लागले. प्रेक्षकांनी माझ्या नावाचा जयजयकार केला. जेवढे प्रेक्षक मैदानावर सामना बघायला होते तेवढेच त्या नाट्यगृहात होते. ते ओरडत होते, बूट आपटून त्या तालावर *'आंद्रे ॲलेझ आंद्रे...'* असा माझ्या नावाचा जप करत होते. त्याने अचानक एका प्रसिद्ध बालगीताची – *डीट डीट डा डा डा* – चाल घेतली आणि त्याच्या तालावर संपूर्ण नाट्यगृह गाऊ लागले. मी पाहिले, ब्रॅडनेही त्यात सूर मिसळला होता. मी उभा राहिलो आणि सर्व रसिकांना नम्रपणे प्रणाम केला, हात हलवून अभिवादन केले. मी थक्क झालो होतो, त्या बहुमानाने विनम्र झालो होतो, तसाच प्रोत्साहित झालो होतो. त्याच क्षणी पुढचा सामना खेळायला माझे बाहू फुरफुरू लागले होते *'ॲलेझ आगासी'*.

उपांत्यपूर्व फेरीत उरुग्वेचा मार्सेलो फिलिपिनी माझा प्रतिस्पर्धी होता. पहिला सेट जसा सहज जिंकला तसा दुसराही जिंकला. मी त्याला भरपूर, चौफेर पळवला. तो गळून गेला. *ट्रॅम्प्स लाइक अस बेबी, वी वेअर बॉर्न टू रन*–'आम्हा भटक्यांच्या पायाला लागलेली असते भिंगरी'– या ब्रूसच्या गाण्यात म्हटल्याप्रमाणे जिंकण्याआधी प्रतिस्पर्ध्यांना चिक्कार पळवायला मला खूप आवडते. गिल यांच्याकडे इतकी वर्षे 'घासल्या'चा परिणाम! तिसरा सेट जराही प्रतिकाराविना मी ६–० असा जिंकला.

'पार चोळामोळा करून टाकलास तू त्याचा!' ब्रॅड खूश होता.

उपांत्य फेरी. मी जेव्हा के बिस्केन येथे मी स्टेफीला पाठवलेली फुले तिने खोलीबाहेर फेकल्याच्या दुःखात होतो, तेव्हा हबाटीने मला सहजी पराभूत केले होते. तोच हबाटी पुन्हा माझ्या समोर आला. या वेळी मी पहिला सेट ६–३ आणि दुसरा ७–६ असा जिंकला. ढग जमा झाले, बारीक पाऊसही पडू लागला. चेंडू लगेच जड झाला, माझ्या आक्रमक फटक्यातला जोर जरा कमी झाला. हबाटीने त्याला फायदा उठवला, तिसरा सेट ६–३ असा घेतला. चौथ्या सेटमध्येही त्याने २–१ अशी आघाडी घेतली. सुरू असलेली गेमही हातातून निसटून जाते आहे, असे मला वाटू लागले. त्याला सूर सापडला होता, माझा हरवला होता. मी गोंधळलो. मी मागे वळून ब्रॅडकडे पाहिले. त्याने ढगांकडे खूण करून सामना थांबवायचा सल्ला दिला.

मी पंचांना इशारा केला, पावसाने भिजून गेलेल्या मातीकडे बोट दाखवून माझी असमर्थता प्रकट केली. त्यांनी मैदानाची पाहणी केली, माती हातात घेऊन खाण कामगाराच्या तीक्ष्ण नजरेने मातीची तपासणी केली. सामना थांबवण्यात

आला. सामना हातातून निसटत होता, या गोष्टीच्या जाणिवेने मी जेवतानाही नाराज होतो. मला केवळ पावसाने वाचवले होते. अन्यथा, त्या वेळी मी विमानात असतो; पण आता पूर्ण रात्र काळजी, हुरहुर, अस्वस्थता! – वैताग!!

मी समोरच्या अन्नाकडे भावशून्य नजरेने पाहत बसलो होतो. ब्रॅड आणि गिल दोघे जण मी तेथे नसल्याच्या आविर्भावात, माझ्याबद्दल चर्चा करत होते.

''हे बघ, ब्रॅड, त्याची शारीरिक स्थिती एकदम उत्तम आहे. तू जरा त्याला उपदेशाचा एक कडक डोस मार...'' गिल सांगत होते.

''आता काय सांगू मी याला?'' ब्रॅड.

बिअरचा एक मोठा घोट घेऊन तो माझ्याकडे वळला.

''हे बघ, आंद्रे, एक करार कर माझ्याशी. उद्या मला तुझी अठ्ठावीस मिनिटं द्यायची.''

''कशाला?''

''तेवढाच वेळ लागणार आहे तुला पाच गेम्स जिंकायला.''

''पाऊस? चेंडू?''

''उद्या हवा छान असणार आहे.''

''पाऊस...''

''येणार नाही. अठ्ठावीस मिनिटं... बस.''

ब्रॅड मला पुरता, जरा जास्तच, ओळखून होता. माझे शरीर आणि माझे मनही. कालबद्ध, अगदी नेमके, मर्यादित ध्येय समोर ठेवले की ते मी पक्के पूर्ण करतो हे त्याला माहीत होते; पण हवामान? त्याबद्दल कसे तो छातीठोकपणे सांगू शकतो? मला त्या वेळी वाटले ब्रॅड हा केवळ उत्तम प्रशिक्षक नसून भविष्यवेत्ता, दिव्य दृष्टीचा द्रष्टा आहे! हॉटेलच्या लिफ्टमध्ये, नेहमीप्रमाणे मी आणि गिल दोघेच दाटीवाटीने उभे होतो.

''उद्या सगळं काही ठीक होणार आहे,'' गिल म्हणाले.

मी होकार भरला. झोपण्यापूर्वी त्यांनी मला गिलवॉटर प्यायला लावले.

''मला नकोय...''

''पी!''

मी जेव्हा बाथरूममध्ये पळालो, तेव्हा त्यांनी माझे पेयपान थांबवले.

दुसऱ्या दिवशी मी तणावाखालीच होतो. चौथ्या सेटमध्ये १-२ असा खाली होतो. मी जोर लावला, दोन ब्रेक पॉइंट्स खेळून मी बरोबरी केली. दोघांचे चाळीस गुण झाले. मी गेम जिंकली. बरोबरी झाली. अरिष्ट, तात्पुरते तरी, टळले होते. मी एकदम तणावरहित झालो, चेहऱ्यावर नकळत हसू उमटले. खेळात असे फार वेळा होते. अचानक तुम्हाला एका खोल दरीच्या तोंडावर केवळ एका दोरीने बांधले जाते. खाली मृत्यूचे दर्शन घडते. तो क्षण भयानक असतो; पण

पुढच्याच क्षणी तुम्हाला वर खेचले जाते. तुमचा प्रतिस्पर्धी खेचतो किंवा तुम्ही स्वतःच्या हिमतीवर वर येता. मृत्यू टळलेला असतो, दैवाने हात दिलेला असतो. मी चौथा सेट आणि सामनाही जिंकला. अंतिम फेरीत पोहोचलो.

विजयाचा फटका मारला आणि मी ब्रॅडकडे बघितले. तो हातातले घड्याळ मला दाखवीत होता. त्याने समोरच्या मोठ्या लाल आकड्यांच्या घड्याळाकडे बोट दाखवले. ते घड्याळ खेळाला सुरुवात होऊन अठ्ठावीस मिनिटे झाल्याचे दाखवीत होते!! बरोबर अठ्ठावीस मिनिटे!!

अंतिम सामन्यात माझा प्रतिस्पर्धी युक्रेनचा आंद्रे मेदवेदेव्ह होता, यावर माझा विश्वासच बसत नव्हता, ते अशक्यच होते. महिन्यापूर्वी माँटे कार्लोमध्ये तो मला आणि ब्रॅडला एका नाइटक्लबमध्ये भेटला होता. त्याने आम्हाला सांगितले होते की, त्याला त्या दिवशी काहीतरी प्रचंड धक्का बसला होता आणि त्याचे अपार दुःख दारूच्या पेल्यात बुडवून टाकण्यासाठी तो तेथे आला होता. आम्ही त्याला आमच्यासोबत बसण्याचे आमंत्रण दिले होते. आमच्या समोर खुर्चीत अंग टाकून बेभानपणे पीत असताना त्याने त्याचा टेनिस सोडून देण्याचा निश्चय जाहीर केला होता.

''बस झालं! हा भयंकर खेळ खेळणं बस झालं. म्हातारा झालो मी आता! या खेळाने उपेक्षा केलीय माझी...''

मी त्याची समजूत काढली.

''अरे, असं कसं म्हणू शकतोस तू? माझ्याकडे बघ, एकोणतीस वर्षांचा आहे मी, शरीराला चिक्कार इजा झालेल्या आहेत, घटस्फोटाचा आघात पचवलाय, तरी खेळतोय. तू तर पंचविशीसुद्धा नाही गाठलीस अजून आणि खेळ सोडायच्या गोष्टी कसला करतोस! खूप उज्ज्वल भविष्य आहे तुझ्यापुढे...''

''खेळ बेकार आहे रे माझा...''

''अरे, मग त्यावर मेहनत घे, कष्ट कर...''

आम्ही बराच वेळ त्याच्या खेळाविषयी बोललो. त्याने मला सूचना द्यायला सांगितल्या. मी जसे पहिल्या भेटीत ब्रॅडला माझ्या खेळाचे विश्लेषण करायला सांगितले होते तसेच त्याने मलाही सांगितले. मीही ब्रॅडचाच कित्ता गिरवला. पूर्ण प्रामाणिक मत व्यक्त केले, ''तुझी सर्व्हिस जबरदस्त आहे, चेंडू परतवतोस; पण छान. बॅकहॅन्ड अत्युत्तम आहे. फोरहॅन्ड मात्र तितकासा चांगला नाही, हे तुलाही माहीत आहे; पण तू तो टाळू शकतोस. प्रतिस्पर्ध्याला तुला बॅकहॅन्डलाच चेंडू द्यायला भाग पाडू शकतोस. तुझ्या हालचाली चपळ आहेत. खेळाच्या मूलभूत गोष्टींकडे कधीही दुर्लक्ष करू नकोस. पहिली सर्व्हिस नेहमी पूर्ण जोर लावून करत जा आणि बॅकहॅन्ड असाच दमदार राख.''

मजा अशी की, त्याने माझा सल्ला शब्दशः पाळला होता. त्या नंतर तो जबरदस्त खेळू लागला होता. एका मागे एक स्पर्धा गाजवू लागला होता. सामने जिंकू लागला होता. चांगल्या चांगल्यांना नमवू लागला होता. कधीही लॉकररूममध्ये गाठ पडली तर तो आवर्जून हात करत होता, भेटत होता. तोच रशियन एक दिवस, तोही फ्रेंच ओपनच्या अंतिम फेरीत माझ्या समोर प्रतिस्पर्धी म्हणून उभा ठाकेल अशी मी स्वप्नात अपेक्षा केली नव्हती. गिल चूक होते, माझी टक्कर प्रारब्धाशी नव्हती, मीच आग भरलेल्या ड्रॅगनशी होती!

कुठेही गेलो तरी पॅरिसमधील चाहते मला भेटायला धावायचे. 'फ्रेंच ओपन' हा शहरातील लोकांच्या सर्वांत जास्त चर्चेचा, सर्वांत आवडता विषय होता. रेस्टॉरंट्स, रस्त्याच्या कडेची छोटी छोटी कॅफेज्, चौक, रस्ते - लोक मला हाक मारायचे, शुभेच्छा द्यायचे. काही धीट टेनिसवेडे - आणि वेड्याही - माझ्या गालाचे चुंबन घ्यायच्या, 'अशीच प्रगती करत राहा' अशा शुभेच्छा द्यायच्या. स्प्रिंगस्टीनच्या कार्यक्रमातील माझी उपस्थिती वर्तमानपत्रातल्या मोठ्या बातमीचा विषय बनून पहिल्या पानावर छापून आली होती. माझे जोरदार पुनरागमन हे लक्षवेधी ठरले होते. 'अशक्य ते शक्य, करता सायास' याची प्रचिती अनेक लोकांना दिलासा, उत्साह देत होती. 'माझ्यासारखेच त्यांनाही जमावे,' अशी अपेक्षा जागवीत होती.

अंतिम सामन्याच्या आधीची रात्र. मी हॉटेलमधल्या माझ्या खोलीत टीव्ही पाहत बसलो होतो. मनात विचारांची रहदारी सुरू होती. रहदारी तुंबू लागली तसा मी टीव्ही बंद केला आणि खिडकीजवळ जाऊन उभा राहिलो. गेले एक वर्ष, गेले अठरा महिने आणि आधीची अठरा वर्षे ... लाखो चेंडू, लाखो फटके, विचारपूर्वक तसेच अविचारी निर्णय. उद्याचा सामना - फार महत्त्वाचा, माझे नशीब ठरवणारा - माझे यश म्हणजे फ्रेंच ओपनचे विजेतेपद ... चारही ग्रँड स्लॅम्स जिंकण्याचा विक्रम... भूतकाळातील सर्व पापांची परतफेड, फार मोठा पुण्यसंचय. विचार येतच राहिले. उद्याच्या सामन्याच्या निकालाची मला भीती वाटत होती - पराभूत होणे आणि जिंकणे दोन्ही सारखेच भयकारी वाटत होते. जिंकलो तर मी नम्र राहीन ना? कृतज्ञ राहीन ना? त्या यशावर पुढे मजले चढवीन का मूर्खासारखा सगळं उधळून टाकीन?

माझा प्रतिस्पर्धी मेदवेदेव्ह - तोही माझ्या मनात ठाण मांडून बसला होता. त्याला त्याचा खेळ माहीत होता, मीच तो त्याला समजावून सांगितला होता. शिवाय नामसाधर्म्य. तोही आंद्रे, मीही आंद्रे! दोन आंद्रे एकमेकांविरुद्ध खेळणार होते. मी विरुद्ध माझी प्रतिकृती की माझे भूत?

दार ठोठावले गेले. ब्रॅड आणि गिल मला जेवायला बोलवायला आले होते. मी त्यांना आत बोलावले. ते आत येऊन उभे राहिले आणि माझ्या हालचालीकडे पाहू लागले. मी खोलीतल्या दारूच्या साठ्याकडे गेलो.

व्होडकाची बाटली बाहेर काढली, ग्लास भरला आणि एका घोटात ती पिऊन टाकली. ब्रॅड आ वासून पाहतच राहिला.

“तू हे काय चालवलंयस?”

“मी भयंकर अस्वस्थ आहे. ताण आला आहे. चिंता वाटतीय. खचून गेलोय. दिवसभरात काहीही खाऊ शकलेलो नाही आणि हे क्षुधावर्धक घेतल्याशिवाय काही खाऊ शकणार नाही.”

“ब्रॅड, काळजी करू नको, तो ठीक होईल...” गिल म्हणाले.

“एक दोन ग्लास पाणी तरी पी त्याच्यावर...” ब्रॅड काळजीच्या सुरात म्हणाला.

जेवण झाल्यावर मी खोलीत परतलो. एक झोपेची गोळी घेतली आणि झोपण्याआधी जे.पीं.ना फोन केला. ते जिथे होते तेथे अजून दुपार होती.

“तिथे किती वाजलेत?” त्यांनी विचारले.

“खूप रात्र झालीय.”

“तू ठीक आहेस ना?”

“जे.पी., प्लीज, *प्लीज* थोडा वेळ माझ्याशी बोला; पण टेनिस सोडून दुसरं काहीतरी...” मी त्यांना काकुळतीला येऊन सांगितले.

“बरं, बरं... काय सांगू तुला... हे बघ, एक कविता वाचून दाखवतो...” थोडा वेळ गेला. ते बहुधा पुस्तक घेऊन फोनजवळ येत होते.

त्यांनी दीर्घकाव्यातील ओळी स्निग्ध आवाजात वाचायला सुरुवात केली :

दो मच इज टेकन, मच अबाइड्स; अ‍ॅन्ड दो
वुई आर नॉट दॅट स्ट्रेंथ विच इन ओल्ड डेज्
मू व्हड अर्थ अ‍ॅन्ड हेवन दॅट विच वुई आर
वन इक्वल टेम्पर ऑफ हिरॉइक हर्ट्स
मेड विक बाय टाइम अ‍ॅन्ड फेट, बट स्ट्राँग इन विल
टू स्ट्राईव्ह टू सीक टू फाइण्ड अ‍ॅन्ड नॉट टू यिल्ड
(खूप गमावलंय; पण तरी अजून खूप काही शिल्लक आहे,
शरीरं थकली असली तरी इच्छाशक्ती तीव्र आहे,
आकाश पाताळ एक करणारे आम्ही सगळे तेच आहोत, तेच आहोत.
एकदिलाने, सबळ निश्चयाने, शर्थीच्या प्रयत्नाने आम्ही ही नाव वल्हवणारच आहोत.
आम्ही लढणार, हार मानणार नाही, आम्ही झुंजणार, शरण जाणार नाही,

आम्ही किनारा शोधणारच आहोत... आम्ही किनारा गाठणारच
आहोत...)

मला झोप लागली, फोन हातातून निसटून तसाच लोंबत राहिला...

सकाळी दार वाजले. काळ्या रंगाचा स्पोर्ट कोट, खाली काळ्या रंगाचीच पँट,
डोक्यावर काळी हॅट अशा कडक पोशाखात, जणू फ्रान्सच्या पंतप्रधानांच्या
भेटीला निघाल्याच्या रुबाबात गिल दारात उभे होते आणि हो, त्यांनी मी दिलेला
नेकलेस घातला होता. जणू त्यांना आधीच कळले होते की, मी त्या नेकलेसला
जुळणारे डूल नेमके त्या दिवशी कानात घालणार होतो! पिता पुत्राची जोडी
शोभून दिसत होती!!

''सगळं काही छान होणार आहे,'' लिफ्टमध्ये त्यांनी भरवसा दिला.

पण तसे होत नव्हते. सामन्यापूर्वीच्या सरावाच्या वेळीच त्या आंद्रेसमोर
मला दरदरून घाम फुटू लागला. लग्नाच्या दिवशी जसा घामाने भिजलो होतो,
अगदी तसाच. एकीकडे घामाच्या धारा लागल्या होत्या आणि दुसऱ्या बाजूला
हुडहुडी भरल्यासारखे दातांवर दात आपटत होते. खरे तर छान, प्रसन्न ऊन पडले
होते, मला हवा होता तसा चेंडू कोरडा आणि त्यामुळे हलका असणार होता;
पण हवेतला दमटपणा त्रास देत होता. सामना सुरू झाला; पण मी घामाने हैराण
होतो, मूर्खासारख्या चुका करत होतो, काल खेळायला लागलेल्या पोरासारख्या
घोडचुका. पहिला सेट ६–१ असा पराभूत व्हायला फक्त एकोणीस मिनिटे
लागली. मी जेवढा अस्वस्थ, गोंधळलेला होतो, तेवढाच माझा प्रतिस्पर्धी
शांत होता. मी त्याला माँटे कार्लोमधील भेटीत सांगितलेल्या प्रत्येक गोष्टीचे
आज्ञाधारक शिष्यासारखा पालन करत होता. खेळाचा वेग, लय सांभाळीत
होता, चलाख व चपळ हालचाली करत होता. त्याच्या शक्तिशाली बॅकहॅन्डचा
प्रभाव पुरेपूर वापरीत होता – शांत, अचूक, चोख. दयामाया जराही नाही. मी
जरा पुढे येऊन एखाद्या फसव्या चेंडूने गुण मिळवायचा प्रयत्न केला तर तो एक
सणसणीत बॅकहॅन्ड अंतिम सीमेवर मारून मला मागे पाठवून देत होता.

त्याने समुद्रकिनाऱ्यावर हिंडताना घालतात तशी रेघारेघांची नक्षी असलेली
आखुड पँट घातली होती. तो मैदानावर तसाच, किनाऱ्यावर सारखाच, आरामात
बागडत होता. सुट्टीवर असल्यासारखा, ताजा तवाना, जोमात, दिवसेंदिवस न
कंटाळता मजा करणारा. दुसरा सेट सुरू झाला आणि आकाशात ढग जमू
लागले. पावसाची एक हलकी सर पडली. प्रेक्षकांच्यात शेकडो छत्र्या उघडल्या
गेल्या. खेळ थांबवण्यात आला. मेदवेदेव्ह त्याच्या लॉकररूमकडे पळाला,
पाठोपाठ मी माझ्या.

मी एकटाच होतो. येरझारे घालत होतो. एका कोणत्या तरी नळातून पाणी ठिबकत होते, त्याची लयबद्ध टपटप सोडली तर नीरव शांतता होती. मी एका बाकावर बसलो. समोरच्या एका उघड्या लॉकरकडे टक लावून पाहत बसलो. गिल आणि ब्रॅड आत आले. ब्रॅडने गिल यांच्या अगदी विरुद्ध रंगाचे कपडे निवडले होते. पांढरे शुभ्र. त्याने दार लावताना धाडकन आवाज केला. ''काय चाललंय?'' त्याने तसेच धाडकन विचारले.

''तो अतिच चांगला खेळतोय, ब्रॅड. बेफाम! मी नाही त्याला आवरू शकत!! हा साडेसहा फूट उंचीचा राक्षस बॉम्बसारख्या सर्व्हिस फोडतोय. जरा इकडची तिकडे होत नाही. काडीचीदेखील चूक नाही. जिथे पडते तिथे पोहोचताच येत नाही. बॅकहॅन्ड्स तर असे जबरदस्त मारतोय की... छे, मला काही जमत नाही. काहीच नाही...''

ब्रॅड काहीच बोलला नाही. त्याचे मौन पाहून मला आठ वर्षांपूर्वी त्याच जागी घडलेल्या प्रसंगाची आठवण झाली. १९९१च्या फ्रेंच ओपनच्या अंतिम सामन्यात मी कोरीयरशी झुंजत होतो. पावसामुळे सामना थांबला होता. मी याच लॉकररूममध्ये सिंह जसा पिंजऱ्यात येरझारे घालतो तसा अस्वस्थपणे फिरत होतो आणि निक आत आले. त्यांनी काहीतरी बोलावे, माझा प्रशिक्षक म्हणून चार मार्गदर्शनाच्या गोष्टी सांगाव्यात, सूचना द्याव्यात, निदान माणुसकी म्हणून काहीतरी बोलावे, प्रोत्साहन द्यावे, अशी माझी साहजिक अपेक्षा होती; पण ते काहीही म्हणजे काहीही बोलले नाहीत. ब्रॅडही माझ्यासमोर येऊन निकसारखाच गप्प उभा होता. का? काही गोष्टी बदलतच नाहीत की काय? तसाच अत्यंत अवघड सामना, तशीच अस्वस्थता आणि माझ्या प्रशिक्षकाची तशीच संवेदनाशून्य, थंड प्रतिक्रिया!

मी ब्रॅडवर ओरडलोच. ''इतर वेळी तोंड नको इतकं चाललेलं असतं आणि आत्ता याच वेळेला नेमका तू गप्प बसणार आहेस का?''

त्याने काही वेळ माझ्याकडे रोखून पाहिले, आत चाललेले वादळ नजरेत दिसत होते. तो एकदम ओरडला. याआधी कधीही न ऐकलेल्या उच्च स्वरात ओरडला,

''*काय बोलू मी, आंद्रे?* या क्षणी काय ऐकायचंय तुला माझ्याकडून? तू मला फक्त त्याचं गुणगान ऐकवतोयस. काय कळलंय तुला त्याच्या खेळाबद्दल? त्याचा खेळ नीट समजून घ्यायच्या स्थितीत आहेस का तू? डोकं जागेवर नाही तुझं, विनाकारण घाबरलायस तू, भीतीने आंधळं करून टाकलंय तुला. त्याचा खेळ नीट पाहिलायस का तू? तो नाही अफलातून खेळत, तू त्याला अफलातून बनवून टाकलायस.''

''पण...''

"भीती सोड, दणकून खेळ. हरलास तर हार; पण दणकून खेळून हार. आलेला चेंडू मार तरी दमदारपणे..."

"पण..."

"...कुठे, कसा मारायचा हे कळत नसलं ना तर एक गोष्ट कर, तो तुला जिथे चेंडू टाकेल, त्याच जागी त्याच्या कोर्टात तो तू परतव. त्याने तिरका बॅकहॅन्ड मारला तर तूही तसाच तिरका बॅकहॅन्ड मार; पण तुझा फटका त्याच्यापेक्षा जरा जास्त चांगला, जास्त जोरदार, जास्त कौशल्याने मार. लक्षात ठेव, एका खेळाडूशी खेळताना जगातला सर्वांत उत्तम खेळाडू असायला लागत नाही. त्या समोरच्याहून वरचढ असलं की पुरतं. अरे, तू मारू शकत नाहीस असा एकही जगावेगळा फटका त्याच्याकडे नाही आणि त्याच्या सर्व्हिसचं कौतुक सांगतोयस! तू तुझे नेहमीचे फटके नेहमीसारखे मार, बघ त्याच्या सर्व्हिसचं काय होतं ते! निधड्या छातीनं खेळ की... शूरासारखा लढ, प्राण पणाला लावून झुंज. मग हरलास, मेलास तरी बेहेत्तर! ते चालेल मला. गेले तेरा दिवस तू तुझ्या खेळाचा प्रकाश पाडलायस, अगदी लख्ख पाडलायस, भल्याभल्यांना धूळ चारलीयस, पांगळं करून बाहेर काढलंयस, तेव्हा प्रतिस्पर्ध्याला मानपत्र देण्याचा आणि स्वतःची नालायकी दाखवण्याचा सोहळा पुरे कर. माझं ऐक, तू सर्वोत्तम आहेस हे मला आणि अन्य कोणालाच सिद्ध करून दाखवायचा आटापिटा करू नकोस. चेंडू नीट, उघड्या डोळ्याने बघ आणि तो नीट, विचारपूर्वक, आत्मविश्वासाने मार. ऐकतोयस ना? समजतंय ना? चेंडू नीट बघायचा, नीट मारायचा. त्याला तुझी भीती वाटू दे. त्याला तुझं अस्तित्व जाणवू दे, बोचू दे. मैदानभर तू दिसला पाहिजेस त्याला. तू हलत नाहीस, चेंडू मारत नाहीस. तुला वाटत असेल की तू मारतोयस, तू खेळतोयस; पण मला विचार. तू काहीही करत नाहीस. भागूबाई झालीय तुझी. तू गाळात गेलास ना तरी मला चालेल, हरलास, मेलास तरी चालेल; पण गोळी लागली तरी शूर सैनिक जसा दोन्ही हातात बंदुकी पेलत शत्रूवर तुटून पडतो तसा वीराचा खेळ खेळ. नेहमीच वीराचं मरण मर, लढ, बच्चू, लढ."

ब्रॅडने एका लॉकरचे ड्रॉवर पुढे ओढले आणि त्याचा सगळा राग, चीड, वैताग, तळमळ, उद्रेक पणाला लावून ते खाडकन ढकलून बंद केले. अधिकारी खेळ सुरू झाल्याची सूचना घेऊन आले. आम्ही आपापल्या जागी परतलो. लॉकररूममधून बाहेर पडताना गिल यांनी ब्रॅडच्या पाठीवर चोरटी शाबासकी दिलेली मला दिसली.

मी संथपणे मैदानावर गेलो. शरीर गरम करायला चार चेंडू फटकावले आणि सामना सुरू झाला. मी आधीची गुणसंख्या विसरलो होतो. दुसऱ्या सेटमध्ये मी १-० असा आघाडीवर असल्याचे फलक दाखवीत होता. सर्व्हिस

मेदवेदेव्हची होती. माझ्या मनात पुन्हा १९९१चा कोरीयरविरुद्धचा अंतिम सामना, पावसानंतर खेळ परत सुरू झाला, तेव्हा माझ्या खेळाची हरवलेली लय आणि अखेरची लाजीरवाणी हार या सगळ्या गोष्टी जाग्या झाल्या; पण असाही विचार उसळून वर आला की, हा आजचा सामना ही त्या पराभवाचे उट्टे काढायची संधी असू शकेल! माझ्या आजवरच्या टेनिसचे संचित! त्या दिवशी पावसाने माझी विचारशक्ती धुऊन टाकली होती आजच्या पावसाने माझी नवी, ब्रॅडप्रणित विचारशक्ती फोफावणार असेल!

मेदवेदेव्हमध्ये पावसामुळे निर्माण झालेल्या खंडामुळे काही फरक पडला नव्हता. तो त्याच जोमाने खेळत होता, दबाव टाकत होता, आक्रमकपणेच खेळून मला बचावाचाच खेळ खेळायला भाग पाडत होता. माझा खेळ मला खेळूच देत नव्हता. पाऊस थांबला होता तरी आकाश ढगाळलेलेच होते, हवेत दमटपणा वाढला होता. चेंडूचा वेग कमी झाला होता आणि ते मेदवेदेव्हच्या पथ्यावरच पडत होते. त्याला संथ चालच पसंत होती. तो चिडलेल्या गजराजासारखा, स्वतःच्याच ऐटीत मला पायांखाली चिरडत पुढे चालत होता. चेंडूचा वेग कमी होऊनही त्याने पहिल्याच गेममध्ये दरताशी १२० मैल वेगाने सर्व्हिस केली! काही सेकंदांतच १-१ अशी बरोबरी झाली. पुढची गेम माझी सर्व्हिस भेदून त्यानेच जिंकली आणि लवकरच दुसरा सेटही ६-२ असा सहजी जिंकला.

तिसरा सेट सुरू झाला. पाच गेम्स झाल्या आणि अप्रूप घडले! त्याची सर्व्हिस भेदून मी गेम जिंकली! मला ४-२ अशी आघाडी मिळाली. प्रेक्षकांमध्ये ऐकू येण्याइतकी स्पष्ट व जोराची प्रतिक्रिया उमटली; पण तो आनंद अल्पजीवी ठरला. मेदवेदेव्हने पाठोपाठ गेम्स जिंकून ४-४ अशी बरोबरी साधली. ढग पांगले आणि सूर्य तळपू लागला. मातीतला ओलावा शोषला जाऊ लागला, ती कोरडी होऊ लागली. त्याचा परिणाम लगोलग दिसला, खेळाचा वेग वाढला. माझी सर्व्हिस होती, १५-१५ अशा गुणसंख्येवर आम्ही खेळत होतो आणि मी एक चेंडू जमिनीवर पडायच्या आतच एका सुंदर बॅकहॅन्डने परतवला आणि गुण मिळवला : ३०-१५. मी ब्रॅडचे म्हणणे ऐकले होते, चेंडू नीट बघितला होता आणि नीट मारला होता. पुढच्या सर्व्हिसला मी चेंडू चांगला उंच उडवून तोंडाने जोरात आवाज करत त्वेषाने मारला होता. तो सीमेपार गेला. दुसरी सर्व्हिसही तशीच सीमेपार गेली, गुण गेला, ३०-३० अशी बरोबरी झाली.

मेदवेदेव्ह विजेतेपदापासून फक्त सहा गुण दूर होता, तो जिंकणार होताच; पण मी आता प्रत्येक गुण माझा कस लावून खेळणार होतो. ब्रॅडच्या म्हणण्याप्रमाणे मरतानाही दोन्ही हातांत बंदुका घेऊन शत्रूवर तुटून पडणार होतो.

पुन्हा एकदा मी सर्व्हिस सीमेपार घालवली. पहिली तर घालवलीच, दुसरीही घालवली. ३०-४०, निर्णायक स्थिती. मी अस्वस्थ. रिंगण घालतोय

मैदानाला. डोळ्यांत जमा होणारे अश्रू लपवतोय, डोळे चोळतोय. नाही, मला कंबर कसलीच पाहिजे. मी सर्व शक्ती, लक्ष एकवटून सर्व्हिस केली; पण तरीही चुकली. ओळीने पाच चुकीच्या सर्व्हिस केल्या होत्या मी! आणखी एक अशीच मूर्खासारखी सर्व्हिस मी घालवली असती, तर मग मेदवेदेव्ह फ्रेंच ओपनच्या अंतिम विजेतेपदासाठी सर्व्हिस करायला सज्ज झाला असता.

माझी ती निर्णायक सर्व्हिस घ्यायला मेदवेदेव्ह खाली वाकून उभा राहिला होता. सर्व्हिस परतवायला उभे राहताना समोरच्याच्या सर्व्हिसचा अंदाज यावा लागतो आणि त्यासाठी त्याच्या मनाचा कल कळावा लागतो. ओळीने पाच चुकीच्या सर्व्हिस केलेल्या माझ्या मनाची अवस्था मेदवेदेव्हच्या चांगलीच लक्षात आली असणार यात काहीच शंका नव्हती. माझ्या या अखेरच्या प्रयत्नात जराही आक्रमकता नसणार याविषयी त्याची शंभर टक्के खात्री होती. एवढ्या चुकीच्या सर्व्हिसनंतर एक साधीसुधी, कमी वेगातली, मध्यावर पडणारी सर्व्हिस त्याला अपेक्षित होती. पुन्हा काहीतरी विशेष करायला जाऊन चूक करायचे धाडस वा मूर्खपणा मी करणार नाही ही त्याची अपेक्षा होती. काही पावले पुढे येत त्याने मलाही ती कळवली. त्या बुळ्या सर्व्हिसला जोरदार फटकारून तो तो गुण आणि निणायक सर्व्हिसची संधी माझ्याकडून ओढून घेणार होता. त्याच्या नजरेत त्याचा संदेश स्वच्छ वाचता येत होता. 'करून टाक सर्व्हिस, उगीच आक्रमक वगैरे व्हायचा धोका पत्करू नकोस बरं का!'

दोघांसाठीही महत्त्वाचा क्षण! सामन्याला वळण देऊ शकेल असा क्षण. कसोटीचा क्षण. दोघांच्या मनोबलांचा, इच्छाशक्तींचा अटीतटीचा क्षण. मी चेंडू वर उडवला आणि माझे मनोबल, माझी इच्छाशक्ती पणाला लावून तो तडाखेबंद मारला, त्याच्या पलीकडे, त्याच्या बॅकहॅन्डला. मेदवेदेव्हचा पूर्ण अपेक्षाभंग! चेंडू जोरात उडाला, खट्याळपणे जरासा घसरला; पण तरीही त्याने रॅकेट चेंडूपर्यंत पोहोचवली, चेंडू उचलून मैदानाच्या मध्यावर टाकला. मी फोरहॅन्डने तो त्याच्या मागे मारला, त्याने बॅकहॅन्डने माझ्या पायाजवळ पोहोचवला पण तो जमिनीवर टेकण्याआधीच मी खाली वाकून एक अगदी बेडौल फटका मारला. त्याने तो नेटजवळ टाकला, त्याला वाजवीपेक्षा थोडी जास्तच उंची मिळाली आणि मी तो 'टिपला'. हलकेच मागच्या सीमारेषेवर ढकलला, तो जमिनीवर जाऊन पडला, एका नाजूक 'टपली'ने फार मोठे काम केले.

माझी सर्व्हिस अबाधित राहिली. मैदानालगतच्या खुर्चीवर जाऊन बसताना माझी पावले अजिबात जड नव्हती, जराशी झुलतच होती. या रस्सीखेचीने प्रेक्षकांमध्ये भलताच उत्साह संचारला होता. खरे तर काटा झुकलेला नव्हता, त्याला जरासा झटका बसला होता. मेदवेदेव्हने बांधलेला अंदाज खोटा ठरला होता, मी तो खोटा ठरवला होता आणि त्याची त्याला पूर्ण जाणीव होती हे त्याचा चेहराच सांगत होता.

'ॲलेझ, आगासी, ॲलेझ' माझे चाहते घोषणा देत होते.

आणखी एक चांगली गेम हवी होती. 'आंद्रे, एक गेम, सेट तरी जिंकशील नाहीतर निदान अपयश घेऊन जाताना मान जरा ताठ तरी राहील,' मी स्वतःला बजावत होतो.

ढगांचा मागमूस नव्हता, सूर्याचे तेज वाढले होते, मातीतील आर्द्रता पूर्णपणे नष्ट झाली होती. चेंडूचा वेग नक्कीच वाढलेला होता. विश्रांती संपवून मैदानावर परत जाताना आम्ही दोघेही वर पाहत होतो. माझ्या डोळ्यात आशा होती, मेदवेदेव्हच्या डोळ्यात काळजी. त्याला ढग परतायला हवे होते, त्याला ते कडक ऊन नको होते. तो घामाने त्रासलेला दिसत होता. त्याच्या नाकपुड्या फुलत होत्या. तो आता ड्रॅगनसारखा दिसत होता. तो ड्रॅगनच होता. मीच ज्यात आग भरली होती असा ड्रॅगन आणि प्रारब्धाशी नव्हे त्या ड्रॅगनशीच माझी टक्कर होती!! तो मागे पडला : ०-४०. मी तिसरा सेट जिंकला.

माझा आत्मविश्वास परत आला आणि त्याने येताना 'माझा' खेळ आणला. मी खेळू लागलो म्हणजे मेदवेदेव्हला खेळवू लागलो, पळवू लागलो, ब्रॅडचा उपदेश पूर्णतया प्रत्यक्षात उतरवू लागलो. मेदवेदेव्हचा वेग मंदावला, लक्ष विचलित झाले. विचार विस्कळित झाले, जिंकण्याच्या ईर्षेपासून दूर गेले. यशापासून तो पाच गुण लांब होता, फक्त पाच गुण! तीच गोष्ट त्याला खात होती, त्याला झपाटून टाकत होती. तो स्वतःची निर्भर्त्सना करत होता, 'एवढा जवळ पोहोचलेला तू, यश पाच पावलांवर होतं, पाच!!' तो भूतकाळाच्या पंजात अडकत चालला होता आणि मी वर्तमानाच्या वारूवर स्वार होऊन भविष्याकडे भरारत होतो. तो विचार करत होता... विचार करत होता... 'विचार वाईट! 'आंद्रे, विचार करू नको, मार, मार!'

चौथ्या सेटमध्ये आमची चांगलीच जुंपली. दोघेही इरेला पेटलेलो, उत्तम खेळाचे प्रदर्शन करत होतो. आम्ही एकमेकांना ओरबाडत होतो, एकमेकांवर ओरडत होतो, भुंकत होतो, गुरकावत होतो. सेटचे भवितव्य अनिश्चित होते. कोणाच्याही बाजूला पारडे झुकू शकत होते; पण आता एक शस्त्र निश्चित अमोघ ठरत होते. जाळ्याजवळचा माझा खेळ हमखास गुण देत होता. जाळे मेदवेदेव्हसाठी गळ बनले होते. चेंडू जाळ्याजवळ गेला की तो अस्वस्थ व्हायचा, गोंधळून जायचा. मी जाळ्याकडे येतो आहे असा अंधुकसा संशय आला तरी तो एकदम जागेवरच थबकायचा, कचरायचा, मी एखादे पाऊल टाकले तरी तो उडी मारून जाळ्याकडे झेपावायचा. 'जाळे हा खेळाडूचा सर्वांत मोठा शत्रू असतो!'

मी चौथा सेट जिंकला. पाचव्या सेटमध्ये मी त्याची सर्व्हिस भेदली. ३-२ अशी आघाडी मिळवली. सामन्याचे चित्र पालटत होते, अनुकूल असे काही घडत होते. १९९०, १९९१ आणि १९९५, तीन वेळा मला हुलकावणी

देऊन गेलेली संधी पुन्हा सभोवताली फिरताना, फिरकताना दिसू लागली होती. ५-३ अशी गुणसंख्या झाली. त्या गेममध्ये तो ४०-१५वर सर्व्हिस करत होता. दोन गुण हवे होते गेम जिंकायला आणि ते मिळवणे मला क्रमप्राप्तच होते. नाहीतर सामन्याची अखेर मला माझ्या सर्व्हिसवर करायला लागली असती. ते मला नको होते. आता ते गुण मिळवायलाच हवे होते. आत्ताच नाहीतर मग कदाचित कधीच नाही! दोघांनाही विजय अगदी समोर दिसत होता. जो तो विजय गमावेल तो 'इतक्या जवळ आलेले यश मी करंट्याने घालवले' याच शब्दात हळहळत बसणार होता! मी जर पराभूत असतो तर आयुष्याच्या अखेरीससुद्धा पायावर ब्लँकेट घालून आरामखुर्चीत पहुडून भूतकाळाचा विचार करताना मी मेदवेदेव्हच्या भाग्याचा हेवा करत हळहळत बसलो असतो. गेली दहा वर्षे या स्पर्धेने, तिच्या विजेतेपदाने मला पछाडून टाकले होते. आता मी आणखी वाट पाहूच शकत नव्हतो. मला पुढची ऐंशी वर्षे पश्चात्ताप करण्यात घालवायची नव्हती. आज जर मी यश मिळवले नसते तर एक वर्षाहून अधिक काळ मी जे कष्ट घेत होतो, घाम गाळत होतो, चॅलेंजर गेम्सपासून नव्याने सुरुवात करून येथवर आलो होतो. फ्रेंच ओपनच्या इतक्या फेऱ्यांचे अडथळे ओलांडून अंतिम सामन्यापर्यंत मजल गाठली होती. त्यातही त्या अखेरच्या क्षणापर्यंत पोहोचलो होतो ते सगळे सगळे वाया गेले असते. मी पुन्हा कधीच सुखी, आनंदी होऊच शकलो नसतो आणि ब्रॅड! ज्याने मला या परिवर्तनाची प्रेरणा दिली, मला हाताला धरून, कधी प्रेमाने, कधी धाकाने, कधी चिडून कधी रागावून कधी गोंजारून येथवर आणले होते, त्याला मला निराश करायचे नव्हते. त्याच्या प्रयासांचे चीज करायचे होते. त्याला समाधान द्यायचे होते. ते सुख, ते समाधान, तो कृतकृत्यतेचा क्षण अंतिम यशाच्या रूपात समोर उभा होता – काही पावलांवर – *मला तर वाटत होते, तो मला त्याच्याकडे खेचत होता!*

मेदवेदेव्हने पुढचे दोन्ही गुण घेतले. गुणसंख्या समान झाली. पुढचा गुण मी जिंकला. पुन्हा सामन्याच्या शेवटावर येऊन थांबलो.

'चल, हा गुण मिळव आणि सामनाही,' मी स्वतःला बजावले; पण नाही, पुढचा गुण त्याने जिंकला. गेमही जिंकली. मधला वेळ युगासमान वाटू लागला. मी वारंवार टॉवेलने घाम पुसत होतो. मी ब्रॅडकडे पाहिले; पण त्याचा चेहरा मला अपेक्षित होता तसा निराश, विमनस्क मुळीच दिसला नाही. त्याच्या चेहऱ्यावर निग्रह दिसत होता, खात्री दिसत होती. मी त्याच्याकडे पाहताच त्याने चार बोटे वर उचलून मला इशारा केला, 'चार गुण... आणि चार स्लॅम्स!!' त्याने मला उमेद दिली, उत्साह दिला, नवा जोश दिला.

एक गोष्ट मी मनाशी नक्की ठरवून टाकली होती सामन्याचे काहीही होवो, तो जिंकला वा हरला, ब्रॅडने सांगितलेली प्रत्येक गोष्ट मी कसोशीने पाळणार

होतो. त्याने जे करू नको असे बजावले होते ते कदापि करणार नव्हतो आणि जे करायला सांगितले होते ते करणारच होतो. त्याचे ऐकले नाही हा मला माझ्या पश्चात्तापाचा विषय होऊ द्यायचा नव्हता. त्याने मला सांगितले होते, 'प्रतिस्पर्ध्याचा सर्वांत कमकुवत कोपरा शोधायचा...'

आणि मेदवेदेव्हचा कमकुवत कोपरा होता त्याचा फोरहॅन्ड.

आम्ही मैदानावर परतलो. मी ठरवून टाकले होते की, मी प्रत्येक चेंडू त्याच्या फोरहॅन्डलाच देणार होतो. त्यालाही ते लवकरच कळले. पहिला गुण मला मिळाला कारण मेदवेदेव्ह खूपच तणावाखाली होता, फटके मारताना चाचपडत होता, त्यानेच एका फटक्याने चेंडू जाळ्यात मारला होता.

पण त्याने जी चूक केली तीच करून मी पुढचा गुण गमावला. पळत पळत मारलेल्या फोरहॅन्डच्या फटक्याने चेंडू जाळ्यात मारला.

माझी सर्व्हिस अचानक अत्यंत अचूक आणि परिणामकारक व्हायला लागली. माझी पहिलीच सर्व्हिस अशी जबरदस्त होऊ लागली की दुसऱ्या सर्व्हिसची गरजच पडेनाशी झाली. एका पहिल्या सर्व्हिसवर त्याने मारलेला फोरहॅन्ड अगदीच कमजोर होता. चेंडू जाळ्यापर्यंतही पोहोचला नाही, पुढल्या सर्व्हिसला तशाच फोरहॅन्डने त्याने चेंडू जाळ्यातच पोहोचवला.

सामन्याचा अखेरचा गुण, विजेतेपदाचा गुण. निम्मे प्रेक्षक माझ्या नावाचा अखंड पुकारा करत होते. उरलेले त्यांना गप्प करत होते. मी जोमदार, दमदार, चरचरीत सर्व्हिस केली आणि मी फ्रेंच ओपन स्पर्धेचा अंतिम विजेता ठरलो हे समजलेली मी दुसरी व्यक्ती ठरलो! पहिली व्यक्ती होती ब्रॅड आणि तिसरी होती मेदवेदेव्ह!! त्याने परतवलेला चेंडू सीमारेषेच्या पलीकडे जाऊन पडला होता. तो त्या जागी पडताना पाहणे हा माझ्या आयुष्यातील अत्युच्च आनंदाचा, अविस्मरणीय असा प्रसंग होता!

मी हर्षभराने दोन्ही हात उंच हवेत फेकले, रॅकेट मातीत पडली; पण पुढच्याच क्षणी मला रडू यायला लागले. मी स्फुंदून स्फुंदून रडू लागलो. मान खाली घालून माझ्या केशविरहित डोक्यावरून जोरजोरात दोन्ही हात फिरवू लागलो. मला झालेल्या आनंदाचे विराट स्वरूप मला घाबरवून टाकणारे होते. विजेतेपद जिंकणे इतके महान असायला नको होते; पण ते तसेच होते, ते महान होते. त्याला माझा इलाज नव्हता. मला कळत नव्हते तरी मला कळत होते की ते खरेच महान होते!! मी जितका हर्षभरीत झालो होतो त्यापेक्षा अधिक ब्रॅडविषयीच्या कृतज्ञतेने भारावून गेलो होतो. मी ब्रॅडचा शतशः आभारी होतो तसाच गिल यांचाही! मी पॅरिसचा आभारी होतो आणि हो, निक आणि ब्रुक यांचाही तितकाच आभारी होतो. निक नसते तर मी इथवर पोहोचूच शकलो नसतो. मी आणि ब्रुक यांच्यामधल्या नात्याच्या चढ उतारांच्या, खडबडीत,

खड्ड्यांच्या रस्त्यावरून प्रवास करून, अखेरीस तिचा हात सोडूनच मी या मुक्कामापर्यंत येऊन ठेपलो होतो. या सर्वांच्या विषयीच्या कृतज्ञतेमधून कणभर कृतज्ञता मी स्वतःसाठीही बाळगून होतो ती मी आजवर केलेल्या बऱ्या-वाईट, बरोबर, चुकीच्या निवडी आणि निर्णयांसाठी.

सर्व दिशांना बसलेल्या प्रेक्षकांच्या दिशेने आभारदर्शक चुंबनांचा वर्षाव करत मी मैदानाबाहेर पडलो. माझ्यामध्ये भरून राहिलेल्या, बाहेर उचंबळणाऱ्या भावनांच्या तळाशी असलेली अपार कृतज्ञता सर्वांपर्यंत पोहोचवण्याचा तोच सर्वांत हृद्य असा मार्ग मला सुचला. मी त्या क्षणी असेही ठरवून टाकले की जिंकून असो वा पराभूत होऊन, सामन्यानंतर मैदान सोडताना प्रेक्षकांना याच पद्धतीने अभिवादन करायचे - चारही दिशांना चुंबने उधळीत त्यांचे मनःपूर्वक आभार मानीत.

माझे यश साजरे करण्यासाठी आम्ही पॅरिसमधील सीन नदीच्या काठावरील 'स्ट्रेसा' नावाच्या इटालियन रेस्टॉरंटमध्ये एक पार्टी दिली. मी ब्रुकला जेथे टेनिसचे ब्रेसलेट दिले होते ती जागा त्या रेस्टॉरंटपासून अगदी जवळ होती. मला मिळालेल्या ट्रॉफीमधून मी शॅम्पेन प्यायलो. गिल त्यांचा आवडता कोक पित होते. त्यांच्या चेहऱ्यावरचे हास्य लोपत नव्हते. प्रयत्न करूनही लपत नव्हते. थोड्या थोड्या वेळाने ते माझा हात हातात घेत होते, तो प्रेमाने दाबत होते आणि म्हणत होते की, 'शाब्बास रे गब्रू, तू जिंकलास!'

'आपण जिंकलो, गिल, मी नाही, आपण!' मी त्यांना सांगत होतो.

मॅकेन्रो पार्टीला आला होता. तो मध्येच माझ्याजवळ आला आणि त्याने माझ्या हाती फोन कोंबला. म्हणाला, ''कोणाला तरी तुझ्याशी बोलायचंय.''

''बोर्ग बोलतोय.''

बोर्ग!

''हेवा वाटतोय तुझा!''

''हेवा? का?''

''आमच्यापैकी फार थोड्या जणांना जमणारं तू करून दाखवलंयस.''

पार्टी संपवून आम्ही हॉटेलकडे परतत होतो तेव्हा सूर्य वर यायला लागला होता. ब्रॅडने माझ्या खांद्याभोवती हात लपेटला आणि तो म्हणला, ''प्रवासाची अखेर अगदी योग्य झाली.''

आंद्रे मेदवेदेव्ह याला पराभूत करून मी १९९०ची फ्रेंच ओपन जिंकली
तो अविस्मरणीय, भावनाप्रधान क्षण.

''म्हणजे?''

''नाही रे, आयुष्यात सहसा असे प्रवास हवे तसे संपत नाहीत; पण हा आपण पुन्हा नव्याने सुरू केलेला तुझा प्रवास नीट, सुयोग्य जागी संपला.''

मीही ब्रॅडच्या खांद्यांभोवती हात लपेटला. माझ्या त्या प्रेषिताचे ते त्या क्षणीचे विधान मात्र खरे नव्हते. कारण, माझा तो नवा प्रवास त्या दिवशी संपला नव्हता, तो सुरू झाला होता.

२३

पॅरिसहून न्यू यॉर्कला परतताना कॉंकॉर्डमध्ये ब्रॅडही दोन बिअर्स पिऊन हवेतच तरंगत होता. तोसुद्धा प्रारब्ध, *दैव* यांच्या गोष्टी करत होता.

मला म्हणाला, ''तू पुरुषांचे विजेतेपद जिंकलंस फ्रेंच ओपनचं. महिलांचं कोणी जिंकलं? सांग. कोणी?''

मी हसलो.

''बरोबर. स्टेफी ग्राफनी. दैव तुम्हा दोघांना एकसारखं वागवतंय बघ. जगात चार स्लॅम्स आणि एक सुवर्णपदक जिंकणारे फक्त दोनच टेनिस खेळाडू आहेत - एक तू आणि दुसरी स्टेफी ग्राफ. तेच दैव तुम्हा दोघांना एकत्र आणणार. प्रारब्धच असं आहे की, तुम्ही दोघांनी विवाहबद्ध व्हावं.''

त्याने सीटसमोरचे एक मासिक उचलले, खिशातले पेन बाहेर काढले आणि त्या मासिकाच्या मुखपृष्ठाच्या वरच्या कोपऱ्यात काहीतरी लिहीत तो म्हणाला, ''मी लिहिलेलं भविष्य वाच.''

माझ्या हातात ठेवलेल्या मासिकावर त्याने लिहिले होते, '२००१ - *स्टेफी आगासी.*'

''काय हे ब्रॅड? काय आहे याचा अर्थ?''

''याचा अर्थ असा आहे की, माझ्या भविष्यानुसार तुम्ही दोघे २००१ साली विवाहबद्ध होणार आणि २००२ साली तुम्हाला पहिले मूल होणार.''

''अशक्य! ब्रॅड, उगीच स्वप्नरंजन करू नकोस. तिचा प्रियकर आहे, विसरलास?''

''गेल्या दोन आठवड्यांत जे काही अघटित, आश्चर्यकारक घडतंय, ते पहिल्यानंतरही तू काही अशक्य आहे असं म्हणणार आहेस?''

''माहीत नाही! हां; पण मी फ्रेंच ओपन जिंकल्यामुळे माझी पत निदान थोडी वाढलीय एवढं मात्र खरं...''

''कसं बोललास!''

सामने जिंकणे यात दैवाचा काही भाग असतो, यावर माझा मुळीच विश्वास नव्हता; पण दोन माणसे एकत्र येण्यात? - कदाचित असेलही पण एकदम अचूक, परतवताही न येणारे फटके मारण्यात तो नसतो हे नक्कीच! कसेही असले तरी ब्रॅडच्या कोणत्याही विधानाला विरोध करणे, ते डावलणे मला त्या वेळी

तरी शक्य नव्हतेच आणि खोटे कशाला सांगू, ब्रॅडने त्या मासिकाच्या कोपऱ्यात लिहिलेले भविष्य मला आवडले होते म्हणूनच मी तो कोपरा फाडला आणि ते सुखदायी भवितव्य सुखरूप माझ्या खिशात ठेवले.

पुढचे पाच दिवस आम्ही फिशर आयलंडवर राहून 'श्रमपरिहार' करत होतो, विजयोत्सव साजरा करत होतो. माझ्या आनंदात सहभागी होण्यासाठी ब्रॅडची बायको किमी त्याचबरोबर जे.पी. आणि जोनी हे जोडपेही आयलंडवर हजर झाले. चैन चाललेली होती. सिनात्राची गाणी ऐकण्याचा कार्यक्रम रात्र रात्र चालायचा. आश्चर्य म्हणजे किमी आणि जोनी या दोघी त्या गाण्यांवर नखरेल नाचही करायच्या! मौजमजा आटपती घेऊन मी आणि ब्रॅडने हॉटेलच्या आवारातील गवताच्या टेनिस मैदानावर जोरदार सराव सुरू केला. काही दिवसांनी आम्ही लंडनच्या विमानात बसलो. विमान अटलांटिक महासागराच्या मध्यावर असताना एक विलक्षण योगायोग माझ्या लक्षात आला. आम्ही लंडनला पोहोचणार होतो त्याच दिवशी स्टेफी ग्राफचा वाढदिवस होता! मनात विचार पिंगा घालू लागले, प्रश्न उभे राहू लागले, 'काय करता येईल तिच्या वाढदिवसाला?' 'भेटेल का ती?' मी एक गोष्ट ठरवून टाकली, उतरल्या बरोबर तिच्यासाठी काहीतरी भेटवस्तू घेऊन ठेवायची.

मी ब्रॅडकडे पाहिले. तो झोपला होता. मला माहीत होते की त्याला विमानतळावरून थेट विम्बल्डनच्या सरावाच्या मैदानांवर जायचे असणार. तो बरोबर असताना वाटेत खरेदीसाठी थांबणे अवघडच होते. माझ्या मनात एक अफलातून कल्पना चमकली. स्टेफीसाठी एक भेटकार्ड करायचे; पण कसे? शोध सुरू झाला. माझे लक्ष सीटमधल्या कप्प्यात ठेवलेल्या मेनूकार्डकडे गेले. फारच सुरेख कार्ड होते ते. त्यावर चंद्रप्रकाशात नहात असलेल्या एका सुबक चर्चचे चित्र होते. मी दोन कार्डांच्या साहाय्याने एक भेटकार्ड तयार केले. आत लिहिले, *प्रिय स्टेफी, तुला वाढदिवसाच्या खूप खूप शुभेच्छा देण्याची संधी मी घेतो आहे. त्यांचा स्वीकार कर. खरंच, तुला किती अभिमान वाटत असेल स्वतःचा! तुझे खूप खूप अभिनंदन आणि हे जे तुला मिळाले आहे ना ते पुढे जे तुला मिळणार आहे, त्याची केवळ नांदी आहे हे लक्षात ठेव!*

ती दोन्ही कार्ड्स मला भोके पाडून कशाने तरी एकत्र गुंफायची होती. मी भोके पाडली आणि एअर होस्टेसला तिच्याकडे काही बांधायला आहे का ते विचारले. त्या कल्पक मुलीने शॅम्पेनच्या बाटलीला बांधलेली रंगीत रिबिन मला दिली. टेनिसच्या रॅकेटच्या तारा जितक्या काळजीपूर्वक ताणून बांधतात तेवढ्याच निगुतीने मी त्या रिबिनीने दोन्ही कार्ड्स एकत्र बांधली.

माझे समाधान झाले तसे मी ब्रॅडला उठवले आणि त्याला माझी 'कलाकृती' दाखवली.

"जुनी आहे शुभेच्छा देण्याची पद्धत; पण..."

त्याने जोरजोरात मान हलवून माझे कौतुक केले. "नाही, नाही, छान आहे. मस्त. अरे, एक छानशी सुरुवात व्हायलाच हवी..." तो म्हणाला. मी कार्ड माझ्या टेनिसच्या बॅगेत ठेवून दिले.

विम्बल्डनमधली 'आओरंगी पार्क' येथील सरावाची मैदाने म्हणजे आम्हा खेळाडूंचे तीर्थक्षेत्रच. मी आणि ब्रॅड अर्धा तास तेथील मैदानावर घाम गाळला. त्यानंतर मी माझी टेनिसची बॅग भरण्याचा दीर्घोद्योग करू लागो. माझी टेनिसची बॅग मला अगदी शिस्तीत भरलेली लागते. त्या कामाला मला खूप वेळ लागतो. विशेषतः अॅटलांटिक महासागर ओलांडून आल्यानंतर तर फारच. मी त्याच कामात गुंग होतो. घामाने ओला झालेला शर्ट प्लॅस्टिकच्या पिशवीत ठेवीत होतो. एकदम ब्रॅड माझ्या खांद्यावर हाताने थापट्या मारीत मला हाका मारू लागला. 'काय?' मी त्याच्याकडे न पाहताच विचारीत होतो पण तो 'आंद्रे, आंद्रे' असे सारखे म्हणत होता, मला काहीतरी सांगत होता. मी वळलो, तो मला डोळ्याने खुणा करून दाखवीत होता.

"बघ ना, ती येतीय..."

त्याचे डोळे खुणावीत असलेल्या दिशेला मी पाहिले. चाहुलीने जसे कुत्र्याचे कान टवकारले जातात तसे समोरच्या दृश्याने माझे डोळे चमकले. मला कुत्र्यासारखी शेपूट असती तर ती हालायला लागली असती. शंभर फुटांवर, निळ्या रंगाच्या अगदी अंगालगत घट्ट बसलेल्या खेळायच्या पोशाखात 'ती' दिसली. माझ्याच दिशेने येत होती. मला प्रथमच आमच्यामधले एक साम्य लक्षात आले. तीही माझ्यासारखीच पावले जराशी आत वळवून चालत होती. मागे वळवून घट्ट बांधलेले तिचे सोनेरी केस उन्हात चमकत होते. मला नेहमीसारखाच, पुन्हा एकदा, तिच्या भोवती तेजोवलय असल्याचा भास झाला. ती जवळ आली, आम्ही एकमेकांच्या गालांची ओझरती चुंबने घेऊन एकमेकांचे स्वागत केले.

"फ्रेंच ओपन जिंकल्याबद्दल मनापासून अभिनंदन. मला खूप आनंद झाला. तुमच्या यशाने माझ्या डोळ्यांत अश्रू उभे राहिले."

"माझ्याही..."

ती मंदसे, छानसे हसली.

"तुमचेही अभिनंदन. तुम्हीच ते मैदान तुमच्या यशाने पावन करून ठेवले होते म्हणूनच..." मी संधी घेतली.

"आभार."

काही वेळ शांतता.

सुदैवाने आजूबाजूला कोणीही नव्हते. चाहते, छायाचित्रकार, वार्ताहर, कोणी नाही, त्यामुळे ती पूर्णतया ताणरहीत दिसत होती. तिला वेळही होता बहुतेक. मी अस्वस्थ होतो; पण खूश होतो. ब्रॅड तोंडातून काहीतरी विचित्र आवाज काढून मला काहीतरी सांगायचा प्रयत्न करत होता. माझ्या डोक्यात प्रकाश पडला.

"बरी आठवण झाली, मी तुमच्यासाठी एक छोटीशी भेट आणलीय. आज तुमचा वाढदिवस आहे ना! मी एक कार्ड बनवलंय तुम्हाला वाढदिवसाच्या शुभेच्छा देण्यासाठी."

मी बॅगेतून कार्ड काढून तिच्या हातात ठेवले. "वाढदिवसाच्या खूप खूप शुभेच्छा."

तिने कार्ड हातात घेतले. बघितले, वाचले. काही क्षणांनी नजर वर उचलून माझ्याकडे पाहिले. ती हेलावली होती!

"तुम्हाला कसा माहीत माझा वाढदिवस?"

"असाच!"

"मनापासून आभार, खरंच, मी आभारी आहे तुमची…"

ती वळून निघून गेली.

दुसऱ्या दिवशी मी आणि ब्रॅड सारावासाठी मैदानावर पोहोचलो तेव्हा ती सराव संपवून मैदान सोडतच होती; पण त्या वेळी चाहते, वार्ताहर, छायाचित्रकार यांची प्रचंड गर्दी जमलेली होती. तिच्या चेहऱ्यावर लगेच ताण आलेला दिसत होता. ती माझ्याजवळून जाताना थबकली. "मी तुमच्याशी कसा संपर्क साधू शकते?" तिने हळूच विचारले.

"मी माझा फोन नंबर हेंझ यांच्याकडे देतो."

"ठीक आहे," असे म्हणून ती त्वरेने निघून गेली.

सराव संपल्यावर मी, ब्रॅड आणि पेरी आम्ही भाड्याने घेतलेल्या घरात बसून 'ती कधी फोन करेल' यावर चर्चा करत होतो.

"लवकरच." ब्रॅडचे मत.

"लगेचच," पेरीची खात्री.

पण तो दिवस भाकड गेला.

दुसरा दिवसही कोरडाच गेला.

मी काळजीत बुडलेला, चिंताग्रस्त, शोकाकुल! स्पर्धा सोमवारी सुरू होणार होती. त्याच्या आत जर फोन आला नाही तर? माझी भूक हरपली होती, झोप उडाली होती, दुसरा कसला विचार नव्हता, झोपेच्या गोळ्यादेखील परिणाम करू शकत नव्हत्या.

"ए बाई, फोन कर हं, नाहीतर आमचे शिष्यवर पहिल्याच फेरीत बाहेर पडतील..." ब्रॅड हात जोडत मनातल्या मनात तिला विनवीत होता.

अखेर शनिवारी रात्री, जेवण होतच होते, फोन वाजला.

"हॅलो..."

"हाय, मी स्टेफनी बोलतीय."

"स्टेफनी?"

"हो, स्टेफनी..."

"स्टेफनी *ग्राफ*, बरोबर?"

"होय..."

"तुम्ही स्टेफनी म्हणता..."

"हो. माझी आई मला लाडाने स्टेफी म्हणायची, तेच सगळ्यांनी उचललं, वार्ताहरही तसाच उल्लेख करत गेले, तेच नाव प्रसिद्ध झालं; पण मला स्वतःला स्टेफनीच आवडतं."

"स्टेफनी..." मी मुद्दाम नावावर जोर देत म्हणालो.

तिच्याशी फोनवर बोलताना मी एका जागी स्थिर बसूच काय, उभाही राहू शकत नव्हतो. खोलीभर घिरट्या घालीत फिरत होतो, मधूनच लाकडी जमिनीवर बैठक मारीत होतो. ब्रॅड मला शांत, एका जागी, खुर्चीवर बसायला सांगत होता. त्याला भीती होती मी कुठेतरी गुडघा आदळून घेईन, नाहीतर पाय मुडपून घेईन. मी लवकरच खोलीच्या चारी भिंतींलगत फिरू लागलो. माझ्या प्रदक्षिणांना लवकरच लय सापडली तसा ब्रॅड पेरीला म्हणाला, "आता ही स्पर्धा मस्त होणार. सर्वांत *उत्तम विम्बल्डन*..."

मी त्याला गप्प बसायच्या खुणा करत होतो.

शेवटी मी एका खोलीत शिरून दार बंद करून घेतले.

"स्टेफनी, ऐक. तू के बिस्केनला मला सांगितलं होतंस की आपल्यामध्ये कोणतेही गैरसमज असायला नकोत. अगदी बरोबर आहे. माझंही तेच म्हणणं आहे. मी तुला स्पष्टच सांगून टाकतो, तू खूप सुंदर आहेस, माझं आदरस्थान आहेस, मला तू खूप आवडतेस, मला तुला अधिकाधिक समजून, जाणून घ्यायचंय. ते माझं ध्येय आहे, नव्हे, तेच माझं एकमेव लक्ष्य आहे. मला सांग हे कसं पुरं करू शकतो मी? पुरं करू शकतो ना मी? कुठे, कधी, कसं भेटता येईल आपल्याला? जेवायला येशील माझ्या बरोबर?"

"नाही." एकाक्षरी नकार.

"प्लीज, नाही म्हणू नकोस..."

"शक्य नाही. इथे शक्य नाही."

"इथे नाही, ठीक आहे. मग कुठे? दुसरीकडे कुठे जायचं का?"

''नाही. माझा प्रियकर इथे आहे.''

प्रियकर! के बिस्केनलाही तोच होता. तोच असणार, तो रेस कार ड्रायव्हर. मी वाचले होते त्याच्याबद्दल. गेली सहा वर्षे त्याचे नाव तिच्याशी जोडलेले होते. कसे तिला 'त्याच्या'तून मोकळे करावे, माझ्याबरोबर असण्याची शक्यता कशी चाचपून पाहावी, ती कशी निर्माण करावी, त्यासाठी काय आणि कसे सांगावे, याचा मी विचार करू लागलो. दोन्ही बाजूची शांतता अमर्याद काळापर्यंत ताणली जाऊ लागली. त्यातील अस्वस्थता जाणवू लागली. जो विचार मनात उचंबळला तो मी बोलून टाकला,

''सहा वर्षं म्हणजे खूपच दीर्घकाळ झाला, नाही?''

''होय, खरं आहे...''

''जर पुढं गेलं नाही ना फार काळ तर चाकं उलटी फिरायला लागतात. मी गेलोय त्या परिस्थितीतून...''

ती काहीच बोलली नाही. तिच्या मौनाचा अर्थ मला कळू लागला होता. हृदयाची तार खेचली गेली होती. मी तोच सूर पकडून पुढे बोलू लागलो,

''मला वाटतं तुलाही अडकून पडायचं नसावं. हो ना?''

मी श्वास रोखून धरला होता. ती काहीच बोलली नाही; पण तिने नकारही दिला नाही. माझे धाडस वाढले.

''म्हणजे मी... मला मर्यादा ओलांडायच्या नाहीत; पण... तरीही मला वाटतं... एकदा... नुसतं एकमेकांशी बोलायला, भेटायला काय हरकत आहे?''

''नाही.''

''जेवण नको, कॉफी...''

''नाही. तुझ्याबरोबर असं चारचौघांत... ते बरोबर नाही दिसणार.''

''मग... मी ... आपण पत्र लिहू शकतो एकमेकांना? मी लिहू का तुला...''

ती मंदशी हसली.

''मी तुला काही भेटी पाठवू शकतो का? हे बघ, निदान तुला जेव्हा मला भेटावंसं वाटेल तेव्हा ते मला कळेल अशी काहीतरी व्यवस्था तरी करता येईल का?''

''नाही.''

''पत्रं पण नाही...''

''माझी पत्रं वाचली जातात ...''

बाप रे! पेच वाढत होता. काय करायचे? मी कपाळ बडवून घेत होतो. काही सुचत नव्हते. कोणता पर्याय सुचवायचा? काय करायचे? मी आणखी एक प्रयत्न करून पाहिला,

''बरं, असं पाहा, तू याच्या नंतरची स्पर्धा सॅन फ्रान्सिस्कोला खेळणार आहेस, तिथे मी ब्रॅडबरोबर सराव करत असेन. तू म्हणाली होतीस की, तुला सॅन फ्रान्सिस्को आवडतं म्हणून. मग तिथे भेटू या का?''

''चालेल.''

चालेल???

ती पुढे काहीतरी सांगेल म्हणून मी वाट पाहत राहिलो; पण ती काहीच बोलेना. मीच घोडे पुढे दामटले.

''मग मी तुला फोन करू? का तू मला...''

''ही स्पर्धा संपली की, मला फोन कर. दोघेही आधी खेळू या. नंतर फोन कर मला.''

तिने मला तिचा सेल फोनचा नंबर दिला. तो मी घाईघाईने पेपर नॅपकिनवर लिहून घेतला. तिने फोन ठेवून दिला.

मी तिचा फोन नंबर लिहिलेल्या पेपर नॅपकिनची चुंबने घेत राहिलो. बऱ्याच वेळ चुंबून, कुरवाळून झाल्यावर मी तो माझ्या टेनिस बॅगमध्ये अत्यंत जपून ठेवून दिला.

मी उपांत्य फेरीपर्यंत पोहोचलो. तेथे माझी गाठ राफ्टरशी पडली. मी त्याला सरळ सेट्समध्ये पराभूत केले. अंतिम फेरीत कोण याविषयी शंका नव्हतीच. पीटशीच खेळायचे होते. नेहमीचीच जोडी. मी विरुद्ध पीट सॅम्प्रास. त्या दिवशी खेळ संपल्यावर मी दमून भागून संध्याकाळी घरी आलो. अंघोळ, जेवण आणि झोप असा कार्यक्रम मनाशी ठरवीत असतानाच फोन वाजला – स्टेफनीचा, नक्कीच, तिचाच. पीटविरुद्धच्या सामन्यासाठी शुभेच्छा देण्याचे निमित्त, सॅन फ्रान्सिस्कोतली भेट ठरवणे हा उद्देश.

फोन ब्रुकचा होता!! ती लंडनमध्ये आलेली होती आणि मला भेटायला येणार होती. मी मागे वळलो. माझ्यापासून काही इंचांच्या अंतरावर पेरी येऊन उभा होता.

''आंद्रे, मला सांग की, तू तिला नको म्हणालेला आहेस आणि ती बाई इथे तुला भेटायला येणार नाही.''

''ती येणारेय. उद्या सकाळी.''

''म्हणजे तू तिला नेमका अंतिम सामन्याच्या दिवशीच भेटणार आहेस?''

''होय, काळजी करू नकोस, काही विपरीत होणार नाही.''

सकाळी दहा वाजता ती आली. तिने एक रुंद कडांची, मऊ, विसविशीत, प्लॅस्टिकच्या फुलांनी सजवलेली भली मोठी हॅट घातली होती. तिला घर

दाखवताना आम्ही दोघांनी विम्बल्डनमध्ये भाड्याने घेतलेल्या घराशी साहजिकच तुलना झाली. मी तिला 'काही पिणार का?' असे विचारले.

''चहा मिळेल?''

''हो, नक्की.''

ब्रॅड शेजारच्या खोलीतून जोरात खोकल्याचे माझ्या लक्षात आले. अंतिम सामन्याच्या दिवशीच्या सकाळी, ठरलेल्या वेळापत्रकाच्या बाहेरचे काहीही करणे, खाणे, पिणे हे नियमबाह्य होते, याची ती ताकीद होती. माझ्या वेळापत्रकात सकाळी चहा नव्हता, कॉफी होती.

पण मी तिचा 'यजमान' नसलो तरी आलेल्या पाहुणीचा 'यजमान' होतोच! ते यजमानपद मला व्यवस्थित पार पाडायचे होते. मी चहा केला आणि स्वयंपाकघराच्या खिडकीपाशी बसून आम्ही दोघांनी तो प्यायला. आम्ही 'बोलत' होतो; पण 'म्हणत' काहीच नव्हतो. मी तिला असेही विचारले की, तिला माझ्याशी काही विशेष बोलायचे, मला काही खास सांगायचे आहे का? ''मला तुझ्याशिवाय चुकल्या चुकल्या सारखं होतं हेच तुला सांगायचं होतं,'' ती म्हणाली.

कोपऱ्यातल्या टेबलावर *स्पोर्ट्स इलस्ट्रेटेडच्या* ताज्या अंकाचा ढीग पडला होता. मुखपृष्ठावर माझा फोटो होता. एक अंक तिने हातात घेतला. फोटोखाली लिहिले होते, *सडनली आंद्रे* – 'पुन्हा, अचानक आंद्रे!'– (मला *सडनली* या शब्दाचा तिटकारा येऊ लागला होता). ''स्पर्धेच्या व्यवस्थापकांनी पाठवलेत ते अंक. त्यांचा अधिकारी वर्ग आणि इतर कर्मचारी यांच्यासाठी माझ्या सह्या हव्या आहेत त्यांना फोटोखाली,'' मी स्पष्टीकरण दिले.

ब्रुक माझा फोटो न्याहाळत होती. मला तेरा वर्षांपूर्वीची आठवण झाली. मी आणि पेरी असेच *स्पोर्ट्स इलस्ट्रेटेडच्या* अंकांच्या ढिगाऱ्यात बसून ब्रुक शील्ड्स या अभिनेत्रीचे नुसतेच फोटो नाही तर तिची स्वप्ने बघायचो. त्या दिवशी तीच ब्रुक शील्ड्स *स्पोर्ट्स इलस्ट्रेटेडच्या* अंकावरचा माझा फोटो बघत होती आणि माझ्या बरोबरचा पेरी तिच्या टीव्हीवरील कार्यक्रमाचा निर्माता बनला होता. आम्ही एकमेकांशी धड बोलतही नव्हतो.

सडनली आंद्रे – 'पुन्हा, अचानक आंद्रे' तिने फोटोखालचा मजकूर वाचला. पुन्हा वाचला.

''आंद्रे...'' ती माझ्याकडे पाहत होती.

''काय झालं?''

''आंद्रे, सॉरी!''

''का? कशाबद्दल?''

''तुझ्या आयुष्यातला केवढा महत्त्वाचा क्षण आणि हे लोक माझ्याबद्दलच लिहीत सुटलेत!''

स्टेफनीही अंतिम फेरीत पोहोचली; पण लिंडसे डॅव्हनपोर्टशी हरली. ती मॅकेन्रोबरोबर दुहेरी सामननेही खेळत होती. त्यांची जोडी उपांत्य फेरीपर्यंत पोहोचलेली होती; परंतु मांडीजवळील स्नायू दुखावल्यामुळे तिने सामन्यातून अचानक माघार घेतली होती. मी पीटबरोबरच्या अंतिम सामन्यासाठी लॉकररूममध्ये तयार होत होतो त्या वेळी मॅकेन्रो तेथे एका खेळाडूंच्या गटाबरोबर बोलत उभा होता. 'स्टेफनीने आयत्या वेळी दगा दिला,' अशी तक्रार करत होता.

''ही कशी विश्वासघातकी बाई आहे पाहा! मी नव्हतो तिच्याकडे गेलो, तिने मला तिच्याबरोबर खेळायला बोलावले होते आणि आता उपांत्य फेरीपर्यंत पोहोचल्यावर ही खेळणार नाही म्हणून सांगते!!''

मी त्याचा उपाहास ऐकून चिडलो होतो. ब्रॅडने परिस्थिती ओळखली आणि आधीच माझ्या खांद्यावर हात दाबून मला शांत राहायला लावले. मी पीटविरुद्ध सुरुवात तर जोरदार केली; पण चित्त थाऱ्यावर राहत नव्हते – मॅकेन्रो स्टेफनीविषयी असा अपमानास्पद कसा बोलतो? ब्रुकने ती विचित्र हॅट का घातली होती? नसते विचार; पण मी तरीही प्रयत्नपूर्वक चपळ, चटपटीत आणि जबरदस्त खेळत होतो. पहिल्या सेटमध्ये दोघांनी तीन तीन गेम्स जिंकल्या होत्या. पीट ०-४० अशा गुणसंख्येवर सर्व्हिस करत होता. ट्रिपल ब्रेक पॉइंट. हर्षभरीत झालेला ब्रॅड मला हसताना, शेजारी बसलेल्या पेरीला खुशीत येऊन गुद्दे मारताना दिसत होता, *ओरडून मला उत्तेजन देत होता.* मी माझ्या मनात बोर्गचा विचार आणला – फ्रेंच ओपन आणि विम्बल्डन या दोन्ही स्लॅम स्पर्धांचे विजेतपद एकाच वर्षी, पाठोपाठ मिळवलेला एकमेव महान खेळाडू! तीच विरळा सुसंधी माझ्यासमोर होती!!

मी मनात भविष्यातील सुखद प्रसंग रंगवीत होतो – बोर्गने मला अभिनंदनाचा फोन केला आहे. तो म्हणतो आहे, 'आंद्रे? हां, आंद्रे, मी बियॉन बोलतोय, बियॉन बोर्ग. ए, मला तुझा हेवा वाटतोय!!'

पीटने मला माझ्या कल्पनारम्य स्वप्नातून जागे केले. एक नाही दोन सर्व्हिसेस अशा काही बंदुकीतील गोळ्यांसारख्या आल्या की मला काही करता आले नाही. त्या परतवताच आल्या नाहीत. चेंडू नीटसा दिसलाही नाही. 'गेम सॅम्प्रास' असा पुकारा झालेला तेवढा ऐकू आला. मी पीटकडे पाहतच राहिलो! तशा बिनतोड सर्व्हिसेस – त्याही एका पाठोपाठ केलेल्या – मी आजवर बघितल्याच नव्हत्या! आणि त्या कोणी परतवलेल्याही पहिल्या नव्हत्या! टेनिसच्या इतिहासात तसे घडलेले नव्हते! केवळ लाजवाब! पीटने मला सरळ सेट्समध्ये बाहेर काढले. आश्चर्यचकित करून टाकणाऱ्या वाक्याच्या शेवटच्या दोन उद्गारचिन्हांसारख्या त्या दोन सणसणीत सर्व्हिसेस! स्लॅम स्पर्धेमध्ये मी सलग चौदा सामन्यांच्या विजयानंतर ती पहिली, घातक हार पत्करली होती. माझ्या टेनिसच्या कारकिर्दीत प्रथमच घडलेले ते दोन विक्रमच होते! पण ते

इतिहासात नोंदले जाणार नव्हते, पीटचा विम्बल्डन स्पर्धेतील सहावा आणि स्लॅम स्पर्धेतला बारावा भव्य दिव्य विजय इतिहासामध्ये सुवर्णाक्षरात लिहिला जाणार होता! तो टेनिसच्या इतिहासातला अपवादात्मक महान खेळाडू ठरला होता, तरीही पीटने मला नंतर एकदा सांगितले की त्या दिवशीच्या अंतिम सामन्यातल्या पहिल्या सहा गेम्समध्ये मी जे जोरदार, दमदार, अचूक फटके मारले तसे फटके त्याने त्या आधी माझ्या खेळात कधीच पाहिलेले नव्हते. खरे तर त्या माझ्या अनपेक्षित खेळानेच त्याचा कस लागला आणि त्याला त्याच्या खेळाचा स्तर अतिउंचीवर न्यायला भाग पाडले. त्याने त्याच्या सर्व्हिसचा वेगही त्याचमुळे ताशी वीस मैलाने वाढवला.

लॉकररूममध्ये अनिवार्य अशी मादक पदार्थांच्या सेवनाची चाचणी देत बसावे लागले. मला खरे तर बाथरूमला जायचे होते, लवकरात लवकर घरी जाऊन स्टेफनीला फोन करायचा होता; पण काहीच जमत नव्हते. बाथरूममध्येही खूप वेळ लागला. शेवटी माझं बाथरूममधलं काम झालं.

मी घरी पोहोचताच माझी टेनिस बॅग खाली टाकली आणि जाळ्यात टाकलेल्या चेंडूकडे झेपावल्यासारखा फोनकडे धावलो. नंबर दाबताना बोटे थरथरत होती. फोन व्हॉइस मेलवर गेला. मी निरोप ठेवला, ''हाय, आंद्रे बोलतोय. स्पर्धा संपली. मी पीटविरुद्ध पराभूत झालो. तुझ्या पराभवामुळेही फार वाईट वाटलं. जमेल तेव्हा फोन कर. वाट पाहतो.''

आणि मी फोनची वाट पाहत बसलो. दिवस संपला, फोन नाही आला! दुसरा दिवसही फोनविनाच गेला. मी सतत फोनसमोर ठाण मांडून बसलेलो होतो. मनातल्या मनात त्याला 'वाज, वाज' असे विनवीत होतो. मीच पुन्हा तिला फोन केला. पुन्हा व्हॉइस मेलवर, पुन्हा निरोप! पुन्हा काहीच घडले नाही. मी परतीच्या प्रवासाला लागलो. विमानतळावर उतरताच फोन पाहिला. ना फोन ना काही निरोप! तेथून मी न्यू यॉर्कला एका समोजोपयोगी कार्यक्रमासाठी गेलो. तेथेही मी पंधरा पंधरा मिनिटांनी फोन तपासत होतो. काहीही नाही!!

जे.पी. मला भेटायला न्यू यॉर्कमध्ये आले. आम्ही दोघांनी मिळून शहरात धुडगुस घातला. पी.जे. क्लार्क्स, कॅम्पाग्नोला आणि कितीतरी हॉटेल्सना भेटी दिल्या. जेथे जाऊ तेथे जोरदार स्वागत, चाहत्यांकडून कौतुक. मला माझा मित्र बो डायटल भेटला. तो आधी पोलीस खात्यात, गुप्तहेर होता. ती कारकीर्द पंधरा वर्षे कमालीची गाजवल्यानंतर तो टीव्हीवर चमकला. तो त्याच्या सगळ्या ताफ्यासह – माईक द रशियन, शेली द टेलर, अल टोमॅटोज्, जोई पॉट्स ॲन्ड पॅन्स – एका लांबच लांब टेबलावर बसला होता. त्यांनी आम्हा दोघांना त्यांच्या बरोबरच बसायचा आग्रह केला. जे.पीं.नी जोई पॉट्स ॲन्ड पॅन्सला विचारले की, त्याचे हे विचित्र नाव कसे पडले?

'मला स्वयंपाक करायला खूप आवडतो म्हणून...' त्याने सांगितले.

निघताना जोईचा फोन वाजला तसा तो फोनमध्ये ओरडला, 'पॉट्स...' आम्ही सगळे जोराने हसलो. 'बो'ने आम्हा दोघांना हॅम्पटन येथे होणाऱ्या त्याच्या एका पार्टीचे आमंत्रण दिले. नव्हे, आम्ही दोघांनी त्या पार्टीला यायलाच पाहिजे असो तो हट्टच धरून बसला. तो म्हणाला, 'जोई स्वयंपाक करणार आहे. त्याला तुमचे आवडते पदार्थ आत्ताच सांगून ठेवा म्हणजे तो तेच बनवेल.' मला गिल यांच्या घरच्या गुरुवारच्या चवदार रात्री आठवल्या!

'आम्ही नक्की येऊ' असे बो डायटल याला सांगून आम्ही त्या रुचकर मंडळींचा निरोप घेतला.

पार्टीला चांगलीच गर्दी होती. *गुडफेलाज्* आणि *फोरेस्ट गम्प* या दोन्ही गाजलेल्या चित्रपटातील नट नट्या जमल्या होत्या. जलतरण तलावाच्या काठी बसण्याची सोय केलेली होती. सिगारेट्स, टकिला, धमाल चालली होती; पण मी बेचैन होतो. उगीचच वारंवार खिशातून स्टेफनीचा फोन नंबर लिहिलेला पेपर नॅपकिन काढून त्याकडे पाहत होतो. मला वाटले ती माझा नंबर बघितला की टाळत असेल म्हणून न राहवून मी आत, 'बो'च्या घरात गेलो आणि तेथील फोनवरून तिला फोन केला. छे! तरीही व्हॉइस मेलवरच!

मी वैतागलो. मार्गारिटाचे दोन ग्लासेस जास्तच रिचवले. मन काही शांत होईना. खिशातले पैशाचे पाकीट आणि फोन एका खुर्चीवर काढून ठेवला. तलावात जोरात उडी मारली – तीही कपड्यांसकट!! माझे बघून इतरांनीही उड्या मारल्या. पाणी जोरात उडत होते. तासाभराने मी माझा फोन बघितला. व्हॉइस मेलवर एक निरोप होता. माझा फोन वाजला कसा नाही??? निरोप तिचाच होता. ''हाय, सॉरी, मी फोन केला नाही. मी आजारी होते. विम्बल्डननंतर तर पार कोलमडूनच गेले होते. सॅन फ्रान्सिस्कोची स्पर्धाही खेळू शकले नाही, तेथे गेलेच नाही, सरळ जर्मनीला निघून गेले. आता जरा बरे आहे. आता जमेल तेव्हा फोन कर, मी घेईन.''

निरोपाच्या शेवटी काही तिने फोन नंबर दिला नव्हता. कारण, तो तिने आधीच मला दिला होता. मी खिसा चाचपला. 'कुठे ठेवला मी तिचा नंबर?' माझ्या हृदयाचा ठोका चुकला. मी तो पेपर नॅपकिनवर लिहून घेतलेला होता हे माझ्या पक्के लक्षात होते. तो पेपर नॅपकिन? बाप रे!! मी तलावात उडी मारली तेव्हा तो पँटच्या खिशातच होता!! मी खिशात हात घातला. होय, तो होता खिशात; पण...; पण त्याचा लगदा झाला होता, लगदा!! काय करायचे? डोक्याला मुंग्या आल्या; पण आठवले, मी बोच्या घरातल्या फोनवरून तिला त्याच नंबरवर फोन केला होता. मी बोला गाठले. त्याला म्हणालो की, 'काय

वाटेल ते कर, कोणालाही गाठ, पाया पड, मान पकड, साम दाम दंड भेद – काहीही कर पण घरातल्या फोनवरून गेल्या तासाभरात केलेल्या सर्व फोन नंबर्सची यादी मिळव. पुन्हा गुप्तहेर हो आणि हा महत्त्वाचा तपास लाव! – आणि तोही लगेच, तातडीने!!'

बो कामाला लागला. त्याने त्याच्या एका मित्राला गाठले, त्याच्या मित्राच्या माहितीचा एक माणूस होता ज्याचा एक नातेवाईक फोन कंपनीत काम करत होता. खरोखरच एका तासाने आम्हाला हवी असलेली माहिती आमच्या हाती आली. ती यादी बघून बोचेही डोळे फिरले. त्याने त्याच्या ताफ्यातल्या लोकांना झापले, 'लेको, ही तुमची मेहेरबानी आहे तर! मला कळतच नव्हते की माझे फोनचे बिल इतके कसे येते!'

त्याचे काहीही होवो, मला त्या लांबलचक यादीतून हवा तो नंबर मिळाला होता. मी तो दहा ठिकाणी लिहून ठेवला. हातावरसुद्धा! मी स्टेफनीला फोन केला आणि तिसऱ्या घंटेला तो उचलला गेला. तीच फोनवर होती! मी तिला फोनची आणि नंबरची 'सुरस आणि चमत्कारिक कथा' ऐकवली. ती हसू लागली.

आम्ही दोघेही लॉस एंजलिसच्या जवळच्या जागी होणाऱ्या एका स्पर्धेत खेळणार होतो. 'तेथे भेटू या. भेटू या ना?'

'स्पर्धा संपल्यावर...' ती म्हणाली. – ती 'हो' म्हणाली होती!!

लॉस एंजलिसच्या स्पर्धेच्या अंतिम फेरीतही पुन्हा एकदा मी आणि पीटच समोरासमोर आलो. मी ७-६, ७-६ असा पराभूत झालो; पण मला जिंकण्या हरण्यापेक्षा स्पर्धा लवकर संपण्यात जास्त रस होता. ती संपली, मी आनंदात मैदानावरून पळत सुटलो.

मी घाईघाईने दाढी केली, अंघोळ उरकली, जामानिमा केला, टेनिस बॅग उचलली आणि वायुवेगाने निघालो; पण...

...पण दारात ब्रुक उभी होती!

'मी इथेच होते. तू खेळणार आहेस कळले, सामना पाहायला आले.'

माझ्याकडे नखशिखांत पाहत तिने विचारले, 'वा! एवढं नटून थटून कुठे? कोणी भेटणार आहे वाटतं!'

मी मान हलवली.

''कोण?''

मी काहीच बोललो नाही.

तिने मागे उभे असलेल्या गिलना विचारले. ''गिल, काय? कोणाला भेटायला चाललीय स्वारी?''

''ब्रुक, मला वाटतं, ते तू आंद्रेलाच विचारलेलं बरं!'' गिल म्हणाले.

तिने माझ्याकडे पाहिले.

''मी स्टेफनी ग्राफला भेटायला चाललोय.''

''स्टेफनी?''

''स्टेफी..''

मला माहीत होते की, त्या क्षणी आम्ही दोघेही रेफ्रिजरेटरवर लावलेल्या 'आदर्श स्टेफी ग्राफ'च्या फोटोचा विचार करत होतो. ''ब्रुक, प्लीज कोणाजवळ बोलू नकोस. तिला चारचौघांना कळलेलं अजिबात आवडत नाही. फार संकोची आहे...''

''मी कोणालाही सांगणार नाही.''

''आभारी आहे.''

''छान दिसतोयस.''

''खरंच?''

''हं, खरंच.''

''आभार!!''

मी माझी टेनिस बॅग खांद्यावर लटकवली आणि बोगद्याच्या रस्त्याने खेळाडूंच्या गाड्या उभ्या करण्याच्या जागेकडे निघालो. ब्रुक माझ्याबरोबर येत राहिली.

''लिली!'' ब्रुकने माझी पांढरी शुभ्र गाडी ओळखली. गाडी उघडी होती, तिचे टप आधीच घडी केलेले होते. ब्रुक उघड्या गाडीच्या दारावरून हात फिरवीत होती तेव्हा मी माझी बॅग मागच्या सीटवर टाकली.

ब्रुकने माझ्या गालावर ओठ टेकून मला निरोप दिला आणि भेटीसाठी शुभेच्छाही दिल्या!

मी गाडी बाहेर काढताना आरशातून ब्रुककडे पाहत होतो. मी आणि माझी लिली पुन्हा एकदा तिला सोडून चाललो होतो; पण ती वेळ अगदी अखेरचीच असेच मला वाटत होते. आम्ही पुन्हा भेटणार नव्हतो.

स्टेफनी सॅन डिएगो येथे खेळत होती. त्या दिशेने जाताना मी जे.पीं.ना फोन केला. ''उगीचच फार आटापिटा करू नकोस, वृथा मोठेपणा दाखवायला जाऊ नकोस. जसा आहेस तसाच राहा.'' त्यांनी मला सल्ला दिला. अशा सूचना टेनिसच्या मैदानावर जाताना ऐकायची सवय होती मला; पण कोणाला तरी भेटायला जाताना... मी गोंधळून गेलो होतो, मनावर मळभ आले होते.

जे.पीं.चा उपदेश चालूच होता. ''आंद्रे, काही लोक नुसते थर्मामीटर म्हणजे तापमापक असतात, ते खोलीत जे असेल ते तापमान फक्त मोजतात; पण

काही लोक थर्मोस्टॅट्स म्हणजे तापमाननियंत्रक असतात. ते खोलीतले तापमान बदलू शकतात. तू तापमाननियंत्रक आहेस. आत्मविश्वास ढळू देऊ नकोस. ठाम राहा, सूत्रे तुझ्या हाती घे. तुझं व्यक्तिमत्त्व स्पष्टपणे दिसू दे...''

''हो हो. ते करतो मी बरोबर. बरं, मला सांगा गाडीचं टप घडी केलेलंच राहू दे का बंद करून टाकू गाडी?''

''अर्थात, बंद कर. बायकांना त्यांच्या केसांची फार काळजी असते.''

''पण मस्त वारं येईल ना गाडी उघडी असली की...''

''हो; पण तिचे केस?''

मी गाडी उघडीच ठेवली. सभ्यपणाच्या उबेपेक्षा गारवा बरा वाटला मला.

स्टेफनीने एका संकुलात एक सदनिका भाड्याने घेतली होती. मला संकुल सापडले पण तिची सदनिका काही सापडेना. मी तिला फोन केला आणि नेमके कुठे यायचे ते विचारले.

''तुझी गाडी कोणती आहे?''

''पांढरी, भली मोठी कॅडिलॅक, जहाजाएवढी मोठी...''

''हा, मला दिसतोयस तू. वर बघ.''

ती एका लहानशा टेकाडाच्या टोकावर उभी होती, हात हलवीत होती.

''तिथेच थांब'' असे ओरडून ती पळत पळत टेकाड उतरून गाडीच्या दिशेने आली. मला वाटले ती गाडीत उडीच मारणार!

''थांब जरा, थांब. मला तुला काही द्यायचंय. मी वर घरात येऊ शकतो का? एकच मिनिट.''

''अं, हो, ये.'' जराशा नाराजीनेच तिने तिच्या उत्साहाला आवर घातला आणि ती मागे वळून टेकाड चढू लागली. मी टेकाडाला वळसा घालून सदनिकेच्या दारात गाडी थांबवली.

आत गेल्यावर मी तिला शोभिवंत मेणबत्त्यांची पेटी दिली. ती मी मुद्दाम तिच्यासाठी लॉस एंजलिसमध्ये खरेदी केली होती. तिला भेट खूप आवडली असे दिसले.

''जाऊ या आता?'' तिने विचारले.

''मला वाटलं आपण काहीतरी पेय घेऊन मग...''

''पेय? काय घेणार?''

''वाईन...''

''वाईन नाही माझ्या घरात...''

''मागव ना...''

तिने सुस्कारा सोडला आणि वाईन्सची यादी माझ्या हातात ठेवली.

दार वाजले. आम्ही मागवलेली वाईन आली होती. तिने मला स्वयंपाकघरात थांबायला सांगितले. ''मला नाही आवडणार कोणी आपल्याला एकत्र पाहिलेलं. मला विचित्र वाटतं...''

यात अपराधी वाटण्यासारखे काय होते? तो वाईन घेऊन आलेला वेटर काय सगळ्यांना सांगत सुटणार होता का? तिला तसेच वाटत होते. ''माझा प्रियकर आहे हे विसरू नकोस...''

''अगं, आपण दोघं...'' तिने मला पुढे न बोलू देता स्वयंपाकघरात ढकलले. ''नंतर बोलू या आपण...''

सुप्रसिद्ध टेनिसपटू स्टेफनी ग्राफ हिने दार उघडलेले पाहून बहुतेक तो बिचारा वेटर बावचळून गेला असावा. तो तिच्याशी बोलणे वाढवायला पाहत होता आणि ती त्याला लवकरात लवकर कटवायला बघत होती. तिची भुरळ पडलेल्या वेटरचा थरकाप उडाला की काय कळले नाही; पण त्याच्या हातून वाईनची बाटली सुटली आणि खाली पडली. काचा गोळा करायला उत्सुक असलेल्या त्या वेटरला स्टेफनीने बाहेर काढले.

१९८९ साली तयार केलेल्या शॅटो बेशवेल या सुमधुर वाईनच्या फुटलेल्या बाटलीच्या काचा गोळा करताना मी स्टेफनीला म्हटले, ''छान सुरुवात झाली नाही आपल्या भेटीची?''

'जॉर्जेस ऑन द कोव्ह'या समुद्रकिनाऱ्यावरील हॉटेलमध्ये, समुद्रदर्शन घडेल अशा खिडकीजवळचे टेबल मी आमच्यासाठी राखून ठेवले होते. स्टेफनी माझ्यापेक्षा खूपच वेगाने खायची आणि वाईनला तर स्पर्शही करायची नाही! आरामात वाईनचे घोट घेत, आधी क्षुधावर्धक, मग मुख्य खाद्यपदार्थ, शेवटी गोड काहीतरी, असा प्रदीर्घ खाण्याचा आस्वाद घेणारी, नंतर कॉफीत रेंगाळणारी ती रसिक नव्हती. त्यातच तिला ओळखणारे कोणीतरी आमच्या मागच्या टेबलावर बसले होते, अशा आशंकेमुळे ती जरा अस्वस्थच होती.

मी तिला माझ्या शैक्षणिक संस्थेविषयी माहिती दिली. 'चार्टर स्कूल'ची कल्पना तिला फारच आवडली, ती आकर्षितच झाली. तीही दक्षिण आफ्रिका आणि आग्नेय युरोपमधील कोसोव्हो येथील युद्धपीडित आणि जुलुमांना बळी पडणाऱ्या लहान मुलांना मानसिक आधार देणारी एक संस्था चालवीत होती.

गप्पांच्या ओघात ब्रॅडचा विषय निघाला. त्याच्या शिकवण्याच्या कौशल्याबद्दल मी भरभरून बोललो. लोकांना हाताळण्यातील त्याचे प्रावीण्यही मी वाखाणले. आजची ही भेट घडवून आणण्यासाठी त्याने किती आटापिटा केला हे सांगताना आम्ही दोघे खूप हसलो; पण मी त्याने वर्तवलेल्या भविष्याबद्दल मात्र तिला काहीही बोललो नाही. तो विषय जसा मी टाळला तसा तिच्या प्रियकराचा

मी अपवादानेही उल्लेख केला नाही. मी तिला तिचा फावल्या वेळातला आवडता उद्योग विचारला. तिला समुद्राचे सान्निध्य पसंत होते.

"मग उद्या समुद्रकिनाऱ्यावर येशील?" तो धागा पकडून मी विचारले.

"तू उद्या कॅनडाला जाणार होतास ना?"

"मी मध्यरात्रीचे विमान पकडू शकतो. दिवसभर समुद्रकिनारा, आपण दोघे..."

बराच विचार करून ती अखेर 'हो' म्हणाली.

जेवणानंतर मी तिला तिला सोडायला गेलो. दारात तिने कराटेपटू ज्या यांत्रिकपणे बचावाचे पवित्रे घेतो, त्याच घाईगर्दीने माझ्या दोन्ही गालांची चुंबने घेतली आणि ती आत पळाली. परतताना मी ब्रॅडला फोन केला. तो कॅनडाला पोहोचलाही होता. वेळेतील फरक मी लक्षात घेतला नव्हता. त्याला मी झोपेतून उठवले होते; पण 'आमच्या' भेटीचा विषय काढला मात्र, तो खडबडून जागा झाला आणि ती यशस्वीपणे पार पडली हे ऐकून बेहद्द खूश झाला.

"ये आता इकडे, मग बोलू सविस्तर," त्याने जांभई देत म्हटले.

तिने समुद्रकिनाऱ्यावरील वाळूत एक टॉवेल पसरला, जीन्स काढून टाकली. तिने आत एक पांढरा बाथिंग सूट घातला होता. ती चालत चालत पाण्यात शिरली, गुडघ्यापर्यंत पाणी आले तशी थबकली. एक हात कंबरेवर आणि दुसरा डोळ्यांसमोर धरून समोरच्या प्रकाशमान क्षितिजाकडे पाहत उभी राहिली.

"तू येणार आहेस की नाही पाण्यात?" तिने मागे वळून मला विचारले. मी काहीच ठरवले नव्हते. वाळवंटात राहणारा मी! समुद्रकिनाऱ्यावर येताना बरोबर बाथिंग सूटही आणला नव्हता. टेनिस खेळताना घालतो तीच अर्धी पँट घालून आलो होतो. शिवाय पोहण्यातही तशी मला फारशी गती नव्हतीच; पण ती म्हणाली असती तर मी चीनपर्यंतही पोहत गेलो असतो. मी तसाच टेनिसच्या पँटमध्येच तिच्या शेजारी पाणयात जाऊन उभा राहिलो. ती माझ्या 'पोहण्याच्या पोशाखा'कडे पाहून हसली. मी तरी काय करू शकणार होतो? मी नेहमीप्रमाणे पँटच्या आत चड्डीदेखील घातली नव्हती. तिने तिला आश्चर्याचा धक्का बसल्यासारखे दाखवले. मी तिला फ्रेंच ओपनच्या वेळचा 'आतल्या चड्डीचा' किस्सा ऐकवला आणि तेव्हापासून तीच 'शुभशकुनी प्रथा' पाळत असल्याचेही सांगितले.

आम्ही प्रथमच टेनिस या विषयावर बोललो. मी जेव्हा तिला सांगितले की, मी टेनिसचा मनापासून तिरस्कार करतो तेव्हा मात्र तिला इतरांसारखे नवल वाटलेले दिसले नाही. 'बरोबर आहे, प्रत्येक जणच करतो,' असा भाव तिच्या चेहऱ्यावर दिसला.

मी गिल यांच्याविषयी तिला सांगितले. मग तिच्या शारीरिक शिक्षणाविषयी विचारले. तिने जर्मनीमधील ऑलिंपिक स्पर्धेत भाग घेणाऱ्या धावपटूंबरोबर प्रशिक्षण घेतल्याचे सांगितले.

"तुझी सर्वांत आवडती आणि तुला उत्तम जमणारी शर्यत कोणती?"

"आठशे मीटर्स पळणे."

"बाप रे! प्रचंड दम असावा लागतो आठशे मीटर्स पळायला! किती वेळात पळतेस?"

ती नुसतीच हसली.

"नाही सांगायचं का?"

एक नाही दोन नाही!

"सांग ना. किती वेगाने पळतेस?"

तिने किनाऱ्याकडे हात केला आणि म्हणाली, "तो लाल फुगा दिसतोय? तिथपर्यंत धावत गेलो तर तू मला हरवू शकणार नाहीस!"

"खरंच?"

"खरंच!"

ती हसली आणि पळत सुटलीदेखील. मी पाठोपाठ धावलो. मी तिचा आयुष्यभर पाठलाग करत होतो आणि त्या क्षणी ती खरोखरच, अगदी थोडे अंतरच माझ्यापुढे होती. मी ते अंतर काही वेळ तसेच राखले आणि फुगा जसा जवळ आला तसा मी वेग वाढवला, आमच्यातील अंतर कमी केले; पण तरीही तिच्या मागेच राहिलो, तिला जिंकू दिले. तिने लाल फुगा हातात घेतला, ती मागे वळली आणि तिच्या जवळच पोहोचलेल्या माझ्याकडे पाहून मनमोकळे, प्रसन्न, विजयी हसू हसली.

मी शर्यत हरल्याबद्दल इतका खूश कधीच झालो नव्हतो!!

२४

मी विरह सहन करत होतो. मी कॅनडात होतो, ती न्यू यॉर्कमध्ये, मी व्हेगासमध्ये, ती लॉस एंजलिसला; पण सतत फोन सुरू होते, आम्ही संपर्कात होतो. विविध विषयांवर बोलत होतो, मन उघडे करत होतो. एक दिवस तिने फोनवर माझ्याकडून माझ्या आवडत्या गोष्टींची यादी घेतली – आवडते गाणे, आवडता खाद्यपदार्थ, आवडता सिनेमा...

''माझ्या आवडत्या सिनेमाचं तू नावही ऐकलं नसशील...''

''हो? कोणता सांग.''

''फार जुना आहे, *शॅडोलँड्स* नावाचा. सी. एस. ल्युईस नावाच्या लेखकाच्या जीवनावर आहे तो...''

मला फोन हातातून गळून पडल्यासारखा आवाज आला.

''काय झालं?''

''नाही रे, हे शक्यच नाही! असं कसं शक्य आहे? अरे, तोच सिनेमा माझाही सर्वांत आवडता आहे!''

''आवडी जुळतायत आपल्या. सांगून टाक तुझी खरी आवड, कर मन मोकळं, हीच वेळ आहे, कर प्रेमाचा स्वीकार...''

''बरोबर आहे तुझं... खरं आहे... कळतंय मला...''

''ओबड धोबड दगड असतो गं आपण... तो परमेश्वर छिन्नी हातोड्याचे घाव घालतो ना तेव्हा वेदना होतात, दुखतंही; पण त्यामुळेच आकार मिळतो आपल्याला, आपल्या जीवनाला... परिपूर्ण होऊन जातं...''

''बरोबर आहे... परिपूर्ण होऊन जातं...''

मी मॉँट्रियलमध्ये कॅफेल्निकोव्हविरुद्ध खेळत होतो. तो जगातील दुसऱ्या क्रमांकाचा खेळाडू मला एकही गुण मिळू देत नव्हता. प्रेक्षकांना उघड्या डोळ्यांनी बघवत नव्हते असे तो माझे हाल करत होता. मी मनाची समजूत काढत होतो, 'सामन्याचे भवितव्य तुझ्या हाती नाही, आज जी तुझी दैना उडाली आहे त्याला तू काही करू शकत नाहीस. ही नुसती हार नाही, *तुझा जिंकायचा हक्कच हिरावून घेतला जात आहे*. ठीक आहे, हेही तुला सहन केलं पाहिजे...'

सामना संपला. मी लॉकररूममध्ये गेलो. तेथे कॅफेल्निकोव्हचा प्रशिक्षक लॅरी भिंतीला रेलून उभा राहून माझ्याकडे पाहून छद्मी हसत होता.

मी त्याला म्हणालो, ''लॅरी, आजच्या इतकं वाईट टेनिस मी आजपर्यंत बघितलेलं नाही; पण आज मी तुला एक वचन देतो. तुझ्या बगलबच्चाला मी एकदा नव्हे अनेकदा धूळ चारीनच चारीन!''

स्टेफनीचा फोन आला. ती लॉस एंजलिसच्या आंतरराष्ट्रीय विमानतळावर होती.

''कशी झाली तुझी स्पर्धा?'' मी विचारले.

''इजा झालीय मला.''

''बाप रे! सॉरी...''

''हं, स्पर्धा संपली आणि मीही! पुरे झालं आता...''

''मग तू आता...''

''जर्मनीला चाललीय. काही महत्त्वाची कामं संपवायचीयत...''

मला माहीत होती तिची कामे! ती तिच्या प्रियकराशी बोलणार होती, शेवटचे! माझ्याबद्दल सांगून टाकणार होती त्याला. ते प्रकरण संपवणार होती. माझ्या चेहऱ्यावर विजयी समाधानाचे हसू झळकले.

ती म्हणाली, ''मी जर्मनीहून परत आले की, आपण न्यू यॉर्कमध्ये भेटू या. या वर्षीची यूएस ओपन सुरूहोईपर्यंत आपण एकत्र वेळ घालवू या आणि हो, मला एक वार्ताहर परिषदही घ्यायचीय त्या सुमारास.''

''वार्ताहर परिषद? कशाला?''

''माझी निवृत्ती जाहीर करायला.''

''काय? तू... *तू निवृत्त होतीयस?*''

''होय, तेच म्हणाले मी मघाशी. पुरे झालं आता!''

''मला वाटलं तू या स्पर्धेपुरतं बोलतीयस. निवृत्ती? खेळातून?''

छे! स्टेफनी ग्राफ निवृत्त? आजवरच्या महिला खेळाडूंमधील सर्वांत श्रेष्ठ खेळाडूविना टेनिस हा खेळ – छे, कल्पनाच करवत नव्हती मला!

''स्टेफनी, पुन्हा एकाही स्पर्धेत रॅकेट 'चालवायची' नाही ही कल्पना कशी वाटते?''

''तू अगदी वार्ताहर विचारतात तसा प्रश्न विचातोयस!''

''ए; पण खरंच सांग ना, मला खरंच जाणून घ्यायचंय...'' माझ्या उत्सुकतेत कुतूहल तर होतेच पण असूया होती, हेवा होता.

''छान वाटतं. मनाची तयारी झालेली आहे. मला ना, खूप शांत वाटतंय.''

माझे काय होते? माझ्या मनाची तयारी झालेली होती? किती काळ राहिला होता माझा? मी अंतर्मुख होऊन माझ्या उर्वरित टेनिस कारकिर्दीबद्दल, तिच्या अंतकालाबद्दल विचार करू लागलो; पण एकाच आठवड्यानंतर मी

वॉशिंग्टनमध्ये कॅफेल्निकोव्हशी अंतिम सामना खेळत होतो. वचन दिल्याप्रमाणे मी त्याला ७-६, ६-१ असा पराभूत केलं. मला त्याच्या लॅरीकडे कुत्सित नजरेने बघून त्याला सुनवायची सुसंधीही मिळाली. 'वचन दिलं म्हणजे दिलं! ते पूर्ण करणारच!'

मला नव्हता 'पुरे झाला माझा खेळ!' मला अशी बरीच वचने पूर्ण करायची होती.

मी मानांकन यादीत पहिल्या स्थानावर जवळ जवळ पोहोचलोच होतो. या वेळी डोक्यात 'जन्मदात्याचे स्वप्न', 'पेरी किंवा ब्रॅड यांचे उद्दिष्ट', इतकेच काय 'माझे ध्येय' यापैकी कशाचीच 'पूर्तता' वगैरे असे काहीच नव्हते. एक चांगली, उत्तम म्हणायला हरकत नाही अशी गोष्ट घडणार होती एवढेच. आयुष्यात बदल आणायच्या निश्चयाचा अखेरचा टप्पा. माझ्या टेनिसमधील वाटचालीतील एक मैलाचा दगड! त्यासाठी मी रोज, अथकपणे गिल टेकडी चढत उतरत होतो, 'अत्युच्च स्थाना'वर पोहोचण्यासाठी', 'यूएस ओपन जिंकण्यासाठी' मी परिश्रम करतो आहे असे मी गिल यांना वारंवार सांगत होतो, आणखी एक कारण होते खेळत राहायचे, जिंकत राहायचे, वर वर चढायचे - स्टेफनी. तिच्यासाठी ते सारे करायचे होते मला!!'

'गिल, तुम्ही तिला लवकरात लवकर भेटलं पाहिजे,' असेही मी गिल यांना म्हणत होतो.

ती न्यू यॉर्कला पोहोचल्या पोहोचल्या मी तिला माझ्या एका मित्राच्या फार्महाउसवर घेऊन गेलो. एकोणिसाव्या शतकात बांधलेले, प्राचीन फार्महाउस होते. पंधराशे एकर जमिनीवर पसरलेला भव्य प्रासाद होता. माझ्या आवडत्या भरपूर दगडी, मोठमोठ्या फायर प्लेसेस होत्या. प्रत्येक खोलीत एक होतीच. त्यांच्यातील ज्वालांकडे पाहत आम्ही तासन्तास बोलत बसत होतो. मला आग, ज्वाला यांचे वेड आहे असे मी सांगितल्यावर आमच्यातील समान आवडीत आणखी एका गोष्टीची भर पडली. त्यातच प्रत्येक खिडकीतून निसर्गाचा सुंदर आविष्कार बघायला मिळत होता. झाडांची पाने रंग बदलू लागली होती, लाल, सोनेरी पानांचे वृक्ष, दूरवर रम्य पर्वतराजी. आसमंतात लांबवर मानवी वस्ती नाही, बस, शांत एकांत!

निसर्गाच्या सान्निध्यात भटकंती करण्यात, पायी सहली काढून त्याचे सौंदर्य चाखण्यात, जवळपासच्या गावात जाऊन तेथील पुरातन वस्तुंच्या दुकानांना भेटी देण्यात आणि मनसोक्त गप्पा मारण्यात आमचा वेळ कसा छान चालला होता. रात्री शेजारी शेजारी पहुडून आम्ही *पिंक पँथर* पाहत असू; पण अर्ध्या तासात हसून हसून अशी मुरकुंडी वळे की श्वास अडकायला लागे.

तीन दिवसांनी ते पृथ्वीवरील 'स्वर्गसुख' संपले. तिला तिच्या कुटुंबासमवेत सुट्टीवर जायचे होते. तिने यूएस ओपनच्या अखेरच्या आठवड्यात तरी परत यावे, अशी मी विनवणी केली. 'मला तू तिथे हवी आहेस. माझ्यासाठी, माझ्यासाठी राखून ठेवलेल्या प्रेक्षागृहातील जागेत!' तिला आग्रह करताना मी हे गृहीतच धरून चाललो होतो की, मी अंतिम फेरीत पोहोचणारच आहे! त्या क्षणी मला त्याची फिकीर नव्हती.

तिने 'प्रयत्न करण्याचे' आश्वासन दिले. मी उपांत्यफेरीत पोहोचलो. पुन्हा एकदा कॅफेल्निकोव्हविरुद्धच सामना होता. स्टेफनीने फोन करून सांगितले की ती 'येतीय'! 'पण', ती म्हणाली, 'मी तुझ्यासाठीच्या राखीव जागेत बसणार नाही.' तिची 'तेवढी तयारी नव्हती.' म्हणे!!

''बरं, ठीक आहे, मी दुसरीकडे जागा राखून ठेवायची सोय करतो...''

''नको, नको. माझी मी करते व्यवस्था. माझी काळजी करू नको. मला तिथली सगळी माहिती आहे.''

मी हसून तिच्या 'स्वतंत्र' बेताला मान्यता दिली. ती सर्वांत वरच्या रांगेत बसलेली दिसली; पण ती कोणाला दिसू नये यासाठी तिने बेसबॉलची कॅप अगदी डोळ्यांवर ओढून घेतली होती. तरीसुद्धा 'सीबीएस' वाहिनीच्या कॅमेऱ्यांनी तिला 'टिपले'च. सामन्यांचे समालोचन करणाऱ्या मॅकेन्रोने तर कमालच केली. जाहीर समालोचनात 'स्टेफी ग्राफसारख्या आंतरराष्ट्रीय ख्यातीच्या खेळाडूला यापेक्षा चांगली जागा न दिल्याबद्दल' स्पर्धेच्या व्यवस्थापनावरच तो घसरला. मी कॅफेल्निकोव्हला पुन्हा एकदा पराभूत केले आणि लॅरीला तसे आवर्जून सांगितलेही!

मला वाटले होते की अंतिम सामन्यात पीटच विरुद्ध बाजूला असेल. ती अपेक्षा मी वार्ताहरांशी बोलतानाही व्यक्त केली होती; पण त्याची पाठ दुखावल्याने त्याने स्पर्धेतून माघार घेतली. त्यामुळे प्रतिस्पर्धी होता मार्टिन. अनेक अटीतटीच्या सामन्यात जाळ्याच्या पलीकडे असलेला मार्टिन. १९९४ साली, जेव्हा मी अजून ब्रॅडचे शिक्षण पूर्णपणे पचवलेले नव्हते, विम्बल्डन स्पर्धेत मार्टिनने पाच सेट्सच्या रोमहर्षक लढतीत मला पराभूत केले होते. त्याच वर्षी यूएस ओपनमध्ये मात्र 'तो मला हरवणार' हे मार्टिन ल्युपिका या सुप्रसिद्ध क्रीडासमीक्षकाचे भविष्य मी खोटे पाडून ती स्पर्धा जिंकली होती. १९९७ साली स्टुटगार्ट येथे या मार्टिनकडूनच पहिल्याच फेरीत मी स्पर्धेबाहेर फेकला गेलो होतो आणि त्याच पराभवानंतर ब्रॅडचा संयम संपला होता. आम्ही 'परिवर्तना'चा निश्चय केला होता. आज त्या परिवर्तनाच्या कसोटीचा क्षण आला होता. माझ्यातील परिवर्तन किती सखोल झाले आहे, अर्थपूर्ण झाले आहे की वरवरचे याची परीक्षा त्याच मार्टिनविरुद्धच्या अंतिम सामन्यात होणार होती.

पहिल्याच गेममध्ये मी माझा इंगा दाखवायला सुरुवात केली. प्रेक्षक माझ्या बाजूने होते, प्रतिसाद जोरदार होता. मार्टिनवर दबाव आला होता पण त्याने स्वतःवरचे नियंत्रण गमावले नव्हते. पहिला सेट त्याला मला द्यावाच लागला; पण दुसऱ्या सेटला त्याने जोर लावला, टायब्रेकपर्यंत पोहोचून त्याने तो सेट जिंकला. एवढेच नव्हे, त्याने तिसराही सेट जबरदस्त कडवी लढत देऊन घेतला. दोन विरुद्ध एक सेट ही बढत म्हणजे त्या स्पर्धेतील अंतिम सामन्याच्या दृष्टीने वादातीत प्रभुत्व होते. सव्वीस वर्षांचा इतिहास तरी हेच सांगत होता की अशी गुणसंख्या असताना, अशा बिकट परिस्थितीत कोणीही बाजी उलटवलेली नव्हती. तीच खात्री मला मार्टिनच्या नजरेतही दिसत होती. माझ्या नजरेत माझे मानसिक कवच तुटून पडल्याच्या खुणा, भीती, निराशा दिसणेच अपेक्षित होते. तो मी मोडून पडायचीच वाट पाहत होता. त्याला माहीत असलेला आंद्रे चिंतेने घेरला जाण्याचीच वाट पाहत होता; पण मी 'तो' नव्हतोच. मी बदललेला होतो. मी मोडलो तर नव्हतोच नव्हतो, नमलोही नव्हतो. जराही विचलित न होता, ठामपणाने खेळून मी चौथा सेट ६–३ असा जिंकला. पाचव्या सेटमध्ये मार्टिन जरासा दमलेला दिसल्या बरोबर मी माझ्या हालचालींना दुप्पट वेग दिला आणि ६–२ असा सेट जिंकून आजवरचा इतिहास खोटा पाडला, बाजी मी मारली. यूएस ओपनचे विजेतेपद 'नव्या आंद्रे आगासी'ने मिळवले होते. सर्वांत हर्षोत्फुल्ल करणारी गोष्ट ही होती की ते माझे दैदिप्यमान यश बघायला स्टेफनी मैदानावर हजर होती! निर्णायक ठरलेल्या दोन सेट्समध्ये मार्टिन मला फक्त पाच चुका करायला भाग पाडू शकला होता. मधले दोन सेट्स त्याने घेऊनसुद्धा पाच सेट्सच्या त्या सामन्यात मी एकही सर्व्हिस गमावलेली नव्हती. अशा रीतीने मी पाचव्या स्लॅमस्पर्धेचे विजेतेपद मिळवले होते. व्हेगासला परतल्यावर जुगारातील फिरत्या चाकावर मला 'पाच' या आकड्यावर पाचशे डॉलर्स लावायचे होते!

एका वार्ताहराने मला विचारले की, न्यू यॉर्कचा प्रेक्षकवर्ग आज माझ्या बाजूने इतका का होता? मलाच इतके जोरदार प्रोत्साहन का देत होता? याचे कारण मला माहीत असते तर ते मला आवडले असते; पण मी म्हणालो की, 'मला वाटतं इथल्या प्रेक्षकांनी मला मोठा होताना पाहिलं आहे म्हणून...' तसा मी ठिकठिकाणी जाऊन खेळत होतो, प्रत्येक ठिकाणच्या प्रेक्षकांनी मला मोठा होताना पाहिले होते पण न्यू यॉर्कचे प्रेक्षक – त्यांनी माझ्याकडून जास्त अपेक्षा ठेवल्या आणि त्या पूर्ण करण्यासाठी मी जास्त प्रयत्नशील राहिलो, माझ्या प्रयत्नांना त्यांच्यामुळे जास्त बळकटी आली. त्या दिवशी मी प्रथमच 'मी मोठा झालो' असल्याची जाहीर कबुली दिली होती!!

स्टेफनी माझ्याच बरोबर व्हेगासला आली. आम्ही खास 'व्हेगासी' चैनी केल्या. कसिनोमध्ये जाऊन जुगार खेळलो, तिथला 'शो' पाहिला, ब्रॅड आणि किमी यांच्या बरोबर एक बॉक्सिंगची मॅचही बघायला गेलो. ऑस्कर डी ला होया विरुद्ध फेलिक्स त्रिनिदाद. मी आणि स्टेफनी एकत्र उपस्थित राहिलेला तो पहिलाच सार्वजनिक कार्यक्रम होता. आम्ही दोघे प्रथमच 'लोकांमध्ये' गेलो होतो. दुसऱ्या दिवशीच्या वर्तमानपत्रात आमचे अनेक फोटो... हातात हात घातलेला, बॉक्सिंग रिंगच्या जवळ उभे असलेला, चुंबन घेताना... झळकले.

मी तिला म्हणालो, ''काय वाटतंय? आता मागे नाही ना फिरायचं?''

तिने काही क्षण माझ्याकडे पाहिले आणि नंतर ती, नशीब माझे, हसली. आधी फक्त आठवडाअखेरची सुट्टी ती माझ्या बरोबर घालवणार होती; पण त्यापुढचा आठवडाही ती राहिली आणि पाहता पाहता महिना उलटला तरीही ती माझ्या सोबतच राहत होती! मध्ये जे.पीं.नी फोन केला, खुशाली विचारली.

''आत्ताइतका खूश, खुशाल मी कधीच नव्हतो.''

''स्टेफनीला पुन्हा कधी भेटणार?''

''जे.पी., स्टेफनी अजून इथेच आहे!''

''काय? काय सांगतोयस काय तू?''

''खरं तेच सांगतोय.'' मी फोनच्या तोंडावर हात ठेवून हळू आवाजात म्हणालो, ''ती गेलीच नाही.''

''असं? आश्चर्य आहे!''

''मला तर वाटतंय की, ती आता जर्मनीला फक्त तिचं चंबूगवाळं आवरण्यापुरतीच जाईल; पण मी तो विषय काढतच नाही. जे चाललंय ते छान आहे, त्यात उगीचच मला बिब्बा घालायचा नाही.''

''बरोबर आहे तुझं. झोपेत चालणाऱ्याला कधी उठवायला जाऊ नये.'' पण लवकरच मलाच जर्मनीला जायची वेळ आली. स्टुटगार्टला सामने होते. तिने माझ्याबरोबर यायची इच्छा आपण होऊन व्यक्त केली. ती आली. माझ्यासाठी राखून ठेवलेल्या जागेत बसून सामनेही पाहिले. मी तर दोन पावले जमिनीच्या वरच चालत होतो. तसेही स्टुटगार्ट आम्हा दोघांच्या खेळाच्या दृष्टीने महत्त्वाचे शहर होते. ती त्याच शहरात व्यावसायिक खेळाडू म्हणून नावारूपाला आली होती आणि मीही त्याच शहरात 'परिवर्तनाचा' निश्चय करून नव्याने व्यावसायिक बनलो होतो; पण तरीसुद्धा स्टुटगार्टला जाताना विमानात आम्ही टेनिस या विषयावर काहीही बोललो नाही. आमच्या चर्चेचा विषय होता, 'मुले!' होय, मी प्रथमच तिला अगदी स्पष्ट शब्दांत 'मला मुले हवी आहेत, तिची आणि माझी हवी आहेत,' असे सांगून टाकले. धाडसच होते ते; पण मला राहवलेच नाही. तीही भावनाप्रधान झाली. तिने माझा हात हातात घेतला. तिच्या डोळ्यांत अश्रू तरळले आणि तिने खिडकीकडे मान वळवून ते लपवले.

स्टुटगार्टमधील आमच्या शेवटच्या दिवशी स्टेफनीचे विमान सकाळी लवकर होते. तिने निघताना माझ्या कपाळावर ओठ टेकून माझा निरोप घेतला. ती गेल्यावर मी डोक्यावर उशी ओढून घेऊन पुन्हा झोपी गेलो. तासाभराने उठलो, बाथरूममध्ये गेलो. माझ्या दाढीच्या सामानाची बॅग उघडी पडलेली होती आणि अगदी वरच संततीनियमनाच्या गोळ्यांचे पाकीट ठेवलेले होते. स्टेफनी मला त्यातून हेच सांगत होती का की 'आता मला यांची गरज नाही!!'?

अखेर मानांकन यादीत मी पहिले स्थान मिळवले. १९९९ या वर्षातील सर्वोत्तम खेळाडू मीच ठरलो. सहा वर्षे सतत त्या सर्वोच्च स्थानावर असलेले पीट सॅम्प्रास हे नाव खोडले गेले. मी 'पॅरिस ओपन' ही स्पर्धाही जिंकली. एकाच वर्षी 'फ्रेंच ओपन' आणि 'पॅरिस ओपन' या दोन्ही स्पर्धा जिंकण्याचा विक्रम नोंदवला; परंतु 'एटीपी वर्ल्ड टूर चॅम्पियनशिप' या स्पर्धेत मात्र मी पीटविरुद्ध पराभूत झाला. आम्ही दोघांनी एकमेकाविरुद्ध खेळलेल्या एकूण अठ्ठावीस सामन्यांपैकी १७ सामने पीटने जिंकले होते, मी फक्त ११ जिंकू शकलो होतो. स्लॅमस्पर्धांमध्येही तोच ३-१ असा आघाडीवर होता. त्यामुळे क्रीडासमीक्षकांनी पीटचे वर्चस्व गृहीतच धरले होते. वस्तुस्थिती नाकारायचा प्रश्नच उद्‌भवत नव्हता. मी पीटच्या बाबतीत चिंता करायचे सोडूनच दिले होते.

माझ्या हातात जे होते, जे मी करायलाच पाहिजे होते ते मी इमाने इतबारे करत होतो. गिल यांच्या घरातील व्यायामशाळेत प्रामाणिकपणे घाम गाळत होतो. डोळ्यांपुढे काजवे चमकायला लागेपर्यंत गिल टेकडी चढत उतरत होतो, एकही सुट्टी घेत नव्हतो. मी ख्रिसमसच्या दिवशीसुद्धा संध्याकाळी पळायला गेलो होतो. गिल घड्याळ लावून माझा वेग मोजत होते. ते म्हणाले, 'तू टेकडीवर पोहोचलास तरी तुझ्या श्वासोच्छ्वासाचा आवाज खालपर्यंत ऐकू येत असतो.' पोटातले अन्न उन्मळून पडेपर्यंत मी धावलो. शेवटी गिल माझ्यामागे टेकडीच्या शिखरावर आले आणि त्यांनी मला थांबवले. मग आम्ही दोघे ख्रिसमसनिमित्तची शहरातील रंगीत दिव्यांची आरास बघत टेकडीवर उभे राहिलो होतो. नंतर आमचे लक्ष आभाळातील ताऱ्यांकडे गेले. मी 'माझा तारा' शोधू लागलो.

''आंद्रे, आज इथे ख्रिसमसच्या रात्री असे तुझ्या बरोबर उभे राहताना तुझ्याबद्दलच्या अभिमानाने माझी छाती फुलून गेली आहे. ही पवित्र रात्र आज मला काहीतरी सांगते आहे.''

''गिल, तुम्ही तुमची ख्रिसमसची रात्र मला देऊन माझा मान वाढवला आहे. खरंच, मनापासून आभारी आहे मी तुमचा. तुम्ही खरं तर आजची रात्र इतर कितीतरी ठिकाणी घालवू शकला असतात; पण तुम्ही...''

''*नाही* रे, मला इथे तुझ्या बरोबरच राहायचं आहे. इतर कुठेच नाही...''

२००० साल उजाडले. 'ऑस्ट्रेलियन ओपन' स्पर्धेत मी मारियानो प्युअर्टा याला पराभूत केले. त्याने माझ्या खेळावरील एकाग्रतेचे जाहीर कौतुक केले; पण मला मात्र ते बोचले कारण लवकरच, उपांत्य फेरीत मी आणि पीट समोरासमोर आलो. त्या वेळी ती एकाग्रता मला सोडून गेली होती. त्या आधीच्या पाच सामन्यांपैकी चार सामने पीटनेच जिंकले होते. त्या स्पर्धेतील सामन्यातही त्याने माझे वाभाडे काढायला सुरुवात केलीच होती. त्याच्या सदतीस सर्व्हिसेस मी परतवू शकलो नाही. माझ्या विरुद्धच्या सामन्यातला तोही त्याचा एक विक्रमच होता; पण सामना गमावण्याच्या दोनच गुण आधी गिल यांच्या बरोबर घालवलेली ख्रिसमसची रात्र, आकाशातील 'माझा' तारा आठवला आणि मी 'बदललो!' तो सामना मी पीटच्या मुठीतून हिसकावून घेतला. सलग चार स्लॅम स्पर्धांमध्ये अंतिम फेरीपर्यंत मजल गाठणारा लेव्हर याच्या नंतरचा एकमेव खेळाडू मीच ठरलो होतो.

अंतिम फेरीत पुन्हा एकदा कॅफेल्निकोव्हच प्रतिस्पर्धी म्हणून समोर उभा ठाकला. पीटशी झालेली ओढाताण अजून तनमनाला जाणवत होती. अंतिम सामन्याचा ज्वर चढायला पहिला सेट गमवावा लागला. त्यानंतर मात्र मी कॅफेल्निकोव्हला फारसा वाव दिला नाही. मला माझा सूर, लय सापडली आणि चार सेट्समध्ये सहाव्या स्लॅम स्पर्धेचे विजेतेपद गवसले. वार्ताहर परिषदेत मी त्या यशाचे श्रेय गिल आणि ब्रॅड यांच्या शिकवणुकीला. ते माझ्यावर घेत असलेल्या अपार कष्टांना दिले. 'त्यांनी मला 'सर्वोच्च खेळाडूची योग्य व्याख्या शिकवली' असे मी सांगितले. त्याच वेळी एका चाहत्याने स्टेफनीच्या नावाचा पुकारा करून 'काय शिजतंय?' असाही प्रश्न केला.

मी विनोदाने त्याला नसत्या भानगडीत नाक न खुपसण्याचा सल्ला दिला खरा; पण मनातून मला सगळ्या जगाला 'ती' वार्ता ओरडून सांगायची होती. ते मी अर्थातच लवकरच केलेही.

गिल यांनी ' न्यू यॉर्क टाइम्स'ला दिलेल्या मुलाखतीत सांगितले की 'आंद्रेची लढाई आता यापुढे कधीच थांबणार नाही हे मी तुम्हाला खात्रीपूर्वक सांगू शकतो.'

ब्रॅड *वॉशिंग्टन पोस्टशी* बोलला, ''गेल्या चार ग्रँड स्लॅम' स्पर्धांमध्ये आंद्रेने २७-१ असा सामन्यांमधील यशाचा महान विक्रम केला आहे. आजवर फक्त रॉड लेव्हर, डॉन बज आणि हो, स्टेफी ग्राफ, एवढ्याच खेळाडूंनी याहून चांगली कामगिरी केली आहे.'

त्या तीन सर्वश्रेष्ठ खेळाडूंच्या पंगतीला मला नेऊन बसवल्याचा मला किती आनंद झाला होता, याची कदाचित ब्रॅडलाही पुरेशी कल्पना नव्हती!

२५

स्टेफनीने मला सुवार्ता दिली की, तिचे वडील व्हेगासला येणार होते (तिच्या आई-वडिलांचा घटस्फोट झालेला होता आणि तिची आई, हायडी, बरेच दिवस व्हेगासमध्येच, माझ्या घरापासून पंधरा मिनिटांच्या अंतरावर राहत होती). एका अटळ भेटीचा क्षण आला होता – माझे वडील आणि तिचे वडील एकमेकांना भेटणार होते. आम्ही दोघेही त्या प्रसंगाच्या कल्पनेनेच अस्वस्थ झालो होतो, खरे म्हणजे हादरलो होतो.

पीटर ग्राफ हे एक अत्यंत सभ्य, सुसंकृत, माहितगार, भरपूर वाचन करणारे असे गृहस्थ होते. त्या रसिक माणसाला विनोद करायला खूपच आवडायचे; परंतु मला त्यांचे विनोद त्यांच्या 'जर्मन इंग्लिश'मुळे फारसे कळत नसत. ते मला आवडावेत असा त्यांचा सतत प्रयत्न चाललेला असायचा आणि मीही माझ्या बाजूने तेच करत असायचो; पण माझे त्यांच्याबद्दलचे ज्ञान आड येत होते, मला अस्वस्थ करत होते. मला माहीत होते की, ते म्हणजे 'माइक आगासी' – माझे 'श्रेष्ठ' वडील – यांचीच, माझ्या 'पॉप्स'चीच जर्मन आवृत्ती होती. ते होते सॉकर खेळाडू. तरुणपणी सॉकर खेळायचे पण टेनिसच्या वेडानेही झपाटलेले होते. त्यांनीही स्टेफनीला पाळण्यातच टेनिस खेळण्याची दीक्षा आणि शिक्षा दिली होती; परंतु त्यांनी माझ्या वडिलांसारखे मध्येच तिच्या खेळावरचे लक्ष काढून घेतले नाही. स्टेफनीची कारकीर्द जोपासण्याची, ती कुशलतेने सांभाळण्याची, तिच्या आर्थिक व्यवहारांची काटेकोरपणे काळजी घेण्याची सर्व जबाबदारी त्यांनी पहिल्यापासून घेतलेली होती आणि ते अजूनही ती समर्थपणे, जरा जास्तच 'कुशलते'ने पार पाडीत होते – कर चुकवण्याच्या आरोपाखाली दोन वर्षे तुरुंगात जाऊन आलेले होते. कधी प्रत्यक्ष उल्लेख निघाला नाही; पण त्यांचे अस्तित्व रणगाडे उद्ध्वस्त करणाऱ्या *एलेफंट* या खास जर्मन लष्करातील क्रूर वाहनासारखे भासायचे!

त्यांची 'कीर्ती' कानावर असल्याने नेवाडामध्ये आल्याबरोबर त्यांना सर्वांत आधी काय बघायचे असेल, याचा अंदाज मला खरे तर यायला पाहिजे होता. हूवर धरण, 'स्ट्रीप'वरील कसिनोज्, हॉटेल्स यांच्याही आधी त्यांना माझ्या पॉप्सनी बनवलेले कुप्रसिद्ध 'बॉल मशिन' बघायचे होते! त्याबद्दलची सर्व

माहिती आधीच त्यांच्या कानावर गेलेलीच होती. आता त्यांना ते याची देही याची डोळा पाहायचे होते. मी त्यांना माझ्या वडिलांच्या घरी नेत होतो, तेव्हा गाडीत रस्ताभर ते अखंड बडबड करत होते; पण 'भाषाप्रश्ना'मुळे मी त्यात रस घेऊ शकत नव्हतो. ते ना धड जर्मन बोलत होते ना धड इंग्लिश. शिवाय त्यात त्यांची खास टेनिसची परीभाषाही मिसळलेली होती. ते माझ्या वडिलांच्या खेळाविषयी प्रश्न विचारत होते, 'ते कसे खेळतात? रोज किती वेळ खेळतात?' भेटीपूर्वी त्यांना माझ्या वडिलांचा 'अंदाज' घ्यायचा होता.

तो 'अंदाज' मला चांगलाच होता. पॉप्सना फर्ड्या इंग्लिशचे वेड. असे 'धेडगुजरी' इंग्लिश त्यांना मुळीच आवडणार नव्हते. भाषा अशी बदसूर आणि त्यातच अनोळखी व्यक्तींशी त्यांचे सूर जुळणे मुळातच कठीण, त्यामुळे ती भेट कशी आणि कोणत्या पट्टीत पार पडणार हा यक्षप्रश्नच होता. घरात शिरताना माझ्या मनात हेच विचार घोळत होते; पण बातचीत सुरू झाली आणि बघता बघता जर्मन व इंग्लिश या दोन्ही भाषांवर, त्यांच्या संकरावर खेळाच्या वैश्विक भाषेने कुरघोडी केली. त्या देशांच्या मर्यादा नसलेल्या भाषेत, कधी कायिक अभिनय, कधी वाचिक, कधी शरीराचे हेलकावे, कधी चेहऱ्यावरील हावभाव यांच्या साहाय्याने संभाषण अगदी सुरळीत सुरू राहिले. माझी काळजी दूर पळाली. त्यातच मी पॉप्सना पीटर ग्राफ यांची 'सुप्रसिद्ध बॉल मशिन' पाहण्याची तीव्र आंतरिक इच्छा ऐकवली. मग तर काय, पॉप्स खूशच झाले. त्यांनी स्टेफीच्या वडिलांना मागच्या अंगणात नेले, त्यांचा मानसपुत्र, तो 'ड्रॅगन' बाहेर काढला. मोठ्या उत्साहात मशिन सुरू केले, मोटर जोरात आवाज करू लागली. तशाच स्थितीत पॉप्स त्यांच्या 'संशोधना'संबंधीची माहिती देऊ लागले. ओरडूनच बोलावे लागत होते. पीटरना एक अक्षरही कळत नव्हते; पण तरीही त्याविषयी अनभिज्ञ असलेले पॉप्स फुशारक्या मारीत होते. ते अखंड बोलत होते, पीटर न कळता ऐकत होते.

शाब्दिक माहिती संपली आणि प्रात्यक्षिक सुरू झाले.

''*जा*, तिथे जाऊन उभा राहा.'' मला आज्ञा केली गेली. माझ्या हाती एक रॅकेटही कोंबण्यात आली.

मी ड्रॅगनसमोर जाऊन उभा राहिलो. जुन्या भीतिदायक आठवणींनी माझ्या भोवती फेर धरला. त्या अविस्मरणीय भेटीनंतर घरी टकिला घालून बनवलेल्या मादक पेयाच्या नशेत तो कटू अनुभव बुडवून टाकता येणार आहे याच दिलाशावर केवळ मी फासात मान अडकवली होती.

''हां, दाखव आता चेंडू कसा मारायचा ते!''

चेंडू सुटू लागले. पीटर माझ्या मागे उभे राहून निरीक्षण करू लागले. ''छान! फारच मोठी कल्पकता!'' जर्मन भाषेतील उत्स्फूर्त प्रशंसा.

पॉप्सनी चेंडू सुटायचा वेग वाढवला. तो मलाही नवीन होता. एकाच वेळी दोन चेंडू येत असल्यासारखे वाटत होते इतका वेग जबरदस्त होता. पॉप्सनी बहुतेक हा बदल मध्ये कधीतरी केलेला असावा. मला चेंडू रॅकेटने मारणेच जमेना. काही चेंडू तसेच लांब जाऊन पडू लागले. पीटर मागून ओरडले, 'असे कसे चुकतायत चेंडू? थांब'! बाप रे! पॉप्सच्याही वरताण! ते माझ्या जवळ आले, माझ्या हातातून रॅकेट हिसकावून घेतली. त्यांनी चेंडू स्वतः परतवायला सुरुवात केली. माझ्या ओळखीचाच फटका ते मारीत होते – स्टेफनी ग्राफचा प्रसिद्ध 'स्लाइस'. ''मीच शिकवलाय हा स्लाइस स्टेफीला!'' त्यांनी अभिमानाने सांगितले.

पण पीटर यांच्या या 'लुडबुडी'ने आमचे पॉप्स भयंकर चिडले. एक तर पीटर पॉप्सचे भाषण न ऐकण्याचे महत्पाप करत होते, पॉप्सच्या शिष्याला बाजूला सारून स्वतःचे कसब दाखवीत होते. पॉप्स जाळ्याजवळ आले आणि ओरडून म्हणाले, ''बेकार आहे हा तुमचा स्लाइस! स्टेफनीला हा शॉट शिकवायला हवा होता. मग कशी जिंकत गेली असती कळलं असतं!'' असे म्हणून पॉप्सनी पीटरच्या हातातली रॅकेट ओढून घेतली आणि सणसणत येणारे चेंडू, त्यांनी मला शिकवलेल्या त्यांच्या 'पेट' 'टू हॅन्डेड बॅकहॅन्ड'ने मारायला सुरुवात केली.

वर म्हणाले, ''या बॅकहॅन्डने स्टेफनीने बत्तीस स्लॅम्स जिंकल्या असत्या!!''

दोघे जण काय बोलत आहेत हे नीट कळत नसूनही दोघे हमरीतुमरीवर येऊन वाद घालू लागले. मी मागे वळलो, रॅकेट हातात घेतली आणि ड्रॅगनच्या मुखातून सुटणारे चेंडू मारत सुटलो. मागे दोन सिंह डरकाळ्या फोडत होते. पीटर माझ्या प्रतिस्पर्ध्यांची – पीट, राफ्टर यांची – आणि पॉप्स स्टेफनीच्या प्रतिस्पर्ध्यांची – मोनिका सेलेस, लिंडसे डेव्हनपोर्ट यांची – नावे घेऊन काहीतरी ओरडत होते. लवकरच पॉप्स त्यांच्या आवडत्या टेनिस आणि बॉक्सिंग यांच्यातील तुलनेबद्दल बोलू लागले. पीटर त्याच्या विरोधात काहीतरी ओरडून सांगू लागले.

''मी पण एक बॉक्सर आहे, तुम्हाला कधीच 'आउट' करून टाकलं असतं मी!''

झालं! इतर काहीही एक वेळ ऐकून घेतले असते पॉप्सनी; पण थेट आव्हान! शक्यच नव्हते. पुढे काय घडणार ते स्पष्टच दिसू लागले. मी मागे वळणार तेवढ्यात स्टेफनीच्या पिताजींनी अंगातील शर्ट उपसून बाहेर काढला. त्रेसष्ट वर्षांचा 'जवान' एकोणसत्तर वर्षांच्या 'तरुणा'ला उघडी छाती दाखवीत होता. ''बघा, *बघा*, कसे *पीळदार आहेत स्नायू* अजून ते! तुमच्यापेक्षा उंचही आहे मी. एक लगावला ना तर...''

''मला मारणार? मला? पाहूच या, कोण कोणाला मारतं ते...'' पॉप्सही चवताळले.

चेव चढला तसे परके इंग्लिश बाजूला पडले आणि दोघेही 'आईच्या भाषेत' – पीटर शुद्ध जर्मनमधून आणि पॉप्स शुद्ध असीरियन भाषेत – गर्जू लागले. बॉक्सिंगच्या रिंगमधील दोन बॉक्सर जसे रिंगमध्ये घिरट्या घालतात, हात लांब फेकून हवेत वार करतात तसा प्रकार सुरू झाला. ते दोघे प्रत्यक्ष भिडण्यापूर्वीच मी मध्ये पडलो. दोघांना आवरू लागलो, दादापुता करून एकमेकांपासून लांब ओढू लागलो.

''हा, हा मला दम देतोय, मला...''

''पॉप्स, थांबा, आवरा स्वतःला!''

दोघेही तापट म्हातारे घामाने डबडबलेले होते, डोळे वटारलेले होते, खाऊ की गिळू असा पवित्रा होता; परंतु त्यांना हेही माहीत होते की ते मर्यादा ओलांडू शकत नव्हते, मी त्यांना तसे करू देणार नव्हतो. दोघे बॉक्सर्स जसे आपापल्या कोपऱ्यात परततात तसे ते बाजूला झाले. पीटर यांनी शर्ट चढवला, पॉप्सनी ड्रॅगन बंद केला, आवरून ठेवला. आम्ही तिघेही घरात आलो.

मी भेटल्याबरोबर स्टेफनीने मला मिठी मारली, चुंबन घेतले आणि उत्सुकतेने विचारले, ''कशी घाली भेट?'

''आपण नंतर बोलू या...'' असे म्हणून मी टकिला घालून बनवलेल्या मार्गारिटाचा ग्लास तोंडाला लावला.

ते पेय तितके चविष्ट त्याआधी कधीच लागले नव्हते!

डेव्हिस कपची स्पर्धा मी चांगली खेळलो; पण माझ्या बालेकिल्ल्यात, स्कॉट्सडेलमध्ये मात्र लवकर पराभूत झालो. अॅटलांटामध्ये खेळ तर खराब झालाच पण मांडीचा स्नायूही दुखावला गेला. रोममध्येही तिसऱ्या फेरीपर्यंतच मजल गाठू शकलो. नाइलाजाने हे मान्य करावेच लागले की जसे चालले होते तसे चालू देणे अनुचित होते. 'दिसली स्पर्धा, घे भाग', प्रत्येक स्पर्धेत खेळण्याचे हे धोरण वयाच्या तिसाव्या वर्षी बदलणे गरजेचे होते. लढाया जरा निवडून घेणे जरुरीचे होते.

'थांबणार कधी?' 'निवृत्ती कधी?' यावरच वार्ताहरांचाही रोख दिसू लागला. 'माझे उत्तम टेनिस अजून पुढेच आहे' या माझ्या अत्यंत गंभीर आणि महत्त्वाकांक्षी उत्तरावर ते हसत, तो विनोद समजत, चेहऱ्यावर उपाहास दाखवीत; पण मी वार्ताहरांच्या कोणत्याच प्रश्नाच्या बाबतीत तितका गंभीर नव्हतो. २००० सालच्या 'फ्रेंच ओपन' स्पर्धेसाठी गेलो तेव्हा 'आदल्या वर्षीचा विजेता' हे भूषण मिरवीत होतो. आदल्या वर्षीच्या आठवणी ताज्या कराव्यात या उद्देशाने रोलाँ गेरॉस या स्टेडियममध्ये प्रवेश केला पण पदरी निराशा आली. जुने काही राहिलेच नव्हते. स्टेडियमचा कायापालटच करून टाकला होता.

प्रेक्षकांच्या जागा वाढवल्या होत्या. लॉकर रूम्स नव्या केल्या होत्या. त्या मला अजिबात आवडल्या नाहीत. कारण, मला रोलाँ गेरॉस त्याच्या मूळ रूपातच हवे होते, सगळे 'होते तसेच' राहायला हवे होते. माझ्या आयुष्यात काहीही, कितीही बदलले तरी, बराच काळ गेल्यानंतरही मला रोलाँ गेरॉसच्या मधल्या मैदानावर उभे राहून १९९९च्या विजेतेपदाचा तो भाग्यवान क्षण पुन्हा जसाच्या तसा अनुभवायचा होता, ते दृश्य तसेच्या तसे मनःपटलावर उतरवायचे होते. अंतिम फेरीत मेदवेदेव्हच्या विरुद्ध यश प्राप्त केल्यावर मी वार्ताहरांना सांगितले होते की 'त्या क्षणी कोणतीही कटुता मनात न ठेवता मी टेनिस खेळणे सोडू शकतो.' पण एक वर्षानंतर मात्र मला या गोष्टीची मनोमन खात्री पटली होती की ते माझे विधान पूर्णतया चुकीचे होते. मनात कटुता होती ती याबद्दल की, मला १९९९ची फ्रेंच ओपन स्पर्धा पुन:पुन्हा 'जगू' शकता येणार नव्हती.

दुसऱ्या फेरीत जाळ्यापलीकडे कुसेरा होता. मला पाहिले की त्याचे रक्त खवळू लागायचे. कुठेही दिसला, भेटला तरी १९९८च्या यूएस ओपन स्पर्धेत मला पराभूत केल्यावर माझ्याकडे जसा जेत्यासारखा बघत होता तसाच पाहत असल्यासारखेच वाटायचे. त्या सामन्यात तो अप्रतिम खेळला होता. माझी पळता भुई थोडी केली होती. २००० सालच्या फ्रेंच ओपनच्या त्या सामन्यातही त्याने त्याचीच द्विरुक्ती केली. माझ्या उजव्या पायावर पांढरे फोड उठले. मी इतका त्रासलो की मी वैद्यकीय मदत मागितली. माझ्या पायाला नव्याने टेप्स बांधण्यात आल्या; पण खरा फोड माझ्या पायाला नाही, माझ्या मेंदूला आला होता. त्या नंतर मी गेममागे गेम्समध्ये पराभूत होत गेलो. मी वर माझ्या राखीव जागेकडे पाहिले. स्टेफनीने मान खाली घातली होती! तिने मला असे वाईट रीतीने पराभूत होताना कधीच पाहिले नव्हते.

आम्ही दोघेच मागे राहिलो होतो. मी तिला म्हणालो, ''माझं मलाच कळत नाही की मी कधी कधी असा का मोडून पडतो ते!'' तिने मला तिचे अनुभवाचे बोल ऐकवले. ''तू विचार करणं थांबव. केवळ जाणीव निर्माण व्हायला हवी, फक्त *संवेदना*!'' ती सांगत होती ते मी त्या आधीही बऱ्याच वेळा ऐकले होते, माझे पॉप्स त्यांच्या कठोर भाषेत जे सांगायचे त्याचे ते जरा मऊ, गोड रूप होते; पण ते त्या वेळी स्टेफनीच्या तोंडून ऐकत असल्याने ते जरा जास्त खोलवर पोहोचले.

विचार आणि जाणीव अथवा संवेदना यातील फरकाबद्दल आम्ही त्या नंतर बरेच दिवस बोलत होतो. तिचे म्हणणे, विचार करायचा नाही असे ठरवता येते पण 'मला जाणीव व्हायला हवी' असे ठरवून नाही ती होत. संवेदना जागृत होणे यासाठी आवर्जून प्रयत्न नाही करता येत, ती आपोआप, आतून व्हावी लागते.' तसे बघायला गेले तर अशा प्रसंगात मौन बाळगणे चांगले हे स्टेफनीला

कळले होते. ती प्रेमाने, मायेने माझा गाल कुरवाळायची आणि क्षणभर डोळे बंद करून मान लववायची. त्यातून तिला माझे मन कळले आहे हे मला कळायचे. ती माझ्यासाठी, माझ्या बाजूला कायम आहे हेच माझ्यासाठी पुरेसे असायचे. तसा बिनशर्त दिलासा देण्याचीच मला गरज होती.

आम्ही २००० सालच्या विम्बल्डनला गेलो. तिला खेळायचे नसल्याने स्टेफनीला अगदी मनमोकळेपणाने लंडनचा आस्वाद घेताना पाहून मला खूप आनंद होत होता. ती म्हणालीदेखील, ''खेळाचा दबाव आणि ताण यांची ओढाताण नसल्यामुळे या शहराचं खरं सौंदर्य प्रथमच लुटता येतंय मला...'' आम्ही टेनिस खेळाडू इतक्या ठिकाणी इतक्या वेळा जातो, जगभर हिंडतो; पण खेळाची सततची काळजी, चिंता इतर काही पाहू देत नाही. कशाची मजा घेऊ देत नाही. या वेळी स्टेफनीला ती चिंता, काळजी नव्हती. ती आरामात दुकाने पालथी घालत होती, बागा, उद्यानात हिंडायला जात होती, निरनिराळ्या हॉटेल्समध्ये जाऊन पदार्थांच्या चवी घेत होती. तिला कधीचे पॅनकेक्ससाठी जगप्रसिद्ध असलेल्या एका हॉटेलमध्ये जायचे होते. तेथे पॅनकेक्सचे दीडशे वेगवेगळे प्रकार तयार केले जातात. त्या वेळी ती त्या हॉटेलमध्ये नुसती गेली नाही तर तिने पोट भरून खाल्ले. 'जिभेचे लाड केल्यावर मैदानावर चपळ हालचाल कशी करणार' हा प्रश्नच नसल्याने तिने भरपूर पॅनकेक्सची मनसोक्त चवही घेतली.

मी मात्र स्वतःला सामन्यांचे वेळापत्रक, फेऱ्यांमधील प्रतिस्पर्धी, भरपूर सराव यातच अडकवून घेतले होते. इमाने इतबारे फक्त खेळावरच लक्ष देऊन मी उपांत्य फेरीपर्यंतची मजल गाठली. तेथे राफ्टरशी गाठ पडली. त्याची कारकीर्द फारच उज्ज्वल होती. दोन वेळा यूएस ओपनचा विजेता, मानांकन यादीतील पहिल्या क्रमांकाचा खेळाडू. त्या स्पर्धेच्या वेळी तो त्याच्या खांद्यावर झालेल्या एका शस्त्रक्रियेतून बरा होत होता असे ऐकिवात होते; पण तो ज्या बिनतोड सर्व्हिसेस करत होता, डावी उजवीकडे पळूनही मला त्या परतवता येत नव्हत्या. त्यावरून तरी त्याची प्रकृती धडधाकट वाटत होती. माझी ही तऱ्हा; पण माझी सर्व्हिस असताना तो मात्र एकही चेंडू त्याच्या पलीकडे जाऊ देत नव्हता. मी चेंडू उंच मारून बघितले, परतवता येणारच नाहीत, अशा खात्रीने फटके मारून बघितले; पण तो काही बधत नव्हता, प्रत्येक चेंडू कुशलतेने परतवीत होता. आम्ही साडेतीन तास ज्याला 'उत्तम' म्हणता येईल, असा खेळ खेळलो. पाचव्या सेटपर्यंत पोहोचलो. त्या सेटमधली सहावी गेम सुरू होती. काहीतरी सनसनाटी करायला म्हणून गेलो आणि मी माझ्या दुसऱ्या सर्व्हिसवर डबल फॉल्ट केला.

ब्रेक पॉइंट.

मी सर्व्हिस केली. त्याने चापल्याने परतवली, मी चेंडू जाळ्यात घातला. त्याची एकही सर्व्हिस मी भेदू शकलो नाही. त्याला चारापैकी फक्त एखादी

सर्व्हिस दुसऱ्यांदा करायला लागायची कारण तो पहिल्याच सर्व्हिसवर हमखास गुण मिळवायचा. त्याच पद्धतीने त्याने त्या दिवशीही गुण मिळवले आणि अंतिम सामन्यात प्रवेशही. तो पीटविरुद्ध अंतिम सामना खेळणार होता. खरे तर मला स्टेफनीच्या उपस्थितीत पीटशी खेळायचे होते; पण तो योग काही मला साधता आला नाही. एका वर्षापूर्वी याच मैदानावर राफ्टरला पहिल्यांदा खांद्यात चमक आली होती आणि आज त्याने माझ्याविरुद्ध उपांत्य सामना जिंकून त्याचा खांदा पूर्णपणे बरा झाल्याचे दाखवून दिले होते. योगायोग गंमतशीर होता. जसा राफ्टर मला आवडायचा तसा तो योगायोगही मला आवडला.

मी आणि स्टेफनी घरी परतलो. मला विश्रांती हवी होती; पण अचानक एकामागून एक संकटे येऊ लागली. माझी बहीण टामी, तिला वक्षस्थळाचा कॅन्सर झाल्याचे कळले. पाठोपाठ आईलाही त्याच रोगाने ग्रासले. मी ऑलिंपिक संघातून सिडनीला जाणार होतो, तो दौरा मी रद्द केला. मला माझ्या कुटुंबीयांबरोबर वेळ घालवायचा होता. निदान वर्ष संपेपर्यंत तरी मी खेळायला कुठेही बाहेर जाणार नव्हतो; पण माझ्या आईला ते मान्य नव्हते. तिचे म्हणणे मी असे अडकून पडता कामा नये, मी माझे काम केलेच पाहिजे, खेळलेच पाहिजे. ती ऐकेचना.

मी वॉशिंग्टन डीसीला गेलो, खेळलो; पण माझे लक्ष लागत नव्हते. खेळ नीट होईना. चिडचिडच जास्त होऊ लागली. ॲलेक्स कोरेजा विरुद्ध खेळताना मी चिडून दोन रॅकेट्स तोडल्या आणि कशातरी खेळलेल्या दोन सेट्समध्ये सामन्यात पराभूत झालो.

२००० सालच्या यूएस ओपनचा मी 'प्रथम मानांकित' खेळाडू होतो. त्याही वर्षीच्या विजेतेपदासाठी जनतेची मलाच पहिली पसंती होती; पण त्या गोष्टीचा आनंद होत नव्हता, मन दुःखी होते. चित्त थाऱ्यावर नव्हते. खरे तर मी पुन्हा विजेतेपद जिंकू शकत होतो, जगाला आनंदाचा धक्का देऊ शकत होतो; पण मन उचलच खात नव्हते, तशी इच्छाच जागी होत नव्हती. स्पर्धेच्या आदल्या संध्याकाळी गिल यांच्या सोबत लॉवेल हॉटेलमध्ये बसलो होतो.

''गिल, कशासाठी खेळायचं?''

''बरोबर आहे, तुला नसेल वाटत खेळावंसं, तर...''

''गिल, मला परत आधीसारखं का वाटायला लागलंय?''

माझ्या प्रश्नांनी गिल अस्वस्थ होत होते. खरे तर त्यांची मुलगी केसी पूर्ण बरी झाली होती. उत्साहाने कॉलेजला जाण्याचे बेत करत होती; पण गिल ते जुने, तणावाचे दिवस विसरलेले नव्हते. 'आपलं' कोणीतरी आजारी असले, हॉस्पिटलमध्ये पडलेले असले की काय होते, काय वाटते ते त्यांना चांगलेच माहीत होते. मी न सांगताही त्यांना माझी चिंता समजत होती. आपण

ज्यांच्यावर प्रेम करतो त्यांना का पीडा व्हावी? आयुष्य दुःख, संकटरहित का असू नये? रोज या जगात कोणाला तरी प्रेमाच्या माणसाचा विरह का सहन करायला लागावा?

''तुला मनापासून उत्साह वाटत नसेल तर तू खेळू नयेस हे चांगलं. तुला नाही जमणार ते. तू तसाच आहेस, एकोणीस वर्षांचा होतास तेव्हाही तसाच होतास. तोच स्वभाव आहे तुझा. तुझ्या भोवतालचे सगळे सुखी, सुरक्षित असल्याशिवाय तुला खेळायला स्फूर्ती मिळणारच नाही.''

''पण गिल, मी खेळलो नाही तरी कित्येक जण नाराज होणार आहेत. माझी आई, माझे इतर कुटुंबीय, मी खेळावं असं त्यांना वाटतंय...''

''तेही खरंच आहे...''

''हे असं का होतं? खेळ आणि आयुष्य यांचा मेळ का नाही बसत?''

गिल यावर काहीच बोलले नाहीत.

''आपण तो बसवायचा सतत प्रयत्न केला, हो की नाही? आपण ही शर्यत खेळलोच की नाही आजपर्यंत? मला वाटतं आता जवळ जवळ शेवटाला पोहोचलोय आपण, नाही?''

''मी नाही या प्रश्नांची उत्तरं देऊ शकत; पण मला हे मात्र नक्की माहिती आहे की तुझ्यामध्ये अजून खूप काही शिल्लक आहे, जसे माझ्यामध्येही आहे. तरीसुद्धा आपण या क्षणी माघार घेऊच शकतो, ते स्वातंत्र्य प्रत्येकाला असतेच; पण मला वाटतं की, तो अन्याय ठरेल, तुझ्यावर, तुझ्यातील खेळावर, तुझ्यावर हक्क असणाऱ्या कित्येकांवर. तुझ्या हे लक्षात आहे ना की तूसुद्धा स्वतःला वचन दिलं आहेस की, तू तुझ्यातील खेळाला अखेरपर्यंत जपणार आहेस, अधिकाधिक, जास्तीत जास्त उंचीवर नेणार आहेस, तुझी पूर्ण क्षमता पणाला लावणार आहेस.''

पहिल्या दिवशी सराव करतानाही माझी स्थिती ब्रॅडच्या ध्यानात आलीच. मी एकही सर्व्हिस धड केली नाही. मी मैदानातून निघून गेलो. हॉटेलमध्ये परतून शून्य नजरेने छताकडे पाहत अंथरुणावर पडून राहिलो. ब्रॅड सुज्ञपणे एक अक्षरही बोलला नाही. मला या गोष्टीची जाणीव होतच होती की माझा न्यू यॉर्कमधील मुक्काम अल्पकाळच असणार होता. पहिल्या फेरीतील प्रतिस्पर्धी ॲलेक्स किम हा स्टॅनफोर्ड विद्यापीठातील विद्यार्थी होता. माझ्याशी खेळायचे आहे या कल्पनेनेच तो गर्भगळीत झाला होता. मला त्याची कीव येत होती; पण तरीही मी त्याला सरळ सेट्समध्ये पराभूत केले. दुसऱ्या फेरीत क्लेमेंट होता. सामन्याच्या वेळी प्रचंड ऊन आणि उकाडा होता. पहिला गुण फलकावर झळकला त्याच्या आधीच आम्ही दोघेही घामाने भिजून गेलेलो होतो. सुरुवात बरी झाली. ३-१ पर्यंत सगळं बरं चाललं होतं. नंतर काय झाले कळले नाही,

मी आजवर खेळलो नसेन इतके वाईट टेनिस खेळू लागलो. तुडुंब भरलेल्या प्रेक्षागारासमोर मी मोडून पडलो.

पुन्हा वार्ताहरांनी जुने शोकगीत आळवले, 'आगासी संपला!' गिल यांनी माझी बाजू मांडायचा प्रयत्न केला, परिस्थिती समजावून सांगितली. 'मनातून उठलेल्या ऊर्मीतून त्याचा खेळ फुलून येतो, भावना, श्रद्धा या गोष्टींना तो खूप महत्त्व देतो, त्याच्या जवळच्या लोकांकडून तो स्फूर्ती घेतो. या गोष्टी बिघडलेल्या असतील, नीट नसतील तर त्याचे प्रतिबिंब लगेच त्याच्या खेळावर पडते.'

आर्थर ॲश स्टेडियमयममधून बाहेर पडताना एक लहानशी मुलगी मला म्हणाली, ''तुम्ही हरलात, फार वाईट वाटलं.''

मी तिला म्हणालो, ''अगं, नको वाईट वाटून घेऊस!''

व्हेगासला परतताच मी घाईघाईने आईच्या चौकशीला गेलो तर ती आरामात तिची पुस्तके, तिची कोडी यात मश्गुल होती. तिच्या शांतपणाने तिने मलाच लाजवले. तिच्या मोठेपणाशी, कर्तबगारीशी माझी पूर्ण ओळखच झालेली नव्हती, असेच माझ्या ध्यानात आले. तिचा अबोलपणा, शांतपणा हा तिचा कमकुवतपणा, विनाअट परिस्थितीचा स्वीकार करण्याचा, नमते घेण्याचा स्वभाव असे मी जे समजून चाललो होतो तो माझा गैरसमज होता. तीही आम्हा सर्वांसारखीच वडिलांच्या प्रभावाखालीच होती; परंतु तिच्या आत आणखी काही बरेच दडलेले होते.

माझ्या आणखी एक गोष्ट प्रकर्षाने लक्षात आली. तिच्या त्या वेळच्या धोकादायक परिस्थितीत तिला थोडासा मोठेपणा, जरासे महत्त्व मिळावे अशी तिची अपेक्षा होती. मी आणि माझ्यासारखीच इतर सर्वांनीही तिची उपस्थिती तोवर तरी गृहीतच धरली होती. 'आपल्याला सगळेजण गृहीत धरून चालणारच' हे तिनेही गृहीत धरले आहे, ती सभोवतालच्या चित्रात मिसळून जाणेच पसंत करते असा माझा समज होता. आधीचे माहीत नाही; पण त्या वेळी तरी तिला महत्त्व हवे होते. कौतुक हवे होते. ती वाटते तितकी कमकुवत नाही हे तिला जाणवून द्यायचे होते. तिचे सामर्थ्य लक्षात आणून द्यायचे होते. ती तिचे उपचार मोठ्या धीराने, जराही तक्रार न करता घेत होती. तिला तिच्या सहनशक्तीचा अभिमान वाटत होता आणि तसाच तो मलाही तिच्या विषयी वाटावा, अशी तिची इच्छा होती. त्याहीपुढे जाऊन ती मला याचीही जाणीव करून देण्याचा प्रयत्न करत होती की मीही तिच्याच हाडामांसाचा आहे, तिचाच अंश आहे. त्यामुळे तिच्यासारखाच, तिच्याइतकाच अभिमान मी माझ्या स्वतःबद्दलही बाळगला पाहिजे, माझ्या वडिलांनीच दिलेला वारसा आहे तो, जो तीही चालवते आहे आणि मीही चालवलाच पाहिजे.

टामी सिॲटलमधये उपचार घेत होती आणि तिच्या प्रकृतीतही सुधारणा होती. तिच्यावर एक शस्त्रक्रिया यशस्वीपणे करण्यात आली होती. त्या नंतरची केमोथेरपी सुरू करण्यापूर्वीचा काळ आपल्या कुटुंबीयांसमवेत घालवावा या उद्देशाने ती व्हेगासला आली होती. तिने तिचे केस झडण्याच्या भीतीने केमोथेरपीचा धसका घेतला होता. तिला धीर देण्यासाठी मी तिला म्हणालो, ''माझ्याकडे बघ, केस गमावण्यापेक्षा चांगला प्रसंग माझ्या आयुष्यात अजून आलेला नाही!'' आम्ही त्या विनोदावर मनसोक्त हसलो.

तरीही तिच्या मनाने असे घेतले होते की, केमोथेरपीमुळे केस झडायच्या आधीच, आपणच ते कापून टाकावेत. रोगावर आपले नियंत्रण आहे, असे दाखवायचा तो अट्टाहास होता की त्याच्यामुळे होणाऱ्या हानीला विरोध होता, कळले नाही.

मी माझ्या घरी एक बार्बेक्यू पार्टी ठेवली होती. ती सुरू होण्याआधी आम्ही चौघेजण - मी, टामी, स्टेफनी आणि फिली - आमच्या बाथरूममध्ये एकत्र जमलो. तिच्या केशवपनविधीचा मान मला द्यायची टामीची मनापासून इच्छा होती. तिने माझ्या हाती इलेक्ट्रिकचा वस्तरा ठेवला. पूर्णपणे केस काढून टाकले जावेत अशा रीतीने तो वस्तरा मी '०००' वर ठेवला आणि टामीला विचारले, ''काय, मोहॉक स्टाइल करायची का? दोनही बाजूंचे केस काढून टाकून फक्त मध्ये केस ठेवायचे का?'' त्या कल्पनेला नकार दिल्यावर ''बरं, केस गमावण्याआधी एकदा शेवटचे आरशात बघून घ्यायचे आहे का?'' असेही विचारले. तिने काहीच मान्य केले नाही आणि माझ्यासमोर मान तुकवली.

कामगिरी पूर्ण झाली. टामी हसली. तिचा मुलगा एल्व्हिस सैन्यात भरती व्हायला निघाला, तेव्हा त्याच्या चेहऱ्यावर जे हसू होते तेही तसेच होते. केस जमिनीवर गळून पडत असताना मी टामीला धीर देत होतो. 'सगळं काही ठीक होईल,' अशी ग्वाही देत होतो. वपनसमाप्तीनंतर मी तिला म्हणालो, ''टामी, आता तू मुक्त झालीस, मुक्त!'' फिलीच्या आणि माझ्या टकलाकडे निर्देश करून मी तिला सांगितले, ''टामी, इथे, आमच्या शिरोभागावर आयुष्यात कधीच काहीच उगवणार नाही. तुझे केस मात्र नक्की परत येतील.'' रोज तिला रडवणाऱ्या असाध्य रोगाचा विसर पाडून काही वेळ तरी माझ्या बहिणीला मनसोक्त हसवताना, मनमोकळे हसताना पाहून मला खूप बरे वाटत होते.

२००० सालच्या नोव्हेंबर महिन्यापर्यंत माझ्या कुटुंबीयांच्या तब्येतीत बऱ्यापैकी सुधारणा झाल्या होत्या. परिस्थिती जरा आटोक्यात होती, त्यामुळे मी परत माझ्या 'तालमी'कडे, व्यायामाकडे, सरावाकडे वळलो. दोन महिन्यांनी, जानेवारी २००१ मध्ये आम्ही ऑस्ट्रेलियाला गेलो. ऑस्ट्रेलिया मला नेहमीच आवडते.

अगदी घरच्यासारखे वाटते. माझा या आधीचा एखादा जन्म त्याच देशात झाला असावा असे मला नेहमी वाटते. तीन वेळा ऑस्ट्रेलियन ओपन जिंकणाऱ्या जगप्रसिद्ध टेनिसपटू रॉड लेव्हर याचे नाव दिलेल्या स्टेडियममध्ये हिंडताना, खेळताना खूपच छान वाटते.

'मी जिंकणार' असे मी ब्रॅडला आधीच छातीठोकपणे सांगितले होते. मला आतून तसे स्पष्टपणे वाटत होते. आमची पैज लागली. मी जिंकलो तर त्याने मेलबोर्नमधून वाहत जाणाऱ्या यारा या दूषित, दुर्गंधीयुक्त, वीतभर रुंदीच्या नदीत उडी मारायची होती. मी प्राथमिक फेऱ्या पार करून उपांत्य सामन्यात राफ्टरशी भिडलो. आमची रणधुमाळी तीन तास चालली होती. एकमेकांवर गुरकावीत, कुरघोड्या करत खेळ चालला होता. तो २-१ सेट्स असा आघाडीवर होता. चौथ्या सेटला तो ढपला, ऑस्ट्रेलियाच्या कडक उन्हाने त्याला दमवले. दोघेही घामाने निथळत होतो पण त्याला वांब येऊ लागले, त्याची हालचाल मंदावली. पुढचे दोन सेट्स आणि सामना मी जिंकला.

चार महिन्यांपूर्वीच्या यूएस ओपन स्पर्धेतील पराभवाचा सूड उगवण्याची संधी अंतिम फेरीत क्लेमेंट प्रतिस्पर्धी असल्याने अनायासे मिळाली. मी त्या सामन्यात अंतिम रेषा सोडत नव्हतो. काही नेहमीच्या चुका घडल्या हातून पण मी शांतपणे विजयाकडे कूच करत होतो. क्लेमेंट फ्रेंच भाषेत काहीतरी पुटपुटत होता, बहुतेक शिव्या देत होता; पण मी माझ्या आईच्या आत्मविश्वासाला साजेसा खेळ केला आणि सामना सरळ सेट्समध्ये जिंकला. माझी सातवी यशस्वी स्लॅमस्पर्धा. मला जगातील आजपर्यंतच्या सर्व टेनिस खेळाडूंच्या मानांकन यादीत दहावे स्थान मिळाले. मॅकेन्रो, विलँडर यांच्या बरोबर माझे नाव जोडले गेले. माझ्या एक स्थान वर बोरीस बेकर आणि स्टीफन एडबर्ग होते. १९६८ साली 'ऑस्ट्रेलियन ओपन' ही स्पर्धा सर्वांसाठी खुली झाल्यानंतरच्या – म्हणजे 'ओपन इरा'च्या – काळात तीन स्पर्धा जिंकणारे मी आणि विलँडर असे दोघेच होतो. या सगळ्या जागतिक विक्रमांपेक्षा त्या विजयानंतर मला सर्वांत उत्सुकता होती ती ब्रॅडला यारा नावाच्या सांडपाण्याच्या डबक्यात डुंबताना पाहण्यात!

त्या स्पर्धेनंतर २००१ सालचा पूर्वार्ध मी आणि स्टेफनीने व्हेगासमधील माझ्या 'ब्रह्मचाऱ्याच्या मठी'चे 'गृहस्थाच्या निवासा'त रूपांतर करण्यात घालवला. आम्ही दोघांच्या पसंतीचे नवे फर्निचर विकत घेतले. घर मनासारखे सजल्यावर पार्ट्या दिल्या. आमच्या भविष्याविषयी, भवितव्याविषयी चर्चा करण्यात रात्रींमागे रात्री घालवल्या. मला स्टेफनीकडून जी कामे करून हवी असतील ती लिहून ठेवण्यासाठी तिने एक बोर्ड आणून तो स्वयंपाकघरात लावला; पण मी त्याचा

'कौतुक फलक' बनवला. रोज संध्याकाळी मी त्यावर स्टेफनीविषयीचे प्रेम व्यक्त करणारे शब्द लिहीत असे. आदल्या संध्याकाळी लिहिलेले पुसायचे आणि नवे काहीतरी लिहायचे असा नित्यक्रम सुरू झाला. मी शॅटो बेशवेल वाईनची एक पेटी आणून घरात ठेवली. आमच्या पहिल्या भेटीचा प्रत्येक वाढदिवस, दर वर्षी, त्या वाईनची एक बाटली उघडून साजरा करायचा असा आमच्यात करार झाला.

'इंडियन वेल्स' या स्पर्धेत त्या वर्षी मी अंतिम सामना पीटविरुद्ध खेळलो आणि जिंकलो! सामन्यानंतर लॉकररूममध्ये त्याने मला बातमी दिली की तो ब्रिगेट विल्सन नावाच्या अभिनेत्रीशी लग्न करतो आहे.

''मला अभिनेत्रींचे वावडे आहे,'' मी त्याला म्हणालो.

तो हसला; पण मी विनोद करत नव्हतो, खरे तेच सांगत होतो.

''ती मला 'लव्ह स्टिंक्स' या चित्रपटाच्या सेटवर भेटली...'' त्याने मोठ्या उत्साहाने मला माहिती पुरवली.

मी हसलो; पण तो विनोद करत नव्हता, खरे तेच सांगत होता. खरे तर मला अभिनेत्री आणि लग्न या दोन्ही विषयांवर पीटला बरेच काही सांगायचे होते; पण मला धीर झाला नाही. आमचे नाते त्या विषयांवर मोकळेपणाने बोलण्याइतके जवळिकीचे, मैत्रीचे नव्हते. मला खेळासंबंधीही त्याच्याशी बोलायची इच्छा होती. 'तो खेळात इतकी एकाग्रता कशी आणू शकतो? आयुष्याचा इतका मोठा भाग टेनिस या खेळासाठी खर्च करण्याचा त्याला कधी पश्चात्ताप होतो का?' आणि आणखी कितीतरी प्रश्न मला त्याला विचारायचे होते; पण आमची अगदी विभिन्न व्यक्तिमत्त्वे, खेळातील सततची चुरस यामुळे तितकी जवळीक निर्माण होणे शक्य नव्हते. आमचे व्यावसायिक नाते, जोरदार प्रतिस्पर्धी म्हणून असलेला एकमेकांवरील प्रभाव; पण जगासमोर छानशी मैत्री हे सगळे जरी असले तरी आम्ही अनोळखीच होतो. तसेच राहणार होतो. मी त्याला शुभेच्छा दिल्या त्या मात्र अगदी मनापासून दिल्या. आयुष्याच्या प्रवासात योग्य, अनुरूप स्त्री आपली जोडीदारीण म्हणून बरोबर असणे हे सर्वांत मोठे, परम सुख असते असे माझे ठाम मत होते. मी माझी व्यावसायिक 'टीम' व्यवस्थित सांभाळली होती. आता मला स्टेफनीच्या 'टीम'मध्ये सर्वांत महत्त्वाचे, मौल्यवान असे स्थान मिळवायचे होते. तीच माझी एकमेव अपेक्षा, इच्छा होती. पीटलाही त्याच्या भावी पत्नीविषयी तसेच वाटावे, टेनिसच्या जगातील त्याच्या स्थानाइतकेच त्याला त्याच्या पत्नीच्या हृदयातील त्याच्या स्थानाचेही महत्त्व वाटावे असे मला वाटले. माझी ती इच्छा मला त्याला बोलून दाखवायची होती; पण...

जगप्रसिद्ध आइस हॉकीपटू वेन ग्रेट्झ्की याने त्यादिवशी न्यू यॉर्क मध्ये गरीब, गरजू विद्यार्थ्यांच्या मदतीसाठी एक कार्यक्रम आयोजित केला होता. त्याचा एक भाग म्हणून मी आणि स्टेफनी त्या विद्यार्थ्यांमधल्या होतकरू टेनिस

खेळाडूंना खेळायला शिकवणार होतो. पीटबरोबरच्या सामन्यानंतर तासाभराने आम्ही तेथे गेलो. कार्यक्रम छान झाला, मुलांना 'प्रशिक्षण' देताना मजा आली. अंधार पडता पडता आम्ही दोघे आरामात लॉस एंजलिसला परत निघालो. वाटेत आमच्या गप्पांचा विषय 'ती गोड मुले' हा होता. 'बॉडीगार्ड' या लोकप्रिय चित्रपटाचा नायक केव्हिन कोस्टनर याच्या 'त्याची सात मुले वाढवण्याविषयीच्या सुखद अनुभवां'ची मला आठवण होत होती.

स्टेफनी फारसे बोलत नव्हती; पण काहीशी अस्वस्थ दिसत होती. मी बोलत असतानाही बराच वेळ बाहेर बघत होती, मग माझ्याकडे बघत होती. जणू तिला मला काहीतरी महत्त्वाचे सांगायचे होते. मधला एक शांततेचा क्षण पकडून म्हणाली, ''मला वाटतं या वेळी खूपच उशीर झालाय...''

''उशीर?'' मला काही संदर्भ लागेना.

''हं, खूपच लांबलीय. खरं म्हणजे हिशेबाप्रमाणे एव्हाना यायला हवी होती...''

ओह! *बाप रे*!!

मी गाडी एकदम थांबवली.

''म्हणजे, तू ... तुझी पाळी...''

मी भराभरा दोन तीन औषधांच्या दुकानांशी गाडी थांबवली, आम्ही गर्भधारणापरीक्षेसाठीची निरनिराळी साधने विकत घेतली आणि हॉटेल बेल-एअर गाठले. स्टेफनी बाथरूममध्ये पळाली, मी बाहेर येरझारे घालत राहिलो. ती बाहेर आली तेव्हा तिचा चेहरा नीटसा वाचता येत नव्हता.

''काय झालं?'' मी विचारले.

तिने 'टेस्ट स्टिक' माझ्यासमोर धरली.

''निळी झालीय...''

''म्हणजे...''

''म्हणजे...'' ती लाजली.

''म्हणजे... मुलगा...'' मी आनंदातिशयाने ओरडलो.

''ते माहीत नाही; पण ... हो, मूल होणार आहे ...''

आम्ही आणलेली सर्व प्रकारची साधने वापरून 'निळ्या' निर्णयाबद्दल खात्री करून घेतली.

जे आम्हाला दोघांनाही हवे होते ते घडले होते, घडणार होते. स्टेफनीला आनंदाबरोबर थोडी भीतीही वाटत होती. एक मोठा बदल घडून येणार होता – तिच्या शरीरात, दोघांच्या मनात, दोघांच्या जीवनात. तो परमानंदाचा क्षण मिळून साजरा करण्यासाठी आमच्या जवळ फारच थोडा वेळ होता. मला मध्यरात्री मियामिला जाणारे आणि तिला जर्मनीला जाणारे विमान पकडायचे होते.

आम्ही मात्सुहिसा नावाच्या हॉटेलमध्ये जेवायला गेलो. हात हातातून सोडवत नव्हते. बारमध्ये बसून आम्ही एकमेकांना 'सगळं काही छान होणार' असल्याची ग्वाही देत होतो. हेच ते हॉटेल होते जेथे ब्रुकबरोबरच्या भांडणाची पहिली ठिणगी पडली होती. हे माझ्या बरेच उशिरा लक्षात आले. या हॉटेलमधून परत गेल्यावरच मी घर सोडले होते. एकच हॉटेल, दोन परस्पर विरुद्ध आठवणी. एकच टेनिसचे मैदान, भरघोस यशाचे ठिकाण आणि लाजीरवाण्या पराभवाची जागाही! आम्ही खाल्ले, प्यायले, हसलो, रडलो, गोड बातमीची चव पुनःपुन्हा घोळवली. नव्या जिवाच्या आगमनाची नशा पुनःपुन्हा उपभोगली. मी स्टेफनीला म्हणालो, ''हीच योग्य वेळ आहे, आपण लग्न केलं पाहिजे.''

तिने डोळे मोठे केले आणि म्हणाली, ''हो, खरंच की!''

आम्ही ठरवले की चर्च नाही, केक्स नाहीत, नवा पायघोळ झगा नाही, पार्टी, नाच गाणी काही नाही. टेनिसचा मोसम जरा संथ असतो तेव्हा अगदी साधासा विधी.

चार्ली रोझ याने हसतमुखाने, मनमिळाऊपणाने घेतलेल्या माझ्या एका तासाच्या टीव्हीवरील मुलाखतीत मला निखालस खोटे बोलावेच लागले.

खरे तर मला काही खोटे बोलायचे नव्हते पण चार्लीचा प्रत्येक प्रश्न असा होता की ज्यात त्याचे उत्तरही होते आणि तेच ध्वनित उत्तर त्याला माझ्याकडून अपेक्षितही होते.

''लहानपणापासूनच टेनिसचे प्रेम होते ना?''

''हो'' – अपेक्षित उत्तर.

''अजूनही तितकेच प्रेम आहे ना?''

''हो'' ... 'मी रॅकेट कुशीत घेऊनच झोपतो!'

''मागे वळून पाहताना तुमच्या वडिलांनी तुमच्यासाठी जे केलं ते आठवून तुम्ही स्वतःशी असंच म्हणता ना की त्यांनी लहानपणी जे तुम्हाला दिलं, शिकवलं त्या शिदोरीनेच तुम्हाला एवढं चिवट, ताठ बनवलं?''

''माझ्या वडिलांनी मला टेनिसकडे वळवलं आणि आजतागायत मी टेनिस खेळतो आहे याचा मला खूप आनंद वाटतो आहे.''

अर्थात, त्याच मुलाखतीत काही नवीन होते असे अजिबात नाही. मी नेहमीच प्रश्नकर्त्याने संमोहित केल्यासारखा, कोणीतरी मला पढवल्यासारखाच उत्तरे देत असे, बोलत असे. नेहमीच, एकच रेकॉर्ड लावल्यासारखा, तेच तेच सांगत असे, पत्रकार परिषदांमध्ये, मुलाखतीत, पार्ट्यांमधल्या संभाषणामध्ये, सगळीकडेच! या निर्हेतुक पुनरावृत्तीमुळे हळूहळू मी जे बोलायचो त्यावरच जर मी विश्वास ठेवू लागलो होतो तर मग ते खरेच खोटे होते का? वरकरणी जर तेच

सत्य होते तर ते खरेच खोटे होते का? पण ती मुलाखत देऊन झाल्यावर मात्र मला तो संदेह फारच बोचू लागला. बोललेले बराच काळ मनात रेंगाळत राहिले, मनाची अस्वस्थता, तोंडातली असत्याची कडू चव काही केल्या जाईचना. मला अपराधी वाटत नव्हते पण खरे न बोलल्याबद्दल खेद वाटत होता. मन मोकळे करण्याची एक संधी हुकल्याची हुरहुर वाटत होती. मी विचार करू लागलो, मी प्रामाणिकपणे उत्तरे दिली असती, खरे काय तेच स्पष्ट सांगून टाकले असते तर काय झाले असते? चार्ली रोझने काय केले असते? तो काय म्हणाला असता? कदाचित मला सत्य सांगून बरे वाटले म्हणून त्यालाही ते आवडले असते. त्याने माझा प्रांजलपणा पसंत केला असता,

'लहानपणापासून टेनिसचे प्रेम होते ना?'

'खरे सांगू का चार्ली, नव्हते. मी टेनिसचा अगदी पहिल्यापासून, मनापासून तिरस्कार करतो!!'

ती अस्वस्थता बरेच दिवस टिकली. ती मुलाखत प्रसारीत झाली तेव्हा तर ती अधिकच वाढली. मी ठरवून टाकले, एक दिवस मुलाखतकाराच्या नजरेशी नजर भिडवून 'खरे सत्य' सांगून टाकायचे!

२००१ सालच्या 'फ्रेंच ओपन' स्पर्धेच्या वेळी माझ्यासाठी राखून ठेवलेल्या जागेत बसलेल्या लोकांमध्ये एका अदृश्य व्यक्तीची भर पडली होती. स्टेफनीच्या पोटात 'आमचे' चार महिन्यांचे बाळ होते. त्याच्या उपस्थितीने माझ्यामध्ये नवे चैतन्य आले होते. माझ्या अंगात, हातापायात नवतरुणाचा उत्साह संचारला होता. त्या भरात मी सोळावी फेरी गाठली होती आणि स्कीलरीसमोर उभा होतो. स्कीलरी! अर्जेंटिनाचा डावखोरा फ्रँको स्कीलरी. त्याच्या आणि माझ्या परस्परविरोधातील खेळाचा इतिहास इंग्लंड विरुद्ध फ्रान्सच्या युद्धाच्या इतिहासापेक्षा प्रदीर्घ होता. त्याचे दर्शन मला सरळ १९९९ सालात घेऊन गेले - फ्रेंच ओपनच्या पहिल्या फेरीचा सामना, आतली चड्डी न घालता खेळलेला पहिला सामना. माझ्या कारकिर्दीतील सर्वांत कठीण सामन्यांपैकी एक सामना. त्या दिवशी जर त्याने मला पराभूत केले असते तर? कोणास ठाऊक, आज मी इथे असतो की नाही, स्टेफनी इथे असती की नाही आणि आमचे चार महिन्यांचे, जगात अजून न आलेले, मूल तरी असते की नाही?

या विचारांनी मला चेव चढला. सामना जसजसा पुढे सरकू लागला, मी जास्त जास्त ताजा तवाना होत गेलो. सामन्यात जास्त जास्त गुंतत गेलो. त्या दिवशीची माझी एकाग्रता केवळ अभंग होती. एका मूर्ख प्रेक्षकाने माझ्याबद्दल वाईट उद्गार काढले. त्याकडेही मी लक्ष दिले नाही, चिडलो नाही, हसलो आणि सोडून दिले. खेळता खेळता मी पडलो आणि माझा गुडघा दुखावला, रक्तही

आले. त्याकडेही मी दुर्लक्ष केले. त्या दिवशी कोणीही माझे चित्त विचलित करू शकले नसते, स्कीलरी तर नाहीच नाही. काय असेल ते असो, त्या दिवशी मी त्यालासुद्धा विसरून, केवळ माझ्यासाठी, स्वान्तसुखाय खेळत होतो.

उपांत्यपूर्व फेरीत मी फ्रान्सच्या सेबॅस्टीयन ग्रॉसजीनशी खेळलो. पहिला सेट फक्त एक गेम देऊन जिंकला. दुसरा सेट सुरू झाला तसा आत्मविश्वासाचा खजिना सापडल्यासारखा तो अचानक आक्रमक झाला. दोघेही सारख्याच आत्मविश्वासाने खेळू लागलो पण त्याचे फटके माझ्यापेक्षा चांगले बसत होते. त्याने २-० अशी आघाडी मिळवली आणि आणखी एकदा माझी सर्व्हिस भेदून मी जसा सहजतेने पहिला सेट जिंकला तसाच त्याने दुसरा सेट जिंकला. तिसऱ्या सेटमध्येही त्याने सुरवातीलाच माझी सर्व्हिस भेदली आणि चेंडूला सुरेख उंची देऊन ती गेम आणि त्याच कुशलतेने तो सेटही पदरात पाडून घेतला. मी निष्प्रभ ठरू लागलो. चौथा सेट सुरू झाला. त्याची सर्व्हिस भेदायच्या संधी मी गमावल्या. माझा बॅकहॅन्ड कमजोर ठरू लागला, मी मला न शोभणारे फटके मारले, चेंडू सीमेपार मारले. वेळ जात होता, सामनाही हाताबाहेर जात होता हे मला कळत होते. सामन्याची अखेर जवळ येत होती. त्याची एक सर्व्हिस मी फोरहॅन्डने परतवली; पण चेंडू जाळ्यात पडला. शेवटची सर्व्हिस, मला परतवताच आली नाही. मी सामन्यात पराभूत झालो.

सामन्यानंतर वार्ताहरांनी मला जेव्हा विचारले की बिल क्लिंटन यांचे स्टेडियममध्ये अचानक आगमन झाले, त्यामुळे तुमची एकाग्रता भंग पावली का? तेव्हा मला कळले की ते आले होते! त्यामुळे ते कारण तर मी नाकारलेच; पण मी दुसरेही कुठले लंगडे कारण त्यांना दिले नाही. खरे कारण देऊ शकलो नाही. कारण ते होते माझा खेळ बघायला आलेला अदृश्य प्रेक्षक!!

मी स्टेफनीला गिल यांच्या व्यायामशाळेत घेऊन आलो होतो. 'ती थोडासा व्यायाम करेल' असे गिल यांना जरी सांगितले असले तरी खरे कारण तिला माहीत असल्याने स्टेफनीचा चेहरा उजळलेला होता, प्रसन्न दिसत होता.

गिल यांनी तिच्या तब्येतीची आपलेपणाने चौकशी केली, दमली नाही ना, बसायचे आहे का, काही खायला प्यायला हवे का असे काळजीचे प्रश्न विचारले. तिच्याकडून एक दोन प्रकारचे व्यायामही करून घेतले. व्यायमशाळेच्या एका भिंतीलगत ठेवलेल्या शेल्फने स्टेफनीचे लक्ष वेधून घेतले. त्यावर माझ्या स्लॅम स्पर्धेतील आणि अन्य ट्रॉफीज ठेवलेल्या होत्या. फ्रेंड्सचे चित्रीकरण अर्धवट सोडून चिडून माझ्या मठीत परतल्यावर रागाच्या, वैतागाच्या भरात मी अनेक ट्रॉफीज मोडून तोडून टाकल्या होत्या. त्यानंतर सगळ्याच ट्रॉफीज सुरक्षित राहाव्यात म्हणून गिल यांच्या व्यायमशाळेत हलवल्या होत्या.

मोडलेल्या ट्रॉफीजही नव्याने मागवून त्यांनी त्या तेथे कलात्मकतेने मांडून ठेवल्या होत्या.

मी मुख्य विषयाला हात घातला. ''गिल, आम्ही आमच्या मुलाचे नाव ठरवले आहे.''

''काय, काय?'' गिल यांनी खुशीत येऊन विचारले.

''जॅडेन.''

''वा! छान! आवडलं मला.''

''आणि त्याला आम्ही एक मधले नावही ठेवणार आहोत.''

''असं का? ते कोणतं?''

''गिल.''

ते पाहतच राहिले. चेहरा प्रश्नार्थक, त्यावर आश्चर्य आणि आनंदही!

''जॅडेन गिल आगासी. गिल, तो पन्नास टक्के जरी तुमच्यासारखा झाला ना तरी तो आयुष्यात कमालीचा यशस्वी होईल आणि गिल, तुम्ही मला जे पितृसुख दिलंत, जे अमूल्य असं मार्गदर्शन दिलंत त्याच्या निम्म्याने जरी मी त्याला देऊ शकलो तरी मी स्वतःला धन्य समजेन.''

स्टेफनीच्या डोळ्यांत अश्रू उभे राहिले. मीही भावनावश झालो. गिल आमच्यापासून दहा फुटांवर उभे होते. नेहमीप्रमाणे चष्मा नाकावर ओघळलेला, कानावर पेन्सिल ठेवलेली आणि शेजारी त्यांचे उघडून ठेवलेले 'द विन्सी' नोटबुक. क्षणात ते तीन ढांगात पुढे आले आणि त्यांनी मला मिठीत घेतले. त्यांच्या गळ्यातील मी दिलेला नेकलेस माझ्या गालाला टोचत होता. पिता–पुत्रांची गळाभेट! परमेश्वर अदृश्यपणे नक्कीच आशीर्वाद देत होता.

२००१च्या विम्बल्डनमध्ये मी राफ्टरला पराभवाच्या अगदी नजिक घेऊन गेलो होतो. पाचवा सेट, सामन्याचा शेवट. दोनच गुण. अशा वेळी मी फोरहॅन्डने मारलेला एक चेंडू जाळ्यात घालवला. पुढचाच बॅकहॅन्डचा फटकाही चुकवला. पारडे राफ्टरच्या बाजूला झुकू लागले. पाठ दुखावलेला राफ्टर अचानक सुखावला, जिंकायची स्वप्ने बघू लागला.

मी जोराने *शिवी* घातली.

एका पुष्ट वक्षाच्या लाइनवुमनने ती ऐकून तत्काळ पंचांकडे चुगली केली.

मला अश्लील भाषा वापरल्याबद्दल ताकीद मिळाली.

त्या मुलीबद्दलच्या रागाने मनात घर केले. राफ्टरने त्याचा फायदा उठवला, ८–६ असा सेट तर घेतलाच, सामनाही जिंकला.

त्या काळात स्टेफनीची तब्येत, वाढत्या कुटुंबासाठीच्या तरतुदी या बरोबरच माझ्या मनात आमच्या चार्टर स्कूलबद्दलचे विचार प्रामुख्याने असायचे.

त्याचे उद्घाटन जवळ आले होते. पहिल्या टप्प्यात तिसरी ते पाचवीची शाळा सुरू होणार होती तिचा शिशुशाळा ते बारावी असा विस्तार अगदी नजिकच्या काळातच योजलेला होता. दोन वर्षांत माध्यमिक शाळा आणि पाच वर्षांत उच्च माध्यमिक शाळा. गरजू मुलांना शिक्षण उपलब्ध करून देण्याच्या कल्पनेने, त्यासाठी आम्ही आखलेल्या योजनांनी मी फारच प्रभावित झालो होतो; पण मला सर्वांत जास्त अभिमान वाटत होता तो त्या पुऱ्या करण्यासाठी आवश्यक तितके आर्थिक साहाय्य पुरवण्याच्या माझ्या ठाम निश्चयाचा, त्या निश्चयाच्या काटेकोर पालनाच्या क्षमतेचा आणि त्याविषयीच्या आत्यंतिक निष्ठेचा. योजना चांगलीच खर्चिक होती; पण नेवाडा शिक्षणाच्या बाबतीत देशातील इतर राज्यांच्या तुलनेत खूपच मागे आहे हे मला व पेरीला समजले. देशातील राज्ये मुलांच्या शिक्षणावर सरासरी प्रती विद्यार्थी ८,६०० डॉलर्स खर्च करत होती आणि त्याच्या तुलनेत नेवाडा फक्त ६,८०० डॉलर्स इतका कमी खर्च करत होते. हे कळल्यावर आम्हाला धक्काच बसला. आपल्या शैक्षणिक संस्थेत ही राष्ट्रीय सरासरी तरी निश्चितपणे गाठायचीच. त्यासाठी शासनाची मदत, दानशूर व्यक्ती आणि संस्था यांचे योगदान यातून आपण मुलांच्या उज्ज्वल भविष्यासाठी फार मोठी गुंतवणूक करायचीच असे आम्ही ठरवून टाकलेले होते. आम्हाला हे सिद्ध करायचे होते की इतर क्षेत्रांप्रमाणेच शैक्षणिक क्षेत्रातही तुमच्या गुंतवणुकीच्या प्रमाणात तुम्हाला परिणाम दिसतात.

नेवाडातील त्या वेळच्या शाळा सहा तास भरायच्या. आम्ही असे ठरवले होते की, आमच्या शाळेत मुले आठ तास राहतील आणि शिकतील. मी शाळेत काही धड शिकलो नव्हतो; पण आयुष्याने मला एक धडा चांगलाच शिकवलेला होता की, जेवढा जास्त वेळ दिला जाईल, जेवढे जास्त परिश्रम केले जातील, जेवढा जास्त सराव केला जाईल तेवढे यश अधिक मिळते. मुलांच्या पालकांनी शाळेच्या कामकाजात जास्त भाग घेतला पाहिजे याविषयी आग्रही राहायचे असे आम्ही ठरवले होते. दोघांपैकी एका पालकाने तरी महिन्याकाठी शाळेला बारा तास दिले पाहिजेत – वर्गात मुलांना मदत करावी किंवा शाळेच्या एखाद्या सहलीचे आयोजन करावे – अशी कल्पना होती. कंपनीचे भागधारक जसे तिच्या प्रगतीवर लक्ष ठेवून असतात तसेच पालकांनी शाळेच्या, मुलांच्या उन्नतीविषयी दक्ष असावे, आपल्या मुलांचे शाळेचे शिक्षण व्यवस्थित पूर्ण करून त्यांना कॉलेजचे शिक्षणही मिळाले पाहिजे, यांबद्दल त्यांनी आग्रही असावे आणि ती जबाबदारी त्यांनी स्वीकारावी आणि पूर्ण करावी, असे आम्हाला वाटत होते.

जर कधी मनःस्थिती बिघडल्यासारखी वाटली, निरुत्साही वाटू लागले तर मी शाळेच्या इमारतीच्या बांधकामासमोर जाऊन उभा राहून ती आकार घेताना बघत असे. माझ्या स्वभावात, माझ्या व्यक्तिमत्त्वात अनेक विरोधाभास होते.

त्यातला सर्वांत मोठा, लक्षणीय होता तो हा की ज्या मुलाने कायम शाळेबद्दल भीती बाळगली, शाळेला, शिक्षणाला तुच्छ लेखले तो एका शिक्षणमंदिराच्या उभारणीतून जगण्याची स्फूर्ती घेणारा, शक्ती संपादन करणारा माणूस बनला होता! योगायोग असा की माझ्या प्रिय शाळेच्या उद्घाटन समारंभाला, माझ्या स्वप्नपूर्तीच्या सोहळ्याला मी स्वतः प्रत्यक्ष हजर राहू शकणार नव्हतो. त्या दिवशी मी यूएस ओपन खेळत असणार होतो. त्या वर्षीची स्पर्धा मी माझ्या शाळेसाठी खेळणार होतो आणि त्यामुळे सर्वोत्तमच खेळणार होतो. चार फेऱ्यांमध्ये घाम गाळून उपांत्यपूर्व फेरीत मी पीटसमोर उभा राहिलो. लॉकररूम ते मैदान यामधल्या बोगद्याच्या रस्त्याने चालत असतानाच, कसे, का ते माहीत नाही; पण मला प्रकर्षाने असे वाटू लागले की, त्या दिवशीचा सामना आमच्यादरम्यान झालेल्या सामन्यातील सर्वांत घनघोर सामना ठरणार आहे! तो आमच्या दोघांमधला बत्तिसावा सामना होता, तोवर खेळलेल्या एकतीस सामन्यांपैकी सतरा सामने त्याने आणि चौदा सामने मी जिंकले होते. दोघांच्या चेहऱ्यावर असाधारण असे गांभीर्य होते पण एक करारीपणाही होता. चुरस जोरात होती, यश दोघांनाही हवे होते.

गेल्या काही महिन्यांत पीटचे वादळ काहीसे शमलेले होते. चौदा महिन्यांत त्याच्या खात्यावर स्लॅम स्पर्धेतील एकही विजेतेपद नोंदले गेलेले नव्हते. त्याची नाखुशी वाढत होती. त्यातूनच निवृत्तीची भाषाही सुरू झाली होती; पण त्या क्षणी त्यातले काहीच लागू होत नव्हते कारण, तो माझ्याविरुद्ध खेळत होता. कसेही असले तरी पहिला सेट मीच घेतला, तोही टायब्रेक जिंकून, त्यामुळे माझा यशाबद्दलचा विश्वास बळावला. निदान यूएस ओपन स्पर्धेचा इतिहास असे सांगत होता की पहिला सेट जिंकलेल्या सामन्यातील अठ्ठ्याण्णव टक्के सामने मी अखेरीस जिंकलेले होते.

पीटला तो इतिहास कोणीतरी सांगण्याची गरज होती. कारण, दुसरा सेट त्याने घेतला आणि तोही टायब्रेक जिंकूनच. तिसऱ्या सेटमध्ये मी मूर्खासारख्या चुका केल्या, जरा दमायलाही झाले मला आणि तो सेटही पीटलाच मिळाला. चौथ्या सेटमध्ये अटीतटीची झुंज सुरू होती. फटकेबाजीला अंतच नव्हता. प्रेक्षकांना अविस्मरणीय असा खेळ पाहायला मिळाला. त्याही सेटमध्ये टायब्रेक झाला. आम्ही तीन तास खेळत होतो. दोघांनी एकमेकांची सर्व्हिस एकदाही भेदलेली नव्हती. मध्यरात्र उलटून गेली होती, तेवीस हजारांपेक्षा जास्त प्रेक्षक आमच्या खेळाचा आनंद लुटत होते. टायब्रेक झाला आणि ते सर्व प्रेक्षक उभे राहिले. त्यांनी आमच्या नावांचा जयजयकार केला. ते पाय आपटत होते. टाळ्या वाजवीत होते, त्यांचा अत्यानंद आणि त्याचे श्रेय या ना त्या पद्धतीने आमच्यापर्यंत पोहोचवीत होते.

प्रेक्षकांचा तो प्रतिसाद बघून मी हेलावलो. समोर पीटचीही स्थिती काही निराळी नव्हती; पण मी स्वतःला सावरले. भावनांच्या आहारी जाऊन उपयोग नव्हता. तो चौथा सेट जिंकून पाचवा सेट खेळायला लागणे महत्त्वाचे होते. तसे झाले तर मला सामना जिंकण्याची संधी मिळेल हे पीटलाही पुरेपूर माहीत होते म्हणूनच त्याने मला टायब्रेक जिंकू दिला नाही. त्याने कमालीचा अचूक खेळ केला, मी मात्र फोरहॅन्डचा एक फटका चुकवला आणि चेंडू जाळ्यात अडकला. सामना संपवला. पीट आनंदातिशयाने ओरडला!

मी खचलो. उत्तेजना संपली, नाडीचा वेग कमी झाला; पण मला वाईट वाटत नव्हते. खरे तर वाटायला हवे होते; पण खरोखरच वाटत नव्हते. पीटशी खेळायचे म्हणजे हरायचे ही गोष्ट मनाने स्वीकारूनच टाकली होती की काय? त्याविनाच जी काही कारकीर्द घडवता येईल, जे यश अनुभवता येईल त्यावर समाधान मानायचे असेच मनाने घेतले होते की काय? काय असेल ते असो, मी हसतमुखाने पीटच्या खांद्यावर हात ठेवून त्याचे अभिनंदन केले. आम्ही दोघे एकमेकांचा कायमचा निरोप घेत आहोत, निदान अंतिम निरोपसमारंभाची तालीम करतो आहोत, तो क्षण फार लांब नाही, असेच वाटत होते.

२००१ सालातील ऑक्टोबर महिना होता. स्टेफनीला दिलेली प्रसूतीची तारीख तीन दिवसांवर आली होती. त्या दिवशी आम्ही आपापल्या आयांना घरी बोलावले आणि नेवाडातील एका न्यायाधीशालाही पाचारण केले.

स्टेफनी आणि माझी आई. माझ्या जीवनातल्या दोन अत्यंत अबोल, संकोची स्वभावाच्या स्त्रिया. त्या दोघींची भेट मला नेहमीच भावत असे. आई येणार असली की स्टेफनी आठवणीने आईची आवडती जिगसॉ पझल्स आणून ठेवीत असे. मलाही स्टेफनीची आई, हायडी, आवडत असे. मी नेहमीच तिचा आदर करायचो. मान राखायचो. शिवाय ती हुबेहूब स्टेफनीसारखीच दिसत असल्याने ती आली, भेटली की माझा दिवस छान जात असे. ठरल्याप्रमाणे मी आणि स्टेफनी अगदी साध्या पोशाखात, जीन्समध्येच होतो. फक्त पायात काही घातले नव्हते. घराच्या पुढच्या अंगणात आम्ही दोघे न्यायाधीशाच्या समोर उभे राहिलो. अगदी सुरुवातीला स्टेफनीला मी वाढदिवसाचे शुभेच्छाकार्ड दिले होते. ते तयार करण्यासाठी एअर होस्टेसने दिलेल्या शॅम्पेनच्या बाटलीबरोबर येणाऱ्या रेशमी रिबिनी वापरल्या होत्या. त्याच रिबिनी स्टेफनीला घरातल्या एका कपाटात सापडल्या आणि त्याच आम्ही 'विवाहबंधन' म्हणून एकमेकांच्या हातात बांधल्या. हा गोड योगायोगही आमच्या बरेच दिवसांनी लक्षात आला!

माझ्या वडिलांना लग्नाला यायचेच नव्हते. त्यांनी 'मला आमंत्रण करूच नका' असेच बजावले होते. त्यांना लग्नसमारंभ आवडतच नव्हते (माझ्या

पहिल्या लग्नाच्या वेळीही ते समारंभाच्या मधूनच निघून गेले होते). 'तिला बायको म्हणून स्वीकारायचे ठरवले आहेस ना तू? मग ते केव्हा, कुठे, कसे याला माझ्या दृष्टीने काहीही महत्त्व नाही. शिवाय ती जगातली सर्वांत उत्तम, सर्वश्रेष्ठ टेनिस खेळाडू आहे, तेव्हा ती न आवडण्याचा प्रश्नही येत नाही!' असे त्यांचे म्हणणे. न्यायाधीशाने कायदेशीर बाबींची पूर्तता केली. त्याने आम्हाला कायदेशीर पती-पत्नी जाहीर केले. आता आम्ही 'आय डू' म्हणून आमची मान्यता देणार, तेवढ्यात अंगणात आमची हिरवळ कापणारे कामगार त्यांचे मशिन घेऊन हजर झाले. मी लगबगीने पुढे जाऊन त्यांना आमचा विवाहविधी संपेपर्यंत थांबायची विनंती केली. ते गोंधळले, त्यांनी 'सॉरी' म्हटले; पण ते चांगलेच कोड्यात पडले होते!!

अखेर, न्यायाधीशांना प्राप्त असलेल्या अधिकारात, आमच्या दोघांच्या प्रेमळ सासवा आणि हिरवळीची काळजी घेणारे कामगार यांच्या साक्षीने स्टेफी ग्राफ ही स्टेफनी आगासी झाली!!

२६

नवनिर्मितीचा मोसम. आधी माझ्या शाळेची निर्मिती. शाळा सुरू झाल्यानंतर काही आठवड्यांनी माझ्या मुलाचा जन्म. डॉक्टरांनी तो इवलासा जीव माझ्या हातात ठेवला तेव्हा मी भांबावूनच गेलो – जॅडेन गिल आगासी – त्याला पाहिले आणि माझ्या हृदयातून प्रेमाचा, मायेचा झरा वाहू लागला; पण त्या बरोबरच मनाला प्रश्नही पडले की 'कोण आहे हा पाहुणा? हा सुंदर अनाहूत असा पाहुणा? अशा एका अनोळखी जीवाला आमच्या जीवनात सामावून घ्यायला मी आणि स्टेफनी तयार आहोत का? अजून मला माझीसुद्धा ओळख पुरती झालेली नाही – मी कोण होणार आहे या जीवाचा? तो स्वीकारेल का मला? आवडेन मी त्याला?'

आम्ही जॅडेनला घरी घेऊन आलो. मी तासन्तास त्याच्याकडे पाहत बसायचो. त्याला प्रश्न विचारत राहायचो, 'कोण आहेस तू? कुठून आलास आमच्या घरी? कोण होणार आहेस तू पुढे?' मग स्वतःला विचारायचो, 'मला आयुष्यात जे जे हवे होते; पण कधीच मिळाले नाही, ते ते सगळे मी याला देऊ शकेन का?' मला टेनिस सोडून देऊन सतत त्याच्या बरोबरच राहावेसे वाटत होते; पण हीच वेळ होती. मला खेळायलाच हवे होते. माझ्या जॅडेनसाठी, माझ्या शाळेसाठी, शाळेतल्या मुलांसाठी, त्यांच्या भविष्याच्या उभारणीसाठी मला खेळणे गरजेचे होते.

पितृत्वाचा मान मिळवल्यानंतर पहिलाच सामना मी सिडने येथील 'टेनिस मास्टर्स सिरीज्' या स्पर्धेत राफ्टरविरुद्धच खेळलो आणि तो जिंकण्याचाही मान मिळवला. वार्ताहरांनी अर्थातच जॅडेनच्या आगमनाची नोंद घेतली होती. त्याविषयी विचारलेल्या प्रश्नाला उत्तर देताना मी म्हणालो, 'जॅडेन माझा खेळ खऱ्या अर्थाने पाहू शकेल तोपर्यंत मी खेळत राहू शकेन की नाही ते मला सांगता येणार नाही; पण मी ते गोड स्वप्न नक्कीच उराशी बाळगून आहे.''

माझे मनगट दुखावल्याने मी 'ऑस्ट्रेलियन ओपन' खेळलो नाही हे ब्रॅडला अजिबात आवडले नाही. त्याची नाराजी, निराशा अपेक्षितच होती; पण त्या वेळी त्याच्या मनात काहीतरी निराळे घोळत होते असे दिसत होते. त्याची विफलता दडवणे, डावलणे यापेक्षाही ती मनातली 'निराळी' भावना प्रकट केल्यावाचून त्याला चैन पडणार नाही हे दिसत होते. काही दिवसांनी तसे

झालेच. ''आंद्रे, आपल्याला बोललं पाहिजे.'' तो गंभीरपणे म्हणाला. आम्ही कॉफी प्यायला भेटलो आणि त्याने मनात साचलेले बोलून टाकले.

''आंद्रे, आजपर्यंतचा आपला प्रवास छान झाला. जीवनाचा प्रवाह उंच सखल भागातून, डोंगर दऱ्यातून; पण वाहता राहिला. आता मात्र तो थांबला आहे, साचू लागला आहे. आपण नवीन काहीच करत नाही, नवनिर्मितीची क्षमता संपत चाललीय आपली. मुख्य म्हणजे मला असं लक्षात आलंय की माझ्या पोतडीत काही नवे पत्ते, काही नव्या क्लृप्त्या उरलेल्याच नाहीत. जे काही होतं ते देऊन झालंय...''

''आपल्या हातात आठ वर्षं होती, तिचा आपण सदुपयोग केला असं मला तरी वाटतंय. अजून थोडीफार वर्षं मिळतीलही कदाचित. आज तू बत्तीस वर्षांचा आहेस. बऱ्याच जुन्या गोष्टी मागे पडल्या आहेत. तुझं नवं कुटुंब बहरू लागलंय, तुझ्या इतर काही चांगल्या, समाजोपयोगी योजना कार्यान्वित होऊ लागल्या आहेत. मला वाटतं हीच योग्य वेळ आहे वेगळ्या, नव्या हातांचा आधार शोधायची. जो तुला नव्याने प्रेरणा देऊ शकेल, नवी वाट दाखवू शकेल अशा वाटाड्याला गाठायची.''

'इंडियन वेल्स'च्या स्पर्धेतील पीट विरुद्धचा विजय साजरा करताना मी आणि ब्रॅड.
आम्ही दोघे मिळून साजरा करीत असलेला तो शेवटचा विजय होता,
याची मला त्या क्षणी जराही कल्पना नव्हती!

तो थांबला. त्याने माझ्याकडे काही क्षण रोखून पाहिले आणि मग नजर वळवली. माझ्याकडे न पाहताच तो म्हणाला, ''मला असं म्हणायचंय की, आपल्यातला हा घट्ट बंध तुटू नये, त्याआधीच तो सुटावा. शेवटी काहीतरी कटू घडण्यापेक्षा आणि मग तो कडवटपणा कायमचा जिभेवर राहण्यापेक्षा आपण गोडीत बाजूला व्हावं, दूर जावं हे बरं, असं मला वाटतंय...''

'असे होणे शक्यच नाही,' हाच विचार माझ्या मनात आला; पण अशक्य ते शक्य झालेच तर? ते टाळावे हे उत्तम. जे घडते आहे ते अटळ आहे हे ओळखावे आणि स्वीकारावे हे बरे.

आम्ही एकमेकांना मिठी मारली, वेगळे, विलग होण्यापूर्वीची, निरोपाची.

ब्रॅड निघाला तसा एक बहराचा ऋतू, सुगीचा काळ दूर चालल्यासारखे वाटत होते. उदास, रिकामे रिकामे वाटत होते. मला खात्री होती की ब्रॅडलाही तसेच वाटत होते. आमचा सहप्रवास संपायला नको होता; पण तो संपवण्याचा तो योग्य, उचित नसला तरी, मला वाटते, तोच सर्वांत चांगला मार्ग होता.

इतक्या वर्षांची साथ सुटली, आता नवी साथ. जुना प्रशिक्षक सोडून चालला, आता नवा प्रशिक्षक. वेगळा मार्गदर्शक. कोण? मी डोळे मिटून विचार करू लागलो, नवे निराळे चेहरे डोळ्यांपुढे आणू लागलो. पहिला विचार आला तो लेटन ह्युइट या मानांकन यादीत पहिल्या स्थानावर असलेल्या, टेनिसच्या इतिहासात अचूक आणि अत्यंत योग्य फटक्यांची निवड करण्यासाठी प्रसिद्ध असलेल्या ऑस्ट्रेलियन टेनिसपटूचा प्रशिक्षक डॅरेन काहिल याचा. लेटनच्या खेळातील प्रावीण्याचे, कौशल्याचे बहुतांशी श्रेय डॅरेनकडेच जात होते. योगायोग असा की काही काळ आधीच मला डॅरेनशी बराच वेळ गप्पा मारण्याची संधी लाभली होती. मात्र गप्पांचा विषय 'टेनिस' हा नसून 'पितृत्व' हा होता. तोही नुकताच बाप बनला होता. त्यामुळे आमच्यामध्ये एक समान बंध होता. 'मुलांना झोपवावे कसे?' याची तंत्रे सांगणाऱ्या एका पुस्तकाची त्याने मला जोरदार शिफारस केली. तो म्हणाला की तो नेहमी त्याच्या मुलाला घेऊन सामन्यांच्या दौऱ्यावर यायचा आणि त्याचा मुलगा 'शांत, निवांत, गाढ झोपणारा मुलगा' म्हणून नावाजला जायचा.

तसाही वागण्यातली सहजता, त्याच्या ऑस्ट्रेलियन उच्चारातील कोमलता यामुळे डॅरेन मला आवडायचा. पुस्तकातील तंत्रांचे राहू दे, तो आपल्याशी बोलत राहिला तर आपणही त्याच्या मुलासारखे शांत, गाढ झोपी जाऊ असे मला वाटायचे. त्याने शिफारस केलेले पुस्तक तर मी लगेचच, तेथे सीडनीमध्येच विकत घेऊन वाचले होते. लगेच फोन करून स्टेफनीला त्यातील परिच्छेदच्या परिच्छेद वाचूनही दाखवले होते. त्यात शिकवलेले तंत्र खरोखरच उपयुक्त ठरते असे स्टेफनीने प्रमाणपत्रही दिले होते. मी डॅरेनला फोन केला आणि त्याला

ब्रॅडच्या निर्णयाविषयी सांगितले. त्याला माझ्याबरोबर काम करायला आवडेल का असेही विचारले?

''मला खूपच आवडले असते पण मला मरात साफीननेही विचारले आहे. मी अजून नक्की काही सांगितलेले नाही त्याला; पण... मी जरा विचार करून सांगतो...'' तो म्हणाला.

''काही हरकत नाही; पण मी थांबलोय...''

मी असे म्हणालो; पण मी फार थांबलो नाही. मला डॅरेनला गमवायचे नव्हते. अर्ध्याच तासात मी त्याला पुन्हा फोन केला, ''डॅरेन, त्यात विचार करण्यासारखे काय आहे? तो साफीन म्हणजे जिवंत बॉम्ब आहे, त्याच्या भावनांचे उद्रेक मैदानावर सारखेच होत राहणार. तू... तू माझ्याचबरोबर काम करायला हवं. तेच योग्य ठरेल. डॅरेन, मी अगदी खरं सांगतो तुला, मी... मी संपलेलो नाही. माझ्यात अजून खूप जिद्द आहे, खूप खेळायचंय मला अजून. मी अगदी गंभीर आहे माझ्या खेळाविषयी, डॅरेन. मला तुझ्यासारख्यांचं मार्गदर्शन हवं आहे, मदत हवी आहे ते गांभीर्य टिकवायला. प्लीज...''

आणि तो 'हो' म्हणाला. हसत हसत म्हणाला, ''ठीक आहे, मित्रा...'' त्याने पैशाचा विषयही काढला नाही!

के बिस्केनला माझ्या बरोबर स्टेफनी आणि जॅडेन दोघेही आले होते. २००२ सालचा एप्रिल महिना – म्हणजे काही दिवसातच मला तेहतीसावे वर्ष लागणार होते. स्पर्धेत माझ्या निम्म्या वयाचे 'तरुण तुर्क' भाग घेत होते – अमेरिकन टेनिसच्या क्षितीजावर उगवलेला नवा तारा अँडी रॉडिक, टेनिस जगतात खळबळ उडवून देणारा स्वित्झर्लंडचा रॉजर फेडरर.

माझी पत्नी आणि माझा छोटा, सहा महिन्यांचा जॅडेन यांच्यासाठी मला स्पर्धा जिंकायची तर होती पण पराभूत झालो तरी खचून जायचे नव्हते. हार–जीत याविषयी मी बराच स्थितप्रज्ञ झालो होतो. खेळ संपवून घरी परत आले की स्टेफनीच्या कुशीत, जॅडेनला कवटाळून बसलो की मला दिवसभरात किती सामने जिंकलो, कोणत्या सामन्यात पराभूत झालो याची आठवणही व्हायची नाही. सूर्यास्ताबरोबर टेनिसही मावळून जायचे. मला तर माझ्या हातावरचे रॅकेट धरून धरून पडलेले घट्टे निवळू लागल्यासारखे, पाठीचे ताणलेले स्नायूही सैल पडल्यासारखे वाटू लागले होते. माझ्यातल्या टेनिस खेळाडूने माझ्या आयुष्यात दुय्यम स्थान स्वीकारले होते. प्राधान्य लाभले होते माझ्यातील पित्याला! हा फरक माझ्याही नकळत घडून आला होता.

एक दिवस सकाळी स्टेफनी काही सामान खरेदी करायला बाहेर गेलेली होती, एकटीच. प्रथमच, जॅडेन त्याच्या वडिलांबरोबर एकटा राहणार होता! ''जमेल ना

तुला, आंद्रे?'' स्टेफनीने मला दहा वेळा विचारले होते आणि मीही तिला जोरात होकार भरला होता. ''हो, हो, अगदी सहज! मजेत राहू आम्ही दोघं!!''

जॅडेनला बाथरूममध्ये बेसिनवरच्या आरशाजवळ बसवून मी तयार होत होतो. इलेक्ट्रिक वस्तऱ्याने मी माझे टक्कल भादरत होतो आणि तो आवडीने आरशात बघत टूथब्रश चघळत होता.

''ए. हा आरसा बघ डॅडीच्या टकलाचा! कोणता आरसा चांगला आहे?'' मी त्याला विचारले. तो हसला.

''जॅडेन, तुला माहितीय का, तुझ्या डॅडीचे केससुद्धा एके काळी तुझ्यासारखेच लांब होते, अस्ताव्यस्त पसरलेले असायचे; पण तुझे केस खरे आहेत. केसांचा टोप घालून तू उगीच नाटकं करत नाहीस..''

माझे म्हणणे समजल्यासारखा तो खिदळला.

मी त्याचे केस हातात घेऊन त्यांची लांबी बोटांनी मोजू लागलो. ''ए जॅडेन, या इथे जरा जास्तच वाढलेत रे, उंदरासारखा दिसतोयस तू. थोडेसे कापून टाकू या का?'' असे म्हणून मी माझे केस भादरायच्या वस्तऱ्याचे पाते बदलले. जॅडेनच्या केसातून तो फिरवला. बाप रे!! केस खूपच कापले गेले आणि डोक्याची कोमल, पांढरी स्वच्छ कातडी चमकू लागली, अगदी टेनिस मैदानावरच्या फक्कीच्या रेघेसारखी.

मी चुकीचे पाते वापरले होते!

मी बावरलो, घाबरलो! स्टेफनीने माझा जीवच घेतला असता! काहीतरी करायला हवे होते, लवकर, ती यायच्या आत! चूक दुरुस्त करायला गेलो, करायला गेलो एक पण झाले भलतेच! तो पूर्ण टकल्या झाला! अगदी माझ्यासारखाच!! छोटा आंद्रे!!

स्टेफनी आली, तिने पाहिले आणि ती पाहतच राहिली! मोठ्या, वटारलेल्या डोळ्यांनी!!

''आंद्रे, काय केलंस हे तू? अरे, पाऊण तास नाही झाला तुम्हाला एकटं सोडून... आणि तू... तू ... *त्या लहानशा जिवाचे हाल केलेस?* अरे...''

ती इतकी संतापली होती की, पुढचा सगळा शिव्यांचा भडिमार तिच्या 'आईच्या भाषे'त केला गेला.

''स्टेफनी, मी मुद्दाम नाही केलं... खरंच... अगं, चुकीचं पातं... अगदी चुकून...'' मी तिची क्षमा मागितली.

''मला मान्य आहे की, कोणालाही मी ते जाणून बुजून केलं असंच वाटेल... मी सारखं म्हणत असतो ना की मला सगळ्यांचीच डोकी भादरून टाकायची आहेत म्हणून...; पण स्टेफनी, माझ्यावर विश्वास ठेव... ही खरंच चूक होती...''

मग मी तिला माझ्या दुर्वर्तनाच्या समर्थनार्थ जुन्या आज्यांच्या समजुती सांगायला लागलो, ''अगं, जावळ नाही का करत मुलांचं? तसे एकदा कापले ना की मग केस चांगले, लांब, जाड येतात.'' माझा अपराधी भाव, माझा तिला समजवण्याचा आटापिटा रुद्ध चेहऱ्याने पाहता पाहता, माझ्या विनवण्या क्रूद्ध होऊन ऐकता ऐकता स्टेफनी एकदम जोरात हसायला लागली. ती माझ्याकडे आणि जॅडेनकडे पाहून हसतच सुटली. आपली मम्मी हसते आहे हे पाहून जॅडेनही जोरजोरात हसू लागला. स्टेफनी एका हाताने माझे रखरखीत आणि दुसऱ्या हाताने जॅडेनचे कोवळे टक्कल कुरवाळत हसत होती. हसू आवरत नसतानाच म्हणाली, ''आता बिनटक्कलाची मी एकटीच राहिले... माझाही नंबर लागायचा, चुकून!! झोपेतही सावध राहिलं पाहिजे, एक डोळा उघडा ठेवूनच झोपलं पाहिजे!!'' मी तिच्या हसण्यात सामील झालो. अवघड प्रसंग पार पडला होता या जाणिवेने मला इतके हसू यायला लागले की, मला बोलताही येईना. ते हसू तसेच टिकून राहिले. कारण, मी के बिस्केनच्या अंतिम सामन्यात टेनिस जगतात खळबळ उडवून देणाऱ्या स्वित्झर्लंडच्या रॉजर फेडररला पराभूत करून स्पर्धेचे विजेतेपद मिळवले. त्या वर्षात एकूण तेवीस विजय नावावर असलेल्या फेडररविरुद्धचे ते यश निश्चितच महत्त्वाचे, मानाचे होते.

ती मी जिंकलेली एकावन्नावी स्पर्धा होती, तो मी आजवर जिंकलेला सातशेवा सामना होता; पण तो विजय माझ्या स्मरणात कायमचा कोरला गेला तो या आकड्यांनी नाही, उसळत्या रक्ताच्या तरुण फेडररमुळे नाही तर माझ्या प्रिय स्टेफनीच्या विशाल मनाची साक्ष देणाऱ्या, तिच्या मनमोकळ्या, खिलाडू वृत्तीच्या द्योतक अशा सकाळच्या त्या प्रसन्न हास्यामुळे! या अशा हास्याने जपलेले, प्रेमाने फुललेले नाते असले की खेळातल्या हार जीतीचे महत्त्वच उरत नाही. तुम्ही मुक्त नात्याच्या बंधनात मुक्त असता, ना ताण ना दबाव. यश अपयश दोन्हीचा स्वीकार सहजतेने करू शकता.

२००२च्या सुरवातीपासूनच माझे आणि डॅरेनचे सूर चांगले जमले, भाषा जुळली, जगाकडे पाहण्याचा दोघांचा दृष्टिकोनही सारखा निघाला. त्याने सुचवलेली पहिलीच सुधारणा माझा त्याच्यावरच्या विश्वासाला बळकटी देऊन गेली. तिने माझा आत्मविश्वासही वाढवला. त्याने मी कित्येक वर्षे वापरत असलेल्या रॅकेटच्या तारांवर टीका करण्याचे धाडस दाखवले!

मी रॅकेटसाठी नेहमीच प्रो-ब्लेंड पद्धतीच्या वाद्यांचा उपयोग करायचो. त्या केवलर आणि नायलॉन या दोन्हींच्या मिश्रणातून बनलेल्या असायचा. हे धागे इतके बळकट असतात की त्यांच्या साहाय्याने आपण आठशे पाऊंड वजनाचा मर्लिन मासा समुद्रातून खेचून घेऊ शकतो. या वाद्या कधीही तुटत नाहीत, ढिल्या

होत नाहीत पण त्यांच्यामधून हवा तसा स्पिन कधीच मिळत नाही. त्याने मला अनेक गोष्टी समजावून सांगितल्या, 'त्या वाद्यांनी बनवलेल्या रॅकेटने खेळणे म्हणजे कचऱ्याच्या डब्याच्या झाकणाने चेंडू मारण्यासारखे आहे. लोक खेळाची पद्धत बदलण्याविषयी, खेळाडूने जास्त शक्ती लावण्यासंबंधी नेहमीच बोलत असतात, अलीकडे रॅकेट्सचा आकारही मोठा होत आहे; परंतु गेल्या काही वर्षातील सर्वांत महत्त्वपूर्ण, नाट्यमय बदल घडवून आणला आहे तो रॅकेटच्या अत्याधुनिक तंत्राने बनवलेल्या वाद्यांनी. इलॅस्टिक पॉलिएस्टरच्या वाद्यांच्या आगमनाने सामान्य खेळाडूंना महान आणि महान खेळाडूंना अलौकिक बनवून टाकले आहे.'

पण मी मात्र तो बदल स्वीकारायला तयार नव्हतो. डॅरेनने मला बदलायला भाग पाडले. आम्ही इटलीमध्ये 'इटालियन ओपन' ही स्पर्धा खेळायला गेलो होतो. पहिल्या फेरीत मी जर्मनीच्या निकोलस कीफरशी सामना खेळलो होतो. त्याला ६-३, ६-२ असे हारवलेही होते; पण मीच माझ्या खेळाविषयी असमाधानी होतो. 'मी हा सामना फारच वाईट खेळलो' असे मी डॅरेनला सांगत होतो. तेथे क्ले कोर्ट्स होती. मला त्या पद्धतीच्या मैदानांवर खेळण्याचा आत्मविश्वासच उरला नव्हता. 'मला नाही खेळायचे या क्ले कोर्टांवर!' मी तक्रारीचा सूर लावला होता.

''ऐक माझं, नव्या वाद्या वापरून पाहा.'' डॅरेनने योग्य संधी साधली.

तरीही मी बधत नव्हतो. 'नाही रे बाबा, एकदा वाद्या बदलून मी हात पोळून घेतलेत.' डॅरेनने सरळ एक रॅकेट त्याला हवी तशी बनवून आणली.

'सरावाच्या वेळी वापरून पाहा' अशी तडजोड ठरली. सराव करत असताना दोन तासात एकही चेंडू माझ्या हातून चुकला नाही. मग अर्थातच संपूर्ण स्पर्धेतही एकही चेंडू हुकला नाही, चुकला नाही. तोवर कधीही न जिंकलेली 'इटालियन ओपन' मी त्या वर्षी जिंकली – केवळ त्या जादूच्या वाद्यांमुळे आणि जादूगार डॅरेनमुळे!

मी साहजिकच '२००२ च्या फ्रेंच ओपन'ची वाट पाहू लागलो. ती स्पर्धा खेळण्यासाठी मी उत्तेजित झालो होतो. तेथील सनसनाटी युद्ध लढायला उत्सुक झालो होतो. चांगलाच आशावादी बनलो होतो. एक तर पाठोपाठच्या यशाची चढती कमान होती, जॅडेन आता खूप वेळ झोपायला लागल्याने त्याची काळजी उरली नव्हती आणि मुख्य म्हणजे हातात 'नवे शस्त्र' होते! स्पर्धा सुरू झाली. चौथ्या फेरीत पॉल-हेन्री मॅथ्यू या वीस वर्षांच्या फ्रेंच खेळाडूविरुद्ध खेळताना मी दोन सेट्स पराभूत झालो होतो. वीस वर्षांचा जवान होता पण माझ्याइतकाही 'तयार' नव्हता, दमत होता. टेनिसमध्ये घड्याळ लावून नाही चालत बाबा! दिवस दिवस खेळायची तयारी ठेवावी लागते.

पाऊस पडायला लागला. लॉकररूममध्ये एकटाच बसलो होतो तेव्हा जुन्या आठवणी जाग्या झाल्या. १९९९ साल, ब्रॅड माझ्यावर रागावला होता, चिडला होता, ओरडत होता, मला दूषणे देत होता. मला त्याचा शब्दन्‌शब्द आठवत होता. मैदानावर परत आलो. ब्रॅडचे त्यावेळचे ते रूप आठवून हसायला येत होते. मी ४०-० अशी आघाडी घेतली पण मॅथ्यूने सर्व्हिस भेदली. मीही तसेच प्रत्युत्तर दिले. पाचव्या सेटमध्ये तो ३-१ असा माझ्यापुढे होता; पण तरीही मी त्याला मागे टाकला, सामना जिंकला.

'आगासी सोडून इतर कोणीही समोर असता तरी मी हा सामना जिंकला असता' मॅथ्यूने वार्ताहरांना सांगितले. पुढला सामना स्पेनच्या जुवॉन कार्लोस फेरेरोशी झाला. सामना सुरू व्हायला बराच उशीर झाला होता. त्यातच पाऊस सुरू झाला. मी सामना दुसऱ्या दिवसावर ढकलायची विनंती केली. फेरेरो आघाडीवर असल्याने त्याला ते मान्य नव्हते; परंतु अधिकाऱ्यांनी माझी विनंती मान्य केली, तो चिडला. तो राग त्याने दुसऱ्या दिवशी माझ्यावर काढला. मला एकही संधी न देता धडाडून खेळला. तिसऱ्या सेटमध्ये मी एक प्रयत्न केला; पण त्याने तोही निष्फळ ठरवला, त्यामुळे त्याचा जोर, त्याचा आत्मविश्वास अधिकच वाढला. त्याने मला निष्प्रभ करून तो सेट आणि सामनाही जिंकला.

अपयश घेऊन डॅरेनबरोबर मैदानातून परतताना मी शांत होतो. माझा खेळ मला समाधानकारक वाटला होता. चुका झाल्या होत्या, उणीवा राहिल्या होत्याच पण त्या सुधारता येतील हे मला माहीत होते. माझी पाठही साथ देत नव्हती; पण त्याबद्दल माझी काहीच तक्रार नव्हती कारण ती खेळामुळे नाही तर जॅडेनला त्याची पहिली पावले टाकायला मदत करताना मी खूप वेळ वाकत होतो. ते दुःख फारच सुखद होते!

काही आठवड्यांनी आम्ही २००२च्या विम्बल्डनसाठी गेलो. तेथे मात्र माझ्यात नव्याने रुजलेला शांतपणा मला सोडून गेला. कारण तेथील हिरवळीवर माझ्या रॅकेटच्या नव्या नवलाईच्या तारा काम करेनात! मी नव्याने आत्मसात केलेला टॉपस्पिन त्या मैदानावर हेलियमचा फुगा बनला! दुसऱ्या फेरीत मी थायलंडच्या पॅरॅडॉर्न स्रिचाफनविरुद्ध खेळत होतो. तो बरा खेळणारा होता पण फार काही चांगला नव्हता. तरीसुद्धा माझा प्रत्येक फटका नुसता परतवत नव्हता, त्यावर हमखास गुणही मिळवत होता. हा सदुसष्ट क्रमांकाचा खेळाडू आपल्याला काय पराभूत करणार ही माझी खात्री त्याने खोटी ठरवली, पहिला सेट घेतला.

मी नीट मार्गावर यायचे सर्व प्रयत्न केले; पण काहीच कामी येत नव्हते. मी मारत असलेला प्रत्येक चेंडू त्याच्यासाठी लोण्याचा गोळा होता आणि तो तो मटकावत होता! मी फोरहॅन्ड मारला की तो बिनतोड परतवताना त्याचे डोळे अधाशी बनून वटारले जात. मी ते वखवखलेपण तोवर एकाही खेळाडूमध्ये

बघितले नव्हते. तो त्याचे सर्वांग झोकून देऊन फटका मारायचा त्या वेळी मलाही असाच फटका मारता यावा हाच विचार माझ्या मनात यायचा. पण... मी स्टेडियममधल्या सर्वांना हे कसे समजावून सांगणार होतो की 'बाबांनो, हा माझा दोष नाही, माझ्या रॅकेटच्या वाद्या मला दगा देत आहेत!' दुसऱ्या सेटमध्ये मी निकराचा प्रयत्न केला. सर्व कौशल्य पणाला लावले; पण त्याचा आत्मविश्वास अशा थराला पोहोचला होता की त्यापुढे माझे काहीच चालत नव्हते. त्याने ठरवून टाकले होते की 'तो दिवस त्याचा होता!' आणि असे एकदा खेळाडूने मनाशी ठरवले की सहसा ते खरे होतेच. अनुभव तरी हेच सांगत होता. निःसंशय आउट म्हणून सोडलेला त्याचा चेंडू बरोबर सीमारेषेवर पडतो!! तिसऱ्या सेटमध्ये मला शरणागती पत्करावीच लागली.

दुःखात थोडेसे सुख असे की त्या दिवशी पीटही सामना हरला होता! पुढले दोन दिवस मी आणि डॅरेन निरनिराळ्या वाद्यांचा वापर करून बघण्यात, विविध प्रयोग करण्यात घालवले. मी वैतागून डॅरेनला म्हटले, ''या तुझ्या पॉलीएस्टरच्या वाद्या वापरण्यात आता काही अर्थच नाही आणि त्या जुन्या तर चालत नाहीतच! पुन्हा प्रो-ब्लेंड वापरायला लागणार असतील तर मी काही यापुढे टेनिस खेळणार नाही!''

डॅरेन गंभीर झाला. त्याचा चेहरा चिंतेने ग्रासून गेला. केवळ सहा महिन्यांचा काळ! तेवढ्यात त्याने शिफारस केलेल्या तारांमुळे माझी निवृत्तीच जवळ आणण्याचा दोष त्याच्या माथी येण्याचा दाट संभव! ''मला थोडा वेळ दे. मी उत्तम तारा शोधतो तुझ्यासाठी.'' त्याने मला आश्वासन दिले.

''शोध, शोध काहीतरी असं शोध ज्यामुळे मला अगदी टाच उंचावून फटका मारता येइल. त्याचा माझ्या विजयासाठी काही तरी उपयोग होइल. त्या स्रिचाफनसारखं! त्याच्यासारखं बनवून टाक मला.''

''नक्की, नक्की!''

त्यानंतर तो रात्रंदिवस प्रयोग करत होता, निरनिराळ्या प्रकारच्या वाद्या वापरून, त्याचा परिणाम बघून सर्वांत उत्तम वाद्या शोधण्यात मग्न होता. अखेर त्याचे समाधान झालेल्या वाद्यांची रॅकेट बनवून घेऊन आम्ही लॉस एंजलिसला गेलो आणि मी 'मर्सिडिज्-बेंझ कप' मिळवला! जे हवे होते ते सगळे मिळाले होते!!

आम्ही सिनसिनाटीला गेलो. माझा खेळ चांगला झाला पण विजेतपद मात्र हुकले. वॉशिंग्टन डी.सी. येथे तरुण खेळाडूंविरुद्ध खेळलो. पहिला जवान होता एन्कविस्ट. त्याच्याबरोबर खेळणे मला नेहमीच कठीण जायचे. त्यानंतर एक बावीस वर्षांचा तरुण, 'उद्याचे आशास्थान' असलेला जेम्स ब्लेक. फार सुरेख, डौलदार खेळ. त्याची आणि माझी कोणत्याच बाबतीत बरोबरी नव्हती,

माझी तिशी उलटल्यावर तर नव्हतीच नव्हती. वय कमी, वेग जास्त, जोर जबरदस्त, चापल्य कमालीचे. खेळाडू नम्र, दिलदार होता, माझा खेळ, माझा इतिहास, माझे यश याविषयी तो आदर बाळगून होता. म्हणूनच माझ्याबरोबर खेळताना तो त्याचे सर्वस्व पणाला लावून खेळला. ते पाहून बरे वाटले, अंगावर चार औंस मांस चढले; पण सामना नाही जिंकता आला मला! मात्र या पराजयाचे कारण त्या नवजवानाचा जोशपूर्ण खेळ हेच होते, माझ्या रॅकेटच्या वाद्या हे नक्की नव्हते.

२००२च्या यूएस ओपनला जाताना कशाची अपेक्षा ठेवायची हेच नीट समजत नव्हते. प्राथमिक फेऱ्या सहजपणे पार केल्या आणि उपांत्यपूर्व फेरीत मिन्स्क या बेलारुसच्या राजधानीचा रहिवासी असलेल्या मॅक्स मिर्नयी या खेळाडूशी गाठ पडली. त्याचे टेनिस क्षेत्रातील टोपण नाव 'बीस्ट' असे होते आणि तो खरोखरच त्या नावाला शोभेसा सहा फूट पाच इंच उंचीचा आडदांड 'क्रूर पशु'च होता. त्याची सर्व्हिस मी पाहिलेल्या सर्व सर्व्हिसेसपेक्षा जास्त घाबरवून टाकणारी होती. तेजःपुंज पुच्छ असलेला वेगवान धुमकेतू जबरदस्त उंचीवरून अंगावर कोसळतो आहे असे वाटायचे. त्याच्याशी सामना करू शकेल असे कोणतेही अस्त्र माझ्याकडे नव्हते. त्याने पहिला सेट अधाशासारखा गिळंकृत करून टाकला; परंतु दुसऱ्या सेटमध्ये मात्र त्याने स्वतःहूनच अनेक चुका केल्या. मी त्याचा फायदा उठवला. मला त्याच्या सर्व्हिसचाही चांगला अंदाज आला होता. आम्ही दोघांनीही उत्तम खेळाचे दर्शन घडवले; पण मी सरस ठरलो. माझा एक उडता फोरहॅन्ड मला विजय देऊन गेला. मी उपांत्य फेरीत पोहोचलो.

माझा प्रतिस्पर्धी होता त्या वर्षीचा विम्बल्डन विजेता, यूएस ओपनमधील प्रथम मानांकित लेटन ह्यूइट. त्याहीपेक्षा त्याचा महत्त्वाचा विशेष हा होता की तो डॅरेनचा माजी विद्यार्थी होता. एकाच गुरूच्या दोन चेल्यांची लढत म्हणून जास्त दबाव होता, अधिक तणाव होता. त्याला मी हरवावे अशी डॅरेनची तीव्र इच्छा होती आणि डॅरेनची इच्छा पूर्ण करण्याची माझीही फार इच्छा होती; पण पहिल्या सेटमध्येच मी ०-३ असा मागे पडलो. खरे तर प्रतिस्पर्ध्याची संपूर्ण कुंडली माझ्यासमोर मांडलेली होती, माझाही त्याच्या बाबतीतला पूर्वानुभव होता; परंतु सर्व माहिती डोक्यात नीट सुसूत्रपणे एकत्रित होऊन लढाईचे धोरण ठरवायला जरा जास्त वेळ लागला. ती प्रक्रिया जशी पूर्ण झाली तसे चित्र पालटले. पिछाडी भरून काढून मी तो सेट ६-४ असा जिंकला. ह्यूइटच्या डोळ्यातली सुरवातीची चमक मंदावली. मी दुसराही सेट घेतला. मग मात्र त्याने उचल खाल्ली, तिसरा सेट जिंकला.चौथ्या सेटमध्ये, का कोणास ठाऊक, त्याची पहिली सर्व्हिस वारंवार चुकू लागली. दुसरी सावधपणे केलेली कमी जोराची सर्व्हिस मी फोडली. तो सेट जिंकून मी चक्क अंतिम फेरीत प्रवेश केला!

म्हणजे पुन्हा पीटशी युद्ध! समीकरणच जुळले होते, स्पर्धेचा अंतिम सामना म्हणजे पीट सॅम्प्रास विरुद्ध आंद्रे आगासी. आम्ही दोघे आमच्या कारकिर्दीत एकमेकांबरोबर एकूण तेहतीस सामने खेळलो होतो आणि शिवाय चार स्लॅम स्पर्धांमधले अंतिम सामने. आकडेवारी सांगत होती की तो उजवा होता – तेहतीसपैकी एकोणीस आणि स्लॅममधल्या चार अंतिम सामन्यातील तीन त्याने जिंकले होते. तो सांगायचा की 'आंद्रेचा खेळच असा आहे तो माझ्यातले चांगले बरोबर बाहेर काढतो'. हा त्याचा मोठेपणा होता. आणि मी विचार करायचो की 'हा पीट माझ्यातले वाईट बरोबर हेरून बाहेर काढतो.' अंतिम सामन्याच्या आदल्या रात्री मला त्याच्याविरुद्ध खेळलेल्या अनेक सामन्यांचे स्मरण होत होते. त्या सर्व सामन्यांच्या आदल्या रात्री मी त्याला पराभूत करण्याचा कसा निश्चय करत असे, त्याची योजना कशी आखत असे, पराभूत करणे कसे आणि किती गरजेचे, महत्त्वाचे आहे ते स्वतःला कसे बजावीत असे आणि ... आणि प्रत्यक्षात मात्र कसा हारत असे – ते सगळे मला पुन्हा आठवत होते. माझ्याविरुद्धचा पहिला विजय त्याने याच न्यू यॉर्क मध्ये नोंदवला होता त्याला एक तप उलटले होते. त्या सामन्यात त्याने मला सरळ सेट्समध्ये पराभूत केले होते. प्रतिस्पर्धी म्हणून मी कायमच त्याचा लाडका होतो. तेव्हाही आणि आताही.

त्या रात्री गिलवॉटर पिता पिता माझ्या लक्षात आले की त्या वेळची परिस्थिती त्याला फारशी अनुकूल नव्हती. त्याने गेल्या दोन वर्षात स्लॅम स्पर्धेतील एकही अंतिम सामना जिंकलेला नव्हता. त्याची कारकीर्द उताराला लागली होती, सूर्य मावळतीकडे झुकला होता. मी मात्र पुन्हा नव्याने सुरुवात करत होतो. अंथरुणावर पडलो आणि मला बऱ्याच वर्षांपूर्वी पाम स्प्रिंग्ज्मध्ये घडलेला एक प्रसंग आठवला. मी आणि ब्रॅड 'मामा जिना' नावाच्या इटालियन रेस्टॉरंटमध्ये जेवायला गेलो होतो. दुसऱ्या टोकाच्या टेबलावर पीट त्याच्या काही दोस्तांबरोबर बसला होता. ती मंडळी जेवण संपवून परत निघाली तेव्हा पीट माझ्याजवळ आला आणि मला त्याने दुसऱ्या दिवशीच्या सामन्यासाठी शुभेच्छा दिल्या. मीही अर्थातच त्यालाही शुभेच्छा दिल्या. तो बाहेर जाऊन दारात त्याची गाडी येण्याची वाट पाहत उभा होता. त्याच्याकडे पाहताना मी आणि ब्रॅड त्याच्याबद्दलच विचार करत होतो. त्याची गाडी दारात आली, तो गाडीत बसून निघूनही गेला. मी ब्रॅडला सहज विचारले, ''काय रे ब्रॅड, पीटने त्या गाडी आणणाऱ्याला टिप किती दिली असेल?''

''अं!... जास्तीत जास्त पाच डॉलर्स...'' सूर संभावनेचा होता.

''छे रे, पाच काय? अरे, तो कोट्याधीश आहे. नुसते बक्षिसाचेच चार कोटी मिळवलेत त्यानी. निदान दहा डॉलर्स तरी नक्कीच दिले असतील.''

"पैज?"

"पैज."

आम्ही घाईघाईने जेवण संपवले आणि बाहेर जाऊन दारात उभ्या असलेल्या वॅलेला गाठले आणि त्याला विचारले, ''हे बघ, आम्हाला खरं खरं सांग, आत्ता सॅम्प्राससाहेब गेले ना, त्यांनी किती टिप दिली तुला?''

त्याने काही न बोलता मान खाली घातली. खालमानेनेच तो इकडे तिकडे पाहत होता, 'सांगावे की नाही' या संदेहात दिसत होता. ''अरे, सांग रे. आमची पैज लागलीय. प्लीज् सांग.'' आम्ही काही सोडणार नाही याची बहुधा खात्री पटल्यामुळे तो म्हणाला, ''तुम्हाला खरंच जाणून घ्यायचंय?''

''अरे, हो ना, सांग लवकर...''

''त्यांनी मला एक डॉलर दिला!''

''बाप रे!'' ब्रॅडने छातीवर हात ठेवला.

तो वॅले म्हणाला, ''एवढ्याने संपले नाही. त्यांनी मला बजावले की ज्या वॅलेने त्यांची गाडी खालून आणली होती त्यालाच तो डॉलर दे!!''

केवढा फरक होता आम्हा दोघांच्यात!! पीट आणि मी, किती निराळे होतो!! मी मनोमन अशी प्रतिज्ञा केली की उद्या आमचा जो, कदाचित अखेरचा, *अंतिम* सामना होईल त्यात मी आमच्या दोघांमधला जमीन अस्मानाचा फरक जगाला दाखवून देईन!

टीव्हीवरील 'न्यू यॉर्क जेट्स गेम'चे प्रसारण लांबल्यामुळे आमचा सामना उशिरा सुरू होणार होता. ते माझ्या पथ्यावरच पडणार होते. सकाळी अगदी लवकर मी पुरेसा जागा नसायचोच. जितका उशीर तितका मला सोयिस्कर. सामना मध्यरात्रीपर्यंत चालणार अशी लक्षणे दिसत होती. सामन्याची सुरुवात मात्र चांगली झाली नाही. पहिले दोन्ही सेट्स पीटने जिंकले. माझा *विश्वासच* बसेना!

पण लवकरच माझ्या लक्षात आले की, पीट ओढल्यासारखा, थकून गेल्यासारखा दिसू लागला होता – वृद्ध! मी आक्रमक झालो, जोर लावून खेळू लागलो आणि त्याचा परिणाम लगेच दिसून आला. मी त्याला तिसरा सेट द्यायला लावला. सामन्याच्या निकालाचे पारडे माझ्या बाजूला झुकल्याचे स्टेडियममधील प्रतिसादाने दिसून येऊ लागले. कोण जिंकते यापेक्षा प्रेक्षकांना पीट सॅम्प्रास आणि आंद्रे आगासी यांच्यामधले तुंबळ युद्ध, प्रेक्षणीय, उत्कंठावर्धक लढत बघण्यात जास्त रस होता. चौथा सेट सुरू असताना मला खोलवर अशी जाणीव होऊ लागली की पाचवा सेट खेळावा लागेल अशी जर सामन्याची स्थिती झाली तर मी सामना नक्की जिंकेन. मी अजिबात दमलेलो नव्हतो, माझ्या खेळालाही

धार आलेली होती. यूएस ओपनच्या गेल्या तीस वर्षांच्या इतिहासातली अंतिम सामना खेळणारी आमची सर्वांत वयस्कर जोडी होती; पण त्या क्षणी माझ्या अंगात तरुणाला लाजवेल असा उत्साह, जोश आणि जोर संचारला होता. मी स्वतःला नव्या पिढीतला ताजा खेळाडू वाटत होतो.

२००२च्या यूएस ओपनमधील अंतिम सामन्यानंतर पीट सॅम्प्रास याच्या बरोबर संवाद साधताना.

चौथ्या सेटची गुणसंख्या ३-४ अशी होती, पीट सर्व्हिस करत होता. मला दोन ब्रेक पॉइंट्स मिळाले. ती गेम जर मी जिंकली असती तर माझी सर्व्हिस ही सामन्यातली अखेरची सर्व्हिस ठरू शकली असती. पहिला ब्रेक पॉइंट त्याने राखला. दुसऱ्या वेळी मी एक जबरदस्त, चरचरीत फटका त्याच्या अगदी पायांपाशी टप्पा पडेल असा मारला. आता चेंडू त्याच्या मागे जाणार आणि तो त्याला परतवता येणार नाही अशी खात्री वाटून मी समाधानाचा निःश्वास सोडतच होतो, तोच तो मागे वळला, चेंडूपर्यंत पोहोचला आणि त्याने तो अलगद उचलून जाळ्यालगत टाकला. ड्यूस झाला. मी हबकलो! पीटने गेम घेतली. माझी सर्व्हिसही भेदली.

आता सामन्याची निर्णायक सर्व्हिस तो करत होता. आणि आजवरचा इतिहास असेच सांगत होता की पीट जेव्हा निर्णायक सर्व्हिस करतो तेव्हा सामना कोणीच वाचवू शकत नाही. तशाच गोष्टी अत्यंत वेगाने घडत होत्या. मला

त्याची सर्व्हिस परतवता आली नाही. डोळ्यांपुढे काजवे चमकले. त्यानंतरचा त्याचा चेंडू जमिनीला टेकायच्या आधीच मारलेला अप्रतिम बॅकहॅन्ड. मला चेंडूपर्यंत पोहोचणे अशक्य!

टाळ्यांचा कडकडाट! पीटच्या नावाचा जयजयकार!! बस, उरले फक्त जाळ्यापाशी हस्तांदोलन.

माझ्याकडे पाहून पीटचे एक स्नेहपूर्ण स्मितहास्य केले आणि पाठीवर एक आश्वासक, सांत्वनाची शाबासकी दिली. त्या वेळी त्याच्या चेहऱ्यावरील भाव... ते मात्र माझ्या ओळखीचे होते.

'हा ठेव एक डॉलर, माझी गाडी आणली ना त्या पोराला दे!'

२७

मी हलकेच डोळे उघडले. मी माझ्या पलंगाच्या लगत जमिनीवर पडलेलो होतो. मी उठून बसत स्टेफनीला 'गुड मॉर्निंग' म्हणालो; पण तेवढ्यात माझ्या लक्षात आले की ती व्हेगासमध्ये आहे आणि मी... मी सेंट पीटर्सबर्गमध्ये आहे... नाही नाही... पीटर्सबर्गमध्ये नाही... तिथे तर मी गेल्या आठवड्यात होतो.

मी आज पॅरिसमध्ये आहे...

नाही, नाही, पीटर्सबर्गहून पॅरिसला गेलो होतो पण... आत्ता तेथेही नाही...

हां, मी शांघायमध्ये आहे. बरोबर, शांघायमध्ये... चीनमध्ये आहे ...

मी उठून खिडकीजवळ गेलो आणि पडदा दूर सारला.एखाद्या मश्रूमवर कोरल्याप्रमाणे दिसणारं क्षितिज. व्हेगासला दिसतं अगदी तसंच. एक इमारत दुसरीसारखी नाही, शेजारशेजारच्या इमारती सर्वस्वी वेगळ्या आणि सगळ्या गडद निळ्या आकाशाच्या पार्श्वभूमीवर चितारलेल्या. अलीकडे मी कुठे असेन याचा काही भरवसाच उरलेला नव्हता. आज रशिया तर उद्या फ्रान्स, आज इथे तर उद्या तिथे अशी स्थिती झाली होती माझी; पण शरीराने मी कुठेही असलो तरी मनाने मात्र सतत माझ्या घरी, स्टेफनी आणि जॅडेनजवळ असायचो.

दुसरे म्हणजे कोठेही असलो तरी टेनिसचे मैदान तेच असायचे आणि मनात तीच महत्त्वाकांक्षा – २००२ सालच्या अखेरीस मानांकन यादीतील पहिले स्थान! त्या दिवशी जर मी शांघायमधला सामना जिंकलो असतो तर तो छोटासा विजय मला वर्षअखेरीस 'पुरुष टेनिस खेळाडूंमधील क्रमांक एकचा सर्वांत वयस्कर खेळाडू' हा मान देऊ शकला असता आणि मी जिमी कॉनर्सचा विक्रम मोडू शकलो असतो.

तो काय किरकोळ मनुष्य आहे आणि तू स्वतः मात्र एक मानदंड आहेस!

असं मला स्वतःला म्हणायचं होतं. मला हे गौरवाचे स्थान हवे होते. मला त्याची गरज नव्हती; पण ते मला हवे होते!

मी कॉफी मागवली आणि टेबलासमोर बसून डायरी उघडली. खरे तर मी डायरी लिहिणाऱ्यातला नाही पण मी नुकताच तो उपक्रम सुरू केला होता. बघता बघता मला त्याची सवय पडून गेली होती. तो माझ्या स्वभावाशी विसंगत विचार मनात येण्याचे, त्या विचाराने घर करण्याचे आणि मी त्यानुसार डायरी लिहायला

उद्युक्त होण्याचे एक कारण होते. जॅडेन मोठा होऊन त्याला समज येईल त्या वेळी मी कदाचित त्याच्या बरोबर नसेन! मला सतत अशी भीती वाटू लागली होती. मग त्याला माझी ओळख कशी होईल? कोण त्याला माझ्याबद्दल सांगेल? ते मीच लिहून ठेवलेले बरे. मी सारखा विमानाने प्रवास करायचो. आयुष्य धोक्यांनी भरून गेले होते, बेभरवशाचे झाले होते. मी जे पाहत होतो, पाहिलेले होते, जे अनुभवले होते, जे शिकलो होतो ते सगळे जॅडेनला मीच सांगायला हवे होते. मी जर योग्य वेळी नसलो तर माझी डायरी ते काम सर्वांत चांगले करू शकणार होती. म्हणूनच मी निश्चय केला होता, कुठेही असलो तरी त्याच्यासाठी रोज चार ओळी लिहून ठेवायच्या. काही विचार – जसे मनात येतील तसे, माझी काही मते, मनावर ठसलेल्या काही गोष्टी, काही शिकलेले धडे लिहून काढायचे. शांघाय स्टेडियमवर जायला निघण्यापूर्वी मी लिहिले,

प्रिय जॅडेन, या क्षणी तू तुझ्या मम्मीबरोबर व्हेगासमध्ये आहेस आणि मी इथे लांब, शांघायमध्ये. मला तुझी खूप आठवण येतीय, तुझी उणीव भासतीय. या स्पर्धेत जर मी विजय प्राप्त केला तर मला या वर्षीच्या मानांकन यादीतले प्रथम स्थान मिळवण्याची सुसंधी मिळणार आहे; पण मला ओढ लागलीय ती तेथे, व्हेगासला, तुझ्याजवळ येण्याची! मीच या टेनिसला माझ्या आयुष्यात एवढे महत्त्व देऊन ठेवले आहे, त्याचा खरे तर माझ्या मनावर प्रचंड दबाव येतो. दडपण येते पण तरीही माझी आंतरिक शक्ती मला टेनिस खेळायलाच लावते. अलीकडे माझ्या मनोवृत्तीत मात्र बदल झाला आहे. पूर्वी मी खूप हिरीरीने झगडायचो, निकराने झुंजायचो; पण आता मी ती जिद्द, तो हट्ट सोडला आहे, जेवढे शक्य होईल तेवढे खेळतो, बाकीचे सोडून देतो, जे घडायचे ते घडून देतो. बऱ्याच वेळा ते खटकते, समाधान होत नाही; पण मी मनाला लावून घेत नाही. चांगली बाजू तेवढी बघतो. जे माझ्या खेळाला प्रतिकूल ठरणार नाही ते करतो. सर्वांत महत्त्वाचे म्हणजे जे तुझ्या भविष्यासाठी अनुकूल असेल ते करतो. आणि हो, माझ्या शाळेतल्या मुलांच्या हिताचे असेल तेही करतो. मी आता माझ्यासाठी खेळत नाही, माझ्यासाठी काहीच करत नाही. जॅडेन, दुसऱ्यांसाठी करावे, दुसऱ्यांसाठी जगावे, इतरांचे मोल जाणावे. दुसऱ्यांची काळजी घेण्याने, चिंता करण्याने मनाला शांती लाभते. जॅडेन, मी तुझ्यावर खूप खूप प्रेम करतो. लक्षात ठेव, मी कायम तुझाच आहे!

मी डायरी बंद केली, टेनिसची बॅग उचलली आणि मैदानाकडे गेलो; पण झेक रिपब्लिकच्या जिरी नोव्हॅककडून लाजीरवाणी हार पत्करली. वाटले त्या क्षणी शांघाय सोडून जावे पण तिसऱ्या स्थानासाठी आणखी एक सामना खेळणे भाग होते. हॉटेलवर आलो. भावना इतक्या अनावर झाल्या होत्या की, पुन्हा डायरी उघडली आणि त्यांना वाट करून दिली.

> जॅडेन, आत्ताच अंतिम सामन्यामध्ये पराभूत होऊन आलो आहे, मनात विचित्र उलाघाल सुरू आहे, भयंकर काहीतरी वाटतंय! उद्या परत तेथे जायची मुळीच इच्छा नाही. असं वाटत होतं की आपल्याला काहीतरी जखम व्हावी म्हणजे तिथे खेळायला जाणं टळेल! तुला कल्पना येतीय का की स्वतःला इजा करून घेण्याची इच्छा होण्याइतकी तिथे न जाण्याची इच्छा प्रबळ होती! पण मी आता शांत झालोय. जॅडेन, तुझ्यावर जर कधी अशी वेळ आली, भावना तुझ्यावर हावी होऊ लागल्या तर मन स्थिर ठेव. दोन्ही हातांमध्ये डोकं ठेवून काही वेळ शांत बस. भावनांना आवर घाल. सर्वांत वाईट जे घडणार असेल त्याची तयारी ठेव. जे घडेल ते सर्वांत वाईट नव्हतेच असे मनाला समजाव. प्राप्त परिस्थितीचा धीराने सामना कर. ही खात्री बाळग की तुझीही वेळ येईल, तुलाही शांती, समाधान लाभेल. आत्तासुद्धा बघ ना, या क्षणी सगळे सोडून देऊन, इथून निघून तुझ्याकडे येणे, तुला भेटणे सहज शक्य आहे. येथे थांबून तो नकोसा वाटणारा अपमानास्पद सामना खेळणे फार कठीण आहे; पण म्हणूनच मी इथे थांबणार आहे. कठीण गोष्ट करणार आहे, जे भोगायचे आहे ते ताठ मानेने भोगणार आहे!

वर्षअखेर अपेक्षेप्रमाणेच घडले. ह्यूइटला पहिले स्थान मिळाले. मी गिल यांना नव्या व्यायामाची गरज बोलून दाखवली. माझे कमरेखालचे शरीर मला हवी तशी साथ देत नव्हते. त्यांनी त्यांच्या 'द विन्सी' नोटबुकची पाने चाळली आणि आम्ही पुढले काही आठवडे थकलेल्या अवयवामध्ये चेतना आणली. दिवस रात्र मी विशेष करून पायाचे व्यायाम केले. गिल यांची करडी नजर होतीच; पण मीही व्यायाम करताना पायांना बजावत होतो, *'तयार व्हा, ऑस्ट्रेलियाला जायचंय!'*

गिल म्हणायचे, 'कमकुवत पाय हुकूम सोडतात, बळकट पाय हुकूम पाळतात!'

व्हेगास ते मेलबोर्न या प्रवासासाठी ॲम्बीयन एक्सप्रेसच्या विमानात बसलो तेव्हा माझ्या पायात मैलोन्‌मैल चालायचा, कितीही वेळ पोहायचासुद्धा जोर आला होता. २००३च्या 'ऑस्ट्रेलियन ओपन'मध्ये मला दुसरे स्थान मिळाले होते. मी पहिल्यापासूनच गुगुरणाऱ्या हिंसक जनावराच्या आक्रमकतेने प्रतिस्पर्धी गारद करत पुढे जाऊ लागलो आणि उपांत्य फेरीत दाखल झालो. त्या सामन्यातही फेरेराला केवळ नव्वद मिनिटात पराभूत केले. सहा सामन्यात मिळून मी फक्त एक सेट गमावला होता.

अंतिम सामना. समोर जर्मनीचा रेनर शटलर होता. मी त्याला सरळ तीन सेट्समध्ये गुंडाळला. त्यात तो फक्त पाच गेम्स जिंकू शकला. आजपर्यंतच्या ऑस्ट्रेलियन ओपन स्पर्धेच्या अंतिम सामन्यातील सर्वांत एकतर्फी अंतिम सामना प्रेक्षकांना बघायला मिळाला. मी आठवी स्लॅम स्पर्धा जिंकली होती आणि तीही अप्रतिम खेळाचे प्रदर्शन करून. तो माझा अंतिम सामन्यातील सर्वोतम खेळ ठरावा इतका अप्रतिम! मी स्टेफनीला म्हणालो, 'आज प्रथमच, तुझ्याइतके नाही तरी सामन्यावर वर्चस्व गाजवणे म्हणजे काय असते हे अनुभवले मी!'

ट्रॉफी घेतानाच्या भाषणात मी म्हणालो, 'प्रत्येक दिवस नशिबानेच जगायला मिळतो, शाश्वती कसलीच नसते. आजच्यासारखा दिवस खरंच विरळा असतो.' त्यावर कोणीतरी नंतर म्हणाले, 'मृत्यू समोर दिसत असल्यासारखेच तत्त्वज्ञान बोलत होता की आंद्रे!'

ते जगण्याचे तत्त्वज्ञान होते! माणूस आला दिवस ज्याच्या आधारे जगत असतो ते तत्त्वज्ञान!! स्लॅम स्पर्धा जिंकणारा गेल्या एकतीस वर्षांतील मी सर्वांत वयस्कर खेळाडू होतो आणि ते लोकांना, विशेषतः वार्ताहारांना काही पटत नव्हते, पाहावत नव्हते!

त्यांचा सतत एकच प्रश्न, 'निवृत्तीचे काय?' मी ऑस्ट्रेलिया सोडेपर्यंत ते मला तोच प्रश्न वारंवार विचारीत होते आणि मी त्यांना सांगत होतो, 'मी खेळायला सुरुवात करतानाही काही योजना आखली नव्हती, तो थांबवण्याचीही काहीच योजना आखलेली नाही.' त्यांनी मला त्या पिढीचा शेवटचा सदस्य ठरवून टाकले होते - १९८०च्या दशकात टेनिसच्या आकाशात उगवलेल्या ताऱ्यांमधला अखेरचा तारा! माझ्या बरोबरच्या खेळाडूंपैकी चँगने निवृत्ती जाहीर केलेली होती, कोरीयरने तीन वर्षांपूर्वीच खेळणे बंद केले होते. तसेही प्रसारमाध्यमांनी मला 'विक्षिप्त म्हातारा' ठरवून टाकले होते, कारण एक तर स्टेफनी दुसऱ्यांदा गर्भार होती आणि मी, मानांकन यादीतला टेनिस खेळाडू, एखाद्या मध्यमवर्गीय गृहस्थासारखा माझ्या कुटुंबाला बरोबर घेऊन मिनिव्हॅनमधून व्हेगासमध्ये हिंडत होतो. त्यांना काहीही वाटत असले तरी मी मात्र स्वतःला चिरतरुण समजत होतो.

माझ्यातले चापल्य, लवचीकता कमी झालेली होती; पण तेच माझ्या टिकलेल्या खेळाचे भांडवल बनले होते. त्यामुळेच मी शक्तीची बचत करू शकत होतो. मला वेगाने वळता येत नव्हते म्हणून मी रॅकेट सतत अगदी अंगाजवळ धरायचो, चेंडू जास्तीत जास्त समोर राहील असे बघायचो. त्यामुळे शरीराला कधी अवास्तव ताण बसायचा नाही, शरीर वेडेवेकडे पिळवटले जायचे नाही. 'शरीर असेच राहिले तर आणखी तीन वर्षे तरी ते व्यवस्थित काम देईल' असे गिल यांचे म्हणणे होते.

'ऑस्ट्रेलियन ओपन' गाजवून परत आल्यावर काही दिवस मी व्हेगासमध्येच घालवले. नंतर आम्ही के बिस्केन येथील स्पर्धेसाठी गेलो. ती स्पर्धा मी आजवर पाच वेळा आणि गेले दोन वर्षे सलग जिंकली होती. त्याही वर्षी मला कोणी थोपवू शकले नाही. 'फ्रेंच ओपन'मधला माझा जुना प्रतिस्पर्धी मोया हा त्या वेळी मानांकन यादीत पाचव्या स्थानावर होता. अंतिम सामन्यात मी त्याच्याविरुद्ध खेळलो आणि त्याचा सरळ सेट्समध्ये पराभव केला. सहाव्यांदा विजेतेपद मिळवून मी स्टेफनीचा त्या स्पर्धेतील विजेतेपदाचा विक्रम मोडला. 'तुझ्यापेक्षा थोडं तरी चांगलं काही तरी करायला जमलं की मला' या शब्दात मी तिची चेष्टा केली. तिची तेजस्वी विजिगिषू वृत्ती आणि तीव्र स्पर्धात्मकता याची मला पूर्ण जाणीव असल्यामुळे मी तिची चेष्टा जरा जपूनच करायचो.

ह्यूस्टन येथे 'यूएस मेन सिंगल्स क्ले कोर्ट चँपियनशिप' स्पर्धा होती. त्या स्पर्धेत मी जर अंतिम फेरीत पोहोचलो असतो तर त्या वर्षीचा प्रथम क्रमांकाचा खेळाडू ठरलो असतो. आणि तो मी ठरलो कारण मी जर्गेन मेल्झर याचा ६-४, ६-१ असा पराभव करून अंतिम फेरी गाठली. पहिला नंबर मिळाला आणि मला अंतिम सामना रॉडिकशी खेळायचा आहे याचीही काळजी वाटेनाशी झाली. अंतिम सामन्याच्या आदल्या रात्रीसुधदा मी गिल आणि डॅरेन यांच्या बरोबर तो विजयाचा आनंद आणि स्थानाचा मान साजरा करायला खुशाल बाहेर गेलो.

कदाचित, काहीही दबाव नसल्यामुळे असेल, मी तोही सामना जिंकलो. आधी आवश्यक ती काळजी आणि सामन्याच्या वेळी मनाचा निश्चिंतपणा या दोन गोष्टी म्हणजेच विजयाची उत्तम तयारी! माझा तेहतिसावा वाढदिवस काही दिवसांवर आला असताना प्रथम क्रमांक मिळालेला मी आजवरचा सर्वांत जास्त वयाचा खेळाडू ठरलो. मी रोमला जाण्यासाठी विमानात चढलो त्या वेळी तनमनात तारुण्याच्या उत्साहाचे आणि उल्हासाचे कारंजे उडत होते. छाती पुढे, मान मागे कललेली, खांदे रुंदावलेले, एकंदरीत जवानाचा रुबाब होता; पण उतरलो त्या वेळी खांदे पडलेले होते कारण विमानप्रवासादरम्यान 'वयोपरत्वे'

त्यात चमक भरली होती! पहिल्या फेरीत खांद्याने त्रास दिला पण मी दुर्लक्ष केले, फारसे कौतुक न करता ती पीडा मनाबाहेर टाकून दिली. काही आठवड्यांनी २००३ च्या 'फ्रेंच ओपन'साठी जोरदार सराव सुरू केला तेव्हाही खांदा थोडा दुखरा वाटत होता पण त्याचा काही विपरीत परिणाम खेळावर दिसला नाही. डॅरेनच्या मते 'मी जोरात होतो!'

माझा दुसऱ्या फेरीचा सामना 'सुझान लेंगलेन' कोर्टावर होता. याच मैदानावर मी १९९६ साली वुड्रफकडून आणि १९९८ साली साफिनकडून पराभव पत्करला होता. या वेळी क्रोएशियाचा मारिओ अँचिच प्रतिस्पर्धी होता. विशीच्याही आतला जवान. सहा फूट पाच इंच उंची. माझ्याविरुद्ध खेळायचे या गोष्टीचा जरासुद्धा ताण नसलेला, दबाव नसलेला. बिनधास्त, जोरदार सर्व्हिस, अलगद कुशल फटके. मी पहिल्या दोन सेट्समध्ये पराभूत झालो आणि तिसऱ्या सेटलाही त्यानेच आघाडी घेतली होती. सुझान लेंगलेन कोर्ट एक अगदी घट्ट, ज्यावर चेंडू मुळीच वेग घेत नाही असे कोर्ट म्हणून प्रसिद्ध होते; पण त्यादिवशी, कसे कोण जाणे, चेंडू अनपेक्षितपणे वेग पकडत होता. त्यामुळे तो काबूत ठेवणे मला फारच कठीण जात होते; पण मी तो फरक समजून घेतला, त्यानुसार खेळात योग्य तो बदलही केला. परिणामी मी पुढचे दोन सेट्स घेतले; पण पाचव्या सेटच्या वेळी माझा दुखरा खांदा अचानक त्रास देऊ लागला. चार वेळा मिळालेले मॅच पॉइंट्स मी गमावले. त्यातल्या तीनना मी डबल फॉल्ट केला; पण तरीही रडत खडत, गुण गमावत गमावत मी अखेरीस विजय मात्र कमावला. मारिओ निश्चितच चांगला खेळत होता, मीच वाईट खेळत होतो. तरीही, मला वाटते, सामन्यामध्ये पराभूत होण्याची भीती, पराजयाचा दबाव यांनी त्याला नामोहरम केले आणि त्याचा फायदा मला मिळाला.

उपांत्यपूर्व सामन्यातही एक तरुण खेळाडूच – अर्जेंटिनाचा ग्युल्लेर्मो कोरिया – समोर आला. त्याने आधीच जाहीर करून टाकलेले होते की 'आंद्रे आगासी माझा आदर्श आहे!' मीही वार्ताहरांना सांगून टाकले, ''त्याचा आदर्श होऊन क्ले कोर्टावर खेळण्याऐवजी त्याच्याविरुद्ध बरोबरीच्या नात्याने हार्ड कोर्टवर खेळणं मला अधिक आवडेल.'' मला क्ले कोर्ट अजिबात आवडत नव्हते. त्यावर मी पाचपैकी पहिल्या चार गेम्समध्ये पराभूत झालो होतो. त्याननंतर मी एक सेट जिंकला. माझ इतकं प्रेम आहे क्ले कोर्टवर.

पण म्हणून कोरिया काही त्या दबावाखाली वगैरे खेळत नव्हता, आदराच्या भावनांचे प्रदर्शनही करत नव्हता. पहिला सेट गमावला तरीही दुसऱ्या सेटमध्ये त्याने चिकाटीने ५-१ अशी आघाडी घेतली. तो क्षुल्लक चुका करत नव्हता, हलगर्जीपणा तर मुळीच करत नव्हता. तो वेगवान खेळणारा होताच, त्याने त्याचा वेग अधिकच वाढवला. हा त्याचा नेहमीचा वेग होता की आपल्या

'आदर्शा'विरुद्ध खेळण्याचा चेव होता? मी तरी इतक्या वेगाने कधी खेळलो होतो का? मी त्याला गोंधळात पाडण्याचा बराच प्रयत्न केला, जाळ्याजवळ फसवा खेळ करूनही बघितला पण तो बधला नाही. त्या सामन्यात तो माझ्या वरताण खेळत होता हे निःसंशय! त्याने त्याच्या आदर्शाला पराभूत केले, थेट स्पर्धेबाहेरच पोहोचवले!

विम्बल्डनपूर्वी इंग्लंडमध्येच मी एक सरावस्पर्धा खेळलो. त्यात मी एका सामन्यात ऑस्ट्रेलियाच्या पीटर लकझॅकचा पराजय केला. त्या सामन्याचे वैशिष्ट्य हे होते की तो माझ्या टेनिसच्या कारकिर्दीतील एक हजारावा सामना होता. त्या सामन्याचे ते अनन्यसाधारण महत्त्व जेव्हा कोणीतरी माझ्या लक्षात आणून दिले त्या वेळी तो क्षण मला स्टेफनीबरोबरच साजरा करावा अशी तीव्र इच्छा झाली. त्या वेळी आम्ही दोघे एकत्र बसून वाईनचा ग्लास पीत असताना मी भावनावश होऊन स्टेफनीला म्हटल, ''तुला माहितीय, मला या हजार सामन्यांपैकी प्रत्येक सामना पूर्ण लक्षात आहे!'

तिला मुळीच आश्चर्य वाटले नाही, 'असायलाच हवा!' ती म्हणाली.

२००३ सालच्या ऑस्ट्रेलियन ओपन स्पर्धेच्या वेळी माझ्या बॉक्समध्ये बसलेली माझी दोन शक्तिस्थाने – गिल आणि स्टेफनी.

ऑस्ट्रेलियन ओपन जिंकल्यानंतर.

स्टेफनीच्या वाढदिवसाच्या दिवशी मी तिला तिच्या अत्यंत आवडत्या गायिकेच्या - ब्रिट, ग्रॅमी इत्यादी अनेक अॅवॉर्ड्‌सची विजेती, सर्वोत्तम ब्रिटिश स्त्री कलाकार म्हणून गौरवली गेलेली अॅनी लेनॉक्स हिच्या - कार्यक्रमाला घेऊन गेलो; पण त्या दिवशी अॅनी माझेच स्फूर्तिस्थान होऊन गेली. असे वाटत होते की ती माझ्यासाठीच गात होती, माझ्याशीच बोलत होती, मला थेट बरेच काही सांगत होती. मी गिल यांना म्हटलोदेखील, 'गिल, या बाईची गाणी आपल्या *बेली क्रॅम्प्सच्या* सीडीमध्ये असायलाच पाहिजेत. प्रत्येक सामन्याच्या आधी हिचं गाणं ऐकेन मी!'

धीस इज द पाथ आय विल नेव्हर ट्रीड
दीज आर द ड्रीम्स आय विल ड्रीम इन्स्टिड

'या वाटेवर मी कधीच पाऊल ठेवणार नाही
त्याऐवजी नुसती स्वप्नंच पाहत बसेन मी...'

२००३च्या विम्बल्डन स्पर्धेतील विजेतेपद हे माझ्यासाठी खास होते, कारण १९८० सालानंतर ते एकाही 'पित्या'ने जिंकले नव्हते. स्लॅम स्पर्धांचे विजेतेपद हे मुलेबाळे असलेल्या संसारी गृहस्थासाठी अप्राप्य गोष्ट होती! तिसऱ्या फेरीत

माझी गाठ माझ्यासारख्या एका 'नवपित्या'शी पडली. मोरोक्कोच्या युनूस एल एनवी याच्याशी सामना खेळायच्या आधी वार्ताहारांशी बोलताना मी असा विनोदही केला की 'माझ्यासारख्याच कमी झोप मिळणाऱ्या माणसाशी खेळायला मी उत्सुक आहे!'

डॅरेनने सामन्याआधी काही सूचना दिल्या, सामन्याच्या सुरुवातीला तो जेव्हा बॅकहॅन्ड मारेल तेव्हा तू स्लाइस फटका मार. तो हवेत अगदी उंचावर जाईल याची दक्षता घे. त्याने बचावात्मक पवित्रा घेतला तर त्याचा निभाव लागणार नाही हे त्याला समजू दे. त्याच्या हे लक्षात आले पाहिजे की निभाव लागण्यासाठी त्याला काहीतरी खास फटके मारावे लागतील. हे तू जितक्या लवकर त्याच्या लक्षात आणून देशील तेवढ्या आधीपासून तो त्याच्यामागे लागून जास्त जास्त चुका करेल.'

सूचना मला पटल्या, मी त्यांचे पालन केले आणि मी लवकरच दोन विरुद्ध एक सेट्स अशी आघाडीही मिळवली; पण चौथ्या सेटमध्ये त्याने किल्ला चांगलाच लढवला. तीन सेट पॉइंट्स मिळवले; पण मला सामना पाच सेट्सवर जायला नको होता आणि मी तो जाऊ दिला नाही. मीही पराकाष्ठा केली, डॅरेनच्या प्रत्येक सूचनेवर अंमल केला, जंग जंग पछाडले. जेव्हा तो चौथा सेट आणि सामना माझ्या पदरात पडला तेव्हा माझा चांगलाच दम निघाला होता, अगदी पिट्टा पडला होता. सुदैवाने दुसऱ्या दिवशी सामना नव्हता. पुन्हा ताजे तवाने व्हायला एक दिवसही पुरेसा पडेलसे वाटत नव्हते इतका मी दमलो होतो.

चौथी फेरी मी ऑस्ट्रेलियाच्या एका अतिशय प्रवीण आणि त्याच्या अमाप प्रावीण्याचा वारेमाप उपयोग करणारा म्हणून प्रसिद्ध असलेल्या मार्क फिलिपाउसिस नावाच्या तरुण खेळाडूबरोबर खेळलो. त्याची सर्व्हिस अतुलनीयच होती. ती प्रेक्षकांमध्ये सुप्रसिद्ध आणि खेळाडूंमध्ये कुप्रसिद्ध होती. ताशी १४० मैल वेगाने चेंडू यायचा. त्याने त्या सामन्यात माझ्यावर तशा तोफगोळ्यांचा सेहेचाळीस वेळा एकतर्फी भडिमार केला. एकतर्फी, कारण मी त्यातली एकही परतवू शकलो नाही; परंतु तरीसुद्धा सामना आम्हा दोघांच्या अपेक्षेनुसार पाचव्या निर्णायक सेटपर्यंत पोहोचलाच. ३-४ अशा गुणसंख्येवर तो सर्व्हिस करत होता. मला ब्रेक पॉइंट मिळाला होता. कधी नव्हे तो तो पहिली सर्व्हिस चुकला. तेव्हाच मला यशाची चाहुल लागली. त्याने १३८ मैल वेगाने दुसरी सर्व्हिस केली. चेंडू मैदानाच्या मध्यभागी पडला. दुसऱ्या सर्व्हिसच्या मानाने वेग धक्कादायक, मला अनपेक्षित होता पण चेंडू मात्र मला अपेक्षित असलेल्या जागीच पडला होता. मी तो चापल्याने अचूक, ठरवलेल्या ठिकाणी, जेथे तो पोहोचूच शकणार नव्हता अशा ठिकाणी पोहोचवूही शकलो. चेंडू चाबकाचा फटकारा बसल्यासारखा सुटला आणि थेट त्याच्या मागे गेला. पण... पण... क्षणात 'आउट' असा पुकारा कानावर आला!

तो चेंडू जर आत पडता तर मला ब्रेक मिळाला असता, सर्व्हिस मिळाली असती; पण तसे व्हायचे नव्हते. या माझ्या दुर्दैवाच्या आणि त्याच्या सुदैवाच्या फटक्याने त्याला अधिकच चेव आला, यशाची चाहूल त्यालाही लागली. त्याने माझी सर्व्हिस भेदली. सारे संपले! एक मिनिटही लागले नाही! डोळ्यांची उघडझापही झाली नसेल, माझी निर्णायक सर्व्हिस निष्फळ गेली आणि त्याच्या निर्णायक सर्व्हिसला फळ मिळाले. त्याने रॅकेट खाली टाकून दोन्ही हात विजयोन्मादात उंच हवेत फेकले!! हा असा टेनिसचा खेळ! क्षणात होत्याचे नव्हते आणि नव्हत्याचे होते करणारा!!

लॉकररूममध्ये गेलो. माझे शरीर पुन्हा त्याची सहनशक्ती ताणली गेल्याचे सांगत होते. पाच सेट्स आणि विशेषतः हिरवळीच्या मैदानावरचे पाच सेट्स म्हणजे माझ्या थकलेल्या शरीरासाठी एक दिव्यच बनले होते. त्यातच मैदानांची सुधारलेली स्थिती त्यात भर घालत होती. खेळण्याचा वेग, चापल्य, लालित्य वाढवायला साहाय्यभूत होत होती. प्रतिस्पर्ध्याच्या चौफेर, जलद हालचाली, त्यामुळे सतत वाकणे यांनी जीव जेरीला येत होता. माझ्या पाठीनेही असहकार पुकारला होता. ती नीट नव्हतीच पण ती हळूहळू जास्तच त्रास देऊ लागली होती. पाठीतून वेदनेची कळ खाली उतरायची, गुडघ्यांना विळखा घालायची, नडग्यातून घोट्यापर्यंत पोहोचायची. मी ती फेरी हरलो, स्पर्धेत पुढे गेलो नाही. मी नाराज झालो पण पुढचे सामने खेळायचे टळले याचे माझ्या शरीराला नक्कीच हायसे वाटले कारण कदाचित त्याने पुढच्याच सामन्यात पूर्ण असहकार पुकारला असता!

२००३च्या यूएस ओपनच्या घोषणेबरोबरच पीट सॅम्प्रास याच्या निवृत्तीची घोषणाही झाली. वार्ताहर परिषदेत पीट खूपच भावनाप्रधान झाला होता, इतका की बोलताना त्याला मधून मधून थांबावे लागत होते, स्वतःला सावरावे लागत होते. मीही हेलावून गेलो होतो. त्याची आणि माझी सततची स्पर्धा, आमच्यामधील चुरस ही माझ्या कारकिर्दीची दिशादर्शक होती. त्याच्यापुढे जाणे हे माझे ध्येय होते, लक्ष्य होते. ती मला सतत स्फूर्ती देणारी, माझी जिद्द कायम ठेवणारी गोष्ट होती. तो माझा एक आदर्श होता. ज्याच्याकडे पाहत प्रगतीची वाट चालावी असा तो अढळ ध्रुवतारा होता. जे पार करून पुढे जायचे असे उंच शिखर होता. त्याच्याबरोबर पराभूत होण्याने मला अत्यंत क्लेश व्हायचे. यातना व्हायच्या पण त्यानेच मला न खचता, पुन्हा नेटाने प्रयत्न करायचा जोरही यायचा. त्याच्याशी खेळलेल्या सामन्यातील पराजयाने मला बरेच काही शिकवले. माझी प्रतिकारशक्ती वाढली, मी काटक झालो. मी जर त्याला जास्त वेळा पराभूत शकलो असतो किंवा तो जर माझ्या मागच्या वा पुढच्या पिढीत

असता तर कदाचित मी अधिक यशस्वी झालो असतो. लोकांच्या नजरेत अधिक चांगला खेळाडू ठरलो असतो; पण मी आत्ताइतका चांगला नक्कीच खेळत नसतो. पीटने माझ्या खेळाचा दर्जा सुधारला होता, आजच्या उच्च स्तराला नेऊन पोहोचवला होता.

त्या वार्ताहार परिषदेनंतर कितीतरी वेळ मला खूप एकटे एकटे वाटत होते. स्लॅम स्पर्धांचे अमेरिकन विजेते एकेक करून मैदान सोडून चालले होते, मी एकटाच उरलो होतो. पीटच्या निवृत्तीसंबंधीचे माझे भाष्य ऐकायला आलेल्या वार्ताहारांना मी म्हणालो की, 'तुम्ही ज्यांच्याबरोबर नृत्य करत असता त्यांच्या बरोबरच नृत्यमंच सोडणे अपेक्षित असते!' पण मग नंतर माझ्या लक्षात आले की ती उपमा काही योग्य नव्हती. कारण, मी नृत्यमंच सोडतच नव्हतो, इतर सगळे जण सोडून चालले होते, मी अजूनही नृत्य करतच होतो, एकटाच!!

मी यूएस ओपनच्या उपांत्यपूर्व फेरीत पोहोचलो. ज्याने मला 'फ्रेंच ओपन'मधून बाहेर काढले होते त्याच कोरियाशी खेळायचे होते. मी बदला घ्यायला उत्सुक होतो, मला तो पराजय लवकर निपटून टाकायचा होता; पण पावसाने खोडा घातला. दिवस दिवस पाऊस पडत होता. आम्ही हॉटेलमध्ये अडकून पडलो होतो. करायला काही नाही, निरुत्साह इतका की दाढीही करावीशी वाटायची नाही. वाढलेले खुंट खाजवीत, पावसाचे थेंब बघत खिडकीत उभे राहून वेळ काढावा लागत होता. पावसाच्या थेंबासारखाच एकेक मिनिट ओघळत होता.

गिल मला दुसरं काही करू देत नव्हते. गिलवॉटर प्यायचे आणि विश्रांती घ्यायची. 'आराम कर, सगळं काही ठीक होईल.' ते मला भरवसा देत होते. वेळ चालला होता. अखेर ढग पांगले, पाऊस थांबला, आम्ही मैदानावर आलो. खेळ सुरू झाला तेव्हा माझ्या लगेच लक्षात आले की जाळ्यापलीकडे पॅरिसमध्ये भेटलेला कोरिया नव्हता. मध्ये त्याच्या पायाला जखम झाली होती त्याचा त्याच्या खेळावर विपरीत परिणाम झालेला दिसत होता. अर्थातच मी त्याचा फायदा उठवला. मी त्याला निर्दयपणे पळवले, भरडून काढले, पहिले दोनही सेट्स जिंकले; पण तिसऱ्या सेटमध्ये काय झाले कळले नाही, मी चार मॅच पॉइंट्स गमावले. गिल बेचैन होऊन चुळबुळ करत असलेले मला दिसत होते. त्या माणसाने आजवर माझा सामना सुरू असताना एकदाही बाथरूमला जाण्यासाठीसुद्धा जागा सोडलेली नव्हती. त्यांचे म्हणणे असे की 'आंद्रे जेव्हा अपेक्षेने वर, माझ्या जागेकडे बघेल तेव्हा मी दिसलो नाही असे कधीही होता कामा नये. तसे झाले तर तो धास्तावेल!' त्यांच्यासाठी तरी मला असे तसे खेळून चालणार नव्हते. त्यांच्या रास्त अपेक्षा पूर्ण करणे ही माझी जबाबदारी होती! मी लक्ष एकाग्र केले, चौफेर टोलेबाजी केली आणि सामना जिंकला.

पुढचा सामना लगेच होता, पावसाने सर्व वेळापत्रक बिघडवून टाकले होते, विश्रांती अशी उरलीच नव्हती. मला उपांत्य सामना दुसऱ्याच दिवशी, 'फ्रेंच ओपन'चा त्याच वर्षीचा विजेता फेरेरो याच्याविरुद्ध खेळावा लागला. विजेतेपदाचा अभिमान त्याच्या रोमारोमातून प्रकट होत होता आणि खेळातूनही ओसंडत होता. तो सर्वच बाबतीत माझ्यापेक्षा शंभर वर्षांनी तरुण वाटत होता आणि त्याने त्याचे वर्चस्व चार सेट्समध्येच सिद्ध केले.

मी पराभूत झालो तरी ठरवल्याप्रमाणे दोनही हातांची बोटे माझ्या ओठांवर टेकवून हात चारही बाजूंच्या प्रेक्षकांच्या दिशेने फेकत, त्या 'उडत्या' चुंबनांनी मी त्यांच्याविषयीची कृतज्ञता व्यक्त केली. मला त्यांना सांगायचे होते की 'मी माझ्याजवळचे उत्तम तुम्हाला दिले आहे हे तुम्ही जाणतच असाल.' लॉकररूमच्या बाहेर स्टेफनी आणि जॅडेन मला भेटले. स्टेफनी दुसऱ्या वेळी आठ महिन्यांची गरोदर होती. त्या 'तिघां'कडे पाहून माझी पराजयाबद्दलची निराशा क्षणार्धात दूर पळून गेली.

आमचे दुसरे अपत्य, एक सुंदर मुलगी, ३ ऑक्टोबर २००३ या दिवशी आमच्या घरात आली. आम्ही तिचे नाव जॅझ एली ठेवले. जॅडेनप्रमाणेच तिच्या जन्मानंतरही आम्ही गुप्तपणे शपथ घेतली की, तीही टेनिस खेळणार नाही (आमच्या घरात परसदारी टेनिसचे मैदानही नव्हते!!); पण जॅझ एली आगासीने स्वतःही एक शपथ घेतली होती, न झोपण्याची! तिच्यापुढे जॅडेन झोपाळूच वाटत असे. परिणामी, मी जेव्हा २००४च्या 'ऑस्ट्रेलियन ओपन'साठी निघालो तेव्हा सततच्या जागरणाने माझे शरीर आंबलेले होते, डोळे तारवटलेले होते आणि मी भुतासारखा दिसत होतो. बाकी सगळे खेळाडू बारा तासांची साखरझोप काढून आल्यासारखे ताजे तवाने दिसत होते, त्यांचे डोळे चमकत होते. मागच्या वर्षाच्या तुलनेत सगळेच अंगाने भरलेले दिसत होते, सर्वांनाच माझ्यासारखे कोणीतरी गिल भेटलेले होते असे वाटत होते.

उपांत्य फेरीपर्यंत माझे पाय चांगले चालत होते, पळत होते, हालत होते. उपांत्य सामना साफीनबरोबर खेळायचा होता. जवळ जवळ गेले सबंध वर्ष तो हाताला झालेल्या दुखापतीमुळे सक्तीची विश्रांतीच घेत होता, कुठेच खेळलेला नव्हता. त्यामुळे तो संधीचीच वाट पाहत होता. त्याला उत्साह, उल्हास आणि जिंकायची भूक अनावर झाली होती. आम्ही खेळायला लागल्यावर चेंडू कितीतरी वेळ विश्रांतीच घेऊ शकत नव्हता. दोघेही एकही चेंडू सोडत नव्हतो, पुढे, मागे, डावी उजवीकडे सतत हालचाली होत होत्या, कोणीच चुकत नव्हते. चार तास लढत सुरू होती, दोघांचीही आक्रमक वृत्ती तडजोडीला मुळीच तयार नव्हती. दोघांचेही समाधान होत नव्हते. दोघांनाही तितक्याच तीव्रतेने जिंकायचे

होते; पण सफीनच्या सर्व्हिसने पारडे त्याच्या बाजूला झुकवले. पाचव्या सेटपर्यंत टिकवलेली माझी रग त्याच्या जबरदस्त सर्व्हिससमोर जिरली. सामना हरलो तरी प्रेक्षकांनी मला, माझ्या खेळाला समरसून दाद दिली. मी मनात विचार केला, 'कदाचित, ऑस्ट्रेलियातील ही अखेरची दाद असेल! 'आता ही अखेर का?' गेले काही महिने, खरे तर काही वर्षं, मी सतत लोकांकडून ऐकत असलेला प्रश्न; पण त्या सामन्यानंतर मीही तो स्वतःला विचारत होतो!!

'बस, आता एकामागे एक स्पर्धांमध्ये भाग घेणे बंद!' गिल यांनी फतवा काढला. 'तुला भरपूर विश्रांतीची गरज आहे. तुझी शक्ती तू अगदी आवश्यक तेथेच वापरली पाहिजेस. तेव्हा आता स्पर्धांची निवड अगदी चोखंदळपणे करायची, फक्त अगदी महत्त्वाच्या, मानाच्या स्पर्धाच तेवढ्या खेळायच्या.' या निर्णयानुसार हॅम्बर्ग, रोम येथील स्पर्धा सोडून दिल्या. 'डेव्हिस कप'वरसुद्धा काट मारण्यात आली. 'आता ताकद साठवायची ती थेट 'फ्रेंच ओपन'साठीच' असे ठरले.

या निर्णयाचा परिणाम दिसून आला. मी पॅरिसमध्ये दाखल झालो, तेव्हा मला खूपच छान, खूपच तरुण असल्यासारखे वाटत होते. डॅरेनने माझे प्राथमिक फेऱ्यातील प्रतिस्पर्धी बघितले आणि उपांत्य फेरीपर्यंतचा मार्ग सुलभ असल्याचे वर्तविले. पहिली फेरी. प्रतिस्पर्धी होता मानांकन यादीत २७१ क्रमांकावर असणारा फ्रान्सच्या अलसास भागातील तरुण खेळाडू जेरोम हेनेल. त्याला स्वतःचा असा प्रशिक्षकही नव्हता. 'पहिला प्रश्न अगदीच सोपा आहे,' डॅरेनने जाहीर केले; पण प्रश्न फारच मोठा ठरला! माझा प्रत्येक बॅकहॅन्ड जाळ्यात अडकायला लागला. मी स्वतःवरच चिडू लागलो, ओरडू लागलो. 'अरे, तू याच्यापेक्षा खूप चांगला खेळतोस! काय चाललंय तुझं? थांबव हे लवकर...' गिल अचंबित झालेले, अस्वस्थ झालेले मला स्पष्ट दिसत होते.

काय झाले होते मला? वय? मातीचे मैदान? चेंडू मारण्यातला गोंधळ? अवाजवी विश्रांती? का गंज चढला होता माझ्या खेळावर?

'आंद्रे आगासी याच्या कारकिर्दीतील सर्वांत वाईट खेळ', 'सर्वांत लाजीरवाणे अपयश' अशा भाषेत वर्तमानपत्रांनी माझी संभावना केली. हेनेल म्हणाला, ''माझ्या मित्रांनी, हितचिंतकांनी मला आधीच 'मी जिंकणार' याची खात्री दिली होती. कारण, मी नुकताच आगासीसारख्याच खेळाडूला हरवलं होतं.'' ''आगासीसारख्याच म्हणजे?'' या प्रश्नाला त्याने उत्तर दिले, ''म्हणजे वाईट!''

''आम्ही प्रदीर्घ आणि अवघड प्रवासाच्या अखेरच्या टप्प्यावर आहोत. माझी एवढीच इच्छा आणि अपेक्षा आहे की अंतिम रेषा पार करताना लंगडू नये!!'' हे गिल यांचे वार्ताहारांना सांगणे होते.

जून महिना विम्बल्डनचा. मी स्पर्धेत भाग घेतला पण सरळ चार सामन्यांमध्ये पराभूत झालो. मग मी स्पर्धेतून सरळ माघार घेतली. १९९७ साली मी पराभवांची एक दीर्घ मालिका अनुभवली होती. विम्बल्डनमधील चार सलग सामन्यांमधील पराजयाने त्याचीच पुनरावृत्ती घडली. या वेळी मानसिक यातनांबरोरच मला शारीरिक वेदनाही सहन कराव्या लागल्या. माझी सगळी हाडेच खिळखिळी झाल्यासारखे वाटू लागले. गिल यांनी माझ्याशी अत्यंत शांतपणे आणि गांभीर्याने चर्चा केली. ते म्हणाले की, 'आंद्रे, अजून किती काळ मी तुझी अशी स्थिती पाहू शकेन हे खरंच मला सांगता येत नाही. मला वाटतं पुढील काळाचा जरा परखडपणे, अलिप्तपणे, स्पष्टपणे विचार करणे आपल्या दोघांच्या हिताचे ठरेल.'

मी त्यांना आश्वासन दिले की, मी निश्चितपणे निवृत्तीचा विचार करेन; पण त्या वेळी मनात एकाच गोष्टीचा विचार होता, माझ्यावर आणखी एक फार मोठी, निराळी जबाबदारी येऊन पडली होती, तिचा विचार. एक मार्गारेट कोर्ट हिचा अपवाद सोडला तर स्टेफनीने आजवर सर्वांत जास्त स्लॅम्स स्पर्धांमध्ये अजिंक्यपद मिळवले होते. तिचे हे अपूर्व असे यश आणि तिचे टेनिस क्षेत्रातील योगदान यामुळे तिला टेनिस जगतातील सर्वांत मोठा आंतरराष्ट्रीय सन्मान बहाल करण्यात आला होता, तिचे नाव 'इंटरनॅशनल टेनिस हॉल ऑफ फेम'मध्ये समाविष्ट करण्यात आले होते. निळी जर्सी, निळी अंगठी आणि मानपत्र प्रदान करण्याचा कार्यक्रम लवकरच होणार होता. त्या सोहळ्यामध्ये मी तिची ओळख करून देणारे भाषण करावे अशी तिची इच्छा होती. ती जबाबदारी तिने माझ्यावर टाकली होती. पहिल्यांदाच दोन्ही मुलांना रात्री कोणावर तरी सोपवून आम्ही दोघेच न्यू पोर्ट, ऱ्होड आयलंड येथे गेलो. मी प्रथमच स्टेफनीला इतकी ताणाखाली, दबावाखाली आणि खरोखरच गोंधळलेली, अस्वस्थ पाहत होतो. स्वतःचा असा जाहीर कौतुकसोहळा होणार या कल्पनेनच ती घाबरून, बावरून गेली होती. हजारो लोकांच्या नजरा तिच्यावर खिळणार, तिला महत्त्व मिळणार या गोष्टीचीच तिला काळजी लागून राहिली होती. तिच्या सन्मान स्वीकाराच्या भाषणात ती काहीतरी वावगे बोलून जाईल, कोणाचा तरी उल्लेख करायचे, आभार मानायचे विसरून जाईल अशी तिला धास्ती वाटत होती.

माझी स्थिती तिच्याइतकी वाईट नव्हती. मी कित्येक आठवडे माझ्या भाषणाची तयारी करत होतो. आमच्या घरात लावलेल्या 'कौतुक फलका'वर स्टेफनीचे गुणगान करणे हे माझे आवडते काम होतेच, ते मला चांगले जमूनही गेले होते पण जाहीर कार्यक्रमात, हजारो लोकांच्या समोर तिच्याविषयी बोलायचे हे माझ्यासाठीही अगदी नवीन, अपरिचित, अवघड असेच काम होते. त्यासाठी मी जे.पीं.ची मदत घेतली होती. आम्ही अनेक मसुदे लिहून काढून,

सुधारणा करून भाषणाला अंतिम रूप दिले होते. माझ्या तयारीचा बहुतेक जरा अतिरेकच झाला होता कारण मी मंचावर जाताना माझा श्वासोच्छ्वास चांगलाच वेगात होत होता; पण भाषणाला सुरुवात केली आणि मनावरचे दडपण एकदम नाहीसे झाले. माझ्या आवडत्या विषयावर बोलण्यात मी अगदी रमून गेलो. स्टेफनीचे गुण जगात सर्वांत जास्त मलाच माहीत होते, अशा सार्थ आविर्भावात मी माझे काम चोख पार पाडले. खरे तर अशा प्रकारचा सन्मान मिळालेल्या स्त्रीची ओळख करून देण्याची संधी तिच्या पतीलाच मिळायला हवी असेच माझे मत झाले.

मंचासमोरील प्रेक्षकांमध्ये हाच सन्मान प्राप्त झालेले आणि इतरही मान्यवर, महान खेळाडू बसलेले होते. असंख्य चाहते, टेनिसवेडे लोक होते. मला त्या सर्वांना स्टेफनीविषयी सांगायचे होते. मला तिची जी महती पटली होती ती त्यांनाही सांगायची होती. माझ्या भाषणात मी तिची तुलना मध्ययुगीन कॅथेड्रल बांधणारे मोठमोठे कल्पक शिल्पी, कसबी कारागीर यांच्याशी केली. मी म्हणालो, 'कॅथेड्रलचे नक्षीदार छत असो, तळघर असो किंवा सहसा कोणी पाहायला जाणार नाही असा एखादा आडबाजूचा भाग असो, त्या कलाकारांनी ते तेवढ्याच कुशलतेने, कलात्मकतेने बांधलेले, सजवलेले दिसतात. ते प्रत्येक बाबतीत सारखेच सजग असलेले लक्षात येते, त्यांचा परिपूर्णतेचा ध्यास सर्वच बाबतीत सारखाच पराकोटीचा होता हे आपल्याला समजून येते. स्टेफनीचेही तसेच होते. तिनेही तिच्या खेळाचे 'मंदिर' तसेच, त्याच्या कोणत्याही अंगाच्या बाबतीत तडजोड न करता, उभे केले, परिपूर्णतेचे प्रतीक बनवले!' त्यानंतर मी पाच मिनिटे तिने कायम सांभाळलेली नीतीमत्ता, प्राप्त केलेली प्रतिष्ठा, तिने निर्माण केलेले आदर्श, मैदानावर आणि अन्यत्र तिची दिसून येणारी सहजसुंदरता याविषयी बोललो. मी माझ्या भाषणाचा समारोप या वाक्याने केला,

'लोकहो, अशा रीतीने, आज, येथे मी तुम्हाला माझ्या आयुष्यात आलेल्या सर्वांत महान व्यक्तीची ओळख करून दिली आहे.'

२८

माझ्याभोवती सतत एकाच विषयावर चर्चा सुरू होती – निवृत्ती! पीटची निवृत्ती, स्टेफनीची निवृत्ती आणि माझीही निवृत्ती; पण मी मात्र सतत एकाच गोष्टीचा विचार करत होतो – पुढची स्पर्धा, ही स्पर्धा, ती स्पर्धा, स्लॅम स्पर्धा! सिनसिनाटीमध्ये मी उपांत्य सामन्यात रॉडिकला पराभूत करून सर्वांना अचंबित करून टाकले, आदल्या वर्षीच्या नोव्हेंबरनंतर प्रथमच मी एटीपीच्या अंतिम फेरीत प्रवेश केला. त्यातही हेविटला पराभूत करून मी लोकांना पुन्हा आश्चर्यात पडण्याची वेळ आणली. कॉनर्सनंतर एटीपीचे विजेतेपद मिळवणारा मी सर्वांत वयस्कर खेळाडू ठरलो!

पुढच्याच महिन्यात यूएस ओपन २००४साठी मी न्यू यॉर्कमध्ये दाखल झालो तेव्हा वार्ताहरांनी मला गाठले. मी त्यांना जेव्हा सांगितले की, 'या स्पर्धेतही मला अंतिम विजेतेपदाचीच अपेक्षा आहे' तेव्हा ते कुत्सितपणे हसले, त्यांनी मला वेड्यातच काढले! स्पर्धेच्या काळात न्यू यॉर्कमध्ये राहण्यासाठी आम्ही वेस्टचेस्टर या भागात एक घर भाड्याने घेतले होते. मी आणि स्टेफनी दोघेही खूश होतो कारण एक तर ते घर हॉटेलमधल्या सूटपेक्षा मोठे आणि प्रशस्त होते. शहराच्या बाहेर असल्याने मॅनहटनमधल्या गर्दीने ओसंडून वाहणाऱ्या रस्त्यांवरून दोन मुले सांभाळून नेण्याची, स्ट्रोलर ढकलत नेण्याची कसरत करावी लागत नव्हती. सर्वांत उत्तम गोष्ट ही होती की, त्या घराचे तळघर म्हणजे एक अतिशय सोयिस्कर असे लांब रुंद शयनघर होते. ते मी सामन्याच्या आदल्या रात्री वापरू शकत होतो. तेथे झोपलो आणि माझी पाठ जर मध्येच मला त्रास देऊ लागली तर मी स्टेफनीची झोप जराही न बिघडवता, तिला मुळीच न उठवता खाली जमिनीवर पथारी पसरून शांत, निवांत झोपू शकत होतो. स्टेफनीने तर कमालच केली, ती मला म्हणते कशी, ''अरे, वडील झालेला मनुष्य स्लॅम जिंकू शकत नाही ना, तेव्हा तू ब्रह्मचारी बनून तळघरात झोप म्हणजे तुझी जिंकायची शक्यता वाढेल!''

मला अशी जाणीव होऊ लागली होती की, माझ्यामुळे स्टेफनीच्या आयुष्याच्या वाहत्या प्रवाहाला बांध पडत होता. मी आमच्या संसाराकडे पूर्ण लक्ष देत नव्हतो कारण टेनिस माझे आयुष्य व्यापून टाकत होते. पित्याचे

कर्तव्यही मी उत्साहाने बजावू शकत नव्हतो. कारण, टेनिस मला थकवीत होते. संसाराची आणि मुलांची पूर्ण जबाबदारी स्टेफनीवरच पडत होती. ती सतत त्याच गोष्टींची काळजी वाहत होती. माझ्या टेनिसच्या प्राधान्याला कोठेही बाधा येता कामा नये असे घरातले वातावरण असावे याच गोष्टीसाठी ती झटत होती. ती स्वतः एक अनुभवी खेळाडू असल्यामुळे तिला माझी गरज नेमकी माहीत होती, समजत होती. ती पूर्ण वेळ खेळत असतानाच्या काळातील तिची मनःस्थिती तिच्या लक्षात होती. लहान लहान गोष्टीसुद्धा कशा महत्त्वाच्या असतात, किती परिणामकारक ठरत असतात हे तिला ठाऊक होते. उदाहरणार्थ, स्टेडियमकडे जाताना गाडीत जॅडेन आणि जॅझ यांनी रडून वा हट्ट करून माझी एकाग्रता भंग करू नये, मला त्रास देऊ नये, मला आणि डॅरेनला खेळाबद्दल बोलता यावे, खेळण्याचे धोरण ठरवता यावे म्हणून एल्मोची नेमकी कोणती गाणी गाडीत लावून ठेवायची हे तिला पक्के माहीत होते. तसेच माझ्या खाण्यापिण्याबद्दलही ती गिल यांच्याइतकीच जागरूक, दक्ष असायची. काय खाता आणि ते कधी खाता या दोन्हीचे महत्त्व ती पूर्ण जाणून होती. आम्ही – मी, गिल आणि डॅरेन – घरी परत आलो की वर चीज रसरसत असलेला गरम गरम लसाना प्लेटमध्ये माझी वाट पाहत असणार याविषयी माझी खात्रीच असायची!

जॅडेन आणि जॅझ यांच्याइतकीच ती डॅरेनच्या मुलांचीही काळजी घ्यायची. आम्ही परतायचो त्या वेळपर्यंत सगळीच मुले शांत झोपी गेलेली असायची. असे लाड होत असल्यामुळेच मी निर्विघ्नपणे उपांत्यपूर्व फेरीपर्यंत पोहोचू शकलो. त्या फेरीत माझी गाठ प्रथम प्राधान्य प्राप्त फेडरर याच्याशी पडली. त्या सामन्याच्या वेळी नवीनच फेडरर अनुभवायला मिळाला. के बिस्केन येथे ज्याला मी पराभूत केले होते तो हा फेडरर नव्हता. टेनिस जगतातील अनेक विक्रम नावावर असलेला महान खेळाडू रॉजर फेडरर होता! त्याने लवकरच २–१ सेट्सची आघाडी मिळवली आणि आगेकूच कायम राखली. मी त्याच्या कौशल्याची, अविचल एकाग्रतेची तारीफ करण्या व्यतिरिक्त काहीही करू शकत नव्हतो. मी अगणित खेळाडूंविरुद्ध खेळलो होतो पण फेडररइतका 'राजस' खेळाडू मी दुसरा पाहिला नव्हता. अन्य कोणीच त्याच्याइतकी माझ्या मनावर छाप पाडू शकलेले नव्हते. त्याने मला संपवण्याआधी दुर्दैवाने पाऊस सुरू झाला, त्या दिवसासाठी खेळ फारच लवकर थांबवला गेला.

वेस्टचेस्टरला परत जाताना गाडीच्या खिडकीबाहेर पाहत मी मनाला सारखा बजावत होतो, 'उद्याबद्दल विचार करू नकोस!' हो आणि हेही सांगत होतो की 'घरी गेल्यावर लसाना मिळणार नाही, नेहमीपेक्षा कितीतरी लवकर परत चालला आहेस तू!' पण आम्ही घरात शिरलो तर वाफाळलेला लसाना आमची वाट पाहत होता. अल्बानीच्या बाजूने येऊन धडकलेल्या पावसाची

आणि त्यामुळे खेळ थांबल्याची वार्ता स्टेफनीला आधीच समजली होती, त्यामुळे ती आमच्या स्वागतासाठी सिद्ध होती. गरम लसाना आणि गोड चुंबनाने तिने केलेले प्रेमळ स्वागत – अहा! मला न्यायाधीशाला बोलावून पुन्हा एकदा लग्नाच्या शपथा घ्याव्याशा वाटल्या!!

दुसऱ्या दिवशीही सोसाट्याचा वारा सुटला होता; पण त्या दरताशी चाळीस मैल वेगाच्या वाऱ्यातही मी फेडरर नावाच्या वादळाशी झुंज दिली आणि तिसरा सेट जिंकून २–२ अशी बरोबरीची स्थिती आणली. फेडररची एक लकब होती. त्याला खेळताना एखाद्या अनपेक्षित गोष्टीचा धक्का बसला की त्याची नजर वारंवार खाली वळायची, तो स्वतःच्या पायांकडे पाहायचा. आमची बरोबरी झाली आणि तो पुनःपुन्हा पायांकडे बघू लागला; पण त्याने लवकरच परिस्थितीचा ताबा घेतला. जे मी फार वेगाने आणि परिणामकारक पद्धतीने करू शकतो, असा माझा समज होता तेच त्याने पाहता पाहता करून टाकले. पाचवा सेट जिंकून टाकला! सामना संपल्यानंतर 'तो सर्वोत्तम खेळाडू बनण्याच्या मार्गावर निश्चित वाटचाल करत आहे' या शब्दांत मी त्याचे कौतुक केले.

निसर्गाचे वादळ शमायच्या आत पुन्हा माझ्या निवृत्तीच्या चर्चेचे वारे जोरात वाहू लागले. 'इतका काळ खेळायचा अट्टाहास का?' हा वार्ताहरांचा प्रश्न होता. 'माझी, माझ्या कुटुंबाची उपजीविका चालावी म्हणून. माझ्या संस्थेच्या शाळेतले विद्यार्थी माझ्यावर अवलंबून आहेत म्हणून! मी मारलेला प्रत्येक चेंडू कोणातरी गरजूच्या उपयोगी पडतो म्हणून मी खेळतो,' हे माझे उत्तर होते ('यूएस ओपन'नंतर एका महिन्याने मी आणि स्टेफनीने मिळून मुलांसाठीची नववी 'ग्रॅन्ड स्लॅम स्पर्धा' आयोजित केली आणि त्यातून शाळेसाठी साठ लाख डॉलर्स इतकी प्रचंड रक्कम गोळा झाली. माझ्या संस्थेसाठी तोवर आम्ही एकूण चार कोटी डॉलर्स जमा केले होते).

'मी आजही खेळतो आहे. कारण, माझा खेळ संपलेला नाही, तो अजूनही खूप मोठ्या प्रमाणावर माझ्यापाशी शिल्लक आहे. किती ते मलाही माहीत नाही; पण मी अजूनही जिंकतो आहे,' हे माझे स्पष्टीकरण काही वार्ताहरांच्या पचनी पडू शकत नव्हते. वार्ताहर गोंधळत, माझ्याकडे पाहत राहत! मी हा खेळ सोडूच शकणार नाही, हे मी त्यांना हे सांगू शकत नव्हतो. त्याचे खरे, सविस्तर कारण, या निर्णयाचा पूर्ण अर्थ मी त्यांना या घटकेला सांगूही शकणार नाही कारण तो मलाही आत्ता आत्ता, हळूहळू समजू लागला होता. मी आजवर टेनिस खेळत आलो होतो. अजूनही खेळत होतो कारण मीच 'माझे जीवन' म्हणून टेनिसची निवड केलेली होती, आहे. हे 'माझे जीवन' कदाचित आदर्श, परिपूर्ण नसेलही, मला माहिती आहे ते तसे नाहीच आहे; पण तरीही ती माझी निवड होती, आहे.

एकदा आपणच निवडलेले आहे असे म्हटले की, ते कसेही असले तरीसुद्धा त्याचा अर्थ सर्वस्वी बदलेला असतो आणि मग ते आपणच निवडलेले जीवन अखेरपर्यंत जगावेच लागते!!

२००५सालच्या 'ऑस्ट्रेलियन ओपन'मध्ये तिसऱ्या फेरीत मी टेलर डेंट याला तीन सरळ सेट्समध्ये पराभूत करून चौथ्या फेरीत प्रवेश केला. तो सामना संपवून मी लॉकररूममध्ये परतलो तर दारातच जिम कोरीयर उभा होता! एका जगप्रसिद्ध टेनिस खेळाडूला टीव्ही समालोचक या भूमिकेत पाहून मजा वाटली. तो त्याचे नव्याने स्वीकारलेले कामही तेवढ्याच कुशलतेने करत होता आणि ते करताना आनंदीही दिसत होता. आमच्यामध्ये एकेकाळी मतभेद होते; पण आता ते बालीश वाटू लागले होते, स्मरणातून गेलेलेही होते. माझ्या मनात तरी उरला होता तो एक उत्तम, महान खेळाडू म्हणून त्याच्याविषयीचा आदर. त्याचीही माझ्याबद्दलची हीच भावना असेल, अशी माझी अपेक्षा होती.

त्याने ध्वनिवर्धक माझ्या समोर धरीत विचारले, ''पीट सॅम्प्रासचा मुलगा आणि जॅडेन आंद्रे आगासी टेनिसच्या मैदानावर समोरासमोर यायला किती वेळ आहे असं वाटतं तुला?''

मी कॅमेऱ्यात पाहत म्हणालो, 'ते कधी घडेल ते मलाही माहीत नाही. माझी माझ्या मुलाकडून एकच अपेक्षा आहे की, तो जे काही निवडेल त्यावर त्याने चित्त पूर्णपणे एकाग्र करावे, त्यात जीव ओतावा.'

दोन चार क्षण थांबून मी पुढे म्हणालो, 'तो बहुतेक टेनिसच निवडेल, कारण मी टेनिसवर मनापासून प्रेम केले आहे!'

फार मोठे असत्य! लहानपणापासून जे मी उगाळत आलो होतो तेच असत्य!! पण आता मी ते अधिकच जहरी, अधिकच लज्जास्पद बनवले होते कारण मी ते माझ्या मुलालाही चिकटवून टाकले होते! नाही नाही, मला जे ओझे आयुष्यभर वागवावे लागले होते ते माझ्या मुलाच्याही पाठीवर असावे हे मला मुळीच मान्य नव्हते. तसे मला कदापि होऊ द्यायचे नव्हते. जॅडेन आणि जॅझ या दोघांनाही आम्ही जगलेले, जगत असलेले वेड्यासारखे आयुष्य जगायला लावायचे नाही असे मी आणि स्टेफनी या दोघांनी ठामपणे ठरवून टाकले होते. असे सगळे असूनही मी त्या कॅमेऱ्यासमोर ते नकोसे असत्य का बोललो? मला वाटते मी पुन्हा 'लोकांना काय हवे' याचाच विचार केला. कदाचित, त्या क्षणी मी मिळालेल्या यशाच्या नशेत होतो. ती नशा देणारे टेनिस मला त्या क्षणी प्रिय वाटू लागले होते. मी टेनिसचा तिरस्कार केला असला तरी टेनिसने मला चांगलेच वागवले होते. मान सन्मान, प्रसिद्धी, समृद्धी दिली होती. त्याच्याविषयी वाटणाऱ्या ऋणापोटीच बहुधा माझ्या तोंडून तसे उद्गार बाहेर पडले असावेत.

आणखी एक शक्यता हीही होती की, मला ज्याच्याविषयी आदर वाटत होता त्या जिमसारख्या टेनिसपटूसमोर खरे – 'टेनिसविषयी तिरस्कार वाटतो' हे सत्य सांगण्याचा मला धीर झाला नसावा, तसे बोलणे मला अपराधीपणाचे वाटले असावे. तीच भावना झाकण्यासाठी किंवा त्या अपराधाची भरपाई करण्यासाठी मी असत्याचा आधार घेतला असावा.

गेले काही महिने गिल यांनी माझ्या व्यायामात काही कठोर बदल केले होते. माझा आहार प्रचंड वाढवून त्यांनी त्याचे वेळापत्रकही एखाद्या लष्करी जवानासारखे अत्यंत शिस्तबद्ध आणि काटेकोर बनवून टाकले होते. त्याचे उचित परिणामही दिसू लागले होते, माझ्या हालचालींना निराळीच धार चढली होती.

मी कॉर्टिसोनचे इंजेक्शनही घेतले होते. हे अतिशय जहाल, परिणामकारक इंजेक्शन वर्षातून जास्तीत जास्त चार वेळाच घ्यायचे असते. माझे गेल्या सबंध वर्षातले ते तिसरे होते. या उपायात पाठीचे मणके आणि यकृत यांना काही दीर्घकालीन स्वरूपाचे धोकेही संभवतात असे डॉक्टर्स सांगत होते; पण मी त्यांची काळजी करत नव्हतो. ते इंजेक्शन माझ्या पाठीला ठिकाणावर आणत होते आणि ते माझ्या दृष्टीने फार महत्त्वाचे होते. त्याच बळावर मी उपांत्यपूर्व फेरीपर्यंत पोहोचू शकलो होतो. त्या फेरीत मला पुन्हा फेडररला तोंड द्यायचे होते. त्याच्याविरुद्ध मात्र मी एकही सेट जिंकू शकलो नाही. एखाद्या ढ मुलाला कडक शिक्षक जसे तडकाफडकी हाकलून देतात तसे त्याने मला बाहेर काढले. मी ज्यांच्याविरुद्ध खेळलो होतो त्या तरुण खेळाडूंमध्ये खेळ सराईतपणे आपल्या हातात, आपल्या नियंत्रणात आणण्याचे आणि राखण्याचे कसब फेडररकडे सर्वांत जास्त होते. त्याने मला माझ्या वाढत्या वयाची जाणीव करून दिली. त्याचे खेळातील चापल्य, सहजता, त्याच्या जलद, डौलदार हालचाली, कुशल आणि पराक्रमी फटके हे सगळे पाहत असताना मला माझ्याच सुरवातीच्या खेळाची, लाकडी रॅकेट्सच्या जमान्यापासून प्रारंभ केलेल्या माझ्या दीर्घ कारकिर्दीची, माझ्या जुन्या दिवसांची प्रकर्षाने आठवण व्हायची. पांचो गोंझालेझ हा माझा मेहुणा होता. बर्लिन एअरलिफ्टचा चॅम्पियन, फ्रेड पेरीचा शत्रू. मी ज्या वर्षी माझा *मित्र* पेरीला भेटलो त्याच वर्षी फेडररचा जन्म झाला होता.

रोमला पोहोचण्याच्या काहीच दिवस आधी मी वयाच्या पस्तिशीचा टप्पा पार केला होता. आमचा रोमचा दौरा सहकुटुंब सहपरिवार होता. मला स्टेफनीबरोबर रोम बघायचे होते – जगातील सर्वांत मोठे खुले प्रेक्षागृह – कलोझियम, जगातील सर्वांत मोठा घुमट असलेले अतिप्राचीन चर्च पांथिअन आणि अन्य कितीतरी प्रेक्षणीय ठिकाणे! मी लहानपणी, तरुणपणी रोममध्ये आलो होतो, राहिलो होतो

पण त्या वेळी खूपच संकोची होतो. माझ्या मागे स्वतःच्याच इतक्या विवंचना होत्या की, हॉटेलमधून मी बाहेरदेखील पडायचो नाही. या वेळी स्टेफनीचा हात हातात घेऊन या ऐतिहासिक प्रेक्षणीय ठिकाणांना भेटी द्यायचा माझा बेत होता; पण माझ्या पाठीने मला एका जागी खिळवून ठेवले. डॉक्टरांनी तर जराशा फिरण्यानेही कॉर्टिसोनचा परिणाम तीन महिन्यांवरून एका महिन्यावर येईल, असा इशारा दिला होता.

पहिले चार सामने जिंकलो. त्या नंतरच्या सामन्यामध्ये कोरियाविरुद्ध पराभूत झालो. सामन्यानंतर पराजयी आंद्रे आगासीलासुद्धा प्रेक्षकांनी जेव्हा उभे राहून मानवंदना दिली तेव्हा त्यांचे ते प्रेम, त्यांच्या मनातला आदर पाहून मला खरोखरच शरमल्यासारखे झाले! वार्ताहरांनी अर्थातच पुन्हा निवृत्तीचा मुद्दा काढलाच! मी त्यांना सांगितले, 'वर्षांतून चौदा वेळा निवृत्तीचा विचार मनात येतो. कारण, वर्षभरात मी तेवढ्या स्पर्धांमध्ये भाग घेतो!' मला म्हणायचे होते की, 'कारण तेवढ्या वेळा मला वार्ताहर परिषदांना आणि याच प्रश्नाला तोंड द्यावे लागते!'

२००५ सालच्या 'फ्रेंच ओपन' स्पर्धेत मी फिनलंडच्या जारको नीमिनेन याच्याशी खेळलो. त्या दिवशी मी मैदानावर आलो तोच एक विक्रम होता – तो माझा स्लॅम स्पर्धेतील अठ्ठावन्नावा प्रवेश होता. चँग, कॉनर्स, लेंडल, फरेरा यांच्यापेक्षा एक स्पर्धा मी जास्त खेळत होतो. बाकी सगळे खूपच मागे होते. तो विक्रमी सामना खेळायला माझी पाठ मात्र तयार नव्हती. सर्व्हिस करणे तर सोडाच, मैदानावर उभे राहणेसुद्धा वेदनादायक होत होते. कॉर्टिसोनचा परिणाम संपला होता. मला वाटत होते की, सरळ सामना सोडून द्यावा, मैदानाबाहेर निघून जावे; पण ते मैदान 'रोलँड गॅरॉस' होते – तीर्थक्षेत्राचे महात्म्य असणारे मैदान. मला खेळणेच अशक्य झाले म्हणून ते मैदान सोडायची वेळ जर माझ्यावर आली तर दोन-चार जणांनी मला माझ्या रॅकेटवर झोपवून मैदानाबाहेर नेणे हाच ते पवित्र स्थान सोडून जाण्याचा योग्य मार्ग होता. एरवी ते मैदान तसेच सोडून जाणे सर्वस्वी अशक्य, अनुचित होते.

मी ॲडव्हिलच्या आठ गोळ्या गिळल्या, आठ! सामन्याच्या मधल्या विश्रांतीच्या काळात मी टॉवेलमध्ये दात रोवून वेदना सहन करत राहिलो. तिसरा सेट सुरू असताना पाठ इतका त्रास देऊ लागली की, चेंडू परतवल्यावर तत्क्षणी मला मैदानाच्या मध्यभागी जाणेही अशक्य होऊ लागले. जे घडणे असंभव ते प्रत्यक्ष घडत असलेले पाहून गिल यांना परिस्थितीचे गांभीर्य जाणवले. एक वेळ ते माझा सामना सुरू असताना मैदान सोडून बाथरूमला गेले असते पण मी चेंडू परतवल्यावर मैदानाच्या मध्यावर आलोच असतो हे त्यांना पक्के माहीत होते. तसे न घडणे हे केवळ कल्पनेच्याही पलीकडचे होते हे त्यांना माहीत होते.

सामन्यानंतर जेव्हा मी त्यांच्या अंगावर माझा भार टाकूनच कसाबसा चालत होतो तेव्हा ते म्हणाले, ''आंद्रे, हे असे शरीराचे हाल करत राहणे योग्य नाही.''

आम्ही विम्बल्डन सोडून दिली. उन्हाळ्यातील हार्ड कोर्टावरील स्पर्धांमध्ये भाग घेण्याची तयारी करण्याच्या कामाला लागलो. म्हणजे तसा प्रयत्न करू लागलो. ते गरजेचे होते पण फार मोठा धोका पत्करणेही होते. असे ठरले की कमी स्पर्धांसाठी मी माझा वेळ द्यायचा आणि त्यासाठी जास्त कष्ट करायचे. त्याचा हाही अर्थ होता की विपरीत घडण्याची संभावना कमी पण तसे घडू न देण्याची जबाबदारी जास्त. कमी सामन्यात जास्त पराजय म्हणजे आनंद कमी यातनाच जास्त! आजवर गिल यांच्या व्यायामशाळेत व्यायाम करताना मला एकदाही कोणत्याही स्वरूपाची दुखापत झालेली नव्हती आणि त्याचा गिल यांना अभिमान होता. माझे वय जसजसे वाढत होते तसतसे ते त्या बाबतीत अधिकाधिक सचिंत होऊ लागले होते. तसे कदापि घडू नये यासाठी सतत त्यांच्या द विन्सी नोटबुकमध्ये नवनवे उपाय, मार्ग शोधू लागले होते. काही व्यायाम प्रकार त्यांनी माझ्यासाठी त्याज्य ठरवून टाकले, काहींची आवर्तने वाढवली, दुप्पट केली. 'यापुढे 'तुझी तब्येत' आणि 'तुझं आरोग्य' हे दोन विषय सर्वांत महत्त्वाचे!' गिल यांनी मला बजावून टाकले आणि म्हणूनच त्या दोन विषयांवर आम्ही व्यायामशाळेत बसून तासन्तास चर्चा करू लागलो.

मी विम्बल्डनमध्ये भाग घेतला नाही याचे प्रसारमाध्यमांनी लगेचच भांडवल केले. वृत्तपत्रे, मासिके यातून मला प्रशंसापूर्वक निरोप देणारे, 'जाणाऱ्याचे गुणगान' करणारे लेखही छापून आले, *'ज्या वयात बहुतेक सर्व टेनिस खेळाडू...'* वगैरे वगैरे...

पण लवकरच मी 'मर्सिडिज बेंझ कप'साठी खेळलो आणि तो कप मी मिळवलाही! जॅडेन आता जाणता झाला होता, रस घेऊन माझा खेळ पाहू शकत होता. मर्सिडिज कप मला देण्याचा समारंभ सुरू असताना तो उत्स्फूर्तपणे मैदानात धावत आला, जणू तो कप त्यालाच मिळाला होता! - होय, खरे तर तो त्याचाच होता!!

माँट्रियल येथील स्पर्धेतही अनेक अडचणींवर मात करून, अटीतटीचे सामने खेळून मी अंतिम फेरीत प्रवेश मिळवला. तेथे मात्र जो स्पॅनिश तरुण माझ्यासमोर आला त्याच्यासमोर माझे काहीही चालले नाही. तो होता राफेल नदाल. त्याचा खेळ माझ्यासाठी अनाकलनीय ठरला! त्याच्यासारखा खेळाडू मी त्याआधी टेनिसच्या मैदानावर पाहिलाच नव्हता!

पस्तीस वर्षे वयाचा खेळाडू स्लॅम स्पर्धा हिरीरीने खेळतो हा २००५ सालच्या यूएस ओपन स्पर्धेत चर्चेचा विषय झाला होता, नावीन्य, आश्चर्य,

कुतूहल आणि कौतुकही. त्या स्पर्धेत भाग घेण्याचे माझे सलग विसावे वर्ष होते. त्या वर्षी त्या स्पर्धेत खेळणाऱ्या कितीतरी स्पर्धकांचे वयही वीस वर्षांचे नव्हते! कॉनर्सने ज्या वर्षी याच स्पर्धेत विसाव्या वेळी भाग घेतला होता त्या वर्षी मी त्याचा पराभव केला होता. 'कशी वर्षे गेली ते कळलेही नाही!' असे म्हणणाऱ्यातला मी मुळीच नव्हतो. मला अगदी नेमके माहीत होते तो काळ, ती वर्षे कशी गेली ते! त्या काळातली मी खेळलेली प्रत्येक स्पर्धा, त्यातील प्रत्येक सामना, त्यातील प्रत्येक सेट माझ्या स्पष्टपणे लक्षात होता.

पहिली फेरी मी रुमानियाच्या रझवान साबाऊ याच्याविरुद्ध खेळलो. या स्पर्धेच्या आधीच मी त्या वर्षातील चौथे आणि शेवटचे कॉर्टिसोनचे इंजेक्शन घेतलेले होते, त्यामुळे माझी पाठ बधिरच होती. मी माझे नेहमीचे फटके विनासायास मारू शकत होतो आणि तेसुद्धा रझवान परतवू शकत नव्हता. जेव्हा तुमचे साधे सरळ फटके समोरच्याला अडचणीत आणत असतात, तुमची खास, ठेवणीतली अस्त्रे बाहेर न काढताही शत्रू गारद होऊ लागतो तेव्हा यशाची शंभर टक्के खात्री असते. सामना मी एकोणसत्तर मिनिटांत संपवला.

'निर्घृण कत्तल' या शब्दांत वार्ताहरांनी सामन्याचे वर्णन केले. 'त्याची अशी कत्तल करताना तुम्हाला वाईट नाही वाटलं?' या त्यांच्या प्रश्नाचे उत्तर मी या शब्दांत दिले की, 'मला कोणालाही पराभवाच्या चवीच्या अनुभवापासून वंचित ठेवणे आवडत नाही!'

ते हसले; पण मी विनोद केला नव्हता.

दुसरी फेरी. क्रोएशियाचा कार्लोव्हिक माझा प्रतिस्पर्धी होता. त्याची उंची सहा फूट दहा इंच इतकी सांगितली जात होती पण त्या पर्वतप्राय खेळाडूला समोर पाहिल्यावर उंची मोजताना तो बहुतेक एखाद्या खड्ड्यात उभा राहिला असावा असे वाटत होते. टेलिफोनच्या खांबासारखा ताडमाड उंच असलेल्या कार्लोव्हिकने सर्व्हिस केली की चेंडू अतिशय विचित्र मार्गाने, आभाळ कोसळल्यासारखा अंगावर यायचा, टेनिसच्या मैदानाचा आकार दुपटीने मोठा झाल्यासारखा आणि जाळे एखाद्या फुटाने बुटके झाल्यासारखे वाटायचे. मी त्याआधी अशा 'भव्य' खेळाडूबरोबर कधीच खेळलेलो नव्हतो, त्याच्यासारख्या प्रतिस्पर्ध्याशी कसे खेळावे हेही मला उलगडत नव्हते.

सामन्यापूर्वी लॉकररूममध्ये मी कार्लोव्हिकशी ओळख करून घेतली. शरीराने आडदांड असला तरी त्याचा चेहरा मृदू होता, चेहऱ्यावर तजेला होता, यूएस ओपनमध्ये भाग घेतल्याच्या अभिमानाने डोळे चमकत होते. मी त्याला दोन्ही हात जास्तीत जास्त उंच उचलायला सांगितले आणि मग डॅरेनला रूममध्ये बोलावून आम्ही दोघांनी त्याच्या बोटांच्या टोकांकडे बघायचा प्रयत्न केला पण आम्हाला काही मान वर कर करूनही ती दिसू शकली नाहीत!

'डॅरेन, या उंच हातात रॅकेट धरली जाईल तेव्हा काय होईल? आणि सर्व्हिस करताना जर त्याने उडी मारली तर? त्या वेळी रॅकेट कुठे पोहोचेल रे? त्या उंचीवरून आलेला चेंडू... एखादं रॉकेटच... किंवा उल्कापात!'

मी असे म्हटल्यावर डॅरेन तर हसलाच, कार्लोव्हिकही मनमोकळा हसला. त्याने विनोद खिलाडूपणाने घेतला. त्याचे त्यावरील विधान तर फारच मार्मिक, त्याच्या मनाचा मोठेपणा दाखवणारे होते - 'सर, तुमच्या खेळाच्या बदल्यात मी ही माझी उंची, हा उंच पल्ला तुम्हाला द्यायला तयार आहे!'मला याची जाणीव होती की कार्लोव्हिकची ही अपवादात्मक उंची खेळताना त्याच्यासाठीही अनेक अडचणीही उभ्या करणार होती. जमिनीलगतचे चेंडू घेणे, चेंडूवर झेप टाकणे अशा गोष्टी त्याला अवघड पडणार होत्या. डॅरेनच्या मते त्याच्या हालचालीही धोकादायकच होत्या. अनेक वेळा त्याची 'अस्मानी' सर्व्हिस आपल्याला घेता येणार नाही हे गृहीतच धरायचे हे तर माझे मीच ठरवूनही टाकले होते. फक्त ज्या वेळी पहिली सर्व्हिस चुकेल, त्या वेळी मात्र सावधपणे केलेल्या दुसऱ्या सर्व्हिसवर तुटून पडायचे हीही खूणगाठ मी बांधून ठेवली होती. त्यावरच सामन्याचे भवितव्य ठरणार होते. अर्थात ही गोष्ट कार्लोव्हिकलाही माहीत असणारच होती; पण मी त्या बाबतीत एकही चूक न करता त्याचे फळ त्याच्या पदरात टाकणे हे महत्त्वाचे होते.

मी सरळ सेटसमध्ये त्याला पराभूत केले.

तिसऱ्या फेरीत मला झेकोस्लोव्हाकियाच्या टॉमस बर्डिक या 'खेळाडूंच्या खेळाडू' बरोबर खेळायचे होते. दोन वर्षांपूर्वी 'ऑस्ट्रेलियन ओपन'च्या दुसऱ्या फेरीत मी त्याच्याबरोबर एक सामना खेळलो होतो. डॅरेनने मला सावधगिरीचा इशारा दिला, 'तू तुझ्यापेक्षा अर्ध्या वयाच्या मुलाशी खेळणार आहेस पण लक्षात ठेव, या अठरा वर्षाच्या पोराचा खेळ जबरदस्त आहे, तेव्हा तू जराही सैल पडू नकोस. अगदी गंभीरपणे खेळ. तो दोन्ही बाजूला चेंडू सारख्याच कुशलतेने खेळू शकतो आणि त्याची सर्व्हिस म्हणजे जिवंत बॉम्ब आहे. हा मुलगा काही वर्षातच पहिल्या दहा नंबरात येणार हे नक्की!' डॅरेनच्या इशाऱ्यात जराही अतिशयोक्ती नव्हती. मी ज्यांच्या बरोबर त्या वर्षभरात खेळलो होतो, त्यातील अत्युत्तम खेळाडूंमध्ये बर्डिकचा समावेश होता. ऑस्ट्रेलियात मी त्याला ६-०, ६-२, ६-४ असा पराभूत केला होता पण तो पाच सेट्सचाच सामना असल्याने तीन सेट्स खेळून भागले होते याबद्दल मी देवाचे आभार मानले होते!

परंतु दुर्दैवाने माझ्या असे लक्षात आले की दोन वर्षात त्याच्या खेळात काही फारशी सुधारणा झालेली नव्हती. त्याची निर्णयक्षमता तर फारच दुबळी पडत होती. ब्रॅड भेटायच्या आधी मी जसा खेळत होतो तसा तो खेळत होता! प्रत्येक गुण काही झाले तरी आपणच मिळवला पाहिजे असा आटापिटा

करणारा. आपण जिंकण्यापेक्षा समोरच्याला पराभूत करणे महत्त्वाचे असते, गरजेचे असते हा कानमंत्र त्याला अजूनही मिळाला नव्हता. मी सामना जिंकल्यावर त्याच्याशी हस्तांदोलन केले त्या वेळी ती गोष्ट त्याला सांगावी, त्याला तो ताण विसरून खेळायला सांगावे, प्रत्येकाची ज्ञान ग्रहण करण्याची पात्रता निरनिराळी असते, आकलनशक्ती कमी जास्त असते, गोष्टी समजायला कमी जास्त वेळ लागतो हे त्याला समजवावे असे मला वाटत होते; पण मी संयम पाळला. ते माझे काम नव्हते.

पुढच्या फेरीतल्या बेल्जियमच्या झेवियर मॅलीस याच्या मैदानावरील हालचाली अगदी कौतुक कराव्या अशा होत्या. विशेषतः हात, गलोलीतून सुटणाऱ्या खड्यासारखे वेगाने आणि जोराने हालत होते. त्याचा फोरहॅन्डही फारच सुरेख, अगदी अलगद होता. सर्व्हिसही बिनतोड होती. पण...; पण त्याच्या खेळात सातत्य नव्हते. त्याच्या बॅकहॅन्डची पण एक गंमत होती. त्याचा बॅकहॅन्ड खरे म्हणजे अगदीच सामान्य होता; पण मॅलीसची मात्र अशी धारणा, नव्हे खात्रीच होती की तो फारच 'ग्रेट' आहे. त्यामुळे तो आपला बॅकहॅन्ड 'ग्रेट' आहे की नाही यापेक्षा तो 'ग्रेट' दिसतो की नाही याबद्दलच अधिक जागरूक होता. त्याला बॅकहॅन्ड 'अप द लाइन' मारताच येत नव्हता आणि तसे असल्याने मला हारवणे दुरापास्तच नव्हे अशक्यच होते. कारण, तसे असले की मैदान पूर्णपणे माझ्या नियंत्रणात असायचे. बॅकहॅन्ड 'अप द लाइन' नसला तर माझा प्रत्येक फटका चेंडूला माझ्या 'आज्ञे'त ठेवायचा. माझ्या प्रतिस्पर्ध्याने मला जागेवरून हालचाल करू दिली नाही. शरीर ताणून चेंडू मारायला लावले नाही, मी सुरुवातीपासून ज्या जागेवरून खेळत होतो, त्याच जागेवर खिळवून ठेवले, तर त्याला माझ्या तालावर नाचावे लागायचे, माझ्या अटी मान्य करायला लागायच्या. त्या आधीच जरा कडक होत्या आणि जसजसे माझे वय वाढत चालले होते तसतशा त्या अधिकच कठोर होत चालल्या होत्या. त्या सामन्याच्या आदल्या रात्री मी हॉटेलमध्ये जिम कोरीयरबरोबर बसलो होतो. मद्याचा ग्लास हातात असताना त्याने मला सांगितले की, मॅलीस खूप छान खेळतो.

मी म्हणालो की, 'होय म्हणूनच त्याच्याबरोबर खेळायला मी उत्सुक आहे. हे मी फार जणांच्या बाबतीत म्हणत नाही, मला वाटतं त्याच्याशी खेळायला मजा येणार आहे.'

सामना सुरू झाला आणि लवकरच तो कठपुतळीचा खेळ बनला. दोरी माझ्या हातात होती. मी ती खेचेन तसा मॅलीस हालत होता, उड्या मारीत होता. आम्हा दोघांची मैदानावरची जोडी खरोखरच अनोखी होती. मधले जाळे आम्हाला एकमेकांपासून वेगळे करत नव्हते, जोडत होते. दोन तासांच्या हिंसक झटापटीनंतर हे लक्षात आले होते की पिंजरा बळकट आहे. प्रतिस्पर्ध्यापासून

लवकर सुटका नाही. त्याच्या घामाचा वास बराच वेळ सहन करावा लागणार, तो धापा टाकत असताना त्याच्या वाफाळ उच्छ्वासाने डोळ्यांवर धुके साठणार.

मी ओळीने दोन सेट्स घेतले, सामन्यावर वर्चस्व प्रस्थापित केले तेव्हा मॅलीसचा आत्मविश्वास डळमळलेला वाटू लागला, तो मैदानावर 'परका' दिसू लागला; पण तिसरा सेट सुरू झाला आणि हळूहळू मॅलीसच्या हालचालीत, खेळात बदल होऊ लागला. सततच्या ओढाताणीने तो वैतागला. त्याचा तोल सुटला की काय ते कळले नाही; पण तो एकदम टोकाच्या गोष्टी करू लागला. त्याच्या आविर्भावांवरून असे वाटत होते की त्याच्या हातून घडणाऱ्या क्रियांनी तो स्वतःही आश्चर्यचकित होत होता. त्याचे बॅकहॅन्ड्स अचानक 'अप द लाइन' येऊ लागले, चोख आणि अगदी एकसारखे. मीही त्याच्याकडे अचंबित होऊन पाहत होतो. 'ही केवळ एक अल्पजीवी सनक आहे का?' असा विचार मनात आला आणि त्याला सांगावेसे वाटले की 'हा असाच बराच वेळ खेळत राहिलास तरच माझा विश्वास बसेल.'

...आणि तो बराच वेळ तसाच खेळत राहिला.

सुरवातीचा गोंधळ ओसरला. त्याच्या हालचाली जाणीवपूर्वक होऊ लागल्या, चेहरा ताठरला. खेळावर त्याचे नियंत्रण येऊ लागले. विजयाचा ठाम आत्मविश्वास नाही; पण परिणामकारक प्रतिकार करण्याचा निर्धार दिसू लागला आणि परिणाम दिसला. टायब्रेक होऊन तिसरा सेट त्याने ओढून घेतला. मी चिडलो. त्याने निकराने लढायचे ठरवले म्हणून काय मी त्याच्याशी खेळण्यात आणखी एखादा तास घालवणार होतो का? नाही नाही, मी त्याला दमवायचे, संपवायचे ठरवले; पण कठपुतळीने दोरी तोडून टाकलेली दिसू लागली. मॅलीस माझ्या तालावर नाचेना. पदरात पडलेल्या एका सेटने त्याचा नूरच पालटून टाकलेला दिसू लागला. आत्मविश्वास डोकावू लागला, भीती पळालेली दिसली, आक्रमकता येऊ लागली. जे काही त्याने जिंकले तेच तो पुन्हा पणाला लावू लागला. चौथ्या सेटमध्ये चित्र पूर्ण पलटले. आता खेळाची सूत्रे त्याच्या हाती गेल्याचे दिसू लागले, कारण त्याने सेट जिंकला. सामना बरोबरीचा झाला.

पाचवा, निर्णायक सेट सुरू झाला तेव्हा तो दमलेला वाटू लागला. मी मात्र गिल यांच्या पुण्याईच्या खात्यातून शक्ती, उत्साह काढून काढून त्याला अधिकाधिक दमवीत गेलो. अखेर तो तग धरू शकला नाही. मी तो सेट आणि सामना जिंकल्यावर तो तरुण मुलगा जेव्हा जाळ्याजवळ आला आणि हसला. त्या वेळी त्याच्या हास्यात 'ज्येष्ठांविषयीचा आदर'च अधिक दिसत होता. त्याने मला अधिकच वयस्कर बनवून टाकले. त्याच्या नजरेत आभाराचेही भाव होते. त्याला बहुधा याची जाणीव होती की त्याने जी उचल खालली त्याला मीच कारण होतो. मीच त्याला त्याच्यामधल्या सुप्तशक्ती शोधायला प्रवृत्त केले

होते. सक्षमतेचा वापर करायला लावला होता. लॉकररूममध्ये कोरीयर माझ्या खांद्यावर थोपटत मला म्हणाला, 'छान! तू तुझं म्हणणं खरं केलंस. मजा येणार असं म्हणाला होतास, ती छान उपभोगलीस!'

'मजा? मला मजा आली असती तर या क्षणी मला ट्रकने धडक देऊन दूर फेकून दिल्यासारखं का वाटतंय?'

काय करायचे हे ठरवण्याची मला मुभा असती तर त्या सामन्यानंतर एक पूर्ण महिना मी गरम पाण्याच्या टबमध्ये बसून काढला असता; पण पुढचा सामना नजरेसमोर दिसत होता. माझा तो प्रतिस्पर्धीही झपाटल्यासारखा खेळत होता. ब्लेक हे त्याचं नाव. गेल्या वेळी आम्ही वॉशिंग्टन डी.सी. येथील स्पर्धेत एकमेकांसमोर आलो होतो तेव्हा जोरदार आक्रमकतेचे प्रदर्शन करून ब्लेकने मला धूळ चारली होती. त्यानंतर त्याच्या खेळात सतत सुधारणाच होत गेली असल्याचे बोलले जात होते.

तो त्याची आक्रमकता या वेळी पणाला लावणार नाही अशी खोटी आशा मी बाळगून होतो. हवा थंड होती. थंडीत न्यू यॉर्कच्या मैदानावर चेंडू वेगच घेत नसे; पण अशा वेळी ब्लेकसारखा अती वेगवान फटके मारणारा खेळाडू चेंडूचा चांगला वेग राखू शकत असे. संथ मैदानावर तो त्याला हवा तसा खेळ खेळू शकत असे. माझ्यासारखे प्रतिस्पर्धी जेव्हा जरा नरम पडत तेव्हा मग तो त्यांना अधिकच जोराने दाबून टाकीत असे. असे झाले की ते त्यांच्या नेहमीच्या खेळापेक्षा काहीतरी निराळे, वेगळे करायला जात असत आणि सगळेच बिघडून जात असे.

मैदानावर पोहोचून खेळ सुरू झाला आणि माझी भीती खरी ठरली. ब्लेक 'श्रीयुत आक्रमक'च बनून माझ्या समोर उभा होता. माझ्या दुसऱ्या सर्व्हिसलासुद्धा बेस लाइनच्या आत उभा राहत होता. दोन्ही बाजूंना व्यवस्थित कट्स मारीत होता. जराही उसंत न देता त्याने पहिल्या क्षणापासून मला धारेवर धरले होते. त्याने पहिला सेट ६-३ असा जिंकला आणि लगेच त्याचीच पुनरावृत्ती दुसऱ्या सेटमध्येही केली.

तिसरा सेट सुरू झाला आणि माझा मॅलीस झाला. आपल्याला ब्लेकला हरवता येणार नाही हे निश्चित आहे मग निदान जबरदस्त खेळाचे दर्शन तरी का घडवू नये? असा मॅलीससारखा विचार मीही केला. मॅलीससारखा मलाही विजयाचा ठाम आत्मविश्वास नव्हता; पण मीही त्याच्याचसारखा परिणामकारक प्रतिकार करण्याचा ठाम निर्धार केला. हार जीत हा विषय डोक्यातून काढून टाकून मी खेळू लागलो. विचार थांबवला आणि संवेदना जाग्या केल्या. माझ्या खेळण्यात अनुकूल फरक पडू लागला. फटके हवे तसे, हवे तेथेच पडू लागले,

वेगही कणभर वाढला. निर्णय घेताना तर्क न वापरता अंत:प्रेरणेचा कौल घ्यायला सुरुवात केली. माझ्यातील हा अचानक होत असलेला बदल ब्लेकच्या लक्षात आला. मी मारलेल्या चेंडूकडे न पाहता तो माझ्याकडे थबकून पाहू लागला त्यावरून हे माझ्या लक्षात आले. बॉक्सिंगच्या रिंगणात सतत सात फेऱ्यात प्रतिस्पर्ध्याकडून धो धो मार खाणारा स्पर्धक आठव्या फेरीत त्या आक्रमक प्रतिस्पर्ध्यावर अचानक जोरदार मारा, जबरदस्त हल्ला करू लागतो. घडलेल्या गोष्टीवर विश्वास बसू न शकलेला, पूर्णपणे हडबडलेला प्रतिस्पर्धी कोपऱ्यात जाऊन पडतो, *'याच्यात एवढी शक्ती उरलीय कशी?'* हे न कळल्याने हडबडून जातो, खचून जातो आणि तो भानावर येण्याच्या आत फेरी संपल्याची घंटा वाजते. तसे काहीसे आमच्या सामन्याचे झाले.

ब्लेक न्यू यॉर्कमध्ये अतिशय लोकप्रिय होता. प्रेक्षकात त्याचे अगणित चाहते उपस्थित होते. नाइके कंपनी बरोबरचा माझा करार संपला होता आणि त्यांनी ब्लेकला करारबद्ध केले होते. त्यांनी त्यांच्या कंपनीचे टी शर्टस प्रेक्षकांमध्ये वाटले होते. त्यांना ब्लेकला प्रोत्साहन द्यायला प्रवृत्त केले होते. तिसऱ्या सेटमध्ये जेव्हा खेळाचा रंग पालटू लागला, माझ्या खेळाने ब्लेक हतप्रभ होऊ लागला तेव्हा त्यांचा आवाज मंदावला आणि मी तो सेट ब्लेकच्या हातातून ओढून घेतला तेव्हा ते गप्पच झाले. चौथ्या सेटमध्ये ब्लेक निष्प्रभ होत गेला, त्याची आक्रमकता लोप पावली. तो हतबल झालेला दिसत होता, मला कळत होता. त्याच्या मनातले विचार मला ऐकू येत होते, 'एक गोष्ट धड होत नाही, काय चाललंय काय?'

एक गोष्ट धड झाली! मी चौथा सेटही जिंकला. विचार, धोरण, योजना, तर्क गुंडाळून ठेवून बेबंद खेळ करण्याचा परिणाम पाहिल्यामुळे की काय, पाचव्या सेटमध्ये ब्लेकही तसाच, मेंदूचे न ऐकता खेळू लागला. आम्हा दोघांच्या तीन तासांच्या अविचारी खेळानंतर त्या सेटमध्ये बरोबरीची स्थिती आली. दोघेही पेटलेलो, एका क्षणी त्याची धग थोडी वाढली आणि दहाव्या गेममध्ये निर्णायक सर्व्हिस करण्याची संधी त्याने कमावली. त्या महत्त्वपूर्ण क्षणी बहुधा त्याने पुन्हा मेंदूचा आसरा घ्यायचे ठरवले असावे. त्याच्या मेंदूने नेमके तिरके वागायचा सल्ला दिला. मी अप्रतिम फटक्यांनी त्याच्या सर्व्हिसेस परतवल्या. त्याची सर्व्हिस भेदली, संधी खेचून घेतली. प्रेक्षकांनी 'पक्षबदल' केला, *'आंद्रे... आंद्रे ...'* असा गजर सुरू झाला.

मी सर्व्हिस केली आणि राखली. मधल्या स्वल्प विश्रांतीच्या काळात प्रेक्षकांनी स्टेडियम डोक्यावर घेतले होते. उच्च स्वरातील गर्जनांनी दणदणून टाकले होते, कान किटत होते. मी चक्क कानाभोवती टॉवेल गुंडाळून बसलो होतो. त्याने सर्व्हिस केली, राखली, टायब्रेक झाला.

पाचव्या सेटबद्दल टेनिसमधल्या जुन्या जाणत्यांनी असे म्हटले आहे की, पाचवा सेट हा टेनिसचा खेळ नसतोच!' खरे आहे त्यांचे म्हणणे. तो भावनांचा खेळ असतो. विचारपद्धतींचा सामना असतो, संस्कारांची लढाई असते. मीही माझ्या शरीराची साथ सोडली. त्याला म्हटले, ''बाबा रे, तुला मी चांगला ओळखतो. तुला सोडून आजवर माझ्या कारकिर्दीत मी अनेक अनुभव घेतले. आजचा हा फार सुदृढ असा अनुभव आहे. आज मी माझा खेळ आणि माझे क्रीडाकौशल्य, माझे खेळातले कसब यांच्यामध्ये यायचंच नाही असंच ठरवलेलं आहे. मी आजच्या या समीकरणातून स्वतःला वगळूनच टाकणार आहे आणि त्यांच्यावरच सोपवून देणार आहे आजचा हा कसोटीचा क्षण.' ६-५ अशा गुणसंख्येवर मी एक जबरदस्त सर्व्हिस केली. ब्लेकने ती माझ्या उजव्या बाजूला परतवली. मी फोरहॅन्डचा फटका मारून चेंडू त्याच्या बॅकहॅन्डला मारला; पण तो चेंडूच्या पलीकडे जाण्याचा प्रयत्न करू लागला - चूक! तो चूक करत होता हे माझ्या लक्षात आले. तो सरळ विचार करू शकत नव्हता. तो चुकीच्या जागी जात होता. चेंडूवरील त्याचे नियंत्रण सुटणार होते. चेंडू त्याला हुकूम सोडणार होता. एक उत्तम फटका मारण्याची सुसंधी तो गमावीत होता. मला दोन शक्यता अगदी स्पष्ट दिसत होत्या - एक - कसातरी चेंडूपर्यंत पोहोचलाच तर तो एक अत्यंत कमकुवत फटका मारणार, दोन - किंवा त्याच्या हातून एखादी चूक निश्चित होणार.

काहीही झाले तरी चेंडू कुठे पडणार हे मला नक्की माहीत होते. मी त्या जागेवर लक्ष केंद्रित करून तयार होतो. ब्लेक वळला, त्याने वरचे अंग झोकून दिले आणि जीव एकवटून चेंडू परतवला. चेंडू मला अपेक्षित असलेल्या जागेपासून दहा फूट लांब पडला, तो गुण मात्र ब्लेकच्या पदरात पडला!! माझा अंदाज साफ चुकलेला होता! माझ्या हातात असलेली एकमेव गोष्ट मी केली, पुढच्या सर्व्हिससाठी सिद्ध झालो.

६-६ या बरोबरीच्या स्थितीत आम्ही एकमेकांवर खुनशी हल्ले केले. अगदी तुटून पडलो. दोघेही बॅकहॅन्डचेच फटके मारीत होतो. दहा दहा फटक्यांच्या दीर्घ युद्धात दोघांपैकी कोणीतरी धोका पत्करून एखादा प्राणघातक फटका मारणार हे दोघांनाही पक्के माहीत असते. ते काम आपला प्रतिस्पर्धीच करणार अशीही त्यांची खात्री असते. दोघेही त्याचीच वाट पाहत असतात. मीही वाट पाहत होतो; पण ब्लेक काहीच करेना. तेव्हा मग मलाच धोका पत्करणे आले! मी आविर्भाव असा केला की मी चेंडू जोरात कोलणार आहे पण प्रत्यक्षात तो अलगद जाळ्यावरून अगदी जवळ टाकला. कट यशस्वी झाला!

सामन्यामध्ये अनेक वेळा असे होते की, तुम्हाला चेंडूला व्यवस्थित, प्रतिस्पर्ध्याच्या आवाक्यातला स्विंग द्यायचा असतो; पण रक्त इतके खवळलेले असते, हातात इतका जोर आलेला असतो की तो खूपच जोरात मारला जातो.

ब्लेकचे तसेच होत होते; पण ते चेंडू मारण्याच्या बाबतीत नव्हे तर त्याच्या हालचालींच्या वेगाच्या बाबतीत होत होते. तो जरुरीपेक्षा खूपच जास्त वेगाने हालत, धावत होता. तो अत्यंत अधीर, उतावळा म्हटले तरी चालेल, झाला होता. चेंडू जेथे पडणार अशी त्याची अपेक्षा असायची तेथे तो खूप आधीच जाऊन पोहोचत होता. माझ्या बॅकहॅन्ड ड्रॉपच्या वेळी तसेच झाले. रॅकेट पुढे ताणून चेंडू कोलायला लागेल हे त्याला कळल्यावर त्याने त्यानुसार रॅकेटवरची पकड बदलली, घट्ट केली; पण तो इतक्या वेगाने पुढे सरकला की चेंडू पडायच्या आतच तो त्या जागेच्या खूपच जवळ पोहोचला, रॅकेट ताणावीच लागली नाही, चेंडू जवळ जवळ रॅकेटवरच आला. सगळाच अंदाज चुकला, चेंडू माझ्याकडे आला तेव्हा ब्लेक जाळ्याजवळ होता आणि मागचे मैदान रिकामे राहिले. मी चेंडू मागे टाकला आणि तो त्याच्या पल्ल्याच्या बराच बाहेर पडला.

तो ६-७ वर सर्व्हिस करत होता. माझ्यासाठी तो सामन्याचा निर्णायक क्षण होता. त्याची पहिली सर्व्हिस चुकली, दुसरी तो कशी, कुठे करणार हे ठरवण्यासाठी माझ्याकडे काही सेकंद होते - जोरदार करेल? की चूक टाळण्यासाठी साधीच पण सुरक्षित करेल?' मी दुसरा पर्याय स्वीकारला, तो निर्धोकपणे माझ्या बॅकहॅन्डला रोल करेल असे मी ठरवून टाकले. मग त्या वेळी मी कुठे उभा असायला हवा? माझ्या निर्णयावर पूर्ण विसंबून राहावे का? त्यासाठी मला वाटत होते तेथेच चेंडू पडणार असे गृहीत धरावे लागणार होते. तो बिनतोड परतवता येईल अशा तयारीत राहावे लागणार होते. की यदाकदाचित निर्णय चुकला तरी चेंडूजवळ पोहोचता येईल अशा सोयिस्कर जागी जाऊन थांबू? का अशी जागा धरू की जेथून कशीही सर्व्हिस केली तरी चेंडूपर्यंत पोहोचून तो, कसा का होईना, पलीकडे टाकता येईल?

त्या आणीबाणीच्या रात्री शंभर हजार निर्णय घ्यावे लागत होते पण हा अखेरचा, 'निर्णायक निर्णय' मला माझाच असायला हवा होता. बस, मी निर्णय घेऊन टाकला, न बदलता येणारा निर्णय! त्याने सर्व्हिस केली - अगदी मी ठरवली होती तशीच. माझ्या बॅकहॅन्डला रोल केलेली! चेंडूही मी ठरवला होता तेथेच पडला, अगदी अलगद. माझ्या निर्णयाची चोख अंमलबजावणी झालेली पाहताना माझ्या अंगावर काटा आला, केस ताठ उभे राहिले. प्रेक्षक इतके अधीर झाले होते की ते उठून उभे राहिले होते. मी स्वतःला बजावीत होतो, शांत राहायला सांगत होतो, सावकाश, नीट, अचूक, कट, भेदून टाक... मी चेंडू परतवला. पलीकडे जाणाऱ्या चेंडूवर माझे डोळे खिळले होते. ते त्याचा मार्ग न्याहाळीत होते. चेंडू मार्ग आक्रमीत होता. त्याची सावलीही दिसत होती. सावली चेंडूशी एकरूप झाली. मी चेंडूला सांगत होतो, विनवीत होतो, खालीच पड, मैदानावरच जागा शोध!

त्याने माझी विनंती मान्य केली!! जाळ्याजवळ ब्लेकने मला हलकी मिठी मारली तेव्हा आम्हा दोघांनाही याची जाणीव होती की, आम्ही काहीतरी 'खास' केले आहे. खूप महत्त्वाचा सामना खेळलेला आहे. मला ते जास्त चांगल्या पद्धतीने कळले. कारण, मी तोवर ब्लेकपेक्षा आठशे सामने जास्त खेळलेलो होतो. हा सामना निराळाच 'घडला' होता. या सामन्याइतका विचारांचा, बुद्धीचा कस कोणत्याच सामन्याच्या वेळी लागला नव्हता. हे यश 'बौद्धिक' होते, 'बुद्धिनिष्ठ विचारां'चे होते. अकलेचा अभिमान बाळगावा असे होते. मला त्या सामन्यावर माझी मोहोर उठायलाच हवी होती.

सामन्यानंतर वार्ताहर परिषद आटोपून मी, गिल, पेरी, डॅरेन आणि फिली पी. जे. क्लार्क्स या आमच्या आवडत्या हॉटेलमध्ये गेलो, खाणे पिणे जोरदार झाले. तो कार्यक्रम उरकून हॉटेलवर येईपर्यंत पहाटेचे चार वाजले. स्टेफनी गाढ झोपी गेलेली होती. मी खोलीत शिरलो तशी ती जागी झाली, उठून बसली आणि गोडसे हसली.

''आंद्रे, ठार वेडा आहेस तू!'' ती म्हणाली.

मी हसलो.

''माझा विश्वासच बसत नाही! काय जिंकलायस तू आजचा सामना! मस्त घोडदौड सुरू आहे स्पर्धेत!''

''होय, यश मिळतंय खरं!!''

मी पलंगाच्या शेजारी जमिनीवरच झोपलो; पण झोप येईना. मी आडवा पडून पुन्हा सामना खेळत होतो.

आकाशातून परीचा आवाज यावा तसा स्टेफनीचा आवाज आला,

''ए, कसं वाटतंय तुला?''

''संध्याकाळ खूपच छान गेली...'' मी म्हणालो.

जॉर्जियाचा गाजलेला, फार प्रशंसला जाणारा तरुण खेळाडू रॉबी जिनप्री याच्याविरुद्ध उपांत्य सामना खेळायचा होता. सीबीएस या दूरचित्रवाणीवाहिनीला त्यांच्या इतर कार्यक्रमांच्या प्रसारणाच्या वेळेच्या सोयीसाठी माझा सामना खूप उशिरा सुरू व्हायला हवा होता; पण मी स्पर्धेच्या व्यवस्थापनाकडे जाऊन त्यांना हात जोडून विनंती केली की कृपा करून उशीर करू नका. जर यदाकदाचित मी हा सामना जिंकलो तर मला उद्याच अंतिम सामना खेळावा लागणार आहे, तेव्हा पस्तीस वर्षे वयाच्या माणसाला रात्री उशिरापर्यंत खेळत ठेवून लगेच सकाळी उठून सामना खेळायला लावू नका. त्याच्या अंतिम सामन्यातल्या बावीस वयाच्या तरुण प्रतिस्पर्ध्यापेक्षा त्याला कमी झोप मिळेल असे काही करू नका. त्याच्या झोपेवर, विश्रांतीवर घाला घालू नका.'

त्यांनी सामना लवकर सुरू केला.

पाच-पाच सेट्सचे दोन सलग सामने खेळल्यानंतरसुद्धा मला कोणी उसंत द्यायला तयार नव्हते. जिनप्री सर्वस्व पणाला लावून, त्याचा सर्वोत्तम खेळ खेळत होता. दोन्ही बाजू सारख्याच जोरदारपणे लढवीत होता. मुख्य म्हणजे तो तरुण होता. त्याच्या विरुद्ध मैदानावर उभे राहण्याआधी मला माझी दमणुक, थकावट, सगळा शीण शरीरातून काढून टाकणे अत्यंत गरजेचे होते. ब्लेकबरोबर खेळलेले शेवटचे तीन सेट्स हा माझाही माझ्या कारकिर्दीतील सर्वोत्तम खेळ होता आणि प्रचंड दमवणाराही! मी ठरवले होते की जिनप्रीबरोबर पहिल्यापासून जोमाने खेळायचे. दोन सेट्समध्ये पराभूत झालो आहोत असे समजून, बदला घेण्याच्या ईर्षेनेच खेळायला सुरुवात करायची. ब्लेकशी तिसरा सेट खेळताना मी जसा बेभान होऊन खेळलो होतो तोच जोष मला जिनप्रीविरुद्धच्या खेळातही आणायचा होता.

माझा उद्देश सफल झाला. मला जिंकण्याची घाई असल्याप्रमाणे मी पहिला सेट अल्प वेळात जिंकला. मग मी माझे धोरण थोडे बदलले. मला माझी ताकद उद्याच्या अंतिम सामन्यासाठी राखून ठेवायची होती. म्हणून मी जरा निर्धोक, सुरक्षित खेळ खेळू लागलो. मनात उद्याच्या प्रतिस्पर्ध्याबद्दलचे विचार येत होते. जिनप्रीला माझ्या संथ धोरणाचा फायदा लगेच मिळालाच. त्याने दुसरा सेट घेतला. मी सावध झालो. अंतिम सामना डोक्यातून हद्दपार केला. पूर्ण लक्ष त्या सामन्याकडे दिले, जिनप्रीला मुख्य लक्ष्य बनवले. दुसरा सेट घेता घेता तो इतका दमला होता की मी तिसरा सेट जिंकून टाकला; पण त्याने चौथा जिंकला!

पाचवा सेट मी त्वेषानेच सुरू केला; पण त्याचबरोबर मी ही गोष्टही डोक्यात नीट बिंबवली की प्रत्येक गुण मीच मिळवू शकणार नाही.प्रत्येक चेंडू मी मला हवा तसाच घेऊ शकणार नाही. त्यासाठी लांबवर झेपा घेऊ शकणार नाही. या नुकतेच दात आलेल्या बछड्यासाठी जिवाचे रान करू शकणार नाही. त्याला मला रात्रभर इथे खेळत ठेवायचे असेल पण माझ्या अंगात तेवढी ताकद शिल्लकच नाही आणि असली तरी ती मला याच्यासाठी खर्च करायची नाही. फार तर पंचेचाळीस मिनिटे! तेवढा वेळ हे शरीर हालचाल करू शकेल. खरे तर पस्तीसच मिनिटे!

सर्व तत्त्वज्ञान कामी आले. मी सेट जिंकला आणि सामनाही आणि अंतिम फेरीत प्रवेश मिळवला. 'पस्तीस वर्षे वयाचा खेळाडू यूएस ओपनचा अंतिम सामना खेळणार' हे निश्चित झाले! डॅरेन, गिल आणि स्टेफनी, तिघांनी मिळून मला लॉकररूममधून बाहेर काढले. त्यांना काय करू आणि काय नको असे झाले होते. डॅरेनने माझ्या रॅकेट्स गोळा केल्या आणि माझ्या रोमन नावाच्या

वाद्या ताणणाऱ्या कुशल कामगाराकडे पोहोचवल्या. गिल यांनी मोठ्या मायेने त्यांच्या हातांनी मला गिलवॉटर पाजले. स्टेफनीने माझ्या हातात हात गुंफले आणि मला सांभाळत पण मिरवत गाडीकडे नेले. फेडरर विरुद्ध हेविट हा उपांत्य सामना टीव्हीवर पाहता यावा म्हणून आम्ही घाईघाईने 'फोर सीझन्स'कडे धावलो. व्हेगासच्या पस्तीस वर्षीय वृद्धाबरोबर अंतिम सामना खेळण्याचे पुण्य कोणाच्या वाट्याला येते हे आम्हाला बघायचे होते.

अंतिम सामन्याच्या आदल्या संध्याकाळी दुसऱ्या जोडीचा उपांत्य सामना खेळला जात असताना पाहणे यासारखे आरामदायी दुसरे काही नसेल. त्या दोघांना जो ताण, जो त्रास सहन करायला लागतो आहे त्यापासून मी या क्षणी तरी कसा लांब बसलो आहे हा विचार सुखदायी असतो. अपेक्षेप्रमाणे फेडररनेच सामना जिंकला! मी खुर्चीवर मागे रेलून साहजिकच त्याच्याबद्दलच विचार करू लागलो. पहिला विचार हा आला की सामना संपल्यावर फेडररच्याही मनात माझाच विचार आला असेल! 'आता या क्षणापासून आमची दोघांची नशिबे जोडली गेलेली आहेत, तर मी प्रत्येक गोष्ट त्याच्यापेक्षा चांगली करतो यावर माझा कटाक्ष असला पाहिजे' हा दुसरा विचार. त्यातली पहिली चांगली करण्याची गोष्ट म्हणजे रात्रीची झोप, विश्रांती.

पण आता मी दोन मुलांचा बाप होतो. पूर्वी सामन्याच्या दिवशी सकाळी साडेअकरापर्यंत झोपायची चैन करणे मला जमायचे, परवडायचे; पण आता मला कधी कधी साडेसातलादेखील उठावे लागते. मला झोप मिळावी, मुलांनी मला उठवू नये म्हणून स्टेफनी मुलांना माझ्यापासून लांब, अगदी शांत ठेवायचा खूप प्रयत्न करते; पण त्यांच्या अस्तित्वाची, त्यांना माझी गरज असल्याची, त्यांना बापाचे तोंड पाहण्याची, त्याला भेटण्याची इच्छा असल्याची जाणीव कुठेतरी माझी मलाच होते आणि त्याहीपेक्षा तीव्र जाणीव होते ती मलाच त्यांना बघायच्या, भेटायच्या इच्छेची!

अंतिम सामन्याच्या सकाळी एकत्र ब्रेकफास्ट केल्यावर मी मुलांचा निरोप घेतला. गिल यांच्याबरोबर गाडीतून स्टेडियमकडे जाताना मी गप्प होतो. मी जिंकायची शक्यता नाही हे मला आतून कळत होते. एक तर माझे वय. त्यातच तीन सामने, तेही पार दमवून टाकणाऱ्या पाच-पाच सेट्सचे. मी सलग तीन दिवस खेळलेलो होतो. वास्तव स्वीकारलेच पाहिजे. एक अंधुक आशा अशी की जर सामना तीन चार सेट्सपुरताच मर्यादित राहिला, जीव काढणाऱ्या रॅलीज् खेळाव्या न लागता सामना वेगवान झाला, परीक्षेचा पेपर किचकट नसला तर मला जरासा वाव मिळण्याची शक्यता होती.

फेडरर मैदानावर आला तो लाखो प्रेक्षकांना मोहिनी घालणाऱ्या कॅरी ग्रँट या चित्रपट अभिनेत्याच्याच थाटात आणि रुबाबात! मला तर वाटले की तो बहुतेक

त्याच्याचसारखा वेलवेटचा कोट घालून आणि गळ्याभोवती ऐटबाज स्कार्फ गुंडाळूनच खेळायला उभा राहणार! आम्हा दोघातला फरक स्पष्ट होता – त्याची प्रत्येक गोष्ट सहज, सुरळीत, शांत होती आणि मी अगदी उलट. माझी बेचैनी, गोंधळ स्पष्ट दिसत होता, ४०–१५ या गुणसंख्येवर सर्व्हिस करतानासुद्धा दिसत होता. फेडररने मैदानाचा व्यवस्थित ताबा घेतला होता, कोणत्याही कोपऱ्यातून मारलेले फटके सारखेच धोकादायक येत होते. एकही सुरक्षित जागा उरलेलीच नव्हती. त्याने पहिला सेट घेऊन टाकला. मला चिंतेने घेरले. अस्वस्थतेने भारून टाकले. 'याचा तोल ढळायला काहीतरी केलेच पाहिजे,' हा विचार माझ्या हातून चार चांगल्या गोष्टी करून घेऊ लागला. दुसऱ्या सेटमध्ये मला ब्रेक मिळाला. मी त्याचा फायदा घेतला आणि तो सेट जिंकला.

'कॅरी ग्रँट, सावधान! तुम्ही अडचणीत येण्याची शक्यता आहे!' मी मनातल्या मनात फेडररला चिथावले. तिसरा सेट सुरू झाला. मी त्याची सर्व्हिस भेदून ४–२ अशी आघाडी मिळवली. वारा माझ्या 'पाठीशी' होता, फेडररचे बरेचसे चेंडू त्याच्या रॅकेटच्या लाकडी फ्रेमवर आपटत होते.

५–२ अशी गुणसंख्या होणार असे दिसत असतानाच एक विलक्षण क्षण आला. मला असे वाटू लागले की, काहीतरी विशेष घडणार. त्या विचारासरशी मी फेडररकडे पाहिले आणि आश्चर्य म्हणजे तोही त्या क्षणी माझ्याचकडे पाहत होता. आमच्या नजरा मिळाल्या, काही क्षण खिळून राहिल्या. त्यालाही बहुतेक तसेच काहीतरी वाटत होते! शेवटच्या गेमच्या ३०–० या गुणसंख्येवर मी त्याच्या बॅकहॅन्डला किक सर्व्हिस केली. त्याने एक शैलीदार वळण घेतले आणि चेंडू परतवला. रॅकेटवरून चेंडू उडाला त्यात जराही ताकद नव्हती, मी लहानपणी मारायचो तसा तो लेचापेचा वाटला. मी बेसावध राहिलो; पण तो चेंडू लटपटत, डगमगत जाळ्यावरून माझ्या बाजूला पडला. त्याने माझी सर्व्हिस ब्रेक केली. पुढच्या सर्व्हिससाठी आम्ही तयार झालो. टायब्रेकमध्ये त्याने चेंडू मारायला माझ्या बाजूच्या अशा जागा शोधल्या ज्या मला ओळखताच आल्या नाहीत. त्याने खेळाची अशी लय पकडली जी अन्य खेळाडूंना कधीच सापडत नाही. त्याने तो सेट ७–१ असा जिंकला! आणि सामनाही!!

'निकाल लागला' आणि माझ्या शरीराचा कणन्‌कण विव्हळू लागला, पाठ ओरडू लागली. मन आक्रंदू लागले. माझे निर्णय कसे आणि किती चुकीचे होते हे सांगू लागले. किती कमी अंतर असते चेंडू आणि तुमच्यामध्ये! पण तेच फार मोठे ठरते. असामान्य आणि सामान्य यातील अंतरही असेच असते, जय आणि पराजय यातील, हर्ष आणि खेद यांच्यामधील अंतर – एवढेसे पण जमीन अस्मानातील अंतराएवढे, होत्याचे नव्हते करणारे. सामना सतत बरोबरीचा

चालला होता. अटीतटीचा चालला होता, एक टायब्रेक झाला आणि सगळेच बदलले. प्रतिस्पर्ध्याच्या कौशल्याच्या कौतुकासाठी तोंड उघडले आणि क्षणात त्यात पडलेला पराजयाचा घास गिळावा लागला!

जाळ्याजवळ जाताना मनाला याचे समाधान होते. हाच एक दिलासा होता की, मी एका महान खेळाडूबरोबर खेळून पराभूत झालो होतो. पुढच्या पिढीचा मेरूमणी ठरेल अशा अत्युच्च श्रेणीच्या खेळाडूकडून पराभव पत्करला होता. त्याच्याशी स्पर्धा करायला लागणाऱ्या, त्याच्याविरुद्ध खेळून त्याच्याकडून मार खाव्या लागणाऱ्या तरुण खेळाडूंची मला दया येत होती. पीट सॅम्प्रासशी खेळून वारंवार हार पत्करायला लागणाऱ्या सगळ्या आंद्रे आगासींची कीव वाटत होती. सामन्यानंतर मी वार्ताहरांना जेव्हा सांगितले की 'बहुतेक जणांच्यात दोष, उणीवा असतातच पण काही अपवाद असतात, फेडरर तसा अपवाद आहे' तेव्हा माझ्या मनात पीटचेही नाव होते!

२९

खरे म्हणजे मला तसे करायचे नव्हते; पण २००६ सालच्या विम्बल्डनसाठी ताकद शिल्लक ठेवायची असेल तर मला ऑस्ट्रेलियन ओपनमधून आणि क्ले कोर्टावरील त्या वर्षीच्या सर्वच स्पर्धा सोडणे भागच होते. त्या वर्षीची विम्बल्डन ही माझी अखेरची असेल असे मी मनोमन ठरवून टाकले होते. ती अखेर मानाची, अभिमानाची, अविस्मरणीय ठरेल, विम्बल्डनचा मी आदरपूर्वक निरोप घेईन, असाही मी निश्चय केला होता. असे काही मी ठरवेन, करेन असे मला वाटलेही नव्हते.

पण विम्बल्डन होतीच माझ्यासाठी खास! पवित्र, आदरणीय, पूजनीय. त्याच स्पर्धेत माझी पत्नी चमकली होती. त्याच मैदानावर मी यशाच्या आशेची पहिली सुखद झुळूक अनुभवली होती. मला स्वतःला सिद्ध केले होते, जगाला माझी नोंद घ्यायला लावली होती. मी तेथेच विजयाने नम्र व्हायला शिकलो होतो, ताठपणा विसरून गुडघ्यात वाकलो होतो, जे कधी करायचे नव्हते असे बरेच तेथे केले होते, जे घालायचे नव्हते ते कपडेसुद्धा मनाविरुद्ध घातले होते. मी टेनिसचा कितीही तिरस्कार करत असलो तरी शेवटी तेच माझे घर होते. लहानपणी मी माझ्या घराचाही तिरस्कार करत होतो; पण ते जेव्हा सोडले तेव्हा त्याची ओढ जाणवली, त्याचा विरह सहन झाला नाही. टेनिसचेही तसेच होत होते. टेनिस सोडायची वेळ आली, टेनिसमधल्या कारकिर्दीचा शेवट जवळ आला तसा सगळ्या स्मृतींनी माझ्या मनाभोवती फेर धरला होता.

हा माझा निर्णय मी डॅरेनजवळ उघड केला. मी त्याला हेही सांगितले की, त्या वर्षीची यूएस ओपन ही माझ्या टेनिसच्या कारकिर्दीची अखेर असेल. आम्ही असे ठरवले की, हा निर्णय विम्बल्डनची स्पर्धा सुरू होता होता जाहीर करायचा. आम्ही ती घोषणा केली. त्यानंतर सहखेळाडूंच्या माझ्याकडे बघण्याचा, माझ्याशी वागण्याच्या दृष्टिकोनात पडलेला फरक मोठा लक्षणीय, आश्चर्यकारक होता. त्यांनी मला प्रतिस्पर्धी मानणे सोडून दिले, आधीसारखे माझ्याशी खेळणे त्यांना संकटप्राय वाटेनासे झाले. मी वजा झालो, वगळलो जाऊ लागलो, अनुल्लेखनीय ठरलो. माझ्यावर जणू पडदा पडला होता. वार्ताहरांचे प्रश्न बदलले, 'केव्हा?' वरून 'आत्ताच का?'वर आले. 'हीच वेळ तुम्ही निवृत्तीसाठी का

निवडली? या प्रश्नाला उत्तर देताना मी त्यांना सांगितले, 'मी नाही निवडली. मला खेळायचे नाही असे नाही, मी खेळणार नाही. कारण, मी खेळू शकत नाही. मला हीच वेळ यायला हवी होती – खेळणे अशक्य होण्याची वेळ. मला खेळणे थांबवण्याखेरीज अन्य पर्यायच उरणार नाही अशी वेळ. जी अटळ होती; पण जी ओढून जवळ, अलीकडे आणता येत नव्हती. हीच 'अंतिम रेषा' मी शोधत होतो जी आपण होऊन माझ्या समोर येईल.'

ऑस्ट्रेलियाचा जगप्रसिद्ध टेनिस खेळाडू रॉड लेव्हर याच्या आत्मचरित्राचा सहलेखक, टेनिसचा अत्यंत नावाजलेला समालोचक आणि इतिहासकार बॅड कॉलिन्स याने माझ्या निवृत्तीच्या निर्णयावर भाष्य करताना माझ्या टेनिसक्षेत्रातील प्रवासाचे वर्णन 'उथळपणा ते सखोलता, उच्छृंखलपणा ते गंभीरता' या शब्दात केले. मला काही ते पटले नाही. मला तर वाटले की त्याला 'पंक टू पॅन्थर' असे यमक सुचल्याने त्याच्या मोहात पडून त्याने त्याच्या सार्थतेकडे दुर्लक्षच केले. कारण माझ्या मते मी जसा तरुणपणी उथळ वा उच्छृंखल नव्हतो तसा नंतर सखोल वा गंभीरही नव्हतो. माझ्यामधील 'बदला'चा अनेक समीक्षक, लेखकांनी नुसता उल्लेखच नाही बराच उहापोहही केला. तोही मला खटकला. 'बदल' म्हणजे जे आधी होते त्यात फरक होणे, त्याचे रूप बदलणे. माझ्या बाबतीत बदल व्हायला मुळात काही नव्हतेच, मी कोणी नव्हतोच. मी बदललो नव्हतो, मी घडलो होतो. मी जेव्हा प्रथम टेनिसमध्ये पडलो किंवा टाकला गेलो, ढकलला गेलो असे म्हणा हवे तर. तेव्हा मी चार मुलांसारखा अजाण होतो, मी कोण आहे हे मला माहीत नव्हते, मी स्वतःला पुरता ओळखतही नव्हतो. माझ्यावर जेव्हा मोठ्या लोकांकडून 'मी'पण लादले गेले तेव्हा मी बंड करून उठलो. मला वाटते मोठे लोक ही चूक बऱ्याच वेळा करतात, 'घडत' असलेल्या शिल्पाला मूर्ती समजून वागवतात, मूर्ती व्हायला लावतात. पिकत असलेल्या बीला फळ समजतात, फळ व्हायला लावतात. सामना सुरू असतानाच त्याचा निकाल ठरवण्यासारखे असते ते. तसा अंदाज लढवायला बरे वाटते पण अंदाजानुसार नेहमीच निकाल लागत नाही. माझ्याच बाबतीत तसे अनेक वेळा झाले आहे. मी पराभूत होणार हे निश्चित दिसत असताना मी जिंकलेलो आहे आणि तेवढ्याच वेळा माझे प्रतिस्पर्धी पराभूत होणार असे दिसत असताना त्यांनी मला धूळ चारलेली आहे.

निवृत्तीच्या वेळी जगाला माझे जे बरे वाईट रूप दिसत होते, तेच माझे मूळ रूप, पहिले रूप होते. मी माझी प्रतिमा बदललेली नव्हती. ती माझी मी शोधली होती, माझी मला सापडलेली होती. माझ्या अंतरंगात काहीच बदल घडलेला नव्हता. मी माझ्या मनाची कवाडे उघडली होती, जे.पीं.नी मला तो

मार्ग दाखवला होता. मला अंधारातून प्रकाशात आणले होते. माझ्या बाह्य रूपावरून, माझे रंगीबेरंगी, भडक कपडे, माझे लांब अस्ताव्यस्त केस यावरून लोकांनी माझ्याबद्दल निष्कर्ष काढले होते. त्यातील विचित्रतेने, विक्षिप्ततेने ते फसले होते. त्यांनी असा गैरसमज करून घेतला होता की ते सर्व मी समजून उमजून करत होतो. ते माझ्या अंतर्मनाचे दृश्य रूप होते. मी विविध शक्यता पडताळून पाहत होतो आणि लोक ते माझे व्यक्तिमत्त्व समजून चालत होते. माझ्या वृत्ती प्रवृत्तींची अभिव्यक्ती होती असे धरून चालले होते. त्यांनी एक फार चांगला योगायोग शोधून काढला होता. ते म्हणायचे की ज्या व्यक्तीची इतकी विविध बाह्यरूपे जगासमोर आली त्याच्या नावाच्या आद्याक्षरांचा – आंद्रे किर्क आगासी – एकेए – म्हणजे 'आका' याचा अर्थ 'ऊर्फ' असा असावा हे किती आश्चर्यजनक आणि प्रतीकात्मक आहे!!

माझ्या बाजूने माझ्या बाबतीत असे बरेच सांगण्यासारखे होते. जे.पी. आणि इतर हितचिंतकांनी ते जगासमोर आणण्याचा मला आग्रहही केला पण त्या २००६ सालच्या उन्हाळ्यात मला काही ते वार्ताहरांना समजावून सांगणे शक्य झाले नाही. विम्बल्डनच्या काळात आम्ही तो निर्णय जाहीर केल्यानंतर हे असले स्पष्टीकरण देण्याची 'ऑल इंग्लंड क्लब'चा वार्ताहरकक्ष ही तर योग्य जागा नव्हतीच हे मला चांगलेच माहीत होते.

एवढेच कशाला, मी स्टेफनीलाही हे लांबलचक स्पष्टीकरण देऊ शकत नव्हतो. अर्थात तशी गरज पडतच नव्हती. कारण, ती प्रगल्भ स्त्री ते सगळे पूर्णपणे जाणून होती. तिच्या मनाची खोली, मनाची विशालता ती कधी शब्दांतून व्यक्त करायची नाही. ती व्यक्त व्हायची ती तिच्या अर्थपूर्ण, भावपूर्ण नजरेतून. तिच्या माझ्या गालावरून फिरणाऱ्या हातातील प्रेम आणि ममतेतून. विम्बल्डन स्पर्धा सुरू असताना ती खूप बोलकी मूक अभिव्यक्ती खूप वेळा घडायची. ती माझ्या कारकिर्दीबद्दल बोलायची, तिच्या क्रीडाजीवनाविषयी सांगायची. ती खेळलेल्या विविध स्पर्धा, अगणित सामने, अनेक अविस्मरणीय क्षण याविषयी माझ्याशी बोलायची. ती जेव्हा तिची अखेरची विम्बल्डन स्पर्धा खेळत होती तेव्हा तिला या गोष्टीची पुसटशीही कल्पना नव्हती की ती तिची शेवटचीच स्पर्धा ठरणार आहे! मला त्याची पूर्ण कल्पना होती, मी स्वतःच तो निर्णय घेतलेला होता. 'असे पूर्ण समजून उमजून, स्वतःच्या मर्जीने निवृत्त होणे हे केव्हाही चांगले,' असे ती म्हणाली.

जॅडेनने स्वतः एक साखळी बनवून ती मला भेट दिली होती. त्यात त्याने एकेक अक्षर अशी दहा अक्षरे गुंफून *डॅडी रॉक्स* असे लिहिले होते. विम्बल्डन स्पर्धेच्या पहिल्या फेरीत बोरीस पॅशन्स्की या सिरियाच्या खेळाडूशी सामना खेळताना मी माझ्या लाडक्या मुलाने त्याच्या लाडक्या वडिलांना

प्रेमाने दिलेली ती साखळी गळ्यात घातली होती. मी मैदानात पाऊल ठेवले आणि टाळ्यांचा कडकडाट, घोषणांचा घणघणाट झाला, तो कितीतरी वेळ सुरूच राहिला. मी पहिली सर्व्हिस करत होतो त्या वेळी मला ना चेंडू नीट दिसत होता ना मैदान! माझे डोळे चाहत्यांनी दाखवलेल्या प्रेमाने भरून आले होते!! माझी पाठ त्या दिवशी चांगलीच धरली होती. चिलखतात जखडून पडल्यासारखे वाटत होते. तरीही मी तो त्रास सोसत, चिकाटीने खेळलो आणि सामना जिंकलादेखील!!

दुसऱ्या फेरीत मी इटलीच्या अँद्रीएस सॅपी याला सलग सेट्स जिंकून हारवले. या माझ्या प्राथमिक फेरीतील उत्तम खेळामुळे तिसऱ्या फेरीतही मी खेळेन असे मला वाटत होते. टेनिस या खेळाच्या वेडाने पछाडलेला, लाभलेल्या यशाने अधिकच प्रेरीत झालेला, पाशवी शक्तीचा, निष्ठुर; पण अत्यंत लालित्यपूर्ण खेळ खेळणारा अभूतपूर्व खेळाडू राफेल नदाल याच्याशीही मी चांगलीच लढत देईन अशी मला खात्री वाटत होती. त्याप्रमाणे मी पहिला सेट चांगलाच लढवला. सेटमध्ये पराभूत झालो पण ७-६ अशी निकराची झुंज दिल्यानंतर! त्यामुळे माझ्या आशा पालवल्या.

पण नदालने त्या पार धुळीला मिळवल्या. त्याने माझी कत्तलच केली. सामना सत्तर मिनिटे चालला. माझ्या पाठीने मला पंचावन्न मिनिटांचीच मुदत दिलेली होती. त्यानंतर ती मला विलक्षण छळू लागली. मला एका जागेवर स्थिर उभेही राहता येईना. शरीरातील रक्त वाहते ठेवण्यासाठी मला सतत हालचाल करावी लागत होती, निदान पाय आपटावा लागत होता. चेंडू कुशलतेने परतवणे दूरच, मैदानात दोन वा एका पायावर उभे राहणेही यातनामय होऊ लागले होते. शरीर ताठरले होते. वेदना असह्य होत होत्या.

त्यातच विम्बल्डन स्पर्धेच्या परंपराप्रिय व्यवस्थापनाने नेमके त्याच सामन्यानंतर अनपेक्षितरीत्या त्यांच्या नेहमीच्या प्रथेला फाटा देऊन वार्ताहरांना आम्हा दोघांशी मैदानावरच बोलायला परवानगी दिली. मी नंतर गिलना म्हणालो, 'मला माहीतच होतं की, मी बाहेर जाताना तरी या विम्बल्डनच्या शिष्ट लोकांना त्यांच्या लाडक्या परंपरा मोडायला भाग पाडेन!!'

माझ्या विनोदाला गिल हसले नाहीत. 'अजून तू बाहेर गेलेला नाहीस' ते गंभीरपणे म्हणाले.

'अहो, संपलंच की आता!' या माझ्या बोलण्याने त्यांचे समाधान झाले नाही.

मी वॉशिंग्टन डी.सी.ला जाऊन इटलीच्या ॲन्ड्रिए स्टॉपिनीशी सामना खेळलो. तो अगदी नवोदित खेळाडू होता; पण त्याने मीच नवोदित असल्यासारखे मला झोडपून काढले. ते अपयश मला अत्यंत लज्जास्पद वाटले. यूएस ओपनमध्ये

भाग घेण्याआधी जरा सराव व्हावा या उद्देशाने मी ती स्पर्धा खेळायचे ठरवले होते; पण त्यातल्या दारुण अपयशाने मला पार हादरवून टाकले. वार्ताहरांशी बोलताना मी म्हणालो, 'माझ्या कारकिर्दीची अखेर मला वाटली होती त्यापेक्षा फारच जास्त क्लेशकारक ठरते आहे. मला काय वाटतंय हे मी तुम्हाला पटेल असे एक उदाहरण देऊन सांगतो. तुमच्यापैकी कोणाला जर या क्षणी सांगितलं की, 'ही माझी जी मुलाखत तुम्ही घेत आहात ती तुमची अखेरची कामगिरी असेल, यानंतर तुम्ही जन्मभर काहीही लिहायचे नाही,' तर तुम्हाला तुमचं काम आज कितीही आवडत नसलं तरीसुद्धा ते काम कायमचं सोडून द्यायचं या कल्पनेने तुम्हाला कसं वाटेल?'

माझी शेवटची यूएस ओपन स्पर्धा! आमचा संपूर्ण कुटुंबकबिला न्यू यॉर्कमध्ये दाखल झाला – मी, स्टेफनी, आमची दोन्ही मुले, माझे आई-वडीलसुद्धा. शिवाय गिल, पेरी आणि फिली तर होतेच. आम्ही 'फोर सीझन्स'मध्ये मुक्काम ठोकला. बराच वेळ आमच्या आवडत्या कॅम्पाग्नोलामध्ये घालवू लागलो. आमच्या हॉटेलमधल्या प्रथम प्रवेशाच्या वेळी जो टाळ्यांचा कडकडाट झाला, ज्या उत्साहाने आमचे स्वागत झाले ते पाहून आम्ही सगळेच, विशेषतः मुले अगदी हरखून गेली; पण माझ्या कानांना मात्र तो आवाज निराळा भासला. त्याला एक वेगळीच किनार होती, त्या आवाजात एक 'आतला आवाज' होता. ते स्वागत हृद्य होते, उत्स्फूर्त होते पण 'सांगता समारंभा'ला एकत्र आलेल्या कुटुंबाचे होते.

माझा जुना मित्र, हितचिंतक फ्रँकी भेटला. त्याने आमच्या स्वागताची धमाल उडवून दिली. विशेषतः स्टेफनी आणि मुले यांच्यासाठी त्याने पायघड्याच घालायचे बाकी ठेवले होते. मी आवडीने खात असलेले सर्व पदार्थ त्याच्या अजूनही पूर्ण स्मरणात होते. त्याने स्वतः जॅडेनला ते सर्व पदार्थ आणून वाढले आणि जॅडेननेही ते मोठ्या आवडीने खाल्ले. जॅझही फ्रँकीच्या आदरातिथ्यातील प्रेम, आपुलकी पाहून खूश झालेली दिसत होती. तिला पदार्थांची सरमिसळ पसंत नव्हती. प्रत्येक पदार्थ वेगळा चाखायचा होता. सर्व पदार्थांवर कडी करणाऱ्या ब्ल्यूबेरी मफिन्सचे निरनिराळे प्रकार सर्वांनाच खूप आवडले. स्टेफनी मुलांच्या आनंदात आनंद घेत होती. त्यांच्या निर्मळ हास्याचे प्रतिबिंब तिच्या मुद्रेवर पसरत होते. मी जराशा अलिप्तपणे तो गोड, चवदार सोहळा पाहत होतो. आमचे चार जणांचे प्रेमाच्या, मायेच्या घट्ट धाग्यांनी बांधले गेलेले कुटुंब. चार स्वतंत्र, सर्वस्वी भिन्न; पण तरीही जुळणारी व्यक्तिमत्त्वे. एक परिपूर्ण नातेसंबंध. माझ्या कारकिर्दीच्या अखेरीच्या स्पर्धेसाठी माझा परिवार एकत्र जमला होता. क्वचित साधला जाणारा तो योग, ज्या निमित्ताने सर्वांनाच या गोष्टीची जाणीव

होत होती की, आम्हा सर्वांचे जीवनप्रवाह कितीही निराळे, कितीही कमी अधिक अंतरावरून वाहत असले तरी सर्वांचे उगमस्थान एकच आहे. ते एकाच ठिकाणी पोहोचणार आहेत आणि ते एकाच जागी अनंतात विलीन होणार आहेत, त्यांचा आदी आणि अंत एकच आहेत.

यूएस ओपनच्या पहिल्या फेरीत मी रुमानियाच्या आंद्रे पावेल बरोबर खेळलो. सामन्याच्या मध्येच माझ्या पाठीने संप पुकारला; पण तरीही मी शब्दशः 'ताठपणे' सामना जिंकला. मी डॅरेनला सांगून दुसऱ्या दिवशी कॉर्टिसोनच्या इंजेक्शनची सोय केली; पण ते घेऊनही मी पुढचे सामने खेळू शकेन, याविषयी मला खात्री वाटत नव्हती.

त्यातून पुढची फेरी जगातील आठव्या क्रमांकाच्या मार्कोस बगदातीसशी खेळायची म्हटल्यावर तर जिंकण्याची आशा बाळगणे व्यर्थच होते. त्या सायप्रसच्या तरुणाची त्या वर्षातली कामगिरी उल्लेखनीय होती. त्याने 'ऑस्ट्रेलियन ओपन'मध्ये अंतिम फेरी आणि 'विम्बल्डन'मध्ये उपांत्य फेरी गाठलेली होती, तरीही मी त्या बलाढ्य प्रतिस्पर्ध्याला पराभूत केले. मैदान सोडून बोगद्याच्या रस्त्याने लॉकररूमपर्यंत पोहोचताना माझ्या पाठीने असा काही त्रास दिला की, गिल आणि डॅरेन या दोघांना मला जवळ जवळ उचलूनच घेऊन जावे लागले. त्यांनी मला रूममधल्या टेबलावर झोपवले आणि थोड्याच वेळात मार्कोसलाही आणून माझ्या शेजारच्या टेबलावर ठेवले गेले. त्याचे स्नायू आखडले होते. स्टेफनीने येऊन मला गोड चुंबनाचे औषध दिले, गिल यांनी त्यांचे जीवनदायी 'टॉनिक' पाजले. कोणीतरी डॉक्टर येत असल्याची वर्दी दिली तेव्हा मग गिल यांनी टीव्ही सुरू केला आणि ते, स्टेफनी आणि इतरही सर्व जण आम्हा दोघा जखमी वीरांना विव्हळत ठेवून बाहेर निघून गेले.

टीव्हीवर आम्हा दोघांमध्ये झालेल्या सामन्याचीच क्षणचित्रे दाखवीत होते. मी ती पाहत असतानाच मला शेजारी काहीतरी हालचाल झाल्याचे जाणवले. मी नजर खाली वळवली, बगदातीस शेजारच्या टेबलावरून त्याचा हात उचलून माझ्या हाताकडे आणायचा प्रयत्न करत होता. त्याचा चेहरा बरेच काही सांगत होता. मी माझा हात पुढे केला, आम्ही एकमेकांचा हात हातात घेतला. टीव्हीवरील आमच्यातील धमासान युद्धाची दृश्ये आम्ही हातात हात घालून बघत होतो. त्या वेळी आमच्या हातांची पकड घट्ट, सैल होत होती, परस्परांचा संवाद सुरू होता.

आम्ही दोघे सामना पुन्हा खेळलो आणि मी तर बराच मागेही जाऊन माझ्या गतआयुष्यातही डोकावून आलो. डॉक्टर आले. त्यांनी त्यांच्या मदतनिसांच्या साहाय्याने आमच्यावर प्राथमिक उपचार करून मोठ्या प्रयत्नांनी

प्रथम बगदातीसला आणि मग मला आमच्या पायांवर उभे करण्यात यश मिळवले. बगदातीस त्याच्या प्रशिक्षकाच्या खांद्यावर भार देऊन संथ गतीने बाहेर गेला. गिल आणि डॅरेन या दोघांनी मला आधार देऊन कसेबसे बाहेर आणले. त्यानंतरची हालचाल करायला त्यांना मला पी. जे. क्लार्क्समधल्या चीजबर्गर आणि मार्टिनीची लालूच दाखवावी लागली. आम्ही निघालो तेव्हा पहाटेचे दोन वाजले होते.

पार्किंग लॉट निर्मनुष्य होता. आमची गाडी एकटीच लांब उभी होती.

''बाप रे! गाडी पार त्या टोकाला आहे!!'' डॅरेन म्हणाला.

''तिथपर्यंत जाणं माझ्याच्याने काही जमणार नाही!'' मी जाहीर करून टाकले.

''तू कशाला गाडीपर्यंत यायला हवंय, गाडी येईल ना तुझ्यापर्यंत'' असे म्हणून डॅरेन गाडी आणायला धावला.

मी गिलना म्हणालो, ''मला धड सरळ उभंही राहता येत नाही, गिल, मला आडवंच झालं पाहिजे.''

त्यांनी माझी टेनिस बॅग खाली ठेवली, मला बसायला मदत केली. मी बसलो आणि माझी बॅग उशाला घेऊन पहुडलो. मला शेजारी बसलेल्या गिल यांचे खांदे आणि त्या पलीकडचे आकाश दिसत होते. ताऱ्यांनी भरलेले आकाश. नजर जराशी खाली वळवली तर काही अंतरावर स्टेडियमच्या भोवतालचे उंच खांबांवर लावलेले प्रखर दिवे दिसले. तेही चमकत्या ताऱ्यांसारखेच दिसत होते.

तेवढ्यात एक आवाज झाला आणि त्यातला एक दिवा विझला. पाठोपाठ आवाज होऊ लागले. ड्रॅगनच्या पोटातून टेनिसचे चेंडू धडधडत बाहेर पडावेत तसे आवाज होत एका मागे एक दिवे विझू लागले.

मी डोळे मिटून घेतले. खेळ संपला होता!

'नाही, नाही. खेळ कधीच संपणार नाही' माझे मन आक्रंदले.

दुसऱ्या दिवशी सकाळी मी 'फोर सीझन्स'च्या स्वागतकक्षाच्या लांबच लांब पॅसेजमधून माझी पाठ सांभाळत, जरासा लंगडत चाललो होतो. बाजूच्या अरुंद पॅसेजमधून एक मानवी आकृती अचानक पुढे आली आणि तिने माझा हात घट्ट धरला.

''बस झालं. निघ आता.''

''कोण आहे?'' मी विचारले. बघितले तर पॉप्स!

कित्येक दिवसांत डोळ्याला डोळा न लागल्याने तारवटलेले डोळे, भकास, रंग उडालेला, विझलेला चेहरा.

"पॉप्स, असं का बोलताय?"

"होय, निघ आता, घरी जा. तू तुझं काम चोख केलं आहेस, ते पूर्ण झालंय, संपलंय. जा आता तू."

ते बांध फुटल्यासारखे बोलू लागले, "मी कितीतरी दिवस तुझ्या निवृत्तीसाठी प्रार्थना करत होतो. मी आता अधिक वाट बघू शकत नाही. तुझे हाल मला पाहावत नाहीत रे! तुझे सामने पाहताना जीव मुठीत धरून बसणं आता नाही शक्य होत! छातीत धडधडतं बघ आणि तू जगाच्या पाठीवर कुठे कुठे खेळणार. मग तुझे सामने अवेळी, रात्री अपरात्री असणार. अर्ध्या रात्री उठणं, पहाटेपर्यंत जागत बसणं आता नाही जमत. तशात दरवेळी तुला कुठल्या तरुण, ताज्यातवान्या, तडफदार खेळाडूला तोंड द्यावं लागणार, याचा सतत घोर लागलेला असतो. बस, आता हे सगळं नाही सहन होत. यातना होतात."

होय, त्या दिसत होत्या मला त्यांच्या डोळ्यांत. ते डोळे ओळखीचे होते माझ्या. तेही तिरस्कार करत होते टेनिसचा?

"आता नको स्वतःला आणखी त्रास देऊ. काल रात्रीनंतर आता अजून काही सिद्ध करायचं राहिलंय का? बस कर. मी नाही तुला असा त्रास होताना पाहू शकत. फार फार दुःखदायक आहे रे हे सगळं."

मी त्यांच्या खांद्यावर थोपटले. "पॉप्स, काय करू? कळतंय मला; पण मी नाही सोडू शकत हे आणि मुख्य म्हणजे मी सोडल्यानी नाही संपणार हे!"

पुढल्या सामन्याच्या अर्धा तास आधी मी कॉर्टिसोनपेक्षा जरा निराळे, थोडे कमी परिणाम करणारे इंजेक्शन घेतले आणि तिसरी फेरी बेंजामिन बेकर नावाच्या खेळाडूविरुद्ध खेळताना सामना संपेपर्यंत तरी कसाबसा उभा राहू शकलो.

मी डॅरेनजवळ अशी इच्छा व्यक्त केली होती की, माझा अखेरचा सामना मला ज्याच्याविषयी आदर वाटतो अशा एखाद्या मान्यवर खेळाडूशी तरी असावा किंवा मग मला सर्वस्वी अनोळखी अशा एखाद्या खेळाडूशी तरी असावा. बी. बेकर असे गुणफलकावरचे नाव वाचताना माझी इच्छा पूर्ण झाल्याचे समाधान मला लाभले. मी बी. बेकर या खेळाडूला जराही ओळखत नव्हतो.

बेकरने सरळ चार सेट्स जिंकले आणि मला निरोप दिला. अंतिम सीमारेषा माझ्या समोर आली होती, मी तिला पाय लावला होता. सामना संपल्यावर लॉकररूममध्ये जाण्याआधी मैदानावरूनच प्रेक्षागृहात उपस्थित असणाऱ्या व नसणाऱ्या माझ्या अगणित चाहत्यांना उद्देशून चार शब्द बोलायची संधी मला स्पर्धेच्या व्यवस्थापनाने दिली. माझ्या चाहत्यांना काय सांगायचे ते माझ्या मनात अगदी स्पष्ट होते.

स्टेफनी, जॅडेन आणि जॅझ यांच्याबरोबर – २००८ सालचा हिवाळा.

२००६ सालच्या यूएस ओपन स्पर्धेतील दुसऱ्या फेरीनंतर
माझे अभिनंदन करताना मार्कोस बगदातीस.

विम्बल्डन २००० – सेंटर कोर्ट.

कित्येक वर्षे ते माझ्या मनात घोळत राहिले होते; पण तरीही आयत्या वेळी शब्द सापडायला वेळ लागला आणि ते शब्द तोंडातून बाहेर पडायला प्रयास पडले.

समोरचा गुणफलक सांगतो आहे की, मी या सामन्यामध्ये पराभूत झालो आहे. गेल्या एकवीस वर्षांत मी जे जिंकले आहे ते हा गुणफलक दाखवीत नाही. ते आहे तुमचे प्रेम, तुमची अढळ निष्ठा. तुम्ही मला मैदानावर तर पाठिंबा दिलातच, माझ्या जीवनातही मला तुमचा सतत आधार मिळाला. तुम्ही मला प्रेरणा दिलीत, तुम्ही माझे भले इच्छिलेत, मला सुयश चिंतिलेत. तुम्ही माझ्या यशाचे क्षण सोनेरी केलेत. प्रतिकूल परिस्थितीत, निराशेच्या अवस्थेतही माझी सोबत सोडली नाहीत, मला शुभेच्छाच देत आलात. मी तुमच्या उदारतेने भरून पावलो आहे. मला तुम्ही तुमच्या खांद्यावर उचलून घेतलेत म्हणूनच मी माझ्या स्वप्नांना स्पर्श करू शकलो, त्या बळकट खांद्यांच्या भरवशावर ती पूर्ण करू शकलो. एकवीस वर्षे मला तुमची जी साथ मिळाली तिच्याच आठवणींवर मी माझे उर्वरित आयुष्य समाधानात जगू शकणार आहे.

मी आभारप्रदर्शनाच्या शेवटी माझ्या चाहत्यांची तुलना गिल या माझी जडणघडण करणाऱ्या पितृवत शिल्पकाराशी केली. यापेक्षा जास्त चांगली, अधिक मौल्यवान प्रशंसा माझ्या जवळ नव्हतीच. लॉकररूममध्ये गहन शांतता होती. सामन्यामध्ये पराभूत झालेलो असलो की, लॉकररूम अशीच शांत असते! हे गेल्या एकवीस वर्षांत मला प्रकर्षाने जाणवले होते. दार एकदम सताड उघडले जाते. कारण, ते उघडताना तुमच्या नकळत तुम्ही हरल्याची चीड तुमच्या हातांना अधिक जोर देते. ते जोराने उघडले गेले की, आत टीव्ही बघत बसलेले – तुमचीच लाजीरवाणी हार मजेत पाहत असलेले – लोक तुम्हाला पाहून पटापट तेथून काढता पाय घेतात. ते तुमचा बेकार खेळ, तुमचे अपयश हे विषय चवीने चघळत होते, हे तुम्हाला जरासुद्धा कळू न देण्याची खबरदारी घेत तेथून सटकतात. तुम्हीही ते तुमच्या लक्षात आलेले असले तरी तसे न दाखवण्याची दक्षता घेत आत प्रवेश करता. त्या दिवशी मात्र कोणीच पळाले नाही. मला बघितल्यावर ते सर्व जण उठले, माझ्या जवळ आले. माझ्याभोवती उभे राहून त्यांनी टाळ्या वाजवल्या. त्यात काही शिकाऊ खेळाडू होते, स्पर्धेचे कर्मचारी होते आणि सर्वांत आघाडीवर होता माझा आवडता सुरक्षारक्षक जेम्स.

एक व्यक्ती मात्र त्या सगळ्यांपासून लांब, मागेच उभी राहिली होती. मी डोळ्यांच्या कोपऱ्यातून तिच्याकडे पाहत होतो तर तीही चेहरा भावनाशून्य ठेवून कोणाच्या लक्षात येणार नाही, अशा रीतीने माझ्याचकडे बघत होती. टाळ्या वाजवणे तर दूरच तिने दोन्ही हातांची घट्ट घडी घातली होती.

ओह! तो कॉनर्स होता!! जिमी कॉनर्स.

तो त्या वेळी अॅन्डी रॉडिकचा प्रशिक्षक म्हणून काम करत होता. बिचारा अॅन्डी! मला मनापासून हसू आले. कौतुकही वाटले त्या, काहीही झाले तरी न बदलणाऱ्या कॉनर्सचे! खरेच, प्रत्येकाने असेच असायला हवे. स्वतःशी प्रामाणिक आणि तत्त्वांशी ठाम, 'स्वतःचे' ते धरून बसणारे. काहीही झाले तरी ते न सोडणारे! मी कॉनर्सकडे हळूच पाहत तेथे जमलेल्या नवख्या खेळाडूंना सांगितले, 'तुम्हाला अनेक टाळ्या मिळतील, तुमच्या नावाचा जयजयकार ऐकायला मिळेल; पण लक्षात ठेवा, आपल्या सहखेळाडूच्या, प्रतिस्पर्ध्याच्या तोंडून आपल्या प्रशंसेचा, कौतुकाचा उद्गार जर निघाला तर तो सर्वांत मौल्यवान असतो. त्याची सर अन्य कोणत्याच प्रतिसादाला येत नाही. मी अशी सदिच्छा व्यक्त करतो की, तुम्हाला तो क्षण साजरा करायला मिळोवा.'

'तुम्हा सर्वांचे मनापासून आभार! एकमेकांची काळजी घ्या.'

प्रारंभ

संपूर्ण दिवस सूर्यदर्शन घडले नव्हते. पाऊस सतत पडत होता.

''तुला काय वाटतंय?'' भुरभुरणाऱ्या पावसाकडे आणि अभ्राच्छादित आकाशाकडे पाहत तिने विचारले.

''खेळू या ना! जरा पाऊस थांबला की... तू तयार आहेस ना?''

तिने हताशपणे तिच्या पोटरीकडे पाहिले, ''हिने खेळू दिले तर...!' स्टेफनी कधीचीच तयार होती, प्रश्न होता तो तिच्या दुखऱ्या पोटरीचा. ती निवृत्त झाल्यापासून तिची पोटरी सतत दुखत होती, त्रास देत होती. पुढल्या आठवड्यात तिला टोकियो येथे सेवाभावी उद्देशाने एक सामना खेळायचा होता. तिने पूर्व आफ्रिकेतील एरिट्रिया या देशात लहान मुलांसाठी एक शाळा सुरू केली होती. त्या शाळेला आर्थिक मदत मिळवून देण्यासाठी ती तो सामना खेळणार होती. प्रदर्शनीय सामना असला तरी खेळ उत्तमच होण्यावर तिचा कटाक्ष होता. केव्हाही मैदानावर कमी प्रतीचा खेळ होणे हे तिच्या संस्कारात, तत्त्वात न बसणारे होते; पण इतक्या दीर्घ विश्रांतीनंतर तिचे शरीर कसा प्रतिसाद देईल, याविषयी ती साशंक होती आणि 'आपल्यामध्ये खेळायची किती क्षमता शिल्लक उरली आहे' याबद्दलही तिला खात्री नव्हती.

माझीही स्थिती तिच्यापेक्षा काही फार निराळी नव्हती. तो २००७ सालचा पावसाळा होता म्हणजे यूएस ओपन खेळून मैदानाचा निरोप घेतला त्याला एक वर्ष लोटले होते. आम्ही दोघे तिच्या टोकियो सामन्यापूर्वी एकमेकांविरुद्ध खेळून थोडा सराव करण्याचे योजत होतो; पण तिचे जायचे दिवस जवळ आले तरी व्हेगासमधला पाऊस काही उसंत घेत नव्हता, आम्हाला एकमेकांशी खेळण्याची अपवादात्मक संधी मिळू देत नव्हता.

...आणि पावसात आग पेटवणे आम्हाला काय कोणालाच शक्यच नसते!

स्टेफनीने पुन्हा एकदा काळ्या ढगांकडे पाहिले, घड्याळाकडे नजर टाकली, म्हणाली की, 'चला, रोजचे उद्योग तरी उरकू!' तिला जॅडेनला शाळेतून आणायचे होते. आता तेच आमचे जग होते.

पाऊस थांबत नव्हता, आमच्या खेळाची शक्यता दुरावत चालली होती, त्यामुळे मी माझ्या संस्थेच्या चार्टर स्कूलला, माझ्या लाडक्या शाळेला भेट द्यायला

जायचे ठरवले. ती शाळा विश्वास बसणार नाही इतकी मोठी झाली होती. २६,००० चौरस फूट जागेवर शाळा उभी होती आणि ५०० विद्यार्थी शाळेत शिक्षण घेत होते. त्या खेरीज शाळेत प्रवेश हव्या असणाऱ्या विद्यार्थ्यांच्या प्रतीक्षा यादीत ८०० जणांची नावे होती.

चार कोटी डॉलर्स खर्च करून बांधलेल्या शाळेच्या प्रांगणात मुलांना आवश्यक त्या सर्व गोष्टींचा अंतर्भाव केला होता. टीव्हीसाठी कार्यक्रम निर्मिती करता, यावी अशा सोयी असलेला अद्ययावत स्टुडिओ होता. एका हॉलमध्ये भिंतीलगत ओळीने डझनभर संगणक बसवलेले होते. त्यावर काम करण्यासाठी पांढऱ्या गुबगुबीत आसनांची व्यवस्था केलेली होती. व्हेगासमध्ये खास प्रतिष्ठितांसाठी काही क्लब्ज होते. त्यात ज्या दर्जाच्या व्यायामाच्या सोयी होत्या त्याच सर्व सोयींनी युक्त अशी अद्ययावत व्यायामशाळा आम्ही शाळेत सुरू केली होती. वेट लिफ्टिंगच्या विविध व्यायामप्रकारांसाठी स्वतंत्र कक्ष होता. त्यातील शास्त्रीय, तांत्रिक माहितीचे शिक्षण देणाऱ्या भाषणा-व्याख्यानांसाठी एक चांगला मोठा हॉल बांधला होता. शाळेतील स्वच्छतागृहे कोणत्याही पंचतारांकित हॉटेल्समध्ये शोभतील, अशी प्रशस्त आणि स्वच्छ होती. आठ वर्षे होऊनही संपूर्ण परिसराचा नवेपणा कायम होता, तो अजूनही नुकताच रंगवल्यासारखा ताजातवाना, स्वच्छ दिसत होता. विद्यार्थी, त्यांचे पालक आणि शाळेचे शेजारी पाजारीसुद्धा शाळेला 'आपली' मानत होते. तिचे पावित्र्य सांभाळत होते. आजूबाजूच्या भागात त्या आठ वर्षांत काही फारशी सुधारणा झाली नव्हती; पण बकाल वस्ती आणि त्यात रुजलेली गुन्हेगारी वृत्ती यांचा सुदैवाने शाळेला काणत्याही प्रकारचा त्रास पोहोचत नव्हता. शाळा सुरक्षित होती. अगदी अलीकडेच मी शाळेत गेलो होतो, त्याच दिवशी शाळेसमोरच गोळीबाराचा प्रकार घडला होता; पण तसल्या प्रकारातून कधीही शाळेची एक काचही फुटलेली नव्हती, शाळेच्या भिंतींवर एक वावगा शब्दही खरडला गेला नव्हता.

ही वास्तू निराळी आहे, उत्कृष्ट आहे, असामान्य आहे हे दर्शविणारे कितीतरी लहान-मोठे, लक्षणीय आणि लक्षातही न येणारे असे अगणित पुरावे जागोजागी विखुरलेले होते. उदाहरणार्थ, दर्शनी भागातील एका खिडकीच्या काचेवर मोठ्या अक्षरात 'श्रद्धा' - जी आमच्या शाळेची पायाभूत शक्ती होती, असे लिहून ठेवले होते. प्रत्येक वर्गात वाचन लेखनासाठी योग्य असा मुबलक पण सौम्य प्रकाश असावा, यासाठी खास तंत्रज्ञानाचा वापर करून नैसर्गिक सूर्यप्रकाश परिवर्तित करून तो सर्वत्र खेळवलेला होता, त्यामुळे चित्त एकाग्र व्हायलाही मदत मिळायची. शिक्षकांना कधी दिव्याचे बटण दाबावे लागत नव्हते आणि विद्यार्थ्यांना चमकत्या प्रकाशाच्या झगझगाटामुळे उद्‌भवणारा

डोकेदुखीचा, डोळ्यांपुढे अंधारी येण्याचा त्रास भोगावा लागत नव्हता. मला त्या त्रासाची चांगलीच कल्पना होती, त्यामुळे मी तो टाळण्याचा आग्रहच धरला होता. या योजनेमुळे ऊर्जेची आणि पैशांचीही बचत होत होती ती वेगळीच!

कॉलेजबांधणीची एक ठरलेली रचना असते. मध्ये एक आयताकृती मैदान आणि त्याच्या चारही बाजूंना इमारती. आमची शाळाही तशाच पद्धतीने बांधलेली होती. इमारतींच्या भिंती दगडी होत्या, ते मंद जांभळ्या आणि भगव्या गुलाबी रंगाचे दगडही जवळच्याच, आजूबाजूच्या खाणींमधूनच आणलेले होते. इमारतींमधून काढलेल्या रस्त्यांच्या दोन्ही बाजूंना प्लमची झाडे लावलेली होती. प्रत्येक रस्त्याच्या टोकाला ओक वृक्ष लावलेले होते. कारण, ओकची झाडे 'आशावृक्ष' म्हणून ओळखले जात. आम्ही ती जमीन विकत घेतल्या बरोबरच बांधकाम व्हायची वाट न बघता आधी बरेचसे 'आशावृक्ष' लावून टाकलेले होते. आमच्या वास्तुरचनाकारांनी त्यांच्या जागा काळजीपूर्वक, संपूर्ण इमारतींचा नकाशा लक्षात घेऊनच निवडल्या होत्या आणि सर्व काम पूर्ण होईपर्यंत ते 'आशावृक्ष' जिवंत राहतील याची खबरदारी घेतली होती. कामगार लोक त्यांना सतत पाणी घालत होते, त्यांची निगा राखत होते. आता ते सर्व 'आशावृक्ष' छान पालवले होते.

शाळा ज्या जमिनीवर उभी केलेली होती ती जमीन तशी लहान, फक्त आठच एकर होती; पण आमच्या वास्तुरचनाकारांनी ज्या वास्तूची कल्पना केली होती, तिच्यासाठी असे मर्यादित क्षेत्रच जास्त सोयिस्कर होते. आयुष्य जसे नागमोडी, वळणावळणांचे असते तशी त्यांनी शाळेच्या परिसराची रचना केली होती. जीवनातील कोणत्याही टप्प्यावर माणसाला मागे वळून पाहता येते आणि भविष्याचाही वेध घेता येतो. शाळेच्या वास्तूत विद्यार्थी कुठेही उभा असला तरी त्याला तो कोठून आला आणि त्याला कोठे कोठे जाता येईल हे दिसेल, अशा तऱ्हेनेच इमारतींच्या जागा शोधल्या होत्या. शिशुशाळा, प्राथमिक शाळांच्या इमारतींकडे पाठ करून उभे राहिले की, तेथील शिक्षण पूर्ण झाल्यावर ज्या माध्यमिक शाळेत प्रवेश करायचा त्या शाळेच्या इमारती समोरच, जवळच दिसत होत्या; पण तेथील आवाज ऐकू येतील इतक्या मात्र त्या जवळ नव्हत्या. लहान लहान मुले आवाजांनी घाबरून न जाता नजरेसमोर त्यांचे भविष्य पाहू शकत होती, तसेच माध्यमिक शाळेतील मुले त्यांचा भूतकाळ - त्यांनी जेथे बाराखड्या गिरवल्या त्या जागा - सहजपणे पाहू शकत होती; पण तेथील मुलांचा आरडाओरडा मात्र त्यांच्या अभ्यासात व्यत्यय आणू शकत नव्हता.

माइक डेल गाटो आणि रॉब गर्डिसन या दोन स्थापत्यविशारदांनी आमच्या शाळेच्या उभारणीत अक्षरशः स्वतःला झोकून दिले होते. त्यासाठी त्यांनी

भरपूर अभ्यास आणि संशोधनही केले होते. आजूबाजूच्या भागाचा इतिहास धुंडाळला होता. देशभरातील चार्टर स्कूल्सबद्दलची समग्र माहिती मिळवली होती. माईकच्या घराच्या तळघरात त्या दोघांनी या प्रकल्पावर रात्र रात्र चर्चा, बऱ्याच वेळा वादविवादही केले होते. नवनवीन कल्पनांचा विचार, त्यावर प्रयोग केले होते. भरपूर खल झाल्यानंतर त्यांनी प्रथम कार्डबोर्ड आणि प्लायवुड वापरून संस्थेच्या वास्तुची एक प्रतिकृती तयार केली होती. योगायोग म्हणा वा उपरोध, शिक्षण देणाऱ्या संस्थेची ती प्रतीकृती प्रथम एका टेबल टेनिसच्या टेबलावर उभी केली गेली होती!

शिक्षणसंस्थेच्या इमारतींनीसुद्धा ज्ञानदानाचे काम केले पाहिजे, इतिहास, कथा कहाण्या सांगितल्या पाहिजेत, अशी आम्हा दोघा वास्तुतज्ज्ञांची धारणा होती. त्यात आम्हीही आमच्या सूचनांची भर घातली होती. त्यानुसार माध्यमिक शाळेच्या इमारतीत मार्टिन ल्युथर किंग, महात्मा गांधी आणि अर्थातच नेल्सन मंडेला या थोर विभूतींचे मोठे फोटो लावलेले होते. त्या फोटोंच्या खाली त्यांचे अमर संदेश लिहिलेले होते. आमच्या शाळेतील बहुसंख्य विद्यार्थी अफ्रिकन अमेरिकन होते. स्वातंत्र्याच्या शोधात आफ्रिकेतून आलेल्या गुलामांना – त्या मुलांच्या पूर्वजांना – आकाशातील सप्तर्षी आणि ध्रुवतारा या अढळ ताऱ्यांनीच स्वातंत्र्याची दिशा, मुक्तीचा मार्ग दाखवला होता. त्याचे द्योतक म्हणून त्या दोन ताऱ्यांची चित्रे दोन काचांवर काढून, माइक आणि रॉब यांनी त्या काचाही शाळेच्या इमारतीच्या भिंतींवर लावल्या होत्या.

शाळेच्या अशा प्रकारे वाढवलेल्या सौंदर्यात माझ्या बाजूने मी घातलेली भर म्हणजे माध्यमिक शाळेच्या सभागृहात ठेवलेला स्टाइनवे या दीडशे वर्ष जुन्या कंपनीचा पियानो. एके दिवशी मी तो चमकत्या काळ्या रंगाचा डौलदार पियानो घेऊन शाळेत गेलो. तो हॉलमध्ये बसवला त्या वेळी सगळी मुले तेथे गोळा झाली. मी जेव्हा त्यावर 'लीन ऑन मी' वाजवून दाखवले तेव्हा तर त्यांच्या आनंदाला आणि आश्चर्याला पारावार राहिला नाही. खरी मजा त्या नंतर घडली. मी कोण ते त्या मुलांना माहीत नव्हते. जेव्हा त्यांच्या शिक्षकांनी माझी ओळख करून दिली तेव्हा ही ती मुले पियानो ऐकल्या पाहिल्यावर जेवढी झाली होती, तेवढीही आश्चर्यचकित वा प्रभावित झाली नाहीत!

मी ज्या शाळेचे चित्र बघत आलो होतो, त्यात निव्वळ कोरड्या, पारंपरिक शिक्षणाचा समावेश कमीत कमी होता. मनमोकळ्या वातावरणात मुलांच्या कल्पनाशक्तीला भरपूर वाव मिळावा, अशा गोष्टी जास्तीत जास्त घडवल्या जाव्यात, अशी माझी इच्छा होती. 'आगासी प्रेप स्कूल'मध्ये रोजच काही ना काही खास, सर्जनशील असे, मजेदार, चित्तथरारक घडत होते, घडवले जात होते. कधी प्रेसिडेंट बिल क्लिंटन शाळेत येऊन शिक्षकाची जागा

घ्यायचे आणि अमेरिकन इतिहासातील एखाद्या सोनेरी पानाचा मुलांना परिचय करून द्यायचे. कधी शकील ओ'नील हा सुप्रसिद्ध बास्केटबॉल खेळाडू शारीरिक शिक्षणाचा वर्ग घ्यायचा. लान्स आर्मस्ट्राँग मुलांशी गप्पा मारायला यायचा तर कधी मोहम्मद अली एखाद्या होतकरू बॉक्सर विद्यार्थ्याला धडे द्यायचा. मुलांची जॅनेट जॅक्सन या गायिका, गीतकार, नर्तिका अभिनेत्री अशा चतुरस्त्र व्यक्तिमत्त्वाशी किंवा एल्टन जॉन या ब्रिटिश गायक, संगीतकाराशी भेट व्हायची तर कधी 'अर्थ विंड ॲन्ड फायर' या लोकप्रिय वाद्यवृंदाचे सदस्य येऊन शाळेला भेट देऊन जायचे. शाळेच्या व्यायामशाळेचे उद्घाटन व्हायचे होते. त्याच वेळी व्हेगासमध्ये बास्केटबॉलचे 'एन. बी. ए ऑल स्टार गेम' हे प्रदर्शनीय सामने सुरू असणार होते. त्यातील नवोदित खेळाडूंना आम्ही त्या समारंभाला आमंत्रित करून त्यांना मुलांसमोर बास्केटबॉल या खेळाचे प्रात्यक्षिक द्यायला सांगणार होतो. आगासी प्रेप स्कूलमधला तो पहिलाच असा खेळाच्या प्रात्यक्षिकाचा कार्यक्रम असणार होता. मुले नक्कीच खूश होणार होती.

आम्ही शिक्षकांची निवड फार चोखंदळपणे केली होती. त्यांच्या त्यांच्या विषयातील उत्तम ज्ञान, तल्लख, उत्साही; पण सरळ साध्या स्वभावाचे, पुढची पिढी घडवण्याची क्षमता आणि तीव्र इच्छा असणारे, स्वयंस्फूर्तीने, जीव ओतून काम करणारे स्त्री-पुरुष आम्ही गोळा केले होते. त्यांना आम्ही एक गोष्ट सांगितली होती, 'असा ठाम विश्वास बाळगा की, प्रत्येक विद्यार्थ्यामध्ये शिकण्याची, ज्ञान ग्रहण करण्याची क्षमता असतेच.' खरे तर ही एक अध्याहृतच गोष्ट आहे; पण तरीही ती मुद्दाम व्यक्तीशः सर्वांच्या मनावर बिंबवली जावी, असे आम्हाला वाटले होते.

या शिक्षकांना एक तोटा मात्र सहन करावा लागत होता. इतर शाळांच्या तुलनेत आगासी प्रेप स्कूलमधला दिवस मोठा होता. मुले आणि पर्यायाने शिक्षक दिवसातील जास्त तास शाळेत असायचे आणि शाळाही वर्षातले जास्त दिवस सुरू राहायची. सुट्ट्या कमी असायच्या, त्यामुळे इतर शाळेतील शिक्षकांपेक्षा आमच्या शाळेतील शिक्षकांना दरताशी मोबदला कमी मिळायचा; पण त्यांना मिळणाऱ्या इतर सुखसोयी, सर्व साधनांची मुबलकता आणि उपलब्धता, काम करण्यातले स्वातंत्र्य आणि शाळेतील निराळे वातावरण यामुळे ते समाधानी होते. परिणामी ते स्वतःचे काम उत्तम करण्याचा आणि मुलांच्या जीवनात योग्य बदल घडवून आणण्याचा प्रामाणिक आणि जीवतोड प्रयत्न करायचे.

मुलांनी शाळेत गणवेष घातला पाहिजे, याविषयी आम्ही आग्रही होतो. टेनिस खेळताना घातला जाणारा पांढरा टी-शर्ट आणि गडद निळ्या आणि लालसर तपकिरी रंगाची पँट वा स्कर्ट असा शाळेचा गणवेष होता. गणवेषामुळे

समानता येते, पोशाखाची तुलना मनात गंड निर्माण करीत नाही. मुलांच्या कपड्यासाठी लागणाऱ्या पालकांच्या खर्चातही बरीच बचत होते. मी शाळेत गेलो आणि अशी ठरवून दिलेल्या गणवेषातील मुले पाहिली की, मला माझे जुने दिवस आठवायचे. ज्याने पोशाखाच्या सक्तीविरुद्ध बंड केले होते तोच मी आता गणवेषाविषयी काटेकोर बनलो होतो! मी नेहमी मनात कल्पना करायचो की, विम्बल्डन स्पर्धेचा एखादा अधिकारी जर आमच्या शाळेला भेट द्यायला आला आणि त्याने आमची गणवेषाविषयीची सक्ती बघितली तर त्याच्या बरोबर चालणाऱ्या माझ्याकडे बघताना त्याच्या मुद्रेवर कोणते भाव असतील!

शाळेत आणखी एक प्रघात होता. तो माझा विशेष आवडता होता. प्रत्येक दिवसाची सुरुवात एका 'आदर व्यक्त करणाऱ्या' प्रार्थनेने व्हायची. मला ती प्रार्थना फार आवडायची. मी केव्हाही शाळेत गेलो की, एखाद्या वर्गात जाऊन मुलांना ती प्रार्थना म्हणायला सांगायचो आणि ती ऐकताना रंगून जायचो, नतमस्तक व्हायचो.

द इसेन्स ऑफ गुड डिसीप्लिन इज रिस्पेट
रिस्पेट फॉर ऑथोरिटी अ‍ॅन्ड रिस्पेट फॉर ऑदर्स
रिस्पेट फॉर सेल्फ अ‍ॅन्ड रिस्पेट फॉर रुल्स
इट इज अ‍ॅन अ‍ॅटीट्युड दॅट बिगिन्स अ‍ॅट होम
इज रिइन्फोर्सड् अ‍ॅट स्कूल
अ‍ॅन्ड इज अप्लाइड थ्रू आउट लाइफ

(शिस्तीचा पाया आहे आदरभाव.
श्रेष्ठांविषयी, सर्व मानवजातीविषयी आदर
कायदे-नियमांविषयी आदर, स्वतःविषयीही आदर.
ही आदराची वृत्ती आपापल्या घरी प्रत्येकाच्या मनात पेरली जाते,
शाळेत ती रुजवली जाते, तनमनात बाणली जाते
आणि त्याच वृत्तीने प्रत्येकाने आपले संपूर्ण जीवन, त्यातील प्रत्येक क्षण जगायचा असतो.)

मी मुलांना कायम सांगायचो की, ही प्रार्थना जर त्यांनी सतत स्मरणात ठेवली आणि मनापासून आचरणात आणली तर ते आयुष्यात खूप प्रगती करू शकतील, खूप काही मिळवू शकतील.

मुलांना त्यांच्या 'शालामाते'विषयी किती अभिमान, किती माया होती हे शाळेतून फेरफटका मारताना त्यांचे निरागस, उत्फुल्ल चेहरे न्याहाळले, त्यांचा आनंदी स्वर ऐकला, सहज सुंदर हालचाली पाहिल्या की, अगदी स्पष्टपणे जाणवायचे. शिक्षक आणि इतर कर्मचारी यांच्याकडून मुलांच्या ज्या अनेकविध गोष्टी ऐकायला मिळायच्या त्यावरून मनाला हे समाधान लाभायचे की शाळा त्यांचे जीवन उजळून टाकीत होती, सुखी, संपन्न करीत होती. आम्ही त्यांना त्यांचे अनुभव शब्दबद्ध करण्याची, त्यांचे मन लिहिण्यातून मोकळे करण्याची संधी द्यायचो. त्यांना लिहिते करायचो. शाळेसाठी देणग्या मिळवण्यासाठी जे कार्यक्रम व्हायचे, जी पत्रके, विनंतिपत्रे पाठवली जायची त्यात त्यांच्या प्रांजल, बोलक्या कथा समाविष्ट करायचो. ते त्यांच्या आयुष्यात भोगत असलेली दुःखे, हालअपेष्टा, गरिबी यांविषयीच सगळ्या कथा नसायच्या. खरे तर ती बाजू जगापुढे मांडणाऱ्या फारच कमी असायच्या; पण त्याच अपवादात्मक हृदयद्रावक कहाण्या माझे लक्ष वेधून घ्यायच्या. एका मुलीची आई कित्येक वर्षांपूर्वी जडलेल्या फुफ्फुसाच्या विकाराने आजारी होती, काही कामही करू शकत नव्हती. त्या दोघीच होत्या एकमेकींना. गावगुंडांच्या टोळीच्या ताब्यात असलेल्या एका झोपडपट्टीतल्या छोट्याशा झोपडीत त्या दोघी झुरळं, डास, ढेकूण यांच्या सहवासात दिवस काढायच्या. शाळेतले तास हीच त्या मुलीला त्या नरकातून मिळणारी सुटका होती. मुलगी जात्याच हुशार होती, शाळेत उत्तम गुण मिळवीत होती. त्या मुलीने तिचे हृद्गत लिहिले होते, *मी असा विचार केला की, मी जर नीट अभ्यास केला, शाळेत चांगली प्रगती करत राहिले तर मला माझे घर, माझी आजारी आई, माझे खाजगी जीवन यांबद्दल कोणी काही विचारणार नाही. आज वयाच्या सतराव्या वर्षी जुन्या रोगाशी झगडणाऱ्या आईचे हाल पाहत राहणे मला टाळता येत नाही. रक्तपिपासू कीटकांचे सान्निध्यही मला लगेच सोडता येत नाही; पण शाळेत कमावलेल्या शिदोरीवर मी आता कॉलेजमध्ये प्रवेश घेणार आहे. काही काळातच ही सगळी परिस्थिती बदलून टाकणार आहे, याविषयी मला खात्री आहे.*

आणखी एका मुलीने तिची कथा लिहिली होती. तिच्या लहानपणापासूनच तिचे वडील तुरुंगवास भोगत होते. ते तेथून सुटले असे कळल्यावर ती मुलगी त्यांना भेटायला गेली. ते दीर्घ कारावासाने अत्यंत कृश झाले होते. ते एक तशीच थकलेली, चिंताक्रांत चेहऱ्याची बाई आणि मादक द्रव्ये यांच्या सहवासात राहत होते. *तेही घरात नाही तर तोडक्या मोडक्या, बेवारशी, घाणीने भरलेल्या चारचाकी वाहनात.* 'असे जीवन आपल्याला जगायचे नाही,' अशा ठाम निर्धाराने ती मुलगी आगासी प्रेपच्या आश्रयाला आली. तेथे शिक्षणाचे बाळकडू घेतल्यावर तर तिचा विचार पक्काच झाला. *तिच्या पालकांनी जो चुकीचा मार्ग*

स्वीकारला होता, त्याच्या ती 'वाटेलाही जाणार नाही.' तिला हे समजले की, तिचे भविष्य तीच स्वतः घडवू शकते, बदलू शकते. ती तोच प्रयत्न करणार होती, प्रयत्न करणे कधीच सोडणार नव्हती.

मध्ये एकदा असाच शाळेत गेलो होतो. एका मुलाने मला थांबायची खूण केली. तो जवळ आला. पंधरा वर्षांचा असावा. गोबरे गाल, भावपूर्ण डोळे. मला म्हणाला, ''मी तुमच्याशी जरा खाजगी बोलू शकतो का?''

''हो, हो, नक्कीच... बोल.''

त्याची चलबिचल ओळखून मी त्याचा हात धरून मुलांच्या रहदारीच्या मार्गापासून जरा दूर, त्याला हवा असलेला एकांत मिळेल अशा ठिकाणी गेलो. त्याला बरे वाटले. कोठून सुरुवात करावी या संभ्रमात तो पडला आहे हे मी ओळखले. ''हे बघ, अगदी निःसंकोचपणे पहिल्यापासून सांग,'' मी त्याला धीर दिला.

''एका वर्षापूर्वी माझे वडील वारले आणि माझं आयुष्यच थांबलं. त्यांचा खून झाला.''

''अरेरे! मग?''

''माझ्या डोळ्यांसमोर अंधारच पसरला. काय करावं कळेना.''

त्याचे डोळे पाणावले.

''मग मी या शाळेत आलो आणि मला आयुष्याची दिशा गवसली, खरं तर मला नवं आयुष्यच मिळालं. या शाळेनी माझ्यात जगायची इच्छा जागवली, मला जगायचं बळ दिलं. आगासी, मी तुम्हाला भेटण्याची संधी शोधत होतो. मला तुम्हाला हेच सांगायचं होतं आणि तुमचे मनापासून आभार मानायचे होते. माझं आणि माझ्यासारख्या अनेकांची आयुष्यं मार्गी लावल्याबद्दल खरंच खूप खूप आभार!!''

मी त्याला जवळ ओढले, कुशीत घेतले. मी त्याला म्हणालो, ''तू नाही रे, मीच तुझे, तुम्हा सर्वांचे आभार मानायला हवेत.''

वरच्या इयत्तेतल्या बहुतेक मुलांमुलींचे लक्ष आणि लक्ष्य हे कॉलेज असतेच; पण आम्ही सर्व मुलामुलींना ते तसे ठेवायला सांगायचो. 'इथल्या यशाने हुरळून जाऊ नका, ही तर केवळ एक पायरी आहे. कॉलेजमध्ये प्रवेश मिळवून उच्च शिक्षण घेणे हे महत्त्वाचे आहे,' असे सतत त्यांच्या मनावर बिंबवत राहायचो. ते ध्येय त्यांच्या नजरेसमोर असावे म्हणून आम्ही कॉलेजांची नावे आणि तेथील अभ्यासक्रमांची थोडक्यात माहिती देणारे फलक ठिकठिकाणी भिंतींवर लावले होते. एका अंतर्गत रस्त्याच्या एका बाजूला एक खोली होती जी नेहमी बंद ठेवण्यात यायची. दोन मुख्य इमारतींना जोडणारा एक धातूचा पूल होता.

२००९ साली शाळेतील विद्यार्थ्यांची पहिली तुकडी शालेय शिक्षण संपवून कॉलेजप्रवेशाला पात्र ठरणार होती. परीक्षेनंतर सगळे यशस्वी विद्यार्थी सर्वप्रथम त्या पुलावर पाय ठेवणार होते आणि त्याच्या शेवटी असणारी बंद खोली त्या दिवशी उघडली जाणार होती. ते विद्यार्थी त्या खोलीत ठेवलेल्या रजिस्टरमध्ये नाव लिहून सही करणार होते. खालच्या इयत्तांमध्ये शिकणाऱ्या मुलांसाठी काही संदेश, काही सूचना, काही गुपिते लिहून ठेवणार होते. आमची शाळा सोडून जाणाऱ्या विद्यार्थ्यांच्या या पहिल्या तुकडीला निरोप देण्याचा मोठा समारंभ करण्याचे आम्ही योजले होते. त्या समारंभात मी भाषण करणार होतो. मला भाषण करायच्या कल्पनेनेच ताण आला होता म्हणून मी जे.पी. आणि गिल यांनाही कामाला लावले होते. त्यांची मदत घेऊन मी माझे ते भाषण तयार करायच्या मागे होतो.

मी माझ्या भाषणाचा विषय निवडला होता – 'विसंगती.' माझ्या एका मित्राने मला लगेच वॉल्ट व्हिटमनच्या 'साँग ऑफ मायसेल्फ' या कवितेची आठवण करून दिली आणि त्यातील एका ओळीकडे माझे लक्ष वेधले,

मीच माझ्याशी विसंगत आहे का? होय, आहे मी स्वतःशी विसंगत!

हा विषय श्रोत्यांच्या, विशेषतः माध्यमिक शिक्षण संपवून कॉलेजविश्वात प्रवेश करायला उत्सुक असलेल्या मुलांच्या पचनी कितपत पडेल, याविषयी मला जरा शंका होती; पण वॉल्ट व्हिटमनने मला आत्मविश्वास दिला. मी तीच दिशा ठरवून टाकली आणि माझे विचार त्याच दिशेला वळवले. मी आयुष्याची तुलना टेनिसच्या सामन्याशी करणार होतो. मुलांना सांगणार होतो, 'दोन सर्वस्वी निराळे, अगदी उत्तर आणि दक्षिण ध्रुवासारखे असणारे खेळाडू समोरासमोर येऊन एकाच मैदानावर, दोन बाजूंना उभे राहून एकमेकांशी ईर्षेने खेळतात. तसेच आपले आयुष्य असते. सुख-दुःख, प्रेम-द्वेष, स्वीकार-तिरस्कार, जीत-हार, यश-अपयश अशा विसंगतींनी भरलेले असते. हे बोचरे सत्य जेवढ्या लवकर आपण समजून घेऊ तेवढे चांगले असते. त्या पुढील पायरी आहे ती आपल्या स्वतःमधलीच विसंगती ओळखण्याची, आपल्यात दडलेल्या दोन परस्परविरोधी व्यक्तिमत्त्वांना जाणून घेण्याची. ती आपल्यामध्येच वास करीत असतात हे अनुभवाला आल्यावर त्यांच्यात सलोखा घडवून आणणे, त्यांचा मेळ घालणे कदाचित आपल्याला शक्य होणार नाही; पण त्यांचे अस्तित्व समजूतदारपणे स्वीकारणे आणि त्यांना सामावून घेऊन जीवनाची वाटचाल करीत राहणे हेच श्रेयस्कर असते. हे लक्षात ठेवा की, त्यांची दखल न घेणे, त्यांच्याकडे दुर्लक्ष करणे हे कधीच हितकारक नसते. खरे तर ते अशक्यच असते.'

आंद्रे आगासी कॉलेज प्रिपरेटरी ॲकॅडमी - भेट द्यायला आलेल्या काही विद्यार्थ्यांसमवेत.

शाळेतील शिक्षण यशस्वीपणे पूर्ण करून पुढील शिक्षणासाठी निघालेल्या त्या वीरांना मी कोणता संदेश देणार होतो? शालेय शिक्षण मध्येच सोडून दिलेला, शिक्षणाचा तिरस्कार करणारा आणि तरीही मुलामुलींच्या शिक्षणाची आस्था बाळगून त्यांच्यासाठी शाळा स्थापन करणारा अशी परस्परविरोधी व्यक्तिमत्त्वे सामावून घेतलेला मी, दुसरा काय संदेश देणार होतो?

पाऊस थांबला.

''चल, जाऊ या?'' स्टेफनीने विचारले.

तिने लगबगीने खेळण्याचा पोशाख चढवला आणि मीही. आम्ही दोघे जवळच्याच एका सार्वजनिक मैदानावर गेलो. प्रवेशद्वाराजवळच असलेल्या क्रीडासाधने विकणाऱ्या दुकानातच मैदानाचे आरक्षण होत होते. आम्ही तेथे

गेलो. दुकानातील तरुण विक्रेती एका सिनेसाप्ताहिकातील गरमागरम वार्ता च्युइंगगमबरोबर चघळत होती.

''हॅलो,'' मी तिच्या मग्नतेत व्यत्यय आणला.

तिने नाराजीने चेहरा मासिकातून वर काढला आणि आम्हा दोघांना समोर पाहून आश्चर्याने तिने आ वासला, तिच्या तोंडातील च्युइंगगम बाहेरच पडायचे राहिले होते.

''एका तासासाठी मैदान मिळू शकेल?''

''हो, हो...''

''भाडं?''

''चौदा डॉलर्स...''

''हे घ्या,'' मी पैसे दिले.

तिने आम्हाला मधले मैदान देऊ केले.

आम्ही आत गेलो. प्रेक्षागृहाच्या पायऱ्या उतरून मैदानाजवळ पोहोचलो. निळ्या रंगाची मैदाने, प्रत्येक मैदानाच्या चारही बाजूंना लोखंडी बाक. आम्ही मधल्या कोर्टालगतच्या बाकावर आमच्या बॅगा ठेवल्या आणि हात-पाय ताणून अंग मोकळे करू लागलो. किती काळानंतर आम्ही दोघे एका मैदानावर, एकमेकांविरुद्ध खेळणार होतो, त्याचा हिशेब करू लागलो.

बोलत असतानाच मी बॅगेतून रिस्टबँड, पायाला बांधायच्या पट्ट्या वगैरे गोष्टी काढत होतो.

''तुला कोणती बाजू हवी?'' मी स्टेफनीला विचारले.

तिने एका बाजूकडे निर्देश केला. ती तीच बाजू मागणार हे मला माहीतच होते.

तिने साध्या सरळ फोरहॅन्ड्सनी खेळाची सुरुवात केली. मीही यांत्रिकपणे ते परतवत होतो. काही वेळ असे हळूहळू, हलक्या हातांनी खेळत असताना अचानक स्टेफनीने एक जबरदस्त अप द लाइन बॅकहॅन्ड मारला, जो धडाडत जाणाऱ्या आगगाडीसारखा सुसाट आला. मीही तो तितक्याच जोराने परतवला. 'हं! असा असणार आहे तर खरा खेळ!' मी तिच्याकडे नजर टाकत मनात म्हणालो. माझा एक बॅकहॅन्ड तिने जगप्रसिद्ध 'स्फेफी ग्राफ स्लाइस' मारून परतवला. मला गुडघ्यावर बसून मोठ्या प्रयत्नांनी तो घ्यावा लागला. मी ओरडलोच! 'हा फटका किती महाग पडतो माहितीय ना तुला?'

हाताने डोळ्यावर येणारे केस बाजूला सारत ती प्रसन्न हसली. तेवढ्या खेळाने आमची शरीरे जरा तापली, आखडलेले स्नायू शिथिल झाले, खांदे मोकळे झाले, हालचालींना वेग आला, चापल्य आले. माझे फटके स्वच्छ, पुरेशा जोरदारपणे, अचूक पडू लागले तसे स्टेफनीचेही. लवकरच खेळात

कौशल्य आले, धोरण आले, हेतूपूर्वक फटके मारले जाऊ लागले, आक्रमण, बचाव शैलीदारपणे सुरू झाला. तिने मारलेला एक जीवघेणा दणदणीत फोरहॅन्ड मी माझ्या खास सणसणीत क्रॉस कोर्ट बॅकहॅन्डने परतवला.

...आणि अघटित घडले. गेल्या एकवीस वर्षात कधीही न चुकलेला तो माझा लाडका बॅकहॅन्ड चुकला, चेंडू जाळ्यात अडकला! मी नाराज झालो, वैतागलो, मी माझा वैताग स्टेफनीजवळ चार शिव्यांनी व्यक्तही केला; पण लगेच तिच्याकडे पाहून मनमोकळा हसलोही! तीही हसली आणि आमचा खेळ पुढे सुरू राहिला.

प्रत्येक चेंडू, हरएक फटका स्टेफनीचा आनंद वाढवीत होता. तिच्या हालचालीतील लालित्य वाढवत होता, तिच्या खेळाला लय येत होती, तिला तिच्या जुन्या खेळाची लय पुन्हा सापडत होती. तिची पोटरीही न दुखता साथ देत होती. टोकियोतील सेवाभावी सामन्याबद्दलची तिची काळजी लवकरच दूर झाली. चिंतेचे सावट दूर झाले तसा आमचा खेळ अधिकाधिक रंगू लागला. मध्येच पाऊस सडसडला; पण आम्ही त्याची दखली न घेता, विनाव्यत्यय खेळत राहिलो. आम्हाला ना पावसाची फिकीर वाटली ना हळूहळू प्रेक्षागृहात जमणाऱ्या प्रेक्षकांची.

आम्ही दोघे सार्वजनिक मैदानावर खेळत असल्याची वार्ता षटकर्णी व्हायला वेळ लागला नसावा. फोन वाजत गेले असतील कारण प्रेक्षक वाढत गेले. कोणतीही स्पर्धा नाही, कोणताही सामना नाही, ना जाहिरात ना बातमी. दोन जगप्रसिद्ध खेळाडूंमधील स्वान्तसुखाय चाललेला खेळ. लोकांना सिल्व्हेस्टर स्टॅलोन याच्या रॉकी या चित्रपटमालिकेतील रॉकी बलबोवा आणि अपोलो क्रीड यांच्यामधील, दिवे विझवले गेल्यानंतर, व्यायामशाळा बंद झाल्यानंतरही सुरू राहणाऱ्या बॉक्सिंगच्या खेळाची आठवण झाली असेल.

पावसाचा जोर वाढला तरी आमच्या खेळाचा जोर काही कमी झाला नाही. प्रेक्षकही पावसात भिजत ते विरळं दृश्य पाहत होते, कॅमेऱ्यात साठवीत होते. वाढलेल्या पावसाच्या टपोऱ्या थेंबात कॅमेऱ्याच्या फ्लॅशचा क्षणैक प्रकाश विलक्षण चमकत होता; पण तो आम्हाला दोघांना त्रास देत नव्हता. कारण, आमचे त्याकडे लक्षच नव्हते, आम्ही आम्हा दोघांच्याच खेळात मग्न होतो. चेंडू, जाळे, सीमारेषा आणि आम्ही दोघे!

दहा-दहा, पंधरा-पंधरा फटके सलगपणे मारले जात होते. चेंडू सतत मार खात होता, त्याला विश्रांती नव्हती. सहसा चूक होत होती ती माझ्याकडूनच. मैदानात इतस्ततः चेंडू विखुरलेले होते. अखेर मी तीन उचलले, दोन पँटच्या दोन्ही खिशात कोंबले.

...आणि एक चेंडू हातात धरून स्टेफनीला ओरडून म्हटले, ''पुन्हा स्पर्धा, सामने खेळायला सुरुवात करू या आपण दोघे. काय?''

तिच्याकडून काहीच उत्तर नाही.

''तू आणि मी. याच आठवड्यात पुनरागमनाची घोषणा करू या.''

तरीही काहीच प्रतिसाद नाही. तिचे चित्त खेळात एकाग्र झाले होते. तिच्या कानामनात बाकी काही शिरत नव्हते. तसेही ती जशी मैदानावर गरजेपेक्षा जराही जास्त हालचाल न करण्यासाठी प्रसिद्ध होती तशीच वाजवीपेक्षा एकही जादा शब्द न उच्चारण्यासाठीही होती. कमालीची मितभाषी! जे.पीं.नी एक गंमतशीर निरीक्षण नोंदवले होते. माझ्या आयुष्यातील तीनही महत्त्वाच्या व्यक्ती – माझे वडील, गिल आणि स्टेफनी – इंग्रजी मातृभाषा नसलेल्या होत्या, त्यामुळे त्या तिघांची देहबोली ही सर्वांत जास्त बोलकी होती.

ती खेळात गर्क होती, पुरती बुडून गेली होती. प्रत्येक चेंडू, फटका तिच्यासाठी अत्यंत महत्त्वपूर्ण होता. ती त्यातला एकही चुकत नव्हती, एवढे मन लावून, जोर लावून खेळूनही थकत नव्हती. तिचा खेळ पाहणे ही एक मेजवानी होती. तो पाहायला मिळणे ही सौभाग्याची गोष्ट होती. 'सौभाग्य'. तिचा खेळ पाहण्याच्या संधीला अनेकांनी अनेकविध विशेषणे दिली होती, वार्ताहार, क्रीडासमीक्षक, प्रेक्षक यांनी वेगवेगळे शब्द वापरले होते. मलाही त्यासाठी योग्य शब्द विचारला होता. मला वाटते सर्वांत चपखल, अर्थवाही शब्द मला त्या दिवशी सापडला होता – सौभाग्य!

मी पुन्हा एक चेंडू चुकवला. तिने हसून डोळे मिचकावले. मी सर्व्हिस केली, तिने ती परतवली. नंतरच्या एका चेंडूवर तिने डास मारावा तशी रॅकेट चालवली. ती त्या दिवशीचा खेळ संपल्याची खूण होती. जॅडेनला शाळेतून परत आणण्याची वेळ झाली होती.

ती मैदान सोडून बाहेर निघाली.

''ए, थांब ना!'' मी तिला म्हणालो.

''थांब? का?'' ती थबकली. माझ्याकडे पाहून अर्थपूर्ण हसली कारण, मला अभिप्रेत असलेला अर्थ तिला कळला होता.

ती मागल्या पावलांनी परतली आणि तिने पुन्हा तिची जागा घेतली. खरे तर तो माझा वेडेपणाच होता आणि ती तो नेहमीसारखाच समजून घेत होती. मलाही ते कळत होते. आम्हाला अनेक गोष्टी करायच्या होत्या, आवश्यक, बऱ्याच महत्त्वाच्या. तिलाही खूप कामे उरकायची होती आणि मलाही; पण त्या मनस्वी खेळाचा मोहही सोडवत नव्हता!

मला आणखी खेळायचे होते, आणखी थोडा काळ तरी!

ऋणनिर्देश

माझा मित्र, २००० सालच्या वृत्तपत्रीय लिखाणासाठी 'पुलित्झर प्राइझ'ने गौरवला गेलेला पत्रकार जे. आर. मोहरिंगर याच्याशिवाय हे माझे प्रांजल आत्मचरित्र लिहूनच झाले नसते.

आम्ही प्रत्यक्ष भेटलोही नव्हतो, तेव्हाच जे.आर.ने मला आत्मचरित्र लिहिण्याबद्दल गांभीर्याने विचार करण्याचा सल्ला दिला होता. २००६ सालच्या यूएस ओपन स्पर्धेदरम्यान मी माझा सगळा मोकळा वेळ जे. आर. मोहरिंगरने द टेंडर *बार* या नावाने लिहिलेल्या त्याच्या पूर्वायुष्यातील अप्रतिम, हृदयस्पर्शी आठवणींचे पुस्तक वाचण्यात घालवला होता. त्या पुस्तकाने माझ्या मनाची प्रचंड पकड घेतली होती. ते पुस्तक संपूच नये, असे मला वाटत होते म्हणून मी रोज रात्री वाचायच्या पानांवर स्वतःच एक मर्यादा घालून घेतली होती. त्या वेळी मी निवृत्तीच्या विचारांनी खूप अस्वस्थ होतो. त्या क्लेशकारक विचारांपासून दूर जायचा ते पुस्तक हा एक चांगला मार्ग होता; पण जसजशी पुढची पाने वाचून व्हायची तसतशी मनात आपल्या निवृत्तीची वेळ येण्याआधीच आपल्याला आधार देणारे पुस्तक संपून जाईल, अशी मला धास्ती वाटायची!

मी यूएस ओपन स्पर्धेतील पहिल्या फेरीचा सामना खेळून परत आलो आणि जे.आर.ला फोन केला. माझी ओळख सांगितली आणि मग त्याचे पुस्तक मला किती आवडले ते सांगू लागलो. मी त्याला व्हेगासला येण्याची विनंती केली, जेवणाचे आमंत्रण दिले आणि तो आला. पहिल्याच भेटीत माझ्या अपेक्षेप्रमाणे आमचे सूर अगदी छान जुळले. एकामागून एक जेवणे वाढत गेली आणि आमची मैत्रीही घट्ट होत गेली. मग एका भेटीत मी त्याला 'तो माझ्याबरोबर काम करेल का, माझ्या आयुष्याचा पट मांडून माझी स्मरणसाखळी नीट जोडायला, माझ्या आठवणींना शब्दरूप द्यायला मदत करेल का,' असे विचारले. मी त्याला म्हणालो की 'मी जगलेले आयुष्य मला एका पुलित्झर प्राइझ मिळवलेल्या लेखकाच्या नजरेतून दाखव.' आणि तो 'हो' म्हणाला.

नुसता 'हो' म्हणून थांबला नाही, व्हेगासला येऊनच राहिला आणि आम्ही चक्क कामालाच सुरुवात केली. कामाच्या बाबतीतली आमची निष्ठा आणि उच्च ध्येये डोळ्यांसमोर ठेवून ती साध्य करण्यासाठी सर्वस्वाची बाजी

लावायची जिद्दही सारखीच होती. आम्हा दोघांच्या दिनक्रमात आमची रोजची भेट ही महत्त्वाची गोष्ट म्हणून समाविष्ट झाली. दोघांचे आवडते मेक्सिकन बरिटोज् खात खात आम्ही तासन्तास बोलायचो. जे. आर.चा टेप रेकॉर्डर सुरू असायचा. गप्पाच होत्या त्या. ना विषयांचे बंधन ना वेळेचे. कधी गमतीजमती, हर्ष, आनंद तर कधी दुःख, त्रास, यातना. आठवणींना काही क्रम नव्हता. घटना काही कालक्रमानुसार वर्णिल्या जायच्या नाहीत. गप्पांचा प्रवाह मुक्तपणे वाहत असायचा. माझ्या या आत्मचरित्रासाठी निरनिराळी वृत्तपत्रे, मासिके यातून माझ्यासंबंधी छापून आलेल्या वार्ता लेख इत्यादींचे संकलन करण्याचे काम बेन कोहेन या अत्यंत हुशार, तल्लख, संशोधक वृत्ती असलेल्या तरुण वार्ताहराने स्वीकारले होते. त्याने जमवलेल्या कात्रणांचे ढीगही आम्ही मधून मधून वाचायचो आणि त्या अनुषंगानेही चर्चा करायचो. नंतर लवकरच बेनने त्याच्या कामामुळे कीर्ती प्रसिद्धीची शिखरे पार केली.

काही महिन्यांतच कॅसेट्सनी एक मोठे खोके भरले. माझी जी काही बरी-वाईट जीवनकथा होती, ती त्यात साठवली गेली होती. ते शब्द कागदावर उतरवण्याचे जिकिरीचे, चिकाटीचे काम किम वेल्सने केले. त्या अस्ताव्यस्त पसाऱ्यातून मग जे. आर.ने सुसंबद्ध अशी जीवनकहाणी लिहिली. क्नॉफ या प्रकाशन संस्थेतील अतिशय छान आणि समजूतदार संपादक जोनाथन सीगल आणि ज्यांना प्रकाशनातले रॉड लेव्हर (महान टेनिस खेळाडू) असे संबोधता येईल, अशा सोनी मेहता या दोघांनी मला आणि जे. आर.ला पहिल्या मसुद्यात अनेक मौल्यवान सुधारणा सुचवल्या. वारंवार मजकूर लिहून घेऊन त्यात परिपूर्णत्व आणले. त्या नंतर एरिक मरकॅडोने शेरलॉक होम्सच्या मर्मभेदी नजरेने, कौशल्याने आणि हुशारीने त्यातील माहितीच्या खरेपणाचे त्रयस्थपणे परीक्षण केले. त्या काळात मी जितके वाचन, पुनर्वाचन केले, चर्चा केल्या, एकेक प्रसंग, दिवस, तारीख, बारीकसारीक तपशील तपासले, एकेका शब्दासाठी, वाक्यरचनेसाठी रक्त आटवले तितके कष्ट मी कोणत्याही परीक्षेसाठी अभ्यास करताना घेतले नव्हते, घ्यायची माझी इच्छाही नव्हती.

'लेखक म्हणून तुझे नाव पुस्तकावर येऊ दे,' असे मी अनंत वेळा जे. आर.ला सांगितले, आग्रह केला, विनवण्या केल्या, दमही दिला; पण तो त्याच्या या मतावर ठाम होता की, पुस्तकाच्या मुखपृष्ठावर फक्त एकच नाव येऊ शकते, एकच नाव यायला हवे आणि ते फक्त माझे! त्याने केलेल्या कामाचा, माझ्याबरोबर केलेल्या कष्टांचा त्याला खराखुरा अभिमान होता, अन्य कोणाच्याच आयुष्याशी तो त्याचे नाव जोडले गेलेले कल्पनेतही पाहू शकत नव्हता; पण 'आंद्रे, ही तुझी कहाणी आहे, तुझी माणसं, तू खेळलेल्या लढाया. ती तुझी कथा तूच सांगायला हवीस.' या त्याच्या बोलण्यातून त्याच्या आठवणी वाचताना

मला त्याच्या मनाची जी उदारता भावली होती, जो मनाचा मोठेपणा प्रतीत झाला होता, त्याचाच पुनर्प्रत्यय आला. मला माहीत होते की, हट्टीपणात काही तो मला हार जाणार नाही म्हणूनच मी माझा तो हट्ट बाजूला ठेवला; पण या अखेरच्या पानावर तरी त्याच्या डोंगराएवढ्या मदतीबद्दल, त्याच्या अनमोल योगदानाबद्दल कृतज्ञता व्यक्त करण्याचा निश्चय केला. 'जे. आर. मनःपूर्वक आभार!!'

पुस्तकाची कच्ची प्रत तयार झाल्यावर आम्ही ती काही निवडक वाचकांना वाचायला दिली. त्यांनी ती वाचली, अनेक मौलिक सूचना केल्या. त्याबद्दल मी त्या सर्वांचा – फिलिप आणि मार्टी आगासी, स्लोन आणि रॉजर बार्नेट, इव्हान ब्लम्बर्ग, डॅरेन काहिल, वेंडी नेटकिन कोहेन, ब्रॅड गिलबर्ट, डेव्हिड गिलमोर, ख्रिस आणि व्हरांडा हॅन्डी, बिल ह्युस्टेड, मॅकग्रॉ मिलहेवन, स्टीव्ह मिलर, डोरोथी मोहरिंगर, जॉन आणि जोनी पॅरेन्टी, गिल रेज, जेमी रोझ, गन रडर, जॉन रसेल, ब्रुक शील्ड्स, वेंडी स्टेअर्ट गुडसन, बार्बरा स्ट्राइसंड यांचा – मनापासून आभारी आहे.

रॉन बरेटा याचा विशेष उल्लेख करायला हवा. त्याने मला माझ्या अनेक अडचणींच्या, अवघड प्रसंगात मानसशास्त्रीयदृष्ट्या केलेली व्यावसायिक मदत आणि वेळोवेळी जवळच्या मित्रासारखा दिलेला डोंगरासारखा भरभक्कम आधार यांना खरंच तोड नाही. त्याने मला माझे मन वाचण्यात मदत केली, तसेच आयुष्याचे धोरण ठरवण्यातही मला साहाय्य केले. जितक्या सूक्ष्मपणे त्याने माझे अंतर्बाह्य परीक्षण केले, तितक्याच सूक्ष्मपणे त्याने माझे हे पुस्तकही वाचले आणि तपासले. त्याने दिलेली साथ अशी होती की, मला माझ्या मनातील *उत्तम मित्र* या पदवीच्या व्याख्येचा पुनर्विचार करून ती बदलायला लागली.

या सर्वांपेक्षाही जास्त आणि खास आभार मानायला हवेत ते माझी प्रिय पत्नी स्टेफनी आणि लाडक्या जॅडेन आणि जॅझ या दोन्ही मुलांचे. त्यांना दिवसन्‌दिवस माझ्याविना काढायला लागले, दोन वर्षे या पुस्तकाला सगळीकडे जागा द्यावी लागली, प्राधान्य द्यावे लागले; पण त्यांनी कधी नाक मुरडले नाही, कुरकुर केली नाही, तक्रार केली नाही, उलट नेहमीच त्यात रस घेतला, माझा उत्साह वाढवला, प्रोत्साहन दिले. केवळ त्यामुळेच मी हे शिवधनुष्य उचलू शकलो. 'पण' पूर्ण करू शकलो, घेतला वसा न उतता, न मातता, न टाकता पूर्ण करू शकलो. विशेषतः स्टेफनीचा अबोल; पण बोलका प्रेमळ आधार आणि जॅडेन आणि जॅझ यांचे हसरे चेहरे माझ्यासाठी स्फूर्ती, शक्तीचे अखंड स्रोत ठरले.

मला एक दिवस आठवतो. मी पुस्तकाच्या दुसऱ्या मसुद्यावर काम करत होतो. स्वयंपाकघरातल्या मध्यभागच्या ओट्यावर कागदांचे ढीग पडले होते. जॅडेनचा एक मित्र खेळायला आला होता. त्या ढिगांकडे पाहून त्याने कुतूहलाने जॅडेनला विचारले, ''हे सगळं काय आहे?''

जॅडेनने ज्या आवाजात आणि आविर्भावात ''ते माझ्या डॅडींचं पुस्तक आहे,'' असे उत्तर दिले तो आवाज, तो आविर्भाव मी फक्त तो सांताक्लॉजबद्दल किंवा त्याच्या 'गिटार हिरो'बद्दल बोलायचा तेव्हाच ऐकला, पाहिला होता!

जॅडेन आणि जॅझ दोघांनाही आजपासून दहा, वीस, तीस आणि साठ वर्षांनीदेखील या पुस्तकाविषयी असाच, इतकाच अभिमान वाटत राहील, अशी मला आशा आहे. कारण, हे पुस्तक मी केवळ त्यांच्यासाठीच लिहिले आहे. मी माझ्या आयुष्यात ज्या सापळ्यात अडकलो, दुष्टचक्रात भोवंडलो त्यात त्यांनी अडकू नये, यासाठी हे माझे पुस्तक त्यांना साहाय्यभूत ठरेल अशी माझी अपेक्षा आहे. त्यांना ज्या काही मोजक्या पुस्तकांमुळे आनंद लाभेल, मार्गदर्शन मिळेल अशा पुस्तकांमध्ये माझ्या या पुस्तकालाही स्थान मिळावे, असे मला वाटते. मला माझ्या आयुष्यात ग्रंथसंपत्तीचे महत्त्व, पुस्तकांची आगळी जादू फार उशिरा प्रतीत झाली. माझ्या हातून घडलेल्या ज्या अनंत चुका माझ्या मुलांनी करू नयेत, टाळाव्यात असे मला वाटते, त्यातल्या या चुकीला मी त्यांच्या यादीत अगदी वरचे स्थान दिलेले आहे.

अनुवादक परिचय

मेकॅनिकल इंजिनियर म्हणून कित्येक वर्षे यशस्वी कारकीर्द पूर्ण करणारे सुदर्शन आठवले यांची लहानपणापासूनच अक्षरांवर, शब्दांवर प्रगाढ निष्ठा, त्यामुळेच त्यांनी वाचनाची आवड बालपणापासूनच जोपासली. याच आवडीखातर सध्या ते अनुवादाच्या सर्जनशील प्रक्रियेत आकंठ बुडाले आहेत. स्टीफन हॉकिंगच्या पत्नी जेन हॉकिंग यांच्या 'फ्लाइट टू इन्फिनिटी, माय लाइफ विथ स्टीफन' या आत्मचरित्राचा त्यांनी केलेला मराठी अनुवाद लोकप्रिय ठरला. आजवर त्यांची विविध साहित्य प्रकारातील जवळपास १५ अनुवादित पुस्तके प्रकाशित झाली असून, या सर्व पुस्तकांना वाचकांचा उत्तम प्रतिसाद लाभला आहे. याशिवाय त्यांनी केवळ अक्षरनिष्ठा आणि शब्दछंद यापोटी कैक पुस्तकांचे अनुवाद केले आहेत. ख्यातकीर्त मराठी गीतकार, कवी, चित्रपट दिग्दर्शक कै. शांताराम आठवले यांचे ते सुपुत्र. आपल्या वडिलांचं समृद्ध साहित्य त्यांनी वेबसाईटच्या रूपात जतन केलं आहे.